# बृहत् गीताशास्त्र

## खंड १

श्रीमद्‌भगवद्‌गीता तत्त्वज्ञानाचे
आधुनिक दृष्टिकोनातून निरूपण

राजेन्द्र खेर

सकाळ प्रकाशन

सकाळ प्रकाशन

# Bruhat Geetashastra : Khand 1



# बृहत् गीताशास्त्र : खंड १




प्रथम आवृत्ती : जून, २०२५

प्रकाशक : सकाळ मीडिया प्रा. लि.
५९५, बुधवार पेठ, पुणे ४११ ००२

मुखपृष्ठ : यशोधन लोवलेकर

मांडणी : उमेश कंवर, अपूर्वा सेलुकर

मुद्रणस्थळ : विकास प्रिंटिंग अँण्ड कॅरिअर्स प्रा. लि.
प्लॉट नं. ३२, एमआयडीसी, सातपूर, नाशिक

ISBN : 978-93-48048-66-0

संपर्क : ९८८१५ ९८८१५ / ८८८८८ ४९०५०
sakalprakashan@esakal.com

*ज्यांच्या आशीर्वादामुळे मला*
*सरस्वती पूजन करण्याची प्रेरणा मिळाली त्या*
*स्वाध्याय प्रणेते प. पू. पांडुरंगशास्त्री आठवले*
*यांना सविनय समर्पित*

# मनोगत

श्रीमद्भगवद्गीता तत्त्वज्ञान हे कालातीत तत्त्वज्ञान मानलं जातं. पाच हजार वर्षांपूर्वी भगवान श्रीकृष्णांनी हे गहन तत्त्वज्ञान कुरुक्षेत्रावर ऐन युद्धप्रसंगी अर्जुनाला सांगितलं. अर्थात हे तत्त्वज्ञान जरी अर्जुनाला सांगितलं असलं तरी अर्जुनाचं निमित्त करून अखिल मानवमात्रासाठी ते सांगितलं आहे, असंच म्हणावं लागतं. कारण सुमारे पाच हजार वर्षांपूर्वी सांगितलेले ते तत्त्वविचार आजही कालबाह्य झालेले नाहीत. राग, द्वेष, लोभ, मोह, मद, मत्सर त्याचप्रमाणे धर्म, अर्थ, काम, राजनीती, विज्ञान इत्यादी संदर्भात ज्या ज्या गोष्टी आज प्रचलित आहेत त्या त्या सर्व महाभारतकाली अस्तित्वात होत्या, हे आज संशोधनावरून समजून येतं.

काळ बदलला, व्यवस्था बदलली, जीवनपद्धती बदलली; तरीपण गीतेची समयोचितता बदललेली नाही. कारण काळ बदलला तरी प्रश्न संपलेले नाहीत. केवळ प्रश्नांच्या स्वरूपात परिवर्तन झालं. जोपर्यंत मनुष्याचं मन-बुद्धी कार्यरत आहे तोपर्यंत प्रश्न असणारच आहेत. म्हणून कोणत्याही काळातील अशा प्रश्नांवर मात करून आपला भौतिक आणि आत्मिक विकास कसा साधावा याचं मार्गदर्शन गीता करते. म्हणूनच गीतेला चिरंतन तत्त्वज्ञान मानलं गेलं आहे. असं हे गहन तत्त्वज्ञान महाभारताच्या ऐन निर्णायक क्षणी कथन केलं आहे.

महाभारत हा इतिहासच आहे, असं भारतीयच नव्हे; तर अनेक परदेशी अभ्यासकांनीही मान्य केलं आहे. मॅक्सम्यूलर, वेबर, मॅक्डोनल्ड, हॉफमन अशा अनेक पाश्चात्त्य विद्वानांनी महाभारत ग्रंथाचे ऐतिहासिकदृष्ट्या सखोल परिशीलनही केलं आहे. लोकमान्य टिळक, शां. ब. दीक्षित, रा. गो. भांडारकर आदी भारतीय विद्वानांनीही या ग्रंथाचा ऐतिहासिक दृष्टिकोनातून अभ्यास केला आहे.

भगवद्‌गीता ही कर्मपर आहे का ज्ञानपर आहे का भक्तिपर आहे, याविषयीही विद्वानांमध्ये वाद होतात. सामान्य माणसाने त्या वादात पडण्याचं काहीच कारण नाही. आचार्य विनोबा भावे म्हणत, 'पेढा खाताना आपण त्याचा रंग, आकार आणि चव वेगवेगळी करून खात नाही! ते सारं एकदमच खात असतो.' त्याचप्रमाणे या तिन्ही योगांचं स्वरूप आहे.

गीतेचा प्रारंभ मोहवश झालेल्या अर्जुनाच्या हातून धनुष्य गळून पडण्याने होतो आणि गीतेचा शेवट निःशंक झालेल्या अर्जुनाने पुनश्च धनुष्य धारण करण्याने होतो! म्हणजेच गीतेला कर्मपराङ्‌मुखता अभिप्रेत नसून प्राप्त कर्म यथोचित पार पाडणं आणि आपला आत्मिक उत्कर्ष साधणं अभिप्रेत आहे. गीतेत सांगितलेला एक 'योग' जरी आचरणात आणला तरी मनुष्याचा नक्कीच उत्कर्ष होतो.

या दृष्टिकोनातून महान कर्मयोगी आणि लोकोत्तर नेते लोकमान्य टिळक यांनी 'गीतारहस्य'च्या माध्यमातून कर्मयोगशास्त्राचं प्रतिपादन केलं होतं; तर पूजनीय पांडुरंगशास्त्री आठवले यांनी कर्म-ज्ञान-भक्ती यांची सांगड घालून आज गीता सर्वसामान्यांमध्ये खऱ्या अर्थाने रुजवली आहे. ज्ञानेश्वर माउलींनी त्यांच्या काळाशी सुसंगत अशी गीतेची उपमा अलंकारात्मक भावपूर्ण मांडणी केली तर लाहिडी महाशयांनी कूटस्थ-योग प्रतिपादन केला. अशा महान पुरुषांनी गीता जगूनही दाखवली.

गीता ही जगण्याचीच गोष्ट आहे; केवळ श्रवणाची किंवा पठणाची नव्हे! अर्थात गीतेचं श्रवण-पठण करणं आवश्यकच आहे; परंतु गीता समजून घेऊन जीवनात उतरवणं ही गोष्ट अधिक महत्त्वाची! तेच गीता कथनाचं अंतिम उद्दिष्ट आहे. गीता अंधविश्वासाला खतपाणी घालत नाही तर ती बुद्धिनिष्ठ भावभक्तीचंच प्रतिपादन करते. आपण जी जी कर्म करतो त्याची सुखद किंवा दुःखद फळं आपल्यालाच भोगावी लागणार असतात. प्रत्येकाचं कर्माचं खातं वेगवेगळं!

अर्जुनाला जेव्हा मोक्षाची आस लागली होती, पापाची भीती वाटत होती तेव्हा प्रत्यक्ष भगवान श्रीकृष्णांनी त्याच्या मस्तकावर हात ठेवून त्याला मोक्षप्राप्मी करून दिली नव्हती, ही गोष्टही ध्यानात घेतली पाहिजे. त्यांनी अर्जुनाला गीतेच्या माध्यमातून ऐहिक जीवन कसं सुसह्य, सुखदायी होईल आणि कोणतं कर्म केलं असता मोक्षाचा मार्ग प्रकाशित होईल हे विचारांनी पटवून दिलं होतं.

अर्जुनानंही श्रीकृष्णांचा उपदेश प्रथम बुद्धीने समजून घेतला होता. विश्वरूप दर्शनाचा चमत्कार दाखवून भगवंतांनी अर्जुनाला आपल्यापुढे मुळीच वाकवलेलं नव्हतं हे विशेष! विचारांनी जेव्हा त्याचा मोह सरला तेव्हाच त्याच्या विनंतीवरून भगवंतांनी

त्याला विश्वरूप दाखवलं होतं. विचारांनी माणूस अंतर्बाह्य बदलू शकतो हीच गोष्ट भगवंतांना दाखवून द्यायची होती आणि तीच त्यांना अभिप्रेत होती हे सिद्ध होतं.

जीवनातल्या आव्हानांना समर्थपणे तोंड देत, सद्विचारांची कास धरून जीवनलढा यशस्वीपणे लढावा लागतो; आणि ते लढण्याचं बळ गीताविचार देतात. गीता अहंकाररहित, पण अस्मितापूर्ण जीवन जगायला शिकवते. लोटांगण घालणारा, लाचार, मनानंही वाकलेला अस्मिताशून्य भक्त बनायचं; का तेजस्विता अंगीकारलेला, अहंकारशून्य तरीही अस्मिता टिकवणारा, उत्साही, अंतःकरणात ओलावा निर्माण झालेला, शुद्ध, मत्सररहित, दंभरहित असा कर्मयोगी भक्त बनायचं हे ज्याचं त्याने ठरवायचं आहे. गीता मात्र अस्मिता, तेजस्विता, कृतज्ञता, नम्रता असे कित्येक गुण अंगी बाणवण्यासाठी माणसाला मार्गदर्शन करते.

भगवंत सर्व प्राणिमात्रात वास करून असतो. अथवा ज्याला आत्मतत्त्व म्हणतात ते सृष्टीमधल्या यच्चयावत् प्राणिमात्रांमध्ये एकसारखंच असतं. त्यामुळे आत्मतत्त्वाचा शोध घेणं म्हणजे भगवंताचाच शोध घेण्यासारखंच असतं. अंतर्यामीचं जे तत्त्व ईश्वराप्रत नेतं त्यालाच सद्गुरू असं म्हणतात! भगवद्गीता हा सत्मार्ग प्रकाशित करते. त्यामुळे गीता हे मानवाचं उन्नयन करणारं साहित्य ठरतं. वेदोपनिषदांचं दोहन करून गीतारूपी अमृत निघालेलं आहे. मनुष्याला समर्थ बनवणारी गीता जी व्यक्ती जीवनात उतरवते, ती या सुंदर विश्वाच्या निर्मात्याप्रत जाऊन पोहोचते मग ती व्यक्ती कोणत्याही जातिधर्माची असो! हे विश्व सुंदरच आहे आणि सुंदरच राहणार आहे, अशी दृष्टी गीता माणसाला प्रदान करते.

कित्येकांना हा संसार दुःखमय वाटतो. मग भवसागर तरून जाण्यासाठी ते एखाद्या नावाड्याच्या शोधात फिरत राहतात; पण असे प्रयत्न हे बऱ्याचदा अगतिकतेतूनच होत असतात. गीता माणसाला अगतिकतेकडून परमेश्वराकडे जायला शिकवत नाही; तर आत्यंतिक प्रेमाने परमेश्वराकडे जायला शिकवते. गीतेचा दृष्टिकोन नकारात्मक नसून सकारात्मक आहे.

गीता सृष्टीला त्याज्य ठरवत नाही आणि केवळ भोग्यही ठरवत नाही. विश्वनिर्मात्याने इतकी सुंदर आणि विस्मयचकित करणारी सृष्टी निर्माण केली ती काय त्याज्य ठरवण्यासाठी? आणि सृष्टीला, संसाराला हीन ठरवणारे आपण कोण? तसं केलं तर तो परमेश्वराचाच अपमान केल्यासारखंच नाही का होणार? गीता या सुंदर सृष्टीविषयीच्या जाणिवा समृद्ध करते आणि संयमित उपभोग घेऊन सृष्टी-नियमांच्या आत जायला शिकवते. अर्थात गीता माणसाला सौंदर्यदृष्टी बहाल करते. अहंभाव,

फलाशा आणि स्वकर्तृत्वभाव सोडला किंवा सुटला की माणसाला सृष्टीतलं सौंदर्य प्रतीत व्हायला लागतं! असा मनुष्य मग मोठ्या आत्मविश्वासाने कर्मयोगाचं आचरण करू लागतो. म्हणजेच गीता ऐहिक जीवनातला आनंदही माणसाला देते आणि त्याचा पारलौकिक उत्कर्षही साधते. म्हणूनच गीता हे एक निश्चित शास्त्र मानलं गेलं आहे.

भगवंतांनी स्वमुखाने गीता सांगितली हे गीतेचं आणखी एक वैशिष्ट्य आहे. त्यासाठी निर्गुण निराकार परब्रह्म सगुण साकार झालं; आणि त्याने अखिल मानवमात्रासाठी गीतेचं तत्त्वज्ञान सांगितलं! सामान्य जन, श्रेष्ठ भक्त, संसारी, संन्यासी या सर्वांना गीतेने मार्गदर्शन केले आहे.

गीतेमधला प्रत्येक श्लोक भगवंताच्या आश्वासनाने ओतप्रोत भरला आहे. त्यात व्यक्तीचा आणि समष्टीचाही विचार केलेला आहे. गीतेत प्रत्येक शब्द तोलूनमापून वापरला आहे. तो बदलता येत नाही! गीता संयम शिकवते. राजविद्या, ब्रह्मविद्या, अध्यात्मविद्या त्याचबरोबर ज्ञान, कर्म, भक्ती यांचंही दिग्दर्शन गीता करते. त्याचबरोबर गीता कामपावित्र्यही समजावते.

गीता माणसाला अज्ञानी ठेवत नाही तर अज्ञानी मनुष्यालाही ती सुजाण बनवते! भगवंताच्या भूमिकेतून गीता सांगणारा श्रीकृष्ण आयुष्यात कधी रडला नाही; म्हणूनच त्याने सांगितलेलं चिरंतन तत्त्वज्ञान मनुष्याला निराश करत नाही तर रडणाऱ्यालाही हास्य प्रदान करतं. दुःखिताला दुःखसागरातून बाहेर काढतं. शाश्वत सुख प्रदान करतं. गीतेमुळे आत्मविश्वास मिळून कित्येक लोक सुखीसमाधानी बनले आहेत.

'मानवी जीवनातील समस्या सोडवणारा उत्कृष्ट ग्रंथ म्हणजे गीता.': महात्मा गांधी
'जगातील सर्वात श्रेष्ठ ग्रंथ म्हणजे गीता.': जॉर्ज अरुंडेल
'गीता ही जगातील सर्व धर्मग्रंथांचा मुकुटमणी आहे.' : चार्ल्स जॉन्स्टन्
'गीता म्हणजे विचारांचं साम्राज्य आहे.' : इमर्सन
'जगातील यच्चयावत् ग्रंथांमध्ये गीतारूपी तत्त्वज्ञान सर्वश्रेष्ठ आहे.': केसरलिंग

हा ग्रंथ सिद्ध करताना माझी भूमिका विद्यार्थ्याची आहे; आणि विद्यार्थ्याचीच राहणार आहे. कुणाला शिकवण्याचा किंवा उपदेश करण्याचा अभिनिवेश माझ्यामध्ये अंशमात्रही नाही. विद्यार्थी असल्यामुळे माझ्या हातून अधिक-न्यून होण्याचा संभव आहे; सुजाण वाचक त्याबद्दल क्षमा करतील अशी आशा बाळगतो.

अशा या अलौकिक आणि अद्वितीय तत्त्वज्ञानावर माझ्या हातून लेखन व्हावं हे

माझं भाग्यच म्हणायला हवं! ते माझं पूर्वजन्माचं सुकृतही असेल; कारण १९९९ सालापासून माझ्या हातून अवचितपणे थेट भगवद्गीतेवर लेखन होत गेलं. यथावकाश 'गीतांबरी' ही माझी भगवद्गीतेवरची वैशिष्ट्यपूर्ण कादंबरी प्रकाशित झाली. माझी पत्नी सीमंतिनी हिच्या सहकार्याने मी प्रतिदिनी वाचनासाठीचा 'दैनंदिन भगवद्गीता' हा ग्रंथ २००३मध्ये सिद्ध केला. यथावकाश या दोन्ही ग्रंथांचा इंग्रजी अनुवादही झाला.

'गीतांबरी'चा इंग्रजी अनुवाद अमेरिकेतील झुमाया पब्लिकेशन्स्तर्फे प्रकाशित झाला. विशेष म्हणजे तो वाचून भारताचे तत्कालीन राष्ट्रपती डॉ. ए. पी. जे. अब्दुल कलाम यांनी व्यक्तिगत पत्र पाठवून कादंबरी आवडल्याचं कळवलं होतं.

'दैनंदिन भगवद्गीते'चा इंग्रजी अनुवाद अमेरिकेत 'Aum Tat Sat' या शीर्षकाखाली प्रसिद्धीच्या मार्गावर आहे. पुढे मला अशीच भगवद्गीतेवर निरूपण करण्याची अवचित संधी मिळाली. त्यानुसार मी तीन वेगवेगळ्या ठिकाणी प्रत्येकी एक वर्ष असं तीन वर्षं निरूपण केलं. त्या निरूपणाचा 'गीताशास्त्र' नावाचा ग्रंथ प्रकाशित झाला.

२०१९सालच्या दरम्यान Storytel या ऑडिओ बुक प्रसारित करणाऱ्या कंपनीने मला भगवद्गीतेवर दैनंदिन स्वरूपात निरूपण करण्याची संधी दिली. ३६५ दिवसांचं ते रेकॉर्डिंग झालं. 'गीतांबरी' ३२४ पृष्ठांची होती. 'दैनंदिन भगवद्गीता' ३८० पृष्ठांची झाली. 'गीताशास्त्र' ६४० पृष्ठांचं झालं तर Storytelच्या दैनंदिन गीता निरूपणाची जवळपास १,५०० पृष्ठं झाली.

अशा तऱ्हेने गीतेवरचं भाष्य वाढतच गेलं! हेच 'बृहत् गीताशास्त्र' आता दोन खंडात 'सकाळ'सारख्या मान्यवर प्रकाशन संस्थेतर्फे प्रकाशित होत आहे. 'सकाळ' प्रकाशनाने हे दोन खंड प्रकाशित करण्याचा धाडसी निर्णय घेतला त्याबद्दल मी अभिजित पवार आणि मृणाल पवार यांचे मनःपूर्वक आभार मानतो. त्याचप्रमाणे उत्कृष्टरीत्या हा ग्रंथ प्रकाशित केल्याबद्दल आशुतोष रामगीर आणि संपादक दीपाली चौधरी यांचेही आभार मानले पाहिजेत. 'सकाळ'चे सहसंपादक अंकित काणे यांचे आभार न मानून कसं चालेल?

मुखपृष्ठ आणि अंतरंग सजावट करणारे श्री. यशोधन लोवलेकर, या बृहद् ग्रंथाची मांडणी करणारे उमेश कव्हर आणि उत्तम मुद्रितशोधन करणाऱ्या अनुश्री भागवत यांचेही मनःपूर्वक आभार.

मुमुक्षु वाचकांचेही मी मनापासून आभार मानतो. या ग्रंथांच्या वाचनाने आपणा सर्वांच्या जीवनात सुपरिवर्तन होवो, ही ईशचरणी प्रार्थना.

**– राजेन्द्र खेर**

# अनुक्रमणिका

ॐ श्री परमात्मने नमः

# अध्याय पहिला
# अर्जुनविषादयोग

शौर्य, संयम, धैर्य आणि सामर्थ्य हे चारही गुण असलेल्या अर्जुनावर क्षमा आणि विषादबुद्धीचा प्रभाव वाढला. त्यामुळे त्याने रणांगणात शस्त्रे टाकली. तेव्हा मग कृष्णाने अर्जुनाला तर्काने, बुद्धीने, ज्ञानाने, कर्माच्या चर्चेने, जगाच्या स्वरूपाने, त्यातील जीवनाच्या स्थितीने अव्यय पुरुषाचा परिचय करून दिला आणि त्याला कर्मप्रेरित केले.

**धृतराष्ट्र उवाच**

*धर्मक्षेत्रे कुरुक्षेत्रे समवेता युयुत्सवः ।*
*मामकाः पाण्डवाश्चैव किमकुर्वत सञ्जय ॥१॥*

धृतराष्ट्राने विचारले, 'हे संजया! धर्मभूमी असलेल्या कुरुक्षेत्रात युद्धाच्या इच्छेने एकत्र जमलेल्या माझ्या आणि पांडूच्या मुलांनी काय केले?'

**सञ्जय उवाच**

*दृष्ट्वा तु पाण्डवानीकं व्यूढं दुर्योधनस्तदा ।*
*आचार्यमुपसंगम्य राजा वचनमब्रवीत् ॥२॥*
*पश्यैतां पाण्डुपुत्राणामाचार्य महतीं चमूम् ।*
*व्यूढां द्रुपदपुत्रेण तव शिष्येण धीमता ॥३॥*

संजय उत्तरला, 'राजा दुर्योधनाने व्यूहरचना केलेलं पांडवांचे सैन्य पाहिले आणि द्रोणाचार्यांजवळ जाऊन तो म्हणाला, 'अहो आचार्य! तुमच्या बुद्धिमान शिष्याने-द्रुपदपुत्र धृष्टद्युम्नाने व्यूहरचना करून उभी केलेली ही पांडुपुत्रांची प्रचंड सेना पाहा.'

*अत्र शूरा महेष्वासा भीमार्जुनसमा युधि ।*
*युयुधानो विराटश्च द्रुपदश्च महारथः ॥४॥*
*धृष्टकेतुश्चेकितानः काशिराजश्च वीर्यवान् ।*
*पुरुजित्कुन्तिभोजश्च शैब्यश्च नरपुङ्गवः॥५॥*
*युधामन्युश्च विक्रान्त उत्तमौजाश्च वीर्यवान् ।*
*सौभद्रो द्रौपदेयाश्च सर्व एव महारथाः ॥६॥*

या सैन्यात मोठमोठी धनुष्ये घेतलेले भीम, अर्जुन यांसारखे शूरवीर; सात्यकी, विराट, द्रुपद असे महारथी; धृष्टकेतू, चेकितान, काशिराज असे बलवान वीरपुरुष; पुरुजित्, कुन्तिभोज,

शैब्य असे नरश्रेष्ठ; पराक्रमी युधामन्यू, उत्तमौजा असे शक्तिमान योद्धे; सुभद्रापुत्र अभिमन्यू आणि द्रौपदीचे पाच पुत्र हे सर्वच महारथी आहेत.

*अस्माकं तु विशिष्टा ये तान्निबोध द्विजोत्तम ।*
*नायका मम सैन्यस्य सञ्ज्ञार्थं तान्ब्रवीमि ते ॥७॥*
*भवान्भीष्मश्च कर्णश्च कृपश्च समितिञ्जयः ।*
*अश्वत्थामा विकर्णश्च सौमदत्तिस्तथैव च ॥८॥*
*अन्ये च बहवः शूरा मदर्थे त्यक्तजीविताः ।*
*नानाशस्त्रप्रहरणाः सर्वे युद्धविशारदाः ॥९॥*

हे ब्राह्मणश्रेष्ठ! आपल्या सैन्यातील महत्त्वाच्या, प्रमुख सेनानायकांविषयी मी सांगतो. युद्धात जय खेचून आणणारे आपण, पितामह भीष्म, कर्ण, कृपाचार्य, अश्वत्थामा, विकर्ण; तसेच सोमदत्ताचा मुलगा भूरिश्रवा हे शूर सेनानायक आहेतच. त्यांच्यासोबत, माझ्यासाठी जिवावर उदार झालेले इतर असंख्य शूरवीर आहेत. हे सर्वच योद्धे विविध शस्त्रास्त्रांनी सुसज्ज असून युद्धात पारंगत आहेत.

*अपर्याप्तं तदस्माकं बलं भीष्माभिरक्षितम् ।*
*पर्याप्तं त्विदमेतेषां बलं भीमाभिरक्षितम् ॥१०॥*
*अयनेषु च सर्वेषु यथाभागमवस्थिताः ।*
*भीष्ममेवाभिरक्षन्तु भवन्तः सर्व एव हि ॥११॥*

भीष्मपितामहांनी रक्षिलेले आपले सैन्य सर्व दृष्टींनी अजिंक्य आहे; तर बलभीम रक्षण करत असलेले त्यांचे सैन्य जिंकायला सोपे आहे. सर्व व्यूहांच्या प्रवेशद्वारांत आपापल्या जागेवर राहून आपण सर्वांनी भीष्म पितामहांचेच सर्व बाजूंनी रक्षण करावे.

*तस्य सञ्जनयन्हर्षं कुरुवृद्धः पितामहः ।*
*सिंहनादं विनद्योच्चैः शङ्खं दध्मौ प्रतापवान् ॥१२॥*
*ततः शङ्खाश्च भेर्यश्च पणवानकगोमुखाः ।*
*सहसैवाभ्यहन्यन्त स शब्दस्तुमुलोऽभवत् ॥१३॥*

कौरवांतील वृद्ध, महापराक्रमी, पितामह भीष्मांनी त्या दुर्योधनाच्या अंतःकरणात आनंद निर्माण करणारा सिंहासारखी गर्जना करणारा प्रतापवान शंख वाजवला. त्यानंतर लगेचच इतर योद्ध्यांचे शंख, नगारे, ढोल, मृदंग, शिंगे इत्यादी वाद्ये एकदम वाजू लागली. आणि त्यांचा प्रचंड आवाज झाला.

*ततः श्वेतैर्हयैर्युक्ते महति स्यन्दने स्थितौ ।*
*माधवः पाण्डवश्चैव दिव्यौ शङ्खौ प्रदध्मतुः ॥१४॥*
*पाञ्चजन्यं हृषीकेशो देवदत्तं धनञ्जयः ।*
*पौण्ड्रं दध्मौ महाशङ्खं भीमकर्मा वृकोदरः ॥१५॥*
*अनन्तविजयं राजा कुन्तीपुत्रो युधिष्ठिरः ।*
*नकुलः सहदेवश्च सुघोषमणिपुष्पकौ ।॥१६॥*
*धृष्टद्युम्नो विराटश्च सात्यकिश्चापराजितः ।। १७॥*
*द्रुपदो द्रौपदेयाश्च सर्वशः पृथिवीपते ।*
*सौभद्रश्च महाबाहुः शङ्खान्दध्मुः पृथक् पृथक् ॥ १८॥*
*स घोषो धार्तराष्ट्राणां हृदयानि व्यदारयत् ।*
*नभश्च पृथिवीं चैव तुमुलो व्यनुनादयन् ॥१९॥*

त्यानंतर पांढरे घोडे जोडलेल्या, उत्तम रथात बसलेल्या श्रीकृष्णांनी आणि अर्जुनानेही दिव्य शंख वाजवले. श्रीकृष्णांनी पाञ्चजन्य, तर अर्जुनाने देवदत्त शंखातून आणि भयावह कृत्ये करणाऱ्या भीमाने पौण्ड्र नावाच्या मोठ्या शंखातून नाद केले. कुंतिपुत्र राजा युधिष्ठिराने अनंतविजय, नकुलाने सुघोष, सहदेवाने मणिपुष्प या शंखांतून युद्धनाद केले.

श्रेष्ठ धनुर्धारी काशिराज, महारथी शिखण्डी, राजपुत्र धृष्टद्युम्न, राजा विराट, अजिंक्य सात्यकी, राजा द्रुपद, द्रौपदीचे पाचही पुत्र, महाबाहू सुभद्रापुत्र अभिमन्यू या सर्वांनी, हे राजा, सर्व बाजूंनी वेगवेगळे शंख वाजवले. त्या भयानक आवाजाने आकाश आणि पृथ्वी दुमदुमून टाकत, कौरवांची व आपल्या पक्षातील लोकांची छाती दडपून टाकली.

*अथ व्यवस्थितान्दृष्ट्वा धार्तराष्ट्रान् कपिध्वजः ।*
*प्रवृत्ते शस्त्रसम्पाते धनुरुद्यम्य पाण्डवः ॥२०॥*
*हृषीकेशं तदा वाक्यमिदमाह महीपते ।*

**अर्जुन उवाच**

*सेनयोरुभयोर्मध्ये रथं स्थापय मेऽच्युत ।॥ २१॥*

महाराज! ध्वजावर हनुमान असणाऱ्या अर्जुनाने, युद्धाच्या तयारीने उभ्या असलेल्या कौरवांकडे पाहिले. युद्धाला सुरुवात होऊन शस्त्रवर्षाव सुरू होण्याची वेळ आली तेव्हा, धनुष्य उचलून अर्जुन हृषीकेश श्रीकृष्णांना म्हणाला, 'हे अच्युता! माझा रथ दोन्ही सैन्यांच्या मध्यभागी उभा करा.'

*यावदेतान्निरीक्षेऽहं योद्धकामानवस्थितान् ।*
*कैर्मया सह योद्धव्यमस्मिन् रणसमुद्यमे ॥ २२॥*
*योत्स्यमानानवेक्षेऽहं य एतेऽत्र समागताः ।*
*धार्तराष्ट्रस्य दुर्बुद्धेर्युद्धे प्रियचिकीर्षवः ॥ २३॥*

दुष्टबुद्धी दुर्योधनाचे प्रिय करू इच्छिणारे हे सर्व राजे, युद्धाच्या इच्छेने सज्ज होऊन या रणभूमीवर आले आहेत, त्या सर्वांना मी नीट पाहतो. मी कोणाकोणाशी लढणे योग्य आहे, ते मी नीट पाहून घेईन, तोवर रणभूमीच्या मध्यावर रथ उभा ठेवा.

**सञ्जय उवाच**

*एवमुक्तो हृषीकेशो गुडाकेशेन भारत ।*
*सेनयोरुभयोर्मध्ये स्थापयित्वा रथोत्तमम् ॥ २४॥*
*भीष्मद्रोणप्रमुखतः सर्वेषां च महीक्षिताम् ।*
*उवाच पार्थ पश्यैतान् समवेतान्कुरूनिति ॥ २५॥*

संजय म्हणाला, 'धृतराष्ट्र महाराज, गुडाकेश (निद्रेवर ताबा असलेल्या) अर्जुनाने असे सांगितल्यावर श्रीकृष्णांनी दोन्ही सैन्यांच्या मध्यभागी भीष्म, द्रोणाचार्य व इतर सर्व राजांसमोर आपला सर्वोत्तम रथ उभा करून म्हटले, 'पार्था, पाहा युद्धासाठी जमलेल्या या कौरवांना!''

*तत्रापश्यत्स्थितान् पार्थः पितृनथ पितामहान् ।*
*आचार्यान्मातुलान्भ्रातृन्पुत्रान्पौत्रान्सखींस्तथा ॥ २६॥*
*श्वशुरान् सुहृदश्चैव सेनयोरुभयोरपि ।*
*तान्समीक्ष्य स कौन्तेयः सर्वान्बन्धूनवस्थितान् ॥ २७॥*
*कृपया परयाविष्टो विषीदन्निदमब्रवीत् ।*

त्यानंतर कुंतीपुत्र अर्जुनाने त्या दोन्ही सैन्यांमध्ये असलेले आपले पितामह, आजे-पणजे, गुरू, काका, मामा, बंधू, पुत्र, पौत्र (नातू), मित्र, सासरे आणि हितचिंतक यांना पाहिले. रणांगणावर असणाऱ्या त्या सर्व बांधवांना पाहून आत्यंतिक विषाद आणि करुणा भावाने कुंतीपुत्र अर्जुन शोकाकुल झाला. (आणि म्हणाला...)

**अर्जुन उवाच**

*दृष्ट्वेमं स्वजने कृष्ण युयुत्सुं समुपस्थितम् ॥ २८॥*
*सीदन्ति मम गात्राणि मुखं च परिशुष्यति ।*

*वेपथुश्च शरीरे मे रोमहर्षश्च जायते ॥ २९॥*
*गाण्डीवं स्रंसते हस्तात्त्वक्चैव परिदह्यते ।*
*न च शक्नोम्यवस्थातुं भ्रमतीव च मे मनः ॥ ३०॥*

अर्जुन म्हणाला, 'हे कृष्णा! युद्धाच्या इच्छेने आणि तयारीने रणांगणावर उभ्या असलेल्या या स्वजनांना पाहून माझी गात्रे गळून जात आहेत; तोंडाला कोरड पडली आहे; शरीराला कंप सुटला आहे आणि अंगावर काटे उभे राहत आहेत. हातातून गाण्डीव धनुष्य गळून पडत आहे. माझ्या अंगाचा दाह होत आहे; तसेच माझे मन भ्रमिष्ट झाले आहे; त्यामुळे मी उभादेखील राहू शकत नाही.'

*निमित्तानि च पश्यामि विपरीतानि केशव ।*
*न च श्रेयोऽनुपश्यामि हत्वा स्वजनमाहवे ॥ ३१ ॥*
*न काङ् क्षे विजयं कृष्ण न च राज्यं सुखानि च ।*
*किं नो राज्येन गोविन्द किं भोगैर्जीवितेन वा ॥ ३२॥*

हे केशवा, मला विपरीत चिन्हे दिसत आहेत. युद्धात आप्तांना मारून कल्याण होईल, असे मला वाटत नाही. हे कृष्णा! मला तर विजयाची इच्छा नाही, राज्याची नाही की सुखाचीही नाही. हे गोविन्दा! आम्हांला असे राज्य काय करायचे? अशा भोगांनी आणि जगण्याने तरी काय लाभ होणार आहे?

*येषामर्थे काङ्क्षितं नो राज्यं भोगाः सुखानि च ।*
*त इमेऽवस्थिता युद्धे प्राणांस्त्यक्त्वा धनानि च ॥ ३३॥*
*आचार्याः पितरः पुत्रास्तथैव च पितामहाः ।*
*मातुलाः श्वशुराः पौत्राः श्यालाः सम्बन्धिनस्तथा ॥३४॥*
*एतान्न हन्तुमिच्छामि घ्नतोऽपि मधुसूदन ।*
*अपि त्रैलोक्यराज्यस्य हेतोः किं नु महीकृते ॥ ३५॥*

आम्हांला ज्यांच्यासाठी राज्य, भोग आणि सुखादी अपेक्षित आहेत, तेच हे सर्व जण - आमचे गुरुजन, काका, मुलगे, आजे, मामा, सासरे, नातू, मेहुणे, त्याचप्रमाणे इतर आप्त - संपत्तीची आणि जीविताची आशा सोडून युद्धात उभे ठाकले आहेत.

मधुसूदना, हे मला मारण्यास तयार झाले तरी, किंवा त्रैलोक्याच्या राज्यासाठीही मी या सर्वांना मारू इच्छित नाही. मग पृथ्वीची काय कथा?

*निहत्य धार्तराष्ट्रान्नः का प्रीतिः स्याज्जनार्दन ।*
*पापमेवाश्रयेदस्मान्हत्वैतानाततायिनः ।। ३६ ।।*
*तस्मान्नार्हा वयं हन्तुं धार्तराष्ट्रान् स्वबान्धवान् ।*
*स्वजने हि कथं हत्वा सुखिनः स्याम माधव ॥ ३७।।*

हे जनार्दना, धृतराष्ट्रपुत्रांना मारून आम्हांला कसे सुख मिळणार? या आततायींना मारून आम्हांलाही पापच लागणार. म्हणूनच हे माधवा, आमचे बंधू असणाऱ्या धृतराष्ट्रपुत्रांना मारणे योग्य नाही. स्वजनांना मारून आम्ही कसे सुखी होणार?

*यद्यप्येते न पश्यन्ति लोभोपहतचेतसः ।*
*कुलक्षयकृतं दोषं मित्रद्रोहे च पातकम् ॥ ३८॥*
*कथं न ज्ञेयमस्माभिः पापादस्मान्निवर्तितुम् ।*
*कुलक्षयकृतं दोषं प्रपश्यद्भिर्जनार्दन ।। ३९॥*

लोभामुळे बुद्धी भ्रष्ट झालेल्या या सर्वांना कुळनाशाचा दोष आणि मित्रद्रोहाचे पातक, अद्याप दिसत नसेल; मात्र, कुळनाशाची शक्यता स्पष्ट दिसत असतानाही हे जनार्दना, या पापापासून परावृत्त होण्याचा विचार आम्ही का बरे करू नये?

*कुलक्षये प्रणश्यन्ति कुलधर्माः सनातनाः ।*
*धर्मे नष्टे कुलं कृत्स्नमधर्मोऽभिभवत्युत ॥४०॥*
*अधर्माभिभवात्कृष्ण प्रदुष्यन्ति कुलस्त्रियः ।*
*स्त्रीषु दुष्टासु वार्ष्णेय जायते वर्णसङ्करः ॥४१॥*
*सङ्करो नरकायैव कुलघ्नानां कुलस्य च ।*
*पतन्ति पितरो ह्येषां लुप्तपिण्डोदकक्रियाः ॥४२॥*

*दोषैरेतैः कुलघ्नानां वर्णसङ्करकारकैः ।*
*उत्साद्यन्ते जातिधर्माः कुलधर्माश्च शाश्वताः ॥४३॥*

कुलक्षय होण्याची प्रक्रिया सुरू झाली की परंपरागत कुळधर्म नाहीसे होतात. कुळधर्म नाहीसे झाले असता त्या कुळात मोठ्या प्रमाणात पाप फैलावते. हे कृष्णा! पाप अधिक वाढल्याने कुळातील स्त्रिया बिघडतात; त्यामुळे वर्णव्यवस्थेचा नाश होतो. वर्णसंकर हा कुळाचा नाश करणाऱ्यांना आणि कुळाला नरकालाच नेतो. कारण श्राद्ध, जलतर्पण इत्यादींना मुकलेले यांचे पितर अधोगतीला जातात. वर्णसंकर करणाऱ्या या दोषांमुळे परंपरागत जातिधर्म आणि कुळधर्म उद्ध्वस्त होतात.

*उत्सन्नकुलधर्माणां मनुष्याणां जनार्दन ।*
*नरकेऽनियतं वासो भवतीत्यनुशुश्रुम ॥४४॥*
*अहो बत महत्पापं कर्तुं व्यवसिता वयम् ।*
*यद्राज्यसुखलोभेन हन्तुं स्वजनमुद्यताः ॥४५॥*
*यदि मामप्रतीकारमशस्त्रं शस्त्रपाणयः ।*
*धार्तराष्ट्रा रणे हन्युस्तन्मे क्षेमतरं भवेत् ॥४६॥*

हे जनार्दना! ज्यांचे कुळधर्म नष्ट होतात, अशा मनुष्यांना अनिश्चित काळपर्यंत नरकात पडावे लागते, असे आम्ही आजवर ऐकत आलो आहोत. बुद्धिमान असूनही आम्ही राज्य आणि सुख यांच्या लोभाने कुटुंबीयांना ठार मारायला तयार झालो, किती खेदाची गोष्ट आहे ही! केवढे मोठे पाप करायला उद्युक्त झालो आहोत आम्ही! हातात शस्त्र घेतलेल्या धृतराष्ट्रपुत्रांनी, निशःस्त्र आणि अजिबात प्रतिकार न करणाऱ्या मला रणात ठार मारले, तरी ते मला अधिक कल्याणकारक ठरेल.

**सञ्जय उवाच**

*एवमुक्त्वार्जुनः सङ्ख्ये रथोपस्थ उपाविशत् ।*
*विसृज्य सशरं चापं शोकसंविग्नमानसः ॥४७॥*

संजय म्हणाला, रणांगणावर दुःखाने उद्विग्न मन झालेला अर्जुन एवढे बोलून बाणासह धनुष्य टाकून देऊन रथाच्या मागील भागात जाऊन बसला.

पहिल्या अध्यायात कुरुक्षेत्रावर जमलेल्या कौरव-पांडवांच्या सैन्याचं, त्यातील प्रमुख सेनानींचं वर्णन संजय धृतराष्ट्राला ऐकवतो. कुरुक्षेत्रावर कौरव-पांडव आपापल्या सैन्यांनिशी समोरासमोर उभे ठाकले होते. त्या महायुद्धाला तोंड फुटण्यापूर्वी अर्जुनाचं सारथ्य करणाऱ्या श्रीकृष्णाने त्याचा रथ दोन्ही सैन्यांच्या मधोमध नेऊन उभा केला. तो अर्जुनाला म्हणाला, "पाहून घे एकदाच या कौरवांना!"

जणू कृष्णाला म्हणायचं होतं, 'शेवटचं एकदा पाहून घे या कौरवांना!'

समोर उभ्या असलेल्या आप्तेष्टांना, गुरू, मामा, भावंडं, सगे-सोयरे, नातवंडं आणि स्नेह्यांना अर्जुनाने डोळे भरून पाहून घेतलं. हळव्या मनाचा अर्जुन तेव्हा भांबावून गेला. भीष्माचार्य-द्रोणाचार्य यांसह सारे कौरव आपल्या हातून मरणार या विचाराने त्याचं अंतःकरण विदीर्ण होऊन गेलं. मन मोडावून गेलं. या युद्धामुळे कुलक्षय होईल, वर्णसंकर होईल आणि या सर्वनाशाला कारण ठरल्यामुळे मी पापाचा धनी होईन असं त्याला वाटू लागलं. युद्ध करण्यापेक्षा सर्वसंगपरित्याग करून रानावनात गेलेलं बरं, अशा नकारात्मक

विचारांच्या गर्तेत तो हरवून गेला. तो मोहवश झाला आणि त्याच्या हातून त्याचं अभेद्य असं गांडीव धनुष्य सहज गळून पडलं.

अर्जुनाच्या हातून धनुष्य गळून पडण्याने गीतेचा प्रारंभ होतो आणि त्याने पुन्हा धनुष्य धारण करण्याने गीतेची इति होते.

अर्जुनाच्या मनात आता कल्लोळ माजून राहिला होता – 'मी कोणता धर्म पाळू? क्षत्रिय योद्ध्याचा पाळू का वडीलधाऱ्यांचा-गुरुजनांचा आदर ठेवण्याचा धर्म पाळू? प्राप्त युद्धात तर या देवस्वरूप गुरुजनांना मारावं लागणार! मग त्याचं मला केवढं पाप लागेल! शत्रूचा प्रतिकार तर केलाच पाहिजे असं क्षात्रधर्म सांगतो; मग समोर कुणीही असो! मग मी नक्की कोणता धर्म पाळू? पापपरिवेष्टित धर्म पाळू का क्षात्र-कर्तव्यप्रचुर धर्म पाळू?'

म्हणजे अर्जुनाच्या बाबतीत ते युद्ध धर्म विरुद्ध अधर्म असं नसून धर्म विरुद्ध धर्म असंच होतं. मोह आणि शोक हे अर्जुनाच्या गलितगात्र मनःस्थितीचं कारण होतं. शोक म्हणजे केवळ रडणं नव्हे; तर पूर्वस्मृतींचे प्रभाव धरून ठेवणं. एखादी व्यक्ती आपल्याशी वाईट वागते. एखाद्याचं भलं करूनही तो वाईट वागतो; कृतघ्न होतो. त्याशिवाय एखाद्या प्रसंगी झालेले अपमान व्यक्तीच्या अंतःकरणात घर करतात; इतके की ते अर्धजाणीवयुक्त मनात अशा अनेक विचारांचं गाठोडं सतत वागवल्यामुळे हळूहळू मेंदूची विचारक्षमता मंदावते. कॉम्प्युटरमध्ये फाइल्सचा प्रचंड साठा साठून राहिला तर तो स्लो होतो; त्याचप्रमाणे अंतर्मनात शोकाचा म्हणजे नकारात्मक विचारांचा प्रचंड साठा साठून राहिला तर मन कमकुवत होऊन जातं. मेंदूच्या विचारशक्तीवरही परिणाम होतो.

अर्जुन असाच संभ्रमित झाला होता, 'मी कोणता धर्म पाळू?'

तो म्हणू लागला, ''पराक्रम गाजवून ज्यांच्यासाठी राज्य करायचं ती आचार्यादी मंडळी या युद्धात उतरली आहेत. या सर्वांना मारून त्रैलोक्याचं राज्य जरी मिळालं तरी ते मला नको आहे. माझ्या बांधवांना मारून उलट माझ्या पदरात पापच पडेल. या युद्धात आमचा कुलक्षय होईल. त्याचं मोठं पाप माथी बसेल! या स्वजनांना मारून कोणता लाभ आमच्या पदरात पडणार आहे? पृथ्वीचं राज्य? कृष्णा, त्रैलोक्याचं राज्य जरी मिळालं तरी ते मला नको आहे.

"कुलक्षयाचं किंवा मित्रद्रोहाचं पातक किती घोर असतं, हे त्या राज्यलोभी कौरवांना कळत नसलं तरी आम्हाला मात्र ते चांगलं समजतं. ते घोर पातक करणं आम्हाला शक्य नाही. या युद्धात आमचा कुलक्षय होईल हे निश्चित!... आणि तसा कुलक्षय झाला म्हणजे सनातन कुलधर्म नाश पावतील. अवघ्या कुलात अधर्म माजेल. अधर्म माजला म्हणजे

कुलस्त्रिया भ्रष्ट होतील... कारण संकरामुळे कुलाचा घात होतो. ते कुल नरकात जातं. त्या कुलाला इहलोकी आणि परलोकी दारुण दु:ख भोगावं लागतं. त्या कुलाच्या पितरांना पिंड आणि तिलोदक मिळेनासं होतं. त्यामुळे ते पितृलोकातून भ्रष्ट होतात; पतन पावतात. अशा तऱ्हेने कुलाचा घात करणाऱ्या या लोकांच्या वर्णसंकरामुळे जातिधर्म आणि कुलधर्म यांचा उच्छेद होतो... आणि ज्यांच्या कुलधर्मांचा उच्छेद झालेला असतो, त्यांना निरंतरचा नरकवास भोगावा लागतो.

''कृष्णा, राज्यलोभाने आम्ही स्वजनांचा आणि मित्रांचा घात करायला सिद्ध झालो आहोत. त्यासाठी वास्तविक आमचा धिक्कार व्हायला हवा! कृष्णा, आता इथे धड उभं राहणंही मला कठीण झालंय रे! माझ्या सर्वांगाचा दाह होतो आहे. मला दुश्चिन्हं दिसायला लागली आहेत. शस्त्रधारी कौरवांनी माझ्यासारख्या नि:शस्त्र झालेल्या वीराचा वध केला तर ती गोष्ट माझ्यासाठी अधिक श्रेयस्कर होईल!''

भगवान श्रीकृष्णाच्या धर्मसंस्थापनेतील महत्त्वाचा निर्णायक टप्पा म्हणजे हे महाभारतीय युद्ध! त्याचं अवतारकार्य तिथे पणाला लागलं होतं. परंतु प्रत्यक्ष युद्धाला तोंड फुटण्यापूर्वीच श्रीकृष्णाच्या आतापर्यंतच्या सर्व प्रयत्नांना धक्का बसला होता. कारण ज्याच्या भरवशावर पांडवसेना युद्धाला सज्ज झाली होती, त्या अर्जुनाच्याच हातून त्याचं विश्वविख्यात गांडीव धनुष्य गळून पडलं होतं. कौरव सैन्यातील भीष्म-द्रोणादी आचार्य, आप्तस्वकीय समोर उभे ठाकलेले पाहून तो सर्वश्रेष्ठ धनुर्धर मोहवश झाला होता.

ॐ श्री परमात्मने नम:

# अध्याय दुसरा
# सांख्ययोग

अर्जुनाला शोक करताना पाहून कृष्णाने त्याच्या निदर्शनास आणून दिले, की अर्जुनासारख्या शूर पुरुषासाठी अशा प्रकारची कृपणता आणि हृदयाची क्षुद्र दुर्बलता योग्य नाही. जगणे - मरणे, जन्म - वृद्धी, वस्तूंचे येणे - जाणे, सुख-दु:ख अनुभवणे, हे सर्व घडतच असते. ज्ञानी मनुष्य काळ, कृती आणि निसर्ग यातून निर्माण होणाऱ्या जगातील सर्व घटना आणि परिस्थिती विनातक्रार स्वीकारतो.

**संजय उवाच**

*तं तथा कृपयाऽविष्टमश्रुपूर्णाकुलेक्षणम्।*
*विषीदन्तमिदं वाक्यमुवाच मधुसूदनः ॥२.१॥*

**श्री भगवान उवाच**

*कुतस्त्वा कश्मलमिदं विषमे समुपस्थितम्।*
*अनार्यजुष्टम् अस्वर्ग्यम् अकीर्तिकरमर्जुन ॥२.२॥*

संजय सांगतो, याप्रमाणे करुणाभावाने नेत्रांमध्ये अश्रू दाटून आलेल्या आणि व्याकूळ झालेल्या विषादग्रस्त अर्जुनाला भगकवान श्रीकृष्ण म्हणाले, हे अर्जुना, आर्यांनी कधीही आचरणात न आणलेलं, स्वर्गप्राप्तीला विघ्न आणणारं आणि अधोगतीला नेणारं दुष्कीर्तिकारक असं पाप तुझ्या मनात ऐन समरप्रसंगी कोठून उद्भवलं?

वास्तविक अर्जुनाने त्यापूर्वी अनेक युद्धं जिंकली होती. मग आताच असं का व्हावं, याचं भगवंतांना सखेद आश्चर्य वाटलं. त्यांच्या मनातील अर्जुनाच्या प्रतिमेला धक्का बसला. कारण अर्जुनाकडून त्यांनी पुष्कळ अपेक्षा बाळगल्या होत्या. अर्जुनही त्याच्या आज्ञेबाहेर कधी जात नसे. त्याची श्रीकृष्णावर निष्ठा होती, भक्ती होती, तरीही तो मोहवश झाला होता. श्रीकृष्णाच्या धर्मसंस्थापनेच्या कार्यालाच या एका घटनेमुळे सुरुंग लागणार होता. या मोहातून बाहेर काढण्यासाठी अर्जुनाला आज्ञेने नव्हे तर विचारांनी उभं करायला हवं होतं.

याउलट कृष्णाला ‘मधुसूदन’ असं संबोधून अर्जुन त्याच्यावरच हे युद्धाचं दायित्व सोपवू पाहत होता. दुसऱ्या अध्यायातील पहिल्या श्लोकात अर्जुनाने

हेतुपुरस्सरच त्याला 'मधुसूदन' म्हणून संबोधलं होतं. कारण कृष्णाने पूर्वी मधू नामक दैत्याचा वध केला होता. त्यामुळे कृष्णानंच हे दायित्व स्वीकारावं असाही त्याच्या या संबोधनाचा हेतू दिसतो. म्हणजे एक क्षत्रिय योद्धा असूनही अर्जुन प्राप्त युद्धापासून परावृत्त होऊ पाहत होता.

प्राप्त दैनंदिन युद्धांपासून परावृत्त होण्याचा आपणही प्रयत्न करत असतो. आपण सहज म्हणतो, देवाने हे करावं-ते करावं. एखादी व्यक्ती स्वत: आरामात राहून सहज म्हणत असते, 'काय ही अव्यवस्था! काय हा भ्रष्टाचार! कुठे चाललाय समाज! समाज सुधारण्यासाठी आता देवानंच अवतार घेतला पाहिजे!' म्हणजे आपण छान स्वस्थ बसावं आणि देवाने सारं काही निस्तरावं अशी ही मानसिकता असते. एखादा महापुरुष संस्कृतिसंवर्धनाचं मोठं कार्य करत असतो तर एखादा समाजसुधारक जलसंवर्धन, कुष्ठरोगनिवारण आदी कार्यं करत असतो. याच लोकांकडून सर्वतऱ्हेच्या सामाजिक कामांची अपेक्षा सहजगत्या केली जाते. म्हणजे 'अवतार' जन्मावा; पण तो शेजाऱ्याच्या घरात! स्वत: काहीही न करता आपल्याला सर्व प्रकारची स्वास्थ्यं लाभावीत अशी ही मानसिकता असते.

अर्जुन अशा वृत्तीचा नव्हता तरी आता या युद्धाचं दायित्व श्रीकृष्णावर सोपवून स्वत: युद्धाच्या परिणामांमधून तो निसटू पाहत होता. वास्तविक श्रीकृष्णाने नुसती आज्ञा केली असती तरी तो युद्धाला उभा ठाकला असता, पण कदाचित तो मनापासून लढलाही नसता. कृष्णाला ते नको होतं. मनुष्य विचारांनी उभा राहिला तर तो नि:शंक होतो. निर्विवाद कृतीसाठी नि:शंकता आवश्यक असते. विचार नसतील तर व्यक्ती कायम शंकेखोर राहते. अर्जुनाने नि:शंकच बनायला हवं होतं.

म्हणून भगवंतांनी ऐन समरप्रसंगी त्याला उपदेश करायला प्रारंभ केला. अर्जुनाच्या हातून धनुष्य गळून पडल्यावर श्रीकृष्ण उद्वेगाने त्याला म्हणाला, ''हे खूळ तुला याच वेळी का आठवलं? सज्जन लोक कोणत्याही प्रसंगी आपला धर्म सोडत नसतात. आर्यांनी कधीही आपला धर्म सोडला नाही. अधर्म स्वर्गप्राप्तीला विघ्न आणत असतो, हे ध्यानात ठेव! शिवाय कर्तव्यच्युतीमुळे आपली अकीर्ती होत असते.''

खरं तर अकीर्ती माणसाला जिवंतपणीच मारत असते. अर्जुनाच्या बाबतीत तसं होऊ नये असं भगवंतांना वाटत होतं. म्हणूनच त्याचं हे वर्तन आर्यांना लांच्छन आहे, असंच भगवंतांना म्हणायचं होतं. कारण 'आर्य' या शब्दातच अनेक गुण सामावले आहेत. 'आर्य' म्हणजे श्रेष्ठ, सुसंस्कृत, प्रौढ अर्थात प्रगल्भ व्यक्तिमत्त्वाचा. त्याचप्रमाणे 'आर्य' म्हणजे पूजार्ह व्यक्तिमत्त्व.

भारतवर्षातील आर्यसंस्कृती ही एक अतिशय सुसंस्कृत आणि प्रगत अशी व्यवस्था होती. एक व्यक्ती दुसऱ्या व्यक्तीला अत्यंत आदरपूर्वक 'आर्य' म्हणून संबोधत असे. संपूर्ण विश्व सुसंस्कृत बनावं, पूजार्ह व्हावं ही आर्यांची इच्छा होती. त्यासाठी 'कृण्वन्तो विश्वम् आर्यम्' हा उद्घोष प्राचीन वैदिक आर्यांनी केला होता. भगवंताच्या मते अर्जुन आर्यांच्या या प्रतिष्ठेलाच बाधा आणत होता. ती गोष्ट त्यांना अशोभनीय वाटत होती. अर्जुनाच्या अस्मितेला काहीसं डिवचून त्याला पुन्हा युद्धसन्मुख करण्याच्या डावातील ती एक खेळी होती.

भगवान विचारतात, 'तुझ्या मनात ऐन समरप्रसंगी हे विचार कुठून उद्भवले?' भगवान त्याच्या या कृत्याला पापकर्म समजतात. शिवाय अशा पापकर्मामुळे स्वर्गप्राप्ती होऊ शकत नाही, असंही बजावतात. समाजव्यवस्थेने तयार केलेलं नियम मोडले तर तो गुन्हा ठरतो. आपल्याकडून कधीतरी अनवधानाने सिग्नल मोडला जातो. पोलिस पकडतो. मग त्याचा दंड द्यावा लागतो. असे सारे नियम-कानून समाजव्यवस्था सुरळीत चालावी म्हणून मनुष्यानंच केलेलं असतात. ते मोडले तर या व्यवस्थेत तो गुन्हा ठरतो; पण परमेश्वराचे नियम तोडले तर मात्र ते पापकर्म ठरतं आणि स्वर्गप्राप्तीमध्ये विघ्न आणतं.

स्वर्ग म्हणजे पृथ्वीपेक्षा उन्नत स्तर. स्वर्गस्तरावरचा जीव हा पृथ्वीवरच्या मनुष्यापेक्षा अधिक प्रगल्भ मानला गेला आहे. आपला विकास व्हावा असं प्रत्येक माणसाला वाटत असतं. म्हणजे विकासाची अभिलाषा आपल्या वृत्तीतच असते. एखादा गरीब मनुष्य असतो. भरपूर पैसा-अडका मिळवण्याची त्याला ओढ असते. आपण सोसलेलं दारिद्र्य आपल्या मुलांच्या वाट्याला येऊ नये, असं त्याला वाटत असतं. एखाद्या श्रीमंत व्यक्तीकडे सर्वकाही असतं. आता त्याला आत्मिक सुख हवं असतं. दुसऱ्या एखाद्या भोगवादी श्रीमंताला वाटत असतं, उद्याचं कुणी पाहिलंय? त्यामुळे जीवनात जेवढी मजा करता येईल तेवढी करून घ्या! उंची दारू प्या, वाट्टेल ती व्यसने करा, पार्ट्या करा...!

म्हणजे भौतिक विकासाचा विचार, भोगांचा विचार किंवा आत्मिक विकासाची ओढ आपापल्या वृत्तीनुसार प्रत्येक व्यक्तीमध्ये स्वाभाविक असते. प्रयत्न आणि कष्टांमुळे भौतिक विकास होऊ शकतो आणि भौतिक भोगही मिळू शकतात; परंतु, आत्मिक विकास करायचा झाल्यास शास्त्रानुरूप कर्मच करावं लागतं. मनुष्याचा आत्मिक विकास त्याला वरच्या म्हणजे स्वर्ग-स्तरावर नेत असतो. पण हातून पापकर्म घडलं तर मनुष्य पुनर्जन्माच्या फेऱ्यातच अडकून पडतो. इथे भगवान जो पापकर्माचा उल्लेख करतात, त्याचा अर्थ म्हणजे विकासाला ब्रेक!

ऐन युद्धप्रसंगी अर्जुन मोहग्रस्त झाला. मोह आणि आसक्ती यांमुळे सर्वप्रथम विचार मावळतो. मेंदूची सारासार विवेक करण्याची क्षमता क्षीण होऊन जाते. अशा वेळी तत्त्वविचारच मनुष्याला सावरू शकतात. पण तत्त्वज्ञानाच्या सखोल प्रांतात शिरण्यापूर्वी साध्या व्यावहारिक शब्दात भगवान श्रीकृष्ण त्याचा शोक नाहीसा करण्याचा आता प्रयत्न करत आहेत. एकदम ते गहन विषयाला हात घालत नाहीत हे इथे समजून घेतलं पाहिजे! गहन विषय समजून घेण्यासाठी मनुष्याने प्रथम आपली वैचारिक बैठक पक्की केली पाहिजे. शंका उपस्थित करण्याचीही वैचारिक कुवत आणली पाहिजे, तरच ज्ञान होऊ शकतं; अन्यथा नाही. मोहवश होऊन आपला धर्म कदापि सोडता कामा नये हे या श्लोकाचं सार आहे.

*क्लैब्यं मा स्म गमः पार्थ नैतत्त्वय्युपपद्यते।*
*क्षुद्रं हृदयदौर्बल्यं त्यक्त्वोत्तिष्ठ परंतप ॥२.३॥*

हे पार्था, असा नामर्द होऊ नकोस! हे तुला शोभत नाही. शत्रूला ताप देणारा असा तू, अंत:करणाचं हे क्षुद्र दुबळेपण टाकून देऊन युद्धाला उभा राहा.

अर्जुनाची मन:स्थिती ओळखून त्यानुसार उपाययोजना करण्याचं भगवंतांनी मग ठरवलं. एखाद्या दुबळ्या माणसासारखं वागू नकोस, असं प्रारंभी त्यांनी अर्जुनाला बजावलं. दुसऱ्या श्लोकात अर्जुनाला उपदेश करताना श्रीकृष्ण आता भगवंताच्या भूमिकेत गेला आहे - 'भगवान उवाच'. 'भगवान' शब्दाची योजना उगाचच केलेली नाही. भगवान कोण? 'ब्रह्मसंहिते'मध्ये ब्रह्मदेव स्वत: सांगतात की श्रीकृष्ण हेच पुरुषोत्तम भगवान आहेत.

भगवान या संस्कृत शब्दाचा अर्थ पराशर मुनींनी सांगितला आहे. संपूर्ण ऐश्वर्य, संपूर्ण बल, संपूर्ण यश, संपूर्ण सौंदर्य, संपूर्ण ज्ञान आणि संपूर्ण वैराग्य अशा गुणांनी युक्त असलेल्या सर्वश्रेष्ठ व्यक्तिमत्त्वास 'भगवान' म्हणतात. श्रीकृष्णामध्ये हे सर्व गुण होते. तो पूर्णावतार होता. म्हणूनच इथे त्याला 'भगवान' म्हणून संबोधलं आहे.

श्रीकृष्णाचं संपूर्ण जीवनच पाहा! गोकुळातील गोपगोपींचा तो सखा होता. सांदिपनी ऋषींच्या आश्रमात तो एक उत्कृष्ट विद्यार्थी होता तसाच गुरुभक्त होता. कंस-शाल्व-कालयवन आदी भोगवादी राजांचा प्रतिकार करताना तो एक महान योद्धा होता. जरासंधाचा काटा काढताना तो एक मुत्सद्दी राजनीतिज्ञ होता. रुक्मिणी-स्वयंवरावेळी तो एक प्रेमिक होता. पांडवांच्या राजसूय यज्ञप्रसंगी तो अग्रपूजा करवून घेणाराही होता आणि श्रेष्ठ मान्यवर मंडळींची पाद्यपूजा करणाराही तोच होता. युद्धाच्या वेळी तो एक कुशल संघटक आणि कुशल सारथीही होता. यादवी झाली आणि त्याच्याच यादव कुलाचा संहार झाला, तेव्हा तो नि:संग वृत्तीने सारं काही पाहत होता. तेव्हा त्याचं कमालीचं स्थितप्रज्ञ व्यक्तिमत्त्व प्रत्ययाला आलं होतं; म्हणजे प्राप्त

प्रसंगानुरूप त्याच्या अनेक भूमिका दिसून येतात.

...आणि आता या युद्धप्रसंगी अर्जुनाला तत्त्वज्ञानाच्या गहन प्रांतात नेताना त्याचं खरं भगवद्स्वरूप प्रत्ययाला येणार होतं. म्हणूनच गीतेत अर्जुनाला उपदेश करताना 'श्रीभगवान उवाच' असं म्हटलं आहे.

काही वेळा वाटतं, अर्जुन मोहवश झाला तो आपल्यासाठीच! कारण त्यामुळेच कृष्णाने त्याला गीता सांगितली. गीता म्हणजे भगवंताचं गीत. ते केवळ अर्जुनासाठी नाही, तर पुढे येणाऱ्या सहस्रो पिढ्यांना मार्गदर्शन करण्यासाठी गायलं आहे. सांसारिक जीवनात विमोहित झालेल्या आणि वैचारिकदृष्ट्या भरकटलेल्या सर्वकालीन अर्जुनांना मार्गदर्शन करण्यासाठीच भगवंतांनी गीता सांगितली. निमित्त केवळ अर्जुनाचं! आता हेच निमित्त पाहा.

> भरद्वाज नावाच्या आपल्या शिष्यासह महर्षी वाल्मीकी एकदा तमसा नदीवर स्नानासाठी गेले होते. क्रौंच पक्ष्याचं एक जोडपं तिथे मुक्तपणे विहार करत होतं. इतक्यात एका निषादाने कुठूनतरी एक बाण मारला आणि त्या पक्ष्यांमधल्या नराला खाली पाडलं. तो नर क्षणात गतप्राण झाला. आपला जोडीदार पडलेला पाहताच त्याची साथीदार मादी आक्रोश करू लागली. ते दृश्य पाहून वाल्मीकींचं अंतःकरण द्रवलं; मन हेलावून गेलं. त्या निषादाचा त्यांना राग आला. नकळत त्यांच्या मुखातून शापवाणी उच्चारली गेली, 'हे निषादा, तू नको त्या प्रसंगी या क्रौंचपक्ष्याचा वध केला आहेस. तूही या भूतलावर आता फार काळ जगणार नाहीस.'
>
> वाल्मीकींची ही शापवाणी गद्यरूप नसून पद्यरूप होती. उत्स्फूर्तपणाने आलेला तो अनुष्टुप छंद होता. त्याबद्दल स्वतः वाल्मीकींनाही आश्चर्य वाटलं. त्या श्लोकावर विचार करत ते आश्रमात परतले, तेव्हा ब्रह्मदेव त्यांच्यापुढे प्रकट झाले. वाल्मीकींनी त्यांना तो श्लोक ऐकवला. तो ऐकून ब्रह्मदेव म्हणाले, ''तुझ्या ठिकाणी साक्षात सरस्वती आविर्भूत झाली आहे. या अनुष्टुप छंदातच तू समग्र रामचरित्राचं वर्णन कर.''
>
> एवढं सांगून ब्रह्मदेव निघून गेले. यथावकाश वाल्मीकींनी रामकथा रचायला घेतली. आणि 'रामायणा'सारखा अलौकिक ग्रंथ सिद्ध झाला.

त्यामुळे अर्जुनाची मोहवश अवस्था हे एक निमित्त होतं, असंच म्हणावं लागतं. अर्जुन भगवंतांना 'सखा' समजत होता; एक श्रेष्ठ पुरुष मानत होता; परंतु अद्याप त्याला श्रीकृष्णाच्या खऱ्या स्वरूपाची प्रचिती यायची होती. अर्जुन स्वतः ज्ञानी आणि प्रज्ञावंत

पुरुष होता. नवविधा भक्तीच्या आठव्या स्तरावर म्हणजे सख्य भक्तीपर्यंत तो पोहोचला होता अशी मान्यता आहे.

'भागवत' आणि 'विष्णुपुराण' दोन्हींत नवविधा भक्तीची महती सांगितलेली आहे. श्रवणम्, कीर्तनम्, स्मरणम्, पादसेवनम्, अर्चनम्, वंदनम्, दास्यम्, सख्यम् आणि आत्मनिवेदनम् अशी ही नवविधा भक्ती. काही विचारवंत या नवविधा भक्तींना परमतत्त्वाकडे जाण्याच्या पायऱ्या वाटतात, तर काहींना मार्ग वाटतात.

अर्जुन नवविधा भक्तीच्या आठव्या स्तरावर होता असं मानलं, तर कृष्णार्जुनांमध्ये 'नर-नारायण' एवढंच द्वैत उरलं होतं. 'आत्मनिवेदनम्'ची अवस्था समीप होती. अशा प्रज्ञावंताची विकल अवस्था व्हावी याबद्दल भगवंतांना खेद वाटला. भगवान त्याला म्हणाले, 'हा दुबळेपणा टाकून दे. युद्धाला पाठ दाखवणं हे नामर्दपणाचं लक्षण आहे. तुझ्यासारख्या ज्ञानी प्रज्ञावंत क्षत्रियाला ते शोभत नाही.'

युद्धापासून परावृत्त होणं हे अर्जुनासारख्या वीरासाठी निश्चितच अशोभनीय असं कृत्य होतं. तसं पाहिलं तर अर्जुनाची मनोभूमिका भगवंतांनी वेळोवेळी तयार केली होती. असं असूनही हा क्षुद्र दुबळेपणा त्याच्यात यावा याचं आश्चर्य वाटून भगवंतांनी जरा टोचूनच त्याला इथे उपदेश केला आहे.

बऱ्याचदा सामान्य माणूस संकटांना धीराने तोंड देऊ शकत नाही; संकटातून पळ काढू इच्छितो. ज्ञानी माणूस मात्र प्राप्त परिस्थितीला धैर्याने तोंड देतो. तो दुबळा किंवा लेचापेचा बनत नाही; तर विवेकशील होतो. आपल्या धर्मानुसार वर्तन करतो. अर्जुनानंसुद्धा त्याच्या क्षात्रधर्मानुसार वर्तन करायला हवं होतं. क्षत्रियाला कोणताच भेदभाव मान्य नसतो. समोर प्रत्यक्ष जन्मदाता शत्रू म्हणून उभा ठाकला, तर त्याच्याशी लढा दिला पाहिजे असंच क्षात्रधर्म सांगतो. क्षात्रधर्माला पलायनवाद मान्य नाही. योद्ध्याने युद्धात शत्रूला मारावं किंवा स्वत: मरावं, हे क्षात्रधर्म सांगतो.

तत्कालीन धर्म हा यज्ञप्रधान होता. 'यज्' धातूपासून यज्ञ आला. म्हणजे जोडण्याची क्रिया. आत्म्याने परमात्म्याशी जोडलं जाण्याचा मार्ग. यात मानव-मानव, मानव-निसर्ग आणि निसर्ग-परमात्मा असा जोडण्याचा प्रवास होता. या यज्ञीय क्रियेत उपयुक्ततेबरोबरच मानसशास्त्राचाही विचार होता. विधी आणि क्रिया आल्या की व्यक्ती त्यात रमून जाते. एक सकारात्मक ऊर्जा वातावरणात पसरते.

वातावरणशुद्धी, निसर्गपूजा, तत्त्वज्ञान-चर्चा यांबरोबरच यज्ञात होणारा मंत्रघोष जीवनात असा उत्साह आणि सकारात्मकता आणत असे. निरपेक्ष भावाने केलेल्या विधींमध्ये नारायणी शक्ती अनुभवायला मिळत असे. असा धर्म समाजाला दिशा द्यायचा. हा ऋषिप्रणीत धर्म नि:स्वार्थ होता. याचा अर्थ भौतिकता त्याज्य होती असं

नव्हे; तर भौतिकतेच्या मर्यादा माहीत होत्या. भौतिकता गती देते तर धर्म दिशा देतो. भौतिक विज्ञान केवळ True or Falseचा विचार करतं तर धर्म Good and Evilचा विचार करतो. विज्ञान हे तंत्रज्ञानावर आधारित असतं तर धर्म नीतिमत्तेवर आधारित असतो. जे दिसतं किंवा अदृश्य असतं, त्याचा विचार विज्ञानात होतो; आणि जाणवतं तरीही अव्यक्त असतं, त्याचा विचार धर्म आणि अध्यात्मात होतो.

असा हा व्यक्ती आणि समष्टींना बांधणारा - दिशा देणारा धर्म महाभारतकाळी मोडकळीस आला होता. धर्माचे स्वार्थप्रणीत विपरीत अर्थ घेतले जात होते. संस्कृतीचा उत्कर्ष आणि अपकर्ष होतच असतो.

आपल्या मूळ धर्माची विस्मृती झाली की व्यक्ती भ्रान्तचित्त होते. भ्रान्तीने बुद्धिमंतांची बुद्धी ग्रासली गेली तर ते बुद्धिमंतही बुद्धिभ्रष्ट होतात. 'काय करू' आणि 'काय नको' याचा निर्णय होत नाही. प्राप्त प्रसंगाला धैर्याने तोंड देण्याऐवजी त्यातून सुटका करून घ्यायचे उपाय शोधू लागतो. प्राप्त प्रसंगाला धैर्याने तोंड देणं हाच तर खरा उपाय असतो! एखाद्या व्यक्तीने प्राप्त दुःख-संकटापासून परावृत्त होण्याचा प्रयत्न केला तरी एक ना एक दिवस ते संकट पुन्हा समोर येऊन उभं ठाकतं. कारण ते त्याच्या कर्मखात्यात लिहिलेलंच असतं; आणि कर्माचा ताळा (record) प्रत्येक व्यक्तीने स्वतःच तयार केलेलं असतं; देवाने नव्हे! त्यामुळे प्राप्त कर्म भोगण्याशिवाय गत्यंतर नसतं. अन्यथा बुद्धी भ्रष्ट होते. मन दुबळं बनतं.

अर्जुनाचं तसंच झालं होतं. म्हणून भगवान अर्जुनाला क्षुद्र दुबळेपणा टाकून द्यायला सांगत होते आणि युद्धसन्मुख व्हायला सांगत होते.

अवतार असूनही भगवंतांनी चमत्कार दाखवून अर्जुनाला युद्धसन्मुख केलं नाही तर त्याला कर्म करायला प्रवृत्त करण्यासाठी हा प्रासंगिक उपदेश केला. जीवनात भाव हवा, अन्यथा जीवन नीरस होऊ शकतं; पण भावाला बुद्धीचंही अधिष्ठान असायला हवं. विचारांनीच मनुष्य खऱ्या अर्थाने जीवनात उभा राहू शकतो. कोणताही निर्णय घेताना बुद्धी आणि भाव यांचं साहचर्य असेल तर निर्णय सहसा चुकत नाहीत.

**अर्जुन उवाच**

*कथं भीष्ममहं संङ्ख्ये द्रोणं च मधुसूदन।*
*इषुभिः प्रति योत्स्यामि पूजार्हावरिसूदन।।२.४।।*
*गुरूनहत्वा हि महानुभावान् श्रेयो भोक्तुं भैक्ष्यमपीह लोके।*
*हत्वार्थकामांस्तु गुरूनिहैव भुञ्जीय भोगान् रुधिरप्रदिग्धान्।।२.५।।*
*न चैतद्विद्मः कतरन्नो गरीयो यद्वा जयेम यदि वा नो जयेयुः।*
*यानेव हत्वा न जिजीविषाम स्तेऽवस्थिताः प्रमुखे धार्तराष्ट्राः।।२.६।।*
*कार्पण्यदोषोपहतस्वभावःपृच्छामि त्वां धर्मसम्मूढचेताः।*
*यच्छ्रेयः स्यान्निश्चितं ब्रूहि तन्मे शिष्यस्तेऽहं शाधि मां त्वां प्रपन्नम्।।२.७।।*
*न हि प्रपश्यामि ममापनुद्याद् यच्छोकमुच्छोषणमिन्द्रियाणाम्।*
*अवाप्य भूमावसपत्नमृद्धं राज्यं सुराणामपि चाधिपत्यम्।।२.८।।*

**सञ्जय उवाच**

*एवमुक्त्वा हृषीकेशं गुडाकेशः परन्तप।*
*न योत्स्य इति गोविन्दमुक्त्वा तूष्णीं बभूव ह।।२.९।।*
*तमुवाच हृषीकेशः प्रहसन्निव भारत।*
*सेनयोरुभयोर्मध्ये विषीदन्तमिदं वचः।।२.१०।।*
*अशोच्यानन्वशोचस्त्वं प्रज्ञावादांश्च भाषसे।*
*गतासूनगतासूंश्च नानुशोचन्ति पण्डिताः ॥२.११॥*

अर्जुन म्हणाला, हे मधुसूदना! युद्धात मी भीष्मपितामहांच्या आणि द्रोणाचार्यांच्या विरुद्ध बाणांनी कसा लढू? कारण हे अरिसूदना! ते दोघेही मला पूज्य आहेत. या महान गुरुजनांना मारण्यापेक्षा, मी या जगात भिक्षा मागून खाणेही कल्याणकारक समजतो. कारण गुरुजनांना मारूनही या पृथ्वीलोकात रक्ताने माखलेले अर्थ व कामरूप भोगच ना भोगावयाचे! युद्ध करणं व न करणं यापैकी काय श्रेष्ठ आहे, हे कळत नाही. आम्ही त्यांना जिंकू की ते आम्हांला जिंकतील, हेही आम्हांला माहीत नाही. ज्यांना मारून

आम्हांला जगण्याची इच्छा नाही, तेच आमचे बांधव धृतराष्ट्रपुत्र आमच्याविरुद्ध उभे आहेत. करुणाव्याप्त दैन्यामुळे मूळ स्वभाव नाहीसा झालेला आणि धर्म-अधर्म यांचा निर्णय करण्याविषयी बुद्धी असमर्थ असणारा मी तुम्हांला विचारत आहे की, खात्रीने कल्याणकारक असणारा उपाय मला सांगा. मी तुमचा शिष्य आहे; तुम्हांला शरण आलो आहे. शत्रुरहित पृथ्वीचे धन-धान्यसमृद्ध राज्य मिळाले किंवा देवांचे स्वामित्व जरी मिळाले, तरी माझ्या इंद्रियांना शोषून टाकणारा हा शोक दूर करू शकेल, असा उपाय मला दिसत नाही; त्यामुळे मला उपदेश करा!

संजय म्हणाला, 'हे राजा! गुडाकेश अर्जुनाने मनापासून एवढे बोलून 'मी युद्ध करणार नाही' असे स्पष्टपणे श्रीकृष्णाला सांगितले आणि तो गप्प झाला.'

हे भरतवंशी धृतराष्ट्र महाराज! दोन्ही सैन्यांच्या मध्यभागी शोक करणाऱ्या अर्जुनाकडे पाहून किंचित उपहासाने हसून भगवान श्रीकृष्ण म्हणाले... ज्यांचा शोक करू नये त्यांचा तू शोक करत आहेस आणि ज्ञानाच्या गोष्टी सांगतो आहेस, पण ज्ञानी लोक मेलेल्याबद्दल किंवा न मेलेल्याबद्दल शोक करत नाहीत.

दुसऱ्या अध्यायातील चौथ्या श्लोकापासून आठव्या श्लोकापर्यंत अर्जुन कृष्णापुढे आपली न लढण्याची भूमिका मांडत आहे. आजच्या भाषेत बोलायचं झालं तर न लढण्यासाठी उत्तम वकिली करत आहे!

तो म्हणतो, 'कृष्णा, भीष्म-द्रोण हे आम्हाला पूज्य आहेत. अशा महात्म्या गुरुजनांना मी समजा मारलं नाही तर काय होईल? या लोकी भिक्षा मागावी लागेल एवढंच ना? माझी त्याला हरकत नाही. याउलट गुरुजनांना मारल्यामुळे जणू त्यांच्या रक्ताने माखलेले भोग या इहलोकीच मला भोगावे लागतील. मग स्वर्गात जाण्याची आशाच नको! कौरवांना मारून जगण्याची इच्छा आम्ही कधीच केली नाही. आम्ही त्यांना जिंकलं किंवा त्यांनी आम्हाला जिंकलं तर काय साध्य होईल? आमचं कोणतं हित होईल? मला काही समजेनासं झालं आहे, कृष्णा. मोहग्रस्त होऊन माझी मती अगदी कुंठित होऊन गेली आहे. म्हणून कृष्णा, मी आता तुलाच शरण आलो आहे. तूच मला योग्य मार्गदर्शन कर. पृथ्वीवर जरी मला निष्कंटक राज्य मिळालं अथवा स्वर्गीय देवांचं राज्य जरी मला मिळालं, तरी त्यामुळे माझ्या इंद्रियांना शुष्क करणारा हा शोक नाहीसा होईल असं मला वाटत नाही. म्हणून तूच मला योग्य सल्ला दे.'

अर्जुनाने जणू आता कृष्णापुढे शरणागती पत्करली होती. परमात्म्याला शरण गेल्यानंतरच सारे अडथळे दूर होत असतात हे आपण लक्षात घेतलं पाहिजे. मात्र ही

शरणागती हातचं राखून नसावी. त्यात पूर्ण समर्पण असलं पाहिजे, तरच भगवान साहाय्य करू लागतो. अर्जुनाने आता भगवंतांचं शिष्यत्व पत्करलेलं होतं. ज्या मार्गाचा अर्जुन अवलंब करू पाहत होता त्याच संन्यास अर्थात सांख्ययोगापासून भगवंतांनी त्याला उपदेश करायला प्रारंभ केला.

हे सांख्य तत्त्वज्ञान भगवान कपिलमुनींनी रचलं. या तत्त्वज्ञानानुसार, जवळजवळ पूर्णत्व पावलेला जीव प्रत्येक युगाच्या आरंभी युगशास्ता असतो; त्यालाच आपण परमेश्वर म्हणतो अशी त्यांची विचारधारा आहे. याचा अर्थ सांख्य ईश्वरवादी नव्हते असं नाही. फक्त त्यांनी ईश्वराचा स्वतंत्रपणे विचार केला नव्हता. त्याच सांख्य तत्त्वज्ञानाचा अर्जुन आधार घेऊ पाहत होता. भीष्म-द्रोणांशी लढण्याऐवजी संन्यास घेऊन रानावनात गेलेलं बरं, असं त्याला वाटत होतं. रानावनात गेलं म्हणजे कर्मबंध तुटला असं होत नाही. जीवन आणि मृत्यू ही एक नित्य प्रक्रिया आहे. त्यामुळे प्राण गेला काय किंवा राहिला काय, त्याबद्दल शोक करणं उचित होणार नाही. पुष्कळ गोष्टी मनुष्य अशा विनाकारण धरून ठेवत असतो.

उपनिषदामध्ये एक दृष्टान्त-कथा आहे :

एक मदारी दहा उंटांचा तांडा घेऊन वाळवंटातून जात होता. रात्र झाली. तो विश्रांतीसाठी आश्रय शोधू लागला. कर्मधर्मसंयोगाने जवळच एक मठ दिसू लागला. त्याने मठात प्रवेश केला. तिथल्या महात्म्याने त्याचं स्वागत करून त्याला राहायला जागा दिली. आता प्रश्न होता उंटांचा. कारण दहा उंटांना बांधण्यासाठी मोठी दोरी त्याच्याजवळ नव्हती. त्याने महात्म्याला ते सांगताच महात्मा म्हणाला, ''काळजी करू नको, मी उंटांना बांधतो.''

दोघेही मग उंटांपाशी आले. महात्म्याकडेही दोरी नव्हती. आता हा उंटांना बांधणार कसा, असा प्रश्न मदाऱ्याला पडला. महात्मा उंटांपाशी गेला आणि त्याने उंटांना बांधण्याची नुसतीच शारीरिक हालचाल केली. खोटीखोटी दोरी उंटांना गुंडाळली आणि खोटंखोटंच बांधून ठेवलं; म्हणजे मूकाभिनय केला. मदाऱ्याला म्हणाला, ''जा, विश्रांती घे... उंटांना बांधून ठेवलं आहे.''

मदारी संभ्रमात पडला. याने काही जादू-बिदू केली की काय, अशा विचारातच तो झोपायला गेला. पण काही केल्या त्याला झोप लागेना. डोक्यात उंटांचाच विचार होता. उंट पळून गेले तर? म्हणून तो मध्येच उठला आणि त्याने खिडकीतून बाहेर डोकावून बघितलं. तेव्हा उंट शांतयाची जाणीवच त्यांना उरली नव्हती! मी केवळ त्यांना सोडण्याचं नाटक केलं तेव्हा तेही त्यांना खरं वाटलं आणि ते बंधमुक्त झाले!''

याची जाणीवच त्यांना उरली नव्हती! मी केवळ त्यांना सोडण्याचं नाटक केलं तेव्हा तेही त्यांना खरं वाटलं आणि ते बंधमुक्त झाले!''

मनुष्य असाच स्वत:हून बंधक होत असतो. अनेक अनावश्यक गोष्टींच्या बंधात तो स्वत:हून अडकून पडत असतो - नको त्या गोष्टी धरून ठेवत असतो. दु:ख माणसाला पकडत नाही; माणूसच दु:खाला बिलगून बसतो. यालाच 'शोक' म्हणतात! भगवान तोच शोकाचा बंध तोडू पाहतात.

भीष्म-द्रोणादी माझ्या प्रियजनांशी मी कसा लढू, या अर्जुनाच्या आधीच्या प्रश्नावर आता भगवान सांगतात, "तू भीष्म-द्रोणांच्या शरीराविषयी व्यर्थ शोक करत आहेस. शरीर मर्त्यच आहे. ते केव्हा मरेल, याचा काही नेम नाही. आत्मा मात्र नित्य आहे. तो कधी मरत नाही. भीष्मादिक जर खरोखर मरणार नाहीत तर त्यांच्या मर्त्य शरीरांविषयी शोक करणं योग्य होईल का?"

आपलं घर स्वच्छ ठेवणं हा आपला धर्म आहे. घराच्या स्वच्छतेत छोटे-मोठे जीव मरत असतात, पण हा धर्म पाळत असताना पाप लागत नाही. घराचाच नियम समाजात लागू पडतो. समाजात समाजविघातक पापकर्म करणाऱ्या लोकांचं प्रमाण वाढलं तर सर्वत्र अंदाधुंदीच माजेल. अतिरेक्यांना किंवा समाजविघातक गुंडांना शिक्षा देण्याचं कर्तव्य शासन-व्यवस्थेकडून यथोचित पार पाडलं गेलं नाही तर उलट ते घोर पाप ठरेल.

आताही तसंच घडलं होतं. अधर्माच्या बाजूनं समोरचे योद्धे उभे ठाकले होते. द्रौपदीची वस्त्रं भर राजसभेत उतरवली जात असताना पितामह भीष्म धर्माची गहन गती शोधण्यात गुंतले होते. द्रोणाचार्य-कृपाचार्य यांनी आपल्या डोळ्यांवर मिंधेपणाचं पटल ओढून घेतलं होतं. 'मी दासी आहे का अदासी आहे,' या द्रौपदीच्या प्रश्नाचं उत्तर या ज्येष्ठांना देता आलं नव्हतं. स्वत: निष्कांचन दास झाल्यानंतर पुन्हा एका स्त्रीला कसं काय पणाला लावता येऊ शकतं, या तिच्या प्रश्नाचं उत्तर हे कुरुकुलाचे सीमावृक्ष देऊ शकत नव्हते. एका सम्राज्ञीला अशा प्रकारची अत्यंत हिडिस वागणूक दिली जात असताना हे सारे आचार्य मूग गिळून गप्प बसले होते; मिंधे झाले होते - *अर्थस्य पुरुषो दास:!*

अशा लोकांना क्षमा करायची? एरवी संतवृत्ती जोपासून क्षमा केली असती तर मुळीच प्रत्यवाय नव्हता. पण कुटिल कारस्थानं करून याच लोकांनी पांडवांचं राज्य हिरावून घेतलं होतं. त्यांच्या सम्राज्ञीची भर सभेत अब्रू लुटली होती. पांडवांना वनवासात पाठवण्याचा कपटी डाव हेच लोक खेळले होते आणि पुन्हा उजळ माथ्यानं पांडवांच्याच विरुद्ध युद्धाला उभे ठाकले होते.

असं असूनही अर्जुनाला या लोकांचा कळवळा येत होता. वास्तविक तसा कळवळा भीष्म-द्रोणांना यायला हवा होता, पण त्यांना तो आला नाही. अशा अधार्मिक योद्ध्यांच्या विरोधात अर्जुनानं ठामपणे उभं राहायलाच हवं होतं. त्यांचा प्रतिकार करायलाच हवा होता. अर्जुन खरंच युद्धातून निवृत्त झाला असता आणि विजयश्रीनं कौरवांच्या बाजूनं कौल दिला असता, तर काय झालं असतं याची कल्पनाच केलेली बरी!

सर्वत्र अधर्माचं प्राबल्य माजलं असतं. कुणीही कुणाचं राज्य पांडवांच्या राज्याप्रमाणेच अधर्मानं बळकावलं असतं. स्त्रीची अब्रू लुटणं ही कुप्रथा प्रस्थापित झाली असती. कपटद्यूतानं कुणीही कुणाच्या मालमत्तेचं हरण केलं असतं. राजप्रासादात जे घडलं होतं ते जनसामान्यांमध्ये घडायला वेळ लागला नसता. *कालो वा कारणं राज्ञ राजा कालस्य कारणम्* पांडव जेव्हा वनवासात निघाले तेव्हा संपूर्ण नगर त्यांच्या मागोमाग निघालं होतं, पण तेरा वर्षांनी जेव्हा पांडव परत आले तेव्हा त्यांच्या स्वागताला हस्तिनापुरातले किती लोक गेले होते? म्हणजे तेरा वर्षांत कौरवांचीच संस्कृती रुजली होती असंच म्हटलं पाहिजे.

म्हणून दैवी संस्कृती पुन्हा रुजवायची असेल तर सज्जनांनाच पुष्कळ तप करावं लागतं. अशा वेळी खरा ज्ञानी पुरुष मेलेल्या किंवा न मेलेल्यांविषयी शोक करत बसत नाही, हेच भगवान अर्जुनाला सांगतात.

जवळची व्यक्ती गेली तर दुःख होतंच, पण ते फार काळ धरून ठेवायचं नसतं. दुःखांनी, कटू गोष्टींनी माणसाला धरून ठेवलेलं नसतं; माणसानं त्यांना धरून ठेवलेलं असतं. माणसानंच दुःखांना सोडचिठ्ठी द्यायची असते! म्हणजे मग मनावरचा भार आपोआप कमी होतो... देह हा नाशिवंतच आहे. देहाच्या मृत्यूला अनेक कारणं होऊ शकतात. देह अमर नसल्यामुळे त्याच्या मृत्यूबाबत ज्ञानी पुरुष व्यर्थ शोक करत नसतात. शोकानं मन व्यापलं की भीती आणि चिंता मनात घर करून बसतात. भीती आणि चिंता माणसाला जिवंतपणीच मारतात!

भीती आणि चिंता जाणिवेतून नव्हे; वृत्तीतून गेल्या पाहिजेत. कारण जाणिवेत भीती असणं हा अंगभूत (by default) कार्यक्रम आहे. जाणिवेत भीतीच नसेल तर व्यक्तीला कुकर्मं करण्याची त्याचप्रमाणे आगीची, पाण्यात बुडण्याची, कड्यावरून पडण्याची, रहदारीत अपघात होण्याची अशी कोणतीच भीती उरणार नाही आणि पर्यायानं व्यक्ती आपला जीव गमावून बसेल. त्यामुळे जाणिवेतली भीती असणारच आहे-असायलाच पाहिजे, पण वृत्तीतून भीती घालवण्याचा प्रयत्न करायला हवा.

*न त्वेवाहं जातु नासं न त्वं नेमे जनाधिपा:।*
*न चैव न भविष्याम: सर्वे वयमत: परम् ॥२.१२॥*

खरोखर मी पूर्वी कधी नव्हतो असंही नाही, तू आणि हे राजे पूर्वी नव्हते असंही नाही. तसंच यानंतर आपण सर्व असणार नाही असंही नाही.

आजवर आपले सर्वांचे अनेक देह उत्पन्न होऊन नाश पावलेले आहेत. मृत्यूनंतर जीवन, विनाशानंतर उत्पत्ती हे चक्र अव्याहतपणे चालूच असतं. उत्पत्तीपूर्वी आपण नव्हतो असंही नाही आणि विनाशानंतर आपण असणार नाही असंही नाही. मृत्यूनंतरही जीवन निश्चित आहे. पुनर्जन्म पृथ्वीवर होऊ शकतो किंवा अन्य कुठल्यातरी स्तरावरही होऊ शकतो. भिन्न मितींमध्ये (Dimensions) अथवा भिन्न विश्वांमध्ये (Multi-universe)सुद्धा होऊ शकतो. तिथेही आपण देहरूपाने आणि स्व-जाणिवेच्या स्वरूपात नित्य असणारच आहोत. शरीराच्या नाशाबरोबर आत्मा कधीच नाश पावत नाही. तसंच शरीराच्या उत्पत्तीबरोबर आत्म्याची उत्पत्तीही होत नाही, पण देहांचा लय होत असतो आणि पुन्हा उत्पत्तीही होत असते आणि भगवंतांना हेच सुचवायचं आहे.

व्यावहारिक शरीरभेदाच्या दृष्टीने या श्लोकात आत्म्याला बहुवचनाने संबोधलं आहे. पण तो भेद व्यावहारिक आहे; तात्त्विक नाही. जग हे क्षणभंगुर आहे, ते नाश पावणारं आहे, याचंही भगवंतांनी खंडन केलं आहे. सर्व इंद्रियांमुळे देहाला मिळणारे अनुभव नवे नवे असले तरी आत्मा सर्वत्र एकच आणि नित्य आहे हेच त्यांना सांगायचं आहे.

संपूर्ण सृष्टिचक्राच्या इतिहासात मनुष्यजन्माची केवळ शे-पन्नास वर्षं आपल्या वाट्याला आलेली असतात. म्हणजे आपल्या जन्मापूर्वीही आपण कोणीतरी होतो आणि या जन्मानंतरही कोणीतरी असणार आहोत, पण या जन्ममृत्यूच्या चक्रामागील नियंता मात्र कोणाला दिसत नाही. त्यामुळे आपण आधारहीन विनाशी आहोत अशीच मूढ मनुष्याची समजूत होते. मॅथ्यू अर्नोल्ड या ब्रिटिश कवीने म्हटलं आहे,'Life is pleasant, Death is peaceful, It's the transition that's troublesome.'

म्हणजे जीवन सुंदर आहे, मृत्यू शांती देतो; फक्त परिवर्तनाचा विचार आपल्याला क्लेशकारक वाटत असतो. अर्थात सध्याच्या जीवनातील नातीगोती सोडून जाणं क्लेशकारक वाटत असतं. मृत्युपश्चात जीवनापेक्षा प्रत्यक्ष परिवर्तन क्षणाचीच अनेकांना भीती वाटत असते. मेल्यावर आपलं अस्तित्व खरोखरच असणार आहे का, आपण कुठे असू, आपण एकटे असू का, अशा कल्पनासुद्धा अंगावर शहारे आणतात, पण आत्मा अमर असतो. तो पुन्हा पुन्हा देह धरण करतो, हीच गोष्ट भगवंत नि:संदेहपणे या श्लोकात सांगत आहेत.

Energy never dies; it converts असा भौतिकशास्त्राचाही सिद्धान्त आहे. परंतु चेतना ही ज्ञानस्वरूप नसते. आत्मचैतन्य मात्र ज्ञानस्वरूप असतं. त्यामुळेच जीवाला 'स्व'चं ज्ञान जन्मोजन्मी होत असतं. 'मी आहे!' या भावनेतच केवढा आनंद असतो! स्वप्नात भरकटून जाग आल्यानंतर सर्वप्रथम आनंद कोणता होतो? तर स्वप्न खोटं होतं आणि मी याच जगात आहे! तोच अनुभव देह सोडल्यानंतरही जीवाला येत असतो. तो देह माझा नव्हताच; पण मी मात्र आहे - आणि मी अत्याने द उपभोगत आहे.

घरातील प्लॅस्टिकची बादली, डबा इत्यादी वस्तू कालांतराने खराब होतात, मोडतात, तुटतात. पुन्हा त्या वस्तू कारखान्यांकडे पाठवल्या जातात. तिथे अशा प्लॅस्टिकच्या असंख्य मोडक्या वस्तूंचा रस बनवला जातो. रसाचं काही प्रमाणात शुद्धीकरण होऊन पुन्हा त्यापासून नवीन बादली-डबा वगैरे वस्तू बनवल्या जातात. ही सारी प्रक्रिया कशी होते, हे त्या बादलीला माहीत नसतं. बादलीमधील प्लॅस्टिकचं तत्त्व स्थित्यंतरातही कायम असतं. त्याचप्रमाणे जन्ममृत्यूच्या चक्रातून आपण कसे फिरत राहतो, याचं ज्ञान माणसाला नसतं.

मृत्यूनंतरच्या जगताचा थोडाफार अनुभव घेतलेलेही असंख्य लोक आहेत. ते अनुभव भासमान होते म्हणजे ते हॅल्युसिनेशन होतं असं मी तरी म्हणू शकत नाही. आधुनिक काळात अमेरिकेतले प्रख्यात डॉक्टर रेमंड मूडी यांनी मृत्युपश्चात जीवनावर पुष्कळ संशोधन केलं. डॉ. मूडी स्वत: एम.डी. आहेत. वैद्यकीय क्षेत्रासह तत्त्वज्ञान विषयातही त्यांनी पीएच.डी. संपादन केली आहे. मृत्युपश्चात जीवनावर त्यांनी *Life After Life* हे पुस्तक लिहिलं. ज्या लोकांना मृत्यूचा प्रत्यक्ष अनुभव मिळाला होता, अशा अनेक लोकांच्या सखोल मुलाखती डॉ. मूडींनी घेतल्या. एकाचा अनुभव दुसऱ्याला सांगितला नाही. विज्ञान आणि वैद्यकीय शास्त्राच्या दृष्टिकोनातून मिळालेल्या माहितीची त्यांनी छाननी केली. त्याची सत्यता पडताळून पाहिली.

मृत्यूच्या प्रांतातल्या वास्तव्याच्या कालावधीवरून त्या माहितीचे विभाग पाडले. ज्यांना मृत्यूचा अनुभव मिळाला, त्यांच्याच शब्दात तो त्यांनी मांडला. शिवाय अभ्यासक-लेखक या नात्याने स्वत:चं निरीक्षणही कोणताही अभिनिवेश न ठेवता प्रत्येक ठिकाणी नोंदवलं.... विशेष म्हणजे थोड्याफार फरकाने प्रत्येकाचा मृत्यूचा अनुभव एकसारखाच होता!

याच विषयावर डॉ. एलिझाबेथ कुबलर-रॉस या स्वीस-अमेरिकन डॉक्टर महिलेने *On Life After Death* या शीर्षकाखाली एक शोधनिबंध प्रसिद्ध केला. १९७७ मध्ये डॉ. मूडी यांनी *Reflection on Life After Life* हे आणखी एक पुस्तक लिहिलं.

या पुस्तकांनंतर पाश्चिमात्य जगात अनेक लेखकांनी मृत्युपश्चात जीवनावर आपापल्या दृष्टिकोनातून आणि प्रत्यक्ष अनुभवातून अनेक पुस्तकं लिहिली.

अर्थात त्याही पूर्वी मृत्यूनंतरच्या जीवनाविषयी बरंच लिहिलं गेलं होतं. 'शेरलॉक होम्स' मालिका लिहिणारा इंग्रज लेखक सर ऑर्थर कॉनन डॉयल यांना परलोकविद्येत खूप रस होता. काही 'माध्यमां'च्या आधाराने त्यांनी बरेच प्रयोग केले. मृत्युपश्चात जीवनाचं वर्णन असलेलं *New Revelations* नावाचं पुस्तक त्यांनी लिहिलं. १९१८ मध्ये ते प्रकाशित झालं.

याबरोबरच जगातील अनेक प्राचीन जमातींना मृत्यूनंतर जीवन असतं हे माहीत होतं. हिंदू आणि तिबेटी लोक तर पुनर्जन्माचा सिद्धान्त मानतातच. तिबेटमध्ये आठव्या शतकात होऊन गेलेले श्रीपद्मसंभव हे महान बौद्ध होते. त्यांनी 'मृत्यू' या विषयावर एक ग्रंथ लिहिला होता. पण तो कालौघात लुप्त झाला. पुढे चौदाव्या शतकात कर्म लिंपा नावाच्या बौद्ध गुरूंनी त्या ग्रंथाचं पुनरुज्जीवन केलं. *The Tibetan Book of Dead* या नावाने तो ग्रंथ १९९४ मध्ये इंग्रजीतून प्रकाशित झाला. कर्म लिंपा लामांचा तो ग्रंथ मृत्युशास्त्रावरचा अधिकृत ग्रंथ मानला जातो. या ग्रंथाचा मुख्य विषय म्हणजे, एक देह सोडून दुसऱ्या देहात जाण्याच्या मध्यंतर अवस्थेचं स्वरूप. तिबेटी भाषेत त्याला 'बार्डो' म्हणतात.

प्राचीन भारतीय ऋषींनीही नि:संदिग्धपणे जीवाच्या मृत्युपश्चात अस्तित्वाविषयी उपनिषदांमध्ये सांगून ठेवलं आहे. 'गरुडपुराणात' वेगवेगळ्या स्तरांचं विस्तृत वर्णन केलेलं असलं तरी ज्ञानमय उपनिषदांमध्ये - विशेषत: छांदोग्य आणि तैतरीय उपनिषदांमध्ये सूत्रबद्ध कथन केलं आहे. 'कठोपनिषदा'मध्ये नचिकेत-यम संवादातून हे मृत्युपश्चात ज्ञान मिळवणं किती दुष्कर आहे, याचाही निर्देश ऋषींनी केला आहे.

जगात कम्युनिस्ट विचारधारा प्रसारित करण्यात कॉम्रेड लेनिनचा मोठा वाटा

होता. लेनिनचा भाऊ साशा याचा अकाली मृत्यू झाला. देह सोडताना साशा एकदम ओरडला होता, 'ते काय आहे?' साशाला काहीतरी दिसलं होतं खास! काय अनुभव असावा साशाचा?

जगातल्या असंख्य लोकांनी मृत्युपश्चात जीवनाचा अनुभव घेतलेला आहे. अनेकांनी तो पुस्तकांमधून नोंदवून ठेवलेला आहे. अनेक योग्यांनीही देहातीत अवस्थेचं असंच वर्णन केलं आहे. जीवनानंतर मृत्यू आणि मृत्यूनंतर पुन्हा जीवन हे अनंत काल चाललेलंच आहे. म्हणूनच आदि शंकराचार्य आपल्या *चर्पटपंजरिका* स्तोत्रात म्हणतात, *पुनरपि जनने पुनरपि मरणं पुनरपि जननी जठरे शयनम्।*

या श्लोकात भगवंतांनी अर्जुनाच्या विनंतीवरून त्याला ज्ञान द्यायला प्रारंभ केला. ज्या देहांना आपण मारणार असं अर्जुनाला वाटत होतं, त्याच देहांपासूनच ज्ञान द्यायला त्यांनी सुरुवात केली. या श्लोकाच्या आधारे देहधारणेपूर्वी आपलं अस्तित्व होतं आणि देहपतनानंतरही आपलं अस्तित्व असणारच आहे याची ते ग्वाही देतात.

एक प्रयोग करून पाहा. आज आपण ज्या वयाचे आहोत त्या वयापासून मनाने मागे जायला लागा. वृद्ध असाल तर तारुण्यात जा. तरुण असाल तर बालवयात जा. म्हणजे सध्याच्या वयातून मनाने मागे मागे जाऊन थेट आपल्या जन्मापर्यंत जा. आपल्याला कळेल की, आपला जन्म आपल्याला आठवत नाही. दोन-अडीच वर्षांनंतरच्या घटना आठवतात; पण जन्म मात्र आठवत नाही. जन्मापूर्वीचे नऊ महिने तर आपल्या आकलनापलीकडचे आहेत. त्यापूर्वी म्हणजे मातेच्या उदरात येण्यापूर्वी आपण दुसऱ्या कुठल्यातरी जन्मात होतो; पण ते आपल्याला आठवत नाही. ती स्मृती नवीन जन्म घेताना काढून घेतली जाते. त्यासाठी भगवंताचे उपकारच मानले पाहिजेत. पूर्वजन्मांची स्मृती राहिली असती तर हा जन्म जगणं किती कठीण आणि गुंतागुंतीचं झालं असतं, याचाही विचार केला पाहिजे. जसे आपले अनेक पूर्वजन्म होऊन गेले, तसेच पुढेही ते होणारच आहेत. या संपूर्ण चक्रात आपला 'स्व' कायम असतो. 'अहं'ची जाणीव कायम असते.

म्हणून भगवान सांगतात, 'अर्जुना, तू-मी, हे राजे पूर्वी नव्हते असं नाही; आणि पुढे असणार नाहीत असंही नाही. यातला गूढार्थ असा की, जो-तो आपल्या कर्माने मरणार आहे आणि कर्मानुसारच पुन्हा जन्म घेणार आहे. तू त्या शरीरांची चिंता करू नकोस. तू केवळ तुझं लढण्याचं कर्म कर. जन्म-मृत्यू चक्र कुणी निर्माण केलं, ते कसं गतिमान होतं, कुणी केलं, कशासाठी केलं या फंदात तू पडू नकोस.' ते मनुष्याच्या आकलनशक्तीच्या बाहेर आहे असंच जणू भगवान सांगतात.

काही मायावादी या सृष्टिचक्राला मायिक मानतात. म्हणजे प्रत्यक्षात काही घडत

नसून ज्या ज्या घटना घडतात असं वाटतं, त्या त्या केवळ इंद्रियांच्या जाणिवांमुळे अनुभवास येतात. प्रत्यक्षात काहीच घडत नाही असं त्यांना वाटतं. मायेत किंवा व्हर्च्युअल रिॲलिटीमध्येच आपण जगत असतो, असं मायावाद मानतो. ज्या वेळी आपण मायिक जगतातच पुन्हा पुन्हा जन्म घेत राहतो, तेव्हा तिथले सारे अनुभव हे प्रत्ययकारीच असतात. स्वाभाविकच सुखदुःखांचा अनुभवही जीवाला मिळत राहतो. सभोवतालच्या संस्कारातून आणि अनुकरणातून प्रत्येक जन्मातला अनुभव तयार होत जातो. तो त्या त्या जन्माशीच निगडित असतो. त्यामुळे त्या जन्मापूर्वीचे अनुभव सुप्त होऊन अर्धजाणीवयुक्त मनात साठून राहतात. चालू जन्माचेच अनुभव घेत राहिल्यामुळे पूर्वजन्मी आपण काही जीवन जगलो होतो, त्या जीवनातले अनुभव घेतले होते, याचं भानच नाहीसं होतं. आणि म्हणूनच व्यक्ती पुनर्जन्माच्या बाबतीत साशंक राहते.

श्रीकृष्णासारख्या ज्ञानीयाला अवतारकार्यासाठी घेतलेले सर्व जन्म आठवत असतात. म्हणूनच अर्जुनाच्या मनातून पापकर्माची भीती काढून टाकण्यासाठी ते पुनर्जन्माचा सिद्धान्त या श्लोकातून मांडत आहेत. त्याला कर्म करायला प्रवृत्त करत आहेत.
प्रत्येक मनुष्य-प्राण्याला पुनर्जन्म निश्चित असतो. त्याचे अनेक जन्म होऊन गेलेले असतात आणि पुढेही अनेक जन्म होणार असतात.

*देहिनोऽस्मिन्यथा देहे कौमारं यौवने जरा ।*
*तथा देहान्तरप्राप्तिर्धीरस्तत्र न मुह्यति ॥२.१३॥*

ज्याप्रमाणे जीवाला या देहात बाल्य, तारुण्य आणि वार्धक्य या तीन अवस्था प्राप्त होतात, त्याचप्रमाणे या जीवात्म्याला मृत्यूनंतर दुसऱ्या देहाची प्राप्ती होत असते. त्यामुळे धीरोदात्त पुरुष संभ्रमित होत नाहीत.

शरीराचं स्थित्यंतर एकदम कधी होत नसतं. आत्मिक पातळीवर तर ते कधी जाणवतही नाही. जीवात्मा मात्र त्याच्या नकळत या तीन अवस्थांमधून जात असतो. 'जीवात्मा' म्हणजे आत्म्याच्या केवळ उपस्थितीमुळे कार्यरत झालेला जीव. जीव+आत्मा म्हणजे जीवात्मा. मनुष्यजीव म्हणजे पंचकोष, पंचप्राण, पंच ज्ञानेंद्रियं, पंचकर्मेंद्रियं, मन, बुद्धी आणि अहंकार यांना धारण करणारं 'अहं'युक्त तत्त्व.

या सर्व घटकांसह आत्मा भौतिक शरीर धारण करतो, तेव्हा त्या शरीराला चिकटलेला 'मी' हा बाह्य भौतिक सृष्टीतले अनुभव घेऊ लागतो. या अनुभवांचा फार मोठा आणि खोलवर परिणाम त्या व्यक्तीवर होत असतो. एखाद्याचा मृत्यू पाहिला, प्रेत बघितलं अथवा स्मशानात जावं लागलं की मृत्यूविषयी एकप्रकारची भीतियुक्त धारणा आपोआप बनत जाते. एखादी व्यक्ती असाध्य रोगाशी झगडत असते. तो झगडा आणि त्या व्यक्तीचं देहपतन आपल्या मनावर खोलवर परिणाम करून जातं. जगात मृत्यूचं असंच थैमान चालू असतं. अवर्षण, अपघात, साथीचे रोग यांना लाखो लोक बळी पडत असतात. ह्या सर्व अनुभवांचा विपरीत परिणाम व्यक्तीच्या मनावर होत असतो; आणि त्यामुळे मृत्यूविषयी एकप्रकारची पराकोटीची कटू भावना मनात घर करून राहते. काही झालं तरी जीव जाता कामा नये, या विचाराने बहुधा अनेक आर्थिक उपायही केले जातात, पण जे जेव्हा जायचं ते तेव्हाच जातं! त्यात कुणीही हस्तक्षेप करू शकत नाही.

एक मोठा पॉपगायक काही वर्षांपूर्वी निवर्तला. तो इतका श्रीमंत होता की त्याने आपल्या भोवती चोवीस तास अनेक तज्ज्ञ डॉक्टरांचं कोंडाळं ठेवलं होतं. पण ते कोंडाळं यमराजाला मात्र रोखू शकलं नाही! डॉक्टर शरीरावर उपचार करू शकतात; आत्म्याला ते बंधक बनवू शकत नाहीत. वेळ आली की जावंच लागतं. जाण्याचं ठिकाण अज्ञात असतं म्हणूनच मनात एकप्रकारची भीती वसून असते.

वास्तविकत: मृत्यू हा नसतोच. मृत्यू म्हणजे पुढील जन्मीच्या जीवनाचा जन्मच असतो. असे जन्म घेत घेतच परमात्म्यापर्यंत जायचं असतं. कॉम्प्युटर खेळाच्या भाषेत बोलायचं झालं तर जन्मा-जन्माच्या या खेळातील ती सर्वोच्च लेव्हल असते. ती किती लवकर गाठली जाते त्यावर जणू अॅवॉर्ड ठरलेलं असतं. हे अॅवॉर्ड म्हणजे परमात्मस्वरूप होऊन परम आनंद अनुभवण्याचं! किती लवकर त्या स्थितीला पोहोचायचं, हे जीवाच्याच हातात असतं; आणि व्यक्तीचं कर्म त्याला कारण ठरत असतं.

काही विचारधारांच्या मते मनुष्याचा मृत्यू झाला की पुनर्जन्म मनुष्याचाच मिळतो, पण भारतीय ऋषीय विचारधारेला ही गोष्ट मान्य नाही. मनुष्याच्या हातून अतिवाईट कर्मं आयुष्यभर झाली तर मृत्युपश्चात तो हीन जीवांच्याही जन्माला जाऊ शकतो. हीन याचा अर्थ विकासाच्या पायरीवर ज्या जीवांना स्वतंत्र इच्छाशक्ती नसते ती अवस्था. त्या अवस्थेत स्व-विकास घडवून आणण्याचा विचारही नसतो. पुनर्जन्माच्या अनुभवातून ते सहजप्रेरणेवर जगत राहतात. म्हणून किडे, मुंग्या, प्राणी इत्यादी जीवांना मनुष्य हीन ठरवत असतो. तथापि, किड्या-मुंग्यांसह कोणत्याही जन्माला जीव गेला तरी तो जन्म त्या जीवाला उत्तमच वाटत असतो - प्यारा वाटत असतो.

त्या अवस्थेला गेलेल्या जीवांना जगण्याची तितकीच अभिलाषा असते जितकी मनुष्याला असते. या संदर्भातलं एक सुरेख उदाहरण आहे :

> व्यासमहर्षी तेव्हा ब्रह्मस्वरूप अवस्थेत रथातून संचार करत होते. त्या वेळी त्यांच्या रथाच्या वाटेवरून भराभर धावत जाणारा एक किडा त्यांनी बघितला. व्यासांना सर्व जीवांची गती आणि भाषा अवगत असल्यामुळे पळणाऱ्या किड्याला पाहून व्यास म्हणाले, "काय रे कीटका, तू अगदी घाबरून भराभर पळत आहेस. पण तू पळणार कुठे आणि तुला भय तरी कशाचं वाटतं?"
>
> त्या किड्याने उत्तर दिलं, "तुमच्या या गाडीचा मोठा शब्द ऐकून मला भय वाटतं. मृत्यूची भीती माझ्या मनात उभी राहिल्यामुळे मी पळत सुटलो आहे. मला मरण भयप्रद वाटतं. म्हणून मी भीतीने पळत सुटलो आहे. जगण्यातल्या सुखातून मी मरणाच्या दु:खात जाऊ इच्छित नाही."

यावर व्यास त्या किड्याला म्हणाले, “कसलं रे दुःख तुला वाटतं?”

तो किडा म्हणला, “मला माझा देह सोडण्याचं भय वाटतं.”

व्यासमहर्षी म्हणाले, “अरे, या नीच योनीत तुला मरण आलं तर चांगल्या योनीत तरी तुला जन्म मिळेल; म्हणून मरण हेच तुझ्यासाठी सुखकारक आहे.”

तो किडा उत्तरला, “ऋषिवर, जीवाला कोणत्याही स्थितीत सुखच वाटत असतं. म्हणून मलाही या स्थितीतही जगण्यात आनंद वाटतो. माझ्या देहाला अनुरूप असे उपभोगाचे विषय या योनीतही आहेतच. तुमचे आणि आमचे उपभोगाचे विषय भिन्न असतात एवढंच!”

त्यानंतर त्या किड्याला एकदम पूर्वजन्माचं स्मरण झालं. पूर्वजन्मी तो एक धनवान गृहस्थ होता. परंतु त्याने मनुष्यधर्मविरोधी कुकर्म केल्यामुळे त्याला ही कीटकयोनी प्राप्त झाली होती, परंतु व्यासांनी त्याला आता चांगल्या तऱ्हेची मनुष्ययोनी प्राप्त करून दिली. सत्कर्माची फळं चांगलीच मिळतात हे पटवून दिलं. कीटकयोनीतील सुखांपेक्षा मनुष्ययोनीतील सुखं वरच्या दर्जाची असतात या गोष्टीची व्यासांनी त्याला अनुभूती दिली.

मानवीरूप धारण केलेला तो किडा व्यासांना म्हणाला, “मुने, तुमच्या कृपेनंच मी एका सुखातून वरच्या सुखात आलो. आता धर्ममूलक संपत्ती प्राप्त झाल्यामुळे माझं पाप नष्ट झालं आहे.”

सत्कर्म करून मनुष्य जेव्हा मृत्युपश्चात आणखी उन्नत जगतात जातो, तेव्हा त्याला कळतं की त्या स्तरावरची सुखं पृथ्वीवरच्या मनुष्यजन्मातील सुखांपेक्षा श्रेष्ठ असतात. अशा उन्नत होत जाणाऱ्या स्तरांनाच ‘स्वर्ग’स्तर म्हणतात.

धीरोदात्त मनुष्याला हे ज्ञान अनुभवाने किंवा सत्संगामुळे मिळत असतं. मनुष्याचा मृत्यू म्हणजे केवळ अन्नमय कोषाचा त्याग, हे तो जाणून असतो. तो त्याग केल्यानंतरही जीवाचं अस्तित्व उरणारच असतं. आत्म्याने जीवाला धारण केलेलंच असतं. मोक्षापर्यंत आत्मा जीवाला धारण करणारच असतो. त्यामुळे देहत्यागानंतरही ‘मी’ उरणारच असतो. म्हणजे ‘स्व’चं अस्तित्व राहणारच असतं. सत्कर्मामुळे धीरोदात्त व्यक्ती उन्नत स्तरावर जाणार असते. म्हणूनच ती शोक करत नाही अथवा संभ्रमित होत नाही. भगवान हीच गोष्ट अर्जुनाला समजावत आहेत.

इंग्लिश वाक्य आहे, 'We are not human beings having a spiritual experience. We are spiritual beings having a human experience.' ज्यांना हे स्व-स्वरूप समजलं, ते मोहवश होत नाहीत.

या संदर्भात महर्षी व्यासांनी महाभारताच्या अखेरीस केलेलं वर्णनसुद्धा विचारात घेण्याजोगं आहे :

धर्मराज युधिष्ठिर जेव्हा सदेह स्वर्गात जातो, तेव्हा त्याचं भौतिक दैहिक मन अजूनही कार्यरत असतं. स्वर्गात गेल्याबरोबर त्याला एका सुंदर सिंहासनावर बसलेला दुर्योधन दिसतो. दिव्य रूपातल्या दुर्योधनाला युधिष्ठिर बघतो मात्र! त्याच्या मनात संताप दाटून येतो. तो दुर्योधनाची निर्भर्त्सना करू लागतो. तेव्हा देवर्षी नारद पुढे सरसावतात आणि युधिष्ठिराची समजूत काढताना म्हणतात, "युधिष्ठिरा, असं बोलू नकोस. स्वर्गात वास्तव्यासाठी आल्यानंतर पूर्वीचा कसलाही विरोध नष्ट होतो. हा दुर्योधन आता देवांनाही पूज्य झाला आहे... या स्वर्गात वैराचं कारणच नसतं."

पण युधिष्ठिराची तिथे दुर्योधनासमवेत राहण्याची इच्छा नसते. त्याला आपल्या भावंडांसोबत राहायचं असतं. त्याच्या मनात तो विचार येताच स्वर्गाचा देखावा क्षणात पालटतो आणि युधिष्ठिराला नरकाचं दर्शन घडतं. तो मार्ग सर्वत्र शेवाळं, गवत, घाण, अंधकार, मांस, चिखल, रक्त यांनी माखलेला असतो. प्रेतं, हाडं, किडे, केस सर्वत्र विखुरलेले असतात. डास-माश्या घोंघावत असतात. अग्नीच्या ज्वाळांच्या उजेडात तिथल्या भेसूरतेचं हे दर्शन त्याला घडतं. यातनांनी तडफडणारे पापी प्राणी त्याला दिसतात. त्यांच्यामधूनच कर्ण, अर्जुन, भीम आदी पांडवांचे विव्हळण्याचे स्वर त्याच्या कानी पडतात.

तो देखावा पाहून धर्मराज दुःखाने व्याकूळ होतो. देवांविषयी त्याच्या मनात कमालीचा संताप दाटून येतो. तो देवांची निंदा करू लागतो. बरोबरच्या देवदूताला तो सांगतो, "मी आता इथेच माझ्या भावंडांसमवेत राहणार."

निरोप घेऊन देवदूत तिथून निघून जातो. काही वेळातच इंद्र त्याच्या जवळ येतो. इंद्राच्या आगमनाबरोबर तो भीषण-भेसूर देखावाही पालटतो. अंधकार नाहीसा होतो; आणि शीतल, पवित्र, सुगंधी वारा वाहू लागतो. इतर देवगण, रुद्र, आदित्य सारे जण तिथे येतात. त्यांच्या समक्ष इंद्र युधिष्ठिराला सांगतो, "सर्वांनाच असा नरकवास भोगावा लागतो. युधिष्ठिरा, शुभ आणि अशुभ अशा कर्मांच्या दोन राशी असतात. जो प्रथम शुभकर्म

> भोगतो, त्याला मागाहून नरक वास भोगावा लागतो. तू प्रथम नरक बघितलास; कारण तुझ्या कर्माच्या अशुभ राशीच नाहीत. द्रोणवधाप्रसंगी एकदाच तू असत्य बोललास... तेवढंच तुझं पापकर्म! त्या कर्माचं फळ तुला प्रथम भोगावं लागलं. आता तू निरंतन स्वर्गसुख उपभोगशील!"
>
> त्यानंतर इंद्र युधिष्ठिराला म्हणतो, "आता तुला प्राप्त होणारा लोक हा सर्वांपेक्षा श्रेष्ठ असा आहे."
>
> अशा प्रकारे इंद्र त्याची समजूत काढतो आणि अखेरीस म्हणतो, "हे राजेन्द्र पार्थ, इथे ही त्रैलोक्यपावनी देवनदी आकाशगंगा आहे. त्यामध्ये तू प्रथम स्नान कर. यात स्नान केल्यामुळे तुझं मनुष्यत्व संपून जाईल; आणि मग तू शोकरहित आणि वैर-भावरहित होऊन जाशील."
>
> इंद्राच्या सांगण्यानुसार युधिष्ठिर त्या आकाशगंगेत स्नान करतो आणि आपल्या मर्त्य मानवी देहाचा परित्याग करतो.

महाभारत हा इतिहासच समजला जातो. त्यामुळे युधिष्ठिराच्या या अनुभवावर आपण विश्वास ठेवायला हवा. त्यामुळे भविष्यात माझं काय होईल, मृत्युपश्चात माझं काही अस्तित्व असेल का, असलं तर मी कुठे असेन, अशा प्रश्नांना काहीच अर्थ उरत नाही. आपल्याला उन्नत स्वर्गस्तरावर जायचं असेल तर आपण शुद्ध कर्म केलं पाहिजे हाच धडा या प्रसंगातून मिळतो. धीरोदात्त मनुष्याला हे ज्ञान झालेलं असतं. त्यामुळे तो मोहवश होत नाही. प्राप्त जीवन तो शुद्धकर्म करत भीतीविना आनंदाने जगतो.

स्थल-कालाचाच विचार केला तर प्रत्येक क्षण मृत पावून दुसरा क्षण जन्म पावणं ही नित्य प्रक्रिया आहे. हा नियम विश्वातील यच्चयावत पदार्थांना लागू होतो. जीवात्मा मात्र नित्य असतो. त्यावर काळाचा परिणाम होत नाही. देह आणि जीवात्मा यांचा अगम्य संगम म्हणजे जिवंत मनुष्य! देह कालबद्ध असल्यामुळे त्याचं सतत स्थित्यंतर होत असतं. बालपण, तरुणपण आणि म्हातारपण असं परिवर्तन कालौघात आपोआप येतच असतं. वृद्धीचा बहर ओसरला की, देहाचा क्षय सुरू होतो. या प्रक्रियेत कोणताही जीव हस्तक्षेप करू शकत नाही. कितीही तरुण दिसण्याचा प्रयत्न केला, त्यासाठी अनंत उपाय केले तरी देहाचं परिवर्तन टळू शकत नाही. जीवनचक्र उलटं फिरवता येत नाही. बाल्य-तारुण्य आणि वृद्धत्व हे कालबद्ध असतं आणि हे परिवर्तन टाळणं कुणाच्याही हातात नाही.

या प्रक्रियेत आत्मा जसा जन्माच्या वेळी असतो, तसाच तो मृत्युसमयीही असतो. त्यात वाढ होत नाही आणि तो क्षयही पावत नाही. आत्मा हा देहाचा भाग

नसल्यामुळे आणि तो कालाशी बद्ध नसल्यामुळे देहपतनानंतरही तो चिरंतन उरलेलाच असतो. देहामुळे जीवात्म्याचं अस्तित्व नसतं तर जीवात्म्यामुळे देह कार्यरत राहत असतो. देहपतनानंतर 'मी'बरोबर या जन्मातील स्मृतीचं गाठोडंही अर्ध-जाणीवयुक्त म्हणजे Subconscious mindमध्ये जमा होतं; आणि ते जीवात्म्याबरोबर पुढील अवस्थेकडे जातं. नवीन देह धारण करण्यापूर्वी जीवाला सारी स्मृती असते. विकास साधण्यासाठी आपण नवीन देह धारण करत आहोत हे ज्ञान असतं.

देह धारणेनंतर दैहिक मन हळूहळू कार्यरत होतं आणि 'अर्ध-जाणीवयुक्त' मन अव्यक्त होऊन जातं. देह धारण करण्यापूर्वीची स्मृती नाहीशी झालेली असते. दैहिक मनावर मग सभोवतालच्या वातावरणाचे संस्कार होत जातात. भौतिकतेत हे मन रमून जातं. सुख-दु:खं भोगत राहतं, इथेच सुखाचा शोध घेत राहतं.

ज्ञानी मनुष्याच्या दैहिक मनाचा 'अर्ध-जाणीवयुक्त' मनाशी संपर्क प्रस्थापित झालेला असतो. त्यामुळे आत्म्याचं चिरंतनत्व आणि जीवनाचा उद्देश यांचं ज्ञान त्याला होतं. म्हणूनच देहात वृद्धी झाली काय किंवा देहाचा क्षय झाला काय; त्याविषयी अशा धीरोदात्त व्यक्तीच्या मनात हर्ष वा खेद निर्माण होत नाही. मनात कोणतेच विकार निर्माण होत नाहीत. मूळचं शुद्ध पाणी दूषित झालं तरी पाण्यातलं जलतत्त्व दूषित होऊ शकत नाही. त्याचप्रमाणे देहात परिवर्तन झालं, रोगांनी तो ग्रासला, तरी त्यातला आत्मा दूषित होऊ शकत नाही. हे जो जाणतो तो मृत्यूविषयी व्यर्थ शोक करत नाही.

मृत्यूनंतर भीष्म-द्रोणांसारख्या विकसित जीवांना उलट उत्तम गतीच मिळत असते. म्हणूनच या कौरवांच्या शरीरांविषयी शोक करणं व्यर्थ आहे, हेच भगवंत सांगतात.

आत्मा हा नित्य आहे. देह अनित्य आहे. बालपण, तारुण्य, वार्धक्य या तीनही अवस्थांमध्ये आत्मा तोच राहतो. आपण विकास करण्यासाठीच या पृथ्वीस्तरावर आलो आहोत. देहपतनानंतरही आपण असणारच आहोत. हे जो जाणतो तो कधी मोहित होत नाही. 'अर्धजाणीवयुक्त' मनाशी संपर्क साधून ही जाणण्याची प्रक्रिया साधली, तर कोणीही व्यक्ती देहाच्या स्थित्यंतराकडे तटस्थपणे पाहू शकेल. अशा पुरुषाला आत्म्याचं चिरंतनस्वरूप, देहाची कालबद्धता आणि जीवनाचा उद्देशही उमजेल.

*मात्रास्पर्शास्तु कौन्तेय शीतोष्णसुखदुःखदाः ।*
*आगमापायिनोऽनित्यास्तांस्तितिक्षस्व भारत ॥२.१४॥*

हे कुंतिपुत्रा, इंद्रियांचे विषयांशी होणारे संयोग हे शीतोष्ण किंवा सुखदुःख देणारे आहेत. तसेच ते उत्पत्ती आणि विनाश यांनी युक्त आहेत. म्हणूनच ते अनित्य आहेत. ते तू शोक न करता सहन कर.

'मात्रास्पर्शापासून' म्हणजे इंद्रियांशी होणाऱ्या असत गोष्टींच्या संयोगामुळे सुख-दुःखं निर्माण होतात. खूप थंडी पडली तर त्याची जाणीव प्रथम बाह्य इंद्रियांना होते. शरीर कुडकुडायला लागतं; मग मन त्याचा अनुभव घेतं. तसंच परीक्षेत उत्तम मार्क्स मिळाले, नोकरीत बढती मिळाली किंवा व्यवसायात मोठा फायदा झाला, तर ती वार्ता सर्वप्रथम आपल्या कानांवर पडते किंवा डोळ्यांना दिसते. त्यामुळे मनुष्याच्या मनात सुखद भावना निर्माण होते. प्रचंड गरमीनंतर पावसाची एखादी सर यावी आणि शरीर-मनामध्ये सुखद भावना निर्माण व्हावी तसे हे मात्रास्पर्शांचे संयोग असतात.

याउलट, ध्यानीमनी नसताना एखादी कटू वार्ता कानांवर आदळली की, मन मोडून जातं. मनुष्य विचार करतो, हे असं कसं झालं? अचानक नोकरीचा राजीनामा द्यावा लागतो, ज्या क्षेत्रात कारकीर्द घडवली त्या क्षेत्राला रामराम ठोकावा लागतो. चांगला अभ्यास करूनही हवे तेवढे मार्क्स पडत नाहीत. मग मन मोडावून जातं. मन मोडावून जाण्यासाठी अशी अनेक कारणं होऊ शकतात. म्हणजे इंद्रियांशी होणाऱ्या अशा असंख्य सुखकारक आणि दुःखकारक गोष्टींच्या संयोगांमुळे मनुष्याला तशा तशा सुखद किंवा दुःखद भावना निर्माण होतात.

भगवान सांगतात, अशा प्रकारच्या मात्रास्पर्शांपासून सुख उत्पन्न झालं म्हणून हर्षही करू नये आणि दुःख उत्पन्न झालं म्हणून विषादही मानू नये. कारण ते सुखही टिकणारं नाही आणि दुःखही टिकणारं नाही.

अर्थात मनाची अशी तटस्थ अवस्था आणणं ही काही सोपी गोष्ट नाही. परंतु

ज्यांना तत्त्वज्ञानाचा स्पर्श आहे, सद्विचार अंगी मुरले आहेत, ज्यांचं कर्म शुद्ध आहे आणि जे आत्मविकासासाठी कार्यरत असतात, त्यांच्या मनाला ही मात्रास्पर्शरूपी सुख-दुःखं विचलित करू शकत नाहीत. हा सारा कर्मांमुळे उद्भवणारा खेळ आहे असं समजून ते कोणत्याही स्थितीत स्थिर राहतात.

सुखदुःखांची जाणीव कशामुळे होत असते? तर ती इंद्रियांमुळे होत असते. या जाणिवा इंद्रियं मनापर्यंत पोहोचवतात. मन या जाणिवांच्या आहारी गेलं तर सुखदुःखांचा अनुभव देणाऱ्या इंद्रियांचं मनावर वर्चस्व होतं. मग मन बुद्धीला त्या सुखदुःखांपुढे वाकायला भाग पाडतं. बुद्धी त्यासाठी तयार नसते; पण बुद्धीत सद्विचार मुरले नसतील तर बुद्धी इंद्रियांकडे ओढली जाते. जे आत्मनिष्ठ असतात ते इंद्रियांच्या आहारी जात नाहीत; आणि बुद्धीलाही वाकू देत नाहीत. इतकंच नव्हे; तर ते मनालाही बुद्धीच्या आधिपत्याखाली ठेवतात. अशा ज्ञानी व्यक्ती विरळा असतात. बाकी सारे जीव मात्रास्पर्शांचे प्रभाव आयुष्यभर झेलतच राहतात.

पावसाळ्यात धरित्री हिरवीगार होऊन जाते. उन्हाळ्याने हैराण झाल्यानंतर पावसाळ्यातील जलधारांचा शिडकावा मनाला तृप्ती आणि प्रशांती देतो. काही काळ हे सुखद अनुभव सारेच जीव घेतात, पण तोच वेगवेगळ्या आजारांच्या साथीही येऊ लागतात. सर्दी-खोकला-ताप किंवा विविध प्रकारचे फ्लू! तेव्हा वाटतं, केव्हा एकदा हे पावसाळ्याचं रोगट वातावरण सरतं आणि या साथींच्या आजारांतून मुक्त होतो. मग पुन्हा थंडी, उन्हाळा आणि पावसाळा!

मनुष्य हे ऋतुचक्र टाळू शकत नाही. त्याच्या मनाप्रमाणे काहीही होत नाही. थंडीत गरम कपडे वापरणं, उन्हाळ्यात पंखे-एसी वापरणं एवढेच उपाय तो करू शकतो. पावसाळ्यातील साथीच्या आजारांच्या औषधांबरोबरच नवनवीन आजारांच्या लशी तो टोचून घेतो, पण निसर्ग नवनवीन साथी पाठवतच राहतो आणि त्यांच्या प्रतिकारार्थ मनुष्य लशी-औषधं बनवतच राहतो. सर्व प्राणिमात्रांना या चक्राकार ऋतूंमध्ये जगावंच लागतं; मनुष्याच्या मताला तिथे किंमत नसते. ऋतूंशिवाय इतर काही नैसर्गिक आक्रितंही येत असतात. अशा विपरीत परिस्थितीशी जुळवून घेणं एवढंच मनुष्य करू शकतो.

अशा प्रतिकूल वातावरणातही अनेक जण ऐन थंडीत पहाटे उठून स्नान करतात, फिरायला जातात. कित्येक जण प्रतिकूल वातावरणात चातुर्मासादी धार्मिक तत्त्वांचं पालन करतात. ऐन उन्हाळ्यात उकाड्याने हैराण होत असतानासुद्धा गृहिणी स्वयंपाकघरात सर्वांसाठी भोजन तयार करते. आपल्या जीवाला धोका आहे हे माहीत असूनही साथींच्या कालखंडात असंख्य डॉक्टर्स, वैद्य, परिचारिका आणि विविध

संघटनांचे कार्यकर्ते मोठ्या हिमतीने कार्यरत राहतात.

जीवनात अशी अनेक प्रकारची युद्धं असणारच आहेत. त्यांच्याशी समर्थपणे लढावंच लागतं, पण अर्जुन नेमका ऐन युद्धाच्याच वेळी रणांगणावरून निवृत्त होऊ पाहत होता. अर्जुनाच्या या भूमिकेला आधुनिक युगातली उपमा द्यायची झाली तर आपण 'पॅव्हेलियनमध्ये आउट होणं' असं म्हणू शकतो! म्हणजे दोन टीममध्ये क्रिकेटचा सामना सुरू होतो. एका संघावर फिल्डिंग येते. त्या संघाची सारी मदार संघातल्या एका वेगवान गोलंदाजावर म्हणजे फास्ट बॉलरवर असते. पण प्रत्यक्ष मैदानात उतरण्यापूर्वी त्या फास्ट बॉलरचं मन मोहग्रस्त होऊन जातं. त्याच्या मनात भावनांचा कल्लोळ माजून राहतो. 'शंभर मैल वेगाने मी बॉलिंग करणार! समोरच्या बॅट्समनला चुकून बॉल लागला तर? त्याचं डोकं फुटलं तर? हाडं मोडली तर? माझ्या माथी केवढं मोठं पाप बसेल! बरं, समोरच्या संघातला एक बॅट्समन माझा मामा आहे. दुसरा माझा चुलत भाऊ आहे. त्याचं माझ्यावर केवढं प्रेम! अनेकदा त्याने माझं कोडकौतुक केलं होतं. जो भाऊ आहे त्याने च तर मला फास्ट बॉलिंगचं तंत्र शिकवलं होतं. आता त्यालाच मी बॉलिंग करायची? त्याचं डोकं फुटलं तर मला गुरुहत्त्येचं केवढं पाप लागेल!' अशा प्रकारचे विचार म्हणजेच 'पॅव्हेलियनमध्येच आउट' होणं! अर्जुनाचं तेच झालं होतं. तो पॅव्हेलियनमध्ये आउट होऊ पाहत होता! कृष्ण जणू म्हणत होता, 'तू मैदानात उतरून समर्थपणे बॉलिंग कर. समोरचा खेळाडू आउट झाला किंवा न झाला, तरी तू त्याची चिंता करू नकोस! तू तुझं खेळण्याचं कर्म कर!! '

अर्थात या प्राप्त महायुद्धात जीवन-मरणाचा प्रश्न होता. तो काही खेळ नव्हता. तरीही असं मोहग्रस्त होणं योग्य नव्हतं. शत्रू समोर उभा ठाकला असताना एखाद्या सैनिकाने पाप-पुण्याच्या विचारात देशरक्षणाचं कार्य सोडून ऐन वेळी निवृत्ती घेण्यासारखाच तो प्रकार होता. ज्याच्या समर्थ खांद्यावर विश्वास ठेवून सारा देश निश्चिंत राहिलेला असतो, त्याने च युद्धापूर्वीच अशी माघार घेतली तर तो केवढा मोठा अपराध ठरेल!

त्यामुळे असे समरप्रसंग येतच असतात आणि मनुष्याने त्याला समर्थपणे तोंड दिलंच पाहिजे. यातच त्याचा आत्मिक विकास असतो. कारण असे प्रसंग कमकुवत मनाला बळकटी आणत असतात. इंद्रियांना त्यासाठीच प्रतिरोध होत असतो. मग ऊन-थंडी-वारा-रोग-प्रतिकूल परिस्थिती – काहीही असो; त्यावर कणखर मनानंच मात करायला हवी! दुसरा उपाय नसतो.

म्हणूनच भगवान उष्णता आणि थंडीचा दृष्टान्त देऊन अर्जुनाला सांगतात, या शीतोष्ण प्रभावांशी इंद्रियांचा संयोग होतो आणि त्यांचे परिणाम इंद्रियांना जाणवतात.

त्या प्रभावांपासून सुखही होतं आणि दु:खही होतं. जोपर्यंत इंद्रियांना जाणिवा आहेत तोपर्यंत जीवाची या प्रभावांपासून सुटका होऊ शकत नाही. त्यामुळे ते प्रभाव सहन करण्याखेरीज दुसरा कोणताही उपाय नसतो. निसर्गचक्रावर न रागावता निसर्गचक्राशी जुळवूनच घेता आलं पाहिजे. ज्याप्रमाणे प्रतिकूल परिस्थितीशी मनुष्याला जुळवून घ्यावं लागतं, त्याचप्रमाणे प्राप्त प्रसंगांशीही त्याला जुळवून घ्यावंच लागतं-सहन करावंच लागतं. पलायनवाद तिथे उपयोगाचा नसतो, हेच भगवंतांना सुचवायचं आहे.

'प्रतिकूल तेच घडेल असं समजून अनुकूलासाठी प्रचंड परिश्रम केले पाहिजेत,' असं स्वातंत्र्यवीर सावरकर म्हणत. हा निराशावादी दृष्टिकोन मुळीच नाही. कारण अशा भूमिकेचे दोन फायदे असतात. समजा प्रतिकूल घडलं तरी व्यक्ती फारशी निराश होत नाही; आणि अनुकूल घडलं तर डोक्यात हवा जात नाही. दोन्ही प्रभाव मन सहज झेलू शकतं. म्हणून सावरकरांचा हा विचार नकारात्मक नसून उलट सकारात्मकच आहे. यशापयश हा निकष या विचारात नसून मनाच्या दृढतेचा इथे संदर्भ आहे. संकटकालात एकवेळ मन दृढ होऊ शकतं; पण यश:कालात ते दृढ राहणं हे फार अवघड असतं. यश मिळू लागलं की डोक्यात हवा जाण्याची मोठी शक्यता असते. आपण काहीही केलं, कसंही वागलं तरी हरकत नाही, या विचाराने यशस्वी व्यक्ती हवेत जाऊ शकते.

म्हणजे नेभळटपणाचा विचार मनाला घातक असतो तशीच मनाची अहंग्रस्त धारणाही व्यक्तीसाठी घातक असते. त्यामुळे मनाचं सामर्थ्य आणि दोष हे दोन्ही भाग ओळखता आले पाहिजेत. आयुष्यात येणारे हे सुखदु:खाचे प्रसंग निरंतरचे नसतात. कायम दु:ख किंवा कायम सुख अशी परिस्थिती कधीच नसते. अशा प्रसंगांना प्रतिकार करताना मन समर्थच झालं पाहिजे. एकवेळ दु:ख सहन करणं शक्य होतं; पण सुखात मन स्थिर ठेवणं फार कठीण असतं.

एखाद्या लहान मुलाला हवं ते खेळणं मिळालं म्हणजे त्याला सुख होतं, परंतु तेच खेळणं त्याच्या हातातून काढून घेतलं म्हणजे तो दु:खी होतो; रडू लागतो. इंद्रियजन्य सुखदु:खं अशी अल्पकाळ टिकून नाश पावतात. ही सुखदु:खं इंद्रियगोचर आणि मनोगोचर असतात. म्हणजे ती इंद्रियांना आणि मनाला जाणवतात. त्यांच्या निवारणाचा फक्त एकच उपाय असतो. तो म्हणजे ती सुखदु:खं सहन करणं - भोगून मोकळं होणं!

इंद्रियांमुळेच बाह्यविषयांचं ज्ञान होतं. 'विषय' म्हणजे व्यक्तीच्या दृष्टिकोनातून भोगाची साधने अथवा गोष्टी. विषय नेहमी उत्पन्न होत असतात आणि विनाश पावत असतात. जी गोष्ट उत्पन्न होऊन विनाश पावते, ती गोष्ट 'असत्' असते. उत्पत्ती-स्थिती आणि लय! मनुष्यप्राणीच काय; पण चंद्र-सूर्यही विनाश पावणारे आहेत. फक्त

प्रत्येकाच्या विनाशाचा कालावधी भिन्न भिन्न असतो एवढंच. पतंग किंवा पावसाळी किडे दिव्यावर झेप घेऊन काही क्षणांतच नाश पावतात तर अब्जावधी वर्षांनंतर चंद्र-सूर्यादी ग्रह-तारे विनाश पावणार असतात.

म्हणजे या असत् गोष्टींच्या बाबतीत विनाश ही एकच सत्य गोष्ट आहे! आणि निर्माण झालेली प्रत्येक गोष्ट काही ना काहीतरी दुःख भोगतच असते. पृथ्वीलादेखील सूर्याचे चटके सहन करावे लागतात. अशा वेळी 'मला होणारा सूर्याचा ताप जरा कमी कर,' असं पृथ्वीने ईश्वराला साकडं घातलं, तर ईश्वर ते मानील का?

या असत् विश्वात कुणीही कुणाचं दुःख दूर करू शकत नाही. फक्त दुःख सुसह्य करण्याचा मार्ग एखादा सांगू शकतो. भगवद्गीतादेखील जगातलं दुःख दूर करण्याचा उपाय सांगत नाही, तर दुःखाकडे बघण्याचा ज्ञानयुक्त दृष्टिकोन गीता प्रदान करते. कारण दुःख ही सापेक्ष गोष्ट असते. एखाद्या व्यक्तीला वाटतं, माझ्याकडे पुष्कळ पैसा आला म्हणजे मी सुखी होईन, पण व्यक्ती श्रीमंत झाली म्हणजे ती सुखी झाली असं होत नाही. लग्नादी समारंभात एखाद्या श्रीमंत व्यक्तीकडे यजमानांचं दुर्लक्ष झालं तर ती श्रीमंत व्यक्तीसुद्धा दुःखी होऊ शकते. सामाजिक प्रतिष्ठा लाभल्यानंतर एखाद्या कार्यक्रमात एखाद्या मान्यवराकडे दुर्लक्ष झालं तर त्या मान्यवराच्या अहंकाराला धक्का पोहोचतो. एखाद्याकडे सर्व प्रकारच्या भौतिक सोयीसुविधा असतात. संसार उत्तम चाललेला असतो. एखादी मोटार असते, स्वतःचा फ्लॅटही असतो. पण मित्राकडे चार मोटारी आल्या आणि त्याचा बंगला झाला तर मात्र त्याला दुःख होऊ शकतं.

अशी दुःखं मनुष्यनिर्मित असतात किंवा परिस्थितिजन्य असतात; पण ती भगवंत निर्मित नसतात. त्यामुळे दुःख हे असणारच आहे, हे गीता ठासून सांगते. फक्त दुःखांकडे बघण्याचा दृष्टिकोन भगवद्गीता बदलून टाकते. अशी दुःखं उल्लंघून जाण्याची शक्ती भगवद्गीता प्रदान करते. ऐहिक जीवनातही सुख कुठे लपलं आहे आणि अंतिम सुख कुठे आहे, हे गीता सांगतेच; पण ते प्राप्त करण्याची तंत्रंही सांगते. या दृष्टिकोनातून दुःख निवारणाचा उपाय या श्लोकातून सांगायला भगवंतांनी प्रारंभ केला आहे.

प्रकृतीचे विकार देहाला होतात; आत्म्याला नाही. म्हणून देहाला होणारी सुखदुःखं भोगून मोकळं होणं हा एकमेव उपाय भगवंत ठामपणे सांगतात. व्यक्तीला नेहमी सुख हवं असतं; दुःख नको असतं. जर सुख भोगायचं असेल तर दुःखही भोगावंच लागतं. दुःख भोगण्यामुळे व्यक्तीच्या मनात विजिगीषू वृत्ती निर्माण होते आणि सुखही पचवता येतं.

*यं हि न व्यथयन्त्येते पुरुषं पुरुषर्षभ ।*
*समदुःखसुखं धीरं सोऽमृतत्वाय कल्पते ॥२.१५॥*

हे पुरुषश्रेष्ठा, ज्याच्यासाठी सुखदुःख समान झालेलं असतं, अशा धीर पुरुषाला हे (बाह्य विषय) हर्ष वा शोक उत्पन्न करू शकत नाहीत. असा ज्ञानी पुरुष अमृतत्व प्राप्त करून घ्यायला समर्थ होतो.

बाह्य विषय हे अनित्य असून ते नाश पावणारे आहेत. त्यामुळे त्यांना सहन करणं हाच एकमेव उपाय असतो. 'विषय' म्हणजे व्यक्तीला मोहात पाडणाऱ्या गोष्टी-वस्तू वा जीव. मात्रास्पर्शापासून म्हणजे इंद्रियांशी होणाऱ्या असत् गोष्टींच्या संयोगामुळे सुख-दुःखं निर्माण होतात. व्यक्तीच ती निर्माण करते. मात्रास्पर्शापासून सुख उत्पन्न झालं म्हणून हर्षही करू नये; आणि मात्रास्पर्शापासूनच दुःख उत्पन्न झालं म्हणून विषादही मानू नये. कारण ते सुखही टिकणारं नाही आणि दुःखही टिकणारं नाही.

बैलगाडीचं चाक फिरतं तेव्हा खालचा आरा वर येतो आणि वरचा आरा खाली जातो. गाडी पळते तोपर्यंत आऱ्यांचं खालीवर होणं क्रमप्राप्त असतं. कारण ते आरे चक्रात अडकलेले असतात. हे विश्वसुद्धा एक चक्र आहे. ग्रह स्वतःभोवती फिरून ताऱ्याभोवती फिरत असतात. ताऱ्यांचा विनाश होतो आणि पुन्हा त्यांची निर्मिती होते. सागरातही भरतीनंतर ओहोटीच येणार असते. माणूस जन्माला आला म्हणजे मृत्यू निश्चित असतो. ज्याचा मृत्यू आहे त्याला जन्मही निश्चित असतो. कोणतीही संस्कृती भरभराटीला आल्यानंतर त्या संस्कृतीचा पुढचा प्रवास अधोगतीकडेच होत असतो. डोंगराचं शिखर चढून गेल्यानंतर पुढे पुन्हा उतारच असतो. सृष्टीच्या चक्राकार नियमांमध्ये यःकश्चित मानवही फिरतच असतो. त्याला सुख प्राप्त झाल्यावर पाठोपाठ दुःख निश्चित ठरलेलं असतं. सुखदुःखाचा लपंडाव ही नित्याची प्रक्रिया आहे.

सुख-दुःख, सत्-असत्, राग-द्वेष, जन्म-मृत्यू ही परस्परविरोधी द्वंद्वं अनित्य सृष्टीतील नित्य द्वंद्वं आहेत. परब्रह्म हे या अनित्य सृष्टीच्या पलीकडे असून ते मात्र

नित्य आहे. त्यामुळे ही द्वंद्वं शांतपणाने सोसून बुद्धीची या द्वंद्वातून सुटका केल्याखेरीज ब्रह्मप्राप्ती होणार नाही किंवा आनंदप्राप्ती होणार नाही.

देवगुरू बृहस्पतीचा मुलगा कच हा मेरूपर्वताच्या एका निबिड अरण्यात आत्मज्ञानाचा अभ्यास करत बसलेला होता. मनन, निदिध्यास करत असताना तो एकदा आत्मरंगात रंगून गेला. सम्यक् ज्ञानामृताने पूर्ण झालेली त्याची बुद्धी भौतिक क्षुद्र विषयांमध्ये रमेनाशी झाली. त्याची जिकडे जिकडे दृष्टी जाई, तिकडे तिकडे त्याला आत्मतत्त्वावाचून दुसरं काहीच दिसेना. इतकी त्याची वृत्ती अद्वैतानुभवात मुरून गेली होती.

अशी वृत्ती बनल्यामुळे कच स्वतःशी म्हणू लागला, 'मी आता काय करू? कुठे जाऊ? काय घेऊ आणि काय टाकू? मला यापैकी काहीच करता येत नाही. कारण महाकल्पांताच्या वेळी ज्याप्रमाणे सर्वत्र जलमय होऊन जातं, त्याप्रमाणे हे सारं विश्व आत्ममय झालेलं मला दिसत आहे. माझं सर्व दुःख नाहीसं झालेलं आहे. मला आता या जगात प्राप्तव्य उरलेलं नाही. देहाच्या आत-बाहेर, खाली-वर सर्वत्र आत्माच ओतप्रोत भरलेला आहे. आत्म्यावाचून मला कोठे काहीच दिसत नाही. सर्व आत्ममय झालेलं आहे. चेतन आणि अचेतन सर्व काही मीच आहे. एवढं मोठं आकाश, पण त्याला व्यापून मी उरलो आहे. मी परिपूर्ण सुखाचा समुद्रच बनलो आहे.'

अशा तऱ्हेने मेरूपर्वतावर साधना करत कच तुरियावस्थेमध्ये स्थिर होऊन राहिला होता. परमपदावर आरूढ झालेल्या तत्त्ववेत्त्याच्या ठिकाणी सर्वात्मभाव प्रतिष्ठित झालेला असतो, तसा कचाच्या ठिकाणी प्रतिष्ठित झालेला होता.

सुखदुःख समान झालेल्या मनुष्याला अशी अद्वैतानुभूती येते आणि तो अमृतत्व प्राप्त करून घ्यायला पात्र होतो. एखादी पीएच.डी. करायची झाली तरी काही एक शैक्षणिक पात्रता लागते. त्याचप्रमाणे ज्याच्यासाठी सुखदुःख समान झाली आहेत अशी व्यक्ती या पुढच्या विकासासाठी पात्र ठरते. अशा व्यक्तीला कचाप्रमाणे अद्वैतानुभूती आलेली असते. आदि शंकराचार्यांनीसुद्धा 'ब्रह्म सत्य जगन्मिथ्या' हा सिद्धान्त मांडून या अनुभूतीचं वर्णन केलं आहे. जे दिसतं त्यापलीकडे विशाल ज्ञानाचा सागर आहे, हे अशा ज्ञानी व्यक्तीला ज्ञात झालेलं असतं.

फार प्राचीन काळी या भारतवर्षात एका दिशेला बटधाना या नावाचा एक देश होता. त्या देशाचे बटधाना या नावानेच क्षत्रिय राजे होते. त्यांच्या कुळात तीन राजपुत्र होऊन गेले. या दृश्य जगताचा अंत कुठे होतो, तो

> पाहण्याचा संकल्प करून ते त्याच्या शोधार्थ निघाले. निरनिराळी द्वीपं आणि समुद्र यातून जात असताना त्यांना पुन:पुन्हा जल आणि पुन:पुन्हा भूमी दिसू लागली. पण ते तसेच पुढे जात राहिले. अशा तऱ्हेने प्रदीर्घ काळ निघून गेला. ते जराजर्जर झाले पण त्यांनी शोधाचा पाठपुरावा सोडला नाही. गोलाकार चेंडूवरून परिभ्रमण करणाऱ्या मुंगीप्रमाणे त्यांचं अखंड परिभ्रमण चाललंच होतं, परंतु त्याच त्याच दृश्याचा अंत काही झाला नाही. पुन:पुन्हा तीच दृश्यं आलटून पालटून दिसत होती. आणि अजाणता ते राजपुत्र त्याच भ्रमणात व्यग्र होऊन राहिले होते. त्यांना त्या भ्रमणाचा कंटाळाही येत नव्हता. कारण त्यांनी हाती घेतलेल्या संकल्पाची सिद्धी त्यांना हवी होती. त्या राजपुत्रांनी दशदिशा धुंडाळल्या पण त्यांच्या हाती काही लागलं नाही. हे जगत् मिथ्या आहे या सत्याचा शोध ते घेतच राहिले. . . हे जगत् मिथ्या आहे असं म्हणावं तर ते साक्षात दिसत आहे आणि सत्य म्हणावं तर त्याचा आदिअंत कोठे गवसत नाही, अशी त्या राजपुत्रांची धारणा झाली. मग त्या राजपुत्रांनी आपल्या त्या प्रदीर्घ शोधमोहिमेचा निष्कर्ष असा काढला की, 'साक्षात दिसत असलेलं हे 'दृश्यजगत' वस्तुत: काही नाही, तर तो ब्रह्मदेवाच्या संकल्पाचा विलास आहे. स्वप्नातील दृश्याप्रमाणे ते सत्य नाही. ते केवळ अनंत अज्ञान आहे. मृगजळाप्रमाणे दिसणाऱ्या या मिथ्या जगात कुणाचीही संकल्पपूर्ती होत नसते. या जगातले सारे व्यवहार मिथ्या आहेत आणि माणसाने त्या मिथ्या व्यवहारात अडकून न पडता सत्य असणाऱ्या त्या ब्रह्माचा शोध घेतला पाहिजे.'

मिथ्या याचा अर्थ आभासी नाही, म्हणजे illusion नाही तर unreal. आपण यासंदर्भात पुढे विस्तृत विचार करणारच आहोत.

त्यामुळे जे दिसतं तेवढंच सत्य ही भ्रान्त कल्पना आहे. विद्युतप्रवाह किंवा वारा दिसत नाही म्हणून तो असत नाही असं मानणं कितपत बरोबर आहे? कितीही कालावधी लागला तरी माणसाने सत्य, पण अदृश्य असणाऱ्या ब्रह्माचा शोध घ्यायलाच हवा. प्रकृतीमधल्या स्थित्यंतराच्या या प्रक्रियेत अनेक अमूर्तांना मूर्त स्वरूप येत असतं, तर मूर्तांना अमूर्त स्वरूप येत असतं. गणेश उत्सवातील मूर्तिप्रतिष्ठापना हे याच सत्याचं प्रतीक आहे. प्राणप्रतिष्ठा आणि विसर्जन!

या सत्याची सतत जाणीव ठेवून कर्म केलं तर व्यक्ती सुखदु:खातीत अवस्था अनुभवू शकते. चार्ली चॅप्लिन हा जगप्रसिद्ध विनोदी अभिनेता. केवळ सुखदु:खातीत

अवस्थेपुरतं आपण त्याचं हे एक उदाहरण पाहू.

चार्लीचे वडील त्याच्या लहानपणीच अतिरेकी मद्यसेवनाने वारले. पराकोटीचं दारिद्र्य चार्लीच्या नशिबी आलं. दु:ख-संकटांशी सामना करता करता त्याची आई वेडी झाली. तिला वेड्यांच्या इस्पितळात ठेवण्यात आलं. पोटासाठी चार्लीने फ्रेड कार्नो यांच्या नाट्यकंपनीत प्रवेश मिळवला. कंपनीचा दौरा एकदा अमेरिकेत गेला होता; आणि तिथेच चार्लीला चित्रपटात काम करण्याची संधी मिळाली. तुटपुंज्या पगारावर तो 'की-स्टोन' कंपनीत रुजू झाला. त्याचं बस्तान हळूहळू बसू लागलं. त्याचा मोठा भाऊ सिडने त्याची व्यावहारिक बाजू सांभाळू लागला. आणि एके दिवशी सिडने धावतपळत आला आणि चार्लीला ओरडूनच म्हणाला, 'चार्ली, फर्स्ट नॅशनल कंपनीसाठी मी तुझा करार केला आहे. तू लक्षाधीश झालास!'

त्या वेळी चार्ली कमरेला टॉवेल गुंडाळून व्हायोलिन वाजवत उभा होता. सिडनेच्या बोलण्यावर त्याने नुसतं त्याच्याकडे हसून बघितलं आणि तो पुन्हा वादनात गर्क झाला.

सिडने त्याला पुन्हा म्हणाला, 'अरे, मी तुझ्यासाठी मोठा करार केला आहे... माहितीय कितीचा...? बारा लाख डॉलर्स!'

ते ऐकूनही चार्लीच्या मनावर कोणताही परिणाम झाला नाही. तो पुन्हा आपल्या वादनात रमून गेला.

विचार करा, एखादी व्यक्ती संसाराचा गाडा तुटपुंज्या पगारात कसाबसा ओढत असते. घरी-दारी दारिद्र्य वसत असतं. एक वेडी आशा म्हणून कधीतरी लॉटरीचं तिकीट काढते; आणि तिला चार कोटी रुपयांची लॉटरी लागते! काय अवस्था असू शकते अशा मनुष्याची? हर्षवायू व्हायचाच बाकी! आणि इथे दारिद्र्यातून पोळून निघालेल्या चार्लीला बारा लाख डॉलर्स मिळणार होते! १९२०-२५ सालच्या बारा लाख डॉलर्सची किंमत किती असू शकते याचा तुम्हीच विचार करा!

चार्लीच्या मनावर मात्र या सुखवर्षावाचा फारसा परिणाम झाला नाही. त्याने दु:खाचे दशावतार आयुष्यात अनुभवले होते. पराकोटीचं दारिद्र्य अनुभवणं, आई वेडी होणं, वडील नसणं, मुलाचा मृत्यू होणं, बायकांनी फसवणं - एक की दोन... अशी अनेक दु:खं भोगत असताना तो विनोदी चित्रपटांची निर्मिती करत होता. कोट्यवधी डॉलर्स जवळ असतानाही त्याच्याकडे अखेरपर्यंत केवळ तीन पॅन्ट्स

आणि बुटांचे केवळ तीन जोड असायचे! अखेरपर्यंत तो प्रतिभेच्या प्रांतातच रमलेला होता. प्रतिभेचा प्रांत हा ईश्वराच्या अधिक जवळ असतो.

अशा तऱ्हेने सुखदु:खं समान मानणारे या विश्वात कितीतरी संतवृत्तीचे लोक आहेत! ज्ञानेश्वर माउलींचे समाजाने अतोनात हाल केले, पण महाराजांची शांत वृत्ती कधी ढळली नाही. उलट ज्ञानेश्वरीसारखा महान ग्रंथ त्याच समाजाच्या हाती देऊन ते समाधिस्थ झाले. संत एकनाथांची तशीच प्रशांत वृत्ती होती. तुकाराम महाराजांची गाथा इंद्रायणीत बुडवूनही ते शांत राहिले होते. येशू ख्रिस्त त्याच शांत वृत्तीचे.

याचं कारण म्हणजे या महात्म्यांना स्व-स्वरूप उमगलेलं होतं. हे सारे बाह्य खेळ आहेत हे त्यांनी ओळखलेलं होतं. नाटकामधल्या एखाद्या कलाकाराच्या वाट्याला भिकाऱ्याची भूमिका आली तर त्याबद्दल त्याने खेद करावा का? किंवा एखाद्याच्या वाट्याला राजाची भूमिका आली तर त्याने हर्षही मानावा का? कारण ते त्यांचं मूळ स्वरूप नसतं! ती केवळ स्वीकृत भूमिका असते.

म्हणजेच सुख-दु:ख समान केव्हा वाटू लागेल? तर जेव्हा आपलं मूळ स्वरूप ध्यानात येईल तेव्हा! आपल्या जीवनाचा उद्देश उमजेल तेव्हा. भ्रामक आणि सत्य यांचं स्वरूप उमगू लागेल तेव्हा!

त्यामुळे आपलं मूळ स्वरूप शोधण्याचा व्यक्तीने जाणीवपूर्वक प्रयत्न करायला हवा. म्हणजे ती सुखदु:खांच्या पलीकडे जाईल.

मोह उत्पन्न करणाऱ्या मात्रास्पर्शांना विषय समजून सोडून द्यावं. त्याबद्दल सुखदु:ख मानू नये. हा सारा ऐहिक संसारातील नाटकाचा खेळ आहे असं जो जाणतो आणि नाटकातील सुखदु:खं तटस्थपणे सहन करतो, अशा धीरोदात्त ज्ञानी पुरुषाला बाह्य विषय विकार उत्पन्न करत नाहीत.

*नासतो विद्यते भावो नाभावो विद्यते सतः ।*
*उभयारेपि दृष्टोऽन्तस्त्वनयोस्तत्त्वदर्शिभिः ॥२.१६॥*

अविद्यमान पदार्थाला (कधी) अस्तित्व नसतं. विद्यमान पदार्थांचा (कधी) अभाव नसतो. (विद्यमान आणि अविद्यमान) या दोहोंचाही निर्णय तत्त्ववेत्त्यांनी जाणलेला आहे - अनुभवलेला आहे.

याचाच अर्थ शरीर दीर्घकाल टिकू शकत नाही आणि शरीराला व्यापून असलेल्या सत्स्वरूपी जीवात्म्यामध्ये कधीच बदल होत नाही. अविद्यमान म्हणजे साक्षात - इंद्रियांना दिसणारं, जाणवणारं. अविद्यमान पदार्थ जरी दिसले, अनुभवाला आले, तरी त्यांचं अस्तित्व खरं नसतं. म्हणजे ते भासमान असतं असं नव्हे; तर ते सतत बदलणारं असतं; आणि जे असं परिवर्तनशील असतं ते नाशिवंत असतं.

याउलट जे विद्यमान आहे पण जे दिसत नाही, त्याचा विनाश होऊच शकत नाही. विशेष म्हणजे जे विद्यमान असतं तेच अविद्यमानाला व्यापून उरलेलं असतं. अर्थात, अविद्यमानाचं अस्तित्व विद्यमानामुळेच प्रत्ययाला येत असतं. थोडक्यात, जे चिरंतन आहे हे सत्; आणि जे दिसत असतं तरीही जे नाशिवंत असतं ते असत्. परंतु असत् म्हणजे भ्रामक किंवा illusion नव्हे.

त्यासाठी आपण महाभारतातलाच एक दृष्टान्त पाहू.

खांडववनातून एके दिवशी अग्निदेव म्हणजेच अग्निपूजक कृष्णार्जुनांकडे आले आणि त्यांनी त्यांच्याकडे साहाय्याची मागणी केली. त्या काळी अनेक समाजविघातक प्रवृत्ती खांडववनात लपून राहत होत्या. आजच्या भाषेत सांगायचं तर अतिरेकी. त्यामध्ये शार्ङ्गी नावाचं पक्षिकुल होतं, हिरण्याक्ष, मयासुर यांच्यासारखे असुर होते. मोहाच्या दारूचा व्यवसाय तिथे जोरात चालायचा.

वैदिक यज्ञीय संस्था त्या वनात नेण्यासाठी वैदिक आर्यांनी पुष्कळ

प्रयत्न केले; पण ते विफल ठरले. आजूबाजूच्या राज्यांसाठीही खांडववन ही एक डोकेदुखी ठरत होती. म्हणून ते अग्निदेव कृष्णार्जुनांकडे आले आणि खांडववन जाळण्याची त्यांना विनंती केली.

त्यानुसार कृष्णार्जुनांनी ते वन जाळलं. त्यात मोठा संहार झाला. काही कुलांना आणि शरण आलेल्या असुरांना कृष्णार्जुनांनी अभय दिलं. त्यात एक मयासुर होता. तो शरण येऊन कृष्णाला म्हणाला, "मी कुशल शिल्पी आहे. मला अभय द्या. तुम्ही सांगाल ते काम मी तुमच्यासाठी करीन.'' तेव्हा कृष्णाने त्याला युधिष्ठिरासाठी एक दिव्य सभा बनवण्याची आज्ञा केली.

यथावकाश मयाने खरोखरच दिव्य अशी सभा परिश्रमपूर्वक निर्माण केली. बांधकामाचं साहित्य त्याने कैलास पर्वताच्या उत्तरेकडील मैनाक पर्वत परिसरातल्या बिंदुसरोवराजवळून आणलं होतं. तिथे वृषपर्वा दानवाची एक सभा होती. सभा बांधून झाल्यानंतर तिथे बांधकामाचं स्फटिकादी साहित्य पुष्कळ प्रमाणात पडून होतं. मैनाक पर्वतानजीक हिरण्यशृंग नावाचा अनेक प्रकारच्या मण्यांनी समृद्ध असलेला आणखी एक पर्वत होता. तिथले दुर्मीळ मणी आणि स्फटिकादी साहित्य मयाने अनेक राक्षसांच्या आणि किंकरांच्या मदतीने इंद्रप्रस्थाला आणलं होतं. येताना अर्जुनासाठी प्रचंड गर्जना करणारा देवदत्त नावाचा शंख आणला होता तर भीमासाठी वृषपर्व्याची सर्वश्रेष्ठ गदा आणली होती. आणि मग मयाने दिव्य अशी मयसभा काही काळातच तयार केली होती.

त्या मयसभेत जिथे जल म्हणजे पाणी असायचं, तिथे स्थल म्हणजे भूमी दिसायची; आणि जिथे भूमी असायची तिथे जल दिसायचं. जिथे भिंत दिसायची तिथे दरवाजा असायचा; आणि जिथे दरवाजा दिसायचा तिथे प्रत्यक्षात भिंत असायची. म्हणजे जे प्रत्यक्षात नसायचं ते दिसायचं आणि जे दिसायचं ते प्रत्यक्षात असायचं नाही! (आज नाही का, लेझर शो असतात; हवेवर हालते देखावे दिसू लागतात. तसाच काहीसा तो प्रकार होता.)

राजसूय यज्ञाच्यापूर्वीच मयासुराने ती दिव्य मयसभा पूर्ण केली. दुर्योधनासह काही कौरव ती मयसभा पाहण्यासाठी गेले. तिथे दुर्योधनाची पुष्कळ फजिती झाली. जिथे जमीन दिसत होती तिथे दुर्योधन सरळ चालत गेला आणि पाण्यात पडला. दरवाजातून जाऊ लागला आणि भिंतीवर आदळला. पाणी दिसत होतं म्हणून आपलं वस्त्र वर करून पाण्यात उतरायला

गेला, पण तिथे प्रत्यक्षात जमीनच असल्यामुळे त्याची फसगत झाली. प्रत्येक वेळी भीम दुर्योधनाला हसत होता आणि त्याची चेष्टा करत होता.

(या संदर्भात कथा-कादंबऱ्यांमधून एक चुकीची गोष्ट मात्र पसरवली गेली. ती म्हणजे मयसभेत दुर्योधनाची फजिती पाहून द्रौपदी हसत होती. प्रत्यक्षात द्रौपदी तिथे नव्हतीच. मूळ महाभारतात द्रौपदी तिथे असल्याचा मुळीच उल्लेख नाही.)

तर मयासुराने अशी दिव्य सभा बनवली होती. त्या सभेत जे नाही ते दिसायचं आणि जे प्रत्यक्ष असायचं ते दिसायचंच नाही. पण हा सारा प्रकार भ्रामक स्वरूपाचा होता. म्हणजे ते illusion होतं. परंतु सृष्टी म्हणजे illusion नाही. प्रत्यक्ष ती दिसत असली, जाणवत असली तरी ती प्रतिक्षणी बदलणारी असल्यामुळे तिचं स्वरूप नाशिवंत आहे. आणि जे नाशिवंत असतं ते असत् असतं आणि जे चिरंतन आहे ते सत् असतं! सत्मध्ये परिवर्तन होऊ शकत नाही. सामान्य पातळीवर जरी 'सत्' दिसत नसलं तरी ते नित्य आहे. म्हणजेच ते चिरंतन आहे.

या सत्-असत्चा अनुभव घेऊन त्यांच्या स्वरूपांचा निर्णय तत्त्वज्ञानी पुरुषांनी घेतलेला आहे. सत् म्हणजे ब्रह्म आणि असत् म्हणजे नामरूपात्मक दृश्य जग. यात मनुष्यदेहांसह सारे प्राणी, कीटक, एवढंच नव्हे तर ग्रहगोलांसह अब्जावधी आकाशगंगा यांचाही समावेश होतो. हे सारं नाशिवंत आहे पण भ्रामक नाही. तत्त्ववेत्त्यांनी ही गोष्ट जाणली आहे.

आत्मा मात्र नित्य आहे तर शरीर अनित्य. पृथक्त्वाने - भिन्नपणे भासणाऱ्या असत् पदार्थांमधील समान एकत्व म्हणजे ब्रह्म! म्हणजेच आत्मा सत् आणि शरीर असत्! जर सत् हे कधीही नाश पावणार नाही तर त्याबद्दल शोक का करावा? आणि कितीही प्रयत्न केले, तरी असत् हे केव्हा ना केव्हा नाश पावणारच आहे, त्यामुळे त्याविषयीही शोक करणं व्यर्थ आहे, हे भगवान अर्जुनाला समजावतात.

उन्हाळा, हिवाळा हे ऋतू कसे ठरावीक काळच असतात. म्हणजेच ते अनित्य आहेत; कायमस्वरूपी राहणारे नाहीत. त्यांच्या चक्राकार असण्यामध्ये प्रवाही नित्यत्व असतं, एवढंच आपण म्हणू शकतो. त्यामुळे त्यापासून उत्पन्न होणारा ताप आणि थंडी हीसुद्धा कायमस्वरूपी नाही. तीसुद्धा चक्राकार प्रवाही असते. कालगतीनुसार या ऋतूंचा दाह किंवा कडाका सहन करणं एवढंच आपल्या हातात असतं.

दिवाळीत मुलं मातीचा किल्ला करतात. आठ दिवस किल्ल्याचं कौतुक होतं आणि नवव्या दिवशी मुलं तो किल्ला मोडून टाकतात. किल्ला करताना मुलांना जो

आनंद मिळत असतो तसा तो मोडतानाही मिळत असतो!

भगवंताच्या स्फुरणाने विश्वरूपी किल्ला असाच बनत असतो आणि मोडला जात असतो. त्याबद्दल किल्ल्यावरच्या 'मावळ्यांनी' सुखदु:ख मानण्यात काहीच अर्थ नसतो! मुलांच्या किल्ल्यातील मातीला कधी अभाव नसतो आणि किल्ल्याला कधी कायमचं अस्तित्व नसतं. त्या किल्ल्याप्रमाणेच असत् सृष्टीला कधी कायमचं अस्तित्व नवव्या दिवशी मुलं तो किल्ला मोडून टाकतात. किल्ला करताना मुलांना जो आनंद मिळत असतो तसा तो मोडतानाही मिळत असतो!

जे असत् असतं त्याचं अस्तित्व केवळ सत्मुळे भासमान होत असतं एवढंच. भासमान असत्मुळेच त्यामागे असणाऱ्या अदृश्य-अव्यक्त सत्च्या अस्तित्वाची ओळख पटू शकते. दार्शनिकांना ती पटलेली असते. असत् हे काही काळ 'सत्' म्हणून भासमान झालं तरी ते अंतिमत: असत्च असतं; आणि व्यक्त न होताही सत् हे त्रिकालबाधित सत्च असतं. त्याचा विनाश कधीच होत नाही. ही गोष्ट अशा तत्त्ववेत्त्यांनी स्वानुभवान्ती सांगून ठेवलेली आहे.

झाड हलवण्याचं कर्तृत्व वाऱ्याचं असतं. त्याप्रमाणे सृष्टिचक्राला फिरवण्याचं कर्तृत्व सृष्टिकर्त्याचं असतं. सृष्टीला कायमचं अस्तित्व कधीच नसतं तर सृष्टिकर्त्याला कधी अभाव नसतो. त्यामुळे असत् गोष्टींचा शोक करणं उचित नसतं.

*अविनाशि तु तद्विद्धि येन सर्वमिदं ततम्।*
*विनाशमव्ययस्यास्य न कश्चित्कर्तुमर्हति।।२.१७।।*
*अन्तवन्त इमे देहा नित्यस्योक्ताः शरीरिणः ।*
*अनाशिनोऽप्रमेयस्य तस्माद्युध्यस्व भारत ॥२.१८॥*

ज्याने हे सर्व जग - दिसणाऱ्या सर्व वस्तू व्यापल्या आहेत, त्याचा नाश नाही, हे तू लक्षात ठेव. त्या अविनाशीचा नाश कोणीही करू शकत नाही. अविनाशी आत्म्याने धारण केलेलं हे देह (स्वभावतः) विनाशी म्हटलेले आहेत. त्या अविनाशी आत्म्याचा मात्र कोणीही नाश करू शकत नाही, हे तू जाणून घे. (म्हणजेच भीष्मादिकांच्या देहाची काळजी करण्याचं तुला कारण नाही.)

हे जगत् अविनाशी असून या अविनाशी वस्तूचा विनाश करण्यास कोणीही समर्थ नाही, असं आधीच्या १७व्या श्लोकात सांगून भगवान पुढे सांगतात, 'परब्रह्मस्वरूपाने हे जग व्यापलेलं आहे आणि तेच एकमेव सत् आहे.' या अविनाशी तत्त्वाची कधी वृद्धीही होत नाही आणि क्षयही होत नाही. हे तत्त्व अव्यय आहे. ते सदासर्वदा एकरूप असतं. प्राणिमात्रांसहित माणूस मात्र या जन्ममृत्यूच्या रहाटगाडग्यात सापडलेला असतो. जेव्हा माणूस 'मम' म्हणजे 'माझं' असं मानतो, तेव्हा त्याला मृत्यू क्रमप्राप्त होतो; पण जेव्हा तो 'न मम' म्हणजे 'माझं नव्हे' हे जाणतो, तेव्हा त्याला शाश्वत ब्रह्मपद प्राप्त होत असतं. शरीराचा मालक आत्मा हा असा नित्यच असतो. नित्य अविनाशी अशा आत्म्याला प्राप्त होणारे देह हे मात्र नाशिवंत म्हणजेच अनित्य असतात.

वेदांप्रमाणे आत्मा स्वतः सिद्ध असल्यामुळे तो कोणत्याही प्रमाणाचा विषय ठरू शकत नाही. त्याची समीक्षा होऊ शकत नाही. जो प्रमाणाचाच विषय होऊ शकत नाही त्याचं अनुमान तरी कसं काढणार? तथापि एखादा दृष्टान्त देता येईल.

एखाद्या वैराण प्रदेशात एकच वृक्ष उभा आहे. वाऱ्याच्या झुळुकीबरोबर त्या वृक्षाच्या पानांची सळसळ होते. सळसळणारा वारा आपल्याला दिसत नाही. पानांच्या

हालचालींमुळे वाऱ्याचं अस्तित्व मात्र जाणवतं. आता तो वृक्ष तिथून काढूनच टाकला तर? वृक्ष गेला म्हणजे वाराही तिथून नाहीसा झाला असं समजायचं का? वृक्ष असतानाही वारा होता आणि वृक्ष नसतानाही वाऱ्याचं अस्तित्व होतं. वृक्ष जेव्हा उभा होता, तेव्हा वाऱ्याचं अस्तित्व जाणवत होतं. आणि वृक्ष गेल्यामुळे वाऱ्याचं अस्तित्व कळेनासं झालं होतं.

याचाच अर्थ असा की, एखादं अस्तित्व जाणवण्यासाठी संदर्भ आवश्यक असतो. जीवांचं शरीर हा संदर्भ असतो. जीवांची होणारी हालचाल, कृती आणि विचार हे शरीराला व्यापून असलेल्या सत्च्या अस्तित्वाचा पुरावा ठरतो. म्हणजेच चिरंतन सत्चं अस्तित्व देहाच्या संदर्भानंच व्यक्त होतं. त्यासाठीच आपण वारा आणि वृक्ष हा दृष्टान्त बघितला. त्या दृष्टान्तातील वृक्ष त्या वैराण प्रदेशातून काढला म्हणून जसं वाऱ्याचंही अस्तित्व संपुष्टात येऊ शकत नाही, त्याप्रमाणे देहाचा विनाश झाला म्हणून देहाला व्यापून असलेल्या सत्चाही विनाश होऊ शकत नाही.

फक्त ते सत् दिसत नसतं. उत्पन्न होणं किंवा नाश पावणं हे विकार आत्म्याच्या ठिकाणी नाहीत. आत्मा चेतन आहे. म्हणूनच तो अप्रमेय आहे. त्याचं गणिताप्रमाणे प्रमेय मांडता येत नाही. देह मात्र नाश पावणारे आहेत. ते उत्पत्तीपूर्वी नसतात आणि नाशानंतरही नसतात. ते केवळ उत्पत्ति-स्थिति-लय यांमधील स्थितिकाली भासतात. म्हणूनच ते असत् आहेत.

इथे एक विचार उद्भवू शकतो. तो म्हणजे, आपल्या अस्तित्वाचं काय? एखादा म्हणेल, आत्मा अविनाशी आहे हे आम्हाला माहीत आहे; शरीर केव्हा ना केव्हा तरी मरणार हेही माहीत आहे; त्यात नवीन काय? पण माझं 'मी' म्हणून जे अस्तित्व आहे त्याचं काय? ते न जाण्यासाठी देह हा हवाच. म्हणून तर देह सोडण्याची भीती वाटते.

मृत्यूनंतरच्या जीवनावर मी 'मृत्यूचा सोहळा आणि परलोकाचं स्वरूप' नावाचं एक पुस्तक लिहिलं. त्यासाठी उपनिषदांसह असंख्य ग्रंथांचा तौलनिक अभ्यास केला. त्यातून एक निश्चित निष्कर्ष निघतो. तो म्हणजे, देह सोडला तरी आपलं 'स्व'चं अस्तित्व मागे उरलेलंच असतं.

मनुष्य जेव्हा देह सोडतो, तेव्हा नक्की काय होतं? ईश्वराच्या कोणत्या अगम्य खेळाचं देह सोडणाऱ्याला दर्शन घडतं? त्याविषयी आपण थोडक्यात जाणून घेऊ.

मृत्यूनंतरचं जगत् सुंदर असलं तरी स्वतःहून कोणी देह सोडण्याचा प्रयत्न मात्र करू नये. कारण ते पापकर्म ठरतं. उलट आपल्याला जे जीवन मिळालं आहे, त्यात श्रेष्ठ कर्म करण्याचाच प्रयत्न करावा. अनेक संशोधकांनी देह सोडतानाचा अनुभव नोंदवून ठेवला आहे, तो साररूपाने पुढे देत आहे :-

एका अंधाऱ्या पोकळीतून आपण प्रचंड वेगाने जात असल्याचा अनुभव येतो. आपला प्राण साधारणतः डोक्याकडून (कोषांसह) बाहेर पडतो. एका द्वाराशी कुणीतरी आपल्याला शरीर सोडण्यासाठी प्रवृत्त करत असतं. काहींना अतिशय सुंदर, स्वर्गीय संगीत ऐकू येऊ लागतं.

पार्थिव देहापासून वर ठरावीक अंतरावर 'माणूस' तरंगायला लागतो. खाली पडलेला आपला देह तो बघू लागतो. हॉस्पिटलमध्ये मृत्यू झाला असेल तर डॉक्टरांचे त्याला वाचवण्यासाठी चाललेले शर्थीचे प्रयत्न, नर्सेसची धावपळ हे सारं 'तो' बघू शकतो. वरून आपलाच देह बघत असताना 'मृत' व्यक्तीला काही गोष्टींचं ज्ञान होतं. डोळे नसूनही ती ३६०अंश कोनात सर्व बघू शकते - कान नसूनही ऐकू शकते. इतकंच नव्हे तर खाली धावपळ करत असणाऱ्या एखाद्या व्यक्तीच्या मनात काय चाललंय, हेही ती जाणू शकते. कॅमेरा क्लोजअपमध्ये झूम व्हावा तशी ती व्यक्ती आहे त्या ठिकाणापासून केवळ इच्छेने खालच्या कुणाही व्यक्तीला 'क्लोज अप'मध्ये पाहू शकते; त्याचे विचार जाणू शकते.

देहातीत अवस्थेत जीवाला प्रचंड मनोवेग प्राप्त झालेला असतो. त्याच्या पार्थिव देहाला 'अतिदक्षता' विभागात नेताना हवेत तरंगत असलेली 'ती व्यक्ती'सुद्धा हवेतूनच त्यांच्या मागोमाग वरून जाते. वाटेत येणाऱ्या भिंती, जिने, बंद दरवाजे, माणसं अशा सर्व भौतिक गोष्टींमधून ती तितक्याच वेगाने आरपार जाते. 'जिवंत' माणसांचं बोलणे तिला ऐकू येत असतं; पण तिचं बोलणे मात्र कुणालाही ऐकू जात नसतं. स्वतःच्या स्वतंत्र अस्तित्वाची त्या 'मृत' व्यक्तीला जाणीव असते.

आपलं शरीर आपल्या पार्थिव देहाच्या आकाराएवढं आहे किंवा वर्तुळाकृती आहे, याचं भान त्या जीवाला येतं. ते शरीर धुरकट पदार्थापासून बनलेलं असून अगम्य आहे; शिवाय कोणतीही इंद्रियं नसूनही त्याला अतींद्रिय ज्ञान प्राप्त झालं आहे, याचीही जाणीव होते. देह सोडल्यानंतरची व्यक्तीची अवस्था अत्यानंदाची असते. देहबंधनात असताना आयुष्यात कधीच अनुभवता न आलेला असा आत्यंतिक आनंद तिला त्या अवस्थेत प्राप्त झालेला असतो. तिची ती अवस्था अत्यंत सुखावह असते. आपण स्वतः चैतन्यमय किंवा चेतन आहोत याचंही ज्ञान तिला होतं.

त्यानंतर त्या व्यक्तीच्या समोर एक प्रकाशमय अस्तित्व (being) हळूहळू साकारतं. त्या प्रकाशमय तेजाच्या शुभ्रतेचं वर्णन पृथ्वीवरच्या

कोणत्याही भाषेत करता येत नाही. ते अतिशुभ्रत्व या जगात अनुभवायला मिळत नाही. देह सोडलेली व्यक्ती म्हणजे जीवात्मा थक्क होऊन त्या तेजखंडाकडे 'पाहत' राहतो.

त्या तेजोपुरुषाची आत्यंतिक प्रखरता असूनही देह सोडलेल्या 'व्यक्ती'चे डोळे दिपत नाहीत किंवा त्या तेजापासून तिला कोणताही त्रास होत नाही. उलट त्या तेजोखंडामुळे 'मृत' व्यक्तीला ऊब मिळते, उष्मा मिळतो; आणि त्यामुळे तर 'ती' अतिशय सुखावून जाते! त्या तेजोखंडाचं अस्तित्व आत्यंतिक आनंददायी असतं. त्याच्या प्रेमवर्षावात ती व्यक्ती न्हाऊन निघते. एकूणच 'त्या' स्थितीत तिला कोणत्याही प्रकारची भीती वाटत नसते; असतो तो केवळ आनंद! तो तेजखंडरूपी दिव्य पुरुष आत्यंतिक प्रेमवर्षाव करत असतो!

मग तो तेजोमय पुरुष 'मृत' व्यक्तीशी बोलायला लागतो, पण बोलणे तरी कोणत्या भाषेत? तिथे भाषा नसते आणि शब्दही नसतात. ते तेजोमय अस्तित्व आणि 'मृत' व्यक्ती यांचं संभाषण विचारांच्या देवाणघेवाणीतून होत असतं, हे किती अद्भुत! त्याबद्दल लौकिकार्थाने 'मृत' व्यक्तीला आश्चर्य वाटतं. 'जिवंत'पणी आपल्या मनात जे जे चांगले-वाईट विचार येतात, ते असेच कुठेतरी नोंदवले जात असतात. भाषेचा प्रश्नच नसतो.

थिऑसॉफीमध्ये त्या नोंदीलाच 'आकाशिक रेकॉर्ड' असं म्हणतात. हेच ते चित्रगुप्ताचं रेकॉर्ड! कुणीतरी आपले विचार जाणत असतं. त्याचे बरेवाईट परिणाम मग माणसाला निश्चितच भोगावे लागतात. म्हणूनच जीवनात आचार आणि विचार-शुद्धता आली पाहिजे.

तो तेजोमय निराकार पुरुष मग आत्यंतिक प्रेमाने त्या व्यक्तीला विचारतो, 'तू यायला तयार आहेस...? मग या रेषेपुढे ये, म्हणजे तुला ज्ञान होईल.' मृत व्यक्तीला ती रेष कुठे आहे ते माहीत असतं; पण ती रेष प्रत्यक्ष दिसत मात्र नसते! मग तो तेजोमय पुरुष म्हणतो, 'कसं जीवन तू जगलास... बघू दे तरी!' त्याचं विचारणं हे ज्ञानी माणसाचं विचारणं असतं. त्याला सारं काही माहीत असूनही तो प्रेमाने विचारत असतो; आणि एकाएकी त्या मृत व्यक्तीच्या जीवनातले सारे प्रसंग 'स्लाईड शो' किंवा चित्रफीत फिरल्याप्रमाणे सुरू होतात.

कुणीतरी भराभर click करावेत त्याप्रमाणे 'मृत' व्यक्तीच्या जीवनातले लहानपणापासूनचे सारे प्रसंग समोर भराभर दिसू लागतात. हे

प्रसंग इतक्या प्रचंड वेगाने सरकत असतात की, काही सेकंदातच त्याचा संपूर्ण जीवनपट समोर साकारतो. गंमत म्हणजे इतक्या प्रचंड वेगात आपल्या जीवनपटाचं दर्शन होऊनही त्या 'मृत' व्यक्तीला त्या सर्व प्रसंगांचं पूर्णपणाने आकलन होतं! थोडक्यात, आकलनशक्तीचा वेगही प्रचंड वाढलेला असतो.

ही चित्रफीत 'पाहत' असताना 'मृत' व्यक्ती बालपणापासूनच्या जीवनाचा पुन्हा एकदा अनुभव घेत असते. तो सारा अनुभव तिला सुखावह वाटत असतो. बालवयातले खेळ, हट्ट, भांडणं इथपासून मृत्यूपर्यंत केलेल्या अनेक भल्या-बुऱ्या गोष्टी तिला दिसतात! काही गोष्टी करायच्या राहून गेल्या आहेत, हेही तिला जाणवतं.

हा सारा 'फ्लॅश बॅक' आपल्या विचारांच्या पलीकडचा असतो. कारण ती कोणतीही फिल्म नसते किंवा स्लाईड नसते, तर चक्क ते प्रसंग प्रत्यक्षात समोर घडत असल्याचा 'मृत' व्यक्तीला भास होतो. विशेष म्हणजे ती सारी दृश्यं त्रिमिती (three Dimentional) स्वरूपात आणि गतिमान (moving) असतात. काही प्रसंग तर अनेक रंगात दिसतात.

या समान अनुभवांनंतर विविध लोकांना विविध अनुभव मिळाले; ते असे:-

तेजोमय पुरुषाशी वार्तालाप झाल्यानंतर काही 'मृत' व्यक्तींना समोर सीमारेषा किंवा कसलीतरी मर्यादा असल्यासारखं दिसू लागलं. करड्या रंगाचा धुक्यासारखा प्रकाशही दिसू लागला. पाण्याने शरीराकार धारण करावा असंही काहींना दिसतं.

अनेक अनुभवींना सुंदर शेतासारखं काहीतरी दिसलं. अतिसुंदर हिरवट प्रकाश तिथे पसरला होता. काहींना सोनेरी प्रकाशासदृश दिव्य प्रकाश दिसला. पृथ्वीवर अशा प्रकारचा प्रकाश आणि रंग कधीही बघायला मिळाला नव्हता.

काहींना पुढे कुंपण किंवा रेघेसारखं दिसू लागलं. तेव्हा नकळत त्या दिशेने काही जण जायला लागले. कुंपणापलीकडे कुणीतरी मनुष्याकारासारखं उभं होतं. तो स्वागत करायला कुंपणापर्यंत आला.

काहींना पलीकडच्या किनाऱ्यापर्यंत सागरासारखं काहीतरी दिसू लागलं. जहाजात बसून किनाऱ्याकडे जात असल्याचा अनुभव काहींना आला. आधीच मृत झालेले नातेवाईक किनाऱ्यावर स्वागतासाठी उभे

असलेले अनेकांना दिसले. ही सारी दृश्यं super imposeकेल्याप्रमाणे दिसत होती.

धुक्यापलीकडे पृथ्वीवरच्या लोकांप्रमाणेच काहींना आकार दिसू लागले. धुक्यातून जाताना अतिशय आनंदी वाटत होतं. तो आनंद कोणत्याही मानुषी भाषेत वर्णन करताच येऊ शकत नाही, असा जवळपास सर्वांचा अनुभव.

एकाला किनाऱ्यावर त्याचे मृत काका दिसू लागले. ते म्हणाले, 'Go back! पृथ्वीवरचं तुझं काम अद्याप संपलेलं नाही...' काहींना आपल्या पत्नीचे कष्ट जिवंतपणी कधी दिसलेच नव्हते किंवा जाणवले नव्हते. परंतु देह सोडल्यावर त्या गोष्टीची प्रकर्षाने जाणीव झाली. काहींना धुक्याच्या पडद्यापलीकडे एक मिरवणूक चाललेली दिसली.

याप्रमाणे देह सोडण्याचा अनुभव पुष्कळ लोकांना आला आहे. देह सोडणं हे मृत्यूच्या प्रांतातलं पहिलं पदार्पण असतं. जोपर्यंत सूक्ष्मदेहाची जडदेहाशी जोडलेली चंदेरी नाळ तुटत नाही, तोपर्यंत जीवाचा पुढचा प्रवास सुरू होत नाही. नाळ तुटल्यानंतरच नवजात बालक खऱ्या अर्थाने या भौतिक जगात प्रवेश करतं, त्याचप्रमाणे ही चंदेरी नाळ तुटल्यानंतरच जीव हे भौतिक जगत् सोडून पुढच्या प्रवासाला जातो.

त्यामुळे पृथ्वीवरचा भौतिक देह सोडला तरी जीवाचं स्वत्व टिकूनच असतं आणि त्याचे भिन्न जगतातले अनुभव जीवाला मिळू लागतात.

ज्यांना मृत्यूचा म्हणजे भौतिक देह सोडण्याचा अनुभव मिळाला, त्यांच्या एक गोष्ट तेव्हा ध्यानात येते, ती म्हणजे पृथ्वीवर आपण विकास करण्यासाठीच आलो आहोत आणि निःशंक मनाने शुद्ध कर्मच केलं पाहिजे. कर्मानुसारच मृत्युपश्चात जीवाचा विकास होत असतो - जीव अधिक उन्नत स्तरावर जात असतो.

भगवान सांगतात, अविनाशी अशा आत्म्याचा कोणीही नाश करू शकत नाही. असं असून अर्जुन मात्र शत्रूच्या देहांचा विचार करत बसला आहे. विमोहित झालेल्या अर्जुनाला युद्धसन्मुख करण्यासाठी भगवंतांनी म्हणूनच हा उपदेश केला. स्वधर्मापासून न ढळता युद्धाला सिद्ध व्हायला ते सांगत आहेत.

सागरजल ओंजळीत घेतलं काय किंवा सागरात सोडून दिलं काय, त्यामुळे हर्ष वा खेद होण्याचं कारण नाही. शरीररूपी ओंजळीत काही काळ आत्म्याने वास्तव्य केलं किंवा त्यातून निर्गमन केलं; त्याबद्दल हर्ष वा खेद मानण्याचं काहीच कारण नाही!

*य एने वेत्ति हन्तारं यश्चैनं मन्यते हतम्।*
*उभौ तौ न विजानीतो नायं हन्ति न हन्यते।।२.१९।।*
*न जायते म्रियते वा कदाचिन्नायं भूत्वा भविता वा न भूयः ।*
*अजो नित्यः शाश्वतोऽयं पुराणो न हन्यते हन्यमाने शरीरे ॥२.२०॥*

जो या आत्म्याला मारणारा असे समजतो, तसेच जो 'हा (आत्मा) मेला' असे मानतो, ते दोघेही अज्ञानी आहेत; कारण हा आत्मा वास्तविक पाहता कोणाला मारत नाही आणि कोणाकडून मारलाही जात नाही. हा (आत्मा) कधी जन्म पावत नाही अथवा कधी मृत्यू पावत नाही. (म्हणजे) हा (एकदा) होऊन पुन्हा होणार नाही असंही नाही. हा जन्मरहित, नित्य, क्षयरहित व अनादि आहे. शरीराचा नाश झाला असता आत्म्याचा नाश होत नाही.

या श्लोकांमधून भगवान सुचवतात, 'या अविनाशी आत्म्याला मारणारा मी आहे किंवा हा मरणारा आहे असं जो समजतो, त्याला खरं ज्ञान असत नाही. आत्मा कधी मरतही नाही आणि मारतही नाही. हा सारा प्रकृतीचा खेळ आहे.'

हा श्लोक कठोपनिषदामधला आहे.

*न जायते म्रियते वा विपश्चिन्नायं कुतश्चिन्न बभूव कश्चित्।*
*अजो नित्यः शाश्वतोऽयं पुराणो न हन्यते हन्यमाने शरीरे॥*

*कठोपनिषद २.१८*

आत्मा जन्मला आणि त्याचा नाश झाला असं होत नाही. हा अज म्हणजे न जन्मणारा, नित्य, शाश्वत आणि पुरातन आहे. आत्म्याचा वध कधी संभवत नाही. वध होतो तो केवळ शरीराचा.

अज म्हणजे ज्याचा जन्मच होत नाही असा. परमात्म्यापासून एक अंश वेगळा होतो आणि तो अनेक तत्त्वांसह देह धारण करतो. त्यामुळे देहाचा जन्म दिसतो; याचा अर्थ आत्म्याचाही जन्म झाला असं होत नाही. समुद्राच्या पाण्याचा एक थेंब भांड्यात

भरून घेतला म्हणजे भांड्यातल्या थेंबाचा नव्याने जन्म झाला असं मानायचं का?

आत्म्याला नित्य म्हटलं आहे. कारण शरीराच्या वाढीबरोबर त्याच्यात वाढ होऊ शकत नाही. जीवाच्या जन्मानंतर शरीर वाढत जातं. बालपण, तरुणपण सरलं की शरीराचा क्षय सुरू होतो, पण या संपूर्ण कालबद्ध प्रक्रियेत आत्म्याच्या मूळ स्वरूपात कोणतंही परिवर्तन होत नाही. म्हणजेच तो जन्मही पावत नाही आणि मृत्यूही पावत नाही.

तो क्षयरहित म्हणजेच नित्य आणि शाश्वत आहे. त्याच्या असण्यामध्ये संदिग्धता नाही. संदिग्धता ही जीवाच्या मनात असते. ज्याच्या केवळ उपस्थितीमुळे मनादी सारी इंद्रियं काम करतात, त्याच्याविषयीच जीव नेहमी साशंक असतो. खरोखर आत्मा असतो का? असला तर त्याचं वास्तव्य कुठे असतं?

भगवंतांनी आत्म्याला पुरातन म्हटलं आहे हे विशेष! जे नवीन असतं तेच पुरातन होतं. मग जो अज म्हणजे अजन्मा आहे, जो नित्य आहे, क्षयरहित आहे, कालातीत आहे, तो पुरातन कसा होईल? बरं, आत्म्याचे हे सारे गुणविशेष एकाच श्लोकात भगवंतांनी सांगितलेले आहेत. त्यामुळे जो नित्य आहे तो पुरातन कसा असा प्रश्न उपस्थित होऊ शकतो. त्याचं उत्तर असं असू शकतं, ज्या वेळी परमात्म्याचा अंश आत्मरूपाने वेगळा होऊन त्याने कारणपरत्वे देह धारण केला तो क्षण. त्या क्षणापासून जितके जन्म जीव कर्मानुसार घेत राहिला, तितका तो आत्मा पुरातन होत गेला. पण प्रत्यक्षात तो कालातीतच असतो. शरीराचा नाश होतो आणि आत्मा पुन्हा नवीन देह धारण करतो.

म्हणजे विनाश शरीराचा होतो पण आत्म्याचा होऊ शकत नाही. एवढंच नव्हे तर आत्म्याने धारण केलेल्या जीवात्म्याचाही पृथ्वीवरच्या कोणत्याही साधनांनी विनाश होऊ शकत नाही. जीवात्म्याचा 'अहं' पृथ्वीवरचा भौतिक देह सोडला तरी कार्यरत असतो. जीवात्मा मृत्युपश्चात भिन्न सृष्टीचाही अनुभव घेत राहतो. मृत्यूनंतर जीवात्म्याला चांगले-वाईट अनुभव मिळणं पुष्कळांना अशक्य वाटतं. स्वर्ग-नरक भ्रामक वाटतात. स्वर्गातले दिव्य भोग आणि नरकातल्या यातना म्हणजे त्यांना कविकल्पना वाटते. पण यासंदर्भात वेगळ्या दृष्टिकोनातून विचार करायला हवा.

जीवात्म्याने जडदेह सोडला तरी जडदेहाचा थोडा भौतिक अंश त्या सूक्ष्म शरीराशी संलग्न राहिलेलाच असतो. जसं तेलकट पदार्थांमधलं तेल कितीही वेगळं काढायचा प्रयत्न केला, तरी तेलाचा अंश त्या पदार्थामध्ये उरलेलाच असतो. त्याचप्रमाणे जड देह जरी पृथ्वीवर राहिला तरी त्या देहाचा अंश (त्या तेलाप्रमाणे) सूक्ष्मदेहाबरोबर काही प्रमाणात राहिलेला असतोच. भारतीय शास्त्रांमध्ये या जडदेहाच्या अंशाला 'भूतसूक्ष्म'

शरीर असं म्हणतात. परलोक यात्रेच्या वेळी सूक्ष्मदेहाला आधार देण्याचं काम हे 'भूतसूक्ष्म' शरीर करत असतं; आणि म्हणूनच जीवात्म्याला पृथ्वीवर सोडलेल्या देहाची ओळख आणि अनुभव देह सोडल्यानंतरही राहतो. या 'भूतसूक्ष्म' शरीराला सूक्ष्मदेहाशी संलग्न राहण्यासाठी विशिष्ट प्रकारचं बाष्प कारण ठरलेलं असतं. ते बाष्प कोणतं, ते आपण जाणू शकत नाही. सूक्ष्मदेहाशी संलग्न राहिलेलं विशाल मन हे शक्तिस्वरूप असतं. भौतिक आधाराशिवाय हे मन संभवतच नाही. सूक्ष्मदेहाला 'भूतसूक्ष्म' शरीराचा आधार मिळाल्यामुळेच सूक्ष्मदेहाला जडदेहाचा अनुभव मिळत राहतो. चांगल्या-वाईट कर्म-संचयानुसार जर जीवाला स्वर्गादी उच्च स्तरावर जागा मिळाली तर मात्र हे 'भूतसूक्ष्म' शरीर नष्ट होऊन जीवाला त्या त्या स्तरानुसार नवीन दिव्य शरीराचा लाभ होतो.

याउलट जर जीवात्म्याला कुकर्मांमुळे नरकासारखा निम्न स्तर मिळाला तर मात्र सूक्ष्मदेहाला आधार ठरलेला यातनामय 'भूतसूक्ष्म' देह तसाच सूक्ष्मदेहाला चिकटून राहतो. हेच भूतसूक्ष्म शरीर सूक्ष्मदेहाशी संलग्न राहिल्यामुळे मनाला नरकयातनांचा अनुभव मिळत राहतो. 'भूतसूक्ष्म' देहाला कारण ठरलेलं अगम्य बाष्प नरलोकात नाहीसं होतं. मग 'भूतसूक्ष्म' देहासह जीव कर्मानुसार नरक-स्तरावरची शेकडो-हजारो वर्षं असह्य यातना भोगत राहतो. 'भूतसूक्ष्म' देहामुळेच त्या यातना भोगल्याचा जीवात्म्याला कटू अनुभव मिळत राहतो. अन्यथा आनंदस्वरूप सूक्ष्मदेहाला नरकयातनांचा अनुभव कशाच्या आधाराने मिळू शकेल? नरकयातनांचा अनुभव जीवात्म्याच्या उर्वरित चार कोषांना मिळत नसतो. तर्कशास्त्राच्या दृष्टीनंही ती गोष्ट योग्य वाटत नाही. तर विशाल, शक्तिशाली ज्ञानी मन हे समकाल अनुभवत असतं. पण 'भूतसूक्ष्म' देहामुळे ते नरकात स्थितीकाल अनुभवू लागतं.

तथापि, त्या शरीरातल्या जीवात्म्याचाही विनाश होऊ शकत नाही. त्याच्यावर शस्त्राचा उपयोग होत नाही. सरोवरातील पाण्यावर तलवारीचे कितीही वार केले, तरी पाणी कापलं जाऊ शकत नाही किंवा विलग होऊ शकत नाही. तसंच हे आहे. अग्नीवरून कितीही धारदार पाती फिरवली तरी अग्नी दुभंगू शकत नाही. सूर्यकिरणांवर शस्त्राचा कोणताच परिणाम होऊ शकत नाही. हवा कापली जाऊ शकत नाही. तसाच आत्मा सदासर्वदा एकरूप असतो. शरीर भंगलं तरी आत्मा भंगत नाही. शरीर नाश पावलं तरी आत्मा नाश पावत नाही.

या श्लोकातून भगवंतांना अर्जुनाला उपदेश करायचा आहे की, 'कौरवांच्या शरीरांची काळजी न करता तू युद्धाला सिद्ध हो. तू युद्ध केलंस तरी भीष्मादिकांचे नाशिवंत असलेले देह मरणारच आहेत; आणि तू त्यांच्याशी युद्ध केलं नाहीस तरी ते

मरणार आहेत! त्यांचं मरण तुझ्या हातात नाही.' मग एखादा खुनी म्हणेल, 'मी कुणाला मारलं नाही. कारण मारणारा मी थोडाच आहे? ज्याचा मी खून केला तो मी न मारताही मरणारच होता.'

भगवंताला हा अर्थ इथे अपेक्षित नाही. हा उपदेश प्रासंगिक आहे, त्यामागचा उद्देश ध्यानात घेतला पाहिजे. गीतेतला कोणताही आपल्याला सोयीस्कर असलेला श्लोक घेऊन त्याचा काथ्याकूट करत बसण्यात अर्थ नसतो. त्यातली प्रसंगोचितताही विचारात घ्यायला लागते. त्यामुळे विनाकारण अथवा विकारवश होऊन कुणाचा वध करणं ही गोष्ट जशी धर्म्य नाही, त्याचप्रमाणे युद्धात शत्रूचा वध न करणं ही गोष्टदेखील धर्म्य नाही, ही गोष्ट या प्रासंगिक उपदेशातून लक्षात घेतली पाहिजे.

म्हणूनच माणसाने धर्माधर्माचा सखोल विचार केला पाहिजे.

आपल्या शरीरातला 'मी' हा वेगळाच असतो. शरीर जरी निद्रिस्त झालं तरी हा 'मी' सतत जागृत असतो; कार्यरत असतो. शरीराची उत्पत्ती होण्यापूर्वीही त्याचं अस्तित्व असतं आणि शरीराचा नाश झाल्यानंतरही त्याचं अस्तित्व उरणारच असतं.

शरीरांतर्गत आत्म्याला जन्म नाही म्हणूनच मृत्यू नाही. पाण्याच्या मोटारीत वीज प्रविष्ट झाली की मोटार सुरू होते. वीज गेली की बंद पडते. आत्मा देहात प्रविष्ट झाला की देह कार्यरत होतो. आत्मा देह सोडून निघाला की शरीर बंद पडतं. असा तो आत्मा जन्मरहित, मृत्युरहित, आदी-अंत नसलेला असा आहे.

*वेदाविनाशिने नित्यं य एनमजमव्ययम्।*
*कथं स पुरुषः पार्थ कं घातयति हन्ति कम्।।२.२१।।*
*वासांसि जीर्णानि यथा विहाय नवानि गृह्णाति नरोऽपराणि ।*
*तथा शरीराणि विहाय जीर्णान्यन्यानि संयाति नवानि देही ।।२.२२।।*

हे पार्था! जो पुरुष, 'हा आत्मा नाशरहित, नित्य, न जन्मणारा आणि न बदलणारा आहे,' हे जाणतो, तो कोणाला कसा ठार करवील किंवा कोणाला कसा ठार करील? ज्याप्रमाणे व्यक्ती जुनी वस्त्रं टाकून दुसरी नवी वस्त्रं घेते, त्याप्रमाणे देहवान आत्मा जुनी जीर्ण शरीरं सोडून दुसरी नवी शरीरं प्राप्त करून घेतो.

'अर्जुना, हा आत्मा अविनाशी, नित्य, आदीअंत नसलेला आहे, असं ज्ञान ज्याला होतं तो पुरुष कुणाला कसा मारेल?' असं २१व्या श्लोकात भगवान प्रश्न करतात. त्याच संदर्भाने आता या श्लोकात आत्म्याचं अविनाशित्व विशद करून सांगताना ते जीर्ण वस्त्राचा समर्पक दृष्टान्त देतात. जीर्ण वस्त्र आपण वापरत नाही. ते टाकून नवीन वस्त्र धारण करतो. किंवा जुनं, राहण्यास अयोग्य असं घर सोडून आपण नवीन चांगल्या घरात राहायला जातो. त्याचप्रमाणे आत्मा जीर्ण किंवा निर्बल शरीर सोडून नवीन शरीर धारण करतो. जे शरीर वयामुळे, रोगामुळे किंवा तपामुळे जीर्ण-निर्बल झालेलं असतं, ते शरीर आत्मा टाकून देतो आणि दुसरं नवं सुदृढ शरीर धारण करतो; परंतु त्यामुळे आत्म्याच्या मूळ स्वरूपात कोणत्याही प्रकारचा बदल घडून येत नाही.

शरीराचा नाश आणि उत्पत्ती या दोन्ही स्थितीत आत्मा विकाररहितच असतो... एखाद्या माणसाने जुना सदरा टाकून दिला तर त्या जुन्या सदऱ्याविषयी कुणी शोक करत बसलं तर ती गोष्ट जितकी अशोभनीय होईल, तितकीच अशोभनीय गोष्ट मर्त्य शरीराविषयी प्रेम धरून कुणी शोक केला तर होईल. याचा अर्थ भावनाहीन व्हायचं असंही नाही. जवळचं नातलग गेल्यावर दुःख हे होणारच; परंतु फार काळ दुःख धरून बसणं योग्य होणार नाही. जन्म घेतल्यानंतर किती काळ पृथ्वीवर वास्तव्य करायचं हे

प्रत्येक जीव ठरवूनच आलेला असतो. एखाद्याचा अकाली जरी मृत्यू झाला नाही तरी शरीर जुने झालं, खंगलं, निर्बल झालं तर आत्मा ते शरीर सोडून देतो आणि दुसरं चांगलं शरीर पुन्हा धारण करतो. या सर्व प्रक्रियेत शरीराचा खरा मालक मात्र नित्य असतो. तो अज आहे - अजन्मा आहे. त्याचा जन्म केवळ भासतो. पण वस्तुत: त्याचा जन्मही संभवत नाही आणि त्याचा मृत्यूही होत नाही. आणि हे जो जाणतो, तो सुख-दु:खांच्या आवेगांपासून स्वत:ला अलिप्त ठेवू शकतो.

परंतु जे केवळ शरीरालाच सर्वस्व मानून भोग घेत राहतात, त्यांना मात्र सुखदु:खांची फळं चाखावी लागतात. या संदर्भात 'मुण्डकोपनिषदा'तील प्रथम खंडात एक सुंदर रूपक ऋषींनी सांगितलं आहे.

> जीव आणि शिव हे दोन पक्षी असतात. दोघेही एका वृक्षाच्या आश्रयाने राहत असतात. हे दोघेही एकमेकांचे परममित्र असतात. इतके की, एक उडून गेला तर दुसराही त्याबरोबर जातो. जेव्हा दोघे त्या वृक्षावर बसून असतात, तेव्हा एक पक्षी वृक्षाच्या फळांचा आस्वाद घेत राहतो - मग फळं कशीही असोत! दुसरा पक्षी मात्र काहीही न करता केवळ आपल्या त्या मित्राकडे साक्षिभावाने बघत राहतो. म्हणजे एकाच लक्ष कायम फळांकडे असतं; तर दुसऱ्याचं नित्य त्या पहिल्या पक्ष्याकडे.
>
> पहिल्या पक्ष्याला कितीही फळं मिळाली आणि ती कशीही असली तरी त्याची फळांपोटी असलेली आसक्ती कमी होत नाही. त्याला कधी तृप्ती मिळतच नाही. वृक्षाची फळं चाखूनही पहिला पक्षी चिंतेने कायम ग्रस्त असतो. त्यामुळे तो नित्य संघर्षात अडकलेला असतो. दुसरा पक्षी मात्र तृप्त असतो.

या रूपककथेतील वृक्ष म्हणजे मनुष्याचं शरीर, दोन पक्षी म्हणजे एक जीव आणि दुसरा आत्मा. जीव सतत फळरूपी सुखदु:खांचा अनुभव घेत असतो; तर आत्मा केवळ त्याच्या कृतीकडे बघत असतो. तो शरीररूपी वृक्ष कालांतराने वठला की फळं चाखणारा जीव उडून जातो आणि त्यापाठोपाठ त्याचा मित्र म्हणजे आत्माही उडून जातो. केवळ फळाकडे दृष्टी लावून बसलेल्या त्या पहिल्या पक्ष्याचं लक्ष जेव्हा त्याच्याकडे प्रेमाने पाहत राहणाऱ्या त्याच्या मित्रपक्ष्याकडे जाईल, तेव्हाच तो पहिला पक्षी चिंतामुक्त होऊन जाईल. आज जगात असे असंख्य लोक आहेत की, ज्यांचं लक्ष या दुसऱ्या पक्ष्याकडे गेलं आहे आणि 'पाहिजे-पाहिजे'च्या कचाट्यातून सुटून ते यदृच्छेने मिळेल त्यात आनंदाने जगत आहेत.

भौतिकवाद्यांचा कदाचित या दुसऱ्या पक्ष्यावर विश्वास बसणार नाही, पण पहिला पक्षी म्हणजे भौतिक शरीर मात्र ते नाकारू शकत नाहीत. त्याची उत्पत्ती-स्थिती आणि लय यांचा साक्षात अनुभव त्यांनाही येतो. माणसाचं शरीर ज्या मूलद्रव्यांपासून किंवा खनिज-क्षारांपासून बनलेलं असतं, ती सारी द्रव्यं एकत्र करून जिवंत माणूस निर्माण करता येत नाही, हेही प्रयोगान्ती त्यांना समजून चुकलेलं आहे.

मरणोत्तर अस्तित्व आणि पुनर्जन्म यांमधील सत्य जाणून घेण्यासाठी प्रख्यात ब्रिटिश पत्रकार पॉल ब्रन्टन मागील शतकात भारतात आला होता. अरुणाचलम्च्या रमण महर्षींना त्याने गुरू केलं होतं. भारतात आलेले अनेक चित्तथरारक त्यांनी *A Search in Secret India* या पुस्तकामध्ये नोंदवून ठेवले आहेत. पिरॅमिडमधील गूढ उकलण्याच्या हेतूने पॉल ब्रन्टन पुढे इजिप्तला गेला. सरकार-दरबारी प्रयत्न करून गिझाच्या 'ग्रेट पिरॅमिड'मध्ये रात्रभर थांबण्याची त्याने परवानगी मिळवली. त्या वेळी पिरॅमिडमध्ये संध्याकाळनंतर कुणाला थांबू देत नसत. पॉल ब्रन्टनला तर रात्रभर थांबून पिरॅमिडचं गूढ उकलायचं होतं. संध्याकाळी तो पिरॅमिडमध्ये गेला. पहारेकऱ्याने पिरॅमिडचं दार बाहेरून लावून घेतलं. पॉल ब्रन्टन पिरॅमिडमधल्या गर्भगृहातील 'किंग्ज् चेंबर'मध्ये जाऊन बसला. *A Search in Secret Egypt* या आपल्या पुस्तकात त्यांनी पुढे घडलेला चित्तथरारक प्रकार तपशीलवार नोंदवून ठेवला आहे. तो सारांशरूपाने त्यांच्याच शब्दात सांगतो :

> 'संध्याकाळ सरली होती. पिरॅमिडच्या आत मिट्ट काळोख होता. वेळेचा अंदाज बांधता येत नव्हता... अधूनमधून मला पेंग येत होती... काही वेळाने माझ्या सभोवती काहीतरी धुरकट-पांढरं अस्तित्व तरंगत आहे असा भास मला होऊ लागला. त्यातून अत्यंत भेसूर, हिडिस आकृत्या आकार घेऊ लागल्या... हळूहळू त्या माझ्याभोवती घिरट्या घालू लागल्या. त्या आकृत्यांना माझ्याविषयी आत्यंतिक द्वेष आणि तिरस्कार वाटत होता, हे मला जाणवलं. मृत्यूविषयी मला कधीच भय वाटलं नव्हतं; पण आता मात्र अंतर्यामी भीतीची भावना निर्माण झाली होती. पटकन जवळचा टॉर्च लावावा आणि बाहेर जाऊन पहारेकऱ्याला हाक मारावी, असं मला वाटून गेलं, पण माझे पाय हालेनासे झाले होते. जणू अंगातलं सारं त्राण निघून गेलं होतं. त्या आकृत्या किती वेळ माझ्याभोवती फिरत होत्या कुणास ठाऊक?
>
> 'काही वेळाने त्या 'किंग्ज् चेंबर'च्या दाराजवळ कुणीतरी उभं असल्याचं मला जाणवलं. ती एक उंचच उंच आणि शुभ्र-तेजस्वी मनुष्याकृती

होती. तिच्या उपस्थितीमुळे माझ्याभोवती घिरट्या घालणाऱ्या हिडिस आकृत्या नाहीशा झाल्या. ते शुभ्र अस्तित्व माझ्याकडे प्रेमाने पाहत होतं. तिने पायघोळ शुभ्र अंगरखा म्हणजे robe घातला होता. हाताची घडी घातली होती. त्या व्यक्तीच्या शरीराभोवती मंद असं तेजोवलय होतं. तिच्या सुरकुतलेल्या मुद्रेतून करुणा ओसंडत होती. जणू ती व्यक्ती म्हणजे इजिप्तच्या प्राचीन मंदिरामधील एखादा महंत होता.

'ती शुभ्र व्यक्ती जवळ येऊन वाकून म्हणाली, सुप्त शक्ती जागृत करण्याचा कशासाठी अट्टाहास करतोस? मर्त्य लोकांमधील सुविधा पुरेशा वाटत नाहीत का तुला?

'ते शुभ्र अस्तित्व प्रत्यक्ष बोलत नव्हतं, परंतु ते थेट माझ्या अंतर्यामी संपर्क साधत होतं. एक गोष्ट मात्र निश्चित, तो कोणत्याही सजीव मानवाचा आवाज नव्हता. माझ्या मनाशी थेट संपर्क साधून ती शुभ्र व्यक्ती म्हणत होती, तू परत जा... अशा भलत्या गोष्टींचा ध्यास धरू नकोस... जो आमच्याशी संपर्क साधतो त्याला मर्त्य लोक सोडावाच लागतो... तू तो सोडण्यासाठी तयार आहेस?

'त्या व्यक्तीची मुद्रा तेजाने उजळली होती. तिच्यात अपार करुणा विलसत होती. तिच्या शरीराभोवतीचं तेजोवलय तिचं श्रेष्ठत्व सिद्ध करण्यास पुरेसं होतं. ते तेज पुन्हा खाली वाकून एकदम मला म्हणालं, तुला नियतीने स्वीकारलं आहे. 'हॉल ऑफ नॉलेज'मध्ये तुला नेलं पाहिजे... तिथल्या दगडी पेटीकडे (सार्कोफॅगसकडे) निर्देश करून ते शुभ्र अस्तित्व म्हणालं, तू आता तिथे पडून राहा... मी त्याप्रमाणे त्या पेटीवर पडून राहिलो.

'त्यानंतर माझ्या शरीरातले सारे स्नायू प्रेतवत ताठरून गेले. एक शीतलहर पायाच्या बोटांपासून डोक्याकडे सरकू लागली. जाणीव आक्रसू लागली; आणि बिंदूवत होऊन ती मेंदूतील कोणत्या तरी मध्यवर्ती केंद्रकात स्थिरावली. श्वासोच्छ्वास मंदावत गेला.

'मग एकदम एखाद्या चक्रिवाताप्रमाणे गरगर फिरत मी एका निरुंद पोकळीतून बाहेर पडलो. जणू मी नाशवंत देहातून मुक्त झालो होतो. तो आनंद अवर्णनीय असाच होता. मी आता 'किंग्ज चेंबर'च्या उंच छताशी उताणाच तरंगत होतो. अदृश्य हातांनी मला सरळ केलं. खालच्या सार्कोफॅगसवरचं माझं अचेतन शरीर मला वरून स्पष्ट दिसत होतं, पण त्या अचेतन शरीराची स्थिती बदललेली होती. दोन्ही पाय जुळलेले होते. हात

छातीवर घडी घातलेल्या स्थितीत होते... मी त्या स्थितीत मुळीच झोपलो नव्हतो. मग अचेतन देहाची ही स्थिती कुणी केली होती...?

'त्या अचेतन देहाशी एका चंदेरी दोरीने म्हणजे Silver Cord ने मी जोडलेला होतो. त्या चंदेरी दोरीच्या निळसर प्रकाशाने तो किंग्ज चेंबर प्रकाशित झाला होता. छताशी मी पतंगाप्रमाणे फिरत असताना माझ्या अंतर्यामी पुन्हा शब्द उमटले, हेच ते मृत्यूचं स्वरूप! तू आत्मा आहेस. त्या जड शरीराबाहेर तू अशा तऱ्हेने राहू शकतोस.

'काही काळ मी संभ्रमावस्थेत होतो. ज्याला मी 'माझा' म्हणत होतो, तो खाली पडलेला देह मग कुणाचा होता? आणि देहातून बाहेर पडल्यानंतर आता 'मी' कोण आहे? माझ्या या देहाचं स्वरूप तरी काय आहे?

'त्या संभ्रमावस्थेत असतानाच त्या दिव्य अस्तित्वाचे शब्द पुन्हा अंतर्यामी उमटले, हे सर्वशक्तिमान जगन्नियंत्या, याच्यावर कृपा करून याला पुन्हा मर्त्यजगात राहण्यालायक कर. माझ्याकडे बघत तो दिव्य महंत म्हणाला, तुला हवं ते ज्ञान मिळालं आहे. आत्मा कधीच नाश पावत नाही हे सत्य तू सर्वांना सांग... आता हे पाहा...

'मला एकाएकी वेगवेगळी दृश्यं दिसू लागली. वीस वर्षांपूर्वी मी ज्या स्त्रीच्या अंत्यविधीला उपस्थित होतो ती स्त्री मला दिसली. ज्याचं मी स्वहस्ते बारा वर्षांपूर्वी दफन केलं होतं, तो माझा मित्र ओझरता दिसून गेला. चार-पाच वर्षांपूर्वी अपघातात दगावलेलं एक हसरं बालक मला भेटलं. या सर्वांचे आवाज मला ऐकू आले आणि हवेत विरून गेल्याप्रमाणे ते सारे नाहीसे झाले...

'पुन्हा माझ्या मनाशी संपर्क साधून तो महंत म्हणाला, तुझ्यासारखेच तेसुद्धा अमर आहेत. काही निवडक जीवांना इथे आणून त्यांची एका महात्म्यासमवेत भेट घडवून दिली जाते... तो महात्मा कोण आहे, हे तुला इतक्यात कळणार नाही... ते कळायला अजून पुष्कळ अवकाश आहे.

'तो महंत पुढे म्हणाला, या पिरॅमिडने अर्ध्या जगाचे मृत्यू पाहिलेत. मृत पावलेले असेच जिवंत आहेत... या वास्तूमध्ये प्राचीन मनुष्याच्या प्रथम वास्तव्याच्या नोंदी केलेल्या आहेत. महंतांमार्फत मनुष्यांनी त्यांच्या निर्मात्याबरोबर कव्हेनन्ट(करार) केले होते. परस्परद्वेषभावनेतून ते मोडले गेले. अटलांटिस बुडण्याचं तेच कारण होतं. निर्माता सर्वांवर सारखंच प्रेम करतो. तरीपण त्याच्या अलिखित नियमांनी मनुष्यमात्र बद्ध आहे.

'माझ्या मनात तो करार बघण्याची इच्छा निर्माण झाली. प्रथम त्याने नकार दिला, पण माझी सत्प्रवृत्ती ओळखून त्याने करार दाखवण्याला सहमती दर्शवली. त्याने मला त्याच्या मागून यायला सांगितलं. अचानक मी एका पॅसेजमधून जाऊ लागलो. तो लांबवर गेलेला मार्ग अनोख्या मंद प्रकाशाने प्रकाशित झाला होता. तथापि कोणतेही दिवे किंवा खिडक्या कुठे दिसत नव्हत्या. मग मला उमजलं, त्या महात्म्याच्या 'शरीरात'तून निघालेल्या प्रकाशामुळे आणि माझ्या शरीराशी जोडलेल्या सिल्व्हर कॉर्डमुळे तो पॅसेज प्रकाशित झाला होता. पॅसेजच्या भिंती गुलाबी टेराकोटाने बांधल्यासारख्या दिसत होत्या.

'त्यानंतर मी एका उतरत्या मार्गावरून जायला लागलो... त्या महात्म्याने मला सांगितलं, काही झालं तरी मागे वळून बघू नकोस. पुढे गेल्यावर एका मंदिरासारख्या सभामंडपात आम्ही प्रवेश केला. आपण इथे कुठून आलो ते कळत नव्हतं. परत जाताना गडबड होऊ नये या विचाराने मी सहजगत्या मागे वळून बघितलं. त्याचवेळी तो सर्व देखावा एकाएकी विरून गेला. माझ्याशी संपर्क ठेवणारा तो शुभ्र तेजस्वी महंत मला म्हणाला, ते महत्त्वाचं नाही. मात्र असेच मार्ग तुझ्या मनात आहेत. आता तुझ्या अंतर्यामी त्यांचा शोध घे...

'अस्पष्ट होत ती शुभ्र व्यक्ती दिसेनाशी झाली. माझं शरीर वितळत आहे असं मला क्षणभर वाटलं. माझ्या शरीरात मी पुन्हा प्रवेश केला; आणि मी शुद्धीवर आलो. मी त्या दगडी सार्कोफॅगसवरच झोपलो होतो.'

'बुक ऑफ इनॉक'मध्येही अशाच प्रकारचं वर्णन आहे हे विशेष! ही घटना गेल्या शतकातली आहे. इनॉक तर शेकडो वर्षांपूर्वी होऊन गेला. इनॉकलाही देव अंतराळात घेऊन जातो. त्याने केलेली वर्णने पॉल ब्रन्टनच्या बऱ्याच वर्णनाशी थेट जुळतात.

शरीर म्हणजे पूर्ण मनुष्य नव्हे. नुसतं शरीर काहीही करू शकत नाही. त्यात जो आत्मा असतो त्यामुळे शरीर कार्यरत होत असतं. आत्मा म्हणजे वीजही नव्हे. मृत शरीराला जिवंत करण्याचे पाश्चात्त्य देशात अनेक प्रयोग झाले. त्यावर 'फ्रँकेन्स्टाइन'सारखे चित्रपटही निघाले. ढगातली वीज मृत शरीरात प्रविष्ट करून मृत माणसाला जिवंत करण्याचाही प्रयत्न झाला, पण यश आलं नाही. कारण वीज म्हणजे आत्मा नव्हे! आत्मा हा परमात्म्याचा अंश असतो. विजेची आत्मशक्तीशी तुलनाच होऊ शकत नाही. हवेचा आणि वातावरणाचा प्रचंड प्रतिकार असताना आत्मशक्ती

माणसाला त्याविरुद्ध पळवू शकते. कालांतराने मानवी शरीर वयोमानानुसार अशक्त बनतं. आत्मशक्ती जरी पहिल्यासारखीच प्रभावी असली तरी शरीराची त्याला साथ मिळत नाही. मग ते शरीर सोडून आत्मा जीवाबरोबर दुसऱ्या देहात प्रविष्ट होतो... म्हणजे दोन्ही पक्षी झाड सोडतात आणि दुसऱ्या चांगल्या झाडावर जाऊन स्थिरावतात. विश्वातील ही आत्मशक्तीच वेगवेगळ्या देहांमध्ये प्रविष्ट झालेली असते. एकच वीज जशी हजारो घरांमधल्या दिव्यांमध्ये प्रविष्ट होते, तसाच हा प्रकार आहे. फक्त विजेला मर्यादा आहेत. आत्मा अमर्याद आहे. तो एकमेवाद्वितीय आहे.

आत्मा अवध्य असून तो क्षणोक्षणी शरीर बदलत असतो. शरीर जीर्ण झालं, रोगग्रस्त झालं की ते शरीररूपी खंगलेलं घर आत्मा सोडून देतो आणि नवीन शरीर धारण करतो. देह अनेक झाले तरी आत्मा एकच असतो. म्हणून देहपतनाविषयी शोक करू नये.

*नैने छिन्दन्ति शस्त्राणि नैने दहति पावकः ।*
*न चैने क्लेदयन्त्यापो न शोषयति मारुतः ॥२.२३॥*

याला (आत्म्याला) शस्त्रं तोडू शकत नाहीत, अग्नी जाळू शकत नाही, पाणी कुजवत नाही आणि वायू शुष्क करू शकत नाही.

आत्म्याचं स्वरूप दुर्बोध आहे. ते तर्काने जाणता येत नाही. ते शब्दात सांगणं तर त्याहूनही कठीण! कोणतीही गोष्ट संदर्भानंच सांगावी लागते. गणितसुद्धा अशा संदर्भावरच आधारित असतं. समजा, तुमच्याकडे सहा पेरू आहेत. त्यातले तीन खाल्ले तर उरले किती?

आता अशा उदाहरणांमध्ये 'समजा' हे गृहीत असतंच, पण आत्म्याच्या संदर्भात 'समजा' किंवा suppose असं काय धरणार? म्हणून भगवान आत्म्याचं स्वरूप सुस्पष्ट करण्याऐवजी त्यावर कशाचा परिणाम होत नाही हे समजावतात. आत्मा शस्त्राने तुटत नाही. अग्नी त्याला जाळू शकत नाही. तो पाण्यामुळे कधी कुजत नाही किंवा वाऱ्यामुळे तो शुष्क बनत नाही. म्हणजेच पृथ्वी, आप, तेज, वायू आणि आकाश या पंचमहाभूतांचा आत्म्यावर कसलाही परिणाम होत नाही. त्यामुळे तो त्रिकालाबाधित असतो. सर्व सृष्टिजात वस्तूंमध्ये तो ओतप्रोत भरलेला असतो. आत्म्यावर तर नाहीच; पण जड देह वगळता जीवाच्या इतर देहांवरही पंचमहाभूतांचा परिणाम होऊ शकत नाही हे विशेष!

दृश्य मानवी देह हा चार देह आणि पंचकोषांनी बनलेला असतो, हे चार देह असे :

**१. जडदेह (Physical body)**

ज्याला आपण 'मी' म्हणून संबोधतो, तो हा प्रतिदिनी जाणवणारा भौतिक देह म्हणजे जडदेह. हा देह पृथ्वीतत्त्व, जलतत्त्व, अग्नितत्त्व, वायुतत्त्व आणि आकाशतत्त्व या पंचमहाभूतांनी बनलेला असतो. या देहात सामावलेली खनिजं, रसायनादी इतर द्रव्यं यांच्या साहाय्याने या देहातली इंद्रियं केवळ आत्म्याच्या उपस्थितीमुळे कार्य करत

असतात. बाल्य, तारुण्य आणि वृद्धत्व अशा अवस्था या देहाला प्राप्त होत असतात. प्रथम वृद्धी, मग स्थिती आणि पुढे लयाकडचा प्रवास असा अनुभव या देहाच्या बाबतीत प्रत्येक व्यक्तीला येत असतो. बाह्य दैहिक मन या जडदेहाशी संलग्न असल्यामुळे देहाच्या वृद्धी-क्षयाचे अनुभव व्यक्तीच्या मनाला मिळत असतात.

**२. सूक्ष्मदेह किंवा लिंगदेह (Astral body):**

या सूक्ष्म देहालाच 'जीवात्मा' म्हणतात. हा देह स्वप्नावस्थेत कार्यरत असतो. माणसाच्या मानसिक आणि आध्यात्मिक प्रगतीसाठी या सूक्ष्म देहाची आवश्यकता असते. व्यक्तीच्या नकळत अथवा प्रगाढ निद्रेत हा देह अंतराळातील सूक्ष्म लोकांशी संपर्क ठेवून असतो. माणसाने स्थूल देह सोडला की, अत्यंत सूक्ष्म परमाणू म्हणजे तन्मात्रा, अंतर्मन, बुद्धी आणि जीवात्मा यांनी युक्त असा हा सूक्ष्मदेह किंवा लिंगदेह मागे उरतो. पुनर्जन्मासाठी तो आवश्यक असतो. आद्य शंकराचार्यांनी लिंगदेहाचं हे स्वरूप त्यांच्या 'ब्रह्मसूत्र' भाष्यामध्ये विशद केलेलं आहे.

**३. कारणदेह (Causal body)**

मनुष्य जेव्हा प्रगाढ निद्रेत असतो, तेव्हा हा देह कार्यरत असतो. सूक्ष्मदेह कर्मानुसार आणि संस्कारांनुसार प्रत्येक जन्मी बदलत जातो, पण कारणदेह जन्मोजन्मी कधीच बदलत नाही; किंवा त्यामध्ये परिवर्तन होत नाही. तो केवळ मोक्षाच्या वेळीच अंतिम तत्त्वात विलीन होतो. तोपर्यंत त्याचं अस्तित्व कायम राहतं.

**४. महाकारणदेह (Super causal body)**

कारणदेहाचाच सूक्ष्मातीत सूक्ष्म भाग म्हणजे हा महाकारणदेह असतो. हा देह अतींद्रिय असतो. कारणदेहाप्रमाणेच या महाकारणदेहाची आपल्याला कल्पनाच करता येऊ शकत नाही. भारतीय अध्यात्मशास्त्राने त्याचं अस्तित्व मात्र सांगितलं आहे.

कारणदेह आणि महाकारणदेह हे इतके सूक्ष्म असतात की तिथपर्यंत ना भौतिक यंत्र पोहोचू शकतं ना दिव्यदृष्टीने ते दिसू शकतं. व्यक्तीच्या प्रत्येक जन्मात त्यांचं मूळचं सूक्ष्म स्वरूप मात्र अबाधित राहिलेलं असतं आणि मोक्षाच्या वेळेसच ते अंतिम तत्त्वात विलीन होत असतं. महाकारणदेह हा तर प्रजापतीबरोबरच मुक्त होत असतो.

या चार अव्यक्त देहांप्रमाणेच जीवात्मा हा पंचकोषांनी बनलेला असतो. हे पंचकोष म्हणजे, **अन्नमय कोष, प्राणमय कोष, मनोमय कोष, विज्ञानमय कोष आणि आनंदमय कोष.**

थिऑसॉफी आणि तिबेटी बौद्धमतांनी 'वासनामय कोष' आणि 'निर्वाण' यांना स्वतंत्र कोष मानलेलं आहे; तर 'वासनामय कोषा'बरोबरच थिऑसॉफिस्ट विचारवंत

'विचार कोषही' मानतात. आनंदमय कोषाचेही 'आनंद' आणि 'निर्वाण' हे दोन स्वतंत्र कोष ते मानतात. थोडक्यात, थिऑसॉफी आणि तिबेटी बौद्धमत यांनी पाचऐवजी सात कोष मानले आहेत. वस्तुतः या दोन मतप्रणालींनी 'मनोमय कोषा'तील वासनामय कोषाचा स्वतंत्र निर्देश केला आहे, ज्याचा अंतर्भाव वेदान्ताने 'मनोमय' कोषातच गृहीत धरला आहे. 'कारणदेह' आणि 'महाकारणदेह' हे अंतिम तत्त्वात जेव्हा विलीन होतात, त्यालाच वेदान्ताने 'मोक्ष' म्हटलेलं आहे.

या पाच कोषांचं स्वरूप आता आपण पाहू.

**१. अन्नमय कोष**

जाणिवेच्या कक्षात असणारं भौतिक शरीर म्हणजे 'अन्नमय कोष.' आपल्या देहाला ज्या जाणिवा होतात, त्या या भौतिक देहरूपी अन्नमय कोषाला होत असतात. अर्थात शब्द, स्पर्श, रस, रूप आणि गंध यांची जाणीव ज्या कर्मेंद्रियांच्या आणि ज्ञानेंद्रियांच्या साहाय्याने नाशवंत दैहिक मनाला होते, ते इंद्रिययुक्त भौतिक शरीर म्हणजेच 'अन्नमय कोष.' संपूर्ण शरीरातले सर्वतऱ्हेचे भौतिक व्यापार या कोषात होत असतात.

**२. प्राणमय कोष**

हा कोष सूक्ष्म शक्तीरूप आविष्कारांना चेतना देतो; अथवा त्या ठिकाणी व्यक्त होतो. मानवी शरीराचं कार्य योग्य रीतीने चालण्यासाठी इतर रसायनादी द्रव्यांबरोबरच विशिष्ट वायूंची नितांत आवश्यकता असते. ते वायू म्हणजे : प्राण, अपान, उदान, समान आणि व्यान.

'प्राण' म्हणजे शरीरात येणारा श्वास आणि 'अपान' म्हणजे बाहेर जाणारा वायू. आपण एखादी जड वस्तू उचलतो, ओझं उचलतो किंवा धनुष्यासारख्या गोष्टी ताणतो, तेव्हा जो वायू अर्धवट रोखला जातो, त्याला 'व्यान' म्हणतात. 'समान वायू' म्हणजे शरीरात अन्नरस एकसारखा पोहोचवणारा वायू. अन्नपचन, शरीरातील उष्णतेचा समतोल राखणं हेही या वायूचं कार्य असतं. घोरणं, शिंकणं, हसणं, गाणं इत्यादी क्रियांसाठी निघणाऱ्या ध्वनींना 'उदान' हा वायू कारण ठरतो. त्याचप्रमाणे मृत्युसमयी निघून जाणारा हा उदान वायू असतो.

सूर्यापासून हा 'प्राणमय कोष' माणसाला मिळतो असाही एक मतप्रवाह आहे.

अशा रीतीने सारं शरीर या पंचप्राणांवर चालत असतं. 'अन्नमय कोष' आणि 'प्राणमय कोष' या पहिल्या दोन कोषांमध्ये चिद्शक्तीचा आविष्कार अत्यंत अल्प-स्वल्प असतो.

### ३. मनोमय कोष

विचार करणं , कल्पना करणं , साधना करणं अशी मनाशी निगडित कार्यं ही 'मनोमय कोषां'द्वारे होतात. या कोषात चिद्शक्तीचा आविष्कार पुष्कळ असतो. मनोमय कोष जरी एकच मानला असला तरी तो दोन गटात विभागलेला असतो. मनाचा एक अष्टमांश भाग हा मनुष्याच्या जागृत जीवनाशी जोडलेला असतो. म्हणजेच हे मन 'जाणीवयुक्त' मन असतं. दैनंदिन जीवनात मनुष्य जे जे विचार करतो, ते ते या मनाच्या आधारावरच करतो. मनातील हे विचार दैनंदिन कर्मांपासून किंवा पूर्वघटना आठवण्यापासून भविष्यकालीन योजना किंवा मनोराज्यं करण्यापर्यंत कोणतेही असू शकतात. एकांगी भावनेतून अर्थात त्या त्या व्यक्तीच्या दृष्टिकोनातूनच असे विचार केले जातात.

हे जाणीवयुक्त मन व्यक्त असतं; पण ते कमकुवत असतं. याउलट मनोमय कोषाचा ७/८ भाग अव्यक्त पण शक्तिशाली असतो. त्याला 'अर्ध-जाणीवयुक्त मन' (Subconscious mind) असं म्हणतात. सिग्मंड फ्रॉइड या जगप्रसिद्ध मानसशास्त्रज्ञाने मनाच्या दोन भागांचं हे गणित मांडलेलं आहे तर; प्राचीन भारतातील गौडपादाचार्यांनी मनाचे चार भाग सांगितले आहेत. या विशाल मनात माणसाच्या जन्मोजन्मींच्या कर्मांचा आणि संस्कारांचा ताळेबंद कॉम्प्युटरमधल्या एखाद्या फोल्डरमध्ये सुरक्षित ठेवावा तसा सुरक्षित राखलेला असतो.

याच मनाद्वारे योगीजन वैश्विक मनाशी जोडले जाऊ शकतात. मनुष्याला आपल्या सत्स्वरूपाची जाणीव 'अर्ध-जाणीवयुक्त मन' करून देत असतं. ते व्यक्तीला सत्कार्यासाठी, शुद्ध आणि निष्काम कर्म करण्यासाठीसुद्धा प्रेरणा देत असतं. जागृत मनाचा विशाल मनाशी संपर्क झाला, तर ते विशाल मनाकडून आलेल्या प्रेरणा स्वीकारतं. तसा संपर्क होऊ शकला नाही तर त्या प्रेरणा व्यर्थ (futile) ठरतात. देह सोडला की मग त्या विशाल मनाच्या प्रेरणा जीवात्म्याला प्रकर्षाने समजू लागतात.

### ४. विज्ञानमय कोष

या कोषाला 'ज्ञानमय कोष' असंही म्हणतात. बुद्धिप्रभाव, दिव्यदृष्टी, अंतःस्फूर्ती, प्रतिभेचं प्रकटीकरण, कलात्मक सौंदर्याची प्रेरणा या कोषातून मिळत असते. हा कोष जेवढा विकसित असतो, तेवढी सौंदर्यमय दृष्टी व्यक्तीच्या विचारात येते. जे पाहिलं नाही, अनुभवलं नाही, अशा दिव्यतेची अनुभूती हा कोष देतो. या कोषात चिद्शक्तीचा फार मोठा आविष्कार असतो. आत्मदर्शनाचीही ओढ या कोषाला असते.

हा कोष कार्यान्वित होणं हे अत्यंत विकसित जीवाचं लक्षण असतं. वृत्तीत आणि कृतीत भावमयता येणे, आणि दृष्टीत भावप्रधानतेचा आविष्कार अनायासे होणं हे हा कोष कार्यान्वित झाल्याचं निदर्शक असतं. भगवान माझ्याबरोबर आहे, ही भावना दृढ होऊन व्यक्ती सर्व सृष्टीकडे भावपूर्ण अंत:करणाने सहज पाहू लागते. अशा व्यक्तीच्या अंतरंगातून भावनेचा झरा उफाळू लागतो.

**५. आनंदमय कोष**

विशाल, अद्वितीय आनंदस्वरूपाची अनुभूती या कोषाद्वारे होते. ध्यानाची परमावधी आणि परमशांती अनुभवाला येते. द्वैतानुभूती जाऊन अद्वैताची अनुभूती या कोषामुळे होते. हा कोष विकसित होणं ही व्यक्तिविकासाची परमावधी असते. हा कोष विकसित झालेली व्यक्ती अविचलपणे आत्मानंदात तल्लीन होऊन राहते. सांसारिक अथवा भौतिक प्रलोभनांच्या गोष्टी या व्यक्तीला मोहात पाडू शकत नाहीत. साऱ्या सांसारिक पाशांमधून अशी व्यक्ती मुक्त झालेली असते. पद-पैसा-प्रतिष्ठा, आसक्ती, अभिलाषा, ममत्व यांच्या पलीकडे ही व्यक्ती गेलेली असते.

व्यक्तीचा हा त्याग अगतिकतेतून किंवा नैराश्यातून आलेला नसतो; तर तृप्तीतून आलेला असतो. कारण अंतिम दिव्य आनंदाची अनुभूती या व्यक्तीला मिळत असते. देह सोडल्यानंतर अशा आत्मज्ञानी व्यक्तीचे 'कारणदेह' आणि 'महाकारणदेह' हे अंतिम आनंदस्वरूपात विलीन होऊन जाणार असतात.

आत्म्यानेच हे चार देह आणि पाच कोष धारण केले असतात. जड देह सोडला तर इतर देहांवर कोणत्याही भौतिक शस्त्रांचा परिणाम होऊ शकत नाही तर मग आत्म्यावर कुठून होणार?

अपघातात देह नाश पावतो, जलप्रलय मनुष्याला गिळून टाकतो, आकाशस्थ प्राणवायू संपुष्टात आला तर मनुष्यप्राणी काही क्षणांतच खलास! तीच गोष्ट अग्निप्रलयाची! पण या कोणत्याच गोष्टींचा आत्म्यावर परिणाम होऊ शकत नाही. थोडक्यात, आत्मा नावाचं तत्त्व बुद्धिगम्य नाही. ईश्वरी शक्तीचा तो अंश आहे. ज्या अर्थी त्याच्यावर पंचमहाभूतांचा परिणाम होत नाही, त्या अर्थी कोणत्याही भौतिक उपायांनी त्याचं स्वरूप कळू शकणारच नाही. जगातला सर्वशक्तिमान कॉम्प्युटर, सोनोग्राफी, स्कॅनिंग वा कोणतंही तत्सम माध्यम त्याला प्रकाशित करू शकत नाही. कारण भौतिक सृष्टीपेक्षा त्याचं स्वरूप सर्वस्वी भिन्न आणि तरीही सर्वव्यापक आहे. दैहिक मनाचा सुप्त मनाशी

संयोग झाल्यावर त्या दोन्हींच्या प्रयत्नांमधून आत्म्याचं स्वरूप तत्त्वतः म्हणजे in principle जाणता येऊ शकतं.

वाऱ्याला कोणत्याही शस्त्राने कापता येत नाही. जाणिवेच्या कक्षेत ही घटना घडू शकते तर जाणिवेच्या आणि सर्व कोषांच्या पलीकडे असलेल्या आत्म्याच्या बाबतीत आपण विचारही करू शकत नाही.

जो तो आपल्याबरोबर पूर्वजन्मीच्या संचिताची शिदोरी घेऊन येतो आणि त्यानुसार या जन्मात भोग भोगतो. पण हे भोग आत्म्याला नसून देहाला असतात. देह कुजतो, सडतो, जळतो, शस्त्राने तुटतो, पण आत्मतत्त्वाला त्याची मुळीच बाधा पोहोचत नाही. देह केव्हाही, कसाही पतन पावला तरी आत्मा मूळ स्वरूपात जसा असतो तसाच उरतो... त्या आत्मशक्तीचं ज्ञान होणं याच्याशिवाय या विश्वात दुसरा कोणता आनंद असू शकत नाही.

आत्मा हा देहाच्या पलीकडे आहे. देह मर्त्य आहे. आत्मा अविनाशी आहे. पंचमहाभूतांचा आत्म्यावर कोणताही परिणाम होत नाही.

*अच्छेद्योऽयमदाह्योऽयमक्लेद्योऽशोष्य एव च।*
*नित्यः सर्वगतः स्थाणुरचलोऽयं सनातनः।।२.२४।।*
*अव्यक्तोऽयमचिन्त्योऽयमविकार्योऽयमुच्यते ।*
*तस्मादेवं विदित्वैने नानुशोचितुमर्हसि ॥२.२५॥*

कारण हा आत्मा कापता न येणारा, जाळता न येणारा, भिजवता न येणारा आणि नि:संशय वाळवता न येणारा आहे. तसेच हा आत्मा नित्य सर्वव्यापी, अचल, स्थिर राहणारा आणि सनातन आहे. हा आत्मा अव्यक्त म्हणजे इंद्रियांना अगोचर, अचिंत्य म्हणजे मनास अगोचर आणि अविकार्य म्हणजे विकाररहित आहे, असं म्हणतात. हे जाणून तू शोक करणं योग्य नाही.

प्रस्तुत निर्गुण आत्म्याचं वर्णन उपनिषदांवरून घेतलेलं आहे. वेदान्तशास्त्रामधील आत्म्याविषयी असलेल्या अखेरच्या सिद्धान्ताआधारे भगवंतांनी शोक न करण्याविषयी ही उपपत्ती सांगितली आहे.

आत्मा डोळ्यांना दिसत नाही. मनानंही त्याचं अस्तित्व जाणवत नाही. त्याला कोणत्याही प्रकारचा विकार उत्पन्न होत नाही. आत्मा हा सदोदित नित्य-नवाच असतो. तो उत्पन्न होत नाही, म्हणूनच नाश पावत नाही. तो इंद्रियांचा विषय नाही म्हणून तो अव्यक्त आहे. मात्र प्रमाणावरूनच आपण आत्म्याच्या अस्तित्वाचा स्वीकार करू शकतो. आपला जन्म कसा झाला? आपल्या आईने आपल्याला जन्म दिला म्हणून. म्हणजे ज्या अर्थी आईच्या पोटी आपला जन्म झाला, त्या अर्थी आपल्या जन्मामागे पिता होताच, हे प्रमाणावरून सिद्ध होतं. त्याचप्रमाणे ज्या अर्थी आपण बोलतो-चालतो, काम करतो किंवा अन्य साऱ्या शारीरिक क्रिया करतो, त्या अर्थी या सर्वांमागे आत्मतत्त्व कारण असतं आणि हे अशा प्रमाणांवरून सिद्ध होतं. एखाद्याची आई दिसते; पण बाप आपल्याला कधीच दिसत नाही. याचा अर्थ त्याच्या जन्मामागे बाप वगैरे काहीच नव्हता असं अनुमान आपण करू शकतो का? आपल्या डोळ्यांना

आत्मा दिसू शकत नाही म्हणून तो नाहीच असं आपण कसं म्हणू शकतो का?

बरं, डोळ्यांना जे दिसतं ते तरी खरं असतं असं आपण ठामपणे म्हणू शकतो का? यासंदर्भात मग मनुष्याच्या दृष्टीचाच केवळ विचार करून कसं चालेल? कुत्र्याला म्हणे कृष्ण-धवल म्हणजे ब्लॅक अँड व्हाइट दिसतं. फुलपाखराला पिक्सेल स्वरूपात जग दिसतं. कुणाच्या 'दिसण्या'वर विश्वास ठेवायचा? मनुष्य म्हणेल, मी माझी दृष्टी मानतो. इतरांच्या दृष्टीचा मी का विचार करावा? मागील शतकातील ब्रिटिश फिलॉसॉफर जॉन लॉक याने म्हटलं आहे, 'All knowledge is based on perception caused by external objects acting on the sences.' म्हणजे ज्ञान हे बाह्य वस्तूंचा आपल्या इंद्रियांशी संयोग झाल्यामुळे होतं. याउलट फ्रेंच तत्त्वज्ञ कांट म्हणतो, 'the mind is an active participation in the process, continually shaping our experiences of the world... Reality is something we each construct for ouseleves..' म्हणजे, बाह्य जगताविषयी जे अनुभव इंद्रियांना मिळत राहतात, त्यामध्ये मनाचा सहभाग असतो. म्हणजे जगताविषयीचा दृष्टिकोन आपण स्वतःच तयार केलेला असतो.

थोडक्यात बाह्य जगतातील जी दृश्यं आपल्याला दिसतात, इंद्रियांना जाणवतात, ती सर्व आपणच निर्माण केलेली असतात असा अर्थ निघतो. त्यामुळे जे आपल्या डोळ्यांना दिसतं तेही खरं असतं असं नव्हे. शिवाय आपल्या डोळ्यांना चार लाख ते साडेसात लाख गिगाहर्ट्झ एवढ्याच प्रकाश रेंजमध्ये दिसू शकतं. त्यावरची रेंज किंवा खालची रेंज ते पाहू शकत नाहीत. बाह्य सृष्टी बघताना इतकी मोठी अडचण किंवा दृष्टीला इतक्या मर्यादा, तर मग आपण आत्म्याला कसं आणि कोणत्या दृष्टीने पाहू शकणार?

भगवान पुढे मनाविषयी सांगतात : मन आत्म्याचं चिंतनच करू शकत नाही. कसं करणार? एडगर ॲलन पो या अमेरिकन लेखक-विचारवंताने म्हटलं आहे, आपण जे बघतो किंवा आपल्याला जे जाणवतं, ते स्वप्नामधील एक स्वप्न असतं. एडगरचं म्हणणं पूर्णतः वास्तविक आहे. त्यासाठी मन कशा पद्धतीने काम करतं ते ध्यानात घेतलं पाहिजे. आपण जेव्हा एखादं झाड बघतो, तेव्हा त्या झाडावरून प्रकाश परावर्तित होऊन आपल्या डोळ्यांच्या रेटिनावर पडतो. रेटिनावरचे फोटोसेन्सिटीव्ह सेल्स म्हणजे पेशी इलेक्ट्रोकेमिकलला प्रेरणा देऊन इलेक्ट्रॉनना प्रस्फुरित करतात. ते ऑप्टिक नर्व्हमधून मेंदूमधील व्हिज्युअल कॉर्टेक्समध्ये जातात. तिथे या मिळालेल्या माहितीचं अत्यंत गुंतागुंतीचं पृथक्करण होतं. आणि त्यातून मेंदूला झाडाच्या आकार-रंगादी हालचालींचं ज्ञान होऊन मेंदू स्वतःच झाडाविषयी निर्णय करतो. मग तो मनाच्या जाणिवेच्या कक्षात ती माहिती पाठवतो आणि मनाला झाड बघितल्याचा अनुभव

मिळतो. म्हणजे मनाचा अनुभव मेंदूच्या निर्णयावरच आधारित असतो; आणि मेंदूचा निर्णय डोळ्यांच्या अनुभवावर अवलंबून असतो.

आधी सांगितल्यानुसार डोळ्यांनी बघणं हेसुद्धा फसवं असतं. त्यामुळे दृष्टी, विचार आणि जाणिवा हे सारंच फसवं असतं. त्यात मेंदू संदर्भाशिवाय विचार करू शकत नाही आणि मन मेंदूशी संलग्न नसेल तर जाणिवाही होऊ शकत नाहीत. आपण टीव्ही बघत असतो आणि आपल्या डोक्यात कामाचे विचार चालू असतात. अशा वेळी डोळ्यांवर पडणारी दृश्यं मेंदूपर्यंत पोहोचली, तरी ती मन भलत्याच विचारात गुंतल्यामुळे मेंदूकडून आलेली माहिती मनापर्यंत पोहोचतच नाही.

मेंदूसुद्धा इंद्रियांकडून आलेल्या संदर्भावरूनच कार्य करतो. म्हणजे मेंदूला कार्य करण्यासाठी किंवा निर्णय करण्यासाठी दृश्य आवश्यक असतं; संदर्भ आवश्यक असतो. साप पाहिला तर दोरीचा संदर्भ त्याच्याकडे असतो, पण असा संदर्भच नसेल तर मेंदू संभ्रमात पडतो. आता बघा, आत्म्यासाठी मेंदू कोणता संदर्भ घेणार? साप म्हटलं की दोरी; मग आत्मा म्हटलं की काय? कोणता संदर्भ मेंदूने आत्म्यासाठी घ्यायचा? आत्म्यासारखं दुसरं काय? दुसरं काहीही नाही. आत्म्याचा कोणताही संदर्भ नाही. आत्मा हा एकमेवाद्वितीय आहे. म्हणूनच तो अचिंत्य आहे. मेंदू त्याचं चिंतनच करू शकत नाही.

भगवान पुढे सांगतात, आत्मा अविकार्य आहे. म्हणजे तो विकाररहित आहे. दुधाचं जसं दही होतं, तसा विकार त्याच्यामध्ये निर्माण होत नाही. त्याचप्रमाणे जीवाच्या बऱ्या-वाईट कर्मांमुळेही त्याच्यामध्ये विकार उत्पन्न होत नाही. असा हा आत्मा अणुपरमाणूंमध्ये भरून उरलेला आहे. परमात्मा नावाचं एकच सूत्र या विश्वाला व्यापून राहिलेलं आहे; तर त्याचा प्रत्यगामारूपी अंश म्हणजे आत्मा जीवांच्या शरीरांना व्यापून उरला आहे. आत्म्याच्या अस्तित्वाचा शोध हा जगातील सर्वश्रेष्ठ शोध मानायला हवा. कारण सर्व जीवसृष्टी आणि तिचे सर्वप्रकारचे व्यवहार या आत्म्याच्या उपस्थितीमुळेच होत असतात.

आत्मा शरीरात वास करून असला तरी आपण त्याला स्पर्श करू शकत नाही. त्याला इंद्रियातीत कोणत्याही साधनांनी पाहू शकत नाही. अत्याधुनिक यंत्रणेच्या साहाय्याने शरीरांतर्गत रचना आपण पाहू शकतो; पण त्यातही आपल्याला आत्मा कुठे दिसत नाही... म्हणजेच आत्म्याला जाणण्यासाठी इंद्रियांचा आणि यंत्रांचा काहीही उपयोग नाही. तो अव्यक्त म्हणजे न दिसणारा आहे असं नव्हे! अमिबाही डोळ्यांना कुठे दिसतो? पण सूक्ष्मदर्शक यंत्रात तो दिसतो. कारण सूक्ष्म असला तरी तो व्यक्त आहे. म्हणजे आत्मा केवळ सूक्ष्म आहे म्हणून दिसत नाही असं नाही, तर

तो व्यक्त नाही म्हणून दिसत नाही. म्हणजे आत्मा हा डोळ्यांना दिसण्याचा विषयच होऊ शकत नाही.

आत्म्याचं चिंतन करता येत नाही. कारण एखाद्या गोष्टीचं ध्यान किंवा चिंतन करायचं झालं तर ती गोष्ट एक तर दृष्टीसमोर तरी हवी किंवा पूर्वी पाहिलेली असायला हवी. मेंदू संदर्भानंच 'ज्ञान' मिळवत असतो, हे आपण बघितलं. संदर्भच नसेल, तुलनाच नसेल तर मेंदू योग्य निर्णय करूच शकत नाही. गणपतीचं नुसतं नाव घेतलं तरी मनात मूर्ती साकारते, पण आत्म्याचा आकारच कुणी पाहिला नसल्यामुळे तो ध्यानात साकार तरी कसा होणार? क्वचित एखाद्याला आत्मज्ञान होऊ शकतं; पण आत्मदर्शन शक्य होऊ शकत नाही. आपल्याच डोळ्यांनी आपण आपल्याच डोळ्यांना कसं बघणार? म्हणजे कोणत्याही बाह्य साधनांशिवाय स्वतःच्याच डोळ्यांना आपण पाहू शकत नाही पण पाहण्याची अनुभूती तेवढी आपण घेऊ शकतो. म्हणूनच आत्मसाक्षात्काराचं शिक्षण वस्तुनिष्ठ म्हणजे Objective नसून ते अनुभवजन्य अर्थात Subjective आहे... आणि ज्यांना हे ज्ञान झालं त्यांना बाह्य नेत्रादी इंद्रियांचीही आवश्यकता भासत नाही. याचं उत्तम उदाहरण म्हणजे १८८१मध्ये जन्म झालेले श्री गुलाबराव महाराज. महाराज जन्मांध होते, पण कोणतंही शिक्षण नसताना ज्ञानेश्वरीसह अनेक ग्रंथांवर अस्खलित प्रवचन करायचे. उपनिषदांमधले गहन सिद्धान्त सांगायचे. एवढंच नाही तर थिऑसॉफीच्या मर्यादा ते असंख्य संदर्भांसह पटवून द्यायचे. हे ज्ञान निश्चितच इंद्रियांद्वारे त्यांना मिळालेलं नव्हतं. आत्मानुभूतीतून ते व्यक्त झालं होतं. म्हणजे इंद्रियांपेक्षा आत्मस्पर्शातून होणारं ज्ञान हेच श्रेष्ठ ज्ञान असतं, असं आपण म्हणू शकतो...

आत्मा अविकारी आहे, असं भगवान म्हणतात. आत्मा वाढत नाही वा त्याचा क्षय होत नाही किंवा त्याला पंखही फुटत नाहीत - अर्थात त्याच्यामध्ये कोणतंही परिवर्तन होऊच शकत नाही किंवा त्याच्यामध्ये कसलाच विकार उत्पन्न होत नाही. त्यामुळेही तो आपल्या कोणत्याच इंद्रियांच्या कक्षेत येत नाही - ना कर्मेंद्रियांच्या; ना ज्ञानेंद्रियांच्या. तो कालातीत असल्यामुळे कोणतेही कालबद्ध घटक त्याला जाणू शकत नाहीत.

आत्मा हा कोणत्याही साधनांनी, इंद्रियांनी, जाणिवेनं, मनाने समजू शकत नाही, दिसू शकत नाही. कालबद्ध घटक या कालातीत घटकाला ओळखूच शकत नाहीत.

*अथ चैने नित्यजातं नित्यं वा मन्यसे मृतम् ।*
*तथापि त्वं महाबाहो नैवं शोचितुमर्हसि ॥२.२६॥*
*जातस्य हि ध्रुवो मृत्युर्ध्रुवं जन्म मृतस्य च।*
*तस्मादपरिहार्येऽर्थे न त्वं शोचितुमर्हसि ॥२.२७॥*

अथवा हे महाबाहो, आत्मा हा नित्य नसून नेहमी जन्म घेतो आणि नेहमी मृत्यू पावतो, असं जरी तू (अज्ञ लोकांप्रमाणे) मानत असशील, तरी त्याचा शोक करणं तुला उचित नाही. कारण जन्म झालेल्या प्रत्येक प्राण्यास मृत्यू अनिवार्य आहे आणि मृत झालेल्या प्राण्यास जन्म निश्चित आहे. मग या अपरिहार्य गोष्टींविषयी (व्यर्थ) शोक का करावा?

जे दिसत नाही, ज्याचं वास्तविक स्वरूप माहीत नाही; त्या गोष्टीवर विश्वास तरी कसा ठेवावा, असं एखाद्या तार्किकाला वाटेल. भगवान त्यालाही या श्लोकातून उत्तर देऊन टाकतात... देहाबरोबरच आत्मा जन्म घेतो आणि देहाचं पतन झाल्यावर आत्माही मृत पावतो असं जरी मानलं, तरी त्याविषयी शोक करणं उचित होणार नाही. कारण तो पुन्हा जन्म घेणारच असतो. बीजापासून वृक्ष आणि वृक्षापासून पुन्हा बी हे चक्र अव्याहतपणे चालू असतं; आणि चालू राहणार आहे. धान्य पेरल्यावर नवीन रोपं तयार होतात. त्यातून पुन्हा धान्य तयार होतं. धान्याला जीवन देऊन रोपं नाश पावतात. परंतु त्या जीवनदायी धान्यापासून पुन्हा नवी रोपं तयार होतात. हीच खरी जीवनधारा आहे; ही मृतधारा नाही! तसं पाहिलं तर मृत्यू हा कधी नसतोच; असतं ते केवळ अवस्थांतर! प्रत्येक लौकिक मृत्यू हा पुढील जीवनाचा जन्मच असतो! या साखळीत आपलं अस्तित्व कोणत्या ना कोणत्या स्वरूपात टिकून राहणारच असतं. म्हणून आत्मा नित्य मानला किंवा अनित्य मानला, तरी या दोन्ही स्थितीत शोक करणं योग्य होणार नाही, हे भगवान तर्कानंही पटवून देतात.

बदल हा सृष्टीचा नियम आहे; आणि बदलातही नित्य राहणं हा आत्म्याचा धर्म आहे. सागरजलाचं बाष्पीभवन होऊन वाफ होते. वाफेपासून ढग आणि ढगापासून

पुन्हा जल या प्रक्रियेत मूळ जलात्मा तोच असतो. तो नाश पावला असं जरी मानलं, तरी तो पुन्हा उत्पन्न झालेलाही अनुभवास येतो. एक व्यक्ती कापूस पिकवते, दुसरी त्यापासून धागा तयार करते. तिसरी कापड बनवते आणि चौथी कापडापासून शर्ट शिवते. या प्रक्रियेत मूळ कापूसरूपी तत्त्व एकच राहिलेलं असतं. कापसाचं धाग्यात किंवा धाग्याचं कापडात रूपांतर झालं म्हणून त्याविषयी शोक करण्यात काय अर्थ आहे? म्हणून आत्मा नित्य मानला काय किंवा अनित्य मानला काय; दोन्ही स्थितीत शोक करण्याचं कारणच नाही.

पन्नाशी ओलांडली की, माणसाच्या मनात पूर्वस्मृती दाटून येऊ लागतात. त्याला वाटतं, काय छान दिवस होते ते. कॉलेजमध्ये किती मजा केली! किंवा लहानपणी केवढी धमाल केली - गेलं ते सारं! सुखद क्षणांमध्ये बरोबर असलेले मित्र दुरावलेले असतात किंवा जग सोडून गेलेले असतात. त्याचंही दु:ख मनुष्याला नैराश्याकडे नेतं. आपल्या हातातून ते क्षण निसटून गेले आणि पूर्वीचे ते अनुभव घेतलेले मित्र-मैत्रिणीही आता जवळ नाहीत अशा प्रकारचं दु:ख माणसाला नैराश्याकडे नेतं. तो अगतिक होऊन जातो - असहाय होऊन जातो.

अर्जुनही अशाच तऱ्हेने शोक करत होता... गेलेली घडी, गेलेली माणसं परत येऊ शकत नाहीत; पण नवी घडी तर येत असते, नवे मित्र जोडले जात असतात. शिवाय जे गेलेले आहेत, त्यांना नवीन जगताचा अनुभव मिळू लागलेला असतो. प्रत्येक क्षण, सभोवताल, मित्रपरिवार, आपलं स्वत:चं शरीर, मनाच्या धारणा हे सारं काही प्रतिक्षणी बदलत असतं; बदलणारच असतं. पण त्याची जाणीव मोठा काळ मागे सरला की होऊ लागते.

> भागवतात सूर्यवंशी राजा काकुदमी याची कथा आहे. त्याची मुलगी रेवती ही खूप हुशार होती. तिला अनुरूप असा वर हवा होता, पण वराच्या बाबतीत त्याचा निर्णय होत नव्हता. ब्रह्मदेवांकडे जाऊनच आपण रेवतीसाठी उचित वराची मागणी करावी या हेतूने तो रेवतीला घेऊन ब्रह्मलोकाला गेला. ब्रह्मदेव तेव्हा गंधर्वगान ऐकत होते. त्यामुळे काकुदमी आणि रेवतीला काही काळ तिथेच थांबावं लागलं. गंधर्वगान संपलं तेव्हा काकुदमी पुढे झाला आणि आपल्या या मुलीला पृथ्वीवर उचित वर मिळावा म्हणून त्याने ब्रह्मदेवाला प्रार्थना केली. तेव्हा ब्रह्मदेव हसून म्हणाले, 'राजा, तू ज्या अशा वरांच्या शोधात आहेस ते केव्हाच निवर्तले आहेत. एवढंच नाही तर त्यांचे पुत्र-पौत्र हेही आता हयात नाहीत. अनेक युगं केव्हाच मागे सरली आहेत!'

या कथेतून 'भागवता'त थिएरी ऑफ रिलेटिव्हिटीच सांगितली आहे - आइन्स्टाइनने त्याचा शोध लावण्यापूर्वी किमान पाच हजार वर्षं आधी!

त्यामुळे पृथ्वीवर आपण एका काळात अडकलो आहोत. प्रत्येक ग्रहावरचा आणि स्तरावरचा काळाचा वेग भिन्न आहे. सृष्टीत कुठेही गेलं तरी काळ फिरतोच आहे. परिवर्तन हा सृष्टीचा नियमच आहे. परिवर्तन आणि परिभ्रमण यांवर तर संपूर्ण सृष्टीचं अस्तित्व आधारित आहे. हे सारं कालबद्ध आहे. काळाच्या कचाट्यातच आपण सारे अडकलो आहोत. काळाला आपण आपल्या इच्छेत अडकवू शकत नाही. फक्त परिवर्तनात स्वत:ला नित्य ठेवणं तेवढं आपण करू शकतो. त्यामुळे आपण गेलेल्या माणसाविषयी, घडीविषयी, काळाविषयी शोक न करता सत्यस्वरूप जाणायचा प्रयत्न करायला हवा.

आत्मा अनित्य मानला तरी तो पुन्हा जन्म घेणारच असतो. बदल हा सृष्टीचा नियम आहे; आणि त्या बदलातही नित्य राहणं हा आत्म्याचा धर्म आहे! म्हणून शोक करण्यात काय अर्थ आहे?

*अव्यक्तादीनि भूतानि व्यक्तमध्यानि भारत।*
*अव्यक्तनिधनान्येव तत्र का परिदेवना ॥२.२८॥*

हे भारता, सर्व भूतं आरंभी (उगमसमयी) अव्यक्त, मध्यंतरी व्यक्त आणि मरणसमयी पुन्हा अव्यक्तच असतात. मग ती नाहीशी झाली म्हणून शोक करण्याचं काय कारण?

जीवाच्या निर्मितीपूर्वीची स्थिती आपल्याला माहीत नसते आणि देहपतनानंतरची स्थितीही ज्ञात नसते. कारण दोन्ही स्थिती अव्यक्त असतात. केवळ मधली स्थिती जीवाविषयी मोह निर्माण करते.

सांख्यशास्त्रानुसार भगवंतांनी देहाचा शोक न करण्याविषयीची उपपत्ती या श्लोकात सांगितली आहे. मूळ एका अव्यक्त द्रव्यापासून पुढे क्रमाक्रमाने सर्व व्यक्त सृष्टी निर्माण होते. शेवटी प्रलयकाली सर्व व्यक्त सृष्टीचा पुन्हा अव्यक्तातच अंत होतो; लय होतो. अव्यक्त म्हणजे अदर्शन; अर्थात दृष्टीआड होणं, अभाव होणं. या अर्थानंही मृत्यूकडे बघितलेलं आहे किंवा मृत्यूविषयी तसा शब्दप्रयोग योजलेला आहे. सांख्य आणि वेदान्त मतानुसार मृत्यूचा शोक करणं व्यर्थच मानलं आहे.

कोणत्याही पदार्थाची मधली व्यक्त स्थिती जर केव्हा ना केव्हा तरी नाश पावणारी आहे, तर निसर्गतः नाशिवंत अशा स्वरूपाबद्दल शोक करण्याचं काय कारण? उत्पत्ती, स्थिती आणि लय हे होणारच आहे. नाश म्हणजे अव्यक्त होणं; दृष्टीआड जाणं. या सृष्टीतील कोणतीही वस्तू या दृष्टीने कधीही नाश पावत नसते. आधुनिक विज्ञानालाही ही गोष्ट अलीकडे माहीत झालेली आहे. फक्त वस्तूचं स्वरूप बदलत असतं.

अमेरिकेतील रॉबर्ट लान्झा स्वतः डॉक्टर आहेत, शास्त्रज्ञ आहेत आणि तत्त्वज्ञही आहेत. क्लोनिंग संशोधनात त्यांचा मोठा सहभाग होता. मृत्यूसंदर्भात त्यांनी एक संशोधनपर लेख लिहिला होता. त्यात ते म्हणतात-

"आपल्यापैकी खूप जणांना मृत्यूची भीती असते. आपण एक ना एक

दिवस मरणार आहोत, मृत्यू निश्चित आहे हे आपल्या मनावर बिंबवण्यात आलेलं असतं. त्यामुळे आपण मृत्यू या संकल्पनेवर विश्वास ठेवतो. आपण स्वत:ला शरीराशी जोडलेलं आहे; आणि शरीर नाश पावतं हे आपण जाणतो, पण शास्त्रीय संशोधनानुसार आपण समजतो तसा मृत्यू ही अंतिम घटना नाही. क्वांटम फिजिक्सच्या मुख्य तत्त्वानुसार काही निरीक्षणांचा जसाच्या तसा पूर्णतः अंदाज वर्तवता येत नाही. त्याऐवजी अनेक संभाव्य निरीक्षणांच्या मालिकांमधून शक्यता वर्तवल्या जातात.

"विश्व अनंत आहेत आणि जे घडणं शक्य आहे ते कोणत्या ना कोणत्या विश्वात घडतच असतं. या परिस्थितीत वास्तविकतः मृत्यूचं अस्तित्वच नाही. या सर्व विश्वांमध्ये कोणत्याही वेगवेगळ्या घटना घडत असल्या तरी ही सगळी विश्वं एकाच वेळी अस्तित्वात असतात."

डॉ. लान्झा यांचं हे विधान नक्कीच योग्य वाटतं. त्यांनी आपल्या लेखात पुढे म्हटलंय-

"हे शरीर नाशवंत आहे तरी 'मी कोण आहे?' हा प्रश्न केवळ मेंदूमध्ये कार्यरत असलेल्या २० वॅट ऊर्जेचा उगम आहे; ही ऊर्जासुद्धा मृत्यूच्या वेळी नष्ट होत नाही. विज्ञानाच्या निश्चित सिद्धान्तांपैकी एक सिद्धान्त म्हणजे ऊर्जा कधीही नष्ट होत नाही. ती निर्माणही केली जाऊ शकत नाही. पण ही ऊर्जा एका विश्वातून दुसऱ्या विश्वात नेली जाऊ शकते का?

जनरल सायन्समध्ये अलीकडेच प्रकाशित झालेल्या प्रयोगानुसार शास्त्रज्ञ भूतकाळात घडलेल्या गोष्टींमध्ये बदल घडवून आणू शकतात. पदार्थकण जेव्हा beam splitter वर आदळतात, तेव्हा कसं वागायचं हे त्या कणांनीच ठरवायचं असतं. नंतर प्रयोगकर्त्याने दुसरं बटण चालू किंवा बंद केलं असता असं लक्षात येतं की निरीक्षकाने जी नोंद केलेली असते, ती त्या पदार्थकणांनी भूतकाळातच केलेली असते. म्हणजे पदार्थकणांनी भूतकाळातच केलेलं कर्म निरीक्षकाच्या हातून वर्तमानात नोंदवलं जातं!

म्हणजे निवड कोणतीही असो; पर्यवेक्षक किंवा निरीक्षक या नात्याने परिणामांचा अनुभव घेणारे तुम्हीच असता. इतिहासातील आणि विश्वातील संबंध आपल्या काल आणि स्थान या सामान्य शास्त्रीय कल्पनांपेक्षा वेगळे आहेत. २० वॅट ऊर्जेचा विचार केला, तर ती सहजपणे स्क्रीनवर काही ना काही घटना प्रोजेक्ट करते. जरी तुम्ही दुसरा beam splitter चालू किंवा बंद केला तरी प्रोजेक्शनसाठी अद्यापही तीच बॅटरी किंवा माध्यम जबाबदार असतं. बायोसेंट्रिझमनुसार 'स्पेस आणि

टाईम'विषयी आपण जे विचार करतो, ते पक्के निष्कर्ष नाहीत. समोर कोणतीही वस्तू नसताना हवेतून हात फिरवलात तर हाती काहीच लागणार नाही. तीच गोष्ट Time & Space यासंबंधीही लागू पडते. तुमच्या मेंदूच्या भोवती हाडांचं जे आवरण आहे, त्यातून काहीही दिसत नाही. आपण जे काही पाहतो-अनुभवतो, ते सर्व आपल्या मनात उद्भवणाऱ्या माहितीचं चक्र असतं. Time & Space हे फक्त सर्व काही एकत्रित करण्याची साधने आहेत. स्थळ-काळविरहित जगात मृत्यूच संभवत नाही. 'बेस्सो हा माझा जानी दोस्तही आता या विचित्र जगातून माझ्या थोडा पुढे निघून गेला,' असं आइनस्टाईननंही अखेरीस म्हटलं आहे. पण या म्हणण्याला काही अर्थ नाही. कारण भूत-भविष्य-वर्तमान हा सातत्याने होणारा एक जाणीवपूर्वक भ्रम आहे, हे आमच्यासारख्यांना माहीत आहे. अमरत्व म्हणजे त्याच कालात कायमस्वरूपी अस्तित्व असा नसून कालातीत होणं म्हणजे अमर होणं!"

डॉ. लान्झांचे हे शोध गहन आहेत तसेच चिंतनीयही आहेत. मेंदूच्या २० वॅट ऊर्जेच्या शक्तीवरच आपण विचार करत असतो आणि निर्णय करत असतो. एवढ्या मंद शक्तीने चालणाऱ्या मेंदूच्या आधाराने आपण ईशसत्तेचे निर्णय करू लागतो किंवा त्याची समीक्षा करू लागतो!

डॉ. लान्झांच्या संशोधनानुसार विश्वं अनेक आहेत; आणि ती एकाच वेळी अस्तित्वात आहेत. त्यामुळे एक देह सोडला तर लगेच विश्वात कुठे ना कुठे जीवाचं अस्तित्व लगेच उपस्थित होणारच असतं. त्या वेळी मेंदूची २० वॅट ऊर्जाही उरलेलीच असते.

थोडक्यात, जीवाचं अवस्थांतर जरी झालं, तरी त्याला मृत्यू हा कधी नसतोच! भगवान पाच हजार वर्षांपूर्वीच हाच सिद्धान्त सांगतात. विज्ञान स्थल-कालाचा म्हणजेच Time & Spaceचा विचार करतं, पण स्थल-कालाविरहित जगात मृत्यू हा संभवतच नाही, असंच डॉ. लान्झांच्या सिद्धान्तानुसार म्हणावं लागतं. पण नेमकी तीच गोष्ट आपल्या मनावर बिंबवली गेली असते. जी धीरोदात्त व्यक्ती असते ती मात्र या फसव्या Time & Spaceच्या जाळ्यात अडकत नाही.

अव्यक्त द्रव्यापासून सृष्टी दृग्गोचर होते आणि पुन्हा ती अव्यक्तात जाते. घरातील दिव्याचं बटन दाबलं तर दिवा लागतो. म्हणजे अव्यक्त प्रकाश दिव्याच्या रूपाने दृग्गोचर होतो. दिवा मालवला की तोच प्रकाश दिव्यामध्ये विलीन होऊन जातो. अव्यक्त बनतो. याचा अर्थ प्रकाशाचा विनाश झाला असं समजायचं का? बल्ब खराब

झाला तर बटन दाबूनही प्रकाश मिळू शकत नाही. नवीन बल्ब बसल्यावर पुन्हा त्यापासून प्रकाश मिळू शकतो. मनुष्यदेह हा असाच एक बल्ब आहे. तो बल्ब खराब झाला तर दुसऱ्या नव्या बल्बमध्ये जीवरूपी वीजप्रवाह प्रविष्ट होतो आणि त्यापासून पुन्हा प्रकाश मिळू लागतो. म्हणजे मनुष्य कार्य करू लागतो.

घरातले बल्ब काही काळ प्रकाश देऊन नाश पावले तर त्याबद्दल मिथ्या शोक करण्यात काहीच अर्थ नसतो; त्याचप्रमाणे सृष्टीमधल्या प्रत्येक वस्तुजाताच्या नाशाबद्दल शोक करण्यात अर्थ नसतो. सृष्टीच्या उत्पत्तीपूर्वी सर्व प्राणिमात्र अव्यक्त असतात. उत्पत्तीनंतर लयापर्यंत जी मधली अवस्था असते त्यात त्यांची शरीरं इंद्रियरूपाने व्यक्त होतात. इंद्रियांनी गोचर होतात. पुन्हा मरणानंतर ती दिसत नाहीत. म्हणजेच काही काळच दृग्गोचर होणाऱ्या भूतमात्रांच्या मिथ्या शरीरांविषयी दु:ख करणं निरर्थक आहे, असं भगवान अर्जुनाच्या माध्यमातून आपल्याला समजावतात.

अव्यक्तातून व्यक्त होणे आणि व्यक्तातून पुन्हा अव्यक्त होणे ही एक चिरंतन प्रकिया आहे. त्यामुळे सृष्टी (आणि सर्व देह) व्यक्त झाली म्हणून हर्ष होण्यात मतलब नाही आणि ती पुन्हा अव्यक्तात विलीन होणार म्हणून दु:ख मानण्याचंही कारण नाही.

*आश्चर्यवत्पश्यति कश्चिदेनमाश्चर्यवद्वदति तथैव चान्य:।*
*आश्चर्यवच्चैनमन्य: श्रृणोति श्रुत्वाप्येने वेद न चैव कश्चित् ॥२.२९॥*

जणू काय आश्चर्य म्हणजे अद्भुत वस्तू म्हणून आत्म्याकडे कुणी पाहतो. दुसरा कुणी आश्चर्य म्हणजे अद्भुत गोष्ट म्हणून याचं वर्णन करतो, तर तिसरा एखादा जणू काय आश्चर्य म्हणून याविषयी ऐकतो. पण याप्रमाणे पाहून, वर्णन करून किंवा ऐकूनही कुणी याला जाणू शकत नाही.

---

आत्म्याविषयी ऐकून, वर्णन करून त्याचं स्वरूप समजू शकत नाही. या श्लोकाचा दुसरा असा अर्थ होतो की, आत्मज्ञानाने केवळ त्याचं तत्त्वत: ज्ञान होऊ शकतं. अर्थात, आत्मज्ञान तरी कुणाला हवं असतं? आत्मज्ञानामुळे भौतिक भूक थोडीच भागणार असते? भौतिक भूक भागवण्यासाठी आणि भौतिक सुखप्राप्तीसाठी आज सर्व थरांमधला माणूस धावतो आहे. जे टिकाऊ नाही आणि जे देहपतनानंतर नक्कीच बरोबर येणार नाही त्या गोष्टी मिळवण्यासाठी मनुष्य रात्रंदिवस धावताना दिसतो; आणि जे बरोबर येणार आहे त्याबाबत मात्र तो गाफिल अथवा अनभिज्ञ राहतो.

घरात संगमरवरी फरशी टाकली तर चार दिवस बरं वाटतं, पण पुढे त्याचं काही वाटेनासं होतं. नव्याची नवलई संपून जाते. सुख ओसरतं - नाहीसं होतं. ते रुटीन होतं. आणि रुटीनमध्ये सुखाचा अनुभव ओसरलेला असतो. पैसा नसतो तेव्हा तो मिळवण्यासाठी घरातील सर्वजण एकोप्यानं, सामंजस्याने काम करतात. असलंच तर एकच बँक-अकाउंट असतं. नवे कपडे, नवी वस्तू घेताना परस्परांचा विचार केला जातो किंवा परस्परांसाठी त्याग केला जातो. परंतु संपत्तीने घरात प्रवेश केला की हा एकोपा तुटतो. प्रत्येकाचं तोंड विरुद्ध दिशेला फिरतं! प्रत्येक सदस्य स्वत:चं व्यक्तिगत सुख शोधू लागतो; त्यातच रममाण होतो. प्रत्येकाची बेडरूम निराळी, प्रत्येकाच्या आवडीनिवडी स्वतंत्र, प्रत्येकाचं अकाउंट वेगळं! म्हणजे हा काही सिद्धान्त नाही. परंतु मोठ्या प्रमाणावर समाजात हे घडताना दिसतं.

संपत्ती आली की पद आणि प्रतिष्ठेसाठी धडपड सुरू होते. वासना प्रचंड बळावतात. भोगांसाठी मनुष्य देश-परदेशात फिरत राहतो. जीवन हे मौजमजेसाठी आणि सुख उपभोगण्यासाठीच आहे अशीही कित्येकांची मानसिकता असते. पैसा आणि भोग मिळवता मिळवता मग सारं आयुष्य निघून जातं, पण खरा आनंद कुठे आहे हे माणसाला अखेरपर्यंत कळत नाही. परस्परांसाठी त्याग करताना किंवा एकोप्याने राहताना जो आनंद असतो, तो कितीही सुखोपभोग उपभोगले तरी मिळत नाही. आयुष्यात कधीतरी जाणीव झालीच तर वेळ निघून गेलेली असते. आत्मज्ञान तर दूरच असतं.

पण हजारो-लाखो मनुष्यांपैकी एखादाच भाग्यवान महान पुरुष आत्म्याला पाहण्याची इच्छा करतो. आत्मसाक्षात्काराची इच्छा करणारी अशी व्यक्ती आश्चर्याने किंवा विस्मयाने आत्म्याविषयी ऐकते, असं या श्लोकात भगवंतांनी म्हटलं आहे. आत्मज्ञानाची जिज्ञासा मनात निर्माण होणं ही फार कठीण गोष्ट असते. तशी जिज्ञासा झाली तरी त्याचं योग्य स्वरूप सांगणारा ज्ञानी अतिदुर्लभ. ज्ञानी भेटला तरी मनापासून ऐकून घेणारा जिज्ञासू दुर्मीळ आणि एखाद्याने त्यातूनही आत्मज्ञानाविषयी श्रवण केलं तरी त्याला त्याचा साक्षात्कार होणं आणखी दूर! कारण श्रवणानंतरही मनन, चिंतन, निदिध्यास या गोष्टींना फार महत्त्व असतं.

नवविधा भक्तीमध्ये भगवंताकडे जाण्याच्या नऊ पायऱ्या सांगितल्या आहेत. या पायऱ्या अशा :

श्रवणम्, कीर्तनम्, स्मरणम्, पादसेवनम्, अर्चनम्,
वंदनम्, दास्यम्, सख्यम्, आत्मनिवेदनम्.

पुष्कळांना वाटतं, आत्मज्ञान होण्याचे हे नऊ भिन्न मार्ग आहेत. परंतु ते नऊ भिन्न मार्ग नसून मार्ग एकच आहे आणि नवविधा भक्तीतली प्रत्येक पायरी ही विकासाची पायरी आहे. भगवद्प्राप्तीसाठी प्रत्येक पायरीवरून विकास पावतच जावं लागतं - कदाचित अनेक जन्म! केवळ 'श्रवणम्' करून किंवा केवळ 'कीर्तनम्' (प्रवचन) करून ते साधेलच असं नाही. खोटा 'सख्य'भाव जपणारी व्यक्ती चुकून भगवंतापर्यंत गेलीच तर ती भगवंतांना स्व-विकासाचा कोणता अहवाल सादर करू शकेल? कोणतं 'आत्मनिवेदन' करू शकेल?

भगवान विचारतील, 'माझ्यासाठी तू काय केलंस? तू माझं नाम घेतलंस, चांगलंच केलंस. नाम घेतलंच पाहिजे. त्यामुळे चित्ताची एकाग्रता होते. चित्तशुद्धी होते. पण नाम घेण्यामुळे तुझ्या स्वतःच्या वृत्तीत फरक पडला का? तुझं चित्त खरोखर शुद्ध झालं का?

माझं नाम घेऊन तुला भौतिक भोग हवे होते का मोक्ष हवा होता? तुझा तसा हेतू असेल तर तुझा 'अहं' कायम होता असंच म्हटलं पाहिजे. जीवाने अहंकार बाळगून 'कीर्तनम्' म्हणजे 'माझं' काम कसं काय होऊ शकतं? भगवद्कार्य जीवाच्या अहंकारातून होत नसतं तर भगवंताच्या विशाल अहंकाराकडूनच केलं जात असतं. जीव केवळ माध्यम असतो, हा विचार तू कधी केला होतास का? तू केवळ माध्यम होतास हे तुझ्या कधी ध्यानात आलं होतं का? श्रवणम्-कीर्तनम् करून तू तुझी स्वत:ची प्रतिष्ठा वाढवलीस का माझी वाढवलीस...? तूच विचार कर.

तू उपास-तापास केलेस; ते तुझ्या आरोग्यासाठी केलेस, कर्मकांड म्हणून केलेस का पापाच्या भीतीपोटी केलेस? ते करताना मला जाणण्याचा तू कधी प्रयत्न केलास का? तू अशा काय चुका केल्यास म्हणून तुला माझी भीती वाटावी? वास्तविक मी प्रेमस्वरूप आहे; मी कधीच कुणाचं वाईट करत नाही.

तू माझं पुष्कळ गुणवर्णन केलंस. माझ्या स्तुतीसाठी निश्चित वेळ तू दिलास. तुझ्या भावजागृतीसाठी ते तू योग्यच केलंस. मी आहेच तसा सर्वश्रेष्ठ! पण केवळ अशा स्तुतीने मी खूश होऊ शकतो का? माझी स्तुती मनापासून केलीस तर ते मला आवडेलच. परंतु केवळ तू माझी स्तुती केलीस म्हणून मी खूश होईन की तू माझं काही काम केलंस तर मी खूश होईन? तूच बुद्धी चालव.

मला तुझ्या प्रशस्तिपत्रकाची तरी काय आवश्यकता? मी जे अवतार घेतले ते तप करण्यासाठी, समाजात सद्विचार रुजवण्यासाठी घेतले! त्यासाठी मी आणि माझ्याप्रमाणे झिजणाऱ्या वैदिक ऋषींनी, संतांनी समाजाच्या शेवटच्या व्यक्तीपर्यंत जाऊन निष्काम भावनेने तप केलं. त्यालाच 'कीर्तनम्' म्हणतात. आम्ही सर्व त्यासाठी झिजलो. तू यांपैकी काय केलंस?

तू नि:स्वार्थपणे माझं असं काय काम केलंस ते तूच मला सांग! तुझा भाव जागृत व्हावा म्हणून माझी स्तुती करणं, पूजा करणं, माझे उत्सव करणं योग्य आहे; पण तो दिखावा होता का खरंच तू ते मनापासून केलंस, याचाही तू विचार कर.

खरं तर मला शुष्क स्तुती नको, फुलं नको, सोनं-नाणं नको; काहीही नको. कारण मीच निर्माण केलेल्या गोष्टींची मला काय आवश्यकता?

मला हवं होतं तुझं मन! मला हवं होतं तुझं विशुद्ध कर्म. मला हवं होतं तुझं तप! मी 'तपा'नंच सर्वाधिक प्रसन्न होतो. ते तू निष्काम भावनेने कधी केलंस का? तू जितका अंतर्बाह्य शुद्ध होशील, तितकं माझं स्वरूप तुझ्या ध्यानात येईल.'

भगवंतांकडे 'आत्मनिवेदन' करण्यासाठी खरोखरच एखादा पोहोचला तर या भगवद्प्रश्नांना काय उत्तरं द्यायची, ते ज्याचं त्याने च ठरवलं पाहिजे!! अंतर्मुख होऊन विचार केला पाहिजे. भगवद्रूपी शुद्धात थोडंदेखील अशुद्ध सामावून जाऊ शकत नाही.

नवविधा भक्तीच्या या पायऱ्या गाळूनसुद्धा एखादी व्यक्ती भगवंतापर्यंत पोहोचू शकते; त्याचा सखा बनू शकतो; पण त्यासाठी शास्त्रशुद्ध कर्मंच केली पाहिजेत. विशुद्धाकडे विशुद्ध होऊनच जावं लागतं; आणि तीच गोष्ट महाकठीण असते. म्हणूनच आत्मस्वरूप दुर्बोध होऊन बसलं आहे.

आत्म्याविषयी बोलून, सांगून, ऐकून आत्मज्ञान होऊ शकत नाही. त्याचा शास्त्रशुद्ध मार्गच आज मलिन होऊन गेलेला दिसतो. सामान्य व्यक्तीला तर आत्मज्ञानाविषयी मुळीच आस्था नसते. दैनंदिन मृगजळवत भौतिक सुखदु:खात ती रममाण असते.

मात्र, जी व्यक्ती आत्म्याविषयीच्या उत्सुकतेपोटी जाणून घ्यायचा प्रयत्न करते, त्याविषयीची वर्णने ऐकते, तीसुद्धा आत्म्याला तत्त्वत:ही जाणू शकत नाही. म्हणजे आत्मज्ञान होण्यासाठी वेगळ्याच खडतर साधनेची आवश्यकता असते हाच अर्थ इथे ध्वनित होतो.

आत्म्याविषयी भगवान आणखी काय सांगतात ते आपण पुढच्या श्लोकात पाहू.

आई जशी आपल्या हरवलेल्या मुलाला भेटण्यासाठी वेडीपिशी होते, प्रेयसी प्रियकराच्या भेटीसाठी झुरते; अशी उत्कटतेची अनेक उदाहरणं एकत्र करून ती उत्कटता आत्मज्ञानासाठी सहस्रोपटींनी वाढवली तर एखाद्या व्यक्तीला तत्त्वत: आत्मज्ञान होऊ शकतं. इतकं आत्मज्ञान दुष्कर आहे.

*देही नित्यमवध्योऽयं देहे सर्वस्य भारत।*
*तस्मात्सर्वाणि भूतानि न त्वं शोचितुमर्हसि ॥२.३०॥*

हे अर्जुना, सर्व प्राण्यांच्या देहात (असणारा) हा आत्मा सर्वदा अवध्य आहे. म्हणून तू कोणत्याच भूतमात्राबद्दल शोक करणं योग्य नाही.

एखाद्या व्यक्तीबद्दल नातेसंबंधामुळे, सहवासामुळे, सतत सान्निध्यामुळे प्रेम आणि आपुलकी निर्माण होते. ती व्यक्ती जर मृत झाली तर तिच्याबद्दल दुःख होणं हा मनुष्यस्वभाव आहे. फक्त तत्त्वज्ञानाच्या दृष्टिकोनातून अशा घटनेबाबत सतत दुःखच करत राहणं योग्य नाही. सांख्य किंवा संन्यासयोगातील तत्त्वज्ञानाप्रमाणे आत्मा हा अमर असल्यामुळे कोणी मरो वा मारो, त्याविषयी शोक करण्याचं कारण नाही.

म्हणजे माणसाने पाषाणहृदयी बनावं असा मात्र याचा अर्थ होत नाही. मारण्याचा दोष किंवा पाप लागत नाही याचा अर्थ कोणीही कोणाला केव्हाही मारावं असा होत नाही. भगवंतांना ते अभिप्रेत नाही. कृष्णार्जुनांच्या प्रस्तुत समयोचित संभाषणात भगवंतांनी अर्जुनाच्या मनातली मरणाची किंवा मारण्याची भीती घालवण्यापुरतं हे तत्त्वज्ञान सांगितलं आहे. हा दिव्य उपदेश अखिल मानवमात्राच्या उद्धारासाठी असला तरी काही ठिकाणी तो प्रासंगिक आहे हेही ध्यानात घेतलं पाहिजे.

प्रत्येक व्यक्तीला कोणतं ना कोणतं दुःख हे असतंच; मग व्यक्ती श्रीमंत असो वा गरीब. समर्थ रामदास म्हणतात, 'जगी सर्व सुखी असा कोण आहे?'

कॉम्प्युटरमधला एखादा खेळ असतो. त्यात अनेक स्तर म्हणजे लेव्हल्स असतात. प्रत्येक स्तरावर लढा देऊनच वरच्या लेव्हल्स गाठाव्या लागतात. जीवनाच्या खेळात जर वरचा स्तर गाठायचा असेल, तर प्राप्त आव्हानांना तोंड देऊनच पुढे जावं लागतं. लढ्यापासून परावृत्त होण्यात मुळीच विकास नसतो. जीव आत्मिक विकासासाठीच पृथ्वीवर आलेला असतो. संकटापासून पलायन केलं तर एक ना एक दिवस ते संकट पुन्हा व्यक्तीला गाठू शकतं. गाव बदललं तरी नशीब बदलत नाही!

संकट प्राप्त झालं तर व्यक्ती देवाला दोष देते, पण प्राप्त सुख अथवा दुःख हे आपल्या कर्मबंधावर अवलंबून असतं. कर्म जेव्हा फलोन्मुख होतं तेव्हा त्याला 'दैव' म्हणतात, असा 'योगवासिष्ठा'चाही सिद्धान्त आहे. म्हणजे आपणच आपलं दैव नक्की करत असतो. हे तत्त्वज्ञान ज्याला माहीत असतं तो प्राप्त दुःख-संकटांविषयी शोक करत नाही.

शोकाने मन ग्रासलं की ज्ञानविचार मावळतो. शोक, अहंकार, यश, मद, मोह, आसक्ती आणि बुद्धीचा दुरभिमान यांनी जेव्हा व्यक्तीचं मन प्रभावित होतं, तेव्हा सर्वप्रथम विचार मावळत असतो. अशा वेळी ज्ञानी व्यक्तीचे विचारच व्यक्तीला तारू शकतात; मार्गदर्शन करू शकतात. मग कडूगोड आठवणींचा भार हलका झाला म्हणजे मेंदूची शक्ती पुन्हा वाढते. मन शुद्ध होऊ लागतं.

म्हणून नकारात्मक आणि अनावश्यक विचारांचा साठा प्रथम मनातून काढून टाकला पाहिजे. मग सद्विचार बुद्धीत रुजतील; मनात उतरतील. म्हणजे आधी घाण काढायची आणि मग निर्मलता प्रस्थापित करायची!

जीवन आणि मृत्यू ही एक नित्य प्रक्रिया आहे. जन्मानंतर मृत्यू; आणि मृत्यूनंतर पुन्हा जन्म असतोच असतो. एखाद्याचा मुलगा परदेशी शिकायला जातो. तिथेच नोकरी-व्यवसाय करून कायमचं वास्तव्य करतो. आईवडिलांना तो वर्षानुवर्षं भेटू शकत नाही. अशा परिस्थितीत मुलगा आईवडिलांना दिसत नाही आणि प्रत्यक्ष भेटतही नाही. तरीपण आपला मुलगा कुठेतरी आहे, तो चांगलं काम करत आहे, यश मिळवत आहे, स्वतःची प्रगती करत आहे, हा विचार त्या आईवडिलांच्या मनाला समाधानी करतो. आता इथे मुलगा प्रत्यक्ष दिसत नाही. म्हणजे त्याचं अदर्शन होतं. तरी त्याचं अस्तित्व आहे ही भावना आईवडिलांच्या मनात दृढ असते. तो केव्हा ना केव्हातरी भेटेल ही आशा असते.

आपल्या एखाद्या जवळच्या व्यक्तीचा जेव्हा मृत्यू होतो, तेव्हा त्याप्रसंगीही त्या व्यक्तीचं अदर्शन होतं. ती दिसत नाही - आणि कधीही दिसणार नसते. त्याविषयी मग शोक वाटू लागतो. आता दोन्ही परिस्थितीत व्यक्तीचं अदर्शनच होत असतं.

मुलगा दूरदेशी असला तरी केव्हा ना केव्हा तरी भेटेल ही आशा असते. शिवाय दूरदेशी ती स्वतःचा विकास करत आहे याविषयी समाधान वाटत असतं; पण जवळची व्यक्ती मृत होऊन तिचं अदर्शन मात्र दुःख देतं. दोन्ही परिस्थितीत जवळच्या व्यक्तीचं अदर्शनच असतं. पण एक वास्तव समाधान देतं तर दुसरं दुःख देतं. दूरदेशी गेलेला मुलगा प्रत्यक्ष दिसला नाही तरी तो जिवंत आहे ही भावना सुख देते.

पृथ्वीवर देह सोडलेली व्यक्तीही आत्मिक विकासासाठीच आपल्याला सोडून

गेलेली असते. ती पृथ्वीवर कधीही भेटणार नसते; पण देहत्यागानंतर ती नक्की भेटणार असते. म्हणजे ज्याप्रमाणे दूरदेशी गेलेल्या मुलाचं अस्तित्व असतंच, तसंच देह सोडलेल्या व्यक्तीचं अस्तित्व हेदेखील असतंच. मग त्याविषयी किती दुःख करायचं, हा खरा प्रश्न आहे.

> खुर्शिद भावनगरी यांचं *Laws of Spirit World* नावाचं पुस्तक पुष्कळ गाजलं. व्हिस्पी आणि रत्तू नावाची त्यांची दोन्ही मुलं मोटार अपघातात ठार झाली. स्वाभाविकच खुर्शिद आणि त्यांच्या वयोवृद्ध पतीला त्या घटनेचा कमालीचा धक्का बसला. त्यांच्यावर जणू आकाशच कोसळलं. ती गोष्ट अगदी स्वाभाविकच होती. कारण त्यांची दोन्ही तरुण कर्ती मुलं निवर्तली होती. दोघेही पतिपत्नी दुःखसागरात आकंठ बुडाले.
>
> देह सोडलेल्या त्यांच्या दोन्ही मुलांना आईवडिलांचं दुःख पाहवेना. मग त्यांनी एका माध्यमामार्फत आपल्या आईवडिलांशी संपर्क साधला. संपर्क प्रस्थापित झाल्यानंतर व्हिस्पी आणि रत्तू यांनी स्वयंलेखनातून ते सुखरूप असल्याचं सांगितलं; ते कोणत्या अवस्थेत आहेत, काय करत आहेत, हेही सांगितलं. परलोकाचं पुष्कळसं स्वरूपही त्यांनी उलगडलं.
>
> आपली मुलं कुठे ना कुठेतरी सुखरूप आहेत हे समजल्यावर भावनगरी पति-पत्नींचं दुःख काहीसं हलकं झालं.

*Autobiography of Yogi* या योगी योगानंदांच्या आत्मचरित्रात अशा अनेक घटनांचा उल्लेख आहे. विशेषतः त्या पुस्तकाच्या त्रेचाळिसाव्या प्रकरणात त्यांचे गुरू युक्तेश्वर महाशय यांच्या संदर्भातील एक घटना अशीच थक्क करणारी आहे. मृत्युपश्चात युक्तेश्वर महाशय एके दिवशी सदेह अवतरले आणि त्यांनी योगानंदांना परलोकाचं स्वरूप विशद करून सांगितलं. जवळपास तीस-पस्तीस पृष्ठांमध्ये त्यांनी परलोकाचं अतिशय बारकाईने वर्णन केलेलं आहे.

'कठोपनिषदा'त नचिकेता आणि यम यांचा संवाद आहे. नचिकेता मृत्यूचं स्वरूप जाणू इच्छितो. तेव्हा यम त्याला पृथ्वीवरचे सारे उपभोग देऊ करतो. पण मृत्यूचं रहस्य उलगडण्याविषयी असमर्थता दर्शवतो. मात्र नचिकेत्याची अढळ वृत्ती पाहून अखेर यम त्याला मृत्युपश्चात जीवनाचं संपूर्ण ज्ञान देतो. आपण नचिकेत्याची संपूर्ण गोष्ट पुढे पाहणारच आहोत....

तात्पर्य, प्राचीन काळापासून मृत्युपश्चात जीवनाचं गूढ कायम आहे. अनेक लोकांना परलोकाचं क्षणिक दर्शन घडलं आहे. त्यावर किती विश्वास ठेवायचा, हा

ज्याचा-त्याचा प्रश्न! पण मृत्युपश्चात जीवन निश्चित आहे, याची ग्वाही स्वतः भगवान मात्र देतात.

आपण ज्या स्तरावर जगतो तिथे प्रतिदिनी लाखो लोकांचा मृत्यू होत असतो आणि लाखो नवे जीव जन्माला येत असतात. आपल्या घरातलं माणूस गेल्यानंतर जेवढं दुःख होतं, तेवढं जगातील इतर गतप्राण झालेल्या लोकांविषयी होत नाही. तसं दुःख करणं योग्यही नाही. अन्यथा आपलं सारं जीवनच दुःखमय होऊन जाईल. पण जवळचं माणूस किंवा आदरणीय व्यक्ती गेली तर दुःख हे होतंच.

जीवांना होणाऱ्या सुखदुःखाच्या भावना हीसुद्धा ईश्वराचीच देन आहे. त्यामुळे भावनांचा कल्लोळ होणारच. पण ते दुःख निरंतर धरून ठेवणं योग्य होणार नाही, असं भगवान समजावतात. 'तू दुःख करूच नकोस' असं भगवान सांगत नाहीत; तर 'तू शोक करू नकोस' असं ते म्हणतात. 'शोक' म्हणजे केवळ रडणं नव्हे; तर दुःखद घटना किंवा आठवणी धरून ठेवणं. म्हणूनच भगवान अर्जुनाला समजावताना सांगतात, प्राण गेला काय किंवा राहिला काय, त्याबद्दल शोक करणं योग्य नाही.

मनुष्य म्हणजे आत्मा आणि देह यांचा समुच्चय! देहाच्या माध्यमातूनच आत्म्याचं कायमचं कल्याण होऊ शकतं. देह अनित्य असला तरी त्याच्याच माध्यमातून साधनेने मोक्ष प्राप्त करता येतो. मनुष्यदेह हा आत्मिक विकासासाठीच असतो. त्यामुळे आत्महत्या करणं किंवा विनाकारण अथवा विकारवश होऊन दुसऱ्याचा वध करणं या दोन्ही गोष्टी धर्म्य नाहीत. शास्त्रानुसार तसं करणं हे घोर पातक आहे. यालाच धर्माधर्मविवेक म्हणतात.

हाच गीतेतला प्रतिपाद्य विषय आहे. धर्म आणि अधर्म यांमधील सूक्ष्म भेद इथे स्पष्ट केला आहे. धर्म-अधर्मातील संघर्ष तसेच, धर्म-धर्मातील संघर्ष या सर्वांचा विचार भगवंत मांडतात. त्यामुळे क्षात्रधर्मानुसार लढाईचं धर्म्य कर्तव्य अर्जुनाने शोक न करता पार पाडायलाच हवं होतं.

अर्जुनाला क्षात्रधर्माची जाणीव करून देऊन भगवंत त्याला समजावतात, "आत्मा हा अवध्य आणि चिरंतन आहे. त्याचबरोबर शरीर हे वध्य आणि मिथ्या आहे. त्यामुळे तू भीष्मादिकांच्या मृत्यूविषयी शोक करू नकोस."

'मी कोण' या प्रश्नाचं उत्तर या श्लोकातून मिळतं. मी देहधारी व्यक्ती नसून त्या परब्रह्माचं 'मी' म्हणजे आत्मस्वरूप आहे. देहाला फारसं महत्त्व नसलं तरी देहाच्याच माध्यमातून व्यक्तीला विकास साधता येतो. तिला उच्च स्तरावर जाता येतं अथवा मोक्ष प्राप्त करता येतो. तेवढ्यापुरतं देहाला निश्चितच महत्त्व आहे.

*स्वधर्ममपि चावेक्ष्य न विकम्पितुमर्हसि।*
*धर्म्याद्धि युद्धाच्छ्रेयोऽन्यत्क्षत्रियस्य न विद्यते ॥२.३१॥*

शिवाय, स्वधर्मापासून परावृत्त होणं तुला योग्य नाही. कारण क्षत्रियाला धर्मयुद्धाहून अन्य श्रेयस्कर गोष्ट कोणतीही संभवत नाही.

या श्लोकात भगवान अर्जुनाला स्वधर्माची जाणीव करून देतात. अर्जुन क्षत्रिययोद्धा होता. क्षात्रधर्मपालनानुसार जरी विचार केला तरी त्याने युद्धापासून परत फिरणं हे अशोभनीय होतं. युद्ध हाच क्षत्रियाचा धर्म असल्यामुळे कोणत्याही स्थितीत युद्धापासून पळ काढणं क्षात्रधर्मानुसार योग्य नाही, असं भगवंत त्याला सूचित करतात. स्वधर्मपालनासारखी अन्य कोणतीही हितकर गोष्ट नाही असंही सांगतात.

दैनंदिन जीवनातही अशी अनेक युद्धं आपल्यासमोर उभी ठाकलेली असतात. त्यांच्याकडे पाठ न करता त्या युद्धांना समर्थपणे तोंड देता आलं पाहिजे; संकटांवर पाय देऊन पुढे जाता आलं पाहिजे, असाच या श्लोकाचा अर्थ आहे. एखाद्या मुलीचं लग्न ठरतं. लग्नापूर्वी नवदांपत्यांच्या पुष्कळ आणाभाका होतात. त्यात बाहेरची कामं नवऱ्याने करायची आणि स्वयंपाकपाणी बायकोने करायचं असं ठरतं. साखरपुडा होतो. लग्न उभं राहतं. पण बोहल्यावर चढताना वधू म्हणते, "स्वयंपाकपाणी मी एकटी कशी काय करणार? मला ते शक्य होणार नाही. त्यापेक्षा लग्न मोडून जोगीण बनलेलं बरं!"

अर्जुनाची नेमकी अशीच अवस्था झाली होती. एक गोष्ट मात्र ध्यानात घ्यायला हवी. अर्जुन युद्धाला घाबरत नव्हता तर युद्धाच्या परिणामांना घाबरत होता. अशा वेळी युद्धाच्या परिणामांचा विचार न करता स्वधर्मस्वरूप प्राप्त झालेलं युद्ध करणं हे श्रेयस्कर आहे, असं भगवंतांचं सांगणं होतं.

कामाची जी जबाबदारी आपल्यावर टाकली गेली आहे किंवा जी आपल्याला प्राप्त झाली आहे, ती यथोचित पार पाडणं हे आपलं प्रथमकर्तव्य असतं. ते काम टाळणं स्वधर्माने आणि लौकिक दृष्टीनंही श्रेयस्कर नसतं.

नेपोलियन बोनापार्टच्या संदर्भातील एक गोष्ट आहे. जे जे चांगलं आहे, अनुकरणीय आहे त्याचा आपण संदर्भाने विचार करणार आहोत. याचा अर्थ नेपोलियनचा साम्राज्यवाद मला स्वीकृत आहे, असं मात्र नाही. देवाने सर्वांना सर्वच दिलं असं होत नाही. कमीजास्त हे असतंच. काहींना धडधाकट प्रकृती दिलेली असते पण पैसा दिलेला नसतो. काही लोकांकडे अमाप संपत्ती असते; पण शरीरसंपत्ती नसते.

अठराव्या शतकात कॉर्सिका बेटावर जन्मलेला नेपोलियन बोनापार्ट प्रथम एक साधा सैनिक होता. पुढे तो आपल्या पराकोटीच्या युद्धकौशल्याच्या बळावर फ्रेंच सेनेचा सेनापती झाला. त्यानंतर तो फ्रान्सचा बादशहाही झाला. त्यामुळे नेपोलियन हा श्रेष्ठ लढवय्या होता अशी आपली समजूत होऊ शकते. परंतु त्याच्याकडे सर्वच गोष्टी प्रतिकूल होत्या. त्याची उंची खूप कमी होती. त्याला घोड्यावर धड मांडही टाकता येत नसे. त्याचा बंदुकीचा नेमही चांगला नव्हता. सैनिकाला योग्य अशी शरीरयष्टी मुळीच नव्हती. हे सारे प्रतिकूल घटक असूनही तो केवळ आपल्या कर्तृत्वामुळे फ्रान्सचा सर्वेसर्वा झाला.

साध्या सैनिकापासून तो या उच्च पदावर गेला असल्यामुळे त्याला सामान्य सैनिकांची सुखदु:खं माहीत होती. सैनिकांविषयीच्या त्याच्या जाणिवा समृद्ध होत्या.

तो जेव्हा फ्रान्सचा सेनापती होता, तेव्हा एक प्रसंग घडला. फ्रेंच सेनेसह तो एका स्वारीवर गेला होता. त्या मोहिमेदरम्यान वाटेत तात्पुरती शिबिरं थाटली गेली होती. चौक्या बसवल्या होत्या. शिबिरांभोवती रात्रीची गस्त सुरू झाली होती. रात्रपाळीचे रक्षक चौक्यांवर पहारा करत होते.

मध्यरात्रीची वेळ होती. कडाक्याची थंडी पडली होती. पण कोणत्याही परिस्थितीत नेपोलियन कधीच गाफिल राहत नसे. किंबहुना तो कायम सतर्क असे. अचानक चौकीला भेट देऊन चौकीपहाऱ्यावरचे सैनिक व्यवस्थित काम करत आहेत ना, याची तो खात्री करून घेत असे. एका मध्यरात्री त्याने एका चौकी-पहाऱ्याला अशीच अवचित भेट दिली. त्या वेळी तिथला पहारेकरी एका झाडाला टेकून उभ्यानंच निद्राधीन झाला होता. त्याच्या हातात बंदूक तशीच धरलेली होती, पण हाताची पकड सैल झाली होती. नेपोलियनचं लक्ष त्याच्याकडे गेलं. त्याने हळूच त्या निद्रिस्त सैनिकाच्या हातातली बंदूक काढून घेतली आणि तो स्वत: त्या चौकीवर पहारा करू लागला.

काही वेळाने त्या सैनिकाला जाग आली आणि नेपोलियनला पहारा करत असलेलं बघून तो भांबावला - अतिशय घाबरून गेला. त्याच्या तोंडचं पाणी पळालं. आता आपल्याला कोणत्या प्रसंगाला तोंड द्यावं लागणार या चिंतेने तो थरथरत उभा होता. तेव्हा नेपोलियन त्या सैनिकाला समजावणीच्या स्वरात म्हणाला, 'अरे मित्रा, सैनिकाने सदैव सज्ज राहिलं पाहिजे! शत्रू केव्हा संधी साधून घात करील याचा नेम नसतो!'

तो सैनिक अतिशय खजिल झाला. नेपोलियनच्या हातातील बंदूक घेऊन तो पुन्हा पहारा करायला सज्ज झाला. त्या सैनिकाची झोप पुरती उडाली होती. पुन्हा त्याने आपल्या कार्यात कधीही हलगर्जीपणा केला नाही.

आपल्या सैनिकांवर नेपोलियनचं निरतिशय प्रेम असायचं. जखमी सैनिकांना कित्येक वेळा तो स्वत: मलमपट्टी करायचा. त्यामुळे सैनिकांनाही त्याच्याविषयी प्रेमादर वाटायचा. आपल्या कर्तव्यात कुणीही कसूर करता कामा नये या गोष्टीवर मात्र त्याचा कटाक्ष असे. आपलं काम चोख केल्यानंतरच त्या कामाबद्दल दाम घेण्याचा आपल्याला अधिकार असतो अशी नेपोलियनची विचारसरणी होती.

स्वधर्माचरण असं श्रेष्ठ असतं.

प्राप्त परिस्थितीत युद्ध करणं कसं श्रेयस्कर आहे हीच गोष्ट भगवंत अर्जुनाला या ना त्या बाजूने पटवून देत आहेत. स्वधर्मापासून दूर जाणाऱ्या व्यक्तीची अपकीर्ती होत असते. प्राप्त कर्म जरी टाळलं तरी अंतर्मनाला त्याची बोच होतेच होते. त्या टाळलेल्या कर्माचा प्रभाव अथवा परिणाम केव्हा ना केव्हा व्यक्तीला भोगावाच लागतो. देह हे आत्मज्ञानाचं साधन असल्यामुळे व्यक्तीने कसं वागावं, कसं राहावं, याचा विचार इथे केला आहे. देहात राहून स्वधर्माचं पालन करणं हे व्यक्तीचं आद्य कर्तव्य असतं. युद्धात मारणे किंवा मरणं हा क्षात्रधर्म असतो. अर्जुनाचा तो स्वधर्म होता. त्यामुळे लौकिकार्थाने आणि स्वधर्माच्या दृष्टीनंही त्याने शोक करणं अथवा मोहित होणं योग्य नव्हतं. भगवान हेच त्याला सुचवत आहेत.

भूमिका आवडो वा न आवडो, दिग्दर्शकाने सोपविलेली आणि अभिनेत्याने स्वीकृत केलेली भूमिका मन लावून पार पाडलीच पाहिजे. भगवंताने आपल्याला खेळगडी म्हणून पाठविलेले आहे. त्याचा खेळ आपण विनातक्रार खेळलाच पाहिजे. व्यक्तीच्या तेवढंच हातात असतं.

*यदृच्छया चोपपन्नं स्वर्गद्वारमपावृतम।*
*सुखिनः क्षत्रियाः पार्थ लभन्ते युद्धमीदृशम् ॥२.३२॥*

हे अर्जुना, दैवयोगाने उघडलेलं स्वर्गाचं द्वार (आणि) असं हे प्राप्त झालेलं युद्ध भाग्यवान क्षत्रियांनाच लाभतं.

'या योद्धांच्या समोर आयतंच स्वर्गद्वार उघडलेलं आहे. त्यांना ते स्वर्गद्वार पार करून जाण्याचं पुण्य मिळू दे. ते तुझ्या हातात आहे. तो तुझा धर्म आहे,' असं भगवान या श्लोकात सांगतात. क्षत्रिय योद्ध्यांसाठी रणांगणावर स्वर्गाचं दार उघडलं जातं, या भगवंतांच्या कथनाचा काय अर्थ लावायचा?

यासाठी रणांगणावरच्या परिस्थितीचा मनोमन अनुभव आपण घ्यायला हवा. तरच या श्लोकाचा अर्थ उमजेल.

विचार करा, समोर शत्रू उभा ठाकला आहे. अनेक मोठमोठे योद्धे उभय पक्षात आहेत. आक्रमण होताच दोन्हीकडचे वीर परस्परांवर तुटून पडतील. जीवन-मरणाच्या सीमेवर त्या योद्ध्यांच्या मनाची काय अवस्था झाली असेल? केव्हा जीव गमवावा लागेल याचा नेम नाही. आपण 'आहोत' आणि 'नाही' यामधलं अंतर केवढं कमी झालं असेल. ऐन मृत्यूच्या द्वारात त्या योद्ध्यांच्या मनात जीवन-मरणाखेरीज कोणताही भौतिक विचार नसेल. मनोकामना नसतील. आसक्ती सुटली असेल. त्याचबरोबर अंगी धैर्य एकवटलं असेल. वीरश्री संचारली असेल. विजिगीषू वृत्तीने कळस गाठला असेल. इतक्या महासंकटाला धडाडीने सामोरं जाण्यातून त्यांच्या अर्धजाणीवयुक्त मनात साठलेला कर्मांचा ताळेबंद झपाट्याने कमी होत असेल. जन्मोजन्मीच्या कुकर्मांचा निचरा होत असल्यामुळे त्यांचं स्वर्गातलं स्थान पक्कं होत असेल. त्या वीरांमधले धैर्य, तेजस्विता, सर्वस्वाचा त्याग त्यांना निश्चितच स्वर्गातलं उच्च असं स्थान मिळवून देत असेल.

स्वर्ग-नरक वगैरे विचार प्राचीन काळापासून केले गेलेले आहेत. आपण

त्याविषयी थोडक्यात जाणून घेऊ. अशी कोणती परंपरा होती अथवा अनुभव होते की, ज्यामुळे स्वर्गाचं इतकं महत्त्व वाटावं? वैदिक आर्यांना स्वर्गाचं अस्तित्व निश्चित माहीत होतं असं दिसतं. 'बायबल'मध्येही स्वर्ग म्हणजे 'हेवन'चं विस्तृत वर्णन आहे.

भारतीय पुराणांमध्ये स्वर्गाची रसभरित वर्णने आहेत. इंद्र, देव, अप्सरा वगैरे वर्णनांनी अनेकांना भुरळ पडते. कथा-कादंबऱ्या आणि चित्रपटांमधूनही स्वर्गाचं असंच स्वरूप रंगवलेलं दिसेल. 'स्वर्ग' म्हटलं की सामान्य व्यक्तीच्या डोळ्यांसमोर हेच चित्र येतं. एवढ्यावरून आपण स्वर्गाचं वास्तविक स्वरूप जाणू शकत नाही. त्यासाठी ऋवेद, महाभारत, बायबलमधून वगळलेले इनॉकचे अनुभव, सुमेरियन संस्कृतीतील लिखित घटना, गिलगमेशचं महाकाव्य, युक्तेश्वर महाशयांनी अवतीर्ण होऊन योगानंदांना दिलेलं ज्ञान, डॉ. वॉरेन यांच्या सिद्धान्ताच्या आधारे लोकमान्यांनी केलेलं भाष्य इत्यादी अनेक संदर्भांचा सांगोपांग विचार करून आपल्याला स्वर्गाचं स्वरूप आणि त्याला प्राप्त होण्याचं महत्त्व याविषयी निष्कर्ष काढावा लागेल. थोडक्यात, या साऱ्यांचा तौलनिक अभ्यास करून स्वर्गाविषयी अनुमान करावं लागेल. हा फार मोठा विषय आहे. तथापि, काही मुद्द्यांचा विचार करू.

महाभारतातील स्वर्गारोहिणी पर्वाचा संदर्भ घ्यायचा झाल्यास स्वर्ग आणि आकाशगंगा यांचा वास्तविक संबंध असावा असं वाटतं. अंतराळातील हा स्वर्लोक म्हणजे साकार वसाहत आहे का? पृथ्वीवरच्या मानवांवर, त्यांच्या कर्मांवर त्यांचं थेट आधिपत्य (Control) असतं का? पृथ्वीवरचा माणूस ही त्या स्वर्लोकवासीयांचीच निर्मिती आहे का? स्वर्लोकाला किंवा स्वर्गाला प्राप्त होणं म्हणजे मोक्षप्राप्ती नव्हे. मोक्षप्राप्ती ही स्वर्गापेक्षाही श्रेष्ठ अशी आनंदस्वरूप अवस्था मानली गेली आहे. स्वर्ग म्हणजे आकाशगंगेतीलच भिन्न मितीमधली ती एखादी उन्नत वसाहत तर नसेल?

आपण महाभारतातले आणखी दोन संदर्भ पाहू.

> महाभारतातील आदिपर्वात महर्षी व्यासांनी स्वर्गाविषयी लिहिलं आहे. हिमालयातील शतशृंग पर्वतावर पांडुराजा कुंती आणि माद्रीसह राहू लागला. किंदम ऋषींकडून शाप मिळाल्यामुळे त्याचं संसारातून मन पार उडून गेलं होतं. सिद्ध-साधकांमध्येच त्याचा बहुतेक वेळ व्यतीत होत असे. एके दिवशी ऋषींचा एक समूह स्वर्गात - म्हणजे देवलोकात जाणार असल्याचं पांडूला समजतं. पांडुराजा त्या साधकांबरोबर देवलोकात जाण्याची इच्छा व्यक्त करतो.

तेव्हा त्यांच्यामधले ज्येष्ठ ऋषी पांडूला त्या विचारापासून परावृत्त करताना म्हणतात, “राजा, हे उत्तरेचे उंचच उंच पर्वत ओलांडून गेलं की अनेक अगम्य प्रदेश बघायला मिळतात. देवांची शेकडो विमाने तिथे घोंघावत असतात. कर्णमधुर स्वरांचा गुंजारव तिथे सतत होत असतो. सभोवतालची पर्वतशिखरं नित्य हिमाच्छादित असतात. तिथे ना वृक्ष, ना मृग, ना पक्षी! काही ठिकाणी भारी वर्षा होत असते. त्यामुळे पाय घसरून पडण्याचा संभव असतो. देव, गंधर्व, अप्सरा यांची निवासस्थाने तिथे आहेत. तिथे त्यांचा क्रीडाविलास चालतो. कुबेराची रम्य उद्याने पवित्र अशा महानद्यांच्या तीरावर वसलेली आहेत. वाटेत इतक्या खोल दऱ्या आहेत की त्यांचं उल्लंघन करून कुणालाही पलीकडे जाता येत नाही. पशू तर राहू द्या; पण पक्ष्यांनाही त्या दऱ्या ओलांडता येत नाहीत. देवांच्या त्या अगम्य प्रदेशात फक्त वायू आणि सिद्ध महर्षीच तेवढे जाऊ शकतात. तेव्हा स्वर्गात जाण्याचा विचार तू सोडून दे!”

महाभारतातील वनपर्वातल्या ४३व्या अध्यायात अर्जुनाच्या देवलोकातील प्रवासाविषयी महाभारतकार व्यासमहर्षी सांगतात,

‘भूमीवर वावरणाऱ्या माणसांची दृष्टीही पोहोचणार नाही अशा ठिकाणी अर्जुनाने सहस्रो विमानांना फिरताना पाहिलं. ते असं ठिकाण होतं की जिथे सूर्यही नव्हता, चंद्रमाही नव्हता आणि अग्नीही नव्हता. तिथले लोक स्वतःच प्रकाशित होत होते. तिथे जे छोटे-मोठे प्रकाशमान तारे दिसत होते, ते मोठे असूनही खूप दुरून पाहिल्यामुळे छोट्या छोट्या दीपांप्रमाणे दिसत होते. आपल्या स्थानांपुरतीच प्रभा असणाऱ्या त्या ताऱ्यांना अर्जुनाने पाहिलं. तिथे असणारे सहस्रो गंधर्व, गुह्यक, ऋषी आणि अप्सरा सूर्याप्रमाणे सतेज होत्या.’

आरण्यक पर्वातील १६४व्या अध्यायात महाभारतकार कथन करतात,

‘देवलोकात ना सूर्यप्रकाश आहे, ना गरमी आहे, ना थंडी आहे. तिथे थकावट नाही, धूळ नाही आणि अंधकारही नाही... जीवन सुगंधित करणारा थंड, सुगंधी वारा तिथे वाहत असतो. तिथे अनेक हरणं आणि पक्षी कर्णमधुर शब्द करत असतात. अनेक देव विमानात बसून आकाशात संचार करतात...’

*The Book of Enoch*मध्ये इनॉकने केलेल्या अंतराळ प्रवासाविषयी बारीकसारीक वर्णन केलं आहे :

> इनॉक देवाला स्वत:च्या भवितव्याविषयी विचारतो. तेव्हा देव सांगतो, 'मला त्याविषयी सांगता येणार नाही. मला भविष्य माहीत नाही.'
>
> अहुर मझ्द आणि यिम यांची भेट ऐर्यन वईजो म्हणजेच इराण्यांच्या स्वर्गात होते. अहुर मझ्दला यिम विचारतो, "हे सृष्टिकर्त्या पुण्यपुरुषा, तयार केलेल्या 'वरा'मध्ये प्रकाश मिळण्यासाठी कोणतं साधन आहे?"
>
> त्यावर अहुर मझ्द म्हणतो, "त्या ठिकाणी स्वयंभू आणि कृत्रिम असे दीप आहेत. तिथे तारे, चंद्र आणि सूर्य वर्षातून एकदाच उगवताना आणि मावळताना दिसतात. त्यामुळे संपूर्ण वर्ष एका दिवसासारखं वाटतं."

फ्रिजियनांचे देव आपल्या पुराणातील विष्णूप्रमाणे हिवाळ्यात झोपतात आणि वसंतऋतूमध्ये पुन्हा त्यांचे नित्यक्रम सुरू होत असतात, असं प्लूटार्क म्हणतो. पॅकलागोनियामधील लोकांचं मत होतं की, हिवाळ्यात देवांना कोठडीत बंदिस्त करून ठेवलं जातं आणि वसंतात त्यांची सुटका होते.

आयरिश पुराणांमध्ये देव काही काळ आजारी पडत असल्याचंही सांगितलं आहे. आपल्याकडेही देवशयनीला देव झोपतात, ते चार महिन्यांनंतर उठतात, अशी धार्मिक मान्यता आहे.

मदी-मोरूई ही आफ्रिकेतील जमात. त्यांच्या पुराणात म्हटलं आहे, प्रथमत: माणूस स्वर्गातच वास्तव्याला होता. त्याचा पृथ्वी ते स्वर्ग असा नेहमी प्रवास चाले. पण एका निळ्या पक्ष्याने स्वर्गात जाण्याची शिडीच तोडून टाकली!

झुलू ही दुसरी आफ्रिकन जमात. झुलूचा अर्थच मुळी स्वर्ग! त्यांचे पूर्वज थेट स्वर्गातूनच उतरले अशी त्यांची परंपरा सांगते. म्हणून स्वत:च्या देशाला ते 'स्वर्गीय मानवांचा देश' असंच म्हणतात.

मसाई जमातीचा विश्वास आहे की, चंद्र, तारे यांची निर्मिती करणाऱ्या देवानंच प्रथम पृथ्वीवर वनस्पतिजीवन निर्माण केलं आणि मग इतर प्राण्यांना इथे आणलं. पुनरुत्थापित युक्तेश्वर महाशयांनीही म्हटलं आहे, परमेश्वराने प्रथम मानवाचं सूक्ष्म लिंगशरीर निर्माण केलं आणि शेवटी पार्थिव शरीर निर्माण केलं.

टांझानियातील झिबा जमातीच्या आद्य देवाचं नाव रुगाबा आहे. त्यांच्या मते रुगाबा पृथ्वीवर नसून दूर अंतराळात वास्तव्यास आहे. अंतराळात सर्वत्र अंधार असतो, म्हणून पृथ्वीवर येऊन त्याने पहिला माणूस तयार केला.

बुशोंगो पुराण सांगतं, पृथ्वीवर प्रथम सर्वत्र अंधार होता. एकदा बुम्बा नावाचा धिप्पाड गोरा माणूस पृथ्वीवर आला. त्याने इथल्या एका माणसाची राजा म्हणून निवड केली आणि तो अंतराळात निघून गेला.

आता या पार्श्वभूमीवर योगानंदांसमोर पुनरुत्थापन केलेल्या युक्तेश्वर महाशयांनी जे स्वर्गाचं वर्णन केलं आहे तेही काहीसं भिन्न आणि थक्क करणारं आहे.
ते सांगतात,

> 'परलोक अनेक आहेत. त्यात निवास करणारेही असंख्य आहेत. त्यांची भ्रमण करणारी वाहनंही त्या लोकांस साजेशी अशीच आहेत. ही वाहने म्हणजे तेजाचे किंवा प्रकाशाचे पुंजके असतात. ते एका ग्रहावरून दुसऱ्या ग्रहावर विजेच्या किंवा रेडिओवेव्हपेक्षा अधिक वेगाने गमन करू शकतात. हे परलोकविश्व प्रकाश आणि रंग यांच्या सूक्ष्म आंदोलनांचं आणि लहरींचं बनलेलं आहे. ते जडविश्वाच्या शेकडो पटींनी विशाल आहे.'

आपलं विश्व आणि परलोकविश्व यांची ते तुलना करतात,

> 'परलोकगोलाच्या अजस्र तेजोमय फुग्याला आपलं विश्व म्हणजे जणू त्याला बांधलेली एक लहानशी घनरूप खड्यासारखी टोपली!'

ते पुढे म्हणतात,

> 'हिरण्यलोकासारख्या स्वर्गलोकावर राहणाऱ्या पुण्यवान व्यक्तींना खाण्यापिण्याची आवश्यकता भासत नाही. तिथली आयुर्मर्यादा पृथ्वीवरच्या आयुर्मर्यादेपेक्षा पुष्कळ जास्त असते. पृथ्वीवर केलेल्या पुण्यसंचयानुसार तिथली आयुर्मर्यादा ठरते. ती संपताच जीव पुन्हा पृथ्वीवर जन्म घेऊन येतो. परंतु परलोकविश्वात दीर्घकालीन स्थायिक झालेले जे रहिवासी असतात त्यांना पुन्हा पृथ्वीवरच्या जड आंदोलनांचा अनुभव घेण्याची आवश्यकता राहिलेली नसते. परलोकातील मृत्यूनंतर हे रहिवासी अत्यंत तरल अशा कारणविश्वात प्रवेश करतात...

युक्तेश्वर महाशयांनी केलेलं परलोकाचं वर्णन जवळपास तीस पृष्ठांमध्ये योगानंदांनी सांगितलेलं आहे.

स्वर्गासंबंधी दोन विचारधारा दिसतात. पहिली विचारधारा पृथ्वीवरील स्वर्गाविषयी वर्णन करते तर दुसरी अंतराळातल्या आत्मिक विश्वातील भिन्न मितीमधील जीवनाचं वर्णन करते. या दोन्ही विचारधारा योग्य आहेत असं मला वाटतं. हिमालयाच्या

आश्रयाला एखादा मनुष्य गेला की तो सहज म्हणतो, इथे साक्षात स्वर्ग अवतरला आहे! म्हणजे परलोकातील स्वर्गाची उपमा एखाद्या प्रदेशाला दिली जाते. प्राचीन काळी पृथ्वीवर जिथे देवांचं वास्तव्य होतं त्याला 'स्वर्ग' म्हटलेलं आहे.

परंतु देह सोडल्यानंतर जेव्हा जीवाचं परलोकगमन होतं, तेव्हा तो जीव ज्या स्वर्गस्तरावर जातो तिथलं वर्णन युक्तेश्वर महाशयांसह असंख्य ज्ञानी लोकांनी केलेलं आहे.

इथे भगवान मृत्युपश्चातल्या स्वर्गस्तराचा निर्देश करत आहेत. युद्धात धारातीर्थी पडलेल्या क्षत्रिय योद्ध्यांसाठी त्वरित प्राप्त होणारा हा दिव्य स्वर्गस्तर असतो. भाग्यवान क्षत्रिय योद्धे धारातीर्थी पडल्यावर स्वर्गस्तरावर का जातात, याची कारणमीमांसा या भागाच्या प्रारंभी केलीच आहे. रणांगणावर लढण्याचं, शौर्य गाजवण्याचं अतिमहान कार्य क्षत्रिय योद्धे (म्हणजेच आजचे जवानही) करत असतात. देशासाठी जे युद्धात प्राण गमावतात, त्यांच्यासाठी स्वर्गद्वार उघडणं ही परमभाग्याची गोष्ट असते.

मृत्युपश्चात जीव बहुधा पृथ्वीवरच पुनर्जन्म घेतो. स्वर्गस्तर तसा दुर्लभ असतो; पण रणांगणावर मृत्यू आलेल्या क्षत्रिय योद्ध्यांसाठी स्वर्गद्वार उघडलं जातं, याचा भगवान निर्देश करतात.

पराक्रमी क्षत्रियांसाठी युद्धात आलेलं मरण म्हणजे दैवयोग असतो. त्यांना थेट स्वर्गात जागा मिळते.

*अथ चेत्त्वमिमं धर्म्यं संग्रामं न करिष्यसि।*
*ततः स्वधर्मं कीर्तिं च हित्वा पापमवाप्स्यसि ॥२.३३॥*
*अकीर्तिं चापि भूतानि कथयिष्यन्ति तेऽव्ययाम्।*
*संभावितस्य चाकीर्तिर्मरणादतिरिच्यते ॥२.३४॥*

आता तू हे धर्मरूपविहित युद्ध केलं नाहीस तर स्वधर्म आणि कीर्ती या दोघांनाही मुकशील आणि पापाला जोडला जाशील. सर्व लोक तुझी अक्षय अपकीर्तीही सांगतील... आणि एखाद्या सन्माननीय व्यक्तीची अपकीर्ती मरणाहून अधिक असते.

ज्या वीरांपुढे आयतं स्वर्गद्वार उघडलं आहे, त्या वीरांबरोबर युद्ध न केल्यास तुझी अपकीर्ती होईल, असं भगवान या श्लोकातून अर्जुनाला बजावतात. मग त्याचे काय परिणाम होतील तेही सांगतात. जर युद्धप्रसंगी मृत्यू आला तर क्षत्रिय योद्धा थेट स्वर्गात जातो, हे भगवान आधीच्या श्लोकात सांगतातच. पण ऐन वेळी युद्धातून माघार घेतली म्हणजेच प्राप्त कर्तव्यापासून परावृत्त झाल्यास त्याचे काय परिणाम भोगावे लागतात, त्याचीही ते अर्जुनाला समज देतात. त्याला सावध करतात.

इतका वेळ त्यांनी अर्जुनाला प्रेमाने समजावून बघितलं, पण तो ऐकत नाही हे पाहून, तू पापाचा वाटेकरी होशील आणि तुझी अपकीर्ती होईल अशीही भीती त्याला घातली. ऐन समरप्रसंगी अर्जुनाला युद्धसन्मुख करण्यासाठी भगवान प्रेम, धाक, भीती अशा विविध मार्गांचा अवलंब करून बघत होते. आता मानहानी होण्याची भीतीसुद्धा त्यांनी घातली होती.

खरोखर कीर्ती माणसाला मातेप्रमाणे जगवते, जोजवते. खरे जीवन त्याला प्राप्त करून देते. उलट अपकीर्ती ही माणासाला जिवंतपणीच मारते! जे खरे मोठे असतात, त्यांना प्रसिद्धीही नको असते आणि अपकीर्तीही नको असते. म्हणजे अपकीर्ती होईल असं एकही कृत्य त्यांच्या हातून घडत नसतं. कारण त्यांची अपकीर्ती ही इतर सामान्य लोकांच्या प्रसिद्धीपेक्षा झटकन पसरत असते. लोकनिंदेला

कारण ठरत असते. एखाद्या पांढऱ्या शुभ्र कागदावर छोटासा काळा डाग अथवा बिंदू असेल तर तो दुरूनही उठून दिसतो. बघणाऱ्याचं लक्ष कागदाच्या शुभ्र रंगापेक्षा त्यावरील काळ्या बिंदूकडे चटकन वेधलं जातं. त्याप्रमाणे व्यक्तीमधील गुणांपेक्षा त्याच्या एखाद्या दुर्गुणाकडे दुसऱ्याचं लक्ष चटकन जातं. म्हणून प्रसिद्धी नाही मिळाली तरी चालेल, परंतु अपकीर्ती होणार नाही असं कोणतंही कृत्य व्यक्तीच्या हातून होता कामा नये. म्हणूनच भगवान अर्जुनाला सांगतात, 'सज्जन व्यक्तीला अपकीर्तीची भीती वाटत असते. अशा वेळी सज्जन मंडळी मृत्यूला जवळ करतील; पण अपकीर्ती होऊ देणार नाहीत. त्यामुळे अपकीर्तीच्या भीतीपोटी का होईना, तू युद्धाला सिद्ध हो.'

इ. स. पूर्व ४७०मध्ये सॉक्रेटिस हा ग्रीक तत्त्वज्ञ जन्माला आला. तत्त्वज्ञानाच्या प्रांतात त्याने अनेक सिद्धान्त मांडले. सॉक्रेटिसजवळ विस्मयकारक सहनशक्ती आणि कमालीचं नैतिक धैर्य होतं. प्रथम तो सैन्यात गेला. एकदा एका स्वारीच्या प्रसंगी गहन प्रश्नाने त्याला घेरलं. त्याला उत्तर मिळत नव्हतं. संपूर्ण दिवस तो तसाच उभा होता. एवढंच नव्हे तर हवं ते उत्तर मिळवण्याच्या नादात दुसऱ्या दिवशी पहाटेपर्यंत तो त्याच अवस्थेत उभा राहिला होता! सूर्योदय झाला तेव्हा सूर्याची प्रार्थना करून मग तो निघून गेला! त्याचा हा ठामपणा अखेरपर्यंत तसाच राहिला.

सरकारसाठी काम करत असताना सरकारचे बेकायदा आदेश सॉक्रेटिसने मुळीच पाळले नाहीत. धैर्य, संयम, न्याय यांसारख्या नैतिक सद्गुणांविषयीचं सुशिक्षित आणि सुखवस्तू लोकांचं अज्ञान सॉक्रेटिसने उघडकीला आणलं. तत्कालीन अंधश्रद्धेवर सडकून टीका केली. त्या काळी प्रजा मानवसदृश देवांची पूजा करत असे. सॉक्रेटिसने या प्रथेचा धिक्कार केला. साहजिकच राज्ययंत्रणेला ती गोष्ट सहन होईना. कारण राज्ययंत्रणेचा तोच तर मुख्य आधार होता. देवाचं नाव पुढे करून त्यांना हवा तसा कारभार करता येत होता. 'शासनाचा देवावर विश्वास आहे; पण सॉक्रेटिस तरुणांना बिघडवतो,' असा सॉक्रेटिसवर आरोप करून राजकारणी लोकांनी त्याच्यावर खटला भरला. खटल्याच्या प्रसंगी त्याने भाषण केलं, 'प्रतिष्ठित सज्जनांनो, सत्य, शहाणपण आणि आत्म्याचं पूर्णत्व याकडे लक्ष न देता नावलौकिक, वित्तसंचय आणि मानसन्मान याची तुम्ही चिंता करता त्याबद्दल तुम्हाला काहीच कसं वाटत नाही? माझ्या जिवात जीव असेपर्यंत मी माझं तत्त्वज्ञान सोडणार नाही.'

सॉक्रेटिसने खरोखरच सूर्य पाहिला होता, म्हणजे त्याला परमसत्य कळून चुकलं होतं. या पार्श्वभूमीवर देवाधर्माच्या नावाने चाललेल्या फसवणुकीची त्याला चीड येत असे. त्याविरुद्ध तो उघडपणे प्रचार करत असे. त्याच्या विचारांमुळे राजसत्तेला हादरे

बसू लागले. अखेर त्याच्यावर खटला चालवून त्याला तुरुंगात डांबून टाकण्यात आलं. त्याला मृत्युदंडाची शिक्षा ठोठावली गेली. विषाचा प्याला देऊन त्याला मारण्यात येणार होतं. सॉक्रेटिसने माफी मागितली असती तर त्याला जीवदानही मिळणार होतं. परंतु सॉक्रेटिसने त्या गोष्टीला ठाम नकार दिला. त्याचे कुटुंबीय, मित्र, राजयंत्रणेतील अधिकारी अशा सर्वांनी त्याला माफी मागायची विनंती केली, पण त्याने माफी मागितली नाही किंवा आपल्या तत्त्वांशी तडजोड केली नाही. 'मला सत्य समजलेलं आहे. केवळ माझा जीव वाचावा म्हणून मी माझ्या विचारांशी प्रतारणा करायची? तसं केलं तर मी जिवंत राहीन; पण माझी सर्वत्र अपकीर्ती होईल. लोक मलाच दूषणं देतील. त्यापेक्षा मरण पत्करलं तर ते अधिक श्रेयस्कर होईल. त्यामुळे माझी अपकीर्ती तरी होणार नाही,' अस म्हणून हसत हसत सॉक्रेटिसने मृत्यूला जवळ केलं! विष पाजून त्याला मारण्यात आलं, पण आपली तत्त्वनिष्ठा त्याने अखेरपर्यंत सोडली नव्हती. म्हणूनच सॉक्रेटिसचं तत्त्वज्ञान अजरामर झालं!

सत्यासाठी आत्मसमर्पण करणारा सॉक्रेटिस हा ज्ञात इतिहासातील पहिला पुरुष ठरला. त्यामुळे एकवेळ कीर्ती नाही मिळाली तरी चालेल; पण आपली अपकीर्ती होणार नाही असं कर्म हातून घडलं पाहिजे.

कित्येक लोकांना विविध क्षेत्रात अमाप प्रसिद्धी मिळालेली असते. चाहत्यांसाठी असे लोक म्हणजे साक्षात देवदूत ठरतात, पण त्यांच्याविरुद्ध एखादा अपप्रचार जरी हेतुपुरस्सर केला गेला, तरी त्यांची अपकीर्ती व्हायला वेळ लागत नाही.

म्हणजे खोट्या प्रचारानंही अपकीर्ती होऊ शकते तर खरोखर हातून प्रमाद घडला तर अपकीर्ती कशी टळेल?

नीतिमत्ता, धर्माचरण, युद्धकौशल्य इत्यादी सर्व बाबतीत अर्जुन सुविख्यात होता. असं असून स्वत:हून सर्वांसमक्ष जर त्याने पापाच्या भीतीने रणांगण सोडलं असतं, तर अपकीर्ती व्हायला कितीसा वेळ लागणार होता? म्हणून भगवान मानुषी जगातील कीर्ती-अपकीर्तीविषयीसुद्धा विचार करत होते. अर्जुनाच्या माथी कलंक येऊ नये याचाही विचार करत होते. अर्जुनासारख्या वीराच्या माथी लौकिक जगतातही अपकीर्तीचा डाग येऊ नये असं त्यांना वाटत होतं. म्हणून ते पापाबरोबरच अर्जुन अपकीर्तीचा वाटेकरी होऊ नये याचीही काळजी करत होते.

कीर्ती नाही मिळाली तरी चालेल; परंतु अपकीर्ती होईल, असं एकही कृत्य आपल्या हातून घडणार नाही इकडे प्रत्येक व्यक्तीने जाणीवपूर्वक लक्ष द्यायला हवं. त्यासाठी कर्मशुचिता आणि साधनशुचिता कटाक्षाने सांभाळायला हवी.

*भयाद्रणादुपरतं मंस्यन्ते त्वां महारथाः।*
*येषां च त्वं बहुमतो भूत्वा यास्यसि लाघवम्।।२.३५।।*
*अवाच्यवादांश्च बहून्वदिष्यन्ति तवाहिताः।*
*निन्दन्तस्तव सामर्थ्यं ततो दुःखतरं नु किम् ॥२.३६॥*
*हतो वा प्राप्स्यसि स्वर्गं जित्वा वा भोक्ष्यसे महीम्।*
*तस्मादुत्तिष्ठ कौन्तेय युद्धाय कृतनिश्चयः ॥२.३७॥*

शिवाय ज्यांच्या दृष्टीने तू आधी अतिशय आदरणीय होतास, त्यांच्या दृष्टीने आता तुच्छ ठरशील. ते महारथी तुला 'भिऊन युद्धातून काढता पाय घेतला,' असे मानतील. तुझ्या सामर्थ्याची निंदा करणारे तुझे शत्रू बोलू नयेत अशा भलभलत्या गोष्टी बोलतील. यापेक्षा अधिक दुःखकारक ते काय असेल? (त्यापेक्षा हाती धनुष्य घेऊन तू युद्धाला सिद्ध हो.)... युद्धात मारला गेलास तर स्वर्गास जाशील आणि जिंकलास तर पृथ्वीचं राज्य उपभोगशील. म्हणून हे कुंतिपुत्रा, युद्धाचा निश्चय करून तू उभा राहा.

भीतीमुळे तू युद्धातून पळ काढत आहेस, असं मानून ते तुला कमीपणा आणतील असं सुचवून भगवान पुढचे परिणामही सांगातात. कोणत्याही उदात्त कारणामुळे जरी तू रणांगणातून निवृत्त झालास, तरी सर्व रथी-महारथी तुला पळपुटा समजतील. नेभळट समजतील. जे आज तुला बहुमान देतात, तुझ्याविषयी आदर बाळगतात, तेही तुला दुरावतील. तुझा अनादर करतील. याचा लाभ शत्रू अवश्य उठवतील; आणि तुझ्या सामर्थ्याची, पराक्रमाची आणि वीरत्वाची तेही निर्भर्त्सना करतील. असत्य अपकीर्ती अतिशय वेदनादायी असते. एकदा व्यक्तीची अपकीर्ती होऊ लागली म्हणजे समाज त्या व्यक्तीने केलेली चांगली कामंही विसरून जातो. एकेकाळी गुणवर्णन करणारे लोकसुद्धा अपकीर्ती करण्यासाठी आघाडीवर असतात, हे ध्यानात घे!

मगधराज जरासंधाच्या दोन कन्या अस्ती आणि प्राप्ती. त्या कंसाच्या भार्या होत्या. कृष्णाने असहिष्णू अशा कंसाचं निर्दालन केलं होतं. त्यामुळे जावयाच्या

वधाचा प्रतिशोध घेण्यासाठी जरासंधाने सतरा वेळा मथुरेवर आक्रमण केलं होतं. कृष्णाने ते तितक्याच वेळा परतवून लावलं होतं. परंतु अठराव्या वेळी मात्र त्याने स्वत:च मथुरा सोडून जाण्याचा निर्णय घेतला. केवळ आपल्यामुळे मथुरावासीयांना घोर संकटांना तोंड द्यावं लागत आहे, असा विचार करून कृष्णाने मथुरा सोडली होती. असं असूनही लोकांनी त्याला 'पळपुटा' तथा 'रणछोडदास' ही पदवी बहाल केलीच! म्हणजेच युद्धातून निवृत्त होण्याचं कारण कितीही महान असलं तरी निंदा करणारे निंदा करतातच. तो मनुष्यधर्म आहे.

एखादा मनुष्य अबोल असेल तर त्याला हमखास 'घुम्या' ही पदवी बहाल होते. तोच माणूस फार बोलका असेल तर त्याला 'वाचाळ' किंवा 'बडबड्या' पदवी मिळते. तो माणूस मध्यममार्गी, म्हणजे मितभाषी असेल तर 'पक्का आतल्या गाठीचा आहे हं,' असं म्हणून त्याला हिणवलं जातं. म्हणजे कसंही वागलं तरी निंदा ही होतच असते. भगवान श्रीकृष्ण आणि प्रभू राम हेदेखील लोकनिंदेतून सुटलेले नाहीत! म्हणून लोकांना अशी संधी देण्यापेक्षा आपण आपलं प्राप्त कर्तव्य निष्ठेने पार पाडणं श्रेयस्कर असतं.

प्राप्त परिस्थितीत युद्ध करणं हे अधिक योग्य आहे, असं भगवंतांनी अर्जुनाला समजावलं आहे. सामर्थ्यसंपन्न असूनही 'हतवीर्य' म्हणवून घेणं ही गोष्ट अतिशय क्लेशकारक असते. म्हणूनच वीरपुरुष कधी युद्धविमुख होत नसतात, कर्तव्यच्युत होत नसतात; असा उपदेश भगवंत त्याला करतात.

थोडक्यात, आपली कोणी निंदा करील असं कृत्यच माणसाने करू नये. आपणही कोणाची निंदा करू नये. अर्थात जवळच्या व्यक्तीचा उत्कर्ष होऊ लागला किंवा ती यशस्वी व्हायला लागली की द्वेषभावना बळावते आणि निंदा सुरू होतेच. हिरव्याकंच पानांनी बहरलेल्या आम्रवृक्षाला कुणी दगड मारत नाही. पण आंबा लागला की त्या वृक्षावर दगडांचा वर्षाव सुरू होतो! पण ही वृत्ती चांगली नाही. भक्तीची समज आली की, वृत्ती निर्मळ होऊ लागते. आत्मतत्त्व एकच आहे हे मानल्यावर दुसऱ्याची निंदा ती आपली स्वत:चीच निंदा ठरते, याचं भान येतं. मग दुसऱ्यामध्ये असलेल्या निपुणतेचा आदर केला जातो.

इथपर्यंत सांख्ययोग सांगून झालेला आहे. आता भगवंतांनी कर्मयोग सांगायला प्रारंभ केला आहे. स्वधर्म अर्थात स्वकर्तव्य श्रेष्ठ असल्यामुळे तू ऊठ आणि युद्ध कर, असं ते सांगतात. स्वधर्माचं आचरण केल्यामुळे पृथ्वीवर सुखसौख्य उपभोगायला मिळतं हे सांगतानाच; ते फळ चालू जन्मात मिळालं नाही तरी जीवाला स्वर्गप्राप्ती निश्चित मिळते, अशी भगवान ग्वाही देतात. अर्जुनाला पर्याय देताना ते सांगतात, युद्धात जिंकलास तर पृथ्वीवर तुला राज्य करता येईल; आणि मारला गेलास तर स्वर्गात जाऊन

उच्च आनंद तुला उपभोगता येईल. अर्थात निर्णय काहीही लागला तरी तुझा फायदाच आहे, हेच भगवंतांना सुचवायचं आहे.

स्वर्ग ही उपभोग घेण्याची एक अलौकिक जागा किंवा स्तर आहे. त्या अवस्थेत दु:ख ही संकल्पनाच नाही. आहे ते सौंदर्यपूर्ण जीवन! पृथ्वीवर प्राप्तकर्तव्य यथोचित पार पाडल्यामुळे व्यक्ती मृत्यूनंतर ते सौंदर्यस्थान प्राप्त करू शकते, हे भगवंतांचं मनुष्यजातीला आश्वासन आहे. म्हणून प्रत्येकाने आपलं प्राप्तकर्तव्य विनातक्रार आणि नि:शंकपणे पार पाडलं पाहिजे.

अर्जुनालाही भगवान तेच सांगत आहेत, मारण्याचा किंवा मरण्याचा निश्चय करून तू प्राप्त युद्धात उभा ठाक! निर्णय काहीही झाला तरी तुझा दोन्ही बाजूंनी लाभच आहे. स्वधर्माचं आचरण करत असताना हत्येचं पाप लागत नाही.

याचा अर्थ भगवंतांना क्रौर्य, जीवितहानी, निष्ठुरता अशा गोष्टी अभिप्रेत होत्या असं मुळीच नाही! पण युद्धालाच उभं ठाकल्यानंतर शत्रूला मारणे हा स्वधर्मच ठरतो, एवढंच त्यांना सांगायचं आहे. हा उपदेश प्रासंगिक आहे. त्यांच्या या अलौकिक उपदेशात अवास्तव असं काहीही नाही. संसारात प्रतिदिनी युद्धं समोर ठाकलेली असतात. पाणी आलं नाही; सुरू युद्ध! नळ गळू लागतो, चहा करायला घेतो आणि गॅस संपतो. नको त्या वेळी स्कूटरचं चाक पंक्चर होतं, चुकून सिग्नल तोडला जातो आणि दंड भरावा लागतो. लवकर जायचं असतं; पण ट्रॅफिकमध्ये अडकतो. मुलीचं लग्न ठरत आलं असतं; पण मध्येच अडचणी येऊन लग्न मोडतं. शेअरबाजारात पैसा गुंतवला जातो; पण अचानक बाजार कोसळतो... अशा अनंत अडचणी मनुष्यासाठी युद्धस्वरूपच असतात.

कमजोर मनाची व्यक्ती मग दैवी उपाय करू लागते, ज्योतिष्याला शरण जाते. पण प्रश्न सुटतातच असं नाही. कारण बरेचसे प्रश्न मनुष्यनिर्मितच असतात; देवनिर्मित नाही. कुटुंब आणि समाजव्यवस्था आली की अशा प्रकारचे युद्धप्रसंग ओढवतच असतात. अशा प्रश्नांना समर्थपणे तोंड देण्यातच व्यक्तीचा विकास असतो.

भगवान या श्लोकातून अर्जुनाबरोबरच आपल्यालाही सामर्थ्य देतात. प्राप्त कर्म करण्यासाठी प्रवृत्त करतात. कर्म सोडण्यात पुण्य नाही तर ते यथोचित करण्यात पुण्य असतं. त्यासाठी आपली मनोभूमिका तयार झाली पाहिजे.

भगवान हळूहळू अर्जुनाची मनोभूमिका तयार करत आहेत. पर्यायाने आपलीही मनोभूमिका ते तयार करत आहेत. त्याचा प्रारंभ त्यांनी शोकाविषयी सांगण्यापासून केला. पुष्कळ अनावश्यक गोष्टी आपण मनात धरून ठेवलेल्या असतात. घरात खूप काळ कचरा साठवून ठेवला की त्याला घाण येऊ लागते. त्याचप्रमाणे मनात अशा

अनावश्यक आठवणींची बोच धरून ठेवली तर त्याला दर्प येऊ लागतो. तो आपल्या शरीररूपी घराला घातक असतो.

मन आणि शरीर यांचा अन्योन्य संबंध असतो. मन मलिन झालं की त्याचे परिणाम शरीरावर होतात. शरीराला रोगांनी ग्रासलं की मन कमकुवत होतं. म्हणून भगवानांनी प्रथम आपलं शरीररूपी 'घर' साफ करायला सांगितलं. आता घर साफ केल्यानंतर प्राप्त कर्म करून घराला नवं रूप आणायला ते सांगतात. असं नवं रूप देत असताना ते हळूहळू घराला शुद्ध रूप आणायला सांगणार आहेत. म्हणजेच कर्माचे प्रकार सांगून कर्मात शुद्धी आणायला सांगणार आहेत.

थोडक्यात भगवद्गीता ही शास्त्रशुद्ध मार्गाने आत्मविकासाचा मार्ग दाखवते, ही गोष्ट अधोरेखित होते. यात मानसशास्त्राचा अत्यंत गहन आणि आत्मदर्शी विचार आहे. म्हणून गीता 'उचलली' की जीवन समृद्ध होतं, सत्मार्ग प्रकाशित होतो. मग तात्पुरते उपाय योजण्याचं कारण उरत नाही. म्हणून विचारपूर्वक पहिल्या श्लोकापासून अखेरच्या श्लोकपर्यंतचा हा तत्त्व-प्रवास समजून घेतला पाहिजे.

सृष्टीची उत्पत्ती, स्थिती आणि लय ही एक क्रीडा आहे आणि या क्रीडेवर एका चिरंतन, अविकारी शक्तीचं नियंत्रण आहे ही गोष्ट एकदा बुद्धीने मान्य केल्यानंतर त्याच्या खेळात बाद झालं काय किंवा जीवदान मिळालं काय; त्याविषयी खेद वा हर्ष करण्याचं काहीच कारण उरत नाही. क्रिकेटच्या खेळात प्रतिस्पर्ध्याला बाद करणं हेच गोलंदाजाचं कर्तव्य असतं. प्रतिस्पर्धी batsman बाद होणार म्हणून bowler शोक करत बसला तर ते कितपत शहाणपणाचं ठरेल? त्याने फलंदाजाला बाद करण्याचा प्रयत्न केला नाही तर क्रिकेटमधला आनंदच संपुष्टात येईल. गोलंदाजाने तीन-चार बळी मिळवले तरी खेळाचा रंग पालटू शकतो.

त्याचप्रमाणे कंस-जरासंधासारख्या अधार्मिक, स्वार्थपरायण, राक्षसी वृत्तीच्या राज्ययंत्रणेला रणांगणावर नमवलं तर त्याचे सुपरिणाम पुढच्या कित्येक पिढ्यांपर्यंत टिकून राहू शकतात. पांडवांसारख्या दैवी वृत्तीच्या लोकांच्या हाती राज्यशकट आल्यामुळे राज्यात सुसंपन्नता अवतरते. प्रजा सुखी होते. भगवान श्रीकृष्णांच्या मनात हाच दूरगामी विचार होता. तीच धर्मसंस्थापना त्यांना अभिप्रेत होती. म्हणूनच ते मोहवश झालेल्या अर्जुनाला युद्धासाठी प्रवृत्त करत होते.

संपूर्ण समाज प्रगल्भ वृत्तीचा नसतो; त्यामुळे आपली निंदा होईल असं वर्तन जाणीवपूर्वक टाळलं पाहिजे. निर्णय काहीही होवो; आपण आपलं प्राप्त कर्तव्य निष्ठेने बजावलंच पाहिजे. त्यासाठी मन समर्थ बनवलं पाहिजे.

*सुखदुःखे समे कृत्वा लाभालाभौ जयाजयौ।*
*ततो युद्धाय युज्यस्व नैवं पापयवाप्स्यसि ॥२.३८॥*

सुखदु:ख, लाभ-अलाभ, जय-पराजय समान मानून तू युद्ध कर. हे करताना तुला (तुझ्या कल्पनेनुसार) पाप लागणार नाही.

भगवंतांनी अर्जुनाला युद्धाला सज्ज व्हायला सांगितलं. आता प्रश्न असा निर्माण होतो की, या युद्धामध्ये जो संहार होणार आहे त्याचं पाप संहारकर्त्याला लागतं किंवा नाही? याच शंकेचं निरसन भगवंतांनी या श्लोकातून केलं आहे. सुख-दु:ख, यश-अपयश, लाभ-अलाभ या गोष्टी समान मानून आणि त्याविषयी विचार न करता समर्पित भावनेने जर तू युद्ध केलंस, तर त्याचं पाप तुला लागणार नाही, असं भगवान सांगतात. म्हणजेच आपण आपलं कर्तव्य निष्ठेने पार पाडलं पाहिजे; आणि निर्णय भगवंतांवर सोडून द्यायला हवा. संहाराचा विचार न करता युद्ध करण्याचा सल्ला हा प्रासंगिक आहे हे ध्यानात ठेवलं पाहिजे. याचा अर्थ भगवान युद्धखोरीला प्रोत्साहन देतात असं मुळीच नाही. दोन टीममध्ये सामना म्हणजे मॅच एकदा सुरू झाली म्हणजे मग ऐन वेळी माघार घ्यायची नसते. दोन देशांचं युद्ध सुरू झाल्यानंतर पाप-पुण्याचा विचार करायचा नसतो. म्हणजेच हा उपदेश प्रासंगिक आहे ही गोष्ट ध्यानात घेतली पाहिजे. तथापि, हा प्रासंगिक उपदेश असला तरी तो आपल्या जीवनातल्या समरप्रसंगी निश्चितच दिशादर्शक आहे.

हा श्लोक अतिशय महत्त्वाचा आहे. प्रत्येक व्यक्तीने हा श्लोक जीवनात उतरवण्याचा प्रयत्न करायला हवा. त्यामुळे काम करताना अपयश आलं तरी नैराश्य येणार नाही किंवा यशामुळे व्यक्ती मातणारही नाही; म्हणजे अहंग्रस्त होणार नाही.

वीर सावरकर म्हणत, *प्रतिकूल तेच घडेल हे गृहीत धरून अनुकूलसाठी पराकोटीचे प्रयत्न केले पाहिजेत.* पुष्कळ लोक सांगतात, सकारात्मक विचार करा. पण हा सल्ला एकांगी असू शकतो. सकारात्मक विचारसरणी ठेवून यश मिळवण्यासाठी पराकोटीचे प्रयत्न केले आणि अपयश आलं तर? तर व्यक्ती खचून जाण्याची मोठी शक्यता असते.

अपयश आलं की देवाला नावं तरी ठेवली जातात किंवा काही अविवेकी व्यक्तींची देहाचा त्याग करण्यापर्यंतसुद्धा मजल जाते.

म्हणून अनुकूलसाठी प्रयत्न करत असताना चुकून प्रतिकूल घडलं तर त्याचा मनावर विपरीत परिणाम होता कामा नये. उलट आपली भूमिका अशी हवी की, देवाला माझं याहून अधिक काहीतरी चांगलं करायचं आहे म्हणून मला त्याने आत्ता अपयश दिलं. आपण तात्कालिक परिस्थितीचा विचार करत असतो; पण देव समग्र विचार करत असतो! इंग्रजीत एक म्हण आहे:- Man proposes; God disposes.. पण माझे वडील म्हणत, ही म्हण खरंतर उलट हवी:- God proposes; Man disposes! म्हणजे त्याच्या इच्छेशिवाय काहीही शक्य नसतं. यश आणि अपयश मिळणं आपल्या हातात नाही. (अर्थात कर्माच्या सिद्धान्तानुसार आपणच आपलं दैव घडवत असतो, हा भाग वेगळा!)

आपल्या नित्याच्या जीवनात हा श्लोक उतरवायचा असेल तर त्यासाठी पाच 'अ'कारांचा जाणीवपूर्वक त्याग करायला हवा. ते पाच 'अ'कार म्हणजे आसक्ती, अभिमान, अहंकार, अपेक्षा आणि अभिलाषा. जीव म्हणून 'अहं' अवश्य राखला पाहिजे. 'अहं' आणि 'अहंकार' यामध्ये फरक आहे. 'अहं' म्हणजे जीवभावना; आणि अहंकार म्हणजे स्वकर्तृत्वभाव! मी करतो, मी केलं, माझ्यामुळे झालं, अशा प्रकारचा भाव म्हणजे स्वकर्तृत्वभाव. म्हणून 'अहं' जपतानाच अहंकार बळावू नये म्हणून स्वकर्तृत्वभावाचा त्याग करायला जमलं पाहिजे. मिळालेलं यश अथवा व्यक्त झालेली कलाकुसर केवळ माझ्या कर्तृत्वामुळे नसून त्यामागे फार मोठी शक्ती कार्यरत होती याचं भान असायला हवं. उपासना किंवा इबादत म्हणून कलेची किंवा इतर कोणतीही साधना केली तर अहंकार फुलत नाही.

देहाविषयी आणि देहाच्या कर्तृत्वाविषयी अहंकार न बाळगता आपलं विहित काम केलं तर कोणत्याही प्रकारचा मनस्ताप होत नाही. मला मान द्यावा, मला मोठं म्हणावं, अशा प्रकारची अपेक्षा कौटुंबिक आणि सार्वजनिक जीवनात सतत ठेवली तर पदरी निराशा येण्याचीच शक्यता अधिक असते. आसक्ती ही विषयाला अनुलक्षून असते. 'मला हे हवं, ते हवं...' असंच करत बसलं तर विषयांची भूकही कधीही भागू शकत नाही आणि समाधानही मिळत नाही. अभिलाषा ही बहुधा व्यक्तिनिष्ठ असते. मुलावरचं प्रेम, प्रेयसीवरचं प्रेम इथे अभिलाषा जन्म पावते. प्रेम तर करायलाच हवं, परंतु ते प्रेम निरपेक्ष हवं. या पाच 'अ'कारांचा त्याग करण्याचा थोडाबहुत जरी प्रयत्न केला तरी जीवन सुखवत होतं असा अनुभव येतो. षड्विकारांवर विजय मिळवणं ही गोष्ट फार पुढची झाली! मनाची अशी धारणा बनली म्हणजे लाभ-अलाभ, सुख-दु:ख, जय-पराजय हे व्यक्तीच्या मनाला

अस्थिर करणार नाहीत.

कुंती म्हणते, 'कृष्णा, मला दुःख दे. म्हणजे तुझी आठवण मला नित्य राहील!' अनेकदा यशस्वी व्यक्ती उपकारकर्त्याला विसरतात. माझ्या शक्तीमुळे आणि प्रयत्नांमुळे मी यशस्वी झालो किंवा झाले अशा प्रकारचा अहंकार बळावतो. यशाची धुंदी व्यक्तीला हलकेच जाळ्यात अडकवत असते. म्हणून साहित्यसम्राट न. चिं. केळकर म्हणत, *यशकाल हा पापकाल असतो!* म्हणजे यशाची धुंदी मनावर चढली की व्यक्ती पाप करायला पटकन प्रवृत्त होते. सामान्यतः व्यक्ती नेहमी सुखाची अपेक्षा करते. दुःख कुणाला नको असतं. . . गुलाब हवा? मग काटे बोचण्याची तयारीही ठेवलीच पाहिजे! अशा वेळी आपली मनोभूमिका कशी तयार करायची? तेच मार्गदर्शन भगवान या श्लोकातून करतात. सुख आलं तरी मातू नकोस आणि दुःख प्राप्त झालं तरी निराश होऊ नकोस. तुझी वृत्ती स्थिर ठेव; असंच भगवंतांचं सांगणं आहे.

पूर्वी भारतीय ऋषि-संतांनी समाजाची मनोभूमिका अशा तऱ्हेने घडवली होती. त्यामुळे जीवन शांत आणि तृप्त होतं. पाश्चिमात्य विचारांचं आक्रमण झालं आणि भारतातली शांतता भंग पावली. या संदर्भात एक घडलेली हकीगत-

> त्याकाळी पुणे-मुंबई पॅसेंजर नुकतीच सुरू झाली होती. खडकी सोडली की दुतर्फा शेतीच शेती दिसे. दूरवर सुंदर डोंगररांगा दिसत. शुद्ध हवा, शुद्ध, निर्मल वातावरण लोक अनुभवत. लोणावळा येईपर्यंत दुतर्फा केवळ हिरवाई दिसत असे; एकही घर नाही! त्या वेळी एक इंग्रज प्रवासी आगगाडीतून चालला होता. मळवली स्टेशन आलं आणि गाडी थांबली. तो तिथेच उतरला. गाव असं नव्हतंच. दुतर्फा फक्त शेती आणि दूरवर चार कौलारू घरं! दुपारची वेळ होती. शेतात काम करून एक शेतकरी शेतातल्याच आंब्याच्या झाडाखाली निवांत बसला होता. वृक्षांवर पक्ष्यांचं कूजन चाललं होतं. शेती फुलली होती. करड्या डोंगरांना सोनेरी झिलई चढली होती. त्याचा आनंद घेत तो पहुडला होता. तो इंग्रज वाटसरू त्याच्याजवळ गेला आणि गप्पा मारू लागला. बोलता बोलता तोडक्या मराठीत त्याला म्हणाला, 'तू असं का करत नाहीस, या शेतात गडीमाणसं लावून आणखी एक शेत विकत घे. नवी अवजारं घे...'
>
> शेतकऱ्याने विचारलं, 'कशासाठी?'
>
> 'अरे, इथेही उत्पन्न सुरू राहील आणि नव्या शेतात दुसरी पिकं घेऊन आणखी उत्पन्न मिळवशील.'
>
> 'मग काय होईल?' शेतकऱ्याने विचारलं.

'आत्ता तू जे मिळवतोस त्यापेक्षा तुला दुप्पट पैसे मिळतील.'

'मग काय होईल?'

'तुझ्याकडे अमाप धन जमा होईल.'

'मग काय होईल?'

'तू इतर जोडधंदे उभारून आणखी प्रचंड संपत्ती मिळवतील!'

'मग काय होईल?'

'मग काय; तू निवांत - आरामात राहशील!'

त्यावर तो शेतकरी म्हणाला, 'मग मी आत्ता काय करतोय? आरामातच राहतोय की! कष्ट करतो, मिळेल त्यात आनंदी राहतो. आणखी उपाध्या हव्यात कशाला?'

याचा अर्थ कोणत्याही महत्त्वाकांक्षा बाळगू नयेत असं नाही; पण केवळ पैसे मिळाले म्हणजे सुख-समाधान किंवा आनंद मिळाला असं होत नाही. धन आणि सुख-शांती यांचं प्रमाण व्यस्त असतं! जेव्हा पैसा असतो तेव्हा कदाचित शरीर खंगलेलं असतं. ते पैशाचा उपभोग घेऊ शकत नाही. किंवा सर्व भौतिक सुखसमृद्धी असूनही व्यक्ती अन्य कारणांमुळेही दुःखी होऊ शकते. म्हणून भगवान सांगतात, तू तुझी मनोभूमिकाच अशी कर की सुख-दुःखात तू स्थिर राहशील.

ज्या सांख्यांच्या मतानुसार अर्जुन युद्धातून निवृत्त होऊन संन्यास घ्यायला निघाला होता, त्या सांख्य तत्त्वज्ञानाच्या आधारानंच भगवंतांनी त्याचं खंडन केलं आहे. देह किंवा आत्मा यांच्याविषयी शोक करणं अनुचित आहे हे दाखवून दिलं आहे. सुखाविषयी अनुराग किंवा आसक्ती आणि दुःखाविषयी अप्रीती किंवा द्वेष प्रत्येकाच्याच ठिकाणी असतो. यामुळेच पदरात पाप पडण्याची शक्यता असते. सुखाने सुखावणं आणि दुःखाने दुःखी होणं हा मनुष्यस्वभाव आहे. त्यावर विजय मिळवता आला पाहिजे.

कमलपत्र ज्याप्रमाणे जलात निर्लेप राहतं, त्याप्रमाणे माणसाने संसारात निर्लेप राहायला शिकलं पाहिजे. त्याचं फळ त्याला मिळतंच मिळतं. निदान मन सैरभैर तरी होत नाही.

*एषा तेऽभिहिता सांख्ये बुद्धिर्योगे त्विमां शृणु।*
*बुद्ध्या युक्तो यया पार्थ कर्मबन्धं प्रहास्यसि ॥२.३९॥*

याप्रमाणे सांख्यनिष्ठेनुसार तुला हे ज्ञान सांगितलं. आता कर्मयोगाविषयीचं ज्ञान ऐक. त्यायोगे तू कर्मबंधाचा त्याग करशील.

सांख्ययोगासंबंधी भगवंतांनी आतापर्यंत जे विवेचन केलं होतं, ते प्रासंगिक होतं. परंतु आत्मज्ञानासाठी कोणता उपाय योजावा ते सांगितलं नव्हतं. हा उपाय म्हणजेच आत्मज्ञानाचा उपसंहार आहे. ते सांगतात, अर्जुना, मी तुला ही सांख्यबुद्धी सांगितली. (सांख्यज्ञान म्हणजे परमार्थ दर्शन - आत्मज्ञान - ब्रह्मज्ञान) आता त्याचा उपाय सांगतो. उपाय म्हणजे वागावं कसं, कशा प्रकारे व्यवहार करावा, तू कोण-मी कोण हे कसं जाणावं... म्हणजे थोडक्यात, परमार्थज्ञान कसं प्राप्त करून घ्यावं, त्याचा उपाय तुला सांगणार आहे.

भगवंतांनी त्याला उपाय म्हणून चार योग सांगितले. योग म्हणजे समाधी, एकरूपता, जोडलं जाणं - आत्म्याने परमात्म्याशी. योग ही परमार्थज्ञानाची गुरुकिल्ली आहे. कर्मयोग, संन्यासयोग, ध्यानयोग आणि भक्तियोग असे योगाचे अनेक प्रकार आहेत. या योगांमुळे चित्ताचे दोष नाहीसे होतात. वाऱ्यामुळे ढग दूर झाले म्हणजे सूर्यप्रकाश तेजाळतो. त्याप्रमाणे चित्ताचे राग, लोभ, अहंकार, आसक्ती, इच्छा असे दोष नाहीसे झाले म्हणजे चित्त शुद्ध बनतं. चित्तशुद्धी झाली म्हणजे आत्मज्ञान होतं. आत्मज्ञान हे शोकनिवृत्तीचं मुख्य साधन आहे. तेच निश्चित श्रेय आहे. कारण एकदा का योगामुळे सृष्टीचं रहस्य समजलं, जीवनाचा हेतू समजला, की सर्वप्रकारची भीती नष्ट होते. मनात उठणारे नकारात्मक, प्रश्नार्थक विचारतरंग दूर होतात.

आत्मज्ञानासाठी कुणी कोणता योग आचरावा, हेही भगवंतांनी सांगितलं आहे. संन्यासयोग, ध्यानयोग हे योगाचे प्रकार सर्वसामान्य माणसांसाठी नसून उच्च स्तरावर पोहोचलेल्या विशिष्ट लोकांकरता असतात. कर्मयोग हा सर्वसाधारण अधिकारी

माणसांच्या उपयोगाचा आहे. कर्मयोग म्हणजे ज्याने त्याने आपलं विहित कर्म कर्तव्यबुद्धीने आचरलं पाहिजे, त्याविना सिद्धी नाही. कर्म हे कर्मासाठीच केलं पाहिजे. फलाची आशा न ठेवता कर्मेंद्रियांना कर्मं करू द्यायची असतात. मग कर्म करणारं शरीर हे केवळ निमित्त असून कर्ता कोणीतरी वेगळाच आहे, याचा साक्षात्कार हळूहळू घडू लागतो. कर्म केल्याचा अहंकार गळून पडायला लागतो. ही क्रिया साधली तर कर्मबंध नाहीसा होऊन योग्याला परमेश्वरी साक्षात्कार घडू शकतो.

म्हणजे जे कर्म करायचं ते योगस्थ होऊन करायचं. योगस्थ याचा अर्थ ज्या शक्तीमुळे आपण कार्य करतो, विचार करतो, त्या शक्तीचं अधिष्ठान आपल्या कर्मात ठेवायचं. त्याची जाणीव कर्म करताना किंवा विचार करताना सतत ठेवायची. शरीर हे केवळ माध्यम असतं. त्यात चैतन्यशक्ती नसेल तर मन-बुद्धी, अहंकार या ज्ञानेंद्रियांना काहीच अर्थ उरत नाही. कर्मेंद्रियंही कार्य करू शकत नाहीत. शरीरांतर्गत चैतन्य नसेल तर उर्वरित देह म्हणजे केवळ प्रेत!

घरात वीजच नाही आणि नुसता टी.व्ही. आणला तर त्याचा काहीही उपयोग नाही. विजेशिवाय टी.व्ही. प्रक्षेपण करूच शकत नाही. चैतन्यशक्ती देहात नसेल तर देहातील बुद्धी चैतन्यशक्तीचं अस्तित्व अमान्य करण्याचंही काम करू शकणार नाही! ही चैतन्यशक्ती म्हणजे केवळ life-force म्हणजे चेतना नव्हे. तर ती मुळातच ज्ञानस्वरूप आहे. आपली सर्व कर्मं देहातील साक्षी पाहत असतो. मनात उद्भवणारे विचार त्याला समजत असतात. त्यालाच ज्ञानी तत्त्ववेत्ते 'प्रत्यगामा' म्हणतात. हा परमात्म्याचाच अंश असतो. भाविक भक्त त्यालाच 'हृदयस्थ भगवंत' म्हणून संबोधतात. त्याच्याच शक्तीमुळे मनुष्य विचार करतो, कृती करतो आणि आशा-आकांक्षा बाळगतो. जीवाचा जो 'मी' असतो त्याला शक्ती देण्याचं आणि जोपासना करण्याचं कामही हा हृदयस्थ भगवान करत असतो. आणि त्याच हृदयस्थ भगवंताच्या शक्तीच्या आधारे एखादी नास्तिक व्यक्ती देवाचंच अस्तित्व झुगारून देते हे विशेष! म्हणूनच तुकाराम महाराज म्हणतात-

*आपुलिया बळे नाही मी बोलत। सखा भगवंत वाचा त्याची॥*
*साळुंकी मंजूळ बोलतसे वाणी। शिकविता धनी वेगळाची॥*

*काय म्या पामरे बोलावी उत्तरे। परि त्या विश्वंभरे बोलविले॥*
*साळुंकी मंजूळ बोलतसे वाणी। शिकविता धनी वेगळाची॥*

*तुका म्हणे त्याची कोण जाणे कळा। चालवी पांगळा पायाविण*
*साळुंकी मंजूळ बोलतसे वाणी। शिकविता धनी वेगळाची॥*

हा जो शिकविता धनी आहे त्याच्याशी जर योग साधून कर्म करत राहिलं, तर कर्मबंधातून आपली सुटका होऊ शकते.

भगवान सांगतात, कर्मयोगाच्या आचरणामुळे कर्मबंध नाहीसा होतो, पण कर्मबंध म्हणजे तरी काय, ते समजून घेतलं पाहिजे. चालू जन्मात किंवा पूर्वीच्या अनेक जन्मांमध्ये आपल्या हातून कळत-नकळत जे बरं-वाईट कर्म केलं गेलं असतं त्याचा परिणामस्वरूप हिशेब आपल्याला चुकता करावाच लागतो - मग कर्मं चांगली असली तरी किंवा वाईट असली तरी! कर्मबंध संपुष्टात आला की जीव पृथ्वीचा स्तर सोडून अतिशय उन्नत स्तरावर जातो. म्हणून कर्मयोगाचं आचरण मनुष्य करू लागताच कर्मबंधाची टोपली रिकामी होऊ लागते. त्यामुळे मनुष्याचा आत्मिक विकास होत जातो. कर्मयोगाविषयी आपण पुढे सविस्तर जाणून घेणारच आहोत. तेव्हा या श्लोकापुरता विचार करायचा झाल्यास मनुष्याच्या आत्मिक विकासासाठी कर्मबंध दूर होणं आवश्यक आहे आणि तीच गोष्ट भगवंतांना अपेक्षित आहे.

भगवान माझ्या शरीरातच राहून माझ्याबरोबर काम करतो, मला गती देतो, माझं जीवन चालवतो, याची जाणीव कर्मयोगात आवश्यक असते. त्रिकाल संध्या करू लागताच ही जाणीव होऊ लागते. ही जाणीव होण्यासाठीच ऋषींनी त्रिकाल संध्या सांगितली. पूजनीय पांडुरंगशास्त्री आठवले यांनी तोच त्रिकाल संध्येचा मंत्र त्यातील कर्मकांड काढून आज स्वाध्यायींना दिला.

लोकमान्य टिळकांनी गीतारहस्यात कर्मयोगाचं पुष्कळ विवेचन केलं आहे. त्यांच्या मते या श्लोकातला सांख्य म्हणजे संन्यासमार्ग आणि योग म्हणजे कर्मयोगच! सांख्यमार्गी लोक कर्मं अजिबात सोडून देणं श्रेयस्कर मानतात तर संन्यास न घेता ज्ञानप्राप्तीनंतरही निष्काम बुद्धीने सदैव कर्मं करत राहणं यातच खरा पुरुषार्थ असतो, असं कर्मयोगी मानतात.

कर्मयोग साधायचा असेल तर भगवान माझ्याबरोबर आहे ही जाणीव होणं ही गोष्ट सर्वाधिक महत्त्वाची असते. तोच आधार व्यक्तीला मोक्षापर्यंत नेतो.

असंख्य संतांपैकी संत कबीर हे असेच एक ज्ञानी संत होऊन गेले. त्यांच्याविषयी ही एक रूपक कथा आहे. रूपक कथेतील अर्थ महत्त्वाचा असतो; गोष्ट नव्हे!

> कबीर चादर विणण्याचं काम करता करता ते आत्मानंदात रंगून जायचे. त्या अवस्थेत स्फुरलेले त्यांचे 'दोहे' प्रसिद्ध आहेत. आत्मज्ञानामुळे त्यांची मृत्यूची भीती केव्हाच सरली होती. त्यांची ख्यातीही सर्वत्र पसरली होती. ती ऐकून एके दिवशी एक परस्थ मनुष्य त्यांना भेटायला आला, पण त्याने कबीरांना प्रत्यक्षात बघितलेलं नव्हतं. त्याचं स्वागत करून कबीरांची पत्नी

त्याला म्हणाली, 'ते बाहेर गेले आहेत. आपण थोडा वेळ इथे प्रतीक्षा करा.'

तो परस्थ म्हणाला, 'माझं त्यांच्याकडे अतिशय महत्त्वाचं काम आहे. पण मला थांबायलाही वेळ नाही. मला लगेच गावी परत जायचं आहे. तेव्हा मी आत्ता त्यांना कुठे भेटू शकतो ते सांगा. तिथे जाऊन मी त्यांची भेट घेईन.'

कबीरांची पत्नी म्हणाली, 'अहो, आमच्या शेजारचे गृहस्थ आज वारले. आत्ताच त्यांना स्मशानात नेलं आहे. हे - कबीरही तिकडे गेले आहेत.'

'ठीक आहे; मी स्मशानात जाऊन त्यांची भेट घेतो... पण मी कबीरांना ओळखणार तरी कसं? मी त्यांना प्रत्यक्षात बघितलेलंच नाही.'

त्यावर कबीरपत्नी म्हणाली, 'साधी गोष्ट आहे. त्यांच्या डोक्यावर सतत ज्ञानज्योत तेवलेली असते. ज्यांच्या डोक्यावर तेवलेली ज्ञानज्योत तुम्हाला दिसेल तेच माझे पती कबीर!"

तो मनुष्य त्वरित स्मशानात गेला. कबीरांना शोधू लागला, पण ज्ञानज्योत धारण केलेलं कबीर सापडेनात. कारण तिथे जमलेल्या प्रत्येक व्यक्तीच्या डोक्यावर ज्ञानज्योत तेवलेली दिसत होती! आता कबीरांना ओळखायचं कसं? असा त्याला प्रश्न पडला. पण तो हुशार होता. तो स्मशानाबाहेर काही अंतरावर जाऊन उभा राहिला. क्रियाकर्म झाल्यानंतर स्मशानातले लोक हळूहळू स्मशानातून बाहेर पडू लागले, तेव्हा प्रत्येकाच्या डोक्यावर तेवलेली ज्ञानज्योत विझू लागली. कारण सत्याची जाणीव आणि वास्तवाचं भान त्या लोकांसाठी स्मशानापुरतंच होतं! परंतु संत कबीर म्हणजे साक्षात ज्ञान होतं. स्मशानाबाहेर पडल्यानंतरही त्यांच्या मस्तकावरची ज्ञानज्योत होती तशीच तेवत होती. त्या परस्थ मनुष्याने तेव्हाच ओळखलं - हेच ते ज्ञानी संत कबीर!

काहीसा विस्मृतीत गेलेला हा कर्मयोग जर पुन्हा आचरणात आणला गेला तर त्याचे सुपरिणाम सर्वत्र दिसू लागतील असा मला विश्वास वाटतो.

आत्मज्ञान करून घेण्यासाठी चार मार्ग अथवा योग आहेत. त्यापैकी कर्मयोग सर्वसाधारण अधिकारी (मुमुक्षू) माणसांसाठी आहे. तो योग यथाशास्त्र आचरला तर कर्मबंध नाहीसा होतो. कारण कर्मबंधच आपल्या सर्व प्रश्नांना/दु:खांना कारण ठरत असतो.

*नेहाभिक्रमनाशोऽस्ति प्रत्यवायो न विद्यते।*
*स्वल्पमप्यस्य धर्मस्य त्रायते महतो भयात् ॥२.४०॥*

या कर्मयोगात आरंभलेल्या कर्माचा नाश होत नाही. त्यात विघ्न येत नाही तसंच यात प्रत्यवायही (म्हणजे साधन-कमतरतेमुळे येणारं वैगुण्य) नाही. या योगरूप धर्माचं थोडंसं जरी पालन झालं, तरी महासंकटापासून ते रक्षण करतं.

कर्माचा नाश कधी होत नाही, असं सांगताना स्वार्थप्रणीत दैनंदिन कर्मं इथे भगवंतांना अपेक्षित नाहीत. सकाम कर्मांचं चांगलं-वाईट फळ मिळालं की ती कर्मं नाश पावतात. म्हणजे त्यांचे प्रभाव नष्ट होतात. उदाहरणार्थ, नोकरीत बढती मिळावी, मुलाचं/मुलीचं लग्न जमावं किंवा अन्य अडचणी दूर व्हाव्यात म्हणून एखाद्या व्यक्तीने काही धार्मिक/दैवी कर्मं केली आणि त्यामुळे खरोखरच अपेक्षित काम झालं तर केलेली कर्मं नाश पावतात; कार्यसिद्धीची पूर्तता होते. म्हणजे ताळा (balance) शून्य! कर्मखात्यात काही जमा नाही! भविष्यात पुन्हा काही अडचणी आल्या - ज्या येतच असतात - तर पुन्हा नव्याने उपाय! म्हणजे तहान लागली की विहीर खणायला घ्यायची! बरं, अशा उपायांमुळे आपलं काम होईलच; फळ मिळेलच याचीही शाश्वती नसते. हा सारा कर्माचा खेळ आहे असं शास्त्रकार मानतात. मग असं काय केलं तर पुन्हा पुन्हा संकटप्रसंगी उपाय करावे लागणार नाहीत?

भगवान मार्गदर्शन करतात : 'कर्मयोगाला प्रारंभ करा.' कर्मयोग म्हणजे काय, कर्मांचे प्रकार कोणते, कोणतं कर्म संकटकाळी कामी येतं याविषयी पुढच्या अध्यायांमध्ये विवेचन केलं आहे. आत्ता इथे भगवंतांनी केवळ कर्मयोगाचा उल्लेख केला आहे.

कर्मयोगाचं आचरण सुरू झालं की केलेल्या सत्कर्मांचं फळ वापरलंच जात नाही. बँकेतलं सेव्हिंग जर वापरलंच नाही तर रक्कम वाढत जाते तसा हा प्रकार आहे. त्याप्रमाणेच कर्मयोगात आचरणात आणलेली कर्मं नाश पावत नाहीत. गरज लागली

की दैवी उपाय करणं हे 'कर्मयोगा'त बसत नाही. योगस्थ राहून नित्य निष्काम सत्कर्म कर्मयोगात अपेक्षित असतं. म्हणजे बँकेतल्या सेव्हिंग किंवा रिकरिंग खात्यात नियमित रक्कम जमा होत जावी आणि तो बॅलन्स ऐन वेळी कामी यावा असा प्रकार या 'कर्मखात्या'संदर्भातही होतो.

याउलट आपल्या बँक खात्यात कमीत कमी बॅलन्स असताना अचानक आर्थिक संकट उद्भवलं तर कठीण परिस्थिती निर्माण होते. अशी वेळ येण्यापेक्षा आपण आपल्या खात्यातला बॅलन्स वाढवला तर? तर ऐन अडचणीच्या प्रसंगी तो नक्कीच कामी येतो.

व्यावहारिक जगात विचारी व्यक्ती रात्रंदिवस धनाचा साठा वाढवण्याचा प्रयत्न करतच असते! पण कर्मखात्याचा बॅलन्स वाढवण्यासाठी मात्र ती अनभिज्ञ असते. थोडक्यात, मृत्युपश्चात जे बरोबर येणार नाही त्यासाठी मनुष्य रात्रंदिवस धावतो; पण मृत्युपश्चात जे बरोबर येणार आहे त्यासाठी असे शास्त्रशुद्ध प्रयत्न होताना मात्र दिसत नाहीत. हा शास्त्रशुद्ध प्रयत्न म्हणजेच 'कर्मयोग'.

कर्मयोग साधण्यासाठी प्रथम वैचारिक बैठक तयार झाली पाहिजे. योग्य आचार्यांकडून अथवा शास्त्रींकडून हे शास्त्र समजून घेतलं पाहिजे.

आपण करत असलेलं प्रत्येक काम, कामामागचा विचार, अभ्यास, चिंतन हे देहाच्या आणि इंद्रियांच्या शक्तीचं फळ नसून या इंद्रियांमागे असलेल्या प्रभावी शक्तीमुळे आपण ही सर्व कार्यं करू शकतो, अशी समजूत प्रथम बुद्धीत स्थिरावणं ही योगमार्गाची सुरुवात असते. 'माझ्या शक्तीमुळे जर ही कार्यं घडत नाहीत तर हातून घडलेल्या कार्यांचं श्रेय तरी मी का घ्यावं?' या वृत्तीत कर्मयोग सामावलेला आहे.

अहंकार, अभिमान, आसक्ती आणि स्वकर्तृत्वभाव सोडून तसंच फलाशाविरहित थोडं जरी कर्म नियमितपणे आपल्या हातून घडलं, तरी आपली कर्मयोगमार्गावर वाटचाल सुरू होते. आपण फलाशा धरली नाही तरी या कर्माचं फळ आपल्या खात्यात जमा होतच असतं. हे फळ ढालीप्रमाणे काम करतं. मोठ्यातल्या मोठ्या संकटालासुद्धा ते आपल्यापर्यंत पोहोचू देत नाही. आणि तरीही संकट ओढवलंच तर कर्मयोगाचे आचरण त्या संकटांपासून आपलं संरक्षणही करतं. भगवंतांनी या श्लोकातून जणू तसा वचननामाच, म्हणजे bondच लिहून दिला आहे! संसारभयापासून मुक्त होण्यासाठी ही केवढी मोठी सवलत भगवंतांनी आपल्याला दिलेली आहे!

अर्थात कर्मयोगाचं आचरण वाटतं तितकं सोपं नाही. इंजिनामागून जसे डबे धावत जातात, तसं कर्मामागून सकामत्व जातं. सकामत्व म्हणजे कर्म करताना फलाची अपेक्षा मनात धरून ठेवणं! मी आठ तास काम केलं; त्याचे मला इतके इतके

पैसे मिळायला हवेत! हे सकाम कर्म. शिवणकाम करताना सुईमागून दोरा जातच असतो, त्याचप्रमाणे जीवाच्या बाबतीत सकामत्व अंगभूत म्हणजे बाय डिफॉल्ट असतंच. त्यात विशेष काही नाही. ती स्वाभाविक आणि सामान्य गोष्ट असते. दैनंदिन जीवन जगताना धन हे मिळालंच पाहिजे. त्याशिवाय जीविका कशी चालणार? नोकरी-व्यवसाय करताना पैशाची अपेक्षा ठेवणं गैर नाही. पण नोकरी-व्यवसाय, प्रकृती म्हणजे हेल्थ, नातेसंबंध हे सारं परिवर्तनशील आहे. तिथे अनिश्चितता आहे. याची जेव्हा मनुष्याला जाणीव होते, तेव्हाच तो कर्मयोगाचा अवलंब करू शकतो.

कर्मयोगाच्या आचरणाने मनुष्यामधलं सामान्यत्व जाऊन तो असामान्य बनायला सुरुवात होते. मनुष्याने सामान्य न राहता असामान्य बनावं हीच तर भगवंतांची इच्छा असते. हे असामान्यत्व भौतिकतेच्या संदर्भात नव्हे तर आत्मिक विकासाच्या संदर्भात सांगितलेलं आहे. मी किती आणि कसा पैसा मिळवला, माझी संपत्ती किती आहे, हे आत्मिक विकासाचं मोजमाप नाही. दुसऱ्या व्यक्तीची जीविका उत्तम चालावी आणि तिचा परामार्ग प्रकाशित व्हावा म्हणून मी निरपेक्ष भावाने काय केलं, याचा विचार या कर्मयोगात आहे. द्वैत दुनियेत आपण प्रतिष्ठा कुणाची वाढवतो यालाही महत्त्व आहे. म्हणजे मनुष्याची का परमेश्वराची?

बहुसंख्य लोकांना कर्तेपणाचा अहंकार असतो. मी हे केलं, ते केलं. मी याला शिकवून मोठा केला, मी नसतो तर हा गर्तेत गेला असता, अशा प्रकारचं हे अहंकाराचं स्वरूप असतं. आशेनं, अपेक्षेने आणि अहंकाराने केलेली सत्कर्मंसुद्धा आपल्या निष्काम कर्मांचा ताळा वाढवू शकत नाहीत. निवडणूक जिंकण्यासाठी कुणी लोकोपयोगी कामं केली; तर तो काही कर्मयोग होऊ शकत नाही. कदाचित ते सत्कर्म होऊ शकतं, पण कर्मयोग नाही. किंबहुना त्या सत्कर्माचाही बंध होतोच होतो. कारण त्या कर्मापासून निवडणूक जिंकण्याचं फळ जर मिळालं तर बाकी काही शिल्लक उरत नाही! म्हणजे अशी कर्मं ही क्षणभर पुण्यकर्मं जरी मानली, तरी फळ मिळाल्यानंतर त्या सत्कर्माचा ताळा रिताच होतो - nil होतो! बचत न करता स्वत:साठी पैसा मिळवायचा आणि स्वत:च्या मौजमजेसाठी आणि प्रतिष्ठेसाठी उडवायचा, असाच हा प्रकार आहे! पॉलिसी नाही, प्रीमियम नाही. मग अचानक आर्थिक संकट समोर उभं ठाकलं तर मात्र पायाखालची वाळू सरकते. म्हणून जीवनात कर्मयोगरूपी प्रीमियमचा अधिक विचार हवा.

कर्मयोगाचं अनुष्ठान प्रारंभित होताच आपल्या खात्यात सत्कर्मरूपी प्रीमियम जमा होऊ लागतो. हा प्रीमियम मुळात संकट आपल्यापर्यंत पोहोचूच देत नाही आणि पोहोचलंच तर त्यापासून आपलं संरक्षणही करतो.

पण ही गोष्ट इतकी सोपी आहे का? दुसऱ्यासाठी थोडं निष्काम कर्म केलं आणि लगेच भगवंतांने महासंकटापासून आपलं रक्षण केलं असं होत नाही. कर्मयोग म्हणजे व्रतवैकल्यं नव्हे; किंवा पोथीवाचन नव्हे. तो उपासनेचा मार्ग असतो. पण कर्मयोगात जीवभावाला ईश्वरी भावाने व्यापलेलं आहे, ही समज यावी लागते. ईश्वराच्या अधिष्ठानाला जोडलं जाऊन म्हणजेच योग साधून निरपेक्ष भावाने सत्कर्म करण्यात कर्मयोग सिद्ध होऊ लागतो. या स्थितीत, भगवान माझं जीवन चालवतो, अशी मनाची धारणा होऊ लागते. त्यानंतर निष्काम कर्म करून पूर्वकर्मांचा ताळा धुवून स्वच्छ करावा लागतो. म्हणजे बँकेचं आपल्यावर कर्ज आहे, हे ध्यानात घ्यावं लागतं. मग बँकेचं कर्ज प्रथम फेडावं लागतं. त्यानंतर फिक्स्ड डिपॉझिट करून व्याज मिळवावं लागतं. थोडक्यात, तुम्हाला व्याजाचा आनंद घ्यायचा आहे? मग कर्जफेड करून मुदतठेव ठेवायला हवी. तेव्हाच व्याज मिळू लागेल. त्याचप्रमाणे आपल्या कर्मखात्यातील स्वार्थप्रणीत कर्म-कर्जाची फेड प्रथम करावी लागेल. त्याने तरच कर्मयोगातील मुदतठेवीचं व्याज कर्मखात्यात जमा होऊ लागेल आणि मग भगवंतांनी सांगितलेले सुपरिणाम अनुभवायला येतील. पुन्हा यामध्ये संचित, प्रारब्ध आणि क्रियमाण यांचाही सहभाग असतो. त्याविषयी आपण पुढे विस्तृतपणे जाणून घेणारच आहोत. शिवाय हा कर्मयोग कसा साध्य करायचा हेही विषयांच्या अनुषंगाने पाहू या.

त्यामुळे महासंकटांपासून आपलं रक्षण होऊन परामार्गावर आपला प्रवास प्रारंभित होण्यासाठी हे कर्मशास्त्र बुद्धीने समजून घेतलं पाहिजे. हे अतिशय गहन शास्त्र आहे. त्याचं आचरण सोपं खासच नाही, पण बुद्धीने समजून घेऊन ते आचरणात आणलं तर मात्र कर्मयोग प्रारंभित होतो. भगवंतांनी आपल्याला आश्वासन देऊन ठेवलेलं आहे- कर्मयोगात आरंभलेल्या कर्मांचा नाश होत नाही किंवा त्यात विघ्न येत नाही; आणि थोडंसं जरी त्याचं आचरण झालं, तरी ते महासंकटांपासून आपलं रक्षण करतं.

**म्हणजे कर्तेपणाचा अहंकार सुटला पाहिजे. कर्मयोगाचं फल या नाहीतर पुढच्या जन्मी मिळतंच मिळतं! एवढंच नाही तर संसारातील लहान-मोठ्या संकटांपासून ते संरक्षण करतं.**

*व्यवसायात्मिका बुद्धिरेकेह कुरुनन्दन।*
*बहुशाखा ह्यनन्ताश्च बुद्धयोऽव्यवसायिनाम् ॥ २.४१॥*

हे कुरुनन्दना (अर्जुना), यात (कर्मयोगात) व्यवसायात्मक अर्थात कार्याकार्याचा निश्चय करणारी बुद्धी एकच (स्थिर) असते. ज्यांच्या बुद्धीचा निश्चय होत नाही, त्यांच्या बुद्धीला म्हणजे वासनेला अनेक फाटे फुटलेले असतात आणि त्या वासनांचा अंतही होत नाही.

'बुद्धी' या शब्दाचे संस्कृत भाषेत अनेक अर्थ आहेत. समजूत, इच्छा, वासना किंवा हेतू... आणि ज्ञान असे अर्थ होतात. परंतु या ठिकाणी बुद्धीच्या 'निश्चय करणारं इंद्रिय' आणि 'वासना' अशा दोन्ही अर्थांचा विचार करावा लागतो. तरच या श्लोकाचं मर्म नीट ध्यानात येऊ शकतं. ज्यांची निश्चयात्मक बुद्धी स्थिर नाही त्यांच्या मनात सतत नवे नवे तरंग किंवा वासना उत्पन्न होत असतात. परंतु ज्यांचं बुद्धिंद्रियं स्थिर आहे, त्यांच्या मनात असे वासनातरंग उठत नाहीत... कर्मयोगाचा प्रारंभ झाल्यावर कोणतं कार्य करायचं आणि कोणतं कार्य आपल्यासाठी योग्य नाही, याचा निश्चय करणारी बुद्धी एक होऊ लागते. म्हणजेच बुद्धीला अनेक फाटे फुटत नाहीत. प्रत्यक्ष कर्मयोगात तर बुद्धीचा स्रोत एकाच मार्गावर केंद्रित झालेला असतो.

टॉर्चचा प्रकाश एकाच वस्तूवर केंद्रित झाला तर ती वस्तू सुस्पष्ट दिसते. तोच प्रकाश सर्वत्र फाकला तर ती वस्तू तितकी स्पष्ट दिसू शकत नाही. जीवनात काही विशिष्ट ध्येयच नसेल तर ध्येयाच्या दिशेने वाटचाल होणं कसं शक्य आहे? ते दुरापास्तच! मी व्यावसायिक उत्तम खेळाडू होणार, असा एखाद्याच्या बुद्धीने निश्चय केला तर अशा होतकरू खेळाडूची बुद्धी एक होऊ लागते. मला गायक व्हायचं आहे; संगीतकार व्हायचं आहे, असं एखाद्याने ठरवलं तर त्याची बुद्धी एक होऊन आपल्या उद्दिष्टावर स्थिर व्हायला हवी. अन्यथा त्याच्या बुद्धीला कमकुवत करणारे अनेक घटक सभोवताली असतातच. मित्र किंवा मैत्रीण म्हणतात, चल, सिनेमाला! कुणी

म्हणतं, ट्रिपला जाऊ, एखादा म्हणतो, हॉटेलमध्ये जाऊ...

याचा अर्थ मित्र-मैत्रिणींबरोबर कुठे जाऊ नये असं नव्हे; पण त्या वेळी आपल्या मूळ उद्दिष्टावर त्याचा परिणाम होत नाही ना, याचाही विचार व्हायला हवा. तशी खबरदारी घ्यायला हवी. पण अशीच मौजमजा करत राहिलं आणि आपल्या उद्दिष्टापासून एखादा ढळला तर मात्र म्हणावं तसं यश त्याला मिळू शकत नाही. त्यासाठी वेळेचं नियोजन करता आलं पाहिजे. आपल्या उद्दिष्टासाठी अधिकाधिक कालावधी देता आला पाहिजे. म्हणजेच बुद्धी 'एक' झाली पाहिजे. मग यश मिळण्याची शक्यता असते.

रानात बारीक बारीक काटक्या विखरून पडलेल्या असतात. त्या कमकुवत असतात. पण त्याच काटक्या एकत्र करून त्यांची मोळी बांधली तर ती एकजिनसी होऊन त्यांची शक्तीही वाढते. पाण्याच्या नळीला अनेक ठिकाणी भोकं पडली तर जिथे पाणी घालायचं आहे तिथे ते पूर्ण प्रवाहाने म्हणजे फोर्सने पोहोचणार नाही. अनेक भोकांमधून पाणी वाया जात असल्यामुळे त्या प्रवाहाची शेवटपर्यंत पोहोचण्याची शक्तीही क्षीण होऊन जाईल. तद्वत बुद्धी जर कर्मयोगासाठी 'एक' न होता तिला अनेक फाटे फुटले तर ती क्षीण होत जाईल आणि तिच्याकडून अपेक्षित परिणाम मिळणार नाहीत.

बुद्धी क्षीण न होण्यासाठी सर्वप्रथम मन प्रसन्न झालं पाहिजे. मन करा रे प्रसन्न! शरीरस्वास्थ्यही मनाच्या प्रसन्नतेवर अवलंबून असतं. झोपेत आपलं शरीर ठीकठाक होत असतं. आपल्याला शक्ती मिळत असते. कारण झोपेत आपली केवळ 'स्थिती' असते. पण जाग येताच स्थितीबरोबर 'वृत्ती'ही काम करू लागते. वृत्तीमध्ये केवळ भोगेच्छाच भरली असेल तर बुद्धीला अनेक फाटे फुटू लागतात. मग मन अप्रसन्न होऊ लागतं. कारण सर्व भोगेच्छा पुऱ्या होऊ शकतातच असं नाही. त्याचा परिणाम मनावर होतो आणि मुळात शक्तिमान असलेलं मन कमकुवत होऊ लागतं - नळीच्या प्रवाहहीन पाण्याप्रमाणे.

म्हणून बुद्धी 'एक' करण्यासाठी जीवनात काहीतरी उत्तम-उदात्त ध्येय हवं. ध्येय हे केवळ पद-पैसा आणि प्रतिष्ठा मिळवण्यासाठीच असू नये; तर आपल्या आत्मविकासाचं ध्येय प्राधान्याने असायला हवं. स्वार्थप्रणीत ध्येय असेल तर भोगेच्छा होतच राहते. मला अमुक एक गोष्ट मिळवायची आहे, तीन गाड्या आहेत; आता त्या पाच करायच्या आहेत! भोगेच्छा पुऱ्या झाल्या तर ठीक. नाहीतर नैराश्य ठरलेलंच असतं.

सुख मिळालं की मन सुखावतं; आणि दुःख प्राप्त झालं असता ते नैराश्याने

ग्रासलं जातं. सुखाने सुखावणं आणि दु:खाने दुखावणं हे प्रगल्भ मनाचं लक्षण नाही. प्रगल्भ मनच प्रसन्न होऊ शकतं. म्हणूनच भगवंतांनी यापूर्वी सांगितलेलं आहे- सुखदु:खे समे कृत्वा लाभालाभौ जयाजयौ! तशी मनोभूमिका जाणीवपूर्वक केली तर मन प्रसन्न होऊ लागतं.

कर्मयोगात आपलं ध्येय निश्चित होतं. ध्येयरूपी दोरीने बुद्धीला फुटणाऱ्या फाट्यांना घट्ट बांधलं जातं. त्यामुळे बुद्धी एकजिनसी आणि अधिक सामर्थ्यशाली बनते. 'कृतज्ञता बुद्धी' हा आत्मविकासाचा पाया आहे. तिथून सुरुवात केली पाहिजे. मग कर्मयोग साधण्याचा प्रयत्न झाला पाहिजे. ध्येय आपोआप निश्चित होईल. ज्यांच्या बुद्धीचा असा निश्चय होत नाही त्यांच्या बुद्धीला अनेक फाटे फुटतात. मोबाईलसह प्रसारमाध्यमांतून हे लोक सतत नवी नवी माहिती मिळविण्याचा प्रयत्न करत असतात. अनेकदा हातात असणाऱ्या deviceवर येणाऱ्या अनावश्यक आणि संबंध नसलेली माहिती वाचण्यात किंवा video पाहण्यात अनेक व्यक्ती अडकून जातात. त्यातच या मंडळींचा पुष्कळ वेळ वाया जातो. ८०-९० वर्षांचं आयुष्य गृहीत धरलं तर झोप आणि इतर दैनंदिन कर्मांमध्ये ४० वर्षांचं आयुष्य गेलेलंच असतं. रोज केवळ कामाचे ८-१० तास गृहीत धरल्यास त्यातला किती वेळ बुद्धी एक करण्यासाठी, चिंतन-ध्यान करण्यासाठी अथवा आत्मविकासासाठी आपण कारणी लावतो, याचा विचार प्रत्येकाने केला पाहिजे. बुद्धी इतर अनावश्यक विषयात रमली, तर मेंदूच्या शक्तीवर - कॉम्प्युटरच्या भाषेत 'रॅम'वर ताण पडतो. मेंदूवरच्या या ताणामुळे बुद्धीची शक्ती क्षीण होऊ लागते. त्यामुळे खऱ्या ज्ञानापासून व्यक्ती वंचित राहतात. ताणतणावाच्या जीवनपद्धतीमुळे अनेक लोक रोगग्रस्त होतात, अल्पायुषी ठरतात किंवा दिशाहीन जीवन जगतात. म्हणून जीवनविकासाचा प्राधान्याने विचार झाला पाहिजे.

या श्लोकात बुद्धी 'एक' होणं हे केवळ भौतिक करियर घडवण्यासाठी सांगितलेलं नाही. व्यवसायात्मक बुद्धी एक झाली तर त्याचे उत्तम भौतिक परिणाम मिळतात हे खरं; पण योग साधण्यासाठी बुद्धी 'एक' झाली पाहिजे हा मूळ उद्देश आहे. इथून पुढे भगवान योगाचा शास्त्रशुद्ध मार्ग प्रकाशित करतात. बुद्धी भरकटलेली असेल, अनेक व्याप डोक्यात असतील, अनेकविध संकल्प मन व्यापून असतील, तर बुद्धी एक होऊ शकत नाही.

पण बुद्धी एक केल्यानंतर मात्र आपल्याला जे करायचं आहे ते उत्कृष्टपणे साध्य होतं. *Profet* लिहिणारा द्रष्टा खलिल जिब्रान हा फार मोठा विचारवंत होऊन गेला. त्याने म्हटलं आहे, "While I was writing Prophet, Prophet was writing me." - मी 'प्रॉफिट' लिहीत नव्हतो, प्रेषितच माझ्याकडून ते

लिहून घेत होता.

अशी अनुभूती येणे, हे बुद्धी एक झाल्याचं लक्षण असतं. काळ कुणासाठी कधीही थांबत नसतो. त्यामुळे विकसित जीवनाचा अनुभव घ्यायचा असेल तर आपल्याला त्वरित मार्गक्रमणा करायला हवी.

अमेरिकेतील एका चर्चमध्ये एक अजस्त्र घंटा आहे. प्रत्येक तासाला ती न थांबणाऱ्या काळाची जाणीव देते. काळाच्या अखंड आणि अनिरुद्ध प्रवाहात वाहून न गेलेलं एक सुभाषित त्या घंटेवर खोदलेलं आहे ते असं:-

*"Yesterday is but today's memory*
*And tomorrow is today's dream."*
*'काल' म्हणजे आजची आठवण.*
*'उद्या' म्हणजे आजचं स्वप्न*

म्हणून 'उद्या' घडवायचा असेल तर कार्य-अकार्य यांचा निश्चय करणारी बुद्धी एक झाली पाहिजे. कर्मयोगाचा प्रारंभ झाला असता बुद्धी एक होऊ लागते. अन्यथा बुद्धीला अनेक फाटे फुटू लागतात.

म्हणूनच अनेक विषय-वासनांकडे धावणारी बुद्धी एक होणं सर्वप्रथम आवश्यक ठरतं. कर्मयोगाचा प्रारंभ झाल्यानंतर मात्र बुद्धी एक होऊ लागते. त्याचे सुपरिणामही अनुभवायला येऊ लागतात. त्यामुळे कोणतंही कर्म करताना व्यक्तीजवळ निश्चयात्मक बुद्धी असायला हवी.

कर्मयोग सांगताना भगवान पुढे अधिक मार्गदर्शन करतात.

अनेक विषय-वासनांकडे धावणारी बुद्धी प्रथम एक केली पाहिजे. एखाद्या भौतिक जगतातील करियरसाठीसुद्धा बुद्धी एक करण्याचा फायदा होतो. पण इथे भगवान योग साध्य करण्यासाठी बुद्धी एक म्हणजे फोकस्ड करायला सांगत आहेत. एकदा बुद्धी निश्चित झाली म्हणजे त्या बुद्धीच्या बळावर निश्चयात्मक कर्म करता येतं. मग बुद्धीला अनंत फाटे फुटत नाहीत.

*यामिमां पुष्पितां वाचं प्रवदन्त्यविपश्चितः।*
*वेदवादरताः पार्थ नान्यदस्तीति वादिनः ॥२.४२॥*
*कामात्मानः स्वर्गपरा जन्मकर्मफलप्रदाम्।*
*क्रियाविशेषबहुलां भोगैश्वर्यगतिं प्रति ॥२.४३॥*

हे पार्था, ज्यांचं अंत:करण उपभोगाच्या इच्छेने भरून गेलं आहे, स्वर्गालाच जे श्रेष्ठ आणि त्यालाच जे प्राप्तव्य मानतात, वेदवाक्यांनी भुललेले असे अदूरदर्शी लोक सांगतात की, अनेक प्रकारच्या कर्मांनीच पुन्हा जन्म होण्याचं फळ मिळतं आणि भोग तसंच ऐश्वर्य प्राप्त होतं.

दुसऱ्या अध्यायातील ४२, ४३, ४४ या तीन श्लोकांचं मिळून हे एक वाक्य आहे. तरीपण आपण पहिल्या दोन श्लोकांचा विचार करू. श्रौत-स्मार्त कर्मकांडाप्रमाणे दैनंदिन क्षुद्र हेतूंसाठी स्वार्थी वृत्तीने जे यज्ञयागादी कर्मं करण्यात गुंग झालेले असतात, त्या ज्ञानविरहित कर्मठ मीमांसावर्गीयांच्या संदर्भात हे वर्णन आहे. मुंडकोपनिषदात म्हटलं आहे, इष्टापूर्तच म्हणजे स्वर्गच काय तो श्रेष्ठ आहे; दुसरं काही श्रेष्ठ नाही, असं मानणारे हे मूढ लोक स्वर्गामध्ये पुण्याचा उपभोग घेतल्यावर पुन्हा खालच्या मनुष्यलोकी येतात. 'ईशावास्य' आणि 'कठ' या उपनिषदांतही ज्ञानविरहित कर्मकांडाची निंदा केलेली आहे. (मुंडक : १.२.१० कठ : २,५ ईश : ९.१२).

भगवद्गीता आणि एकूणच सारी उपनिषदं यांनी ज्ञानविरहित कर्मकांडांवर उपहासगर्भ आसूड ओढले आहेत. स्वर्गादी लोक आणि तिथली भोगवर्णनं, किंवा पोथीची फलश्रुती या गोष्टी ऐकायला फार गोड वाटतात. फुलांनी बहरलेला एखादा वृक्ष जसा दृष्टीला सुख देतो, तशी ही वाणी कानाला सुखावते. ज्ञानविरहित कर्मकांडांच्या माध्यमातून माणूस त्या सुखप्राप्तीच्या मागे लागतो.

या श्लोकांमध्ये 'वेदवाक्य' असा शब्द वापरला आहे, तो प्रातिनिधिक आहे. घरातल्या बदलांसह काय केलं असता सुख-समृद्धी लाभेल अशा विषयांना अनेक

पुस्तकं वाहिलेली असतात. असं लेखन प्रसृत करणारे लोक आणि त्यानुसार उपाय करणारे लोक केवळ भोगांचीच इच्छा बाळगत असतात. केवळ भोग मिळवण्यासाठी मन आसुसलं तर ते कमकुवत होऊ लागतं. व्यक्तीचं असं कमकुवत मन आणि इंद्रियं केव्हाही पराधीन होऊ शकतात; वापरली जाऊ शकतात. सत्यनारायणाचा प्रसाद खाल्ला नाहीस तर बुडशील, असा विचार कुणी त्या व्यक्तीच्या डोक्यात घुसवला तर ती व्यक्ती घाबरते.

वास्तविक भगवान प्रेमस्वरूप आहे. तो कुणाचंही वाईट करत नाही. आपलं वाईट होतं असं जर एखाद्या व्यक्तीला वाटत असेल, तर ते देव करत नसतो; तर त्याचं पूर्वकर्म करत असतं. पण मनुष्याला वाटतं, एखादं कर्मकांड केलं नाही तर देवाचा कोप होईल. तो माझं वाईट करील. मग अशा वेळी देवावरील प्रेमापोटी नव्हे; तर भीतीपोटी कर्मकांड केलं जातं. याउलट देवाच्या नावाने धन मागितलं जातं; किंवा अन्य कारणासाठीही काहीतरी मागणीही केली जाते; आणि भीतीपोटी भयग्रस्त मनुष्य ते देत जातो, क्रियाकर्म करत जातो. Offering म्हणजे देवाला मी काहीतरी देतो; हा भाव नक्कीच चांगला असतो. पण बऱ्याचदा त्यात उदात्तता नसते. कारण देताना 'मी देतो' हा भाव बहुधा जागृत असतो. त्यामुळे केवळ भीतीपोटी शुष्क कर्मकांड करून काही साध्य होणार नाही, एवढंच भगवंतांना सुचवायचं आहे.

गीता-तत्त्वज्ञान मनुष्याचं जीवन सुखी अथवा दुःखहीन होण्याचा उपाय सांगत नाही; तर ते जीवनाकडे बघण्याचा दृष्टिकोनच (outlook) बदलून टाकतं. अंतिम आनंदाकडे जाण्याचा शास्त्रशुद्ध मार्ग गीता प्रकाशित करते. त्यामुळे पहिल्यापासून जर सूक्ष्म दृष्टीने ही गीता समजून घेतली, तर जीवनाकडे बघण्याचा दृष्टिकोन नक्कीच बदलून जाईल. सैरभैर झालेलं मन, सतत उपायांमागे धावणारी वृत्ती स्थिर होईल.

या श्लोकांत 'वेदवाक्य' हा प्रातिनिधिक शब्द आहे. बोली भाषेत तत्कालीन बोली भाषेतला शब्द आहे. आज एखादी माहिती चटकन हवी असेल तर एखादा तरुण सहज म्हणतो, 'अरे, गुगल करून बघ!' किंवा, 'मी गुगल केलं पण काहीच माहिती मिळाली नाही; आणि जी मिळाली ती अगदीच फालतू होती.' आता अशा संदर्भात जेव्हा 'गुगल'चा उल्लेख केला जातो तो काही गुगल कंपनीविषयी नसतो. इंटरनेटवर हवी ती माहिती मिळाली नाही, हा भाव त्यात असतो. त्याचप्रमाणे, वेदवाक्यांना भुलणं हे काही वेदांना दूषण नाही. तो शब्द म्हणजे 'गुगल'प्रमाणे तत्कालीन संबोधन होतं. ते काही वेदविचारांना अथवा वैदिक ज्ञानाला दूषण देणं नव्हतं.

म्हणजे, मुळात 'पातंजल योगदर्शन' अभ्यासायचं नाही आणि थेट यौगिक क्रिया करायला लागायच्या! त्याचे विपरीत परिणामही होऊ शकतात. मुळात 'योग' हा शब्द

आहे. जीवभावाने परमभावाशी जोडण्याच्या अभ्यासाला 'योग' म्हणतात; पण हल्ली योग शब्दाला केवळ पाश्चिमात्य लोक 'योगा' म्हणतात, म्हणून भारतातले लोकही 'योगा' म्हणतात. याला काय म्हणावं!

योग म्हणजे केवळ योगासनंही नव्हेत. परमभावाशी जोडण्याच्या क्रियेत शरीर उत्तम आणि निरोगी हवं त्याचबरोबर मन शुद्ध, प्रगमनशील, संवेदनशील आणि समर्थ बनावं म्हणून ही इतर साधने आहेत. यमनियमांपासून प्रत्याहारपर्यंत प्रवास झाला तर परमतत्त्वाशी योग होण्यासाठी योगी सिद्ध होतो. हा जो सारा प्रवास आहे त्याला योगमार्ग किंवा योगसाधना म्हणतात.

केवळ योगासने किंवा प्राणायाम केला तर योग केला असं होत नाही; तो योगमार्गावरचा अभ्यास ठरतो. जे योगसाधक दूरचित्रवाणीवरून ज्या यौगिक क्रिया शिकवतात, तेही सर्वप्रथम सात्त्विक जीवनपद्धतीची आणि यमनियमांची पूर्वतयारी करायला सांगतात. पण त्याकडे लक्ष न देता कित्येक व्यक्ती घाईघाईने थेट अवघड प्राणायाम सुरू करतात. काहींना त्याचा शारीरिक फायदा होतोही - नाही असं नाही; परंतु त्यातून खरा योग साध्य होतोच असं नाही. म्हणून शब्दांना न भुलता मुळातूनच योगशास्त्राचा सखोल अभ्यास केला तरच आपला परामार्ग प्रकाशित होईल.

हे योगशास्त्र भगवान पतंजली मुनींनी सुमारे पाच हजार वर्षांपूर्वी सूत्रबद्ध केलं. त्याचं श्रेय भगवान शंकराकडे आणि कपिलमुनींकडेही जातं. 'पातंजल योगदर्शन' या नावाने आज ते योगशास्त्र प्रचलित आहे. इंद्रियनिग्रह, ध्यान-धारणा, प्रत्याहार, समाधी या क्रमाने योग कसा सिद्ध होतो, हे त्यांनी शास्त्रीयदृष्ट्या समजावलेलं आहे. योग साधायचा असेल, प्रकृती ठणठणीत करायची असेल आणि निरोगी जीवन जगायचं असेल तर योगमार्गाचं आचरण श्रेष्ठ ठरतंच; पण योगाचा प्रारंभ हा यम-नियमांपासून सुरू होतो हे ध्यानात घेतलं पाहिजे. त्यासाठी सर्वप्रथम सात्त्विक जीवनपद्धतीचा अंगीकार करावा लागतो. आहार-विहार-निद्रा-मैथुन यांवर ताबा मिळवावा लागतो. त्यानंतर शास्त्रशुद्ध रीतीने योगाचरण करावं लागतं. तरच त्याचे सर्वंकष फायदे मिळू शकतात.

थोडक्यात, कर्मशुचिता, साधनशुचिता आणि विचारशुचिता न बाळगता केवळ भौतिक सुखांच्या लालसेपोटी केलेली कर्मकांडात्मक अशी कार्यं व्यक्तीचा भ्रमनिरास करू शकतात. ज्ञानकांडाकडे दुर्लक्ष करून सुख-समृद्धी आणि ऐश्वर्यप्राप्तीसाठी कर्मकांड करणाऱ्या अविवेकी, विषयासक्त लोकांचा अखेर भ्रमनिरास होतो, हे भगवान या श्लोकांमधून सूचित करतात. दुःखाची गोष्ट ही की, आपला भ्रमनिरास होत आहे किंवा झाला आहे ही गोष्टही अशा व्यक्तीला समजू

शकत नाही. ही तर कर्मकांडी व्यक्तीच्या बुद्धीची कमतरता असते. म्हणून बुद्धी एक करण्याचं महत्त्व भगवान आधीच्या श्लोकात सांगतात. तरच आपला मार्ग प्रकाशित होईल. सारं काही स्पष्ट दिसू लागेल. फसायची वेळ येणार नाही.

कर्मकांड आणि कर्मयोग यांमधला भेद भगवान मागील दोन श्लोकांपासून स्पष्ट करत आहेत. कर्मकांडासाठी बुद्धीचा वापर करावा लागत नाही. केवळ कृती केल्यामुळे आपण भक्ती केल्याचा पुष्कळांचा समज असतो. अध्यात्ममार्गात इंद्रिय-मन-बुद्धी आणि आत्मतत्त्व असाच प्रवास आहे. पण आज प्रथम बुद्धी गहाण टाकली जाते. याउलट केवळ बुद्धी ही जीवनात शुष्कता आणते आणि केवळ भाव केव्हाही धोका देऊ शकतो. म्हणून शास्त्रशुद्ध मार्गानंच आत्मविकास केला पाहिजे.

भगवान सांगतात, अध्यात्ममार्गात वृत्तिपरिवर्तनाला फार महत्त्व असतं. अशा वृत्तिपरिवर्तनासाठी कर्म करणं मुळीच चुकीचं नाही. परंतु जोपर्यंत वृत्ती बदलत नाही, कर्माचा हेतू समजत नाही आणि त्याला ज्ञाननिष्ठेची जोड मिळत नाही, तोपर्यंत भक्ती सिद्ध होऊ शकत नाही. त्यामुळे भगवान बुद्धिविरहित कर्मकांडाचा या श्लोकांमधून काहीसा उपहास करतात.

कर्मकांडी व्यक्ती उपवास, भजन, आरती, यात्रा अशी कितीतरी कर्मं करत राहतात. या क्रिया साहाय्यभूत नक्कीच ठरतात. पण तेवढं केल्यामुळे बुद्धी समाधिअवस्थेत स्थिर होतेच असं नाही. जेव्हा कर्माचा बुद्धीशी संयोग होतो आणि बुद्धीनंच स्वविकासार्थ निश्चित कर्म ठरवलं जातं, तेव्हाच कर्मयोग सुरू होतो.

अध्यात्मात आवश्यक अशा बुद्धीचं आणि विचारांचं महत्त्व या श्लोकांमधून विशद केलं आहे. या श्लोकाचा उत्तरार्ध आपण पुढील भागात समजून घेऊ.

धर्मग्रंथात जी फलश्रुती सांगितलेली असते किंवा स्वर्गादी लोकांचं सुरस वर्णन केलेलं असतं, त्याच्या प्राप्तीसाठी एखादी व्यक्ती दुसऱ्या भोगासक्त अदूरदर्शी व्यक्तीला कर्मकांड करायला प्रवृत्त करते. त्यातून भोगांचीच लालसा त्यांच्या मनांमध्ये वसत असते.

*भोगैश्वर्यप्रसक्तानां तयापहृतचेतसाम्।*
*व्यवसायात्मिका बुद्धिः समाधौ न विधीयते ॥२.४४॥*

भोग आणि ऐश्वर्य यांमध्ये ज्यांची बुद्धी आसक्त झालेली आहे, त्या मोहक वाणीमुळे चित्त भुलून गेलं आहे आणि ज्यांना केवळ भोग आणि ऐश्वर्य मिळवण्याचीच तळमळ लागून राहिलेली आहे त्यांची बुद्धी निश्चययुक्त होत नाही आणि ती समाधिअवस्थेत म्हणजे एकाच ठिकाणी स्थिर होऊ शकत नाही.
गीता अ.२: ४२, ४३, ४४ या तीन श्लोकांचे मिळून हे एक वाक्य आहे, हे मी श्लोकाच्या विवरणात सांगितलंच आहे.

भगवद्गीता-तत्त्वज्ञान जीवन सुखी अथवा दुःखहीन होण्याचा उपाय सांगत नाही; तर ते जीवनाकडे बघण्याचा दृष्टिकोनच म्हणजे outlook बदलून टाकतं, हेही आपण बघितलं. अंतिम आनंदाकडे जाण्याचा शास्त्रशुद्ध मार्ग गीता प्रकाशित करते.

भोग आणि ऐश्वर्य यांचाच विचार सतत डोक्यात ठेवून कर्मकांड करत राहिलं तर बुद्धी निश्चयी बनत नाही आणि ती समाधिअवस्थेत स्थिर होऊ शकत नाही, असं भगवान सांगतात. कर्मकांडासाठी बुद्धीचा वापर करावा लागत नाही. केवळ कृती केल्यामुळे आपण भक्ती केली असा पुष्कळांचा समज असतो. अध्यात्ममार्गात इंद्रिय-मन-बुद्धी आणि आत्मतत्त्व असाच प्रवास आहे. बुद्धी गहाण टाकली तर त्याचे विपरीत परिणाम भोगावे लागतात; आणि केवळ बुद्धीच चालवत राहिलं तर जीवनात शुष्कता येऊ शकते. म्हणून बुद्धी आणि भाव यांचं साहचर्य ठेवून शास्त्रशुद्ध मार्गानेच आत्मविकास केला पाहिजे.

जोपर्यंत वृत्ती बदलत नाही, कर्माचा हेतू समजत नाही आणि त्याला ज्ञाननिष्ठेची जोड मिळत नाही, तोपर्यंत खरी भक्ती होऊ शकत नाही. भक्ती सिद्ध होण्यासाठी उपासना आवश्यक असते. पण तेवढ्याने बुद्धी समाधिअवस्थेत स्थिर होऊ शकेलच असं नाही. जेव्हा कर्माचा बुद्धीशी संयोग होतो आणि बुद्धीनंच स्वविकासार्थ निश्चित

कर्म ठरवलं जातं, तेव्हाच कर्मयोग सुरू होतो. अध्यात्मात आवश्यक अशा बुद्धीचं महत्त्व या श्लोकांमधून भगवंतांनी विशद केलं आहे, हे आपण पाहिलंच.

कर्मकांडी लोक फलश्रुतींमध्ये वर्णन केलेलं भोग, ऐश्वर्य यांनाच सर्वस्व मानतात; ते मिळवणं हेच त्यांचं उद्दिष्ट बनतं. त्यामुळे त्यांची कार्य-अकार्य निश्चित करणारी व्यवसायात्मक बुद्धी स्थिर होऊ शकत नाही. अशा व्यक्तींच्या हव्यासाचा लाभ उठवणारेही पुष्कळ महाभाग असतात. सांगोवांगी चमत्कारांवर आधारलेल्या पुस्तकांपर्यंतचं साहित्य अशा भोगेच्छू लोकांसाठी सज्ज असतंच! अनेक पुस्तकं खोट्या चमत्कारांवर बेतलेली असतात. त्यात सापडलेल्यांचा भ्रमनिरास बहुधा ठरलेलाच असतो. अशांसाठी गीतेने हा धोक्याचा कंदील दाखवून ठेवलेला आहे.

मनात सतत उठणाऱ्या वासना शमवण्यासाठी मनुष्य प्रयत्नशील असतो. वासनांची पूर्ती झाली तर त्याच वासना मनुष्यावर पुन्हा पुन्हा मोहिनी टाकतात आणि आपल्या जाळ्यात अडकवतात. एकदा भोग भोगले आणि तृप्ती मिळाली असं सहसा होत नाही. याउलट वासना शमल्या नाहीत तर एखादा मनुष्य त्या शमवण्यासाठी निरनिराळे उपाय योजतो. हे सर्व करण्याचा मूळ हेतू वासनातृप्ती असते. आणि वासनातृप्तीची अपेक्षा ही मनाला सैरभैरच करत असते. मन सैरभैर असेल तर बुद्धी स्थिर होऊच शकत नाही. मग समाधिअवस्था प्राप्त होणं ही फार दूरची गोष्ट! थोडक्यात, मनात भोगेच्छा निर्माण होणं आणि ते भोग मिळवण्यासाठी आटापिटा करणं ही वृत्ती मनुष्याच्या बुद्धीला अस्थिर करते. अस्थिर बुद्धी समाधिअवस्था कशी गाठू शकेल?

> 'गॉड मस्ट बी क्रेझी' हा चित्रपट कलाहारी वाळवंटात चित्रित झाला. त्या वाळवंटात बुशमन जमात राहते. चित्रपट प्रभावी होण्यासाठी दिग्दर्शकाने एका बुशमनलाच चित्रपटाचा नायक बनवलं. ते कुटुंब आणि त्यांचे पूर्वज शेकडो वर्षांपासून कलाहारी वाळवंटात राहत होते. कंदमुळातील पाणी किंवा गवतावर पडलेल्या दवातून ते तहान भागवत. दोन-तीन दिवसांनी एखादी शिकार करत. खाण्यापूर्वी ते त्या प्राण्याप्रति कृतज्ञता व्यक्त करत. त्या लोकांना फारशा वस्त्राचीही आवश्यकता भासत नसे.
>
> तिथून केवळ पाचशे मैलांवर असलेल्या आधुनिक संस्कृतीची त्यांना काहीच माहिती नव्हती. निसर्गाच्या कुशीत ते एकोप्याने आनंदी जीवन जगत होते. चित्रपटाच्या शूटिंगच्या निमित्ताने, त्या लोकांना प्रथमच बाहेरच्या जगताचा स्पर्श झाला. चित्रपट-तंत्र, मिळणारं मानधन, पैशांतून मिळणारे अनेक भोग यांचं मोहक दर्शन त्यांना झालं.
>
> 'गॉड मस्ट बी क्रेझी'चे सर्व भाग प्रचंड गाजले. बुशमनला यथोचित

> मानधन दिलं गेलं. पैसा आला की त्याची व्यवस्थाही लावणं आलंच! ज्यांना घराचीसुद्धा कल्पना नव्हती, तिथे बुशमनने एक मोठं घर बांधलं. गुरं पाळली. पुढचे भोग मोहिनी घालायला सज्ज होतेच. अनेक भोगांची त्याला चटक लागली. तो मद्यपान करू लागला. शांत-तृप्त जीवन जगणाऱ्या बुशमनला अखेर क्षयरोगाने ग्रासलं; आणि त्यातच त्याचा अंत झाला. वासनांना भुलला आणि कुटुंबासह शांत जीवनाला मुकला.

ही घडलेली घटना पण आपल्याकडे अशीच एक पौराणिक कथा आहे.

> एक साधू राजाला भेटायला गेला. राजाला आशीर्वाद देत त्याने राजाला संन्यासधर्माचं महत्त्व सांगितलं. राजा हुशार होता. त्याने साधूचा यथोचित सत्कार करून त्याला एक गाय दान केली. आता त्या गायीच्या देखभालीचा त्याला प्रश्न पडला; म्हणून त्याने गोठा बांधला. त्याला एकट्याला काही गायीची व्यवस्था करता येईना; म्हणून त्याने लग्न केलं. यथावकाश त्याला मुलं झाली. संसार फुलला आणि त्याच संसारात संन्यासधर्मी साधू पुरता अडकून गेला - पक्का गृहस्थी बनला!

बाह्य प्रलोभने आली की मनुष्याला वाटतं, हेच खरं जीवन! त्याच्या डोक्यात असे विचार येतात किंवा भरवले जातात; मग त्याच्या वासना बळावू लागताात. आणि पर्यायाने त्याचा अध:पात होतो.

म्हणून बुद्धीला अस्थिर करणाऱ्या विषयांपासून सावध राहायला पाहिजे. वासनांना लगाम घातला की बुद्धी स्थिर होऊ लागते. कर्मयोगात स्थिर बुद्धीची प्रकर्षाने आवश्यकता भासत असते. हे व्यावहारिक आणि पारलौकिक सत्य भगवंतांनी इथे स्पष्टपणे सांगितलं आहे. माणूस आशेवरच जगत असतो. त्यामुळे कर्म करून आशा अवश्य धरावी. फक्त त्या आशेच्या ताब्यात व्यक्तीने जाऊ नये. आशेवरच जगत त्याने हळूहळू आशेच्या बंधनातून बाहेर पडलं पाहिजे. आशेचं जोखड झुगारून अधिक उन्नतावस्थेत जाण्यासाठी व्यक्तीने भ्रष्ट कर्मकांडातून बाहेर पडून खऱ्या अर्थाने कर्मयोगाला प्रारंभ केला पाहिजे.

सारासार विवेकबुद्धी न वापरता जे केवळ, भोग, ऐश्वर्य यांचाच विचार करतात त्यांची बुद्धी स्थिर न होता उलट सैरभैर होत चोहीकडे धावत राहते. असे लोक समाधिअवस्थेत कधीच स्थिर होऊ शकत नाहीत. म्हणून बुद्धी आणि भाव यांचं साहचर्य जीवनदृष्टीत आणायला हवं.

*त्रैगुण्यविषया वेदा निस्त्रैगुण्यो भवार्जुन।*
*निर्द्वन्द्वो नित्यसत्त्वस्थो निर्योगक्षेम आत्मवान् ॥२.४५॥*

हे अर्जुना, वेदांमध्ये सात्त्विक, राजस आणि तामस अशा सर्वच उपभोगांचं वर्णन असतं. परंतु तू त्रिगुणजन्य उपभोग-वासनांपासून दूर, नित्यसत्त्वस्थ आणि सुखदु:खादी द्वंद्वांपासून अलिप्त राहून योगक्षेमाची चिंता न वाहणारा आत्मपरायण हो.

या एकाच श्लोकात भगवंतांनी पुष्कळ गोष्टींविषयी मार्गदर्शन केलं आहे. मनुष्यामध्ये निर्माण होणारे हे सारे भाव परस्परांवर अवलंबून आहेत. बहुधा प्रत्येक व्यक्तीला कसली ना कसली भीती वा चिंता असतेच. 'माझं पुढे काय होईल?' 'माझ्या कुटुंबाचं कसं होईल?' असे अनेक भीतिग्रस्त प्रश्न मनात घर करून असतात. भीती आणि चिंता माणसाला जिवंतपणीच मारतात. उपदेश करणारे अनेक जण भीती आणि चिंता सोडायला सांगतात, पण त्याचा मार्ग सांगत नाहीत. एखादं काम करू नको हे सांगणं सोपं असतं. पण मग, 'कोणतं काम करू?' हा प्रश्न मनात उभा राहतो. भीती आणि चिंता सोड असं म्हटलं तर प्रश्न येतो, 'मग धरू काय?' मनाला नेहमी पर्याय आवश्यक असतो. काहीतरी विषय लागत असतो.

इथे काय सोड हे सांगून कशाची कास धरावी, हे भगवान सांगतात. 'तू आत्मपरायण हो,' 'आत्मपरायण हो' हे सांगण्यामागे काही अगम्य अर्थही असावा असंही वाटतं. 'तुझ्यामध्येच मी सर्व शक्ती भरलेल्या आहेत; मग क्षुल्लक गोष्टींसाठी तू परावलंबी का होतोस? अंतर्मुख होऊन त्या शक्ती जाणण्याचा प्रयत्न कर; म्हणजे तुला अशक्य असं काहीच उरणार नाही. व्यर्थ विषयात रसही वाटणार नाही आणि व्यर्थ अपेक्षाही राहणार नाहीत,' असाही अर्थ असावा.

प्राचीन साहित्याच्या अभ्यासावरून कळतं की, मनुष्याकडे दूरसंवेदनेसह अनेक विद्या अंगभूतच होत्या. योग्यांनी त्या विद्या वापरल्याचंही अनुभवास येतं; माझे स्वत:चेही तसे अनुभव आहेत. त्यामुळे प्राचीन लोकांना अन्य भोगांची किंवा भोगविषयांची फारशी गरज पडत नसे; पण जसजसा मनुष्य बाह्य भोगांकडे आकृष्ट झाला आणि त्यातच सुख शोधू लागला, तसतसं त्याला स्वत:मध्ये असलेल्या अंगभूत शक्तींचं विस्मरण होऊ लागलं. आजच्या भोगवादी काळात तर तो अंगभूत

शक्तींना पूर्णतः विसरला आहे. भोगांना प्राधान्य आलं की, नीतिमत्ता ढासळू लागते.

पूर्वी लग्न ठरवताना मुलगा किंवा मुलगी यांचे संस्कार काय आहेत, जीवनाविषयीची त्यांची समज काय आहे, घराण्याची विचारसरणी काय आहे, व्यसने नाहीत ना, अशा बाबींचा विचार व्हायचा. दासगणू महाराज म्हणतात, 'पहिली संपत्ती शरीर, दुसरे ते घरदार, तिसरीचा तो प्रकार असे धनमानाचा.' जीवनाविषयी अशी समज असली की त्याचा परिणाम म्हणून सर्वत्र तृप्ती आणि प्रशांती आढळते.

आता लग्न ठरवताना पगार किती आणि शिक्षण किती, एवढीच प्राथमिकता अनेक ठिकाणी दिसून येते. आपल्या मुलीला काही कमी पडू नये हा विचार योग्यच असतो; पण केवळ मुलाला प्रचंड पगार आहे म्हणून मुलगी सुखी होईल असं नसतं; इतरही गोष्टी विचारात घ्याव्या लागतात. केवळ भोगवादी दृष्टिकोन उपयोगाचा नसतो. अर्थात कुणी कोणती जीवनशैली उचलावी, हा ज्याचा त्याचा प्रश्न; पण अशी भोगवादी वृत्ती जे जपतात, त्यांच्या संदर्भात भगवान अर्जुनाला आणि पर्यायाने ज्यांना आत्मभान जागवणारं शांत जीवन जगायचं आहे त्यांना हा उपदेश करतात.

जागतिकीकरणानंतर संगणक क्षेत्रात अमाप पगार मिळू लागले. मग अति पैशांचं काय करू काय नको; असं होऊन गेलं. पण केवळ पगाराचा आकडा म्हणजे जीवन नव्हे. परमात्म्याची शक्ती अफाट आहे. फक्त एक करोना विषाणू आला आणि त्याने मनुष्याच्या महत्त्वाकाक्षांना, स्वप्नांना उद्‌ध्वस्त करून टाकलं.

म्हणून जीवनविषयक विचार झाला पाहिजे. केवळ सुखोपभोग भोगणं म्हणजे जीवन नव्हे. प्रेम, कर्तव्य, सेवा, सन्मार्गावर निष्ठा यांसह सारासार विवेकबुद्धीचाही विचार झाला पाहिजे. तरच जीवन सुखी होऊ शकतं.

भगवान या श्लोकात त्रिगुणात्मक उपभोगांचा निर्देश करतात. सत्व-रज-तम या त्रिगुणांच्या प्रभावांमुळे त्या त्या गुणाच्या व्यक्तीमध्ये उपभोगाचे विचार येत राहतात. राजसी आणि तामसी गुणांमध्ये प्रचंड हव्यास असतो. सतत बाह्य सुखाची आणि कोणत्यातरी पदाची अभिलाषा असते. तामसी वृत्तीच्या लोकांना तर सारं काही आयतं हवं असतं. दुसऱ्याच्या कष्टांची त्यांना जाणीव नसते. नवनवीन व्यसनांचं अशा दोन्ही गुणांच्या व्यक्तींना प्रचंड आकर्षण असतं. स्वसुखापुढे त्यांना कुणाचीच कदर नसते. ईश्वराची गरज त्यांना केवळ स्वतःच्या वासना तृप्त करण्यासाठीच असते. ईश्वरी शक्तीविषयीचे त्यांचे आकलन अगदीच नगण्य असते. तामसी व्यक्ती तर ईश्वराच्या अस्तित्वालाही आव्हान देते.

राजस आणि तामस या दोन गुणांचा समाजात जोर झाला की वासना अपरिमित बळावतात. कितीही पुरवठा झाला तरी त्या शमत नाहीत. मग सुखाच्या नव्या नव्या

कल्पना अनेक माध्यमांमधून सेवेला येतात. लिहिले गेलेले अथवा दाखवले गेलेले भोग व्यक्तीलाही उपभोगावेसे वाटतात. अशा सुखांच्या मागे लागलं तर मनुष्य सुख-दु:खांच्या चक्रात अडकून पडतो. जीवनाविषयी त्याच्या मनात संभ्रम निर्माण होतो. जोपर्यंत ठीक चाललं आहे तोपर्यंत तो उद्दाम असतो. पण जीवनात एखादा फटका बसला तर तो सैरभैर होतो. जीवनविषयक कोणतेही सुसंस्कार मनावर झाले नसल्यामुळे एखादा आघातही त्याला आत्महत्येपर्यंत नेऊ शकतो.

हा संसार सुख-दु:ख, जन्म-मरण अशा विविध विनाशी द्वंद्वांनी भरलेला आहे. पण या दिसणाऱ्या भौतिक सृष्टीपलीकडे आनंदमय अशी एक सृष्टी आहे. सात्त्विक जीवनशैलीचं अवलंबन केलं तर व्यक्ती त्या आनंदमय सृष्टीमधील खरा आनंद उपभोगू लागते. मात्र त्या सृष्टीशी संपर्क साधण्यासाठी स्वप्रयत्नांनी आत्मपरायण व्हावं लागतं. म्हणूनच भगवान आत्मपरायण व्हायला सांगतात.

आइनस्टाईनसारख्या शास्त्रज्ञाने म्हटलं आहे : 'This world is an unopenable watch where we can see pointers moving on a dial but never know the mechanism within.' सात्त्विक वृत्तीच्या लोकांना हा सृष्टीला व्यापून असलेला मेकॅनिझम उमजू लागतो.

विश्वातील लहान-मोठे बदल माणसाला कर्म करायला प्रवृत्त करतात. त्या बदलानुसार माणसाचं कर्मही बदलतं, परंतु त्या कर्मांचं फळ पूर्णपणाने माणसाच्या हाती कधीच पडत नाही. कर्माचं फळ हेच मुळात अपूर्ण असतं. अपूर्णाकडून पूर्णत्व कसं काय मिळू शकेल? कर्म करता करता कधी कर्ता संपतो तर कधी कर्म संपतं! असं असूनही व्यक्ती अपूर्णत्वाने युक्त असलेल्या फलाशेतच गुंतलेली असते; म्हणून आत्मपरायण होणं भगवंतांना अपेक्षित आहे.

जोपर्यंत जीवाने भौतिक शरीर धारण केलेलं असतं, तोपर्यंत सुख-दु:ख, शीत-उष्ण अशा क्रिया-प्रतिक्रिया घडतच असतात आणि त्या सहनही कराव्या लागतात. मनुष्यदेहामध्ये आसक्ती आणि वासनासुद्धा वसून असतात. त्रिगुणांमुळे या वासनांचं स्वरूप भिन्न भिन्न असतं. स्वत:ला अपूर्ण समजून वासनांच्या तृप्तीसाठी मनुष्य आटापिटा करतो. मग कधी वासनांची तृप्ती होते किंवा कधी होतही नाही. तृप्ती झाली नाही की, मनुष्य आणखी सैरभैर होतो. राजसी-तामसी गुणांच्या जाळ्यात अडकून पडतो आणि पर्यायाने नित्यसत्त्वस्थ प्रशांत जीवनाला मुकतो.

एकोणिसाव्या शतकात ऑस्ट्रियामध्ये सिग्मंड फ्रॉइड नावाचा न्यूरॉलॉजिस्ट होऊन गेला. त्याने सायकोथेरपीमध्ये पुष्कळ काम केलं. विशेषत: मनुष्याला जे रोग होतात त्याची कारणपरंपरा त्याने जगासमोर मांडली. त्याच्या मते 'काम' हा बहुसंख्य

शारीरिक-मानसिक रोगांचं मूळ असतं.

मानवी देहात दोन मने असतात. एक अव्यक्त मन तर दुसरं व्यक्त मन. व्यक्त मन म्हणजे जे आपण वापरतो ते! हिमखंडाचा ७/८ भाग पाण्यात असतो तर १/८ भाग पाण्यावर असतो. अव्यक्त मन हे पाण्यातील ७/८ हिमखंडाप्रमाणे विशाल असतं; तर व्यक्त मन पाण्यावरच्या १/८ हिमखंडासारखं असतं.

अव्यक्त अंतर्मन फार मोठं असतं; त्या मनामध्ये कोणते संस्कार दडलेले असतात, हे आपल्याला माहीत नसतं. वासनांची तृप्ती झाली नाही तर मनामध्ये गाठी तयार होतात; आणि अंतर्मनात स्थिरावतात. अनेक शारीरिक-मानसिक रोगांचं या गाठी हे कारण असतं. बहिर्मनाची साफसफाई होऊ शकते; पण या अंतर्मनाची साफसफाई कशी करणार?

त्यासाठीच आत्मपरायण व्हावं लागतं. आत्मपरायण होण्यासाठीच या श्लोकातून भगवान वेदांच्या प्रवृत्तीपर जीवनापलीकडे म्हणजेच उपनिषदांकडे जाण्याचा उपदेश अर्जुनाला करतात. आत्मपरायण होण्यासाठी प्रथम आपलं स्वतःचं स्थान व्यक्तीने जाणलं पाहिजे. परा म्हणजे अध्यात्मज्ञानाच्या मार्गावर मी कुठे आहे, त्याचं चिंतन केलं पाहिजे. सृष्टी आणि सृष्टीला व्यापून उरलेल्या तत्त्वाविषयी आपली खरोखरच किती समज आहे, त्याचाही शांतपणे विचार केला पाहिजे. त्यासाठी अहंग्रस्तता सोडून इंद्रियबाह्य ज्ञानाचाही विचार केला पाहिजे.

ते एकदा जाणल्यानंतर आपल्या त्या स्थानापासून शास्त्रशुद्ध पद्धतीने पुढे विकास पावत गेलं पाहिजे. भारतीय शास्त्रीय संगीतातले ठरावीक राग (उदाहरणार्थ, झिंझोटी) आपल्याला असीम शांती प्रदान करून आत्मभानाकडे नेऊ शकतात. त्या स्वरात आपण ध्यानमग्न होऊन कैलासस्थित भगवान महादेवांचं दर्शन करू शकतो. पौर्णिमेच्या चांदण्यात न्हाऊन निघालेला तो शुभ्र कैलास पर्वत, त्या काठचं प्रशांत मानससरोवर, त्यात डौलाने विहार करणारे शुभ्र राजहंस, या पार्श्वभूमीवर व्यक्त होणारं भगवान महादेवांचं सुंदर-शीतल परमशांत रूप आपण स्वतः मनश्चक्षूंपुढे निर्माण करू शकतो. अशा प्रकारचा हालता देखावा ध्यानात आणून आपण आत्मभानाकडे जाऊ शकतो. यात जो आनंद मिळेल त्यापुढे इतर सर्व भोग आणि सुखं तुच्छ वाटू लागतील.

राजसी-तामसी कर्मांपासून उद्भवणाऱ्या सुखदुःखांपासून स्वतःची सुटका करून घ्यायची असेल तर आत्मपरायण होण्यावाचून गत्यंतर नाही. साऱ्या शक्ती अंतर्यामीच देऊन ठेवल्या आहेत. त्यांचा शोध घेता आला पाहिजे.

*यावानर्थ उदपाने सर्वतः सम्प्लुतोदके ।*
*तावान्सर्वेषु वेदेषु ब्राह्मणस्य विजानतः ॥२.४६॥*

सर्वत्र जलमय झालं असता (एखाद्या) विहिरीला जेवढा अर्थ उरतो, तेवढाच अर्थ ज्ञान प्राप्त झालेल्या ब्राह्मणाला (ब्रह्मपरायण पुरुषाला) वेदांच्या बाबतीत उरतो. (म्हणजे नुसत्या काम्यकर्मरूपी वैदिक कर्मकांडाची त्याला अपेक्षा वा आवश्यकता उरत नाही.)

या श्लोकाबाबत टीकाकारांमध्ये मतभेद आहेत; पण त्याच्या फलितार्थाबद्दल वाद नाहीत. कर्माचं (कर्मकाडांचं) फल हे लहानशा ओहोळासारखं अगदीच क्षुद्र असतं आणि आत्मज्ञानाचं फल एखाद्या महानदीसारखं असतं. त्यामुळे सर्व कर्मांचं फल ज्ञानफलात अंतर्भूत होतं, असा याचा एक अर्थ. दुसरा अर्थ म्हणजे लहान विहिरीकडून जी कार्यं होतात, ती मोठ्या जलाशयाकडून व्हायला कितीसा वेळ लागणार? त्याप्रमाणे ज्यांना वेदांमागचा हेतू माहीत आहे, अशा ज्ञानी मनुष्यांना वेदांशी संबंधित असलेली सर्व कार्यं सहज प्राप्त होतात.

मला स्वतःला पहिला अर्थ अधिक समर्पक वाटतो. कारण मागील ४५व्या श्लोकात भगवान सुखदुःखातीत होण्यासाठी आत्मपरायण व्हायला सांगतात. आत्मपरायण होणं म्हणजे स्थूलाकडून सूक्ष्माकडे जाणं आणि पुन्हा बिंदूतून बिंदुसागराशी संपर्क स्थापणं. हे साध्य झालं म्हणजे ना सुख ना दुःख अशी अनुभूती योग्याला येते. या संदर्भानंच या ४६व्या श्लोकाचा विचार करायचा झाल्यास आपण पाहिलेला पहिला अर्थ अधिक समर्पक वाटतो. कर्मकांडाचं फळ एखाद्या ओहोळासारखं असतं तर आत्मज्ञानाचं फळ महानदीसारखं असतं.

आज मनुष्य सुख मिळवण्यासाठी आटापिटा करतो, पण भोगांमधलं सुख हे छोट्या ओहोळासारखं असतं. ज्याला आत्मभान येऊन 'अहं ब्रह्मास्मि'ची अनुभूती मिळते, त्याच्या दृष्टीने पृथ्वीवरचे सर्व सुखोपभोग हे क्षुल्लक ओहोळासारखे असतात.

सर्वत्र मुबलक पाणी उपलब्ध झाल्यावर एखाद्या ओढ्याचं साठलेलं पाणी कोण

कशाला प्राशन करील? घर धनधान्याने तुडुंब भरलेलं असताना रेशनसाठी कोण रांग लावील? स्वत:च्या मालकीची पाचशे एकर जमीन असणाऱ्या एखाद्या शेतकऱ्याला लगतच्या दहा-बाय-दहा फूट जमिनीबाबत कितपत अप्रूप वाटणार? (एखादा आत्यंतिक भोगवादी त्यावरही डोळा ठेवून असतो हा भाग वेगळा!) घरात नळाचं धो धो शुद्ध पाणी मिळत असताना सार्वजनिक नळावरून लोटाभर पाणी कोण कशाला आणील? ज्याने अंतराळ प्रवास केला त्याला बलूनमधल्या प्रवासाचं काय कौतुक? मी कोण, कुठून आलो, माझ्या येण्याचा हेतू काय अशा परिपूर्ण ज्ञानासह ज्याला विश्वाची रहस्यं उलगडली, त्याला नाशवंत भौतिक वस्तूंविषयी कोणतं अप्रूप वाटणार? ज्या व्यक्तीला ज्ञानप्राप्ती झाली त्या व्यक्तीसाठी वैदिक कर्म करून नवं काही प्राप्त करून घ्यायचं शिल्लकच उरलेलं नसतं.

या श्लोकात जलमय प्रदेशात विहिरीला जेवढा अर्थ उरतो, तेवढाच ज्ञानप्राप्त ब्राह्मणाला वेदांच्या बाबतीत अर्थ उरतो, असं म्हटलं आहे. ब्राह्मण म्हणजे जो ब्रह्मज्ञान मिळवण्याचा प्रयत्न करतो अथवा ब्रह्म जाणतो तो! अशाच तऱ्हेची उपमा महाभारताच्या 'उद्योगपर्वा'तही वापरण्यात आलेली आहे. ज्ञानी पुरुष कर्माची म्हणजे कर्मकांडाची मातबरी ठेवत नाही, असंही स्पष्टपणाने सांगितलेलं आहे.

कर्मकांडं ही वृत्ती बनवण्यासाठी करायची असतात. एखादी व्यक्ती घरी सत्यनारायणाची पूजा करते, एखादा माणूस सत्यविनायक करतो, एखादा होमहवन करतो; किंवा एखादी व्यक्ती त्याच्या धर्माप्रमाणे घरीदारी काही कर्मकांडात्मक उत्सव करते. त्याप्रसंगी त्या व्यक्तीला किंवा घरातल्या सर्व मंडळींना छान वाटतं. काहीतरी पुण्यकर्म केल्याचं समाधान मिळतं. सकारात्मक ऊर्जा प्रत्येक जण अनुभवतो. एखादा म्हणतोही, 'काही म्हणा, घरात पूजा-अर्चना, होमहवन झालं म्हणजे पवित्र वाटतं. मंत्रपठण झालं की वातावरण भारावून जातं...' आरती-प्रसाद, फुलांची सजावट, पाहुणे-मित्रमंडळी घरी येणे, यामध्ये नक्कीच उत्साह असतो. गणपती घरी बसला की आनंदसोहळा असतो. उत्सवांचा हाच तर हेतू असतो. समाजाचं अभिसरण त्यात दडलेलंच असतं; पण 'उत्सव' देऊन मानसशास्त्राचा फार मोठा प्रयोग शास्त्रकारांनी केलेला आहे. गणपती विसर्जित झाला की घर खायला उठतं, रिकामपण जाणवतं असाही अनुभव बहुधा प्रत्येकाला येतो. म्हणून उत्सव, कर्मकांड करणं मुळीच गैर नाही. ते केलेच पाहिजेत!.....

पण उत्सव केले, कर्मकांड केलं म्हणजे आत्मज्ञान झालं असं होत नाही, हे कुणीही मान्य करील. उत्सवाचा आनंद त्या दिवसापुरता किंवा पुढे काही दिवस टिकतो. पण ज्याला आत्मज्ञान होतं, त्याला मिळणारा आनंद हा अलौकिक, दैवी, वर्णनातीत आणि

चिरंतन असतो. अशा ज्ञानी व्यक्तीला सृष्टीची रहस्यं उलगडलेली असतात. त्यामुळे चिरंतन अज्ञानात डुंबत असणाऱ्या ज्ञानी व्यक्तीच्या दृष्टिकोनातून कर्मकांडं केली काय किंवा न केली काय; काही फरक पडत नाही. आनंद-उत्साह मिळवण्यासाठी त्याला या उपचारांची आवश्यकताच उरत नाही. हेच या श्लोकातून भगवंतांनी सांगितलं आहे. त्यासाठी हा दृष्टान्त देऊन त्यांना आत्मज्ञानाच्या आनंदाचं अलौकिकत्व विशद केलं आहे. कर्मकांडातील तात्कालिक आनंद घेत घेतच प्रत्येकाने अंतिम आनंदाला प्राप्त व्हायचं आहे. पहिल्या इयत्तेतूनच वर जावं लागतं. त्यामुळे कर्मकांड, उत्सव, उपासना हे सर्व अंतिम आनंदाकडे जाणारे थांबेच आहेत. भगवान यातून अप्रत्यक्षपणे अंतिम आनंदाचं निधान दर्शवतात. त्याचं महत्त्वही अधोरेखित करतात.

या श्लोकातून 'पूर्वमीमांसा' आणि 'उत्तरमीमांसा' यांचा आभास होतो. पूर्वमीमांसक कर्मकांडाला महत्त्व देतात. त्यासाठी बाह्य साधने त्यांना महत्त्वाची वाटत असतात. तर उत्तरमीमांसक अंतर्गत इंद्रियरूपी साधनांना अधिक महत्त्व देतात. या श्लोकातून उत्तरमीमांसेचं समर्थन दिसून येतं. एखाद्या विषयात पीएच. डी. मिळवल्यानंतर त्याच विषयाच्या पुन्हा बाराखड्या करण्याचं काय कारण? पण गीतेला हा दृष्टिकोनही मान्य नाही. पीएच.डी. झाल्यानंतर ते ज्ञान दुसऱ्यांना निःस्वार्थ भावनेने देण्याच्या कार्यालाही गीता महत्त्व देते.

> अबू नावाचा पर्शियन द्रष्टा म्हणतो, 'बेडूक पाण्यात सहज वास्तव्य करतो. कावळा आणि गिधाड आकाशात सहज संचार करतात. सैतान एकाच वेळेस पूर्वेला आणि पश्चिमेला उपस्थित असतो. खरा सात्त्विक माणूस सर्वप्रकारचे व्यवहार करतो, जनमानसात वावरतो; पण परमेश्वर-विचारापासून मात्र तो क्षणभरही विचलित होत नाही.'

प्रस्तुत श्लोकात जे आत्मानुभूतीचं विराट वर्णन आहे, त्याची अनुभूती एखाद्या योग्याला कशी येते हे योगी योगानंदांच्या एका अनुभूतीतून ध्यानात येऊ शकतं. आपल्या आत्मचरित्रात त्यांनी त्या अवस्थेचं वर्णन केलं आहे.

आपल्या अंतरंगातून अनंत प्रकाशकण प्रस्फुरित होऊन ते संपूर्ण आकाशमंडल व्यापून टाकतात. सर्व वस्तुजात आणि पृथ्वीसह सर्व ग्रह-ताऱ्यांना हे अनंत प्रकाशपुंज व्यापून टाकतात. मग आपल्या विराट दृष्टीसमोर सारं तारामंडल अत्यंत छोट्या स्वरूपात साकारतं. आपल्या अंतरंगातून उद्भव झालेल्या प्रकाशपुंजांमध्ये ते सारं तारकामंडल लपेटलं जातं. मग पुढे सौम्य प्रकाशवलयं दिसू लगतात आणि ती एका

सूक्ष्म उगमस्थानापासून अर्थात ज्योतिमंडलातून उगम पावलेली असतात. घंटेचा नाद जसा घंटेतून निघतो आणि पुन्हा आक्रसून पुन्हा घंटेतच विलीन होऊन जातो, तसं हे संपूर्ण विश्व सहस्त्रधारांनी प्रक्षेपित होऊन पुन्हा त्या ज्योतिर्मंडलातच विलीन होऊन जातं याची साक्षात अनुभूती मिळते. ब्रह्मांडाचा केंद्रबिंदू आपल्या अंतरंगातील ज्ञानदृष्टीमध्ये बिंदूवत असल्याचीही अनुभूती योग्याला मिळते. ॐकाराची स्पंदने सर्व चराचरात सुरू आहेत हेही जाणवतं.

आत्मानुभूतीची ही केवळ एक झलक. विचार करा, संपूर्ण तारामंडळाला आपणच व्यापून उरलो आहोत, अनंत ग्रह-तारे आपल्या विशाल अंतर्दृष्टीपुढे चमचमणाऱ्या जलबिंदूंप्रमाणे दिसत आहेत; अशा दिव्यदर्शनाचं वर्णन कोणत्या शब्दात करता येईल? अशा प्रकारची अनुभूती मिळाल्यानंतर डबक्यात उमटणाऱ्या प्रतिबिंबाचं मोल ते किती? भगवंतांनी एका उपमेतून त्याचं वर्णन या श्लोकात केलं आहे.

वैदिक संस्कृत ग्रंथांप्रमाणे पाली-बौद्ध ग्रंथांत तसंच 'उदान' या पाली ग्रंथातही या श्लोकातील पाण्याच्या दृष्टान्ताचा वापर केलेला आहे. त्यामुळे वेदांना गौणत्व आल्यासारखं भासतं. इथे भगवंतांना वेदातील कर्मकांडांना कमी लेखायचं नसून निरिच्छ भावनेनंच वेदांमधली कर्मकांडं पार पाडली पाहिजेत, एवढंच सुचवायचं आहे. निष्काम कर्मयोगामुळे साधकाला ज्ञानप्राप्ती होते आणि ज्ञानात असीम आनंदाचा लाभ होतो, याची जाणीव करून द्यायची आहे. अशा वेळी सीमित लाभासाठी कोण प्रयत्न करील? म्हणजे ज्ञानी लोकांनी सर्व कर्मांचा त्याग करून दगड बनून राहावं, असा अर्थ मात्र गीतेला अभिप्रेत नाही. कर्मफलासाठी नव्हे; तर एक शास्त्रविहित कर्तव्य म्हणून यज्ञयागादी कर्मं ज्ञानीपुरुषाला कधीच सोडता येत नाहीत.

सकाम बुद्धीने किंचित लाभासाठी वैदिक कर्मं करायची नसतात तर ज्ञानप्राप्तीसाठी निष्काम बुद्धीने ती करायची असतात. ज्ञानी व्यक्तीलाही कर्म चुकत नाही. फक्त भौतिक गोष्टींपासून मिळणारा आनंद ज्ञानप्राप्ती झालेल्या व्यक्तीच्या अंतरंगात एखाद्या कोपऱ्यात सामावून जातो. त्याला त्याचं मोल वाटत नाही.

*कर्मण्येवाधिकारस्ते मा फलेषु कदाचन।*
*मा कर्मफलहेतुर्भूर्मा ते सङ्गोऽस्त्वकर्मणि ॥२.४७॥*

कर्म करण्यापुरताच तुझा अधिकार आहे. फल केव्हाही तुझ्या ताब्यातलं नाही. अमुक फल मिळावं असा हेतू ठेवून कर्म करू नकोस; आणि कर्म न करण्याचा आग्रहही धरू नकोस.

या श्लोकातून भगवान सर्व मनुष्यजातीलाच थेट संदेश देतात - मी सर्वश्रेष्ठ आहे आणि सारं काही माझ्या हातात आहे. तुम्ही फक्त तुमचं विहित कर्म करा. कर्माचं फळ तुमच्या हातात नाही.

हा अतिशय महत्त्वाचा आणि प्रसिद्ध श्लोक आहे. या श्लोकाद्वारे कर्मयोगाचं सर्व रहस्यच थोडक्यात पण यथार्थाने सांगितलेलं आहे. ताणतणाव, चिंता, भ्रमनिरास आणि अपेक्षाभंग या सर्वांचं मूळ कर्मफळाच्या अपेक्षेतच असतं, हे वास्तवदर्शन हा श्लोक करतो.

शरीरांतर्गत अनेक क्रिया या केवळ 'स्व'च्या प्रयत्नांमधून सिद्ध होत नाहीत. शरीरातील प्रत्येक पेशीला स्वत्व असतं. शिवाय ज्या साऱ्या क्रिया शरीराकडून घडतात, त्या क्रियांना केवळ परमशक्तीचंच अधिष्ठान असतं. ती शक्ती नसेल तर प्रत्येक पेशीसह शरीरातल्या कोणत्याही घटकाला काहीच अर्थ उरणार नाही. असं असताना शरीराकडून घडणाऱ्या कर्माची फलाशा तरी देहधारी 'स्व'ने का धरावी? म्हणून भगवान सांगतात, फलाशा मनात ठेवून कर्म करणारा होऊ नकोस. कर्म न करण्याचाही आग्रह धरू नकोस.

कर्म कर म्हणजे फलाशा धर असं होत नाही आणि फलाशा सोड म्हणजे कर्म सोड असंही होत नाही, असं स्पष्टपणाने भगवंतांनी या श्लोकातून सांगितलं आहे.

मुलांचं पालनपोषण करताना म्हातारपणी मुलगा आपला चांगला सांभाळ करील असा हेतू असू नये. तशी अपेक्षाही मनात धरू नये. अन्यथा तिथे प्रेमाचा भाग न राहता

तो व्यवहार होतो. मुलगा आईवडिलांशी किंवा आईवडील मुलांशी कसे वागतील, त्यांचे संबंध चांगले राहतील किंवा नाही हे सांगता येत नसतं. तोही कर्माचा खेळ असतो; आणि जो-तो नातेसंबंधाने मागच्या जन्माचे हिशेब चुकते करायलाच आलेला असतो. ऑफिसात साहेब एखाद्याशी प्रेमाने वागतो तर दुसऱ्याशी सापत्नभाव ठेवतो. दुसऱ्याला मुद्दामहून राबवतो. कारण पूर्वजन्मी त्याने त्या साहेबाशी तसंच वर्तन केलेलं असतं. कर्माचं हे रेकॉर्ड प्रत्येक व्यक्तीच्या अर्धजाणीवयुक्त मनात स्थिरावलेलं असतं; म्हणजेच स्टोअर्ड असतं. त्याचा नित्य संपर्क अनंत तंतूंद्वारे वैश्विक कर्मसंचयाशी असतो. म्हणजेच एका वैश्विक रेकॉर्डशी असतो. थिऑसॉफीस्ट त्यालाच 'आकाशिक रेकॉर्ड' म्हणतात. प्रजेचे हे तंतू तत्त्वत: एकाच ठिकाणी जोडलेले असतात. हाच तो प्रजातंतू! ते ते जीव संपर्कात आले की या प्रजेचे म्हणजेच व्यक्ती-व्यक्तीचे हिशेब चुकते व्हायला सुरुवात होते. मग व्यक्ती परस्परांशी चांगल्या तरी वागतात किंवा वाईट तरी वागतात. प्रत्येक व्यक्ती आपला प्रभाव घेऊन संपर्कात येते. प्रत्येकाला त्यानुसार बुद्धी होत असते. हिशेब चुकते होत जातात. तसे ते चुकते झाले की ताळा म्हणजे बॅलन्स रिकामा होऊ लागतो.

आजारपण, अपघात, अवचित उद्भवणारं संकट हे कर्मबंधनाचेच प्रभाव असतात.

या कर्मप्रभावांमधून सुटका करून घेणं फार कठीण असतं. कर्माच्या प्रबळ प्रभावांपुढे असहाय मनुष्याला हार पत्करावीच लागते. कर्माचा ताळेबंद असा मनुष्याच्या मनाला वाकवण्याचा प्रयत्न करतच असतो.

तथापि झालं-गेलं विसरून शुद्ध कर्म करण्यातच व्यक्तीचा आत्मिक विकास होत जातो. मात्र कर्माचे हे प्रभाव झुगारून देण्यासाठी कडोविकडीचे प्रयत्न करावे लागतात. अंतर्मनातील हिशेबांचा ताळेबंद पुसून टाकावा लागतो. त्यासाठीच आत्मभानाचा अभ्यास करावा लागतो. शास्त्रीय मूर्तिपूजा त्यासाठी अतिशय उपयुक्त ठरते. कर्म करताना जे जे प्रभाव समोरून येतात, ते ते सहन करण्याशिवाय गत्यंतर नसतं. कर्मप्रभाव सहन करत जगता आलं तर त्या प्रभावांची टोकं बोथट होत जातात. त्यामुळे प्राप्त कर्म केलंच पाहिजे - ते करावंच लागतं. त्यातून सुटका होऊ शकत नाही.

कर्माचा द्वेष करू नको, त्याग करू नको आणि कर्माची आसक्ती बाळगून अनुरागही करू नको हेच भगवान इथे सांगत आहेत. झाड लाव पण फळाची अपेक्षा करू नकोस. फळं घेऊ नकोस म्हणजे झाडही लावू नकोस असं नाही. फळ खाऊ नकोस असंही नाही. फक्त कर्म आणि त्यापासून मिळणारं फल यांचा संबंध तुटायला हवा ही गोष्ट भगवंतांना अपेक्षित आहे. यातच खरं नैष्कर्म्य असतं. कर्म टाकण्यात नैष्कर्म्य नसतं.

पुरस्कार डोळ्यासमोर ठेवून जर एखाद्या व्यक्तीने पुस्तक लिहिलं तर तिच्या पदरी निराशा येण्याचीही शक्यता असते. नैराश्याने माणूस खचून जातो. पुरस्कार मिळेल न मिळेल, तरीही मी पुस्तक लिहितो अशी जेव्हा लेखक/लेखिकेची मनोभूमिका होते तेव्हा नैराश्य येण्याची शक्यताही कमी होते.

या सृष्टीत जे प्राथमिक स्तरावरचे जीव आहेत ते पुनर्जन्माच्या फेऱ्यात सहजकर्म करून आपोआप विकास पावत जातात. भूक लागली की वाघ शिकार करणार आणि शिकार खाऊन मोकळा होणार! भवितव्यासाठी अन्नाची तजवीज करणं वगैरे विचार त्याच्या मनात उद्भवू शकतच नाहीत. मरणाचा विचार न करता मच्छर म्हणजे डास रक्ताला शोधत येणारच. सृष्टीतले अप्रगत जीव मरणोत्तर विकास पावत जातात, पण पृथ्वीवरचा विकसित मानव हा या जीवांपेक्षा अधिक प्रगत आहे. त्याला भगवंताने स्वतंत्र इच्छाशक्ती दिली आहे. आशाआकांक्षा बाळगण्यासाठी विचार दिले आहेत, प्रतिभा दिली आहे. पण हे केवळ इतर प्राण्यांपेक्षा अधिक मूल्य म्हणायचं. विश्वातील अतिप्रगत जीवांसाठी भगवंतांनी आणखी कोणती अधिक मूल्यं दिली असतील, त्याचा आपण विचार करू शकत नाही.

पृथ्वीवरच्या माणसाचा विचार करायचा झाल्यास त्याला स्वतंत्र इच्छाशक्ती दिली; पण त्या इच्छांची परिपूर्ती करण्याची शक्ती मात्र भगवंतांनी स्वतःच्या हातात ठेवली! इच्छा पूर्ण करण्याची शक्तीही मर्यादित ठेवली. मनुष्येतर जीवांना स्वतंत्र इच्छाशक्ती आणि भवितव्य घडवण्याचा विचारच नसल्यामुळे इच्छापूर्तीचं समाधान होणं किंवा महत्त्वाकांक्षा फलद्रूप होणं हा भागच त्यांच्या जीवनात नसतो. परंतु अल्प-स्वल्प शारीरिक-मानसिक शक्तीच्या बळावर मनुष्य प्रचंड इच्छा करतो; आशाआकांक्षा बाळगतो, पण त्याच्या इच्छांची पूर्ती होतेच असं नाही. कारण त्याच्या सर्व इच्छा पूर्ण करण्याची शक्ती त्याच्याकडे नाही. या दृष्टीने विचार करायचा झाल्यास मनुष्याकडे केवळ तीन-चार टक्केच स्वतंत्र इच्छाशक्ती मिळाली आहे.

ग्रीक योद्धा सिकंदर याने भारतावर आक्रमण केलं तेव्हाची गोष्ट.

साधुसंन्याशांना भेटण्याची सिकंदरला अतिशय आवड होती. एकदा त्याच्या सेनापतीने एका संन्याशाला सिकंदराच्या प्रासादापाशी आणलं. तो संन्याशी प्रासादाच्या पायऱ्यांवरच ठाण मांडून बसला. आत यायला तो तयार होईना. ती गोष्ट समजल्यावर स्वतः सिकंदर दुभाषासह बाहेर आला. त्याने संन्याशाला विचारलं,'स्वामी, माझ्या दिग्विजयाच्या कार्याला यश येईल का नाही? '

तो प्रश्न ऐकून संन्याशाने वातड झालेलं एक चामडं सेवकाला

आणायला सांगितलं. सिकंदराला तो म्हणाला, 'हे चामडं सरळ करून दाखव.'

सिकंदराने एका अधिकाऱ्याला ते चामडं सरळ करून त्यावर बसायला सांगितलं. वातड झालेलं ते चामडं सरळ करण्याचा त्या अधिकाऱ्याने खूप प्रयत्न केला, परंतु ते शक्य होईना. एक टोक सपाट केलं तर त्या चामड्याचं दुसरं टोक खाडकन उभं राह्यचं. दुसरं टोक खाली करून तो त्यावर बसायला गेला तर पहिलं टोक सपकन उभं राह्यचं. सिकंदर त्या प्रकाराकडे बघतच होता. संन्याशी त्याला म्हणाला, 'भारतावरील स्वारीची तुझी अशीच गत होईल. तू एका बाजूला पुढे पुढे जिंकत जाशील तर तू जिंकलेली मागची राज्यं तुझ्याविरुद्ध उठाव करतील. जगाचं सोडच, तुला भारताचं सम्राटपदसुद्धा कधीही प्राप्त करून घेता येणार नाही!'

त्याच्या उत्तराने सिकंदर चिडला. त्याने संन्याशाला हाकलून दिलं, पुढे त्याला संन्याशाच्या बोलण्याचं प्रत्यंतर आलं. त्याला भारतविजेता होता आलं नाही. त्या गोष्टीचं शल्य त्याला डाचत होतं. तो मद्यपान करू लागला. व्यसन बळावत गेलं. त्यातच बाबिलोनमध्ये त्याचा अकाली अंत झाला. मृत्यूनंतर अथेन्समध्ये त्याची अंत्ययात्रा काढण्यात आली. अंत्ययात्रेच्या वेळी आपले हात उघडे ठेवण्यात यावेत अशी इच्छा त्याने मृत्यूपूर्वी प्रदर्शित केली होती. त्यानुसार त्याचे तळहात उघडे ठेवण्यात आले होते. सिकंदर या जगात रिकाम्या हाताने आला आणि रिकाम्या हातानंच गेला एवढीच गोष्ट त्याला सूचित करायची होती!

मनुष्याच्या आशाआकांक्षांना भगवंताच्या राज्यात काहीच किंमत नसते. त्याने ठरवलेल्या कार्यक्रमानुसारच सारं काही घडत असतं. आपण अगदी घरगुती उदाहरणं बघू या. मिक्सरमध्ये आपण चटणी करतो का मसाला वाटतो, हा प्रश्न मिक्सरचा नाही. मिक्सर हे साधन आहे. त्याला फिरवणारे हात वेगळे असतात. म्हणून मिक्सरने पसंती-नापसंती दर्शवायची नसते. रगडून दिलं त्याबदल्यात मला काय मिळेल हे मिक्सरने ठरवायचं नसतं.

याचा अर्थ यंत्रवत जीवन जगावं हेसुद्धा भगवंतांना अभिप्रेत नाही. तर समजून उमजून आपलं कर्तव्य भावपूर्ण अंत:करणाने पार पाडावं असंच भगवंतांना सांगायचं आहे. आपला आत्मिक विकास साधण्यासाठीच भगवंतांनी मनुष्याला स्वतंत्र इच्छाशक्ती दिली आहे. पण मनुष्यांच्या इच्छांची पूर्ती करण्याची शक्ती मात्र स्वत:कडे राखून ठेवली आहे. भगवंत माझ्याबरोबर आहे आणि तो माझं जीवन चालवतो, अशी समज जर माणसामध्ये आली तर मात्र हातून शुद्ध कर्म होऊ लागतं.

त्यासाठी कर्तव्य-कर्म आणि त्या कर्माचं फळ यांमागच्या तत्त्वज्ञानाची समज व्यक्तीच्या विचारांत येणे, त्यांना अभिप्रेत आहे. सामान्य माणूस कर्म केल्याशिवाय सुटू शकत नाही, तर असामान्य माणूस भगवंताच्या हातातील साधन बनल्यामुळे ज्ञानोत्तर कर्मातून सुटू शकत नाही. दोघांनाही कर्मं ही करावीच लागतात. तो भगवंताचा कायदा आहे. मानवाच्या मताला तिथे किंमत नाही. प्रत्येक व्यक्तीच्या इच्छेने जर फळ मिळत राहिलं, तर सृष्टीचा बोजवाराच उडेल!

> पांडुरंगशास्त्रींनी या संदर्भात एक छान उदाहरण दिलं आहे - ढगांनी आकाशात गर्दी करताच कुंभाराची पत्नी देवापुढे साकडं घालते, 'पाऊस पाडू नकोस देवा, नुकतीच आम्ही मडकी तयार केली आहेत. ती वाळायला हवीत. नाहीतर आमचं नुकसान होईल.' त्या वेळी शेतकरी देवाला साकडं घालत असतो, 'चांगला वाफसा धरला आहे; आत्ता पाऊस पाडलास तर पीक लवकर आणि चांगलं उगवेल!'
>
> डॉक्टरपत्नीला त्या वर्षी रत्नहार हवा असतो. ती देवाला साकडं घालते, 'यंदा ह्यांची प्रॅक्टिस जोरदार होऊ दे! म्हणजे मला दिवाळीत रत्नहार घेता येईल.' म्हणजेच देवाने अनेकांना रोगी बनवावं असाच याचा अर्थ होतो ना! मग देवाने कुणाचं ऐकायचं? कुंभारपत्नीचं, का शेतकऱ्याचं का डॉक्टरपत्नीचं? देवाला सगळ्यांचंच भलं करायचं असतं. ते करण्यासाठी माणसांची मतं घेत राहिलं तर किती अवघड होऊन बसेल!

म्हणजेच भगवान सर्वांसाठी जे भलं आहे तेच करत असतो. मनुष्याच्या मताला आणि मागणीला तिथे मुळीच किंमत नसते. मनुष्याने प्राप्त कर्तव्यकर्म निरपेक्ष भावाने करत राहावं. तेवढंच त्याच्या हातात असतं. भगवंताला जे योग्य वाटेल ते तो करील. म्हणून फळाची अपेक्षा न ठेवता कर्म करत राह्यला पाहिजे.

कर्म करण्यापुरताच व्यक्तीचा अधिकार असतो. फलाची आशा न ठेवता कर्मेंद्रियांना कर्मं करू द्यायची असतात. यात भौतिक जीवनही सुखावह होऊन ज्ञानमार्गाच्या दिशेने मनुष्याचा पदन्यास सुरू होतो.

*योगस्थः कुरु कर्माणि सङ्गं त्यक्त्वा धनंजय।*
*सिद्ध्यसिद्ध्योः समो भूत्वा समत्वं योग उच्यते ॥२.४८॥*

हे धनंजया, आसक्ती सोडून, कर्म सफल होवो की निष्फळ; दोन्ही समान मानून म्हणजेच योगस्थ होऊन कर्मं कर. असा जो मनाचा समतोलपणा (होणं) त्यालाच योग म्हणतात.

कर्मयोगाचं स्पष्ट लक्षण इथे सांगितलेलं आहे. कर्माची आसक्ती नको आणि कर्मफलाचीही आशा नको, अशी नित्य सत्त्वस्थ स्थिती भगवंतांनी आणायला सांगितली आहे. मन सदैव चंचल असतं. अशा मनाला नियंत्रित करून ते परमतत्त्वावर एकाग्र करता आलं पाहिजे. त्यालाच समत्व स्थिती म्हणतात. अर्थात 'समत्वं' या शब्दाचा अर्थ म्हणजे नित्य सत्त्वस्थ स्थिती! म्हणजे केवळ सुखदुःख समान मानणं असं नव्हे; तर कर्माच्या कर्तेपणाचा अहंभावही त्यांनी सोडायला सांगितला आहे. कारण मनुष्याला केवळ कर्माचा अधिकार आहे; कर्माचं फळ हे परमेश्वराच्या अखत्यारीत असतं. आपल्या शक्तीने आपण कर्म करत नाही याची जाणीव झाली की त्या कर्मापासून मिळणाऱ्या फलाची मालकी तरी व्यक्तीने आपल्याकडे का घ्यावी? मनाची अशी धारणा झाली की त्याला निर्द्वंद्व स्थिती म्हणतात...

आपल्याला पुष्कळदा वाटतं, मी इतकं काम केलं; दुसऱ्यांसाठी झिजलो; पण भगवंतांनी माझ्याच बाबतीत असं का केलं? मलाच दुःख का दिलं? किंवा दुसऱ्याचा उत्कर्ष पाहून एखाद्याला वाटतं, माझ्यापेक्षा आजूबाजूचे लोक केवढे सुखी आहेत. मीसुद्धा किती कष्ट केले, पण देवाने मला मात्र दुःख दिलं. हा एकांगी दृष्टिकोन सोडला तर समर्थ रामदासांचा सिद्धान्त ध्यानात येऊ शकेल- 'जगी सर्व सुखी असा कोण आहे?' म्हणून मनाला समतोलपणा आणून समदृष्टीने सभोवार बघितलं तर सर्वत्र कर्माचा खेळ दिसेल आणि सुख-दुःखं सर्वत्र हातात हात घालून आहेत याचं ज्ञान होईल.

१८७६ मध्ये मोराव्हिआमधील झ्लिन गावी टॉमस बाटा यांचा जन्म झाला. टॉमसच्या वडिलांचा पायताण बनवण्याचा किरकोळ व्यवसाय होता. त्यामुळे लहानपणापासून टॉमस पायताणांमध्येच वाढला! वडिलांच्या कामांतून उरलेल्या कातड्यामध्ये टॉमस बाहुल्यांसाठी छोटे छोटे बूट बनवायचा आणि ते जत्रेत नेऊन विकायचा. त्यातून त्याला एक पेनी मिळायची. त्यांच्या ओढगस्त परिस्थितीत त्या पेनीचं मोल फार असायचं. अत्यंत हलाखीची परिस्थिती आणि पाठोपाठ येणारं अपयश यांना तोंड देत टॉमस लहानाचा मोठा झाला. तरुण वयात स्वतःचा धंदा सुरू केला. बूट बनवायचे आणि दूरदूरच्या गावी जाऊन ते विकायचे असा त्याचा कार्यक्रम सुरू झाला. हळूहळू त्याच्या व्यवसायाने आकार घेतला आणि संपूर्ण जगात बाटा साम्राज्य उभं राहिलं.

टॉमस बाटांचा पुढे स्वतःच्याच विमान अपघातात अंत झाला. त्या वेळी विमानातून जात असताना ते आपल्या सेक्रेटरीला एका पत्राचं डिक्टेशन देत होते. इतक्यात त्यांच्या विमानात बिघाड झाला. वैमानिकाने बाटांना तशी माहिती दिली. तेव्हा त्यांची सेक्रेटरी खूप घाबरली. आकांडतांडव करू लागली. तेव्हा बाटा शांतपणे तिला म्हणाले, 'तू का असं अकांडतांडव करतेस? विमानात बिघाड झाला आहे, वैमानिक आणि त्यांचे तंत्रज्ञ दुरुस्तीचं काम करत आहेत. तू तुझं काम कर.' आणि बाटा पुन्हा पत्र डिक्टेट करू लागले.

पण काही क्षणांमध्येच विमान कोसळलं आणि त्यातच टॉमस बाटा यांचा अंत झाला.

मृत्यू समोर निश्चित दिसत असताना मनाचा असा समतोल ठेवणं किती अवघड गोष्ट! एका कर्मयोग्याचंच ते लक्षण होतं.

भगवान सांगतात, 'तू मनाचा समतोलपणा ठेव; आणि त्यासाठी योगस्थ राहून कर्म कर.' या दुसऱ्या अध्यायातील ३८व्या श्लोकात 'सुखदुःख समान मानून तू कर्म कर,' असं भगवान सांगतात. ती मनोभूमिका तयार केल्यानंतर आता ते सांगत आहेत, 'नुसतं सुखदुःख समान मानू नकोस, तर कर्मफल सोड आणि कर्तेपणाचा अहंकारही सोड.' नित्य सत्त्वस्थ, समत्व, निर्द्वंद्व अशा या चढत्या पायऱ्या आहेत. भगवान एकेका पायरीने निर्द्वंद्व स्थितीच्याही वर जाण्यास सांगत आहेत.

मनात द्वंद्वाचा केव्हा उद्भव होतो? कर्माचं फल आणि कर्माविषयीचा अभिमान हेच खरं द्वंद्व असतं हा गीतेचा सिद्धान्त आहे. साऱ्या प्रश्नांचं मूळ तेच आहे. कारण

मी कर्ता आहे, हा मनुष्याचा अहंकार द्वंद्व निर्माण करतो. त्या द्वंद्वाचे पडसाद मनात आणि आणि पर्यायाने बाह्य जगतातही उमटू लागतात.

कर्म 'मी' करतो म्हणजे नेमका कोण करतो? रक्तात लाखो पेशी असतात, शरीराला पोषक जीवाणू असतात. त्यांनाही स्वत्व असतं. ते कर्म करतात म्हणून तर शरीराला अस्तित्व असतं. मग कर्म हात करतात का मेंदू? का मेंदूला प्रेरणा देणारी शक्ती कर्म करते? म्हणजे 'मी' कर्म करतो, असं म्हटल्यावर शरीरांतर्गत लाखो जीवांना आणि अगम्य यंत्रणेला त्याचं श्रेय द्यावं लागेल. मग नेमका कोण कर्म करतो? म्हणजे ज्या शरीराला आपण 'मी' समजतो, त्यापेक्षा कुठली तरी वेगळी शक्ती ते कार्य करत असते. मग त्याचं श्रेय देहरूपी 'मी' ने का घ्यावं?

एक गलेलठ्ठ शेटजी होते. रोज ते पाच मजले चढून आपल्या घरी यायचे. एक दिवस शेटजी रस्त्यात निवर्तले. तेव्हा त्यांना त्यांच्या पाचव्या मजल्यावरच्या घरी उचलून आणणं चार धष्टपुष्ट लोकांनाही अशक्य झालं! चार जणांना ज्यांचा देह उचलून आणता येणे, शक्य नव्हतं, त्या शेटजींचा देह जिवंतपणी कोण एवढ्या उंचावर उचलून नेत होता? म्हणजे ती चैतन्यरूप शक्ती हीच खरी कर्ता असते हे मान्य करावंच लागतं. त्यामुळे कर्तेपणाचं सारं श्रेय त्या शक्तीलाच दिलं पाहिजे. म्हणूनच कर्तेपणाचा अहंकार सोडून, यशापयशाला समान मानून आणि योगस्थ होऊन कर्म करणं भगवंतांना अपेक्षित आहे. सिद्धी (जे मिळालं) आणि असिद्धी (जे मिळालं नाही) यांना तुल्य मानणं यालाच योग म्हणतात. थोडक्यात, कर्मफळाची अपेक्षा धरणं आणि कर्माविषयीचा अभिमान बाळगणं हे सर्व प्रश्नांचं मूळ आहे.

कर्म करताना कर्तेपणाचा अहंकार, आसक्ती आणि फलाशा सोडून विहित कर्मं करायला हवीत. त्यातच व्यक्तीचा विकास असतो. एवढंच नाही तर कर्म करताना ईश्वर प्रसन्न होईल अशी आशाही बाळगता कामा नये.

*दूरेण ह्यवरं कर्म बुद्धियोगाद्धनञ्जय।*
*बुद्धौ शरणमन्विच्छ कृपणाः फलहेतवः।।२.४९।।*
*बुद्धियुक्तो जहातीह उभे सुकृतदुष्कृते।*
*तस्माद्योगाय युज्यस्व योगः कर्मसु कौशलम् ॥२.५०॥*

या समत्वरूप बुद्धियोगापेक्षा सकाम कर्म अत्यंत तुच्छ आहे. म्हणून हे धनंजया! तू समबुद्धीतच रक्षणाचा उपाय शोध म्हणजे बुद्धियोगाचाच आश्रय घे. कारण फळाची इच्छा बाळगणारे अत्यंत दीन होत. ज्ञानी पुरुष या लोकी पुण्य आणि पाप या दोन्ही गोष्टींचा त्याग करतो. म्हणून तू समत्वरूप योगामध्ये स्थित हो. सिद्धी आणि असिद्धी यांना सम मानणं हे कर्मयोगातलं खरं कौशल्य आहे.

अनेक जन्मांमधून मनुष्याने चांगल्या-वाईट कर्मांचा संचय केलेला असतो. आणि त्यानुसारच त्याला चांगल्या-वाईट परिणामांना सामोरं जावं लागत असतं. एखादी व्यक्ती सहज म्हणते, 'मी एवढं देवाचं केलं; पण माझ्या नशिबी मात्र दुःख आलं.'

वास्तविकतः देव कुणाच्या कर्मात हस्तक्षेप करत नाही. आधुनिक भाषेत सांगायचं तर त्याने च बनवलेल्या सॉफ्टवेअरमध्ये तो ढवळाढवळ करत नाही. मनुष्याला जी सुख-दुःखं प्राप्त होतात, ती त्याच्याच कर्माची फेड असते. मनुष्याला कर्माच्या या ताळ्याची म्हणजे बॅलन्सची जाणीव नसते. खूपदा त्यावर विश्वासदेखील नसतो. आता प्रश्न असा निर्माण होतो की, जे दिसत नाही अथवा माहीत नाही, त्याची फेड तरी कशी करणार? आणि या गोष्टीला शास्त्रीय पुरावा काय?

बुद्धी आणि भाव यांच्या साहचर्यातूनच अशा तात्त्विक गोष्टींचा निर्णय करावा लागतो; अनुमान काढावं लागतं. दोन जुळ्या मुलांचा जन्म एकाच वेळी होतो; पण दोघेही भिन्न भिन्न सुख-दुःखं अनुभवतात हे कसं? कर्मबंधाशिवाय याचं दुसरं कोणतंही तर्कशुद्ध उत्तर देता येत नाही. बाह्य जगतातल्या प्रभावांमुळे जरी दोघांना भिन्न भिन्न सुखदुःखं भोगावी लागत असली, तरी बाह्य जगतातील हे प्रभाव कर्मबंधामुळेच

नशिबी येत असतात. त्यानुरूपच कर्मसिद्धी वा असिद्धी होत असते.

कर्माची सिद्धी म्हणजे जे मिळालं ते आणि असिद्धी म्हणजे जे मिळालं नाही ते. त्यांना समान मानून कर्मानुष्ठान केलं असता प्रथम चित्ताची शुद्धी होते. स्थिर झालेलं मन म्हणजे चित्त. मन स्थिर होणं प्रथम महत्त्वाचं; आणि स्थिर झालेलं मन शुद्ध होणं ही विकासाची पुढची पायरी. सिद्धी आणि असिद्धी यांबाबतीत समत्वाची भूमिका आली की मन स्थिर होतं. म्हणजे जे मिळालं त्याबाबतीत अहंकार न बाळगणं आणि जे मिळालं नाही त्याबाबतीत विषाद अथवा दुःख न बाळगणं अशी मनाची अभ्यासाने धारणा झाली पाहिजे. शम-दम-श्रवण-ध्यान आदींमुळे ही गोष्ट साध्य होते. तेच ज्ञान होय. 'मी खरा कोण आहे,' याचं ज्ञान. ज्ञानाने युक्त झालेला पुरुष सुकृत-दुष्कृत, पुण्य-पाप इथेच सोडतो. त्यांपासून अलिप्त राहतो. म्हणजे कर्म तर करायचं, परंतु त्यांच्या प्रभावांपासून अलिप्तताही आणायची! यातच खरं कौशल्य असतं. एखाद्या फलंदाजाने म्हणजे बॅटस्‌मनने मैदानात उतरण्याचं कर्मच केलं नाही तर धावा कशा मिळणार? त्याप्रमाणे कर्माच्या मैदानात उतरल्यानंतरच धावारूपी ज्ञानसिद्धी मिळू शकते. किंवा मैदानात उतरायचं, बॅटिंग करायची, रन करायच्या, पण त्या धावा स्कोअरबोर्डवर स्वतःच्या नावावर येऊ द्यायच्या नाहीत! अशी मनोभूमिका ठेवून कर्म करण्यात फार मोठं कौशल्य असतं, असं भगवान सांगतात.

ज्ञानसिद्धीसाठी असं योगस्थ होऊन कर्म करायला हवं. त्यासाठी 'गतं न शोच्यम्' अशी मनोभूमिका आणली पाहिजे. ही गोष्ट तशी सोपी खासच नाही.

> मंदार पर्वतावर एका विस्तीर्ण आणि मनोरम रत्नमय शिखरावर दीर्घतपा नावाचे एक मुनी राहत होते. ते उदार बुद्धीचे असून, ब्रह्मज्ञानी आणि मोठे तपस्वी होते. त्यांना चंद्रासारखे सुंदर असे पुण्य आणि पावन या नावाचे दोन मुलगे होते. आपली भार्या आणि हे दोन मुलगे यांच्या सहवर्तमान मुनी महेंद्र पर्वतावर सुखाने कालक्रमणा करत होते.
>
> कालांतराने त्यांचा थोरला मुलगा पुण्य हा तत्त्वज्ञानसंपन्न झाला; परंतु धाकटा मुलगा पावन मात्र अर्धशिक्षित अवस्थेतच राहिला.
>
> त्या मुलांचे माता-पिता वृद्धापकाळ सरून ब्रह्मलोकी निघून गेले. त्यांचा ज्येष्ठ पुत्र पुण्य याने मोठ्या विवेकाने आणि शांत चित्ताने आपल्या माता-पित्यांचे और्ध्वदैहिक संस्कार पार पाडले; परंतु धाकटा मुलगा पावन हा मात्र आपल्या माता-पित्यांच्या निधनामुळे अपरंपार दुःखात आकंठ बुडून गेला. ज्या ठिकाणी पावन शोकमग्न होऊन बसला होता, त्या ठिकाणी पुण्य हा ज्येष्ठ बंधू येऊन दाखल झाला. आपल्या धाकट्या

भावाचं सांत्वन करताना पुण्य त्याला म्हणाला, "तू त्यांच्यासाठी व्यर्थ शोक का करतोस? प्राण्याला प्रत्येक जन्मात आई, बाप, मुलं, बंधू वगैरे असतातच. जन्मजन्मांतरी होऊन गेलेल्या लक्षावधी आई-बापांबद्दल एवढा शोक तुला का होतो? पावना, तुझा पिता कोण, माता कोण आणि अन्य बांधव तरी कोण? हा पसारा तू केवळ भ्रमाने कल्पिलेला असून, विवेकरूपी वावटळीने हे स्वजनरूपी धुळीचे कण कुठल्या कुठे उडून जातील! एखाद्या मनुष्यासंबंधाने बंधूची भावना केली म्हणजे तो बंधू वाटू लागतो आणि शत्रूची भावना केली म्हणजे तो शत्रू वाटू लागतो. तेव्हा संसार हा केवळ भावनेचा खेळ आहे. सर्वत्र एकच आत्मतत्त्व भरलेलं आहे, हे जर खरं आहे तर मग 'हा आपला' आणि 'हा परका' हा भेद तरी कसा करता येईल? परमार्थ दृष्टीने विचार करता तूही कुणी नाहीस आणि मीही कुणी नाही. तुझे अनेक जन्म झाले आहेत. त्या अनेक जन्मातील आप्तेष्टांविषयी तू शोक कसा काय करणार?"

हा उपदेश ऐकून धाकट्या भावाला आत्मज्ञान प्राप्त झालं. जीवदृष्टीने विचार केल्यास सर्वच आपले बंधू आहेत; परंतु ब्रह्मदृष्टीने विचार केल्यास कोणीही कोणाचा कोणी नाही. यास्तव कोणीही कोणाविषयी शोक करू नये, ही गोष्ट पावनाला कळून चुकली.

स्वधर्मरूप कर्मं करत असतानाही त्या कर्मांनी बद्ध न होणं यात खरं कौशल्य असतं. हे कौशल्य या समत्वयोगाने साध्य होतं. व्यवसायात्मिका बुद्धी आणि वासनात्मक बुद्धी यांचा समतोल साधला जाणं म्हणजेच साम्यबुद्धी. म्हणून समत्वरूप योग हीच कर्मातील कुशलता आहे. समत्वामुळे कर्मं बंधाला कारण होत नाहीत तर ती ज्ञानाला कारण होतात. समत्व म्हणजे मनाची भावपूर्ण पण तटस्थ धारणा. एका तत्त्वज्ञाला वाटलं, कर्मामुळे आपण या संसारात अडकलो. म्हणून तो आयुष्यभर एक पिंपात बसून राहिला! अर्थात पिंपात बसण्याचं ते कर्मच झालं! त्यामुळे कर्मबंधाच्या चक्रातून सुटका होत नाही.

कर्मांचा जेव्हा बंध होतो तेव्हा त्याची फळं फेडण्यासाठी व्यक्ती पुन्हा पुन्हा याच पातळीवर जन्म घेते आणि सुख-दुःख भोगत राहते. उन्नत पातळीवरच्या सुखाला ती मुकते. कर्म एकच असलं तरी कर्त्याच्या बऱ्यावाईट बुद्धीनुसार ते कर्म शुभ अगर अशुभ होत असतं. सुरीने पेरूही कापता येतो आणि खूनही करता येतो. खून करणं अगर पेरू कापणं ही कर्मं सुरी ठरवत नसून तिचा वापर करणारा कर्ता ठरवत असतो.

म्हणजे प्रत्येक कर्मामागचा हेतू महत्त्वाचा असतो. साम्य बुद्धी या शब्दाने स्थिर व्यवसायात्मिका बुद्धी आणि वासनात्मक बुद्धी या दोहोंचाही बोध होतो. कर्मं करताना बुद्धी स्थिर, पवित्र, सम आणि शुद्ध ठेवली पहिजे. अशा रीतीने सर्व कामं केली म्हणजे व्यवहाराचा लोप होत नाही. अमुक फळ मिळेल ही आशा नाही, आग्रह नाही; परंतु कृतिशीलता मात्र कायम असणं, असा हा योग आहे. गंगा सागराला जाऊन मिळताना मार्गातील भूमी सुपीक करून जाते. ती कधी मागे वळून आपल्या कर्मफलाकडे बघत नाही. त्या कर्माची फलाशाही तिला नसते. तरीही तिची कृतिशीलता कायम असते!

सर्व ग्रहताऱ्यांसह आणि अब्जावधी जीवांसह मनुष्यही या सृष्टिचक्रात फिरत राहिला आहे. त्यामुळे त्याला कर्म हे आपसुक प्राप्तच झालं आहे. कर्मचक्रात तो अडकला आहे. मग या चक्रातून सुटायचं कसं? भगवान तोच मार्ग इथे दाखवत आहेत. ते जणू म्हणतात, 'तू असाच जन्मोजन्मी या चक्रात फिरत राहणार! सुखं-दुःखं भोगत राहणार!! पण तुला या चक्रातून सुटायचं आहे का? मी मार्ग ठेवला आहे...'

तो मार्ग म्हणजेच समत्वयोग. उदाहरणार्थ, बैलगाडीचं चाक फिरत असतं. चाकाला जोडलेले आरे (spokes) फिरत असतात. म्हणजे चाकाबरोबर आरे फिरतच राहणार असतात. चालत्या गाडीचं ते कर्म कुणी थांबवू शकत नाही. मग या चक्रात राहूनही आपली सुटका करून घ्यायची इच्छा असेल तर काय करावं लागेल? तर त्यासाठी ज्याच्या भोवती आरे फिरतात त्या आसाच्या (axel) भूमिकेत जावं लागेल! चाक फिरतं पण फिरणाऱ्या चाकाचा ॲक्सल फिरत नाही! हे कौशल्य समत्वयोगाने साध्य होतं. चाकाच्या आसाची भूमिका ज्ञानभांडार खुलं करतं. पण आऱ्याच्या भूमिकेतच राहिलं की फिरत राहणं क्रमप्राप्त होतं!

समत्वयोगामुळे कोणतीही कर्मं बंधाला कारणीभूत होत नाहीत तर ती ज्ञानाला कारणीभूत होतात. आशा, आग्रह आणि अपेक्षारहित योगस्थ होऊन कर्मं करणं यात खरं कौशल्य असतं. या कर्मरूपी चक्रात आसाच्या भूमिकेत जाणं जमलं पाहिजे.

*कर्मजं बुद्धियुक्ता हि फलं त्यक्त्वा मनीषिण:।*
*जन्मबन्धविनिर्मुक्ता: पदं गच्छन्त्यनामयम् ॥२.५१॥*

बुद्धीने युक्त झालेले ज्ञानी पुरुष कर्मफलाचा त्याग करतात आणि जन्माच्या बंधनातून मुक्त होऊन ते दु:खविरहित अशा निरामय मोक्षपदाला जाऊन पोचतात.

बुद्धियुक्त म्हणजे समबुद्धीयुक्त हो, असं भगवान सांगतात. कीर्ती-अपकीर्ती, जय-पराजय, सिद्धी-असिद्धी इत्यादी द्वंद्वांचा स्वत:च्या कर्मावर परिणाम होऊ देऊ नकोस; उलट तू मनीषी हो, असंही ते सांगतात. मनीषी म्हणजे मनाच्या शक्तीवर प्रभुत्व राखणारा.

भगवान बुद्धियुक्त व्हायला सांगत आहेत ही गोष्ट अतिशय महत्त्वाची आहे. हे परमात्मज्ञान बुद्धीनंच समजून घेतलं पाहिजे. आपल्या या जन्माचा हेतू, आपण कुठून आलो, का आलो, देह सोडल्यानंतर कुठे जाणार आहोत, आपण बरोबर काय घेऊन आलो, पृथ्वीवर आपण काय करणं अपेक्षित आहे, इथून काय बरोबर घेऊन जाणार आहोत अशा गोष्टी बुद्धीनंच समजून घ्याव्या लागतात. डार्विनचा विकासक्रम जसा केवळ भौतिक शरीरापुरता आहे तसा आत्मिक विकासाचाही क्रम आहे का, याचाही विचार झाला पाहिजे. आणि तसा तो असेल तर त्याविषयीसुद्धा विचार केला पाहिजे. आंतरराष्ट्रीय कीर्तीचे शास्त्रज्ञ ग्रेग ब्रॅडन हे अमेरिकन झुऑलॉजिस्ट. परंपरागत विज्ञान आणि अध्यात्म अशा तौलनिक विषयांवर त्यांचा प्रगाढ अभ्यास आहे. डॉ. पीटर रसेल हे ऑक्सफर्डचे शास्त्रज्ञ. तर निकोला टेस्ला हे मागच्या शतकातील दार्शनिक शास्त्रज्ञ. अशा अनेक शास्त्रज्ञांनी आत्मिक विकाससंदर्भात पुष्कळ विवेचन केलं आहे. विशेषत: प्राचीन भारतीयांच्या आत्मिक ज्ञानाला पुष्टी देणारे शोध मांडले आहेत.

त्यामुळे या ज्ञानाचा विचार आपण संकुचितता सोडून केला पाहिजे; आणि त्यासाठी बुद्धियुक्तच व्हायला हवं. बुद्धियुक्त होऊन जेव्हा व्यक्ती विचार करू लागते आणि त्यानुरूप कर्म करू लागते तेव्हा तिला कर्मफलत्यागाचं महत्त्व उमजू लगतं.

जन्माच्या आणि मरणाच्याही बंधापासून मुक्त होण्यासाठी कर्मफलहीन स्थिती

प्राप्त करून घ्यायला हवी. अन्यथा आदिशंकराचार्य आपल्या 'चर्पटपञ्जरिका स्तोत्रम्'मध्ये म्हणतात त्याप्रमाणे याच स्तरावर *पुनरपि जनने पुनरपि मरणं, पुनरपि जननी जठरे शयनम्*, करत बसावं लागेल.

आज परिस्थिती अशी दिसते की, बहुतेकांना संकट आलं की भगवान आठवतो. ते चुकीचं नाही; संकटसमयी परमेश्वर आठवणार नाही तर कोण आठवणार? मात्र, एरवीसुद्धा त्याचं नित्य स्मरण झालं पाहिजे. त्यासाठी नित्यसत्त्वस्थता यायला हवी आणि बुद्धियुक्त व्हायला हवं. म्हणजे बुद्धीशी संलग्नता हवी. तरच हे तत्त्वज्ञान मुरायला लागतं. तत्त्वज्ञान केवळ वाचून उपयोगाचं नसतं; ते बुद्धियुक्त होऊन जीवनात उतरावं लागतं; जेव्हा जीवनाविषयीची कामना सुटते, कर्मफलहीनत्व येतं. जीवनाप्रमाणेच मरणाचीही कामना सोडून दे, असंही पुढे भगवंत सांगतात.

म्हणजे निर्योगक्षेमवान होणं आणि जीवनाची चिंता न करता जीवन ईश्वरावर सोडून देणं! हे साधण्यासाठी कुठे रानावनात जाऊन राहण्याची गरज नसते. हिंस्त्र पशू रानावनातच वास्तव्य करतात. मासा नित्य पाण्यात राहतो. गंगेत असे असंख्य जीव राहतात. म्हणून ते पवित्र झाले किंवा ज्ञानी झाले म्हणायचं का? बाह्य कृतीपेक्षा आंतरिक जाणीवपूर्वक विकास महत्त्वाचा. तथापि हा दृष्टान्त केवळ उदाहरण म्हणून दिला आहे. लॉजिकमध्ये 'स्टेटमेंट ऑफ आयडियल' आणि 'स्टेटमेंट ऑफ प्रॅक्टिकल' यांचा विचार असतो, तसं हे उदाहरण आहे. मनुष्यवस्तीत विचारांसह अनेक प्रकारचं प्रदूषण झालेलं असतं. बहुतेक विचार हे कामनिक असतात अथवा राग, लोभ, द्वेष, वासना आदी 'राजसी-तामसी' वृत्तींनी मलिन झालेले असतात.

त्यामुळे ज्यांना ध्यान-धारणा करायची आहे किंवा योग साधायचा आहे, त्यांच्यासाठी हे दूषित नकारात्मक वातावरण कदाचित त्रासदायक ठरू शकतं. पण सर्वांनाच रानात किंवा निसर्गात जाऊन राहणंही शक्य नसतं. ते प्रॅक्टिकलही नसतं. कोलाहलातच जीवन कंठावं लागतं. म्हणून आपण आहोत त्या ठिकाणीच आपल्याला निर्योगक्षेमवान होण्याचा अभ्यास करावा लागतो.

प्रतिदिनी जागृती, भोजन आणि रात्रीची निद्रा अशा निदान तीन वेळा तरी प्रकर्षाने भगवंताचं स्मरण करून आणि त्याच्याविषयी कृतज्ञता मानून निर्योगक्षेमवान अवस्था प्राप्त करता येते. या अभ्यासामुळे, 'माझं जीवन चालवणारी शक्ती वेगळी आहे,' याचा अनुभव येऊ लागतो. व्यासपुत्र शुक पूर्णतः विरागी होता. वैराग्याचं जाज्वल्य उदाहरण म्हणजेच शुकमुनी. तो घोर अरण्यात राहून तप करत होता. याउलट जनक राजा समृद्ध अशा राजगृहात राहत होता. तरीपण तो निःसंग वृत्तीचा होता. त्यामुळे दोघांच्या कर्माचं फळ एकच! कारण कुठे राहतो याच्यापेक्षा निःसंग वृत्ती महत्त्वाची.

त्यामुळे भगवंत सर्वसंगपरित्याग करायला सांगत नाहीत! अज्ञानरूपी अंधकाराची झापड दूर होण्यासाठी सर्वसंगपरित्यागाची आवश्यकताही नसते. सर्वसंगपरित्याग करून माणूस दरिद्री बनला, रानावनात गेला म्हणजे त्याला मोक्ष मिळतोच असं नाही आणि संसारात राहून किंवा श्रीमंतीत राहून त्याला मोक्ष मिळणार नाही असंही नाही. हीच गोष्ट वरील उदाहरणांवरून समजून येते. भगवंतांना बाह्य बदल अपेक्षित नसून आंतरिक बदल अपेक्षित आहे. इष्ट-अनिष्ट गोष्टींचं खरं स्वरूप कळण्यासाठी इंद्रियं ताब्यात ठेवावी लागतात. इंद्रियं ताब्यात ठेवून आपल्या वाट्याला येणाऱ्या सुखदुःखांना सामोरं जात त्यांचं सार्थ स्वरूप जाणून घ्यावं लागतं.

जाणण्याच्या क्रियेलाच 'ज्ञान' असं म्हणतात. कर्तृत्वाचा आणि भोक्तृत्वाचा मोह सोडला म्हणजे आत्मवान स्थिती प्राप्त होते. 'मी सर्वांचं केलं', 'माझ्यामुळे तो मार्गाला लागला,' 'मी त्याच्यासाठी एवढं केलं; त्यामुळे त्याने माझा सांभाळ करायला हवा', अशा तऱ्हेचा अभिमान आणि त्यामागोमाग येणाऱ्या अपेक्षा मनात धरल्या की प्रश्न सुरू होतात. जो तो आपल्या कर्मानं जगत असतो; उपभोग घेत असतो किंवा दुःख भोगत असतो. अशा प्रकारच्या अपेक्षा, कर्तृत्वभाव, वासना आणि अभिमान सोडल्यावर कर्म करण्यात कौशल्य येतं. मग कोणत्याही स्थितीत निर्लोभी राहता येतं. अभिमान सोडण्यासाठी कर्मयोग, बुद्धियोग आणि व्यवसायात्मिका बुद्धी आचरावी लागेल. त्यामुळे निरभिमान आणि निर्लोभी वृत्ती अंगी बाणवली जाईल.

दुकानातला एखादा नोकर गिऱ्हाइकांना सांगत असतो- 'माझ्याकडे पुष्कळ स्टॉक आहे.' 'माझ्या दुकानातला माल गॅरेंटेड आहे.' त्याचा 'मी' तिथे कार्यरत असतो. वास्तविक दुकानात त्याचं स्वतःचं असं काहीही नसतं. मालक आणि गिऱ्हाईक यांच्यामधला तो केवळ दुवा असतो. तरीही तो 'मी, मी' म्हणत असतो. काही कारणाने मालकाने त्याला हाकलून दिलं तर त्यावेळी त्याला समजतं की, त्या दुकानात माझं असं काहीच नव्हतं. हेच ते ज्ञान!

दैनंदिन व्यवहारात माणूस 'माझं, माझं, मी, माझ्यामुळे,' करत असतो. जेव्हा या जगातून हकालपट्टी होण्याची वेळ येते तेव्हा त्याला समजतं की, या जगात खरंतर माझं असं काहीच नव्हतं! हे टाळण्यासाठी मनाला बुद्धीच्या अधिपत्याखाली आणावं लागतं. बुद्धीत विवेक असतो आणि विवेकानेच हे ज्ञान समजून घेतलं पाहिजे.

बुद्धियुक्त होऊन मनावर प्रभुत्व राखता आलं की आत्मवान स्थिती प्राप्त होते. त्यासाठी आपल्या मनावर प्रभुत्व राखता आलं पाहिजे. म्हणजेच मनीषी होता आलं पाहिजे. अशी व्यक्ती मग साऱ्या बंधनातून मुक्त होऊन आनंदसागरात डुंबत राहते.

*यदा ते मोहकलिलं बुद्धिर्व्यतितरिष्यति।*
*तदा गन्तासि निर्वेदं श्रोतव्यस्य श्रुतस्य च ॥२.५२॥*
*श्रुतिविप्रतिपन्ना ते यदा स्थास्यति निश्चला।*
*समाधावचला बुद्धिस्तदा योगमवाप्स्यसि ॥२.५३॥*

मोहाच्या गढूळ वातावरणातून बुद्धी बाहेर पडल्यावर जे ऐकलं असेल ते आणि जे ऐकायचं शिल्लक राहिलं असेल, अशा दोहोंचा तुला कंटाळा येईल. (नाना प्रकारच्या) वेदवाक्यांनी गांगरून गेलेली तुझी बुद्धी जेव्हा समाधिवृत्तीत स्थिर होईल, तेव्हा (साम्यबुद्धीरूप) योग तुला प्राप्त होईल.

मोह हा व्यक्तिसापेक्ष, वस्तुसापेक्ष आणि वासनासापेक्ष असतो. 'अमुक एक विधी केला किंवा अमुक एखादी गोष्ट केली तर मी सुखी होईन, भरपूर पैसा मिळेल,' अशा प्रकारच्या अनेक वासना आणि मोह व्यक्तीच्या मनात घर करून असतात. कोणतीही महत्त्वाकांक्षा बाळगू नये असं नाही; पण अमुक एक गोष्ट मनासारखी झाली म्हणजे मी सुखी होईन, ही कल्पना पुष्कळदा भ्रामक असते. पुष्कळदा यश मिळालं तर व्यक्ती सुखावते; मिळालं नाही तर सैरभैर होते. एखादा विधी केला आणि हवं तसं घडलं नाही तर व्यक्ती दुसरा उपाय शोधू लागते.

एखादी व्यक्ती काही किरकोळ कारणामुळे आजारी पडते. मग त्या व्यक्तीच्या सेवेला उपाय सांगणारे अनेक जण धावून येतात. ते उपाय ऐकून व्यक्ती गांगरून जाते. एखादा सांगतो, 'काळजी घ्या हो, अंगावर काढू नका; सगळा चेकअप करून घ्या.' दुसरा सांगतो, 'अहो, आमच्या मित्राला असाच त्रास होता आणि गेला की हो!' वास्तविकत: त्या व्यक्तीला गॅसेसचा त्रास झाल्याने अस्वस्थ वाटू लागलेलं असतं. छातीतली धडधड वाढलेली असते. असं काही ऐकलं की त्याला यमदेवच समोर दिसू लागतात! आपलं मन इतकं चंचल असतं की, ते अशा सूचनांचा आणि सल्ल्यांचा गंभीरपणे विचार करू लागतं. 'खरंच मला हार्टॲटॅक तर येणार नाही?' म्हणजे ज्या

आजाराचा सुतराम संबंध नसतो अशा आजारावर ती खूप खोलवर विचार करू लागते. मनानंच स्वत:ला हृद्रोगी ठरवते! तिला अगदी बायपास झालेलीही दिसते!

आरोग्य, इन्व्हेस्टमेंट्स, अध्यात्म, संकटनाश, शेअर्स एवढंच नाही तर मोक्षासंदर्भातही अनेक जण अनेक उपाय सांगत असतात. अशा प्रकारच्या अनेक सल्ल्यांमुळे व्यक्ती सैरभैर होते. प्रसारमाध्यमांमधून येणारी माहितीसुद्धा ती वाचत राहते. रोगमुक्ती, व्यसनमुक्ती, धनसमृद्धी... अगदी मोक्ष मिळवण्यासाठी मी काय करू? तिच्या मनात संभ्रम निर्माण होतो. सतत उपाय शोधत, आणखी गांगरून जाते.

मला काही होत नाही, मी ठणठणीत आहे, हा विचार गांगरलेल्या व्यक्तीच्या मनात उद्भवू शकत नाही. किंबहुना गांगरलेल्या व्यक्तीचं मन अधिक कमकुवत बनत जातं. कारण हे सर्व विषय मोह उत्पन्न करणारे असतात. पद, पैसा, आरोग्य, आत्मिक उन्नती आणि अगदी मोक्ष इथपर्यंत जे जे अनाहूत आणि पात्रता नसतानाही दिलेले सल्ले ऐकून व्यक्तीचं मन गढूळ बनून जातं. अनेक उपाय ती करून बघते; पण मुळात मनच मोडलेलं असेल्याने त्या उपायांचा परिणामच होत नाही. मग एक वेळ अशी येते की, 'बस्स झाले उपाय! आता जे काही व्हायचं असेल ते होईल!' अशी त्या व्यक्तीची मनोभूमिका होते. म्हणजे अशा प्रसंगी ती व्यक्ती हतबल झालेली असते.

याउलट ती व्यक्ती शास्त्रशुद्ध रीतीने कर्मयोगाचं आचरण करू लागली तर तिचं मन बुद्धीच्या ताब्यात येऊ लागेल. मग ती विचारपूर्वक कृती करू लागेल. अशा वेळी तिला असे उपाय नकोसे वाटू लगतील. जे जे ऐकलं आहे किंवा ऐकायचं राहिलं आहे, त्याविषयी त्या व्यक्तीला मनस्वी कंटाळा येऊ लागेल. कारण ४१व्या श्लोकात सांगितल्याप्रमाणे अशा व्यक्तीची बुद्धी कर्मयोगामुळे 'एक' झालेली असते. कर्मयोगात व्यवसायात्मक अर्थात कार्याकार्याचा निश्चय करणारी बुद्धी एकच म्हणजे स्थिर असते. त्यामुळे ती समर्थ बनते. ईशविचारापासून ती विचलित होऊ शकत नाही. भगवान माझ्याबरोबर आहे, तो माझं जीवन चालवतो अशी निष्ठा बुद्धीत आणि पर्यायाने अंत:करणात दृढ झाल्यामुळे त्या व्यक्तीची गांगरलेली बुद्धी, भगवान म्हणतात त्याप्रमाणे, समाधिअवस्थेत स्थिर होऊ शकते.

हे साध्य होण्यासाठी कार्याकार्याचा निश्चय करणारी बुद्धी स्थिर व्हायला हवी. आपलं ध्येय निश्चित व्हायला हवं. ही व्यवसायात्मिका बुद्धी प्राप्त होण्यासाठी मोहरूपी मलाचं अंत:करणातून उत्सर्जन व्हायला हवं. तरच खरं ज्ञान प्राप्त होऊ शकेल.

मोहाच्या गढूळ वातावरणातून बुद्धी बाहेर पडली की ती शुद्ध व्हायला लागते. बुद्धी शुद्ध झाली म्हणजे ती आत्मज्ञानाकडे वळवली जाते. आत्मज्ञान झाल्यावर जीवनात एक प्रकारची कृतार्थता येते. त्यामुळे आजपर्यंत जी शुष्क तात्त्विक चर्चा

ऐकली आहे किंवा पुढे जे काही ऐकावं लागणार आहे, त्याचा कंटाळा येतो. त्याविषयी वैराग्य निर्माण होतं. अशा तऱ्हेने अनेक साध्य-साधनसंबंध दाखविणाऱ्या श्रवणांनी विक्षिप्त झालेली बुद्धी जेव्हा विक्षेपरहित होते, विकल्पशून्य होते किंवा समाधिवृत्तीत स्थिर होते, तेव्हा खरा ज्ञानयोग प्राप्त होतो.

सामान्य व्यक्ती जीवनातली दुःखं दूर करण्यासाठी अहोरात्र झटत असते. समस्या निर्माण झाल्या की त्या सोडवण्याचा प्रयत्न करते; पण त्यामुळे कायमची दुःखनिवृत्ती कधीच होत नाही. मग बाह्यजगतात दुःखावरचा उपाय शोधत शोधत ती भटकत राहते. कुणी सांगतं, या देवाला जा, कुणी सांगतं, यांना गुरू कर... पण उपयोग होत नाही. आणि मग मोडलेल्या मनानंच व्यक्तीचा अंत होतो.

भगवान स्पष्टपणे सांगतात, 'वेदवाक्यातील फलश्रुतीला भुलून अमुक गोष्ट होण्यासाठी अमुक कर्म कर अशा प्रकारच्या खटाटोपात पडल्यामुळे बुद्धी स्थिर होत नाही.' या श्लोकात जो 'वेदवाक्य' हा शब्द आला आहे तो प्रातिनिधिक आहे, तो शब्द तत्कालीन रूपक-स्वरूपात वापरलेला आहे. यात वेदांना कमी लेखण्याचा किंवा दोष देण्याचा मुळीच हेतू दिसत नाही. गीता हे वेदोपनिषदांचं दोहन करूनच निघालेलं नवनीत असल्यामुळे वेदांना दोष देण्याचं कारणच नाही. फलश्रुतींच्या मागे लागलं तर बुद्धी गांगरून जाते; विचलित होते. काय केलं असता दुःख दूर होईल किंवा अधिक सुख लाभेल किंवा कोणतं कर्म अधिक हितकारक होईल याविषयी मनात गुंता निर्माण होतो. व्यक्तीचा बुद्धिभेद होतो. ती खऱ्या आनंदाला पारखी होते. नको त्या आणि चुकीच्या विचारांचा साठा बुद्धीत साठून राहिला तर बुद्धीला जडत्व येतं. व्यक्तीची विचारशक्ती मंदावते आणि ती पराधीन होऊन जाते.

म्हणून सर्वप्रथम या गढूळ वातावरणातून बुद्धीला बाहेर काढायला हवं. बुद्धीला समाधिवृत्तीत वळवलं म्हणजे बुद्धी शुद्ध होते, विकल्पशून्य होते. गढूळ पाणी शुद्ध झालं की सूर्यकिरणं पाण्याच्या तळाशी जाऊन पोहोचतात. तशीच बुद्धी शुद्ध झाली की मन प्रसन्न होतं. मग स्थितप्रज्ञ वृत्ती अंगी बाणली जाते. व्यक्तीला कुणाच्या उपदेशाची आवश्यकता भासत नाही. कर्म केल्याचं पापही तिला लागत नाही. मग बाह्य, शुष्क, तात्त्विक विचारांची आवश्यकताच भासत नाही. किंबहुना अशा गोष्टींचा योग्याला कंटाळा येतो.

अनेक प्रकारच्या तात्त्विक विचारांनी, शुष्क चर्चांनी, फलश्रुतींनी व्यक्तीची बुद्धी गांगरून जाते. या गढूळ वातावरणातून बुद्धीला बाहेर काढता आले पाहिजे. तेव्हाच बुद्धी समाधि-वृत्तीत स्थिर होऊन योग साधला जाईल.

**अर्जुन उवाच**

*स्थितप्रज्ञस्य का भाषा समाधिस्थस्य केशव।*
*स्थितधीः किं प्रभाषेत किमासीत व्रजेत किम्।।२.५४।।*
*प्रजहाति यदा कामान्सर्वान्पार्थ मनोगतान्।*
*आत्मन्येवात्मना तुष्टः स्थितप्रज्ञस्तदोच्यते ॥२.५५॥*

अर्जुनाने विचारले, हे केशवा! जो समाधीत परमात्म्याला प्राप्त झालेला आहे, अशा स्थिरबुद्धी पुरुषाचे लक्षण काय? तो स्थिरबुद्धी पुरुष कसा बोलतो, कसा बसतो, आणि कसा चालतो? जेव्हा माणूस मनातल्या सर्व कामना-वासना सोडतो आणि आपल्या आत्मस्वरूपामध्येच संतुष्ट झालेला असतो, तेव्हा त्याला स्थितप्रज्ञ म्हणतात.

श्लोक क्रमांक २.५४मध्ये अर्जुन विचारतो, 'समाधिस्थ स्थितप्रज्ञ नेमकं कोणाला म्हणायचं? स्थितप्रज्ञाचं बोलणे, बसणं, चालणं कशा प्रकारचं असतं? त्याचा व्यवहार कसा असतो ते मला सांग.'

अर्जुनाच्या या प्रश्नावर भगवान उत्तर देतात :

ज्याने आपल्या वासना व्यापक बनवलेल्या असतात, आपल्या कामना एकाग्र करून, सूक्ष्म करून आणि विशुद्ध करून कमी केल्या असतात, अशी व्यक्ती आत्मानंदात तल्लीन होते. अशा व्यक्तीची वृत्ती स्थितप्रज्ञ बनते. मी-माझं एवढ्यापुरतंच त्याचं सुख सीमित राहत नाही; तर आपण-आपलं-परमेश्वराचं अशी त्याची भूमिका बदलत गेलेली असते. त्या व्यक्तीला मिळणारा आनंद भौतिक जगतात कोणत्याही उपायांनी अथवा माध्यमांमधून मिळू शकत नाही.

प्रेमाची व्याख्या करता येते; पण प्रत्यक्ष प्रेमाचा अनुभव शब्दांत सांगता येत नाही. त्याचप्रमाणे आत्मानंदाची शाब्दिक व्याख्या करता येत नाही. सृष्टीकडे बघण्याची त्याची दृष्टी भोगाची राहत नाही. मोकळी जमीन, डोंगर-दऱ्या, वनश्री पाहिली की ज्या व्यक्तीच्या जाणिवा निसर्गासंबंधी समृद्ध असतात तिला आत्मानंद

होऊ लागतो. याउलट एखाद्या भोगवादी व्यक्तीच्या वासना बळावत जातात. या जमिनीतून किती पैसा मिळवू आणि यातून किती उपभोग घेऊ, असं त्या व्यक्तीला वाटू लागतं. आपण सृष्टीवर-निसर्गावर कमालीचं आक्रमण करत आहोत हा विचारसुद्धा अशा भोगवादी व्यक्तीच्या मनात उद्भवत नाही.

अस्पर्शित निसर्ग किंवा सृष्टीचं सौंदर्य पाहून स्थितप्रज्ञाचं मन उचंबळून येतं. त्याला खरं परमात्मस्वरूप अनुभवायला येतं. पौर्णिमेचा चंद्र पाहून त्याचं मन हरखून जातं. अशरीरी रासक्रीडा, अनंत अवकाश, त्यात खचाखच भरलेलं तारांगण, चंद्राच्या नीलरंगात सुस्नात झालेली सृष्टी पाहून त्याचं मन असीम आनंद उपभोगू लागतं. भौतिक सृष्टीच्या दर्शनानंसुद्धा त्याचा आत्मानंद उफाळून येतो. तो मग हे सृष्टिसौंदर्य निर्माण करणाऱ्या अनादि-अनंताकडे आकृष्ट होतो. आत्मानंदात डुंबत राहतो. भोगातलं वैय्यर्थ त्याला कळलेलं असतं; आणि आत्मानंदातला चिरंतन आनंदही त्याला पुरेपूर अनुभवायला मिळत असतो.

स्थितप्रज्ञ वृत्ती बनण्यासाठी आधी इंद्रियांवर ताबा मिळवणं आवश्यक असतं. त्यासाठी निरिच्छ वृत्ती अंगी बाणली पाहिजे. बाह्य पदार्थांविषयी त्याला कोणत्याही प्रकारची आसक्ती राहिलेली नसावी. या संदर्भात शंकराचार्य, पुंडलिक, सॉक्रेटिस यांची उदाहरणं देता येतील.

वासना आणि कामना मनुष्याला आनंदापासून दूर नेतात. सतत हवंसं वाटणं याला हव्यास म्हणतात; आणि हा हव्यासच वासना निर्माण करतो. मार्क्स म्हणतो त्याप्रमाणे, आपणच वस्तूला मोठं करतो आणि स्वतः छोटे बनून त्या वस्तूची पूजा बांधतो. वस्तूतला आनंद फार काळ टिकू शकत नाही. मग नवीन वस्तूचा हव्यास धरून व्यक्ती वासनेत अडकते - अडकत जाते. श्रीमंत कोण? ज्याला कशाचीच आवश्यकता भासत नाही तो! याउलट ज्याला स्वतःमध्ये कमतरता वाटते, कितीही मिळालं तरी भवितव्याबाबत चिंता वाटते, मर्त्य शरीराचं सतत पोषण करण्याची अभिलाषा असते, तो गरीबच म्हटला पाहिजे. कारण जिथे कमतरतेची भावना असते तिथे गरिबीच असते. रानावनात राहणाऱ्या शुकाचार्यांना कसलीही कमतरता वाटत नव्हती, तशी श्रीमंतीत राहणाऱ्या जनकालाही वाटत नव्हती. कारण कमतरतेचा संदर्भ हा त्यांच्यासाठी भौतिक गोष्टींशी निगडित नव्हताच.

इ.स. पू. सुमारे ४०० वर्षांपूर्वी ग्रीक योद्धा अलेक्झांडर भारत जिंकण्याच्या हेतूने बियास नदीपर्यंत आला होता. बियास (व्यास) नदी ओलांडणे मात्र त्याला जमले नाही. सिकंदराला भारतातल्या योग्यांना भेटण्याची खूप इच्छा होती; कारण भारतातल्या गूढ अध्यात्मविद्येबद्दल त्याने खूप काही ऐकलं

होतं. म्हणून अशा योग्यांचा शोध घेण्यासाठी तो आपल्या अधिकाऱ्यांना घनघोर अरण्यात पाठवत असे.

एकदा एका अरण्यात महर्षी दांड्यायन नावाचे एक वयोवृद्ध आणि तपोवृद्ध संन्यस्त ब्राह्मण वस्त्रविहीन अवस्थेत वावरत होते. त्यांच्या नावाची कीर्ती सिकंदराच्या कानी जाऊन पोहोचली. महर्षींची भेट घेण्याची इच्छा त्याला झाली. त्याने आपला सेनापती महर्षींकडे पाठवला.

सेनापती महर्षींना म्हणाला, "तक्षशिलेत सम्राट सिकंदरांचं वास्तव्य आहे. ते आपल्याला भेटू इच्छितात."

महर्षी दांड्यायन त्या वेळी एका मोठ्या दगडावर उन्हात पहुडले होते. सेनापती समोर येताच ते त्याला म्हणाले, ''तू माझं ऊन अडवतो आहेस. बाजूला हो!''

बाजूला होत सेनापती त्यांना पुन्हा म्हणाला, "सम्राट सिकंदर स्वतः ॲरिस्टॉटलचे शिष्य आहेत. ते आपल्याला भेटू इच्छितात."

महर्षी दांड्यायन म्हणाले, "मला कुणालाच भेटण्याची इच्छा नाही."

सेनापतीने त्यांना पुन्हा पुन्हा विनंती केली, आमिषं दाखवली; परंतु महर्षी काही बधले नाहीत. अखेर सेनापती संतापून म्हणाला, "साक्षात झ्यूस देवतेचे पुत्र असणाऱ्या सिकंदरांनी तुला सन्मानाने बोलावलं आहे. बऱ्याबोलाने आलास तर ठीक; अन्यथा तुझा इथेच शिरच्छेद करू!"

ती धमकी ऐकून महर्षी दांड्यायन हसले. मग म्हणाले, "ज्या अर्थी सिकंदर झ्यूस देवतेचा पुत्र आहे तसा आणि त्या अर्थी मीही द्युःचाच पुत्र आहे. सिकंदराची जगज्जेतेपणाची बढाई व्यर्थ आहे. त्याने व्यास नदीचं पैलतीरही अजून पाहिलेलं नाही!... सिकंदर मला भूमिदान, धनदान देऊ इच्छितो होय? त्याला जाऊन सांग, की अशा दानाला आम्ही संन्यस्त तुच्छ लेखतो. माझ्या मातृभूमीने मला हवं ते भरभरून दिलेलं आहे. ही वनश्री दिली आहे; हा सूर्यप्रकाश दिला आहे. तुम्ही मला शिरच्छेदाची धमकी देता... शिरच्छेद केलात तरी माझा आत्मा तुम्हाला थोडाच छाटता येणार आहे? जे सत्तेचे आणि सुवर्णाचे दास असतात ते मृत्यूला भीत असतात. त्यांना धमक्या दे म्हणावं!"

महर्षी दांड्यायन यांचं ते बाणेदार परखड उत्तर ऐकून सेनापती अवाक् झाला. मुकाट्याने तो तिथून निघून गेला.

शीलवान माणसापुढे दडपशाही निष्प्रभ ठरते हेच खरं!

स्थितप्रज्ञ व्यक्तीकडे शील असतं. शील म्हणजे केवल कॅरॅक्टर नाही तर त्याहूनही अधिक काही असतं. तर असा कामनाहीन स्थितप्रज्ञ परमेश्वराशी नित्य अनुसंधान साधून आत्मानंदात रमलेला असतो.

आता आपल्या मनात सहज प्रश्न उपस्थित होईल की, अशा योग्यांसारखं जीवन जगणं आज शक्य आहे का? नक्कीच सोपं नाही. म्हणून तर भगवानांनी सांख्ययोग आणि ज्ञानकर्मसंन्यासयोग यांबरोबरच सर्वसामान्यांसाठी कर्मयोग सांगितला आहे.

वासना-कामना आणि आनंद यांचं प्रमाण व्यस्तच असतं. एखाद्या भिकाऱ्याला रोज १०० रुपये भीक मिळत असते. ज्या दिवशी त्याला ५०० रुपये मिळतात, तेव्हा तो सुखावून जातो. याउलट एखाद्या अतिश्रीमंत व्यक्तीला रोज एक कोटी रुपये मिळत असतात, पण एखाद्या वेळी त्याला दहा कोटी रुपये मिळाले तर तो सुखावून जातो. म्हणजे आर्थिक मूल्य सोडलं तर सुखाची भावना समानच असते. त्यामुळे संसारात राहून आणि दैनंदिन कर्म करूनही आपण संतुष्ट होऊ शकतो. परामार्गावरचा परमानंद मिळवू शकतो. फक्त त्यासाठी स्थितप्रज्ञ वृत्ती अंगीकारावी लागते. मनात सतत उठणाऱ्या वासना आणि कामना यांचं नियोजन करता आलं, तर मनुष्य स्थितप्रज्ञ बनू शकतो आणि आत्मसंतुष्ट होऊ शकतो.

खरा अविनाशी आनंद मिळवण्यासाठी वासना-कामना कमी करण्याचा अभ्यास साधायला हवा. वस्तूचा गुलाम न होता वस्तूला छोटं बनवायला हवं! स्व-अभ्यासानंच हळूहळू स्थितप्रज्ञ वृत्ती अंगी बाणली जाते. स्थितप्रज्ञ व्यक्ती आत्मानंदात संतुष्ट होते. सत्य काय आहे हे तिने जाणलेलं असतं.

*दुःखेष्वनुद्विग्नमनाः सुखेषु विगतस्पृहः।*
*वीतरागभयक्रोधः स्थितधीर्मुनिरुच्यते ॥२.५६॥*

दुःखात ज्याच्या मनाला खेद होत नाही, सुखाविषयी आसक्ती राहत नाही, प्रीती, भय, क्रोध यांपासून जो अलिप्त आहे, त्याला स्थितप्रज्ञ मुनी म्हणतात.

सामान्य माणूस साध्या साध्या गोष्टींचं दुःख मानतो. बस चुकली, मनाविरुद्ध एखादं काम करावं लागलं, किंवा हवं ते मिळालं नाही तरी माणसाला दुःख होतं. उद्विग्नता येते. विषाद वाटतो. याउलट परीक्षेत अपेक्षेपेक्षा जास्त गुण मिळाले, अनपेक्षितपणे मुलीचं चांगल्या ठिकाणी लग्न जमलं की माणूस सुखावून जातो, हुरळून जातो. कुणी टवाळी केली तर दुःखीत होतो. कुणी त्याचं गुणगान केलं तर आनंदीत होतो.

स्थितप्रज्ञ माणूस मात्र तसा नसतो. कर्म करत राहणं हेच आपलं कर्तव्य आहे असं तो मानतो. ईश्वराने अलिप्त राहून इतकी सुंदर सृष्टी बनवण्याचं कर्म केलं तर मीसुद्धा माझ्या क्षेत्रात तसंच उत्तम कर्मच केलं पाहिजे, हा विचार त्याच्या कर्मामागे असतो. सुखदुःखाबद्दल हर्ष वा खेद न मानता तो कार्य करत राहतो. त्याला कुणाबद्दल अवास्तव प्रेम वाटत नाही आणि कुणाबद्दल तिरस्कारही वाटत नाही. भय आणि क्रोध हे विकार तर त्याच्या खिजगणतीत नसतात. कारण अल्प काळासाठी धारण केलेला देह हा उत्तम कर्म करण्यासाठी त्याचप्रमाणे आनंदमय उन्नत पातळीवर जाण्यासाठीचं माध्यम असतो, हे त्याने जाणलेलं असतं.

लोकमान्य टिळक हे असंच एक स्थितप्रज्ञ वृत्तीचं उदाहरण!

लोकमान्यांना प्लेगच्या दिवसात एक बाहेरगावचा माणूस भेटायला पुण्यात आला. त्या वेळी टिळक बाहेरच्या खोलीत अग्रलेख लिहीत बसले होते. टिळक त्या गृहस्थांना म्हणाले, 'हा अग्रलेख पूर्ण करतो, मग आपण बोलू.'

ते गृहस्थ तिथेच बसून राहिले. काही वेळात घरातून एक माणूस बाहेर आला आणि टिळकांना म्हणाला, 'दादा, तयारी झाली.' टिळक

म्हणाले, 'ठीक आहे. यांच्याशी बोलून येतोच!'

त्या गृहस्थांना वाटलं, घरात जेवणाची तयारी झाली असेल. ते म्हणालेही, 'दादा, जेवणाची तयारी झाली आहे का... मी नंतर येतो...'

टिळक म्हणाले, 'नाही... आज माझा मुलगा प्लेगने गेला. अंत्येष्टीची सारी तयारी झाली आहे.'

टिळकांच्या उत्तराने त्या गृहस्थाला भडभडून आलं. तोच रडू लागला. तेव्हा टिळक म्हणाले, 'अहो, शोक कशासाठी करता? या प्लेगच्या काळात संपूर्ण पुण्यातून गोवऱ्या गेल्या, तशी माझ्या घरातूनही एक गोवरी गेली!'

लोकमान्य केवढ्या स्थिर आणि धीरोदात्त वृत्तीचे होते हे या प्रसंगातून दिसून येतं!

अशा स्थितप्रज्ञाला लौकिक जगातले कितीही दु:खद प्रसंग आले तरी त्या प्रसंगांमुळे त्याचं मन उद्विग्न होत नाही. शाश्वत आनंदात त्याला खरीखुरी सुखप्राप्ती होत असते. महानद्या कुठल्यातरी सागराला जाऊन मिळतात, परंतु त्या नद्यांचं एवढं पाणी मिळूनही तो सागर आपली मर्यादा कधी सोडत नाही. त्याचप्रमाणे सभोवताली अनेक विषय असताना स्थितप्रज्ञाच्या मनाची अवस्था विचलित होत नाही. याचं कारण म्हणजे त्याला जीवनाचा उद्देश उमजलेला असतो.

खलिल जिब्रान यांची एक छान बोधकथा आहे. त्यांच्या कथेतला मनुष्य सांगू लागतो, 'फार प्राचीन काळी, जेव्हा मला प्रथमच वाचा फुटली तेव्हा मी सरळ पवित्र अशा पर्वतशिखरावर चढून गेलो आणि परमेश्वराला म्हणालो, 'देवा, मी तुझ्या चरणांचा दास आहे. तू जरी तुझी इच्छा बोलून दाखवली नाहीस तरी ती शब्दातीत इच्छा अटळ आहे, हे मी जाणतो. मी त्याचं पालन करीन.'

यावर देव काहीही बोलला नाही. एखाद्या सोसाट्याच्या वादळासारखा तो निघून गेला.

हजार वर्षं लोटली. मी परत त्याच पवित्र पर्वतशिखरावर चढून गेलो आणि देवाला म्हणालो, 'हे विश्वनिर्मात्या, मी तुझीच निर्मिती आहे. चिखलाच्या गोळ्यातून तू मला आकार दिलास, माझं सर्वस्व हे तुझंच देणं आहे.'

यावरही देव काहीही बोलला नाही. हजारो पंखांची फडफड केल्यासारखा नाद करत तो नाहीसा झाला.

आणखी हजार वर्षं लोटली. मी पुन्हा त्याच पवित्र पर्वतशिखरावर चढून गेलो आणि देवाला म्हणालो, 'देवा, तू माझा पिता आहेस आणि मी तुझा पुत्र. तू मला प्रेमाने जन्म देऊन माझ्यावर उपकार केले आहेस. मीही तुझा असाच प्रेमाचा आणि भावभक्तीचा वारसा पुढे चालवीन.'

देव यावर काहीही बोलला नाही. पर्वतशिखरांना धुक्याच्या पडद्यांनी झाकावं तसा तो नाहीसा झाला.

हजार वर्षं सरली. मी पुन्हा एकदा त्याच पवित्र पर्वतशिखर चढून गेलो आणि देवाला म्हणालो, 'देवा, तूच माझं ध्येय आहेस आणि तूच त्याची परिपूर्ती. मी तुझा भूतकाळ आहे आणि तू माझं भविष्य. तुझंच भूमीत रुजलेलं मूळ मी आहे. तू माझं आकाशात डौलदारपणे डोलणारं फूल आहेस आणि आपण दोघे बरोबरीनं, एकरूप होऊन सूर्याच्या प्रकाशात वाढत, फोफावत आहोत.'

हे माझं बोलणे ऐकल्यावर देव माझ्या जवळ आला आणि माझ्या कानात मधुर वाणी बोलला. संगमातुर निर्झराला जसा सागर आपल्या कवेत घेतो, तसं त्याने मला दृढ आलिंगन दिलं.

मी शिखरावरून खाली येऊन जेव्हा सपाटीवर पोहोचलो तेव्हा आणि खोल दरीत उतरलो तेव्हाही परमेश्वर माझ्या बरोबरच होता!!

देव माझ्या सतत बरोबर आहे आणि तोच माझं जीवन चालवतो, अशी दृढ भावना स्थितप्रज्ञाच्या ठिकाणी असते. आणि म्हणूनच जीवभावातून त्याच्या मनात सुखाविषयी आसक्ती उरलेली नसते. म्हणूनच तो भय आणि क्रोध या विकारांपासून अलिप्त राहिलेला असतो.

अहंकार, प्रीती, भीती, आसक्ती किंवा क्रोध हे विकार स्थितप्रज्ञाच्या मनाला शिवत नाहीत. दु:खाचं मूळ कुठे आहे हे त्याला ज्ञात झालेलं असतं. जीवभाव जपतानाच तो सर्वात्मभावही जपत असतो.

*यः सर्वत्रानभिस्नेहस्तत्तत्प्राप्य शुभाशुभम्।*
*नाभिनन्दति न द्वेष्टि तस्य प्रज्ञा प्रतिष्ठिता ॥२. ५७॥*

सर्व गोष्टीत ज्याचं मन निःसंग झालं आणि यथाप्राप्त शुभाशुभाचा ज्याला आनंद किंवा विषादही होत नाही, त्याची बुद्धी स्थिर झाली (असं म्हणायचं).

हा विषय काहीसा अवघड आहे. हा श्लोक मागील श्लोकाचा उत्तरार्ध आहे. देह, प्राप्त जीवन, सुख-दुःख इत्यादी कोणत्याही गोष्टीवर ज्याचा स्नेह नसतो, शुभ गोष्टी प्राप्त झाल्या असता जो आनंदित होत नाही किंवा अशुभ प्राप्त झालं असता जो त्याचा द्वेषही करत नाही, त्याची बुद्धी स्थिर होते. थोडक्यात कोणतीही स्थिती प्राप्त झाली असता जो तिला तुल्य समजतो त्याची बुद्धी खऱ्या अर्थाने स्थिर झाली असं म्हणावं लागेल.

स्थितप्रज्ञाची दहा लक्षणं सारांश रूपाने या दुसऱ्या अध्यायात सांगितलेली आहेत ती अशी : सर्व तृष्णारहित, आत्मस्वरूपातच तृप्त, दुःखांनी प्रक्षुब्ध न होणारा, उत्तरोत्तर सुखाची इच्छा न करणारा, प्रीती-आसक्तिरहित, भयमुक्त, क्रोधरहित, देहासह कशावरही आसक्ती न ठेवणारा, शुभाचं स्वागत न करणारा आणि अशुभाचा द्वेष न करणारा; अशी स्थितप्रज्ञाची लक्षणं सांगून भगवान म्हणतात, 'अर्जुना, स्थितप्रज्ञ माणसाला बघायचं नसतं; ओळखायचं असतं.'

अनेकांना देवाची आठवण बहुधा दुःखात येते. जेव्हा सुख मिळतं, तेव्हा ते सुखही देवानंच पाठवलं आहे हा भाव उरत नाही. काही achievement केली तर अशा व्यक्ती त्याचं श्रेय उघडपणे किंवा मनोमन स्वतःकडे घेतात. मात्र अचानक एखादं संकट कोसळलं तर ते लगेच देवालाही नावं ठेवायला कमी करत नाही. विकास-क्रमातील ही निम्न पातळी म्हणावी लागेल. 'देवा, मी नित्य दोन तास पूजा केली. तुला सोन्याचं सिंहासन दिलं! तरीही तू माझ्यावर संकट आणलंस? माझ्यावर आपत्ती आली तेव्हा तू काय झोपला होतास?' असाही काही जण देवाशीच म्हणजे

देवतेच्या मूर्तीसमोर वाद घालतात. अनेक हिंदी चित्रपट अशा विनोदी दृश्यांनी भरलेले दिसतील!

खरं तर देव झोपलेला नसतो; माणसानंच झोपेचं सोंग घेतलेलं असतं. भाववृद्धीसाठी उपासनात्मक कर्मकांड आवश्यकच असतं; पण तेवढं केल्याने ईश्वराचं प्रेम लाभतंच असं नाही.

स्थितप्रज्ञ व्यक्ती मात्र अशा सौदेबाजीत पडत नाही. देहाला दु:ख होणारच असतं हे ती जाणून असते. मानवी जीवनात एकच एक अशी अवस्था कायम कधीच टिकून राहत नसते. सुखाची अपेक्षा केली की दु:खाचाही पुरवठा होणारच असतो. स्थितप्रज्ञ व्यक्ती कशाचीच अपेक्षा करत नाही - ना सुखाची ना दु:खाची. ती सतत बुद्धियुक्त असल्यामुळे तिचं मन बुद्धीच्या आधिपत्याखाली असतं. बुद्धीवर आत्म्याचं आधिपत्य असतं. त्यामुळे सुख-दु:खांचा तिच्या मनावर कोणताच परिणाम होत नाही. तिचं निर्विकार राहणं लोकांना दाखविण्यासाठी नसतं, तर ती तिची अंतर्यामीची धारणा असते.

स्थितप्रज्ञ व्यक्ती सतत बुद्धियुक्त असल्यामुळे मन तिच्या बुद्धीचा पराभव करू शकत नाही. मनुष्य विषयांचा गुलाम केव्हा होतो? जेव्हा विषय म्हणजे बाह्य मोहात पाडणाऱ्या वस्तू वा गोष्टी मनाला आपल्याकडे खेचतात तेव्हा. मनात वासना निर्माण होतात तेव्हा. वासना बुद्धीचा पराभव करतात. मग बुद्धी नाइलाजाने मनाच्या मागोमाग विषयांना शरण जाते. स्थितप्रज्ञ व्यक्ती सतत बुद्धियुक्त असल्यामुळे मन तिच्या बुद्धीला वाकवू शकत नाही. त्यामुळेच इंद्रिय-मन-बुद्धी-आत्मतत्त्व या आत्मज्ञानाच्या प्रवासात विषय-मनाला शरण न गेलेली किंबहुना या दोन घटकांना आपल्या आधिपत्याखाली ठेवणारी बुद्धी चटकन आत्मतत्त्वाकडे स्थिर होऊ शकते.

हे विवेचन तात्त्विक झालं, पण स्थितप्रज्ञाच्या बाबतीत नेमकी कोणती मनोवस्था होते, आणि का होते, हे सामान्यतः उमजणं अवघड असतं.

*गीता-तत्त्व-विवेक* या आपल्या गीता-भाष्यावरील ग्रंथात कै. नारायण गोविंद देसाई यांनी 'स्थितप्रज्ञ वृत्ती'चं अतिशय उत्तम विवेचन केलं आहे. ते लिहितात,

> ज्या जीवाला अत्यानंदाचा अनुभव येऊ लागतो तो जीव विज्ञानमयादी खालच्या खालच्या पातळींवर विषयांचा आनंद घेण्याची इच्छा पुन्हा करत नाही... बुद्धियोगाची प्रकृती म्हणजे बुद्धीची quality मूलतः पृथक्करण आणि समन्वय अर्थात analysis करणारी असते. पण तीच बुद्धी प्रज्ञानावस्थेत परिणत झाली की ती समन्वयाकडे अर्थात synthesisकडे वळते. सामान्यतः इंद्रियं ही बाह्य विषयांच्या आघातांनी चेतवली जातात.

बाह्य विषय म्हणजे वासना निर्माण करणाऱ्या वस्तू वा गोष्टी. ओघाने इंद्रियांच्या साहाय्याने मन त्या विषयांचं मनन करू लागतं. त्या मनांतून बुद्धी आपल्या पूर्वानुभवातून वासनेची तृप्ती करण्यासाठी विषयांची निवड करते. मग त्या वेळी त्याच विषयांची आवड चित्तामध्ये उत्पन्न होऊन 'अहं'युक्त जीव उपभोगाची इच्छा करतो. म्हणजे पूर्वसंस्कारानुरूप बुद्धीचा पृथक्करण करण्याचा 'स्वभाव' बनतो. हे कार्य उत्क्रांतीच्या टप्प्यावर आपोआप घडू लागतं - पोटात अन्न गेल्यानंतर खाल्लेल्या अन्नाचं पृथक्करण व्हावं तसं.

बुद्धीकडूनही जीवाच्या उत्क्रांतीसाठी भिन्न भिन्न भावनांचं पृथक्करण करून जीवाच्या प्रगतीसाठी आलेले अनुभव आणि शहाणपण विज्ञानमय शरीराकडे रूपांतरित केले जातात. 'चित्त' हा विज्ञानमय शरीराचा उच्चभाग. बुद्धीने जीवाच्या विकासार्थ घेतलेल्या अनुभवांचं विश्लेषण चित्तात प्रविष्ट होतं. त्याचे किरण आत्म्यापर्यंत फाकतात. आत्मा आपलं वर्चस्व प्रस्थापित करतो. त्यामुळे मनादि इंद्रियं त्याच्या आधिपत्याखाली येतात. ती त्या प्रज्ञेच्या आज्ञेत वागू लागतात.

याचा परिणाम म्हणजे विषयांच्या म्हणजे भोग्य वस्तूंच्या ठिकाणी असणारी स्वाभाविक आसक्ती अंतःकरणातून नाहीशी होते. विषयांपासून मिळणारा आनंद तात्कालिक असतो; पण आत्मानंदाशी जोडलं गेल्यानंतरचा आनंद चिरंतन असतो. जीवाच्या विकासाची ती सर्वोच्च पातळी ठरते. म्हणून अशा विकसित 'स्थितप्रज्ञ' जीवासाठी शुभ-अशुभ, सुख-दुःख राहतच नाही. प्रारब्धवशात जे सुख-दुःख, शुभ-अशुभ त्याला प्राप्त झालं, तरी तो त्यांचं स्वागतही करत नाही अथवा द्वेषही करत नाही.

काही वर्षांपूर्वी पाश्चात्त्य विचारांच्या प्रभावाखाली येऊन काही देशी लेखक आणि विचारवंतांनी 'स्थितप्रज्ञ' अवस्थेची टर उडवली. 'दगड' किंवा 'गाढव' अशीही उपमा द्यायला त्यांनी कमी केलं नाही. अर्थात त्यांचं 'अज्ञान' त्याला कारण होतं. पण या श्लोकांमध्ये जीवाच्या विकासाची सर्वोच्च अवस्था भगवंतांनी वर्णन केली आहे. त्या अवस्थेत स्थितप्रज्ञ अंतिम परमानंद उपभोगत असतो.

जीवनात तीन प्रकारचे आनंद असतात : भोगानंद, भावानंद आणि आत्मानंद. भोगी माणसांना वाटतं, 'कसला आत्मज्ञानाचा वगैरे विचार करता? खा, प्या, चैन करा...' अशा विचारांचे लोक अध्यात्माकडे वळलेल्या व्यक्तीचा उपहास करत

असतात. यानंतर भावानंदाची अवस्था असते. उत्तम संगीत ऐकलं, उत्तम कलाकृती बघितली, सुंदर निसर्ग अनुभवला की मनोभाव फुलतो. तिथे भोगाची अपेक्षा कमी झालेली असते, पण हे दोन्ही आनंद तात्कालिक म्हणजे temporary असतात; परंतु जीव जेव्हा आत्मानंद घेऊ लागतो तेव्हा पहिले दोन्ही आनंद तिथे फिके पडतात. अशी व्यक्ती सुखदु:खातीत होऊन जाते आणि असीम आनंद अनुभवत राहते. 'स्थितप्रज्ञ' अवस्था बघायची नसते; जाणायची असते. गुरूच्या मार्गदर्शनाखाली त्याचा अनुभव घ्यायचा असतो.

अशी ही अवस्था प्राप्त झाल्यानंतर जीवाला एक विशेष सामर्थ्य मिळत असतं. ते कोणतं, त्याविषयी भगवान पुढील श्लोकात सांगतात.

मनावर बुद्धीचा ताबा आणायला हवा. सभोवताली अनेक विषय असताना स्थितप्रज्ञ मनुष्य अविचल राहतो. 'विषय' त्याच्या मनात विकार उत्पन्न न करता विलीन होऊन जातात. विकार त्याच्या स्वाधीन होतात; तो स्वत: विकारांच्या स्वाधीन होत नाही. कर्माचं मूळ वासना आणि अज्ञान आहे हे त्याने ओळखलेलं असतं. त्याच्या मनो-इंद्रियांवर आत्म्याचा प्रभाव असतो.

*यदा संहरते चायं कूर्मोऽङ्गानीव सर्वशः।*
*इन्द्रियाणीन्द्रियार्थेभ्यस्तस्य प्रज्ञा प्रतिष्ठिता ॥२.५८॥*

कासव ज्याप्रमाणे आपले अवयव सर्व बाजूंनी ओढून घेतं, त्याप्रमाणे जेव्हा एखादी व्यक्ती विषयांपासून आपली इंद्रिये आवरून धरते तेव्हा तिची बुद्धी स्थिर होते (असं म्हणता येईल).

बुद्धी स्थिर कशी करायची, याचा उपाय कासवाचा दृष्टान्त देऊन इथे समजावला आहे. कासव पाण्यात स्वच्छंदीपणाने पोहत असतं, परंतु त्याला संकटाची चाहूल लागताच ते आपले हात-पाय, तोंड आत ओढून घेतं. त्याचप्रमाणे इंद्रियजन्य सुख किंवा प्रलोभन समोर आलं की स्थितप्रज्ञ व्यक्ती आपल्या इंद्रियांना आणि मनाला त्या प्राप्त विषयांपासून परावृत्त करून बुद्धीच्या आवरणाखाली स्थिर करते.

आपल्याला मानसिक ताणतणाव दूर होऊन आनंदी जीवन जगायचं आहे का? मग एकच मार्ग : बुद्धी स्थिर करणं , मन-बुद्धीला ईश्वरी विचारांशी जोडणं. बुद्धी स्थिर झाल्याशिवाय स्थितप्रज्ञ वृत्ती अंगी येऊ शकत नाही. सामान्य व्यक्तीचं मन सहज विषयांकडे म्हणजे भोगांच्या साधनांकडे आकृष्ट होतं. विषय उपभोगायला मिळाला की मी सुखी होईन, अशी तिची भ्रामक समजूत असते. परदेशात राह्यला मिळालं की मी सुखी होईन, ब्रॅन्डेड कपडे खरेदी करता आले की मी सुखी होईन, अत्याधुनिक सेलफोन मला मिळाला किंवा एखादं राजकीय पद मिळालं तर माझ्यासारखा सुखी कुणी नाही, अशी सामान्य माणसाची सुखाविषयी कल्पना असते. पण अशी भौतिक सुखं कितीही उपभोगली तरी ती पुरी पडत नाहीत. कारण ज्या ज्या भौतिक गोष्टींची अपेक्षा धरली जाते, तिथे तिथे काही ना काहीतरी उणेपणा ठेवलेलाच असतो. गाव बदललं तरी नशीब बदलत नाही. कारण आपण कुठेही गेलो तरी आपल्या मागोमाग आपलं पूर्वकर्म येतच असतं आणि त्या त्या ठिकाणी ते आपला प्रभाव दाखवतच असतं. त्यामुळे पुन्हा पुन्हा नवं नवं सुख भोगण्याची वृत्ती

उलट बळावतच जाते, पण सतत सुखाच्या अपेक्षेत राहून अंतिम तृप्ती कधीच मिळू शकत नाही.

आता सुख म्हणजे तरी काय? तर बाह्य मोहक पदार्थ अथवा भोग्य गोष्टी इंद्रियांना जाणवल्या की आपल्या अंतरंगात जो प्रतिसाद उमटतो त्याला सुख म्हणतात. एखादं गुलाबाचं सुंदर फूल पाहिलं की स्त्रीला ते फूल आपल्या केसांत माळावंसं वाटतं. काही जण फुलाच्या रंगरूपात-सुगंधात रमतात. काही त्या फुलांचा गुच्छ करून घरात ठेवतात; तर एखाद्याला त्या फुलाचा गुलकंद करून खावासा वाटतो! आकर्षण होणं, प्रलोभन वाटणं या मनाच्या स्वाभाविक धारणा असतात. भावुकता ही सहजप्रवृत्ती असते आणि ती अंतरंगातूनच उमटत असते. बाह्य गोष्टी केवळ कारण ठरलेल्या असतात.

आनंद ही सुखापलीकडची अवस्था असते. त्यात उपभोगाची लालसा कमी झालेली असते. एखादं सुंदर दैवी संगीत कानांवर पडलं, सुंदर निसर्ग पाहिला किंवा देवाची सुंदर मूर्ती पाहिली की अंतरंगात आनंदलहरी उमटू लगतात. आता हे विषय म्हणजे वासनांनी बरबटलेले भोग्य विषय राहिलेले नसतात. इथे सुखाकडून आनंदाकडे प्रवास सुरू झालेला असतो.

स्थितप्रज्ञ व्यक्ती तर प्रत्यक्ष आनंदच उपभोगत असते. याचा अर्थ ती सुखकारक बाह्य पदार्थांविषयी द्वेषभावना जपते असं नाही. उलट तीसुद्धा भावुक असते. फक्त तिची भावुकतेची कक्षा विशाल बनलेली असते. फूल इतकं सुंदर, तर मग ते बनवणारा किती सुंदर असेल! 'त्याचे' कलागुण केवढे कल्पनातीत! हे फूल त्याने कसं बनवलं असेल? आणि ही सृष्टी इतकी सुंदर कशी बनवली असेल? अशा प्रकारची स्थितप्रज्ञाची वृत्ती असते. आपलं प्राप्त कर्तव्य करत असतानाही स्थितप्रज्ञ व्यक्तीची बुद्धी परमेश्वर-चिंतनात एवढी निमग्न असते, की असे बाह्य विषय तिच्या मनाला बांधून ठेवू शकत नाहीत किंवा प्रभावित करू शकत नाहीत. म्हणजेच ते फूल निर्माण करणाऱ्या परमेश्वराच्याच चिंतनात अर्थात आत्मानंदात ती गुंग झालेली असते. आत्मानंद ही आनंदापलीकडची परमानंदाची अवस्था असते. सुख, आनंद आणि परमानंद अशा या चढत्या पायऱ्या आहेत. ज्याला परमानंदाचा नित्य अनुभव मिळत असतो, तो मग भौतिक भोगवादी विषयांच्या मागे कशाला धावेल? किंबहुना सुखाचे विषय समोर आले असता आपल्या परमानंदाच्या अवस्थेत विघ्न यायला नको म्हणून स्थितप्रज्ञ मनुष्य कासवाप्रमाणे आपली इंद्रियं आत ओढून घेतो. म्हणजे सुखकारक बाह्य विषय वा गोष्टी आणि अंतरंगातून त्यांना दिला जाणारा तात्पुरता प्रतिसाद यांचा बंधच त्याने तोडून टाकलेला असतो.

या श्लोकामध्ये फार मोठा गर्भितार्थ दडला आहे. पुढील श्लोकाचा (२.५९) हा पूर्वार्ध आहे. त्यामुळे पुढील श्लोकाचा अर्थ समजून घेतल्यानंतर या कासवाच्या दृष्टान्तातून भगवंतांना नेमकं काय सांगायचं आहे ते उमगतं. कासवाच्या दृष्टांतात दोन वृत्ती दडल्या आहेत. पहिली वृत्ती ही निग्रहाची वृत्ती असते, तर दुसरी संयमाची असते. निग्रहात आग्रह असतो तर संयमात विवेक असतो. विषयांची ओढ असणं ही जीवाची स्वाभाविकता असते. त्यातून उन्नत अवस्थेकडे जायची प्रेरणा झाली तर इंद्रिय-भोगाकडून मानसिक सुखाकडे जाण्याची जीवाला इच्छा होते. अशा वेळी इंद्रियांची सुखं त्या जीवाला तुच्छ वाटू लागतात. जीवाला जेव्हा बौद्धिक सुखाची ओढ लागते, तेव्हा त्याला मानसिक पातळीवरची सुखंही तुच्छ वाटू लागतात. याचं कारण म्हणजे उन्नत स्तरावरच्या आनंदाची अभिलाषा. मग दोन प्रकारच्या वृत्ती आत्मानंदाच्या अवस्थेकडे जाण्याचा प्रयत्न करतात.

या पहिल्या वृत्तीतील मुमुक्षू व्यक्ती निग्रहाचाच आधार घेतात. सृष्टीला - भोगांना त्या तुच्छ मानू लागतात. याचा अर्थ त्यांचं ईश्वरावर पराकोटीचं प्रेम जडतं असं नव्हे. कठोर इंद्रियनिग्रह आणि वेगवेगळ्या तपःसाधना करून अशा निग्रही व्यक्ती कठोर बनतात, शुष्क बनतात. कठोरपणे इंद्रियनिग्रह साधता येतो पण त्यात बळजबरी असते. एखादं जनावर फटके मारून धाकात ठेवावं तसे हे कठोर तपाचरणी इंद्रियनिग्रह आणि मनोनिग्रह करतात, असं कै. नारायणराव देसाई म्हणतात. त्या निग्रहात सहजता राहत नाही. उलट अशा निग्रहातून त्यांचा अहंकारच पुष्ट होत जातो. अहंकार पुष्ट झाल्यामुळे आणि भोगांप्रति असलेल्या प्रबळ तुच्छ भावनेमुळे अंतःकरणातील दया, प्रेम, करुणा या सात्त्विक भावनांचाच लोप होतो आणि बुद्धीला एकप्रकारची शुष्कता येते. अशी वृत्ती तयार झाली की तापसी व्यक्ती स्वतःला जणू कारणदेहात कोंडून घेते. निग्रहाच्या घट्ट कवचाचं कासवाच्या पाठीसारखं आवरण ती स्वतःभोवती निर्माण करते. बाह्य प्रवृत्तींना विरोध करण्याचंच तत्त्वज्ञान अंगीकारल्यामुळे मूळ आनंदस्वरूपाला प्राप्त होण्याच्या हेतूपासून ती दुरावते. अशी व्यक्ती वरून स्थितप्रज्ञ दिसते. कारण बाह्य सुख-दुःखांचे प्रभाव तिच्या द्वेषात्मक निग्रहाने तयार केलेल्या वृत्तीपर्यंत पोहोचतच नाहीत. मोहरूपी संकट समोर येताच कासव ज्याप्रमाणे इंद्रियांना आपल्या कवचाखाली नेतं, त्याप्रमाणे ही व्यक्ती स्वतः निर्माण केलेल्या टणक कवचाचा आसरा घेते.

दुसऱ्या प्रकारच्या व्यक्तीच्या बुद्धीचा आत्म्याशी योग घडलेला असतो. अशी व्यक्ती सर्व उपाधींचा अनुभव घेत घेत कारणदेहापर्यंतची एकरूपता अनुभवते. पूर्ण विकसित होऊन ती आत्मानंद अनुभवू लागते. त्यामुळे ती सुख-दुःखांचा द्वेष न करता त्यांना स्वतःमध्ये सामावून घेते. ती निग्रही नसते तर संयमी असते. तिचा संयम ज्ञानातून

आलेला असतो. त्यात सहजता असते, द्वेष नसतो. अशा प्राज्ञ व्यक्तीला पूर्ण वैराग्य प्राप्त झालेलं असतं. त्यामुळे समाजात राहूनही ती इतरांवर केवळ निरपेक्ष प्रेम करते. कासव दोन कारणांसाठी इंद्रियं आत ओढून घेतं. एक भीतीने आणि दुसरं विश्रांतीसाठी. निग्रही व्यक्तीला बाह्य सुख-दुःखांप्रति भीतीच असते. मोह आला की भीतीने ती स्व-निर्मित अहंकारयुक्त कवचाच्या आश्रयाला जाते. पण खरा संयमी ज्ञानी स्थितप्रज्ञ हा सर्वात्मभाव अनुभवून मायिक व्यापारातून खऱ्या अर्थाने विरक्त झालेला असतो. त्याने आपली इंद्रियं अंतर्मुख केलेली असतात. ज्ञानाच्या आवरणाखाली अशी व्यक्ती आत्मचिंतनात मग्न राहते.

असा प्रज्ञावान स्थितप्रज्ञ माणूस वागायला-बोलायला सर्वसामान्य माणसांसारखाच असतो. सामान्य माणसांसारखेच तो दैनंदिन व्यवहार करत असतो. परंतु कोणत्याही प्रलोभनांमध्ये त्याचं मन गुंतून पडत नाही. इंद्रियांना केवळ त्यांचे विषयोपभोग भोगू देणं हे कर्म स्थितप्रज्ञ माणसाला करायचं नसतं. त्याच्यापुढे आत्मविकास हेच ध्येय असतं. त्याला अनुसरून त्याचं वर्तन होत असतं. तो नित्य आत्मभावाच्या आवरणाखाली असल्यामुळे समोर कोणतंही प्रलोभन आलं तरी त्याचं मन विषयांकडे ओढलं जात नाही. म्हणजेच तो विकारांच्या अधीन होत नाही. याचा अर्थ तो भोळाभाबडा शांतिदूत बनतो असं मात्र नाही. वासनांमधील वैय्यर्थ त्याला उमजलेलं असतं.

जीवनाच्या अखेरच्या कालखंडात जरी व्यक्तीमध्ये अशी संन्यस्तवृत्ती बाणली, तरी ती व्यक्ती मोक्षाला प्राप्त होऊ शकते. मोक्ष ही केवळ साधनेने साध्य होणारी अर्थात कष्टसाध्य स्थिती आहे. अशी स्थिती प्राप्त होण्याकरता माणसाने इंद्रियांवर विजय मिळवणं ही अत्यावश्यक बाब असते.

निष्काम, निःस्पृह, निर्मय आणि निरहंकारी होऊन जो आत्मभावानं, आत्म्याच्या कवचाखाली राहून आपल्या जीवनाचा मार्ग आक्रमित असतो, त्या बृहत् स्थितप्रज्ञाला खरीखुरी शांती लाभते. प्रलोभने समोर आली तरी स्थितप्रज्ञाची इंद्रियं आपोआप त्या विषयांपासून परावृत्त होतात. बुद्धी स्थिर होण्यासाठी बुद्धीवर नित्य संस्कार करणं आवश्यक असतं.

*विषया विनिवर्तन्ते निराहारस्य देहिनः।*
*रसवर्जं रसोऽप्यस्य परं दृष्ट्वा निवर्तते ॥२.५९॥*

निराहारी पुरुषाचे विषय सुटले तरी रस (विषयांमधली गोडी) सुटत नाही, पण परब्रह्माचा अनुभव आल्यावर त्याची विषयातली गोडीदेखील सुटते.

विषयभोग (वस्तू-पदार्थ-शरीर इ. यांचा भोग) घेण्याचं ज्याच्यामध्ये सामर्थ्य नसतं किंवा हठयोगाच्या साहाय्याने ज्याने मन मारून अथवा जुलमाने इंद्रियांचा निरोध केला असतो, अशा पुरुषापासून विषय निवृत्त होतात; पण विषयविचार निवृत्त होत नाहीत.

एखाद्या विषयाचा व्यक्तीने प्रत्यक्ष उपभोग घेतला नाही याचा अर्थ विषयाबद्दलची तिची आसक्ती किंवा ओढ कमी झाली असा होत नाही. निग्रहाने कदाचित सिद्धी प्राप्त होतात; पण त्यामुळे अशी निग्रही व्यक्ती प्राज्ञ होऊ शकत नाही. अंतर्मनात अगदी खोल खोल तळात वासनेचं सुप्त बीज राहतंच राहतं. ती वासना नष्ट होऊ शकत नाही. अंतःकरणात दडून बसलेल्या वासनांना प्रसंगी अंकुर फुटतात आणि निग्रही व्यक्तीसुद्धा उपभोगात अडकते.

> विश्वामित्रांना वसिष्ठ ऋषींसारखं तपस्वी व्हायचं होतं. वसिष्ठांशी वैर पत्करून ते एका घनघोर अरण्यामध्ये तप करण्यासाठी निघून गेले. अनेक वर्षं ते कठोर साधना करत होते. प्राणी-पक्षी यांबरोबर निसर्गही त्यांच्या तपस्येत विघ्न आणू शकत नव्हता. इतकी त्यांनी पराकोटीची एकाग्रता साधली होती. त्यांचं तप भंग करण्याचं धाडस आता कुणामध्येही नव्हतं.
>
> विश्वामित्रांच्या घोर तपामुळे इंद्र विचलित झाला; सारे देव चिंताग्रस्त आणि भयग्रस्त झाले. कारण कठोर तपश्चर्येने विश्वामित्र एक नवं विश्व म्हणजेच प्रतिसृष्टी निर्माण करत होते. त्यामुळे इंद्रशासित देवराज्याला कोणताच अर्थ उरणार नव्हता. विश्वामित्रांची तपश्चर्या यशस्वी झाली तर ते सर्व सृष्टीचे अधिपती झाले असते. म्हणूनच इंद्राला भीती वाटू लगली.

> कोणत्याही उपायांनी विश्वामित्रांची तंद्री भंग होत नाही हे पाहून इंद्राने मेनका नावाच्या अप्सरेला त्यांचा तपोभंग करण्यासाठी पाठवलं. मेनकेच्या स्वर्गीय सौंदर्यामुळे तपस्वी विश्वामित्र विमोहित झाले. त्यांचा तपोभंग झाला. इंद्राचा हेतू साध्य झाला. पुढे काही काळ विश्वामित्र गृहस्थ बनले; त्यांना एक कन्यारत्न झालं. ती कन्या म्हणजेच शकुंतला!

निग्रही व्यक्तीसुद्धा वासनेच्या आहारी जाऊन उपभोगात अडकते हे या कथेवरून ध्यानात येतं. पुराणात वसिष्ठ-विश्वमित्र यांच्या संदर्भातील घटना याच गोष्टीचा बोध देते. ज्यांनी प्रथमपासूनच सर्वात्मभावाची जोपासना केलेली आहे अशा योग्यांच्या सूक्ष्म शरीरातील वासनासुद्धा आत्मदर्शनामुळे नष्ट होतात. मनातून उपभोगाचे विषय आणि विषयांची प्रीती या दोन्ही गोष्टी नाहीशा होणं हे स्थितप्रज्ञाचं लक्षण असतं. विषयासक्ती निवृत्त झाल्यामुळे समोर 'विषय' दिसला तरी स्थितप्रज्ञ निर्बीज होतो. म्हणजे त्याच्या मनात वासना अंकुरत नाहीत. वासनांचे संस्कारच मनात राहिलेले नसतात. त्यामुळे विषयांपासून उद्भवणारे तरंग त्याच्यापर्यंत पोहोचूच शकत नाहीत.

स्थितप्रज्ञाची ही वृत्ती निग्रहातून नव्हे; तर संयमातून आलेली असते. एकादशीला कित्येकांचं मन बटाटावड्याकडे धावत असतं. भजी-मिसळ खावीशी वाटत असतात; पण एकादशीचं व्रत म्हणून बळाने मनाचा निरोध केला जातो. इच्छा-वासनांना बळाने आवरून धरलं जातं. हे झालं निग्रहाचं तत्त्वज्ञान; पण संयमाच्या बाबतीत मुळात मन या विषयांकडे धावतच नाही. असे विषय स्थितप्रज्ञावर मोहिनी टाकूच शकत नाहीत. त्यामुळे मनाला बळाने आवरून धरण्याचं कारणच उरत नाही.

अविचारातून प्रयत्नपूर्वक इंद्रियांवर ताबा आणण्याचा प्रयत्न केला तर मात्र इंद्रियं मनाच्या ताब्यात जाण्याऐवजी मनालाच भलतीकडे खेचून नेतात. लालसेने ग्रस्त मन भलत्याच दिशेला ओढलं जातं. त्यामुळे अंतर्मनात गाठी तयार होऊन त्या जन्मोजन्मी तशाच राहतात.

सिग्मंड फ्रॉइड याने सायको-पॅथॉलॉजीच्या साहाय्याने असं सिद्ध केलं की, कामविकाराच्या गाठी या सर्व शारीरिक-मानसिक प्रश्नांचं मूळ आहे. ओघाने पाश्चिमात्य जग कामतृप्तीच्या मागे लागलं. फ्रॉइडच्या थिअरीचा चुकीचा अर्थ घेतला गेला. त्यामुळे कित्येक लोक कामविकाराच्या आहारी जाऊन वाया गेले. कारण कामविकार कधीच तृप्त होऊ शकत नाही. तात्पुरती तृप्ती हेच कामविकाराचं वैशिष्ट्य असतं. स्त्री-पुरुष शारीरिक संबंध किंवा इतर भोगांमधला क्षणिक सुखाचा संस्कारच स्थितप्रज्ञाच्या मनातून पुसून गेलेला असतो. म्हणूनच तो असीम आनंदात डुंबत राहतो.

भोगांचे विषय हे कोणत्याही व्यक्तीमध्ये बीजस्वरूपात असतातच. आसक्ती

आणि प्रलोभन यांमुळे त्या बीजांना मोहाचे अंकुर फुटतात. इथे भगवंतांनी विषयांच्या अनुभवाला हरकत घेतलेली नाही. विषयांच्या आसक्तीला हरकत घेतलेली आहे. उदाहरणार्थ, स्थितप्रज्ञ माणूस आंबा खाणार नाही असं नाही; मात्र, आंबा मिळाला म्हणून सुखावून जाणार नाही किंवा मिळाला नाही म्हणून उद्विग्नही होणार नाही. कारण त्याच्या मनात आसक्तीच उरलेली नसते. ही निरिच्छता त्याला शुष्कतेतून नाही, तर तृप्तीतून आलेली असते.

आपल्या आवडीचं आम्ररसाचं यथेच्छ भोजन झाल्यानंतर एक प्रकारची तृप्ती येते. आता खायला काहीही नको असं होतं. आम्ररसाची आसक्ती तर काही काळ उरलेली नसते. स्थितप्रज्ञ व्यक्ती तात्पुरती नव्हे; तर कायमची तृप्त झालेली असते. तिला कशातच आसक्ती उरलेली नसते. आसक्ती हीच स्थितप्रज्ञतेला बाधक असते.

एखाद्या मधुमेही व्यक्तीला पथ्य म्हणून गोड पदार्थ खायचे नसतात. केवळ पथ्य पाळायचं म्हणून व्यक्ती गोड पदार्थांचा उपभोग घेत नाही. याचा अर्थ त्याविषयीची त्या व्यक्तीची आसक्ती सुटली असा होत नाही. वृद्धापकाळात इंद्रियं निकामी झाली म्हणजे एखाद्याची इंद्रियसुखाची आसक्ती वृत्तीतून निघून गेली असं होत नाही. किंबहुना आसक्ती उरलेली असतेच... नातवाचं लग्न पाहायचंय, मुलीचं घरं झालेलं बघायचंय... अशा अनेक आसक्ती अंतर्मनात दडून असतेच. तीच आसक्ती पुढील जन्म घेण्यासाठी कारणीभूत ठरत असते!

उपवास करणं हा निग्रहाचा भाग असतो. मन ताब्यात येण्यासाठी, तसंच संयमित जीवनासाठी असा निग्रह आवश्यकही असतो. इंद्रियांचं पोषण अन्नाने होतं असतं; इंद्रियं नाशिवंत असतात, तसंच अन्नही नाशिवंत असतं. म्हणजे नाशिवंतानेच नाशिवंताचं पोषण होत असतं. अविचाराने उपोषण केल्यामुळे इंद्रियं अशक्त बनतात. परमार्थामध्ये अशक्त शरीर काय कामाचं? उपोषणाने केवळ बाह्य परिणाम दिसतो; परंतु मनाची विषयवासना कायम असेल तर त्याला स्थितप्रज्ञ वृत्ती म्हणता येत नाही.

मनाचं नियमन-संयमन करण्याच्या अभ्यासातून मात्र मन सशक्त बनतं; मात्र त्यासाठी आसक्ती सुटणं आणि वासनानिवृत्ती होणं अधिक महत्त्वाचं! स्थितप्रज्ञाला परब्रह्माचा अनुभव मिळत असतो; म्हणूनच भौतिक जगातल्या कोणत्याही इंद्रियजन्य सुखात त्याला आनंद वाटत नाही.

परिवर्तन केवळ कृतीत न येता वृत्तीत येणे, महत्त्वाचं! कृती अर्थात धार्मिक कर्मकांड करून मनाला दृढता येते; पण आत्मज्ञान होत नाही. याउलट भौतिक विषयांमधली आसक्ती सुटून वृत्तीत बदल झाला की, संसारात राहूनही आत्मज्ञान दूर राहत नाही.

*यततो ह्यपि कौन्तेय पुरुषस्य विपश्चितः।*
*इन्द्रियाणि प्रमाथीनि हरन्ति प्रसभं मनः ॥२.६०॥*

प्रयत्नपूर्वक इंद्रियनिग्रह करणाऱ्या बुद्धिमान पुरुषाची इंद्रियंही मनाला बळपूर्वक भलतीकडेच ओढून नेतात.

इंद्रियांवर प्रयत्नपूर्वक ताबा आणण्याचा प्रयत्न केला तर अविचाराने बद्ध केलेली ही इंद्रियं मनाच्या ताब्यात जाण्याऐवजी ती मनालाच भलतीकडे ओढून नेतात. एखादी सुंदर स्त्री (किंवा स्त्रीच्या दृष्टीने पुरुष) पाहून प्रयत्नपूर्वक इंद्रियनिग्रह करणाऱ्या व्यक्तीच्या मनात कामविकार उत्पन्न होत असेल, तिचं चित्त सैरभैर होत असेल, तर त्या व्यक्तीचं मन भलत्याच दिशेला ओढलं जातं. मग त्या व्यक्तीने शिष्टाचाराच्या किंवा नीतिशास्त्राच्या दृष्टिकोनातून प्रत्यक्ष उपभोग घेतला नसला तरी मन सैरभैर होतंच!

मनाला ताब्यात आणण्यासाठी 'भागवता'त नाठाळ घोड्याचं रूपक सांगितलं आहे. नाठाळ घोडा वठणीवर आणण्यासाठी प्रारंभी घोडेस्वार घोड्याला त्याच्या वेगाने धावू देतो. मग हळूहळू तो त्याला आपल्या अंकित करून घेतो. त्याचप्रमाणे मनाला आपल्या ताब्यात आणण्याकरता मनात येणारे विचार प्रारंभी त्याच्या वेगाने येऊ द्यावेत. मग हळूहळू मनाला आपल्या ताब्यात आणावं.

मन ताब्यात आलं की इंद्रियंही ताब्यात येतात. मनावरच्या संस्कारांमुळे सारासार विवेक जागृत होतो. घोड्याचा लगाम जसा घोडेस्वाराच्या हातात असतो, तशी इंद्रियं ही मनाच्या ताब्यात असायला हवीत. मनावर इंद्रियांचा ताबा नसावा; तर इंद्रियांवर मनाचा आणि चित्ताचा वचक असावा. मन इंद्रियांच्या ताब्यात न जाता ते बुद्धीच्या ताब्यात राहायला हवं. बुद्धियुक्त झालेलं मन जसं सांगेल तसं इंद्रियांनी वागायला हवं. माणूस संसारातला असो वा संन्यासमार्गातला; त्याच्याकडे इंद्रियसंयमन, निरिच्छपणा आणि शांती हे गुण असायलाच हवेत. या गुणांमुळे माणसाच्या मनातले विकल्प दूर होतात.

शारीरिक प्रश्नांमुळे किंवा कमकुवत मनामुळे उद्भवणारे प्रश्न सोडवायचे

असतील तर मनावर सातत्याने सद्‌विचारांचे संस्कार व्हायला हवेत. त्यालाच 'स्वाध्याय' म्हणतात. निष्काम कर्मयोग साधला की चित्ताची एकाग्रता लवकर साधते. 'पाहिजे, पाहिजे' ही वृत्ती कमी होते. म्हणजे हव्यास कमी होत जातो. मग ध्यानाला बसलं की, मनात साठलेल्या अनेक कामना नष्ट होऊ लागतात. मन प्रसन्न आणि सशक्त होऊ लागतं.

पाणी ढवळलं गेलं म्हणजे त्या पाण्यावर असंख्य तरंग उठतात, परंतु तेच पाणी स्थिर झालं म्हणजे त्या पाण्यावरील तरंग नाहीसे होऊन त्या पाण्याचा तळ दिसू लागतो. त्याचप्रमाणे मनातील विकल्पांना 'ड्रेन-आउट' होऊ द्यावं. मनात उठणारे विचारतरंग शमले की मनुष्य विक्षेपरहित होतो. त्याला त्याच्या मनाचा तळ स्फटिकाप्रमाणे स्वच्छ दिसायला लागतो. त्याच्या अंतःकरणात उत्पन्न झालेले सारे विकल्प समाधिअवस्थेत स्थिर होतात. मनातले विकल्प दूर झाले की, इंद्रियं आपोआप मनाच्या ताब्यात येतात.

स्थितप्रज्ञ वृत्ती येण्यासाठी इंद्रियांचा मनावर प्रभाव न पडता मनाचा इंद्रियांवर प्रभाव पडायला हवा. अन्यथा विषय-उपभोगाला सहज व्याकूळ झालेली इंद्रियं जबरदस्तीने विवेकी मनाला हरण करतात. बुद्धिनिष्ठ होऊन इंद्रियांना कितीही आवरून धरलं, तरी सूक्ष्म वासना अंतःकरणातून लवकर जात नाहीत. समोर प्रलोभने येताच अंतर्मनात दबलेल्या सूक्ष्म वासना इंद्रियांना प्रेरणा देतात. मग एखादं भुकेलं जनावर भक्ष्यावर तुटून पडावं तशी निग्रही व्यक्तीची अवस्था होते. तसं होऊ नये म्हणून त्यासाठी प्रथम प्रज्ञा स्थिर झाली पाहिजे.

प्रज्ञा अस्थिर केव्हा होते? जेव्हा मनात उठणारे तरंग बुद्धीला प्रभावित करतात तेव्हा. याला कारण म्हणजे मनात सतत उठणारे संकल्प. त्याचबरोबर मनाने वागवलेल्या महत्त्वाकांक्षा आणि धरून ठेवलेलं वैफल्य हे मनाला अस्थिर करतं. त्यामुळे जागेपणीच नव्हे; तर झोपेतही मन स्थिर होऊ शकत नाही. मनुष्याला अनिच्छेने का होईना, स्वप्नात गुंतून पडावंच लागतं. स्वप्नाविना प्रगाढ झोप फार क्वचितच लागत असते. स्वप्नात मिळणारे चांगले-वाईट अनुभवसुद्धा मनाला अस्थिरच करत असतात.

असं सतत अस्थिर असलेलं आणि भवितव्याबाबत अनिश्चितता जपणारं मन स्थिर कसं होणार? मग मनुष्य इंद्रियनिग्रह करू लागतो. या आधीच्या श्लोकात आपण निग्रह आणि संयम यांमधला भेद बघितलाच. निग्रहात आग्रह म्हणजे बळजबरी असते. म्हणजे बळाने मनाला आवर घातला जातो. मनातून बटाटेवडा खायचा असतो; पण उपवास असल्यामुळे बळानंच मनाला त्या वासनेपासून परावृत्त केलं

जातं. निग्रह हा मनाच्या अखत्यारीत असतो आणि म्हणूनच त्याला आपण 'मनोनिग्रह' म्हणतो. 'संयम' हा गुण मात्र बुद्धीच्या अखत्यारीत असतो. बुद्धीचा सारासारविवेक करण्याचा गुण तिथे उपयोगात येतो. बुद्धीची संलग्नता आत्म्याशी असल्यामुळे ती सारासारविवेक अंगीकारून म्हणजेच संयमित होऊन मनावर प्रभुत्व मिळवू शकते.

याउलट बुद्धी मनाच्या ताब्यातच राहिली तर मात्र मनुष्य भरकटू शकतो. कारण मन चंचल असतं. ते कधी बुद्धीचा तात्पुरता आसरा घेतं, तर कधी इंद्रियांच्या मागोमाग धावत जातं. आपल्या आत्मविकासासाठी आपण खरोखर प्रयत्न केले पाहिजेत. त्यासाठी पहाटे लवकर उठून ध्यानधारणा केली पाहिजे. जीवनाचा उद्देश समजून घेतला पाहिजे वगैरे विचार जेव्हा मन करू लागतं, तेव्हा ते बुद्धीच्या प्रभावाखाली जाऊ लागतं. बुद्धी सारासार विवेक करू लागते. तेवढ्यात बाह्य वस्तू अथवा उपभोग्य गोष्टी इंद्रियांच्या समोर येतात आणि त्या इंद्रियांना मोहात अडकवतात. एखाद्या युवकाने सेलफोनची नवी जाहिरात पाहिली किंवा एखाद्या स्त्रीने मैत्रिणीची नवी साडी बघितली अथवा दागिना बघितला, की इंद्रियं मोहात पडतात. मग मन सहज इंद्रियांमागे धावतं. ते बुद्धीची कास सोडून देतं. अशा वेळी सारासार विवेक करू लागलेली बुद्धी मनापुढे शरणागत होते.

म्हणजेच केवळ मनाचं प्रभुत्व असेल तर मन इंद्रियांमागे भरकटू शकतं हेच भगवान या श्लोकात सांगतात.

आपण मोहात अडकत आहोत आणि आपलं मन इंद्रियांच्या मागोमाग धावत जातं हेही काही व्यक्तींना जाणवतं. मग त्या व्यक्ती मनावर प्रभुत्व मिळवण्याचा प्रयत्न करतात, पण मोह आला की पुन्हा मन इंद्रियांपुढे वाकतंच. म्हणजे केवळ प्रयत्नपूर्वक इंद्रियनिग्रह करून उपयोगाचं नसतं. त्यासाठी वेगळ्याच उपाययोजनेची गरज असते, हीच गोष्ट या श्लोकातून अधोरेखित होते. सहाव्या अध्यायात आपण त्याविषयी अधिक जाणून घेणार आहोत. इथे थोडक्यात मार्ग सांगतो.

आपल्या अंतर्मनात पूर्वजन्मीच्या अनेक चांगल्या-वाईट संस्कारांचा साठा साठून राहिलेला असतो. कामनापूर्ती न झालेल्या विचारांच्या गाठी तयार झालेल्या असतात. फ्रॉइड यालाच 'कुंठित ग्रंथीवाद' म्हणतो. त्यामुळे पूर्वजन्मीच्या अतृप्तीचे तसे तसे संदर्भ इंद्रियांपुढे आले की इंद्रियं मोहात पडतात आणि बुद्धीला वाकवून मन इंद्रियांमागे धावत जातं. स्वप्नातदेखील हे पूर्वसंस्कार आपला पिच्छा सोडत नाहीत. किंबहुना चालू जन्मातले अनुभव आणि अंतर्मनात साठून राहिलेले असंख्य संस्कार यांमुळेच स्वप्न सिद्ध होतं आणि ते आपण टाळू शकत नाही. योगी मात्र अशा चांगल्या-वाईट स्वप्नांच्या कचाट्यातून सुटलेला असतो. कारण त्याची प्रज्ञा स्थिर

झालेली असते. (याविषयीची कारणमीमांसा आणि उपाययोजना सहाव्या अध्यायासह इतरत्र करणार आहे.)

थोडक्यात, प्रज्ञा स्थिर झाली की मग मन इंद्रियांमागोमाग भरकटण्याचा धोका राहत नाही. प्रज्ञा स्थिर करण्याचा उपाय भगवान पुढील श्लोकात सांगतात.

मन कमकुवत असेल तर प्रयत्नपूर्वक निग्रह केलेली इंद्रियं मनाला भरकटत नेऊ शकतात. त्यामुळे बळाने इंद्रियनिग्रह करण्याऐवजी सारासारविवेक बुद्धीने मनोनिग्रह करणं अधिक महत्त्वाचं. केवळ प्रयत्नपूर्वक इंद्रियनिग्रह करणाऱ्या बुद्धिमानाची इंद्रियं मात्र त्याच्या कमकुवत मनाला भरकटत नेऊ शकतात.

*तानि सर्वाणि संयम्य युक्त आसीत मत्परः।*
*वशे हि यस्येन्द्रियाणि तस्य प्रज्ञा प्रतिष्ठिता ॥२.६१॥*

या सर्व इंद्रियांचं संयमन करून, योगयुक्त होऊन मत्परायण होऊन राहावं. याप्रमाणे आपली इंद्रियं ज्याच्या स्वाधीन झाली आहेत, त्याची बुद्धी स्थिर होते.

भगवंतांनी बुद्धीला स्थिर करण्याला अतिशय महत्त्व दिलेलं आहे. देह हे मोक्ष मिळवण्याचं एक माध्यम असतं. त्यासाठी प्रथम बुद्धी स्थिर होणं आवश्यक असतं. बुद्धी स्थिर करण्याचा उपाय भगवान या श्लोकातून सांगत आहेत. बलविहीन संयम आणि योगयुक्त निदिध्यास साधून ईश्वराशी जोडलं जाणं आवश्यक असतं. या अभ्यासातून बुद्धी स्थिर होते; दुसरा उपाय नाही.

संयम कठीण असतो. त्यामुळे काही काळ निग्रह अवलंबला तरी हरकत नसते. पण निग्रह केला म्हणजे इंद्रियं संयमित होऊन बुद्धी स्थिर झाली असं होत नाही, हे आपण मागील श्लोकात पाहिलंच. किंबहुना असमंजस वृत्तीने केलेल्या व्रतवैकल्यांनी वृत्ती जरी दृढ झाली, तरी बुद्धी स्थिर होऊ शकत नाही. कारण व्रतवैकल्यादी क्रिया बहुधा काही ना काही मिळवण्यासाठी केल्या जात असतात. त्यामुळे कित्येकदा शरीराची हेळसांडसुद्धा होते.

> एक बाई आठवड्यातले तीन दिवस उपवास करायची. उरलेल्या दिवसातसुद्धा कर्मकांडांमुळे तिचं वेळी-अवेळी जेवण व्हायचं. त्यात अनेक व्रतवैकल्यं आणि पोथीवाचन यांचीही भर पडायची. त्यामुळे तिला अल्सरचा विकार जडला. इतर काही विकारांचीही अल्सरला जोड मिळाली. मृत्यू समीप आला तेव्हा कुणीतरी बाईंना धाडसाने म्हणालं, 'अहो, घाबरता कशाला? तुम्ही एवढं पुण्य मिळवलंत; केवढी व्रतवैकल्यं केलीत! तुम्हाला नक्कीच उत्तम गती मिळेल.'
>
> त्या म्हणाल्या, 'कुणाला माहीत... उत्तम गती मिळेल किंवा नाही

ते! कारण मी आयुष्यभर व्रतवैकल्यातच अडकले होते. परमेश्वराचा कधी विचारच केला नव्हता!'

योगी योगानंदांनी सांगितलेल्या पर्फ्युम सेंटची इथे आठवण होते. पाहिजे तो सुवास आपल्या अंगातून काढण्याची या गंधबाबाकडे सिद्धी होती. ही सिद्धी मिळवण्यासाठी त्याने आयुष्यातली पस्तीस वर्षं खर्ची घातली होती. पण सिद्धी मिळवण्यासाठी त्याने जेवढा प्रयत्न केला होता, तेवढा परमेश्वराचा विचार त्याने कधीच केला नव्हता!

एक असाच सिद्ध होता. पाण्यावरून चालण्याची सिद्धी त्याने मिळवली होती. एकदा एक ईश्वरनिष्ठ भक्त आणि तो सिद्ध नदीकाठी आले. दोघांच्या गप्पा सुरू झाल्या. पाण्यावरून चालत जाण्याच्या आपल्या सिद्धीविषयी त्या भक्ताला सांगताना तो सिद्ध म्हणाला, 'एवढी अनमोल सिद्धी मी मिळवली आहे.'

तेव्हा तो भक्त म्हणाला, 'तू सिद्धी मिळवलीस हे खरं आहे! पण ती अनमोल नाही. कारण तिचं मोल केवळ दोन रुपये आहे.'

ते ऐकताच तो सिद्ध संतापला.

तेव्हा तो भक्त म्हणाला, 'अरे, या होडीतून पलीकडच्या तीरावर जाण्यासाठी केवळ दोन रुपये पडतात! दोन रुपयांसाठी तू आयुष्य व्यर्थ घालवलंस! त्यापेक्षा ईशचिंतनात काळ घालवला असतास तर ती गोष्ट किती मौल्यवान ठरली असती.'

म्हणून सिद्धी मिळवणं किंवा व्रतवैकल्य करणं म्हणजे 'मत्परायण' होणं नव्हे; एवढीच गोष्ट ध्यानात घेतली पाहिजे. याचा अर्थ सिद्धी मिळवू नये असं नाही. ती मिळवावी किंवा नाही अथवा व्रतवैकल्यं करावीत का नाही, हा ज्याच्या त्याच्या श्रद्धेचा विषय. व्रतवैकल्यं हा निश्चितच उपासनेचा मार्ग असतो. त्यात पुण्यही असतंच असतं. व्रतस्थ राहिल्यामुळे वृत्तिपरिवर्तनही होत असतं, परंतु हे सर्व करताना व्यक्तीने परमेश्वराच्या विचारापासून क्षणभरही ढळता कामा नये एवढंच.

भगवान तेच सांगतात, 'बुद्धी स्थिर करण्यासाठी योगस्थ होऊन मत्परायण हो!' योगस्थ याचाच अर्थ त्याच्याशी नित्य जोडलेलं राहणं. त्यासाठी प्रत्येक कार्यात ईश्वराचं अस्तित्व पाहता आलं पाहिजे. आपली प्रत्येक कृती भगवंत पाहत आहे याचं भान ठेवलं पाहिजे. अशा प्रकारे भक्ती करत असताना युक्त आहार-विहार करणं या उपायांनी ब्रह्मज्ञानाची प्राप्ती होऊ शकते. केवळ इंद्रियनिग्रह करून मोक्षप्राप्ती होत नसते, तर त्याकरता सर्व इंद्रियांचं संयमन करून योगयुक्तही व्हावं लागतं.

योग म्हणजे केवळ योगासने नव्हेत! योग म्हणजे to join. ईश्वरी तत्त्वाशी जोडलं जाण्याचा अभ्यास. या जोडण्याच्या प्रयत्नांमधून आपली इंद्रियं आपल्या स्वाधीन होऊ लागतात. इंद्रियांप्रति असलेली आपली गुलामी संपते आणि आपण इंद्रियांचे मालक बनतो. या अवस्थेत आपली बुद्धी स्थिर होते. हे साधण्यासाठी भगवंतावर आत्यंतिक प्रेमभाव मात्र असावा लागतो. फक्त दाता म्हणून किंवा संकटकाळी मदत करणारा म्हणून भगवंताकडे पाह्यचं नसतं; तर त्याच्या अफाट सामर्थ्यावर आणि कर्तृत्वावर प्रेम जडलं पाहिजे. त्याच्या कर्तृत्वाची, सान्निध्याची आणि सामीप्याची समज बुद्धीत स्थिर व्हायला हवी. यच्चयावत जीवांसह अमोघ अशी सृष्टिरचना हे त्याचं कर्तृत्व आहे. तो केवळ आकाशातच नाही तर निसर्ग आणि इतर जीवांसह सभोवार त्याचं सान्निध्य आहे. तो केवळ सभोवारच नाही तर आपल्या अंतर्यामीही वसून आहे. याप्रमाणे त्याचं सामीप्य आहे. अशी समज बुद्धीत स्थिरावली पाहिजे.

द्वैत भावातून परमेश्वराला मूर्तीत पाहता आलं, त्याच्यावर भाव जडला की तो भाव मनोमन दृढ होत जातो. आईला पाहिलंच नसेल तर एखादा मुलगा मावशीच्या रूपात आईला पाहण्याचा प्रयत्न करतो. तो म्हणतो, 'माझी आई अशीच दिसत असणार!' परमात्म्याला त्याच्या सुंदर रूपात असंच मूर्तीमध्ये 'पाहता' आलं पाहिजे. म्हणून त्याची मूर्ती गुणसौंदर्य, भावसौंदर्य आणि विचारसौंदर्य आदी गुणवैशिष्ट्यांनी घडवलेली असावी. पांडुरंगशास्त्री आठवले यांनी हे शास्त्र त्यांच्या 'मूर्तिपूजा' या पुस्तकात समजावलं आहे.

म्हणूनच इथे भगवंत अर्जुनाला मत्परायण व्हायला सांगत आहेत. तन-मनाने भगवंताला समर्पित झालेल्या अर्जुनालाच भगवंतांनी हा दिव्य उपदेश केला आहे. माझ्यात चित्त एकाग्र केल्यानंतरच तुला ब्रह्मज्ञानाची प्राप्ती होईल असंही ते सांगत आहेत. याचाच अर्थ केवळ ज्ञान किंवा केवळ कर्म उपयोगाचं नसतं. त्या जोडीला अनन्य भक्तीसुद्धा हवीच. अंतर्यामी स्थित भगवंतच श्रेष्ठ आहे, अन्य कुणी नाही, अशा समर्पित वृत्तीनंच आचारविचार, उपासना हवी. तरच ती फलद्रूप होऊ शकते.

त्यासाठी कर्म हे ज्ञानयुक्त झालं पाहिजे. मग ज्ञानयुक्त कर्मातला अहंकार दूर झाला पाहिजे. अर्थात, मी कुणीतरी ज्ञानी आहे आणि मी दुसऱ्याला ज्ञान देतो, असा ज्ञानोत्तर कर्मातला अहंकारही दूर झाला पाहिजे. रसरूपानंही विषयवासना अंतःकरणात शिल्लक राहता कामा नये. म्हणजे आत्मरत अर्थात सर्वात्मभावाने भगवंताची भक्ती केली पाहिजे. भक्ती म्हणजे केवळ कृती नाही. बाह्य प्रदर्शनही नाही. भक्ती ही अंतर्यामीची प्रगल्भ भावविभोर अवस्था असते. हे तिन्ही भाव एकरूप झाल्यावरच

‘मत्परायण’ अवस्था येते आणि तेव्हाच बुद्धी म्हणजे प्रज्ञा स्थिर होते. बुद्धीतील स्थिरताच परमात्मस्वरूपाशी युक्त होऊ शकते. यालाच म्हणतात ‘योग’!

भगवत्प्राप्तीचा हा अतिशय शास्त्रशुद्ध मार्ग भगवान सांगत आहेत. हे शास्त्र पुन्हा पुन्हा, प्रतिदिनी समजून घेतलं पाहिजे.

पण इंद्रिय-मनावर विषयांनी वर्चस्व केलं तर मात्र त्याचे भयंकर परिणाम जीवाला भोगावे लागतात. ते परिणाम कोणते हे पुढील श्लोकात भगवंत सांगतात.

इंद्रिय, मन, बुद्धी आणि आत्मतत्त्व अशा या प्रवासात मनावर संस्कार करून इंद्रियांचं संयमन साधलं असता बुद्धी स्थिर होते. बुद्धी स्थिर होण्यासाठी इंद्रियांच्या संयमनाबरोबरच योगस्थही व्हावं लागतं. म्हणजे ‘मत्परायण’ अवस्था येते.

पण इंद्रियं-मनाला विषयांनी ग्रासलं, तर काय होतं, ते भगवान यानंतरच्या श्लोकात सांगतात. पुढील श्लोकात भगवंतांनी जणू ‘धोक्याचा कंदील’च धरलेला आहे. पुढच्या भागात आपण त्याचा विचार करू.

*ध्यायतो विषयान्पुंसः सङ्गस्तेषूपजायते।*
*सङ्गात्संजायते कामः कामात्क्रोधोऽभिजायते ॥२.६२॥*

विषयाचं चिंतन करणाऱ्या पुरुषाला त्या विषयाविषयी (उपभोगाविषयी) आसक्ती निर्माण होते. आसक्तीमुळे कामवासना निर्माण होते आणि कामापासून क्रोध निर्माण होतो.

हा श्लोक आणि पुढील श्लोक मिळून एक वाक्य आहे. 'विषया'चं सतत चिंतन करणाऱ्या व्यक्तीचा कोणत्या दिशेने प्रवास होतो, हे भगवान या दोन श्लोकांमधून सांगतात. 'विषय' म्हणजे भोग्य वस्तू वा enjoymentsच्या गोष्टी. सतत विषयाचं ध्यान करणाऱ्या पुरुषाचा क्रमाक्रमाने कसा सर्वनाश होतो हे या आणि पुढील श्लोकातून समजावलं आहे. विषयासक्त लोकांपुढे भगवंतांनी या दोन श्लोकांमधून जणू धोक्याचा कंदीलच धरला आहे. विषयासक्त कोण? ज्याने घडवलं त्याला पूर्णपणाने विसरून जे घडलं त्यामध्येच रममाण होणारा तो विषयासक्त! असा माणूस सतत काहीतरी मिळवण्याच्या चिंतनात दिवसरात्र मग्न असतो. हवं ते मिळालं तर तो तात्पुरता सुखावतो; मिळालं नाही तर तो दुःखी होतो. त्याला स्वतःमध्ये कमतरता वाटू लागते. मग हवं ते मिळवण्याची आकांक्षा मनात निर्माण होते. त्याचं पर्यवसान मनात आसक्ती निर्माण होण्यात होतं. पुढे आसक्तीचं रूपांतर कामवासना म्हणजे lust बळावण्यात होतं. ही तृष्णा किंवा वासना तृप्त होण्यामध्ये जर एखादा अडथळा निर्माण झाला, तर त्या व्यक्तीमध्ये क्रोध निर्माण होतो.

आजचा जमाना स्पर्धेचा आहे. दुसऱ्यापेक्षा मोठं होण्याची ही स्पर्धा पैशाची, सत्तेची, खेळांमधली, वस्तूंमधली किंवा कलेमधली असते. नात्यानात्यांमध्ये, शेजाऱ्यापाजाऱ्यांमध्येसुद्धा पद-पैसा-प्रतिष्ठेसाठी स्पर्धा सुरू असते. द्वंद्वातूनच विकास होत असतो, असं मार्क्स म्हणतो; पण हा विकास भौतिक पातळीवरचा असतो - आत्मिक पातळीवरचा नव्हे. एखाद्याला तीस हजार पगार मिळतो. दुसऱ्याला

वाटतं, मला चाळीस हजार तरी मिळायला हवा. दहा हजार अधिक मिळवण्यासाठी तो रात्रीचा दिवस करतो. चाळीस हजार मिळवण्यात तो यशस्वी होतोही; परंतु एवढं करून तो सुखी-समाधानी होतोच असं नाही. कारण पद वा वस्तू मिळाली म्हणजे सर्वस्व मिळालं असं होत नाही. मग पुन्हा नवीन सुख मिळवण्यासाठी नवीन विषयाचा ध्यास सुरू होतो. पुन्हा वासना आणि वासनेपासून क्रोध! मग पुन्हा नवीन सुख मिळवण्यासाठी नवीन विषयाचा ध्यास सुरू होतो. हे न संपणारं चक्र आहे.

आयुष्याच्या अखेरीला कदाचित व्यक्तीला जाणीव होते, मी आयुष्यात केवळ पद-पैसा-प्रतिष्ठेसाठी धावलो, पण खऱ्या आनंदाला मात्र पारखा झालो, पण तेव्हा वेळ निघून गेलेली असते. पुढील जन्मी आत्मिक आनंद आणि आत्मिक विकास करण्याचा जीवाचा निश्चय होतो, पण या भौतिक जगतात आलं की ती स्मृती जाते. मग पुन्हा नवीन आकांक्षा, आसक्ती, स्पर्धा, क्रोध.... हा प्रवास सुरू होतो.

हे असं का होतं? याला कारण आहे. दृश्य आणि द्रष्टा यातूनच जगत अस्तित्वात आलं आहे. स्वाभाविकच दृश्य हे दृष्टीला दिसत असल्यामुळे व्यक्ती दृश्याविषयीच विचार करू लागते. मग दृश्याशीच 'संग' निर्माण होतो. दृश्याचं स्वरूप भौतिक असतं. ते सहज असतं. आत्मिक सृष्टीची जाणीव सहज नसते. त्यामुळे आत्मिक आनंदमयी सृष्टीविषयी साशंकता असते. किंबहुना त्यावर विश्वासच नसतो. मग जे दृश्य आहे त्यातील भोग मिळवण्याच्याच मागे व्यक्ती लागते. समाजमन त्या भोगांसाठी व्यक्तीला प्रवृत्त करतं. भोग मिळवण्यातच इतिकर्तव्यता वाटते. बाह्य विषय म्हणजेच भोगाचे विषय मिळवावेत हे मन ठरवतं. मन इंद्रियांच्या मागे जातं. म्हणजे बाह्य भोग्य वस्तू-गोष्टी हव्याहव्याशा वाटणं हा मनाचा इंद्रियं आणि विषयांशी झालेला 'संग' असतो. अशा तऱ्हेने इंद्रियांची विषयांशी गाठ घालून देणं यालाच कामविकार म्हणजे lust म्हणतात. हा कामविकार बळावला, की एक सूक्ष्म संवेदना अस्तित्वात येते. त्याला क्षोभ म्हणतात.

मनात चंचलता उत्पन्न होणं हा क्षोभाचा परिणाम असतो. त्यामुळे मनाची शांती ढळते. मनाची निरपेक्ष अवस्था ढळणं यालाच गीता क्रोध म्हणते. विषयासक्तीमुळे किंवा सतत विषयाच्या चिंतनापासून क्षोभ निर्माण होतो. त्याची परिणती कामविकार बळावण्यात होतो. कामविकाराची तीव्रता वाढली की क्रोध बळावतो. क्रोध बळावला की काय होतं, हे भगवान पुढील श्लोकात सांगतात.

मनाचा हा सारा आभासात्मक खेळ आहे. हेच ते मायाजाल आहे. सामान्यतः व्यक्ती या मायाजालातले भोग मिळवण्याचंच समर्थन करते. जो दिसत नाही, अनुभवाला येत नाही तो आनंद सर्वांना भ्रामक वाटतो. उलट आध्यात्मिक आनंद

मिळवण्याकडे जो वळतो त्याची टर उडवली जाते. हाही मायेचाच प्रभाव असतो. काम आणि क्रोध बळावणं हे रजोगुणाचं लक्षण असतं तर मोह होणं हे तमोगुणाचं लक्षण असतं. दृश्य, द्रष्टा आणि दर्शन एवढ्यामुळेच भोगाची वृत्ती निर्माण होत नसून जेव्हा मनात विषयवासनेचा शिरकाव होतो, तेव्हाच क्रोधापर्यंतचा प्रवास सुरू होतो. जर यातून सुटका करून घेऊन मूळच्या आनंदावस्थेला प्राप्त व्हायची इच्छा असेल, त्यांनी सृष्टीप्रति भोगाची दृष्टी न ठेवता भावाची दृष्टी मिळवली पाहिजे. मग आपोआप भावमय आनंदलहरी अनुभवायला मिळतील; मनाला व्यापून राहतील. भोगांमधली वैय्यर्थता उमजेल. भगवंतांनी ही अतिशय शास्त्रीय मीमांसा केली आहे, हे समजून येईल.

दृश्य-द्रष्टा-दर्शन, भोगेच्छा आणि त्याचे गंभीर परिणाम हे मायाजाल आहे. मग सृष्टीतले भोग घ्यायचेच नाहीत का, असाही प्रश्न मनात उद्भवेल. या मायाजालात न अडकता जीव सृष्टीतील भोग घेऊ शकतो. त्यासाठी प्रथम वृत्तिपरिवर्तन आवश्यक असतं. मनुष्यात तीन प्रकारच्या वृत्ती असतात : सात्त्विक-राजस-तामस. आज राजसी आणि तामसी वृत्तींचा प्रचंड जोर जगात वाढला आहे. त्याचेच परिणाम म्हणून अनेक प्रकारचे अत्याचार, बलात्कार, शत्रुत्व, राग-द्वेष, मद-मत्सर, उन्माद, असुरक्षितता, खून-मारामाऱ्या, निसर्ग-पर्यावरणाची हानी, प्रदूषित हवामान इत्यादी परिणामांनी जग व्यापलं आहे. समाज सात्त्विक बनला तरच हे प्रश्न मिटतील.

विषयचिंतन, आसक्ती, वासना, क्रोध आणि सर्वनाश हे चक्र मानवानंच स्वत:भोवती निर्माण केलं आहे - परमेश्वराने नव्हे! जे या चक्रातून सुटतात ते जीवनातला सात्त्विक आनंद उपभोगू लागतात. वस्तूपासून मिळतं ते सुख, परंतु वस्तुविना मिळू शकतो तो आनंद! थोडक्यात, 'विषयां'मुळे स्पर्धावृत्ती वाढीला लागते. त्यातून संघर्ष आणि आसक्ती निर्माण होते. आसक्तीतून अविवेक वाढीला लागतो. मग 'हेल्दी कॉम्पिटिशन' या गोंडस नावाखाली स्पर्धावृत्ती जोपासली जाते. या स्पर्धेत आपण मागे पडलो की क्रोध आणि अगतिकता निर्माण होते. मन उद्विग्न होतं.

या चक्रातून सुटका करून घ्यायची असेल तर प्रत्येकाने सृष्टीकडे भोगाच्या नव्हे तर भावमय दृष्टीने बघितलं पाहिजे. परमेश्वराला जाणायला शिकलं पाहिजे. त्यामुळे आपापसात सहकाराची आणि सहयोगाची भावना निर्माण होईल. आसक्ती, वासना-क्रोधरहित सहजीवन अस्तित्वात येईल. मनुष्याला खऱ्या अर्थाने आनंद मिळेल.

सर्वनाशाच्या प्रवासाचं पहिलं स्थानक म्हणजे विषयाचं सतत चिंतन. आसक्ती, वासना आणि क्रोध ही पुढची पाठोपाठ येणारी स्थानकं! या प्रवासात काही तात्कालिक सुखं जरी मिळाली, तरी अंतिम आनंद मात्र मिळू शकत नाही.

*क्रोधाद्भवति संमोहः संमोहात्स्मृतिविभ्रमः।*
*स्मृतिभ्रंशाद् बुद्धिनाशो बुद्धिनाशात्प्रणश्यति ॥२.६३॥*

क्रोधापासून संमोह (स्मृतिभ्रंश/अविवेक), संमोहामुळे बुद्धिनाश आणि बुद्धिनाशामुळे व्यक्तीचा सर्वनाश होतो.

यापूर्वीच्या श्लोकात विषयासक्तीपासून क्रोधापर्यंतचा प्रवास भगवंतांनी वर्णन केला होता. या श्लोकात त्यापुढचा प्रवास ते सांगत आहेत. जो मुमुक्षू आहे म्हणजे अत्याने दाला (मोक्ष) प्राप्त होण्याची इच्छा बाळगून जो त्या दृष्टीने प्रयत्न करत आहे, त्याच्यासाठी भगवान वाटेतल्या धोक्यांचं वर्णन करतात; त्यांपासून सावध राहायला सांगतात. पण त्यांचं हे मार्गदर्शन सामान्य लोकांनाही तितकंच मार्गदर्शक आहे. थोडक्यात हा उपदेश सर्वांसाठी आहे.

राग कशामुळे येतो आणि रागाचा परिणाम काय होतो, हे भगवान सांगत आहेत. क्रोधामुळे कार्य-अकार्य याविषयीचा विवेक नाश पावतो. म्हणजे आपण काय करणं अपेक्षित आहे आणि काय टाळणं आवश्यक आहे, याविषयीचा विचार मावळतो. त्यातून स्मृतिभ्रंश होतो. आपण सारे काळबद्ध आहोत. भूतकाळातील स्मृती आणि वर्तमानाची संगत जोडून भविष्यकाळाचा विचार करता येतो. पण स्मृतिभ्रंश झाला तर ही विचारांची शृंखला तुटते. मग जीवनात विसंगतता आणि अव्यवस्था निर्माण होते.

ऐन उमेदीत अनेक विचारधारा मनुष्याला प्रभावित करत असतात. मग व्यक्ती अनेकविध विचारांचा प्रचंड भार डोक्यात साठवते. कोणत्याही एका विचारधारेची कास धरली की दुसरी विचारधारा पटेनाशी होते. आपल्या विचारसरणीशी न जुळणाऱ्या घटना अथवा विचारांच्या 'इनपुट'मुळे मनुष्याचा क्रोध बळावत जातो. क्रोध वाढण्यासाठी अशी अनेक कारणं होतात. त्याची परिणती स्मृतिभ्रंशात होते. स्मृतिभ्रंश म्हणजे आपलं विहित कार्य आणि जन्म घेण्याचा हेतू याविषयी विस्मरण होणं. स्मृतिभ्रंश झाल्यामुळे निश्चयात्मक बुद्धी म्हणजे definitive intelligence

नष्ट होतो. बुद्धी नष्ट झाली की मनुष्याचा सर्वनाश होतो. बुद्धी नष्ट होणं म्हणजे बुद्धीची सारासार विवेक करण्याची क्षमता नष्ट होणं. म्हणजे The ability of the intellect to think absolutely is lost. अशा परिस्थितीत शास्त्र आणि आचार्य यांनी मनावर जे संस्कार केलेलं असतात ते क्रोधामुळे दबले जातात. मग तो मनुष्य असून नसल्यासारखा होतो. पुरुषार्थाची योग्यता पुरुषामध्ये नसणं हाच त्याचा नाश म्हटला पाहिजे.

अपयश आणि अपेक्षाभंग यांमुळे मनुष्य क्रोधवश होत असतो. त्याची सुरुवात वासनांपासून होते. अमुक एक गोष्ट माझ्या मनासारखी झाल्यामुळे मी सुखी होईन, असं मनुष्याला वाटत असतं, पण वासनांची पूर्तता झाली म्हणजे मनुष्य सुखी होतोच असंही नाही. याउलट वासनांची पूर्तता झाली नाही तर मात्र मनुष्याचा अपेक्षाभंग होतो. मग तो म्हणतो, 'माझं नशीबच फुटकं!'

या भावनेत मनुष्य स्वतःपुरता विचार करत असतो किंवा तात्पुरत्या सुखाचाच विचार करत असतो. याउलट परमेश्वर व्यक्तीच्या सर्वंकष सुखाचा विचार करत असतो. त्यामुळे तात्पुरतं दुःख देऊन तो मनुष्याला अधिक विकसित करत असतो, पण तात्पुरत्या सुखाच्या मागे लागलेल्या मनुष्याला वाटतं, माझ्यावर अन्याय झाला आहे. मनुष्य स्वतःच तशी कल्पना करून घेतो. असे नकारात्मक विचार बुद्धीत स्थिरावले की मनुष्याची बुद्धी काम करेनाशी होते. तो दुसऱ्याचा द्वेष करू लागतो. त्यातून क्रोध बळावतो. ज्या वेळी मनुष्याच्या मनात क्रोध उफाळून येतो, तेव्हा त्याच्या मेंदूतला 'रेप्टिलियन ब्रेन' कार्यरत झालेला असतो. ज्या वेळी मेंदूमधला हा भाग कार्यरत होतो, तेव्हा मनुष्याच्या हातून अनन्वित कृत्यं होऊ शकतात. म्हणून आपल्या परंपरेत राग आल्यावर दहा आकडे मोजायला सांगतात. तेवढ्या अवधीत 'रेप्टिलियन ब्रेन'चा प्रभाव ओसरतो आणि पुन्हा विचारी मानवी मेंदू कार्यरत होतो. अविवेकी कृत्य करणं रोखलं जातं.

क्रोधाच्या भरात मनुष्याच्या हातून अपौरुषत्वाची कृती कशी घडते याची अनेक उदाहरणं आपण दैनंदिन जीवनात बघत असतो. ज्या लोकांचा आपल्या कर्तृत्वावर विश्वास नसतो त्यांना अपयशाला सामोरं जावं लागतं. अपयशायुळे मनुष्याची अवस्था भ्रमिष्टासारखी होते. या अवस्थेत बुद्धी काम करीनाशी होते. मग मनुष्य कोणतंही अविवेकी कृत्य करायला प्रवृत्त होतो. आत्महत्या, चोरी, दरोडा अशी अनन्वित कृत्यं त्याच्या पूर्वसंस्कारांनुसार हातून घडतात.

एखाद्या व्यक्तीचं जोडीदाराबरोबर भांडण होतं. क्रोधाच्या भरात ती घर सोडून निघते, पण अशा वेळी मनाचा तोल ढळल्यामुळे अपघातही होऊ शकतात. अशा

विपरीत कालात व्यक्तीला परमेश्वराची आठवण झालीच तर ती त्याचा शोध घेत बाह्य जगात फिरत राहते. मग कदाचित अंधविश्वासालाही प्रारंभ होतो. सर्वस्व सोडून कुठेतरी - कुठल्या तरी आध्यात्मिक केंद्राशी जोडलं जाण्याचा व्यक्ती प्रयत्न करते.

हा आत्मिक शांतीचा शोध सारासार विचारातून नव्हे तर अगतिकतेतून आलेला असतो. त्यामुळे मनाला खरी शांती लाभतेच असं नाही. पूर्वसंस्कार, आयुष्यात घडलेल्या क्लेशकारक घटना, त्रास देणाऱ्या व्यक्ती अथवा पूर्वीच्या कटू आठवणी जागृत होताच ते नकारात्मक विचार उफाळून येतात. ते व्यक्तीला क्रोधवश करतात. रेप्टिलियन ब्रेन कार्यरत होतो. मग बुद्धीची विचार करण्याची शक्तीच कुंठित होते. त्यामुळे बुद्धीचं संतुलन बिघडून वेडाची लहरही अशा व्यक्तीला येऊ शकते.

अतृप्त कामवासनेसह अनेक कारणांमुळे मनुष्य क्रोधाविष्ट होतो. याउलट वासना पूर्ण होत राहिल्या तर तो लोभी बनतो. लोभी माणूस फार घातकी असतो. त्याला केवळ स्वार्थ माहीत असतो. लोभ कशामुळे निर्माण होतो? तर आत्मविश्वास आणि ईशविश्वास यांच्या अभावातूनच लोभ निर्माण होत असतो. थोडक्यात, माणसाला देव नको असतो; देवाची कृपा हवी असते. देव अमृत वाटायला बसलेला असतो; पण भ्रमामुळे माणूस त्याच्याकडे विषाचीच मागणी करत असतो. विषयपूर्तीची देवाजवळ मागणी करणं म्हणजे विष मागितल्यासारखंच असतं. विषयपूर्ती होण्यासाठी माणूस काय करतो हे या पूर्वीच्या श्लोकात आपण पाहिलंच आहे.

विषय म्हणजे भोग्य वस्तू वा गोष्टी, आसक्ती, वासना, क्रोध, संमोह, बुद्धिनाश आणि सर्वनाश असा हा अंधकारमय प्रवास आहे. गर्तेत नेणाऱ्या या मार्गावरून जायचं का नाही, ते प्रत्येक व्यक्तीनंच ठरवायचं असतं. भगवान केवळ वास्तविकता सांगत आहेत. तरीही ते आग्रही नाहीत हे विशेष. 'मी क्रोधाचे परिणाम सांगितले; कसं वागायचं ते तुम्हीच ठरवा,' असंच जणू भगवान सांगत आहेत.

प्रत्येक व्यक्तीला अन्न-वस्त्र-निवारा मिळाला पाहिजे याविषयी दुमत नाही, पण वासना तेवढ्यावर थांबत नाहीत. मनुष्याच्या प्राथमिक गरजा भागल्या की मौजमजेचे मार्ग खुले होतात. पद, पैसा, प्रतिष्ठा, प्रसिद्धी हे मोहमय राजमार्ग मनुष्याला आकर्षित करण्यासाठी तत्पर असतात.

मग सुरू होतो भोग मिळवण्याचा हव्यास. मोठेपणा, प्रसिद्धी यांच्या संकल्पना भोगवादी मनुष्यानंच निर्माण केलेल्या असतात. मोहग्रस्त मनुष्य त्यात अडकत जातो. मनुष्य जितका 'पाहिजे पाहिजे' करतो, तितका तो या सर्वनाशाच्या जाळ्यात अडकत जातो. सर्वनाश झाला नाही तरी भोगी लोकांमध्ये खरा भाव निर्माण होत नाही. त्यामुळे खऱ्या अंतिम आनंदाला ते पारखे राहतात. संभ्रमित जीवन जगतात.

साधी राहणी आणि उच्च विचारसरणीच मनुष्याला आनंदावस्थेकडे नेऊ शकते आणि तिच्या जाणिवा समृद्ध करू शकते, हे ध्यानात घेतलं पाहिजे.

मौजमजा करू नये किंवा पद-पैसा मिळवू नये असं मुळीच नाही, पण सर्वनाशाच्या जाळ्यात आपण अडकणार नाही याचं भान मात्र ठेवलं गेलं पाहिजे. त्यासाठी सद्विचारांची कास धरावी लागते. म्हणजे मनुष्य मिळेल त्यात समाधानी राहील. जे मिळालं नाही त्याविषयी शोक करणार नाही किंवा असंतुष्टही होणार नाही.

क्रोधापासून किंवा लोभापासून संमोह, संमोहामुळे भ्रम, भ्रमामुळे बुद्धिनाश आणि अखेरीस स्वत:चा नाश असं हे दुष्टचक्र आहे. या चक्रातून जर बाहेर पडायचं असेल तर प्रथम विषयासक्ती सोडली पाहिजे. मन प्रसन्न झालं तर व्यक्ती सारासार विवेक करू शकते. तो उपाय भगवान पुढील श्लोकात सांगत आहेत.

*रागद्वेषवियुक्तैस्तु विषयानिन्द्रियैश्चरन्।*
*आत्मवश्यैर्विधेयात्मा प्रसादमधिगच्छति ॥२.६४॥*

आपलं अंत:करण ज्याच्या ताब्यात आहे असा पुरुष रागद्वेष यांनी मुक्त आणि स्वत:च्या स्वाधीन असलेल्या इंद्रियांनी विषयांमध्ये वावरूनही प्रसन्न असतो.

गीतेमध्ये कर्माला अनन्यसाधारण महत्त्व दिलेलं आहे, परंतु ज्या कर्मामागे, 'अहंकार' आहे ते कर्म गीतेला मान्य नाही. 'अहं'प्रेरित वासना सोडून जे कर्म केलं जातं ते कर्म गीतेला अभिप्रेत आहे. अशाच वासनाविरहित स्थितप्रज्ञ पुरुषाचं वर्णन इथे केलं आहे. असा पुरुष विषयांचा उपभोग घेत असतो, असं वरवर दिसतं, परंतु त्याचं चित्त त्या विषयांमध्ये रमलेलं नसतं. तो आत्मानंदात तल्लीन झालेला असतो. इंद्रियं आणि मन ज्याच्या स्वाधीन आहेत, तोच ही स्थिती अनुभवू शकतो. वस्तूपासून मिळणारं सुख अथवा दु:ख त्याच्या आनंदमय अवस्थेवर परिणाम करू शकत नाही. आणि म्हणूनच विषयांचा उपभोग घेत असूनही तो सदासर्वकाळ प्रसन्न राहू शकतो.

जो विषयांमध्ये रमतो तो अविवेकी माणूस आत्मनाशाला कारणीभूत ठरतो, असं पूर्वीच्या श्लोकामध्ये भगवंतांनी सांगितलं आहे; परंतु या श्लोकात विषयांचा उपभोग घेणाऱ्या स्थितप्रज्ञाची अवस्था त्यांनी वर्णन केलेली आहे. एखादा सामान्य माणूस जेव्हा जेवायला बसतो तेव्हा तो पदार्थांचा आस्वाद घेण्यात रममाण झालेला असतो. त्याच्या शेजारी बसलेला एखादा स्थितप्रज्ञ पुरुषही भोजन करत असतो. म्हणजेच बाह्यत: तो विषयाचा उपभोग घेत असतो, परंतु प्रत्यक्षात तो शरीराला आवश्यक म्हणून भोजन करत असतो; जिभेचे लाड पुरविण्यासाठी नाही! त्यामुळे तो पदार्थांच्या खोड्या काढत नाही. त्याला कोणतंही अन्न चांगलंच लागत असतं. कारण अन्नापासून मिळणारं सुख त्याच्या मूळच्या आनंदावस्थेत सामावून जातं. सामान्य मनुष्याला त्याच्या आवडीच्या पदार्थांचं जेवण मिळालं तर तो जेवताना सुखावून जातो. ते सुख ते जेवण संपेपर्यंत टिकून राहतं. त्यानंतर ते सुख ओसरत जातं आणि

मग त्याला पुन्हा नव्या सुखाची आस लागून राहते. पण स्थितप्रज्ञ नित्य सुखानंदच भोगत असतो. त्यामुळे अन्न किंवा भोगांमधलं तात्पुरतं सुख त्याला आणखी कोणता आनंद देणार असतं?

शेगावच्या श्री गजानन महाराजांनी मीठ-लिंबूसह सर्व अन्न एकत्र करून खाल्लं होतं आणि स्थितप्रज्ञ-अवस्थेचं दर्शन घडवलं होतं. कारण अन्न हे अशा योग्यांसाठी केवळ शरीरपोषणासाठी असतं. खाण्यात त्यांचं सुख दडलेलं नसतं.

> माजी सरसंघचालक गोळवलकर गुरुजी एकदा स्वयंसेवकांसह जनसंपर्कासाठी गेले होते. एका गरीब माणसाच्या झोपडीत जाऊन ते बसले. गुरुजी आल्याचं पाहून त्या गरीब माणसाला कोण आनंद झाला! त्याने सर्वांना बसवलं आणि चहाचा आग्रह केला. त्याचा आग्रह गुरुजींना मोडवेना. चहा आला, गुरुजींनी तो आनंदाने घेतला. इतर स्वयंसेवकांनी मात्र कसाबसा चहा संपवला. त्याच्या झोपडीतून बाहेर पडल्यावर ते स्वयंसेवक म्हणाले, 'गुरुजी, आपण चहा कसा काय घेऊ शकलात?'
>
> 'म्हणजे?'
>
> 'अहो, त्यात रॉकेल पडलं असावं. चहाला रॉकेलचा वास होता. चहा पिणं अशक्य झालं.'
>
> त्यावर गुरुजी म्हणाले, 'मी त्याचा चहा प्यायलो नाही; मी त्याचं प्रेम प्यायलो!'

अशीच एक घटना स्वाध्यायप्रणेते पांडुरंगशास्त्री आठवले यांच्या बाबतीत घडली.

> त्यांचं एक निवासी शिबिर होतं. सर्वजण जेवायला बसले; पण पहिला घास घेताच सर्वांच्या चेहऱ्यावरचे भाव बदलले. नाइलाजाने त्यांनी कसंबसं जेवण उरकलं. पण पांडुरंगशास्त्री मात्र नेहमीप्रमाणेच शांतपणे जेवत होते. जेवण झाल्यावर काहींनी त्यांना सांगितलं, 'दादा, अन्नात रॉकेल पडलं होतं. तरी आपण कसे काय जेवलात?'
>
> पांडुरंगशास्त्री म्हणाले, 'कारण मी 'यज्ञशिष्टा...' ही प्रार्थना म्हणून देवाला प्रथम नैवेद्य दाखवला होता. म्हणजे देवाला मी अन्न दिलं होतं. देवाला जर मी ते रॉकेल पडलेलं अन्न दिलं होतं, तर मग मी ते न खाऊन कसं चाललं असतं?' केवढा भाव होता या विचारात!

याउलट जिभेला पदार्थ चांगला लागला तर एखाद्या माणसाला सुख होतं. चांगला लागला नाही तर दु:ख होतं. मग तो पत्नीवर खेकसतो; तिला दोष देतो. आपण पत्नीला दुखावत आहोत याचं भानही त्याला राहत नाही. पण स्थितप्रज्ञाला मात्र पदार्थ

कसाही असला तरी आनंदच मिळत असतो. कारण त्याचा आनंद पदार्थाच्या चवीवर अवलंबून नसतो. म्हणजेच विषयावर अवलंबून नसतो. म्हणूनच विषयांचा उपभोग घेत असतानाही तो प्रसन्न राहू शकतो.

अशी ही आनंदस्वरूप स्थितप्रज्ञ अवस्था केव्हा येते? भगवान थोडक्यात पण अतिशय गहन विषय सांगून जातात. 'सख्य भक्ती'च्या आठव्या स्तरावर असलेल्या अर्जुनाला त्या तेव्हाच उमजतात. पण आपल्याला प्रत्येक विषय सखोल विचार करून समजून घ्यावा लागतो. ही 'स्थितप्रज्ञ' अवस्था कशासाठी आणायची? तर दुःख, संभ्रम, अनेक प्रकारच्या कटकटी, भविष्याची अनिश्चितता, नातेसंबंधातील ताणतणाव, करियरची चिंता आणि एकंदरच जीवनातल्या अनेक चिंता दूर होऊन आनंदावस्था अनुभवण्यासाठी! ही अवस्था प्राप्त झाली की जीवनाच्या हेतूबरोबरच परमात्मस्वरूपाचा अनुभव मिळायला लागतो. मग इंद्रियांशी संबंधित 'जड' म्हणजे materialistic विषय आणि त्यातलं सुख क्षुद्र वाटू लागतं.

इंद्रियांपासून अनुभवाला येणारं सुख हे तात्कालिक आणि कालबद्ध असतं. त्यामुळे ते पुन्हा पुन्हा अनुभवण्यासाठी किंवा उपभोगण्यासाठी व्यक्ती प्रवृत्त होते, पण त्यातून कायमची तृप्ती कधीच मिळू शकत नाही. कारण इंद्रियं हीच मुळी निसर्गतः 'जड' आहेत. ती प्रकृतीपासून (matter) बनलेली आहेत. त्यामध्ये जीव आपल्या वासना (lust) गुंतवतो. वासना गुंतल्यावर राग-द्वेष आदी भाव निर्माण होतात. 'रागा'चा अर्थ आसक्ती आणि आवड असाही होतो; तर 'द्वेषा'चा अर्थ नावड, घृणा किंवा तिरस्कार असा अर्थ होतो.

हे भाव जीवाला पूर्वी चिकटून आलेल्या अनंत दूषित वासनांमुळे निर्माण होतात. वासनांची तृप्ती करून घेणं हा आत्मप्रेरित जीवाचा धर्म असतो - आणि तो मुळात शुद्ध असतो. पण 'जड' आणि बहिर्मुख इंद्रियांच्या मागे लागल्यामुळे बऱ्यावाईट संस्कारांनी वासना दूषित बनतात आणि त्यातून या राग-द्वेषादी भावना उद्भवतात.

परिणामस्वरूप भयगंड, न्यूनगंड आणि अहंगंड आदी अनेक ग्रंथी म्हणजे complexes अर्धजाणीव मनात स्थिर अर्थात stored होतात. पुढील प्रत्येक जन्मी त्या ग्रंथी सक्रिय होतात. म्हणजे activate होतात. पुन्हा नवीन मलिन ग्रंथींची त्यात भर पडत जाते. त्यामुळे सारं आयुष्य संभ्रमित, कटकटीचं आणि दुःखमय होऊन जातं.

केवळ आत्मज्ञानानंच या ग्रंथी तुटू शकतात. त्यासाठीच 'स्थितप्रज्ञ' वृत्ती अंगीकारणं आवश्यक असतं, तरच या दोषमय खेळातून सुटका होऊ शकते. म्हणूनच भगवान इंद्रिय-संयमाचं महत्त्व अधोरेखित करतात. इंद्रियांचा संयम करण्यासाठी

सर्वप्रथम इंद्रियांना सात्त्विक विचारांचा 'आहार' द्यावा लागतो. सत्संग-स्वाध्याय, ज्ञानी सज्जनांशी संगत करावी लागते. निःशंक होऊन भगवंताप्रति निरपेक्ष भाव निर्माण करावा लागतो. इंद्रियांना अशी सवय लावल्यानंतर जीवाचे अर्धजाणीव मनात साठलेले आणि राग-द्वेषात गुंतवणारे सर्व दूषित बंध तुटून जातात. अशा तऱ्हेने मूळच्या शुद्ध वासना आत्म्याकडे वळवण्यातूनच व्यक्ती खरा आत्मिक आनंद अनुभवू लागते. अशी व्यक्ती सर्व द्वंद्वांतून मुक्त होऊन भौतिकतेत राहूनही प्रसन्न जीवन जगू शकते.

दैनंदिन जीवन जगताना, अगदी नोकरी-व्यवसाय करतानादेखील मनुष्य स्थितप्रज्ञ होऊ शकतो. तिऱ्हाईत दृष्टीने जरी या जगव्यवहाराकडे बघितलं, त्याच्या मुळाशी जाऊन विचार केला तरी हळूहळू सत्य उलगडू लागतं. वस्तूपासून आपल्याला सुख मिळतं, हा दृष्टिकोन बदलून मुळात मी सुखी आहे, आनंदी आहे आणि या आनंदाच्या अवस्थेतच मी वस्तूंचा, पदार्थांचा उपभोग घेत आहे, अशी आपल्या मनाची धारणा बनवली तर आपल्याही जीवनात खरा चिरंतन आनंद निर्माण होऊ शकेल. मग आसक्ती, विषयोपभोग घेऊनही माणूस प्रसन्न राहू शकेल.

*प्रसादे सर्वदुःखानां हानिरस्योपजायते।*
*प्रसन्नचेतसो ह्याशु बुद्धिः पर्यवतिष्ठते ॥२.६५॥*

चित्त प्रसन्न झालं असता त्या पुरुषाच्या (व्यक्तीच्या) सर्व दुःखांचा नाश होतो. कारण ज्या व्यक्तीचं चित्त प्रसन्न होतं, तिची बुद्धीही तत्काळ (परमेश्वरस्वरूपात) स्थिर होते.

इथे 'प्रसाद' याचा अर्थ 'कृपा'. (मागील श्लोकात सांगितल्याप्रमाणे) राग-द्वेषांवर विजय मिळवल्यानंतर निर्माण होणाऱ्या मोहांचा समूळ नाश होतो; आणि व्यक्ती द्वंद्वातीत होऊन दुःखमुक्त होते. अविद्येच्या सर्व ग्रंथी तुटून जातात. अंतःकरणात कोणताच क्षोभ राहत नाही. या निर्मल अवस्थेमुळे मन नित्य प्रसन्न राहतं. अशी निष्काम कर्मयोगी व्यक्ती सुखदुःखातीत होते, निरिच्छ होते आणि निर्भय होते. जीवनात निर्भयता येणे, फार महत्त्वाचं असतं. निर्भयता आली की अनेक प्रश्न सुटू शकतात. अशा निर्भय व्यक्तीला स्वास्थ्य, शांती आणि प्रसन्नता लाभते.

चित्त केव्हा प्रसन्न होऊ शकतं? जेव्हा मनुष्याला सत्याचं ज्ञान होतं तेव्हा! आणि सत्याचं जेव्हा ज्ञान होतं, तेव्हा बुद्धी परमेश्वरस्वरूपातच स्थिर होते. मग ती कधीही विचलित होत नाही. परमेश्वर-भक्तीचा अंतःकरणात उदय झाल्याखेरीज आणि इंद्रिय-संयम झाल्याखेरीज हा प्रसाद मिळत नाही. सादाला नेहमी प्रतिसाद मिळत असतो. परमेश्वराचा प्रतिसाद हवा असेल तर गीतेत सांगितल्यानुसार शास्त्रशुद्ध मार्गानंच आपण त्याला साद घातली पाहिजे. साद म्हणजे हाका मारणे किंवा त्याचा धावा करणं नव्हे, तर रागद्वेषावर विजय मिळवणं, मोहाचा समूळ नाश करणं . मग निर्द्वंद्व स्थिती आणणं जमलं पाहिजे. या अवस्थेत व्यक्ती दुःखमुक्त अवस्था अनुभवू लागते. तिला सत्याचं ज्ञान होऊ लागतं. मग तिचं चित्त प्रसन्न होऊ लागतं, पण त्यासाठी केवळ निग्रहात्मक उपाय करून हा लाभ होत नाही. तिथे आधीच्या श्लोकांमध्ये सांगितल्यानुसार संयमात्मक तत्त्वज्ञान अंगीकारायला हवं. मग नित्य प्रसन्न भगवंताकडून म्हणजेच साक्षात शुद्धत्वाकडून प्रतिसाद मिळू लागतो. हा प्रसाद

मिळाल्यानंतर बुद्धी आत्मस्वरूपाला कायम संलग्न राहते. बुद्धी आत्मस्वरूपात प्रतिष्ठित होणं हाच तो प्रसाद असतो. अशा योग्याला भावपूर्ण अशी वैश्विक दृष्टी लाभते. जीवनाचा हेतू उमजतो. दैनंदिन जीवन हे सत्य आहे आणि नाटकातले-चित्रपटातले सुखदुःखाचे प्रसंग हे असत्य आहेत याची जाणीव जशी नाटक-चित्रपटातून काम करणाऱ्या अभिनेत्याला असते, तशीच या वैश्विक रंगमंचावरील आपल्या भूमिकेची जाणीव स्थितप्रज्ञ योग्याला होते. प्राप्त सुखदुःखं ही असत्य असून मोक्ष हेच अंतिम सत्य आहे हे ज्ञान त्या व्यक्तीला होतं. म्हणूनच अशी व्यक्ती नित्य प्रसन्न राहू शकते.

सामान्य व्यक्ती सदासर्वकाळ प्रसन्न राहू शकत नाही. याचं कारण म्हणजे एकापाठोपाठ येणारे दुःखाचे प्रसंग. या वैश्विक रंगमंचावर मनुष्याला तीन प्रकारच्या दुःखद प्रसंगांना सामोरं जावं लागतं : आध्यात्मिक, आधिभौतिक आणि आधिदैविक! रोग, चिंता अशा कारणांमुळे निर्माण होणाऱ्या दुःखांना आध्यात्मिक दुःखं म्हणतात. वस्तूपासून उद्भवणाऱ्या दुःखांना आधिभौतिक दुःखं म्हणतात, तर ईश्वरी कोपामुळे निर्माण होणाऱ्या दुःखांना आधिदैविक दुःखं म्हणतात.

कुणाच्या मृत्यूमुळे, रोग झाल्यामुळे आपल्याला दुःख होतं. स्पर्धेच्या जगात आपल्याला सतत काहीतरी हवं असतं. हवं असण्यालाच 'हव्यास' म्हणतात. पद, पैसा, प्रतिष्ठा या भौतिक खेळात आपल्यावर कधी कधी पराजयाचीही पाळी येते. त्यामुळे आपण दुःखी होतो. महापूर, वादळ, दुष्काळ यांमुळे येणारी दुःखं आपल्या हातातली नसतात.

एकनाथ महाराजांकडे एकदा एक गृहस्थ आले होते. महाराजांशी बोलता बोलता त्या गृहस्थांनी विचारलं, "तुम्ही कायम एवढे सुखी-समाधानी कसे काय असता?"

एकनाथ महाराज म्हणाले, "आत्ता काही मी या प्रश्नाचं उत्तर देत नाही. आठ दिवसांनी तुम्ही पुन्हा या, म्हणजे मी या प्रश्नाचं उत्तर देईन."

आठ दिवसांनंतर ते गृहस्थ परत आले आणि त्यांनी एकनाथ महाराजांना पुन्हा तोच प्रश्न विचारला. एकनाथ महाराज म्हणाले, "तो प्रश्न आत्ता बाजूला राहू द्या. मला काल एक स्वप्नदृष्टान्त झालाय. आठ दिवसांनंतर तुमचा मृत्यू निश्चित आहे. तेव्हा आता त्या गोष्टीचा तुम्ही विचार करा."

आपलं मरण जवळ आलंय, हे ऐकून ते गृहस्थ हबकून गेले. तो सारा दिवस त्यांनी त्याच अवस्थेत काढला. मनाला बसलेला धक्का काही कमी झाला नाही. दुसऱ्या दिवशी ते गृहस्थ या धक्क्यातून काहीसे सावरले

आणि आपल्या जमीनजुमल्याची, संपत्तीची सारी व्यवस्था त्यांनी लावली. योग्य वाटणी केली. तिसऱ्या दिवशी ते गृहस्थ आपल्या साऱ्या नातेवाईक मित्रमंडळींना जाऊन भेटले. झाल्यागेल्याबद्दल त्या गृहस्थांनी सर्वांची क्षमा मागितली. ज्यांच्याशी भांडणतंटे होते, ते त्यांनी मिटवून टाकले. अशा तऱ्हेने सारी व्यवस्था लावल्यानंतर मरणाला सामोरं जायला ते गृहस्थ सिद्ध झाले. आठव्या दिवशी ते एकनाथ महाराजांकडे आले. म्हणाले, "महाराज, आता उद्या मी या जगाचा निरोप घेणार. म्हणून आज तुम्हाला नमस्कार करायला आलो."

एकनाथ महाराजांनी त्यांना आपल्या जवळ बसवून घेतलं. मग विचारलं, "तुमच्या मृत्यूची वेळ मी तुम्हाला सांगितली तेव्हा तुम्हाला काय वाटलं?" ते गृहस्थ म्हणाले, "सुरुवातीला धक्का बसला पण नंतर मी मनाची तयारी केली. सारी निरवानिरव केली. मग मला कसलीच चिंता उरली नाही. खरी शांती लाभली. समाधान वाटायला लागलं."

एकनाथ महाराज हसून म्हणाले, "मन विशुद्ध आणि चिंतारहित झालं म्हणजेच खरी शांती लाभते. तुम्ही मला जो प्रश्न विचारला होता त्याचं हे उत्तर! आलं ना लक्षात? आता निश्चिंत मनाने तुम्ही घरी जा. तुम्ही इतक्यात मरणार नाही!"

एकनाथ महाराजांसारखी स्थितप्रज्ञ व्यक्ती स्वतःला या तिन्ही दुःखांपासून अलिप्त ठेवू शकते. रोग तिच्या मूळच्या आनंदी वृत्तीला पीडा देऊ शकत नाही. त्यामुळे अशा व्यक्तीला आध्यात्मिक दुःख राहत नाही. भौतिक गोष्टींच्या मोहात ही व्यक्ती कधीच अडकून पडत नाही. वस्तू असली-नसली; किंवा होत्याची नव्हती झाली तरी त्याचं तिला दुःख होत नाही. जेवढं मिळालं त्यात ती व्यक्ती संतुष्ट राहते. भूकंप, अवर्षण, अतिवृष्टी ही दैवाची योजना अथवा दैवाचा खेळ समजून स्थितप्रज्ञ व्यक्ती स्थिर राहते. स्थितप्रज्ञाची मनोवस्था अभानतेची नसून सभानतेची असते. त्यामुळे अशा व्यक्तीचं चित्त सदासर्वदा प्रसन्नच राहतं.

सामान्य माणसाचं चित्त कारणपरत्वे अप्रसन्न होतं. आपल्या जन्माचा हेतू जर विस्मृतीत गेला - म्हणजे तसा तो गेलेलाच असतो - तर दुःख हे ठरलेलंच असतं. सृष्टीला काही सांगायचं आहे. निसर्गही मूकपणे काही सांगत आहे, पण वासनांमध्ये अडकलेल्या मानवाचं तिकडे लक्षच नाही. त्यामुळे त्याचे घोर परिणाम मनुष्यजातीला भोगावे लागत आहेत.

शास्त्रज्ञ ग्रेग ब्रॅडन यांनी या निसर्गाच्या हृद्गताकडे मनुष्याचं लक्ष वेधण्याचं ठरवलं आहे. अंटार्क्टिकामधील वीस-तीस फूट खोल अशा बर्फाच्या नमुन्यांचा संदर्भ त्याने जगापुढे मांडला आहे. त्या हिमखंडांवर कालपरत्वे निसर्गाच्या हानीचे परिणाम उमटले आहेत आणि त्याला मनुष्याचा अपरिमित हव्यास कारण ठरला आहे. मनुष्याने सृष्टीवर होणारं हे आक्रमण टाळलं तर खरोखर मनुष्यजात या पृथ्वीवर सुख अनुभवू लागेल. खरा आनंद उपभोगू लागेल.

त्यासाठी या सृष्टीचा हेतू आणि पृथ्वीवरील आपल्या जन्माचा हेतू ओळखण्याचा अभ्यास व्हायला हवा. सुखदु:खांच्या पलीकडे आनंदसागर आहे, हे स्थितप्रज्ञाने जाणलेलं असतं. म्हणून कोणत्याही परिस्थितीत तो प्रसन्न राहू शकतो. प्रसन्न चित्तामुळे बुद्धीही तत्काळ परमेश्वरस्वरूपात स्थिर होते.

हसणं आणि रडणं या दोन्ही क्रियांना समान मानणं आणि वृत्तीमध्ये समानता आणणं म्हणजेच प्रसन्नता! आध्यात्मिक, आधिभौतिक आणि आधिदैविक या तिन्ही प्रकारच्या दु:खांमुळे मनात निर्माण होणारी भीती आणि चिंता तटस्थपणाच्या अभ्यासातून कमी होत जाईल. मनाची मूळची प्रसन्नता त्यामुळे अनुभवायला येऊ लागेल.

स्थितप्रज्ञाच्या मनोवस्थेचं इथे वर्णन करून भगवान पुढील श्लोकात त्याचे निष्कर्ष सांगतात.

*नास्ति बुद्धिरयुक्तस्य न चायुक्तस्य भावना।*
*न चाभावयतः शान्तिरशान्तस्य कुतः सुखम् ॥२.६६॥*

जो पुरुष म्हणजे व्यक्ती योगयुक्त झालेला नाही, त्याला बुद्धी आणि भावना नसते. ज्याला भावना नाही, त्याला शांती नाही आणि ज्याला शांती नाही, त्याला सुख तरी कोठून मिळणार?

जी व्यक्ती जीवत्व टाकून शिवत्व पावली नाही तिला ज्ञानशक्तीचा लाभ होत नाही. ज्ञानशक्ती का हवी? कारण ज्ञानशक्तीच आत्मज्ञानापर्यंत नेते. ही ज्ञानशक्ती म्हणजेच 'प्रज्ञा.' बुद्धीच्या कक्षेतील प्रज्ञा हे अंतिम ठिकाण असतं. बुद्धितत्त्वाच्या या अंतिम स्वरूपालाच 'प्रगल्भ' बुद्धी म्हणतात. ज्या व्यक्तीच्या बुद्धीला अशी प्रगल्भावस्था लाभते तिच्या जाणिवा समृद्ध होतात. अशा ज्ञानी व्यक्तीची बुद्धी परमेश्वर-चिंतनात नित्य स्थिर होते, पण ज्या व्यक्तीचं असं परमेश्वराशी भावपूर्ण तादात्म्य नसतं ती व्यक्ती भावनाशून्य आणि बुद्धिशून्यही असते. त्या व्यक्तीला खरी शांती मिळू शकत नाही; आणि पर्यायाने अंतिम सुख त्या व्यक्तीपासून दूर राहतं.

बहुधा सर्वसामान्य लोकांच्या बुद्धीचा कल आत्मज्ञानाऐवजी भौतिक विषयांकडेच असतो. आत्मज्ञानाऐवजी विविध भौतिक विषयांमध्ये अशी जी बुद्धी रमते, त्या बुद्धीचे 'अल्पबुद्धी,' 'विकृतबुद्धी,' 'विज्ञानबुद्धी' आणि 'अप्रगल्भ-बुद्धी' असे प्रकार होतात. हे सारे बुद्धीचे प्रकार 'व्यवसायात्मक बुद्धी'चे असतात. इतर कोणत्याही विषयात बुद्धी झेप घेते, पण त्यामुळे आत्मज्ञान होऊ शकत नाही.

अल्पबुद्धीला कोणतंही ज्ञान सहन होत नाही. किंबहुना ती ज्ञानमार्गाकडे वळूच शकत नाही. एवढंच नाही तर भौतिक विषयांतल्या ज्ञानाकडेही ती वळत नाही. गहन विषय समजून घेण्याची या बुद्धीत मुळीच कुवत नसते.

विकृत बुद्धी ही बुद्धिबळातल्या उंटासारखी तिरकीच धावते. दुसऱ्याचे चांगले गुण बघण्याऐवजी ती त्याच्यामधील कमतरता शोधते. ती वर्तमानपत्र वाचते पण

त्यातील नकारात्मक बातम्या वाचण्याकडे या बुद्धीचा कल असतो. दुसऱ्याचं चांगलं झालेलं पाहून या बुद्धीचा जळफळाट होतो. याउलट दुसऱ्याचं वाईट झालेलं पाहून या बुद्धीची व्यक्ती सुखावते.

विज्ञानबुद्धी केवळ वैज्ञानिक दृष्टिकोन जोपासते. भौतिक दृश्य विज्ञानाबाहेर काहीही नाही, या विचाराशी ती ठाम असते. ती भोगी नसते; पण तिची विचारसरणी इंद्रियांना जाणवणाऱ्या विषयांशीच संलग्न असते. जे विषय इंद्रियबाह्य असतात, त्यांचा जेव्हा शोध लागेल तेव्हाच ती त्यावर विश्वास ठेवायला तयार होते. भौतिक विज्ञानाचा शोध घेण्यात, त्याचा अभ्यास करण्यात मात्र तिला रुची असते.

अप्रगल्भ बुद्धीत मात्र भावनाशून्यता वसून असते. अशा बुद्धीमध्ये सर्वात्मभाव वसत नाही. म्हणजे अंतःकरणात क्वचित अथवा प्रसंगविशेषी उठणाऱ्या भावना, असा इथे अर्थ नाही. तर 'प्रज्ञा'प्राप्त बुद्धीला सर्वात्मभावाचा बोध होऊन ईश्वराशी तादात्म्य पावणं हा अर्थ इथे अपेक्षित आहे. या दृष्टीने अप्रगल्भ बुद्धी ही भावनाशून्य असते. ती जगाकडे जीवभावानेच पाहते.

या उलट जी बुद्धी परमेश्वराशी तादात्म्य पावते, ती जगाकडे आत्मभावनेने पाहत असते. परमेश्वराशी तादात्म्य पावण्याच्या अभ्यासातून बुद्धी प्रखर होते तसाच भावही वृद्धिंगत होतो. परंतु ज्यांची बुद्धी अप्रगल्भ असते त्यांच्या जीवनात स्थैर्य येऊ शकत नाही.

सामान्यतः इंद्रियं काम करीनाशी झाली तरी मन सुखासाठी धावतच असतं. मधमाशी जशी मधासाठी या फुलावरून त्या फुलावर हिंडत उडत असते त्याप्रमाणे इंद्रियं या विषयावरून त्या विषयावर सुखासाठी सैरावैरा हिंडत राहतात. त्यामुळे स्थैर्य लाभत नाही. स्थैर्य नाही म्हणून बुद्धीत प्रगल्भता नाही. बुद्धीत प्रगल्भता नाही म्हणून भावनेचा अभाव निर्माण होतो. पर्यायाने या बुद्धीचा धारक -मनुष्य- शांतीपासून वंचित होतो. त्याला स्वास्थ्य किंवा सुख लाभत नाही.

म्हणजे आत्मज्ञानासाठी ज्ञानशक्ती मिळवायची असेल तर बुद्धी प्रगल्भ व्हायला पाहिजे. त्यासाठी यापूर्वी सांगितलेल्या बुद्धीच्या चार प्रकारातून बुद्धीला प्रयत्नपूर्वक बाहेर काढलं पाहिजे; आणि तिला प्रगल्भ केलं पाहिजे. गीता तेच मार्गदर्शन करते. बुद्धीची प्रज्ञा नामक शक्ती कार्यरत करण्यासाठी म्हणजे activate करण्यासाठी सर्वप्रथम इंद्रियांवर मनाद्वारे संयम मिळवायला हवा. आयुष्यात केवळ पद, पैसा आणि प्रतिष्ठा मिळविण्याचं उद्दिष्ट असणाऱ्यांना कितीही पैसा मिळाला, कितीही मानसन्मान मिळाला, तरी तो पुरत नाही. यातच सारं आयुष्य कधी संपून जातं, हे त्यांचं त्यांनाही कळत नाही. मृत्युशय्येवर पडल्यानंतर अशा एखाद्याच हव्यासी

मनुष्याला कळून चुकतं की, आपण आयुष्यात काहीच मिळवलं नाही! सारं आयुष्य नुसतंच धावण्यात गेलं!

धावण्यात गती असते; पण प्राण नसतो! हरणाच्या धावण्यात वेग असतो; पण त्यापेक्षा अधिक सौंदर्य हत्तीच्या डौलदार चालीत असतं. तरीपण जे बरोबर येणार नाही ते मिळवण्यासाठी माणूस आयुष्यभर धावत असतो. किंबहुना मन:शांती मिळवण्यासाठीसुद्धा तो बाह्य जगतात धावतच असतो. वास्तविकत: मन:शांती, स्वास्थ्य, सुख या मनाच्या धारणा असतात; तर सुखापलीकडे आनंदाची अवस्था असते. योगयुक्त झाल्यावरच हे सारं उमजत जातं. मी स्वत: ब्रह्म आहे हे ज्ञान होतं. परंतु ही भावना सुखासीन माणसाला बुद्धीअभावी कधीच होत नाही. त्यामुळे त्याला शांती मिळत नाही. शांती नाही म्हणून सुख लाभत नाही. सुख हे बाह्य गोष्टींवर अवलंबून नसतं. बाह्य गोष्टी सुखाचा तात्पुरता अनुभव देण्यासाठी केवळ कारण ठरलेल्या असतात. सुखाचा अनुभव आतूनच घ्यायचा असतो. त्यासाठीच अप्रगल्भ बुद्धीला शास्त्रशुद्ध मार्गाने प्रगल्भ बनवलं पाहिजे. त्यासाठी सत्संग, स्वाध्याय केला पाहिजे. चांगल्या पुस्तकांचं वाचन केलं पाहिजे; चांगलं ऐकलं पाहिजे.

मोरोपंत म्हणतात, सुसंगती सदा घडो... अशाच अर्थाची एक पौर्वात्य म्हण आहे. त्या म्हणीतील सुवासिक मृत्तिका म्हणते, 'माझ्यात गुलाबाच्या झाडांची लागवड करण्यापूर्वी मी केवळ साधी मातीच होते.' सत्संगाचं महत्त्व या म्हणीत विशद करून सांगितलेलं आहे. केवळ मानवी संगतीचंच महत्त्व असतं असं नाही, तर ग्रंथांच्या संगतीची महती अपूर्व अशी असते. कित्येक वेळा ग्रंथ हेच माणसाचे खरे मित्र बनतात. मनुष्य हा जसा आपल्या मित्रांवरून ओळखला जातो, त्याचप्रमाणे तो जी पुस्तकं वाचतो त्यावरूनही त्याची पारख होऊ शकते. रस्किनने म्हटल्याप्रमाणे, 'जी पुस्तकं वाचताक्षणीच फेकण्यालायक असतात अशा पुस्तकांचा आश्रय दुर्गुणी माणसं करतात.' भारतातील बालगुन्हेगार गृहातील एका मुलाने सांगितलं, 'गुन्हेगारीच्या कथा वाचून मी चोरी करायला शिकलो.' आज गुन्हेगारीवरचे चित्रपट आणि मालिका अधिक बघितल्या जातात. त्याचे काय परिणाम होतात, ते सांगायची आवश्यकता नाही.

जगातील मोठ्या माणसांचं आयुष्य न्याहाळलं तर असं आढळून येईल की, त्यांनी मोठ्या माणसांचे ग्रंथ वाचून काढले होते. त्या ग्रंथातून त्यांनी स्फूर्ती घेतली होती. शेक्सपिअरने प्ल्यूटार्कचे ग्रंथ वाचून काढले होते. कविवर्य मिल्टनने होमर आणि ओव्हिड यांच्या साहित्यकृती अभ्यासल्या होत्या. बर्कने मिल्टन वाचला होता. थॉमस वूड या पाश्चात्त्य लेखकाने म्हटलं आहे, 'ज्ञानवर्धक वाचनाकडे माझा

लहानपणापासूनच कल असल्यामुळे माझा नैतिक अध:पात टळला आहे. माझे आईवडील मला या जगात बालपणीच एकट्याला सोडून देवाघरी निघून गेले. त्यामुळे शीड नसलेल्या तारूसारखी माझी अवस्था झाली. अशा स्थितीत मी वाचलेल्या ग्रंथातील सुविचारांनी मला हात दिला आणि संकटातून तारलं. पोप आणि अडिसन यांच्या वाङ्मयाचा मी मित्र बनलो. शेक्सपिअर आणि मिल्टन यांच्या वाङ्मयाने माझ्याशी हितगुज केलं. त्यामुळे मी वाईट संगतीत कधीच भरकटलो गेलो नाही.'

म्हणून बुद्धीला प्रगल्भ बनवण्यासाठी स्वाध्याय-सत्संगाबरोबरच उत्तम ग्रंथांचं वाचन केलं पाहिजे. त्यामुळे बुद्धीची प्रज्ञा नावाची शक्ती जागृत व्हायला मदत होते.

'प्रज्ञा'प्राप्त प्रगल्भ बुद्धीला सत्यस्वरूप उमजतं. मग तशी प्राज्ञ व्यक्ती कुणाशी वैचारिक वाद घालत बसत नाही. कारण समोर सकारात्मक प्रतिसाद देणारी व्यक्ती असेल तरच ज्ञानमार्ग प्रकाशित करता येतो, पण ज्यांना केवळ ताण निर्माण करून वादच घालायचा आहे त्यांच्या तोंडी अशी व्यक्ती लागत नाही. कारण जी व्यक्ती योगयुक्त झालेली नसते, तिच्या बुद्धीत भावनेचा अभाव असतो. त्यामुळे ती स्वत: शांत नसते आणि सुखीही नसते.

मात्र ज्यांची ज्ञानदृष्टीयुक्त प्रज्ञा जागृत होते त्यांना मात्र अंतरात्मा विश्वात्मक स्वरूपात 'दिसू' लागतो. स्वार्थामुळे उत्पन्न होणाऱ्या भीतीचा त्यांच्या मनात लवलेशही उरत नाही. त्यामुळे मागे उरते केवळ परमशांती! असा युक्तात्मा आनंदसागरामध्ये सदा डुंबत राहतो. स्थितप्रज्ञ अवस्थेची ती अंतिम अवस्था असते. पण या अवस्थेचा प्रारंभ मात्र 'विषय-वैराग्या'पासून सुरू होतो. विषय-वैराग्याचं केवढं महत्त्व आहे, हेच यातून दिसून येतं. विषय-वैराग्यासाठी इंद्रियांना संयमित करता आलं पाहिजे.

भौतिक गोष्टी आणि सुखं मिळवण्यासाठी वापरण्यात येणारी बुद्धी इथे अपेक्षित नाही. प्रगल्भ बुद्धीच परमतत्त्वाला समजून घेते. परमेश्वराला समजून घेण्यातच खरं अंतिम सुख असतं; त्याच्याकडे पाठ फिरवण्यात नाही. योगयुक्त होऊन ती गोष्ट साध्य होऊ शकते. जो योगयुक्त होतो, तो खरा बुद्धिमान असतो. त्याला भावना असते; आणि म्हणूनच त्याला परमशांती आणि परमसुख लाभतं. अन्यथा शांती आणि सुख लाभू शकत नाही.

*इन्द्रियाणां हि चरतां यन्मनोऽनुविधीयते।*
*तदस्य हरति प्रज्ञां वायुर्नावमिवाम्भसि ॥२.६७॥*

विषयांमध्ये सतत चिंतन असणाऱ्या इंद्रियांच्या मागोमाग जे मन जाऊ लागतं ते, पाण्यातील नौकेला वायू जसा भलतीकडे ओढून नेतो त्याप्रमाणे त्या व्यक्तीच्या बुद्धीला वाममार्गाकडे नेतं.

ज्या पुरुषाचं मन स्वत:च्या स्वाधीन नाही, त्याच्या मनाच्या मागे बुद्धी धावते. विषयांमागे धावता धावता मन खचून जातं. अंतर्मन मनुष्याला वेळोवेळी विषयापासून परावृत्त करण्याचा प्रयत्न करत असतं. ते व्यक्तीला आतून कॉल लावत असतं; पण त्याचा कॉल व्यस्त लागतो! अंतर्मनाचे प्रयत्न त्यामुळे व्यर्थ ठरतात. मग बाह्य मनाची अवस्था वादळात भरकटलेल्या नौकेप्रमाणे होते. शीड नसलेली नौका वारा नेईल तिकडे वाहत जाते, दिशाहीन बनते. भौतिक जगातली सुखं प्रत्येक माणसाला खुणावत असतात. इंद्रियं त्या सुखांच्या मागे धावू लागतात. पाठोपाठ मन आणि बुद्धीही इंद्रियांमागे जातात. त्यामुळे बुद्धी भ्रष्ट होऊन जीवन गुंतागुंतीचं होऊन जातं.

याउलट मनाला बळाने अशा विषयांपासून दूर नेण्याचा प्रयत्न केला तर ते विषयांमध्ये अधिक गुंतत जातं. असं विषयासक्त झालेलं मन व्यक्तीची बुद्धी भ्रष्ट करतं. आला दिवस ढकलायचा किंवा रोज नवीन सुखाच्या किंवा Eventsच्या मागे धावायचं अथवा बोटं मोडत आशेवर जगायचं अशी जीवनाची अवस्था होऊन जाते.

याचा अर्थ काम न करता केवळ स्वस्थ बसून परमेश्वर-चिंतन करत काळ कंठणं हेही भगवंतांना मुळीच अभिप्रेत नाही. उलट योगयुक्त होण्यासाठी जेवढं स्वास्थ्य आवश्यक आहे ते मिळवण्यासाठी कर्म हे केलंच पाहिजे, असा हे सांगण्याचा हेतू आहे; परंतु मूळ उद्देश बाजूलाच राहतो आणि व्यक्ती भौतिक जगतातल्या सुखांचा शोध घेत पळत राहते. नवीन नवीन मोहमय गोष्टी व्यक्तीला आकर्षित करण्यासाठी उपलब्ध असतातच. भौतिकवाद्यांनी उभ्या केलेल्या अशा असंख्य सुख-स्वप्नांमागे

इंद्रियं धावू लागल्यामुळे स्व-अधीन असणारं मन पराधीन होऊन जातं. अशा मनाची अवस्था भरकटलेल्या वारूसारखी होते.

सर्वकाही मिळूनही कित्येक लोक अतृप्त राहतात. हे लोक देवाचं करतातही पण ते आणखी भौतिक सुखं मिळावीत म्हणून! दोनऐवजी चार गाड्या मिळाव्या म्हणून. परदेशात जायला मिळावं म्हणून, राजकीय पद मिळावं म्हणून किंवा भरपूर पैसा मिळावा म्हणून! अशा तऱ्हेची मानसिकता ही सौदेबाजीच होते आणि तीही परमेश्वराशी! म्हणजे देवाची कृपा हवी असते ती आणखी आणखी विषयसुख मिळवण्यासाठी!! अशी मानसिकता ठेवावी किंवा नाही हा ज्याचा त्याचा प्रश्न; परंतु विषयांची इच्छा धरूनच कर्म करत राहिलं तर मनुष्य भरकटू शकतो, हे भगवान या श्लोकात स्पष्टपणे सांगतात. एवढंच नव्हे तर ते मनुष्याला सावधानतेचा इशाराही देतात.

एक लोककथा आहे. पूर्वी 'चांदोबा' मासिकात जशा संस्कारक्षम कथा यायच्या तशी!

> 'एका गावात एक गरीब शेतकरी राहत होता. शेतात कष्ट करून तो आपलं आणि बायकामुलांचं पोट भरत असे. पण भरपूर कष्ट करूनही त्याला फारसं पीक मिळत नसे. त्यामुळे तो काहीसा दु:खी होता. एकदा तो शेतात काम करत असताना अचानक तिथे एक देवदूत आला आणि म्हणाला, 'तू एवढे कष्ट करतोस पण तुला त्यातून काहीच मिळत नाही. तुला तुझी इच्छा पूर्ण करण्याचा एक उपाय मी सांगतो. गावाच्या बाहेर माळरानावर एकच एक मोठं झाड आहे. त्याची एक फांदी तू तोड. म्हणजे तुला हवं ते मिळेलं.'
>
> देवदूताच्या सांगण्यानुसार, शेतकऱ्याने गावाबाहेर जाऊन कुऱ्हाडीने एक फांदी तोडली. त्याबरोबर त्या फांदीवर असलेलं एक पक्ष्याचं घरटंही पडलं. त्या घरट्यात दोन अंडी होती. ती दोन्ही अंडी फुटली. एकातून एक पिल्लू बाहेर आलं. तर दुसऱ्या अंड्यातून एक सोन्याची अंगठी बाहेर पडली. ते पिल्लू क्षणात मोठं झालं आणि शेतकऱ्याला म्हणालं, 'आज तू मला या बंधनातून मुक्त केलं आहेस, मी तुझा अत्यंत आभारी आहे. कृतज्ञता म्हणून मी ही अंगठी तुला देतो. ही वरदायिनी अंगठी आहे. पण तुझी फक्त एकच इच्छा ही अंगठी पूर्ण करेल. त्यानंतर ती सामान्य अंगठी होईल.'
>
> शेतकरी आनंदाने घरी जायला निघाला. एव्हाना अंधार झाला होता. त्यामुळे वाटेतच एका धनिकाच्या घरी त्याला मुक्काम करावा लागला. गप्पा मारता मारता शेतकऱ्याने त्या धनिकाला त्या अंगठीविषयी सांगितलं. मुळात श्रीमंत असलेला धनिक अत्यंत लोभी होता. त्याने रात्री अंगठीची

अदलाबदल केली. खोटी अंगठी शेतकऱ्याच्या बोचक्यात ठेवून दिली. सकाळ झाल्यावर शेतकरी आपल्या गावी गेला.

लोभी धनिकाने त्या वरदायिनी अंगठीजवळ सोन्याच्या लाखो नाण्यांची मागणी केली. त्याबरोबर त्याच्या डोक्यावर सोन्याच्या नाण्यांचा पाऊस पडू लागला. त्या माऱ्यामुळे जखमी होऊन तो धनिक तिथल्या तिथे मरण पावला. इकडे शेतकऱ्याने आपल्या बायकोला ती अंगठी दाखवली. तेव्हा बायको खूश होऊन म्हणाली, 'अंगठीकडे तुम्ही मोठी जमीन मागा.'

शेतकरी म्हणाला, 'आपण वर्षभर कष्ट करून सहज जमीन विकत घेऊ शकू. म्हणजे वर वाया जाणार नाही. कारण या अंगठीकडे एकदाच वर मागता येणार आहे.'

शेतकऱ्याने वर्षभर खूप कष्ट केले. मोठं पीक आलं. त्याला खूप फायदा झाला. त्याने जमीन विकत घेतली. त्यानंतर स्वकष्टाच्या बळावर त्याने गुरंढोरं, जमीनजुमला जमवला, पण अंगठीपाशी मात्र अद्याप त्याने काहीच मागितलं नाही. वेळप्रसंगी उपयोगी पडावी म्हणून ती अंगठी आणि तिचा वर त्याने मरेपर्यंत तसाच राखून ठेवला.

त्या लोभी धनिकाला त्या चांगल्या अंगठीचा त्याच्या दुष्ट विषयासक्त वृत्तीमुळे नीट लाभ उठवता आला नाही पण गरीब शेतकरी कष्ट करण्याच्या वृत्तीमुळे खोटी अंगठी हातात घालूनदेखील आपलं जीवन पालटवू शकला.

म्हणून विषयवासना आवरल्या पाहिजेत. कष्ट केले पाहिजेतच; पण जे मिळेल त्यात समाधानही मानलं पाहिजे. सतत मिळूनही विषयतृष्णा वाढत राहिली तर मात्र बुद्धी वाममार्गाकडे खेचली जाते - नावेला वाऱ्याने खेचावं तशी.

या श्लोकाचा आणखी एक अर्थ आहे. ज्ञान मिळवण्यासाठी एखादा साधक प्रयत्न करतो, तपस्या करतो. इंद्रियांवर निग्रहाने वर्चस्व प्रस्थापित करतो. या त्याच्या प्रयत्नांमुळे बुद्धी थोडी थोडी प्रगल्भ होऊ लागते. पण जर का या उपासनेचा हेतू विषयांची तृप्ती हाच जर असेल, तर मात्र तो साधक भरकटू शकतो. मग तो जगाला तुच्छ लेखून स्वतःला श्रेष्ठ समजू लागतो. भोळ्या भाविकांना तो फसवतो. भावनाहीनता, निष्प्रेम, गर्व, कठोरपणा हे दुर्गुण त्याच्या मनाला ग्रासतात. या मार्गावर त्याला काही सिद्धी प्राप्त होतात, नाही असं नाही, पण सिद्धी म्हणजे परमेश्वरप्राप्ती नव्हे. उलट सिद्धी म्हणजे त्या मार्गावरचे सापळे असतात. लोक त्या सिद्धींना भुलतात, शरण जातात. त्याचा तो मनुष्य पुरेपूर लाभ उठवतो. मग वाऱ्यामुळे नौका जशी सहज भलतीकडे जाते तशी या मनुष्याची बुद्धी वासनांमुळे आणि दुसऱ्यावर वर्चस्व गाजवण्याच्या वृत्तीमुळे

सहजगत्या वाममार्गाकडे जाते. स्वतःच विणलेल्या जाळ्यात तो अलगद अडकतो. आत्मविकास तर दूरच; त्या माणसाचं पूर्णपणे अधःपतन होतं. म्हणून या मार्गात खूप सावध राहावं लागतं. नौकेचा दृष्टांत देऊन भगवान सावधानतेचा इशारा देतात.

एखादा तरुण अविवाहित राहून परमार्थ साधायचा प्रयत्न करतो, परंतु आईच्या आग्रहास्तव तो लग्नाला उभा राहतो. यथावकाश मुलं होतात. त्यांना शिकवायचं म्हणून हा रात्रंदिवस काम करू लागतो. पुढे मुलांची लग्नकार्यं होतात, सुना-जावई येतात. अविवाहित राहू बघणारा तरुण आजन्म राबराब राबून म्हातारा होतो. सुनांविषयी धुसफूस, मुलांबद्दल तक्रारी यामध्येच त्याचा पुढचा काळ जातो. विरंगुळा हवा म्हणून तो कट्ट्यावर नाहीतर एखाद्या प्रवचनाला देवळात जाऊन बसायला लागतो. परंतु त्यातही मन रमत नाही. तिथे तात्पुरती मनःशांती मिळते; नाही असं नाही. पण पुन्हा घरी परतताना सर्व प्रश्न डोकं वर काढतात. अखेर गाठीशी काहीही न बांधता तो एके दिवशी इहलोकीची यात्रा संपवतो.

अशा सर्वांसाठी केवळ या एका श्लोकातून भगवंतांनी सावधानतेचा इशारा देऊन ठेवला आहे.

परमार्थ साधण्यासाठी संसार सोडण्याची मुळीच आवश्यकता नसते. संसारात राहूनही आसक्ती सोडणं साधलं पाहिजे हे महत्त्वाचं. म्हणजे मग मन नावेप्रमाणे भरकटत जाणार नाही.

बुद्धी जीवनाच्या मूळ उद्देशाशी युक्त असली पाहिजे. मन निःस्वार्थ आणि स्वाधीन असलं पाहिजे आणि इंद्रियं मनाच्या आधिपत्याखाली ठेवण्याचा अभ्यास साधायला हवा. इंद्रियांचा जोर वाढला तर मात्र ती मनाला भरकटत नेतात आणि अखेरीस बुद्धीलाही भ्रष्ट करतात.

*तस्माद्यस्य महाबाहो निगृहीतानि सर्वशः।*
*इन्द्रियाणीन्द्रियार्थेभ्यस्तस्य प्रज्ञा प्रतिष्ठिता ॥२.६८॥*

म्हणून हे महाबाहो (अर्जुना), ज्याची इंद्रियं विषयांपासून सर्व बाजूंनी आवरून धरलेली असतात त्याचीच बुद्धी स्थिर झाली (असं समज).

बुद्धी कोणत्या उपायांनी स्थिर होते वा भ्रष्ट होते, याविषयी गेल्या काही श्लोकांमधून भगवंतांनी विवेचन केलं. सारांशरूपाने तीच गोष्ट ते अर्जुनाच्या मनावर ठसवतात.

बुद्धिरूपी नाव जर विषयासक्त मनरूपी वाऱ्याने भरकटू द्यायची नसेल तर इंद्रियांना त्यांच्या त्यांच्या विषयापासून आवरून धरलं पाहिजे. तरच बुद्धी स्थिर होईल. आपण एखादं फुलझाड कुंडीत लावतो. प्रारंभी ते झाड वेडंवाकडं वाढतं, परंतु त्याच्या अनावश्यक फांद्या छाटल्या तर ते फुलझाड डेरेदार बनतं. फुलांनी बहरतं. त्याचप्रमाणे आपल्या इंद्रियांना आपण जर आवर घातला, तर ती इंद्रियं विषयांकडे न वळता स्थिर होतील आणि इंद्रियं स्थिर झाली की बुद्धी स्थिर होईल, ती अंतर्मुख बनेल. इंद्रियांना विषयांपासून आवरणं हे स्थितप्रज्ञाचं अकरावं लक्षण आहे. दुसऱ्या अध्यायातील अठ्ठावन्नाव्या श्लोकापासून या विषयाचं विवेचन सुरू झालं, त्याचा इथे उपसंहार होत आहे.

आजचा जमाना असा आहे की बुद्धीला अस्थिर करणारे असंख्य घटक चौफेर उधळलेले आहेत. आपल्या शिक्षणाचा आणि कामाचा वेळ सोडला तर बुद्धी अनेक अनावश्यक अशा गोष्टींमध्ये विनाकारण अडकून पडते. हे अडकून पडणं हेच पुष्कळांना जीवन वाटतं; टाइमपास वाटतो. मोबाइल फोनने तर सारं जीवनच व्यापून टाकलं आहे. पूर्वी मोबाइल नव्हता किंवा टी.व्ही. नव्हता, तेव्हा जीवनात फार कटकटी नव्हत्या. जरी उपयुक्तता असली आणि गरज असली तरी सेलफोनचा अनावश्यक वापरही खूप होतो हे कुणीही मान्य करील. मोबाइलवर सतत काहीतरी बघत राहिलं तर मेंदूचा एकच भाग कार्यरत राहतो; आणि मेंदूचा दुसरा निर्मितिक्षम

भाग मात्र कमकुवत होत जातो, असं वैज्ञानिकांचं निरीक्षण आहे. त्यामुळे सारासार विवेक करणाऱ्या बुद्धीवर मळभ चढतं. जीवन दिशाहीन होऊन जातं.

मनोहर माळगावकर हे एक प्रख्यात इंग्रजी लेखक होते. ते म्हणायचे, 'रोज रात्री झोपण्यापूर्वी मी काही वेळ शांत डोळे मिटून बसतो; आणि आज दिवसभरात मी काय 'प्रॉडक्टिव्ह' केलं याचा विचार करतो. माझ्या हातून खरंच काही चांगलं काम झालं नसेल किंवा लेखन झालं नसेल तर माझं मन खंतावतं.'

झोपण्यापूर्वी प्रार्थना केली पाहिजे आणि त्याच वेळी आपण दिवस कसा घालवला, याचाही विचार केला पाहिजे. दिवसातला पुष्कळ वेळ स्वविकासाऐवजी इतर अनेक अनावश्यक गोष्टीत वाया घालवला असेल तर त्याविषयी खंत वाटली पाहिजे. अशा अभ्यासातून आपल्या हातून केंद्रित म्हणजे फोकस्ड काम होईल.

थोडक्यात, आपल्या प्रत्येक इंद्रियांच्या कार्याला लगाम घालून त्याला सुयोग्य मार्गावरून नेण्याचा प्रत्येकाने प्रयत्न करायला हवा. डोळ्यांनी पाहण्यासारखं चांगलं-वाईट पुष्कळ असतं. कानांनी ऐकण्याजोगंही चांगलं-वाईट असतं. परंतु काय पाहायचं किंवा काय ऐकायचं, याचा सारासार विचार करून वाईट पाहण्या-ऐकण्याला लगाम घातला पाहिजे. इंद्रियांना खेचणारे अनेक विषय असतात. विषयांच्या मागे इंद्रियं धावली तर विषय मोठे होतात आणि आपण छोटे! झाडांना पाणी घालण्याची एखादी नळी असते. समजा त्या नळीला अनेक छिद्रं पडली आहेत. पाणी सुरू करताच त्या छिद्रांमधून पुष्कळ पाणी वाया जातं आणि त्यातून जे वाचेल तेवढंच झाडापर्यंत पोहोचतं. ती छिद्रं म्हणजेच इंद्रियरूपी पाण्याला विषयांकडे ओढणारे मार्ग! इंद्रियं अशा मार्गात अडकली की बुद्धी भ्रष्ट होते; आणि जे साधायचं आहे ते साध्य होऊ शकत नाही.

इंद्रियं प्रभावित होण्यासाठी काय कारण ठरतं? त्यासाठी शब्द-स्पर्श-रूप-रस-गंध हे बाह्य विषय इंद्रियांना प्रभावित करत असतात. इंद्रियांचा संदेश मनाकडे जातो. मन हे वासनांनी प्रभावित असतंच. त्यामुळे इंद्रियांकडून आलेले बाह्य विषयांचे संदेश तत्काळ स्वीकारले जाऊन मनाला भोगाची इच्छा होते. भोगेच्छा पूर्ण झाली तर मन आणखी भोगांची अपेक्षा करतं; अणि पुरी झाली नाही तर या इच्छाच रागद्वेषाला कारण ठरतात. त्यामुळे बुद्धी भ्रमित होते आणि व्यक्तीची आत्मज्ञानाच्या दिशेने होणारी प्रगती खुंटते.

प्रत्येक जीव हा प्रगती करतच असतो. ही प्रगती पुनर्जन्म घेत घेत मंद गतीने होत असते, पण ज्या व्यक्तीला विकासाचा वेग वाढवायचा आहे त्याच्यासाठी भगवंत हा मार्ग स्थितप्रज्ञाच्या जीवनशैलीतून प्रशस्त करतात.

मन हे दुधासारखं असतं. त्याला ज्ञानाचं सुयोग्य विरजण लावलं तर त्यातून नवनीत हाती लागतं, पण तेच मनरूपी दूध नुसतं तापत ठेवलं तर उतू जातं. त्यामुळे साय तर वाया जातेच; पण पातेलंही खराब होतं! मन विषयाकडे वळलं तर ते स्वत: उतू जातंच पण बुद्धीलाही उतू देतं. पण आपल्या इंद्रियांना सर्व बाजूंनी आवर घातला तर बुद्धी निश्चितच स्थिर होते. तिला सुयोग्य दिशा मिळते. डोंगरांमधून वाया जाणाऱ्या पावसाच्या पाण्याला धरणाचा बांध आवश्यक असतो. त्यामुळे समृद्ध जलाशय तयार होतो. जलाशयाचं पाणी सुयोग्य बांधलेल्या कालव्यांमधून शेतांमध्ये नेलं तर शेती-मळे फुलतात. त्याचप्रमाणे स्वैर झालेल्या मनाला सद्विचारांच्या बांधाची गरज असते, तरच जीवन फुलतं. ऐन तारुण्यात तर सन्मार्गाचे बांध घालावेच लागतात. त्यासाठी इतस्तत: वाया जाणाऱ्या जीवनावर प्रथम बुद्धीचं धरण बांधलं पाहिजे; आणि मग विचारांचे कालवे घालायला हवेत. विचारांचे कालवे म्हणजेच 'स्व-अध्याय!'

परमार्थात बुद्धी स्थिर होणं अतिशय महत्त्वाचं असतं. इंद्रियं निरनिराळ्या विषयांकडे मनाला ओढतात; आणि त्यामुळे मन कमजोर होतं. मन कमजोर झालं की बुद्धी अस्थिर होते. बुद्धी स्थिर राहण्यासाठी म्हणूनच इंद्रियांना विषयांपासून आवरून धरायला हवं.

*या निशा सर्वभूतानां तस्या जागर्ति संयमी।*
*यस्यां जाग्रति भूतानि सा निशा पश्यतो मुनेः ॥२.६९॥*

सर्व प्राणिमात्रांची जी रात्र असते तो स्थितप्रज्ञांचा दिवस असतो आणि सर्व प्राणिमात्रांचा जो दिवस असतो, ती स्थितप्रज्ञांची रात्र असते.

हा श्लोक अतिशय महत्त्वाचा मानला गेला आहे. या श्लोकात फार मोठा गर्भितार्थ दडला आहे.

या दुसऱ्या अध्यायात भगवंतांनी जो उपदेश केला आहे त्यानुसार एखाद्या योग्याला स्थितप्रज्ञ अवस्था प्राप्त झाल्यानंतर त्याची जाणीव कशा प्रकारे काम करते, हे गूढ भगवंतांनी केवळ या एका श्लोकात सूत्रबद्ध रीतीने सांगितलं आहे. हा विषय थोडा गहन आहे आणि समजायलाही तो काहीसा कठीण आहे.

मानवी देहाला नेत्र, कान, जीभ, नाक, हात-पाय अशी बाह्य इंद्रियं असतात. या सर्व इंद्रियांवर वर्चस्व गाजवणारं एक इंद्रिय आहे, त्याला 'अंतःकरण' म्हणतात. 'अंतः' म्हणजे आतलं; आणि 'करण' म्हणजे इंद्रिय. मन, बुद्धी, चित्त आणि अहंकार हे अंतःकरणाचे चार उपविभाग असतात. त्यातलं जे इंद्रियं मनन करतं, त्याला 'मन' म्हणतात - *मनुते मन्वते वा इति मनः।* बाह्य विषयांचे आघात मेंदूतल्या ज्ञानतंतूंवर झाले की ते संदेश मेंदू स्पंदन-स्वरूपात मनाकडे पाठवतो. पूर्वसंस्कारांनुसार या बाह्य आघातांवर मनन करून मन ते संदेश बुद्धीकडे पाठवतं. पूर्वानुभवाच्या प्रभावाखाली बुद्धी बऱ्या-वाइटाचा विचार करून ते संदेश मज्जासंस्थेच्या मार्फत कर्मेंद्रियांकडे पाठवते. म्हणजे बाह्य वासना, त्यांची पूर्तता करण्याची इच्छा आणि प्रत्यक्ष इंद्रियांकडून कर्म सिद्ध होण्याची ही प्रक्रिया यामध्ये जे संदेश-वहन होतं, ते कमालीच्या वेगात होतं. सामान्य जीव याच खेळात अडकून संभ्रमित जीवन जगत असतो. हे चक्र तो भेदू शकत नाही. किंबहुना याच चक्रात अडकून तो जीवन जगत असतो.

अंतःकरणाचा थोडा पुढचा सखोल भाग म्हणजे चित्त. *चिंत्यते अनेन इति.*

म्हणजे चिंतन करतं ते चित्त. मन स्थिर झालं की चित्त काम करू लागतं. जो जीव सत्संग-स्वाध्याय-योग यांमुळे सद्विचारी बनतो किंवा चित्त एकाग्र करण्याचा अभ्यास करतो, तो सरसहा या खेळात अडकत नाही. इंद्रियं-मन-बुद्धी यांकडून आलेल्या संदेशांवर तो विचार करतो. योग्य-अयोग्य निर्णय करू लागतो. त्यातून जे टिकाऊ सत्त्व असतं तेवढंच तो अहंकाराकडे पाठवतो. त्याने केलेलं चिंतन आणि निर्णय अर्धजाणीव मन (sub-conscious mind) किंवा कारणदेह (causal body) यांच्यात साठवले जातात. या निर्णयांच्या साठ्यांतूनच 'संस्कार' सिद्ध होतात आणि ते जन्मोजन्मी कारणदेहाबरोबर जीवासमवेत येऊन कार्यरत होतात. या निर्णयांचा साठा वाढत गेला की तो जीव आणखी अंतर्मुख होत जातो. मग बाह्य-भोगांचे विषय त्याला प्रभावित करू शकत नाहीत. त्याच्यावर मायाजाल टाकू शकत नाहीत. विवेक-वैराग्यामुळे त्याची बुद्धी अत्यंत प्रगल्भ होत जाते. त्या बळावर तो अंतःकरणाचे मन-बुद्धी आदी सर्व प्रदेश ओलांडून पलीकडे जातो. तिथे आत्मस्वरूपाशी त्याची गाठ पडते. तिथेच त्याची प्रज्ञा स्थिर होते. जीवावर आधिपत्य गाजवणाऱ्या अंतःकरणाचा तो स्वामी बनतो. ही अवस्था जोपर्यंत येत नाही, तोपर्यंत मात्र जीव सर्व इंद्रियं आणि अंतःकरणाचा गुलाम असतो.

जीवाची ही जाणिवेची कक्षा अशा तऱ्हेने बदलत जाऊन तो अंतर्यामीच्या आत्मतत्त्वापर्यंत जाऊन पोहोचतो. स्थूलातून सूक्ष्माकडे बदलत जाणाऱ्या या चार अवस्थांना अध्यात्मशास्त्रात अनुक्रमे 'जागृती', 'स्वप्न', 'सुषुप्ती' आणि 'तुरीया' असं संबोधलं जातं. प्रत्येक जाणिवेचं हे एक प्रभावित क्षेत्र असतं. जीवाच्या आध्यात्मिक विकासाबरोबर ते बदलत जातं.

### जागृती

मेंदूद्वारे मूळ जाणीव जेव्हा कार्य करते तेव्हा त्याला जागृती अवस्था (Conscious state of mind) म्हणतात. ही जागृती अर्थातच भौतिक जगतातील आणि भासमान स्वरूपातील असते. सामान्य जीव यात रमून जातो. ज्ञानतंतूंद्वारा बाह्य विषय आकार आणि छाया (shapes & image) यांच्या स्वरूपात अंतःकरणात साठलेल्या पूर्वसंस्कारांशी ताळमेळ साधतात; त्यातून ते मनोपटलावर सचेतन होतात. म्हणूनच मेंदूला जर एखादा आकार माहीतच नसेल आणि अंतःकरणात त्याचा संदर्भ नसेल तर मेंदू संभ्रमित (confused) होतो. भौतिक जगतातील हे असं सामान्य माणसाचं संभ्रमात अडकलेलं जीवन असतं. खा-प्या-मजा करा, जितके मिळतील तितके उपभोग घ्या, अशी या संभ्रमातल्या 'जागृती'त रमलेल्या व्यक्तीची धारणा असते.

### स्वप्न

जेव्हा व्यक्ती निद्रावश होते तेव्हा हा प्रांत कार्यरत होतो. पूर्वस्मृती आणि जागृतीत असताना बाह्य विषयांची अंतर्मनावर उमटलेली स्पंदने यांच्या संयोगातून स्वप्न सिद्ध होतं. या अवस्थेत अंतर्मनातील संस्कारांनुसार स्थूल प्रतिसादही जीव अनुभवतो. म्हणूनच स्वप्नात धावणं, खाणं-पिणं, उडणं, पडणं किंवा अनेक प्रकारचे उपभोग घेणं हे अनुभव जीवाला मिळतात. जागृतीतील अनुभव जसे भ्रामक असतात, तसेच हे स्वप्नातील अनुभवही भ्रामकच असतात. पण इंद्रियांमुळे आणि अंतर्मनावर उमटलेल्या स्थल-काल-आकार आणि अनेक प्रकारच्या अनुभवांमुळे ते खरेच वाटतात.

### सुषुप्ती

ही अवस्था प्रगाढ स्वप्नाची असते. रात्री निद्राधीन झाल्यानंतर व्यक्ती स्वप्नसृष्टीत प्रवेश करते पण केव्हातरी अशी वेळ येते की स्वप्नही राहत नाही आणि कोणती जाणीवही राहत नाही. व्यक्ती सर्व जाणिवा ओलांडून पुढे गेलेली असते. अशा वेळी मन पूर्णतः निष्क्रिय झालेलं असतं. पूर्वस्मृती नाहीशी झालेली असते. अंतर्गत सारी इंद्रियं कार्यरत असली तरी जीवाला त्याची मुळीच जाणीव नसते. सिनेमा थिएटरमधल्या प्रोजेक्टरमधून फिल्म फिरावी पण समोरच्या पडद्यावर चित्र उमटूच नये अशी ती 'सुषुप्ती' अवस्था असते. मेंदूसुद्धा कोणतंही रेकॉर्डिंग करत नाही. ती केवळ 'स्थिती' असते. स्वप्न आणि जागृती आल्यानंतर स्थितीसह 'वृत्ती' सुरू होते. एक जागृतीतील वृत्ती आणि दुसरी स्वप्नातील परोक्षानुभूतीतून कार्यरत झालेली वृत्ती.

पहिल्या दोन्ही अवस्था म्हटल्या तर भ्रामक; म्हटल्या तर प्रत्यक्ष अनुभव देणाऱ्या असतात. जो मनुष्य इंद्रियांना मिळणाऱ्या अनुभवांना खरं मानून जगत असतो, तो तुरीयावस्थेतल्या अनुभवांविषयी अनभिज्ञ असतो. प्रगाढ निद्रा अर्थात सुषुप्ती अवस्था मात्र कुणालाही अनुभवायला मिळते, परंतु स्थितप्रज्ञ योगी या पुढच्या अवस्थेला गेला असतो. त्या अवस्थेला तुरीयावस्था म्हणतात.

### तुरीया

ज्या योग्याने प्रयत्नपूर्वक आपल्या अंत:करणाचा विकास केला आहे तो योगी जाणिवेच्या या अत्युच्च प्रांतात प्रवेश करू शकतो. तो सुप्तावस्थेत नव्हे तर 'जागृत' राहून तिथला अनुभव घेऊ शकतो. या अवस्थेत योगी पहिल्या तिन्ही अवस्था पाहू शकतो; जाणू शकतो. तो खरा मुनी म्हणजे केवळ आत्मतत्त्वाचंच मनन करणारा होतो. कारण तेच सत्यस्वरूप असून बाकी उर्वरित तिन्ही अवस्थांमधले अनुभव

भ्रामक आहेत; याचं त्याला ज्ञान झालेलं असतं. देहात्मा, मनात्मा, तेजसात्मा आणि विज्ञानात्मा या सर्वांना पार करून तो 'पूर्णप्रज्ञ' अवस्थेला पोहोचलेला असतो. तो साक्षात शिवस्वरूपाला 'पाहणारा' होतो. अनेक प्रतिभावान कलावंत, संगीतकार तंद्रावस्थेत गेल्यानंतर अजाणता या उच्च प्रांतात प्रविष्ट होतात; स्थितप्रज्ञ योगी मात्र सभानतेच्या अवस्थेतच या प्रांतात प्रवेश करू शकतो. तो जाणिवेच्या कक्षात राहून महर्लोकापर्यंत फिरू शकतो, असं भारतीय अध्यात्मशास्त्र सांगतं. प्रागाढ निद्रेत म्हणजेच सुषुप्ती अवस्थेत मेंदूतील सहस्राधार चक्रा(Pineal Gland)मार्फत आकाशस्थ दिव्य संदेश जीवाला एकतर्फी दिले जात असतात. स्थितप्रज्ञ मात्र तुरीयावस्थेत जागृत राहून संदेशांची देवाणघेवाण करू शकतो. तो कुठेही मुक्त संचार करू शकतो. त्यामुळे भौतिक जगतातल्या अज्ञानमय 'प्रकाशा'त तो रमू शकत नाही.

सामान्य व्यक्ती इंद्रियांना जाणवणाऱ्या प्रकाशात रमून जाते. म्हणजेच वासना-तृप्ती करून घेण्यासाठी आयुष्य वेचते. इंद्रियांना तृप्त करण्यासाठी भोग उपभोगणं हा सामान्यांच्या दृष्टीने प्रकाशित दिवस असतो. त्यांच्या या 'जागृती'तल्या 'ज्ञाना'चा स्वप्नात उपयोग नसतो. मग 'सुषुप्ती-तुरीया'चा विषयच नको. इंद्रियांना जाणवणारा भौतिक प्रकाशमय 'दिवस' हा टिकाऊ नसतो आणि आत्मिक चिरंतन प्रकाशाविषयी सामान्य जीवांना पूर्णतः अनभिज्ञता असते; साशंकता असते. म्हणजेच आत्मिक प्रकाश हा सामान्यांसाठी 'अंधारा'त असतो. म्हणूनच त्यांच्यासाठी ती रात्र ठरते. याउलट आत्मिक चिरंतन प्रकाश सतत अनुभवाला येत असल्यामुळे स्थितप्रज्ञाच्या दृष्टीने इंद्रियांना जाणवणारा तात्कालिक भोगस्वरूप प्रकाश अथवा दिवस हा अंधार असतो; रात्र असते. तुरीयावस्थेतला चिरंतन प्रकाश हाच त्याच्यासाठी खरा दिवस असतो. इंद्रियांना जाणवणारा आणि उपभोगांना प्रवृत्त करणारा भौतिक प्रकाश; म्हणजेच भोगमय जीवन त्याला रात्रीप्रमाणे अर्थात अज्ञानस्वरूप वाटतो. या प्रकाशात तो रमू शकत नाही.

थोडक्यात, स्थितप्रज्ञ पुरुष अंतर्यामी स्थित असलेल्या सर्वसाक्षी आत्म्याच्या स्वरूपातच संतुष्ट राहतो आणि अज्ञ व्यक्ती भौतिक, नाशवंत प्रकाशातच रमून जाते. भगवंतांनी हा विरोधाभास सांगून दिवस आणि रात्र हे रूपक वापरलं आहे. भौतिक जगातली सुखसमृद्धी ही सामान्य जनांना कितीही प्रकाशमान वाटली, तरी स्थितप्रज्ञाच्या दृष्टीने ती भ्रामक, असत् आणि नाशवंत असल्यामुळे त्याच्यासाठी तो अंधार असतो. ज्याला जो अविनाशी, चिरंतन दैवी प्रकाश अनुभवायला मिळत असतो, तो त्याच्यासाठी दिवस असतो. सामान्य जन चिरंतन दैवी प्रकाशाविषयी अनभिज्ञ असतात - ती गोष्ट त्यांच्यासाठी अनिश्चित म्हणजे अंधारात असते. म्हणून त्यांच्या

दृष्टीने ती रात्र असते आणि भौतिक मायिक जगत हे त्यांच्यासाठी दिवस असतो.

प्रत्येक प्राणिमात्राला अंधकाराकडून प्रकाशाकडे जायचं असतं. बाह्यजगातल्या अशाश्वत प्रकाशाकडे तो धावत सुटतो, पण अंतर्यामी असलेल्या शाश्वत प्रकाशाचं त्याला भान नसतं. ज्ञानी माणसाला बाह्य जगतातल्या अशाश्वत प्रकाशाचं आणि त्यातल्या तशाच अशाश्वत सुखसमृद्धीचं भान असतं. जी गोष्ट शाश्वत नाही ती अंधकारमयच असते. अंतर्यामीच्या चिरंतन प्रकाशाशी, आनंदमय अवस्थेशी त्याची गाठ पडली असल्यामुळे त्याच्या दृष्टीने तो खरा दिवस असतो. त्यामुळे त्याला लौकिक जगातली कितीही दुःखं प्राप्त झाली तरी त्याचं मन उद्विग्न बनत नाही. भौतिक जगतात अंधार हाच नित्य असतो, प्रकाश नाही! आणि दैवी जगतात प्रकाश हा नित्य असतो, अंधार नाही!

अज्ञ जीवांची सारी खटपट प्रपंचासाठी, भौतिक सुखं प्राप्त करण्यासाठी चालते तर ज्ञानी पुरुषांची सारी खटपट परमार्थासाठी चालते. अज्ञांचा विषय प्रपंच असतो तर ज्ञानियांचा विषय परमार्थ असतो. अज्ञ मनुष्य परमार्थाविषयी निद्रिस्त असतो तर ज्ञानी व्यक्ती प्रपंचात राहूनही प्रपंचाविषयी उदासीन असते. ज्ञानी पुरुष काम्यकर्मं तुच्छ मानतो, तर अज्ञ जन त्यातच गुरफटलेले असतात; आणि म्हणूनच परस्परांचा दिवस आणि रात्र भिन्न असते. ज्ञानी पुरुषाला जी निष्काम कर्मं हवी असतात ती इतर अज्ञ जनांना नकोशी असतात. म्हणून 'परम-अर्थ' जाणून घेण्यासाठी प्रपंचात राहूनही त्यापासून स्वतःला मनाने अलिप्त ठेवण्याचा सराव व्हायला हवा. मी या जगात कशासाठी आलो आणि कुठे जाणार आहे, याचा विचार रोज रात्री झोपताना एकदा जरी केला तरी खूप काही साध्य होईल. त्यासाठी प्रतिदिनी रात्री झोपताना देवाची कृतज्ञता मानली पाहिजे. त्याचप्रमाणे, 'मी आजपर्यंत आत्मविकासासाठी काय केलं, जे केलं त्यातून खरंच माझा विकास झाला का, बुद्धियुक्त होऊन मी परमात्म्याला - त्याच्या निर्मितीला जाणून घ्यायचा प्रयत्न केला का,' असे प्रश्न स्वतःलाच विचारले पाहिजेत. असे विचार करून त्यानुरूप कृती झाल्यास व्यक्ती खऱ्या अर्थाने प्रकाशाकडे जाऊ शकेल. तीच वेदान्तींची जीवननिष्ठा असते. म्हणूनच ते उद्घोष करतात :

*ॐ असतो मा सत्गमय। तमसो मा ज्योतिर्गमय। मृत्योर्मा अमृतं गमय॥*

ज्ञानाचा प्रकाश अनुभवल्यावर भौतिक जगतातला सुखसमृद्धी-रूपी प्रकाश ज्ञानी लोकांना तुच्छ वाटतो. अज्ञ लोकांची प्रकाशमान दैवी जीवनाविषयी जी अनभिज्ञता असते, म्हणजेच त्यांच्या दृष्टीने जी रात्र असते ती ज्ञानीयांसाठी दिवस असतो. ज्ञानाचा प्रकाश अनुभवल्यावर भौतिक प्रकाशात मन रमू शकत नाही.

*आपूर्यमाणमचलप्रतिष्ठं समुद्रमापः प्रविशन्ति यद्वत् ।*
*तद्वत्कामा यं प्रविशन्ति सर्वे स शान्तिमाप्नोति न कामकामी ॥२.७०॥*
*विहाय कामान्यः सर्वान्पुमांश्चरति निःस्पृहः।*
*निर्ममो निरहंकारः स शान्तिमधिगच्छति ॥२.७१॥*

चोहोकडून भरत असतानाही जो आपली मर्यादा सोडत नाही अशा समुद्रात पाणी जसं शिरतं त्याप्रमाणे ज्या पुरुषात सर्व विषय (शांती न सोडता) प्रवेश करतात त्यालाच (खरी) शांती मिळते. विषयाची इच्छा धरणाऱ्याला तशी शांती मिळत नाही... जो पुरुष सर्व कामनांचा त्याग करून निःस्पृहतेने वागतो, जो ममत्वरहित आणि अहंकाररहित झालेला आहे, त्यालाच शांती प्राप्त होते.

चहूबाजूंनी नद्यांचं पाणी सागराला येऊन मिळत असतं, परंतु तरीदेखील सागर आपली मर्यादा न सोडताही नद्यांचं पाणी आपल्यामध्ये सामावून घेतो. स्थितप्रज्ञ माणसाची वृत्ती अशीच असते. विषय उपभोगत असताना स्थितप्रज्ञ आपली मर्यादा कधीच सोडत नाही. फलाशा धरून तो कर्म करत नसल्यामुळे विषयांच्या उपभोगामुळे त्याची मनःशांती ढळत नाही. सुखाच्या किंवा दुःखाच्या प्रसंगीही तो शांतचित्त असतो. जो तहानलेला असतो त्याला पाण्याचं अप्रूप! पण जो मुळातच पाण्याने समृद्ध असतो, अशा सागराला नद्या-नाल्यांमधल्या पाण्याचं कोणतं अप्रूप वाटणार? तरीही तो सागर नद्यांच्या पाण्याला तुच्छ न लेखता स्वतःमध्ये सामावूनही घेतो. मात्र नद्यांचं पाणी सागराची मर्यादा वाढवू शकत नाही.

स्थितप्रज्ञ व्यक्ती मुळातच शांतीचा सागर बनलेली असते. टिकाऊ सत्त्व तिच्या अंतःकरणात स्थिर झालेलं असतं. विषय-भोगाचा विचार तिच्या मनातून पार पुसून गेलेला असतो. ती स्वतःच शांतीचा सागर बनल्यामुळे तिला मग आणखी कशापासून शांती मिळणार असते? भौतिक भोग भोगण्यामध्ये अडकलेल्या माणसाला भोग भोगूनही कायमची तृप्ती कधीच मिळू शकत नाही. परमशांती मिळणं तर दूरच. पण

'स्व'ची धारणा ही परमशांतीची झाली तर त्या व्यक्तीला आणखी शांतीची काय आवश्यकता? सागराला तृष्णा (म्हणजे तहान) लागण्याचं कारणच नाही! उलट तृष्णेलाच सागर सामावून घेतो आणि शांत करतो. शांत करण्यासाठी सागराला मात्र काहीच करावं लागत नाही!

त्याचप्रमाणे भौतिक विषयांना स्थितप्रज्ञ व्यक्ती स्वतःमध्ये सामावून घेते. भोगांचे विषयच त्या व्यक्तीपाशी गेल्यावर शांत होऊन जातात. म्हणजे भौतिक सुखांचा ती व्यक्ती उपभोग घेतेही; परंतु त्या तात्कालिक सुखांना मनाच्या मूळच्या आनंदावस्थेत सामावण्याची ती क्रिया असते. सामान्य व्यक्ती शांती मिळवण्यासाठी भौतिक सुखसाधनांची उत्तरोत्तर अपेक्षा करत राहते. एखादी नवी मोटार विकत घेण्यापूर्वी जो उत्साह, जे सुख वाटत असतं, तेवढ्या तीव्रतेचं सुख प्रत्यक्ष मोटार दारात आल्यानंतर थोडा काळ राहतं. नवा फ्रीज घरी आला की, आठ दिवस फ्रीजच्या आगमनामुळे सामान्य व्यक्ती सुखावून जाते, पण ते सुख फार दिवस टिकत नाही. ते रुटीन बनून जातं. मग मायक्रोवेव्ह ओव्हन हवासा वाटू लागतो. त्याचंही पुढे तसंच होणार असतं. वस्तूपासून मिळणारं सुख हे असं अल्पकाळ टिकून संपणारं असतं. वस्तूची उपयुक्तता राहिली तरी वस्तू घरात आल्यानंतर जी आनंदाची भावना मन व्यापते त्या भावनेला मात्र कसर लागते. मग सुख मिळवण्यासाठी मनुष्याला पुन्हा नवीन विषय लागतो. त्यासाठी पुन्हा कर्म आणि कर्माचे चांगले-वाईट प्रभाव हा खेळ सुरूच राहतो. तो कधी संपत नाही. जन्मोजन्मी हा खेळ चालू राहतो; आणि जीव त्याच्या कर्मानुसार चांगले-वाईट अनुभव सहन करत राहतो.

कर्मामागे अहंकार नसेल तर कर्म करूनही अशा कर्मबंधातून मुक्तता होते. आपल्या या खेळात देवाने अनेक सापळे रचले आहेत - एखाद्या कॉम्प्युटरमधील खेळाप्रमाणे! या खेळात सर्वात वरचं, चिरंतन आनंदाचं एक स्थान आहे. या स्थानातूनच भगवंताने प्रत्येक माणसाला खालच्या स्तरावर आणून सोडलं आहे. खेळातल्या आपण साऱ्या सोंगट्या आहोत. वाट्याला आलेला डाव खेळत आपण हळूहळू वर जात आहोत. कालमानानुसार सोंगटीचा रंग, आकार बदलला तरी सोंगटी तीच असते. तिचं कर्तव्यही तेच असतं. बुद्धिबळाचा पट आणि त्यातल्या प्यादाचा आकार बदलला तरी त्याची एक घर पुढे जाण्याची कुवत बदलत नाही. जीवरूपी सोंगटीचं कार्य मात्र बदलत जातं. फक्त बदलानंतर त्या जीवरूपी सोंगटीची पूर्वस्मृती तेवढी जाते. बदलाआधी आपण देवाच्या खेळात कुठपर्यंत पातळी गाठली आहे, हे या सोंगटीला कळतदेखील नाही! एवढंच नव्हे तर आपण देवाचा खेळ खेळतो आहोत, याचंही भान त्या जीवरूपी सोंगटीला उरत नाही!

अशा वेळी या वैश्विक खेळातील एकेक स्तर ओलांडत अंतिम स्थान गाठायचं असेल तर कामना, आसक्ती, अहंकार आणि ममत्व यांचा त्याग करून नि:स्पृहतेने कार्य केलं पाहिजे किंवा या रिपूंचं स्वरूप तरी बदललं पाहिजे. म्हणजे कामना करायच्या त्या दैवी कार्याच्या, आसक्ती ठेवायची ती वस्तूला पूज्य ठरविण्याची, ईश्वराचा अंश माझ्यामध्ये आहे याचा अभिमान बाळगायचा आणि ममत्व ठेवायचं ते परमेश्वराविषयी! कामना केवळ चांगल्या गोष्टींच्याच असतात असं नव्हे. एखादा रोगी म्हणतो, जगण्यापेक्षा मरण बरं. ज्याचा प्रेमभंग झालेला आहे असा वैफल्यग्रस्त तरुण म्हणेल, जगण्यापेक्षा आत्महत्या केलेली बरी! परंतु स्थितप्रज्ञाला जगण्याचेही विचार नसतात आणि मरणाचेही विचार नसतात. ही वृत्ती म्हणजे 'ठेविले अनंते तैसेचि रहावे,' अशी वृत्ती नाही. कारण यातून जगण्याची इच्छा दिसून येते. म्हणजे, जीवनाचीही अभिलाषा नको आणि मरणाचीही अभिलाषा नको.

संतकवी सूरदास हे जन्मांध होते, परंतु त्यांचं हे वैगुण्य एका उपजत गुणाने झाकलं गेलं होतं. जन्मत:च त्यांना ज्योतिषी आणि शकुन सांगण्याची देणगी मिळालेली होती. अंगभूत देणगीमुळे लहानपणापासूनच ते लोकप्रिय झाले होते. भविष्य विचारायला सतत लोक यायचे. त्यामुळे सूरदासांना कधीच शांतता मिळायची नाही. मन:शांतीसाठी त्यांनी लहानपणीच आपलं घर सोडलं होतं, पण तरीही त्यांना मन:शांती काही मिळत नव्हती.

आपली ही खंत त्यांनी एकदा वल्लभाचार्यांना बोलून दाखवली. तेव्हा वल्लभाचार्यांनी त्यांना श्रीकृष्णभक्तीचा मार्ग सांगितला. गुरूची आज्ञा प्रमाण मानून सूरदासांनी श्रीकृष्णलीलांचं वर्णन करणारी असंख्य पदं त्यानंतर रचली.

त्या काव्याने भाविक आणि रसिक भारावून गेले. सूरदासांच्या या गीतमाधुर्याची कीर्ती मोगल सम्राट अकबराच्या कानावर गेली. सूरदासांच्या मुखातून त्याच्याच काव्यरचना ऐकण्याची संधीही अकबराला लवकरच मिळाली. सूरदासांनी केलेलं काव्य ऐकून अकबरही भारावून गेला. सूरदासांनी आपल्या जीवनावर आधारित काव्य लिहावं, अशी अकबराने त्यांना विनंती केली. सूरदासांना ती कल्पना आवडली नाही. 'मी फक्त कृष्णलीलांचं वर्णन करतो. अन्य कुणावर काव्य करणं मला रुचत नाही,' अशा अर्थाचं पद ऐकवून सूरदासांनी अकबराला सडेतोड उत्तर दिलं.

सूरदासांच्या या परखड उत्तराने अकबर गप्प बसला नाही. त्याने पुन्हा त्यांना तशी विनंती केली. त्या बदल्यात दोन-तीन गावांचं इनाम

आणि द्रव्य देण्याची तयारी दर्शवली. या प्रलोभनाला बळी न पडता सूरदासांनी स्पष्टपणाने अकबराला आपला नकार कळवला. अखेर अकबर बादशहाने सूरदासांची मिळतील तेवढी पदं फारसी भाषेत अनुवादित करवून घेतली. अशा तऱ्हेने त्याने सूरदासांच्या पदमाधुर्याचा आनंद घेतला. त्यातच त्याने समाधान मानलं.

कितीही प्रलोभने समोर आली तरी सूरदासांनी मात्र आपली कृष्णभक्ती सोडली नाही. नि:स्पृहता हेच खऱ्या भक्ताचं लक्षणं असतं.

अशा तऱ्हेने कामनांचा त्याग हे स्थितप्रज्ञाचं प्रमुख लक्षण असल्यामुळे त्याचं चित्त कोणत्याही प्रलोभनांमुळे अस्थिर होत नाही. जीवनावश्यक गोष्टीच नव्हे; तर पति-पत्नी, मुलंबाळं यांच्याविषयीही त्याला ममत्व नसतं. याचा अर्थ अशी व्यक्ती मुलांवर प्रेम करत नाही असंही नाही, परंतु त्यात गुंतून पडत नाही. आपल्यामध्ये जे गुण आहेत त्या गुणांचं प्रकटीकरण जरी आपल्या माध्यमातून होत असलं तरी त्याची मालकी आपली नाही, ही जाणीव स्थितप्रज्ञ व्यक्तीला असते. म्हणूनच अशा व्यक्तीला अहंकार नसतो. मी मोठा विद्वान आहे असा अभिनिवेश तिच्याकडे नसतो. अशा अवस्थेला जी व्यक्ती पोहोचते, तिला खरी शांती आणि मोक्ष प्राप्त होतो.

भौतिक सुखं स्थितप्रज्ञाला भुरळ पाडत नाहीत. विषय त्याच्या मनात विकार उत्पन्न न करता विलीन होऊन जातात. नद्यांचा खळखळाट सागरापाशी आल्यावर कमी होतो, त्याचप्रमाणे भौतिक सुखांमधला उन्माद ज्या व्यक्तीच्या मनात प्रवेश करताना शांत होऊन जातो, त्या व्यक्तीलाच खरी शांती मिळते.... आसक्ती, ममत्व, अहंकार असे मोक्षमार्गामधले विविध सापळे देवाने स्वत:च्या मनोरंजनासाठी रचले आहेत. ममत्व आणि अहंकाररहित झालेली व्यक्ती या सापळ्यात न अडकता अंतिम स्थान गाठू शकते.

*एषा ब्राह्मी स्थितिः पार्थ नैनां प्राप्य विमुह्यति।*
*स्थित्वास्यामन्तकालेऽपि ब्रह्मनिर्वाणमृच्छति ॥२.७२॥*

अर्जुना, ही ब्रह्मविषयक अवस्था आहे. ही प्राप्त झाल्यावर कोणीही मोहात पडत नाही. अंतकाळीदेखील या अवस्थेत स्थिर होऊन तो ब्रह्मानंदाप्रत पोहोचतो.

बऱ्याच लोकांना लोकेषणा ही असतेच. लोकेषणा म्हणजे प्रसिद्धीची अपेक्षा. घरी-दारी, व्यवसायात, समाजात, राजकारणात किंवा कुठल्याही इतर क्षेत्रात आपल्याला नाव मिळावं, मान मिळावा ही अपेक्षा बहुतांशी लोकांना असते. अशा सर्व लोकेषणा, कामना, विजयेच्छा या साधनांसह आणि कर्मासह टाकून ब्रह्मरूपाने राहणं अशी जी अवस्था असते, याला ब्राह्मी स्थिती म्हणतात. यात भगवंतांना आंतरिक विकास अभिप्रेत आहे. बाह्यविकास हा कालाधीन असतो; आणि म्हणूनच तो असत् असतो. बाह्यविकास हा मानवाच्या बुद्धीशी निगडित असतो; आणि बुद्धीची कक्षा मर्यादित असते. बुद्धी ही केवळ वीस वॅट ऊर्जेवर चालत असते. त्यामुळे विचारांची क्षमता या मर्यादित कक्षेच्या पलीकडे जाऊच शकत नाही. बुद्धीच्या पलीकडे फक्त एकच गोष्ट पोहोचू शकते. आणि ते म्हणजे तुरीयावस्थेतील अंतःकरण! म्हणूनच आंतरिक विकास हाच खरा विकास असतो.

आता ब्रह्मरूप अथवा ब्राह्मी अवस्था म्हणजे नेमकं काय समजायचं? वास्तविकतः जो ती अवस्था गाठतो, तोच ती जाणू शकतो! त्याचं वर्णन आपण शब्दात कसं करणार? आईला भेटायला आतुर झालेल्या बालकाच्या मनात आई दिसल्यावर काय भावना निर्माण होतात ते शब्दात कसं वर्णन करणार? म्हणूनच भगवान सांगतात तशी ब्राह्मी अवस्था जो प्राप्त करतो, त्यालाच ते समजतं.

तथापि केवळ शब्दांचाच आधार घ्यायचा झाल्यास तीन प्रकारांनी ब्राह्मी स्थितीचं वर्णन करता येईल :

१. ब्रह्म हे सर्व विश्वाचं आदिकारण आहे; त्यात विलीन होऊन जाणं.

२. सर्व काही ब्रह्मच आहे; अशी भावना बुद्धीत स्थिरावणं आणि
३. दुसऱ्या अध्यायात जो सांख्ययोग सांगितला त्यायोगे बुद्धीद्वारे अंतस्थ प्रत्यगामाशी संयोग झाल्यावर 'ते ब्रह्म म्हणजे मीच आहे, म्हणजे 'अहं ब्रह्मास्मि', हा साक्षात्कार होणं.

वेदोपनिषदात अनेक ऋषी, नारद, वसिष्ठ, वामदेव, याज्ञवल्क्य, जनक, शुक, व्यास, सनक अशा महात्म्यांना ब्रह्मर्षी समजतात. हे सर्व ऋषी कार्य करत होते, सृष्टीत संचार करत होते, आश्रम प्रस्थापित करत होते. म्हणजेच ते काही ब्रह्मात विलीन होऊन गेले नव्हते किंवा त्यांनी तपश्चर्या सोडली नव्हती. म्हणजेच उन्मनी अवस्थेला जाऊन ब्राह्मी स्थितीचा साक्षात्कार होणं अर्थात ब्राह्मी स्थिती प्राप्त करणं , हाच अर्थ इथे अभिप्रेत आहे. अशी ज्ञानी स्थितप्रज्ञ व्यक्ती सुखदुःखांच्या द्वंद्वातून निसटल्यामुळे मरणोत्तर हिरण्यगर्भाच्या दिशेने जाणारे जाणिवेचे सर्व टप्पे गाठण्याचा अधिकार प्राप्त करते. हा अधिकार प्राप्त करणं म्हणजेच 'ब्राह्मी स्थिती' येणे, असं म्हणता येईल.

व्यक्तीचा आंतरिक विकास झाला की, त्याचे बाह्य परिणामही दिसून येतात. जीवनातली जीवघेणी स्पर्धा, व्यक्तिगत-कौटुंबिक आणि सामाजिक प्रश्न, पर्यावरण-संतुलन राखण्याची खटपट, भ्रष्टाचारविमुक्त समाजरचना यांसाठी वेगळे उपाय करावे लागत नाहीत... ब्रह्मरूप झालेली व्यक्ती उन्नत जीवन जगत असते. इतरांनाही ती मार्गदर्शन करते. साखर जशी दुधात विरघळते तशी ही व्यक्ती आत्मस्वरूपात विरघळून गेलेली असते. हे शरीर माझं नसून देवाचं आहे, या भावनेने अशा व्यक्तीने आपलं शरीर देवाकडे सोपवून दिलेलं असतं. पद-पैसा-प्रसिद्धी या गोष्टी फार अल्पकाळ टिकून नामशेष होणाऱ्या असतात हे तिने जाणलेलं असतं. असं जीवन अंगीकारलं तर प्राणिसृष्टी, निसर्ग, मानव हे सारेच घटक एकदिलाने आणि परस्परांना पुष्टी देत उन्नत जीवन जगतील - हेच ते आश्रमीय जीवन! हे म्हणजेच *'जीवो जीवस्य जीवनम्,'* अर्थात परस्परांना पुष्टी देऊन जगणं.

मानवाला साधनेने कुठपर्यंत प्रवास करता येईल हे भगवंतांनी निःसंदिग्धपणे या श्लोकात सांगितलं आहे. जे तत्त्व साऱ्या दृश्य-अदृश्य सृष्टीला व्यापून उरलं आहे त्या तत्त्वाशी यःकश्चित देहातून आपण कसा संपर्क साधू शकतो याचं मार्गदर्शन भगवान करतात. ब्रह्मरूप झाल्यावर विश्वामध्ये मिळवायचं असं काही उरत नाही. ती अवस्था कशी प्राप्त करायची, याची तंत्रं या दुसऱ्या अध्यायात सांगितली आहेत. हा ज्ञानमार्ग आहे. पूर्ववयात ही ज्ञाननिष्ठा प्राप्त झाली तर उत्तमच! पण आयुष्याच्या अखेरीला जरी ही अवस्था आली तरी मनुष्य ब्रह्मरूप होऊ शकतो, असा दिलासाही भगवान देतात. पण आयुष्यभर भगवंतस्वरूपाशी जोडलं जाण्याचा अभ्यासच केला नाही, तर मग

अंतकाली तरी त्याचं नाव कसं मुखात येणार? त्याच्याशी कसं जोडलं जाणार?

पांडुरंगशास्त्री आठवले यांनी एक छान दृष्टान्त दिला आहे.

एक शेटजी होते. त्यांचं संपूर्ण आयुष्य शेअर खरेदी-विक्रीत गेलं. मृत्यूपूर्वी ते काही काळ बेशुद्धावस्थेत गेले. डॉक्टर रक्तदाब तपासत होते. डॉक्टर म्हणाले, शेटजींचं ब्लडप्रेशर १८०च्या पुढे गेलं आहे. तेवढ्यात शेटजी क्षणभर भानावर आले. '१८०च्या पुढे...' एवढेच शब्द त्यांनी ऐकले मात्र! ते मोठ्यांदा म्हणाले, '२००ला गेला की विकून टाका!'

म्हणजे देह सोडतानाही शेटजी शेअरबाजारातच अडकले होते.

सामान्य माणूस असाच भौतिक सृष्टीत अडकलेला असतो. अशा वेळी आत्मिक विकासाची एखाद्याला ओढ निर्माण झाली तर पुष्कळ प्रयत्न करावे लागतात. विम्याची पॉलिसी उशिरा सुरू केली की प्रीमियम जास्त पडतो. त्याप्रमाणे उशिरा उपरती झाली तर अभ्यासाची तीव्रताही वाढवावी लागते. म्हणून अंतकाळी ब्राह्मी स्थिती येण्यासाठीसुद्धा आयुष्यभर साधनेची आवश्यकता असते. या दुसऱ्या अध्यायाचं भरतवाक्य अर्थात सार म्हणजेच ही ब्राह्मी स्थिती. एकदम ही अवस्था येऊ शकत नाही. त्यासाठी या दुसऱ्या अध्यायात जे जे मार्गदर्शन भगवंतांनी केलेलं आहे, ते ते अंगीकारावं लागतं. जीवन आणि विचारात आमूलाग्र परिवर्तन आणावं लागतं. तरच ही ब्राह्मी अवस्था येऊ शकते.

आता दुसरा अध्याय इथे संपन्न झाला. आता 'कर्मयोग' हा तिसरा अध्याय प्रारंभित होत आहे. सर्वसामान्यांसाठी अतिशय महत्त्वाचा उपदेश या तिसऱ्या अध्यायात आहे. भगवान कर्ममार्ग प्रकाशित करणार आहेत.

ब्राह्मी स्थिती ही योगातली अखेरची, अत्युत्तम स्थिती आहे. ही स्थिती प्राप्त झाली की मोह होत नाही. स्थितप्रज्ञाची अंतकालीसुद्धा हीच स्थिती राहते हे वैशिष्ट्य आहे. म्हणूनच तो ब्रह्मरूप होऊन जातो. म्हणजेच उन्नत टप्पे गाठण्यासाठी पात्र होतो. त्यासाठीच तो पृथीवर दैवी कार्य करत राहतो.

ॐ श्री परमात्मने नम:

# अध्याय तिसरा
# कर्मयोग

अर्जुनाने स्पष्ट प्रश्न विचारला आहे की, 'सांख्य आणि योग या दोन मार्गांपैकी तुम्हांला कोणता मार्ग अधिक चांगला वाटतो आणि या दोहोंपैकी कोणता मार्ग स्वीकारावा? यावर कृष्णाने स्पष्ट उत्तर दिलं की, 'जगात जीवनाच्या दोन निष्ठा किंवा दृष्टिकोन आहेत. सांख्यवाद्यांसाठी ज्ञानयोग आहे आणि कर्ममार्गाचा अवलंब करणाऱ्यांसाठी कर्मयोग आहे. सामान्य लोकांसाठी कर्ममार्गच योग्य आहे; कारण ते ज्ञानी होऊ शकत नाहीत; आणि त्यांनी कर्महीं सोडले तर ज्ञानही नाही आणि कर्मही नाही अशी द्विधा अवस्था होईल.'

**अर्जुन उवाच**

*ज्यायसी चेत्कर्मणस्ते मता बचद्धिर्जनार्दन ।*
*तत्किं कर्मणि घोरे मां नियोजयसि केशव ॥३.१॥*
*व्यामिश्रेणेव वाक्येन बुद्धिं मोहयसीव मे ।*
*तदेकं वद निश्चित्य येन श्रेयोऽहमाप्नुयाम् ॥३.२॥*

**भगवान उवाच**

*लोकेऽस्मिन्द्विविधा निष्ठा पुरा प्रोक्ता मयानघ।*
*ज्ञानयोगेन सांख्यानां कर्मयोगेन योगिनाम्॥३.३॥*

अर्जुन म्हणाला, 'हे जनार्दना, जर तुम्हाला कर्मापेक्षा बुद्धी श्रेष्ठ वाटते तर मग मला युद्धाचं घोर कर्म करायला का लावता? तुमच्या दुटप्पी बोलण्यामुळे जणू तुम्ही माझ्या बुद्धीलाच मोह पाडत आहात. तेव्हा आता माझं कल्याण होईल अशी एकच गोष्ट निश्चयपूर्वक सांगा.' भगवान यावर म्हणाले, 'हे निष्पाप अर्जुना, ज्ञानयोगाने सांख्यांची आणि कर्मयोगाने योग्यांची अशी या लोकी दोन प्रकारची निष्ठा आहे, असं मी पूर्वी सांगितलं.'

या तिसऱ्या अध्यायातील पहिल्या दोन श्लोकांमध्ये अर्जुनाने प्रश्न विचारले आहेत, 'हे जनार्दना, जर तुला कर्मापेक्षा बुद्धी श्रेष्ठ वाटते, तर हे केशवा, मला असलं घोर कर्म का करायला लावतोस? संभ्रम उत्पन्न करणाऱ्या तुझ्या भाषणामुळे तू माझ्या बुद्धीला मोहात पाडत आहेस. ज्यायोगे माझं परमकल्याण होईल अशी एकच गोष्ट निश्चित करून मला सांग!'

दुसऱ्या अध्यायात भगवंतांनी ज्ञानयोग म्हणजेच सांख्ययोग प्रतिपादन केला. त्याचबरोबर आत्मज्ञान, आत्मज्ञानाचे उपाय, व्यवसायात्मिका बुद्धी यांचंही विवेचन केलं होतं. त्यामुळे तिसऱ्या अध्यायाच्या प्रारंभी अर्जुन संभ्रमावस्थेत

विचारतो, 'हे जनार्दना, जर तुला कर्मापेक्षा बुद्धी श्रेष्ठ वाटते, तर मग मला घोर कर्म करायला का लावतोस?'

इथे भगवान अर्जुनाला 'निष्पाप' असं संबोधतात. निष्पाप म्हणजे ज्याचं सत्त्व जन्मोजन्मीच्या पुण्यकर्मांनी शुद्ध बनलं आहे तो. अशा निष्पापी व्यक्तीलाच ज्ञान होऊ शकतं. किंवा जो निष्पाप आहे त्यालाच ज्ञानाची अनुभूती येऊ शकते. नंतर भगवान 'निष्ठा' असा शब्दप्रयोग करतात. निष्ठा म्हणजे श्रद्धा नव्हे. श्रद्धा म्हणजे स्वतःच्या विशिष्ट अनुभवातून उत्पन्न झालेला विश्वास. किंवा कार्यकारणाच्या संबंधातून जो निष्कर्ष निघतो त्यातून तयार झालेली भावना. रूढी, परंपरा, संस्कार यातूनही श्रद्धा तयार होते. निष्ठेमध्ये श्रद्धा असतेच; पण निष्ठा म्हणजे जी गोष्ट साध्य करायची आहे ती पूर्णत्वास जाईपर्यंत श्रद्धा दृढ ठेवून अढळ वृत्तीने कार्य करत राहणं याला निष्ठा म्हणतात. त्यामुळे श्रद्धा कदाचित डळमळीत होऊ शकते; पण निष्ठा कधीच डळमळीत होऊ शकत नाही. म्हणजे ज्या निष्ठा भगवान आता अर्जुनाला सांगणार आहेत, त्या अशा प्रकारच्या दृढ आणि अढळ हव्यात. केवळ भावुक श्रद्धा तिथे उपयोगाची नसते. भगवंतांनी बुद्धीला फार महत्त्व दिलेलं आहे. बुद्धीनंच हा तत्त्वप्रांत समजून घेऊन आत्मतत्त्वापर्यंत जाण्याचा हा अभ्यास हेसुद्धा विज्ञानच असतं. आत्मज्ञानाच्या या प्रवासात कुणाला कोणता अधिकार असतो, हे भगवान या श्लोकात स्पष्टपणे सांगतात.

भगवान उत्तर देतात, 'काही लोकांना ज्ञानाचा अधिकार असतो तर काही लोकांना कर्माचा! ज्ञानाचा अधिकार असणाऱ्यांनी ज्ञानयोग आचरावा आणि कर्माचा अधिकार असणाऱ्यांनी कर्मयोग आचरावा.'

अमुक एका मार्गानंच गेल्यामुळे मोक्ष लाभेल असा दुराग्रह भगवंतांच्या उपदेशात नाही. पुनर्जन्मातील संस्कारामुळे परमार्थात जे बुद्धिमान असतात आणि आत्मा-अनात्मा यांविषयी जाणून घेण्याची ज्यांना उत्कटता असते, त्या स्थितप्रज्ञ व्यक्तींसाठी भगवंतांनी ज्ञानयोगाची निष्ठा सांगितली आहे. पण अशी उत्कटता ज्यांच्यामध्ये नसते, ज्यांच्या बुद्धीत आणि रक्तात असे संस्कार नसतात, तत्त्वज्ञान पचवण्याची कुवत नसते आणि तरीही आत्मज्ञान व्हावं अशी ज्यांना इच्छा असते, त्यांच्यासाठी भगवंतांनी कर्मयोगाची निष्ठा सांगितली आहे. म्हणजे आपापल्या कुवतीनुसार जे योगाचरण करायचं आहे ते निष्ठेनंच केलं पाहिजे. तिथे अढळ वृत्ती हवी. मग त्याचे परिणाम एकसारखेच मिळू शकतात. म्हणजेच ज्ञानयोगाचं फळ आणि कर्मयोगाचं फळ एकच असतं.

त्यामुळेच जगातली सामान्यातली सामान्य व्यक्तीसुद्धा कर्मयोगातून अंतिम स्थान प्राप्त करू शकते ही केवढी सवलत प्रेममय भगवंतांनी देऊन ठेवली आहे!

सृष्टीच्या प्रारंभीच भगवंतांनी ज्ञानानुष्ठान आणि कर्मानुष्ठान या दोन निष्ठा सांगून ठेवल्या आहेत. ज्या मार्गाने गेल्यावर मोक्ष मिळतो तो मार्ग म्हणजे निष्ठा - म्हणजे निष्ठापूर्वक या मार्गाचं आचरणं. कर्म हे ज्ञानापेक्षा निकृष्ट वाटलं तरी सामान्यजनांना त्याचाच अवलंब करावा लागतो. ज्याला पोहता येतं त्याला नदीतून पोहून लांबचा पल्ला गाठणं अशक्य नसतं, पण ज्याला मुळात पोहताच येत नसतं, त्याला तो पल्ला गाठण्यासाठी आधी पोहणं शिकावं लागतं. पोहणं शिकण्याचं कर्म केल्याशिवाय जर त्याने नदीत उडी मारली तर त्याचं काय होईल हे सांगायला नकोच! त्यामुळे आपण कुठे आहोत, हे प्रथम ज्याने त्याने निश्चित केलं पाहिजे आणि मग वरीलपैकी एक मार्ग अनुसरायला हवा. अविवेकाने एकदम ज्ञाननिष्ठेचा मार्ग धरला तर रस्ता चुकण्याचीच शक्यता अधिक!

अर्जुनाला श्रेयस-प्रेयस अर्थात निवृत्ती-प्रवृत्ती यांचा प्रश्न पडला आहे. वेदकाळात दोन्ही विचारधारा अस्तित्वात होत्या, परंतु वेदकालाच्या अखेरीस प्रवृत्ती-प्रधानता वाढली. त्यामुळे पुढच्या उपनिषद कालात निवृत्तीचा विचार श्रेष्ठ ठरला. त्यानंतर महाभारतकाली भगवान श्रीकृष्णांनी दोन्ही विचारांचा समतोल साधला. म्हणूनच भगवद्गीता ही श्रेष्ठ आणि चिरंतन मानली जाते. जगातली कोणतीही व्यक्ती या दोन मार्गांपैकी एका मार्गाची निवड करून परमकल्याण साधू शकते. सामान्य जनांसाठी कर्ममार्ग म्हणजेच कर्मयोगनिष्ठा अधिक सोयीस्कर आहे. त्याची तंत्रं आता भगवान पुढे सांगतात.

जगापासून अलिप्त राहणं, हवं ते नकोसं करणं म्हणजे ज्ञाननिष्ठा. कर्मनिष्ठेत वासनारहित कर्माचा अंतर्भाव होतो. नोकरी, धंदा, स्वयंपाकपाणी इत्यादी विहित सांसारिक कर्मं करता करता कर्माची वासना टाकून द्यायचा अभ्यास करणं म्हणजे कर्मनिष्ठा. या दोन निष्ठा भगवंतांनी इथे सांगितल्या आहेत.

*न कर्मणामनारम्भान्नैष्कर्म्यं पुरुषोऽश्नुते।*
*न च संन्यसनादेव सिद्धिं समधिगच्छति ॥ ३.४॥*

विहित कर्माला प्रारंभ केल्याशिवाय पुरुषाला (व्यक्तीला) ज्ञानयोगनिष्ठा प्राप्त होत नाही. केवळ ज्ञानरहित संन्यास घेतल्याने तो पुरुष ज्ञानयोगनिष्ठेला प्राप्त होत नाही.

कर्मनिष्ठा हा ज्ञाननिष्ठेचा उपाय आहे आणि ज्ञाननिष्ठा हा साक्षात मोक्षाचा उपाय आहे, हे इथे सांगितलं आहे. आधी कर्म करायचं आणि मग युक्तीने त्यातून सुटका करून घ्यायची! म्हणजे आधी चिखलात हात घालायचा आणि मग तो धुवायचा, हे कशासाठी? चिखलात-घाणीत हात घातल्याशिवाय स्वच्छतेचं मोल समजत नाही! इंद्रियं आणि मन यांच्या आधाराने व्यक्ती तारुण्य सरेपर्यंत सारे उपभोग मिळवण्यासाठी रात्रंदिवस झटत असते. कर्म करता करता आयुष्य सरून जातं. मग केव्हातरी जाणीव होते की, मी तृप्त नाही. 'मला तृप्ती का मिळत नाही? काय केलं असता मी तृप्त आणि आनंदी होईन?' असे विचार जेव्हा मनात उद्भवतात, तेव्हा बुद्धी काम करू लागते. मग अशी व्यक्ती ज्ञानाभिमुख होऊ लागते. दुःखाशिवाय सुखाची किंमत कळत नाही. एक हात दुखावला किंवा निकामी झाला तरच त्याची किंमत कळते.

विराट विश्वाची उत्पत्ती म्हणजेच विसर्ग सुरू झाला तेव्हाच 'कर्म' प्रारंभित झालं. कर्म हे द्वैत म्हणजे ड्युअॅलिटी (duality) सृष्टीला कारण आहे. कर्म नाही तर सृष्टीचं अस्तित्वच नाही. आणि 'कर्मा'चा तात्पुरता लोप होणं, म्हणजेच सृष्टीचा विलय होणं. या वैश्विक कर्म-चक्रातून ग्रह-ताऱ्यांसह लहान-मोठे जीवसुद्धा सुटू शकत नाहीत. जोपर्यंत जीवभाव आहे तोपर्यंत 'अहं'ची जाणीव कायम राहते. ही जाणीव असणं हा प्रकृतीचा धर्मच असतो; आणि प्रकृतीचा प्रभाव सुरू झाला की 'कर्म' घडणं ओघानंच येतं. त्यातून कुणीही सुटू शकत नाही. म्हणजे कर्म हे करावंच लागतं. पण नुसतं कर्म करत राहून विकास होत नाही. त्यामुळे जाणीवपूर्वक कर्म करावं लागतं. इतर जीव सहजप्रेरणेतून कर्म करतात. पुनर्जन्मातून प्राप्त झालेल्या

जीवाच्या धारणेनुसार त्या जीवांच्या हातून कर्म घडत असतं. पण मनुष्याला स्वतंत्र विचार करण्याची शक्ती मिळाली आहे. त्यानुसार तो स्वविकासासाठी कर्मात बदल घडवून आणू शकतो. विहित कर्म करणं हा ज्ञानमार्गावरचा एक टप्पा असतो. इच्छा होणं हे कर्मप्रवृत्तीचं कारण ठरतं. जोपर्यंत जीवाला स्वतंत्र अस्तित्व आहे तोपर्यंत इच्छा होतच राहणार, पण जेव्हा जीव ज्ञानयोगनिष्ठेसाठी पात्र होण्याचा प्रयत्न करू लागतो, तेव्हा त्याच्या इच्छा-आकांक्षा पारदर्शी होऊ लागतात. 'अहं'चं स्वरूप बदलू लागतं. जीव शुद्ध होत, ज्ञाननिष्ठ होत, योगासाठी पात्र होत जातो. ही स्थिती साध्य करण्यासाठी कुठून तरी सुरुवात ही करावीच लागते. त्यासाठी विहित कर्म करत करतच जावं लागतं. ज्ञानमार्ग माहीत नसताना केवळ कर्माचा संन्यास घेऊन व्यक्ती ज्ञाननिष्ठेसाठी पात्र होत नाही.

ज्ञाननिष्ठा प्राप्त होण्यासाठी भगवान विहित कर्म करायला प्रवृत्त करत आहेत. विहित याचा अर्थ कर्मात शुद्धी आणण्याचा प्रयत्न करणं . म्हणजे कर्म तर करायचं, पण त्यातून वासना कमी करत जायच्या. इंद्रिय, मन, बुद्धी आणि आत्मतत्त्व या प्रवासात इंद्रियांचा प्रभाव सर्वप्रथम कमी करता आला पाहिजे. आत्मज्ञानाच्या या मार्गात पहिला प्रांत इंद्रियांचा म्हणजेच विकारांचा असतो. त्यानंतर मनाचा प्रांत येतो. मनाचा प्रांत हा विचारांचा असतो. तिसरा प्रांत बुद्धीचा म्हणजे विवेकाचा असतो तर चौथा आत्म्याचा प्रांत हा विज्ञानाचा असतो. या आत्म्याच्या प्रांतापर्यंत एकदम जाता येत नाही. ध्यान लावायला बसलं आणि एकदम आत्मसाक्षात्कार झाला असं कधी होत नाही. आत्म्यापर्यंत जाणं हे विज्ञानच असतं आणि त्याचा प्रारंभ इंद्रियांपासून होतो. म्हणजेच विकारांच्या प्रांतापासून होतो. इंद्रियं मनाला म्हणजेच विचारांना भोगांकडे खेचतात. त्यामुळे मनात वासना निर्माण होतात आणि मन इंद्रियांना शरण जातं. पाठोपाठ बुद्धीही विवेक गमावून बसते.

म्हणून विहित कर्म करताना वासनांच्या आहारी न जाता मनाने विचारपूर्वक इंद्रियांना ताब्यात आणण्याचं कर्म करायला हवं. कर्म करता करता वासनांवर विजय मिळवता आला की मग मनावर बुद्धीचं विवेकाचं आधिपत्य सुरू होतं. त्यामुळे कर्म करताना सारासार विवेक जागृत होऊन कर्मात शुचिता येऊ लागते. कुणाला मारणे, एखाद्याचा द्वेष करणं , घालूनपाडून बोलणे, भ्रष्टाचार करणं या कर्माच्या हेतूंवर बुद्धीचा प्रभाव पडू लागतो. 'मी कर्मात चूक केली, मी असं बोलायला नको होतं, मी द्वेष करायला नको होता, भ्रष्टाचार करायला नको होता अशा विचारांचा मग मनात उद्भव होतो. त्यामुळे कर्मात हळूहळू शुचिता येऊ लागते. इंद्रियं आणि मन बुद्धीच्या ताब्यात गेलं की मग बुद्धी आत्मज्ञानाकडे वळू लागते. आता कर्मात शुद्धी आलेली असते.

तरीही 'मी कर्म करतो' हा भाव उरलेलाच असतो. पण जेव्हा बुद्धी आत्मचिंतनात रमू लागते तेव्हा 'खरोखर मी कर्म करतो का? का कुणाच्या तरी शक्तीने मी कर्म करतो?' अशा विचारांचा मनात उद्भव होऊ लागतो. या टप्प्यावर जीव येऊन पोहोचला की, त्याला कर्मामागच्या अहंकाराची जाणीव होऊ लागते. मग त्यानंतर कर्म करताना त्याचा स्वकर्तृत्वभाव ओसरू लागतो. त्यानंतर असा मुमुक्षू ज्ञानयोगनिष्ठेला पात्र होतो. म्हणूनच भगवान सांगतात, विहित कर्म करूनच तुला ज्ञानयोगनिष्ठा प्राप्त होईल. हे सांगण्याचा हेतू, इंद्रियांनी वासनेचा प्रभाव झुगारून देणं आणि मनाने बुद्धीशी संलग्न होणं, हा आहे. अशा तऱ्हेने कर्मात आणि विचारात परिवर्तन आणणं तसंच कर्मात शुद्धी आणणं म्हणजेच विहित कर्म करणं . तसं कर्म हातून घडू लागल्यावरच आत्मज्ञानाचा मार्ग प्रकाशित होऊ शकतो. त्यामुळे प्राप्त कर्म सोडून निवृत्ती येत नसते. त्यासाठी अशा तऱ्हेने विहित कर्मं करावी लागतात.

निवृत्तीने ब्राह्मी सुख प्राप्त होतं हे माहीत असूनही भगवान आपल्याला कर्म करायला का प्रवृत्त करत आहेत, असा प्रश्न अर्जुनाला पडला होता. म्हणूनच भगवान त्याला या दृष्टिकोनातून विहित कर्म करायला प्रवृत्त करतात.

आपल्यापुढे कर्मांचं जे ताट वाढून ठेवलं आहे, त्या कर्मांचं यथोचित पालन केल्यानंतरच व्यक्तीला ज्ञानयोगनिष्ठा प्राप्त होते. दैनंदिन जीवनात येणारे सारे सुख-दु:खांचे प्रसंग आपल्याला शिक्षण देण्यासाठीच आलेले असतात. आपण कर्म कसं करतो, यावर आपला ज्ञानयोगनिष्ठेचा प्रवास अवलंबून असतो. असं 'युक्त' राहून विहित कर्मांना प्रारंभ करणं हेच खरं अध्यात्म असतं. प्राप्त प्रसंगांपासून, आव्हानांपासून परावृत्त होण्याची क्रिया अध्यात्ममार्गात बसत नाही.

रात्रीच्या वेळी वाट चुकलेल्या पांथस्थांना उत्तरध्रुव नेमका मार्ग दाखवित असतो. त्याचप्रमाणे ज्याला ज्ञानमार्गाकडे जायचं आहे, त्याला कर्मयोगाचा आधार घेऊनच चालावं लागतं. मात्र हे कर्म शास्त्रानुसार असलं पाहिजे. त्यासाठी चित्तशुद्धी व्हावी लागते. कर्म करताना चुकाही होतात; पण त्यातून आपलं उद्बोधन होत असतं. हातून चुका घडल्याच नाहीत तर व्यक्तीचा विकासही होणार नाही. ज्ञानविचाराशिवाय एखाद्या व्यक्तीने संन्यास घेतला तर ती व्यक्ती ज्ञानयोगनिष्ठेसाठी पात्र होत नाही. एखादा अति हुशार विद्यार्थी इयत्ता गाळून थेट शालान्त परीक्षेला बसू शकतो, परंतु सर्वसामान्य विद्यार्थ्याला एकेका इयत्तेत शिकूनच वर जावं लागतं.

अशा कर्मनिष्ठेनंतरच ज्ञाननिष्ठा प्राप्त होत असते. ज्ञानाचं ज्ञान हे अवघडच असतं. ज्ञानमार्गाची वाट अतिशय बिकट आहे. सर्वसामान्यांना ती सहजासहजी गवसत नाही. ती गवसण्यासाठी कर्ममार्गाचा उपाय करावा लागतो. नदीला सागराच्या

मिलनाची ओढ असते, पण ती एकदम सागराला मिळू शकत नाही. सागराशी एकरूप होईपर्यंत नदीच्या प्रवाहाला अनेक खाचाखळग्यांमधून प्रवास करावाच लागतो. त्याप्रमाणे ज्ञान होईपर्यंत साधकाला कर्माचा आधार घ्यावाच लागतो. ज्ञान होण्यापूर्वीच कर्म सोडून अर्थात संन्यास घेऊन मात्र आत्मज्ञान होऊ शकत नाही. दात काढलेला सर्प जसा निर्विष होऊन हानी पोहोचवत नाही, त्याप्रमाणे कर्मं करण्यापूर्वी ती समत्व बुद्धीने करण्याची युक्ती योजता आली म्हणजे त्याचं बंधन मोक्षाला प्रतिबंधक होत नाही. म्हणजेच पुनर्जन्माच्या खोड्यात जीव अडकत नाही अथवा कर्मांचे परिणाम जीवन खडतर करत नाही.

शास्त्रविहित कर्म करत राहणं म्हणजे मोक्षप्राप्तीच्या दिशेने टाकलेली पावलंच होत. चिखलात राहून ज्याप्रमाणे कमळ फुलतं, त्याप्रमाणे कर्मात राहून ज्ञाननिष्ठा फुलवली पाहिजे. चिखलाचा डाग किंवा स्पर्श कमळाच्या सौंदर्याला बाधक ठरत नाही, त्याप्रमाणे शास्त्रविहित कर्मंही ज्ञाननिष्ठेस बाधक होत नाहीत. कर्मशुद्धी करूनच व्यक्ती ज्ञानासाठी पात्र ठरते.

*न हि कश्चित्क्षणमपि जातु तिष्ठत्यकर्मकृत्।*
*कार्यते ह्यवशः कर्म सर्वः प्रकृतिजैर्गुणैः ॥३.५॥*

कोणीही असला तरी (काहीतरी) कर्म केल्याशिवाय क्षणभरदेखील राहत नाही. प्रकृतीचे गुण परतंत्र झालेल्या प्रत्येकास कर्म करायला भाग पाडत असतात.

कर्माचं एक विशाल यंत्र आहे. सत्त्व-रज-तम या त्रिगुणरूपी यंत्रात प्रत्येक जीव अडकलेला आहे. त्यातून सुटका करण्याचा प्रत्येक जीव स्वतःच्या बुद्धीनुसार प्रयत्न करत असतो, पण सुटका होऊ शकत नाही. वाट्याला आलेला कर्माचा डाव खेळावाच लागतो. एखाद्या व्यक्तीला वाटतं, मी निवृत्तीनंतर अमुक काम करीन, छंद जोपासीन किंवा नुसता आराम करीन. पण आपल्या मनाप्रमाणे गोष्टी घडतीलच हे सांगता येत नसतं. आपण ठरवतो एक पण होतं भलतंच! कदाचित अनपेक्षित जबाबदाऱ्या अंगावर येऊन पडतात. मग प्राप्त कर्मातून सुटका होऊ शकत नाही. आपण या कर्म-यंत्रात परतंत्र होऊन आणि बंदिवान बनून फिरत आहोत याची जाणीव झाली की अंगावर शहरे येतात. मोक्षापर्यंत या कर्मयंत्रात आपल्याला फिरत राहायचंच आहे! त्यातून सुटका नाही. मृत्युपश्चातही त्या त्या स्तरावर कर्माचं ताट हे वाढूनच ठेवलेलं असतं. मात्र या कर्मयंत्रातून सुटण्याचा एक मार्ग भगवंतांनी नकळत सांगूनही ठेवला आहे.

प्रकृती आणि पुरुष यांचा संघर्ष हाच या कर्मफेऱ्याला कारण ठरला आहे. हा संघर्ष झाल्याखेरीज सृष्टीचं अस्तित्वच संभवणार नाही. मुळात एकच असलेली चैतन्य शक्ती एका बाजूला 'जड' प्रकृती म्हणजे मॅटर (matter) आणि दुसऱ्या बाजूला चैतन्य शक्ती म्हणजे स्पिरिट (spirit) अशी विभागली गेली आहे. त्यांच्या संयोगातून जेव्हा संघर्ष तयार होतो, तेव्हा कर्माला उद्युक्त करणारा कर्मप्रवाह सुरू होतो. सत्त्व-रज-तम या तीन गुणांमधून हा कर्मप्रवाह व्यक्त होऊन सृष्टीतील सर्व कर्मं सुरू राहतात. त्रिगुणांच्या प्रतिभावामुळे सृष्टीला आपोआपच गतिमानता येते. जणू धनभार आणि ऋणभार यातून हा संघर्ष सिद्ध होतो; आणि तो पूर्णतः शास्त्रीय असतो.

अर्थातच कर्म सिद्ध होतं. कर्म सिद्ध झालं की त्याची क्रिया-प्रतिक्रिया ही उमटतेच- चांगली किंवा वाईट. कर्माचा हा खेळच ही मायिक यंत्रणा फिरवण्याला कारण ठरतो. या कर्मयंत्रातून सुटका होणं कठीण असतं. मूळ चैतन्य 'जडा'शी म्हणजेच मॅटर (matter)शी संयोग पावल्यामुळे त्याला त्यात म्हणजेच शरीरात अडकून पडल्यासारखं होतं. त्या चैतन्याला मुक्तीची ओढ असते, पण 'जड' त्याला सोडत नाही. म्हणून आपण विचार करतो, 'पुरे झाला हा संघर्ष!' या सर्व कटकटींतून केव्हा एकदा मुक्त होतो किंवा होते, असं व्यक्तीला वाटतं. शिक्षण/करियर/संसार यासाठी व्यक्ती कर्म करतच राहते; पण हे करताना कायमची तृप्ती आणि समाधान मिळत नाही. त्यामुळे आपण या कर्मयंत्रात अडकून पडलो आहोत याची जाणीव जेव्हा व्यक्तीला होते, तेव्हा ती त्यातून सुटण्याचा प्रयत्न करते आणि ती नकळत अध्यात्म मार्गाकडे वळते.

भगवान सांगतात, 'प्रकृतीचे गुण व्यक्तीला आपल्या कचाट्यातून सोडतच नाहीत. म्हणजे ते गुण व्यक्तीला कर्म करायला भागच पडतात. मग व्यक्तीची इच्छा असो वा नसो!'

जसजसा व्यक्तीचा आत्मिक विकास होत जातो, तसतसा तिच्या जाणिवेचा विकास होत जातो. तिची ज्ञानदृष्टी जसजशी वाढत जाते, तसतशी तिला निसर्गाचे संकेत आणि निसर्गाच्या अपेक्षा जाणवायला लागतात. जन्मोजन्मी चाललेल्या या उत्क्रांतीच्या मार्गावर आपण नेमका किती आणि कसा विकास केला, याचा विचार व्यक्ती करू लागते. तिच्या मनात मग तीन प्रश्न उद्भवतात :

१. या उत्क्रांतीच्या मार्गावर मी नक्की काय मिळवलं?

२. जे मिळालं ते कसं मिळालं आणि त्यामागे सृष्टीचे कोणते नियम होते?

३. या नियमांना ज्या शक्तीमुळे मी जाणतो किंवा जाणते, ती शक्ती अधिकाधिक वृद्धिंगत कशी होईल?

जेव्हा व्यक्ती असा विचार करू लागते तेव्हा ती प्रकृतीचं वा निसर्गाचं ऋण फेडू लागते. तेवढंच स्वातंत्र्य मनुष्य-जीवाला असतं; अन्य कोणतंही नाही. तेच भगवान सांगतात. जीवभूत चैतन्य जेव्हा अशा तऱ्हेने युक्त होऊ पाहतं, तेव्हा ज्या शरीररूपी प्रकृतीत ते कोंडून असतं त्या प्रकृतीला ते शुद्ध करू लागतं. म्हणजेच इंद्रिय-मन आणि बुद्धी यांची ते शुद्धी करतं आणि हाच भारतीय अध्यात्मशास्त्राचा पाया आहे– इंद्रिय-मन-बुद्धी यांचं शुद्धीकरण करणं ! कर्मकांडात्मक उपासनामार्गाचा तोच हेतू असतो. पुढे शुद्ध प्रकृतीला ते जीवभूत चैतन्य स्वतःच्या कालमर्यादेपर्यंत पूर्ण कार्यक्षम करतं, म्हणजे त्या परिस्थितीत चैतन्याचा प्रकृतीवर संपूर्ण विजय झालेला असतो. त्यामुळे

मुक्ती हा वेगळा भाग उरतच नाही. किंबहुना व्यक्ती कर्म करता करता देहातच मुक्ती अनुभवू लागते. त्यालाच जीवनमुक्त अवस्था म्हणतात. कारण तीन गुणांचा प्रभाव तिने फेकलेला असतो आणि त्या गुणांमुळे शरीररूपी प्रकृतीत होणारी तिची घालमेल संपलेली असते. व्यक्तीच्या संदर्भात जेव्हा ही स्थिती येते, तेव्हा त्या स्थितीला 'आत्मसाक्षात्कार' म्हणतात आणि समष्टीच्या संदर्भात जेव्हा ही स्थिती उद्भवते, तेव्हा त्याला 'प्रलय' म्हणतात. या अवस्थेत चैतन्य प्रभावी झालेलं असतं आणि प्रकृती शुद्ध बनलेली असते.

हे गहन तत्त्वज्ञान भगवान केवळ या एका श्लोकात सांगतात.

संन्यासमार्गातला सूक्ष्म अर्थ सांगताना भगवान अर्जुनाला कर्माचं महत्त्व विशद करून सांगत आहेत. संन्यासमार्गी लोक कर्माचा त्याग करून मोक्ष मिळवतात ही गोष्ट खरी; परंतु ही मोक्षसिद्धी त्यांना कर्माचा त्याग केल्यामुळे मिळत नसून त्यांच्या ज्ञानाचं फलित म्हणून मिळत असते. नुसता कर्माचा त्याग करून मोक्षसिद्धी मिळणार असेल तर ती एखाद्या निष्क्रिय दगडालासुद्धा मिळायला हवी! म्हणून भगवंत सांगतात, कर्म केल्याशिवाय कोणीही क्षणभरदेखील राहू शकत नाही. जोपर्यंत देह आहे तोपर्यंत निजणं, बसणं, उठणं ही कर्मं चालूच असतात. ती थांबवणं आपल्या हातात नाही. प्रकृतीचं वर्चस्व मनुष्यदेहावर राहणारच असतं. देहाचाच विचार केला तर मनुष्य अशा तऱ्हेने परतंत्रच असतो, पण आधी सांगितल्याप्रमाणे प्रकृतीची शुद्धी आणि चैतन्याचं त्यावर आधिपत्य मिळवणं हीच मुक्ती असते.

दूरचित्रवाणीवरून एखाद्या कार्यक्रमाचं प्रसारण चालू असतं. ते प्रसारण मुळापासून थांबवणं आपल्या हातात नसतं. फक्त आपल्या घरातील टी.व्ही.चं बटण बंद करणं तेवढं आपल्या हातात असतं! त्याप्रमाणे कर्म न करणं आपल्या हातात नाही. कर्माच्या ठिकाणी असलेली आसक्ती सोडणं एवढंच आपल्या हातात असतं. प्रारंभी आसक्ती सोडता आली तर चैतन्य प्रभावी बनायला सुरुवात होते. म्हणून कर्मातले दोष जेणेकरून नाहीसे होतील असा उपाय करायला हवा. कर्माची आसक्ती सोडण्याची युक्ती योजली तर कर्मबंध होणार नाही आणि व्यक्ती जीवनमुक्त अवस्थेकडे वाटचाल करू शकेल.

एखादी वस्तू दिसली की त्याची चांगली अथवा वाईट प्रतिक्रिया मनात उमटणारच. चांगली-वाईट, स्वीकार-धिक्कार या प्रकृतीसंबंधित प्रवृत्तीच असतात. एकाच वस्तूकडे पाहण्याचे भिन्न दृष्टिकोनही असतात. विश्वात कोट्यवधी वस्तू आहेत, प्राणी आहेत, जीव आहेत, माणसं आहेत, त्यांचे नातेसंबंध आहेत, पण परस्परांकडे पाहणाऱ्या नजरा भिन्न भिन्न प्रवृत्तीच्या असतात.

थॉमस अल्वा एडिसन हा महान शास्त्रज्ञ होऊन गेला. शाळेतल्या शिक्षकांच्या दृष्टिकोनातून तो एक 'ढ' विद्यार्थी होता! त्या वेळी त्याच्या आईचं त्याच्याविषयीचं मत वेगळं होतं. आपला मुलगा खूप हुशार आहे हे तिने जाणलं होतं. म्हणून एडिसनला उपदेश करताना ती म्हणाली, 'तू तुझ्या कार्यात १००% मन लाव आणि मग परिणाम बघ.' आईचा उपदेश मानल्यावर एडिसन पुढे किती मोठा झाला हे सांगण्याची आवश्यकता नाही.

आपापल्या प्रकृतीच्या गुणधर्मानुसार प्रत्येकाच्या हातून कर्म घडत असतं. प्रत्येक व्यक्ती प्रकृतीच्या अधीन असते आणि आपल्या स्वभावानुसार कर्म करत असते. सात्त्विक, राजस आणि तामस हे माणसाच्या प्रकृतीचे गुणधर्म असतात. ते गुणधर्म प्रत्येक जीवाकडून कर्मं करवून घेत असतात. त्यांच्यावर विजय मिळवलेला आत्मज्ञानी स्थितप्रज्ञ मात्र याला अपवाद असतो. कर्मामागची आसक्ती सुटल्यामुळे स्थितप्रज्ञाचं मन स्थिर झालेलं असतं. अशा व्यक्तीच्या मनाच्या स्थिर अवस्थेवर प्रकृतीचे गुण परिणाम करू शकत नाहीत. शुद्ध झालेल्या प्रकृतीवर त्याचं आधिपत्य झालेलं असतं. तथापि, स्थितप्रज्ञसुद्धा कर्मापासून स्वतःला दूर ठेवू शकत नाही. फक्त गुणांनी प्रभावित कर्माचा हेतू संपुष्टात आलेला असतो आणि चैतन्य मुक्तीच अनुभवत असतं.

कर्म सोडायचं म्हटलं तरी ते सुटत नाही; आणि कर्म सोडून देणं हा सिद्धीचा उपायही नाही. त्यासाठी ज्ञानाने आसक्तीचा अभाव करून कर्मं करत राहणं एवढाच उपाय आहे. हाच आत्मसिद्धीचा मार्ग आहे. ज्ञान हे मोक्षाचं साधन असलं तरी कर्मशून्य राहणं शक्य नसल्यामुळे कर्माचा बंध होणार नाही याची खबरदारी घेतली पाहिजे. यालाच कर्मयोग म्हणतात. प्रकृतीला शुद्ध करून चैतन्याचं त्यावर आधिपत्य हवं. मग व्यक्ती जीवनमुक्त अवस्था अनुभवू शकते.

*कर्मेन्द्रियाणि संयम्य य आस्ते मनसा स्मरन्।*
*इन्द्रियार्थान्विमूढात्मा मिथ्याचारः स उच्यते ॥३.६॥*

जो मूढबुद्धी पुरुष कर्मेंद्रियांचं संयमन करून विषयांचंच मनाने स्मरण करत राहतो, तो ढोंगी म्हटला जातो.

मूढबुद्धी व्यक्ती काय करते हे सांगताना भगवान 'संयमन' आणि विषयांचं 'मनन' या दोन परस्परविरोधी शब्दांची योजना करतात. त्यातून त्यांना व्यक्तीच्या वागण्यातला दंभ दाखवून द्यायचा आहे. तो कसा ते पाहू. सद्विचारांचा ज्या व्यक्तीला स्पर्शही नाही आणि जी केवळ स्वार्थच जाणते, ती प्रारंभी फक्त स्वार्थपरायण कर्म करत राहते, पण या कर्मांनी दुःख आणि कष्टच वाट्याला येतात, हे समजल्यावर ती थोडंफार परार्थासाठी म्हणजे दुसऱ्यांच्या हितासाठी कार्य करू लागते. दुसऱ्यांच्या हितासाठी काही केल्याशिवाय आपला स्वार्थही पुरा होणार नाही अशी भूमिका त्यामागे असते. हा विकासाच्या दिशेने प्रवास असला तरी व्यक्ती याच पायरीवर अडकण्याची शक्यता अधिक असते. कारण या पायरीवर पोहोचलेल्या व्यक्तीच्या कर्मामागेही स्वार्थ दडलेला असतो. तिचा कर्मामागचा अहंकार पूर्ण जागृत असतो. 'अहं' आणि 'अहंकार' या दोन वेगळ्या संकल्पना आहेत. अहंकारी व्यक्ती बहुधा दुसऱ्यांना शिकवण्याचा प्रयत्न करते; पण त्यामागे 'मी' हा प्रबळ असतो. स्वार्थपरायण बुद्धीपेक्षा कर्तव्यपरायण बुद्धीची या व्यक्तीने पातळी गाठलेली असते, परंतु जोपर्यंत ती अंतःकरणातून विषयवासनेचा त्याग करत नाही तोपर्यंत हा बाह्याचार कितीही शुद्ध असला किंवा तो तसा दाखवला गेला तरी तो दंभच असतो. कर्मेंद्रियांचे बाह्य आचार जरी बळाने थांबवले तरी मानसिक ज्ञानेंद्रियांचे व्यापार सुरूच राहिल्यामुळे तो मिथ्याचार होतो आणि अशी मिथ्याचारी व्यक्ती ढोंगीच म्हटली पाहिजे.

मागील पाचव्या श्लोकाच्या संदर्भाने असं म्हणता येईल की, निग्रहाने बाह्य इंद्रियांकडून सत्कर्माचरण करवणं आणि बाह्य कर्मेंद्रियांना कर्म करण्यापासून परावृत्त

करू पाहणं या दोन्ही प्रकारच्या क्रिया म्हणजे शुद्ध ढोंग म्हटल्या पाहिजेत. कारण अंतःकरणात विषयांची ओढ म्हणजे लस्ट (lust) कायम ठेवून केवळ बाह्यतः दिखाऊ क्रिया केल्यामुळे अंतर्मनात विकृतग्रंथी अर्थात कॉम्प्लेक्स (complex) तयार होतात. जीवाबरोबर या विकृतग्रंथी जन्मोजन्मी अंतर्मनाला चिकटून येतात आणि त्यामुळेच बऱ्याचदा शारीरिक आणि मानसिक आजारांना सामोरं जावं लागतं. म्हणजे विषयांची अतृप्ती हे त्यामागचं कारण असतं.

सिग्मंड फ्रॉइड या मानसशास्त्रज्ञाने हाच सिद्धान्त आधुनिक काळात मांडला. पण भगवंतांनी ५००० वर्षांपूर्वीच हा उपदेश करून ठेवला आहे! तथापि, अंतर्मनात गाठी राहू नयेत म्हणून कामतृप्ती करणं हाच फ्रॉइडच्या सिद्धान्ताचा चुकीचा अर्थ लावला गेला; आणि मग भोगवादी मनुष्य बेसुमार भोगांच्या मागे लागला. कामविकार कायमची तृप्ती कधीच देऊ शकत नाही, हा विचार केला गेला नाही. केवळ बाह्यतः दिखाऊ वर्तन करून अंतर्मनात मात्र विषयांचं चिंतन कायम ठेवत, प्रसंगी स्वतःला मोठा 'धार्मिक' दर्शवून विषयतृप्ती करून घेण्याची दिखाऊ वृत्ती अतिशय घातक असते. अशी व्यक्ती स्वतःचा घात करतेच, पण भोळ्या भाविकांची दिशाभूल करून त्यांचाही घात करते. म्हणून भगवान या श्लोकातून दोन्ही घटकांना सावध करतात.

मन शुद्ध नसताना केवळ लोकांनी चांगलं म्हणावं म्हणून मूढ म्हणजे अज्ञानी लोक बाह्येंद्रियांवर ताबा ठेवतात, पण मनातून मात्र त्यांचं सतत विषयांचं म्हणजेच उपभोग्य गोष्टींचंच चिंतन चालू असतं. गरीब लोकांना मदत करण्याचं काम करायचं, पण मनातून परदेशातून मिळणाऱ्या ग्रँटवर नजर ठेवायची! किंवा पुरस्कारांवर नजर ठेवून समाजकार्य करायचं! मग हे ढोंग होतं. अशा कार्यांमुळे कदाचित दुसऱ्याचं भलं होईल - नाही असं नाही, पण ईश्वरी रेकॉर्डमध्ये त्या व्यक्तीच्या कार्यामागच्या हेतूंचाही विचार होईल. 'मला पुरस्कार नको - नमस्कार नको; काहीही नको, केवळ करुणाभावाने मी परार्थासाठी काम करतो,' अशी भूमिका अंगीकारली तरच ती श्रेष्ठ भूमिका ठरते. अशा व्यक्तीचे गुण भगवान पुढील श्लोकात सांगणार आहेतच. जे दुसऱ्यांसाठी कार्य करायचं, ते अंतर्बाह्य निरपेक्ष भावाने केलं गेलं तर त्या व्यक्तीचा खरा विकास होतो. अन्यथा वरपांगी कितीही दिखाऊ सदाचरणाचा आव आणला तरी ती व्यक्ती पक्की दांभिक समजावी, असं भगवंतांनी या श्लोकातून निक्षून सांगितलं आहे.

भगवंत बाह्य देखाव्याला मुळीच महत्त्व देत नाहीत. आंतरिक विकासालाच ते महत्त्व देतात. 'सदाचरण' हा दाखवण्याचा भाग नाही, तो स्थायी भाव असला पाहिजे. मालकाकडून आपला उदरनिर्वाह होईल अशी मांजराला आशा असते. वरपांगी ते स्वच्छ, प्रेमळ आणि लाघवी दिसत असतं, पण प्रसंगी चोरून दूध प्यायलाही ते कमी

करत नाही! ढोंगी व्यक्ती अशीच असते. नि:संगतेचं प्रदर्शन करणारी अशी व्यक्ती भक्त असतेच असं नाही. वरपांगी ती स्वच्छ राहते, विविध अनुष्ठाने करते, पोथ्या-पुराणं ऐकवते, गोड-लाघवी बोलते. वृत्ती दैवी करण्यासाठी या क्रिया केल्या पाहिजेत याविषयी मुळीच दुमत नाही, पण त्या करण्याचा हेतू महत्त्वाचा आहे. भगवान तेवढाच निर्देश या श्लोकातून करतात.

बहुधा एखाद्या भोंदूच्या बाह्य-दर्शनालाच लोक भुलतात. त्या व्यक्तीला पवित्र मानतात. भौतिक गोष्टींची मला काहीच आवश्यकता नाही, असंही ती तथाकथित 'धार्मिक' व्यक्ती भासवत असते, पण स्वत:च्या ऐषआरामासाठी आणि इंद्रियतृप्तीसाठी भोळ्या-भाबड्या भाविकांना नादी लावून अप्रत्यक्षपणे ती भौतिक सुख मिळवण्याची लालसा बाळगून असते. आपण भक्त किंवा अवतार असल्याचा बाह्यत: देखावा उभा करते. अशा व्यक्ती फार घातक असतात. दुसऱ्याचं शोषण करणाऱ्या अशा तथाकथित धार्मिक व्यक्तींचं अध:पतन झालेलं आज अनुभवाला येत आहे. म्हणून अध्यात्ममार्गात अतिशय सावधच राहावं लागतं.

> एक असाच भोंदू गुरू होता. तो गावाच्या वेशीवर एका झाडाखाली जाऊन बसला. हळूहळू लोक जमू लागले. त्याच्या बाह्य दर्शनाला भुलू लागले. त्यामुळे त्याचं बस्तान चांगलं बसलं. एके दिवशी एक भक्त भावपूर्ण अंत:करणाने त्याला म्हणाला, 'गुरुदेव, मला सिद्धी हव्या आहेत. आपणच त्या मला देऊ शकता. माझ्यावर कृपा करा.'
>
> गुरू म्हणाला, 'अरे, बारा वर्षं माझी सेवा कर; तुला सिद्धी आपोआप प्राप्त होतील.'
>
> त्या शिष्याचा गुरूवर विश्वास होता. त्याने बारा वर्षं त्याची खरोखरच भावपूर्ण अंत:करणाने सेवा केली. मग एक दिवस त्याने गुरूंना विचारलं, 'आता मला सिद्धी...?'
>
> 'अरे, तू माझी उत्तम सेवा केलीस! आता साऱ्या सिद्धी तुझ्याकडे आल्या आहेत!... तू या नदीच्या पाण्यावरूनही चालत जाऊ शकशील.'
>
> तो शिष्य हरखून गेला. गुरुवचनावर विश्वास ठेवून तो नदीत उतरला आणि पाण्यावरून सरळ चालत पलीकडे गेला. त्याची श्रद्धा तेव्हा कामी आली होती! पण गुरूला वाटलं, केवळ माझी सेवा करून याला अशा सिद्धी प्राप्त झाल्या, तर मग माझ्याकडे तशा सिद्धी का नसणार? असा विचार करून गुरूही पाण्यावरून चालत जाण्यासाठी निघाला आणि नदीत बुडून मेला! कारण त्याला पोहता येत नव्हतं!

शिष्याची श्रद्धा कामी आली असली तरी श्रद्धा कुणावर ठेवायची याचाही विचार झाला पाहिजे. गीता अशा प्रकारच्या भोंदूगिरीला उत्तेजन देत नाही.

भगवान या श्लोकातून कुणाचा मुलाहिजा न ठेवता आपल्याला मार्गदर्शन करतात. म्हणूनच अध्यात्ममार्गाचं आचरण करताना नियमितपणे भगवद्गीतेचा अभ्यास झाला पाहिजे म्हणजे मनुष्य फसणार नाही. तो सारासार विवेक करू लागेल. मग डोळसपणे व्यक्ती आत्मज्ञानाकडे जाऊ शकेल. आपण एखाद्या वस्तूची खरेदी करतो तेव्हा ती चार ठिकाणी चौकशी करून करतो. मग अशी चिकित्सा अध्यात्ममार्गात करायला नको का? डोळसपणे विचार करायला नको का? केवळ विषयतृष्णा भागवण्यासाठी हे क्षेत्र नाही याचाही विचार केला पाहिजे.

विषयतृष्णा ही व्यक्तीला आत्मज्ञानापासून दूर नेते. आत्मज्ञान होऊन कृतकृत्य झाल्याशिवाय कोणाचीही विषयतृष्णा शांत होत नाही आणि तृष्णा शांत झाल्याशिवाय नुसत्या कर्मेंद्रियांना दाबून ठेवलं तरी मन विषयांचं चिंतन केल्यावाचून राहत नाही. विषयाचं सतत चिंतन केल्याचा परिणाम स्मृतिभ्रंश होण्यात होतो. त्यातूनच व्यक्तीचा पुरुषार्थ नाहीसा होतो. पूजा-अर्चना, भक्ती यामध्ये सहजता हवी. दुसऱ्याला दाखवण्यासाठी या गोष्टी नसाव्यात. बरेच दुकानदार दुकानात आल्यावर देवाची प्रार्थना करतात, पूजा करतात. तो समर्पित भाव असतो. देव माझा व्यवसाय चालवतो हा भावही असतो. काही जण मात्र पूजा करण्यासाठी एखाद्या पुजाऱ्याला अपॉइंट करतात! चौकटीच्या चित्रात, फुला-हारामध्ये भगवान अडकलेला नसतो. परमेश्वराची मूर्ती अथवा प्रतिमा ही भाववृद्धीसाठी असते. त्याचं एक निश्चित शास्त्र आहे. परमात्मा असा फोटोत अडकलेला नसतो. तो सर्वव्यापी असला तरी उपेक्षित ठिकाणी त्याला राहायला आवडेल का, याचाही विचार व्हायला हवा. भक्ती म्हणजे केवळ दिखावा नाही याचं भान यायला हवं. मनुष्याच्या आंतरिक पावित्र्यानंच परमेश्वर प्रभावित होत असतो. दिखाव्यासाठी जे कर्म केलं जातं, तो मात्र दंभ ठरतो.

मग असं कोणतं कर्म करायचं आणि कशा प्रकारे करायचं की ज्यामुळे ते अशा विकृतग्रंथीयुक्त बंधाला कारण होणार नाही? भगवान ते पुढील श्लोकात सांगतात.

केवळ बाह्य परिवर्तन आणून उपयोगाचं नसतं. वृत्ती बदलल्याशिवाय काहीही साध्य होत नाही. केवळ कर्मेंद्रियांचा संयम करून जो विषयांचंच चिंतन करतो, तो ढोंगी समजला पाहिजे. अध्यात्मात सारासारविवेकबुद्धी जागृत ठेवणं अत्यंत आवश्यक असतं.

*यस्त्विन्द्रियाणि मनसा नियम्यारभतेऽर्जुन।*
*कर्मेन्द्रियैः कर्मयोगमसक्तः स विशिष्यते ॥३.७॥*

हे अर्जुना, मनाने इंद्रियांचा निग्रह करून कर्मफलामध्ये आसक्त न होता कर्मेंद्रियांनी कर्मयोगाचा जो आरंभ करतो, त्याची योग्यता विशेष आहे.

या श्लोकातून सांख्य आणि योगी यांची तुलना केलेली नसून निष्काम कर्मयोगी आणि सकाम किंवा विषयासक्त व्यक्ती यांच्या वृत्तीची तुलना केलेली आहे. मागील दोन श्लोकांमधून सामान्य कर्म करणारी व्यक्ती, बाह्यतः पावित्र्य दर्शवून मनात वासना प्रबळ ठेवणारी ढोंगी व्यक्ती यांविषयी भगवंतांनी सांगितलं. या श्लोकातून साधकाची आणखी पुढची अवस्था ते वर्णन करतात. ही अवस्था भगवंतांसाठी 'विशेष' असते.

आधीच्या दोन्ही अवस्थांना भगवंतांनी पापी म्हटलेलं नाही अथवा दुर्जन म्हटलेलं नाही. ते त्या अवस्थेतील व्यक्तींना अनुक्रमे अज्ञानी आणि दांभिक म्हणतात. कारण विकासक्रमातील हा एक टप्पा आहे; आणि तो तसाच राहणार आहे. भगवान फक्त त्याचा निर्देश करतात आणि त्याचे परिणामही पुढे सांगतात; पण ते आग्रही नाहीत.

व्यक्ती जर स्वार्थयुक्त कामच करत राहिली, तर नैराश्य येण्याची शक्यता अधिक असते. वरपांगी पावित्र्यातून विकासक्रमात एखादी पायरी वर जाता येतं; दांभिकतेचा अल्प-स्वल्प फायदा व्यक्तीला आणि समाजाला होतो; पण तो मिथ्याचार असतो. त्यामुळे भगवान त्याला कनिष्ठ प्रतीचा मानतात. या दोन्ही अवस्थांमध्ये मुक्ती नाही.

मुक्ती हवी असेल तर निष्काम कर्मयोगाचंच आचरण करावं लागतं. त्या अवस्थेत सर्व उपाधींसह इंद्रियांकडून कर्म घडत असलं तरी ती कर्मयोगी व्यक्ती कर्माच्या बंधनात अडकत नाही. त्या खेळातून ती निसटते; तिला वास्तविकतेचं भान येतं. कर्म करूनही कर्म-बंधनात न अडकण्याचं तिचं कौशल्य भगवंतांना कौतुकास्पद वाटतं. म्हणूनच ती व्यक्ती त्यांच्यासाठी 'विशेष' ठरते.

कोळी स्वतःभोवती जाळं विणतो. त्या जाळ्यातच तो राहतो; पण तो स्वतः त्या

जाळ्यात अडकत नाही. तसंच हा कर्मयोगी शिवस्वरूप झाल्यामुळे इंद्रिय-मन-बुद्धी त्याच्या आज्ञेत राहतात. अंतःकरण त्याच्या ताब्यात येतं. ज्ञानेंद्रियं आणि कर्मेंद्रियं स्खलित होत नाहीत. मन-बुद्धी आणि सर्व इंद्रियं यांच्यात अनुसंधान निर्माण होतं.

जीव आणि आत्मा यांचा योग घडल्यामुळे अशी व्यक्ती 'आत्मज' बनते. या अवस्थेत ती कर्मापासून उद्भवणाऱ्या बऱ्यावाईट कर्मफळात आणि सुखदुःखादी द्वंद्वात अडकत नाही. इंद्रियांपासून आत्म्यापर्यंत अनुसंधान घडल्यामुळे तिच्या हातून निष्काम कर्मच होत राहतं; त्यात सहजता येते. म्हणजेच ते कर्म हे त्या व्यक्तीचं 'सहजकर्म' बनतं.

याउलट जन्माला आलेल्या सर्वसाधारण व्यक्तीची कर्मं ही स्वार्थप्रणीत कर्मच असतात. अशा प्रत्येक व्यक्तीला इंद्रियजन्य कर्मं करावीच लागतात. शरीरपोषणासाठी कर्म करून अन्नपाणी मिळवावं लागतं; सुखसमृद्धी मिळवण्यासाठी नोकरी-व्यवसाय करावाच लागतो. भौतिक सुखसमृद्धी मिळवण्यासाठी कराव्या लागणाऱ्या कामांना सकाम कर्मं म्हणतात. सकाम कर्मांमुळे भौतिक सुखसमृद्धी मिळू शकते; पण मानसिक सुखशांती मिळतेच असं नाही.

यश मिळालं की बऱ्याचदा इंद्रियं गलथान बनतात. व्यक्तीला नको त्या विषयाकडे ओढून नेण्यासाठी यश तत्पर असतं. यशस्वी व्यक्ती चटकन कुणाचाही उपमर्द करू शकते; दुसऱ्याला कमी लेखू शकते. अधिकार हातात आला की प्रमाद होतात; हाताखालच्या व्यक्तीला क्लेश देण्याची प्रवृत्ती बळावते. अशा कर्मांमुळे पापाचे घडे भरत जातात. म्हणून यशकाल हा पापकाल असतो; पूर्वजन्मी किंवा चालू जन्मात केलेल्या सत्कर्मांचं फळ मिळण्याचा तो काळ असतो.

वास्तविकतः हा काळ म्हणजे कर्मखात्यात जमा झालेल्या सत्कर्मांचा साठा रिकामी होण्याचा काळ असतो. बँकेतल्या सेव्हिंग खात्यातील रक्कम withdraw करावी आणि बॅलन्स खाली जावा असा तो प्रकार होतो. त्यामुळे यशकालात व्यक्तीने बुद्धी स्थिर ठेवली पाहिजे. मनाला आवर घातला पाहिजे.

भगवान सांगतात त्यानुसार कर्मयोगाचा प्रारंभ केव्हा होतो? तर विचार-विवेकासह अंत:स्थ परमतत्त्वाशी योग झाल्यानंतर जे कर्म सिद्ध होतं तेव्हा. अर्थात आपल्या हृदयातच परमतत्त्व आहे ही भावना दृढ करून आणि मग त्याच्याशी अनुसंधान साधून जर कर्म केलं तर भगवान म्हणतात त्याप्रमाणे अशा कर्मयोग्याची योग्यता विशेष असते. आपल्याला परमेश्वर दिसत नाही; पण परमेश्वराला आपली प्रत्येक कृती आणि विचार समजत असतात आणि तेही आकाशात राहून नव्हे; तर आपल्या हृदयात राहून! आधुनिक संगणकीय भाषेत सांगायचं तर परमात्म्याचं जणू ते 'परम' नावाचं ॲप असतं. ते आपल्या अंत:करणात सेट केलेलं असतं; आणि

'प्रत्यगामा' नावाने ते ॲप त्या ॲपधारकाचं यूजर अकाउंट असतं! म्हणून त्या परमतत्त्वाशी असलेलं आपलं नातं प्रथम समजून घेतलं पाहिजे. केवळ विघ्नहर्ता किंवा संकटकाळी धावून येणारा एवढंच त्याच्याशी नातं नसावं.

आधुनिक काळाशी संबंधित दृष्टान्त द्यायचा झाल्यास, सीसीटीव्हीचा देता येईल. सीसीटीव्हीमध्ये बाह्य घटनांचं चित्रीकरण होत असतं. आपल्या अंत:करणात दडलेल्या दैवी सीसीटीव्हीवर मात्र बाह्य घटनांसह व्यक्तीच्या मनातल्या विचारांचं आणि हेतूंचंही रेकॉर्डिंग होत असतं. त्याचबरोबर व्यक्तीच्या अनेक जन्मांचा ताळेबंदही नोंदला गेलेला असतो. त्यानुरूप त्याच्या वाट्याला कधी मधुर तर कधी कटू फळं येत असतात! व्यक्ती दुसऱ्याला फसवू शकते, स्वत:चीही फसवणूक करून घेऊ शकते, पण परमतत्त्वाला मुळीच फसवू शकत नाही.

संकटांचा सामना करताना एखाद्या व्यक्तीपुढचे सारे मार्ग जेव्हा बंद होतात, तेव्हा ती व्यक्ती परमेश्वराला शरण जाते. परमात्म्याला शरण जाण्यात गैर काहीच नाही; पण त्यात अगतिकता नसावी. संकटातून बाहेर पडण्यासाठी केवळ तात्कालिक उपयुक्तता म्हणून परमेश्वराशी सौदा नसावा.

आपण रात्री झोपतो, पण आपलं हृदयस्थ तत्त्व निरंतर जागंच असतं. ते जागं राहतं म्हणूनच आपलं अस्तित्व असतं. ते झोपलं तर आपलीही चिरनिद्रा ठरलेली! अशा चिरंतन तत्त्वाविषयी सकारात्मक समज आली पाहिजे. त्यासाठी योग्य गुरू, आचार्य, ग्रंथ आणि शास्त्र यांची कास धरली पाहिजे. तत्त्वज्ञान, धर्म आणि भक्ती हे अनुभवाचे विषय असतात. अनुभवानंतर अनुभूतीचा मार्ग प्रकशित होत जातो.

परमात्म्याची अनुभूती येण्यासाठी प्रथम त्याचा आणि आपला संबंध समजून घेतला पाहिजे. त्याच्या कार्यात हातभार लावला पाहिजे; त्याच्याशी सख्य साधलं पाहिजे. (या गीताज्ञानयज्ञामध्ये त्याचे मार्ग पुढे येतीलच.) अशा प्रकारे भगवंताशी नित्य संपर्क ठेवला तरच त्याच्याकडून प्रतिसाद मिळायला लागतो. अन्यथा जे काही कर्माचं ताट आपल्यापुढे वाढून ठेवलं आहे, ते स्वीकारावंच लागतं. त्यातून सुटका होऊ शकत नाही! शरणागत होऊन आपण परमेश्वरापुढे आपली व्यथा मांडली आणि परमात्म्याने लगेच आपलं ऐकलं - असंही होत नाही.

ईशतत्त्व सदा आपल्या अंतरंगात वसून असतं. आपण सद्वर्तन करू लागलो तर आपल्याला त्याचा पाठिंबा मिळू लागतो. आपण नित्य त्याचं स्मरण ठेवून त्याच्याविषयी कृतज्ञता व्यक्त करू लागलो, की भगवंताकडून आपल्याला प्रतिसाद मिळू लागतो आणि जेव्हा आपण भगवंताचं कार्य निरपेक्ष भावाने करू लागतो, तेव्हा भगवंत आपल्या जीवनरथाचा सारथी बनतो! मग तो केवळ पाठीशी राहत नाही तर

पुढे राहतो. अर्जुन कृष्णाचा सखा होता. कृष्णाच्या धर्मसंस्थापनेच्या कार्यात त्याच्यासह सारे पांडव त्याला साहाय्यभूत ठरले होते. म्हणूनच भगवंतांनी अर्जुनाचं सारथ्य स्वीकारलं आणि त्याच्या साहाय्यार्थ ते पुढे झाले.

आपल्या जीवनरथाचं सारथ्य भगवंतांनी करायला हवं असेल तर त्याचाच उपदेश ऐकावा लागेल. स्वत: भगवंतांनी केलेला एकमेव उपदेश म्हणजेच भगवद्गीता! आत्मविकासाचा निश्चित मार्ग ती प्रकाशित करते. त्यासाठी बौद्धिक कर्मं करायला हवीत आणि मनाचाही विकास साधायला हवा. त्याचप्रमाणे कर्मेंद्रियं कर्मयोग साधण्यासाठी तत्पर व्हायला हवीत; तेव्हाच केलेल्या कर्मांची विशेषता असते. आपली बरीचशी कर्मं ही परतंत्र बुद्धीने केलेली असतात. अशी परतंत्र बुद्धीने केलेली कर्मं लाभदायक ठरत नाहीत. त्या कर्मांमुळे आनंददायी विकासही संभवत नाही.

दैनंदिन व्यवहारात आपण कित्येक गोष्टी मनात किंवा उघडपणे बोलून दाखवतो - 'हे काम मी केलं... माझ्यामुळे यांचं सारं काही चाललं आहे... मी नसतो तर ह्यांचं कठीण होतं,' वगैरे वगैरे! हा स्वकर्तृत्वभाव हळूहळू सोडायला हवा. कुणीही कुणामुळे जगत नसतो किंवा मरत नसतो. एखाद्यामुळे दुसरा एखादा मोठा झाला तरी दुसरा मोठा होण्यात इतर अनेक गोष्टींचा अंतर्भाव असतो. आपण फक्त त्याच्या चालू जन्माचा ताळेबंद मांडत असतो, परंतु देवाकडे त्याच्या अनेक जन्मांचा ताळेबंद असतो. त्यानुरूप चालू जन्मात यशापयश आणि सुखदु:खं व्यक्तीच्या वाट्याला येत असतं. एखादी व्यक्ती खूप काम करते; पण यश मिळत नाही. याउलट एखाद्या व्यक्तीला फारसे कष्ट न घेता मोठं यश मिळतं. यामागे कर्माचा ताळेबंद अदृश्यपणे कार्यरत असतो, हे समजून घेतलं पाहिजे.

आपण केवळ निमित्त आहोत हे ध्यानात घेऊन जर दैनंदिन जीवनात अनासक्त बुद्धीने, इंद्रियांचा निग्रह करून कर्म केलं तर नक्कीच कर्मयोगाला प्रारंभ होऊ शकेल! 'मी कोण आहे? मी कुठून आलो? मला कुठे जायचं आहे?' त्याचप्रमाणे, 'मी का आलो? मी काय करणं अपेक्षित आहे? मी काय बरोबर घेऊन जाणार आहे?' याचा शोध मनाला घ्यावासा वाटू लागतो, तेव्हाच व्यक्ती तत्त्वज्ञानाकडे वळते. सकाम कर्मांमधील वैय्यर्थ जाणवू लागतं आणि ती आत्मविकासाकडे वळते. आसक्ती सोडून कर्मयोगाला प्रारंभ करते. अशी कर्मयोगी व्यक्तीच भगवंतांसाठी विशेष असते.

कोणतंही कर्म करताना माणसाने स्वकर्तृत्वभाव सोडायला हवा. अमुक केल्याने मला तमुक मिळेल, असा आशावाद सोडून जो कर्मयोगाचा प्रारंभ करतो, तो भगवंताच्या दृष्टीने 'विशेष' होतो!

*नियतं कुरु कर्म त्वं कर्म ज्यायो ह्यकर्मण: ।*
*शरीरयात्रापि च ते न प्रसिद्ध्येदकर्मण: ॥३.८॥*

(तुझ्या धर्मानुसार) तू नियत कर्म कर. कारण कर्म मुळीच न करण्यापेक्षा कर्म करणं चांगलं. शिवाय कर्म केलं नाही तर शरीरनिर्वाहही चालणार नाही.

आता या श्लोकात योग साधण्यासाठी केल्या जाणाऱ्या कर्माचं महत्त्व सांगतानाच शरीरनिर्वाहासाठी केल्या जाणाऱ्या कर्माचाही भगवान निर्देश करतात. हे सांगण्याची वेळ भगवंतांवर का आली असावी? कदाचित तत्कालीन समांतर विचारधारा दैनंदिन कर्मांना तुच्छ लेखून ते टाळण्याचा विचार मांडत असावी. भगवंतांना प्राप्त कर्म टाळणं मुळीच मान्य नाही. अशी दैनंदिन कर्मं यथोचित पार पाडणं हाही विकासक्रमच आहे. दैनंदिन कर्मं करताना ज्या अडचणी येत असतात, त्यांवर आपण कशी मात करतो, हा आपल्या परीक्षेचा आणि शिक्षणाचा भाग असतो. गीतातत्त्वज्ञान जीवनातले असे सर्व कंगोरे प्रकाशित करते.

एका महाभागांनी विचार मांडला की, सायकल पंक्चर झाली तर तिथे गीता कशी कामी येणार? पण तिथेही गीताविचार मार्गदर्शन करतोच. सायकल पंक्चर होणं किंवा गाडीत नको त्या वेळी बिघाड होणं हे केवळ निमित्त असतं. आपल्याला तेव्हा मनस्ताप होणं कर्मात लिहिलेलं असतं. आता इथे गीताविचार कसा काम करतो? तर गाडी पंक्चर झाली किंवा त्यात बिघाड झाला म्हणून जो राग येतो किंवा क्लेश होतात, त्यामुळे सर्वप्रथम विचार मावळतो. क्रोधामुळे विचार मावळत असतो. बुद्धीची सारासारविवेक करण्याची क्षमता क्षीण होते. त्यामुळे अशा वेळी क्रोध आवरून शांतपणे विचार केला पाहिजे. जवळ कुठे पंक्चर काढण्याची सोय आहे का? का आपल्याला बरंच अंतर चालत जावं लागेल? स्थिर वृत्तीने जो काही पर्याय असेल त्याचा विचार केला पाहिजे. मग आपोआप मार्ग मिळू लागतो. मग प्राप्त संकटांवर मात करता येते. अशा तऱ्हेने गीताविचार कोणत्याही परिस्थितीत मार्गदर्शक ठरतो.

कर्म करणं टाळू नये किंबहुना ते टाळताच येत नाही. तो विकासक्रमाचा भाग आहे. व्यक्ती त्यामुळे समर्थ बनत जाते. त्यामुळे कर्म आहे म्हणूनच जीवन आहे आणि जीवन आहे म्हणूनच कर्म आहे! ते टाळता येणे, मुळीच शक्य नाही.

प्राप्त युद्धकर्मापासून अर्जुन परावृत्त होऊ पाहत आहे; पण एका प्राप्त कर्मापासून परावृत्त होण्याची क्रियासुद्धा एक कर्मच ठरतं! एकपेशीय जीवांपासून संपूर्ण सृष्टीत भरून राहिलेले जीव, सूर्यादी ग्रह-तारे आपापली नेमून दिलेली स्वाभाविक कर्मं करत असतात किंवा त्यांच्याकडून ती केली जातात. जंतूंच्या कार्यामुळे दुधाचं दही होतं. शुक्रजंतूंच्या क्रियेमुळे नवीन मानव तयार होतो. प्राप्त कर्मांचा व्यवहार सृष्टीत अव्याहतपणे सुरू असल्यामुळेच सृष्टीचं रहाटगाडगं व्यवस्थितपणे सुरू आहे.

कर्माची अंतःस्थ प्रेरणा ही स्वार्थपरायणच असते. पण ज्ञान आणि अनुभवाने या स्वार्थी दृष्टीत बदल घडत जातो. दुसऱ्यालाही भावभावना आहेत, इच्छा-सुख-दुःखं आहेत याचं भान येत जातं. मग केवळ स्वार्थ न राहता कर्तव्यपरायणता येते पण याही अवस्थेत हक्काची जाणीव असतेच. अपेक्षाही असतातच किंवा अंतःस्थ हेतूही राहतातच. त्यामुळे कर्तव्यपरायणता हा निष्काम कर्मयोग होऊ शकत नाही. भगवान हा कर्मप्रवास विशद करून सांगत आहेत. या प्रवासात अशी ठिकाणं लागणारच असतात. पण जी व्यक्ती या प्रवासात अधिक उन्नत होते ती भगवंतांसाठी 'विशेष' असते, हे भगवंतांनी मागील श्लोकात सांगितलेलं आहेच. उन्नत व्यक्तीलासुद्धा कर्म चुकत नाही.

त्यामुळे योगाभ्यास करताना किंवा अध्यात्माचा अभ्यास करताना आपली प्राप्त, नियत कर्मं सोडणं मुळीच अपेक्षित नाही. ती यथोचित पार पाडली नाहीत तर उदरनिर्वाह चालणार नाही. शरीरही चालणार नाही. जे कर्मयोगाचे अधिकारी आहेत त्यांनी विहित कर्म केलंच पाहिजे, असा शास्त्रांचा निर्बंध आहे. सूर्याचं कर्म प्रकाश-ऊर्जा देणं, वृक्षाचं कर्म छाया देणं अशी पंचमहाभूतांची कर्मंही असतात आणि आपापली कर्मं ती निरलसपणे पार पाडीत असतात. प्राप्त आव्हानांना तोंड देताना होणाऱ्या क्रिया-प्रतिक्रिया-कर्मं हीसुद्धा विकासासाठी आवश्यकच असतात.

कर्मयोगाला पात्र असणारी व्यक्ती जर कर्म टाळून केवळ ईशचिंतन करत बसली तर ती गोष्ट आध्यात्मिक विकासाच्या दृष्टीने अयोग्य ठरते. घरात वृद्ध आईवडील असतील आणि त्यांना साहाय्याची नितांत आवश्यकता असेल तर त्यांची सेवा करणं हे पुत्राचं प्रधान कर्तव्य ठरतं. अशा वेळी आईवडिलांकडे बघण्याऐवजी मुलगा तासन्तास देवपूजा करत बसला, तीर्थयात्रा करत बसला किंवा मौजमजेसाठी सहलीला गेला, तर ती गोष्ट गीताशास्त्रानुसार अयोग्य ठरेल. आईवडिलांची सेवा करताना भक्त पुंडलिकाने भगवंतांनाही ताटकळत विटेवर उभं केलं होतं. या गोष्टीतून हाच बोध

घ्यायचा की भगवंतचिंतनाऐवजी गरज असेल तर मातृ-पितृसेवा ही प्राधान्याने केली पाहिजे. जुन्या पिढीचे आणि नव्या पिढीचे विचार बहुतेक वेळा भिन्न असतात - अर्थात जनरेशन गॅप ( generation gap)!

मात्र जनरेशन गॅप असली तरी प्राप्त कर्तव्य टाळणं योग्य ठरत नाही. उलट आव्हान समजून शांतचित्ताने प्राप्त-कर्तव्य म्हणून ते प्रेमभावाने केलं पाहिजे. म्हणूनच प्राप्त, नियत कर्म करणं भगवंतांना अधिक श्रेयस्कर वाटतं.

'अरे, निदान पोटासाठी तरी कर्म कर,' असं सांगताना कर्म करता करता सकाम कर्मांचं निष्काम कर्मांमध्ये परिवर्तन होणं हा भगवंतांच्या उपदेशाचा भाग अध्याहृत आहे. म्हणजे पुण्याहून दिल्लीला जायचं आहे तर निदान पुणे स्टेशनवर जाऊन गाडीत बसण्याचं कर्म तरी कर; दिल्लीला आपोआप पोहोचशील, असा गर्भितार्थ या श्लोकात आहे; पण दिल्लीला जाणाऱ्या गाडीची पाटी पाहून यार्डातल्या बंद - बिघडलेल्या गाडीत एखादा जाऊन बसला तर काय होईल? ते कर्म हे अशास्त्रीय कर्म होईल. म्हणून गीताशास्त्र समजून घ्यावं लागेल.

उदरभरणासाठी कर्मं करता करता आत्मविकासासाठी कर्मं करण्याचाही विचार व्हायला हवा. उत्तरायण संपून दक्षिणायन सुरू झालं म्हणून सूर्याचं ऊर्जा देण्याचं कर्म कधी थंड पडत नसतं. त्याचप्रमाणे माणसाची कर्मं निवृत्तीनंतर थांबून कशी चालतील? उलट निवृत्तीनंतर कर्मयोग आचरायला केवढा वाव असतो! जीवनाचा हेतू केवळ पोटभरू काम करणं हा नसतोच. आत्मिक विकासासाठी आणि भगवंतांसाठी 'विशेष' बनण्यासाठी जीवन तर हवंच आणि जीविका चालवायची असेल तर दैनंदिन कामं करणं ओघाने आलंच. निवृत्त होईपर्यंत केलेलं काम प्राधान्याने उपजीविकेसाठी केलेलं असतं. ते करायलाच पाहिजे. मात्र, जीवनाचा केवळ तेवढाच हेतू नाही. स्वास्थ्य आल्यानंतर विकासासाठी अधिक कर्म केलं पाहिजे. जीवनाचा हा हेतूच विस्मृतीत गेला तर त्या बँकमॅनेजरसारखी अवस्था होते!

युद्धासारखं घोर कर्म करावं की न करावं, या अर्जुनाच्या मनोवस्थेला हे भगवंतांचं उत्तर आहे. नियत कर्मं केलीच पाहिजेत. ही कर्मं करता करता योगस्थ होऊन निष्काम कर्माच्या दिशेने प्रवास होणं हा भाग अध्याहृत आणि अपेक्षित आहे.

*यज्ञार्थात्कर्मणोऽन्यत्र लोकोऽयं कर्मबन्धनः ।*
*तदर्थं कर्म कौन्तेय मुक्तसङ्गः समाचर ॥३.९॥*

हा लोक ईश्वरार्थ केलेल्या कर्माहून अन्य कर्माने बांधलेला आहे. म्हणून हे अर्जुना, कर्मफलाविषयीची आसक्ती सोडून ईश्वरासाठी कर्म कर.

या श्लोकाचे दोन अर्थ होतात पण निर्णय एकच निघतो - निष्काम कर्म. हा लोक ईश्वरार्थ केलेल्या कर्मांहून अन्य कर्मांनी बांधलेला आहे, असं भगवान म्हणतात. याचाच अर्थ हा लोक ईश्वरार्थ केलेल्या कर्मांनी बांधलेला नाही. म्हणजेच पर्यायाने हा लोक स्वार्थपरायण वृत्तीने आणि आसक्ती-वासनांनी बांधलेला आहे, हा अर्थ निघतो आणि या अशा स्वार्थपरायण कर्मांचा जीवाला बंध होतो. कर्माच्या चक्रात जीव अनेक जन्म फिरत राहतो. मग या स्वार्थपरायण लोकात राहूनसुद्धा ईश्वराला आवडतील अशी कोणती कर्मं असू शकतील? तर ती कर्मं म्हणजे या लोकाहून भिन्न आणि ईश्वरी कर्मांशी साधर्म्य असणारी कर्मं. ती कर्मं म्हणजेच यज्ञीय कर्मं. अशी कर्मं पुढीलप्रमाणे :

**१. निरपेक्षता**
ईश्वर आपलं जीवन चालवतो; पण मनुष्याकडून त्याला कोणतीच अपेक्षा नसते.
**२. प्रेममयता**
त्याचं सर्वांवरच सारखं प्रेम असतं. सुष्ट आणि दुष्ट ही त्याचीच निर्मिती असल्यामुळे तो भेदभाव करत नाही.
**३. सरलता**
अपेक्षा आणि वासना मनात असतील तर सरलता येऊ शकत नाही. भगवंतांना कोणतीच वासना नसते किंवा अपेक्षा नसते.

**४. करुणा**

करुणा हा ईश्वराचा स्थायी भाव असतो; केवळ दीन-दु:खितांविषयी नाही तर धनिकांविषयीसुद्धा असतो. कर्मफेऱ्यात अडकल्यामुळे दीन-दु:खितांना जे भोगावं लागतं, त्यामुळे जसा दयार्द्र भाव असतो, तसाच दयार्द्र भाव श्रीमंतांविषयीही असतो. अहंकार, उतावळेपणा आणि मदामुळे श्रीमंत व्यक्ती उन्मत्त झाली असेल, तर तिला कुकर्मांमुळे भोगाव्या लागणाऱ्या कर्मविचारांमुळे ईश्वराच्या मनात करुणा उत्पन्न होते.

**५. निष्कामता**

शरीरांतर्गत क्रियांपासून जो सर्व जीवांचं जीवन चालवतो, त्या परमात्म्याला जीवाकडून कोणतीही अपेक्षा नसते हे विशेष!

**६. मित्रता किंवा सखा**

सखा हा फार जवळचा असतो. त्याचं सान्निध्य आणि सामीप्य जीवाला सुख देतं. जीवनाची अनुभूती देतं.

**७. निर्ममता**

मनुष्य जेव्हा या जगात येतो तेव्हा तो ममत्व घेऊनच येतो. माझं घर, माझं करियर, माझी प्रसिद्धी, माझा पैसा, माझा अधिकार, माझी मुलं असे ममत्वाचे प्रकार असतात, परंतु भगवान स्वनिर्मित आणि स्वत:ची मालकी असलेल्या गोष्टींवरसुद्धा ममत्व ठेवत नाही.

**८. निरहंकारता**

नावलौकिक मिळाला, पैसा मिळाला किंवा अधिकार प्राप्त झाला की मनुष्याचा अहंकार बळावतो, परंतु जगाची निर्मिती आणि मालकी असूनही भगवान अहंकार बाळगत नाही.

**९. सर्वांप्रत समदृष्टी-समभाव :**

भगवंताची सर्वांवर समदृष्टी असते. त्याच्या दृष्टीत आपपर भाव नसतो तर; त्याला सर्वच जीव आपले वाटतात.

**१०. अंतर्बाह्य शुचिता**

भगवंत स्वत: सदा शुचिर्भूत असतात. अशुद्धत्व त्यांच्यापर्यंत जाऊच शकत नाही.

**११. कर्म करूनही नामानिराळं राहण्याचं कर्म**

जीवाच्या हृदयात असलेल्या भगवंतांच्या एका अंशामुळे जीवाच्या हातून सर्वप्रकारची कर्मं घडून येत असतात, परंतु भगवान त्याचं श्रेय स्वत:कडे घेत नाहीत.

**१२. भावपुष्टी देणारं कर्म**

मनुष्य जेव्हा सन्मार्गावर येतो आणि सत्कर्म करू लागतो, तेव्हा भगवान त्याची

भावपुष्टी करू लागतात. भगवद्‌विचाराने अशा शुद्ध जीवाचं अंतःकरण द्रवतं. भगवंतांनीच दिलेल्या भावनांमुळे भक्ताला ही अनुभूती येते.

या पार्श्वभूमीवर मनुष्यलोकाची बंधक कर्मंही पाहिली पाहिजेत :

१) राग-द्वेष २) स्वार्थपरायणता ३) अहंमन्यता ४) लोभ-मोह-मद-मत्सर

५) परपीडा ६) स्वकर्तृत्वभाव ७) कर्मफळाची अपेक्षा - अनंत वासना

८) सतत मानाची आणि प्रतिष्ठेची अपेक्षा इत्यादी.

म्हणून भगवान अर्जुनाला मार्ग दाखवतात : ईश्वरार्थ केलेली कर्मं ही निष्काम कर्मंच असतात. त्या कर्मांनीच तुझा उत्कर्ष होईल. त्यासाठी प्रथम आसक्ती सोड. आपोआप पुढचा मार्ग प्रकाशित होईल.

इंजिनामागून डबे जावेत असाच हा प्रकार आहे. ईश्वरार्थ कर्मं करणं म्हणजे 'अहं'विरहित भूमिकेने शास्त्रविहित कर्मं निष्काम भावनेने करणं. किंवा वर सांगितल्यानुसार ईश्वराच्या अकरा प्रमुख कर्मांपैकी काही कर्मांचा तरी अंगीकार करणं.

ईश्वरासाठी जे कर्म केलं जातं, त्याचा कर्मबंध माणसाला होत नाही, परंतु या कर्मांखेरीज या भूतलावर अन्य कोणतीही कर्मं केली तरी त्याचा कर्मबंध माणसाला होतोच होतो. मग ती कर्मं चांगली असोत अथवा वाईट. कारण आपण वास्तव्य करत असलेला हा लोक ईश्वरार्थ केलेल्या कर्मांनी बांधलेला नाही. याचाच अर्थ तो स्वार्थपरायण कर्मांनी बांधलेला आहे. 'अहं'च्या पोषणातून इथली सारी कर्मं केली जातात. त्याचा परिणाम म्हणजे कर्मानुसार फळ आणि कर्मांचे परिणाम भोगण्यासाठी पुन्हा जन्म!

स्वर्गलोकाचे हे नियम नाहीत. तिथले नियम वेगळे. चांगली कर्मं केली तर स्वर्गलोकसुद्धा आहे. पण अर्जुनाला तर अंतिम आनंदाचा सर्वश्रेष्ठ लोक हवा आहे. त्या लोकाला तुम्हाला जायचं आहे का? मग मी मार्ग दाखवतो, असं भगवान सांगतात.

ईश्वरार्थ केलेल्या कर्मांपेक्षा स्वार्थपरायण कर्मांनीच हा आपला लोक बांधलेला आहे. तुम्हाला इथेच फिरत राहायचं आहे का? तर मग तशीच कर्मं करा! अंतिम सर्वश्रेष्ठ लोकाला प्राप्त व्हायचं आहे का? मग कर्मफलाची आसक्ती सोडून ईश्वरार्थ 'यज्ञीय' कर्मं करा. निवड तुमची आहे! त्यानुरूप फळाचे मानकरीही तुम्हीच! अर्थात, ईश्वरी कर्मांशी साधर्म्य असणारी कर्मं केली तर या लोकात राहूनही कर्मबंध होणार नाही, असं आश्वासनही भगवंतांकडून मिळतं.

कर्मबंध म्हणजे फलाशा धरून जी कर्मं केली जातात ती आणि ज्या कर्मांमुळे माणसाच्या खात्यात भोग जमा होतात ती! एखाद्या डॉक्टरने व्यावहारिक दृष्टी ठेवूनच रुग्णाला बरं केलं तर ते निष्काम कर्म होऊ शकत नाही. कोणतंही कर्म ईश्वरार्पण

बुद्धीने केलं तरच ते कर्म बाधक होत नाही. ईश्वरासाठी कर्म करणं म्हणजे केवळ कर्मकांडात्मक कर्मं नव्हेत. तशी कर्मं ही स्वार्थप्रेरित असतात. वृत्तीपरिवर्तनासाठी ती आवश्यकही असतात, पण ती कर्मं यज्ञीय कर्मं अर्थात निष्काम कर्मं ठरत नाहीत. 'अहं'विरहित भूमिका ठेवून कोणतंही शास्त्रविहित काम निष्काम वृत्तीने करणं हे ईश्वरी कार्य ठरतं. अहेतुक निरलस वृत्तीने रुग्णाची सेवा करणं , समाजात सद्विचारांची रुजवात करणं हीसुद्धा ईश्वरी कार्यंच होत!

आपण देवदर्शनाला जातो तेव्हा आपला स्वार्थ बरोबर असतो. मी, माझं कुटुंब, माझी प्रतिष्ठा, व्यवसायवृद्धी, नोकरीत इन्क्रिमेंट, यश, पैसा, स्थावर-जंगम यांची अपेक्षा असते. यापलीकडे बहुधा कुणी देवाकडे काही मागत नसतो. पारलौकिक जगात या सर्व गोष्टींना मुळीच किंमत नसते. आसक्तिरहित होऊन ईश्वरासाठी केलेल्या कार्याचंच पारलौकिक जगात महत्त्व असतं.

स्वार्थपरायणता हा या लोकाचा नियम आहे. त्यात न अडकता ईश्वरार्पण बुद्धीने कर्म करू लागताच उन्नत लोकाचे नियम लागू होऊ लागतात. मानवसमूह अनासक्त कृती करून पारलौकिक उन्नत पातळीवर जावा यासाठी फलाशा आणि अहं सोडून केलेलं कार्य ते ईश्वरी कार्य. उन्नत पातळीवर जायचं असेल तर ईश्वरी कर्मांशी साधर्म्य असणारी कर्मं करायला हवीत.

*सहयज्ञाः प्रजाः सृष्ट्वा पुरोवाच प्रजापतिः ।*
*अनेन प्रसविष्यध्वमेष वोऽस्त्विष्टकामधुक् ॥३.१०॥*

पूर्वी (कल्पारंभी) प्रजापती ब्रह्मदेव यज्ञासह प्रजा उत्पन्न करून त्यांना म्हणाला, या (यज्ञाच्या) योगाने तुम्ही आपलं संवर्धन करून घ्या. हा (यज्ञधर्मच) तुमचं इष्ट मनोरथ पूर्ण करणारी कामधेनू होवो.

देवलोकाचं आणि मानवलोकाचं धारणपोषण कसं होईल, याची ब्रह्मदेवांना चिंता पडली. त्यांनी तप करून भगवंताला प्रसन्न करून घेतलं. तेव्हा भगवंतांनी सर्व लोकांच्या धारणपोषणासाठी प्रवृत्तीपर यज्ञचक्र निर्माण केलं, असं नारायणीय धर्मात म्हणजे महाभारतात वर्णन आहे. तोच उल्लेख आता इथे आला आहे.

याचा अर्थ या सृष्टीत प्रथमपासूनच हवनकार्य चालू आहे. आता पहिलं हवन कुणी केलं? तर ते भगवंतांनीच केलं! कशाचं केलं? तर त्यांच्या पूर्णत्वाचं केलं. ते स्वतः पूर्ण होते; निराकार होते. पूर्णत्व आणि निराकारित्व यांचं हवन करून त्या परब्रह्माने अपूर्णत्व आणि साकारत्व निर्माण केलं. अपूर्णत्वातूनच सृष्टिनिर्मितीची इच्छा निर्माण झाली. अन्यथा त्या पूर्ण परब्रह्माला अशी इच्छा कशासाठी झाली असती?

अपूर्णत्व आणि साकारत्व आलं की परावलंबित्वही येतंच. मनुष्य-प्राणी-निसर्ग हे घटक परावलंबित्वामुळेच एकमेकांशी जोडले जातात. यज्ञीय हवन-प्रक्रियेतून परब्रह्माने अपूर्णत्व निर्माण केलं. पूर्णत्व आणि निराकारित्व यांचं हवन करून परब्रह्माने अपूर्णत्व आणि साकारत्व आणलं. आता जर पूर्णत्वाकडून अपूर्णत्व येऊ शकतं, तर अपूर्णाकडून पुन्हा पूर्णत्वाकडे जाता येणार नाही का?

हा श्लोक एक गूढ आहे. काळ जसा पुढे सरकेल आणि सृष्टीच्या संदर्भात जे नवं आकलन होत जाईल, तसं हे सृष्टिनिर्मितीचं गूढ कदाचित उलगडत जाईल. मागील पाचशे-हजार वर्षांच्या काळाचा विचार करता भौतिक सृष्टीच्या आकलनालाही मर्यादा होत्या. आधुनिक काळात मानवी शरीराविषयी जे अनेक शोध लागले त्यात न्यूरॉन्स

फक्त मेंदूतच असतात हा महत्त्वपूर्ण असा शोध होता, पण आता तो शोधही मागे पडला. मेंदूप्रमाणेच हार्टमध्येही न्यूरॉन्स असतात हा नवा शोध आता लागला. त्यामुळे 'बुद्धीसह भाव आणि श्रद्धा म्हणजे अनन्य भक्ती,' या भगवद्‌विचाराचं नव्याने आकलन होऊ शकतं.

एखादी घटना जेव्हा घडते, तेव्हा त्या घटनेविषयी जे साक्षात ज्ञान असतं ते ज्ञान काळ जसजसा पुढे सरकत जातो तसतसं बदलत जातं. कानगोष्टीप्रमाणे पुष्कळ काळ मागे सरल्यानंतर मूळ घटनेविषयीची जी समज असते ती पूर्णतः बदललेली असते. भारतातील अनेक प्राचीन देवळांची वास्तुकला पाहून मती कुंठित होते. कंबोडियातील अजब वास्तुकला पाहूनही आपण थक्क होऊन जातो. इजिप्तमधील पिरॅमिड्स हे तर फार मोठं गूढ आहे. या वास्तुकलांची जेव्हा निर्मिती झाली तेव्हा ते मुळीच गूढ नव्हतं. सृष्टी ही चक्राकार आहे. त्यामुळे कदाचित त्या मूळ बिंदूपाशी पुन्हा काळ आल्यानंतर अशा गूढ गोष्टींचा उलगडा होऊ शकेल.

प्रस्तुत श्लोकाचा विचार करता, सर्वच क्षेत्रात लागलेल्या नव्या शोधांमुळे भगवद्‌गीतेच्या श्लोकांचंही नव्याने आकलन होत जातं आणि म्हणूनच गीता ही नित्यनूतन मानली जाते. आता आपण थोडक्यात परंतु काहीशा नव्या दृष्टिकोनातून या श्लोकाचा विचार करू. प्राचीन सुमेरियन संस्कृतीतील देव आणि त्यांचं कार्य आणि प्राचीन भारतीय संस्कृतीतील देव आणि त्यांचं कार्य यांत कमालीचं साम्य आढळतं. सुमेरियन संस्कृतीतला 'अनुनाकी' नावाचा देवही ब्रह्मदेवाचंच कार्य करतो. त्याच्याही हातात ब्रह्मदेवांसारखाच कलश आहे. त्यांचा एन्की आणि भारतीय विष्णू याचं कार्यही सर्जनाचंच. सुमेरियन एन्लिल आणि भारतीय महेश यांच्याही हातात त्रिशूळ आहे. सुमेरियन देवी इनाना आणि भारतीय दुर्गा यांच्यामध्ये केवळ साम्यच नाही तर त्यांची आयुधंही एकसारखी आहेत. म्हणजे या प्राचीन संस्कृती पृथ्वीवर घडून गेलेला कोणता तरी समान इतिहासच सांगतात.

आता प्रजापती ब्रह्मदेवांनी यज्ञासह प्रजा उत्पन्न केली असं या श्लोकात म्हटलं आहे. जेव्हा कुणीतरी काहीतरी निर्माण करतं, तेव्हा जीवभावाबरोबरच प्रतिभा म्हणजे दैवी क्रिएटिव्हिटी येतेच. ब्रह्मदेवांनी मनुष्यांसह संपूर्ण प्रजा निर्माण केली असं या श्लोकात स्पष्ट म्हटलेलं आहे. त्यामुळे जीव आपोआप निर्माण झाला आणि उत्क्रांत होत गेला-या उत्क्रांतीच्या सिद्धान्ताला या श्लोकातून उत्तर मिळतं. जेनेसिस १/२६ मध्ये म्हटलं आहे, 'And God said, let us make man in our own image, after our likeness.' देव म्हणतो, 'माणसाला आपल्यासारखंच बनवू या.'

म्हणजे ब्रह्मदेवांनी जी प्रजा निर्माण केली आणि यज्ञसंस्था रुजवली हा संदर्भ

अवकाशाशी नाही तर पृथ्वीशीच संबंधित आहे, हे सिद्ध होतं. प्रजा निर्माण करून ब्रह्मदेवांनी यज्ञाचा मंत्र मानवाला दिला. त्यामुळे प्राचीन काळी सर्व पृथ्वीवर यज्ञयाग चालू होते असं दिसतं.

थोडक्यात, ब्रह्मदेव हे स्वत: परब्रह्मापेक्षा वेगळे आणि साकार झाले आणि त्यांनी यज्ञसंस्कार मानवांमध्ये रुजवला. आता प्रश्न उपस्थित होतो की, यज्ञाच्या आधाराने प्रजा निर्माण केली का प्रजा निर्माण केल्यानंतर यज्ञसंस्था रुजवली? या संदर्भात आपण दोन्ही शक्यतांचा थोडक्यात विचार करू. यज्ञाच्या आधाराने प्रजा उत्पन्न केली असं म्हटलं तर तत्त्वज्ञानाच्या किंवा दैवी दृष्टिकोनातून विचार करू. निराकारित्वाचं हवन करून परमेश्वराने अपूर्णत्व स्वीकारलं. अपूर्णत्व स्वीकारलं की परावलंबित्व येतं. मग प्रजा परस्परांवर अवलंबून राहून आपला विकास करू शकते. म्हणजे पहिलं यज्ञीय हवन ब्रह्माने केलं हा अर्थ निघतो.

दुसऱ्या ऐतिहासिक दृष्टिकोनातून विचार करायचा झाल्यास पृथ्वीवर प्रजा उत्पन्न करून ब्रह्मदेवांनी यज्ञसंस्था रुजवली. मग ज्या देवांनी मनुष्याच्या उत्कर्षासाठी हा यज्ञसंस्कार रुजवला, त्या देवांना काही द्यायला नको का, असा विचार पुढे आला. कारण यज्ञीय हवन म्हणजे 'स्वाहा' - म्हणजे देणं - अर्पण करणं . ज्या ज्या देवतांनी मानवाला शक्ती प्रदान केल्या त्या त्या देवतांना हवनाद्वारे इष्टभोग देणं अत्यावश्यक असतं. तेच यज्ञीय कर्तव्य. अशी यज्ञीय कर्तव्यं पार पाडल्यानंतर मनुष्याचे भौतिक सृष्टीतले इष्ट मनोरथ पूर्ण होतात; शिवाय अपूर्णाकडून पूर्णत्वाकडे जाण्यासाठी हा यज्ञधर्मच मनुष्यासाठी 'कामधेनू'सुद्धा होतो. अर्थात यज्ञ हे परस्परांना पुष्टी देण्यासाठी निरपेक्ष भावनेने केले जात असल्यामुळे मानवसमूहाचा परस्पर उत्कर्ष साधला जात असे. अशा तऱ्हेने यज्ञाचा अवलंब करून परस्परांचा उत्कर्ष साधायला हवा.

म्हणजे दोन्ही दृष्टिकोनांतून विचार केला तरी ब्रह्मदेवांनी विकास साधण्यासाठी मानवांना यज्ञमार्ग दिला असंच मानलं पाहिजे. त्यामुळे यज्ञकार्य हीच प्राचीन सभ्यता होती असं दिसतं. अपूर्णाकडून पूर्णत्वाकडे जाण्याचा हाच मार्ग भगवान प्रकाशित करतात. म्हणजे स्वार्थाकडून नि:स्वार्थाकडे नेणारा हा यज्ञधर्म आहे; त्यात निष्काम कर्मयोग अनुस्यूत आहे. या यज्ञचक्रात जी कृती होते त्यामुळे सृष्टिचक्रही सुरू राहतं आणि मनुष्य विकसितही होत जातो.

आता यज्ञ म्हटलं की आपल्या डोळ्यांपुढे ठरावीक विधी येतात, परंतु ब्रह्माने प्रस्थापित केलेलं यज्ञाचं मूळ स्वरूप नक्कीच भिन्न होतं. यज्ञसंस्था म्हणजे सृष्टीची अविरत चालणारी यंत्रणा ब्रह्माने निर्माण केली, असाही अर्थ होतो. प्रत्येक घटकाला परस्परांवर अवलंबून ठेवलं. त्यातून हे यज्ञचक्र अविरत सुरू झालं. परस्परावलंबी

यज्ञचक्र निर्माण झालं नसतं तर सृष्टीचं अस्तित्व निर्मितीबरोबर लगेचच संपुष्टात आलं असतं. हे यज्ञचक्र धर्म, अर्थ, काम आणि मोक्ष या चार पुरुषार्थांना प्रवृत्त करतं. त्यातून मनुष्याची समृद्धी साधली जाते. त्याचे मनोरथ पूर्ण होतात आणि मनुष्याचा उत्कर्ष होऊन त्याला मुक्तीही मिळते. मनोरथ पूर्ण होणं, मनुष्याचा आत्मिक विकास होणं, त्याचा पारलौकिक उत्कर्ष होणं आणि तो युक्त होणं हे स्वार्थपरायण कर्मातून शक्य नाही हे उघड आहे. भगवद्गीतेचा हाच तर संदेश आहे. म्हणजेच स्वार्थपरायण कर्मांची या यज्ञचक्रात निष्काम कर्मात परिणती होत असे. निष्काम बुद्धीनं, आसक्तिरहित होऊन शुभकार्य करत राहिलं तर मनुष्याचा उत्कर्षही होईल आणि चार पुरुषार्थांच्या आधाराने कर्म केल्यामुळे सृष्टिचक्रही सुव्यवस्थितपणे सुरू राहील. हाच या यज्ञधर्माचा गूढ अर्थ आहे.

ब्रह्मदेवाने यज्ञासह प्रजा उत्पन्न केली आणि मनुष्यमात्राच्या उत्कर्षासाठी यज्ञमार्गाची दीक्षा दिली. म्हणून यज्ञीय हवन केलं पाहिजे. म्हणजे आसक्तिरहित होऊन आपल्या प्रत्येक इंद्रियाने यज्ञीय शुभकार्यच केलं पाहिजे. मग भौतिक सृष्टीतले मनोरथ पूर्ण होतीलच, पण आपलं इच्छित मनोरथ अर्थात अपूर्णत्वाकडून पूर्णत्वाकडे जाण्याचं मनोरथ खचितच पुरं होईल.

*देवान्भावयतानेन ते देवा भावयन्तु वः।*
*परस्परं भावयन्तः श्रेयः परमवाप्स्यथ ॥३.११॥*

या (यज्ञाच्या) योगाने तुम्ही देवांना संतुष्ट करा. (म्हणजे) ते देव (तुमच्यावर संतुष्ट होऊन) तुमची समृद्धी करतील. परस्परांना संतुष्ट करणारे तुम्ही परमकल्याणास पात्र व्हाल.

यज्ञ हा शब्द 'यज' या संस्कृत 'धातू'पासून आला आहे. 'यज' म्हणजे जोडणं. देव आणि मानव यांना जोडणारा तो यज्ञ. या यज्ञामागे कृतज्ञतेचा भाग असतो. या श्लोकातून एक गोष्ट स्पष्ट होते. ती म्हणजे देव म्हणजे परमात्मा नाही. उलट तिऱ्हाईत दृष्टीने भगवंत सांगतात, तुम्ही दोघे परमकल्याण करून घ्या! मग देव म्हणजे नेमके कोण, हा प्रश्न उपस्थित होऊ शकतो. देव म्हणजे देवालयांमधील स्थिर मूर्तींचा अथवा प्रतिमांचा इथे संदर्भ नाही.

मग कोणता संदर्भ असू शकेल? देव तर दिसत नाहीत. मग देवांना संतुष्ट करायचं म्हणजे नेमकं काय करायचं? शिवाय पृथ्वीवरच्या भौतिक गोष्टींनी किंवा पदार्थांनी देव थोडेच संतुष्ट होतील? त्यामुळे दोन दृष्टिकोनांमधून या श्लोकाचा विचार करावा लागेल. पहिला दृष्टिकोन असा की, देव म्हणजे स्वर्गस्थ विशुद्ध जीव. या दृष्टिकोनाचाही आणखी दोन उपविभागांमध्ये विचार करावा लागेल. पहिला विचार म्हणजे देव हे अत्यंत प्रगत आणि उच्च पातळीवरचे म्हणजे स्वर्गस्थ जीव मानावे लागतील. जगातील सर्व प्राचीन ग्रंथांमध्ये देव आणि मानव यांचा पृथ्वीवरच थेट संपर्क होता असं दिसू येतं. प्रगत मानवाची निर्मिती या पृथ्वीवर सदेह आलेल्या देवांनी केली हेही प्राचीन ग्रंथांमध्ये वाचायला मिळतं. देवांनी पृथ्वीवरच्या मानवांमध्ये यज्ञसंस्था रुजवली, हा निष्कर्षसुद्धा आपण मागील श्लोकाच्या आधाराने काढू शकतो.

या दृष्टिकोनाच्या दुसऱ्या विभागाचाही आता विचार करू. देव हे विशुद्ध आत्मे असतात. स्वर्गस्थ उपभोग घेत ते उन्नत जीवन जगत असतात. त्या पातळीवरून त्यांना अधिक उन्नत स्तरावर जायचं असतं. ती गोष्ट साध्य करण्यासाठी 'यज्ञ' हे माध्यम असतं - मनुष्य आणि देव यांना जोडणारं माध्यम. स्वर्गीय देवांना आपण दिसत असतो. आपले विचार आणि कर्म समजत असतं. परामानसशास्त्रातील आधुनिक संशोधनानुसार हे उन्नत स्तरावरचे देव पृथ्वीवरच्या स्व-कुळातील व्यक्तींना दृष्टान्त अथवा स्वप्नदर्शन देऊन मार्गदर्शन करत असतात. त्यांचं हे कार्य अर्थातच निष्कामतेने चाललेलं असतं. हे मार्गदर्शन मनुष्याला ध्यानात अथवा प्रगाढ निद्रेत मिळत असतं किंवा ज्यांच्या जाणिवा समृद्ध असतात, त्यांना देवांचे संकेत उमजतात. मनुष्याचा पारलौकिक मार्ग देव प्रकाशित करण्याचा प्रयत्न करत असतात आणि त्यानुरूपच मार्गदर्शन करत असतात. या मार्गदर्शन-कार्यातून त्यांचाही अधिक उत्कर्ष होणार असतो. ते आणखी उन्नत स्तरावर जाणार असतात. देवांचे हे संकेत जर मनुष्याने जाणले, तर परस्परांमध्ये 'यज' म्हणजे जोडण्याचं काम सुरू होतं. हाच तो यज्ञ! अशा यज्ञातूनच मनुष्य आणि देव यांचं परमकल्याण होतं. तसंच कार्य मानवाने पृथ्वीवर केलं तर तो 'यज्ञ' होतो.

आता दुसऱ्या दृष्टिकोनातूनही आपण या श्लोकाचा विचार करू.

प्रत्येक इंद्रियाच्या मागे एक शक्ती असते. ती शक्ती देवस्वरूप असते. यज्ञीय कर्म करून या देवतांना कृतज्ञता भावाने संतुष्ट केलं पाहिजे. उदाहरणार्थ, बुद्धीची देवता गणेश; तर हातांची देवता इंद्र. इंद्रियांमागच्या अशा अनेक देवतांना त्या त्या इंद्रियांनी शुद्ध कर्म करून त्यांचा त्यांचा हविर्भाग दिला पाहिजे. म्हणजेच बुद्धीने शुद्ध विचार केले पाहिजेत तर हातांनी शुद्ध कर्म केलं पाहिजे. मग हे हविर्भाग देवांना मिळतात आणि त्या बदल्यात संतुष्ट झालेले देव मानवाला इष्ट फल देतात, भोग देतात. त्याचा परिणाम म्हणजे त्या त्या देवतांचाही अशा शुद्ध कर्मांमुळे उत्कर्ष होत जातो. आपल्या शरीरात जशा या देवता असतात, तशाच दुसऱ्याच्याही शरीरात असतात. आणि म्हणून त्या देवतांनाही संतुष्ट करायला हवं.

परस्परांचं परमकल्याण साधण्याच्या या प्रक्रियेसाठी सृष्टीच्या प्रारंभी ब्रह्मदेवाने प्रजेबरोबरच यज्ञक्रियाही विस्थापित केली. वैदिक यज्ञयाग हा भौतिक कर्मकांडाचा भाग असला तरी त्यातून सामूहिक जोडण्याचं कार्यही होत असतं. या श्लोकातून भगवान अप्रत्यक्षरीत्या प्रजातंतू समजावतात. उत्कर्ष कधी एकट्याचा होऊ शकत

नाही. समष्टीच्या उत्कर्षातच व्यक्तीचा उत्कर्ष सामावलेला असतो. हा प्रजातंतू निष्काम भावनेतून केलेल्या यज्ञानंच उत्कर्ष पावतो. म्हणून ज्ञानी व्यक्तीने इतर लोकांना सद्विचार देऊन त्यांचा उत्कर्ष साधला पाहिजे. खरे ज्ञानी पुरुष तेच कार्य करत आले आहेत. देवसुद्धा स्वतःच्या उत्कर्षासाठी जीवाला आंतरिक प्रेरणा देऊन हेच कार्य करत असतात.

काही भाष्यकार या श्लोकाच्या संदर्भात सृष्टीला व्यापून उरलेल्या दैवी तत्त्वाची सांगड घालतात. 'दिव' या चतुर्थ गणातील धातूच्या संदर्भात चमकणं आणि प्रकाशणं असे अर्थ होतात. जी स्वतः प्रकाशमय आहे आणि जी सृष्टीला अंतर्बाह्य प्रकाशित करते ती देवता. ब्रह्माण्डाची मुख्य देवता सूर्य. सूर्य हा जीवांसाठी प्राणशक्ती आहे. अशा देवतांची आराधना केलीच पाहिजे. सूर्याची आराधना केल्यावर सूर्य आपलं आरोग्य उत्तम राखील. त्याबद्दल आपण सूर्याविषयी कृतज्ञता मानली पाहिजे. तोच 'अर्घ्य'दानाचा उद्देश असतो.

आता आणखी एक मुद्दा उपस्थित होऊ शकतो. सूर्याची आराधना करून मानवाला निश्चित फायदा होईल हे खरं, पण उलटपक्षी त्याचा फायदा सूर्याला कसा काय होणार? मानवाच्या साधनेने त्याचा उत्कर्ष कसा होणार? आत्मप्रकाशाच्या संदर्भात जीवाने आत्मोन्नती करण्यासाठी जोडण्याच्या शास्त्रीय 'यज्ञ'प्रक्रियेतून आत्म्याशी संपर्क साधणं (म्हणजे योग साध्य करणं ) हा एक यज्ञ होऊ शकतो, पण इथे तर भगवान देवांना अनेक वचनांनी संबोधतात. एकच आत्मतत्त्व सर्वव्यापी आहे तर मग बहुवचनाची काय आवश्यकता? म्हणजे भगवान केवळ पृथ्वी-स्तराचा विचार इथे मांडत नाहीत असं वाटतं.

अर्थ काहीही असो पण कृतज्ञता भावाने जोडण्याचं हे यज्ञीय कार्य प्रत्येकाच्या हातून घडलं पाहिजे. त्यातूनच व्यक्तीचा खरा उत्कर्ष होतो. यज्ञ म्हणजे साधनशुचितेसह केलेलं पराकोटीचं शुद्ध कर्म! त्यामुळे प्रत्येक सत्कार्य हे 'यज्ञ' ठरतं! यज्ञ जर स्वार्थासाठी केला तर माणूस पापी ठरतो. स्वर्गप्राप्तीच्या लालसेसाठीही यज्ञ करायचे नसतात. जगाचं धारण-पोषण करण्यासाठी यज्ञ करायचे असतात. यज्ञामध्ये दिलेल्या आहुत्यांमुळे पर्जन्य निर्माण होतो. पर्जन्यापासून अन्न, अन्नापासून जीव आणि जीवमात्रापासून पुन्हा वेदविहित कर्म असं हे जगाचं चक्र आहे.

यज्ञ केवळ बाह्य इंद्रियांवर अवलंबून नसतात. त्यामागे अंत:स्थ प्रेरक शक्ती कार्यरत हवी. अन्यथा डोळे आहेत; पण दृष्टी नाही, कान आहेत; पण कर्णेंद्रियं नाहीत असं होईल. फोनचं कनेक्शन काढून नुसते आकडे फिरवले तर फोन कुठे लागेल का? किंवा सेलफोनमधील सिमकार्ड काढून कॉल करता येईल का? त्याचप्रमाणे नुसतं

कर्मकांड करून उपयोगाचं नाही. देवाविषयी कृतज्ञता भावरूपी फोनची वायर जोडली पाहिजे. देव आपल्या उत्कर्षासाठी निष्कामतेने मार्गदर्शन करत असतात. आपणही त्याच निष्काम भावनेने काम करून त्याचे संदेश स्वीकारायला हवेत. म्हणजेच देवाला फोन लागेल!

थोडक्यात, देवांचे संकेत ग्रहण करण्याचा प्रयत्न केला पाहिजे. हे साधलं तर मानव आणि देव हे दोघेही भगवान सांगतात त्यानुसार परमकल्याण साधू शकतील!

आता देवांना त्यांचे भोग दिले तर ते आपल्यासाठी काय करतील? पुढील श्लोकात भगवान त्याविषयी सांगतात.

'यज्ञ' हे देवांना आणि मनुष्यांना जोडणारं माध्यम आहे. भौतिक पातळीबरोबरच ते आत्मिक पातळीवरचेही असतात. त्यातूनच व्यक्तीचं, समाजाचं आणि पर्यायाने देवांचं कल्याण होतं. स्वतःसाठी भोग न घेता देवाविषयी कृतज्ञता भाव ठेवून यज्ञ केले, तर दोघेही परम श्रेयास प्राप्त होतात.

*इष्टान्भोगान्हि वो देवा दास्यन्ते यज्ञभाविता: ।*
*तैर्दत्तानप्रदायैभ्यो यो भुङ्क्ते स्तेन एव स: ॥३.१२॥*

यज्ञाने संतुष्ट झालेले देव (तुम्ही) इच्छिलेले सर्व भोग तुम्हाला देतील. त्यांनी दिलेले उपभोग त्यांना न देता जो उपभोगतो, तो चोर होय.

कृतज्ञता भावाचा हा उत्तरार्ध. देवांनी दिलेले भोग जो कृतघ्न पुरुष शास्त्रोक्त रीतीने त्यांस परत देत नाही आणि स्वत:च त्यांचा उपभोग घेतो, त्याला चोर म्हटलं पाहिजे. जी देवता अपल्यासाठी काम करते तिच्यासाठी काहीतरी करणं हे आपलं कर्तव्य नाही का? एखाद्या माणसाने आपल्याला संकटसमयी आर्थिक मदत केली तर त्याची परतफेड करायला नको का? अशा वेळी परतफेड करणं तर सोडाच; पण त्या मदतकर्त्याची दखलसुद्धा आपण घेतली नाही तर त्याला काय वाटेल? शरीरांतर्गत भगवंत आपलं शरीर रात्रंदिवस चालवीत असतो. त्याची दखल आपण खरोखरच घेतो का? ज्या शक्तीमुळे आपण काम करू शकतो, विचार करू शकतो, त्या देवरूपी शक्तींविषयी जाणीव नसणं आणि त्यांच्याविषयी कृतज्ञता भाव नसणं हे चोराचंच लक्षण नाही का?

आपण जन्म घेतो तोच मुळी देवतांचं आणि निसर्गाचं ऋण काढून! शरीरांतर्गत प्रत्येक इंद्रियांच्या मागे असलेली शक्ती आणि आपलं भरणपोषण करणारे निसर्गातले बाह्य घटक यांचं आपल्यावर एक प्रकारचं ऋण असतं. जन्मदाते मातापिता, गुरू, आचार्य, पंचमहाभूतं, आपल्या जीवनासाठी उपयुक्त ठरणाऱ्या शुक्रजंतूंसह असंख्य कीटक, पशुपक्षी, प्राणी यांचं आपल्यावर ऋण असतं. या ऋणांची जाणीवही नसणं हे मानव्याचं अध:पतन मानलं पाहिजे. ऋषीय संस्कृती ही सकारात्मक संस्कृती होती. कारण देवांसह निसर्गातील प्रत्येक घटकाप्रति त्यांच्या जीवनात कृतज्ञता होती. गाय हा केवळ उपयुक्त पशू, एवढाच गायीकडे बघण्याचा स्वार्थपूर्ण दृष्टिकोन नव्हता. गाय-बैल-वृक्ष-सागर यांसह निसर्गातील प्रत्येक घटकाचं प्रातिनिधिक का होईना,

पूजन केलं जायचं आणि मनोमन कृतज्ञताभाव व्यक्त केला जायचा. देवदेवता-प्राणी-कीटक-निसर्ग मनुष्याची भाषा जाणत असला-नसला तरी भाव जाणत असतो. जसा भाव तसा प्रतिसाद! हा परिणाम नक्कीच सकारात्मकच असतो. म्हणून या सर्व घटकांनी दिलेले भोग त्यांना कृतज्ञता भावाने परत द्यायचे आणि मग आपण उपभोग घ्यायचा अशी तेव्हाची पद्धत होती. या कृतज्ञता भावाचं प्रातिनिधिक स्वरूप म्हणूनच नैवेद्य, काकबळी वगैरे चालीरीती मानवी जीवनात आल्या. या प्राचीन पद्धती पाळणं हे मागासलेपणाचं लक्षण नव्हे तर अतिप्रगत मानव्याचंच त्यातून दर्शन होतं.

या पार्श्वभूमीवर आज निसर्गावर बेसुमार आक्रमण होत आहे, आपल्या जिभेचे चोचले पुरवण्यासाठी प्राण्यांची अमानुष हत्या केली जात आहे, देव वगैरे काही नाही; केवळ भौतिक भोग भोगण्यासाठी आणि मौजमजेसाठीच आयुष्य आहे, असे जावईशोध लावून जीवन अधिक गुंतागुंतीचं केलं जात आहे. त्यामुळे आज देवता आणि जीवसृष्टीसह सर्व निसर्ग खंतावून गेला आहे; रुसून बसला आहे असं म्हटलं तर वावगं ठरू नये. मनुष्याने असामान्य भौतिक प्रगती केली, स्वतःभोवती सोन्याचे पिंजरे उभे केले, पण त्यात निसर्ग आणि शरीरांतर्गत देवता मात्र बंदिस्त होऊन रुसून बसल्या आहेत असं जाणवतं. आज कित्येक लोकांकडे सर्वप्रकारची भौतिक समृद्धी आहे, डोक्यावर अनेक पदव्यांचा भार आहे; पोस्ट-पोझिशन - सर्वकाही आहे; परंतु ते सुखी मात्र दिसत नाहीत. कारण गीतेचा हा श्लोक विस्मृतीत गेला आहे. प्रगल्भ ऋषीय संस्कृतीचा त्याग केल्याचा हा परिणाम आहे.

कोणत्यातरी शक्तीमुळे आपलं शरीर चालतं एवढी माहिती असून उपयोगाचं नसतं; त्याची जाणीव होणं महत्त्वाचं असतं.

> थोर इंग्रज कवी मिल्टन याचे आजोबा त्याला खूप खूप चांगल्या गोष्टी सांगायचे. देव आपलं कृत्य बघत असतो, त्याची जाणीव ठेवली पाहिजे, वगैरे संस्कारक्षम गोष्टी ते मिल्टनला सांगत. एकदा आजोबा मिल्टनला बरोबर घेऊन फिरायला निघाले. वाटेत त्यांना एका घराच्या कम्पाउंडबाहेर सफरचंदाने लगडलेलं झाड दिसलं. आजोबांना मोह आवरला नाही. ते मिल्टनला म्हणाले, 'तू त्या कोपऱ्यावर जाऊन उभा राहा. मी थोडी सफरचंद तोडून घेतो. कुणाची चाहूल लागली तर लगेच येऊन मला सांग...'
>
> आजोबा हळूच कुणाच्या नकळत सफरचंद तोडू लागताच मिल्टन लगबगीने त्यांच्या जवळ आला. आजोबांनी एकदम विचारलं, 'काय रे? कुणी बघतंय का?'
>
> मिल्टन म्हणाला, 'होय आजोबा... देव बघतोय की!'

आजोबांना आपली चूक उमजली. दिसत नसला तरी मालक हा अस्तित्वात असतोच! त्यामुळे दुसऱ्याचं फुकट घेणं, कृतज्ञता भाव नसणं हे चोराचंच लक्षण असतं.

घरमालकाला ज्याप्रमाणे भाडेकरू भाडं देत असतो त्याप्रमाणे या शरीररूपी घराचं 'भाडं' घरमालकाला द्यायला हवं. आपल्याला जे धन मिळतं त्यातला थोडा भाग, अहंकार आणि आसक्तिरहित होऊन देवकार्यासाठी दिला पाहिजे. देवकार्यासाठी देणं म्हणजे केवळ धार्मिक स्थळं आणि 'धार्मिक' पुरुष यांना समृद्ध करण्यासाठी देणं नव्हे; तर ज्यांच्या निरलस कार्यामुळे प्रत्येक मानवामानवांमधील प्रेम वृद्धिंगत होत असेल, त्यांना अन्न, वस्त्र, निवारा लाभत असेल आणि जे स्वतःच्या पायांवर उभं राहण्याचा प्रयत्न करत असतील; अशांना देणं.

भौतिकतेत अडकलेला आजचा माणूस मात्र असं कोणतंच यज्ञीय हवन करताना बहुधा दिसत नाही. कृतज्ञता तर सोडाच; किंबहुना फुकट मिळवण्याचीच सवय आजकाल वाढीला लागलेली दिसते. सरकारी वीज मोबदला न देता वापरणारे पुष्कळ लोक आहेत. भ्रष्टाचार तर पाचवीलाच पूजलेला आहे. आपण दुसऱ्याच्या कर्माचं खात आहोत, दुसऱ्याला ओरबाडून किंवा त्याच्या अनिच्छेने आपण त्याला लुटत आहोत, याची जाणीवदेखील उरलेली नाही इतकी बोथट मने आज सर्वत्र बघायला मिळतात. त्या त्यांच्या कर्मांची नोंद 'आकाशिक रेकॉर्ड'मध्ये नक्कीच झालेली असते. त्या कर्माचं विपरीत फल कोणत्या ना कोणत्या स्वरूपात त्यांना परत मिळणार असतंच.

'आकाशिक रेकॉर्ड' म्हणजे कर्माचा ताळेबंद. तो अवकाशात स्थित असतो; आणि व्यक्तीच्या अंतर्मनाला जोडलेला असतो अशी मान्यता आहे. १९व्या शतकात आल्फ्रेड पर्सी सिनेट या वैज्ञानिकाने आकाशिक रेकॉर्डचा शोध लावला. 'आकाश' या संस्कृत शब्दावरूनच त्याने या कर्माच्या यंत्रणेला 'आकाशिक रेकॉर्ड' हे नाव दिलं. पाश्चिमात्य अभ्यासक मानतात की, इजिप्शियन देवांना आणि नारदमुनींनाही या रेकॉर्डपर्यंत पोहोचता येत असे.

निकोला टेस्ला या वैज्ञानिकाने म्हटलं आहे,

> 'The day science begins to study non-physical phenomena, it will make more progress in one decade than in all the previous centuries of its existance.'
>
> 'विज्ञान जेव्हा संशोधनाची दिशा आत्मिक आविष्काराकडे वळवेल तेव्हा शतकाच्या प्रयत्नाने न लागलेले विश्वाचे शोध विज्ञानाला केवळ एका तपात लागतील.'

विद्युत चुंबकीय आणि गुरुत्वाकर्षण क्षेत्राचा अभ्यास केल्यानंतर नोबेल पुरस्कार

नामांकित डॉ. एर्व्हिन लाझ्लो यांना आकाशिक रेकॉर्डचा पुरावा मिळाला. त्यांच्या मते A=O Point हीच आकाशिक रेकॉर्डची धारणा असते.

आकाशिक रेकॉर्ड असतं हे प्राचीन भारतीय ऋषींना ज्ञात होतं. पुराणांमध्ये यालाच 'चित्रगुप्ताची नोंद' म्हटलं आहे. व्यक्ती जेव्हा देह सोडते, तेव्हा एक दिव्य अस्तित्व जीवात्म्यापुढे साकारतं. ते दिव्यत्व आणि जीव असे दोघे मिळून त्या व्यक्तीचं जीवन आणि कर्म तिऱ्हाईतपणे समोरच्या अगम्य यंत्रणेवर पाहतात. जीवाला त्याचे लहानपणापासूनचे सारे प्रसंग कमालीच्या वेगात समोर प्रत्यक्ष घडताना दिसतात. 'गुप्तपणे' जीवन-विचार-कृती चित्रित करणारा तोच 'चित्रगुप्त!'

शरीरांतर्गत असलेल्या यंत्रणेला – साक्षीला जीवाचे सर्व विचार आणि कर्मं माहीत असतात. तेच कर्म देह सोडल्यावर चित्रपट-स्वरूपात प्रत्यक्ष साकारतं. केलेल्या कर्मांची फळं फेडल्याशिवाय जीवाची सुटका होत नाही. दुसऱ्याला ओरबाडून, लुटून मिळवलेलं धन जरी तथाकथित धार्मिक कार्यासाठी वापरलं, तरी ते पापनाश करू शकत नाही. एका नियतकालिकात प्रकाशित झालेली ही घटना :

> एक इन्स्पेक्टर होते. वाममार्गाने भरपूर माया जमवली. स्वतःच्या नावावर ती ठेवणं शक्य नव्हतं. कारण लोकांना ते दाखवायचं नव्हतं! पण एक मोठी शक्ती शरीरांतर्गत राहून साक्षीभावाने सर्वकाही पाहत असते याची सुतराम जाणीव त्या महाशयांना नव्हती. तशी ती बहुधा नसतेच! मग त्यांनी आपल्या पुतण्याच्या नावावर पन्नास लाख रुपये जमिनीत गुंतवले. हे महाशय जेव्हा रिटायर झाले तेव्हा आपल्या जमिनीवर काही करण्याच्या हेतूने गेले. तेव्हा पुतण्या त्यांना म्हणाला, 'इथे तुमचं काय काम आहे? ही जमीन माझी आहे. माझ्या नावावर आहे.' ते ऐकताच त्या महाशयांना तिथल्या तिथे हार्टअ‍ॅटॅक आला आणि त्यांनी देह सोडला! 'हपापाचा माल गपापा' ही मराठी म्हण चुकीची नाही!

म्हणून आपली प्रत्येक कृती शुद्ध करण्याचा प्रयत्न झाला पाहिजे. त्यासाठी ज्यांचं आपल्यावर ऋण आहे, ते फेडण्याचा जाणीवपूर्वक प्रयत्न झाला पाहिजे. जीवांना भोग देऊन आणि वृक्षपूजनातून आपण त्यांचं ऋण फेडू शकतो, पण देवतांना आपण भोग कसे देणार? त्यांचं ऋण कसं फेडणार? देव तर दिसत नाहीत आणि भौतिक भोगांची त्यांना आवश्यकताही नसते. त्यासाठीच प्राचीन काळी 'त्रिकाल संध्या' केली जायची. तीन वेळा मंत्र म्हणून देवांचं कृतज्ञता भावाने स्मरण केलं जायचं. आज अनेक व्यवधानांमुळे हे कर्मकांड जमू शकत नाही. म्हणूनच पूज्य पांडुरंगशास्त्री आठवले यांनी स्वाध्यायींना 'त्रिकाल-संध्ये'ची सुटसुटीत पद्धत दिली. त्यातला भाव

समजावला. या कर्मकांडविरहित संध्येत स्मृतिदान, शक्तिदान आणि शांतिदान देणाऱ्या देवांप्रति कृतज्ञता भाव जोपासला जातो. जाणीवपूर्वक केलेल्या अशा संध्येतून शरीरांतर्गत देवता खचितच तृप्त होतात.

शरीरांतर्गत देव आणि सृष्टिचक्रातील अनेक घटक आपल्याला भोग देत असतात. त्यांच्यासाठी परतीचा भाग रिटर्न गिफ्ट (return gift!) म्हणून कृतज्ञताभाग द्यायला हवा. कर्म शुद्ध हवं त्याचप्रमाणे परतीचा भाग अहं-आसक्तिरहित असावा. तो न देता स्वत:च उपभोगला तर ते चौर्यकर्म होतं. देवतांसाठी तीन वेळा (सकाळी उठल्यावर, भोजनापूर्वी आणि रात्री झोपण्यापूर्वी) कृतज्ञता व्यक्त केली पाहिजे, तर देवताही प्रसन्न होतील. किंबहुना आपणच आपला भार कमी केल्याची जाणीव होऊन मन सकारात्मक ऊर्जेने प्रभावित होईल.

*यज्ञशिष्टाशिनः सन्तो मुच्यन्ते सर्वकिल्बिषैः ।*
*भुञ्जते ते त्वघं पापा ये पचन्त्यात्मकारणात् ॥३.१३॥*

यज्ञ करून अवशिष्ट राहिलेलं अन्न खाणारे सज्जन म्हणजे शिष्ट सर्व पापांतून मुक्त होतात, परंतु जे आपलंच पोट भरण्यासाठी अन्न शिजवतात ते कृतघ्न पापी पापच भक्षण करतात.

तिसऱ्या अध्यायातील हा तेरावा श्लोक. थोडं विनोदाने सांगायचं झाल्यास या श्लोकात सांगितल्यानुसार वर्तन केलं नाही तर तीन-तेरा वाजायला वेळ लागणार नाही!!

हा अतिशय महत्त्वाचा श्लोक आहे. नीतिमत्तेचं सगळं सारंच या श्लोकात सांगितलं आहे. याशिवाय सृष्टीत चालणाऱ्या स्वयंभू यज्ञाचं गूढ उकललं आहे. सर्व पुण्यांत महत्पुण्य कोणतं आणि पापांतील महत्पाप कोणतं, हे मोजक्या शब्दांत इथे सांगितलं आहे. विश्वबंधुत्वभावाबरोबरच सर्वात्मभावाचंही दर्शन घडवलं आहे. यज्ञकर्माबरोबरच कर्तव्याची प्रेरणा देताना कर्मबंधनातून मुक्त होण्याची गुरुकिल्लीही दिली आहे. जे सज्जन लोक पंचमहायज्ञ करून शिल्लक उरलेलं अन्न खातात, ते 'पंचसूना दोषां'पासून आणि इतर प्रमादांमुळे घडलेल्या दोषांपासून मुक्त होतात, पण जे केवळ स्वतःचंच शरीर पुष्ट करण्यासाठी अन्न शिजवतात, ते पापी होत, असं भगवान स्पष्टपणे सांगतात.

यज्ञ हे पाच प्रकारचे असतात : ब्रह्मयज्ञ, देवयज्ञ, पितृयज्ञ, भूतयज्ञ, मनुष्ययज्ञ.

ब्रह्मयज्ञ : यामध्ये अध्ययन-अध्यापन या गोष्टी येतात.

देवयज्ञ : यात होम-हवनादी क्रियांचा अंतर्भाव होतो.

पितृयज्ञ : तर्पण आणि श्राद्ध या गोष्टींचा या यज्ञात समावेश होतो.

भूतयज्ञ : यामध्ये बलिप्रदान हा भाग येतो.

मनुष्ययज्ञ : अर्थात अतिथिपूजन.

यज्ञ शब्दामध्ये गूढ अर्थ सामावला आहे. यज्ञ म्हणजे केवळ होमहवन नव्हे

आणि स्वाहाकार नव्हे. कै. नारायण गो. देसाई यांनी त्यांच्या गीतेवरील *गीता-तत्त्व-विवेक* या दुर्मीळ भाष्यामध्ये अनेक श्लोकांबरोबरच या श्लोकाचंही सुंदर विवेचन केलं आहे. ते म्हणतात,

> 'यज्ञ म्हणजे त्याग! त्याग म्हणजे स्वतःला नाहीसं करून दुसऱ्याला देणं! यामध्ये समष्टीच्या जाणिवेला सुरुवात होते. सुरुवातीला स्वार्थासाठी जरी त्याग केला तरी पुढे त्यात दुसऱ्याविषयीची सहानुभूतीही हलके हलके उत्पन्न होऊ लागते. दुसऱ्याची दुःखं, दुसऱ्याच्या अडचणी आणि पुढे जाऊन दुसऱ्याशी असलेलं आपलं दैवी नातं हळूहळू ध्यानात येऊ लागतं.'

पांडुरंगशास्त्री आठवले हे दैवी नातं उलगडताना सांगतात :

> माणूस-माणूस, माणूस-निसर्ग आणि माणूस- परमात्मा असं हे दैवी नातं असतं. Brotherhood under the fatherhood of the God. भगवंताला आपली निपुणता अर्पण करणं हाही एक यज्ञच असतो - आणि तीसुद्धा भक्ती होते.

हा श्लोक प्रातिनिधिक आहे. यात स्वार्थाकडून परार्थाकडे, पापाकडून पुण्याकडे आणि आसुरी भावाकडून दैवी भावाकडे मनुष्य जावा यासाठी भगवंतांनी हे मार्गदर्शन केलेलं आहे.

दुसऱ्यांशी जमवून घेतल्याशिवाय स्वतःचं जीवन सुखी होऊ शकत नाही या जाणिवेतून त्यागवृत्ती आपोआप वाढीला लागते. या त्यागवृत्तीत नीतिमत्तेचं बीज सामावलेलं असतं. त्या बीजाला यथावकाश अंकुर फुटू लागतात आणि त्यातूनच व्यक्ती सुसंस्कृत होऊ लागते. पुढे यज्ञ, तप आणि भक्ती यांतून व्यक्तिपरिवर्तन होत जातं.

अशा रीतीने स्वार्थाकडून परार्थाकडे मार्गक्रमणा होऊ लागली की दुसऱ्याविषयीच्या जाणिवा समृद्ध होऊ लागतात. आपल्याला आशाआकांक्षा, सुखदुःखं असतात; तशीच दुसऱ्यांनाही असतात. आपल्याला जसं सुखाने जगावंसं वाटत असतं तसंच दुसऱ्यालाही वाटत असतं. अशा प्रकारच्या जाणिवा माणसामध्ये उमलू लागतात. सुख-समृद्धी-शांती ही परस्परांच्या सहकारितेवर अवलंबून असते. द्वंद्व सुरू झालं किंवा स्पर्धा सुरू झाली, की राग-द्वेष आदी षड्रिपूंचा जोर होऊ लागतो. षड्रिपूंचा जोर हा पापाला प्रवृत्त करतो, पण जेव्हा भगवान सांगतात त्याप्रमाणे परार्थ भावातून यज्ञाचा आरंभ झाला की पुण्यकर्माला प्रारंभ होतो. स्वार्थामध्ये आसुरी वृत्तीचा भाव दडलेला असतो. आसुरी वृत्तीची व्यक्ती अहंकारी असते; पण मनुष्य स्वार्थाकडून परार्थाकडे जाऊ लागला की त्यामध्ये दैवी भाव फुलत जातो.

स्वार्थाकडून परार्थाकडे, पापाकडून पुण्याकडे आणि आसुरी भावाकडून दैवी भावाकडे जेव्हा मनुष्याची वाटचाल सुरू होते, तेव्हा 'यज्ञ' सिद्ध होऊ लागतो. यज्ञातूनच विश्वबंधुत्वाची जाणीव फुलू लागते. 'वसुधैव कुटुंबकम्' या वेदवचनातून हाच विश्वबंधुत्वाचा संदेश दिला गेला आहे. त्यासाठी समजपूर्वक आणि जाणीवपूर्वक ब्रह्मयज्ञ, देवयज्ञ, पितृयज्ञ, भूतयज्ञ आणि मनुष्ययज्ञ हे पंचयज्ञ केले पाहिजेत. या यज्ञांमधूनच ऊर्जस्वल मानवी संस्कृती उभी राहते.

या पंचयज्ञांपैकी पहिला यज्ञ म्हणजे 'ब्रह्मयज्ञ.' म्हणजेच वेदरक्षण. वेदांपासूनच मानवाची वैचारिक बैठक तयार झाली म्हणून वेदांची जपणूक करायची. त्यातील देदीप्यमान विचारांचा मानव्यासाठी प्रसार करायचा.

'देवयज्ञ' म्हणजे होमहवन - देवतांना समूहाने केलेला स्वाहाकार. यातून समष्टीचं मैत्रीकरण आणि संगतीकरण साधलं जातं. देवयज्ञात 'क्रीडा' अभिप्रेत आहे. जीवन ही क्रीडा वाटली पहिजे. खेळात कुणी रडत नाही; जीवनक्रीडेतही रडायचं नसतं. क्रीडायज्ञ समजून नोकरी-व्यवसाय निष्ठेने केले पाहिजेत.

प्रत्येक कुटुंबाचा ध्येयवाद पुढच्या पिढीच्या हाती देऊन कृतकृत्य होणं याला 'पितृयज्ञ' म्हणतात. यामध्ये परंपरारक्षण हा भाग महत्त्वाचा असतो. पितरांकरता तर्पण करणं हेही या यज्ञात येतं.

प्रत्येक प्राणी-पशु-पक्षी हा परमात्म्याचाच अंश आहे हे जाणून त्यांच्यावरही आत्मीय भावाने प्रेम करणं हा 'भूतयज्ञ'! चित्राहुती, काकबली या प्रथा अशा भूतयज्ञातूनच निर्माण झाल्या. परस्परांना पुष्टी देऊन समाज उन्नतावस्थेला नेण्याचा प्रयत्न करणं हा भूतयज्ञ.

अतिथिपूजन अर्थात 'मनुष्ययज्ञ' हा पाचवा यज्ञ. माणसातल्या माणूसपणाला पूज्य मानून त्याचं संवर्धन करणं म्हणजे मनुष्ययज्ञ. विश्वबंधुत्वभावाने परस्परांना पुष्टी देऊन जीवन समृद्धपणे जगणं या यज्ञात अपेक्षित असतं. ही भावना जाणीवपूर्वक मनात दृढ झाली तर 'वसुधैव कुटुंबकम्' हा वेदांचा उद्घोष सत्यात उतरतो. हे युग म्हणजेच 'सत्ययुग!'

या पंचयज्ञांबरोबरच ऋषिऋण फेडण्याचाही मनुष्याने प्रयत्न केला पाहिजे. जे ज्ञान-जी देदीप्यमान जीवनपद्धती ऋषींनी आपल्यापर्यंत आणली, त्यांच्याविषयी कृतज्ञता भाव बाळगला पाहिजे. सकाळी उठल्याबरोबर प्रार्थना करताना आपल्या गोत्राच्या मूळ ऋषींचंही कृतज्ञतापूर्वक स्मरण केलं पाहिजे. त्यांना नमन केलं पाहिजे. गोत्र माहीत नसेल तर कश्यप ऋषींचं तरी स्मरण केलं पाहिजे.

आता जे सामूहिक यज्ञ केले जातात, ते कर्मकांड स्वरूपाचे असतात. त्या यज्ञातून अनेक भौतिक फायदेही मिळू शकतात. परंतु मैत्रीकरण, संगतीकरण आणि नि:स्वार्थता हे यज्ञाचे प्रमुख उद्देश असतात, याचं भान ठेवून यज्ञ करायला हवेत.

वर सांगितलेले पंचमहायज्ञ काम्यबुद्धीने न करता साम्यबुद्धीने केले पाहिजेत. म्हणजे यज्ञ करून काही मिळेल अशी स्वार्थभावना यज्ञीयकर्म करताना असता कामा नये. त्यातूनच वृत्तीत निष्कामता आणि अपेक्षारहितता येऊ शकेल.

अशा तऱ्हेने अत्यंत प्रेमानं, नि:स्वार्थ वृत्तीने आणि कृतज्ञता बुद्धीने जो देवाचा वाटा देवाला देतो आणि मग स्वत: त्याचा उपभोग घेतो तो 'यज्ञशिष्ट' उपभोग घेतो, असं म्हणायला हवं, पण हे न करणारे इतर सारे पाप भक्षण करतात. देवाचा वाटा देणं म्हणजेच यापूर्वी सांगितलेले गुणं अंगीकारणं.

माणसाने बी निर्माण केलं नाही. ज्याने आपल्याला निर्माण केलं त्याने च आपल्यासाठी अन्नाचीही व्यवस्था केली. ज्याने चोच दिली त्याने चाराही दिला. पंचयज्ञकर्माने भगवंताचा भाग भगवंताला कृतज्ञता बुद्धीने दिला पाहिजे. परस्परांना पुष्टी देऊन पंचयज्ञ केले पाहिजेत. तरच खरी मानवता आणि विश्वबंधुत्वभाव प्रस्थापित होईल. पण जो समाज हे करत नाही तो मात्र पापाचाच धनी होतो.

*अन्नाद्भवन्ति भूतानि पर्जन्यादन्नसम्भवः ।*
*यज्ञाद्भवति पर्जन्यो यज्ञः कर्मसमुद्भवः ॥३.१४॥*

अन्नापासून प्राण्यांची शरीरं निर्माण होतात - वाढतात. पर्जन्यापासून अन्नाची उत्पत्ती होते. यज्ञापासून पर्जन्य होतो आणि कर्मापासून यज्ञाची उत्पत्ती संभवते.

कर्माची परंपरा इथे सांगितली आहे. अर्थात अन्न, पर्जन्य, यज्ञ आणि कर्म यांची परस्परावलंबी शृंखला भगवंतांनी दाखवली आहे. ती उलट क्रमाने बघितल्यास कर्मामुळे यज्ञ, यज्ञामुळे पर्जन्य, पर्जन्यामुळे अन्न आणि अन्नामुळे प्राण्यांची शरीरं निर्माण होतात. या सर्वांमधून विहित कर्माचं महत्त्व चांगलंच ध्यानात येतं.

प्रत्येक प्राण्यामध्ये नर-मादी असा भेद असतो. नराने खाल्लेल्या अन्नाचा वीर्यावर परिणाम होतो आणि मादीने सेवन केलेल्या अन्नाचा शोणितावर परिणाम होतो. वीर्य आणि शोणित यांच्या संयोगापासून तशाच दुसऱ्या जीवाची (शरीराची) निर्मिती होते. कारण बी मुळात भूमीत असतंच. भगवंतानंच तशी योजना केलेली आहे. बी कुठे शोधायला जायची आवश्यकताच नसते. भूमीवर पाणी ओतलं की बी 'प्रकट' होतं. पाऊस पडला की उद्बीजं उगवतात.

सागरजलाचं सूर्यामुळे बाष्पीभवन होऊन वाफेत रूपांतर होतं. वाफ आभाळात जाते. त्यांचे मेघ तयार होतात. मेघांतून तेच पाणी पुन्हा धरतीवर येतं. नद्यांच्या रूपाने तेच पाणी पुन्हा सागराला येऊन मिळतं. लाखो वर्षं सागराचा हा कर्मयज्ञ अव्याहतपणे चालूच आहे. बीजापासून रोप, रोपापासून फल, फलापासून पुन्हा बी हे चक्रही असंच अव्याहत चालू आहे.

वेदांमध्ये अन्नाला प्रजापती म्हटलं आहे. प्रजापती संवत्सर मानला गेला आहे. संवत्सर यज्ञरूप आहे. म्हणून यज्ञाच्या ठिकाणी सर्वांची स्थिती आहे. यज्ञापासून सर्व प्राणिमात्रांची उत्पत्ती होते. उत्पत्तीनंतरचा स्थितीकाल हा यज्ञरूप आहे. त्यात अन्नाला फार महत्त्व आहे. म्हणूनच इतर सर्व पदार्थांपेक्षा अन्नाला श्रेष्ठ मानलं आहे.

वेदविहित धर्मामध्ये केवढा वैश्विक विचार केलेला होता हेच या उदाहरणांवरून दिसून येतं. एखादा विचारील, माणूस यज्ञ करत नाही म्हणून पाऊस थोडाच पडायचा राहतो? त्याला असं उत्तर देता येईल की, या पृथ्वीवर ९०% प्राणिसृष्टी आहे आणि १०% मानवी सृष्टी आहे. ९०% प्राणिसृष्टी त्यांच्या विहित धर्माप्रमाणेच वागत आहे. भूक लागली म्हणून सिंह गवत खाणार नाही! त्यांच्या आहार आणि मैथुन या गोष्टीसुद्धा संयमित आहेत. या सर्व गोष्टींना केवळ माणूस अपवाद आहे. त्यामुळे ९०% प्राणिमात्रांसाठी देव पाऊस पाडतो. म्हणजे त्याची यंत्रणा हे कार्य करते. अर्थात निसर्गानंच तशी व्यवस्था केलेली आहे. गीता सांगते त्याप्रमाणे मनुष्याने विहित यज्ञ पार पाडले तर आज जगाला व्यापून उरलेले पुष्कळ प्रश्न सुटू शकतील. व्यक्ती ताणतणावविरहित जीवन जगू शकेल. मात्र असे यज्ञ सिद्ध होण्यासाठी शास्त्रविहित कर्म मानवाने केलं पाहिजे. शास्त्र म्हणजे वेदोपनिषदांमध्ये सांगितलेलं शास्त्र.

आता या श्लोकात दडलेला आणखी एक गूढार्थ समजून घेऊ. हा अर्थ समजायला काहीसा कठीण आहे. पर्जन्य म्हणजे पाऊस, पण इथे जो पर्जन्य अपेक्षित आहे तो पाऊस या अर्थाने नसावा असं वाटतं. सारं वस्तुजातच परस्परांचं अन्न असतं. प्राण आणि मन हेसुद्धा अन्नच! या अन्नाला प्रसवणारा पर्जन्य कोणता? पर्जन्याची उत्पत्ती यज्ञापासून होते असं भगवान म्हणतात. पर्जन्य हा अग्नीपासून निर्माण होतो आणि अग्नी हा घर्षणातून उद्भवतो. संघर्षाशिवाय अग्नी नाही, अग्नीशिवाय पर्जन्य नाही म्हणजे आर्द्रता नाही. त्याचप्रमाणे आर्द्रता शोषून घेण्यासाठीसुद्धा उष्णतेची आवश्यकता असते. मागील श्लोकांच्या संदर्भाने या श्लोकाचा विचार केला तर या श्लोकातील गूढ अर्थ ध्यानात येऊ शकतो. मागील श्लोकांमधून यज्ञ अर्थात त्याग आणि तप यांचं महत्त्व विशद केलं आहे. त्याग आणि यज्ञ यांमधून तपःशक्ती किंवा 'अग्नी' निर्माण होतो. हे तपःतेज अर्थातच अव्यक्त असतं. हेच तेज प्रकृतीचं जीर्ण स्वरूप जाळून नवीन भिन्न भिन्न आणि उत्तम प्रकृती निर्माण करतं. नवीन आणि परिवर्तनशील दृश्य-अदृश्य प्रकृती ही अव्यक्त अशा अग्नी आणि पर्जन्यापासूनच सतत निर्माण होत असते. म्हणजेच हा पर्जन्य प्रकृतीला पोषक असं 'अन्न' तयार करत असतो.

आता पर्जन्य आणि अग्नी यांच्याविषयी 'छांदोग्य उपनिषदा'त किती खोलवर विचार केलेला आहे पाहा!

> श्वेतकेतूचा पिता गौतम प्रवाहण जैविली राजाकडे ज्ञानग्रहणासाठी जातो. तेव्हा जैविली त्याला सृष्टीचं ज्ञान देताना सांगतो, 'गौतमा, द्युलोक हाच अग्नी. आदित्य हीच त्याची समिधा. आदित्याचे किरण म्हणजे हाच होमातून निघणारा धूर. दिवस ही ज्वाला. चंद्रमा हे निखारे आणि नक्षत्रं ही

स्फुलिंगं. या अग्नीत देव श्रद्धेचा होम करतात. त्यात दिल्या जाणाऱ्या आहुत्यांमधून सोमदेव उत्पन्न होतो.'

दुसऱ्या यज्ञाचा प्रकार सांगताना राजा म्हणतो, 'पर्जन्य हाच अग्नी असतो. वायू त्याची समिधा. अभ्र हा धूम म्हणजे धूर, विद्युत ही अर्ची, अशनी म्हणजे निखारे, आणि मेघनाद हे विस्फुलिंगं होत. या अग्नीत देव सोमराजाचं हवन करतात; आणि या आहुत्यांपासून सृष्टी साकार होते.'

तिसरा यज्ञ सांगताना राजा गौतमाला म्हणतो, 'पृथ्वी हाच अग्नी आहे. सवंत्सर ही समिधा, आकाश हा धूम, रात्र अर्ची, दिशा या अंगार आणि अवांतर दिशा ही विस्फुलिंगं होत. अग्नीत देव सृष्टीचं हवन करतात. त्या आहुतींपासून अन्न संभवतं.'

आणखी एक यज्ञ राजा सांगतो, 'पुरुष हाच अग्नी. 'वाक्' ही समिधा, प्राण हा धूम, जिव्हा ही ज्वाला, चक्षू हा अंगार आणि श्रोत्र हे स्फुलिंगं. या अग्नीत देव अन्नाचं हवन करतात. त्या आहुतींपासून 'रेत' तयार होतं.'

आणखी एक यज्ञ राजा सांगतो, 'या यज्ञातील अग्नी म्हणजे स्त्री. तिचा उपस्थ हीच समिधा. पुरुषाला ती जो संकेत करते तो धूम. योनी ही ज्वाला, अंतःकरण हा अंगार आणि रतिक्रीडेचा आनंद हेच स्फुलिंगं! या अग्नीत देवता रेतांचा होम करतात; आणि त्या आहुत्यांपासून गर्भ संभवतो.'

छांदोग्य उपनिषदातील ही सूत्रमय सांकेतिक भाषा या वैश्विक आणि प्रकृतीशी म्हणजे मॅटर (matter) संबंधित अशा विशाल यज्ञाचं थोडक्या शब्दांत गूढ उकलते. गीता त्याच यज्ञाचा निर्देश करते. प्रकृतीच्या या सर्जनशील सामर्थ्यातूनच समष्टीतील महान यज्ञाचं कार्य अव्याहत चाललेलं आहे. क्षणोक्षणी लक्षावधी पदार्थांच्या आहुत्या त्यात पडत आहेत. त्यातूनच विश्वाची उत्पत्ती आणि लय सुरू आहे. हेच ते यज्ञचक्र आहे. पुढील श्लोकातून याच विश्वव्यापी यज्ञाचा निर्देश मिळतो. त्यामुळे यज्ञ म्हणजे केवळ होम नव्हे किंवा अग्निहोत्र नव्हे हे ध्यानात आलं असेल. होम आणि अग्निहोत्र केलं पाहिजेच; पण यज्ञातील गूढ अर्थ मात्र ध्यानात घ्यायला हवा.

यज्ञ हा एक प्रकारचा धर्म आहे. तो कर्मापासून निर्माण होतो. यज्ञामुळे पाऊस, पावसामुळे अन्न आणि अन्नामुळे भूतमात्रांची उत्पत्ती हे चक्र अव्याहतपणे चालू असतं. जाणीवपूर्वक यज्ञ करून माणसाने भगवंताच्या या सृष्टिचक्राला हातभार लावला पाहिजे.

*कर्म ब्रह्मोद्भवं विद्धि ब्रह्माक्षरसमुद्भवम् ।*
*तस्मात्सर्वगतं ब्रह्म नित्यं यज्ञे प्रतिष्ठितम् ॥३.१५॥*

कर्माची उत्पत्ती ब्रह्मापासून होते आणि ब्रह्म अक्षरापासून म्हणजे नित्यतत्त्वापासून प्रगट झालं आहे. म्हणूनच सर्वव्यापी नित्यतत्त्वच (जणू) नेहमी यज्ञात अधिष्ठित असतं, असं समज.

या श्लोकाचा अर्थ मोठा गहन आहे. गीतेतल्या बहुतेक श्लोकांमध्ये गर्भितार्थ भरलेले आहेत. वरवर ते सोपे वाटू शकतात, परंतु त्यात गहन ज्ञान दडलेलं आहे. म्हणून हे श्लोक अतिशय बारकाईने समजून घ्यावे लागतात.

मागच्या श्लोकांमधून जी कर्मयज्ञाची परंपरा सांगितली, त्याची पूर्वपरंपरा दहाव्या श्लोकाप्रमाणे पुन्हा वेगळ्या स्वरूपात इथे सांगितली आहे. कर्माची उत्पत्ती ब्रह्मापासून झाली असेल आणि ब्रह्म हे नित्यतत्त्वापासून उत्पन्न झालं असेल तर कर्माच्या परिणामात म्हणजेच कर्मयज्ञात पर्यायाने नित्यतत्त्वच अधिष्ठित असतं, हे मानायला हवं. ही परंपरा वैदिक ऋषींना ज्ञात असल्यामुळेच यज्ञकर्मात प्रथम ब्रह्माला अधिष्ठित करण्याची परंपरा आहे.

तैत्तिरीय उपनिषदात ही पूर्वपरंपरा सांगितलेली आहे. परमात्म्यापासून प्रथम आकाश मग क्रमाने वायू, अग्नी, पाणी आणि पृथ्वी उत्पन्न झाली. याच पृथ्वीपासून औषधी, औषधींपासून अन्न, अन्नापासून पुरुष झाला. अर्थात, पुरुषाच्या कर्मांची उत्पत्ती ब्रह्मापासून झाली. ब्रह्माची निर्मिती परमेश्वरापासून झाली म्हणून ते ब्रह्मच यज्ञात अधिष्ठित असतं. दुधाचं ताक किंवा दही झालं तरी त्यातील मूळ तत्त्व कायमच असतं. त्याचप्रमाणे जीव जेव्हा श्रमत असतो, अनुभव घेत असतो किंवा अन्नग्रहण करत असतो, तेव्हा पर्यायाने परमात्माच जीवाबरोबर हे सारे उपभोग घेत असतो.

ब्रह्म म्हणजेच प्रकृती. महाभारताच्या शांतिपर्वात 'अनुयज्ञं जगत्सर्वं यज्ञश्चानुजगत्सदा' असं म्हटलेलं आहे. म्हणजे यज्ञामागून जग आणि जगामागोमाग

यज्ञ येतो. जग तथा प्रकृती ही परमेश्वरापासून निर्माण झाली आणि त्रिगुणात्मक प्रकृतीपासून जगातली सर्व कर्मं निर्माण झाली. देवांनी प्रथम यज्ञ करून ही सृष्टी निर्माण केली असं पुरुषसूक्तातही वर्णन आहे. यज्ञयागादी जे कर्म आहे ते वेदांपासून उत्पन्न झालं असंही काही शास्त्रकार म्हणतात. श्रुती-स्मृती यांच्या विधीपासूनच यज्ञकर्म निर्माण झालं. म्हणूनच वेद हे परमात्म्याप्रमाणेच सर्वव्यापक आहेत - सर्व साध्य आणि साधने यांचं प्रकाशन करणारे आहेत.

मात्र वेद हे अतींद्रिय धर्माचं विधान करणारे असल्यामुळे त्या अतींद्रिय यज्ञधर्मामध्ये त्यांचं तात्पर्य आहे. म्हणूनच वेद हे चिरंतन धर्मप्रधान आहेत. प्रकृतीला स्वतंत्र मत नसतं. त्यामुळे ब्रह्माचा अर्थ वेद हाच योग्य वाटतो. कारण वेदच आपली कर्मं निश्चित करतात. वेद हे कर्मविधींची संहिता आहेत. वेदांच्या मार्गदर्शनाशिवाय केलेल्या कर्मांना अनधिकृत म्हटलेलं आहे; पापकर्म म्हटलं आहे. म्हणून कर्माच्या प्रतिक्रियांपासून बचाव करण्यासाठी वेदांचं मार्गदर्शन घेण्याची प्राचीन परंपरा आहे. कर्माची शक्ती, कल्पना, आखणी, मार्गदर्शन हे सगळं वेदांमधून निर्माण झालेलं आहे.

ऋग्वेद, यजुर्वेद, अथर्ववेद आणि सामवेद हे चार भगवंताच्या नि:श्वासातून उत्पन्न झाले आहेत असं बृहदारण्यक उपनिषदामध्ये म्हटलं आहे. हे वेद सृष्टीच्या मूळारंभी कशासाठी निर्माण झाले आणि कोणासाठी निर्माण झाले, असाही आपल्याला प्रश्न पडू शकतो. एखाद्या स्त्रीला दिवस जाऊन ती गर्भवती झाली की, लगेच ती तिच्या बाळाच्या भविष्याची तजवीज करायला लागते. थंडीसाठी ती स्वेटर विणायला घेते. एखाद्या राष्ट्राची नव्याने उभारणी झाली तर सर्वप्रथम राष्ट्राची घटना तयार केली जाते. त्याचप्रमाणे परमात्म्याने जीव जन्माला घालण्यापूर्वी जीवांचे मार्गदर्शक वेद निर्माण केले, असंच मानलं पाहिजे. यानुसार कर्माची उत्पत्ती ब्रह्मापासून झाली अर्थात वेदांपासून झाली आणि हेच ब्रह्म यज्ञात अधिष्ठित असतं.

हा अर्थ वैदिक यज्ञासंदर्भात झाला. आता संपूर्ण सृष्टिनिर्मितीच्या प्रक्रियेचा विचार करायचा झाल्यास 'ब्रह्म'चा वेगळा अर्थही ध्यानात घ्यावा लागतो. 'ब्रह्म' हा शब्द भगवद्गीतेमध्ये सोळा वेळा आला आहे. ओघात विविध संदर्भाने आलेला हा शब्द अर्थातच दोन अर्थांनी आलेला आहे. त्यांपैकी आठव्या अध्यायातील तिसऱ्या श्लोकात आलेला 'अक्षरं ब्रह्मपरमम्'चा संदर्भ इथे आहे तर तेराव्या अध्यायातील बाराव्या श्लोकात आलेला 'सत्-असत्'च्या पलीकडे असलेलं ब्रह्म पुन्हा भिन्न अर्थाने सांगितलेलं आहे. ते पूर्णब्रह्म असल्यामुळे ते कशाचंही कार्य होऊ शकत नाही, हा अर्थ तिथे आहे. त्यामुळे आठव्या अध्यायातील तेराव्या श्लोकात आलेल्या या एकाक्षरी ब्रह्माचा संदर्भ प्रस्तुत श्लोकासाठी घ्यावा लागेल.

हे अखिल विश्व शब्दब्रह्मातून म्हणजेच नादब्रह्मातून निर्माण झालं. ॐकार हे शब्दाचं किंवा नादाचं प्रतीक आहे. भौतिकशास्त्रीय दृष्टिकोनातून विचार करायचा झाल्यास आकाशद्रव्यांमध्ये प्रथम गती आली. मग गतीतून संघर्ष आणि संघर्षातून नाद उत्पन्न झाला. नादामुळे उत्पन्न झालेल्या स्पंदनांमधून निघालेल्या नादलहरींमुळे घनीभवन झालं आणि त्यातून अनेक वलयांकित परमाणू तयार झाले. या घनीभूत परमाणूंपासून सृष्टी तयार झाली. एका अणूचा स्फोट होऊन सृष्टी तयार झाली इथपर्यंतच भौतिक विज्ञान पोहोचलेलं आहे. पण या भौतिकतेपलीकडे असलेला परमाणू आणि नाद हा अतींद्रिय आहे आणि त्याचाच निर्देश भगवान इथे करतात. हे नादरूपी ॐकार ब्रह्म म्हणजेच प्रकृती आणि पुरुष यांच्या संयोगाने आविष्कृत झालेलं महत्तत्त्व होय. यालाच समष्टीतील बुद्धितत्त्व म्हणजे कॉस्मिक इन्टेलिजन्स (cosmic intelligence) म्हणतात. इथूनच द्वैत सृष्टीचं सर्जन सुरू झालं. प्रकृती आणि पुरुष हे द्वैत नसून ते पारमार्थिक दृष्ट्या अद्वैतच आहेत. कारण ही दोन्ही तत्त्वं अनादिच आहेत. ती एकमेवाद्वितीय 'पुरुषा'ची अंतर्गत शक्ती आहे. ही एकरूप शक्ती कार्यप्रवण झाली म्हणजे द्वैताची प्रचिती येऊ लागते. म्हणजेच मूळ एकरूप एकमेवाद्वितीय शक्तीमध्ये गती निर्माण होऊन ॐकाररूपी नाद उत्पन्न झाला की भौतिक सृष्टी आविष्कृत होते, आणि कर्म हा दृश्य सृष्टीचा प्रधान गुण ठरतो. उलट विचार केला तर यज्ञकर्मात अव्यक्त ब्रह्म अधिष्ठित असतंच. म्हणूनच कर्मामागचं प्रथम कारण ॐ हे आद्याक्षर ठरतं. हाच गहन सिद्धान्त भगवान इथे एका श्लोकात सांगतात. थोडक्यात विश्वव्यापी सर्वज्ञ शक्तीचं म्हणजेच परमात्म्याचं कर्तृत्व आणि साक्षित्व विश्वातल्या सर्व व्यक्त आणि अव्यक्त कर्मांमागे असतं. मनुष्याच्या हातून जो कर्मयज्ञ होतो, त्याची उत्पत्ती ब्रह्मापासून होते आणि ब्रह्म हे परमेश्वरापासूनच निर्माण झाल्यामुळे पर्यायाने विश्वातील सर्व कर्मं परमात्म्याच्या उपस्थितीमुळेच घडून येतात.

जिथे यज्ञ असतो तिथे भगवंत असतो. गायीच्या संपूर्ण शरीरात दूध असतं, पण ते फक्त गायीच्या आचळापासून मिळतं. त्याचप्रमाणे ब्रह्म सर्वत्र भरून राहिलेलं असतं; पण ते यज्ञातूनच आविष्कृत होत असतं. म्हणजेच आपल्या कर्मात अव्यक्त स्वरूपात ब्रह्म असतं. पर्यायाने नित्यतत्त्व 'यज्ञ'कर्मात असतंच. म्हणून जीवनात यज्ञीय भाव जपला पाहिजे. कर्मात शुद्धी आणण्याचा प्रयत्न केला पाहिजे. कारण आपल्या कर्मामागे भगवंताची शक्ती आणि साक्षित्व असतं. ते जाणण्याचा प्रयत्न झाला पाहिजे.

*एवं प्रवर्तितं चक्रं नानुवर्तयतीह यः ।*
*अघायुरिन्द्रियारामो मोघं पार्थ स जीवति ॥३.१६॥*

हे अर्जुना, असं हे (ईश्वरानं) प्रवर्तित केलेलं यज्ञचक्र या जगात जो पुढे चालवीत नाही (अर्थात जो शास्त्रानुरूप कर्म करत नाही), त्याचं आयुष्य पापमय असतं. या इंद्रियलंपटाचं जिणं व्यर्थ होय.

जगाचं धारण-पोषण व्हावं आणि त्यायोगे देवतांचं धारण-पोषण व्हावं या हेतूने ब्रह्माच्या माध्यमातून परमेश्वराने यज्ञ सुरू केले. हे 'यज्ञ'कार्य यथोचित चालू राहायला हवं, यासाठी प्रत्येक व्यक्तीने विचारपूर्वक कार्य केलं पाहिजे. सृष्टीचे जे नियम आहेत त्यानुसार कर्म केलं पाहिजे. कोणी नियमभंग केला तर त्याला शिक्षा होणारच. परमेश्वरी नियमांचा भंग केल्याचे काय परिणाम होतात हे त्या त्या काळात अनुभवायला येतंच. *भगवान के घर देर है, अंधेर नहीं* ही म्हण मनुष्याच्या कुकर्मांच्या संदर्भातही लागू होते.

कर्म करण्याचाच केवळ अधिकार असताना जो यथाशास्त्र कर्म करत नाही, तो पापी समजावा, असं भगवान स्पष्टपणे सांगतात. अशा व्यक्तीचं आयुष्य फुकट गेलं असं समजावं. गाठीशी सर्व असूनही जर जीवनाची दिशाच चुकली तर मन नैराश्याने ग्रासू शकतं. जगही निराशाजनक वाटू लागतं. मग मनात विचार उद्भवतो, *अर्थशून्य वाटे मज हा कलह जीवनाचा*. जीवन केवळ स्वार्थप्रणीत असेल तर असं म्हणण्याची वेळ येऊ शकते; पण जीवनाचा हेतू जर ध्यानात आला तर मात्र जीवन म्हणजे परीक्षाकेंद्र वाटू लागतं - उन्नत, सुंदर अवस्थेकडे नेणारं!

हे विश्वचक्र म्हणजे विकासचक्र अथवा उत्क्रांतिचक्र आहे. पृथ्वीवरचा मानवही उत्क्रांत अवस्थेतच आहे. मानवासारख्या विचारी जीवाने हे समजून घेतलं पाहिजे. शास्त्र हे प्रमाण मानलं पाहिजे. त्यासाठी 'संत'-संगत किंवा 'स्वाध्याया'चीच आवश्यकता असते. त्यातूनच व्यक्ती योग्य-अयोग्य विचार करू लागते. अन्यथा जीवन भोगवादात भरकटू शकतं.

वास्तविकतः जीवन हे पुण्यस्वरूप आहे. आत्मिक प्रगतीला पोषक ठरणाऱ्या कर्माचं फळ म्हणजे 'पुण्य.' विश्वाची उत्पत्ती-स्थिती आणि लय हा महान वैश्विक यज्ञ आहे. या यज्ञात स्वयं ब्रह्माच सुप्रतिष्ठित असल्यामुळे हा विश्वयज्ञ पुण्यकारकच आहे. या महान यज्ञात आपली अंशमात्र आहुती विधिपूर्वक टाकण्याचा प्रत्येक व्यक्तीने प्रयत्न केला पाहिजे. आहुती स्वार्थप्रणीत असेल, तर तो 'हवि' निःस्वार्थपणे चाललेल्या विश्वयज्ञात पोहोचत नाही. हविर्भाग पोहोचला नाही तर तो जीव पतित होतो. त्याचं जीवन दूषित होतं आणि त्या जीवाला पापस्वरूप फळं भोगावी लागतात. ही फळं कुठपर्यंत भोगावी लागतात? तर त्या जीवाची उत्क्रांती होईपर्यंत!

विश्वचक्र गतिमान ठेवण्याचं कार्य यज्ञशक्ती करते. त्यात आपला 'हविर्भाग' कसा द्यायचा? हविर्भाग देवतांना द्यायचा असतो. देवता म्हणजे अंतर्बाह्य कार्यरत असणाऱ्या निसर्गशक्ती. आपल्या देहात देवता आहेत तशाच समष्टीमध्येही आहेत. या देवतांना इंद्र, वरुण, कुबेर, वायू, अग्नी अशी नामाभिधाने दिलेली आहेत. परमात्मा सत्चित-आनंद स्वरूपाबरोबरच शुद्धस्वरूप आहे. उत्क्रांत होत जीवाला त्या शुद्ध स्वरूपापर्यंत प्रवास करायचा आहे. हा प्रवास शेकडो-हजारो जन्मांचा असणार आहे. आसक्ती व अहंकार जोपासला, तर प्रवास लांबत जाईल; जीवन अर्थशून्य वाटत राहील. इंद्रिय-लंपटता हा प्रवास लांबवते, असं भगवान इथे ठासून सांगतात.

मग यावर उपाय कोणता? भगवंतांनी जे यज्ञ सांगितले आहेत ते कृतज्ञतापूर्वक आणि निष्कामबुद्धीने केले पाहिजेत हाच उपाय आहे. यज्ञ करायचे म्हणजे नेमकं काय करायचं? त्यासाठी आपल्या विचारांत आणि भक्तीत समज आणायला हवी. परमशुद्ध तत्त्वात मिळून जायचं असेल तर प्रत्येक कृतीत शुद्धी आणली पाहिजे. त्यासाठी अंतर्बाह्य देवतांना शुद्ध केलं पाहिजे. पूजा करताना बुद्धीचं अधिष्ठान असणारं मस्तक, कंठ, हात, छाती, नाभी इथे गंध लावण्याची प्रथा आहे. याद्वारे आपण त्या त्या ठिकाणच्या देवतांचं पूजन करत असतो; तो भाव कर्मकांड करताना हवा.

मात्र केवळ भौतिक पूजन करून देवता प्रसन्न होतील का, आपण शुद्ध होऊ का, याचाही विचार हवा. म्हणून तेवढं पुरेसं नाही. कारण भगवान इथे अशा कोणत्याच कर्मकांडाचा उल्लेख करत नाहीत. त्यामुळे या पूजनाबरोबरच आणखी विशेष कर्मं करावी लागतील. जोपर्यंत 'अहं' प्रभावी आहे आणि इच्छा-आसक्ती मनातून जात नाही, तोपर्यंत जीव शुद्ध होऊ शकत नाही. ही शुद्धी आणायची असेल तर दोन मार्ग आहेत : तप आणि निष्काम कर्मयोग. तप म्हणजे ईश्वरी कार्यासाठी देहाने झिजणं; म्हणजेच 'तपती' होणं. हेच प्राचीन ऋषींनी केलं संतांनी केलं, इतर कोणत्याही उपायांनी होत नाही एवढी आंतरिक शुद्धी तपाने होते. कारण इथे 'अहं' घासून पातळ

होतो. मग व्यक्तिगत इच्छा-आकांक्षा उरतच नाहीत. मनःशांती-मोक्ष यांचीही तपात आस नसते. उरतं ते केवळ ईश्वरासाठी - विचारी ईश्वराभिमुख समाज निर्माण करण्यासाठी काया-वाचा-मने झिजणं! या तपात मनन करणं , अभ्यास करणं म्हणजे स्वाध्याय करणं , भक्ती साध्य करणं अर्थात ईश्वरी विचारांशी नित्य संलग्न राहणं हा भाग अंतर्भूत असतोच. प्राचीन ज्ञानी ऋषींनी अविरतपणे हे तपःकार्य केलं, परंतु सामान्य जनांना हे पूर्ण वेळ तप करणं शक्य होऊ शकत नाही. 'अहं' बाजूला ठेवून ठरावीक वेळ तरी हे 'तप' केलं पाहिजे. त्यामुळे जीव विकसित होत जातो. त्याचा श्वासन् श्वास शुद्ध होत जातो. परमात्म्याचे सकारात्मक प्रतिसाद त्याला मिळायला लागतात. हे एक निश्चित शास्त्र आहे. ते निःशंक होऊन समजून घेतलं पाहिजे.

कुणी विचारील, या गीता-विचारांचं, वेदांचं अनुकरण कशासाठी करायचं? हा प्रश्न म्हणजे आपण आपल्या आईचं कशासाठी ऐकायचं, पित्याचा मान कशासाठी राखायचा, असं विचारण्यासारखं आहे. वेद न वाचताही, यज्ञ न करताही आमचं जीवन चालणारच आहे, असंही काही जण म्हणतील. अशी भौतिकताच आज समाजात जोपासली गेली आहे. त्यामुळे भोगवादी भौतिक जीवन वरवर जरी समृद्ध आणि चकचकीत वाटलं, तरी आतून ते नासलेलं आहे हे नाकारता येणार नाही. एखादं आम्रफल वरून तुकतुकीत दिसतं, पण आतून ते किडलेलं असतं. तसाच हा प्रकार आहे. आज प्रत्येकाला हक्काची जाणीव आहे; परंतु कर्तव्याची जाणीव नाही.

या पार्श्वभूमीवर गीता सांगते की, मेहनत केल्यावरच त्याचं फळ मिळतं. फुकट काहीही मिळत नसतं; चुकून मिळालं तर ते टिकाऊ नसतं. आयतं किंवा फुकट मिळवण्याची इच्छा मनुष्याला कर्तव्यपराङ्मुख बनवते; अशुद्ध करते. म्हणून सृष्टीच्या नियमांनुरूप शुद्ध कर्मच करायला हवं. कर्मामागचा हेतू शुद्ध हवा.

देव-देवतांचं प्रतीकात्मक स्वरूप समजून घेतलं पाहिजे. विकासाचा मार्ग जाणून घेतला पाहिजे. सूर्याची पूजा, निसर्गाची पूजा करणारे आमचे पूर्वज आदिम किंवा मागासलेले नव्हते तर ते खऱ्या अर्थाने पुढारलेले होते; पण आज ते ज्ञान दुर्लक्षित होत आहे. आता पाश्चिमात्य लोक मात्र या ज्ञानाकडे वळू लागले आहेत.

> इमर्सन हा अमेरिकन विचारवंत. ऐन उमेदीच्या आयुष्यात त्याला अनेक दु:ख-संकटांचा सामना करावा लागला. प्राप्त संकटांशी लढताना त्याला अखेर नैराश्याने ग्रासलं. त्याने आत्महत्या करायचं ठरवलं. आपल्या जिवलग मित्राला आपला हा निर्णय सांगण्यासाठी तो एका रात्री त्याच्या घरी गेला. मित्राला त्याची मानसिक अवस्था समजत होती. तो इमर्सनला म्हणाला, 'मी तुला तुझ्या विचारापासून परावृत्त करू शकत नाही, पण मी

तुला एक पुस्तक देतो. ते तू वाच आणि मग आत्महत्येचा निर्णय घे...'

मित्राने दिलेलं पुस्तक घेऊन इमर्सन घरी आला. एका रात्रीत त्याने ते पुस्तक वाचून काढलं. दुसऱ्या दिवशी सकाळी तो पुन्हा आपल्या मित्राला जाऊन भेटला आणि म्हणाला, 'मी आत्महत्येचा निर्णय रहित केला आहे! मी आता समर्थपणे नव्याने जीवन जगणार!'

एका रात्रीत त्याच्या विचारांमध्ये आमूलाग्र परिवर्तन घडवून आणणारं ते पुस्तक होतं श्रीमद् भगवद्गीता!

मार्क बन या ऑस्ट्रेलियन फुटबॉलपटूने वैद्यकीय अभ्यासक्रम पुरा केल्यानंतर भारताचा दौरा केला. त्याचप्रमाणे अनेक प्राचीन संस्कृतींचा त्याने तिथे तिथे जाऊन अभ्यास केला तेव्हा दीर्घायुष्य आणि रोगमुक्त जीवनाचा उपाय त्याला सापडला. जीवनपद्धतीबरोबरच दीर्घायुषी लोकांचं जीवन हे सूर्याशी निगडित असल्याचं त्याच्या ध्यानात आलं. सूर्यपूजक लोक उत्तम जीवन व्यतीत करत आहेत, हे त्याला कळून चुकलं.

अशी प्राचीन भारतीय संस्कृती आणि तत्त्वविचार समजून घेऊन त्याचं अनुसरण केलं तर आपलंही जीवन निरोगी, समर्थ आणि दीर्घ होऊ शकेल. मानवाने या शास्त्रशुद्ध मार्गाचं आचरण करणं क्रमप्राप्त आहे. पृथ्वीवरचा मानव हा उत्क्रान्तीच्या टप्प्यावर अग्रेसर आहे. त्यामुळे त्याच्यासाठी कठीण परीक्षाच ठेवलेली आहे. यज्ञचक्र पुढे चालवणं हा त्या परीक्षेचा एक भाग असतो.

पशुपक्ष्यांचं कर्म हे मात्र यज्ञकर्म होत नाही. कारण स्वेच्छेने आणि विचाराने ते कोणतंच कर्म करू शकत नाहीत. नियतीच्या इच्छेनंच प्राणी कर्म करतात. भगवंताने माणसाला विचार करण्यासाठी बुद्धी दिली आहे. ज्या कार्यासाठी मनुष्यजन्म मिळाला आहे ते कार्य न करता केवळ ऐषआरामात आयुष्य घालवलं तर ते पाप होईल.

पाप याचा अर्थ आत्मिक प्रगतीला विरोधी असणारं कर्म. म्हणून माणसाने भगवंतासाठी, समाजासाठी आणि स्वतःच्या आत्मिक उत्कर्षासाठी आपली बुद्धी आणि वित्त यांचा वापर करायला हवा. तरच तो जीव पुण्यायु होईल. अन्यथा तो अघायु म्हणजे पापी ठरेल.

द्राक्षाचा उपयोग मनुका, बेदाणे इत्यादी पौष्टिक पदार्थ तयार करण्यासाठी होतो; तसंच मद्य बनवण्यासाठीही होतो. शरीराच्या माध्यमातून पुण्यकर्म, यज्ञकर्म करून पुण्यसंचय करता येतो किंवा इंद्रियसुखासक्त होऊन स्वार्थपरायण वृत्तीनं, शास्त्राला उखडून जगत पापाचं धनी होता येतं. कोणता मार्ग पत्करायचा ते ज्याचं त्यानेच ठरवायचं!

*यस्त्वात्मरतिरेव स्यादात्मतृप्तश्च मानवः ।*
*आत्मन्येव च संतुष्टस्तस्य कार्यं न विद्यते ॥३.१७॥*

जो मनुष्य आत्म्यातच रमलेला, आत्मज्ञानातच तृप्त आणि आत्म्यातच संतुष्ट असतो, त्याला स्वतःचं म्हणून कोणतंच कर्तव्य शिल्लक राहिलेलं नसतं.

माणसांमध्ये दोन प्रकार असतात. एक इंद्रियाराम आणि दुसरा आत्माराम.

१६व्या श्लोकात इंद्रियारामाचं अर्थात पापी मनुष्याचं वर्णन भगवंतांनी केलं आहे. पाप याचा अर्थ आत्मिक प्रगतीला विरोधी असणारं कर्म. मागच्या श्लोकात आपण याविषयी वाचलंच आहे. आता ते आपल्या लाडक्या भक्ताचं म्हणजे पुण्यशील मनुष्याचं वर्णन करत आहेत. जे आत्म्यामध्ये लीन असतात त्यांना आत्माराम असं म्हटलं आहे.

प्रत्येक व्यक्ती ही मूलतः आनंदस्वरूप असते. समर्थ रामदास उदाहरण देतात : जन्मापूर्वी जीव स्वतःला 'सोऽहम' म्हणत असतो. कारण त्याचं खरं स्वरूप त्याला ज्ञात असतं, पण जन्म होताच तो 'कोऽहम' म्हणजे 'मी कोण?' म्हणू लागतो. मग जीवनात या 'मी'चं पोषण सुरू होतं. सभोवतालचं वातावरण, परंपरा, शिक्षणपद्धती त्याच्या 'मी'ला पुष्ट करतात. हे सर्व घटक भौतिक भोग घेण्यासाठी जीवाला प्रवृत्त करतात. भौतिक भोग उपभोगणं हेच खरं जीवन आहे असं त्या जीवालाही वाटू लागतं, पण जीव मूलतः आनंदस्वरूप असल्यामुळे त्याला पुन्हा त्या आनंदस्वरूपाकडे जाण्याची नकळत ओढ असतेच. व्यक्ती आत्मभानासंदर्भात जेवढी विकसित, तेवढा तिचा आत्मानंदाकडे अधिक ओढा असतो. तो तसा नसेल तर भौतिक भोगांमधूनच ती आनंद मिळवण्याचा प्रयत्न करते. मग विकासक्रमानुसार अनेक जन्मांनंतर ती आत्मिक आनंदाकडे वळते.

या विश्वात केवळ दोनच गोष्टी आहेत. एक आत्म आणि दुसरी अनात्म. इंद्रिय-मन-बुद्धी यांनी वेष्टित असलेला जीव बाह्य भोगांची सतत इच्छा करतो. बाह्य

संवेदनांमधून जे तात्कालिक सुख मिळतं त्यात तो रमून जातो. ज्या ज्या गोष्टी अनात्म असतात, त्यांना त्यांना बाह्य साधनांची आवश्यकता भासत असते. सुख हे बाह्य साधनांवरच अवलंबून आहे, अशी व्यक्तीची आणि पर्यायाने समष्टीची म्हणजे समाजाची जेव्हा कळत-नकळत धारणा बनते, तेव्हा भौतिक चक्र सुरू होतं. विविध साधनं, त्यांचा अभ्यास, करियर, प्रतिष्ठा, पद, पैसा, त्यांच्या निर्मितीचे व्यवसाय, पेशा, धर्म, सर्वप्रकारचे सामाजिक आचार-विचार, वैचारिक धारणा, अस्मिता, विविध संस्था, विविध संप्रदाय, कुटुंबं आणि भिन्न श्रद्धा अस्तित्वात येतात. जेव्हा व्यक्ती या पसाऱ्यात अडकत जाते - म्हणजे ती अडकतेच - तेव्हा परस्परविरोधी अशा भेदप्रणालीही अस्तित्वात येतात. आत्मभान जागृत करणाऱ्या सुरळीत जीवनामध्ये ही भेदप्रणाली अडथळा निर्माण करते. मग व्यक्तिगत-सामाजिक आणि धार्मिक संघर्ष सुरू होतात. त्यातून अनेक प्रकारच्या कटकटी उद्भवतात. रागद्वेषादी विकार उफाळू लागतात. निसर्गाशी साहचर्य तुटतं. अनेक प्रकारच्या कटकटी आणि ताणतणाव सर्वत्र निर्माण झाल्यामुळे वातावरणही प्रदूषित बनतं. नकारात्मक लहरी विश्व व्यापून राहतात. त्याचा परिणाम माणसाच्या मनावर नकळत होतोच. मनावर कमालीचा ताण येतो. तणावपूर्ण जीवनामुळे शरीर रोगग्रस्त होतं. अनेक रोग थैमान घालतात. त्यावर उपाय करता करता व्यक्ती थकून जाते. मनाने मोडावून जाते. या सर्व अध:पतनाला आत्मभान विसरून अनात्मभाव जपणं हे कारण असतं.

पुष्कळ लोक या चक्रातून बाहेर पडण्यासाठी स्वत:भोवती सद्गुणांची बाह्य आवरणं धारण करतात तर काही मन:शांतीसाठी धार्मिक ठिकाणांना जवळ करतात. आता प्रत्येक ठिकाणची धार्मिक विचारसरणी ही थोड्याफार प्रमाणात भिन्न असतेच. त्या त्या ठिकाणच्या विचारसरणीशी निष्ठा ठेवताना दुसऱ्या विचारसरणीचं कळत-नकळत मूल्यमापन केलं जातं. मग मनात पुन्हा एक संघर्ष निर्माण होतो. भिन्न निष्ठांमध्ये जेवढी तेढ, तेवढा संघर्ष अधिक! काही विचारप्रणाली प्रगत असतात तर काही सामान्य असतात.

मात्र त्यावरून मनुष्याचं मूल्यमापन कधी करायचं नसतं. एखादी खेड्यातील विचारहीन व्यक्तीसुद्धा सुसंस्कृत असते; तर शहरातला वरवर शुद्ध दिसणारा, अनेक ग्रंथांचा अभ्यास केलेला मनुष्य कदाचित घरी-दारी तितकाच असंस्कृत असू शकतो. असं असूनसुद्धा सामान्य विचारसरणीवर आपले विचार लादण्याचा प्रयत्न अशांकडून सुरू होतो. मग पुन्हा संघर्ष! जरी आपले विचार लादले नाहीत तरी दुसऱ्या विचारसरणीचा नाइलाजाने स्वीकार केला जातो. दुसरी विचारसरणी आपल्यापेक्षा पुढारलेली असेल तर द्वेष वाटू लागतो. सामान्य असेल तर अहंगंड बळावतो. सहिष्णुता

ही दंभाचं आवरण घेते. या सर्व प्रकारात आत्मभानाची जाणीवच राहिलेली नसते.

अनेकदा व्यक्ती स्वार्थ साधण्यासाठी धार्मिक केंद्रांना जवळ करते. एखाद्या व्यक्तीला आयुष्यात सर्व काही मिळतं; पण आता तिला मोक्षाची आस असते. मोक्षाची अपेक्षा हीसुद्धा वासनाच ठरते. वासना या कधीच पुऱ्या होत नसतात. अनात्म विचारसरणीच्या मनुष्याला देव नको असतो; देवाची कृपा हवी असते! तीसुद्धा आपल्या वासना पुऱ्या करण्यासाठी!! तृप्ती मिळवण्यासाठी मग व्यक्ती आयुष्यभर खटाटोप करते. त्यासाठी कर्महो करते आणि आशाही ठेवते. मात्र कर्माचं फळ हे भविष्यात प्राप्त होत असतं आणि ते पूर्णतः अनिश्चित असतं. तरी व्यक्ती फळाच्या अपेक्षेने जगत राहते. चांगलं फळ मिळालं तर सुखावते; नाही मिळालं तर मोडावून जाते. चांगलं फळ मिळालं तर पुन्हा नवा हव्यास सुरू होतो. नाही मिळालं तर नवे नवे उपाय योजू लागते. अनात्म विचारसरणीचा मनुष्य या स्वनिर्मित जाळ्यात आज अडकून गेला आहे. हे सर्व जगत सोडून कुठल्याही क्षणी जावं लागणार आहे, याचं भान मग अशा वृत्तींना राहत नाही. जे मूलतः बरोबर आहे आणि जे बरोबर येणार आहे त्याविषयी व्यक्ती बहुधा विचार करत नाही. आणि जे खात्रीने बरोबर येणार नाही ते मिळवण्यासाठी ती आयुष्यभर झगडत राहते. हीच ती माया!

थोडक्यात घरी-दारी या स्वनिर्मित सर्व तऱ्हेच्या संघर्षात आजचा बहुतांश मनुष्य अडकून गेला आहे. त्यामुळे आत्मभानाविषयी तो अनभिज्ञ राहिला आहे. आत्मभावाचा विचार करायलाही त्याला आज सवड राहिलेली नाही. मनुष्यजातीने स्वतःची जी अवस्था करून घेतली आहे, त्याच्या अगदी विरुद्ध मानसिकता आत्माराम व्यक्तीची असते.

आत्माराम कर्म कधीच टाळत नाही, पण स्वार्थप्रणीत, नाशवंत कर्मात अडकतही नाही. केवळ जीविकेसाठी कर्म करतो. भगवंतांनी सुरू केलेलं हे विश्वचक्र निर्विघ्नपणाने चालावं यासाठी तो सतत प्रयत्नशील असतो. भगवंताची इच्छा ही आज्ञा मानून जग सुंदर बनवण्याचा तो प्रयत्न करतो. त्यासाठी आपलं कर्तृत्व, आपलं जीवन पणाला लावतो. आत्मरत असल्यामुळे तो आत्मसुखाचाही अनुभव नित्य घेत असतो. त्याचं हे सुख वस्तुनिष्ठ किंवा विषयनिष्ठ नसतं. त्यामुळे त्याला कोणतंच कर्तव्य राहिलेलं नसतं. सुखाकरता त्याला बाह्य जगाकडे बघावं लागत नाही. अंतरंगातच तो नित्य आत्मानंद अनुभवत असतो. असा माणूस खरं जीवन जगला, असं भगवंतांना सांगायचं आहे. बाकी अनेक जण जन्मतात, खाऊन-पिऊन लहानाचे मोठे होतात आणि मग वार्धक्य येऊन जगाचा निरोप घेतात. अशा मंडळींचं भगवंतावर उत्कट प्रेम नसतं. केवळ स्वार्थी व्यावहारिक दृष्टिकोन असतो.

आत्मारामाचा मात्र असा व्यावहारिक दृष्टिकोन नसतो. तो भगवंतावर आत्यंतिक प्रेम करत असतो. त्याला भगवंताकडे काहीही मागायचं नसतं.

राजा भर्तृहरी असाच आत्माराम होता. त्याच्या वृद्धपणी पार्वती त्याला प्रसन्न झाली आणि म्हणाली, 'तुला पाहिजे तो वर माग.'

भर्तृहरीने त्या गोष्टीला नकार दिला. म्हणाला, 'मला कशाचीही कमतरता नाही. मी कशासाठी काही मागू?'

पार्वती म्हणाली, 'तरीपण तुला काहीतरी मागितलंच पाहिजे.'

त्या वेळी भर्तृहरी गोधडी शिवत होता. तो म्हणाला, 'काही द्यायचंच असेल तर या सुईत दोरा ओवून दे.'

याचा अर्थ असा की, आत्मतृप्त माणसाला प्रत्यक्ष भगवंताकडूनही काही नको असतं. भौतिक किंवा वस्तुनिष्ठ आनंद हा दीर्घकाळ टिकणारा नसतो, हे त्याला ज्ञात झालेलं असतं. पद, पैसा, प्रतिष्ठा, कीर्ती, विद्वत्ता, मानमरातब या गोष्टी क्षणभंगुर आहेत हे जाणून आत्माराम आत्मानंदात तल्लीन झालेला असतो.

पण ईशप्रणीत 'यज्ञ' म्हणजे मनुष्यमात्राला प्रेमाने जोडण्याचा प्रयत्न मात्र तो सातत्याने करत असतो. कारण त्याने ईशनिर्मित 'प्रजातंतू' ओळखलेला असतो. समष्टीतील ईशशक्ती हा या विश्वचक्राचा मध्यबिंदू आहे, मेरू आहे, हे त्याने जाणलेलं असतं. विश्वचक्राचा हा मध्यबिंदू म्हणजेच 'मेरू पर्वत'! तिथेच देवांचं वास्तव्य असतं. त्या कूटस्थ मेरूभोवती विश्वचक्र भ्रमण करत असतं. याच विश्वचक्रात परमशक्ती सुप्रतिष्ठित असते. विभागलेली परमशक्ती एकरूपतेने फिरत असते. त्याचं भान येणे, म्हणजेच आत्मभान! आपण पृथक्त्वाने जगत होतो परंतु प्रजातंतूने हे सारं विश्व मेरूभोवती एकात्मभावाने बांधलेलं आहे आणि त्याचं भान येणे, हेच आत्मज्ञान असतं! मग जीवभाव उरत नाही. त्यामुळे स्वार्थापोटी होणारा संघर्षच नाहीसा होतो आणि मग व्यक्ती काम करूनही सतत आत्मानंद उपभोगत राहते.

अशी आत्मज्ञानी व्यक्ती तप करते. तेच ऋषींनी केलं. भिन्न धर्म, भिन्न विचारधारा, भिन्न व्यक्ती असा विचार या आत्मज्ञानी व्यक्तीच्या मनातून पार पुसून गेला असतो. दैवी भ्रातृभाव तिला ज्ञात झालेला असतो.

आत्माराम पूर्ण समाधानी असतो. त्याला कोणतंच प्राप्तव्य नसतं. अपेक्षा नसते, न्यून नसतं. त्यामुळे न्यून भरून काढण्याची धावाधाव नसते. म्हणून अशा आत्मरतीला कसलंच कर्तव्य राहत नाही. तरीपण तो ज्ञानोत्तर निष्काम कर्म करतच राहतो.

*नैव तस्य कृतेनार्थो नाकृतेनेह कश्चन ।*
*न चास्य सर्वभूतेषु कश्चिदर्थव्यपाश्रयः ॥३.१८॥*

कारण या जगात काही कर्म करण्यातून किंवा काही न करण्यातून त्याला स्वतःला काहीच मिळवायचं नसतं. त्याचं स्वतःचं हित कोणत्याही भूतमात्रांवर अवलंबून नसतं.

इहलोक म्हणजे हा भौतिक स्तर (plane) हा मनुष्याच्या जीवनविकासासाठीच निर्माण झालेला आहे. जणू हे एक विशाल परीक्षाकेंद्र आहे. परीक्षा केंद्रातील पेपरांमध्ये जीवनविकासासाठीची आव्हानं, दुःखं-संकटं आणि आशा-निराशेचा खेळ असे विविध विषयांचे पेपर आहेत. काम-क्रोध-मोह-लोभ-मद-मत्सर-अहंकारामुळे उद्भवणाऱ्या आसक्ती, अभिलाषा, द्वेष, वासना अशा भावभावनांनी हा स्तर बनलेला आहे. या सर्व भावभावनांची जाणीव होण्यासाठी स्थूल (जड) देह आणि मन-बुद्धीसह सूक्ष्म देह यांची योजना केली आहे. या देहांमुळेच सारे दैहिक अनुभव आणि भावभावनांची जाणीव जीवाला होत राहते.

या सर्व उपाधी ज्या जगात काम करतात, विचार करतात ती जगत म्हणजेच भूलोक, भुवर्लोक आणि स्वर्लोक. इंद्रिय-विषयांना प्राधान्य असणारा भूलोक, मनोमय विषयांचा भुवर्लोक आणि विज्ञानमय विषयांचा स्वर्लोक.

या तिन्ही लोकांत बुद्धीने प्रवेश करावा असं आत्मज्ञानी व्यक्तीला कारणच उरलेलं नसतं. ज्या कारणासाठी स्थूलदेहाचं बंधन स्वीकारावं लागलेलं असतं ते बंधनच तुटल्यामुळे त्याला या त्रिलोकात कोणतंच कारण आणि ऋण राहिलेलं नसतं. हे ऋण पितृ, ऋषी आणि देवांचं असतं. त्यामुळे अत्यंत कृतकृत्य झालेला हा आत्मज्ञानी पुरुष महर्लोक-जनलोक आदी उन्नत लोकांवरील सृष्टीच्या महान कार्यात परमात्म्याच्या इच्छेने एकरूप होण्यासाठी युक्त झालेला असतो. अशा जीवन्मुक्त आत्मज्ञानी जीवाला भौतिक सृष्टीतील कोणती बंधने उरणार? त्यामुळे जन्म-मृत्यूच्या फेऱ्यातून सुटून प्राप्त उर्वरित आयुष्यात तो केवळ समष्टीच्या हितासाठी निष्काम कर्मयोग करत राहतो.

जीवन्मुक्त असल्यामुळे त्याला या जगात कोणतंच प्राप्तव्य उरलेलं नसतं. त्यामुळे पंचज्ञानेंद्रियांचे आणि पंचकर्मेंद्रियांचे स्थूल, सूक्ष्म आणि बाह्य विषय त्याला आपल्या पकडीत ओढू शकत नाहीत; किंबहुना बाह्य प्रकृतीवर तो आपला प्रभाव गाजवू शकतो. परमपदाला पोहोचण्यासाठी समष्टीसाठी कार्य करण्याकरता तो नियुक्त झालेला असतो.

आता त्याला त्याच्या कर्माचा बंध किंवा बोजा वाटत नसतो. आपल्याच आत्मिक धुंदीमध्ये तो अनंत कामं करत असतो. या जगामध्ये बरंचसं कार्य अशा आत्मारामांच्या शिरावरच असतं; परंतु त्याचा परिणाम त्यांच्यावर होत नाही. कोणतंही कर्म करून अथवा न करून त्यांना कसलाच स्वार्थ साधायचा नसतो; म्हणून कर्म हा त्यांच्यासाठी व्याप वाटत नाही. कर्म करण्याने त्यांच्या मनावर कोणताही ताण पडत नाही. त्यांचं कर्म हे फलहीन होऊन गेलेलं असतं. अशा आत्माराम व्यक्ती केवळ आणि केवळ प्रभूसाठी कार्य करत असतात. त्यांचं हित-अहित इतर कुणावरही अवलंबून नसतं. परमात्माच अशा आत्मारामाला सांभाळत असतो.

याउलट जो मनुष्य स्वार्थासाठी, स्वत:च्या परिवारासाठी काम करतो, व्यवसायवृद्धी करतो, व्यवसायाचा व्याप वाढवतो, त्याच्या शरीर-मनावर कामाचा ताणही वाढत जातो. कारण त्याच्या कर्मामागे केवळ स्वार्थ असतो. काम करताना स्वार्थ प्राधान्याने असला म्हणजे जड आणि सूक्ष्म उपाधी व्यक्तीला आपल्या कचाट्यात (clutches)मध्ये ठेवतात. मग कर्मसंचयानुसार यशापयश व्यक्तीच्या पदरात पडत जातं. मग आशा-निराशेचा खेळ सुरू होतो - देहपतनापर्यंत तो सुरूच राहतो. नैराश्य आलं की अनेक आधीव्याधी मागे लागतात. आपण खऱ्या अर्थाने कोणतंही प्रभुकार्य केलं नाही, याची जाणीव कदाचित अंतिम क्षणी स्वार्थी व्यक्तीला होते, परंतु तोपर्यंत वेळ निघून गेलेली असते.

ईशतृप्त तथा आत्मतृप्त मनुष्याला मात्र कसलीच आसक्ती नसते. भीती नसते. ईश्वरेच्छेने तो कार्य करत असतो. त्यामुळे कोणतीच समस्या उद्भवत नाही. तो जे कार्य करतो ते ईश्वराची इच्छा म्हणून ईश्वरार्पण बुद्धीने करतो. त्यातून त्याला स्वत:साठी काहीही मिळवायचं नसतं.

> आर्य चाणक्यांनाही स्वत:साठी काही करायचं नव्हतं. आपापसात भांडणारी गणराज्यं चाणक्यांनी परकीय आक्रमणाविरुद्ध एकविचारात बांधली. त्यासाठी मगधचा राजा धनानंदाचं भ्रष्ट सिंहासन उलथवून चंद्रगुप्ताला सम्राट केलं. त्या दृष्टीने आर्य चाणक्य नृपनिर्माते (king-maker) होते. तरीही त्यांना कोणतीच व्यक्तिगत अभिलाषा किंवा मोह नव्हता. चंद्रगुप्ताचे महामंत्री असूनही ते एका झोपडीत राहत होते.

एकदा काही राजकीय सल्ला-मसलतीसाठी सम्राट चंद्रगुप्त रात्रीच्या वेळी चाणक्यांकडे आला. त्या वेळी चाणक्य 'अर्थशास्त्र' लिहीत होते. समोर दोन समया होत्या. त्यातली एक तेवलेली होती. चंद्रगुप्त राजकीय कार्यासाठी आल्याचं कळताच चाणक्यांनी ती समई विझवली आणि दुसरी प्रज्ज्वलित केली.

चंद्रगुप्ताने त्याविषयी विचारताच चाणक्य म्हणाले, 'राजा, या विझवलेल्या समईतलं तेल हे माझं स्वकमाईतून घेतलेलं आहे. दुसऱ्या समईतलं तेल हे राज्यकारभारासाठी मिळणाऱ्या द्रव्यातून मी विकत घेतो. तुझं काम राजकीय आहे म्हणून मी व्यक्तिगत समई विझवली. तुझं काम झालं की मी ही राजकीय समई विझवीन आणि माझी व्यक्तिगत समई पुन्हा प्रज्ज्वलित करीन!'

ते ऐकून चंद्रगुप्त अवाक् झाला.

इतकी नि:स्पृहता व्यक्तीमध्ये आली तर देश कुठल्या कुठे जाईल! कदाचित अशा वृत्तीतून भौतिक आनंद कमी होईल; पण अपार आत्मानंद मात्र नक्कीच प्राप्त होईल. मी कुणाला लुबाडून, पैसे खाऊन जगत नाही हा विचारच मनात अस्मितेची जागृती करत असतो. अशी वृत्ती खऱ्या अर्थाने जीवन सुखी करते. हपाप करून मिळवलेलं धन कधी शांती देऊ शकत नाही! 'बॅक-डोअर'ने आलेलं धन कधीच व्यक्तीला सुखी करू शकत नाही. मग आत्मानंद तर दूरच! हे जाणून घेण्यासाठी 'श्रीसूक्तम्' अभ्यासलं पाहिजे! क्षुत्पिपासामलां ज्येष्ठा अलक्ष्मीं नाशयाम्यहम्! या श्लोकात फार मोठा अर्थ दडला आहे.

भारतवर्षात जे अनेक ऋषिमुनी, संतमहात्मे होऊन गेले त्यांनी अशाच आत्मानंदात तल्लीन राहून ईश्वराचं कार्य केलं आहे. लोकांवर निरपेक्ष प्रेम केलं आहे. या सत्पुरुषांनी तीर्थयात्रा केली, वारी केली ती अविचारी लोकांना ईश्वरी विचार देण्यासाठी! स्वत:ला पुण्य मिळावं म्हणून नव्हे! मग कशा प्रकारे कर्म केलं पाहिजे म्हणजे परमगती मिळेल? भगवान पुढील श्लोकात समजावतात.

आपला माल ग्राहकाच्या गळ्यात मारण्यासाठी अनेक व्यावसायिक निरनिराळ्या योजना आखतात. 'एका शर्टवर एक शर्ट फ्री' असा आजचा जमाना! फुकट मिळविण्याची सवय आज लावली जात आहे. त्यामुळे नि:स्वार्थता कशी येणार? स्वार्थी वृत्ती आणि मोफत मिळविण्याचा अतिरेक झाल्यास समाजाचं अध:पतन होईल. आत्माराम पुरुषाला मात्र या जगात कोणतंच प्राप्तव्य उरलेलं नसतं. तो स्वार्थरहित कर्म करतच असतो. त्याचं स्वत:चं हित कुणावरही अवलंबून नसतं.

*तस्मादसक्त: सततं कार्यं कर्म समाचर ।*
*असक्तो ह्याचरन्कर्म परमाप्नोति पूरुष: ॥३.१९॥*

म्हणून तू आसक्ती सोडून नेहमी कर्तव्य कर्म, विहित कर्म कर. त्याचं योग्य रीतीने आचरण कर. कारण अनासक्त पुरुषच कर्म करत करत परमगतीला प्राप्त होतात.

परमगती मिळवण्यासाठी ज्ञानी पुरुष अनासक्त राहून कर्म करतो आणि अशी आसक्तिरहित अवस्थाच मोक्षाला कारण ठरते. मग जो ज्ञानी नाही, आत्मतृप्त नाही अशा सामान्य माणसाने जरी अनासक्त राहून कर्म केलं तर त्यालाही मोक्ष नाही का मिळणार?

यज्ञकर्म हेच अनासक्त कर्म असतं, हे मागील श्लोकांमधून भगवंतांनी सांगितलं. यज्ञात आसक्तिरहित सत्कर्म करणं , प्रजातंतू स्वत: जाणून इतरांना त्याची अनुभूती देण्याचा प्रयत्न करणं , सर्व काही ब्रह्म आहे या भावनेतून सारे विधी ब्रह्मार्पण बुद्धीने करणं असा निष्काम भाव यज्ञकर्मात असतो. अशाच पद्धतीने आत्मरत व्यक्ती जीवन-व्यवहार करते. त्यामुळे कर्म करताना उद्भवणाऱ्या प्रभावांपासून ती अलिप्त राहते. याचा अर्थ ती व्यक्ती भावनाशून्य होते असं नाही. उलट आपण सारे एक आहोत आणि जे बाह्यत: घडत आहे ती माया आहे, ईशनिर्मित विशाल खेळ आहे, या भावनेने ती भावपूर्ण वृत्तीने कर्म करते. अर्थात तिच्या कर्मात जीवभाव नसतो तर आत्मभाव असतो. विश्व गतिमान आहे ते कर्मामुळे आणि आपणही ती गती राखली पाहिजे असा त्या व्यक्तीचा भाव कर्म करताना असतो. कर्म हा सृष्टिचक्राचा आस आहे हे विसरून चालत नाही. म्हणूनच आत्मरत व्यक्ती सतत (निष्काम) कार्यमग्न असते.

भगवान म्हणतात, ‘हो, तूही परमगतीला प्राप्त होऊ शकतोस.’ सामान्यातल्या सामान्य व्यक्तीलाही ते मोक्षाचा मार्ग दाखवतात. अनासक्त राहून आपणही मोक्ष मिळवू शकतो, असा विश्वास भगवान आपल्याला देतात. मोक्ष म्हणजे सुख-दु:खापलीकडची चिरंतन आनंदावस्था. भगवंत सांगतात, ‘अर्जुना, तू ज्ञानी नाहीस.

आत्मरती, आत्मतृप्त आणि आत्मसंतुष्ट नाहीस; म्हणून तुला आसक्ती सोडून कर्म करायला हवं.' आसक्ती न ठेवता कर्म केलं म्हणजे चित्त शुद्ध होत जातं. चित्तशुद्धीमुळेच परमज्ञान होतं आणि ज्ञानामुळे मोक्ष मिळतो. म्हणून प्रथम अनासक्त कर्तव्यकर्म करणं च इष्ट आहे. अनासक्ती म्हणजे कोणत्याही प्रकारच्या हेतूशिवाय भगवंताचे विचार लोकांपर्यंत घेऊन जाणं.

या पूर्वीच्या दोन श्लोकांमध्ये कर्म केलं काय किंवा न केलं काय; आत्मरतीला त्याचा बंध लागत नाही हे सांगितलं आहे. अशा नि:स्वार्थ कर्मातूनच आत्मतृप्त, आत्मसंतुष्ट आणि आत्मरत होता येतं. पाण्यात राहून ओलं न होणं ही कठीण गोष्ट आहे. अळूच्या पानावर पाणी जसं राहत नाही, तसं आत्मरत मनुष्यावर कर्मबंध राहत नाही.

अनासक्ती ही बाह्यावस्था नसून आंतरिक अवस्था आहे. बाह्य देखाव्यावर सामान्य अविचारी जन भुलतात, पण त्यामुळे अनासक्तता येत नाही. अन्यथा सिनेमा-नाटकात जे बाह्यवेषांतर करून साधुसंतांची भूमिका करतात ते अनासक्त नसते का झाले? दूरचित्रवाणी मालिकेमधून शंकर, विष्णू, राम इत्यादी व्यक्तिरेखा सादर करणारे काही कलाकार शॉट संपताच अनाचार करतात. म्हणून बाह्यत: कितीही साधुत्वाचा आव आणला तरी त्यातला एखादा खरा अनासक्त असेल असं नाही. याउलट आंतरिक परिवर्तन झाल्यानंतर बाह्य देखाव्याची गरजच नसते.

विवेकी बौद्धिक दृष्टिकोन आला तरच माणूस अनासक्त बनतो. बुद्धीची अशी परिपूर्ण किंवा परमोच्च अवस्था म्हणजे अनासक्ती! त्यासाठी बुद्धीवर सतत संस्कार हवेत. सुरीला धार लावतात त्याप्रमाणे बुद्धीला सातत्याने विचारांची धार लावावी लागते.

आसक्ती सोडणं म्हणजे कर्म सोडणं नव्हे तर अनासक्त होऊन कर्म करणं . विवेकी-बौद्धिक दृष्टिकोन आल्यानंतरच माणूस अनासक्त बनतो. बुद्धीची ही परिपूर्णावस्था आहे. बुद्धीचा परमोच्च विकास म्हणजे अनासक्ती. मानसिक अवस्थेशी सांगड घातलेली ही बौद्धिक अवस्था आहे. ही मुद्दाम आणलेली स्थिती नसते, तर बुद्धीच्या विकासाबरोबर आपोआप प्राप्त होणारी स्थिती असते.

*कर्मणैव हि संसिद्धिमास्थिता जनकादयः ।*
*लोकसंग्रहमेवापि सम्पश्यन्कर्तुमर्हसि ॥३.२०॥*

जनकादिकांनीही याप्रमाणे कर्मानंच सिद्धी मिळवली. तसंच लोकसंग्रहाकडे दृष्टी ठेवून तुलासुद्धा कर्मयोग आचरला पाहिजे.

आकार आला की मर्यादा आल्याच आणि मर्यादा आल्या की कर्म करणं आलंच! कर्मानंच सिद्धी मिळते असं भगवान म्हणतात यात सखोल अर्थ दडला आहे. त्या त्या स्तरावरचं विकासार्थ कर्म करतच, उन्नत स्तर गाठत परमतत्त्वापर्यंत जावं लागतं. म्हणजे अवस्था किंवा स्थिती बदलली तरी कर्म मुळीच सुटत नाही. ज्ञान होणं हेसुद्धा अंतिम साध्य नाही. कारण जोपर्यंत ज्ञातृपद आहे, तोपर्यंत ज्ञेय असणारच आहे; आणि जोपर्यंत ज्ञेय आहे तोपर्यंत विकासार्थ कर्म करणं ओघाने आलंच.

कर्म करतच जनकादिकांनी सिद्धी मिळवली, परंतु सिद्धी ही अंतिम अवस्था नाही. जनक राजाने सिद्धी मिळवली पण त्याची अपूर्णतेची समज गेली नाही. म्हणून अधिक ज्ञानाच्या इच्छेने त्याने एकदा महर्षी याज्ञवल्क्यांना मार्गदर्शन करायला सांगितलं. याज्ञवल्क्यांनी राजाला उपदेश केला पण त्यांना स्वतःलाही अपूर्णता वाटत होती.

बृहदारण्यक उपनिषदात याज्ञवल्क्य मैत्रेयीला आत्मज्ञानाचा उपदेश करताना पुढील प्रगतीसाठी तपस्या करण्याची इच्छा व्यक्त करतात. याच उपनिषदात काशीराजा आणि गार्ग्य यांचा संवाद आहे. त्यात आत्मज्ञानाविषयी राजाला सांगताना ऋषी हरतात आणि राजाच त्यांना उपदेश करतो. 'छांदोग्य उपनिषदा'त नारद मुनी आणि सनत्कुमार यांचा संवाद आहे. त्रिखंडात संचार करणारे ज्ञानी देवर्षी नारद सनत्कुमारांकडे आत्मज्ञानाची इच्छा व्यक्त करतात. इतके ज्ञानी ऋषीदेखील आत्मज्ञानाच्या संदर्भात स्वतःला परिपूर्ण समजत नव्हते.

म्हणजेच आत्मज्ञानाला अंत वा बंधन नाही, हेच यावरून समजून येतं. कारण 'ज्ञान' हे ब्रह्माचं एक स्वरूप आहे. एक स्वरूप जाणणं म्हणजे अंतिम स्वरूप

समजणं नव्हे - 'सत्यं ज्ञाने अनंतंय ब्रह्म।' म्हणजेच सामान्य भाषेत आपण ज्ञानी, ऋषी, संत, मुक्त, मुनी, महात्मा वगैरे शब्द वापरतो, ते त्या त्या ज्ञानकक्षेच्या संदर्भातले असतात. म्हणजेच ते सापेक्ष असतात. आपण जरी 'अनंत ब्रह्माण्ड नायक' अशी उपाधी परमेश्वराला दिली तरी ती तत्त्वतः अपूर्णच ठरते. कारण स्वरूप आणि आकार आला की अपूर्णत्व ओघाने आलंच! एकमेवाद्वितीय ब्रह्म पूर्ण आहे. म्हणजेच स्थितप्रज्ञ, संसिद्ध आदी अवस्था प्राप्त झाली तरी ब्रह्मविलीनतेपर्यंत ज्ञानाच्याही अनंत कक्षा पार कराव्या लागतात आणि त्या पार करताना कर्म हे करावंच लागतं. कर्मयोग साधता साधता या कक्षा जाणिवेच्या अधिकाधिक प्रगल्भ अवस्थेत पार केल्या जातात. हे ब्रह्मांडाचं ज्ञान अत्यंत गहन आणि जाणायला कठीण आहे. किंबहुना ते जाणणं शक्य नाही.

बरं, अशी ब्रह्माण्डंही अनेक आहेत आणि प्रत्येक ब्रह्माण्डाचा एक एक स्वामी आहे. तो स्वामीदेखील परमात्म्याचं अस्तित्व निश्चित आहे एवढंच जाणतो, असा *Laws of Spirit World* मध्ये उल्लेख आहे.

कर्माशिवाय गती नाही हे भगवान पटवून देत आहेत. त्याकरता त्यांनी जनकराजाचं उदाहरण दिलं आहे. जनकासारख्या क्षत्रियांनी प्रारंभी चित्तशुद्धीसाठी विहित कर्मं केली. त्यानंतर म्हणजे आत्मसाक्षात्कार झाल्यानंतर लोकसंग्रहार्थ कर्म करायला त्यांनी प्रारंभ केला. आत्मसाक्षात्कार झाल्यानंतर खरंतर कर्म केलं नाही तरी बाधा येत नाही, परंतु लोकांच्या हितासाठी, समाज सन्मार्गावर यावा म्हणून हे पुरुष निःस्वार्थ बुद्धीने कार्य करतच राहतात. या श्लोकात भगवान लोकसंग्रहाकडे दृष्टी ठेवायला सांगतात. लोकसंग्रह म्हणजे आपल्या मागे विचारहीन टोळकं जमा करणं नव्हे. आदि शंकराचार्य म्हणतात, *'लोकस्य उन्मार्गप्रवृत्ति निवारणं लोकसंग्रहः।'* लोक म्हणजे प्रजा उन्मार्गी अर्थात वाईट आणि चुकीच्या मार्गावर जाऊ नये उलट ती सन्मार्गावर राहावी म्हणून प्रयत्नपूर्वक कर्म करणं म्हणजे 'लोकसंग्रह.' ज्ञानमार्गी व्यक्तीला भौतिकतेत कोणतीच आसक्ती उरलेली नसते. पण त्या व्यक्तीने लोकसंग्रहार्थ कर्म केलं पाहिजे, असं भगवान सूचित करतात. या कर्मातून या स्तरावरच्या सिद्धी मिळतात.

इथे भगवंत एक सावधानतेचा इशारा देतात. आत्मानंदाचा अनुभव आल्यानंतर जी कर्मं पुरुष करतो, त्या कर्मांबाबत आकर्षण वाढलं तर हा आत्मानंद ओसरण्याची शक्यता असते. कर्म करताना वृत्ती परमेश्वरातच गुंतून राहिली तर मात्र कर्मं त्रासदायक होत नाहीत. म्हणून बाह्यविश्वाची आसक्ती सोडणं हा भाग अतिशय महत्त्वाचा असतो. हा विश्वसंसार स्वतःचा समजून न करता माझा समजून कर, असं भगवान सांगतात.

एखादं तरुण जोडपं एका भाड्याच्या जागेत राहत असतं. यथावकाश त्यांना एक मुलगा होतो. आपलं घर समजून बाळ रांगू लागतं. वास्तवाचं भान येईपर्यंत त्याला ते भाड्याचं घर हे आपल्याच मालकीचं वाटत असतं. तो जेव्हा सज्ञान होतो तेव्हा एक दिवस घरमालक भाडेवसुलीसाठी त्यांच्या घरी येतो. त्या वेळी त्याला समजतं की, हे घर आपल्या मालकीचं नाही. याचा मालक दुसराच कुणीतरी आहे. आपण केवळ भाडं देऊन त्या मालकाच्या जागेचा वापर करत आहोत.

परमेश्वर हा या विश्वाचा निर्माता आणि मालकही आहे, ही गोष्ट माणसाच्या गावीही नसते. 'माझं-माझं,' समजून तो इथे जीवन जगत असतो. सहस्रो वर्षं पृथ्वीवरच्या भूमीवर किती मालक होऊन गेले असतील? भारतात किती विशाल जमिनीचे सात-बारा झाले असतील! पण 'त्याच्या' या भूमीवर आपली मालकी कायमची थोडीच राहत असते? तरीही मनुष्य मालकीसाठी जीवनभर झटत असतो.

आत्मज्ञानोत्तर जे पुरुष कर्म करतात, ते या अशा अज्ञानी माणसाला वास्तवाची जाणीव करून देण्यासाठी करतात. उन्मार्गापासून परावृत्त करून लोकांना सन्मार्गावर म्हणजे प्रभूच्या मार्गावर आणण्याचा प्रयत्न करणं याचं नाव लोकसंग्रह! आपल्यामागे फक्त विचारहीन, घोळका-टोळकं तयार करणं म्हणजे लोकसंग्रह नव्हे! भूलोक, सत्यलोक, पितृलोक, देवलोक असे जे अनेक लोक निर्माण झाले त्यांचं धारणपोषण उत्तम रीतीने व्हावं असा व्यापक अर्थ भगवंतांना अभिप्रेत आहे.

लोकांचा भ्रम दूर करून भगवंताच्या मार्गावर आणण्यासाठी आत्मज्ञान झालेल्या पुरुषाने ज्ञानोत्तर निःस्वार्थ कर्म केलंच पाहिजे. उन्मार्गी लोकांना सन्मार्गावर आणण्याचं हे कर्म म्हणजेच लोकसंग्रह!

*यद्यदाचरति श्रेष्ठस्तत्तदेवेतरो जनः ।*
*स यत्प्रमाणं कुरुते लोकस्तदनुवर्तते ॥३.२१॥*

श्रेष्ठ-आत्मज्ञानी पुरुष जे जे आचरण करतो, त्याचंच इतर सामान्यजन अनुकरण करत असतात. तो जी गोष्ट प्रमाण मानून अंगीकारतो, तिलाच लोक अनुसरतात.

अर्जुनानंच ऐन युद्धप्रसंगी संन्यास घेतला तर मग इतर योद्धे आणि त्याला आदर्श मानणारेही तोच कित्ता गिरवतील...! म्हणजे त्याच्या या कृतीला आदर्श मानतील, हे सांगण्याचा भगवंतांचा हेतू आहे.

भगवंतांनी पाच हजार वर्षांपूर्वी गीता सांगितली. तत्कालीन समाजात आजच्यासारखे भिन्न भिन्न आणि ग्लॅमरस आदर्श नव्हते. त्यामुळे जो ज्ञानी आहे, जो तत्त्व जाणतो, शास्त्र जाणतो, ज्याचं जीवन आणि विचार शुद्ध आहेत, ज्याचं चारित्र्य शुद्ध आहे, जो कर्मयोगी आहे आणि स्वानुभवातून जो आत्मज्ञानाचा मार्ग प्रकाशित करतो, अशी व्यक्ती अनुकरणीय वाटत असे. इंद्र, अगस्त्य, वसिष्ठ, पतंजली, याज्ञवल्क्य, व्यास, वाल्मीकी, हनुमान, जनक राजा, राजा हरिश्चंद्र, श्रीराम, श्रीकृष्ण, युधिष्ठिर, अर्जुन तसंच मैत्रेयी, गार्गी, सीता, अंजनी, अरुंधती अशा श्रेष्ठ स्त्रिया असे तेव्हाचे आदर्श असत. त्यामुळे तत्कालीन आत्मज्ञानी आदर्शांच्या संदर्भात हा श्लोक आहे. अशाच व्यक्तींचा आदर्श सामान्य मनुष्य ठेवतो, हे भगवान त्या काळाच्या संदर्भानं सांगतात.

आजचे आदर्श आणि तत्कालीन आदर्श यांमध्ये महदंतर आहे! प्रसिद्ध व्यक्तींचं अनुकरण करणं हा सामान्यांचा जणू धर्मच असतो. ती सहजप्रवृत्ती असते किंवा पूर्व संस्कारातून ती उद्भवलेली असते. जे प्रसिद्ध असतं, सहज मिळतं, किंवा सहज उपलब्ध असतं, त्याचंच अनुकरण केलं जातं. जे माहीतच नाही, घरातून, शिक्षणव्यवस्थेतून आणि प्रसारमाध्यमांतून ज्याचं फारसं दर्शनच घडत नाही, त्याचं अनुकरण तरी कोण आणि कशासाठी करणार? आजच्या संदर्भानं बोलायचं झाल्यास

ज्याचं अनुकरण केलं जातं अशा तीन प्रवृत्ती असतात. त्या प्रवृत्ती म्हणजे नेता, अभिनेता आणि तत्त्ववेत्ता. नेता या प्रवृत्तीत केवळ राजकीय नेताच नव्हे; तर कोणत्याही क्षेत्रातला लीडर - म्हणजे अधिकार गाजवणारा येतो. चित्रपट क्षेत्र म्हणजेच वारेमाप प्रसिद्धी मिळणारं क्षेत्र. या प्रवृत्तीत प्रसिद्धी हा भाग गृहीत धरला तर यामध्ये क्रिकेटियर, मॉडेल्स, निवेदक यांसह अनेक मोहक म्हणजे ग्लॅमरस क्षेत्रांचा अंतर्भाव होतो. या तीन प्रमुख प्रवृत्तींप्रमाणेच पद-पैसा आणि प्रतिष्ठा देणाऱ्या क्षेत्रांकडे सहज ओढा राहतो.

याउलट काही लोक आसुरी वृत्तीचं आपल्या सर्व आचार-विचारांमधून दर्शन घडवतात. त्याचंही अनुकरण केलं जातं हे विशेष! केवळ स्वतःची वेगळी ओळख निर्माण करण्याचाही त्यात कित्येकदा हेतू असतो. तत्त्ववेत्ता वगळता या सर्वच क्षेत्रांचं किंवा त्यातील प्रसिद्ध व्यक्तींचं अनुकरण केलं जातं. हे अनुकरण करण्यात बऱ्याचदा पैसा-मानसन्मान आणि उच्च सुखी जीवनाची अपेक्षा दडलेली असते. त्यामुळे अशा क्षेत्रांमधल्या ग्लॅमरस व्यक्तींचं जे अनुकरण केलं जातं, ते पुष्कळदा अविवेकाने केलं जातं. या अनुकरणातून यश मिळालं तर डोक्यात हवा जाऊ शकते आणि अपयश पदरात पडलं तर मनावर ताण किंवा frustration येतं.

तत्त्ववेत्त्यांचं अनुकरण करणारे मात्र थोडे असतात. ज्याचं अनुकरण केलं जातं किंवा जे समाजाचे आदर्श बनतात, तसा समाज बनतो. मग व्यसनांना प्रतिष्ठा लाभते. पार्ट्यांना बोलावणं येणे, हे मानाचं लक्षण मानलं जातं. उच्छृंखलता ही जीवनपद्धती बनते. व्यक्तीच्या गुणांपेक्षा ब्रँडला अधिक मान मिळतो! स्त्री ही भोग्य वस्तू मानली जाते. आपली मातृभाषा मागासलेली वाटते आणि इंग्रजी बोलणे प्रतिष्ठेचं वाटू लागतं.

ही जी सारी चमकदार क्षेत्रं असतात, त्यांना पाश्चिमात्य भोगी जीवनपद्धती आदर्शवत आणि अनुकरणीय वाटत असते. सामान्य माणसाला त्यामुळे भुरळ पडते. त्याच्याही प्रतिष्ठेच्या आणि मोठेपणाच्या त्याच कल्पना होतात.

आज जगात जी विपरीत परिस्थिती दिसते, त्याचं कारण चुकीच्या आदर्शांचं अनुकरण हे आहे असं म्हटलं तर चुकीचं ठरू नये.

प्राचीन भारतात श्रेष्ठ आणि आत्मज्ञानी व्यक्तींचंच अनुकरण होत असे आणि म्हणूनच सामान्यजन श्रेष्ठांचं अनुकरण करतात हे इथे गृहीत धरलं आहे. जो श्रेष्ठ पुरुष असतो तोच लोकसंग्रह करायला योग्य असतो. तोच लोकांना सन्मार्गाने नेऊ शकतो. कारण असंख्य लोक त्याचंच अनुकरण करणारे असतात. तो ज्या लौकिक किंवा शास्त्रीय गोष्टी करतो, त्याला प्रमाण मानून त्याचंच अनुकरण केलं जातं. श्रेष्ठांचं अनुकरण करणं हा सामान्यजनांचा धर्मच असतो. *जसा वर्तते लोक कल्याणकारी ।*

*जगी वर्तती सर्वही त्या प्रकारी ॥* आजही असंख्य समंजस व्यक्ती तत्त्ववेत्त्यांच्या विचारांचं अनुकरण करताहेत आणि त्यामुळे या कराल काळातही ते सुखी, अर्थपूर्ण आणि सुंदर जीवन जगत आहेत.

महापुरुषांचं कर्म हे जसं लोकसंग्रहार्थ असतं, त्याप्रमाणे ते लोकांना मार्गदर्शन करण्यासाठीही असतं. मार्क्स म्हणतो, 'नेता लोकांमधून निर्माण होत असतो.' परंतु भारतीय तत्त्वज्ञान यापेक्षा फार वरचा आणि निश्चित स्वरूपाचा सिद्धान्त मांडतं :

कालो वा कारणं राज्ञः राजा वा कालकारणम्।
इति ते संशयो माऽभूत् राजा कालस्य कारणम्॥

या सिद्धान्तात फार मोठा आशय दडला आहे. प्राप्त परिस्थितीमुळे राजा निर्माण होत नसून राजाच आपल्याला हवी तशी परिस्थिती निर्माण करत असतो. या सिद्धान्ताला पुष्टी देणारं हे एक उदाहरण : साम्यवादी क्रांती होण्याजोगी परिस्थिती इंग्लंड-जर्मनीमध्ये होती, परंतु क्रांती झाली सर्व दृष्टीने मागासलेल्या रशियामध्ये! त्याला कारण होतं लेनिनचं नेतृत्व! नेता जसा नेईल तसे लोक जात असतात.

अर्जुन सर्वश्रेष्ठ धनुर्धर होता त्याचबरोबर अनेक सद्गुणांचा साक्षात आदर्श होता. तरीपण भगवान त्याच्या धनुर्विद्येला आदर्श ठरवत नाहीत हे इथे ध्यानात घेतलं पाहिजे. ते त्याला प्राप्त कर्म म्हणून त्याच्या धनुर्विद्येतल्या गुणांसह लढायला प्रवृत्त करतातच; पण त्याच्या गुणांचं अनुकरण करायला प्रवृत्त करत नाहीत हे विशेष! भगवान कलेला किंवा गुणांना नव्हे; तर आत्मज्ञानाच्या दृष्टीने आचरणाला अधिक महत्त्व देतात हे इथे लक्षात घेतलं पाहिजे. आपण प्रसिद्ध आहोत; मग कसंही वागलं तरी चालेल, या मानसिकतेला भगवान मुळीच प्रोत्साहन देत नाहीत. वर्तन तुझं आहे; पण तुझ्या माध्यमातून होणारा गुणांचा अथवा कलेचा आविष्कार माझा आहे, असंच जणू ते अर्जुनाच्या उदाहरणांवरून सांगतात.

सज्जनांनी स्वतःच्या कृतीतून उत्तम आदर्श निर्माण केले पाहिजेत. कारण चुकीचे आदर्श व्यक्तीला गर्तेतही नेऊ शकतात. म्हणून जे तत्त्वज्ञ आहेत त्यांच्यावर फार मोठं दायित्व असतं. किंवा जे तत्त्वविचार अंगीकारून श्रेष्ठ जीवन जगत आहेत त्यांच्यावरही हे दायित्व असतं. सद्विचार-सिंचनाचं कार्य एखाद्या गावातल्या कोपऱ्यात जरी केलं तरी ते भगवंतांच्या दृष्टीने महान कार्य असतं. शक्ती आणि प्रसार महत्त्वाचा नसतो, तर हेतू महत्त्वाचा असतो.

एक छोटं गाव होतं. गावात गायींचे अनेक गोठे होते. गोठ्याबाहेर स्वाभाविकच गवताच्या गंजी होत्या. एका गवताच्या गंजीला काही गुंडांनी आग लावली. बघता बघता आग पसरली. घरं जळू लागली. लोक विहीर-

तलावांमधून पाणी आणून आग विझवण्याचा प्रयत्न करू लागले. तो प्रकार चालला असताना एक चिमणी दूरच्या ओढ्यातून एकेक थेंब पाणी आणून वरून त्या आगीवर टाकू लागली. झाडावर बसलेला एक कावळा ते दृश्य बघत होता. चिमणीची चेष्टा करत तो म्हणाला, 'अग, ती आग केवढी मोठी! अनेक मोठी माणसं आग विझवत आहेत. तुझ्या एका थेंबाने काय होणार आहे? कशासाठी एवढे कष्ट घेतेस?'

तेव्हा चिमणी म्हणाली, 'कावळ्या, माझ्या चोचीतल्या थेंबाने आग विझू शकत नाही हे मला कळत का नाही? पण उद्या या घटनेचा इतिहास लिहिण्याची वेळ आली तर त्यांना लिहावं लागेल की, एक छोटी चिमणी आग लावणाऱ्यांच्या बाजूने नव्हती तर आग विझवणाऱ्यांच्या बाजूने होती!'

सज्जनांचे प्रयत्न असेच असतात. त्यांची चेष्टा करणारेही कावळ्यांसारखे लोक असतात, पण परमेश्वर मात्र त्या सज्जनांच्या कार्याची दखल घेत असतो. एका खारीच्या वाट्याची नोंदही इतिहासात केली जाते.

परीक्षित राजाने समाधी अवस्थेतल्या ऋषींच्या गळ्यात मेलेला साप टाकला. कृती घडल्यानंतर त्याला पश्चात्ताप झाला. केलेल्या कुकृत्याची त्याने भगवंताकडे शिक्षा मागितली. कारण जर राजाची शिक्षा माफ केली, तर सामान्य जनही ब्रह्मवृंदाचा अपमान करून त्यातून सुटतील. श्रेष्ठ पुरुष जे जे करतो, ते ते सामान्य माणूस करत असतो. म्हणून श्रेष्ठांचं वर्तन सुयोग्य आणि धर्म्यच हवं.

भगवंतांचा उपदेश 'लोका सांगे ब्रह्मज्ञान...' असा मुळीच नाही. म्हणून ते अर्जुनाला उपदेश करताना पुढच्या श्लोकात स्वतःचाही दाखला देतात.

कुटुंबातील ज्येष्ठ व्यक्तींचं जसं आचरण असतं, तसंच कनिष्ठ व्यक्तींचं असतं. अर्जुनासारख्या श्रेष्ठ वीरानंच जर कर्म करणं सोडलं, तर लोकही त्याचंच अनुकरण करतील, हा भगवंतांच्या सांगण्याचा हेतू आहे.

*न मे पार्थास्ति कर्तव्यं त्रिषु लोकेषु किंचन।*
*नानवाप्तमवाप्तव्यं वर्त एव च कर्मणि ॥३.२२॥*

हे पार्था, या तिन्ही लोकांत मला स्वत:करता काहीच कर्तव्य करायचं नाही. (कारण) मला अप्राप्य असं प्राप्त करून घ्यायचं नाही. (कारण मी पूर्णच आहे.) तथापि मी कर्म करतच आहे.

अर्जुनाला समजावताना भगवान एकेक पायरी वर घेऊन जात आहेत. गहन विषय हळूहळू उलगडत आहेत. प्रथम त्यांनी यज्ञकर्तव्य समजावलं. मग लोकसंग्रहार्थ कर्म करण्याचा उपदेश केला. आता आणखी एक पायरी वर जात ते स्व-कार्याविषयी सांगत आहेत. फूल जसं हळूहळू उमलत जातं, तसं ते गहन तत्त्वज्ञान हळूहळू उलगडत आहेत. या दृष्टीने भगवान स्वत:चाच दाखला इथे देत आहेत. पृथ्वीवरची भौतिक सुखंच काय; भगवंतांना त्रिभुवनातसुद्धा मिळविण्यासारखं काहीही नाही. कारण ते स्वत:च पूर्ण आहेत. सत्कर्म करून त्यांना पुण्य मिळवायचं नाही. कारण ते स्वत:च पुण्यमय आहेत. दुसऱ्यांच्या उपकारार्थ काम करायचं नाही, कारण त्यांच्या दृष्टीने दुसरा कोणीही नाही. राग-लोभ, मोह-द्वेष-अभिलाषा हे काहीही नसतानाही भगवान स्वत: कर्म करतात ही केवढी अनुकरणीय गोष्ट! 'लोका सांगे ब्रह्मज्ञान,' अशी भगवंतांची स्थिती नाही. *परोपदेशे पाण्डित्यम्* नाही. कारण भगवंतांनी स्वत: तसं जीवन जगून दाखवलं आहे. त्यामुळेच ते जगद्गुरू बनले.

या श्लोकात भगवान त्रिलोकाचा उल्लेख करतात तो विनाकारण नव्हे. त्रिलोक अथवा त्रिभुवन म्हणजे काय? तत्त्वज्ञानाच्या दृष्टीने ब्रह्माण्डात सप्तलोक आहेत, ते असे : भूलोक, भुवर्लोक, स्वर्लोक, महर्लोक, जनलोक, तपोलोक आणि सत्यलोक. यांपैकी त्रिलोक म्हणजे भूलोक, भुवर्लोक आणि स्वर्लोक. या तीन लोकांमध्ये कर्म करून पूर्णपणे तृप्त झाल्याखेरीज स्वर्लोकापलीकडच्या प्रांतांत जाता येत नाही. या तीन लोकांमध्ये जीवाला कर्तव्यकर्म करावंच लागतं; आणि विकसित होत याच तीन

लोकांमध्ये पुन्हा पुन्हा जन्म घ्यावाच लागतो.

शास्त्रशुद्ध कर्म करून हे तीन लोक पार केल्यानंतर मग त्या विकसित जीवाच्या सुप्त जाणिवा जागृत होतात. तिथे प्रज्ञा स्थिर होते. जागृती, स्वप्न आणि सुषुप्ती या पलीकडे जाऊन हा जीव तुरीयावस्थेला प्राप्त होतो. तिथे त्याला महर्लोकातील अनुभूती मिळू लागतात. मग त्याच आत्मभावाने तो आणखी पुढे जनलोकांपर्यंतचा प्रवास करतो. जनलोकापर्यंत कर्म हे असतंच; मात्र कर्माचं स्वरूप बदललेलं असतं, पण अद्यापि तो जीव कृतकृत्य झालेला नसतो. आत्मभाव टाकून त्याला ईश्वरी भावात अजून विलीन व्हायचं असतं. तसा तो युक्तात्मा असला तरी समष्टीकार्यासाठी जन्म घ्यायची वेळ आली तर त्याला पहिल्या तीन लोकांत पुन्हा जन्म घेऊन यावं लागतं. या दृष्टीने तो युक्तात्मासुद्धा एका दृष्टीने बद्धच असतो!

भगवान सांगतात, मी जन्म घेतो तो अशा बद्धस्वरूपात नाही. मी माझ्या इच्छेने जन्म घेतो पण त्यातून मला कोणतंच प्राप्तव्य नसतं. (म्हणजे काही प्राप्त करून घ्यायची इच्छा नसते. मीच ही अपूर्ण सृष्टी निर्माण केली. त्या अपूर्णतेत माझ्यासारख्या पूर्णाला प्राप्तव्य असण्याचं कारणच नसतं.) फक्त मीच निर्माण केलेलं यज्ञचक्र आणि जगत्चक्र प्रलयापर्यंत सुव्यवस्थित सुरू ठेवण्यासाठी मी प्रसंगी अवतार घेतो आणि त्या त्या स्तरावर माझ्या इच्छेने कर्म करतो.

अवतार घेतल्यापासून देहत्याग करेपर्यंत भगवान श्रीकृष्णांनी केलेलं प्रत्येक कर्म अवतारी पुरुषाचंच कर्म आहे. गोकुळवासीयांवर त्यांनी जीवापाड प्रेम केलं. त्यांच्या जीवनात त्यांनी क्रांती घडवून आणली. त्यांचं राजकीय जीवन म्हणजे मुत्सद्दीपणाचा कळस म्हणावा लागेल. कालनाग, कालयवन, जरासंध हे धर्मसंस्थापनेच्या मार्गातले अडथळे त्यांनी दूर केले-करविले. धर्मसंस्थापना करताना थोडी असहिष्णुता होतच असते, हेही दाखवून दिलं, परंतु त्यांच्या कोणत्याही कृतीत स्वार्थ दडलेला नव्हता. कंसाचं राज्य जिंकूनही त्यांनी उग्रसेनाला सिंहासनावर बसवलं. शिशुपाल-जरासंध यांना मृत्यूचं शासन देऊनही त्यांचं राज्य त्यांनी बळकावलं नाही. ते स्वतः गुरुकुलात शिकले. वास्तविकतः त्यांना शिक्षणाची काय आवश्यकता होती? परंतु आपलं अनुकरण समाज निश्चित करील, हे त्यांना माहीत असल्यामुळे ते शिक्षण घेण्यासाठी सांदिपनी ऋषींच्या आश्रमात गेले.

सांदिपनी ऋषींच्या आश्रमात शिकत असताना तिथे पंचजन्य राक्षस सांदिपनी ऋषींना पीडा द्यायचा. त्याने ऋषींच्या पुत्रालाही ठार मारलं. ते पाहून कृष्णाने पंचजन्य राक्षसाला ठार मारलं आणि त्याच्या हाडांपासून प्रलयकारी नाद करणारा 'पांचजन्य' शंख स्वतःसाठी बनवला. अर्जुनाच्या मस्तकावर हात ठेवून त्याला साक्षात्कार दिला

नाही किंवा स्वर्गही मिळवून दिला नाही, तर त्याला कर्म करायला प्रवृत्त केलं.

कोणतंही प्राप्तव्य आणि कर्तव्य उरलेलं नसताना खरे ज्ञानी पुरुष समाजोन्नतीसाठी अखेरपर्यंत असंच कर्म करत असतात. भगवंतांना स्वतःसाठी काही मिळवायचं नव्हतं तर मग ते इथे कशासाठी कर्म करत राहिले? या प्रश्नाचं भगवान स्वतःच पुढील श्लोकात उत्तर देतात.

लोकांना सन्मार्गावर आणून त्यांच्या जीवनात आनंद निर्माण करणं हा ज्ञानी पुरुषांच्या कर्मामागचा हेतू असतो. भगवान श्रीकृष्ण असंच जीवन जगले. स्वत:साठी त्यांना आयुष्यात काहीच मिळवायचं नव्हतं, परंतु धर्मप्रस्थापनेच्या कार्यातून जनसामान्यांचं कल्याण साधण्यासाठी ते अखेरपर्यंत झटले.

*यदि ह्यहं न वर्तेयं जातु कर्मण्यतन्द्रितः।*
*मम वर्त्मानुवर्तन्ते मनुष्याः पार्थ सर्वशः ॥३.२३॥*

कारण अर्जुना, जर मी कर्मामध्ये आळस सोडून दक्षपणे वागलो नाही, तर लोक माझ्याच वागण्याचं सर्व प्रकारे अनुकरण करतील.

'मी आळस केला तर लोकही माझं अनुकरण करतील,' असं भगवान सांगतात. वास्तविक भगवान कधी आळस करतच नाहीत. त्यांनी आळस केला तर सामान्य माणूस म्हणेल, भगवानसुद्धा जर शास्त्रविहित आचरण करत नाहीत तर मग आम्ही तरी का करावं?

खरं म्हणजे, भगवंतांचा आळस म्हणजे आपल्या अस्तित्वालाच आव्हान!

एखादा गृहस्थ सिगारेट ओढत आपल्या चिरंजीवांना सांगतो, 'अरे, कोणतीही व्यसने करू नकोस; व्यसन वाईट असतं. प्रार्थना वगैरे काहीतरी करत जा!' अशा वेळी एखादे चिरंजीव म्हणतील, 'बाबा, तुम्ही व्यसन करता आणि मला ते न करण्याविषयी सांगता! मग तुम्ही हे सांगता तसं मी का वागावं? मला तसं सांगण्याचा तुम्हाला तसा कोणता अधिकार पोहोचतो?'

सोयीचे आदर्श असे चटकन उचलले जातात. शिकवलं जातं ते शिक्षण असतं; आणि उचलले जातात ते संस्कार असतात. त्यामुळे आपल्या मुलाला काही सांगण्यापूर्वी पालकांनी स्वतः संस्कारांचं अनुकरण केलं पाहिजे. तरच मुलाला ते असा उपदेश करू शकतात.

कप्तान जसं कर्म करतो, ज्या निष्ठा बाळगतो, तसे त्याच्या हाताखालचे लोक वागत असतात. शिवाजीमहाराज खरे लोकोत्तर पुरुष होते. स्वराज्यासाठी त्यांनी आपला जीव अनेकदा धोक्यात घातला. त्यांचं जीवन म्हणजे अस्मितेची पराकाष्ठा होती. म्हणूनच त्यांचे मावळेवीर त्यांचं अनुकरण करायचे. नेत्याच्या अशा धुरंधर वृत्तीमुळेच स्वराज्याची प्रस्थापना झाली.

> १९१७ मध्ये पहिलं महायुद्ध झालं. त्यात मित्रराष्ट्रांनी जर्मनीचा संपूर्ण पाडाव केला. फ्रान्सने जर्मनीला केवळ परास्तच केलं नाही, तर त्या राष्ट्रावर अत्यंत जाचक अटी लादल्या. अटींचा तो करार एका आगगाडीच्या डब्यात केला गेला. त्या अटी स्वीकारण्यावाचून जर्मन राष्ट्राला गत्यंतरच उरलेलं नव्हतं पण त्याहीपेक्षा त्या कठोर अटींचं पालन करणं हे तर सर्वस्वी अशक्य होतं. जेव्हा युद्धाला विराम पडला तेव्हा जर्मन सैनिकांच्या बराकीमध्ये एकच जल्लोष सुरू झाला. घरी जायला मिळणार या विचाराने जर्मन सैनिक सुखावून गेले. नाचगाणी सुरू झाली, मद्याचे पेले रिते होऊ लागले. आपला संपूर्ण पराभव झाला आहे आणि आपल्या राष्ट्रावर अमानुष अटी लादल्या गेल्या आहेत याचं भानही त्या सैनिकांना उरलेलं नव्हतं.
>
> मात्र एक कॉर्पोरल एका कोपऱ्यातल्या पलंगावर उशीमध्ये डोकं खुपसून बसला होता. पराभवाची खंत त्याच्या मनात खोलवर रुतून बसली होती. त्याचं डोकं ठणकायला लागलं होतं. त्याचा राष्ट्राभिमान आणि अस्मिता त्याला शांत बसू देणार नव्हती. जर्मनीला पुन्हा स्वतंत्र आणि समर्थ राष्ट्र बनवण्याचं स्वप्न त्याने उराशी बाळगलं आणि पूर्णत्वास नेलं. तो साधा कॉर्पोरल म्हणजेच ॲडॉल्फ हिटलर. नाझी पक्षात सामील होऊन तो यथावकाश जर्मनीचा सर्वेसर्वा बनला. त्या वेळी सारं राष्ट्र हिटलरच्या अस्मितापूर्ण कार्यामागे उभं राहिलं. त्या बळावर त्याने जर्मनीला पुन्हा स्वातंत्र्य मिळवून दिलं. हिटलरच्या अथक परिश्रमांचं चीज झालं. त्याच्या या अस्मितापूर्ण कार्याचं जर्मनांनी अनुकरण केलं. जर्मनीचा सर्वेसर्वा बनल्यानंतरही त्याचा वैयक्तिक खर्च त्याच्या 'माइन काम्फ' या आत्मचरित्रात्मक पुस्तकाच्या रॉयल्टीमधूनच तो भागवत असे. म्हणजे त्याचं तोपर्यंतचं जीवन जर्मनांना आदर्शवतच वाटत होतं, परंतु जेव्हा त्याच्या राक्षसी महत्त्वाकांक्षांना पंख फुटले, ज्यूंचा त्याने अपरिमित संहार आरंभला आणि दुसरं महायुद्ध पुन्हा ओढवून घेतलं, तेव्हा मात्र समाज त्याच्यापासून दूर जाऊ लागला.

याचा अर्थ सत्कार्याच्या मागेच समाज उभा राहतो. कुकर्मी मनुष्याला समाजात समर्थन लाभत नाही हीच गोष्ट यावरून दिसून येते. म्हणून कर्मामागे आळस असता कामा नये हे जरी खरं असलं, तरी कर्म हे सत्कर्मच असलं पाहिजे. त्यामागे व्यक्ती आणि समाज यांच्या उन्नतीचा विचार असला पाहिजे. आसुरी वृत्तीच्या लोकांमध्ये खूप शक्ती असते. ते उन्मत्त असतातच; पण त्याचबरोबर ते अधिक कार्यरत

असतात. म्हणून सज्जन लोकांनीही आळस सोडून सत्कार्य करण्यासाठी तत्पर झालं पाहिजे, हाच संदेश या श्लोकातून मिळतो.

काहीही अप्राप्य नसताना भगवंतांनी आयुष्यभर असंच कर्म केलं. तसंच कर्म सात्त्विक माणसांकडूनही अपेक्षित आहे. या श्लोकात भगवंतांनी मनुष्याची व्याख्याच केली आहे. 'मम वर्त्मानुवर्तन्ते...' अर्थात माझ्याच मार्गाचं जो अनुसरण करतो, त्यालाच माणूस म्हणतात! पित्याच्या कर्माचं जो अनुसरण करतो तो पुत्र! जो धर्मानं वागतो म्हणजे भगवंताच्या मार्गानं जातो तोच खरा मनुष्य!

धर्म हा शेवटी आत्मोन्नतीबरोबरच समाजोन्नतीसाठी असतो. धर्मानं वागणं म्हणजे भगवंतांनी प्रकाशित केलेल्या मार्गानं जाणं. जो असा धर्मानं वागतो तो खरा मनुष्य. सत्मार्गानं जाण्यातच मनुष्याचं अंतिम कल्याण असतं. जीवनात समाधान, तृप्ती आणि शांती मिळवायची असेल तर हाच राजमार्ग आहे. भगवंताचा मार्ग कदाचित कठीणही वाटेल. कारण भगवंत सर्वांवर सारखंच प्रेम करतात. तसं प्रेम करणं कठीण असतं. आपण आपल्या मुलात आणि शेजाऱ्यांच्या मुलात भेद करतो. भगवान सज्जनांचं रक्षण करतात. दुष्टांचा संहार करतात. कित्येक लोक सज्जनांची टिंगल-टवाळी करतात आणि दुष्टांसमोर मिंधे बनतात हे वास्तव आहे! म्हणून भगवंताचा मार्ग अवघड आहे. भगवंत आणि माणूस यांच्यामध्ये हे केवढं तरी अंतर आहे!

भगवद्‌गीता हे वेद, उपनिषदांचं सार असल्यामुळे गीतेला समजून घेण्याचा प्रयत्न केल्यास आयुष्यातल्या सर्व प्रश्नांची उत्तरं मिळतील.

आपल्या कृतीने माणूस नराचा नारायण होऊ शकतो. 'मी आळस सोडला नाही, तर लोक माझंच अनुकरण करतील,' असं भगवंत सांगतात. त्यांनी खरंतर कधी आळस दाखवलेलाच नाही. आपणही आपला आळस सोडून गीता सांगते, त्याप्रमाणेच वागलं पाहिजे. त्यातच आपला सर्वंकष उत्कर्ष आहे.

*उत्सीदेयुरिमे लोका न कुर्यां कर्म चेदहम्।*
*संकरस्य च कर्ता स्यामुपहन्यामिमाः प्रजाः ॥ ३.२४॥*

जर मी कर्म केलं नाही, तर हे सर्व लोक नष्ट होतील, भ्रष्ट होतील आणि वर्णसंकर होण्याला मी कारण ठरेन. प्रजाजनांचा घात होण्याला निमित्त ठरेन.

शास्त्रविहित सन्मार्ग सोडून दिला तर सारे सामान्य जन उन्मार्गी होतील. त्यांचा नाश होईल. परमार्थापासून भ्रष्ट होऊन ते अधोगतीला जातील. लोक आचारहीन होतील. वर्णाचा परस्पर संकर होईल. वर्णधर्म, जातिधर्म आणि कुलधर्म नष्ट झाल्यावर वर्णसंकर झाल्यावाचून राहणार नाही. त्या संकराचा कर्ता मीच ठरेन. वर्णसंकर सर्वांच्या दु:खाला कारण होत असतो. हे सारं माझ्या कर्म न करण्यामुळे होईल. माझ्यासारख्या श्रेष्ठाला ते शोभत नाही. म्हणून लोकांचं कल्याण व्हावं याकरता मी कर्म करत असतो.

'बायबल'मधून काढून टाकलेल्या 'बुक ऑफ इनॉक'मध्ये म्हटलं आहे, देवांनी नेमलेले देखरेख करणारे रक्षकच भ्रष्ट झाले आणि संकरातून राक्षस जन्माला आले. म्हणूनच प्राचीन काळी सर्वच पृथ्वीवासीयांना संकराची भीती वाटत असे. महाभारतातही संकराचा सातत्याने उल्लेख आला आहे याचं हेच कारण असावं. चतुर्थीला भात खाऊ नये अन्यथा पाप लागतं ही रूढी जशी कालानुरूप तयार झाली, तसंच संकर झाला तर मनुष्य पापाचा धनी होतो, त्याला स्वर्गात स्थान मिळत नाही, ही रूढी बनली असावी. बुक ऑफ इनॉकच्या संदर्भाने बघायचं झाल्यास, स्वर्गीय देवांनीच पृथ्वीवर त्यांचे 'वॉचर्स' म्हणजे देखरेख करणारे नेमले होते आणि तेच संकर करून भ्रष्ट झाल्यामुळे त्यांना स्वर्गातून पदच्युत केलं गेलं. आता त्यांना स्वर्गात कधीही स्थान मिळणार नव्हतं. म्हणजे संकर करणं हे महापाप असून ते स्वर्गप्राप्तीला विघ्न आणतं, हा रिवाज अशाच घटनांमुळे रूढ झाला होता का? नक्कीच शक्य आहे.

त्यामुळेच भगवंतांनी या श्लोकात वर्णसंकराची भीती प्रकर्षाने व्यक्त केली आहे. संकर तीन प्रकारचा असतो, असं मनुस्मृतीत सांगितलं आहे :

१) व्यभिचारातून,

२) अधिकाराशिवाय बोलण्यामुळे किंवा न बोलण्याजोगं बोलण्यामुळे

३) स्वकर्माचा त्याग केल्यामुळे.

'बुक ऑफ इनॉक'नुसार निरीक्षकांनी केलेल्या व्यभिचाराचा संदर्भ इथे जुळतो.

सृष्टीचं एक सुनियंत्रित चक्र आहे. त्याचे काही नियम आहेत. कर्म न केल्यामुळे ते चक्र भंग पावेल. नियमांचं पालन न केल्यामुळे अंदाधुंदी माजेल. म्हणून स्वकर्म हितावह आहे.

कर्म करण्यामुळे व्यक्तिगत विकासावरही परिणाम होतो. भव्यतेवर आणि दिव्यतेवरही परिणाम होतो. कर्म तेच करायचं जे आपलं जीवन पूजार्ह बनवतं! माणसाच्या जीवनात तेजस्विता आली पाहिजे. त्याच्या जीवनात प्रेमाचा ओलावा निर्माण झाला पाहिजे. या गोष्टी साध्य झाल्या म्हणजे प्रजा संकरित होणार नाही.

एखाद्या विषयावर बोलण्याचा आपला खरोखर अधिकार आहे का, अभ्यास आहे का, याचाही मनुष्याने विचार केला पाहिजे. कारण अर्धवट माहिती किंवा त्या विषयातलं ज्ञान समाजात चुकीचे संदेश देऊ शकतात. मग चुकीच्या विचारांवर काही गट आकाराला येतात. अर्धवट ज्ञानामुळे त्यांचं कार्यही समाजविघातक होतं आणि संकर होऊ शकतो.

ज्यांनी खरोखर विहित कर्म करून समाजाला दिशा द्यायची, तेच जर कर्महीन झाले तर त्यामुळेसुद्धा अंदाधुंदी माजते आणि त्याचा परिणाम संकरात होतो. खरा धर्म कोणता, भक्ती म्हणजे काय, सभ्यता म्हणजे काय, संस्कृती म्हणजे काय, योग म्हणजे काय अशांमधले गूढ आणि मूळ ऋषिप्रणीत अर्थ स्वकर्मातून समाजापुढे आणण्याचा प्रयत्न केला पाहिजे. अन्यथा रूढीतून जे काही मळलेले आचार-विचार समाजापुढे आले आहेत, त्यांचंच अनुकरण केलं जातं. आता कित्येक उद्योगपती किंवा धनिक मंदिरं बांधून देतात. याचा अर्थ ते भक्ती करतात असा होत नाही किंवा देवतांचे गुण त्यांच्या अंगात येतात असंही नाही. अथवा एकादशीला साबुदाणा खाल्ला म्हणजे पुण्य मिळालं, असंही होत नाही. म्हणून अशा लोकांना निश्चित मार्ग दाखवला पाहिजे. त्यासाठी श्रेष्ठांचं वर्तन अनुकरणीय व्हायला हवं. कारण श्रेष्ठांचंच अनुकरण केलं जात असतं. पण तसं झालं नाही, तर प्रजा संकरित होईल.

म्हणून श्रेष्ठाने स्वकर्म करून लोकांना चुकीच्या मार्गापासून वेळीच सावध करायला हवं. वेळोवेळी त्याने आपला विरोध नोंदविला पाहिजे; भले लोक मानोत वा

न मानोत. द्रौपदी वस्त्रहरणाच्या वेळी कौरवांमधल्याच विकर्णाने समोर चाललेल्या प्रकाराबाबत निषेध नोंदवला होता. कौरवांनी त्याला मूर्ख म्हटलं तरी त्याने त्यांच्याकडे दुर्लक्ष करून आपलं काम केलं होतं. त्यामुळे कौरवांच्या त्या पापाचा धनी विकर्ण खचितच झाला नाही!

या ब्रह्माण्डावर अधिकार गाजवणाऱ्या ईशशक्तीने आपलं कार्य किंचितमात्र जरी शिथिल केलं तरी सर्वत्र अव्यवस्था निर्माण होईल. उत्पत्ती-स्थिती आणि लय ही कार्यं त्रिदेवांच्या माध्यमातून ईश्वर नियमबद्धतेने पार पाडीत असतो. त्यामुळेच ब्रह्माण्डाची धारणा होते. त्यासाठी प्रकृतीचे सत्त्व-रज आणि तम हे गुण आणि त्यांचं योग्य मिश्रण होऊन प्रलयापर्यंत सृष्टीचं कार्य चालू राहतं. भगवान म्हणतात, जरी मी कर्मबंधनापासून मुक्त असलो तरी मला माझा देहभाव सोडता येत नाही. त्यासाठी मला कर्म हे केलंच पाहिजे. ईश्वर जिथे कर्मातून सुटू शकत नाही, तिथे इतर जीवांची काय कथा?

लोकांना सन्मार्गावर नेणारं कर्म श्रेष्ठानं, ज्ञानी माणसाने केलंच नाही, तर तो माणूस समाजघातकी ठरेल. ज्ञानी व्यक्तीवर या दृष्टीने फार मोठं दायित्व असतं. म्हणून त्याने आपली प्रत्येक कृती विचारपूर्वक करायला हवी.

*सक्ताः कर्मण्यविद्वांसो यथा कुर्वन्ति भारत।*
*कुर्याद्विद्वांस्तथासक्तश्चिकीर्षुर्लोकसंग्रहम् ॥३.२५॥*

कर्मात आसक्त झालेले अज्ञानी जसं कर्म करतात, तसंच कर्म अनासक्त झालेल्या विद्वानानंदेखील लोकसंग्रहाची इच्छा धरून केलं पाहिजे.

सुज्ञ आणि अज्ञ असे दोघेही कर्म करत असतातच, पण दोघांच्या कर्म करण्याच्या हेतूत मूलतः फरक असतो. अज्ञाचं कर्म स्वार्थपरायण असतं. त्याचं कर्म 'स्व'भोवती फिरत असतं. व्यक्तिगत लाभ मिळवण्यासाठी अज्ञ व्यक्ती प्रचंड काम करत असते. तसंच प्रचंड काम विद्वानाने लोकसंग्रहार्थ म्हणजे परार्थासाठी केलं पाहिजे. सामान्यजनांच्या स्वार्थयुक्त कर्मामध्ये आसक्ती असते. श्रेष्ठ विद्वान तीच कर्मं अनासक्त वृत्तीने करत असतो - म्हणजे तशी करणं अपेक्षित आहे. विद्वान तोच ज्याच्या जीवनात ईशतत्त्व प्रकाशित झालेलं असतं आणि ज्याला सृष्टीचं रहस्य उमजलेलं असतं.

एखादी अज्ञ श्रीमंत व्यक्ती एखाद्या कार्याला किंवा धार्मिक स्थळाला देणगी देते, पण त्यात स्वतःच्या 'नावाची' संगमरवरी पाटी लावण्याची अपेक्षा दडलेलीच असते. एखादा धनिक कॉलेजला मोठी देणगी देतो - कॉलेज त्याच्या नावाने करण्याच्या अटीवर! एखादा इच्छुक उमेदवार केवळ निवडून येण्यासाठी ज्येष्ठांना स्वखर्चाने तीर्थयात्रा(!) करवून आणतो. हे सारं करण्यासाठी अज्ञ व्यक्ती मोहवश होऊन ज्या निदिध्यासाने आणि तीव्रतेने काम करते, त्या आणि तशाच तीव्र निदिध्यासाने सुज्ञ व्यक्तीने परार्थासाठी काम केलं पाहिजे. म्हणून सुज्ञ श्रेष्ठांवर फार मोठी जबाबदारी येते. आर्य चाणक्य म्हणतो, 'राष्ट्राचं अधःपतन दुर्जनांच्या सक्रियतेमुळे नाही तर सज्जनांच्या निष्क्रियतेमुळे होत असतं.'

संत एकनाथांनी जनार्दन स्वामींचं शिष्यत्व पत्करलेलं होतं. गुरूच्या सेवेत त्यांचा पुष्कळ वेळ जायचा. जनार्दन स्वामी पहाटे उठत. त्यामुळे एकनाथ

त्याअगोदर उठून वाडा झाडून काढत, सडा घालत. मग स्वामींच्या स्नानाची आणि संध्येची तयारी करत. पूजेसाठी गंध उगाळून ठेवत. रात्री निद्राधीन होईपर्यंत ते गुरुसेवेत मग्न असत.

मात्र एकीकडे ही सेवा चालू असतानाच ते गीता, ज्ञानेश्वरी, ब्रह्मसूत्रं, भागवत, उपनिषदं या ग्रंथांमधलं ज्ञान आत्मसात करायचे. न्याय आणि मीमांसा ही शास्त्रंही त्यांनी अभ्यासली. पातंजल योगाचादेखील सखोल अभ्यास केला.

जनार्दन स्वामींनी त्यांची निष्ठा, हुशारी आणि कर्तव्यदक्षता पाहून त्यांना स्वत:च्या कचेरीत न्यायला सुरुवात केली. तारुण्यावस्थेत प्रवेश केलेल्या एकनाथांनी अल्पावधीत तिथल्या सर्व प्रकारच्या कामांमध्ये निपुणता संपादन केली. जनार्दनस्वामींनी मग नाथांकडे हिशेब लिहिण्याचं एक महत्त्वाचं काम दिलं. ते कामही ते निष्ठेने आणि चोख बजावत असत, परंतु एके दिवशी हिशेबात एका अधेलीची चूक राहिली. त्या काळी चवली, पावली, अधेली अशी नाणी चलनात होती आणि कमालीच्या स्वस्ताईमुळे कमीत कमी किमतीच्या नाण्यालासुद्धा फार महत्त्व होतं. अधेलीची चूक राहिल्यामुळे एकनाथ अतिशय अस्वस्थ झाले. कुठल्याही परिस्थितीत ही चूक आजच्या आज शोधून काढायचीच या निर्धाराने ते हिशेब तपासायला बसले. दिवस सरला तरी त्यांना चूक सापडली नाही. तहान-भूक विसरून ते तसेच हिशेब तपासत बसले. एव्हाना मध्यरात्र उलटून गेली आणि त्यांना चूक सापडली. ते मोठ्याने ओरडले, 'सापडली!'

त्यांच्या ओरडण्यामुळे जनार्दन स्वामी जागे झाले आणि नाथांच्या समोर पडलेल्या चोपड्या पाहून त्यांनी विचारलं, 'काय सापडलं रे?'

एकनाथांनी त्यांना हिशेबातल्या चुकीविषयी सांगितलं.

तेव्हा नाथांच्या डोक्यावरून हात फिरवत जनार्दनस्वामी म्हणाले, 'एकोबा, व्यवहारातली एक चूक शोधण्यासाठी तू इतका व्यग्र झालास! अशाच निदिध्यासाने कृष्णभक्ती केलीस तर तुझं अवघं जीवन तेजाने उजळून जाईल.'

नाथांनी स्वामींचे पाय धरले आणि पुढे संसारात राहून परमेश्वरी कार्यात त्यांनी त्याच निदिध्यासाने वाहून घेतलं. जीवनभर निष्काम कर्मयोगाचं आचरण केलं. असंख्य अभंग आणि भक्तिपूर्ण भारुडं रचली.

त्यामुळे जीवन हे केवळ भौतिक भोग मिळवण्यासाठी नाही आणि त्यात आसक्त राहून

जगण्यासाठीही नाही. व्यक्तिगत भोग मिळवण्यासाठी मनुष्य निदिध्यासपूर्वक जे स्वार्थयुक्त कर्म करतो, तशाच निदिध्यासाने संसारात राहूनही आसक्तिरहित निष्काम कर्मयोग साधता येतो. संत एकनाथांच्या जीवनातून हाच धडा मिळतो.

आधुनिक कालात डॉ. रेमंड मूडी यांनी मरणोत्तर जीवनावर पुष्कळ संशोधन केलं. *Life After Life* हे त्यांचं पुस्तक प्रसिद्ध आहे. ज्या लोकांना मृत्यूचा अनुभव मिळाला आहे अशा वेगवेगळ्या प्रदेशातल्या लोकांच्या मुलाखती डॉ. मूडींनी घेतल्या. गमतीची गोष्ट अशी की, या सर्वांचा मृत्यूचा अनुभव एक होता! एकाने त्यांना सांगितलं, 'मृत्यूचा दिव्य अनुभव घेतल्यानंतर मला एक गोष्ट प्रतीत झाली ती म्हणजे या जगात खूप सत्कर्म करायला हवं.' हा जन्म निष्काम सत्कर्म करण्यासाठीच आहे. जीवनाचा खरा अर्थ मृत्यूच्या स्पर्शाने आम्हाला समजला, असंच प्रत्येकाने मुलाखतीत सांगितलं आहे.

पाच हजार वर्षांपूर्वीच भगवंतांनी अनासक्त कर्म करायला सांगितलं आहे. एखादा होतकरू व्यावसायिक ज्या उत्साहानं, निष्ठेने काम करतो, त्यापेक्षा अधिक उत्साहाने श्रेष्ठ पुरुष अनासक्त वृत्तीने कर्म करतो - म्हणजे त्याने ते तसं करायला पाहिजे. अंधारात राहणाऱ्या दिशाहीन 'अंध' लोकांना प्रकाश देण्यासाठी, अशांत लोकांना शांत करण्यासाठी हे लोक कार्य करतात. परार्थप्रेरणा ही स्वार्थप्रेरणेपेक्षा अधिक प्रभावी असते.

आपण कुणाच्या तरी उपयोगी पडलो, ही भावना सात्त्विक वृत्तीच्या माणसाला सुखावून जात असते. मग जो आयुष्यभर दुसऱ्यासाठीच झिजत असतो त्याला केवढं मानसिक सुख प्राप्त होत असेल? बरं, तसं सुख मिळविण्याचीही त्याची सुप्त इच्छा नसते. त्याचं ज्ञानोत्तर कर्म लोकसंग्रहाचं कारण ठरतं. अशांचा देह चंदनासारखा झिजतो - दुसऱ्यांच्या जीवनात सुगंध आणून!

सुज्ञ किंवा अज्ञ हे दोघंही या विश्वात सतत कार्यरत असतात. अज्ञ माणूस स्वत:साठी धावत असतो तर सुज्ञ माणूस दुसऱ्यासाठी धावत असतो. अज्ञाला तात्कालिक भौतिक सुख मिळत असतं, तर सुज्ञाला चिरंतन आत्मिक सुख मिळत असतं. अज्ञाची इच्छा भौतिक सुखप्राप्ती ही असते, तर सुज्ञाची इच्छा ईश्वराभिमुख समाज तयार करणं ही असते. अज्ञ ज्या स्वार्थयुक्त शक्तीने काम करतो, तशाच शक्तीने सुज्ञानंही कार्य केलं पाहिजे अशी भगवंतांची अपेक्षा आहे, पण नि:स्वार्थ कार्य करतानाही काळजी घेतली पाहिजे. त्याविषयी भगवान पुढील श्लोकात उलगडा करतात.

*न बुद्धिभेदं जनयेदज्ञानां कर्मसङ्गीनाम्।*
*जोषयेत्सर्वकर्माणि विद्वान्युक्तः समाचरन् ॥३.२६॥*

कर्मामध्ये आसक्त झालेल्या (अज्ञ) सामान्य लोकांचा ज्ञानीपुरुषाने बुद्धिभेद करू नये. (उलट) योगयुक्त होऊन ज्ञानसंपन्न पुरुषाने सर्व कर्मांचं स्वतः उत्तम रीतीने आचरण करून (सामान्य लोकांना) ती कर्मं करण्याची गोडी लावावी.

सामान्य माणूस हा अनुकरणप्रिय असतो. जीवनविकासाविषयी त्याच्यात अनभिज्ञता असते. सभोवतालच्या संस्कारांमधून, प्रसारमाध्यमात दिसणारं मोहमयी जीवन वाचून-पाहून तो स्वतःच्या सुखाच्या कल्पना रंगवत असतो. त्या कल्पना वास्तवात आणण्यासाठी तो दिवस-रात्र काम करतो. त्याला काम नसतं तेव्हाही त्याच्या मेंदूचा मोठा भाग त्याच सुखाच्या स्वप्नांनी व्यापलेला असतो.

समाजात तीन वर्ग असतात : श्रमजीवी, बुद्धिजीवी आणि वित्तजीवी. व्यक्ती ज्या वर्गात जन्मते किंवा ज्या क्षेत्रामुळे ती प्रभावित होते, त्या क्षेत्रात काही करण्याची महत्त्वाकांक्षा तिच्या मनात निर्माण होते. आपल्या मुलांनी ठरावीक क्षेत्रात जाण्यासाठी पालकसुद्धा आग्रही असतात. बऱ्याचदा आवड नव्हे; तर वारा पाहून क्षेत्राची निवड केली जाते. मग कुणी इंजिनिअरिंगकडे जातं तर कुणी डॉक्टरीकडे! पुष्कळांना क्रिकेटर-अभिनेता-अभिनेत्री-फॅशन डिझायनर बनायचं असतं; तर कित्येकांना आर्किटेक्ट अथवा बिल्डर व्हायचं असतं. अशा महत्त्वाकांक्षा सभोवतालच्या परिस्थितीतून उगम पावत असतात. अशा तऱ्हेने मोहमयी क्षेत्राकडे अनेक जण आकृष्ट होत असतात आणि ती स्वाभाविकता असते.

मात्र कोणत्या क्षेत्राची निवड करावी याविषयी जेव्हा एखादा तरुण संभ्रमित असतो तेव्हा सल्ले देणारे पुढे सरसावतात. 'तू इंजिनिअर हो; भरपूर कमावशील!' 'तू मार्केटिंगमध्ये जा; तुझ्यासाठी ते योग्य आहे', 'हे शिक्षण वगैरे काही खरं नाही. त्यापेक्षा तू एखादा फूड स्टॉल टाक! रोज दहा हजारांचा तरी गल्ला मिळेल!' 'चौकात संध्याकाळी

एकजण भज्याची गाडी लावतो; केवळ तीन तासांत पाच हजार नेट कमावतो!' जसं काही हा त्याचा गल्ला बघायला गेलेलाच असतो! एखादा सांगतो, 'तू फार्मसीला जा... भरपूर कमाई करशील!' अशा प्रकारचे अनेक सल्ले त्या होतकरू तरुणाला देत असतात. त्या तरुणाला कुठेच यश मिळत नसेल तर तो देवाचे उंबरठे झिजवतो. मग त्या क्षेत्रातलेही सल्लागार असतातच. 'हे विश्व असार आहे. काहीही टिकाऊ नाही. सारं काही नाशिवंत आहे. धन तर विषासमानच आहे. विषामागे जाण्यापेक्षा तू अमृताची अनुभूती घे. अंत:स्थ परमेश्वराला जाणण्याचा प्रयत्न कर... त्यासाठी अमुक गुरू तुला मार्ग दाखवतील!' त्या बिचाऱ्या तरुणाला मार्ग मिळत नसतो. मग तो कानावर येतील ते सल्ले ऐकत राहतो; काही पर्याय करून पाहतो. त्याला आयुष्यात स्थिरस्थावर व्हायचं असतं. संसार करायचा असतो, पण कानांवर पडणारे सल्ले त्याला अधिकच संभ्रमित करत असतात.

असे जे सल्ले दिले जातात त्यांचे दोन प्रकार असतात. पहिला प्रकार म्हणजे, अमुक एक व्यवसाय कर किंवा जॉब कर... भरपूर कमावशील!... दुसऱ्या प्रकारचा सल्ला हा दुसऱ्या टोकाचा असतो. हे विश्व असार आहे, त्यात गुंतून पडू नकोस, वगैरे...

म्हणजे भरपूर कमावणं आणि सर्वकाही सोडून देणं हे दोन टोकांचे सल्ले दिलं जातात. गीता कधीच दोन टोकं सांगत नाही. ती संयमित जीवनाचं दिग्दर्शन करते. त्यामुळे अशा होतकरू तरुणाने इतरांचे सल्ले ऐकण्यापेक्षा त्याला आतून खरोखरच काय करावंसं वाटतं याचाच विचार केला पाहिजे आणि हवं ते साध्य करण्यासाठी परिश्रम केले पाहिजेत.

तसं पाहिलं तर कोणतंही क्षेत्र वाईट नसतं. व्यक्तीच्या कार्यपद्धतीवरून ते चांगलं अथवा वाईट ठरत असतं. कुणी एखाद्या क्षेत्रात करियर करण्याचा प्रयत्न करत असेल तर त्याला थेट आत्मज्ञानाचा मार्ग सांगून त्या क्षेत्रापासून परावृत्त करण्याचा प्रयत्न करणं योग्य होणार नाही. ज्ञानी पुरुषाने स्वतः कर्म न करता नुसताच उपदेश करून सामान्य लोकांचा बुद्धिभेद केला, तर लोक त्याचा हवा तसा अर्थ काढतील. ते कदाचित तर्कटी, वात्रट किंवा निरुद्योगी होतील. ज्ञानी पुरुषाची ते टिंगल-टवाळीसुद्धा करतील.

म्हणून ज्ञानी पुरुषाने प्रथम स्वत: निष्काम संसार करून लोकांनाही तसं करण्यास हळूहळू प्रवृत्त करावं. महत्त्वाचं म्हणजे, एखाद्या व्यक्तीची भूक अथवा तितिक्षा पाहूनच त्याला ज्ञानी व्यक्तीने उपदेश करावा. थोडक्यात, वास्तवाचं भान ठेवूनच योग्य मार्गदर्शन केलं पाहिजे. अन्न-वस्त्र आणि निवारा मिळवण्यासाठी आज प्रत्येक व्यक्ती झटत आहे. या गरजा भागूनही अनेकांना पद आणि प्रतिष्ठेची भूक असते, पण जेव्हा व्यक्ती सर्व काही मिळूनही अतृप्त राहते, तेव्हाच ती अध्यात्ममार्गाकडे

वळण्याची शक्यता असते. हे ध्यानात घेऊनच ज्ञानी व्यक्तीने एखाद्या व्यक्तीला मार्गदर्शन करावं.

पू. पांडुरंगशास्त्रींनी या संदर्भात एक छान दृष्टांत दिला आहे :

चार लोक बाराखडी घोकत बसले होते. तेवढ्यात एक विद्वान त्यांच्याजवळ आला. म्हणाला, 'हे काय घोकत बसला आहात? त्यापेक्षा संस्कृत साहित्य अभ्यासा. त्यात खरं सौंदर्य आहे. या बाराखड्या फेकून द्या. संस्कृत शिकण्यासाठी त्यांचा काही उपयोग नाही.' चौघांनी बाराखड्या फेकून दिल्या. त्याचा परिणाम असा झाला की, त्यांना बाराखडीही धड आली नाही आणि संस्कृतचंही आकलन झालं नाही. तेव्हा आणखी एक पंडित आला. त्या चौघांनी आपली कर्मकहाणी त्याला सांगितली. तेव्हा तो पंडित म्हणाला, 'तुम्हाला गीता शिकायची आहे ना? संस्कृतचं ज्ञान हवं आहे ना? मग त्यासाठी तुम्हाला बाराखडीपासूनच सुरुवात करायला हवी! बाराखडी हे सरस्वतीचंच रूप आहे.'

त्यांना मार्ग मिळाला.

तत्त्वज्ञान समजून घेण्याची बौद्धिक कुवत जोपर्यंत वाढत नाही, तोपर्यंत एखाद्याचा असा बुद्धिभेद करण्यात अर्थ नसतो. एखादी गोष्ट सोडून दे हे सांगणं सोपं असतं; पण त्याबदल्यात काय कर हे सांगणं मात्र अवघड असतं. रूढिबद्धता आली असेल तर ती सोडायला सांगताना काय केलं पाहिजे, हे सांगायला हवं.

शास्त्रविरहित कर्मांमध्ये जे आसक्ती ठेवतात अशा अज्ञांना त्यांची कर्मं मोक्ष देत नाहीत, असं सांगून त्यांची श्रद्धा डळमळीत करू नये, असं भगवंत सांगतात. कर्म करता करता अशा अज्ञांना श्रेष्ठांच्या उदाहरणावरून आपोआपच ज्ञान होईल. अज्ञांमध्ये कर्माची आवड हळूहळू निर्माण करणं हेच सुज्ञ विद्वानांचं काम असतं.

कर्म करताना सामान्य व्यक्तीची मनोभूमिका मात्र फसवी असते. भगवान त्याविषयी पुढील श्लोकात वर्णन करतात.

जेव्हा भौतिक जीवनातली वैय्यर्थता उमजते, तेव्हाच व्यक्ती अध्यात्ममार्गाकडे वळते; हे जाणून योग्य वेळी योग्य तो उपदेश करावा. सामान्यांचा बुद्धिभेद न होता विकास होईल असं कर्म विद्वानाने स्वतः केलं पाहिजे. परमेश्वराकडे नेणारा सुयोग्य पर्याय दिला पाहिजे; आणि त्यांना क्रमाक्रमाने त्या मार्गावरून नेण्याचा प्रयत्न केला पाहिजे. आपणच कर्म असं केलं पाहिजे की, अज्ञ आपोआप त्याचं अनुकरण करील. ज्ञानी पुरुषाला उच्च जीवनसिद्धान्त समजले तरी त्याने सामान्यजनांचे जीवनसिद्धान्त पाळलेच पाहिजेत.

*प्रकृतेः क्रियमाणानि गुणैः कर्माणि सर्वशः।*
*अहंकारविमूढात्मा कर्ताहमिति मन्यते ॥३.२७॥*

संपूर्ण कर्म प्रकृतीच्या गुणांनी (सत्त्व, रज, तम) होत असता अहंकाराने मोहित झालेला पुरुष मी कर्ता आहे असं मानतो.

---

प्रकृती निराळी आणि आत्मा निराळा. प्रकृती किंवा माया सर्व काही करते, आत्मा काही करत नाही, हे जो जाणतो तोच ज्ञानी होय. बाकी सारे अज्ञानी!

प्रकृती म्हणजेच परमेश्वराची अचिंत्य शक्ती. ही प्रकृतीची शक्ती अत्यंत प्रबल आहे. सत्त्व-रज-तम हे प्रकृतीचे गुण आहेत. या प्रत्येक गुणाकडून शरीर आणि इंद्रियं यांच्याद्वारे सर्व शास्त्रीय आणि लौकिक कर्मं केली जातात. सत्त्व-रज-तम या गुणांची वैशिष्ट्यं आपण पुढे पाहणारच आहोत. मनुष्याच्या मनात ज्या प्रकारच्या विचारांचा उद्‌भव होतो, त्याचं कारण हे गुण असतात. मग त्या विचारांनुरूप एखाद्या मनुष्याच्या हातून कृती होत असते आणि त्यावरूनच व्यक्तीमधील गुणांचा इतरांना परिचय होत असतो. उदाहरणार्थ, 'हा मनुष्य फार सात्त्विक वृत्तीचा आहे हं, असं एखाद्या सत्शील व्यक्तीविषयी सहज म्हटलं जातं. दुसऱ्या एखाद्या मनुष्याला 'राजसी' म्हणून संबोधलं जातं. 'हा अतिशय राजसी वृत्तीचा आहे. याची पैशाची भूक शमतच नाही! हा काय सर्व वर घेऊन जाणार आहे?' अशी टिपण्णी केली जाते, तर दुर्योधनाला तामसी वृत्तीचा म्हणून संबोधलं जायचं.

हे गुण पूर्वजन्मांतील संस्कारांनुरूप अंगभूत आलेले असतात म्हणजे Built-in असतात! ते सहसा बदलू शकत नाहीत, परंतु संतसंग आणि सत्पुरुषाच्या विचारप्रभावाने मनुष्याच्या या गुणांमध्ये फरक पडू शकतो. अगदी राजसी-तामसी व्यक्तीसुद्धा सात्त्विक बनू शकते. सात्त्विक वृत्ती ईश्वराप्रत जाऊ शकते. सत्त्वगुण हा प्रभातसमयीच्या अत्यंत पवित्र आणि तरल अवस्थेप्रमाणे असतो. या गुणाच्या व्यक्तीला ईश्वरानुभूती लवकर मिळू शकते.

तथापि सृष्टीचं चक्र यथोचित सुरू राहण्यासाठी या तिन्ही गुणांची आवश्यकता असते; प्रकृतीचे हेच गुण मनुष्याला कर्मप्रवृत्त करत असतात. बाह्य परिस्थितीनुरूप व्यक्तीमधील मूळच्या गुणामध्ये तात्पुरतं परिवर्तनसुद्धा होत असतं. युद्धजन्य परिस्थिती ओढवली तर सात्त्विक मनुष्यही तामसी बनू शकतो; पण तो तात्पुरता आविष्कार असतो. अन्यथा प्रत्येक मनुष्य स्वतःच्या गुणांचा प्रभाव कायम राखून असतो. या तीन गुणांपैकी दोन गुणांचं मिश्रणही प्रसंगी संभवत असतं; पण सहसा सत्त्व-रज-तम अशा गुणवैशिष्ट्यांमुळे एखाद्या मनुष्याचं व्यक्तिमत्त्व ठरत असतं.

आत्मा हा अकर्ता असल्यामुळे तो कोणतंही कर्म करत नाही; पण जे अज्ञ असतात, ते मात्र इंद्रियांनाच आत्म्याच्या ठिकाणी लेखतात आणि इंद्रियांनी केलेल्या कर्मांचा कर्ता 'मी' आहे असं समजतात. म्हणजे बुद्धीसह आपल्या इंद्रियांच्या हातून जी अलौकिक कर्मं घडून येतात, त्याविषयी मनुष्य स्वकर्तृत्वाभिमान बाळगतो. मात्र या कार्यामागे एक अदृश्य शक्ती असते याचं त्याला भान नसतं. प्रकृतीचे गुण मनुष्याला कर्म करायला भाग पाडत असतात, याचीही जाणीव नसते. प.पू. पांडुरंगशास्त्रींनी एक छान दृष्टान्त दिला आहे.

> कंदील म्हणतो, अंधारात मी सर्वांना प्रकाश देतो. तेव्हा काच त्याला म्हणते, मी वाऱ्यापासून ज्योतीचं संरक्षण करते म्हणून तू प्रकाशित होतोस. त्यामुळे या प्रकाश देण्याला मी कारण आहे. वात म्हणते, मी मुळात जळत नसते तर तुम्ही प्रकाश तरी कुठून दिला असता? मी स्वतः जळून ज्योत धारण करते, म्हणून प्रकाश मिळतो. म्हणून प्रकाशाला मी कारण आहे. पण या सर्वांना कंदिलातलं चैतन्यरूपी तेल दिसत नसतं म्हणूनच त्यांच्यात श्रेय मिळवण्यासाठी धडपड सुरू असते.

मानवी जीवनातही असंच असतं. जो-तो श्रेयासाठी धडपडत असतो, पण या सर्वांमागे प्रकृती आहे हे उमजत नाही. ही प्रकृतीसुद्धा परमात्म्याच्या अधीन आहे. रबरी दोरीला बांधलेला चेंडू हवेत गरगर फिरवला तर तो हातापासून दूर जातो. त्याचप्रमाणे हे वैश्विक यज्ञचक्र फिरू लागल्यावर सारे जीव अलग होऊन परमात्म्यापासून तत्त्वतः दूर झाले. जोपर्यंत गती आहे तोपर्यंत मूळ परमात्म्याच्या हातापासून जीव दूरच असणार आहेत. ज्ञानाने हा दुरावा कमी होत जातो, पण हे वैश्विक चक्र का सुरू झालं, याचा उलगडा मात्र झालेला नाही. या चक्रात जीव जितका दूर जातो, तितका त्याचा अहंकार फुलतो. त्याला वाटतं, मी माझ्याच शक्तीने कर्म करतो. पण जसजसा तो मूळ हाताच्या दिशेने म्हणजे ज्ञानमार्गाने जातो, तसतसं त्याला सत्याचं भान येत जातं. आपल्याला फिरवणारे हात वेगळेच आहेत हे उमजत जातं. प्रजातंतूच्या मेरूपर्यंत

म्हणजे जिथे सर्व तंतू जोडले आहेत तिथे पोहोचल्यावर सत्याचं भान येतं. आपण कर्माचे अधिकारी नाही आणि कर्मामागची शक्ती आपली नाही हे ज्ञान होतं.

याचा अर्थ हातून जे पाप घडतं, त्याचं श्रेय प्रकृतीचं असतं असं मात्र नाही. प्रकृतीचे गुण हे निसर्गचक्र सुरळीत राहावं म्हणून आहेत. विचार आणि विवेक मनुष्याच्या हातात असतात. वासना बळावून हातून कुकर्म घडलं तर ते श्रेय प्रकृतीचं नसून व्यक्तीचं असतं. त्याचे परिणाम जीवाला केव्हा ना केव्हातरी भोगावेच लागतात.

प्रकृतीच माणसाकडून तिला हवी असलेली कर्मं करून घेत असते. उदाहरणार्थ, मार्कोनीने वायरलेसचा शोध त्याच्या कुमारवयात लावला. त्यासाठी त्याने फार काही संशोधनही केलं नव्हतं. न्यूटननंही कोणतंही मोठं संशोधन केलं नव्हतं, परंतु त्याने गुरुत्वाकर्षणाचा शोध लावला. निकोला टेस्लाने इलेक्ट्रिसिटीचा शोध लावला. त्या शोधाचा मानकरी एडिसन नसून निकोला टेस्ला आहे आणि एडिसनने त्याचं मार्केटिंग केलं ही गोष्ट आता जगाला समजून चुकली आहे.

असे शेकडो शोध अपघाताने किंवा सहजगत्या लागले आहेत. जेवढी गरज तेवढेच शोध! शोधांची प्रेरणा 'आतून' मिळत असते. त्यात मनुष्याचं कर्तृत्व फार थोडं! एका शास्त्रज्ञाने म्हटलं आहे, मला अनेक सिद्धान्त नेणिवेच्या अवस्थेत प्रत्यक्ष 'दिसले' आहेत. परमेश्वराने अशा कित्येक शास्त्रज्ञांना सहजगत्या पुढचा मार्ग दाखवला आहे. बॅटरीने पुढे पाच-दहा फुटांपर्यंतची वाट दाखवावी तसा हा प्रकार आहे. मनुष्याची जेवढी प्रगती झाली आहे, त्यापुढचं ज्ञान प्रकृतीच माणसाला कोणतं ना कोणतं माध्यम वापरून करून देत असते. मग त्याबद्दल कर्तेपणाचा अहंकार माणसाने का बाळगावा?

मालकी हक्कामुळे ममत्व निर्माण होतं; खरं तर आपली प्रत्यक्षात कशावरच मालकी नसते. खरी मालकी ही भगवंताचीच! आपण केवळ भाडं न देणारे भाडेकरू! एखाद्या मोटारीमधले गिअर म्हणाले की, माझ्यामुळे मोटार चालते; तर ते योग्य होईल का? इंजिनच कार्यान्वित नसेल तर गिअर्स काय करणार? इंजिन सुरू असेल तरच गिअरचं काम! तद्वत हृदय चालवणं हे माणसाचं काम नाही! पण कर्तेपणाच्या अहंकाराने माणूस त्याचं श्रेय स्वत:कडे घेतो किंवा उत्क्रान्तीच्या सिद्धान्ताला देतो. असा माणूस मूढ होय!

माणूसच काय; पण संपूर्ण विश्वात जे कर्म होत आहे, ते प्रकृतीमुळे होत आहे. विश्वातले लहान-मोठे बदल कर्म करायला भाग पाडत असतात. अहंकाराने मोहित झालेला पुरुष हे ओळखू शकत नाही.

*तत्त्ववित्तु महाबाहो गुणकर्मविभागयोः ।*
*गुणा गुणेषु वर्तन्त इति मत्वा न सज्जते ॥३.२८॥*

परंतु हे महाबाहो अर्जुना, गुण आणि कर्मं ही दोन्ही आपल्याहून भिन्न आहेत, हे तत्त्व जाणणारा गुणांचा हा आपापसात चाललेला खेळ आहे, असं समजून त्यात आसक्त होत नाही.

इंद्रियात्मक गुण विषयात्मक गुणात प्रवृत्त होतात, असाही या श्लोकाचा अर्थ काही जण करतात, परंतु प्रकृतीचेच गुण गुणांमुळे कार्य करतात, हा अर्थ व्यापक आहे.

शरीर आणि इंद्रियं यांच्या योगाने सर्व कर्मं होत असतात. सत्त्व-रज-तम या तीन गुणांचा पूर्वसंस्कारांनुसार ज्या प्रमाणात माणसामध्ये जोर असतो, त्या प्रमाणात त्याच्या हातून तशी तशी कर्मं होत असतात. कर्म करायला प्रवृत्त करणारे हे त्रिगुण आणि प्रत्यक्ष कर्म या दोन्ही गोष्टी जीवात्म्यापासून भिन्न असतात; पण जीवात्म्याच्या उपस्थितीमुळे त्या घडत असतात. पूर्वजन्मीचा कर्मबंध, गुण, त्यानुसार कर्माची प्रवृत्ती आणि प्रत्यक्ष कर्म यांचा शरीराच्या माध्यमातून खेळ चाललेला असतो. जणू हा खेळ कुणीतरी त्रयस्थ खेळत असून आपण केवळ माध्यम असतो. कॉम्प्युटर गेममधले आपण केवळ सैनिक! सॉफ्टवेअर बनवणारा आणि आपल्याला खेळवणारा वेगळाच! पण खेळवणाऱ्याने जरी हा खेळ निर्माण केला असला आणि त्याच्याच तो उपस्थितीमुळे खेळला जात असला, तरी जीव स्वतःच खेळ रचतो, खेळातले परिणाम स्वतःच भोगतो आणि पुन्हा पुन्हा खेळत राहतो!

हे कसं घडून येतं? परमात्म्याने या खेळाच्या पटावर जीवरूपाने सोंगट्या टाकल्या. आता जीव स्व-प्रेरणेने हा खेळ 'स्वतःचा' म्हणून खेळू लागला. या खेळातूनच संपूर्ण सृष्टीचा प्रपंच उभा राहिला. हा खेळ सुरू राहावा म्हणून परमात्म्याने प्रकृतीसह (matter) तीन गुणांना संचालित केलं. हे तीन गुण म्हणजे सत्त्व-रज आणि तम. या तीन गुणांची वैशिष्ट्यं पुढे येणारच आहेत. या तीन गुणांची मानवाला

आवश्यकता असतेच; अन्यथा त्याला स्वयंप्रेरणेने जीवन जगणं शक्य नाही. आपापल्या गुणधर्मानुसार हे त्रिगुण व्यक्तीला कार्यप्रवण करतात. बुद्धी विचारांच्या प्रतिमा बनवते. त्या विचारांकडून मनोवृत्तींना चालना मिळते. त्यानुसार इंद्रियांकडून चांगले-वाईट कर्मं-व्यापार घडून येतात.

या कर्म-व्यापारात सहभागी असणारे घटक हे स्थूल असतात. कर्मेंद्रियं स्थूल असतात. त्यांना प्रेरणा देणारं मन सूक्ष्म असतं; आणि मनाला प्रेरणा देणारी बुद्धी अधिक सूक्ष्म असते. ही अतिसूक्ष्म बुद्धी 'अहं'कार तयार करते, 'देह म्हणजेच 'मी' आहे, हा अहंकार अर्थात जीवभाव घेऊन बुद्धी जेव्हा मनात प्रवेश करते तेव्हा मन:पटलावर सात्त्विक-राजस-तामस या तीन गुणांचे भाव उमटू लागतात. आणि मग त्या गुणांच्या प्रभावांनुसार स्थूल इंद्रियांकडून कर्म घडून येतं.

या संपूर्ण प्रक्रियेत आत्म्याचा मुळीच संबंध नसतो; असते ती केवळ त्याची उपस्थिती! त्याच्या उपस्थितीमुळेच इंद्रियं-मन-बुद्धी कार्यरत होत असते. मनाने उभा केलेला हा सारा कर्मव्यापार आत्मा तटस्थपणे पण साक्षीभावाने पाहत असतो. म्हणजे हा सारा खेळ आणि त्यात त्रिगुणांमुळे घडून येणारे मन-बुद्धीचे व्यापार, जीवाची आवड-निवड, अहंभाव, प्रेम-द्वेष, आसक्ती, फलाशा, वासना, फळाची इच्छा, इष्ट-अनिष्ट फलप्राप्तीविषयी लागून राहणाऱ्या चिंता हे सर्व भाव किंवा उभा केलेला मायावी पट हा या मन-बुद्धीच्या क्रिया-प्रतिक्रिया आहेत. गुण आणि कर्मं यांनी रचलेला हा खेळ आहे. यात आत्म्याचा संबंध नाही. या गुणकर्मांच्या खेळाची मोहिनी ज्या ज्ञानी व्यक्तीच्या जाणिवेतून दूर होते, तिला वास्तवाचं भान येतं. त्रिगुण आणि इंद्रियं यांनी रचलेला हा डाव आहे आणि आपण या खेळात व्यर्थ अडकलो आहोत, हे उमजतं. मग अशी व्यक्ती आत्मानात्मविवेक करू लागते. तिचं मन आणि बुद्धी कोणत्याही भौतिक वासनेत अडकत नाही. तिला दैवी आनंद - ज्ञानाचा आनंद मिळू लागतो.

सामान्यतः व्यक्ती त्रिगुण आणि इंद्रियांच्या या मायावी खेळातच अडकलेली असते. खेळातल्या या सामान्य व्यक्तीला म्हणजेच माध्यमाला या खेळाचं सहजगत्या ज्ञान होणार नाही अशीही व्यवस्था असते. गुण-कर्म आपणच करत आहोत आणि त्यानुसार होणाऱ्या परिणामांना आपणच कारण आहोत अशी आभासी समज जीवाला राहील अशीही योजना असते. तथापि, प्रकृतीचा हा खेळ आणि गुण-कर्मांचा परिणाम यांचं रहस्य उलगडण्याची संधीही जीवाला देऊन ठेवलेली असते. हे ज्यांना उमजते, ते श्रेष्ठ पुरुष कर्मात आसक्त होत नाहीत; आत्मपरायण असल्यामुळे ते हा खेळ त्रयस्थपणे अनुभवू शकतात. जाणीवपूर्वक कर्मशुद्धी, विचारशुद्धी जोपासल्यास चाललेल्या खेळाची तीव्रता कमी करून सामान्य व्यक्तीही ज्ञानाच्या दिशेने वाटचाल करू शकते.

सामान्य माणसाला या स्वतंत्र अस्तित्व असलेल्या गुण-कर्मांची जाणीव नसते. गुणांनुसार कर्म आणि त्याचे परिणाम यामध्ये तो स्वत:ला अभिन्न ठेवू शकत नाही. कर्मात आसक्त होणं हा इंद्रियांचा सहजधर्म आहे - आत्म्याचा नव्हे; हे ज्ञान श्रेष्ठ पुरुषालाच झालेलं असतं. हंस आणि बगळा हे दोघेही शुभ्रच! परंतु दोघांपुढे दूध आणि पाणी एकत्र करून ठेवलं तर हंस ते वेगळं करून फक्त दुग्धकणांचा स्वीकार करतो.

सामान्य जीव मायेच्या हातातलं साधन बनून कर्म करतात तर वसिष्ठ-याज्ञवल्क्यांसारखे अनासक्त विद्वान भगवंताच्या हातातील साधन बनून कर्मं करतात. गुण-कर्म आपल्यापासून भिन्न असून त्यांचा हा आपापसात सारा खेळ चालला आहे, हे जाणून असे श्रेष्ठ त्यात गुरफटून जात नाहीत.

बुद्धिबळाच्या पटावर राजा, वजीर वगैरे सोंगट्या असतात. पटावर खेळणाऱ्या सोंगट्या म्हणजे मूढ लोक. उदासीनतेने सारा खेळ पाहणारा पट म्हणजे श्रेष्ठ पुरुष आणि सोंगट्यांना खेळवणारे हात म्हणजे परमेश्वर! मूढ खेळात रत होतो. परमेश्वर खेळवत असतो आणि जो खेळ चालला आहे, तो आपल्यापासून भिन्न आहे हे समजून स्थित प्रज्ञवृत्तीने जो पाहतो तो श्रेष्ठ!

*प्रकृतेर्गुणसंयूढाः सज्जन्ते गुणकर्यसु ।*
*तानकृत्स्नविदो यंदानकृत्स्नविन्न विचालयेत ॥३.२९॥*

प्रकृतीच्या गुणविकारांनी जे मोहवश झाले आहेत, ते प्रकृतीच्या गुणांनी प्रेरित असलेल्या अनेक कर्मांत आसक्त होतात. त्या अप्रगल्भ बुद्धीच्या जीवांना त्यांच्या श्रद्धेपासून आत्मज्ञ व्यक्तीने यत्किंचितही विचलित करू नये.

अधिकाधिक जीवांनी मोहवश होऊन हा प्रकृतीने प्रभावित असलेला संसार चालवावा अशीच ही वैश्विक योजना आहे. 'मोह' हा गुण या वैश्विक खेळाला प्रवृत्त करतो. सर्वच ज्ञानी झाले तर या खेळाला अर्थच उरणार नाही! तथापि, या खेळातून सुटून सत्यस्वरूप समजून घेणं हीच जीवाची कळत-नकळत अंतिम इतिकर्तव्यता असते. अनेक जन्मांनंतर विकसित होत ही समज वृद्धिंगत होते, पण तशी समज व्यक्तीमध्ये नसेल तर अशा व्यक्तीचा ज्ञानी व्यक्तीने बुद्धिभेद करू नये. कारण तसं करण्याचे तीन परिणाम होतात.

१. उपदेशाकडे दुर्लक्ष केलं जातं. कारण सहसा कुणाला - विशेषतः मुलांना उपदेश केलेलं आवडत नाहीत.
२. ज्ञानी व्यक्तीचा उपहास केला जातो.
३. ज्ञानी व्यक्तीला टाळलं जातं.

म्हणून योग्य काळ-वेळ पाहून त्याला सद्विचार (सत्याकडे नेणारे विचार) अनाग्रही भूमिकेतून कौशल्याने सांगितले तर योग्य असतं. अन्यथा त्याचे असे उलट परिणाम घडू शकतात.

सत्य तेच असतं जे कुठेही सांगता येऊ शकतं. वधू आपादमस्तक नटलेली आहे. शरीरावर अनेक प्रकारचा साजशृंगार चढवलेला आहे. आता असीम आनंदाने ती बोहल्यावर चढणार आहे. अशा वेळी तिला नाशवंत शरीराविषयीचं सत्य सांगणं योग्य ठरेल का? म्हणून सत्य सांगताना सारासार विवेक बाळगला पाहिजे.

आता प्रश्न असा उपस्थित होऊ शकतो की, *गुणगुणेषु वर्तन्ते* हे तत्त्व अज्ञ जीवांना सांगून त्यांचा कर्मातील अहंकार दूर करण्याचा प्रयत्न ज्ञानी व्यक्तीने करायचा की नाही? नक्कीच केला पाहिजे. त्यातच निष्काम कर्मयोग दडला आहे. मात्र सरसहा उपदेश करत फिरणं हे भगवंतांना मुळीच अपेक्षित नाही. ज्याला सत्य समजलं आहे, त्याच्यामध्ये सुज्ञता असायला हवी. (जो आत्मज्ञानी असतो त्याच्याकडे अशी सुज्ञता असतेच असते.) तो कुणाचा बुद्धिभेद करत नाही. म्हणजे ज्ञान देताना प्रत्येकाच्या जाणिवेचा स्तर ध्यानात घ्यावा लागतो. जाणिवेच्या स्तरानुसार प्रत्येकाची ग्रहणक्षमता असते. ज्याला आकड्यांचंही ज्ञान नाही, त्याला बीजगणित शिकवायला लागल्यावर त्याची काय स्थिती होईल? ज्या मुलाला अजून उभंही राहता येत नाही, त्याला पळायला लावणं योग्य ठरेल का? तीन वर्षांच्या मुलाला मातीत भरपूर खेळायचं असतं, हुंदडायचं असतं. अशा वेळी स्वच्छतेचे धडे देत त्याला घरात डांबून ठेवलं तर ते योग्य ठरेल का? त्या खेळण्याच्या वयात त्याला न्यूटनचे सिद्धान्त सांगणं बरोबर ठरेल का? केवळ करियरचा-स्पर्धेचा विचार करून त्याचं बाल्य हिरावून घेणं योग्य ठरेल का? बालवयात भरपूर खेळलंच पाहिजे. मातीशी नातं जोडलंच पाहिजे. कृष्ण-गोपाळ भरपूर खेळले. निसर्गाशी त्यांनी हितगुज केलं. प्राण्या-पक्ष्यांशी सलगी केली. या खेळण्या-बागडण्यातून शरीरसंपदा प्राप्त होते. भविष्यातले अनेक रोग, ताणतणाव दूर राहतात. मिळून मिसळून राहण्याची सवय जडते, पण बाल्य हिरावून केवळ अभ्यास करायला लावला, तर त्या बालकाच्या साऱ्या स्वच्छंदी खेळण्याच्या इच्छा मारल्या जातात. दडपल्या जातात.

> थोर मराठी नाटककार राम गणेश गडकरी यांचं एक सुंदर प्रहसन आहे. एक तत्त्वज्ञानाचे प्राध्यापक असतात. त्यांचं लग्न होऊन त्यांना मुलगा होतो. पत्नी दिवसभर बाळाचा सांभाळ करायची. एके दिवशी प्राध्यापक घरी परततात तेव्हा पत्नी बाळाला प्राध्यापकांकडे सोपवून बाहेर जाते. काही वेळाने बाळ रडू लागतं. प्राध्यापक महाशय त्याचं रडणं आवरू पाहतात. ते म्हणू लागतात : 'बाळ, असं रडू नये. रडणं हे शरीराला हानिकारक असतं. आपण या पृथ्वीवर रडण्यासाठी आलेलो नाही. . . या वृक्षवेली बघ, बघ हा निसर्ग! कुठे रुदन म्हणून आहे का? म्हणून तू रडू नकोस. तो चंद्र पाहा, ती नक्षत्रं, ते ग्रह-तारे बघ! किती सुंदर आहे ही सृष्टी! ... म्हणून तू रडू नकोस.' प्राध्यापक महाशय आपल्या बाळाला चंद्र-ग्रह-तारे इथपासून साऱ्या ब्रह्माण्डात फिरवून आणतात! सृष्टीचं मूळ तत्त्वही सांगतात. हे ज्ञान देऊन त्याला एकच गोष्ट धृवपदाप्रमाणे सांगत राहतात, '... म्हणून बाळ, तू रडू

नकोस!' त्यांच्या उपदेशाचा बाळावर कोणताच परिणाम होत नाही. कसा होणार? उलट ते अधिकच केकटायला लागतं. तेव्हा शेजारची छोटी चिमी धावत येते आणि बाळाला आपल्या कडेवर घेऊन, 'आलेले, काय झालं! गुलू गुलू गुलू,' अशा प्रकारचं असंबद्ध बोलून खेळकर हावभाव करते. ते पाहून बाळ हसू लागतं!!

जीव जाणिवेच्या कोणत्या स्तरावर आहे, याचा विचार करून मगच आवश्यकता भासल्यास सत्यस्वरूपाचं ज्ञान उघड केलं पाहिजे. प्रत्येक जीवाकडे काही ना काही गुण असतात. हे गुण एकत्र आले की सृष्टीतील सर्जन सुरू होतं. त्यामुळे कमी-अधिक कुणी नसलं तरी जाणिवेचा स्तर लक्षात घ्यावा लागतो. निसर्गात विभिन्नता आहे. असमानता हा इथला धर्मच आहे. त्यामुळे एखादी व्यक्ती जाणिवेच्या संदर्भात उच्च स्तरावर असते, तर एखादी निम्न स्तरावर असते. भोगी दुनियेतल्या अनात्म गोष्टींविषयीची वैय्यर्थता ज्याच्या ध्यानात आली आणि भोगांमधून निवृत्त होऊन ज्याला अंतिम ज्ञानाची ओढ लागली आहे, त्यालाच सत्याचं ज्ञान द्यावं, असा या श्लोकाचा अप्रत्यक्ष अर्थ आहे.

खडकावर टाकलेलं बीज जसं अंकुरत नाही, त्याप्रमाणेच भोगी जनांमध्ये ज्ञान अंकुरित होत नाही. त्यासाठी वेळ द्यावा लागतो. कर्मफळाची इच्छा बाळगून दिवसरात्र उद्योग करणाऱ्याला, 'फळाची इच्छा सोड' हे सांगणं योग्य नसतं. हे म्हणजे ज्याला अर्धा फूटही उडी मारता येत नाही, त्याला उंच उडीच्या स्पर्धेत भाग घ्यायला लावण्यासारखं आहे. फळाची इच्छा हीच कर्मामागची प्रेरणा असते. त्या प्रेरणेनंच व्यक्ती काम करत राहते. पण हळूहळू कर्माच्या फळाची अशाश्वतता काही व्यक्तींच्या ध्यानात येऊ लागते. मग मनात विचार उद्भवतो, विचारांची लाट उसळते : फळाच्या इच्छेने काम करण्यातून मला तृप्ती मिळू शकत नाही. सकाम कर्मामुळेच मी या दुःखकर जन्ममृत्यूच्या चक्रात अडकलो आहे,

अशी जाणीव होणं हीच निष्काम कर्माची प्रेरणा असते. अशा व्यक्तींनाच आत्म-उपदेश लागू पडतो. पण विषयभोगासाठी ज्यांचं मन सतत लालचावलेलं आहे, त्यांना असं काही सांगण्यात अर्थ नसतो. कुणाला उपदेश करू नये हे सांगतानाच भगवान अप्रत्यक्षपणे कुणाला तो करावा हेही सूचित करतात.

जाणिवेच्या स्तरानुसार प्रत्येकाची ग्रहणक्षमता असते हे ओळखूनच आत्मज व्यक्तीने उपदेश करावा. अन्यथा पालथ्या घडावर पाणी असा प्रकार होतो.

*मयि सर्वाणि कर्माणि संन्यस्याध्यात्मचेतसा।*
*निराशीर्निर्ममो भूत्वा युद्धस्व विगतज्वरः ॥३.३०॥*

चित्तवृत्ती माझ्या ठिकाणी ठेवून, माझ्या ठिकाणी सर्व कर्मांचा अध्यात्मबुद्धीने संन्यास करून (सर्व कर्मं मला अर्पण करून) निरिच्छ, निरहंकार व संशयरहित होऊन तू युद्ध कर.

कर्माची साधने म्हणजे इंद्रियं. त्यामागची प्रेरक शक्ती भगवंताची. ती शक्ती त्यालाच अर्पण करायची. संकल्प आणि कर्मं हीसुद्धा त्या महाबुद्धिवानाचीच कला अशी समज जेव्हा सर्वप्रथम मनात स्थिर होते, तेव्हा बुद्धी शुद्ध होऊ लागते. चित्ताची शुद्धी होऊन ते स्थिर होतं. असं सुनियंत्रित चित्त सर्व कर्मांचं भगवंतांच्या ठिकाणी समर्पण करायला सिद्ध होतं. भगवान सांगतात, अशा नियंत्रित अध्यात्मबुद्धीने फलाशा, ममत्व आणि शोक सोडून सर्व कर्मं मला अर्पण कर.

भगवान चित्त आणि वृत्ती त्याच्या ठिकाणी ठेवायला सांगतात. चित्त म्हणजे स्थिर झालेलं मन आणि वृत्ती म्हणजे जागृतावस्थेतली कर्मप्रेरणा. या दोन्ही गोष्टी भगवंताच्या ठिकाणी ठेवायच्या. म्हणजे चित्त एकाग्र करण्याचा अभ्यास करायचा; आणि कर्म करताना परमात्म्याचं आपल्या कर्मात अधिष्ठान ठेवायचं.

ध्यानात झोपेविना झोप (Sleepless sleep) ही अवस्था साध्य झाली पाहिजे. झोपेत केवळ स्थिती असते. जागृतीत स्थितीसह वृत्तीही काम करू लागते. म्हणजे चित्त आणि कर्मप्रेरणा या दोन्ही गोष्टी भगवंताच्या ठिकाणी ठेवून कर्म करणं . अर्थात 'मी कर्म करतो' या भावाचाच इथे संन्यास होतो. त्याच्याच शक्तीने माझी इंद्रियं काम करतात; - माझ्या शक्तीने नाही! असा 'मी'चा संन्यास घेता आला पाहिजे!

हा संन्यास भगवान अध्यात्मबुद्धीने करायला सांगतात. अध्यात्म = अध+आत्म. म्हणजे आत्म्याच्या शक्तीनेच वृत्ती आत्म्याकडे वळवणं. थोडक्यात जीवभूत प्रकृतीला ओळखण्याचा प्रयत्न करणं म्हणजे 'अध्यात्म'.

अशी समज जेव्हा बुद्धीत स्थिर होते, तेव्हा चित्ताची शुद्धी होऊ लागते. असं सुनियंत्रित चित्त सर्व कर्मांचं त्यांच्या प्रेरक शक्तीसह भगवंताच्या ठिकाणी समर्पण करायला सिद्ध होतं. फलाशा, ममत्व आणि शोक बुद्धीतून निघून गेला की निर्भयता येते. आपल्या इंद्रियांमागची प्रेरक शक्ती भगवान आहे, ही समज दृढ झाल्यानंतर व्यक्तीच्या अंत:करणात कृतज्ञता भाव वाढीला लागतो. त्यामुळे धैर्य, निर्भयता येते.

एखादी व्यक्ती एखाद्या धनकोचं देणं लागत असते. पण अनेक कारणांमुळे त्याला टाळतही असते. अशी धनको व्यक्ती रस्त्यात अवचित भेटली तर ऋणको व्यक्तीची मान खाली जाते; ती त्या धनकोला टाळू पाहते. कारण धनकोचं देणं तिने दिलेलं नसतं; आणि पैसे घेतल्यानंतर पुन्हा तोंडही दाखवलेलं नसतं; म्हणूनच धनको अवचित समोर आल्यानंतर अंगी धैर्य राहत नाही. याउलट धनकोविषयी वेळोवेळी कृतज्ञता दाखवली तर धैर्य जाण्याचं कारण नसतं. म्हणजेच कृतज्ञता बुद्धी अंगीकारली तर अंगी धैर्य येतं. त्याचप्रमाणे जो भगवान स्मृतीसह आपल्याला सर्व काही देतो, आपलं जीवन चालवतो, त्याच्याविषयी आपण कृतज्ञता दाखवली तर अंगी धैर्य येतं.

युद्धाला नि:शंकपणे उभं राहण्यासाठी भगवान बुद्धी शुद्ध करण्याचा हा उपाय सांगत आहेत. आपल्यालाही भगवंताची अशी कूस मिळाली तर आपणही निर्भय होऊ शकतो. काही जण देवालाच मानत नाहीत. हरकत नाही! समज, संगत, संस्कार, भौतिक शिक्षण किंवा एखाद्या संकुचित विचारप्रणालीच्या प्रभावाखाली आल्यामुळे अथवा आयुष्यात काही धक्के सहन करावे लागल्यामुळे त्यांची तशी नकारात्मक मानसिकता बनलेली असते. सारख्या शंका उपस्थित करण्याच्या वृत्तीमुळे उद्भवलेला तो विषय असतो. मला देव दिसला तर मी त्याला मानीन अन्यथा नाही; अशी त्यांची भूमिका असते. आपल्याला आपल्याच डोळ्यांनी आपले डोळे बघता येत नाहीत! त्यासाठी योगी, आत्मज्ञानी, संत, ऋषी अशा आरशाचा आधार घ्यावा लागतो! भगवान ते दाखवत नाहीत; त्याचा अनुभव घेण्याचा मार्ग मात्र दाखवतात.

अर्थात हा ज्याच्या त्याच्या श्रद्धेचा विषय! देव आहे, असा आस्तिक भाव ठेवणं ही जर अंधश्रद्धा ठरत असेल तर, देव नाही, असं म्हणणं हीसुद्धा अंधश्रद्धाच नाही का ठरत? कशावरून देव आहे? असा प्रश्न जर एखादी व्यक्ती काही पुरावे दाखवून उपस्थित करत असेल तर; कशावरून देव नाही असा प्रश्न हजारो पुरावे देऊन उपस्थित नाही का करता येणार? तथापि मानणं - न मानणं हा ज्याचा त्याचा व्यक्तिगत प्रश्न! देव हा समीक्षेचा विषय होऊ शकत नाही - तो अनुभवाचा विषय आहे, परंतु भगवान मानणं - विश्व व्यापून उरलेली शक्ती माझ्याही शरीरात खेळत आहे, हा विचार वृत्तीत स्थिरावणं हे मानसिकदृष्ट्या फायद्याचं असतं.

आपलं भवितव्य अंधकारमय आणि डळमळीत वाटल्यामुळे बुद्धी भयग्रस्त आणि मोहवश होऊन जाते. मनावर ताण वाढतो. काही लोक निर्भय असतात; पण त्यांच्या बुद्धीत भवितव्याचा विचार, सारासारविवेकाची क्षमताही नसते. अविचारांमुळे उद्भवलेली भयग्रस्तता आणि विवेक नसलेली निर्भयता भगवंतांना मुळीच अपेक्षित नाही. बाळ आईच्या कुशीत निर्भय होतं; कारण ते संशयरहित झालेलं असतं. आईची माया आणि सान्निध्य मिळाल्यामुळेच ते निर्भय आणि संशयरहित झालेलं असतं. भगवंताचे सान्निध्य मिळाले तर आपणही निर्भय आणि संशयरहित होऊ शकतो.

इच्छा आणि अहंकार यांमुळे आपली बुद्धी संशयरहित होऊ शकत नाही आणि म्हणूनच ती निर्भय बनू शकत नाही. संशयरहितता आणि निर्भयता येण्यासाठी प्रतिदिनी ठरावीक वेळी चित्त परमेश्वर-विचारात स्थिर करण्याचा सराव साधला पाहिजे. त्या शक्तीकडे कृतज्ञता व्यक्त केली पाहिजे. देवाची ही 'अपॉइन्टमेन्ट' सांभाळण्यातून आपोआप कृतज्ञता भाव वाढीला लागतो; धैर्य अंगी येतं. आपल्या सर्व कर्मांमागची खरी प्रेरक शक्ती परमेश्वर आहे हा भाव वाढू लागतो. आसक्ती, वासना सोडून फलाशारहित कर्म करण्याची प्रवृत्ती बळावते. आपण निःशंक आणि निर्भय होऊन जीवनातल्या युद्धप्रसंगांना तोंड देऊ शकतो. अशी विचारपूर्वक निःशंक वृत्ती बनली तर अस्वस्थता, योगक्षेमाची व भविष्याची चिंता, कृपणता, दैन्य, अज्ञान, विषाद, शोक आणि क्लैब्याचा ज्वर अंगातून निघून जातो; अंगी पुरुषार्थाचं बळ संचारतं.

चित्तशुद्धी होण्यासाठी प्रेरक शक्ती ही भगवंताची आहे ही समज वृत्तीत दृढ झाली पाहिजे. वृत्तीतून शोक, फलाशा आणि ममत्व गेलं की चित्त एकाग्र होतं. भगवंत आणि आपला संबंध समजून घेऊन आणि कृतज्ञता बुद्धी जोपासण्यातून अंगी निर्भयता येते आणि त्याची कूस आपल्याला मिळाली आहे, हा भाव वृद्धिंगत झाल्यानंतर मन संशयरहित होतं. स्वाध्यायाची 'त्रिकालसंध्या' आणि 'भावफेरी' यांमधून हा संबंध दृढ होत जातो.

या श्लोकात जो अत्यंत महत्त्वाचा उपदेश केला आहे त्यानुसार वर्तन केलं तर कोणता परिणाम होतो? त्याविषयी भगवान पुढे सांगतात.

कर्मांची साधने म्हणजे इंद्रियं. कृती भगवंताचीच, ती त्यालाच अर्पण करायची. संकल्प आणि कर्मं हीसुद्धा त्या महाबुद्धिवानाचीच कला! म्हणून या सर्व गोष्टी त्यालाच अर्पण करून निरिच्छ, निरहंकार आणि संशयरहित होऊन कर्म करायला हवं. त्यासाठी देवाची अपॉइन्टमेन्ट पाळायला हवी.

*ये मे मतमिदं नित्यमनुतिष्ठन्ति मानवाः।*
*श्रद्धावन्तोऽनसूयन्तो मुच्यन्ते तेऽपि कर्मभिः ॥३.३१॥*
*ये त्वेतदभ्यसूयन्तो नानुतिष्ठन्ति मे मतम्।*
*सर्वज्ञानविमूढांस्तान्विद्धि नष्टानचेतसः ॥३.३२॥*

निर्मत्सर होऊन म्हणजे दोष न काढता जे श्रद्धावान माझ्या मताप्रमाणे नित्य वर्तन करतात, ते कर्मबंधापासून मुक्त होतात... पण दोषदृष्टी असणारे मत्सरी अहंमन्य लोक या माझ्या मताला किंमत देत नाहीत. मग त्यानुसार वागणं तर दूरच. ज्ञानग्रहणाचं सामर्थ्य नसलेल्या या अविवेकी मूढ लोकांचा जन्म फुकट गेला असंच तू समज.

निष्काम कर्मयोगाचं तत्त्वज्ञान एकदम जरी अंगीकारता आलं नाही तरी त्याचं आचरण करण्याचा प्रयत्न करणं हीसुद्धा मोठी गोष्ट असते. ज्ञान आणि कर्म यांच्या प्रेरणा परमेश्वरानंच मनुष्यांमध्ये भरलेल्या आहेत. त्यांचा उपयोग झाला पाहिजे. वासना ही कर्म करायला प्रवृत्त करते, पण ही गोष्ट 'सहजप्रेरणे'त मोडते. मग आत्मविकासासाठी विचारी मनुष्याने कसं कर्म करायचं? तोच मार्ग भगवान दाखवतात.

सत्कर्म तर करायचंच पण वासना ठेवायची नाही आणि कर्माचं फळसुद्धा भगवंतावर सोपवून द्यायचं, त्यात गुंतायचं नाही. असं कर्म करण्यात किती कुशलता लागेल! पण तोच विकासाचा मार्ग आहे. कर्मही समर्पित करायचं आणि फळाची जबाबदारीही परमेश्वरावर सोपवून द्यायची! कर्म करण्यातलं हेच कौशल्य असतं. त्यामुळे भीती उरत नाही. ईशशक्तीचं संपूर्ण विश्वावर अधिराज्य आहे. या वैश्विक चक्रात आपण कर्मबंधनामुळेच सुखदुःख भोगत फिरत राहिलो आहोत; फिरत राहणार आहोत. कारण अहंभाव बंधनात टाकतो. मनुष्य जितका भोगवादात अडकतो किंवा जेवढं त्याचं मन स्थावर-जंगमासह संसारात अडकतं, तेवढं अधिक नैराश्य येण्याची त्याला शक्यता असते. हे असं का होतं? तर फळाची अपेक्षा! मग फळाची अपेक्षा ठेवायचीच नाही का? अवश्य ठेवायची पण ती जीविकेपुरती. मात्र केवळ अन्न-वस्त्र-

निवारा मिळूनही मनुष्य सुखी होत नाही. ही भूक वाढत जाते. अन्न मिळूनही भूक थांबत नाही. पुढे पद, आणखी पैसा, प्रतिष्ठा, स्थावर मालमत्ता, प्रसिद्धी, अधिकार या वासना डोकं वर काढतात. फळाची इच्छा तीव्र होत जाते. त्याचा परिणाम म्हणजे भविष्यावर दृष्टी ठेवून वर्तमानात चिंतातुर होणं! वर्तमानात चिंतातुर आणि असंतुष्ट राहण्याची मनाची विव्हल अवस्था म्हणजेच 'आशा'. आशावान व्यक्ती पूर्ण तृप्त जीवन जगू शकत नाही. कारण आशेत संभ्रम, चिंता, अनिश्चितता, अगतिकता या भावभावना सामावलेल्याच असतात. याचा परिणाम म्हणजे धैर्य, स्वाभिमान, स्वावलंबन, पराक्रम, प्रामाणिकपणा, प्रांजलता, निर्भयता इत्यादी मूळचे परमात्म्याने दिलेले सद्‌गुण क्षीण होत जातात.

फळाची आशा करायची नाही याचा अर्थ निराश व्हायचं असंही नाही! तर निर-आशा ठेवायची. निर-आशा म्हणजे निःस्पृहता. अनित्य वस्तूंमध्ये वासनारूपी आशा ठेवल्यामुळे लौकिक निराशा येण्याचीही शक्यता असते, पण याउलट विषय-वैराग्य अंगीकारलं तर विरुद्ध स्थिती अनुभवायला मिळते. 'धरण्यात नाही; सोडण्यात आनंद मिळत असतो.' मागच्या पिढीतील लोक अजूनही म्हणतात, 'पूर्वी खूप काही नव्हतं; पण आनंद होता, सुखसमाधान होतं. आता सर्व काही आहे; पण सुखाने पाठ फिरवली आहे!' हव्यास आणि वासना यांचे परिणाम कसे गडद होत जातात, ते आज अनुभवायला मिळत आहे. पूर्वी हे प्रमाण आजच्यापेक्षा निश्चित कमी होतं.

म्हणून विषय-वैराग्य अंगी बाणलं तर उत्साह, आनंद, ऊर्मी वाढत जाते. विषय-वैराग्य म्हणजे वासना बाळगून कर्म करणं आणि कर्मातून फळाची अपेक्षा ठेवणं. निष्काम कर्मयोगाचं आचरण हे कर्म आणि कर्मफलाचा बंधच तोडून टाकतं. गीतेतले हे विचार सूक्ष्म दृष्टीने समजून घेतले आणि त्यानुसार वर्तन केलं तर जीवनात सुख-समाधान-शांती आणि आनंद निर्माण होण्याची शक्यता असते. निष्काम कर्माचरण करण्यातूनच व्यक्ती कर्मबंधनातून मुक्त होऊ लागते आणि उत्तरोत्तर ती विकास पावत जाते.

या श्लोकात भगवान तत्त्वज्ञानाबरोबरच मानसशास्त्रही समजावतात. त्यावर विश्वास ठेवला पाहिजे. त्यात काही दोष आढळला तर तो आपल्या 'दृष्टीत,' 'समजेत', 'आकलनात' अथवा 'विचारात' गृहीत धरावा; या उपदेशात निश्चितच नाही!

एखाद्या व्यक्तीची दृष्टीच दोषयुक्त असते. चांगल्या गोष्टीही तिला विपरीतच दिसत असतात. जणू ती व्यक्ती काचेवर पुटं चढलेल्या चष्म्यातूनच जगाला बघत असते. त्यामुळे तिला जग मळकट दिसतं. त्याबद्दल ती स्वतःचा चष्मा स्वच्छ करण्याऐवजी जगाला दोष देते. त्यातून द्वेष जन्म घेतो. मत्सर व्यक्तीला प्रभावित

करतो. या दुर्गुणांमुळे मेंदूची विचारक्षमता क्षीण होत जाते. 'माझंच बरोबर!' अशा दुराग्रहाने ती व्यक्ती प्रभावित होते. अशा अविवेकी लोकांचा जन्म फुकट गेला, असं भगवान सांगतात. त्यामुळे विचारपूर्वक, दोषदृष्टी न ठेवता टिपण्णी केली पाहिजे. तत्त्वज्ञान समजून घेण्याची आपली कुवत नसेल तर निदान दोषदृष्टी तरी ठेवू नये.

दोष काढणं म्हणजे एखाद्याच्या गुणांकडे दोषदृष्टीने पाहणं किंवा दोषरूपाने गुणांचं वर्णन करणं . यालाच मत्सर किंवा असूया म्हटलं आहे. काही गोष्टी अशा असतात की त्यांची समीक्षा होऊच शकत नाही. उदाहरणार्थ, आईची सेवा करावी किंवा नाही? वडिलांना नमस्कार केला नाही तर काय बिघडलं? याप्रमाणे धर्म हासुद्धा समीक्षेचा विषय नसतो. आपल्या तोकड्या ज्ञानाने (?) धर्मातल्या अनुभवसिद्ध तत्त्वांना प्रतिवाद करायचा नसतो. गीतेतले सिद्धान्त असेच आहेत. त्यांचा अनुभव घ्यायचा असतो. आज जगात प्रकाशित होणाऱ्या अनेक सायकॉलॉजी आणि परामानसशास्त्रावर आधारित पुस्तकांमधील विचार गीतेतल्या सिद्धान्तांना बळकटीच आणतात. अनेक मोठ्या व्यक्तींनी गीतेतील सिद्धान्तांवर आपलं जीवन समृद्ध केलं आहे.

सारासारबुद्धीने त्यांनी गीता आणि उपनिषदं यांना शिरोधार्य मानलं आहे. आपण वानगीदाखल काही उदाहरणं पाहू :

१. अमेरिकन विचारवंत इमर्सन म्हणतो, Geeta means empire of thoughts.
२. केसलिंग म्हणतो, Geeta is the greatest philosophical poem in the world literature.
३. डॉ. टॉयनबी याने म्हटलं आहे, 'तत्त्वज्ञानाच्या प्रांतात मी सर्वाधिक मान गीतेला देतो.'
४. कार्लाईल म्हणतो, 'गुणांचा अतिरेक म्हणजे दुर्गुण आणि अतिरेकाचा सुवर्णमध्य म्हणजे सद्गुण. गीता हा समन्वय शिकवते.'
५. जॉर्ज अरुंडेल म्हणतो, 'जगातला सर्वश्रेष्ठ ग्रंथ म्हणजे गीता.'
६. चार्लस् जॉन्स्टन हे म्हणतात, 'गीता हा भारताचाच नव्हे; तर जगातील सर्व धर्मग्रंथांचा मुकुटमणी आहे.' -जॉन्स्टनला हा धर्मग्रंथ वाटत होता; पण पू. पांडुरंगशास्त्री सांगतात, 'हा धर्मग्रंथ नसून तो मानवतेचा महान ग्रंथ आहे.'
७. एफ. टी. ब्रुक्स यांनी गीतेवर भाष्य लिहिलं आहे. ते म्हणतात, 'भारतीय लोकांना ऐक्याच्या धाग्यात बांधणारा अद्वितीय ग्रंथ म्हणजे गीता.'
८. टॉयनबीने एकदा म्हटलं की, 'कुणी मला सांगितलं की फक्त एकच पुस्तक

खिशात ठेव तर मी भगवद्गीता ठेवेन.' आणि खरोखरच तो अखेरपर्यंत खिशात गीता ठेवत असे.

म्हणून टीका करताना आपण कुठे आहोत, याचा विचार केला पाहिजे. आपला अभ्यास आहे का, गहन संस्कृत सिद्धान्त समजून घेण्याची आपल्या बुद्धीची खरोखरच कुवत आहे का, याचाही विचार केला पाहिजे. त्यामुळे विनाकारण काथ्याकूट न करता भगवंतांच्या विचारांवर विश्वास ठेवला पाहिजे. पण हे विचार पटले नाहीत तर निदान दोष किंवा खोड्या तरी काढू नयेत.

दोषदृष्टी असणं हे विकसित मनुष्याचं लक्षण नसतं. बँकेतला एक अकाउंटंट मोटार खरेदी करतो. त्याचे सहकारी वरवर त्याचं कौतुक करतात. परंतु या माणसाने गाडी घेतलीच कशी, असा प्रश्न काहींच्या मनात घोळू लागतो. याने नक्कीच वाममार्गाने पैसा मिळवला असणार! असं त्यांना वाटू लागतं. वास्तविक त्या अकाउंटंटने मिळणाऱ्या पगारातून पुष्कळ बचत करून पैसा साठवला असतो. शिवाय त्याच्या पत्नीने जोड-व्यवसाय करून आपल्या पतीच्या बचतीत भर घातलेली असते. आता आवश्यक तेवढे पैसे जमल्यावर त्यांनी मोटार खरेदी केलेली असते. इथे त्यांच्या कष्टाचं इतरांनी कौतुक करायचं असतं पण दोषदृष्टी काहींची बुद्धी झाकाळून टाकते. मग वर वर गोड बोलून असे दोषदृष्टीचे लोक विनाकारण मत्सर करू लागतात.

विवेकी माणूस मात्र दुसऱ्याचे गुणच बघत असतो. एखाद्यामध्ये पुष्कळ दोष; पण एखादाच चांगला गुण असेल; तर विवेकी सात्त्विक माणूस त्याचा तो चांगला गुण फुलवतो, दोष झाकून ठेवतो. मोगऱ्याची कळी खुडून बंद डब्यात ठेवली तरी ती उमलते. त्याचप्रमाणे दोष झाकून ठेवले की गुण फुलतात. इथे दोषांवर पांघरूण न घालता त्याचे गुण फुलवायचे असतात. लोक फिशपाँड खेळतात; पण पर्लपाँड खेळत नाहीत! दुसऱ्याचे दोषच काढत बसलं तर तो दुसरा माणूस अधिकाधिक दोषी बनत जातो पण एखादा गुण फुलवला तरी तो आयुष्य घडवू शकतो.

प्रत्येक मुलात काही ना काही चांगले गुण हे असतातच. त्यामुळे ठरावीक विषयातल्या अथवा स्पर्धेतल्या यशापयशावरून त्याच्या वृत्तीची समीक्षा करायची नसते. एखादा मुलगा केवळ अभ्यासात हुशार असतो; पण त्याला व्यवहारज्ञान मुळीच नसतं. एखादा मुलगा व्यवसाय उत्तम चालवतो; पण शाळेतल्या अभ्यासात त्याला गती नसते. एखाद्याची अभ्यास-व्यवसायात गती नसते; पण संगीत-खेळ किंवा अभिनयात तो इतरांपेक्षा वरचढ असतो. त्याचे ते अंगभूत गुण फुलवले पाहिजेत. श्रेष्ठ माणूस दुसऱ्याचे असे सुप्त गुण खुलवतो. दुसऱ्याकडे जे नाही त्याचंच तुणतुणं वाजवत बसत नाही.

भगवान म्हणतात, विवेकबुद्धीने जे मला कर्म अर्पण करून फलाशा सोडतात, ते पाप-पुण्यापासून मुक्त होतात, पण जे दोषच काढत बसतात म्हणजे माझा विचार मानत नाहीत, त्यांच्या हातून कर्मानुष्ठान होत नाही. अशांचा जन्म केवळ अज्ञेयवादात फुकट गेला, हेच भगवान सुचवतात.

शंका काढत बसण्यापेक्षा भगवंतांच्या विचारांवर श्रद्धा ठेवून त्याप्रमाणे नित्यकर्म केलं तर कर्मबंध होत नाही. त्यामुळे आपलाच अधिकाधिक उत्कर्ष होत जातो. आपण भगवंताचे खरे लाडके बनतो. दोषदृष्टी बदलली पाहिजे. दुसऱ्याचे गुण फुलवता आले पाहिजेत. स्व-मताला स्वतःच मोठी किंमत देण्याऐवजी भगवद्मत समजून घेतलं पाहिजे. तरच आपला आत्मिक उत्कर्ष होऊ शकतो.

*सदृशं चेष्टते स्वस्याः प्रकृतेर्ज्ञानवानपि ।*
*प्रकृतिं यान्ति भूतानि निग्रहः किं करिष्यति ॥३.३३॥*

ज्ञानवान पुरुषसुद्धा आपल्या प्रकृति-स्वभावानुरूप वागतो. सर्वच भूतं प्रकृतीच्या वळणावर जातात. तिथे निग्रह काय करणार?

इंद्रियांचं योग्य संयमन गीतेस अभिप्रेत आहे परंतु हट्टाने किंवा जबरदस्तीने इंद्रियांच्या स्वाभाविक वृत्ती मारून टाकणं योग्य नव्हे; किंबहुना ते शक्यही नाही. ध्यान लावण्याचा प्रयत्न करताना नेमक्या वाईट आणि नको असलेल्या गोष्टी दृष्टीसमोर येतात. स्वामी विवेकानंद म्हणतात, 'अशा वाईट विचारांना मनाआड न करता त्यांचा निचरा होऊ द्यावा.' पुष्कळ दिवस बंद असलेल्या नळातून चिखलमय घाण पाणी येत असेल तर ते येऊ द्यावं. त्यासाठी नळ काही वेळ सोडून ठेवावा लागतो. ती घाण एकदा निघून गेली म्हणजे स्वच्छ पाणी येण्याची शक्यता असते; परंतु घाण पाणी येतं म्हणून नळच बंद करून ठेवला तर पाइपात साठलेली घाण तशीच राहील आणि जेव्हा नळ सोडू, तेव्हा ती परत बाहेर येईल. म्हणजे नळ बंद करून ठेवण्याचा निग्रह उपयोगाचा नाही.

तहान-भूक या शरीराच्या स्वाभाविक वृत्ती आहेत. पोटात कावळे ओरडत असताना एखादा देवपूजा करायला किंवा ध्यान लावायला बसला, तर त्यात मन लागू शकत नाही. एखादा ज्ञानी जरी झाला तरी भूक असह्य झाल्यावर तो अन्नाच्या शोधात बाहेर पडेलच पडेल आणि पडलंच पाहिजे! कारण तो प्रकृतीचा धर्म आहे. अशा वेळी निग्रह करून म्हणजे इंद्रियांचं जबरदस्तीने नियमन करून काहीच साध्य होणार नाही. उलट इंद्रियं योग्य संयमाने ताब्यात ठेवून पुष्कळ गोष्टी साध्य होतील.

निग्रहात आग्रह असतो तर संयमात विवेक असतो, हे आपण साद्यंत जाणून घेतलंच आहे. उपवासाच्या दिवशी समोर कुणी भजी खात असेल किंवा मिसळ खात असेल, तर जो संयमी आहे त्याचं मन मुळातच त्या पदार्थांमुळे चलित होत नाही किंवा

त्याच्या मनात त्या पदार्थांविषयी वासनाच निर्माण होत नाही. याला संयम म्हणतात. याउलट मन या चावट पदार्थांकडे धावूनही केवळ उपवास आहे म्हणून मनाला त्या मोहापासून अडवून धरण्याचा प्रयत्न करण्यात निग्रह असतो. तथापि, उपवास सुरू केल्यानंतर प्रारंभी निग्रह आवश्यकच असतो; नाही असं नाही, पण पुढे निग्रहाचं परिवर्तन संयमात होणं महत्त्वाचं. म्हणून संयमाने आपल्या कार्यात शास्त्रानुरूप कुशलता आणली पाहिजे.

प्रत्येकाचा त्रिगुणात्मक प्रकृतीमुळे बनलेला स्वभाव भिन्न भिन्न असतो. त्या स्वभावानुसार त्या त्या पुरुषाला कार्य करण्याची इच्छा होत असते. इच्छेनुसार वर्तन आणि वर्तनानुसार पाप-पुण्य या गोष्टी आपोआप घडत असतात. इच्छास्वातंत्र्य भगवंतालाही मान्य आहे, पण त्यावरही प्रकृतीचा वरचष्मा असतो.

सीतेला लंकेतून सोडवून आणण्यासाठी सागर तरून जाणं क्रमप्राप्त होतं. रामाने सागराला मार्ग करून देण्याची विनंती केली. सागराला नमवण्याचीही धमकीही दिली. ती विनंती अमान्य करून सागर म्हणाला, 'रामा, पृथ्वी, आकाश, वायू, उदक आणि अग्नी हे सारे आपापल्या धर्माप्रमाणे वागत असतात. अगाधता हा माझा धर्म आहे. त्यामुळे कोणत्याही परिस्थितीत मी माझा धर्म सोडून वागणार नाही.'

निसर्गही आपल्या धर्मानुसारच वागत असतो. तिथे निग्रहाचा उपयोग नसतो. एक संस्कृत सुभाषित आहे :

*सन्तोष: त्रिषु कर्तव्य: स्वद्वारे भोजने धने। त्रिषु चैव कर्तव्य: दाने तपसि पाठने॥*

पुरुषांना उद्देशून म्हटलं आहे, स्त्री, भोजन आणि धन या तीन गोष्टींत संतोष बाळगा; पण दान, तप आणि विद्याभ्यास या तीन गोष्टीत मात्र मुळीच संतोष बाळगू नका.

मनुष्य पहिल्या प्रकाराच्या आहारी जातो - अगदी ज्ञानवान व्यक्तीसुद्धा त्यामुळे मोहित होते आणि तिच्या हातून पापकर्म घडतं. कारण त्यामागे प्रकृती असते. निग्रह तिथे दुबळा होऊन जातो. या संदर्भात महर्षी विश्वामित्रांचं उदाहरण आपण मागे पाहिलंच आहे.

तथापि, प्रकृतिधर्मानुसार सामान्यांबरोबरच ज्ञानी व्यक्तींनाही कर्म चुकत नाही असं भगवान जरी सांगतात, तरी या दोघांच्या कर्महेतूत मात्र फरक असतो. हा फरक म्हणजे जीवभाव आणि शिवभाव. सामान्यांच्या जीवभावात स्वार्थपरायणता, इच्छा-आकांक्षा, वासना-आशा, आसक्ती-मोह हे भाव दडलेले असतात. त्यांचा बळाने निग्रह केला, तरी प्रकृती-प्रेरित भोगांच्या प्रवाहात ते खेचले जातात. त्याचा चांगला-वाईट परिणाम त्यांना भोगावाच लागतो. पण शिवभाव जपणाऱ्या ज्ञानयोग्यांना अनात्म वस्तूंविषयी ज्ञानपूर्वक वैराग्य आलेलं असतं. ते मुळात आत्मसंतुष्ट असतात. भोगांच्या

वासना नसल्यामुळे सुख-दुःखांचा त्यांच्या मनावर परिणाम होत नाही. अशा तऱ्हेने सामान्य आणि ज्ञानी हे दोघेही कर्म करत असले तरी कर्म करताना त्यांच्या आंतरिक जाणिवेमध्ये फरक असतो. एकाचं कर्म स्वार्थाकरता केलं जातं, तर दुसऱ्याचं आत्मिक विकासार्थ केलं जातं आणि त्यांचे परिणाम भिन्न भिन्न असतात.

मात्र जे दिखाऊ आध्यात्मिक असतात ते मोहाच्या जाळ्यात अडकतात आणि त्यांचं स्खलन होतं, हे सांप्रतच्या अनेक अनुभवांवरून कळून येतं. किंबहुना आपल्या वासना-तृप्तीसाठीच असे पाखंडी लोक दुसऱ्यांना नादी लावतात. त्यासाठी अनेक माध्यमांमधून भ्रामक डोलारा उभा करतात. त्याला अविचारी किंवा ज्यांना स्वतःच्याही वासना पुऱ्या करून घ्यायच्या आहेत अशा व्यक्ती बळी पडतात, हेही ऐकायला मिळतं. म्हणजे हे सारे प्रकृतीच्या प्रभावामध्ये अडकतात.

ज्यांना खरोखर आत्मविकास करायचा आहे, त्यांनी प्रकृतीच्या प्रभावाला बळी न पडता प्रकृतीचा योग्य तो उपयोग करून घेतला पाहिजे. त्यासाठी शरीरधर्माचाही विचार केला पाहिजे. म्हणजे, ज्या शरीराच्या माध्यमातून परमतत्त्व समजून घ्यायचं आहे, त्या शरीराची हेळसांड करून कसं चालेल? त्यासाठी प्रकृतीचा आधार घ्यावाच लागतो. सारासार विवेक जागृत ठेवून आत्मभावाने कर्म करत राहिलं तर त्याचे सुपरिणाम मिळतात, पण काही झालं तरी प्रकृतिप्रेरित कर्म मात्र टाळता येत नाही.

जीवामध्ये अनेक गुण निसर्गदत्त असतात. मग कशाचा वापर करायचा आणि कशापासून सावध राहायचं? भगवान पुढील श्लोकात सावधानतेचा इशारा देतात.

जो तो आपापल्या स्वभावधर्मानुसारच वागत असतो. मात्र पुरुषप्रयत्न, शास्त्रांचे विधिनिषेध आणि संयम यांचा निश्चितच उपयोग होऊ शकतो. प्रकृतीनुसार स्वभावधर्म आचरत असताना आसक्ती न बाळगणं आणि विषयांचा द्वेषही न करणं ही गोष्ट तेवढी आपल्या हाती असते.

*इन्द्रियस्येन्द्रियस्यार्थे रागद्वेषौ व्यवस्थितौ ।*
*तयोर्न वशमागच्छेतौ ह्यस्य परिपन्थिनौ ॥३.३४॥*

इंद्रियांना आपापल्या शब्दस्पर्शादी विषयांविषयीची आवड-नावड निसर्गदत्त असते परंतु मनुष्याने त्यांच्या अधीन होऊ नये. कारण ते मनुष्याचे शत्रू आहेत.

संत तुकाराम महाराज म्हणतात, 'पांचा विषयांची गोडी आत्मरुची। घेती तैं रागाची वस्ती होते। वाईट पाहिले क्लेशे उपेक्षिले। द्वेषाचे हे झाले जन्मस्थान। रागद्वेष दोन वैरी पुरातन। न व्हावे स्वाधीन तुका म्हणे॥'

शब्द, स्पर्श, रूप, रस, गंध हे पाच विषय. या विषयांची गोडी मुळातच मनुष्यात असते. वाईट काही पाहिलं की त्याची उपेक्षा द्वेषानंच केली जाते. त्या द्वेषात क्लेश सामावलेला असतो. म्हणजे देह हा द्वेषाचं जन्मस्थान बनतो. त्यामुळे या पाच विषयांना जोडून येणारे राग आणि द्वेष हे मनुष्याचे पुरातन वैरीच असतात. त्यांच्या अधीन होऊ नये, असं तुकाराम महाराज सांगतात. म्हणजे या ओव्यांमधून पुन्हा संयमाचंच तत्त्वज्ञान महाराजांनी सांगितलं आहे.

शब्द, स्पर्श, रस, रूप, गंध हे मनुष्याला मिळालेले निसर्गदत्त गुण आहेत.

त्यानुसार प्रत्येक इन्द्रियाची विषयाविषयी आवड किंवा नावड असते. त्या आवडी-नावडीच्या ताब्यात आपण जाऊ नये. कारण त्या आपल्या मार्गाच्या - अर्थात मोक्षमार्गाच्या आड येणाऱ्या गोष्टी असतात. सुख आणि दुःख हे दोन्ही विकार स्वतंत्र आहेत. प्रकृतीच्या खेळामध्ये अनेकदा आपल्याला नको असलेल्या गोष्टी कित्येकदा कराव्या लागतात. ज्ञानी पुरुष या गोष्टी कर्तव्य म्हणून निष्कामबुद्धीने करतो; परंतु अज्ञानी मात्र आसक्ती ठेवून दुःखी होतो. एखादा विचारेल, जर निसर्गदत्त गुणांनुसार आवड जोपासायचीच नाही, तर मग हे गुण दिले तरी कशाला? त्याला उत्तर असं की,

हे सारे गुण आणि षड्रिपू हे आत्मिक विकासासाठी दिले आहेत. गुण अंगभूत म्हणजे built-in दिले नसते तर व्यक्ती विकासार्थ कर्मही करू शकली नसती. त्यामुळे निसर्गदत्त मिळालेले हे गुण सोडता येणे, शक्य नाही. अन्यथा जीवन भावहीन- शुष्क बनून जाईल. म्हणून वृत्तीच अशी बनली पाहिजे की, या गुणांच्या ताब्यात आपण जाणार नाही; उलट ते गुण आपल्या अधीन राहतील. गुणांच्या ताब्यात जाऊ नये यासाठी भगवान केवळ धोक्याचा कंदील दाखवत आहेत.

नाटकामधली नटमंडळी नाटक करताना बाह्यतः एकमेकांविषयी अनुराग-द्वेष व्यक्त करत असतात. पण प्रत्यक्षात त्यांना त्या कलाकाराविषयी अनुराग किंवा द्वेष नसतो. म्हणजे स्टेजवर उभं राहिल्यानंतर बाहेर ज्या नटाविषयी द्वेष केला जातो- तो नट नाटकात जीवश्च-कंठश्च मित्र बनतो. मग स्टेजवर मित्राची भूमिका पार पाडावीच लागते. परंतु ज्ञानी पुरुष वरून आणि आतूनही स्थिर असतो. त्याच्या अशा बाह्य आणि अंतःस्थ दोन भूमिका नसतात. त्याचं वर्तन एकसारखंच असतं.

नाटकात वर वर रागद्वेष दाखवला जातो. त्या वेळी नट इंद्रियांच्या अधीन झालेला नसतो. म्हणजे त्याच्या मनात तेव्हा रागद्वेषादी खरे भाव नसतात. तो केवळ तशी तशी भूमिका वठवत असतो, परंतु स्टेजवर बाह्यतः असं रागद्वेषादी गुणांचं दर्शनच घडवता आलं नाही तर नाटक सादर होऊच शकणार नाही!

भगवान या श्लोकात सांगतात, जो विषय इंद्रियांना आवडणारा आहे त्याविषयी अनुराग वाटणं आणि नावडणाऱ्या गोष्टीविषयी द्वेष वाटणं हा मनुष्यस्वभाव आहे. त्यात सहजता आहे, पण अशी सहजताच फसवी असते. सुंदर फुलं बघितली की नेत्र सुखावतात. उकिरडा पाहिला की नाक मुरडलं जातं. माणसाला सुवास आवडतो, दुर्गंधी नकोशी वाटते. तुम्हाला सुवास हवा आहे ना? मग दुर्गंधीचंही वाटेकरी तुम्हाला व्हावं लागेल, असंच जणू प्रकृती म्हणत असते!

म्हणून व्यक्तीने शास्त्रदृष्टी यथाशक्ती प्राप्त केली पाहिजे. अशी व्यक्ती चटकन विषयांच्या अधीन होत नाही. राग-द्वेष व्यक्तीच्या श्रेयमार्गात विघ्न आणणारे आहेत. पाच स्पर्शादी इंद्रियं मनुष्याला राग-द्वेषांच्या कचाट्यात अडकवतात. म्हणून त्यांना वश होऊ नये. चोर जसं वाटसरूंना रस्त्यात लुटतात, त्याप्रमाणे हे दोन भयंकर दोष व्यक्तीला मोक्षमार्गी नागवतात. त्यासाठी सतत सावध राहून राग-द्वेषांना ताब्यात ठेवलं पाहिजे. राग-द्वेष याचा अर्थ प्रीती-अप्रीती, आवड-नावड किंवा आकर्षण-अपकर्षण. हे सारे अंतःकरणाचे स्थायीभाव आहेत. म्हणजे गुलाबाचं फूल पाहिलं की एखाद्या स्त्रीच्या मनात जे भाव निर्माण होतात, त्यांना केवळ गुलाब ही बाह्य गोष्ट कारणीभूत ठरलेली असते. किंवा एखाद्या गोष्टीचा तिटकारा यावा अशी गोष्ट बघितली किंवा

त्याचा स्पर्श झाला की अंत:स्थ संवेदना जागृत होऊन व्यक्तीला त्याचा अनुभव मिळतो. म्हणजे सुखदु:खांच्या भावांचा अंत:करणातच उद्भव होत असतो. बाह्य वस्तू ही केवळ कारण ठरलेली असते. मग जसे भाव अंत:करणात उफाळून येतात, तदनुसार जीवाच्या हातून कर्मं घडतात. त्यातूनच सुखदु:खांच्या संवेदना जीवाला जाणवतात किंवा भोगाव्या लागतात. म्हणजे प्रीती-अप्रीतीयुक्त प्रवृत्तीमध्ये जीवाने मन गुंतवलं किंवा संलग्न केलं - म्हणजे ते संलग्न असतंच - की मग सर्व तऱ्हेच्या सुखदु:खरूपी संवेदना जीवाला देण्यासाठी हे 'राग-द्वेष' तयार असतातच. अशा तऱ्हेने प्रकृती आपलं कर्म करत असते.

पण जी आत्मज व्यक्ती आहे ती मुळातच आनंदस्वरूप असते. बाह्य गोष्टींच्या अशा स्पर्शादी विषयांमुळे होणाऱ्या संवेदनांमुळे ती विचलित होत नाही किंवा त्यांचा ती राग अथवा द्वेष करत नाही. प्रकृतीने बद्ध असलेला सामान्य माणूस मात्र या संवेदनांनी बद्ध असतो. म्हणून ज्यांना आत्मविकास साधायचा आहे अशांसाठी भगवान या श्लोकातून सावधानतेचा इशारा देतात. जीवाने या शब्द-स्पर्शादी विषयांनी बद्ध होऊ नये असं सांगतात.

तथापि, जीव सामान्यतः या प्रकृतीच्या प्रभावाखाली जातोच! हाच तर खेळ आहे!! हा खेळ खेळावाच लागतो. या खेळातले प्रतिस्पर्धी म्हणजे मोक्षमार्ग अडवणारे वाटमारे असतात. अंधारातून प्रवास करताना वाटमाऱ्यांपासून संरक्षण व्हावं या उद्देशाने आपण एकदोघांना सोबतीला घेऊन प्रवास करतो. त्याप्रमाणे मोक्षाच्या प्रवासात राग-द्वेषरूपी वाटमाऱ्यांपासून सावध राहण्याकरता विवेक-ज्ञान आणि निष्कामता या सोबत्यांना बरोबर घेऊन प्रवास करावा लागतो. तरच या खेळात पुढचे स्तर गाठता येतात.

श्रेयमार्गावरून जात असताना विषयरूपी खड्डे वाटेत येतातच. त्यासाठी ज्ञानरूपी दिव्याची सोबत असेल तर हे अडथळे सहजगत्या पार करता येतील. कर्तव्यात आसक्ती किंवा द्वेष हे ओघाने येतच असतात. त्यामुळे जो सुखी वा दु:खी होतो, तो प्रकृतीच्या फेऱ्यात अडकून पडतो. राग-द्वेष, आसक्ती-अनुराग, प्रीती-अप्रीती ह्यांच्या कह्यात माणूस गेला तर तो प्रकृतीच्या चक्रातच फिरत राहतो.

*श्रेयान्स्वधर्मो विगुणः परधर्मात्स्वनुष्ठितात् ।*
*स्वधर्मे निधने श्रेयः परधर्मो भयावहः ॥३.३५॥*

परधर्माचं सुलभ रीतीने आचरण करता आलं तरी त्यापेक्षा कठीण आणि वरवर दिसण्यास कमी प्रतीचं वाटलं तरी स्वधर्माचरणच अधिक श्रेयस्कर असतं. स्वधर्माचं आचरण करताना मृत्यू आला तरी प्रत्यवाय नाही, पण परधर्म मात्र भयप्रद होय.

इथे रिलिजन (religion) या अर्थाने 'धर्मा'चा निर्देष केलेला नाही. नीतिनियमांनी बांधलेलं किंवा उचललेलं आपलं स्वाभाविक कर्म म्हणजे धर्म. परंपरा, संस्कार, वैचारिक बैठक यांतून व्यक्तीची आवड-निवड ठरत असते. एखाद्याला सेनानी व्हायला आवडत असतं तर एखाद्याला शास्त्राभ्यास करावासा वाटतो. एखाद्याला व्यापार-उदीम आवडतो तर एखादा सर्व प्रकारच्या सेवा देण्यासाठी तत्पर असतो. कोणताही व्यवसाय अथवा पेशा कमी प्रतीचा नसतो. उलट तो परस्परांना पूरक असतो. कालानुरूप प्रत्येक पेशात चढ-उतार हे होतच असतात. अशा वेळी एखाद्याचा उत्कर्ष पाहून त्याचा पेशा उचलावासा वाटतो आणि इथेच फसगत होण्याची शक्यता असते. वकील झाल्यावर वाटतं, डॉक्टर झालो असतो तर बरं झालं असतं. डॉक्टरला वाटतं, आर्किटेक्ट व्हायला हवं होतं; म्हणजे मी यशस्वी आणि सुखी झालो असतो. इंजिनिअरला वाटतं, सध्या फार्मसीची अधिक चलती आहे! दुसऱ्या एखाद्याला वाटतं, शेती करून टॅक्स वाचवता येईल. मग पैसाच पैसा!

दुसऱ्या पेशात मिळणारा पैसा-यश आणि कीर्ती पाहून आपला पेशा ठरवायचा नसतो. पैसा व्यवसायात नसतो; नशिबात असतो आणि पूर्वजन्मातला कर्माचा ताळेबंद (balance) आपलं नशीब ठरवत असतो. अडचणी प्रत्येक व्यवसायात असतात. एखाद्याकडे अब्जावधींची संपत्ती असते, पण त्याच्या कटकटीही तितक्याच मोठ्या असतात. अब्जाधीशाला मिळणाऱ्या धनाकडे बघून त्याचं अनुकरण करताना त्याच्या कटकटींचाही विचार केला पाहिजे. एखाद्याला वाटतं, पुढारी व्हावं! पद

मिळालं की भरपूर माया जमवता येईल. मान आणि प्रतिष्ठा लाभेल, लोक नमस्कार करतील! अशा महत्त्वाकांक्षा बाळगल्यामुळे राजकारणात पद मिळतंही - अशक्य असं काहीच नाही; पण अनपेक्षित कटकटीसुद्धा मागे लागतात. मतदार पहाटेपासून कामासाठी तगादा लावतात. अनेक प्रश्न समोर उभे ठाकतात. पुन्हा पुढच्या टर्मला पद गेलं की मान-सन्मान वगैरे काही राहत नाही. त्यामुळे पुढारी होण्याचं स्वप्न बाळगायचं असेल तर इतर प्रश्नांचाही विचार केला पाहिजे. ज्याने हे सर्व जाणून त्यात उडी घेतली असते तोच त्यात कार्य करू शकतो.

एखाद्या क्षेत्रात मिळणारा पैसा, प्रसिद्धी, प्रतिष्ठा पाहून अनुकरण करणं योग्य नसतं. सुखशांती, समाधान अशा गोष्टींचाही विचार करायला हवा. हिंदीमध्ये एक म्हण आहे : *घी देखा लेकिन बडगा नही देखा!* ती अगदी रास्त आहे. या अर्थाने परधर्म भयावह असतो. आज रिलिजन या अर्थानंसुद्धा हा विचार लागू पडतो. आता प्राप्त धर्माचं पालन करत असतानासुद्धा एकच अवस्था कधी कायम राहत नसते. त्यातही परिवर्तन होत जातं; आणि त्यानुरूप स्वधर्माचं पालन करावं असा प्राचीन आचारधर्माचा उपदेश आहे. या आचारधर्मात चार आश्रम सांगितले आहेत. ते म्हणजे ब्रह्मचर्य, गृहस्थ, वानप्रस्थ आणि संन्यास. शिक्षण घेणं, कामना करणं आणि यथोचित संसार करणं अशी योग्य वयात शास्त्रानुरूप योग्य कर्मं करून पुढील पिढीकडे संसार सोपवला पाहिजे. आणि मग संसारातून निवृत्त होऊन परामार्गाचा विचार करणं हे या चतुर्थ आश्रमाच्या आचरणात म्हणजेच संन्यासाश्रमात अपेक्षित असतं. पण जर संन्यासाश्रमात गृहस्थाच्या कामना ठेवल्या किंवा ब्रह्मचर्यकाळात अर्थात शिक्षण काळात गृहस्थातल्या कामभोगांची लालसा बाळगली, तर प्रश्न उभे राहतात. आज जगात मोठ्या प्रमाणात तेच घडतं आहे. सारे कामभोग मुलांच्या हातात सेलफोनच्या माध्यमातून सहज उपलब्ध आहेत. उपयुक्ततेबरोबरच त्याचे दुष्परिणामही जाणवत आहेत. ज्या त्या 'आश्रमात' जी ती कार्यं केली पाहिजेत, त्याप्रमाणे कोणत्या 'आश्रमातून' केव्हा बाजूला व्हायचं, याचाही विवेक ठेवला पाहिजे. तर मग अशा अनेक प्रश्नांची तीव्रता कमी होत जाते.

परिवर्तन हा निसर्गाचा नियम आहे. माणसाच्याही बाबतीत तसंच आहे. एक माणूस दुसऱ्या माणसासारखा नसतो. एखाद्याचं विशिष्ट क्षेत्रातलं यश पाहून अविचाराने दुसरा त्याचं अनुकरण करायला जातो. यशाचं मोजमाप पैशावर किंवा प्रतिष्ठेवर ठरत नसतं. अशा वेळी फसगत होण्याचीच अधिक शक्यता असते. तोटा दिसला की व्यवसाय बदलायचा हा पलायनवाद पुरुषार्थाला शोभणारा नाही. भगवंतांना ते अपेक्षित नाही. म्हणूनच भगवंत सांगतात, परधर्मापेक्षा दोषयुक्त (वाटला

तरी) स्वधर्मच चांगला. परस्परविरोधी पण परस्परांना पूरक गुणांमुळे सृष्टीत संतुलन राखलं जातं. तराजूचा काटा बरोबर मधोमध राहणं भगवंतांना अभिप्रेत आहे. म्हणून समाजाचं संतुलन राखण्यासाठी प्रत्येकाने आपापल्या 'धर्मा'चं यथोचित आचरण करणं श्रेयस्कर असतं.

थंडीत गरम कपडे वापरणं आणि उन्हाळ्यात तलम सुती कपडे वापरणं हा स्थिती-कालाचा 'स्वधर्म'. पण इंग्रज किंवा अमेरिकन लोक कोट-टाय घालतात म्हणून उष्ण कटिबंधात - अगदी भर उन्हाळ्यातही कोट-टाय घालण्यासाठी आग्रही असणं योग्य ठरेल का? आंतरराष्ट्रीय ड्रेसकोड (dresscode) संदर्भात हे मत नाही; परंतु मोहमयी अंधानुकरणातून चुकीच्या जीवनशैलीचं अनुकरण करणं धोक्याचं असतं.

प्राचीन भारतीय शास्त्रकार सांगतात : *धर्मस्य मूलं अर्थ, अर्थस्य मूलं राज्य, राज्यस्य मूलं इंद्रियनिग्रहं आणि इंद्रियनिग्रहस्य मूलं वृद्धोपसेवा.* धर्म म्हणजे मनुष्यधर्म, समाजाचं धारण-पोषण करतो तो धर्म. आज धर्म शब्दाचा अर्थ रिलिजन होऊन गेला आहे. इथे त्या अर्थाने धर्माचा उल्लेख नाही. म्हणून धर्म म्हणजे काय, हे समजून घेतलं पाहिजे. केवळ बाह्य उपचार केले म्हणजे मनुष्य धार्मिक होत नाही. या श्लोकात जो धर्म सांगितला आहे, तो मानवाच्या आत्मिक आणि भौतिक विकासार्थ सांगितलेला आहे. आणि तो परस्परांवर अवलंबून आहे.

म्हणूनच धर्माचं मूळ अर्थ आहे. अर्थ म्हणजे धन हे मिळवलंच पाहिजे; पण ते धर्माने मिळवलं पाहिजे. मग त्यासाठी 'राज्यं'ची आवश्यकता येते. सुशासन असेल तरच अर्थशुचिता येते. त्यासाठी इंद्रियनिग्रह आवश्यक असतो. त्यामुळे वृत्तीत संयम येतो. मग वृद्धसेवाही केली जाते. वृद्ध म्हणजे ज्याची बौद्धिक आणि वैचारिक वृद्धी झाली तो 'वृद्ध.'

दुसऱ्या महायुद्धात जर्मनीने फ्रान्सचा केवळ आठ दिवसांत पाडाव केला. कारण त्या वेळी फ्रान्समध्ये कमालीची भोगलंपटता जोपासली गेली होती. हिटलर म्हणायचा, तरुणांच्या मुखात कोणती गाणी आहेत त्यावरून समाज कुठे आहे ते कळून येतं! म्हणून तरुणांनी सावध राहून हा प्राचीन आचारधर्म समजून घेतला पाहिजे, तर जीवन सुखी होतं. आपण इतिहासातील ठळक घटनाच तेवढ्या बघत असतो आणि त्यानुरूप आपली मतं ठरवत असतो. म्हणजे रामायणकाल, महाभारतकाळ, गुप्तकाळ इत्यादी, पण या कालखंडांमधील मोठ्या आचारधर्माच्या काळाचा विचार मात्र फारसा केला जात नाही. मनुष्याच्या सर्वांगीण उन्नतीचे हे कालखंड होते. त्याविषयीचं ज्ञान उपनिषदांमध्ये ठासून भरलेलं आहे. त्याचा अभ्यास झाला पाहिजे आणि आपल्या जीवनाची दिशा ठरवली पाहिजे.

या वैश्विक अवाढव्य चक्रातील मानव हे अत्यंत यःकश्चित छोटं चक्र आहे. भगवंताने प्रत्येक चक्राच्या पात्रतेचा पूर्ण विचार करून त्या चक्राला ज्या त्या ठिकाणी बसवलं आहे. कारखान्यातील एखाद्या यंत्रातील अत्यंत छोटं चक्र जेवढं महत्त्वाचं असतं, तितकंच या विश्वचक्रातील मानवरूपी प्रत्येक चक्र हे महत्त्वाचंच असतं. त्या मानवरूपी 'चक्रा'ने नेमून दिलेलं कार्य निरलसपणे पार पाडणं तितकंच महत्त्वाचं असतं.

तथापि स्वधर्माचं अशा तऱ्हेने पालन करत असतानासुद्धा एक शत्रू दबा धरूनच असतो. तो मनुष्याचा घात करतो. तो कोणता शत्रू? अर्जुनाच्या प्रश्नाला उत्तर देताना भगवान त्याविषयी पुढच्या श्लोकात सांगतात.

थंडीत गरम कपडे वापरणं आणि उन्हाळ्यात तलम, सुती कपडे वापरणं हा स्वधर्म आहे. आपल्या परंपरेवर, निवडलेल्या क्षेत्रावर निष्ठा हवी. दुसऱ्याचं यश पाहून, त्याचं राहणीमान-जीवनशैली पाहून त्याचं अनुकरण करायला जाणं योग्य नसतं; ते धोक्याचं अर्थात भयप्रदही असू शकतं. धर्माचं मूळ अर्थ आहे. अर्थ हे धर्मानंच मिळवलं पाहिजे. आणि सुशासन असेल तरच अर्थशुचिता येते.

स्वधर्माचं अशा तऱ्हेने पालन करत असताना जो छुपा शत्रू मनुष्याचा घात करतो. त्याविषयी भगवान काय सांगतात, ते आपण पुढे जाणून घेऊ.

**अर्जुन उवाच**

*अथ केन प्रयुक्तोऽयं पापं चरति पूरुषः।*
*अनिच्छन्नपि वार्ष्णेय बलादिव नियोजितः।।३.३६।।*

**भगवान उवाच**

*काम एष क्रोध एष रजोगुणसमुद्भवः ।*
*महाशनो महापाप्मा विद्ध्येनमिह वैरिणम् ॥३.३७॥*

अर्जुन म्हणाला, 'हे कृष्णा! तर मग हा मनुष्य स्वतःची इच्छा नसतानाही जबरदस्तीने करावयास लावल्याप्रमाणे कोणाच्या प्रेरणेने पापाचे आचरण करतो?'
रजोगुणामुळे उत्पन्न होणारा, प्रतिबंधामुळे क्रोधात रूपांतर पावणारा आणि कितीही उपभोग मिळाले तरी तृप्त न होणारा हा काम मोठा खादाड (आधाशी), महापापी (सर्व दुःखांना आणि अनर्थांना कारण होणारा) आहे. या संसारात या कामाला तू वैरी समज.

या श्लोकापूर्वीच्या ३६व्या श्लोकात अर्जुनाने प्रश्न केला, 'स्वतःची इच्छा नसताना कोणत्या जबरदस्त प्रेरणेमुळे मनुष्य पापाचरण करतो?'

यावर भगवंत सांगतात, 'या साऱ्या दुष्टप्रवृत्तींच्या मागे रजोगुणांमुळे निर्माण झालेला 'काम' हा विकार असतो.'

भुकेचं वासनेत आणि (वासनेची तृप्ती झाली नाही तर) वासनेचं क्रोधात रूपांतर होत असतं. म्हणून अविवेकी कामना सोडल्या पाहिजेत हेच भगवान या श्लोकातून सूचित करतात.

सृष्टीत सतत कर्म घडत आहे आणि ते घडणारच आहे. कर्मामुळेच सृष्टीचं अस्तित्व आहे. अर्थात कर्मप्रवृत्ती होणं ही विश्वचक्राची प्रेरक यंत्रणाच आहे. जीवांमध्ये वासनाच नसेल तर कर्मप्रवृत्ती होणारच नाही. आणि तशी प्रवृत्ती झाली नाही तर कर्म सिद्धही होणार नाही. त्यामुळे वासना असणं ही बाब सामान्य झाली. वासना दोन प्रकारे बळावते. पहिला प्रकार म्हणजे मनात इच्छा होऊन वासना निर्माण

होते आणि व्यक्ती कर्म करायला प्रवृत्त होते. दुसरा प्रकार म्हणजे समोर विषय दिसला की मनात वासनेचा उद्भव होतो आणि व्यक्ती प्रत्यक्ष अथवा मनोमन कर्म करायला प्रवृत्त होते. हा विकार बळावण्यासाठी रजोगुण कारण ठरतो. रजोगुण व्यक्तीला मोहवश करतो. व्यक्तीमध्ये ह्या गुणाचा प्रभाव अधिक असेल तर वासनेच्या मागे जाऊन व्यक्ती कर्म करायला प्रवृत्त होते. कामतृप्ती झाली तर ती तात्पुरती शांत होते; नीतिनियमांच्या बंधनांमुळे तृप्ती झाली नाही तर व्यक्तीचं मन आतल्या आत तडफडत राहतं. मन ढवळून निघतं. विचारशक्ती मावळते. त्यातून क्रोध निर्माण होतो. या प्रक्रियेचा शरीरावरही गंभीर परिणाम होतो. मग अनेक रोग मागे लागतात. त्यावर औषधांचा परिणाम होत नाही. मन जेव्हा आतल्या आत भोगांसाठी तडफडतं, तेव्हा विशाल अशा अर्धचेतन मनाचे दरवाजे उघडले जातात आणि ती तडफड तिथे संग्रहित होते; म्हणजे स्टोअर्ड होते. मग जन्मोजन्मी त्याचा प्रभाव कायम राहतो.

म्हणून शास्त्रशुद्ध रीतीने वासनांवर ताबा आणला तरच मन स्थिर आणि शुद्ध होत जातं आणि शरीर रोगमुक्त होऊ शकतं. याउलट वासनेची तृप्ती झाली तरी ती तात्पुरती असते. कामविकार पूर्णतः कधीच तृप्त होत नाही. एकदाच आवडीचं भरपूर जेवलो म्हणजे जेवण पुन्हा कधी लागतच नाही असं होत नाही. शरीराला प्रतिदिनी अन्नाची आवश्यकता असणं, भूक लागली की खावंसं वाटणं हीच केवढी मोठी किमया आहे! परंतु भूक भागूनही जर खाण्याची अभिलाषा उत्तरोत्तर वाढवत नेली तर त्याचे निश्चितच दुष्परिणाम होतात. तो 'विकार' बनतो. तेच भगवंत सांगत आहेत. भुकेचं वासनेत परिवर्तन न होण्यासाठी हा उपदेश आहे.

स्वतःच्या ठिकाणी योग्यता आणि सामर्थ्य नसतानाही भलत्या सुखाची अपेक्षा बाळगणं आणि हवं ते मिळूनही तृप्ती न होणं म्हणजे कामविकार! माणूस सतत उपभोगाची अपेक्षा करतो. कितीही मिळालं तरी हाव संपत नाही. मग स्वप्नपूर्तीसाठी माणूस येनकेन प्रकारेण पैसा मिळवायला बघतो. त्यासाठी वाममार्गाचाही अवलंब करतो; आणि त्याच्या हातून पाप घडतं. पूर्वसंचितामुळे पापाचं लगेच फळ मिळत नाही. त्यामुळे तो बेफिकीर राहतो, पण पुण्यसंचित संपल्यावर त्याला पापकर्माचं फळ भोगावंच लागतं. माणसाने निर्माण केलेल्या कायदेकानूंमध्ये हातून चूक झाली तर तो गुन्हा ठरतो, पण परमेश्वराच्या अशा कायद्यांचं पालन करताना चूक झाली तर मात्र ते पाप ठरतं.

विकारांचं अधिष्ठान हे इंद्रियांमध्ये असतं. मनात विचारांचं असतं, बुद्धीत विवेकाचं असतं; तर आत्म्यात विज्ञानाचं अधिष्ठान असतं! त्यामुळे हा गहन विषय समजून घेताना 'विवेक-विज्ञान' जागृत करायला हवं. अन्यथा वासनेच्या आहारी गेल्यामुळे मनुष्याच्या हातून सहजगत्या पापकर्म घडू शकतं.

माणसाचं पहिलं पाप म्हणजे बुद्धी माझी स्वतःची आहे, असं समजणं!

पापाचरण होण्यामागची कारणमीमांसा आपण पाहू. प्रलोभन समोर आलं की, बुद्धी मनाच्या ताब्यात जाते, मन इंद्रियांच्या स्वाधीन होतं आणि मग इंद्रियांना विषयाची ओढ लागते. अशी ही पापाची परंपरा आहे. इंद्रियांनी बुद्धीला इंद्रियांच्या विषयांकडे खेचून नेणं हे कामवासना बळावल्याचं लक्षण असतं. माणसाच्या अंतःकरणात साठलेल्या जन्मोजन्मीच्या अतृप्त वासना आणि कामना त्याला पापकर्म करण्यास प्रवृत्त करतात. त्या वासनांची तृप्ती कधी होत नाही. त्या शमतही नाहीत. अग्नीत कितीही वाळलेली लाकडं टाकली तरी तो ती सर्वच्या सर्व भक्षण करतो - म्हणजे जाळून टाकतो. कारण विचार-विवेकरूपी ओलावा त्या लाकडांमधून निघून गेलेला असतो. मांजराला कितीही धुवून-पुसून स्वच्छ करून ठेवलं तरी उकिरड्यावर एखादा उंदीर दिसला की ते लगेच त्यामागे धाव घेणारच!

त्याचप्रमाणे बुद्धी मुळात चांगली असली तरी कामवासना बळावल्यावर ती इंद्रियांच्या मागे धावणारच. नीतिनियमांमुळे बुद्धीने प्रतिबंध केला म्हणून कदाचित इंद्रियं प्रलोभनांच्या मागे धावणार नाहीत; पण मन मात्र धावतच असतं. अनेक स्त्रियांना दागिने, साड्या यांचा मोह पडतोच. सुंदर स्त्री दिसली की बऱ्याच पुरुषांना मोह होतो! नीतिमत्ता, सामाजिक बंधने आणि त्यातून बुद्धीने केलेला प्रतिबंध यांमुळे जरी इंद्रियं धावली नाहीत, तरी या विषयांकडे मन धावतंच. याउलट बळाने केलेल्या प्रतिबंधामुळे मन सैरभैर होतं. जर विषयोपभोग मिळाला नाही तर मन मोडून जातं; कमकुवत होतं.

त्यामुळे एक गोष्ट ध्यानात ठेवली पाहिजे की, सर्वांनाच सर्व काही मिळतं असं नाही.

> इंग्रजी वाङ्मयात 'प्रिन्स ॲन्ड पॉपर' नावाची गोष्ट आहे. त्यावर चित्रपटही झाले. राजपुत्र आणि भिकारी यांच्या दिसण्यात साम्य असतं. मग दोघेही अदलाबदल करतात. भिकारी काही काळ बंदिस्त राजप्रासादातली सुखं अनुभवतो तर राजपुत्र बाहेरचं बंधमुक्त पण निष्कांचन जीवन अनुभवतो. ठरावीक काळानंतर दोघांनाही कळून चुकतं, आपण पूर्वी जसे जगत होतो त्यातच सुख होतं.
>
> 'ऐतरेय ब्राह्मणा'त एक गोष्ट आहे. समुद्रातून मोती काढणारे देवाला प्रार्थना करतात, स्वाती नक्षत्रात पाऊस पाड! म्हणजे भरपूर मोती आपल्याला मिळतील हा हेतू असतो. मोती मिळाले की मग पैसाच पैसा! पण मृगात पाऊस पडल्यावर जीवांना अन्न मिळेल, हे देवाला माहीत

असतं. भरपूर मोती मिळाले तरी खाणार काय? मोती? म्हणून देव भोगी माणसाच्या सर्वच इच्छा पुऱ्या करू शकत नाही. कारण त्याच्या इच्छा अवास्तव असतात.

व्यक्ती जेव्हा अवास्तव अपेक्षा करत असते, तेव्हा त्यामागे विचार नसतो. पैसा मिळाला की मी सुखी होईन अशी त्याची समज असते, पण केवळ पैसा सुख देऊ शकत नाही. मनुष्याला इतर वासनाही असतात. त्यांची तृप्ती झाली नाही तर व्यक्ती वासनेच्या आहारी जाते.

आपले विचार आणि संस्कार असे हवेत की वृत्ती सात्त्विक बनेल. विषयांच्या मागे मन आणि बुद्धी धावणार नाही. कामविकार ताब्यात राहील, परंतु रजोगुण जोपासल्यामुळे मात्र कामविकार बळावतो. 'पाहिजे, पाहिजे' ही वृत्ती बळावते. कामविकार सोडणं म्हणजे कर्म सोडणं नव्हे. सृष्टीचं संचालन सुरू राहण्यासाठी कर्म तर केलं पाहिजे पण वासना मात्र आवरता आल्या पाहिजेत! हे कसं साध्य करायचं? तेच तर कर्मातलं कौशल्य असतं! बुद्धीची मालकी आपली नसून वैश्विक आहे याची जेव्हा माणसाला जाणीव होते, तेव्हा सत्कर्माला प्रारंभ होतो. तथापि, बुद्धी स्वतंत्र वाटली तरी तिच्यावर मन आणि इंद्रियं यांची सत्ता चालते. मन आणि इंद्रियांचं आधिपत्य बुद्धीने झुगारून द्यायचा प्रयत्न केला तर क्रोध बळावतो. बुद्धीने प्रतिबंध केला म्हणून इंद्रियं धावली नाहीत तरी मन धावतंच. अशात बुद्धीने प्रतिबंध केलेलं मन सैरभैरसुद्धा होतं. म्हणजे केवळ प्रतिबंधाचा उपाय योग्य ठरत नाही. बुद्धीची ही गुलामी दूर करण्याचा एकमेव उपाय म्हणजे बुद्धी ईश्वरार्पण करणं आणि निष्काम कर्मयोग साधून ध्यानातून शास्त्रीय मूर्तिपूजा करणं . शास्त्रीय मूर्तिपूजेतून मन संवेदनशील (sensitive), प्रगमनशील (progressive) आणि शक्तिमान (powerful) बनतं. वासनांवर आपण विजय मिळवू शकतो.

आपले विचार, संगत आणि संस्कार असे हवेत की वृत्ती सात्त्विक बनेल. म्हणजे हातून पाप होणार नाही आणि मग मन आणि इंद्रियं स्थिर राहतील.

'काम'विकार क्रोधाला कारणीभूत होतो. बुद्धी ताब्यात नसली म्हणजे कामविकार बळावतो. कारण बुद्धीवर मन आणि इंद्रियं यांचं वर्चस्व असतं. म्हणून बुद्धीच ईश्वरार्पण केली तर पुढचा अनर्थ टळेल. शास्त्राध्ययन आणि स्वाध्याय यांमुळे बुद्धी स्थिर होते. विषयांच्या मागे ती धावत नाही.

*धूमेनाव्रियते वह्निर्यथादर्शो मलेन च।*
*यथोल्बेनावृतो गर्भस्तथा तेनेदमावृतम्।।३.३८।।*
*आवृतं ज्ञानमेतेन ज्ञानिनो नित्यवैरिणा ।*
*कामरूपेण कौन्तेय दुष्पूरेणानलेन च ॥३.३९॥*

ज्याप्रमाणे धुराने अग्नी, धुळीने आरसा आणि वारेने गर्भ झाकला जातो, त्याचप्रमाणे त्या कामामुळे हे ज्ञान आच्छादित राहते. हे अर्जुना, ज्ञानी पुरुषांचा नित्य वैरी, ज्याची पूर्तता होत नाही, असा जो कामरूपी अग्नी, त्याने हे ज्ञान आच्छादून (झाकून) टाकलं आहे.

हा जणू सापशिडीचा खेळ आहे. वरच्या घरात जायचं असेल तर वाटेत सापरूपी अडथळे असणारच आहेत. सर्वात मोठा अडथळा म्हणजे 'कामविकार'! हा कामरूप अग्नी उपभोगाने कधीही तृप्त होत नसतो. इंधन घातल्याप्रमाणे या कामरूप अग्नीला उपभोग भडकवतच जातात. द्रवरूप असलं तरी पेट्रोलने किंवा डिझेलने अग्नी विझवला जाऊ शकत नाही. उलट ते द्रव अग्नीला भडकवतात. त्याचप्रमाणे उपभोग हे इंधनस्वरूप असतात. कामरूप अग्नीला शांत न करता ते उलट भडकवतात.

उपभोगाने कामरूप अग्नी कधीही तृप्त होत नसतो हे ज्ञानमार्गाकडे जाण्याची इच्छा असणाऱ्यांनी तरी ध्यानात घ्यायला हवं. इंधन घातलेल्या अग्नीप्रमाणे तो अधिकाधिक वाढतच जातो. अग्नीला धूर जसा आच्छादून टाकतो, आरशावर जशी धूळ चढते किंवा गर्भ जसा वारेने वेढला जातो, त्याप्रमाणे 'कामा'ने सर्व जीवन गुरफटून टाकलं आहे. असा हा 'काम'विकार ज्ञानी पुरुषाचा नित्य शत्रू आहे. कारण कामविकार जीवाला भौतिक विश्वात अडकवतो. जणू तो एकप्रकारचा तुरुंग असतो किंवा तुरुंगावरचा प्रबळ दरवान असतो. ज्ञानी व्यक्तीला या तुरुंगातून सुटून उच्च आध्यात्मिक स्तरावर जायचं असतं. म्हणून ते स्वतःची या तुरुंगातून सुटका करून घेण्याचा प्रयत्न करतात.

अज्ञानी व्यक्तीचा मात्र हा 'काम' घनिष्ठ मित्र असतो! 'उद्याचं कुणी पाहिलंय; आज मौज करून घ्या!' 'कुणाला माहीत मेल्यावर जीवन असतं का नाही ते? कोण बघायला गेलंय,' अशी ज्यांची मनोभूमिका असते त्यांचा तर हा विकार जिवलग सखा असतो. म्हणजे जिथे अज्ञान असतं, तिथे कामाचं साम्राज्य असतं. उलटपक्षी अज्ञानालाही कामविकार अत्यंत प्रिय असतो. अनेक भोगवादी महत्त्वाकांक्षा तो अज्ञानी व्यक्तीमध्ये निर्माण करतो. त्यामुळे तात्पुरतं सुख मिळतं; पण त्याची परिणती म्हणजे व्यक्ती दुःख आणि नैराश्याने ग्रासून जाते.

आता एखादा भोगवादी सहज प्रश्न उपस्थित करील की, कामविकारासह सारे षड्‌रिपू इतके वाईट आहेत तर मग भगवंताने ते मनुष्यामध्ये भरलेच का? त्याचं उत्तर भगवंतांनीच पुढे दिलं आहे. ते म्हणतात, 'धर्माविरुद्ध न जाणारा काम तो मी आहे.' म्हणजेच हे विकार व्यक्तीच्या विकासासाठी दिले आहेत. व्यक्तिविकास धर्माचं ज्या कामरोगाला आधिष्ठान आहे असा काम भगवंतांना मान्य आहे. कामविकार ही जीवाला मिळालेली देण आहे. पण व्यक्ती ह्या देणग्या विकासाऐवजी विकारांसाठी वापरतो. विकारांमुळे व्यक्तीच्या आयुष्याला आणि पर्यायाने आत्मिक विकासाला कसर लागते.

मौजमजेची सवय मनुष्याला कोण लावतं, याचाही विचार केला पाहिजे. अशी सवय अज्ञानी भोगवादीच विविध माध्यमांमधून लावत असतात. मग सामान्य माणसाला ते ते उपभोग घेतले की मौजमजा केली असं वाटतं. त्या तात्पुरत्या भ्रामक समाधानातच सामान्य मनुष्य जीवनाची इतिकर्तव्यता समजतो. थोडक्यात मौजमजेच्या संकल्पना भोगवाद्यांनीच सामान्य मनुष्याच्या डोक्यात भरवलेल्या असतात. दारू प्यायली की किंवा सिगारेट्स ओढल्या की सुख मिळतं, ड्रग्ज तर परम सुख देतात, अशा सुखाच्या भ्रामक कल्पना भोगवाद्यांनीच सामान्यांच्या डोक्यात भरवल्या असतात. मग जिथे अशा सुखाच्या कल्पनांचं आगर आहे, त्या क्षेत्रांमध्ये गेल्यानंतर तर ही भ्रामक सुखं सेवेला तत्पर होतात. दारू-सिगारेट्स-ड्रग्ज यांचा वापर करणं या प्रतिष्ठेच्या गोष्टी वाटू लागतात. भोगवादी जीवनाचा हा कडेलोट असतो, पण खोट्या प्रतिष्ठेच्या नादी लागून अज्ञानी व्यक्ती त्या सापळ्यात अडकत जाते.

माणसाच्या मनात अशी कामासक्ती प्रबळ झाली म्हणजे आपोआप त्याची पावलं पापमार्गाकडे वळतात. त्याला कुणी प्रतिबंध केला तर तो माणूस क्रोधवश होतो आणि तो अधिक पाप करत राहतो. सर्वभक्षक अग्नी जसा काष्ठांनी तृप्त होत नाही, त्याप्रमाणे कामविकार विषयभोगाने कधी शांत होत नाहीत. उलट ते माणसाच्या विवेकाला झाकाळून टाकतात. मद्यपान, स्त्री-पुरुष संग असे अनेक उपभोग एकदा-दोनदा उपभोगून

तृप्ती मिळत नाही. भर उन्हातून प्रवास केल्यावर साहजिकच तृष्णा वाढते. अशा वेळी माणूस सहजगत्या थंड पेयांकडे वळतो. पण गमतीची गोष्ट अशी की, थंड पेयं कितीही प्यायली तरी त्यामुळे तृष्णा शमत नाही.

कामाचंही तसंच आहे. माणूस मनाशी ठरवतो, एकदाच मी या गोष्टीचा उपभोग घेणार, पुन्हा नाही! पण तसं कधी होत नाही. मार्क ट्वेन हा जगप्रसिद्ध साहित्यिक विनोदाने म्हणायचा, 'कोण म्हणतो सिगरेट सोडता येत नाही म्हणून? मी हजार वेळा सिगरेट सोडली आहे!'

ज्ञान आणि काम-क्रोधादी विकार हे परस्परविरोधी घटक आहेत. भोगी लोकांनी दाखवलेल्या भ्रामक मौजमजेतच अज्ञानी मनुष्य अडकत जातो. त्याला तथाकथित सेलिब्रेटीज मोठे वाटतात. पण याज्ञवल्क्य, नचिकेता, वसिष्ठ, पतंजली, व्यास, शुक यांच्याविषयी त्याला माहिती नसते. खरं श्रेष्ठ जीवनाचं दर्शन घ्यावं असं त्याला वाटत नसतं. कारण ते सहज नसतं. त्यात भोगवाद नसतो.

ज्यांना ज्ञानाची आस आहे त्यांनी या कामविकारांचा स्व-विकासार्थ वापर केला पाहिजे. वाममार्गाकडे नेणारी प्रतिष्ठा खोटी असते. ती उखडून टाकण्यात खरं धैर्य असतं. मी दारू पीत नाही, मला कोणतंही व्यसन नाही हे म्हणायला धैर्य लागतं - गट्स लागतात!

एखादी व्यक्ती म्हणते, 'नाहीहो, आमची घेण्याची इच्छा नसते. पण मीटिंग किंवा पार्टी असेल तर घ्यावीच लागते. साहेबाला खूश करावंच लागतं!' ही सारी कारणं धादांत खोटी आहेत. तुम्हाला दारू प्यायची तर अवश्य हवी तितकी प्या; पण खोटी कारणं सांगू नका! उलट व्यसने न करणाऱ्याला सर्वच क्षेत्रात अधिक मान मिळत असतो, हे मी अनुभवाने सांगतो. चित्रपटक्षेत्र, उद्योगजगत, क्रीडाजगत आणि राजकीय क्षेत्र या क्षेत्रांमध्ये वरच्या स्तरावर वावरून मी हे स्वानुभवाने सांगतो. म्हणून कामविकाराला खतपाणी घालणाऱ्या अशा खोट्या प्रतिष्ठेपासून सावध राहायला हवं.

या श्लोकामधून भगवान श्रीकृष्णांनी अर्जुनाला उपदेश करताना समग्र मानवजातीलाच हा कायमस्वरूपी सावधानतेचा इशारा देऊन ठेवला आहे.

काम हा माणसाचा वैरी असतो. कामविकार एकदा बळावला की माणसाला कशाचंच तारतम्य उरत नाही. श्रेयमार्गावरच्या गोष्टी कामविकार केव्हाच झाकाळून टाकतो. कामाने मन आणि इंद्रियांवर हुकुमत गाजविण्यापूर्वी बुद्धीतूनच त्याला घालवून दिलं पाहिजे. ते साध्य झालं तर अंतःकरणात ज्ञानशलाका पाझरेल.

*इन्द्रियाणि मनो बुद्धिरस्याधिष्ठानमुच्यते ।*
*एतैर्विमोहयत्येष ज्ञानमावृत्य देहिनम् ॥३.४०॥*
*तस्मात्त्वमिन्द्रियाण्यादौ नियम्य भरतर्षभ।*
*पाप्मानं प्रजहि ह्येनं ज्ञानविज्ञाननाशनम् ॥३.४१॥*

इन्द्रियं, मन आणि बुद्धी ही 'कामा'ची आश्रयस्थाने म्हटली जातात. त्यांच्या आश्रयाने ज्ञानाला गुंडाळून मनुष्याला (हा काम) भुरळ पाडत असतो. म्हणून हे भरतश्रेष्ठा, इंद्रियांचं प्रथम संयमन करून ज्ञान आणि विज्ञान अर्थात अध्यात्म आणि विशिष्ट ज्ञान यांचा नाश करणाऱ्या या कामरूपी पाप्याला तू ठार मारून टाक.

पंचज्ञानेंद्रियं आणि पंचकर्मेंद्रियं मिळून दहा इंद्रियं होतात. अकरावं मन हे अंतरेंद्रिय होय. तरीपण हे मन बाह्य दहा इंद्रियांवर ताबा ठेवून असतं. हे अधिकारी मन बुद्धीशी संलग्न असतं पण ते विकारी बनलं तर बुद्धीलाही इंद्रियांपुढे वाकवतं. मन-बुद्धी आणि इंद्रियं ही परस्परांवर अवलंबून असतात; आणि या सर्वांना प्रेरणा देणारा हा 'काम' नावाचा शत्रू असतो. कामप्रेरणेशिवाय मन-बुद्धीसह इंद्रियं कार्यरत होत नाहीत. हा 'काम' आत्मज्ञानाच्या वाटेवर अज्ञानाचा पडदा टाकून इंद्रियांना अनेक मोहरूपी विषयांच्या जाळ्यात अडकवत असतो.

म्हणजेच हा 'काम' नावाचा छुपा शत्रू माणसाची इंद्रियं, मन आणि बुद्धी यांच्या आश्रयाने राहत असतो. हा छुपा शत्रू केव्हा डोकं वर काढेल, याचा काही नेम नसतो. एखाद्या मंत्र्याच्या मर्जीतली व्यक्ती भ्रष्टाचार, अनाचार करून जनतेला ताप देत असते. एवढंच नव्हे तर ती मंत्र्याच्या कार्यातही व्यत्यय आणत असते. त्यामुळे जनता, अधिकारीवर्ग यांच्याबरोबरच मंत्र्याच्या दृष्टीनंसुद्धा ती एक डोकेदुखी बनलेली असते. अशा वेळी वैयक्तिक स्नेहभाव बाजूला सारून, प्रसंगी मनाला मुरड घालून स्वतःच्या आणि समाजाच्या हितासाठी मंत्र्याने त्या व्यक्तीला दूर केलं पाहिजे. हे धाडसाचं पाऊल उचलण्यावाचून गत्यंतर नसतं.

इंद्रियं, मन आणि बुद्धी ही 'कामा'ची आश्रयस्थाने म्हणजे डोकेदुखी असते, ही गोष्ट काही पुरुषांना जाणवतही असते, परंतु आत्यंतिक स्नेहापोटी ते त्या कामाला दूर सारू शकत नाहीत. देहाला 'मी' मानणाऱ्या जीवाला काम अनेक प्रकारे मोहित करत असतो. कामप्रेरित इंद्रियं बाह्य विषयांशी (objective pleasures)शी संलग्न झाली की ती राग-द्वेष आदी नैसर्गिक वृत्तींनुसार मनामध्ये विषयभोगांची इच्छा किंवा अनिच्छा निर्माण करतात. देहांतर्गत देहीची स्मृती वासनेमुळे भ्रंश पावते; आणि मग जीव भोगाची लालसा धरतो. या सर्वांना कारण हा छुपा 'काम'विकार असतो. म्हणजे हा 'काम' जीवाला आत्मज्ञानापासून दूर भरकटवत नेतो.

इंद्रियभोग भोगण्याचा जेव्हा मोह होतो, तेव्हा काम कार्यरत होतो. कामविकार कार्यरत झाला की तो मनुष्याच्या विवेक-ज्ञानाला आच्छादित करून आपलं कार्य साधतो. त्याचं उच्चाटन करण्याचा उपाय किंवा तंत्र भगवंत इथे सांगत आहेत – अर्जुना, तू प्रथम आपल्या इंद्रियांचा निग्रह कर. बाह्य इंद्रियं, मन आणि बुद्धी यांचा निग्रह केलास म्हणजे तुला या कामरूप शत्रूचा अनायासे बीमोड करता येईल. कामाच्या नाशाशिवाय शास्त्रज्ञान - म्हणजेच आत्म्याचं परोक्ष आणि अपरोक्ष ज्ञान होणार नाही. अर्थात डायरेक्ट आणि इनडायरेक्ट ज्ञान होणार नाही. कारण ज्ञान आणि विज्ञान यांना हा काम नेहमी प्रतिबंधच करत असतो. एवढंच नव्हे तर एखाद्या पुरुषाने निश्चयपूर्वक ज्ञानविज्ञान संपादन केलं तरी हा काम त्यांचा नाश करू शकतो.

त्यामुळे 'काम' जागृत होताच तिथेच त्याला मारून टाकायला हवं. म्हणजे तो इंद्रियं-मन-बुद्धीला प्रभावित करू शकणार नाही. केवळ निश्चयपूर्वक ज्ञान-विज्ञान संपादून उपयोगाचं नाही, तर सर्वार्थाने आपल्या विकासाच्या आड येणाऱ्या छुप्या शत्रूचा पूर्णतः नायनाट करणं हेच पुरुषाचं प्रथमकर्तव्य असतं. कारण ज्ञानाचं दारच हा कामविकार अडवून बसलेला असतो. बुद्धीला सत्याची जाणीव करून देऊन 'कामा'ला मारणे शक्य आहे. त्यासाठी विवेकज्ञानाचा अवलंब केला पाहिजे. बुद्धीला सत्याची जाणीव होण्यासाठी तिला तर्क करायला लावलं पाहिजे. हीच वेदांची शिकवण आहे. सृष्टी कशी निर्माण झाली इथपासून मी कुठून आलो/आले, का आलो/आले, आणि कुठे जाणार आहे इत्यादी विचार बुद्धीला साद घालत राहिले की व्यक्ती तर्क करू लागते. तो ज्ञानमार्ग वेद तर्काच्या सातत्याने प्रकाशित करत जातात; आणि उपनिषदं अंतिम सत्याप्रत नेतात.

भगवान या श्लोकात अध्यात्म आणि विशिष्ट ज्ञान यांचा उल्लेख करतात.

'अध्यात्म' म्हणजे जीवभूत प्रकृतीला ओळखण्याचा सराव. त्यातून परमतत्त्वाला जाणण्याचा प्रयत्न करणं . अध्यात्मविद्या साध्य करण्यासाठी अंतर्मुख व्हावं लागतं.

परंतु इंद्रियं आणि मनाच्या साहाय्याने कामविकार हा जीवाला बहिर्मुख करत असतो. मग आता ही दोन टोकं जुळणार कशी? ती जुळूच शकत नाही. वृत्तिपरिवर्तन होण्यासाठी बाह्य उपचार/उपासना या अध्यात्ममार्गासाठी आवश्यकच असतात. तरीपण 'अध्यात्म' ही अंतर्मुख होण्याची गोष्ट आहे. याउलट कामविकार बाह्य गोष्टीत जीवाला अडकवतो.

एखादी सुंदर स्त्री पाहिली की, पुरुषाच्या मनात चलबिचल सुरू होते. इंटरनेटवर अनेकविध ब्रॅन्डेड कपडे बघितले की अनेक तरुण/तरुणी मोहवश होतात. मैत्रिणीच्या गळ्यात एखादा नवा दागिना पाहिला की स्त्रीला तसा घ्यावासा वाटतो. म्हणजे डोळ्यांना बाह्य जगतातल्या मोहमय गोष्टी दिसल्या की, त्यांच्या संवेदना मनात उमटतात. आणि मग जीवाला त्या मोहमयी वस्तू हव्याशा वाटतात. त्या गोष्टींचा भोग घ्यावासा वाटतो. अशा वेळी बुद्धीत विवेकज्ञान नसेल तर ती तटस्थ होऊन मनापाठोपाठ जाते. पर्यायाने आत्मा तर आणखी दुर्बोध होतो. सतत बाह्य विषयांकडेच ओढ लागण्याची जीवाची धारणा होते आणि त्यामुळे मेंदूची सारासार विवेक करण्याची क्षमता मंदावत जाते. अध्यात्म आणि विवेकज्ञानाला कामविकार अशा तऱ्हेने आपल्या जाळ्यात अडकवून टाकतो. जन्मोजन्मी मग हाच खेळ सुरू राहतो. विवेकज्ञान येऊन जेव्हा मनुष्याचा खऱ्या अर्थाने अध्यात्ममार्गावर प्रवास सुरू होईल, तेव्हाच तो खरा आनंद उपभोगू लागेल. कारण कामविकाराच्या अधीन राहून जीवनात कायमची तृप्ती कधीच येऊ शकत नाही. आनंद तर दूरची गोष्ट! म्हणूनच आनंदापासून मनुष्याला दूर नेण्यासाठी हा कामविकार कारण ठरत असतो. त्याचा प्रभाव झुगारून देता आला तरच मनुष्याचा आनंदमयी अध्यात्ममार्ग प्रकाशित होऊ शकेल.

मग हे कामविकाराचं जोखड दूर तरी कसं करायचं? भगवान या श्लोकात मनुष्याच्या या नित्य शत्रूला म्हणजेच कामविकाराला मारण्याचं तंत्रंही सांगतात :
प्रथम इंद्रियांचं संयमन कर. मग बाह्य इंद्रियं, मन आणि बुद्धी यांचं संयमन कर. मग अनायासे काम नामक शत्रूचा नाश होईल. कामविकाराचा नाश झाल्यावरच शास्त्रज्ञान, आत्म्याचं परोक्ष (indirect) ज्ञान आणि अपरोक्ष (direct) ज्ञान होऊ शकतं.

'सत्'चं ज्ञान हा 'काम' माणसाच्या बुद्धीपर्यंत पोहोचू देत नाही. ज्ञानाचा दरवाजा हा काम अडवून बसलेला असतो. ज्यांना आनंदमय सत् ज्ञान हवं आहे, त्यांनी इंद्रियं मन-बुद्धीला ग्रासणाऱ्या कामाचं उच्चाटन केलं पाहिजे.

*इन्द्रियाणि पराण्याहुरिन्द्रियेभ्यः परं मनः।*
*मनसस्तु परा बुद्धिर्यो बुद्धेः परतस्तु सः ॥३.४२॥*
*एवं बुद्धेः परं बुद्ध्वा संस्तभ्यात्मानमात्मना ।*
*जहि शत्रुं महाबाहो कामरूपं दुरासदम् ॥३.४३॥*

(विषयांपेक्षा) इंद्रियं श्रेष्ठ आहेत असं म्हणतात. इंद्रियांपेक्षा मन, मनापेक्षाही बुद्धी श्रेष्ठ; परंतु आत्मा मात्र बुद्धीहूनही श्रेष्ठ आहे. बुद्धीपलीकडच्या त्या आत्म्याला ओळखून, आत्मज्ञानाने बुद्धी स्थिर करून, या दुर्जय अशा कामरूपी शत्रूला तू मारून टाक.

मागील श्लोकात कामरूपी शत्रूची आश्रयस्थाने सांगून त्यांचा निःपात करायला भगवंतांनी सांगितलं.

या श्लोकात ते त्याचा मार्ग सांगत आहेत. इथे ते इंद्रियांची श्रेष्ठता वेगळ्या दृष्टिकोनातून मान्य करत आहेत. श्रेष्ठ म्हणजे आधिपत्य गाजवणारी. इंद्रियं मनाला विषयांकडे खेचतात आणि पर्यायाने बुद्धीही मनापाठोपाठ विषयांकडे खेचली जाते. या दृष्टीने इंद्रियं ही मन-बुद्धीवर आधिपत्य गाजवणारी असतात. म्हणून ती श्रेष्ठ ठरतात. त्यांची शक्ती प्रचंड असते. त्या शक्तीच्या कचाट्यातून सुटून 'सः'कडे म्हणजे आत्म्याकडे जाणं सोपं खासच नसतं. ती गोष्ट निग्रहाने नव्हे तर संयमानंच साध्य होऊ शकते.

इंद्रियांची ही शक्ती कशामुळे असते? तर विकारांमुळे. विकारांना प्रवृत्त करणारे भोगविषय, शब्द, स्पर्श, रस, रूप, गंध यांमुळे इंद्रियांना शक्ती मिळते. या इंद्रियजन्य जाणिवांच्या माध्ययातून जीव जीवनात भोग उपभोगत असतो. जीवाला होणारी ही सहजप्रवृत्ती इंद्रियांमध्ये दडलेल्या अशा अनेक तत्त्वांमुळे होत असते. कोणत्याही माध्यमाशिवाय स्वतःच्या डोळ्यांनी स्वतःच्याच डोळ्यांना बघणं शक्य नसतं! त्यामुळे जे बाह्य विषय इंद्रियांना दिसतात, जाणवतात, तिकडेच इंद्रियं आणि पर्यायाने

जीव धाव घेतो, बाह्य विषयात तो रमतो, तिथलं सुख अधिकाधिक उपभोगायचा प्रयत्न करतो.

म्हणजेच बाह्य जगताशी प्रत्यक्ष संबंध येतो इंद्रियांचा. मन चंचल असतं तर बुद्धीत विवेक असतो. बुद्धी जीवनाला रीत लावू इच्छिते. लवकर उठून व्यायाम केला पाहिजे, अभ्यास केला पाहिजे, नामस्मरण केलं पाहिजे वगैरे; पण मन मोडता घालतं. रात्री इंद्रियं दमली आहेत, थंडी खूप आहे, विश्रांतीची आवश्यकता आहे! अशा प्रकारचे विचार बुद्धीत भरवून मन बुद्धीला वाकवतं. एखाद्या स्त्रीने दुसरीच्या गळ्यात हिऱ्यांचा नेकलेस बघितला की तो तिला हवासा वाटतो. चैतन्यमय इंद्रियांना मन अशा तऱ्हेने विषयांकडे खेचून नेतं (Buy, beg, borrow or steal!). मग पुढचा प्रवासही सहज घडतो इथे प्रत्येक गोष्ट एकमेकांवर अवलंबून आहे. बुद्धी जर स्वैर सुटली तर मन चंचल बनेल. मन चंचल बनलं तर चैतन्यमय इंद्रियं जड वस्तूंकडे (म्हणजे भौतिक गोष्टींकडे) ओढली जातील. इंद्रियांना असलेली विषयांची ही आवड नैसर्गिक असते. त्यातून सुटका करून घेण्यासाठी एकमेकांवरच्या आधिपत्याचा क्रम उलटा करायला हवा.

इंद्रियांपेक्षा मन श्रेष्ठ आहे. पाठोपाठ बुद्धी आणि मग आत्मतत्त्व. बुद्धीपलीकडील हे तत्त्व बुद्धीविरोधी (anti-rational) नाही तर पारबौद्धिक (super-rational) आहे. त्या तत्त्वाच्या हाती आपली बुद्धी समर्पित करता आली पाहिजे असं भगवान सांगतात. हे तत्त्व आत्मसात झालं तर मनावर ताबा येईल आणि इंद्रियांकडूनही सुनियंत्रित कर्मं होतील. इंद्रियं, मन आणि बुद्धी यांच्या पलीकडे असलेलं सर्वव्यापक, सर्वांतर्यामी, सर्वप्रकाशक आणि सर्वसाक्षी असं जे आत्मतत्त्व आहे, त्या तत्त्वाला बुद्धी समर्पित केली पाहिजे. ते परतत्त्व बुद्धीनंच समजून घेतलं पाहिजे. कम्प्युटरची भोळ्याभावाने पूजा केली तरी त्याचं ज्ञान कदापि होणार नाही.

महाराष्ट्र ही संतांची भूमी. अनेक संतमहंत इथे होऊन गेले. त्यातलेच एक पुरोगामी विचारसरणीचे थोर संत आणि समाजसेवक म्हणजे गाडगेबाबा! १८७६मध्ये विदर्भातल्या दर्यापूर तालुक्यातील शेणगावी त्यांचा जन्म झाला. लहानपणापासून ते धार्मिक, सत्त्वशील, परोपकारी आणि कष्टाळू होते. संसारातून मन काढून ते त्यांनी समाजकार्यात लावलं. रानावनात गावोगावी फिरत त्यांनी आत्मसाधना केली. कोणत्याही गावात ते गेले म्हणजे प्रथम ते स्वतः गावाची सफाई करू लागत. भजन-कीर्तनात त्यांचं मन रमत असे. त्यांची भाषा साधी सोपी परंतु हृदयाला भिडणारी असायची.

समाजातल्या ढोंगांवर मात्र ते कडाडून टीका करायचे. सेवा, प्रेम, भूतदया या गोष्टींविषयी कळकळीचा उपदेश करताना शिक्षणाचं महत्त्वही ते वेळोवेळी प्रतिपादन करत असत.

त्यांच्याविषयी एक गोष्ट ऐकिवात आहे. धार्मिक यात्रेच्या वेळी ते देवळाच्या दारात पाठमोरे उभे राहत आणि देवदर्शनासाठी मोठी रांग लावलेल्या भक्तांना पोटतिडकीने सांगत, 'अरे, इथे गाभाऱ्यातल्या दगडात देव नाही रे! देव आहे तुमच्या-माझ्यात! इथे पसरलेल्या जनसागरात! त्या देवाची पूजा करत जा. तीच खरी भक्ती आहे बाबांनो!'

त्यांचा कळकळीचा उपदेश भक्तसागरात विरून जायचा, तथापि काहींच्या तो हृदयाला भिडायचा आणि मग त्यांना खरी भक्ती उमजायची.

मूर्तिपूजा हे एक शास्त्र आहे. निर्विकल्प समाधीपर्यंत जाण्याची ती एक पायरी आहे. ध्यानधारणेत ती आवश्यकही आहे, परंतु चालतं बोलतं चैतन्य जिथे आहे त्याची सेवा करणं , पूजा करणं ही गोष्ट दगडी मूर्तीचं दर्शन घेण्यापेक्षा अधिक श्रेष्ठ आहे ही गोष्ट गाडगेमहाराजांनी जाणली होती. त्यांनी आपल्या आयुष्यात मिळविलेलं सारं लौकिक धन आणि विचारधन लोकसेवेत खर्च केलं. पंढरपूर, नाशिक, आळंदी, देहू, त्रंबकेश्वर, पुणे अशा ठिकाणी त्यांनी धर्मशाळा आणि गोरक्षण संस्था उभारल्या. एवढं करूनही ते या सर्व गोष्टींपासून अखेरपर्यंत अलिप्त राहिले. लोकमानसात मात्र त्यांनी खरीखुरी भक्ती रुजवली. कारण त्यांनी बुद्धीपलीकडील आत्म्याला ओळखलेलं होतं. त्यामुळे आत्मज्ञानाचा मार्ग त्यांना गवसला होता.

हिमालयात असेच नीम करोली बाबा होऊन गेले. एकदा एक श्रीमंत त्याचं काही काम झाल्यामुळे पैशाची एक गोणी घेऊन बाबांकडे आला. बाबांनी त्या नोटा अंथरूण म्हणून पसरल्या आणि ते त्यावर पहुडले; पण त्यांना झोप लागेना. थंडी खूप होती. जवळ अग्नी नव्हता. ते त्या श्रीमंताला म्हणाले, 'या नोटा जाळून मला ऊबही घेता येणार नाही. त्यापेक्षा मला खाण्यासाठी एखादं फळं आणून दे!'

आत्मतत्त्व जाणल्यानंतर भौतिक सुखं तुच्छ वाटायला लागतात. म्हणून ती अवस्था प्राप्त करून घ्यायची असेल आणि समर्थपणे ज्ञानपूर्वक जीवन जगायचं असेल तर सर्वप्रथम मनात सतत वासना निर्माण करणाऱ्या कामरूपी दुर्जय अशा शत्रूला पराभूत

केलं पाहिजे. त्यानंतर इंद्रियं आणि मनाला बुद्धीच्या प्रभावाखाली आणून बुद्धीला आत्मस्वरूपाला ओळखण्याचा प्रयत्न केला पाहिजे.

इंद्रियं, मन, बुद्धी आणि त्यापलीकडच्या आत्मतत्त्वाला एकदा जाणलं की कामविकार तुच्छ वाटायला लागतील. म्हणून आत्म्यावर आपलं चित्त स्थिर करून कामरूपी दुर्जय शत्रूला मारून टाकलं पाहिजे. बुद्धीरूपी घोडा उधळला तर मनाची गाडी आणि त्या पाठोपाठ इंद्रियरूपी चाकं आपोआप धावू लागतील. म्हणून बुद्धीत प्रथम स्थैर्य आणता आलं पाहिजे. मग मनोनिग्रह आणि इंद्रियदमनरूपी गाडीवान स्वार झाला पाहिजे.

ॐ श्री परमात्मने नमः

## अध्याय चौथा

# ज्ञानकर्मसंन्यासयोग

या अध्यायात ज्ञान प्राप्त केल्यानंतर कर्म करत असतानाही कर्मसंन्यासाचे फळ कसे प्राप्त होते हे सांगितले आहे. या अध्यायात गीतेचा प्रसिद्ध श्लोक आहे, की 'जेव्हा जेव्हा धर्माला ग्लानी येते तेव्हा तेव्हा भगवंत अवतार घेतात'.

**श्री भगवान उवाच**

*इमं विवस्वते योगं प्रोक्तवानहमव्ययम्*
*विवस्वान्मनवे प्राह मनुरिक्ष्वाकवेऽब्रवीत् ॥४.१॥*
*एवं परम्पराप्राप्तमिमं राजर्षयो विदुः।*
*स कालेनेह महता योगो नष्टः परन्तप ॥४.२॥*
*स एवायं मया तेऽद्य योगः प्रोक्तः पुरातनः।*
*भक्तोऽसि मे सखा चेति रहस्यं ह्येतदुत्तमम् ॥४.३॥*

हा अविनाशी आत्मयोग मी प्रथमतः विवस्वानाला सांगितला. त्याने मनूला आणि मनूने तो इक्ष्वाकूला सांगितला. हे परन्तप अर्जुना, परंपरेने प्राप्त झालेल्या या आत्मयोगाला अनंत कालाच्या उदरात मग साहजिकच उतरती कळा लागली. तोच हा पुरातन योग मी आज तुला सांगितला आहे. कारण तू माझा भक्त आणि सखा आहेस. हा योग म्हणजेच सर्व रहस्यांतलं उत्कृष्ट रहस्य आहे.

चौथ्या अध्यायात प्रारंभीच भगवंतांनी योगाविषयीची परंपरा सांगितली आहे. सर्व रहस्यांतलं हे सर्वोत्कृष्ट रहस्य आहे असं तेच म्हणतात.

कोणतंही रहस्य जाणून घेण्याची व्यक्तीची स्वाभाविक प्रवृत्ती असते. बालपणी मुलं केवळ खेळात रमतात. जसजशी ती मोठी होत जातात, तसतसं त्यांना रहस्य साद घालू लागतं. रहस्यमय चित्रपट किंवा मालिका अथवा रहस्यमय पुस्तकं आवडू लागतात. त्यातला रस संपला की एलियन्स, अलौकिक गोष्टी, मालिका, गेम्स् वगैरेंची आवड निर्माण होते. काही जण पुढे याच शोधासाठी अध्यात्ममार्गाकडे वळतात. काही जण विज्ञानातून आकाशगंगा, ब्रह्माण्ड वगैरेचा शोध घेण्याचा प्रयत्न करतात.

यात आयुष्य निघून जातं, पण रहस्य उलगडत नाही! भगवान सांगतात, या विश्वातील सर्वोत्कृष्ट रहस्य म्हणजे 'योग' आहे आणि ते उलगडण्याची किल्ली आपल्याजवळच देऊन ठेवली आहे!

मग ती किल्ली वापरून रहस्य उलगडायचं कसं? भगवान ५,००० वर्षांपूर्वी हे ज्ञान उलगडताना सांगतात की, 'त्या ज्ञानाला आता उतरती कळा लागली आहे.' पाच हजार वर्षांपूर्वी जर या ज्ञानाला उतरती कळा लागली असेल, तर आजच्या काळात तर ते योगज्ञान आकलनाच्या पलीकडे गेलं आहे असंच म्हणावं लागेल!

योग म्हणजे योगासने नव्हेत! 'जाणण्याच्या' क्रियेमधला तो अगदी प्राथमिक भाग झाला- संगीत नाटकापूर्वी नांदी असावी तसा! मग योगशास्त्र कसं समजून घ्यायचं? कपिल मुनींनी सिद्ध केलेलं आणि भगवान पतंजलींनी सूत्रबद्ध केलेलं योगशास्त्र आज समजून घेणं तितकं सोपं राहिलेलं नाही. आज कित्येकांना आपली मातृभाषा धड बोलता येत नाही, तर मग संस्कृत भाषा, त्यातली परिभाषा आणि सिद्धान्त यांचं आकलन होणं कसं शक्य आहे? हे सर्वथः अशक्य आहे! सुमेरियन संस्कृतीतल्या विटांवर लिहिलेल्या अगम्य चित्रांचा आजही बोध होऊ शकत नाही. अशीच गोष्ट पिरॅमिडसह जगातल्या अनेक संस्कृतींच्या संदर्भात आहे. त्याचप्रमाणे योगस्वरूप जाणणंही अशक्य होऊन गेलं आहे. ते योगरहस्य नेटवर वाचायला मिळत नाही, मिळालं तर समजत नाही आणि कृती तर पलीकडची गोष्ट! कारण त्यासाठी यम-नियमांपासून सुरुवात करावी लागते. कामविकाराला सुयोग्य दिशा द्यावी लागते. त्यासाठी मन स्वच्छ करावं लागतं. ते कसं करणार? केवळ ध्यानाने ते लवकर शुद्ध होत नाही. त्यासाठी प्रथम 'तप' करावं लागतं. पण 'तपा'चा मूळ अर्थच आज बदलून गेला आहे. म्हणूनच योगाचं रहस्य उलगडत नाही आणि मग आपलं मन अनेकविध शंकांनीच ग्रासून जातं. शंकांचं गाठोडं बरोबर घेऊनच जीवनाची समाप्ती होते.

याचा अर्थ कुणी चार चमत्कार सांगितले म्हणजे बुद्धी गहाण ठेवून त्यावर विश्वास टाकावा असं नव्हे. किंबहुना सिद्धी आणि चमत्कार करण्याचं सामर्थ्य प्राप्त झालं म्हणजे अंतिम सत्य समजलं असंही नसतं. ही गोष्टही समजून घेतली पाहिजे. भगवान त्याविषयीही पुढे सावध करणारच आहेत. म्हणूनच दुसऱ्या अध्यायातील एकोणतिसाव्या श्लोकात भगवान सांगतात, आत्मस्वरूपाला कुणीही तत्त्वत:सुद्धा जाणू शकत नाही. मग परमतत्त्व जाणणं ही फार दूरची गोष्ट! आज अनेक योग्यांकडे सिद्धी आहेत पण परमात्मस्वरूप जाणण्यासाठी त्यांचाही अविरत प्रयत्न सुरू आहे ही गोष्ट याचीच निदर्शक आहे.

हे विश्व योजनाबद्ध आहे, योगमायेकडून ते बांधलं गेलं आहे. त्यालाच विश्वचक्र किंवा कर्मचक्र अथवा यज्ञचक्र म्हणतात. विश्वाच्या मागे विशाल मन आहे. मन आलं की कर्मप्रवृत्ती आलीच. पण ते वैश्विक मन शुद्ध आणि निर्मल आहे. त्याच्याशी योग साधायचा झाल्यास त्या वैश्विक मनाचेच गुण म्हणजेच त्याच्याच क्वालिटीज आपल्यामध्ये आल्या पाहिजेत. पाण्यात तेल मिसळू शकत नाही; पाण्यात पाणीच एकरूप होऊ शकतं. वैश्विक मनाचे गुण आपल्यामध्ये येऊ लागले तरच त्या विशाल मनाशी आपला योग होऊ शकतो! मग ते साध्य तरी कसं होणार? त्यासाठी हे 'शास्त्र' समजून घेणं हाच राजमार्ग आहे.

प्राचीन काळी उज्ज्वल परंपरेने चालत आलेल्या ज्ञाननिष्ठारूप कर्मयोगाचं सर्व राजर्षी, क्षत्रिय निष्ठापूर्वक निरहंकार होऊन आचरण करत असत. असा बराच काळ निघून गेला. हळूहळू क्षत्रिय कामासक्त झाले. धर्माचा ऱ्हास झाला. सरस्वती नदी जशी बघता बघता गुप्त झाली, त्याप्रमाणे ज्ञानयोगी बघता बघता लुप्त झाले. कालाच्या ओघात लोक दुर्बल आणि अजितेंद्रिय बनले. त्यामुळे आज ती सनातन परंपरा संपुष्टात आली आहे. हे सांगून भगवान अर्जुनाला म्हणतात, तोच हा प्राचीन योग मी तुला आता सांगितला. कारण तू माझा भक्त आहेस आणि सखाही आहेस. म्हणूनच हे उत्तम ज्ञान मी तुला दिलं.

भगवान अर्जुनाला 'सखा' म्हणूनच संबोधतात. अर्जुन नवविधा भक्तीतल्या आठव्या स्तरावर पोहोचला होता. म्हणजेच सख्य भक्तीपर्यंतचा त्याचा प्रवास झाला होता. आपण एखाद्या मोठ्या व्यक्तीला आपला सखा बनवू शकत नाही. जरी आपण त्या व्यक्तीला सखा मानलं, तरी त्या व्यक्तीने आपल्याला सखा मानायला नको का? अनोळखी व्यक्ती आपल्याकडे सख्य-प्रस्ताव घेऊन आली तर आपण तरी तिला सखा मानू का? मग तात्त्विक दृष्ट्या परमेश्वर तरी आपल्याला 'सखा' का मानेल? त्याने आपल्याला सखा मानण्यासाठी प्रथम आपण आपल्यामध्ये त्याच्याविषयी कृतज्ञता भाव निर्माण केला पाहिजे. कोणत्याही अपेक्षेविना परमेश्वराने जे काही आपल्याला दिलं आहे, त्याविषयी कृतज्ञता बाळगली पाहिजे. जे मिळालं नाही किंवा मिळत नाही त्याविषयी खंत न बाळगता तो आपल्याच पूर्वकर्मांचा परिपाक आहे, हे मान्य केल पाहिजे.

भगवंताने आपल्याला त्याचा सखा मानायला हवं असेल तर त्याच्याशी संबंध जोडण्याचा प्रयत्न करायला हवा. त्रिकालसंध्या आणि निष्काम कर्मयोग या माध्यमातून परमेश्वराशी निरपेक्ष भावपूर्ण संबंध प्रस्थापित होऊ शकतात. मग त्याचे यापूर्वी सांगितलेले सर्व गुण आपल्यामध्ये आणायचा प्रयत्न केला पाहिजे. मग एक

दिवस असा येईल की, तोच आपल्याला सखा मानू लागेल. त्यामुळे 'भक्त' आणि 'सखा' म्हणजे काय, तेही समजून घेतलं पाहिजे. या बाबतीत प्रचलित संकल्पनांचाही पुनर्विचार करावा लागेल!

कोणतेही नवे विचार एकदम स्वीकारणं हे भारतीय विचारधारेला पसंत नाही. म्हणून हे विचार किती सनातन आहेत, अनादि आहेत हे सांगणं भाग पडतं. जर विचार पटले तर ते टिकतात आणि टिकले तर मान्यता पावतात.

सहस्रो वर्षांपूर्वी ज्यांनी कुणी मनुष्यमात्राच्या सर्वांगीण उत्कर्षासाठी हे अगाध तत्त्वज्ञान शोधून काढलं किंवा देवांनी दिलं, ते तत्त्वज्ञान कालानुरूप पुनःपुन्हा सांगावं लागतं. ज्या विचारांमध्ये ताकद नसते ते विचार काही काळ तग धरून नाश पावतात. इथे विचार तेजस्वी आणि चिरंतनच होते, परंतु मधल्या काळात हे तेजस्वी विचार समजून घेण्याची आणि आचरणात आणण्याची कुवत माणसामध्ये राहिली नव्हती. हा दोष विचारांचा नसून त्या त्या पिढीतील माणसांचा होता. अन्यथा ते विचार टिकलेच नसते. एखादं कडू औषध पुन्हा पुन्हा घेतलं तर आजार नाहीसा होतो. त्याप्रमाणे वारंवार सांगितलेले उपकारक विचारही अज्ञान नष्ट करतात, फक्त ते विचार पचनी पडले पाहिजेत. त्यासाठी विचारांना बुद्धीने समजून घेतलं पाहिजे. अध्यात्ममार्गात बुद्धी शाबूत ठेवणं अतिशय महत्त्वाचं असतं. म्हणून उन्नतावस्थेतील दीर्घकालीन जीवनपद्धती आज पुन्हा प्रस्थापित करायची असेल तर त्या प्राचीन 'योगा'चं स्वरूप प्रथम बुद्धीनंच यथोचित जाणून घ्यायला हवं. सहस्रो वर्षांपूर्वी भगवान पतंजली ऋषींनी योगशास्त्र सूत्रबद्ध केलं. भारताची विचारपरंपरा फार प्राचीन आहे. फक्त ते विचार कालानुरूप पुनःपुन्हा सांगावे लागतात इतकंच!

पूर्वी सांगितलेला कर्मयोग भगवंतांनी पुन्हा अर्जुनाला इथे कथन केला आहे. विचारांनी माणूस उभा राहतो. सुविचार पुनःपुन्हा सांगावे लागतात. त्यासाठीच आपल्याकडे पारायण करण्याची प्रथा असावी. भगवद्गीतेसारखा सर्वश्रेष्ठ ग्रंथ समजून घेऊन, त्यातून प्रेरणा घेऊन कृती करण्याची आज खरी गरज आहे.

**अर्जुन उवाच**

*अपरं भवतो जन्म परं जन्म विवस्वतः।*
*कथमेतद्विजानीयां त्वमादौ प्रोक्तवानिति।।४.४।।*

**श्री भगवान उवाच**

*बहूनि मे व्यतीतानि जन्मानि तव चार्जुन ।*
*तान्यहं वेद सर्वाणि न त्वं वेत्थ परन्तप ॥४.५॥*
*अजोऽपि सन्नव्ययात्मा भूतानामीश्वरोऽपी सन् ।*
*प्रकृतिं स्वामधिष्ठाय संभवाम्यात्ममायया ॥४.६॥*

अर्जुन म्हणाला, 'आपला जन्म तर अलीकडचा; आणि सूर्याचा जन्म फार पूर्वीचा अर्थात कल्पारंभी झालेला होता. तर मग आपणच कल्पारंभी सूर्याला हा योग सांगितला होता, असे कसे समजू?' भगवान म्हणाले, अर्जुना, माझे आणि तुझे आजपर्यंत अनेक जन्म होऊन गेले आहेत. त्या सर्व जन्मांची मला जाणीव आहे आणि तुला मात्र नाही! मी जन्मरहित असून माझ्या स्वरूपात कधी फरक होत नाही. मी सर्व प्राणिमात्रांचा प्रभू आहे तरीही मी प्रकृतीला वश करून मायेच्या सामर्थ्याने जन्म घेत असतो.

या आधीचा श्लोक क्र. ४.५ मध्ये अर्जुनाने प्रश्न केला होता, 'विवस्वानाचा जन्म केवढा प्राचीन! मग त्याला तू केव्हा योग सांगायला गेला होतास?'

इथे विवस्वान म्हटलं आहे ते सूर्य या अर्थाने नव्हे! तर सूर्यकुलातील प्राचीन विवस्वान राजा हा अर्थ इथे अभिप्रेत आहे. प्राचीन इतिहास-तत्त्वज्ञानाचे अर्थ लावताना अनर्थही होऊ शकतो आणि मूळ श्लोकाचा अर्थ दुर्बोध होतो. 'अरुण' म्हणजे सूर्य. 'अरुण शाळेत गेला आहे,' या वाक्याचा अर्थ सूर्य शाळेत गेला आहे असा होत नाही!

भगवान उत्तर देतात, तुझे आणि माझे पुष्कळ जन्म होऊन गेलेले आहेत. ते सर्व मी जाणतो; पण तू जाणत नाहीस, म्हणून तू संभ्रमात पडलास!

प्रकृतीत परमेश्वर अधिष्ठित झाला म्हणजे प्रकृतीपासून व्यक्त सृष्टी निर्माण होते. जन्ममृत्यूचं रहाटगाडगं सुरू होतं. परमेश्वर निर्गुण, निराकार आहे; पण तो सगुण साकारही होऊ शकतो. प्रत्येक देहामागे त्याची तत्त्वशक्ती असते. एखाद्या कार्यासाठी, भोगासाठी, पाहण्यासाठी, ऐकण्यासाठी देहाची निर्मिती होते. हा उद्देश पार पाडण्यात देह विफल ठरला तर ती तत्त्वशक्ती तो देह सोडून दुसरा देह धारण करते. अशा तऱ्हेने परमेश्वर नित्यही असतो आणि जन्मही घेऊ शकतो. प्रकृती हीच माया असते आणि परमेश्वर हा मायेचा मालक असतो, असं उपनिषदात सांगितलेलं आहे.

आज मिळणारं शिक्षण, इझम आणि धर्मविचार हे मनावर इतके खोलवर ठसवले गेले आहेत की, त्या आधारावरच व्यक्ती विशिष्ट पूर्वग्रह दृष्टिकोनातून विश्व आणि भगवान यांच्याविषयी विचार करते. धर्माने देव 'उचलला' म्हणजे आधार घेतला आणि विज्ञान 'अवास्तविक' गोष्टींचंच संशोधन करत राहिलं. हे म्हणजे एखाद्या अभिनेत्याच्या जीवनाचा शोध चित्रपटाच्या पडद्यावर घेण्यासारखं आहे. त्यामुळे विश्वाचं आणि पर्यायाने परमेश्वराचं मूळ स्वरूप दुर्बोध होऊन गेलं आहे. त्यामुळे मायेचा वेगळाच अर्थ लावला जात आहे. जगद्विख्यात दार्शनिक शास्त्रज्ञ निकोला टेस्ला म्हणतो,

> 'The day science begins to study non-physical phenomena, it will make more progress in one decade than in all the previous centuries of its existence... The scientists of today think deeply instead of clearly. One must be sane to think clearly, but one can think deeply and be quite insane.'

माया म्हणजे 'आभासी'(Illusion) नाही तर 'अवास्तविक' (Unreal). ऐन कडक उन्हात दूरवर मृगजळ दिसतं पण तो आभास असतो; इल्यूजन असतं, पण हे विश्व असं मृगजळाप्रमाणे आभासी नाही तर ते अनरिअल आहे. समजा टीव्ही वरच्या एखाद्या चॅनेलवर आफ्रिकेच्या जंगलातलं शूटिंग दाखवलं जात असेल; आणि अचानक वीज जाऊन टीव्ही बंद झाला, त्यावरचं आफ्रिकेचं जंगलही नाहीसं झालं. तर याचा अर्थ मूळ आफ्रिकेचं जंगलही नाहीसं झालं असं समजायचं का? टीव्हीवर दिसणारं ते जंगल हे अवास्तविक होतं; पण मूळ स्वरूपात ते 'निर्मित' असतंच असतं. मन आणि मेंदूमधील विविध क्रियांमुळे ते खरं आहे असा भास होतो. तरीपण आकार आणि गुण निर्माण केल्याशिवाय आभासी गोष्टी तरी दिसणार कशा?

त्याप्रमाणे इथे अनुभवाला येणारं हे विश्व अवास्तविक आहे; पण मृगजळाप्रमाणे ते आभासी नाही. ते कुणीतरी कुठेतरी नक्कीच बनवलेलं आहे - ते आपोआप बनलेलं नाही. सिनेमाच्या पडद्यावर अभिनेत्याचा मृत्यू झालेला दिसला तरी वास्तविक जीवनात तो मेलेला नसतो! याउलट तो अभिनेता चित्रपटात अमर दाखवला तरी वास्तविक जीवनात तो केव्हाच मृत्यू पावलेला असतो. थिएटरमध्ये सिनेमाचा एक खेळ म्हणजे शो संपला तरी तो सिनेमा फिल्मवर अथवा डिजिटल स्वरूपात कायम असतोच; आणि तो निर्माणही केला गेले असतो. त्यामागे निर्माता-दिग्दर्शक-तंत्रज्ञ आणि अभिनेता-अभिनेत्री यांचाही सहभाग असतो.

म्हणजे थिएटरमधल्या पडद्यावर 'दिसणारी' ती माया असते, फिल्मवर केलेला तो 'प्रोग्रॅम' असतो आणि बनवणारा खरा 'निर्माता' असतो! फिल्मवर चित्रपटाचा निर्माता दिसत नाही, पण एरवी तो दिसू शकतो; पण हा वैश्विक मायिक चित्रपट रचणारा निर्माता मात्र दिसतच नाही! हजारो वर्षं असंख्य ऋषी त्या निर्मात्याचा शोध घेत आहेत; पण तो दिसत नाही, उमजतही नाही! एखाद्या स्वनिर्मित चित्रपटात त्या निर्मात्याने एखादी भूमिका करावी आणि पुन्हा मेकअप उतरवून आपली मूळ ओळख धारण करावी, असा हा प्रकार आहे, परंतु या वैश्विक निर्मात्याच्या बाबतीत मात्र मूळ स्वरूप कायम ठेवून या खेळात त्याला उतरता येतं हे गूढ आहे!

मनुष्य अशा या अवास्तविक म्हणजे जणू टीव्हीवरच्या आफ्रिकेच्या जंगलाप्रमाणे अडकला आहे. म्हणून 'माये'चा अर्थ ज्याने घडवलं ते विसरून जे घडलं यात अडकून जाणं किंवा रमून जाणं म्हणजे माया!

भगवान म्हणतात, 'मी मायेने जन्म घेतला.' ती माया अशीच आहे. या भूमिकेतून विचार केल्यास समजेल की, भगवंताला जन्म घेण्याची काहीच आवश्यकता नसते, पण तो अजन्मा आपल्या मायेने जन्म घेऊन येतो. आसक्तिविरहित कर्मयोगाचं समर्थन करण्यासाठी तो येतो. स्वतः अनेक जन्मांत लोकसंग्रहार्थ कर्म करतो. म्हणूनच त्याला पूर्वजन्मांचं स्मरण असतं. सामान्यांना तशी स्मृती नसते. तथापि, अर्धजाणीवयुक्त मनाशी संपर्क साधण्याच्या अभ्यासातून सामान्यांनाही पूर्वजन्मीची स्मृती येऊ शकते. मायेकडे या वेगळ्या दृष्टिकोनातून बघितल्यास आपल्याला व्यापून असलेलं मायेचं पटल दूर करता येईल आणि आपलं खरं स्व-स्वरूप समजेल.

जग ही एक अवाढव्य धर्मशाळा आहे. आपापली नाती आपल्याबरोबर घेऊन जन्माला आलेली माणसं काही काळ या धर्मशाळेत विसावतात - अवास्तविक जगात रमतात - या ऐहिक धर्मशाळेत सुखदुःखांचे भोग भोगतात, आणि पुढल्या मुक्कामाला निघून जातात. आपला भ्रम दूर करून मायेचं वर सांगितलेलं स्वरूप ओळखलं तर

आपल्यालाही साऱ्या पूर्वजन्मांचं स्मरण होईल. त्यासाठी कर्तेपणाला आणि भोक्तेपणाला तिलांजली देऊन ब्रह्म हेच एकमेव सत्य आहे याची जाणीव झाली पाहिजे. ते साध्य झालं तरच काळाचा पडदा दूर होऊन भूतकाळ वर्तमानकाळात येईल आणि वर्तमानकाळात भविष्यकाळाचं दर्शन घडेल! म्हणजेच काळ सम होऊन जाईल.

अगस्त्य ऋषींसारख्या महान ऋषींना मायेचं स्वरूप समजलं होतं. तो वैश्विक प्रोग्रॅम त्यांच्यापुढे साकारला होता. म्हणूनच प्रत्येक मनुष्याचं भविष्य ते भूर्जपत्रावर नोंदवू शकले. आज जगातले असंख्य डॉक्टर्स, शास्त्रज्ञ, सामान्य जन, तत्त्वज्ञ यांना मृत्यूनंतरच्या जीवनाचा आणि पुनर्जन्माचा अनुभव मिळालेला आहे. त्यातली सत्यताही त्यांनी पडताळून पहिली आहे. डॉ. ब्रायन वाईस, डॉ. रेमंड मूडी, डॉ. वि. म. भट ही काही वानगीदाखल नावं. गवतातून काडी निघावी त्याप्रमाणे जीव अतिशय सहजगत्या चार कोषांसह भौतिक देहाबाहेर पडतो आणि दुसरं नवं शरीर धारण करतो. पुढच्या जन्मात मागच्या जन्मातली स्मृती म्हणजे मेमरी अंतर्मनात सुप्त होऊन राहिलेली असते. मेंदू आणि व्यक्त मनाला त्याची जाणीवही राहत नाही. ती मागच्या जन्मांची जाणीव राहिली असती तर काय झालं असतं, याची प्रत्येकाने कल्पना करावी! मागच्या जन्मातले नातेसंबंध, हेवेदावे, शत्रू, वाईट अनुभव एकत्रपणे आठवले असते तर चालू जन्म नीट जगणं शक्य होईल का? पण ज्याने हा प्रोग्रॅम बनवला, त्याला मात्र या स्मृतींमुळे काहीच फरक पडत नाही! विशेष म्हणजे हा प्रोग्रॅम जाणायचा झाल्यास अंतर्मनाला जोडलेल्या पूर्वजन्माच्या स्मृतीच्या संग्रहामार्फत एखादा मुमुक्षू तो जाणू शकतो हे विशेष! पण आज त्यासाठी वेळ कुणाला आहे? आणि कशासाठी जाणून घ्यायचा? कारण सर्वच जण तो जाणू शकले तर भगवंताच्या खेळाला काहीच अर्थ उरणार नाही!

भगवान सांगतात, 'मी अजन्मा असून जन्म घेतो पण माझे ज्ञानस्वरूप नित्य आहे. त्याला कसलीही बाधा येत नाही; कारण माझा जन्म मायावी स्वरूपाचा असतो. प्रसंगविशेषी मी जन्म घेतो परंतु माझा हा जन्म मुळात नसतो; पण तो तसा भासतो. ही सारी माया आहे आणि माया माझ्या अधीन आहे.'

*यदा यदा हि धर्मस्य ग्लानिर्भवति भारत ।*
*अभ्युत्थानमधर्मस्य तदात्माने सृजाम्यहम् ॥४.७॥*
*परित्राणाय साधूनां विनाशाय च दुष्कृताम् ।*
*धर्मसंस्थापनार्थाय संभवामि युगे युगे ॥४.८॥*

हे भारता, जेव्हा जेव्हा धर्माला ग्लानी येऊन अधर्माचं प्राबल्य माजतं, तेव्हा (तेव्हा) मी (आपणहून) स्वतःच जन्म घेत असतो. सज्जनांच्या संरक्षणाकरिता आणि दुर्जनांच्या नाशाकरिता मी युगायुगात धर्माची संस्थापना करण्यासाठी अवतार घेतो.

भगवद्गीतेमधील हे अत्यंत महत्त्वाचे श्लोक आहेत. अवताराचं प्रयोजनच या दोन श्लोकांमधून भगवंतांनी सांगितलेलं आहे. रिलिजन (Religion) या अर्थाने हा धर्म नाही, हे मात्र ध्यानात घ्यायला हवं. धर्माला ग्लानी येणे, म्हणजे मनुष्य-धर्म विचारांना ग्लानी येणं. धर्म कशाने उभा राहतो? तर व्यक्तिगत जीवनात तप, कौटुंबिक जीवनात प्रेम आणि सार्वजनिक जीवनात त्यागभावना असल्यामुळे धर्म उभा राहत असतो. म्हणजे यामध्ये आचारविचाराचा अंतर्भाव असतो; पण जेव्हा मनुष्याच्या अतिरेकी आणि अविवेकी वासना बळावतात, नीतिमत्ता गुंडाळली जाते आणि जेव्हा मनुष्यधर्म रसातळाला जातो तेव्हा भगवान धर्माच्या पुनःस्थापनेसाठी जन्म घेतात. मग महाभारतकाळी धर्माबाबत अशी कोणती परिस्थिती उद्भवली होती की ज्यामुळे धर्माच्या पुनःस्थापनेची भगवंतांना गरज वाटली?

महाभारतातील 'उद्योगपर्वा'त याचं उत्तर मिळतं. महायुद्धापूर्वी व्यासमहर्षी धृतराष्ट्राला भेटायला येतात. तेव्हा ते तत्कालीन ग्लानीयुक्त धर्माचं वर्णन करतात. ते वर्णन थोडक्यात पाहू.

> त्या युद्धात फार मोठा प्राणिक्षय होणार होता. तशी भयंकर दुःश्चिन्हं दिसत होती. अंतरिक्षात वराह आणि मार्जार यांचा कलह होत असलेला रोज रात्री ऐकू असे. अरुणोदयाच्या वेळी टोळधाड अंतरिक्षाला झाकून टाकायची.

अभ्रं नसताना मेघांची घोर गर्जना होत होती. विविध राज्यांमध्ये गायींऐवजी गाढवांची पैदास अधिक होत होती. वनातले वृक्ष ऋतू नसतानाही फळाफुलांनी बहरून जात होते. घुबडांचे अशुभ बोल सतत ऐकू होते. वांझोट्या स्त्रिया विद्रूप मुलांना जन्म देत होत्या. पुत्र मातांशी संग करत होते. काही ठिकाणी प्रसूत होणाऱ्या स्त्रियांना एकाच वेळी पाच कन्या होत होत्या. चांडाळांपासून उत्पन्न झालेले लंगडे-थोटे लोक मार्गांमधून वेड्यासारखे गात-नाचत फिरत होते. तीन शिंगं, चार नेत्र, पाच पाय, दोन इंद्रियं, दोन मस्तकं आणि दोन पुच्छं असलेले विचित्र पशू त्या राज्यात निर्माण होत होते. श्रीमंत घरातली मुलं चोरांच्या घरात नृत्य करत होती. वनश्रीनंही विकृत रूप धारण केलं होतं. कमल, कुमुद, कल्हार, उत्पल आदी जलपुष्पं वृक्षांवर लागत होती. नगरांमधून चारही बाजूंनी न शमणारी धूळ सतत उडत होती. भूकंप तर एकसारखे होत होते. अग्नीतून विपरीत रंगांच्या ज्वाळा निर्माण होत होत्या आणि त्यामुळे स्पर्श, गंध, रस हेही दूषित बनलं होतं.

पाशवी शक्तीचं प्राबल्य वाढलं होतं. सर्वत्र अधर्म माजला होता. अनीतिमान राजे साम्राज्यविस्तार करू लागले होते. धर्म पायदळी तुडवला जात होता.

भौतिकता आणि आत्मकेंद्रित (स्वार्थप्रणीत) मायामोहाच्या पसाऱ्यात माणूस गुरफटून गेला म्हणजे त्याला धर्माचा विसर पडतो. तो खऱ्या धर्माला पारखा होतो. तो रिलिजन स्वरूपातल्या धर्माचं पालन करतो; पण त्यातून अनेकदा परधर्माचा द्वेषही केला जातो. त्यातून मोठा संघर्ष निर्माण होतो. भगवंतांना मानवता धर्म अभिप्रेत आहे. एकदा या धर्माचं बंधन सुटलं म्हणजे मनुष्याच्या हातून अनन्वित अधार्मिक कृत्यं घडतात. त्याचा स्वार्थ जागृत होऊन परार्थाकडे आणि पर्यायाने परमार्थाकडे तो पाठ फिरवतो. समाजात अधर्म बोकाळतो. माणुसकी पायाखाली तुडवली जाते. एकदा जगातली माणुसकी संपली म्हणजे दोन पायांवर चालणारे पशू सर्वत्र निर्माण होतात. स्वार्थाने माजलेले लोक एकमेकांच्या जीवावर उठतात. ज्येष्ठांविषयीचा आदरभाव नष्ट होतो. नीतिनियमांचीही स्मृती राहत नाही. सर्वत्र स्वैराचार माजतो.

पूर्वी ऋषिमुनी रानावनात भटकंती करायचे. कंदमुळं खाऊन उदरनिर्वाह करायचे. सारी भूमी सर्वांची आहे, इथलं पाणी सर्वांचं आहे, मिळणारा सूर्यप्रकाश सर्वांचा आहे, या भावनेने ते वागत असत. समाजप्रबोधन करत असत. त्यातूनच समाजव्यवस्था निर्माण झाली, पण त्या समाजव्यवस्थेवर धर्माची बंधने असायची, राजाची नव्हे! ऋषी

नि:स्वार्थ भावनेने कायदे म्हणजे आचार-विचारांचे नियम करायचे आणि राजा फक्त त्यांची कार्यवाही म्हणजे अंमलबजावणी करायचा. ऋषींनी नि:स्वार्थपणे केलेल्या कायद्यांचं प्रजाही स्वयंशासनाने पालन करत असे.

> काही भोगवादी राजे ते ऋषीय कायदे उखडण्याचा प्रयत्न करायचे. प्राचीन काळी एक वेन नावाचा राजा होऊन गेला. त्याने सर्वप्रथम ऋषींच्या कायद्याला सुरुंग लावला. खा, प्या, मजा करा, माझी स्तुती करा; आणि माझंच ऐका अशी संस्कृती प्रस्थापित करण्याचा त्याने प्रयत्न केला. तेव्हा जागरूक समाज एक झाला आणि त्या एकविचारी समाजाने राजाला सिंहासनावरून खाली ओढून भर रस्त्यात ठार मारलं. कारण तो ऋषींनी निर्माण केलेला धर्मच उखडायला निघाला होता. पण आज मात्र धर्माचा विपरीत अर्थ प्रस्थापित झाल्यामुळे धर्माधर्मांमधलं सौहार्द टिकवणं कठीण होऊन बसलं आहे.

समाजाचं धारण-पोषण करतो तो खरा धर्म! *धारयति इति धर्मा:* - तृप्ती अर्थात कुणी देईल तेवढ्याचा स्वीकार करणं , दान, अध्ययन, तप, अहिंसा, सत्य भाषण, क्रोध नसणं आणि यज्ञ करणं ही धर्माचीच लक्षणं होत.

१. **तृप्ती :** कष्ट करून जे मिळतं त्यात समाधान मानणं. कारण मिळणं -न मिळणं हे आपल्या कर्मबंधावर अवलंबून असतं. त्यामुळे कुणाबरोबर स्पर्धाभाव न जपता जे मिळेल त्यात आनंद मानून काम करत राहणं.

२. **दान :** दान हे सत्पात्री हवं. (सोळाव्या अध्यायात त्याविषयी अधिक विवेचन येईल).

३. **अध्ययन :** अध्ययन हे केवळ भौतिक विषयांचंच नव्हे तर आत्मज्ञानासंदर्भातही अध्ययन करायला हवं.

४. **तप :** तप म्हणजे ईश्वरी विचार - सद्विचार - निरपेक्ष भावाने समाजात नेणं. त्यासाठी ठरावीक दिवशी 'देवाचा दिवस' म्हणून वेळ काढणं.

५. **अहिंसा :** केवळ दुसऱ्याचं शरीरच नव्हे तर दुसऱ्याचं मन मारणे, दुसऱ्यावर स्वत:चे विचार त्याच्या अनिच्छेने लादणं आणि आपल्या मनाप्रमाणे दुसऱ्याला वागायला लावणं हीसुद्धा हिंसाच होते.

६. **सत्य :** इथे केवळ खरं बोलणे अथवा खोटं बोलणे अपेक्षित नाही. सत्यभाषण म्हणजे सत्परिणाम होईल असं भाषण करणं ; वर्तन करणं .

एक साधू एका झाडाखाली ध्यान लावून बसला होता. इतक्यात एक गाय पळत पळत त्याला उजवी घालून गेली. साधू बघत राहिला. काही वेळातच दोन कसाई धावतपळत तिथे आले. त्यांनी साधूला विचारलं, 'इथून एक गाय पळत गेली. तुम्ही तिला पाहिली का?'

साधू म्हणाला, 'हो, ती या डाव्या अंगाला गेली.' वास्तविक गाय उजव्या अंगाकडे पळत गेली होती, पण साधूने खोटं सांगून गायीचे प्राण वाचवले होते. त्यामुळे तो साधू जरी खोटं बोलला होता तरी त्यामुळे गायीचे प्राण वाचण्याचा सत्परिणाम घडला होता.

भगवान कृष्णांचं जीवन असंच होतं. ऐन युद्धात त्यांनी कदाचित असत्य भाषण केलंही असेल, पण त्यामागे असलेल्या त्यांच्या सद्‌हेतूमुळे सत्परिणाम घडून आला होता. आज लोक युगांचेच हिशेब मांडत बसतात, पण ज्या वेळी इथला मानवसंघ विचारपूर्वक सत्कार्य आणि 'तप' सुरू करेल, तेव्हा सत्य-त्रेतायुग आपोआप अवतरेल. तपाचरण सुरू झालं की सत्ययुग अवतरायला लागतं. कृष्णाने क्रांती करताना कनिष्ठांपासून श्रेष्ठांपर्यंत उत्क्रांती केली. तीच धर्मसंस्थापना होती.

पिसाट सुटलेल्या बळाला आवरण्याची शक्ती धर्माजवळ असते. प्रत्येक युगात दुष्ट लोक सुष्ट लोकांवर आक्रमण करत असतात. काही काळ दुष्ट शक्ती सुष्ट शक्तीवर मात करते. अशा वेळी साधूंचं संरक्षण करण्यासाठी आणि दुष्टांचं निर्दालन करण्यासाठी भगवंत युगायुगात अवतार घेत असतो. दुष्टांचं अधार्मिक राज्य नष्ट करून तो सर्वत्र धार्मिक राज्य प्रस्थापित करत असतो. कंस, कालयवन, कालनाग, जरासंध, शिशुपाल आदी दुष्टांचा कृष्णाने काटा काढला. मग साधुसंतांवरील विपत्ती नाहीशी होऊन त्यांची पुन्हा सुखाने कालक्रमणा सुरू झाली. साधूंचं संरक्षण करावंच लागतं; दुष्टांचंही निर्दालन करावं लागतं. साधू म्हणजे ज्याच्यात दुबळेपणा नाही अशी सरळ स्वभावाची आणि वृत्तीची ईशनिष्ठ व्यक्ती.

भगवान या श्लोकांमध्ये 'युगां'चा उल्लेख करतात. जेव्हा स्वार्थ प्रबळ होऊन दुर्जन वरचढ ठरतात, तेव्हा अशा युगातच भगवान अवतार घेतात; हे स्पष्ट आहे. वास्तविक दुष्टांचं निर्दालन भगवंत आकाशात बसूनसुद्धा करू शकतो. परंतु धर्माची पुन:स्थापना करण्यासाठी आणि साधुसंतांना भेटण्यासाठी त्याला अवतार घ्यावाच लागतो. मनुष्यावतार घेतल्याविना ती गोष्ट शक्य नसते. सत्ययुगात ते कशासाठी अवतार घेतील? हा अवतार चार कारणांसाठी ते घेतात असं तेच निःसंदिग्धपणे सांगतात :

१. (मनुष्य)धर्माला ग्लानी आली की

२. अधर्माचा उत्कर्ष झाला की

३. सज्जनांच्या रक्षणाची आवश्यकता निर्माण झाली की आणि

४. विस्कटलेल्या धर्माची घडी पुन्हा बसवण्यासाठी.

'धर्म' म्हणजे सुसूत्रता. हा धर्म केवळ पृथ्वीपुरताच मर्यादित नाही. संपूर्ण विश्व एका सूत्राने बांधलं आहे. तो प्रजातंतू आपण – निदान विचारी मनुष्याने तरी जाणून सांभाळला पाहिजे. त्यानुसार आचरण केलं पाहिजे. निसर्गावर मात करून नव्हे तर निसर्गाशी साधर्म्य ठेवून जीवन जगलं पाहिजे. त्यात सौंदर्य आहे, शांती आहे, तृप्ती आहे, समाधान आहे. तीच सात्त्विक जीवनपद्धती आहे. तेच सत्ययुग आहे. कृमी-कीटक, प्राणी, वृक्ष, डोंगर-दऱ्या आणि संपूर्ण निसर्गाशीच अनुसंधान ठेवून जीवन जगलं पाहिजे. प्राणी निसर्गावर आक्रमण करत नाही पण विचारी मनुष्य करतो! आज मनुष्याची भोगलालसा इतकी कमालीची वाढली आहे की तृप्ती मिळवण्यासाठी प्राणी-निसर्ग- एवढंच नाही तर आकाशसुद्धा तो प्रदूषित करत आहे. कुठेच कशाचा धरबंध उरलेला नाही. धरबंध नसणं यालाच 'अधर्माचरण' म्हणतात. मनुष्याच्या भोगलालसेमुळे प्राणी-पक्षी-कीटक सारेच प्रभावित झाले आहेत. समुद्रही दूषित होऊ लागला आहे. म्हणजे पृथ्वी-आप-वायू, आकाश ही तत्त्वं मनुष्य दूषित करत आहे.

महाभारतात व्यास महर्षी धृतराष्ट्राला अधर्माची परिस्थिती वर्णन करून सांगताना अग्नीही कसा प्रदूषित झाला आहे, याचंही वर्णन करतात. त्यांनी केलेली ती वर्णने वाचल्यानंतर समजेल की आज आपण झपाट्याने त्या विपरीत परिस्थितीकडे जात आहोत. भोगलालसेमुळे मनुष्याने आज जे सर्व घटकांवर आक्रमण केलं आहे, त्याचे विपरीत परिणाम तो स्वतःही भोगू लागला आहे. दुर्दैवाने सात्त्विक वृत्तीचे लोकही त्यात भरडले जात आहेत. अतृप्ती, अकाली आजारपण, मानसिक ताणतणाव, नकारात्मक लहरींचा प्रभाव, मनोरुग्णता वाढणं, अस्वस्थता, कामविकार तृप्त न होणं, सतत अपेक्षा असणं, अनिश्चितता, आत्महत्या करण्याची प्रवृत्ती, मृत्यूची भीती हे याचे परिणाम आहेत. म्हणून आता तरी विचारी समजल्या जाणाऱ्या मनुष्याने सखोल विचार केला पाहिजे.

सर्वत्र स्वार्थ बोकाळला म्हणजे राजसत्ताही अधःपतित होते. दुष्ट लोक सुष्ट लोकांवर राज्य करतात. अशा लोकांचा नायनाट करून धर्माची पुनःस्थापना करण्यासाठी भगवंत युगायुगात अवतार घेत असतो.

*जन्म कर्म च मे दिव्यमेवं यो वेत्ति तत्त्वतः ।*
*त्यक्त्वा देहं पुनर्जन्म नैति मामेति सोऽर्जुन ॥४.९॥*
*वीतरागभयक्रोधा मन्मया मामुपाश्रिताः ।*
*बहवो ज्ञानतपसा पूता मद्भावमागताः ॥४.१०॥*

अर्जुना, ह्याप्रमाणे दिव्य जन्म आणि दिव्य कर्मं यांतील तत्त्व जो यथार्थ जाणतो, तो देहत्यागानंतर पुन्हा जन्म न पावता मला येऊन मिळतो. ज्यांचे राग, भय, क्रोध इत्यादी विकार सुटलेले आहेत आणि अशा तऱ्हेने जे ज्ञानरूप तपाने शुद्ध झाले आहेत, माझी श्रेष्ठता जाणून ज्यांनी माझाच आश्रय केला आहे, असे लोक माझ्या परमात्मस्वरूपाला येऊन मिळालेले आहेत.

भगवंताचे दिव्य जन्म समजण्यासाठी अव्यक्त परमेश्वर मायेने सगुण साकार कसा होतो, हे कळावं लागतं. हे दिव्य कर्म कळलं म्हणजे मग कर्म करूनही अलिप्त राहण्याचं ज्ञान होतं. भगवंताचं या लोकात सदेह येण्याचं दिव्य कारण आणि दिव्यत्व जे लोक जाणतात, त्यांना हा देह सोडल्यानंतर पुन्हा देहप्राप्ती होत नाही.

पहिल्या श्लोकाचा मथितार्थ दुसऱ्या श्लोकात आहे. पहिल्या श्लोकात सांगितलेली गोष्ट वरवर सरळ-सोपी वाटते, परंतु त्यातलं मर्म समजणं फार अवघड असतं. 'आम्ही देवाला मानतो; ते एक सर्वव्यापी अलौकिक तत्त्व आहे,' असा भाविकांचा एक मतप्रवाह असतो. तर 'देव वगैरे काहीही नसतं; पण सर्वव्यापी शक्ती मात्र आहे,' असा दुसरा मतप्रवाह आहे. असे दोन्ही परस्परविरोधी मतप्रवाह केवळ माहीत असून उपयोगाचं नसतं. या मतांमध्ये कुठे अनुभूतीचा भाग नसतो. अज्ञानामुळे किंवा पांडित्यामुळेसुद्धा भगवंतांचं दिव्यत्व समजत नाही. ज्यांनी अनुराग, द्वेष, भय यांच्यावर विजय मिळवलेला आहे आणि जे भगवद्चिंतनात गढून गेले आहेत, त्यांनाच त्याच्या दिव्यत्वाचं रहस्य समजतं. भगवद्चिंतन म्हणजे केवळ नामस्मरण नव्हे; तर त्याच्या एकमेवाद्वितीय स्वरूपाला जाणून घेण्याचा अविरत प्रयत्न करणं .

त्यासाठी इंद्रियविजयी होणं, मनाचं चित्तात रूपांतर करणं , मग बुद्धीने त्याचं स्वरूप गुणांसह समजून घेण्याचा प्रयत्न करणं आणि मग विचारांना आत्मस्वरूपात विसर्जित करणं ! म्हणजे परमेश्वराच्या गुणांमध्ये जो खऱ्या अर्थाने तल्लीन होतो, तोच त्याचं दिव्यत्व जाणू शकतो. मग हा केवळ माहिती म्हणजे इन्फर्मेशनचा भाग उरत नाही, तर तो आत्मानुभूतीचा विषय ठरतो. त्यातून भगवंताचं दिव्यत्व उमजू लागतं. दिव्यत्व म्हणजे चमकणं – प्रकाशमान होणं. जे शुद्ध आहे तेच प्रकाशमान होत असतं. जीव जितका शुद्ध होईल तितकं त्याला भगवंताचं शुद्धत्व प्रतीत व्हायला लागतं आणि त्यासाठीच भगवंतांनी आत्तापर्यंत वासनांना आवर घालायला सांगितलं आहे. कारण वासना जीवाला अशुद्ध करत असतात. वासनातृप्ती झाली नाही तर काम-क्रोध-लोभ-मोह-मद-मत्सर हे षड्रिपू बळावतात. मग जे साक्षात शुद्धत्व आहे, त्याला प्राप्त होणं किंवा ते जाणणं पूर्णत: अशक्य होऊन जातं. मग मनुष्य केवळ भावाने किंवा केवळ बुद्धीने परमेश्वराविषयी दृष्टिकोन बाळगत राहतो. परंतु तेवढ्यामुळे त्याला जाणता येऊ शकत नाही. त्यासाठी वासना आणि षड्रिपू यांचं शमन करण्यासाठी, त्यांवर मात करण्यासाठी उपाय करावे लागतात. वासना आणि काम-क्रोधादी षड्रिपू दूर करण्यासाठी ज्ञानरूप तप करावं लागतं.

म्हणूनच भगवान या दहाव्या श्लोकातून ज्ञानरूप तपाचं महत्त्व अधोरेखित करतात. या ज्ञानरूप तपात सहा गोष्टींचा अंतर्भाव होतो :

१. निष्काम कर्मयोग, २. कर्मशुद्धी, ३. अर्थशुचिता, ४. साधनशुचिता,
५. इच्छा आणि शक्ती यांना परस्परविरोधी बनवणं ६. मायेचं स्वरूप समजून घेणं.

### १. निष्काम कर्मयोग

भगवान ज्ञानरूप आहे. त्याचे अनंत गुण आहेत. त्या गुणांशी साधर्म्य असणारे गुण आपल्यामध्ये आले, तर आपण परमात्मस्वरूपाच्या जवळ जाऊ शकू. त्यातला पहिला गुण म्हणजे निष्कामता. तो कार्य करून नामानिराळा आणि अव्यक्त राहतो. मनुष्याला सतत श्रेय म्हणजे Credit हवं असतं. आपल्या गुणांचं कौतुक व्हावं अशी त्याची अपेक्षा असते. अंगी कला असेल तर त्या कलेचं श्रेय स्वत:चं आहे अशी त्याची समजूत असते, पण जे कलावंत परमोच्च अवस्थेपर्यंत जातात, ते कलेला साधना समजू लागतात - 'इबादत' समजतात. ही विकासाची सर्वोच्च पायरी असते, पण ज्याच्यामुळे जीव काम करतो, कला सादर करतो, यश मिळवतो, ते भगवान मात्र श्रेय मिळवण्यासाठीसुद्धा व्यक्त होत नाहीत. असं जे अव्यक्त राहून निरपेक्ष सत्कार्य करणं म्हणजे निष्काम कर्मयोग असतो.

**२. कर्मशुद्धी**

आपण जेव्हा श्रमत असतो तेव्हा भगवानही आपल्याबरोबर श्रमत असतो, हा भाव मनात दृढ झाला पाहिजे. त्यामुळे आपल्या हातून शुद्ध कर्म करण्याचाच प्रयत्न झाला पाहिजे. भगवंताचं कर्म अशुद्ध असूच शकत नाही, त्यासारखंच आपलंही कर्म करण्याचा प्रयत्न झाला पाहिजे. त्यासाठी हेतूमध्ये शुद्धता आली पाहिजे. मुलाला चांगलं वळण लागावं म्हणून बाप रागावला तर तो क्रोध बापासाठी हानिकारक नसून त्यामागे त्याचा हेतू चांगला असतो. भगवानही कधीतरी रागावतो, संकट आणतो, अडचणी निर्माण करतो, पण ते करण्याचा हेतू मनुष्य योग्य मार्गावर यावा यासाठी असतो. म्हणून शुद्ध कर्म म्हणजे शुद्ध हेतू ठेवून केलेलं कर्म.

**३. अर्थशुचिता**

मी दुसऱ्याच्या कर्माचं फुकट खाणार नाही, हा भावही मनात स्थिरावला पाहिजे. त्यासाठी ऋषिविचार उचलला पाहिजे - *मारून खाऊ नकोस, चोरून खाऊ नकोस; पेरून खा.* हा ऋषिविचार होता. आज त्याच्या उलट परिस्थिती सर्वत्र दिसते. सत्ययुग पुन्हा आणायचं असेल तर निष्ठेने आपलं नियत कर्तव्य करणं आणि त्यातून यदृच्छेने मिळेल त्यात समाधान मानणं साधलं पाहिजे. केवळ 'पाहिजे, पाहिजे' ही वृत्ती जोपासून आत्मिक विकास साधत नाही.

**४. साधनशुचिता**

उदरभरणासाठी आपण जे काम करतो ते परपीडा देणारं, समाजविघातक नसावं. इंद्रियं ही विचार आणि कर्मं करण्याची साधने आहेत. त्यांद्वारे शुद्ध विचार आणि शुद्ध कर्मंच केली पाहिजेत.

**५. इच्छा आणि शक्ती यांना परस्परविरोधी बनवणं**

अनंत इच्छा मनुष्याचं मन व्यापून असतात, पण त्या पुऱ्या करण्याची शक्ती वा कुवत त्याच्याकडे नसते. म्हणजे इच्छा अनंत; पण शक्ती मर्यादित हे मनुष्याचं स्वरूप असतं. याउलट अमर्याद शक्ती पण इच्छाच नाही हे परमात्म्याचं स्वरूप असतं. परमात्मस्वरूपाशी एकरूप होऊन जायचं असेल तर मनुष्यालाही इच्छा कमीत कमी कराव्या लागतील आणि आत्मिक बळ वाढवावं लागेल. आपल्याला साखर होऊन जायचं असेल तर साखरेचेच गुण अंगीकारावे लागतील; दारूचे नाहीत! त्याचप्रमाणे

परमात्मस्वरूप होण्यासाठी त्याचेच गुण अंगीकारावे लागतील. साखरस्वरूप होऊन जाणं हा अर्थ अभिप्रेत आहे. म्हणजे द्वैत कायम ठेवून परमात्मस्वरूप होणं.

### ६. मायेचं स्वरूप समजून घेणं

आपण मायेच्या प्रभावात अडकलो आहोत हे समजून घेतलं पाहिजे. आपण जर आपल्यावरचा मायेचा पडदा दूर करू शकलो, तरच परमात्म्याची अनुभूती मिळू शकेल.

> आदि शंकराचार्य एकदा काशीला गेले होते. *ब्रह्म सत्य, जगन्मिथ्या* या विषयावर त्यांनी नुकतंच प्रवचन केलं होतं. त्यानंतर ते काशीतल्या रस्त्यावरून जात असताना एक पिसाळलेला हत्ती समोरून उधळत आला. ते पाहून शंकराचार्य आडोशाला पळाले. तेव्हा प्रवचन ऐकणारे काही कुत्सित त्यांना म्हणाले, ''अहो, पळता कशाला? तुम्ही आत्ताच नाही का सांगितलं; की ही सारी माया आहे म्हणून! मग हा हत्तीसुद्धा मायिकच आहे. पळता कशाला?''
>
> शंकराचार्य म्हणाले, ''अहो, हा हत्ती जर मायिक आहे तर माझं पळणंही मायिकच नाही का?''

डोळ्यांवर हिरव्या काचेचा गॉगल चढवला तर हिरवं दिसू लागतं. म्हणजे जग हिरवं आहे असं मानायचं का? मायेचं अवास्तविक आणि आभासी स्वरूप समजून घेतलं पाहिजे. ते उमजल्यावर सत्मार्ग प्रकाशित होईल.

राग-भय-क्रोध नसणं, प्रेममयता, निरपेक्षता, करुणा अशा विविध गुणांनी परमात्म्याचं आनंदस्वरूप व्यक्त होतं. परमात्म्याच्या अशा गुणांशी जीवाचे गुण मिळतेजुळते झाले की जीव परमात्मस्वरूप होऊन जातो. जीव त्यालाच जाऊन मिळतो.

या श्लोकातून भगवंतांनी ईश्वरप्राप्तीचे उपाय सांगितले आहेत. जे जीवनमुक्त झाले आहेत, त्यांनाच हे ज्ञान होतं. जो कृष्णचिंतनात मग्न असतो तो कधी दुबळा, दीन-क्षुद्र राहू शकत नाही. कृष्णचिंतनात 'कृष्ण-गुणचिंतन' हा भाग अध्याहृत आहे. त्याच्या गुणांच्या चिंतनाने मन्मयत्व येतं. कृष्ण कधी रडला नाही. म्हणून त्याचं हे तत्त्वज्ञान रडणाऱ्यालाही हास्य प्रदान करतं.

सूर्याचा उदयास्त खरा नसतो. तो केवळ भासतो. त्याप्रमाणे भगवंताचा दिव्य जन्म भासमान होत असतो. स्वप्नात कधी न पाहिलेल्या गोष्टीही दिसतात. मृत व्यक्तीसुद्धा जिवंत होऊन येतात. त्यांच्याशी झालेलं संभाषण-चालणं-फिरणं हे त्या अवस्थेत खरंच वाटत असतं, पण स्वप्नभंग झाला की, वास्तवाचं भान येतं! स्वप्न

हा केवळ जाणिवेपलीकडचा प्रांत असतो. तोही आपल्या हाती लागत नाही. मग जाणीव-नेणीव यांच्यापलीकडे बुद्धीच्या कक्षेबाहेरचं जे तत्त्व आहे, त्याचं ज्ञान होणं हे केवढं दुर्लभ!

मात्र असं ज्ञान होऊन त्याच्या दिव्य जन्मापासून आणि दिव्य कर्मापासून जे प्रेरणा घेतात, अशा ज्ञानी मंडळींना मात्र पुनर्जन्म प्राप्त होत नाही.

प्रकृतीच्या अधीन न होता प्रकृतीलाच स्वतःच्या अधीन करून परमेश्वर दिव्य जन्म घेतो. प्रत्येक जीवाच्या अंतर्यामी तो आहे आणि तोच प्रत्येक जीवाचं आत्मरूप आहे. जीव हा नुसता आभास आहे हे जो जाणतो, असा ईश्वरी विचारात तन्मय झालेला ज्ञानी पुरुष परमेश्वरालाच प्राप्त होतो. त्यासाठी वासना आणि क्रोधादी षड्रिपूंना दूर करता आलं पाहिजे. आणि मग भगवंतांचे गुण अंगीकारण्याचा प्रयत्न केला पाहिजे.

*ये यथा मां प्रपद्यन्ते तांस्तथैव भजाम्यहम् ।*
*मम वर्त्मानुवर्तन्ते मनुष्याः पार्थ सर्वशः ॥४.११॥*
*काङ्क्षन्तः कर्मणां सिद्धिं यजन्त इह देवताः।*
*क्षिप्रं हि मानुषे लोके सिद्धिर्भवति कर्मजा ॥४.१२॥*

जे लोक मला ज्या प्रकारे भजतात, त्यांना मी त्याप्रमाणे फल देतो. हे पार्था, हे सर्व लोक काही झालं तरी माझ्याच मार्गाचं अनुसरण करतात. कर्माची सिद्धी इच्छिणारे लोक मनुष्यलोकी कर्मफल लवकर प्राप्त होतं म्हणून देवतांची पूजा करत असतात.

'वेगवेगळ्या देवता ह्या एकाच परमेश्वराच्या विभूती आहेत हे माहीत असूनही लोक एकमेवाद्वितीयाचीच पूजा का करत नाहीत?' हा प्रश्न आहे.

भगवान या दोन श्लोकांमधून त्याचं उत्तर देतात. भक्त जशी भक्ती करतात तसं त्यांना फळ मिळतं, हे भगवंताचं आश्वासन आहे. कोणत्याही उद्देशाने कर्म केलं तरी त्याचं ते ते फल प्राप्त होणारच असतं. जे सांख्य म्हणजे ज्ञानी असतात त्यांना मोक्ष मिळतो. जे आरोग्याची इच्छा करतात त्यांना आरोग्य मिळतं. पुत्र, पौत्र, आरोग्य, धनधान्य, ज्ञान असं जे जे इच्छिलं, ते ते प्राप्त होतं. अर्थात त्यासाठी कर्म करणं आवश्यकच असतं आणि कर्माचा तसा ताळेबंद असेल तरच हवं ते प्राप्त होतं; अन्यथा नाही. भौतिक सुखं ही विशिष्ट काळानंतर संपून जातात. मग पुन्हा नवा अर्ज आणि पुन्हा नव्या अपेक्षा! हे चक्र थांबत नाही. कारण मनुष्याचा हव्यास संपत नाही. मोठ्या फळाऐवजी छोट्या छोट्या तात्कालिक फळांच्या मागे तो लागतो आणि ती त्याला मिळत जातात - अर्थात त्याच्या कर्मसंचयानुसार त्याला ती मिळतात.

पुष्कळ लोक भक्ती करतात परंतु त्यात त्यांना काय मिळवायचं असतं- हेच त्यांना सांगता येत नसतं. इतर लोक धावतात म्हणून तेही धावतात! भगवंतांचा प्रसाद मिळणं हा चांगलाच भाग असतो; पण त्यामागची समज आली पाहिजे. 'प्रसाद' म्हणजे 'प्रतिसाद!' आपल्या सादाला भगवान जो प्रतिसाद देतो, त्याला 'प्रसाद'

म्हणतात. मग जे केवळ प्रसाद खाण्याची अपेक्षा करतात, त्यांना भगवान तसा प्रसाद देत असतो! म्हणजे तो त्यांना मिळत असतो.

काहींना व्यवसायात यश हवं असतं. जसा भाव असतो आणि निष्ठा असते, त्यानुरूप फळ मिळत असतं. देशोदेशींचे असे कित्येक मोठे व्यावसायिक आहेत की ज्यांनी व्यवसायात यश मिळावं म्हणून देवाकडे काहीही मागितलेलं नसतं. ते यश त्यांना कर्मामुळे, कष्टांमुळे किंवा सातत्यामुळे मिळालेलं असतं; पण भगवान देवतांच्या रूपात सर्वत्र आहे आणि मनोभावे जे मागितलं जातं ते त्याच्याकडून दिलं जातं असा अनेकांचा अनुभवसुद्धा असतो.

मग भगवंतासारख्या सृष्टिचालकाकडे काय मागायचं, याचाही विधिनिषेध हवा. एखाद्या एक लाख कोटीचा टर्नओव्हर असलेल्या कंपनीच्या मालकाकडे जाऊन दहा रुपये मागणं ठीक होईल का? आणि सारखं मागावंच का?

> स्वामी विवेकानंद रामकृष्ण परमहंसांचे शिष्य झाले, पण तरीही घरच्या जबाबदाऱ्या पार पाडण्याची त्यांना चिंता होती. रामकृष्ण म्हणाले, 'तू कालीसमोर जा आणि तुला काय हवं ते मागून घे!'
>
> त्याप्रमाणे स्वमीजी कालीपुढे जाऊन बसले पण काय मागावं तेच त्यांना सुचेना. ते तसेच काहीही न मागता पुन्हा आपल्या गुरूकडे आले. ही गोष्ट पुन्हा पुन्हा घडली. कालीपुढे जावं आणि काहीही न मागता परत यावं! कारण स्वामी विवेकानंदांना स्वत:साठी काहीच मागायचं नव्हतं. म्हणूनच कालीपुढे जाऊनही त्यांना काय मागायचं, हेच सुचत नव्हतं.

खूप मोठं संकट आलं आणि अगतिक होऊन मनुष्य आराध्य देवाला शरण गेला तर भगवान त्या देवाच्या रूपात संकटाचं निवारण करू शकतो; पण त्यातही कर्माचा ताळा तपासला जातोच. हा विचार नक्कीच तर्कसंगत आहे. कारण मोठं संकट आल्यावर एखाद्या व्यक्तीच्या संकटाचं निवारण होत असतं तर दुसऱ्या एखाद्या व्यक्तीने कितीही दैवी उपाय केले तरी निवारण होत नाही, असं का? त्यामुळे जरी अनिश्चितता असली तरी भगवान ज्याला जे हवं ते व्यक्तीच्या कर्मसंचयानुसार किंवा व्यक्तीच्या आत्यंतिक शरणागतीमुळे देत असतो.

मात्र श्रेष्ठ भक्तांची अवस्था स्वामी विवेकानंदांसारख्या महापुरुषांसारखी असते. त्यांना देवाकडेही काही मागता येत नाही. पांडुरंगशास्त्रींची मनोभूमिकाही तशीच होती.

तथापि, श्रेष्ठ जन देवाकडे आत्मिक विकासाचीच अपेक्षा करतात. आपला आत्मिक विकास कसा होईल, हा दृष्टिकोन, तशी समज आणि तशा कृतीची साद परमेश्वराला घातली तर तसा प्रतिसाद परमेश्वराकडून नक्कीच मिळू शकतो. परंतु

आत्मिक स्तरावरच्या विकासाची जाणीवच नसेल तर व्यक्ती परमेश्वराकडे उपभोग मागते आणि परमेश्वर ते कर्मानुसार लवकर देतो. म्हणजे कल्पवृक्षाच्या तळवटी बसून गारगोटी मागितली तर भगवंत त्याला गारगोटी देत असतो - तीही त्वरित! दोन लाखांचं कर्ज चटकन मिळू शकतं; पण दहा कोटींचं हवं असेल तर बरेच सोपस्कार करावे लागतात! भोगरूपी कर्ज चट्कन मंजूर होतं; आत्मज्ञानरूपी मोठा पुरस्कार मात्र लगेच मिळत नाही. कदाचित अनेक जन्म प्रतीक्षा करावी लागते. सामान्य व्यक्तीच्या मागण्या असून असून तरी किती असतात! आरोग्य, पुत्रपौत्र, धनधान्य, व्यवसायवृद्धी, घर-जमीनजुमला, नोकरीत बढती, मुलांची लग्ने आणि दीर्घायुरारोग्य... म्हणजे जशी समज, जशी भावना आणि जशी अपेक्षा तशी फळप्राप्ती! तीसुद्धा मिळाली तर!

म्हणजे कर्म कोणतंही करा; फळ मिळणारच असतं. मात्र विचार आणि सुसंस्कार नसतील तर व्यक्तीची मागणी आत्मघातकीही ठरू शकते.

> मिडास राजाला सोन्याची हाव होती. देवतेला प्रसन्न करून हात लावीन त्याचं सोने व्हावं, असा वर तो देवतेकडे मागतो. राजाला तसा वर मिळतो. राजा खूश होतो. मातीला हात लावून सोने बनवू लागतो, पण तो जेव्हा मुलाला जवळ घेतो तेव्हा मुलाचाही सोन्याचा पुतळा होतो. ज्या ज्या गोष्टींना तो स्पर्श करतो ते ते सारं सोन्याचं बनून जातं. मग एक वेळ अशी येते की, समोर सोने असतं; जिवलग, नातलग नसतात. अन्नपदार्थांसह काहीही म्हणून उरलेलं नसतं! सारं काही सोन्याचं!
>
> अशीच एक जर्मन लोककथा आहे. सैतान देवाकडे अमरत्वाचा वर मागतो. दीर्घकाल जीवनाचा उपभोग घेतल्यानंतर मात्र तो सैतान जीवनाला कंटाळतो. मग डोंगरावर जाऊन दरीत उडी घेतो; पण मरत नाही. आगीत प्रवेश करतो; पण अग्नी त्याला जाळत नाही. मरण्याचे अनेक प्रयत्न करून पाहतो; पण मरण येत नाही. अखेर पुन्हा देवाला प्रसन्न करून तो पूर्वीसारखंच मृत्यूचं वरदान असलेलं जीवन मागतो.

विश्वाकडे आपल्याला देण्यासारखं प्रचंड असतं. नेमकं मागायचं काय ते आत्मज्ञानाशिवाय कळत नाही.

आत्मज्ञानासाठी सुसंस्कारांची गरज असते. कमालीची एकाग्रता आवश्यक असते.आधी सांगितल्यानुसार भगवंताचे गुण अंगीकारण्याचा प्रयत्न करावा लागतो. त्यानंतर मनाच्या एकाग्रतेसाठी एखाद्या मूर्तीची किंवा प्रतिमेची आवश्यकता असते. बिंदूतून सिंधूशी संपर्क साधण्याचं हे तंत्र प्राचीन भारतीय ऋषींनी विकसित केलं होतं. ज्या देवतेचं ध्यान केलं जातं, त्या देवतेच्या गुणांचं संक्रमण मग आपल्यात होत

असतं. कृष्ण आयुष्यात कधी रडला नाही. नि:संग वृत्तीने त्याने जीवनाचा उपभोगही घेतला. त्याच्या जीवनात संगीत होतं, क्रीडा होती, पण कर्तव्याचंही भान होतं. कोणत्याही संकटांचा सामना करण्याचं त्याच्यामध्ये सामर्थ्य होतं. अशा देवतेचं ध्यान केलं तर त्याचे गुण आपल्यामध्ये संक्रमित होऊ लागतात. जिममध्ये देशोदेशींच्या पहिलवानांचे फोटो लावलेले असतात; पण हनुमान ही अशी देवता आहे की, जिच्यात केवळ शरीरसंपदा नव्हे, तर बुद्धिमत्तेसह अनेक गुण आहेत. शरीरयष्टीसह अशा गुणांचं संक्रमण आपोआप होत असतं. म्हणूनच जिममध्ये दुबळ्या, पुळचट माणसाचे फोटो लावत नाहीत.

आराध्यदेवतेकडे किरकोळ गोष्टींची मागणी केली तर ती लवकर पुरी होऊ शकते. कोट्यवधींचा व्यवसाय करणाऱ्या शेटजींकडे शंभर रुपये मागितले तर ती मागणी लगेच पुरी होऊ शकते पण शेटजींकडे दहा लाख मागितले तर ते लगेच मिळू शकत नाहीत. या दृष्टिकोनातून या श्लोकाचा अर्थ बघितला पाहिजे. विश्वाचं ज्ञान हवं असेल, आत्मज्ञान हवं असेल, तर ती मागणी फार मोठी असते. मुळात त्यासाठी मागणी करणंच योग्य नसतं; त्यासाठी सद्विचारांचं श्रवण-चिंतन-मनन केलं पाहिजे. भगवंताविषयी ऐकण्यासाठीच 'भागवत' आहे. भगवंताविषयी ऐकून आपला भाव तयार झाला की मग भगवंताचं ऐकलं पाहिजे. भगवंताचं ऐकणं म्हणजे 'भगवद्गीता' ऐकणं! 'भगवान उवाच' असलेलं हे जगातील एकमेव तत्त्वज्ञान आहे. कारण गीतेत देव काही सांगत नाही तर परमात्माच सांगत आहे. देव-देवता-संत हे सारे परमात्म्याच्या अधीन आहेत. म्हणूनच या तत्त्वज्ञानाचं महत्त्व आहे.

सत्संग, तप, निष्काम कर्म, परमात्म्याच्या गुणवैशिष्ट्यांची समज, त्याच्या भक्तीची समज आणि मग चित्त-एकाग्रता या मार्गाने गेलं की त्याचं आणि पर्यायाने स्वत:चं स्वरूप ध्यानात येऊ लागतं. म्हणजे 'श्रवणम्' ते 'आत्मनिवेदनम्' हाच तो शास्त्रशुद्ध मार्ग! पण हा अतिशय कठीण मार्ग आहे.

मनुष्यलोकी बहुतेक लोक कर्मफळाचीच इच्छा करणारे असतात आणि कर्माचं फलही सत्वर मिळत असतं. पशुपक्ष्यांमध्ये शास्त्र समजून घेण्याची कुवत नसते. देवादिकांना कर्मयोगाचा अधिकार नसतो. शास्त्राधिकार फक्त मनुष्यालाच असल्यामुळे विहित कर्म करून मनुष्य इच्छित फलप्राप्ती करून घेऊ शकतो.

इंद्र, वरुण, अग्नी, गणपती, देवी अशा देवतांची उपासना केल्याने त्याचं फल मनुष्यलोकात सत्वर मिळतं. ज्ञानी लोक मात्र त्या अनादि-अनंत परमेश्वरालाच भजतात. त्याचं ज्ञान होण्याचं फळ मात्र अतिशय दुष्कर असतं.

*चातुर्वर्ण्यं मया सृष्टं गुणकर्मविभागशः।*
*तस्य कर्तारमपि मां विद्ध्यकर्तारमव्ययम् ॥४.१३॥*

चार वर्णांची व्यवस्था गुण आणि कर्म यांच्या भेदाप्रमाणे मीच निर्माण केली आहे. मी तिचा कर्ता असलो तरी त्या ठिकाणी वैषम्य न ठेवणारा असा अव्यय आणि कर्तृत्वाचा लेप न लागणारा मी अकर्ता आहे असं समज.

चातुर्वर्ण्य व्यवस्था ही भगवंतांनी स्वतः निर्माण केली आणि त्याचं गुणकर्मानुसार विभाजन केलं, पण हे विभाजन जन्मानुसार नव्हे तर कर्मानुसार केलं, हे आपण इथे लक्षात घेतलं पाहिजे. सर्वच गोष्टी सर्वांनाच जमतात असं होत नाही. काहींना डोकं चालवायला आवडतं, तर काहींना शस्त्रविद्या शिकाविशी वाटते. काहींना व्यापार-उदीम करावासा वाटतो तर काही संस्था या समाजाला सेवा देणाऱ्या असतात. समाजाला सर्व तऱ्हेच्या सेवा देणाऱ्या संस्था या समाजाचा पाया असतो. तो अतिशय महत्त्वाचा असतो. त्यावर समाजाची धारणा होत असते, समाजाची उभारणी होत असते. जगात कुठेही गेलं तरी हे चार घटक अस्तित्वात असलेले दिसतील.

कालपरत्वे जो बुद्धीचं काम करणारा तो मग मध्यमवर्ग अर्थात बुद्धिजीवी ठरला. वित्त-व्यापार वगैरे आर्थिक क्षेत्रांत मोठमोठ्या उलाढाली करणारा तो वित्तजीवी झाला आणि शारीरिक श्रम करणारा तो श्रमजीवी ठरला.

प्रत्येक व्यक्तीच्या आवडीनिवडी एकसारख्या नसतात. परस्परांना पूरक अशी समाजव्यवस्था निर्माण करायची असेल तर सर्वांच्याच आवडीनिवडी एकसारख्या असूनही भागत नाही. तसं झालं असतं तर सारेच रोबो झाले असते. म्हणून समाजातील प्रत्येक घटक परस्परांना पूरक आणि पुष्टी देणारा ठरावा म्हणूनच ही चातुर्वर्ण्य व्यवस्था भगवंतांनी प्रस्थापित केली. त्यात कुठे कमी-जास्त किंवा प्रतिष्ठा-अप्रतिष्ठेचा हेतू नव्हता. चातुर्वर्ण्य व्यवस्था निर्माण करताना भगवंतांनी कुणालाही कमी प्रतीचा, दीनदुबळा किंवा तळागाळातला ठरवलेलं नाही. उलट माझं वास्तव्य सर्वांमध्ये आहे,

*सर्वस्य चाहं हृदिसन्निविष्टो,* असं ते पुढे ठामपणे सांगतातच. शिवाय कुणीही कोणताही वर्ण स्वीकारू शकण्याचीही त्यात सवलत होती. म्हणूनच विश्वामित्र क्षत्रिय वर्ण सोडून ब्रह्मर्षी होऊ शकले; तर वाल्मीकीही तसेच ऋषी झाले. हळूहळू या परस्परपूरक व्यवस्थेला तडे जाऊ लागले. श्रेष्ठतेचे आणि प्रतिष्ठेचे विचार पुढे येऊ लागले. सेवा देणाऱ्या वर्गाला 'सेवा करणारा वर्ग' ठरवलं गेलं. त्यातून मग अनेक प्रश्न उभे राहिले.

वास्तविकत: भगवंतांचा मूळ हेतू असा मुळीच दिसत नाही. जेव्हा ज्या वर्णाच्या कार्यतत्परतेची गरज असते, तेव्हा त्या त्या वर्णाला महत्त्व येत असतं. सत्त्व-रज-तम या त्रिगुणांवर ही व्यवस्था आधारित असते. त्यामुळे जेव्हा युद्धाचा प्रसंग येतो, तेव्हा क्षत्रिय योद्ध्यांना महत्त्व येतं. यज्ञयाग करायचे असतील तर ब्राह्मणांना महत्त्व येतं.

परस्परांना पूरक व्यवस्था निर्माण करण्यामागे भगवंतांचा समाजधारणेचा हेतू होता, हे स्पष्ट होतं. आता समाजधारणा व्हावी म्हणून भगवंतांनी हे चातुर्वर्ण्य निर्माण करण्याचं कर्म केलं. कर्म म्हटलं की त्याचं फळ हे आलंच. तो भगवंताचाच कायदा आहे. तरीही भगवंतांना कर्म करूनही कर्मबंध होत नाही. कारण ते कुणाविषयीही वैषम्य ठेवत नाहीत.

वैषम्य म्हणजे या चारही वर्णांबाबत ते विषमता बाळगत नाहीत. त्यांना कुणीही अधिक प्रिय अथवा अप्रिय नाही; म्हणूनच वैषम्य नाही. त्यांना कोण अधिक प्रिय होतं, ते भगवान बाराव्या अध्यायात सांगतात. मात्र, केवळ वर्णावरून त्यांना कुणी प्रिय असल्याचा इथे उल्लेख नाही. कारण ते अव्यय आहेत, निरासक्त(detached) आहेत. फलाशा ठेवून त्यांनी अशा व्यवस्थांचं कर्म केलेलं नाही; म्हणूनच त्यांना कर्मफलाची बाधाही होत नाही. निष्काम कर्म केल्यामुळे भगवान कर्माचा कर्ता होत नाहीत. चातुर्वर्ण्य व्यवस्था त्यांनी स्वत:साठी नव्हे तर मानवांसाठी प्रस्थापित केली आहे. अकर्ता आणि कर्म तत्त्वाचं असं स्पष्टीकरण या श्लोकात केलेलं आहे.

मनुष्येतर जीवांसाठी अशा व्यवस्थेची आवश्यकता नसते. कारण प्राणिसृष्टी पूर्वजन्माच्या विकासस्तरावरून उन्नत होत सहजप्रेरणेवर जगत असते. स्वतंत्र विचारशक्ती मिळाल्यामुळे मनुष्याला सतत इच्छा होत राहतात; मग त्याच्या वासना बळावत जातात. त्यांच्या कर्मामागे असणाऱ्या सत्त्व-रज-तम या त्रिगुणांना सुनियंत्रित करण्यासाठी सामाजिक व्यवस्थेची आवश्यकता असते; म्हणूनच तशी व्यवस्था भगवंतांनी मानवांसाठी प्रस्थापित केली.

ही व्यवस्था जशी प्राणिसृष्टीसाठी नाही तशीच देवांसाठीही नाही. कारण देव हे मनुष्यांपेक्षा अधिक उन्नत स्तरांवरचे जीव असतात. त्यांना स्वविकासाची जाणीव मनुष्यांपेक्षा अधिक असते. त्यामुळे त्यांचं कर्म धिम्या गतीने पण स्वविकासार्थच

चाललेलं असतं. पृथ्वीवर स्वविकासाचा वेग जसा वाढवता येतो तसा देवसृष्टीत वाढवता येत नाही. पृथ्वीवर केलेल्या सत्कर्मांचा उपभोग मात्र त्यांना देवसृष्टीत मिळत असतो. ते कर्म संपुष्टात आलं की देव पुन्हा मनुष्यजन्मात येऊन आपल्या विकासाचा वेग वाढवतात; मग त्यांचा कोणत्याही वर्णात जन्म होवो. पृथ्वीवरची ही व्यवस्था मग त्यांना स्वीकारावीच लागते. तथापि, असे देवलोकातून आलेले लोक कर्मयोग साधण्यासाठी मात्र अधिक तत्पर असतात – कार्यरत होत असतात. ती त्यांची स्वाभाविक प्रेरणा बनत असते. कारण त्यांच्या अंतर्मनातून आत्मविकासाचेच संदेश येत असतात. ते ग्रहण केले गेले तर ते निष्काम कर्मयोग करायला प्रवृत्त होतात.

कर्मयोगाचं हे रहस्य जाणून जो त्यानुसार आचरण करतो, त्याला कर्माचा बंध लागत नाही. त्यामुळे सामान्यांच्या देहादिक पुनर्जन्माला पाप-पुण्यस्वरूप कर्मं कारणीभूत होत असतात, तशी भगवंताच्या कर्मारंभाला ती पाप-पुण्यकर कर्मं कारणीभूत होत नाहीत. कर्मबंध न होण्याचं कारण म्हणजे कर्मफळाची अपेक्षाच न ठेवता यथाशास्त्र सत्कर्म करणं. असं कर्म करणं मोठं कठीण असतं. अगदी सत्कार्य केलं तरी केलेल्या कार्याचा परिणाम बघण्याचीही अंतर्मनात ओढ असतेच. त्याला आपण निरपेक्ष-आसक्ती म्हणू शकतो. किंचित निरपेक्ष आसक्ती तरी असतेच.

गंगा नदी वाटेतली भूमी सुपीक करून जाताना मागे वळून कधी आपल्या कार्याकडे बघतही नाही. विज्ञानातलं एक उदाहरणही पाहू. इलेक्ट्रॉनचा काउन्टर पार्ट म्हणजे पॉझिट्रॉन. ते दोन कण परस्परांसमोर आले की फोटॉन नामक एनर्जी मुक्त होते. त्याचप्रमाणे सकाम कर्माविरुद्ध अर्थात काउन्टर पार्ट म्हणजे निष्काम कर्म. निष्काम कर्म केलं तर सकाम कर्माचा बॅलन्स कमी होत जातो; जीवाची कर्मबंधातून मुक्ती होते. तो जीव पृथ्वीवरच पुनर्जन्म न घेता पुन्हा देवलोकात जातो.

भगवंतांना मुळातच कर्माचा बंध नसतो आणि चातुर्वर्ण्यासारखी कर्मं करताना होणारं त्यांचं कर्म हे विषमतारहित, अव्यय असं निष्काम कर्मच असतं. त्यामुळे त्यांना कर्मबंध होऊ शकत नाही. त्याच भावनेने कोणत्याही मनुष्याने वैषम्य न बाळगता अव्यय राहून निष्काम कर्म केलं तर तोही सकाम कर्मांच्या बंधनातून मुक्त होऊ शकेल. जितकं निष्काम कर्म हातून होईल, तितका जन्मोजन्मींचा अंतर्मनात चिकटलेला सकाम कर्मांचा ताळा पुसला जाईल.

भगवंत कर्ता असूनही अकर्ता राहतो. मी कर्माचा कर्ता नाही आणि मला कर्मफलाची इच्छा नाही, हे ओळखून मुमुक्षूंनी कर्म केलं पाहिजे.

*न मां कर्माणि लिम्पन्ति न मे कर्मफले स्पृहा ।*
*इति मां योऽभिजानाति कर्मभिर्न स बध्यते ॥४.१४॥*

कर्माच्या फलाविषयी मला आसक्ती नसल्यामुळे मला कर्माचा बंध होत नाही. याप्रमाणे जो मला ओळखतो तो स्वतःही कर्माने बद्ध होत नाही.

कर्म केलं की फळ आलंच; चांगलं किंवा वाईट. मग सृष्टी निर्माण करण्याचं कर्म भगवंतांनीच नाही का केलं, असा प्रश्न उपस्थित होऊ शकतो. याला उत्तर म्हणजे, कर्म करताना फळाचा हेतूच नसल्यामुळे ते कर्मफळ त्यांना चिकटत नाही. निष्काम कर्मामुळे कर्म करूनही ते कर्माचा कर्ता ठरत नाही.

एखादा डांबरी किंवा सिमेंटचा हमरस्ता असतो, म्हणजे मेनरोड असतो. त्यावर अनेक सिग्नल्स असतात. सिग्नल तोडण्याचं कर्म वाहनचालकाने केलं की लगेच त्याला त्याचं दंडरूपी फळ भोगावं लागतं. पण ज्या हमरस्त्यावर हे कर्म होतं, त्या रस्त्याला मात्र कोणतंही फळ भोगावं लागत नाही, कारण नियम माणसांना असतात; रस्त्यांना नाही. रस्त्याच्या अंगाखांद्यावर जे जे घडत असतं, त्याला तो रस्ता केवळ साक्षिभूत राहिलेला असतो. फरक एवढाच की, रस्ता कुणीतरी बनवावा लागतो. भगवंताचं कर्म स्वयंस्फूर्तीने होत असतं.

आदि शंकराचार्य त्यांच्या *चर्पटपंजरिका स्तोत्रामध्ये* म्हणतात, 'ज्याने भक्तियुक्त अंतःकरणाने थोडीशी तरी भगवद्गीता वाचली आहे, श्रद्धेने गंगाजलाचा एक थेंब जरी प्राशन केला आहे, प्रेमाने भगवान श्रीकृष्णाची एकदा तरी पूजा केली आहे, त्याला यमराज तरी काय करू शकणार? वेड्या, गोविंदाला भज! मृत्यू जवळ आल्यावर 'डुकृञ...' घोकत राहिल्यामुळे तुझं रक्षण होणार नाही.'

सागरजलाचे गुण जलाच्या थेंबातही असतात. कर्म करून अकर्ता राहण्याचे परमेश्वराचे गुण मनुष्यातही अनायासे असतातच पण त्याची त्याला जाणीव नसते. कर्मयोग-शास्त्रानुसार फलाशा आणि कर्तृत्वाभिमान सोडून कर्म केलं तर

भगवंताप्रमाणेच कर्मफलापासून अलिप्त राहता येईल. स्वतःला जो कर्माचा कर्ता समजतो, त्याला आपल्या कर्माचं फळ मिळावं अशी अपेक्षा असते. ती कर्मं मग पापपुण्यांनी जीवाला बद्ध करतात. असा बद्ध झालेला जीव मग कर्मांची फळं भोगण्यासाठी दुसरा देह धारण करतो. मात्र भगवंतांना तशी फलतृष्णा आणि कर्तृत्वाभिमान नसल्यामुळे भगवान कर्म करूनही अकर्ता होतात. कर्मं त्यांना लिप्त करत नाहीत; बद्ध करू शकत नाहीत.

खलिल जिब्रान यांनी यासंदर्भात एक रूपक कथा सांगितलेली आहे. अस्सी नदी जेथे समुद्राला मिळते, तेथे तिच्या दोन्ही तीरांवर अँटिमॉक शहर वसलेलं होतं. शहराच्या एका भागातून दुसऱ्या भागात जाण्यासाठी सोयीचं व्हावं म्हणून अस्सी नदीवर एक पूल बांधण्यात आला होता. त्यासाठी लागणारे मोठमोठे खडक आणि दगड आजूबाजूच्या पर्वत-डोंगरातून खेचरांच्या पाठीवर घालून आणले गेले होते.

पूल बांधून पूर्ण झाला त्या वेळी एका खांबावर मोठा फलक लावण्यात आला. त्यावर ग्रीक आणि अरमॅक भाषेत लिहिलं होतं, 'हा पूल अँटिऑकस राजाने बांधला.'

त्या पुलामुळे लोकांची नदी ओलांडण्यासाठी मोठी व्यवस्था झाली. त्यामुळे लोक त्या पुलावरून अस्सी नदी ओलांडताना राजाला दुवा देत असत. एक दिवशी एक वेडसर तरुण त्या फलक लावलेल्या खांबासमोर गेला आणि त्याने त्या फलकावर लिहिलेल्या मजकुरावर काळा कोळसा फिरवला. तो मजकूर दिसेनासा झाला तेव्हा त्याने पांढऱ्या खडूने त्यावर लिहिलं, 'या पुलासाठी वापरलेले सर्व दगड, खडक खेचरांनी डोंगरातून वाहून आणले आहेत. लोकहो, तुम्ही जेव्हा या पुलावरून चालत जाल तेव्हा लक्षात ठेवा, ज्यांनी हा पूल निर्माण केला आहे त्या खेचरांच्या पाठीवरून तुम्ही चालत आहात!'

त्या तरुणाने फळ्यावर लिहिलेलं वाचल्यावर काही जणांना हसू आलं; काही जणांना नवल वाटलं. काहींनी त्या वेडसर तरुणाचं आणि खेचरांचं कौतुक केलं तर काही जण म्हणाले, 'अरे, हे लिहिणारा तो वेडा तरुण आहे!'

पुलावरून जाणारं एक खेचर दुसऱ्याला खेचराला म्हणत होतं, 'तुला आठवतंय ना... या पुलासाठी आपण कसे आणि किती दगड आपल्या पाठीवरून वाहिले आहेत ते? आणि तरीही आजपर्यंत असंच म्हटलं जात होते की पूल राजाने बांधला म्हणून!'

या गोष्टीतला मथितार्थ ध्यानात आला असेलच. कर्म कोण करतो, कुणामुळे कर्म सिद्ध होतं आणि श्रेय कोण घेतो!

कित्येक धनिक लोक एखाद्या गरीब विद्यार्थ्याचं शिक्षण कोणत्याही हेतूशिवाय गुप्तपणाने करत असतात. त्यासाठी ते शाळेकडे परस्पर पैसे पाठवतात. ते त्यांचं कर्म निष्काम कर्मच समजलं पाहिजे. त्या गरीब विद्यार्थ्यांच्या बाबतीत वापरलेली वृत्ती दैनंदिन जीवनात त्यांनी उतरवली तर त्यांचा खऱ्या अर्थाने निष्काम कर्मयोग सुरू होईल. मुखी हरिनाम आणि दैनंदिन व्यवहारात आचरण वेगळं, अशी कित्येकांची अवस्था असते. म्हणून नुसतं भगवंताचं नाम घेऊन उपयोगाचं नाही, तर हरीचे गुण अंगी आणण्याचा प्रयत्न करायला हवा. भगवंतांना कर्माची आसक्ती नसते. म्हणून त्यांना केलेलं कर्म बद्ध करू शकत नाही.

हरीची शिकवण-निष्काम कर्मयोग प्रत्यक्षात आचरणात उतरवला पाहिजे; नुसता ऐकून उपयोगाचं नसतं. भगवंतांनीही निष्काम कर्म टाकलेलं नाही. आपणही फलाशा सोडून विहित कर्म करण्याचा सराव केला पाहिजे.

*एवं ज्ञात्वा कृतं कर्म पूर्वैरपि मुमुक्षुभिः।*
*कुरु कर्मैव तस्मात्त्वं पूर्वैः पूर्वतरं कृतम् ।।४.१५।।*
*किं कर्म किमकर्मेति कवयोऽप्यत्र मोहिताः।*
*तत्ते कर्म प्रवक्ष्यामि यज्ज्ञात्वा मोक्ष्यसेऽशुभात्।।४.१६।।*
*कर्मणो ह्यपि बोद्धव्यं बोद्धव्यं च विकर्मणः।*
*अकर्मणश्च बोद्धव्यं गहना कर्मणो गतिः ।।४.१७।।*

पूर्वीच्या मुमुक्षूंनीसुद्धा असे जाणूनच कर्मं केली आहेत. म्हणून तूही पूर्वजांकडून नेहमीच केली जाणारी कर्मंच कर. कर्म काय व अकर्म काय याचा निर्णय करण्याच्या बाबतीत बुद्धिमान पुरुषही संभ्रमात पडतात. म्हणून ते कर्माचे तत्त्व मी तुला नीट समजावून सांगेन. ते कळलं की तू अशुभापासून म्हणजेच कर्मबंधनातून सुटशील. कर्माची गती गहन आहे. (म्हणून) कर्म म्हणजे काय, हे जाणून घेतलं पाहिजे. विकर्म म्हणजे काय हे समजलं पाहिजे आणि अकर्म म्हणजे काय, हेही कळायला पाहिजे.

या श्लोकांमधून भगवान कर्माचे प्रकार सांगायला प्रारंभ करत आहेत. काम केलं म्हणजे कर्म केलं असंच कर्माच्या संदर्भात वाटत असतं, पण कर्मांमध्ये किती विविधता आणि किती सखोल विचार आहे ते या श्लोकातून समजून येतं.

फळाच्या आशेने एखादा संकल्प करून जे कार्य केलं जातं त्याला कर्म म्हणतात. दैनंदिन जीवन हे याच कर्मांने व्यापलेलं दिसेल किंवा ते अनुभवास येईल. उदरभरणापासून मौजमजेच्या अपेक्षेपर्यंत आणि त्या अपेक्षांच्या पूर्तीसाठी जी जी कर्मं केली जातात, ती मनुष्याची सहजकर्म असतात. म्हणजे ती केवळ 'कर्म' या प्रकारात मोडतात. मग नोकरी, व्यवसाय, शिक्षण, पद, पैसा, प्रतिष्ठा, प्रसिद्धी, अधिकार यांमागे जी फलाची आशा-अपेक्षा असते आणि त्यांच्या पूर्तीसाठी जे कार्य इंद्रियांकडून केलं जातं, त्यांना कर्म म्हणतात. अशा कर्मांचेही दोन प्रमुख प्रकार असतात :

कर्म आणि विकर्म.

## १. कर्म

नुसत्या कर्माचेही पुढील तीन उपप्रकार असतात : सहजकर्म, स्वाभाविक कर्म, अस्वाभाविक कर्म

### सहजकर्म

प्राण्यांचं कर्म हे सहजप्रेरणेतून आलेलं असतं, परंतु ही सहजप्रेरणा पूर्वजन्मातल्या कर्मांशीच आणि अनुभवांशीच संबंधित असते. मनुष्ययोनीमध्ये आल्यानंतरही या सहजकर्मांकडे कित्येक माणसांचा ओढा असतो.

### स्वाभाविक कर्म

एखादा खाटिक जेव्हा प्राण्यांना मारण्याचं कर्म करतो, तेव्हा ते त्याचं स्वाभाविक कर्म असतं. अशा स्वाभाविक कर्मांचं पाप लागत नाही.

### अस्वाभाविक कर्म

फलाशा, आसक्ती आणि अहंकार या दोषांपासून उद्भवणारं कर्म. म्हणजे मनुष्याला जीवनविकासासाठी आशा-आकांक्षा दिलेल्याच असतात, पण जेव्हा एखादी व्यक्ती त्यापुढे जाऊन राक्षसी महत्त्वाकांक्षा किंवा वासना बाळगू लागते, तेव्हा तिच्या हातून जे कर्म होतं ते अस्वाभाविक कर्म होयं.

कर्मं करताना कर्माचा संकल्प आणि संकल्पाची पूर्ती यांचा मेळ बसतोच असं नाही. डॉक्टर व्हायचं असतं, तसे प्रयत्नही केले जातात, पण नाइलाजाने इंजिनिअरिंगला ॲडमिशन घ्यावी लागते. किंवा एखाद्याला आर्किटेक्ट व्हायचं असतं; पण तो होतो डॉक्टर. अशा तऱ्हेने फलाशा ठेवून जी कर्मं केली जातात, ती फलद्रूप होतातच असं नाही. ती फलद्रूप होण्यामागे किंवा न होण्यामागे पुन्हा चार कारणं असतात; ती कारणं म्हणजे : संचित, प्रारब्ध, क्रियमाण आणि ईश्वरेच्छा.

### संचित

प्रत्येक जीवाबरोबर कर्माचं एक सेव्हिंग खातं असतं! आपल्या बँकेतल्या सेव्हिंग खात्यात पैसे जमा होतात पण या कर्मखात्यात आपल्या चांगल्या-वाईट कर्मांचे प्रभाव जमा होत असतात. यामध्ये विचारांचाही अंतर्भाव होत असतो. म्हणजे प्रत्यक्ष कर्म केलं नाही तरी मनात उद्भवलेला विचारसुद्धा जमा होत असतो. बँकबॅलन्स असेल तर केव्हाही पैसे काढता येतात, पण या कर्मखात्यातल्या चांगल्या-वाईट कर्मांचं फळ

हे केव्हा, कोणत्या स्वरूपात आणि कोणत्या क्रमाने मिळेल, हे सांगता येत नसतं. माणसाचे व्यावहारिक नियम तिथे लागू होत नाहीत!

टॉलस्टॉयची एक गोष्ट आहे.

> एका व्यक्तीच्या हातून हत्या होते. परंतु पुराव्याअभावी तो निर्दोष सुटतो. मानुषी जीवनातच हे घडू शकतं, पण परमात्म्याचे कायदे वेगळे असतात! तिथल्या नियमांमध्ये पळवाट नसते!! त्यानंतर काही दिवसांनी आणखी एक खून होतो. जी व्यक्ती खून करूनही निर्दोष सुटलेली असते, तिचा या दुसऱ्या खुनाशी मुळीच संबंध नसतो. पण ती खुनी व्यक्ती त्यात अडकते आणि दुसऱ्या खुनाच्या संदर्भात निर्दोष असतानाही तिला फाशीची शिक्षा होते.

कर्मखात्यातल्या ताळेबंदानुसार केव्हा ना केव्हा तरी केलेल्या कर्माचं फळ निश्चितच मिळणार असतं. त्यातून सुटका नसते. मग पूर्वी केलेली कर्मं फेडण्यासाठी जीवाला पुन:पुन्हा पृथ्वीवर जन्म घ्यावा लागतो.

### प्रारब्ध

सत्कार्य करूनही एखाद्याच्या जीवनात विपरीत घटना घडते. अशा घटना घडण्याला प्रारब्ध म्हणतात. प्रारब्ध हे भोगावंच लागतं. निष्काम कर्म करूनही 'प्रारब्ध' नाहीसं होत नाही. याचं कारण म्हणजे कर्माच्या परिणामाचा बाण सुटलेला असतो. म्हणजे पूर्वी किंवा पूर्वजन्मी केलेल्या कुकर्माचं फळ मिळण्याची वेळ प्राप्त झालेली असते. मनुष्याने त्यानंतर चांगली कर्मं केली असली तरी त्या कुकर्मातून त्याची सुटका अद्याप झालेली नसते. अशी कर्मं जेव्हा फलोन्मुख होतात, तेव्हा त्याला 'दैव' म्हणतात. *योगवासिष्ठा*चाही हाच सिद्धान्त आहे. पूर्वी कधीतरी घडलेल्या कुकर्माचा प्रभाव अंतर्मनातून जीवाकडे पाठवला जाऊन त्याचा परिणाम घडून येण्याची ती वेळ असते. त्यालाच 'प्रारब्ध' म्हणतात. अशा वेळी ती दैवी यंत्रणाही त्या प्रभावाला थांबवू शकत नाही. म्हणजे धनुष्यातून बाण सुटेपर्यंत किंवा बंदुकीतून गोळी सुटेपर्यंत निर्णयात बदल केला जाऊ शकतो - बाण सोडायचा का नाही ... पण एकदा का बाण सुटला की मग तो परत मागे घेता येत नाही. मग तो बाण आपला प्रभाव दाखवणारच असतो. त्यात देवही हस्तक्षेप करू शकत नाही. या कर्मप्रकाराला प्रारब्ध म्हणतात.

### क्रियमाण

केलेल्या कर्माचं फळ त्वरित मिळून कर्माचा ताळा पूर्ववत होणं म्हणजे क्रियमाण. आपण एखाद्याच्या थोबाडीत दिली आणि त्याने ही आपल्याला लगेच मारलं तर कर्मबंध संपला! लग्न जमण्यासाठी एखाद्या नवसाला पावणाऱ्या देवाला एकवीस दिवस एकवीस प्रदक्षिणा मारल्या आणि त्यामुळे लग्न जमलं तर प्रदक्षिणा मारण्याचं केलेलं कर्म आणि त्याचं लग्न जमण्याचं मिळालेलं फळ संपुष्टात येऊन पुन्हा बाकी शून्य! *सीक्रेट*सारखी पुस्तकं वाचून एखादा अवकाशात संदेश सोडतो, आज माझ्या गाडीसाठी चट्‌कन मला पार्किंग मिळू दे...! आणि जेव्हा त्याला प्रत्यक्षात पार्किंग लगेच मिळतं, तेव्हा कर्म आणि त्याचं त्वरित किंवा कालांतराने मिळालेलं फळ हे क्रियमाण असतं. एखादं व्रत ठरावीक दिवसांसाठी केलं आणि त्यानुसार लगेच फळ मिळालं तर त्या व्रतरूपी सत्कर्माची बाकी शून्य! कर्मखात्यातील सत्कर्मात कोणतीही वाढ नाही! थोडक्यात चांगल्या-वाईट कर्मांचं फळ त्वरित मिळून कर्मखात्यातली बाकी पूर्ववत होणं याला क्रियमाण म्हणतात.

### ईश्वरेच्छा

भूकंप, अवर्षण, जीवित हानी, सामूहिक मालमत्तेची हानी यामध्ये प्रत्येकाचं कर्मच काम करतं असं नाही; तर अशा प्रकारची संकटं जेव्हा मानवजातीवर येतात, तेव्हा त्याला 'ईश्वरेच्छा' म्हणतात. अशा प्रसंगी मानवाच्या हातात काहीही राहिलेलं नसतं. असं का झालं, हे विचारण्याचाही अधिकार उरत नाही. भगवान निसर्गाच्या माध्यमातूनसुद्धा ते कार्य करत असतो. मनुष्याच्या अफाट बळावलेल्या कामनांना लगाम घालण्यासाठी तो एखाद्या माध्यमातून व्हायरसही सोडत असतो. या ईश्वरेच्छेपुढे मनुष्य हतबल बनून जातो. आपलं पृथ्वीवरचं तात्कालिक अस्तित्व आणि आपलं परावलंबित्वसुद्धा तेव्हा मनुष्याच्या ध्यानात येतं. अशा तऱ्हेने हे कर्माचे प्रकार होतात.

## २. विकर्म

विकर्म म्हणजे विपरीत कर्म. कित्येकदा मोहाने अथवा अज्ञानाने माणसाच्या हातून तामसी कृत्यं होतात, ती सारी विकर्म! इतकंच नाही तर काही वेळा कर्मशून्यता आली तरी तेही विकर्मच! उदाहरणार्थ, आपल्या मातापित्याला कोणी मारहाण करत असेल; अशा वेळी आपल्या जन्मदात्यांना वाचवण्याचं कर्म न करता आपण स्वस्थ बसून राहिलो तर ते विकर्म होतं!

विकर्माचा दुसरा अर्थ म्हणजे विशेष कर्म. मन लावून केलेलं कोणतंही स्वार्थयुक्त पण शास्त्रोक्त सत्कर्म म्हणजे विकर्म! म्हणजे एखाद्या धनिकाने स्वतःच्या प्रसिद्धीसाठी भागवत सप्ताह प्रायोजित केला किंवा निवडणूक डोळ्यांसमोर ठेवून ज्येष्ठांना तीर्थयात्रा घडवून आणल्या तर ते होतं विकर्म. आपल्या हातून विकर्म झालं आहे किंवा नाही हे कदाचित दुसरा कुणी सिद्ध करू शकणार नाही, पण त्या व्यक्तीचं मनच तशी जाणीव त्या व्यक्तीला करून देत असतं... मन लावून केलेली एखादी कलाकृती किंवा पाककृती या गोष्टीही विकर्मात मोडतात.

> एक माणूस चोरी करतो; पण आळ दुसऱ्यावर घालतो. दुसरा मनुष्य निर्दोष असतो, पण ते सिद्ध होऊ शकत नाही. प्रकरण कोतवालाकडे जातं; परंतु नक्की चोर कोण आहे, हे कोतवाल सिद्ध करू शकत नाही. अखेर ते प्रकरण राजाकडे जातं. राजापुढे दोघेही आरोपी गयावया करू लागतात. राजापुढेही पेच पडतो. राजा प्रधान आणि न्यायशास्त्रींशी मसलत करतो; पण निर्णय होत नाही. कुणीतरी नगरातल्या हुशार पंडिताचं नाव राजाला सुचवतं. त्याप्रमाणे त्याला पाचारण केलं जातं.
>
> तो पंडित दोन दिवस तसेच जाऊ देतो; मग तिसऱ्या दिवशी तो राजसभेत उपस्थित होतो. त्या दोघा आरोपींना त्याच्यासमोर आणलं जातं. राजा स्थानापन्न झाल्यावर तो पंडित म्हणतो, 'मी पुष्कळ शोध घेतला... तुम्हा दोघांपैकी खरा चोर कोण आहे, हे मला कळून चुकलंय. आता तुम्ही दोघं त्या भिंतीशी जाऊन पाठमोरे उभे राहा.आता राजाज्ञा होताच जो खरा चोर आहे त्याच्या पाठीत मी खंजीर फेकून मारणार आहे.'
>
> दोघेही भिंतीपाशी जाऊन उभे राहतात. खंजीर घेऊन शस्त्रधारी मागे उभा राहतो. आता जो खरा चोर असतो तो कासाविस होतो. त्याच्या मनात चलबिचल सुरू होते. त्याचं शरीर लटपटू लागतं. तो हळूच मागे वळून बघतो. तेव्हा पंडित म्हणतो, 'हा खरा चोर आहे. शिक्षा करा त्याला!'

अशा तऱ्हेने मनच त्या त्या व्यक्तीला अपराधीपणाची जाणीव करून देत असतं.

कर्म-विकर्मानंतर भगवान *अकर्मा* चाही या श्लोकात निर्देश करतात. अकर्म म्हणजे काहीच न करता स्वस्थ बसून राहायचं असा अर्थ होत नाही. धर्माला अनुसरून, स्वकर्तृत्वभाव आणि फलाशा सोडून केलेलं सत्कर्म म्हणजे अकर्म. मात्र फलाशा न ठेवता केलेलं कोणतंही कर्म हे अकर्म होऊ शकत नाही. चोराला त्याच्या

चौर्यकर्मात फलाशा न ठेवताही जर साहाय्य केलं तर ते अकर्म होऊ शकणार नाही; उलट ते कुकर्म होईल.

कर्म किती, हा खरा प्रश्न नसून कर्म कसं, हा खरा प्रश्न आहे. कर्म किती केलं हे जग पाहतं, परंतु कर्म कसं आणि कोणत्या भावनेने केलं, हे देव बघत असतो. एखादा श्रीमंत शेटजी रस्त्यावर पाणपोई टाकतो. शेकडो लोकांना पाणी पाजल्याचं त्याला पुण्य मिळतं, परंतु एखाद्या गरीब माणसाने आपल्यातली अर्धी भाकरी भुकेल्याला दिली तर ते कर्म अधिक महत्त्वाचं! त्याचं पुण्यही मोठ्या मापाचं!

निष्काम कर्मं करणाऱ्या कर्मयोग्याच्या दृष्टीने पाहिलं, तरच अकर्म आणि विकर्म या दोन संज्ञांचा अर्थ लक्षात येईल. अकर्म म्हणजे कर्मशून्यता नव्हे! कुणीही मनुष्य कधीही कर्मशून्य राहूच शकत नाही. सृष्टी हे कर्म मानलं तर जोपर्यंत मनुष्य सृष्टीत आहे, तोपर्यंत त्याला कर्म चुकणार नाही.

आसक्ती, कर्माभिमान आणि फलाशा सोडून केलेल्या सत्कर्माचा मात्र मनुष्याला बंध होत नाही. असं कर्म हे अकर्म होतं. ही गोष्ट ओळखूनच पूर्वीच्या मुमुक्षूंनी कर्मं केली होती. तशीच कर्मं तू कर, असं भगवंत इथे सांगतात.

नुसत्या कर्मात आशा-अपेक्षा असतात. कर्मामागे मोह-अज्ञान आणि कर्मशून्यता असेल तर ते विकर्म ठरतं. मन लावून केलेलं स्वार्थयुक्त शास्त्रोक्त कर्मही विकर्मच होय. स्वकर्तृत्वाभिमान, फलाशा सोडून आणि धर्माला अनुसरून जे सत्कर्म केलं जातं, ते अकर्म!

*कर्मण्यकर्म यः पश्येदकर्मणि च कर्म यः।*
*स बुद्धिमान्मनुष्येषु स युक्तः कृत्स्नकर्मकृत् ॥४.१८॥*
*यस्य सर्वे समारम्भाः कामसयल्पवर्जिताः।*
*ज्ञानाग्निदग्धकर्माणं तमाहुः पण्डितं बुधाः ॥४.१९॥*

जो कर्मामध्ये अकर्म पाहतो आणि अकर्मामध्ये कर्म पाहतो तो सर्वात बुद्धिमान होय. असा मनुष्यच यथासांग कर्म करणारा कर्मयोगी होय. ज्याचा कर्मारंभ फलाशाविरहित असतो, ज्ञानाग्नीने ज्याची कर्मबंधने जळून गेलेली असतात त्यालाच ज्ञाते लोक पंडित म्हणजे शुद्ध बुद्धिमान म्हणतात.

एकाच नाण्याच्या दोन बाजू असाव्यात त्याप्रमाणे दोन क्रियांमधून कर्मयोग्याची एकच ओळख पटते. प्राप्त कर्म करत असतानाही कर्मयोग्याची वृत्ती अकर्माच्या गुणवैशिष्ट्यांप्रमाणे असते. अकर्म म्हणजे, काहीच न करता स्वस्थ बसून राहायचं असा अर्थ होत नाही, याविषयी आपण मागच्या श्लोकात जाणून घेतलंच. धर्माला अनुसरून, स्वकर्तृत्वभाव आणि फलाशा सोडून केलेलं सत्कर्म म्हणजे अकर्म. कर्मयोग्याच्या हातून असंच स्वकर्तृत्वाभिमान आणि फलाशा सोडून धर्म्य आणि शास्त्रोक्त कर्म होत असतं. म्हणजेच कर्म करूनही ते अकर्म होतं. कर्म का अकर्म, हे कर्माच्या अंधकत्वावरून ठरवायचं असतं; क्रियात्मक स्वरूपावरून नव्हे किंवा कोरड्या धर्मशास्त्रावरून नव्हे. म्हणजे, पुष्कळ अजाण लोक हट्टाने विषयांपासून निवृत्त होतात किंवा मोहाने कर्मापासून दूर जातात. अर्थात कर्माचा प्रभावच नको म्हणून कर्म करणं टाळू पाहतात, पण कर्म टाळता येऊच शकत नाही. कारण प्राप्त कर्म सोडून दूर जाणं हेच वस्तुतः एक कर्मच होतं. म्हणजे कर्माच्या कचाट्यातून व्यक्ती सुटूच शकत नाही! याउलट ज्ञानी लोकांची प्रवृत्ती म्हणजे निष्काम कर्म होतं. म्हणजे कर्म करूनही ते अकर्म होतं. कारण त्या कर्मामागे आसक्ती आणि 'मी कर्म करतो' असा अहंकारही नसतो.

एखाद्या वाहनातून जेव्हा आपण प्रवास करतो, तेव्हा बाहेरचे वृक्ष, डोंगर आपल्या विरुद्ध दिशेने धावताना आपल्याला दिसतात. धावत्या ढगांमधून दिसणारा चंद्रही धावतानाच दिसतो, पण तो आभास असतो. त्याप्रमाणे शरीर कर्म करत असताना शरीरांतर्गत 'मी' कर्म करतो आहे, असा आभास होतो. किंवा पाण्यात सूर्याचं प्रतिबिंब पडतं तेव्हा सूर्य हलल्यासारखा वाटतो. आत्म्याची तशीच उपस्थिती शरीरात असते. त्याची जोपर्यंत शरीरात उपस्थिती असते तोपर्यंत असा हलता देखावा चालणारच असतो. तो थांबवणं जीवाला शक्य नसतं. शरीराने कर्म त्यागलं की 'मी'नंही कर्म त्यागलं असं वाटतं, पण तसं प्रत्यक्षात नसतं. कर्म न करणं हासुद्धा आभास असतो. कारण काम न करता स्वस्थ बसणं ही क्रियासुद्धा कर्तृत्वाभिमान कायम असल्यामुळे अकर्म न होता कर्मच होतं. 'मी स्वस्थ बसलो!' हा स्वकर्तृत्वभाव असतो आणि तो भ्रामक असतो. आत्मा अकर्ता असला तरी त्याची केवळ उपस्थिती शरीराकडून कर्म सिद्ध करते; मग जीवाने कर्म टाळण्याचा कितीही प्रयत्न केला तरी!

या उलट, मी कर्ता नाही हे जाणून योगी (ज्ञानी) सर्व कर्मं करतात. फलाशा आणि कर्मामागचा अहंकार टाळून कर्म केल्यामुळे कर्मफळ योग्याच्या कर्मखात्यात जमा न होता ती काळाच्या उदरात जागच्या जागी नष्ट होऊन जातात. त्या योग्याच्या अंतःकरणात प्रदीप्त झालेल्या आत्मज्ञानरूपी ज्वाला कर्मफलांना त्या योग्यापर्यंत येऊच देत नाहीत. हा सारा प्रकृतीचा खेळ असून तो क्षणिक आणि नाशिवंत आहे, सुखदुःखं ही भ्रामक आहेत, हे त्याला आत्मज्ञानामुळे पुरेपूर कळलेलं असतं. अहंकार आणि वासनारूपी प्रबळ शक्ती कर्मामागे लावून त्याच्या क्रिया आणि प्रतिक्रिया अनुभवण्याचं नैसर्गिक काम व्यक्ती अज्ञानाने करत असते; पण आत्मज योग्यावर झालेल्या ज्ञानाच्या प्रभावामुळे तो सर्व प्रकारच्या कटकटींमधून मुक्त होतो. तरीही तो कर्म करतच राहतो. कर्म करताना कर्तृत्वाभिमान नसल्यामुळे ते त्यांचं कर्म हे अकर्म होतं.

प्रत्येक कर्माचं फळ आपल्याला मिळत असतं, पण ते फळ प्राप्त झाल्याचा अनुभवच आपल्याला मिळाला नसता तर? जिभेला रुचकर पदार्थांची चव कळते म्हणून जीवाला आनंद मिळतो. नवी वस्तू घरात आली किंवा एखादं मोठं पद वा पुरस्कार मिळाला की जीव सुखावतो. जीवाला हा सुखाचा अनुभव कसा मिळतो? कुणामुळे मिळतो? भौतिक जगातला हा सुखदुःखाचा अनुभव झोपेत मात्र मिळत नाही. व्यक्ती कोमात गेली की सोनं-नाणं, घरदार, पद-प्रतिष्ठा यांचा अनुभव जीवाला घेता येत नाही. म्हणजेच सुख-दुःखाचा अनुभव देणारं एक वेगळंच तत्त्व शरीरांतर्गत असतं हे सिद्ध होतं. केवळ जीव असून उपयोगाचं नसतं; तर हा अनुभव

देणारं तत्त्व जीवाबरोबर असल्यामुळेच सुखदुःखाचे अनुभव जीवाला मिळत राहतात. या तत्त्वाला ओळखून व्यक्ती आत्मज झाली तर ती त्या तत्त्वाच्या प्रभावातून 'स्व'ला दूर ठेवू शकते. हा भाव जागृत झाला तर मग कर्म करूनही ते जीवाला बंधक होत नाही.

कर्म करूनही त्यागमूलक कर्तव्यपर जीवन जगणं भगवंतांना अपेक्षित आहे. म्हणजे चिखलामधून फिरायचं पण अंगाला चिखल लागणार नाही, असं फिरायचं! कमलपत्राप्रमाणे निर्लेप राहायचं. कोणतंही कर्म करताना असं निष्कामतेचं आवरण चढवलं तर कर्म करूनही ते कर्म चिकटणार नाही; आणि त्याचं बंधन होणार नाही. हे का करायचं? तर कर्माच्या प्रभावातून सुटका करून घेण्यासाठी! कर्म चिकटलं की ते केव्हा ना केव्हा आपला प्रभाव दाखवतंच. मग केलेल्या कर्मानुसार सुख मिळतं, तसंच दुःखही भोगावं लागतं. या कर्मप्रभावांमधून सुटका करून घेण्याची तंत्रं भगवान सांगत आहेत.

या विषयाचं ज्ञान ज्या व्यक्तींना होतं, त्या विवेकी पुरुषांची सर्व कर्मं विषयेच्छारहित आणि संकल्परहित झालेली असतात. आपल्या ज्ञानरूप अग्नीने सगळी कर्मं अशा तऱ्हेने ज्याने जाळलेली असतात, त्यालाच ज्ञाते पुरुष खरा पंडित म्हणतात. फळ तर नाहीच पण तसा संकल्पही नाही, हे ज्याला साधलं, तो खरा पंडित. या गोष्टीचं ज्ञान झालं म्हणजे सर्व कर्मं भस्म होऊन जातात.

कर्म करून अकर्मत्व प्राप्त करू शकणाराच खरा बुद्धिमान! अशी बुद्धिमत्ता आली की कोणतंही कर्म करूनही ते जीवाला चिकटणार नाही आणि आपला प्रभाव दाखवणार नाही. कर्तृत्वभाव आणि फलाशा या गोष्टी सुटल्यामुळे हातून होणारी कर्मं ही अकर्मं होऊन जातील. म्हणून प्रथम निश्चय केल्यावरच जो कार्य हाती घेतो, कार्य मध्येच सोडून जो स्वस्थ बसत नाही, जो आपला वेळ मुळीच वाया घालवत नाही आणि ज्याचं मन स्वाधीन आहे, अशा पुरुषाला पंडित म्हणतात.

*त्यक्त्वा कर्मफलासङ्गं नित्यतृप्तो निराश्रयः।*
*कर्मण्यभिप्रवृत्तोऽपि नैव किंचित्करोति सः ॥४.२०॥*
*निराशीर्यतचित्तात्मा त्यक्तसर्वपरिग्रहः*
*शारीरं केवलं कर्म कुर्वन्नाप्नोति किल्बिषम् ॥४.२१॥*

ज्याने कर्मफलाची आसक्ती सोडली आहे, जो नेहमी संतुष्ट असतो, ज्याने सुखासाठी घेतला जाणारा इंद्रियांचा आश्रय सोडलेला असतो, असा स्वावलंबी पुरुष (व्यक्ती) कर्म करण्यासाठी जरी तत्पर दिसत असला तरी तो काहीच करत नाही. (म्हणजे त्याचं कर्म तत्त्वतः अकर्मच ठरतं.) उपभोग-वासनारहित होऊन ज्याने आपल्या चित्ताचं आणि इंद्रियांचं नियमन केलेलं आहे असा पुरुष शरीर-संबंधात प्राप्त होणारी कर्तव्यं करूनही त्या बंधापासून मुक्त राहतो.

हे श्लोक आणि मागील दोन्ही श्लोक यांमधून जरी संन्यासमार्गाचा अर्थात सर्वसंगपरित्यागाचा आभास निर्माण झाला असला तरी भगवंताला कर्मयोगच अभिप्रेत दिसतो. अशा कर्मयोग्याला, 'मी कर्माचा कर्ता आहे' हा अभिमान नसतो आणि त्याचं फळ मिळालं पाहिजे ही फलासक्ती नसते. अशी नित्यतृप्त योग्याची वृत्ती बनलेली असते. कर्म करताना मग तो कोणताही भेदभाव करत नाही. 'विषयां'विषयी म्हणजे भोग्य गोष्टींविषयी तो आसक्ती धरत नाही. तो जे कर्म करतो, त्यामागे जीविका चालावी याखेरीज कसलाच हेतू नसतो. ज्ञान प्राप्त होण्यापूर्वी ज्या पद्धतीने हा मुमुक्षू कर्म करत असतो, तशीच कर्मं आत्मज्ञान झाल्यानंतरही तो करत राहतो, परंतु त्याच्या कर्माचा बंध ज्ञानाग्नीने दग्ध झालेला असतो. कारण आसक्तिरहित कर्म त्या पुरुषाच्या हातून झाल्यामुळे त्या कर्माचं कोणतंच फळ त्याला चिकटत नाही. अर्थात मृत्यूनंतर त्याच्या खाती जो अनेक जन्मांमधील कर्मांचा जमा-खर्च असतो, तो पार पुसून गेलेला असतो.

या श्लोकात अशा कर्मयोग्याच्या संदर्भात 'निराश्रित' या शब्दाचा प्रयोग केलेला आहे, तो विनाकारण नाही. कदाचित त्यामुळे संभ्रम निर्माण होण्याची शक्यता आहे.

कर्मयोगी कुठेही आश्रय करून राहत नाही, असाही अर्थ करण्याची शक्यता आहे. परंतु निराश्रय या शब्दाचा विषयाच्या अनुषंगाने जो अर्थ इथे आहे तो काहीसा भिन्न आहे. सामान्य मनुष्याला उपभोग मिळवण्यासाठी शरीराचा आश्रय घ्यावा लागतो. मागच्या श्लोकाच्या अनुषंगाने विचार करायचा झाल्यास केवळ इंद्रियं किंवा मन असूनही उपभोग घेता येतोच असंही नाही. झोपेत किंवा कोमात या दोन्ही घटकांचं अस्तित्व असतंच की! पण ते घटक त्या अवस्थेत उपभोग घेऊ शकत नाहीत; अथवा जीवाला सुख देऊ शकत नाहीत. म्हणजे सुखाचा अनुभव देणारं तत्त्व वेगळंच असतं. कर्मयोग्याचं त्या तत्त्वाशी अनुसंधान जुळल्यामुळे आनंद मिळवण्यासाठी इंद्रियं-मनादी घटकांच्या आश्रयाची त्याला गरजच उरलेली नसते. शरीरांतर्गत तत्त्वाकडून मिळणाऱ्या चिरंतन आनंदाची अनुभूती सातत्याने मिळत राहिल्यामुळे अशा कर्मयोग्याला शरीराकडून आणि शरीरांतर्गत असणाऱ्या सर्व इंद्रियांकडून मिळणाऱ्या तात्पुरत्या सुखाची आवश्यकताच उरलेली नसते. अशा अर्थाने तो शरीराचा आश्रित राहिलेला नसतो. ती अनुभूती त्याला अंतर्मनामुळे मिळत असते आणि त्याचं बाह्य मन केवळ जीविका चालवण्यासाठी कार्यरत राहत असतं. मात्र सुख मिळवण्यासाठी जो बाह्य मनाचा आश्रय सामान्य व्यक्तीला घ्यावा लागतो, तोच आश्रय त्याने सोडून दिलेला असतो. या अर्थाने तो कर्मयोगी निराश्रित झालेला असतो.

आश्रित या शब्दामध्ये एक हीन भाव आहे. मी कुणाचा तरी आश्रित आहे, हा विचार एखाद्या स्वाभिमानी व्यक्तीसाठी क्लेशकारक असतो. आपण स्वतंत्र असावं, कुणाची मेहेरबानी आपल्यावर नसावी अशी स्वाभिमानी व्यक्तीची मनोभूमिका असते. कर्मयोगी तर सुख मिळवण्यासाठी शरीर आणि इंद्रियांचाही आश्रित राहत नाही! निराश्रित या शब्दाचा हा अर्थ इथे अभिप्रेत आहे.

सामान्य मनुष्य मात्र इंद्रियांचा आश्रित असतो. त्याच्या मनाला विरंगुळा मिळावा किंवा एन्जॉयमेन्ट व्हावी यासाठी त्याला टीव्ही बघावा लागतो, त्यावरची एखादी मालिका बघावी लागते. थंड हवेच्या ठिकाणी जावंसं वाटतं किंवा हॉटेलमध्ये जावंसं वाटतं. म्हणजे सुखासाठी इंद्रियांना सतत मौजमजेचे विषय पुरवावे लागतात.

मात्र कर्मयोग्याला सुखासाठी अशी बाह्य विषयांची गरजच उरलेली नसते. आता इंद्रियं आणि मनाच्या ताब्यात जाऊन तो कर्म करत नसल्यामुळे तो काहीच करत नाही, असं या श्लोकात म्हटलं आहे. म्हणजेच मागच्या श्लोकाच्या संदर्भाने बोलायचं झाल्यास त्याचं कर्म हे 'अकर्म' होत असतं. ज्याचं कर्म अशा तऱ्हेने अकर्म होतं, त्या कर्मयोग्याला कोणताही कर्मबंध होऊच शकत नाही. त्याने आपल्या इंद्रियांचं नियमन केल्यामुळे त्याच्या कर्मामागे उपभोग आणि वासना उरलेल्याच नसतात. आणि

म्हणूनच भौतिक जगात कर्म करूनही त्याला कर्माचा बंध होऊ शकत नाही.

कर्मबंध न होण्यासाठी सर्वप्रथम बुद्धी स्थिर व्हावी लागते. केवळ ध्यान करून बुद्धी स्थिर होत नाही. कारण ध्यानाला बसलं की मन इतरत्र धावू लागतं. नको ते विचार मनाला ग्रासून टाकतात. अपेक्षा, भावी योजना, मानसिक ताणतणाव, कटू अनुभव इत्यादी गोष्टी डोकं वर काढतात. त्यामुळे बुद्धी स्थिर होऊ शकत नाही आणि बुद्धी स्थिर झाल्याशिवाय ध्यान लागू शकत नाही. हे टाळण्यासाठी बुद्धीवर सद्विचारांचे सातत्याने संस्कार करावे लागतात. कॉम्प्युटरच्या हार्ड डिस्कमध्ये अनावश्यक फाइल्सचा प्रचंड साठा साठून राहिला तर कॉम्प्युटर स्लो होतो. त्याप्रमाणे मनात नको त्या विचारांचा साठा प्रचंड प्रमाणात साठूनच राहिलेला असतो. अशा अनावश्यक विचारांचं सतत चिंतन करणं हा शोकाचाच भाग असतो. म्हणूनच ध्यान आणि परमतत्त्वाशी योग साधायचा असेल तर सर्वप्रथम मनातील शोक काढावा लागतो. मग सद्विचारांच्या सान्निध्यात राहून मन-बुद्धीवर संस्कार करावे लागतात. हे परफेक्ट सायन्स भगवद्गीता पहिल्या अध्यायापासून कसं सांगते, याचा आपण विचार केला पाहिजे. या अध्यायांचा क्रम आणि त्यातून हळूहळू उलगडत जाणारा ज्ञानमार्ग अत्यंत तर्कसंगत म्हणजे लॉजिकल आहे. ते लॉजिक समजलं नाही तर तो आपला दोष आहे; गीताविचारांचा नाही!

अशा तऱ्हेने कर्मयोगी आत्मभावाशी आणि पर्यायाने परमेश्वराशी नित्य अनुसंधान साधून कर्म करत असल्यामुळे त्याला योग साध्य होतो. 'योग' याचा अर्थ आत्म्याने परमतत्त्वाशी जोडलं जाण्याची क्रिया. कर्मयोगी असा सतत योगस्थ असल्यामुळे त्याचं सारं जीवन परमात्माच चालवत असतो. जीविका चालवण्यासाठी त्याला काहीही कमी पडत नाही. शरीर निरोगी राहावं म्हणूनही त्याला काहीही करावं लागत नाही. कारण परमात्माच त्याचं शरीर चालवत असताना त्याला अनारोग्याची भीतीच राहत नाही. केवळ प्रारब्धवशात जे भोग नशिबी येतात, ते तो त्रयस्थ भूमिकेतून भोगतो. त्यांचा परिणाम त्याच्या मनावर होत नाही.

जे असे कर्मयोगस्थ नाहीत त्यांना मात्र कपिलमुनींनी सिद्ध केलेला आणि पतंजली मुनींनी सूत्रबद्ध केलेला योगमार्ग आचरण्याचीच आवश्यकता भासते. त्यासाठी यम-नियमांचं पालन करून मगच यौगिक क्रियांचा सराव करावा लागतो. थेट यौगिक क्रिया करणं कदाचित शरीराला घातकही ठरू शकतं. म्हणून यम-नियमांचं आचरण करून शरीरांतर्गत वातवृद्धीचं संतुलन सर्वप्रथम करावं लागतं. त्यानंतर केलेल्या भस्त्रिका आणि कपालभाती आदी यौगिक क्रियांमुळे मेंदू स्वच्छ होऊ लागतो. नकारात्मक विचार (toxins) उच्छ्वासामार्फत शरीराबाहेर फेकले जातात.

भ्रामरी केल्यामुळे मेंदूत आंदोलने निर्माण होऊन तिथे साठलेल्या अनावश्यक 'फायली' नामशेष होतात. योग्य मार्गदर्शनाखालीच ह्या क्रिया केल्या पाहिजेत. या क्रियांमधून बुद्धी स्थिर होणं साध्य झालं पाहिजे. त्याचप्रमाणे या योगमार्गाचा हेतू जाणून घेतला पाहिजे.

ज्ञानी कर्मयोग्याने मात्र विचारपूर्वक बुद्धीचं संतुलन केलेलं असतं. बुद्धीला सकारात्मक विषय देणं, बुद्धी दैवी बनवणं, मनाला नि:शंक करणं , अनावश्यक गोष्टी, लालसा, वासना, अपेक्षा, भोगांची सतत इच्छा, नकारात्मक गोष्टीचा इनपुट थांबवणं अशा तऱ्हेने वृत्तीपरिवर्तन घडवून आणलं तर बुद्धी स्थिर होऊ लागते.

भौतिक जगाची समज आल्यापासून आपल्या बुद्धीत अनावश्यक असा विचार-संस्कारांचा प्रचंड साठा जमा झालेला असतो. काही संस्कार पूर्वजन्मातूनही आलेले असतात. ध्यानातून हा साठा काढून टाकण्याच्या क्रियेतून मेंदू पुन्हा सशक्त बनतो. सद्विचारांचे संस्कार केल्यामुळे मेंदूची सारासार विवेक करण्याची क्षमताही वाढते. त्यासाठी ईश्वराचं सामीप्य आणि सान्निध्य समजून घ्यायला हवं. ईश्वर जे करतो ते योग्यच करतो, यावर ठाम विश्वास बुद्धीत स्थिरावला पाहिजे. त्यासाठी भीती, नकारात्मक विचार आणि चिंता ईश्वरावर सोपवून देण्याचा अभ्यास साधायला हवा. मेंदू अशा तऱ्हेने प्रबळ होताच तो इंद्रियं आणि मनाच्या गुलामीतून मुक्त होतो. तो सदासर्वदा संतुष्ट राहतो. कर्म करूनही तो अकर्ता राहतो. जणू देवच त्याच्या शरीरात राहून कर्म करतो. म्हणजेच तो जीव अज्ञानवश कर्म करत नाही, तर जाणीवपूर्वक शुद्ध कर्म त्याच्याकडून घडू लागतं.

अशा तऱ्हेने चित्ताचं आणि इंद्रियांचं नियमन करणं साधलं तर शरीर-संबंधात प्राप्त कर्तव्यं करूनही माणूस कर्मबंधातून मुक्त राहू शकतो. कर्मयोगी असा बंधरहित आनंदी जीवन जगत असतो.

आसक्ती आणि फलाशा यांमधून मुक्त झालेली व्यक्ती जेव्हा सारासार विवेकाने बुद्धीचं नियमन करते, तेव्हा ती इंद्रियं आणि मनाच्या गुलामीतून मुक्त होते. त्यामुळे ती अधिकाधिक स्वावलंबी बनते. कर्म न टाळता ती कर्मतत्पर राहते आणि अशा अवस्थेत तिच्या हातून होणाऱ्या कर्मांचा तिला बंध होत नाही.

*यदृच्छालाभसंतुष्टो द्वन्द्वातीतो विमत्सरः।*
*समः सिद्धावसिद्धौ च कृत्वापि न निबध्यते ॥४.२२॥*
*गतसङ्गस्य मुक्तस्य ज्ञानावस्थितचेतसः।*
*यज्ञायाचरतः कर्म समग्रं प्रविलीयते ॥४.२३॥*

यदृच्छेने (सहजगत्या) जे प्राप्त होईल त्यात संतुष्ट राहणारा, सुखदुःखादी द्वंद्वांनी विचलित न होणारा, निर्मत्सर (म्हणजे निर्वैरबुद्धी अर्थात कुणाचाही मत्सर न करणारा), यशापयशाविषयी समबुद्धी झालेला पुरुष कर्मं करूनही पापपुण्याने बद्ध होत नाही. जो निःसंग, कर्मबंधनातून मुक्त झाला आहे, ज्याचं चित्त परमात्मज्ञानाच्या ठिकाणी स्थिर झालं आहे आणि जो (केवळ) यज्ञार्थच कर्म करणारा आहे त्याचं सर्व कर्म समग्रपणे लयाला जातं.

सामान्यतः माणसाला कितीही मिळालं तरी त्यात तो संतुष्ट होत नाही. ही असंतुष्टताच त्याच्या अधःपतनाला कारण ठरते. आपली कुवत, वृत्ती, संस्कार, संचित, प्रारब्ध यानुसार जे प्राप्त झालं आहे, त्याच्यात समाधान मानता आलं तर अनेक प्रश्न दूर राहतात. कित्येकांना वाटतं, आपल्याकडे भरपूर धन आलं म्हणजे आपण सुखी होऊ. असे विचार मनात येण्याचं मुख्य कारण म्हणजे स्पर्धाभाव! प्राप्त परिस्थितीत जे मिळत आहे त्यात संतुष्ट न होण्याचं मुख्य कारण हा स्पर्धाभाव असतो. सुख हे केवळ धनावर अवलंबून नसतं. किंबहुना आपण जितके व्याप वाढवू, तितकं सुख दूर जाऊ लागतं. व्याप वाढवलेल्या पुष्कळ व्यक्ती शांत बसू शकत नाहीत. व्यापात राहण्याचीसुद्धा एक धुंदी असते. एखाद्या राजसी वृत्तीच्या व्यक्तीची तीच जीवननिष्ठा असते किंवा इतिकर्तव्यता असते. अनेक प्रकारच्या सुखांची अशा व्यक्तीला सतत अपेक्षा असते. 'कुणी बघितलंय मेल्यावर काय होतं ते? त्यापेक्षा इथेच सारे उपभोग मिळवून घ्या!' अशी राजसी व्यक्तींची मनोधारणा असते. त्यांची विचारांची रेघ जमिनीला समांतर जात असते; उभी खोल जात नसते. म्हणजेच ते फारसे अंतर्मुख

होत नसतात. अज्ञानाच्या बैठकीवर मग अशा व्यक्ती स्वतःचं एक भोगवादी तत्त्वज्ञान उभं करतात आणि त्यानुसार जीवन व्यतीत करतात. या जन्मी जे वैभव मिळालं आहे ते गेल्या जन्मी केलेल्या शुद्ध कर्मांमुळे मिळालं आहे, हा विचार अशा लोकांच्या बुद्धीतूनच निघून गेलेला असतो. ते पूर्वजन्म वगैरे मानत नाहीत; आणि मानलाच तर त्यांना मेल्यावरही स्वर्गसुख हवं असतं!

स्वर्गसुख हेच परमसाध्य असतं असं मीमांसक मानतात. पण भगवद्गीतेची दृष्टी स्वर्गापलीकडे आहे. म्हणजेच अंतिम आनंदावर आहे. त्या दृष्टीने स्वर्ग प्राप्त करण्यासाठी केलेली कर्मंही बंधकच मानली जातात. स्वर्गापलीकडच्या आनंदाला प्राप्त व्हायचं असेल आणि प्राप्त जन्मातही शांतपणे जीवन जगायचं असेल, तर सर्वप्रथम मनातून असंतुष्टता दूर केली पाहिजे. दुसऱ्याच्या सुखी वाटणाऱ्या जीवनाकडे बघण्याची दृष्टी बदलली पाहिजे. कारण सभोवताली दिसतात त्या सुखाच्या साऱ्या कल्पना भोगवादी अशा राजसी वृत्तीच्या लोकांनी उभ्या केलेल्या असतात. त्या मनुष्यनिर्मित असतात - परमेश्वरनिर्मित नाही. या सुखात दुःख दडलेलंच असतं! म्हणून त्यामागे किती लागायचं, हे विचारी व्यक्तीने तरी मनोमन ठरवलं पाहिजे.

जर यज्ञादी कर्मं अनासक्त वृत्तीने केली, तर मात्र कर्मबंधन लय पावतं आणि व्यक्ती आनंदमार्गावर जाऊ शकते. अशा व्यक्तीला स्वर्गप्राप्ती न होता मोक्षप्राप्ती म्हणजे अंतिम आनंदावस्था प्राप्त होते. भाजलेलं बी कधी रुजत नाही, त्याप्रमाणे ज्याने आपले कर्महेतू जाळून टाकले आहेत म्हणजेच जो पूर्णपणाने निर्हेतुक, निरिच्छ बनला आहे; त्याने केलेली कर्मं त्याला स्वर्गप्राप्ती न देता मोक्षप्राप्ती देतात.

यज्ञासाठी यज्ञ करणारा पुरुष, असंही प्रतिपादन भगवंतांनी या श्लोकात केलं आहे. तत्कालीन समाजात मोठ्याप्रमाणावर यज्ञ केले जात. त्यामुळे इथे यज्ञाची उपमा घेतलेली दिसते. यज्ञाच्या अग्नीत आहुती टाकताना 'इदं न मम' हे शब्द अर्थपूर्ण उच्चारणं महत्त्वाचं असतं. इथे यज्ञ म्हणजे होमहवन नव्हे; तर प्रत्येक इंद्रियांचा कर्मयज्ञ, हा अर्थ अभिप्रेत आहे. प्रत्येक इंद्रियांच्या कार्यामागे देवतांची शक्ती असते. हात काम करिनासा झाला तर इच्छा असूनही त्या हाताने काम करता येत नाही. म्हणून प्रत्येक इंद्रियांचं कार्य पूजाभावनेने अर्थात 'इदं न मम' या यज्ञीय वृत्तीने केलं पाहिजे. अहंकार आणि स्वार्थत्याग करणं , तसंच निर्ममत्व अंगीकारणं हा भाग महत्त्वाचा आहे. म्हणजे 'माझ्या' शक्तीने मी काम करू शकत नाही ही समज अंगीकारली पाहिजे. 'न मम' म्हणजे माझं नाही, असं म्हणून ममत्व सोडणं आणि ईश्वरार्पण बुद्धीने आयुष्यातले सर्व व्यवहार करणं हा मोठा यज्ञ किंवा होमच होतो.

यज्ञ करताना सर्वात महत्त्वाचा जो भाग असतो तो म्हणजे आहुती देणं - अर्थात 'स्वाहा' करणं . म्हणजे टाकणं - सोडून देणं. अग्नी सर्व काही जाळून टाकत असतो. कर्मयज्ञातला हा 'स्वाहाकार' करताना जे जे मनात धरून ठेवलेलं असतं, त्यांचा 'होम' व्हायला हवा. कुणी आपल्याला दुखावलं असेल, त्रास दिला असेल किंवा प्रत्यक्ष-अप्रत्यक्षपणे छळ केला असेल, त्यांच्याविषयी मनात दडवलेल्या कटू भावनांचा होम केला पाहिजे. त्यासाठी क्षमावृत्ती अंगीकारली पाहिजे. कारण ती व्यक्ती आपला छळ करत नसते तर आपलं कर्म त्या व्यक्तीमार्फत प्रभाव दाखवत असतं. त्यामुळे केवळ माध्यम झालेल्या व्यक्तीचा द्वेष करणं योग्य ठरत नाही. मनात धरलेल्या अशा असंख्य कटू आणि नकारात्मक भावभावनांचा या कर्मयज्ञात मनोमन होम केला, की व्यक्ती त्या कर्मबंधातून मुक्त होते. अनेक रोग आपोआप बरे होतात. व्यक्ती आनंद उपभोगू लागते. सकारात्मक भाव वाढीला लागतो.

या कर्मयज्ञाने सर्व परब्रह्माचं आणि पर्यायाने सर्व देवतांची देवता म्हणजे परमात्म्याचंही यजन घडत असतं. परब्रह्माचं यजन करायचं म्हणजे यदृच्छेने मिळेल त्यात संतुष्ट राह्यचं, शरीर रक्षणासाठी आवश्यक असलेलं अन्नवस्त्र मिळालं किंवा न मिळालं तरी त्याबद्दल हर्ष-विमर्ष मानायचा नाही. कुणाविषयी वैरबुद्धी अथवा राग बाळगायचा नाही. ऊन, पाऊस, थंडी यांची त्याने पर्वा करता कामा नये. सर्व ऋतू त्याला सारखेच वाटले पाहिजेत.

दैनंदिन कर्मं करतानाही अशी वृत्ती बाणवली तर कर्मं करूनही व्यक्ती कर्मबंधनात सापडत नाही. तिची सर्व कर्मं ब्रह्मार्पण झाल्यामुळे परमेश्वर त्या कर्मांचा स्वीकार करतो. आपण जेवायला बसलो असताना आपल्या अन्नावर कुणाची जबरदस्त वासना गेली तर ते अन्न आपण ग्रहण करू शकत नाही किंवा ग्रहण करू नये. त्याचप्रमाणे कर्मामध्ये जर वासना उरली तर देव त्या कर्मांचा स्वीकार करणार नाही. म्हणून आपली कर्मंही या कर्मयज्ञात ब्रह्मार्पण झाली पाहिजेत. अशा यज्ञातून परमेश्वराला जोडलं जाण्याचा अभ्यास साधला तर त्याचं प्रेम अनुभवायला येऊ लागतं.

ज्याचं चित ज्ञानातच स्थित आहे, लौकिकदृष्ट्या जो सर्व कर्मं आसक्तिरहित होऊन करत आहे, अशा पुरुषाचं कर्म समग्र फलासह विनाश पावतं. जीवनयज्ञाचं असं यज्ञीय वृत्तीने हवन केल्यास ती व्यक्ती परमेश्वराला प्राप्त होते.

*ब्रह्मार्पणं ब्रह्म हविर्ब्रह्माग्नौ ब्रह्मणा हुतम्।*
*ब्रह्मैव तेन गन्तव्यं ब्रह्मकर्मसमाधिना ॥४.२४॥*
*दैवमेवापरे यज्ञं योगिनः पर्युपासते।*
*ब्रह्माग्नावपरे यज्ञं यज्ञेनैवोपजुह्वति ॥४.२५॥*

अर्पण म्हणजे हवन करण्याची क्रिया ब्रह्म, हवि म्हणजे अर्पण करायचं द्रव्य हे ब्रह्म, ब्रह्मरूप अग्नीमध्ये ब्रह्मरूप कर्त्याने केलेली हवनक्रिया ब्रह्मच, याप्रमाणे कर्माविषयी ज्याची समबुद्धी झाली आहे, त्याला ब्रह्म प्राप्त होतं. कित्येक (कर्म) योगी देवतापूजनरूप यज्ञ करतात आणि दुसरे कित्येक ब्रह्मरूप अग्नीमध्ये यज्ञानंच यज्ञाचा होम करतात.

या श्लोकाचा अर्थ गहन आहे. प्रत्येक क्रियेमधला गूढ अर्थ समजून घ्यावा लागेल. विश्व कुठून निर्माण झालं? तात्त्विक दृष्ट्या विश्वाची निर्मिती ब्रह्मातून झाली. पाण्याचा अंश हा उसाचा रस, सर्व फळांचा रस, जीवांची शरीरं, नदी-सागर, जलद असा सर्वत्र व्यापून असतो. हे सर्व घटक जरी भिन्न दिसत असले तरी इतर द्रव्यांबरोबर जल म्हणजे पाणी या पदार्थांमध्ये सामावलेलं असतंच. त्याचप्रमाणे ब्रह्म सर्व सृष्टीचं आदीकरण आहे आणि ते सर्व सृष्टीला व्यापून आहे. सूक्ष्मदर्शक यंत्रातून आपण अव्यक्त गोष्टी जाणण्याचा प्रयत्न करतो. ही जाणण्याची क्षमता आणि वृत्ती जितकी प्रगल्भ होत जाते, तितकी विश्वाची रहस्यं उलगडत जातात. ब्रह्माला प्रयोगशाळेत जाणता-ओळखता येत नाही. त्यासाठी आत्मज्ञानाच्याच मार्गाचा अवलंब करावा लागतो. भौतिक सृष्टी जाणण्याचं शास्त्र जितकं वास्तविक आहे, तितकंच आत्मज्ञानाचं शास्त्र वास्तविक आहे.

जो आत्मज्ञानी होतो त्याला सर्वत्र ब्रह्मच दिसत असतं. कर्ता आणि भोक्ता असे आरोप तो आपल्या आत्मस्वरूपावर करत नाही. म्हणजे 'मी' कर्माचा कर्ता आहे, हा अहंकार राहत नाही. कारण विचार तसंच कर्ता-कर्म-कार्य यांमागची खरी शक्ती त्याने

ओळखलेली असते. ती शक्ती भगवंताची असते. कृतज्ञता भावाने त्याच भगवद्शक्तीला जोडण्याची क्रिया म्हणजेच यज्ञकर्म असतं. म्हणून अशी यज्ञकर्मं म्हणजे सर्व प्रकारची कर्मं करूनही अशी व्यक्ती त्यांच्या फळापासून दूर राहते. कर्माच्या फळात तिची वासना उरत नाही. त्यामुळे अशी सर्व यज्ञादी कर्मं ज्ञानी पुरुषाने केली, तरी त्याचं फळ त्याला प्राप्त होत नाही. ते नाश पावतं. कारण यज्ञकर्म, त्यापासून मिळणारं फळ हे सारंच त्याने ब्रह्मार्पण केलेलं असतं.

परमसत्य जेव्हा स्वत:ला मायेत गुरफटून घेतं, तेव्हा सर्व पदार्थांसह जीव तयार होतात. म्हणजेच उलट क्रमाने यज्ञकर्मातून मायेचं पटल दूर करण्याचा प्रयत्न केला तर पुन्हा परमसत्याचं ज्ञान होऊ शकतं.

अशा ज्ञानी व्यक्तीच्या बाबतीत हवन करण्याची क्रिया हे ब्रह्म होऊन जातं, हवनाचं द्रव्य हेही ब्रह्मच होतं! ब्रह्मात ब्रह्माचंच हवन केलं गेलं की त्याचं फलही ब्रह्मच! निष्काम बुद्धीने हा कर्मयज्ञ केला म्हणजे ते कर्म ब्रह्मार्पणच होतं. ज्ञानी पुरुष करतो ती प्रत्येक कृती म्हणजे यज्ञच असते. यज्ञात अखेरीस 'इदं न मम' म्हणून आहुती टाकतात. ज्ञानी पुरुष आपलं प्रत्येक कर्मच 'न मम' म्हणून करत असतो. 'अहंकाराचं' त्याच्या ठिकाणी अस्तित्वच उरलेलं नसतं. 'अहं ब्रह्मास्मि'ची अनुभूती ती ज्ञानी व्यक्ती घेत असते. मग दैनंदिन जीवनात त्या व्यक्तीचं प्रत्येक कर्म लोकसंग्रहासाठीच केलं जातं, ईश्वरार्थ केलं जातं. ज्ञानेश्वर माउली म्हणतात त्याप्रमाणे ईश्वरनिष्ठांची मांदियाळी निर्माण करण्यासाठीच केलं जातं.

कित्येक कर्मयोगी मात्र देवादिकांच्या उद्देशाने यजन करतात. अशा इंद्र, अग्नी इत्यादी देवतांची ज्यामध्ये पूजा होते, त्या यज्ञाला देवयज्ञ म्हणतात. कर्मठ लोक ज्ञानयज्ञ करत नाहीत; तर ज्ञानी लोक देवयज्ञ करत नाहीत. संन्यासी जन ब्रह्मरूप अग्नीत आपल्या सोपाधिक अर्थात स-उपाधिक म्हणजे स्व-केंद्रित गोष्टींचा आत्म्याच्या निरुपाधिक आत्मस्वरूपाने होम करतात, योगस्थ होऊन अर्थात त्या अंतिम सर्वश्रेष्ठ तत्त्वाला संलग्न राहून जे नित्यकर्म करतात ते साकार परमेश्वराचं पूजन आणि ध्यान करतात. या प्रक्रियेत मनच त्या त्या देवतेचा आकार घेतं आणि मग त्या आकाराची पूजा-उपासना केली जाते. जे केवळ कर्मठ असतात त्यांना परमात्म्याचं स्वरूप, सृष्टीचं ज्ञान किंवा ब्रह्म वगैरे गोष्टींशी काही देणंघेणं नसतं. उपास-तापास, भौतिक पूजा-अर्चना यांत ते रमतात.

जे ज्ञानी असतात किंवा अंतिम तत्त्वाची अनुभूती घेण्याचा जे प्रयत्न करतात, ते असे कर्मठ नसतात, पण ते देवयज्ञही करत नाहीत. मनोनिर्मित साकार मूर्तीमध्ये ते रमत नाहीत. ते विशुद्ध आत्मस्वरूपाला स्वतः तसंच विशुद्ध होऊन जाणण्याचा

प्रयत्न करतात - अर्थात विशुद्ध 'स्व'चाच ते होम करतात. असे हे सारे ब्रह्मस्वरूप योगी असतात. त्यांची श्रेष्ठता काही वेगळीच असते.

अशा तऱ्हेने पृथ्वीवरील अथवा सृष्टीमधील सर्व पदार्थांमध्ये ब्रह्मच भरलेलं आहे. त्यामुळे निरिच्छ बुद्धीने सर्व व्यवहार करत असताना ब्रह्मानंच ब्रह्माचं यजन होत असतं. पदार्थापासून सत्य वेगळं करता आलं तर सत्याने सत्याचं यजन होत असतं. म्हणजे तेजाने तेजाचीच आरती करण्यासारखा हा काहीसा प्रकार आहे. हा अनुभूतीचा विषय आहे; वर्णन करण्यासारखा नाही, परंतु या यजनात बुद्धी मात्र निष्काम असली पाहिजे. त्यात इच्छा-वासना असता कामा नयेत. समर्पित बुद्धीने सर्व कर्म करणाऱ्या कर्मयोग्याचं संपूर्ण जीवन हाच एक महान यज्ञ असतो. असा जीवनयज्ञ ब्रह्मार्पण स्थितीत अपेक्षित आहे. असं उच्च जीवन भगवंतांना अभिप्रेत आहे. आजच्या भोगवादी जगात या कर्मयज्ञाचा विचार करणं , त्याचं स्वरूप समजून घेणं आणि अनुभूती घेणं हे काहीसं दुर्लभ झालेलं आहे. मात्र भगवान सांगतात त्यावर विश्वास ठेवून आणि त्यातला गूढार्थ समजून घेऊन कर्म केलं, तर निश्चितच आपला ज्ञानमार्ग प्रकाशित होईल.

ज्ञानी पुरुषाला सर्वत्र ब्रह्मच दिसत असतं. कारण त्याला 'अहं ब्रह्मास्मि'ची अनुभूती मिळालेली असते. त्यामुळे त्याची प्रत्येक कृती ही ब्रह्मार्पण होत असते. 'अहं'चा अंशही त्याच्या कृतीत उरलेला नसतो. अशा ज्ञानी पुरुषांचं जीवनच एक महान यज्ञ बनलेलं असतं.

*श्रोत्रादीनीन्द्रियाण्यन्ये संयमाग्निषु जुह्वति ।*
*शब्दादीन्विषयानन्य इन्द्रियाग्निषु जुह्वति ॥४.२६॥*
*सर्वाणीन्द्रियकर्माणि प्राणकर्माणि चापरे।*
*आत्मसंयमयोगाग्नौ जुह्वति ज्ञानदीपिते ॥४.२७॥*

काही योगी श्रोत्र म्हणजे कान-डोळे आदी इंद्रियांचा संयमरूप अग्नीत होम करतात. म्हणजेच सर्व ज्ञानेंद्रियांचा संयम करतात. दुसरे काही शब्दादी विषयांचा इंद्रियरूप अग्नीत होम करतात. आणखी दुसरे योगी इंद्रियं आणि प्राण यांची सर्व कर्मं म्हणजे व्यापार, ज्ञानाने प्रज्वलित झालेल्या आत्मसंयमनरूप योगाच्या अग्नीत हवन करतात.

शब्द, स्पर्श, रस, रूप आणि गंध यांचं ज्ञान ज्या इंद्रियांमुळे माणसाला होतं, त्यांना पंच-ज्ञानेंद्रियं असं म्हणतात. त्यातल्या प्रत्येक घटकाचा निरनिराळा संयम करावा लागतो. त्या ज्ञानेंद्रियांना आपापल्या विषयांपासून परत घेणं म्हणजे परावृत्त करणं हा एक यज्ञच असतो. या यज्ञात संयम हा 'अग्नी' आणि इंद्रियं ही 'हवी' होत. म्हणजेच इंद्रियरूपी हवींचा संयमरूपी होम केला जातो. कानांवर वाईट शब्द पडले, कुणाचा वासनात्मक स्पर्श झाला, एखाद्या बाह्य रूपाला भुलण्याची वेळ आली किंवा मादक गंध प्रभावित करू लागला, तर या ज्ञानेंद्रियांना त्या त्या भुरळ पाडणाऱ्या विषयांपासून परावृत्त करणं हा इंद्रियरूपी हविर्भागांचा संयमरूपी यज्ञीय होम होतो.

यज्ञाच्या रूपकातून भगवान संयमाचं तत्त्वज्ञान इथे सांगत आहेत.

इंद्रियं ही वासनाधीन असतातच. ती विषयभोगांसाठी वखवखलेलीच असतात. लैंगिकता आणि मादक पदार्थांचं सेवन करण्याची बहुतांश लोकांची प्रवृत्ती असते. समाजात वासनांचा प्रकोप झाला तर समाजव्यवस्थाच लयाला जाऊ शकते. पृथ्वीवर मनुष्यजीव हा आध्यात्मिक प्रगतीसाठीच आलेला असतो. वासना बळावल्या की मनुष्याच्या वृत्तीतून आत्मविकासाचा हा विचारच मनाआड होतो. मग उरतं ते केवळ भोगवादी जीवन. कारण वासनातृप्तीसाठी भोगांच्या निरनिराळ्या विषयांची विकारी

मनुष्याला आवश्यकता भासू लागते. मग संपूर्ण समाजात राजसी आणि तामसी वृत्तींचा उद्रेक होतो. समाजाची घडी विस्कटून जाते. न्यायव्यवस्थेवर कमालीचा ताण येतो. म्हणून मनुष्याच्या वासनांना संयमित करून त्याला त्याच्या जीवनाच्या मूळ हेतुप्रत नेण्यासाठीच प्राचीन भारतीय विचारधारेत चार आश्रमांची व्यवस्था केली गेली. त्यांना आध्यात्मिक जीवनाचं अधिष्ठान दिलं. ब्रह्मचर्याश्रमात विद्यार्थी गुरुगृही राहून एका निश्चित दिशेने शिक्षण घेईल आणि परमात्मज्ञानाची ओळख करून घेईल, अशी व्यवस्था होती. त्यामुळे वासना बळावणारे नको ते विषय त्या शिक्षणकालात विद्यार्थ्यांना प्रभावित करत नसत.

त्यानंतर जेव्हा गृहस्थाश्रमात तरुणांचा प्रवेश होई, तेव्हा नियंत्रित लैंगिक उपभोग घेतला जाई. कारण जीवनाच्या हेतूंचं बाळकडू ब्रह्मचर्याश्रमातच मिळाल्यामुळे यज्ञीय भावनेनंच गृहस्थाश्रमात वासनांना संयमित केलं जायचं. मग असा अनासक्त संभोग म्हणजे एक प्रकारचा यज्ञच होतो. अशा यज्ञात इंद्रियांकडून जो भोग घेतला जातो, तेव्हा इंद्रियांमधल्या वासनेच्या प्रवृत्तीचीच आहुतीच पडत असते. त्या तात्पुरत्या तृप्तीनंतर बुद्धीचं कार्य पुन्हा सुरू होऊन ती वासनेवर ताबा मिळवू शकते.

समाजोन्नतीसाठी आणि सामाजिक स्वास्थ्यासाठी हेतुपुरस्सर केले गेलेले हे चार आश्रम कालानुरूप मोडकळीला आले. त्यामुळे वासना आणि लैंगिक उपभोगांना प्राधान्य येत गेलं. आध्यात्मिक विकासाचा विचार दूर होऊन जीवन हे उपभोग घेण्यासाठीच असतं ही भोगवादी विचारधारा पुढे आली. अशा काळात लैंगिकता अनियंत्रित होऊ लागली. अशा काळात बुद्धीचा मनावर असणारा प्रभाव फार काळ टिकू शकत नाही. नवीन नवीन भोगविषय समोर येतात आणि मग मन बुद्धीवर आधिपत्य गाजवतं. त्यामुळे बुद्धी क्षीण होत जाते. वासना तृप्त झाली की पुन्हा बुद्धीचं कार्य सुरू होतं. ती वासनेवर विजय मिळवू पाहते - तसा संकल्पही करते, पण पुन्हा वासना बळावतेच आणि हे भोगचक्र सुरू राहतं. या वासनाकांडात जीवन अधिकाधिक गुंतागुंतीचं होत जातं आणि नैराश्याने ग्रासलं जातं. मग संपूर्ण समाजात नैराश्य, नकारात्मकता, अगतिकता, लाचारी, अनिश्चितता पसरत जाते. दोन पायांवर चालणारे पशू सर्वत्र थैमान घालतात. बलात्कार, अत्याचार असे प्रकार घडू लागतात. वासनाप्रवृत्तींची जीवनयज्ञात आहुती पडत नाही त्याचे हे परिणाम असतात.

म्हणून प्राचीन भारतीय चतुर्थ आश्रम व्यवस्थेमध्ये मनुष्याच्या अविवेकी वासना आणि लैंगिकता या प्रवृत्तींना संयमित करण्याचे हे यज्ञीय उपाय होते. त्याचे परिणाम म्हणजे समाजात स्वास्थ्य होतं. समाज दैवी होता.

जे योगी आहेत त्यांनी मात्र ही विचारधारा टिकवून ठेवली. योगी लोक तर या

चक्रातून बाहेर पडतात. त्यासाठी ते शास्त्रशुद्ध क्रियाकर्म करतात आणि त्याचा प्रारंभ 'संयमा'पासून होतो. ब्रह्मचर्य आश्रमात संयमाची ओळख आणि सवय झालेली असते. गृहस्थाश्रमात संयमाचं प्रत्यक्षात आचरण होत असतं. वानप्रस्थाश्रमात गृहस्थाश्रम वृत्तीचा होम केला जातो. मग संन्यासाश्रमात आणि योगसाधनेत या संयमाचं स्वरूप आणखी प्रगल्भ झालेलं असतं. सर्व इंद्रियं आणि प्राणांच्या सर्व विषयांचा योगीजन ज्ञानरूप अग्नीत होम करू लागतात. त्यासाठी ते आत्मसंयमन करू लागतात. आध्यात्मिक जीवनाची ती पराकाष्ठा असते. योग्याचे इंद्रियांच्या संबंधित सर्व विषय सुटलेले असतात. आत्मसंयमात त्यांचा होम झाल्यामुळे त्यांचा आत्मज्ञानाचा मार्ग प्रकाशित होतो.

अशा तऱ्हेने योगाभ्यास करणारे हे जन आत्मसंयमरूपी यज्ञाचे अधिकारी होतात. योगाच्या आठ अंगांमधील 'प्रत्याहार' म्हणजे इंद्रियनिग्रह हे पाचवं अंग आहे. एकाच विषयाच्या ठिकाणी धारणा, ध्यान आणि समाधी या क्रिया करणं याला संयम म्हणतात. हा एक यज्ञ होतो. त्या अवस्थेत योगी किंवा संन्यासमार्गी अन्नपदार्थ खाणार नाहीत असं नाही. उलट जे मिळेल ते ते खातील, पण त्यात त्यांची वासना उरलेली नसते. ते कर्मही करतात; पण त्यात अपेक्षा राहिलेली नसते. आवडता-नावडता हा भावही राहिलेला नसतो. कारण संयम करून त्यांनी प्रत्येक इंद्रियांवर विजय मिळवलेला असतो. कर्मं करूनही त्यात इंद्रियांची वासना उरलेली नसते. कारण इंद्रियांऐवजी आत्मदेवतेला संतुष्ट करण्याची त्यांची साधना असते.

हे यज्ञीय होम आज समाज विसरून गेलेला आहे. त्याचे भयावह परिणाम संपूर्ण जगात दिसून येतात. भौतिकता जीवनाला गती देते; पण गीतोपनिषदांचे तत्त्वविचार जीवनाला दिशा देतात. दिशाच जर चुकली तर उरते ती केवळ भौतिकता. मग दिशाहीन भौतिकतेचे भयावह परिणाम होणारच असतात. पद-पैसा-प्रतिष्ठा असूनही परमात्मस्वरूप 'स्व'चा विसर पडल्यामुळे इंद्रियांमधील देवतांविषयी जाणीवही उरत नाही. मग संयमरूप होमाचा विचार तरी मनात कसा उद्भवणार?

प्रत्येक इंद्रियांमागे देवतारूप शक्ती असते. वासनेच्या आहारी जाऊन सतत उपभोग घेताना इंद्रियं थकून जातात. व्यक्ती तन-मनाने लवकर वृद्ध किंवा रोगी बनते. वास्तविक जीवाने आत्म-विकासार्थ शरीर धारण केलेलं असतं. पण इंद्रियभोगांमागे लागून ४०० वर्षं टिकणारं शरीर मिळूनही त्याला क्षुद्र वासनेच्या मागे लावून आत्मघात केला जातो. इंद्रियांमागच्या देवतांची शक्ती लवकर क्षीण होते. या यज्ञात देवांना हविर्भाग द्यायचे असतात; ते काही आकाशातल्या देवतांना नाही! वासनांच्या मागे धावून इंद्रियांच्या क्षीण झालेल्या देवतांना चैतन्यशक्ती पुरवून शक्तीचा प्रवाह सुरू

ठेवणं हा या यज्ञामधला 'हविर्भाग' असतो. इंद्रियं सतत वासनांमध्ये अडकून पडली, तर आत्म्याकडून उद्भवणारी आणि मिळणारी चैतन्यशक्ती इंद्रियांपर्यंत पोहोचेपर्यंत क्षीण होऊन जाते. त्याचे परिणाम म्हणजेच रोगग्रस्तता. हा चैतन्यप्रवाह या देवतांपर्यंत पोहोचून इंद्रियं पुन्हा शक्तिशाली बनवायची असतील तर त्यासाठी प्रथम इंद्रिय-निग्रह आणि मग 'संयम' हवा.

पाचवा प्रकार म्हणजे योगाभ्यास. या प्रकारात इंद्रियांची सर्व कर्मं आणि प्राणांची सर्व कर्मं यांचा आत्मसंयमरूप अग्नीत होम करायला सांगितला आहे. इंद्रियं आणि प्राण यांच्या सर्व क्रियांचा निरोध आत्म्यामध्ये केला जातो; परंतु हा यज्ञ केवळ आत्मानात्मविवेकी योग्यांचा आहे. त्यासाठी अष्टांगयोग आणि त्यातले यम-नियम समजून घेतले पाहिजेत.

*उदरभरण नोहे जाणिजे यज्ञकर्म,* अशी योग्यांची अवस्था असते. या पद्धतीत माणूस जेवताना अथवा काम करताना दिसतो, परंतु भोजन करण्यात किंवा काम करण्यात त्याचा भोगभाव नसतो. ते त्याचं हवन असतं. अग्नी, ब्रह्माग्नी, संयमाग्नी, इंद्रियाग्नी आणि त्यापुढे आत्मसंयम योगाग्नीचं विवेचन इथे केलं आहे. हे सारे यज्ञ चित्तशुद्धीसाठी अत्यावश्यक आहेत. विवेकी अशा योग्याचा हा 'यज्ञ' आहे. मनःसंयमरूप अग्नी योग्यांनी प्रज्वलित केल्यामुळे इंद्रियं-प्राणाकडून घडणाऱ्या कर्मांचा तिथल्या तिथे होम होतो. त्यामुळे कर्म करूनही कर्माच्या क्रिया-प्रतिक्रिया यांचा परिणाम योग्यावर होत नाही. उधळलेल्या घोड्यांना लगाम लावून योग्य मार्गावर आणावं तसं या 'संयम'रूप लगामाचा वापर योगी करतो आणि त्यांना आत्म्याच्या ताब्यात देतो. हेच ते योगशास्त्र! योग्य गुरूकडूनच प्रत्येक क्रिया समजून घेऊन अभ्यास करावा लागतो. हे इन्स्टंट (instant) ज्ञान नक्कीच नाही! हा संयमरूपी यज्ञीय होम आज समजून घेऊन जीवनात आणला तर जीवन सुंदर बनून जाईल.

यज्ञांच्या या रूपकामधून निग्रहात्मक तत्त्वज्ञान सांगितलेलं नसून संयमात्मक तत्त्वज्ञान सांगितलेलं आहे. वासनांना आवर घालण्याचीच यात तंत्र आहेत. या यज्ञाचे फार मोठे सुपरिणाम असतात. त्यात समाजाची घडी सुनियंत्रित राहते. व्यक्तिविकासही या यज्ञात सामावलेला असतो.

*द्रव्ययज्ञास्तपोयज्ञा योगयज्ञास्तथापरे।*
*स्वाध्यायज्ञानयज्ञाश्च यतयः संशितव्रताः ॥४.२८॥*
*अपाने जुह्वति प्राणं प्राणेऽपाने तथापरे।*
*प्राणापानगती रुद्ध्वा प्राणायामपरायणाः ॥४.२९॥*

याप्रमाणे तीक्ष्ण व्रताचरण करणारे यती म्हणजे संयमशील पुरुष कोणी द्रव्यरूप, कोणी तपोरूप, कोणी योगरूप, कोणी स्वाध्यायरूप तर कोणी ज्ञानरूप यज्ञ करत असतात. आणखी दुसरे प्राणायामात निमग्न असणारे (योगी) प्राणवायू आणि अपानवायू यांच्या गतीचा निरोध करून अपानवायूमध्ये प्राणवायूचा आणि प्राणवायूमध्ये अपानवायूचा होम करतात.

ईश्वरी तत्त्वाशी जोडण्याच्या क्रिया ज्या विविध मार्गांमधून केल्या जातात, तो मार्ग म्हणजे यज्ञ. आपल्या हातून देवाचं काहीतरी चांगलं काम व्हावं असं प्रत्येक भाविक व्यक्तीला वाटत असतं. हाच हेतू या यज्ञांमागे असतो. मग आपापल्या वृत्तीनुसार आणि क्षमतेनुसार प्रत्येक जण यज्ञ करू पाहतो. अशा यज्ञांचे विविध विभाग इथे भगवंतांनी सांगितलेले आहेत.

पहिला द्रवरूप अर्थात द्रव्ययज्ञ. मनुष्याच्या उन्नतीसाठी समाजात जी चांगली कामं केली जातात आणि त्यांची पात्रता जोखून जे दान दिलं जाते, तो द्रवरूप यज्ञ. अनेक श्रीमंत लोक धर्मार्थ अन्नदान करतात. दवाखाने सुरू करतात. नैसर्गिक आपत्तींमध्ये आपल्या धनाचा विनियोग करतात. वृद्धाश्रम, अनाथालय, मोफत शिक्षण आणि इतर सेवा सुरू करतात. असे जे सारे सामाजिक आणि सांस्कृतिक उपक्रम धनाढ्य व्यक्तींकडून केले जातात, तो म्हणजे द्रव्ययज्ञ.

उपनिषदांत अशा दानाच्या संदर्भात सुंदर गोष्ट आहे.

वरतंतू ऋषींचा शिष्य कौत्स याचं बारा वर्षांचं अध्ययन पूर्ण होतं. प्राचीन गुरुकुल पद्धतीत विद्यार्थ्याकडून फी किंवा डोनेशन वगैरे घेण्याची पद्धत

नव्हती. शिक्षण पुरं झाल्यानंतर विद्यार्थी आपल्या गुरूंना यथाशक्य गुरुदक्षिणा देत असत. कौत्साने गुरुगृही राहून वरतंतू ऋषींकडून चौदा शास्त्रांची विद्या घेतली होती. मग आश्रमातून निघताना त्याने आपल्या गुरूला यथाशक्य गुरुदक्षिणा देऊ केली. ती नाकारून वरतंतू म्हणाले, ''कौत्सा, तू शास्त्राध्ययन करून निष्ठेने सर्व विद्या माझ्याकडून प्राप्त करून घेतल्यास यातच मला सारं काही मिळालं. त्यामुळे वेगळी गुरुदक्षिणा देण्याची आवश्यकता नाही.''

पण कौत्स म्हणाला, ''आपण मला एवढं ज्ञान दिलंत आणि त्या बदल्यात मी आपल्याला गुरुदक्षिणा न देणं हे मला पटत नाही.''

वरतंतू ऋषी गुरुदक्षिणा नाकारत होते आणि कौत्स ती देण्यासाठी हट्ट करत होता. अशी परिस्थिती जेव्हा उद्भवते, तेव्हा एखाद्या व्यक्तीकडून मुद्दामच अवास्तव मागणी केली जाते. समोरच्याला ती पुरी करता येऊ नये हा त्यामागे उद्देश असतो. वरतंतू ऋषींनी तेच केलं. ते म्हणाले, ''मला गुरुदक्षिणा द्यायचा तुझा हट्टच असेल तर मी तुला शिकवलेल्या चौदा शास्त्रांपैकी प्रत्येक शास्त्रापोटी मला एक एक कोटी सुवर्णमुद्रा दे.''

म्हणजे वरतंतू ऋषींनी हेतुपुरस्सरच चौदा कोटी सुवर्णमुद्रांची मागणी केली. कौत्स ही अवास्तव दक्षिणा देऊ शकणार नाही असं त्यांना वाटत होतं, पण कौत्साने आपल्या गुरूकडे वेळ मागून घेतला आणि तो थेट रघुराजाकडे गेला. प्रभुरामांचा पूर्वज रघुराजा हा दानशूर म्हणून प्रसिद्ध होता. तो राजा आपल्याला चौदा कोटी दक्षिणा सहज देऊ शकेल याची कौत्साला खात्री होती, परंतु नेमका त्याच वेळी रघुराजाने *विश्वजित* नामक यज्ञ केला होता आणि त्याकडे असलेल्या सर्व धनाचं दान केलेलं होता. आता तो स्वतः निश्कांचन झाला होता. त्याचवेळी कौत्स रघुराजाकडे जाऊन पोहोचला. त्याने राजाकडे चौदा कोटी सुवर्ण मोहरांची मागणी केली. तेव्हा रघुराजाने कौत्साला म्हटलं, ''तू मला तीन दिवस दे. त्या अवधीत मी तुला सुवर्णमुद्रा देण्याची व्यवस्था करतो.''

मग रघुराजाने इंद्राकडेच मागणी करण्याचं ठरवलं. रघुराजाचं सामर्थ्य इंद्र जाणून होता. रघुराजाची दानशूरताही त्याला माहीत होती. त्यामुळे इंद्राने तातडीने कुबेराला पाचारण करून रघूची मागणी पुरी करायला सांगितलं. त्यानुसार कुबेराने रघूचा राजकोष सुवर्णमुद्रांनी काठोकाठ भरला.

मग रघूने ते सारं धन कौत्साला दिलं, पण कौत्साला तेवढं धन नको

होतं. पण रघूने ते त्याला दान केलं. कारण त्याच्यासाठीच धन मिळवण्याची मोहीम त्याने आखली होती. त्यात विश्वजित यज्ञ केल्यामुळे त्याला स्वत:साठी काहीही ठेवायचं नव्हतं.

कौत्साने विचार केला, रघुराजाने जे अमाप धन दिलं आहे ते सारं आपल्या गुरूंनाच दक्षिणारूपात देऊन टाकावं. असा विचार करून कौत्स वरतंतू ऋषींकडे गेला आणि ते सारं धन त्यांना दक्षिणा म्हणून देऊ केलं. पण वरतंतू ऋषी म्हणाले, ''मी तुझ्याकडे केवळ चौदा कोटी सुवर्णमोहरांची दक्षिणा मागितली होती. मी तेवढीच घेणार आहे.''

मग कौत्साने आपल्या गुरूला चौदा कोटी सुवर्णमुद्रा दिल्या आणि उर्वरित अमाप धन अयोध्यावासीयांमध्ये वाटून टाकलं. आणि मग पुन्हा तो ज्ञानसाधनेत मग्न झाला.

अशा प्रकारचं दान करणं हा अतिशय श्रेष्ठ यज्ञ असतो. भगवंतांना द्रव्ययज्ञात असा यज्ञ अपेक्षित आहे. वरतंतूंनी केवळ परीक्षा घ्यावी म्हणून एवढी मोठी मागणी केली होती. चौदा कोटींवर त्यांनी एकही सुवर्णमुद्रा घेतली नाही. रघुराजाने एकही सुवर्णमुद्रा स्वत:कडे ठेवली नाही आणि कौत्साने तर त्याला मिळालेल्या अमाप धनापैकी स्वत:कडे एकही सुवर्णमुद्रा न ठेवता ते सर्व धन समाजात वाटून टाकलं! केवढी श्रेष्ठता होती या प्रवृत्तींमध्ये!

अशा ज्ञानी लोकांना जीवनाचा उद्देश कळलेला असतो. म्हणूनच त्यांना भौतिक गोष्टींमध्ये आसक्ती उरलेली नसते. आसक्ती सुटल्यानंतरच यज्ञ प्रारंभित होत असतो. तत्कालीन भारतीय समाजधारणा अशाच प्रकारची होती.

यानंतरचा यज्ञ म्हणजे तपोयज्ञ. तपोयज्ञात योग, तपश्चर्या आणि योगाची उपांगे यांच्या अभ्यासाचा अंतर्भाव होतो. ध्यान म्हणजे चित्तैकाग्रतेचा अभ्यास हाही एक योग असतो. चातुर्मास, चांद्रयाण किंवा ग्रहणकालात काही जण खडतर उपासना करतात. ठरावीक दिवशी अन्नग्रहण न करणं , एकभुक्त राहणं, केवळ पाणी पिऊन राहणं, घर न सोडणं आदी सर्व क्रिया तपोयज्ञात केल्या जातात. हठयोग, अष्टांगयोगसाधना, तीर्थयात्रा किंवा अनेक प्रकारच्या सिद्धी मिळवण्यासाठी केलेलं प्रयास हे तपोयज्ञातच येतात.

तिसरा ज्ञानयज्ञ म्हणजे शास्त्रार्थाचा अभ्यास करून ज्ञान संपादन करणं . 'स्व'चा अभ्यास आणि त्यातून स्वविकास साधण्यासाठी केलेली सर्व शास्त्रीय कर्मे म्हणजे स्वाध्याययज्ञ. वेद-वेदान्त म्हणजे उपनिषदं, वेदान्तसूत्रं किंवा सांख्य तत्त्वज्ञानाचा अभ्यास करणं यांचा अंतर्भाव स्वाध्याययज्ञात होतो. यांमध्ये वाचन-चिंतन-मनन

यांच्या माध्यमातून 'स्व'चं स्वरूप समजून घेण्याचा प्रयत्न केला जातो.

या व्यतिरिक्त केला आणखी एक यज्ञ म्हणजे व्रतयज्ञ! कित्येक साधक तीव्र व्रतं करतात, त्यांनाच ते यज्ञ समजतात. ठरावीक दिवशी एखाद्या आराध्य देवतेचं नामस्मरण करणं , पारायण करणं तो म्हणजे व्रतयज्ञ!

पातंजल योगशास्त्राप्रमाणे प्राणायाम करणं हासुद्धा एक यज्ञच होय, असं भगवंत सांगतात. प्राण म्हणजे बाहेर जाणारा आणि अपान म्हणजे आत येणारा श्वास. या अर्थाने अपानात प्राणाचा होम केला म्हणजे पूरक नावाचा प्राणायाम होतो. उलटपक्षी प्राणात अपानाचा होम केला म्हणजे रेचक नावाचा प्राणायाम होतो. प्राण, अपान या दोन्हींचाही निरोध झाला म्हणजे कुंभक क्रिया होते.

व्यान, उदान आणि समान असे आणखी तीन वायू असतात. पैकी व्यान म्हणजे दम रोखून किंवा अर्धवट श्वास आवरून धरणं. हा व्यान धनुष्याची प्रत्यंचा किंवा ओझं उचलताना व्यक्त होत असतो. उदान म्हणजे मृत्युसमयी निघून जाणारा वायू आणि समान म्हणजे शरीरात अन्नरस एकसारखा पोहोचवणारा वायू.

वेदान्तशास्त्रातल्या वायूंचे हे सामान्य प्रकार आहेत. या वायूंपैकी ज्या वायूचा निरोध केला जातो, त्या वायूचं इतर वायूत हवन होतं. चित्तशुद्धी आणि देहशुद्धी या दोहोंकरता प्राणायामाचा उपयोग होतो. दान, तप, ध्यान, वेदपारायण, शास्त्राभ्यास, तीव्र तपाचरण या सहा यज्ञांबरोबर प्राणायाम हाही यज्ञाचाच प्रकार असल्याचं म्हटलं आहे. माणसाने असे कोणते ना कोणते यज्ञ केलेच पाहिजेत. पण या सर्व यज्ञांपलीकडे 'भगवंत माझ्या बरोबर आहे, तो माझं जीवन चालवतो,' हा भाव वृत्तीत स्थिरावणं ही गोष्ट सर्वश्रेष्ठ असते. याच भावाशी अनुसंधान ठेवून जीवन जगता आलं तर जीवन आसक्तिरहित, तृप्त, सुंदर आणि आनंदी बनून जातं. कारण सत्यं-शिवं-सुंदरम् हेच भगवंतांचं स्वरूप असतं.

तेरा यज्ञांपैकी कोणताही एक यज्ञ माणसाने केला पाहिजे. ज्ञानयज्ञ हा सर्वश्रेष्ठ यज्ञ आहे; तथापि एखादा तरी यज्ञ माणसाला साध्य झाला पाहिजे. मात्र हे करताना भगवान माझ्याबरोबर आहे आणि त्याच्यासाठी मी यजन करत आहे या गोष्टीचा विसर पडता कामा नये.

*अपरे नियताहाराः प्राणान्प्राणेषु जुह्वति।*
*सर्वेऽप्येते यज्ञविदो यज्ञक्षपितकल्मषाः ॥४.३०॥*
*यज्ञशिष्टामृतभुजो यान्ति ब्रह्म सनातनम्।*
*नायं लोकोऽस्त्ययज्ञस्य कुतोऽन्यः कुरुसत्तम ॥४.३१॥*

दुसरे काही योगी आहार नियमित करून प्राणांचाच प्राणवायूमध्ये होम करतात. हे सर्वच यज्ञाने निःष्पाप झालेले असतात. यज्ञ करून जे शेष उरतं तेच अमृत असतं. त्याचा उपभोग घेणारे असे हे सर्व योगी असून अविनाशी ब्रह्माला प्राप्त होतात. यज्ञ न करणाऱ्यास इहलोकही साध्य होत नाही. मग हे कुरुश्रेष्ठा, परलोक कोठून मिळणार?

भगवान सर्वप्रथम आहार नियमित करायला सांगतात. वाटेल तेव्हा वाटेल ते खाणं योगसाधनेत अडथळा निर्माण करतं. मित आणि परिमित आहार अपेक्षित आहे. जिभेचे चोचले पुरवण्यासाठी अनावश्यक अन्न सेवन केलं तर शरीरातील कफ-वात आणि पित्त यांचं संतुलन बिघडतं. त्यामुळे वाताचा त्रास होणं, पित्तवृद्धी होणं इत्यादी आजार होतात. हे आजार योगमार्गात अडथळा निर्माण करतात. कपालभाती, अनुलोम-विलोम आदी यौगिक क्रिया अथवा विविध आसने एकदम कधी करायची नसतात. कफ-वात-पित्त यांचं शरीरांतर्गत संतुलन बिघडलं असेल तर या यौगिक क्रियांचा विपरीत परिणामही होऊ शकतो.

म्हणून 'योग' करताना सर्वप्रथम पूर्वतयारी केली पाहिजे. ही पूर्वतयारी म्हणजे आहार-विहार संयमित करणं . त्यानंतर शरीरात अनावश्यक साठलेला वात बाहेर काढला पाहिजे. वातामुळे मानसिक आजारही उद्भवतात. वाताचा आणखी जोर वाढला तर मेंदूच्या विचारशक्तीवरही परिणाम होतो. मानसिक आजारांनाही वात कारणीभूत ठरत असतो. पोटात हद्दीबाहेर निर्माण झालेला वात हा पुढे सांध्यांमध्ये घर करतो. हलका आणि योग्य व्यायाम - शक्यतो माहीतगाराकडून शिकून - हा वात प्रथम बाहेर काढला पाहिजे. आणि आहारावर योग्य बंधने आणली पाहिजेत, तर

योगमार्ग सुलभ होतो. आयुर्वेद सोडून इतर पॅथी या तीन दोषांना महत्त्व देत नाहीत. पण आयुर्वेदानुसार कफ-वात-पित्त यांचं असंतुलन हेच रोगाचं मुख्य कारण असतं. आयुर्वेद एकांगी औषधोपचारांचा आणि रोगांचा कधीच विचार करत नाही. तर मनुष्याच्या सवयींचा, त्याच्या मनाचा, ग्रहांचा, अनिष्ट पीडांचा आणि सूक्ष्म शरीराचाही विचार करतं. आयुर्वेदात केवळ औषधोपचार नाही; तर 'योग' साध्य करण्यासाठी आणि पुढे जाऊन आत्मज्ञानाचा मार्ग प्रशस्त होण्यासाठी शरीर कसं असलं पाहिजे, अशा गोष्टींचा सर्वंकष विचार आयुर्वेदामध्ये आहे.

याप्रमाणे शरीरावर योग्य ते संस्कार केल्यानंतर सर्वप्रथम श्वासाचे व्यायाम म्हणजे दीर्घश्वसन, मग भस्त्रिका, कपालभाती, बाह्य प्राणायाम, अनुलोम-विलोम आणि शेवटी भ्रामरी या क्रमाने योग साध्य केला पाहिजे. हे सारं जाणकारांकडून शिकावं हा भाग महत्त्वाचा आहे! 'योगमार्ग' हा 'यम-नियमांपासून' सुरू होतो. प्राणाचा अपानात होम करणं हाही यज्ञच होतो. म्हणजे 'स्वाहा'कार होतो.

या श्लोकात भगवान 'नियताहार:' या शब्दाचा प्रयोग करतात. संयमित आहार हा शब्दप्रयोग केवळ खाण्यापिण्यापुरता असू शकतो; पण नियताहारमध्ये खाण्या-पिण्याबरोबरच इंद्रियांचे सर्वच शारीरिक-मानसिक भोग नियंत्रित करणं अभिप्रेत आहे.

आज मनुष्य स्वत:साठी वेळ काढू शकत नाही हे वास्तव आहे. नोकरी-व्यवसायात तो आकंठ बुडालेला आहे. त्यातून वेळ मिळाला तरी विविध इव्हेंट्स, पार्ट्या, उत्सव, वाढदिवस इत्यादी अनेक कार्यक्रम त्याचा उर्वरित वेळही खातात. वासनांचं भूत तर कित्येकांच्या डोक्यावर बसलेलं असतं. वासना पूर्ण शमणं शक्य होत नसतं. इंद्रियांना सतत भोगविषय हवेच असतात. त्यामुळे केवळ निग्रह न करता नियमन करता आलं पाहिजे. मात्र वासना आणि भोगविषय यांमुळे व्यक्ती शांत बसून आत्मविकासाचा विचार करू शकत नाही. योगमार्गात मन-इंद्रियांचे उधळलेले घोडे लगाम घालून आवरायचे असतात. जीवनाचा वेग कमी करावा लागतो, तरच योग साध्य होतो. हरणाच्या धावण्यात वेग असतो. तो फार वेळ आनंद देऊ शकत नाही, पण हत्तीच्या डौलदार संथ चालीत सौंदर्य असतं. म्हणून योग साध्य होण्यासाठी जीवनाचा वेग कमी करणं साधलं पाहिजे.

असा हा 'योगयज्ञ' आहे. तो जर योग्य प्रकारे साध्य झाला तर अंतर्मनाला चिकटलेली पूर्वकर्मं जळून खाक होतात. म्हणजे त्यांचे प्रभाव नष्ट होतात. मग कुंडलिनी ऊर्ध्वगामी बनते. आपल्या भ्रूमध्यातून एक रस पाझरत असतो. त्यालाच 'अमृत' म्हणतात. हे 'स्वर्गीय' म्हणजे सहस्रार चक्रातून पाझरणारं अमृतपान केल्यानंतर योग्याला कोणत्याही उपभोगाची इच्छाच होत नाही किंवा फलासक्ती

उरत नाही. फलासक्ती सोडली म्हणजे कोणतंही कर्म व्यापक अर्थाने यज्ञच होतं. त्या दृष्टीने यज्ञामधला उर्वरित भाग भक्षण करण्याविषयी जे नियम आहेत, ते प्रत्येकाला लागू पडतात. म्हणजेच हे उर्वरित 'अमृत' मिळाल्यानंतर योगी इथल्या इथे ब्रह्मरूप होऊन जातात.

गृहस्थी जनांना योग जमला नाही तरी तो 'यज्ञ' करू शकतो. म्हणजे फलासक्ती सोडून जे सत्कर्म केलं जातं, तोही यज्ञच होतो. मागच्या श्लोकात आपण कौत्साच्या कथेतून ते पाहिलंच. आपल्याला प्रिय असलेल्या काही गोष्टी प्रत्येकाने सोडून दिल्याखेरीज सर्वांना यथायोग्य भोग मिळून जगाचे व्यवहार चालणं शक्य नाही, हा सामाजिक दृष्टिकोनही यज्ञामागे असतो. कर्तव्य म्हणून प्रत्येकाने आपल्या स्वातंत्र्याचा अंशतः जरी यज्ञ केला, तरी सर्वांना स्वातंत्र्य किंवा सुख उपभोगता येऊ शकतं. प्रत्येक माणूस कुणा ना कुणामुळे तरी घडत असतो. या सर्वांचं मी काही देणं लागतो या गोष्टीची कृतज्ञतापूर्वक दखल घेऊन माणसाने यज्ञादी कर्तव्यकर्म केलं पाहिजे. यज्ञ करणं जरी वेदांच्या आज्ञेप्रमाणे कर्तव्य असलं तरी प्रत्येकाने आपल्या प्रकृतीला अनुसरून या वेदविहित यज्ञांपैकी कोणत्याही एका किंवा यथाशक्य यज्ञांचं निष्कामबुद्धीने पालन केलं पाहिजे.

या सर्व यज्ञांमध्ये संयमाग्नी आणि इंद्रियाग्नी यांविषयी सांगितलं आहे. शब्द, स्पर्श, रूप, रस, गंध या इंद्रियांच्या विषयांनी जोर धरल्यास पारमार्थिक प्रगतीला बाधा येते. गीतेमध्ये या विषयांना हवन म्हटलं आहे. संपूर्णपणे एखादी गोष्ट सोडण्यापेक्षा संयमाने वागणं गीतेला अधिक अभिप्रेत आहे. कारण संयमात विवेक सामावलेला असतो. म्हणून यज्ञ करून उरलेला भाग आपण संयमाने सेवन केला पाहिजे. त्यामुळे चित्तशुद्धी होऊन इहलोकी आणि परलोकी सुखप्राप्ती होते.

'योग' साध्य करायचा असेल तर शास्त्रशुद्ध मार्गानंच गेलं पाहिजे. आपण समाजाचंही काही देणं लागतो या हेतूने गृहस्थाने यज्ञ केले पाहिजेत. यज्ञातून वैयक्तिक उत्कर्ष होत असतोच; पण सामाजिक उत्कर्षही होत असतो. चित्तशुद्धीसाठीही यज्ञकर्म आवश्यक असतं. योग्याला मात्र योग सिद्ध झाल्यानंतर अमृतानुभव मिळतो; इथल्या इथे तो ब्रह्मरूप होऊन जातो.

*एवं बहुविधा यज्ञा वितता ब्रह्मणो मुखे।*
*कर्मजान्विद्धि तान्सर्वानेवं ज्ञात्वा विमोक्ष्यसे।।४.३२।।*
*श्रेयान्द्रव्यमयाद्यज्ञाज्ज्ञानयज्ञः परन्तप।*
*सर्वं कर्माखिलं पार्थ ज्ञाने परिसमाप्यते।।४.३३।।*
*तद्विद्धि प्रणिपातेन परिप्रश्नेन सेवया ।*
*उपदेक्ष्यन्ति ते ज्ञानं ज्ञानिनस्तत्त्वदर्शिनः ॥४.३४॥*
*यज्ज्ञात्वा न पुनर्मोहमेवं यास्यसि पाण्डव ।*
*येन भूतान्यशेषेण द्रक्ष्यस्यात्मन्यथो मयि ॥४.३५॥*

अशा प्रकारे इतरही पुष्कळ प्रकारचे यज्ञ वेदवाणीत विस्ताराने सांगितले आहेत. ते सर्व मन, इंद्रियं आणि शरीर यांच्या क्रियांनी उत्पन्न होणारे आहेत, हे तत्त्वतः जाणून घेऊन त्यांचं अनुष्ठान केल्याने तू कर्मबंधनापासून सर्वस्वी मुक्त होशील.हे परंतप अर्जुना! द्रव्यमय यज्ञापेक्षा ज्ञानयज्ञ अत्यंत श्रेष्ठ आहे. तसेच यच्चयावत् सर्व कर्मं ज्ञानात समाप्त होतात. प्रणिपातानं, प्रश्नाने आणि सेवेने तत्त्ववेत्ते ज्ञानी पुरुष तुला ज्ञानाचा उपदेश करतील. जे ज्ञान प्राप्त झाल्यावर हे पांडवा, पुन्हा तुला या प्रकारे मोह होणार नाही आणि त्याच ज्ञानामुळे संपूर्ण भूतमात्र आत्मतत्त्वाच्या ठिकाणी आणि मग माझ्याही (परमात्म्याच्या) ठिकाणी आहेत असं तुला दिसेल.

टीव्हीच्या छोट्या पडद्यावर आपण ग्राफिक्सच्या स्वरूपात का होईना आकाशगंगा पाहू शकतो. मग आपल्याच आत्मतत्त्वाच्या ठिकाणी आपण संपूर्ण विश्व का नाही पाहू शकणार? ती गोष्ट शक्य आहे, त्यासाठी अभ्यास हवा. हे ज्ञान कसं होईल, याविषयी भगवंत मार्ग दाखवतात. ते म्हणतात, 'तत्त्वदर्शी ज्ञानी पुरुषाजवळ तुला हे ज्ञान प्राप्त होईल; परंतु त्याकरता तुला नम्रतेने मस्तक झुकवून त्यांच्याकडे गेलं पाहिजे. त्या ज्ञानी पुरुषाविषयी तुझ्या मनात आदरभाव, प्रेम आणि श्रद्धा असेल तरच तुला ज्ञान प्राप्त होईल. ज्ञान हे केवळ शब्दाने संक्रान्त होत नाही. आत्मीयतेनंच ज्ञानाचं

संक्रमण होतं. म्हणूनच मनापासून, नम्रतेने तत्त्ववेत्त्या ज्ञानी पुरुषाकडे जाऊन, त्याची सेवा करून, प्रश्न विचारून ज्ञान मिळव;' असं भगवंत सांगतात.

केवळ शास्त्रार्थ जाणणारे किंवा आपल्यापेक्षा अधिक माहिती असणारे खरे ज्ञानी असतीलच असं नाही. जे यथार्थ तत्त्वज्ञ असतात, त्यांनी उपदेश केलेल्या ज्ञानातच जीवनाचं खरं सार असतं. त्यात खरा अर्थ असतो. तेच ज्ञान कार्यक्षम होतं, मोक्षप्रद ठरतं. आपल्याला आत्मज्ञान हवं असेल तर तत्त्वदर्शी गुरू आवश्यक असतो. यातील 'तत्त्वदर्शी' हा शब्दप्रयोग अत्यंत महत्त्वाचा आहे. तो तसा नसेल तर फसगत होण्याचीच शक्यता अधिक असते!

आपल्याला एखाद्या भौतिक विषयाचं ज्ञान हवं असेल तर ते शिक्षक अथवा प्राध्यापकांकडून मिळू शकतं. त्या त्या विषयांमधील तज्ज्ञांच्या दारावरच्या 'पाट्या' आपण शोधू शकतो, पण आत्मज्ञानी तत्त्वदर्शी गुरूची अशी 'पाटी' नसते. त्याची 'कार्ड्स' नसतात, पेहराव नसतो. त्याला ओळखायचंच असतं. पण त्याला ओळखणं आणि त्याचा संपर्क होणं ही गोष्ट आपल्याही प्रगल्भतेवर अवलंबून असते.

भौतिक विश्वात, जेवढी आवश्यकता असते तेवढंच ज्ञान मिळतं आणि तेवढेच शोध लागतात. भौतिक शास्त्राचा अथवा खगोल शास्त्राचा अभ्यास करायचा असेल तर त्या त्या ठरावीक क्षेत्रात पदवी घ्यावी लागते, तरच पुढच्या अभ्यासासाठी प्रवेश मिळतो. आत्मज्ञान हे या विश्वातील अंतिम ज्ञान आहे. ते अत्यंत गहन आणि गुंतागुंतीचं ज्ञान आहे. तिथे एटीकेटी नाही! वशिला-डोनेशन नाही!!

असं ते गहन ज्ञान प्राप्त करून घ्यायचं असेल तर त्यासाठी आपण कोणता आवश्यक अभ्यास केला आहे हे सर्वप्रथम आपल्यालाच ठरवावं लागतं. म्हणजे त्या गहन मार्गावर 'मी' कुठे आहे, याचाही विचार करावा लागतो. ती समज आल्यानंतरच आपल्या धावणाऱ्या इंद्रियांना लगाम घालावा लागतो. मग प्राप्त कर्म करता करता भोगवादात अडकलेलं मन निवृत्त करावं लागतं. जीवनाचा हेतू समजून घ्यावा लागतो. या प्रक्रियेत मन हळूहळू तत्त्वज्ञानाकडे वळू लागतं.

मग मी कोण? कुठून आलो, का आलो, कुठे जाणार आहे, मृत्यूनंतर जीवन आहे का? ते कसं आहे? विश्व कसं निर्माण झालं? ते खरोखर आहे का भासमान आहे? अशा प्रकारचे विचार मनात उद्‌भवू लागतात. मन वैश्विक आकार घेऊ लागतं. परग्रह, एलियन्स वगैरे विचारही चिंतन करायला लावतात; पण तिथली मर्यादा जाणवली की मन हळूहळू सूक्ष्म सृष्टीचा विचार करू लागतं. या पातळीवर मन आलं की ते तत्त्वज्ञानाकडे वळतं. म्हणूनच *अभ्यासोनी प्रकटावे*, असं समर्थ रामदास म्हणतात.

विश्वातलं सर्वात खादाड तोंड म्हणजे काळ आहे. काळाचा वेगही मोठा आहे.

म्हणता म्हणता बालपण-तारुण्य सरून जातं. कालबद्ध असलेल्या आपल्या देहाची वृद्धी आपण थांबवू शकत नाही. देह हा एक ना एक दिवस नाश पावणार आहे; ही समज आणि वास्तविकता ध्यानात घेऊन जीवनविकासासाठी कसोशीने प्रयत्न केले पाहिजेत. *जरा विसावू या वळणावर* हा विचार मनात आणून जीवनाचा वेग थोडा कमी केला पाहिजे. त्यासाठी शांत बसलं पाहिजे आणि धावणाऱ्या मनाला आवर घातला पाहिजे. पाण्यावरचे तरंग संथ झाले की पाण्याचा तळ दिसू लागतो. मनावर सातत्याने उमटणारे विचारतरंग शांत झाले की ज्ञानशलाका खोलवर जाऊ शकतात.

पठण, श्रवण, अभ्यास, वाचन, निरीक्षण यांतून आत्मज्ञानाविषयी कमालीची ओढ मनात निर्माण झाली की ज्ञानी तत्त्वदर्शी मिळू शकतो. किंवा एखाद्याला पूर्वजन्मी केलेल्या कर्मानुसारसुद्धा चटकन तसा तत्त्वदर्शी मिळतो. तो आपल्या शिष्याचं जीवन पार बदलून टाकतो; उज्ज्वल करतो. हिमालयातील महावतार बाबाजी यांनी लाहिडी महाशयांना असंच हेरलं होतं आणि ज्ञान देऊन कर्मप्रवृत्त केलं होतं.

तथापि या मार्गात डोळे उघडे ठेवूनच वावरावं लागतं. अन्यथा शिष्याचं जीवन निराशामय होऊन त्याचं शोषणसुद्धा होऊ शकतं. म्हणूनच या श्लोकात भगवान ज्ञानी तत्त्ववेत्त्याचा उल्लेख करतात ही गोष्ट फार महत्त्वाची आहे. आपला मार्गदर्शक ज्ञानी तत्त्ववेत्ताच असला पाहिजे.

तत्त्वज्ञानासंदर्भात ज्ञाता-ज्ञान-ज्ञेय अशी ही त्रिपुटी असते. ज्ञान हे शब्दात सांगता येत नाही. कारण तिथे अपूर्णता असते आणि ती तशी राहणारच असते. ज्ञानस्वरूप होणं म्हणजेच ज्ञानाची पूर्ण अनुभूती घेणं. ती अनुभूती स्वतःच घ्यावी लागते. कारण विचारांना जिथून सुरुवात होते ते केंद्र म्हणजे तो मनुष्य स्वतःच असतो. स्वतःभोवती जे जग पसरलेलं आहे ते काय आहे, हा विचाराचा दुसरा भाग असतो. या विश्वाशी आपलं नक्की नातं काय आहे, हा विचाराचा तिसरा भाग असतो.

अध्यात्ममार्गावर जेव्हा असे विचार सुरू होतात, तेव्हा जिज्ञासूने काही प्रश्न उपस्थित केले पाहिजेत. आद्य शंकराचार्यांनी यावर भाष्य करताना लिहिलं आहे:- *कथं बंधः?, कथं मोक्षः?, का विद्या?, का च अविद्या?* अर्थात बंध म्हणजे काय? तो कसा प्राप्त होतो? मोक्ष म्हणजे काय? तो कसा मिळवायचा? विज्ञान किंवा ज्ञान हे काय आहे? अविद्या किंवा अज्ञान म्हणजे तरी काय, अशा गूढ प्रश्नांची मालिका तत्त्वदर्शीला विचारता आली पाहिजे. या सर्व प्रश्नांची उत्तरं आणि अनुभूती देऊन खरा तत्त्वदर्शी गुरू शिष्याला ज्ञानाच्या द्वारापर्यंत नेतो. अनुभूती मात्र आपण आपली घ्यायची असते.

भगवान पुढे सांगतातच, *उद्धरेदात्मानात्मानं*... तूच तुझा उद्धार करायचा आहेस. दुसरा तो करू शकत नाही. *उत्तिष्ठत, जाग्रत*. . . तुझ्या आत 'मी' आहे. निराश होऊ नकोस, स्वतःला कमी समजू नकोस, दुबळा समजू नकोस...

भगवान अर्जुनाला सांगतात, असं ज्ञान प्राप्त झालं म्हणजे या प्रकारचा मोह – म्हणजे युद्ध करावं की न करावं, –पुन्हा निर्माण होणार नाही. आणि मग सर्व भूतमात्र तुझ्यामध्ये आणि माझ्यामध्ये वास करून आहेत, असं तुला जाणवेल. सर्व भूतमात्र आत्म्यात समाविष्ट असतात आणि आत्मा भगवंतात समाविष्ट असतो याचं ज्ञान तुला होईल. मग त्रिविधभेद नाहीसा होईल. 'सर्व जीव जो भगवंतात आणि आपल्यात पाहतो तो उत्तम भागवत म्हणावा,' असं भगवद्‌भक्ताचं एक लक्षण 'भागवत पुराणा'तही सांगितलं आहे. सूर्यदर्शनाने सूर्यफुलं फुलतात किंवा चंद्रदर्शनाने कमलिनी प्रमुदित होतात. त्याप्रमाणे ज्ञानसूर्याचा उदय झाल्यावर माणसाचं अंत:करण प्रमुदित होतं. सृष्टीचं वास्तविक स्वरूप तो आपल्याच आत्मतत्त्वात अनुभवतो.

तत्त्ववेत्त्या ज्ञानी पुरुषाकडून ज्ञान मिळाल्यामुळे मोहाचा नाश होतो. संपूर्ण सृष्टी, सृष्टीतील भूतमात्रांसह यच्चयावत पदार्थ आपण आत्मतत्त्वाच्या ठिकाणी, पर्यायाने परमात्म्याच्या ठिकाणी पाहू शकतो. हा ज्ञानमार्ग प्रकाशित करणारा खरा तत्त्ववेत्ता ज्ञानी पुरुषच आधी भेटला पाहिजे हे महत्त्वाचं!

*अपि चेदसि पापेभ्यः सर्वेभ्यः पापकृत्तमः ।*
*सर्वं ज्ञानप्लवेनैव वृजिने संतरिष्यसि ॥४.३६॥*

सर्व पापी लोकांपेक्षा तू जरी अधिक पापी असलास तरी या ज्ञानरूपी नौकेनंच तू सर्व पातकांमधून तरून जाशील. म्हणजेच तू ज्ञान झाल्यामुळे निष्पाप होशील.

या श्लोकात भगवंतांनी सर्वांनाच दिलासा दिला आहे. 'तू पापं केली आहेत का? ठीक आहे; त्यातून तू तरून जाशील - अर्थात ज्ञानरूपी नौकेनंच!'

स्वजनांचा वध करण्याचं महान पातक आम्ही करत आहोत, अशी भीती अर्जुनाला वाटत होती. त्यावर उपाय म्हणून भगवान त्याला आत्मज्ञानाचा उपाय सांगतात.

या जगात जेवढे पापी आहेत, त्यांच्यापेक्षा जरी अधिक पाप केलेलं असलं तरी आत्मज्ञानाच्या बळावर ते पाप धुवून टाकता येतं. पापी जनांसाठी ही केवढी मोठी सवलत भगवंतांनी देऊन ठेवली आहे!

मनुष्याच्या हातून कळत-नकळत पापं किंवा प्रमाद होतच असतात. हा सारा खेळ कर्मचक्रात अडकवलेला आहे. अनेक किडे-कीटक आपल्या पायांखाली रोज मरत असतात, पण तो त्या जीवांसाठी विकासक्रमाचा भाग असतो. आपलं घर स्वच्छ ठेवावंच लागतं - ठेवलंच पाहिजे. ते स्वच्छ करताना अनेक कीटक प्राणाला मुकतात, पण ते पापकर्म होत नाही. आपण केवळ कारण ठरत असतो. परंतु जाणीवपूर्वक, हेतुपुरस्सर आणि द्वेषपूर्वक जर अशी हत्या केली, तर मात्र ते कर्म आपल्या कर्मखात्यात जमा होतं. केवळ शारीरिक कृतीच नाही; तर एखाद्याचा मनोमन द्वेष केला, वाईट चिंतन केलं तरी त्या क्रिया आपल्या कर्म-खात्यात जमा होतात आणि त्याचे विपरीत परिणाम केव्हा ना केव्हा तरी भोगावेच लागतात. राग-द्वेष-मद-मत्सर हे भाव मनात उद्भवत असतील तर ते आपल्या शरीरावरही विपरीत परिणाम करतात. शरीर आणि मन यांचा अन्योन्य संबंध असल्यामुळे मनावरही

विपरीत परिणाम होतो. आपण सहज एखाद्यावर टीका-टिपण्णी करतो. आपल्या मनाप्रमाणे त्याने किंवा तिने वागलं पाहिजे अशी अपेक्षा ठेवतो. नकळत आपण मनाची हार्ड डिस्क अशा अनेक नकारात्मक गोष्टींनी भरत जातो. याशिवाय अनेक विषयांमध्ये आपण उगाचच आपलं मन गुंतवत असतो. त्यातून बाहेर पडता आलं पाहिजे. मग जीवनाविषयी एक वेगळीच अनुभूती मिळू लागेल. महाभारतात म्हणूनच एक 'शुभव्रत' सांगितलं आहे.

> हिमालयात वास्तव्यास असताना एके दिवशी पांडूराजाच्या मनात आलं की, देवेंद्र हा देवांमधला पराक्रमी राजा! त्याच्यासारखा सर्वात पराक्रमी पुत्र आपल्याला हवा.
>
> त्याच वेळी व्यासमहर्षी हिमालयात पदभ्रमण करत पांडूकडे आले होते. त्यांची भेट होताच पांडूराजाने आपल्या मनातील विचार त्यांच्याजवळ बोलून दाखवला. तेव्हा व्यासमहर्षींनी त्याला वर्षभर शुभव्रत करायला सांगितलं. त्या व्रताची दीक्षाही त्यांनी पांडूला दिली. सत्य भाषण, अहिंसा, शुभ भाषण, परनिंदा न करणं अशा तऱ्हेचं ते शुभव्रत होतं. वर्षभर त्या कठोर व्रताचं पालन केल्यानंतर कुंतीला यथावकाश पुत्र झाला. त्याचंच नाव अर्जुन!

शुभव्रत हे फार परिणामकारक असतं हीच गोष्ट महाभारतातील या घटनेवरून दिसून येते. महर्षी व्यासांनीच ते व्रत सांगितलेलं आहे. विशेष म्हणजे यात कोणतंही कर्मकांड नाही. केवळ मनावर केला जाणारा हा प्रयोग आहे. त्यामुळे मन शुद्ध आणि तणावरहित होऊन जातं.

मनावर असलेला असा सारा ताण उतरवण्यासाठी आणखी एक उपाय आहे! तो म्हणजे 'पश्चात्ताप' आणि 'कृतज्ञता'! एखादी कटू कृती अगर विचार पुन्हा इंद्रिय-मनाकडून कधीच न होणं याला पश्चात्ताप म्हणतात, पण पुन्हा पुन्हा मन टाळू पाहत असलेली कृती घडत राहिली तर तो खरा पश्चात्ताप होत नाही.

म्हणून रोज रात्री झोपताना प्रार्थना म्हणून दिवसभरात केलेली अशी अयोग्य कृती अथवा विचार आठवणं. त्याविषयी पश्चात्ताप वाटून पुन्हा तसं न वागण्याचा संकल्प करणं आणि मनातला तो सारा भार ईश्वराकडे भावपूर्ण अंतःकरणाने समर्पित करणं यातून आपण त्या ताणातून मुक्त होतो. मन हलकं होऊ लागतं. कित्येकदा आपल्याला कुणीतरी त्रास दिलेला असतो. प्रत्यक्ष अथवा आडून बोललेलं असतं. द्वेषभावनेने आपला उपमर्दही केलेला असतो. अशांविषयी आपल्या मनात खोलवर राग दडून बसलेला असतो. अव्यक्त स्वरूपात तो मनात घर करून असतो. कित्येकदा

अपयशाने अथवा संभाव्य संकटामुळे मन गढूळ बनून गेलेलं असतं. विचारांच्या आवर्तात ते सैरभैर होतं. अनेकदा आपण इतरांकडून पुष्कळ अपेक्षा बाळगलेल्या असतात, पण अपेक्षापूर्ती होत नसते. त्यामुळे मन खंतावून जातं आणि त्याचा अनिष्ट परिणाम शरीरावर होतो.

असा मनात धरून ठेवलेला शोक म्हणजेच सारा भार प्रार्थनेद्वारे उतरवता आला पाहिजे. ज्यांनी मला त्रास दिला, ते माझ्याच पूर्वजन्मीच्या कर्मांमुळे दिला, हा विचार मनात स्थिर करून त्यांना क्षमा करणं साधलं पाहिजे. याचा अर्थ त्या त्या घटनांची अथवा अनुभवांची स्मृती मनातून काढून टाकणं नव्हे. कारण स्मृती पुसली जाऊच शकत नाही, फक्त त्या कटू आठवणींची किंवा स्मृतींची धार कमी करता आली पाहिजे; टोकं बोथट करता आली पाहिजेत. म्हणजेच त्याविषयीचा शोक मनातून गेला पाहिजे. तीच गोष्ट भगवान शास्त्रशुद्ध पद्धतीने पहिल्या अध्यायापासून सांगत आहेत. शोकाने भरलेलं मन रिकामं केल्याशिवाय सकारात्मक ऊर्जा मनात प्रवेश करत नाही आणि पुढचा विकास संभवत नाही.

सर्वांनाच सर्वकाही मिळत नसतं. अपूर्णता हा इथला नियमच आहे. त्यामुळे देवाने जे काही चांगलं दिलं आहे, त्याची यादी आठवून त्याविषयी मनोमन कृतज्ञता बाळगता आली पाहिजे. हे भाव ध्यानात घेऊन मग हृदयस्थ परमेश्वराशी अनुसंधान साधून कोणतीही प्रार्थना करावी. पांडुरंगशास्त्री आठवले यांनी सांगितलेली 'त्रिकाल संध्या' यासाठी नक्कीच सिद्ध आणि प्रभावी आहे. ती समजून घेतली पाहिजे.

याप्रमाणे प्रतिदिनी मनावर संस्कार केले, 'शुभव्रता'चं आचरण केलं आणि ईश्वराप्रति कृतज्ञता व्यक्त केली की व्यक्तीचा आत्मज्ञानाच्या दिशेने प्रवास सुरू होतो. अथांग सागर तरून जाण्यासाठी उत्तम शीड असलेल्या नावेचा उपयोग होतो त्याप्रमाणे पापरूपी सागर तरून जाण्यासाठी आत्मज्ञानरूपी श्रेष्ठ नौकेचा उपयोग होतो. मोक्षमार्गात दुःखफलदायी अधर्माचा अडथळा येत असतो त्याप्रमाणे सुखफलदायी धर्माचाही अडथळा येत असतो. आत्मज्ञानाच्या बळावर पापीसुद्धा कर्मबंधासह सुख-दुःखफलदायी धर्माधर्माचं उल्लंघन करू शकतो. त्यासाठी तत्त्वदर्शी ज्ञात्याकडूनच ज्ञान घ्यावं, असं भगवंतांनी आधीच्या श्लोकात सांगितलंच होतं. कारण या ज्ञानी पुरुषांच्या विचारांचा आपल्या विचारांना स्पर्श झाला की आपल्या विचारांमध्येही परिवर्तन होत जातं. आपल्या विचारात जर पाप असेल तर ते नाहीसं होतं. त्यानंतर प्रत्यक्ष कृतीत पाप असेल तर तेही नाहीसं होतं. अशा तऱ्हेने ज्ञानामुळे पायरीपायरीने पापाचा नाश होत जातो.

म्हणूनच आपण सत्पुरुषांच्या विचारांचा अभ्यास केला पाहिजे. सत्पुरुषांचे विचार बुद्धीने आणि भावाने जाणून घेतले म्हणजे मग ज्ञानमार्गावर प्रवास सुरू होतो. अर्थात ते विचार सनातन वैदिक-औपनिषदिक तत्त्वज्ञानाच्या संदर्भातच असावेत.

> पांडुरंगशास्त्री विचार देतात, 'केवळ एखाद्याने आपल्या डोक्यावर हात ठेवला आणि आपली सारी पापं नाहीशी झाली अन् ज्ञानप्राप्ती झाली असं होत नाही. ती गोष्ट एवढी सोपी असती तर भगवान श्रीकृष्णांनी अर्जुनाला गीता सांगण्याचे कष्ट कशासाठी घेतले असते? डोक्यावर हात ठेवला असता तरी काम झालं असतं!'

रामकृष्ण परमहंसांनीदेखील विवेकानंदांना केवळ डोक्यावर हात ठेवून ज्ञान दिलं नाही, तर त्यासाठी आवश्यक ती साधना आणि ज्ञानोत्तर कर्मयोगही त्यांनी त्यांच्याकडून करवून घेतला. प्रत्येक गुरूने आपल्या शिष्याकडून असाच कर्मयोग करवून घेतलेला दिसेल. महाराष्ट्रातील सर्व संतांनी अविरत कर्मयोग केला होता. गोंदवलेकर महाराजांनीही अफाट कर्मयोग केला होता. लाहिडी महाशय, श्री युक्तेश्वरगिरी, योगी योगानंद, स्वामी प्रभुपाद, स्वामी राम, श्री एम. इत्यादी साऱ्या संतमहंतांनी आत्मविकासासाठी कर्मयोगच केलेला आहे.

ज्ञानप्राप्ती ही अतिशय दुर्लभ गोष्ट आहे. प्रतिदिन, प्रतिक्षण त्यासाठी प्रयत्न हवेत. आसक्ती-फलाशा सुटण्याचा, 'अहं'ला घासून पातळ करण्याचा आणि ईश्वरी तत्त्वाशी जोडलं जाण्याचा अभ्यास साधायला हवा. तेच 'त्रिकाल-संध्ये'चं तंत्र आहे. त्यासाठी अर्ध-जाणीवयुक्त (sub-conscious) मनात साचलेला बंधकारक कचरा शास्त्रशुद्ध मूर्तिपूजेने किंवा नियमित ध्यानाने साफ करायला हवा. खरी ज्ञानप्राप्ती हवी असेल तर असा कठोर कर्मयोगच करावा लागेल. त्यातून आत्मिक बळ निर्माण होतं आणि पूर्वीची सर्व पापं नष्ट होतात.

खरं ज्ञान झाल्यानंतरच पापापासून मुक्ती मिळू शकते. मग पूर्वी कितीही पापं हातून घडली असली तरी बेहत्तर! भगवंतांनी ही केवढी सवलत पापी मनुष्याला देऊन ठेवली आहे! त्यासाठी योग्य त्या मार्गाचं आचरण केलं पाहिजे. शोकनिवृत्ती, शुभव्रत, त्रिकालसंध्या, ध्यान-मूर्तिपूजा आणि हे करताना कर्मयोग साध्य करणं यातूनच व्यक्तीची पूर्वीची सर्व पापं धुतली जातात. एखादा तत्त्वदर्शी ज्ञानी महात्माच हा मार्ग प्रकाशित करू शकतो.

*यथैधांसि समिद्धोऽग्निर्भस्मसात्कुरुतेऽर्जुन ।*
*ज्ञानाग्निः सर्वकर्माणि भस्मसात्कुरुते तथा ॥४.३७॥*
*न हि ज्ञानेन सदृशं पवित्रमिह विद्यते ।*
*तत्स्वयं योगसंसिद्धः कालेनात्मनि विन्दति ॥४.३८॥*

अर्जुना, ज्याप्रमाणे प्रज्वलित केलेला अग्नी काष्ठ (काटक्या) भस्म करून टाकतो, त्याप्रमाणेच हा ज्ञानरूप अग्नी सर्व कर्मबंध भस्म करून टाकतो. कारण परमात्मज्ञानासारखं पवित्र या जगात दुसरं काहीही नाही. ते ज्ञान स्थितप्रज्ञ कर्मयोगी योग्य कालाने स्वतःच्या ठिकाणी स्वतःच प्राप्त करून घेतो.

जीवनात स्थितप्रज्ञ अवस्था आली की एक दिवस त्या व्यक्तीला आपोआप ज्ञानप्राप्ती होते. ज्ञानप्राप्ती झाली की पुनर्जन्माला आणि त्यातल्या सुखदुःखांना कारण ठरणारा 'कर्मबंध' नाहीसा होतो.

पंचज्ञानेंद्रियं आणि पंचकर्मेंद्रियं ही जीवाला बाह्य विषयात रमवत असतात. इंद्रियांकडून होणारा हा कर्माचा खेळ आहे हे जेव्हा व्यक्ती जाणते, तेव्हा ती खऱ्या अर्थाने ज्ञानाकडे वळते. जी व्यक्ती देहाला 'मी' समजते आणि परमात्म्याला स्वतःपासून भिन्न मानते, ती अज्ञानी व्यक्ती मानली गेली आहे. 'माझ्या शक्तीने मी काम करतो/करते,' अशी भावना असणं ही अज्ञानाची अवस्था असते. पंखा म्हणाला, 'माझ्याच शक्तीमुळे मी फिरतो' तर ती गोष्ट अज्ञानमूलक मानली पाहिजे. याउलट माझ्यामध्ये परमात्म्याचाच अंश आहे, हे अद्वैत जी व्यक्ती जाणते, तिचं अज्ञान नष्ट होतं. नदीत जे पाणी असतं तेच नळातून येतं. मग पाण्याचा उगम अथवा मूळ नळ समजायचा का सागर का मेघ? पाण्याच्या साधन-व्यक्तीकरणामुळे केवळ द्वैताचा आभास निर्माण होत असतो आणि पाणी देण्याचं श्रेय नळाला मिळत असतं. नळाप्रमाणेच आपलं शरीर हे कर्माचं व्यक्तीकरण होण्याचं माध्यम असतं. शरीरातून कर्म सिद्ध होण्याची शक्ती ही मात्र परमात्म्याची असते. माझं शरीर चालवणारा

परमात्मा आहे, तो आणि मी एकच आहोत असं पायरी-पायरीने ज्ञान होत गेलं, म्हणजे द्वैतभाव नाहीसा होऊन आत्मसाक्षात्कार होतो.

प्रज्वलित अग्नीमध्ये जितकी काष्ठं टाकावीत तितकी ती भस्मसात होऊन जातात. त्याप्रमाणे आत्मज्ञान झालं, द्वैत निमालं, अद्वैताचं ज्ञान प्राप्त झालं म्हणजे ते ज्ञान, संचित-क्रियमाण आणि पाप-पुण्यकर्मांना जाळून टाकतं. भाजलेल्या बीजाप्रमाणे त्यापासून पुनर्जन्मरूप अंकुराची उत्पत्ती होत नाही. कणकेची पोळी होते; पण पोळीची पुन्हा कणीक होऊ शकत नाही! अर्थातच, प्रारब्ध-कर्मांचा ज्ञानानंही क्षय होऊ शकत नाही. कारण ती प्रारब्ध-कर्मं फल देण्यासाठी प्रवृत्त झालेली असतात. बाण एकदा सुटला की तो परत घेता येत नाही, तसंच प्रारब्धाचं असतं; परंतु फलोन्मुख न झालेली संचित-क्रियमाण कर्मं मात्र निर्बीज होऊन जातात.

एखाद्या व्यक्तीला बँकेचं एक लाख रुपयांचं कर्ज फेडायचं असतं; पण व्यवहारात फायदा होऊन त्या व्यक्तीने त्यातले दोन लाख त्याच बँकेत 'कायम ठेव' म्हणून जमा केले तरी त्याला बँकेचं पूर्वीचं कर्ज फेडावंच लागतं. ते चुकत नाही. कर्ज फेडल्यावर मात्र त्या कर्जावरचं पुढचं व्याज त्याला भरावं लागत नाही इतकंच. कर्मांचे भोग भोगूनच अशा प्रारब्धांचा क्षय होतो. म्हणजे कर्जाचा क्षय होतो. ज्ञानाने या जन्मीचं कर्माचं बंधन भस्मसात होतं. म्हणजे व्याजावर व्याज न चढता ते संपून जातं. अर्थात त्या माणसाची पूर्वीच्या सर्व कर्जाची फेड होऊन पुढेही काहीही देणं शिल्लक राहत नाही. कर्माचं बंधन पूर्णपणे भस्मसात झाल्यानंतर पुन्हा जन्माला येण्याचं मग कारणच उरत नाही. कर्ज फेडण्यासाठी बँकेत येण्याची आवश्यकता उरत नाही! असा मनुष्य मुक्त होतो.

याचाच अर्थ आत्मज्ञानासारखी पवित्रतम गोष्ट या जगात दुसरी कुठलीच नाही, परंतु हे ज्ञान कोणालाही सहजासहजी प्राप्त होत नाही. ज्याने जीवनात खऱ्या अर्थाने कर्मयोग आचरणात आणला आहे त्याला योग्य कालाने ज्ञानाची प्राप्ती होते.

तथापि, या गहन शास्त्रांचं ज्ञान देणारी 'आचार्य' नावाची संस्था आज भारतातच दुर्मीळ होत चालली आहे हे केवढं दुर्दैव? मूळ शास्त्र समजावण्यापेक्षा इतर क्रियाकर्म करण्यासाठीच मनुष्याला प्रवृत्त केलं जातं, परंतु शास्त्रशुद्ध मार्गाने परमात्म्याशी अनुसंधान साधलं गेलं तर एका सकारात्मक ऊर्जेने मन व्यापलं जातं. मग ज्ञान होताच भवसागरातून मुक्ती मिळते. भवसागराचाही अर्थ आज बदलून गेलेला दिसतो. भवसागर म्हणजे काय? भवसागर म्हणजे आयुष्य, संसार किंवा पृथ्वीवरचं जीवन नाही. म्हणून 'भव'सागराचा अर्थ प्रथम जाणून घेतला पाहिजे. तो माहीत नसताना त्यातून मुक्तीची अपेक्षा ठेवणं योग्य होऊ शकत नाही. 'भव'

म्हणजे 'होणं' - मनात सतत इच्छा आणि आसक्ती ठेवणं. 'मला व्हायचं आहे' आणि 'मला हवं आहे' ही मनाची सातत्याने असणारी सागरासारखी अफाट धारणा म्हणजे भवसागर. मग यातून परमात्मा किंवा एखादं दैवत साधकाची कशी काय मुक्ती करू शकणार ? ती ज्याची त्याने च करून घेतली पाहिजे. ते ज्ञान देण्यासाठीच आचार्य संस्था आणि तत्त्ववेत्ता ज्ञानी पुरुष यांची आवश्यकता असते.

सत्य आणि त्रेता युगात सर्वच मानवसंघ एकविचाराने सात्त्विक जीवन जगत असे. त्यामुळे वेगळी ईशनिष्ठा निर्माण करण्याची गरज नसे. परंतु कलियुगात मानवता, नीतिमत्ता इतकी खालावलेली आहे की त्यासाठी देवकार्याला कमालीची गती द्यावी लागते. त्यामुळे घरोघरी *कृष्णनाम, रामनाम,* किंवा कोणत्याही देवाचं नाम घेऊन गेलं पाहिजे. अर्थातच सनातन धर्मशास्त्राचे विचार आणि कार्य घेऊन गेलं पाहिजे. हेच ते *नाम-संकीर्तन.* नामाच्या या संकीर्तनात शास्त्र समजावता आलं पाहिजे. दिशाहीन मनुष्यांना सन्मार्ग दाखवण्याचा इतर कोणत्याही युगांपेक्षा कलियुगात अशा *नामसाधनेचा* अधिक प्रयत्न झाला पाहिजे. सनातन शास्त्रविचार गतिमान करण्याची आवश्यकता ज्या युगात मोठ्या प्रमाणावर भासते, त्या युगाला *कलियुग* म्हणतात. म्हणून कलियुगात नामसाधना करावी असं म्हटलं जातं. अशा तऱ्हेने देवाचं म्हणजेच त्याच्या माध्यमातून शास्त्रसिद्धांतांचं *नाम* घेतलं म्हणजे समाजात परिवर्तन होऊन पुन्हा समाजाचा सत्ययुगाकडे प्रवास सुरू होईल. नामसाधना करताना नामाशी जोडलेली संस्कृती प्रस्थापित करण्यासाठी अविरत प्रयत्न करणं , त्यासाठी निष्काम कर्मयोग करणं , तप करणं , विचारसिंचन करणं आणि मग जप करणं अर्थात आराध्य दैवताला केलेल्या नामसंकीर्तन-कार्याचं reporting करणं या गोष्टी अध्याहृतच आहेत! निष्काम कर्म करून जेव्हा व्यक्ती नामसाधनेला किंवा ध्यानाला बसते, तेव्हा त्यात एक निराळाच दैवी गोडवा निर्माण होतो. परमात्म्याचं प्रेम मग अनुभवायला येऊ लागतं. माझं नाम समाजात निःस्वार्थ बुद्धीने नेऊन मगच हा भक्त माझ्याकडे येतो, या विचाराने परमात्म्याला आनंद होतो. अशा नामसंकीर्तनातून वृत्तिपरिवर्तन होत असतं.

मात्र प्रत्यक्षात कित्येकांना सृष्टीचं स्वरूप जाणून घ्यायची आवश्यकता वाटत नसते, ईश्वराच्या कलाकृतीची समज नसते आणि त्यावर प्रेमही नसतं. केवळ दृश्य जगत अनुभवून सिद्धान्त मांडणं आणि एकांगी वैज्ञानिक दृष्टिकोनातूनच विचार करणं माहीत असतं. मी कुठून आलो/आले, का आलो, वगैरे अज्ञात गोष्टी माहीत करून घेण्यातही पुष्कळांना रस नसतो. मी कुठे आणि काय बरोबर घेऊन जाणार आहे याचासुद्धा विचार नसतो. राग-द्वेष-अहंकार, आसक्ती, इच्छा आणि कदाचित लबाडी

यांनी जीवन व्यापलेलं असताना फक्त नाम घेऊन सारे प्रश्न सुटतील अथवा मोक्षप्राप्ती होईल असं सांगणं आणि समजणं विचारी मनाला तरी पटू शकत नाही. त्यामुळे इथे केवळ धुंदी अपेक्षित नाही तर साक्षात ज्ञान अपेक्षित आहे. आणि त्यासाठी आधी सांगितल्यानुसार कर्म करणं अभिप्रेत आहे.

केवळ अज्ञानातून केलेली कर्मं आत्मविकासासाठी उपयोगी पडतील का, याचाही विचार करायला हवा. मूळ सनातन धर्माचं ज्ञान प्राप्त करून घेऊन आपला खऱ्या अर्थाने भौतिक आणि आत्मिक विकास साधणं हेच आपलं कर्तव्य असलं पाहिजे.

> अरबस्तानात इब्न सौद नावाचा एक सुलतान-शेख होऊन गेला. त्याच्या राज्यात प्रथमच टेलिफोनची केबल टाकण्याचं काम सुरू झालं. तेव्हा काही मुल्ला-मौलवींनी त्याला आक्षेप घेतला. कुराणात अशा यंत्राचा उल्लेख नाही; त्यामुळे ही सैतानाची करणी आहे, असं म्हणून त्यांनी त्याला विरोध केला. इब्न सौद हुशार होता. तो मुल्ला-मौलवींना म्हणाला, फोन ही जर सैतानाची कृती असेल तर यातून बोललेले कुराणाचे शब्द पलीकडे ऐकू जाणार नाहीत; आणि अल्लाची करणी असेल तर अल्लाचे शब्द ऐकू जातील.
>
> त्या गोष्टीला मुल्ला-मौलवींनी मान्यता दिली. मग फोनवरून कुराण म्हटलं गेलं. ते पलीकडे ऐकू गेलं! अर्थात जाणारच होतं!! लगेच मुल्ला-मौलवींनी टेलिफोन केबलविषयीचा आपला विरोध मागे घेतला.

पांडुरंगशास्त्रींनी सांगितलेला असाच आणखी एक दृष्टान्त :

> एका असमंजस शेठाणीचे पतिराज जेव्हा दुपारी दुकान बंद करून घरी येत, तेव्हा ते सदा चिडलेले असत. कारण पत्नी त्यांना लगेच घरच्या कटकटी सांगे किंवा त्यांची विचारपूस न करता भलतेच विषय बोलत राही. आपला पती सारखा चिडचिड करतो याविषयी पत्नीलादेखील आश्चर्य वाटे. स्वत:ची चूकच तिला समजत नसे.
>
> एकदा संध्याकाळच्या वेळेला ती शेजारच्या मैत्रिणीकडे गप्पा मारत बसली होती. त्याचवेळी तिचे पतिराज नोकरीवरून घरी आले. काहीही न बोलता मैत्रिणीने प्रथम त्यांना पाणी दिलं, पंखा सुरू केला, छान आल्याचा चहा करून आणला. चहाचे दोन घोट घेताच नवरा सुखावला. बायकोशी दोन शब्द प्रेमाने बोलून आत निघून गेला.
>
> ती शेठाणी अंधानुकरण करणारी होती! कर्मकांडात केवळ

अंधानुकरण उपयोगाचं नसतं! बुद्धीही चालवावी लागते! शेठाणी व्यवहारातही अंधानुकरण करत होती. तिला वाटलं, मैत्रिणीचा नवरा कामावरून दमून आल्यानंतरही चिडचिड करत नव्हता. याचं कारण म्हणजे, बायकोने त्याला काहीही न विचारता आधी पाणी दिलं आणि मग मस्तपैकी चहा आणून दिला. चहा घेतल्यावर स्वारी खुलली. आपल्या नवऱ्याला खूश करण्यासाठी असंच केलं पाहिजे.

दुसऱ्या दिवशी तिचा नवरा भर दुपारी बारा वाजता घरी परतला. चिडचिड करू लागला. शेठाणीला माहीत होतं, चहा दिला की नवरा खूश होतो - नुकतंच तिने मैत्रिणीकडे ते नव्हतं का पाह्यलं! तिने मैत्रिणीप्रमाणेच काहीही न बोलता आलं घातलेला चहा आणला. शेठजींच्या हाती चहा देताच शेटजी पिसाळले. चहाचा कप भिरकावून दिला. शेठाणीला काहीच आकलन होईना! बुद्धी चालवली असती तर तिला कळलं असतं, केवळ अंधानुकरण करायचं नसतं. स्थिती-काल पाहूनच आचरण करायचं असतं. शेटजींना भर दुपारी घामाघूम होऊन आल्यानंतर चहा द्यायचा नव्हता तर लिंबाचं थंडगार सरबत द्यायला हवं होतं!

पुष्कळ वेळा भक्तीचं स्वरूप हे कालानुरूप ठरत असतं आणि ते चुकीचंही नसतं. तो प्राप्त परिस्थितीवरचा उपायही असतो, पण अंतिम चिरंतन सत्याला जाणण्याचा तोच एकमेव मार्ग आहे असं म्हणता येत नाही. द्वंद्वरूप जगात प्रत्येक गोष्ट सापेक्ष असल्यामुळे निर्भेळ, पवित्र अशी गोष्ट सापडणं शक्य होत नाही. पण ज्ञान म्हणजे आत्मज्ञान, हे अभेद स्थितीत नेत असल्यामुळे द्वंद्व लयाला जाऊन अद्वैताची अनुभूती साधकाला मिळते. हे ज्ञान पूर्ण निर्मलतेचं असतं; निष्कलंक असतं. या पूर्णत्वाच्या स्थितीत केवळ ज्ञानानंद अनुभवास येतो. त्यासाठी मूळ शास्त्रकारांनी दाखवलेल्या मार्गावरूनच जावं लागतं. परमात्मप्राप्तीचा तोच मार्ग भगवद्‌गीता प्रकाशित करते. परमतत्त्वाच्या ज्ञानाखेरीज दुसरं कोणतंही पवित्र ज्ञान नाही याची मग व्यक्तीला अनुभूती मिळते.

ज्ञानामुळे कर्मबंधांचा नाश होतो, त्यामुळे पुनर्जन्म टळून मोक्षप्राप्ती होते. निष्काम कर्मयोग हा ज्ञानप्राप्तीचा बुद्धिगम्य मार्ग आहे. स्थितप्रज्ञ कर्मयोगी शास्त्रशुद्ध आचरणाने स्वत:च ज्ञानाला प्राप्त होतो. परमात्मज्ञानासारखं पवित्र ज्ञान कोणतंही नसतं.

*श्रद्धावाँल्लभते ज्ञानं तत्परः संयतेन्द्रियः ।*
*ज्ञानं लब्ध्वा परां शान्तिमचिरेणाधिगच्छति ॥४.३९॥*

श्रद्धावान, जितेंद्रिय आणि ज्ञानप्राप्तीसाठी तत्पर असलेल्या पुरुषाला ज्ञान प्राप्त होतं; आणि ज्ञान प्राप्त झाल्याबरोबर त्याला त्वरित अत्यंत श्रेष्ठ अशी परमशांतीही प्राप्त होते.

या श्लोकात भगवान सांगतात, खरं ज्ञान प्राप्त करून घेण्यासाठी भगवंतावर निस्सीम श्रद्धाच हवी. बुद्धीच्या बळावर ज्याने इंद्रियांना जितेंद्रियं बनवलं आहे, मागील श्लोकांमधून भगवंतांनी सांगितल्यानुसार ज्याने कर्मबंध नाहीसा करून जो ज्ञानप्राप्तीसाठी तत्पर झाला आहे आणि असा योगी श्रद्धायुक्त अंतःकरणाने ज्ञान प्राप्त करून घेतो. त्यामुळे त्याला परमशांतीचा लाभ होतो.

या श्लोकात भगवान 'ज्ञानप्राप्तीसाठी तत्पर असलेला पुरुष' असा उल्लेख करतात. म्हणजे केवळ भोळी श्रद्धा किंवा अंधश्रद्धा जोपासून परमशांतीचा लाभ होतो असा या श्लोकाचा अर्थ नाही. श्रद्धेपूर्वी ज्ञानप्राप्तीसाठी तत्पर होणं हे सर्वाधिक महत्त्वाचं आहे. आत्तापर्यंत भगवंतांनी जे मार्गदर्शन केलं आहे ते अंगीकारणं म्हणजे ज्ञानप्राप्तीसाठी तत्पर होणं. म्हणजे मनातला शोक दूर करून आसक्ती आणि वासना यांमुळे होणारा कर्मबंध दूर करता आला पाहिजे. त्यानंतर भगवान 'जितेंद्रिय' शब्दाचा उल्लेख करतात. म्हणजेच ज्याने मनाद्वारे इंद्रियांवर आणि बुद्धीद्वारे मनावर विजय मिळवलेला आहे तो जितेंद्रिय. आता पुढचा मार्ग म्हणजे बुद्धीचं आत्मतत्त्वात समर्पण करणं . मनुष्य जेव्हा मन आणि बुद्धीद्वारे कार्य करतो, तेव्हा त्याचा ताबा म्हणजे कन्ट्रोल या इंद्रियांवर असतो. या अवस्थेला पोहोचेपर्यंत सारं काही त्याच्या हातात असतं; पण जेव्हा बुद्धीला आत्मतत्त्वात विलीन करायची वेळ येते, तेव्हा योग्याला काहीशी अनिश्चितता वाटत असते. आत्मतत्त्वात विलीन झाल्यानंतर आपलं अस्तित्व राहील ना, असाही विचार अंतरंगात असतो. म्हणजे त्याच्या स्वतंत्र

अस्तित्वाचाही विचार त्याच्या मनात उद्भवतो. त्या वेळी श्रद्धा आवश्यक असते. ती श्रद्धा मग अशा योग्याला ज्ञान आणि परमशांतीचा लाभ करून देते.

आपण श्रद्धेचा अर्थही पाहू या. 'श्रत्' म्हणजे 'विश्वास.' या अव्ययाला 'धा' या संस्कृत धातूची जोड दिली की 'श्रद्धा' हा शब्द बनतो. 'धा' म्हणजे ठेवणं. स्वतःमध्ये अंगभूत (built-in) असलेला स्वयंभू विश्वास ओळखून तो कोणत्यातरी ध्येयावर दृढ केला असता ती 'श्रद्धा' होते. विचार, विकार, कल्पना, संकल्प आणि विकल्प या घटकांनी युक्त जो एकत्रित भाव तयार होतो, त्याला 'श्रद्धा' म्हणतात. आपल्या स्वाभाविक गुणधर्मानुसार आणि संस्कारांनुसार प्रत्येकाची श्रद्धा असते. आपल्या अस्मितेतून व्यक्ती जे संकल्प-विकल्प स्वतःच तयार करते, ते त्या व्यक्तीचं जीवन बनतं. आपल्या त्या भावधारणेनुसार व्यक्ती जीवन जगत राहते. अशी कोणतीही श्रद्धाच नसेल तर जीवन अर्थहीन बनून जाईल. केवळ आपल्या अशा मनोधारणेप्रमाणे व्यक्ती श्रद्धेनुरूप जी भावना बाळगते, ती तिच्या प्रगतीला अथवा अधःपतनालाही कारण ठरते.

स्वतःचा प्रपंच, इतरांशी असलेली नाती, स्वतःचं ध्येय, सुखदुःखाच्या कल्पना, नीति-अनीतीची बंधनं, जीवनमूल्यं हे सर्व काही मनुष्य स्वतः घडवीत असतो. या सर्वांमधून त्याचा 'स्वभाव' व्यक्त होत असतो. या जीवनप्रवासात तो कधी आशावादी तर कधी निराशावादी बनतो. कधी तो तृप्त होतो तर कधी अतृप्तीतून तो घायाळही होतो. यशाने अहंकाराच्या मस्तीत राहतो तर कधी वैफल्यग्रस्त होऊन उदास, निष्ठुर, शुष्क जीवन जगत राहतो किंवा वेडाही होतो. पुढे जाऊन तो आत्महत्या करायलाही प्रवृत्त होतो. कधी तो जीवनातल्या सुखोपभोगात रममाण होतो तर कधी त्याला या जगाचा वीटही येतो. कधी तो संगीत, नाट्य, इतिहास, तत्त्वज्ञान निर्माण करील किंवा या सृष्टिस्थित घटकात रममाण होईल तर कधी स्वतःसह या सृष्टीलाही भ्रामक समजून सृष्टीचा द्वेषही करील. मनुष्याची ही एकंदर प्रकृती किंवा स्वभाव अथवा त्याच्या अस्तित्वाचा साचेबंद हीच त्याची श्रद्धा होय.

अशी श्रद्धासुद्धा मूळ गुणांप्रमाणे धारण केली जाते. कधी ती सात्त्विक तर कधी राजसी तर कधी तामसी बनते. सात्त्विक गुणिजनांना भक्ती-तत्त्वज्ञान अथवा तत्त्वज्ञ यांच्याविषयी आकर्षण राहतं. राजसींना आर्थिक क्षेत्र, पद, प्रसिद्धी, अधिकार अशांबद्दल तर तामसी लोकांना अनैतिकतेने काही मिळवण्याचं किंवा तत्सम मानसिकतेचं आकर्षण राहतं. म्हणजे गुणांच्या प्राधान्यामुळे श्रद्धास्थाने बदलत असली तरी मूळ 'श्रद्धा' कायम असते आणि विकासक्रमानुसार किंवा मनुष्याच्या आंतरिक इच्छेनुसार तो अंधाराकडून प्रकाशाकडेच श्रद्धेच्या साहाय्याने जाण्याचा कळत-नकळत प्रयत्न करत असतो. केव्हा ना केव्हा तरी ती श्रद्धा ज्ञानाच्या प्रवेशद्वारापाशी

येऊन थडकतेच, परंतु तिथे केवळ भोळसटपणा उपयोगाचा नसतो. इंद्रियजय मिळवूनच मग श्रद्धेच्या बळावर परमशांतीयुक्त आत्मज्ञानाचा लाभ घडू शकतो.

म्हणून अशा जितेंद्रियाची भगवद्‌विचारावर परमश्रद्धा असेल तर आत्मज्ञानाचा मार्ग प्रकाशित होतो. त्यासाठी भगवंताचे विचार प्रथम जाणून घेतले पाहिजेत. श्रद्धा हे ज्ञानप्राप्तीचं जसं पहिलं साधन आहे, तसंच ते अंतिम साधनही आहे. जर या ज्ञानमार्गावर लवकर जायचं असेल तर सर्वप्रथम वृत्ती तयार करावी लागते. त्यासाठी भगवंतांविषयी ऐकण्याची मनाला सवय लावावी लागते. त्याच्या कथांकडे, लीलांकडे, गुणांकडे निःशंक होऊन श्रद्धा जडवावी लागते. नंतर भगवंताचं ऐकावं लागतं! भगवंताचा थेट उपदेश म्हणजेच 'श्रीमद्‌भगवद्‌गीता!'

भगवद्‌विचारांवर श्रद्धा, ज्ञानप्राप्तीसाठी तत्परता आणि स्थितप्रज्ञ वृत्तीतून आलेलं जितेंद्रियत्व हे तीन गुण असले म्हणजे पुरुषाला आत्मज्ञान होतं; परंतु हे तीन गुण मूळचेच असावे लागतात. म्हणूनच हे ज्ञानप्राप्तीचे खात्रीशीर उपाय आहेत. ज्ञान झालं म्हणजे मोक्ष नावाची शांती लाभते. ज्ञानप्राप्तीच्या द्वारापर्यंत पोहोचल्यानंतर मात्र दुर्दम्य श्रद्धा असावी लागते. भगवान निश्चित आहे ही श्रद्धा प्रथम दृढ असायला हवी, पण तो दिसत तर नाही! जे दिसत नाही त्यावर श्रद्धा कशी ठेवणार? पण तो दिसणारच नाही. कारण तिथे द्वैतभावच नाही! 'त्याला' केवळ अनुभवावं लागतं. परंतु भगवंताचे विचार तर उपलब्ध आहेत! त्यासाठी भगवंताचं अस्तित्व मान्य करून, त्याचे विचार समजून घेऊन आत्मसात करण्याचा प्रयत्न केला पाहिजे. त्याच्या विचारांवर श्रद्धा ठेवली पाहिजे. मात्र केवळ विचारांवर श्रद्धा ठेवून काय उपयोग? विचार कृतीत आणले तर खऱ्या अर्थाने भगवंतावर श्रद्धा ठेवल्यासारखं होईल, हे ओघानंच आलं! महापुरुषांचं प्रवचन ऐकूनही आपल्या कृतीत काही उतरत नसेल तर काय उपयोग? म्हणजे श्रद्धा ठेवणं याचा अर्थ तत्त्व-विचारांनुसार कृतिप्रवण होणं. कारण नुसती ज्ञानाची माहिती असणं वेगळं आणि प्रत्यक्ष ज्ञान असणं वेगळं! प्रेमाची व्याख्या करणं वेगळं आणि प्रत्यक्ष प्रेम करणं वेगळं! तसंच हे आहे.

माणसाची स्वतःवर श्रद्धा असली म्हणजे आत्मविश्वास निर्माण होतो. परमेश्वरावर श्रद्धा असली म्हणजे शक्ती प्राप्त होते. जे परमेश्वराच्या अस्तित्वालाच मानत नाहीत, त्यांची स्वतःच्या बुद्धीवर श्रद्धाच असते! श्रद्धेशिवाय जीवनच असू शकत नाही. ज्ञान आणि श्रद्धा या दोन्ही बुद्धीच्याच बाजू आहेत.

श्रद्धा आणि विश्वास यांमध्ये फरक आहे. कंडक्टरला तिकिटाचे पैसे दिलं पण त्याने तिकीट दिलंच नाही तर? म्हणजे पैसे दिल्यापासून त्याने तिकीट देईपर्यंत आपण कंडक्टरवर विश्वासच ठेवलेला असतो; श्रद्धा नव्हे! त्यामुळे श्रद्धा ही कधी अंध

नसतेच. विश्वास मात्र डोळस किंवा अंध असू शकतो. श्रद्धा ही फार वरची पायरी आहे. पुष्कळ लोकांची ज्ञानी पुरुषांच्या विचारांवर श्रद्धा असते. विचारांवर विसंबून ते कार्य करत राहतात. आपला जीवनमार्ग ठरवतात. काहींची व्यक्तींवर श्रद्धा असते. ते लोक त्या व्यक्तीचं अनुकरण करतात.

भगवंतावर श्रद्धा असल्याचा दावा पुष्कळ लोक करतात. 'हा देव नवसाला पावतो', असं चार लोक सांगतात म्हणून एखादा त्या देवाच्या दर्शनासाठी गेलेला असतो, पण त्या दर्शनामागे देवाकडून काही भौतिक भोग मिळवण्याचा हेतू असेल तर ही श्रद्धा खरी विकसित श्रद्धा म्हणता येणार नाही. कारण इथे भौतिक फायद्यासाठी देव हवा असतो! जर काही लाभ झाला नाही तर दुसरा देव!

म्हणून इंद्रियांवर विजय मिळवल्यानंतर पुढचा मार्ग आक्रमायचा असेल तर पराकोटीची ईशश्रद्धा हवी. आत्मश्रद्धा आणि भगवंतावर आत्यंतिक श्रद्धा नसेल तर त्याला परमशांतीचा लाभ होणार नाही. ईशश्रद्धा, त्याचं आश्रित होणं, इंद्रियांच्या धावण्याला लगाम घालून यदृच्छेने जगणं, निष्काम कर्माचं आचरण करणं आणि ज्ञानप्राप्तीसाठी तत्पर असणं याच मार्गाने व्यक्ती परमशांतीचा अनुभव घेऊ शकते. त्यामुळे भगवंतांना अपेक्षित असलेली श्रद्धा ही भोळीभाबडी नाही हे सिद्ध होतं. उलट आत्मज्ञानापूर्वीची ही अवस्था आहे.

म्हणूनच भगवान जितेंद्रिय हा शब्द हेतुपुरस्सर वापरतात. सतत ऐहिक भोगांची अपेक्षा करणाऱ्या इंद्रियांवर मनुष्याने सर्वप्रथम विजय मिळवला पाहिजे. मनाला सकारात्मक बनवून ईशविचारांकडे वळवलं पाहिजे. ते कसं साध्य करायचं याची तंत्रं भगवान पुढे सांगणारच आहेत. ही पूर्वतयारी झाल्यानंतरच मग पुढचा मार्ग प्रकाशित होतो. ज्ञानप्राप्तीसाठी अशा तऱ्हेने तत्पर झाल्यानंतरच आत्मशांतीच्या दिशेने मुमुक्षूचा प्रवास सुरू होतो.

भगवान जो कार्यप्रवणाचा मार्ग दाखवतात, त्या मार्गावर श्रद्धा ठेवून त्या मार्गानेच गेलं पाहिजे. जितेंद्रिय अवस्था प्राप्त केल्यानंतर पुढील प्रवासासाठी परमात्म्यावर पराकोटीची श्रद्धा हवी. अशा तत्पर आणि जितेंद्रिय मनुष्यालाच परमशांतीचा अर्थात आत्यंतिक आनंदावस्थेचा लाभ मिळतो.

*अज्ञश्चाश्रद्दधानश्च संशयात्मा विनश्यति ।*
*नायं लोकोऽस्ति न परो न सुखं संशयात्मनः ॥४.४०॥*
*योगसंन्यस्तकर्माणं ज्ञानसञ्छिन्नसंशयम् ।*
*आत्मवन्तं न कर्माणि निबध्नन्ति धनञ्जय ॥४.४१॥*
*तस्मादज्ञानसंभूतं हृत्स्थं ज्ञानासिनात्मनः ।*
*छित्त्वैनं संशयं योगमातिष्ठोत्तिष्ठ भारत ॥४.४२॥*

अज्ञ, श्रद्धाहीन आणि संशयखोर मनुष्याचा नाश होतो. संशयखोराला इहलोक नाही, परलोक नाही आणि सुखही नाही. हे धनंजया, ज्याने ज्ञानाच्या योगाने कर्मबंधनांचा त्याग केला आहे आणि ज्ञानामुळेच संशयाला छेदून टाकलं आहे, अशा आत्मज्ञानी पुरुषाला कर्मं बांधू शकत नाहीत. अज्ञानामुळे उत्पन्न झालेल्या आणि हृदयात मूळ धरून बसलेल्या संशयाला तू ज्ञानरूपी खड्गाने छेदून टाक आणि निष्काम कर्मयोगाचा आश्रय करून आपलं प्राप्त कर्तव्य पार पाडण्यास सिद्ध हो.

मागील श्लोकाच्या आधाराने भगवान पुढे मार्गदर्शन करतात : 'तुझी श्रद्धा बदल. तुझ्या गुणांनुसार, स्वभावानुसार आणि धारणेनुसार भौतिक गोष्टींमध्ये अडकलेली तुझी श्रद्धा तुला खरं ज्ञान आणि परमानंद मिळवून देणार नाही. त्यासाठी संशयरहित होऊन तू आत्मज हो...'

देव आहे का नाही, माझा देवावर विश्वास नाही, देव असेल तर या जगात वाईट का घडतं? खरंच देव असेल तर मला तो दाखवा, अशा तऱ्हेच्या एकांगी विचारांवर जर श्रद्धा ठेवून जगत राहिलं तर जीवन संभ्रमित होऊन जातं. देव तर दिसत नाहीच; पण प्राप्त जीवनही मग संभ्रमति अवस्थेत व्यतीत होतं. जीवनात एकप्रकारची नकारात्मकता येते. अशी व्यक्ती शास्त्रज्ञांच्या शोधांवर अंधतेने विसंबून राहते. प्रयोग आणि अनुमान एवढ्याच गोष्टीत रमते. स्वतःच्या अशा ज्ञानावर श्रद्धावानाला कमी लेखते.

वास्तविकतः आपल्याला पृथ्वीवरचीसुद्धा असंख्य रहस्यं समजलेली नाहीत. वैज्ञानिकांना फक्त ३% समुद्र कळला आहे. पिरॅमिड कुणी, का आणि कसा बांधला, ते समजत नाही. तीच गोष्ट प्राचीन भारतीय मंदिरांची, पूर्व आशियातील मंदिरांची, लेण्यांची आणि प्राचीन तंत्रज्ञानाची. आपल्याला केवळ ३% मेंदू समजला आहे. तरीही अश्रद्ध म्हणजेच विपरीत श्रद्धा जपणारी व्यक्ती थेट सृष्टिनिर्मात्यालाच चॅलेंज करते! हे म्हणजे कॉम्प्युटर गेममधील एखाद्या व्यक्तिरेखेनं-मी कसा झालो? माझं अस्तित्व कसं निर्माण झालं? मी आपोआप उत्क्रांत झालो का? -वगैरे विचार करण्यासारखं आहे.

कुणीतरी हे खेळाचं सॉफ्टवेअर बनवलं आहे आणि आपली निर्मिती करून आपल्याला या खेळात अडकवून टाकलेलं आहे, ही गोष्ट कॉम्प्युटर गेममधील व्यक्तिरेखेला जसं समजणं कदापि शक्य नाही, त्याप्रमाणे आपण कोण, कुठून आलो, का आलो वगैरे गोष्टींचा शोध भौतिक सृष्टीत लागणं शक्य नाही. त्यासाठी प्रकृती(Matter)चा प्रभाव जाणीवपूर्वक उल्लंघून आत्मज्ञाना(Spirit) कडेच गेलं पाहिजे. ते तसं जाणणं हेही विज्ञानच असतं. म्हणजे पदार्थांचा उगम किंवा स्वरूप जाणून घेणं हे जसं भौतिक विज्ञान असतं, तसंच बुद्धीकडून पुढे आत्म्याचं स्वरूप ओळखण्याचा प्रयत्न करणं हेसुद्धा विज्ञानच असतं. त्यामुळे नुसतं विचारमंथन करून, टीका करून, संशयित राहून परमेश्वर आणि सृष्टी यांची गणितं कदापि सुटणार नाहीत. भौतिक उपकरणं आत्मिक तत्त्वाला प्रकाशित करू शकत नाहीत; त्याचा अनुभवच घ्यावा लागतो.

पुष्कळदा संशयित व्यक्ती निरीश्वरवादी लेखक, विचारवंत किंवा समाजसेवक यांच्या अर्धवट विचारांवर अंधतेने पराकोटीची निष्ठा ठेवते, पण श्रीकृष्णासह अनेक महान तत्त्वज्ञ, व्यासांसारखे ज्ञानी महर्षी, शंकराचार्यांसारखे महान आचार्य, ज्ञानाचा अनुभव मिळालेले शास्त्रज्ञ, आत्मज्ञानी व्यक्ती किंवा योगी यांच्या विचारांवर मात्र विश्वास न ठेवता सतत शंका उपस्थित करते हे विशेष!

> इक्बाल हा प्रसिद्ध कवी. त्याचं वास्तव्य दिल्लीत होतं. त्याला भेटायला एक निरीश्वरवादी मनुष्य दिल्लीला गेला. इक्बालला त्याने तसं कळवलं होतं. स्वत:ची निरीश्वरवादी विचारसरणीही कळवली होती. ठरल्याप्रमाणे तो दिल्लीला गेला. इक्बाल राहत असलेल्या भागात तो जाऊन पोहोचला. पण इक्बालचं घर काही त्याला सापडेना. त्याने एका गल्लीच्या कोपऱ्यावर असलेल्या एका दुकानात इक्बालचा पत्ता विचारला. गल्लीच्या पलीकडे डावीकडून तिसरं घर इक्बालचं आहे, असं दुकानदाराने सांगितलं.

त्याप्रमाणे तो गृहस्थ बरोबर त्या घरापाशी जाऊन पोहोचला. त्याने दार वाजवलं. इक्बालनंच दार उघडलं. त्या गृहस्थाने इक्बालविषयी विचारलं तेव्हा स्वतः इक्बालच म्हणाला, ''इथे कुणी इक्बाल राहत नाही.''

त्या गृहस्थान पुन्हा आजूबाजूला चौकशी करून पुन्हा इक्बालचा दरवाजा वाजवला. पुन्हा इक्बालनंच सांगितलं, ''इथे कुणी इक्बाल वगैरे राहत नाही.''

तो निरीश्वरवादी हताश झाला. सारे जण त्याच घराचा पत्ता सांगत होते पण तिथे तर इक्बाल राहतच नाही. त्याने पुनःपुन्हा आजूबाजूला चौकशी केली आणि इक्बालचाच दरवाजा ठोठावला, पण इक्बालकडून तेच ते उत्तर मिळत गेलं,''इथे कुणी इक्बाल राहत नाही.''

अखेर त्या गृहस्थाने शेजाऱ्यापाजाऱ्यांकडून खात्री करून पुन्हा इक्बालचा दरवाजा ठोठावला आणि म्हणला, ''माझी खात्री झाली आहे की तुम्हीच इक्बाल आहात. मग आपण इक्बाल नाही असं का सांगितलंत?''

तेव्हा इक्बालने त्याचं यथोचित स्वागत करून म्हटलं, ''शंभर लोकांनी माझा पत्ता सांगितला तेव्हा तुमची खात्री होऊन चुकली की, मीच इक्बाल आहे. म्हणजे त्या सामान्य लोकांवर विश्वास ठेवून तुम्ही निर्णय केलात. मग आजपर्यंत शेकडो आत्मज्ञानी परमेश्वराच्या अनुभूतीविषयी सांगतात त्यावर मात्र तुमचा विश्वास बसत नाही, हे कसं?''

तो निरीश्वरवादी निरुत्तर झाला.

त्यामुळे विश्वास कुणावर ठेवायचा, याचाही सारासार विचार केला पाहिजे. चार परदेशी लोकांची पुस्तकं वाचून समाजमन गढूळ करणाऱ्यांवर विश्वास ठेवायचा, का ज्या तत्त्वज्ञांना ईश्वरानुभूती मिळाली आहे त्यांच्यावर ठेवायचा, याचाही विचार केला पाहिजे.

अज्ञानापेक्षा अश्रद्धा ही व्यक्तीच्या अधःपतनाला कारणीभूत ठरत असते. भगवान सांगतात, चुकीची श्रद्धा ठेवल्यामुळे आणि सतत संशयग्रस्त राहिल्यामुळे पृथ्वीवरचं जीवनही दुःखकारक होतं आणि परामार्ग अप्रकाशित राहिल्यामुळे त्याचंही सुख मिळत नाही. म्हणून चुकीचा विश्वास आणि संशय वृत्तीतून दूर केला पाहिजे.

अर्थात श्रद्धा ठेवूनच ज्ञानमार्ग जाणून घेतला पाहिजे. त्यासाठी कर्म केलंच पाहिजे. भगवंतांना अपेक्षित जीवन जगलं पाहिजे. अश्रद्धावान किंवा संशयखोर लोकांना ज्ञान तर मिळत नाहीच; परंतु भौतिक सुखही लाभत नाही. म्हणजे त्यांची अवस्था त्रिशंकूसारखी होते. एखाद्या चांगल्या कामातली न्यूनता म्हणजे कमतरता

शोधण्याचा अशा लोकांचा कल असतो. स्वतःच्या तोकड्या बुद्धिबळावर खोड्या काढत बसण्याचाच अशा व्यक्तींचा स्वभावधर्म बनून जातो. ईशकार्यावर-ईश्वरावर त्यांची श्रद्धा बसत नाही.

सामान्य व्यक्तीला मनुष्यनिर्मित संगणकाचं अंतरंग समजत नाही. त्याचप्रमाणे सृष्टीच्या मागेही दैवी ऊर्जा असते; निर्मिती असते; पण तिचं आकलन होण्याची कुवत संशयखोर व्यक्तीमध्ये नसते. त्यामुळे संशयखोर व्यक्ती अज्ञेयवादी बनते. नैराश्य, हतबलता आणि संशयखोरपणा जोपासलेली व्यक्ती नकारात्मक सिद्धान्तांनाच पकडून बसते. पर्यायाने ती इहलोकातही दुःखी होते आणि पारलौकिक अस्तित्वावर विश्वास नसल्यामुळे तिथल्या संभाव्य आनंदालाही ती मुकते.

वेदान्त-शास्त्रांतील सिद्धान्त हे मोक्षस्थानाकडे जाणाऱ्या मार्गावरच्या दिशादर्शक पाट्या आहेत. त्या पाट्या वाचत गेल्यावर कुठेही न भरकटता सुयोग्य दिशेने वाटचाल करता येते. जेव्हा जीवात्मा आणि परमात्मा एकच आहेत हे ज्ञान होतं, तेव्हा संशय नाहीसा होतो. जो निःसंशय झालेला आहे, ज्याने निष्काम कर्मयोग आचरणात आणलेला आहे, जो अतिशय सावध आहे, ज्याला कर्मं बद्ध करत नाहीत, त्याला पुनर्जन्म प्राप्त होत नाही. म्हणून ज्ञानाने सारे संशय नाहीसे केले पाहिजेत.

त्यासाठी भगवान अर्जुनाला या श्लोकांतून जणू सांगत आहेत, युद्ध की अयुद्ध हा संशय तू ज्ञानरूप तलवारीने छाटून टाक. कर्मयोगाचा तत्काळ प्रारंभ कर. कारण आता ज्ञानयोगासाठी मुळीच अवधी नाही. त्यामुळे कर्मयोग करणं म्हणजेच प्राप्त परिस्थितीत युद्ध करणं एवढंच तुझ्या हातात आहे.

आशाशून्य, अभिमानशून्य, मनोजयी, विषयविरक्त, समाधानी, मत्सररहित, द्वेषशून्य, शांत आणि एकमात्र ज्ञानदृष्टीवान होऊन जो कर्म करतो, त्याला कर्म बंधनकारक होत नाहीत.

मोक्षमार्गावर जर संशयाने परिक्रमा केली तर विनाश ठरलेला असतो. संशयबुद्धीने केलेलं कर्म फलदायी ठरत नसतं. म्हणून तत्त्वज्ञानाचा अंगीकार करून संशयाचं उच्चाटन करावं. कर्तेपणाचा अहंकार सोडून ज्ञानमार्गाने प्रवास केल्यानंतर इष्टप्राप्ती निश्चयाने होते!

ॐ श्री परमात्मने नमः

# अध्याय पाचवा

# कर्मसंन्यासयोग

कर्मापासून मुक्त होण्याच्या युक्त्या अधिक ठोस स्वरूपात सांगितल्या आहेत. मनाचा कर्माशी संबंध, त्याचे संस्कार किंवा शुद्धीकरण यावर विशेष लक्ष दिलं गेलं आहे. एका विशिष्ट स्तरावर पोहोचल्यानंतर सांख्य आणि योगामध्ये फरक राहत नाही, असेही म्हटले आहे. जर तुम्ही कोणताही एक मार्ग योग्य रीतीने अवलंबलात तर तुम्हाला तेच फळ मिळते. सर्व कर्मे समर्पण करून मनुष्य शांती प्राप्त करून घेतो आणि पाण्यात फुललेल्या कमळाप्रमाणे कर्मरूपी जलात अडकत नाही.

**अर्जुन उवाच**

*संन्यासं कर्मणां कृष्ण पुनर्योगं च शंससि।*
*यच्छ्रेय एतयोरेकं तन्मे ब्रूहि सुनिश्चितम्।।५.१।।*

**श्री भगवान उवाच**

*संन्यासः कर्मयोगश्च निःश्रेयसकरावुभौ ।*
*तयोस्तु कर्मसंन्यासात्कर्मयोगो विशिष्यते ।।५.२।।*

अर्जुन म्हणाला-हे कृष्णा! तुम्ही कर्मे टाकण्याची आणि फिरून कर्मयोगाची प्रशंसा करता! तेव्हा या दोहोंपैकी माझ्यासाठी अगदी निश्चित कल्याणकारक जे एक साधन असेल, ते सांगा. कर्माचा त्याग आणि कर्माचं अनुष्ठान हे दोन्ही मार्ग मोक्षदायक आहेत. पण या दोहोंपैकी कर्मत्यागापेक्षा कर्मयोगाची योग्यता विशेष आहे. आत्म्याची प्रेरणा व्यक्तीला गुलामगिरीतून सोडवते!

या पाचव्या अध्यायातील पहिल्या श्लोकात अर्जुन म्हणतो, 'कर्मांचा त्याग आणि पुन्हा कर्माचा योग करण्याविषयी तू सुचवतोस; मग या दोहोंपैकी अधिक श्रेयस्कर काय आहे ते मला सांग.' त्यावर दुसऱ्या श्लोकापासून भगवंत उत्तर द्यायला लागतात.

चौथ्या अध्यायात भगवंतांनी, ज्ञान हे सर्व कर्मांचं पर्यवसान असून ज्ञानामुळे सर्व कर्मं भस्म होतात, असं सांगितलं. त्याचप्रमाणे सर्व यज्ञांमध्ये ज्ञानयज्ञ श्रेष्ठ आहे असंही सांगितलं आणि अखेरीस, तू आता युद्धाला सज्ज हो... म्हणजेच तुझं प्राप्त कर्म कर असं भगवंत सांगतात.

त्यामुळे अर्जुन संभ्रमात पडलेला आहे आणि प्रश्न करतो आहे. भगवंत या दुसऱ्या श्लोकात त्याचं उत्तर देतात.

या श्लोकात तीन गोष्टींचा विचार आहे :

१. कर्मसंन्यास २. कर्मयोग आणि ३. मोक्ष.

कर्मसंन्यास म्हणजे सकाम कर्मांचा त्याग. काही हवं असेल, काही मिळवायचं असेल तर त्यासाठी कर्म केलं जातं. कर्म करण्यातून केवळ पैसाच नाही तर मानाचीही अपेक्षा लपलेली असते. म्हणजेच आपल्या कर्मात कोणती ना कोणती वासना ही उरलेली असतेच. भगवान अशा वासनाग्रस्त कर्मांचा संन्यास घ्यायला सांगतात. ही कर्मामागची वासना हट्टाने नव्हे तर विचारांनी कमी केली पाहिजे. केवळ बाह्य कर्मांचा त्याग करणं भगवंतांना अपेक्षित नाही; आणि तसा त्याग कुणीही करू शकत नाही.

आता दुसरा भाग म्हणजे कर्मयोग. केवळ कर्मसंन्यास करून विकास होत नाही आणि व्यक्ती सर्व कटकटींपासून मुक्त होऊ शकत नाही. एखाद्या व्यक्तीने वाईट किंवा चुकीचं काम करणं सोडून दिलं, याचा अर्थ तिने चांगलं काम करणं सुरू केलं असा होत नाही. चांगलं काम करण्याच्या मार्गावर ती व्यक्ती आली एवढंच आपण म्हणू शकतो. जोपर्यंत प्रत्यक्ष चांगलं काम तिच्या हातून होत नाही, तोपर्यंत खरा विकास संभवत नाही. कर्मसंन्यास अर्थात सकाम कर्मांचा संन्यास करणं ही विकासमार्गावरची वाटचाल नक्कीच असते, पण विकासासाठी प्रत्यक्ष कर्मयोगाचाच प्रारंभ झाला पाहिजे. कर्मयोग म्हणजे निष्काम कर्माचं (self-less work) आचरण. चोराला निरपेक्ष भावनेने मदत करणं हा निष्काम कर्मयोग होऊ शकत नाही! निष्काम कर्म म्हणजे आसक्ति-वासनारहित शास्त्रशुद्ध सत्कर्मं करणं. या निष्काम कर्मात 'अहं'भाव म्हणजे, 'मी माझ्या शक्तीने कर्म करतो' हा भाव, वासना आणि आसक्ती निःशेष झाल्यामुळे जे कर्म व्यक्तीच्या हातून घडतं, ते आत्मतत्त्वाचा 'योग' घडवतं. या स्थितीत जीव अकार्यरत(passive) होऊ लागतो आणि हृदयस्थ परमात्मा कार्यरत(active) होऊ लागतो. हे एक निश्चित शास्त्र आहे. याचा अर्थ जीव निष्क्रिय होतो असं नाही; तर जीवाचा अहंभाव कमी झाल्यामुळे तो जे कर्म करतो, त्या कर्मात ईश्वराचा सहभाग मोठा होत जातो.

आत्मप्रेरणेच्या या कर्मातून मग जीव विकास पावत कर्म, कर्मप्रभाव, त्यांचे चांगले-वाईट परिणाम, त्यामुळे मनावर होणारे आघात किंवा ताणतणाव या कर्मखेळाच्या गुलामगिरीतून मुक्त होतो. याच स्तरावर तो आत्यंतिक आनंद उपभोगू लागतो. कर्मबंधनातून याप्रमाणे सुटका झाल्यामुळे जीव इथल्या इथे मोक्ष अर्थात आनंदमय अवस्था प्राप्त करतो. म्हणजेच कर्मयोग हा मोक्षास कारण ठरतो. म्हणून भगवान सांगतात, कर्मत्यागापेक्षा कर्मयोगाची योग्यता विशेष आहे.

मात्र कर्मयोग करतानाही केवळ मोक्षात न रमता जीवाने लोकसंग्रहार्थ कर्मं

केलीच पाहिजेत. म्हणजेच व्यक्तीने ज्ञान आणि कर्मं यांची सांगड घातलीच पाहिजे. नुसतं ज्ञान होऊन उपयोगाचं नसतं. डॉक्टर झालेला प्रत्येक विद्यार्थी जर स्वतःची प्रॅक्टिसच करत राहिला तर वैद्यकीय ज्ञान पुढच्या पिढीला शिकवणार कोण? हे ज्ञान आत्मसात केलेल्यांपैकी काहींना नवीन विद्यार्थ्यांना शिकवण्याचं काम करावंच लागतं. म्हणजेच त्या विषयातलं पूर्ण ज्ञान झाल्यानंतर इतरांना ते ज्ञान देण्यासाठी काही डॉक्टर्सना शिकवण्याचं कर्म करावंच लागतं.

त्याचप्रमाणे आत्मज्ञान झाल्यानंतर इतरांना ईश्वराभिमुख करण्यासाठी या ज्ञानी मंडळींना लोकसंग्रहार्थ कर्मं करावीच लागतात, किंबहुना ती केलीच पाहिजेत. अन्यथा हे आत्मानुभवजन्य ज्ञान कालाबरोबर नामशेष होऊन जाईल; किंवा केवळ पुस्तकात बंदिस्त होऊन राहील अथवा त्याचे विपरीत अर्थ प्रस्थापित होतील.

संन्यास आणि कर्मयोग यांची योग्यता मोक्षाच्या दृष्टीने सारखीच आहे. कारण सकाम कर्माचा संन्यास घेणं हे विकासमार्गावर टाकलेलं पाऊलच असतं. परंतु तरीही कर्मसंन्यासापेक्षा कर्मयोगाची योग्यता अधिक आहे. म्हणजे संन्यासमार्गाचं सविस्तर विवेचन करूनही भगवंतांनी कर्मयोगालाच अधिक महत्त्व दिलेलं दिसतं. प्रथमपासून गीतेचा कर्मावर भर आहे. केवळ संन्यासावर नाही.

एखाद्या व्यक्तीला आत्मसाक्षात्कार झाला तर तो बाह्य वस्त्रप्रावरणांमुळे नव्हे; तर त्याच्या साऱ्या इच्छा-आकांक्षा सुटून तो ज्ञानमार्गावर गेल्याचं ते फलित असतं.

म्हणजेच चित्तशुद्धी होऊन वृत्तिपरिवर्तन झालं, तर व्यक्ती परमेश्वराकडे जाऊ शकते. निदिध्यासाने ती भक्त बनू शकते. त्यासाठी प्रथम वृत्तिपरिवर्तन आवश्यक असतं. वृत्तिपरिवर्तनासाठी कर्मकांड, देवपूजा, भजन, नाम, उत्सव हे उपासनामार्ग अवलंबावे लागतात. या क्रिया त्यासाठी साहाय्यभूत ठरतात, पण पुष्कळदा व्यक्ती त्यातच अडकून पडते. ही कर्मकांडं म्हणजेच तिला 'भक्ती' वाटते. तो भक्तिमार्गावरचा एक टप्पा असतो. तथापि, हे सोपस्कार न करताही व्यक्ती विकास करू शकते; 'योग' साधू शकते. ज्ञानप्राप्ती करू शकते.

कर्मकांडामुळे सामान्य व्यक्तीचा मात्र भक्तिमार्गावरचा प्रवास प्रारंभित होतो. भक्त बनण्यासाठी प्रथम बुद्धी पवित्र झाली पाहिजे. त्यासाठी इंद्रियांना स्वाधीन ठेवता आलं पाहिजे. मग मनाला जिंकता आलं पाहिजे. बुद्धीने विवेक केला पाहिजे. सर्वांभूती असलेल्या आत्मतत्त्वाशी ऐक्य साधण्याच्या अशा प्रयत्नांमधूनच कर्मयोगी कर्म करूनही कर्मांच्या प्रभावांपासून मुक्त राहू शकतो. भक्त बनू शकतो.

मग अशा उपासकाला हळूहळू समज येऊ लागते. स्वधर्मानुसार आपली इंद्रियं कर्म करत असतात; पण आत्मा काहीच करत नसतो. तथापि, आत्म्याच्या

उपस्थितीमुळेच इंद्रियांमार्फत कर्मं होत असतात. मग त्या कर्मांचं श्रेय 'मी' का घ्यावं, आपल्या हातून चांगल्या काही चांगल्या गोष्टी घडल्या, तर त्याचं श्रेय मी का घ्यावं, असा भाव वृद्धिंगत होऊ लागतो.

ज्ञानी सांख्य हे या कर्माचा खेळ जाणून असतात. त्यामुळे ते केवळ आत्मविकासासाठीच निष्काम कर्म करतात. कर्मयोगात दैनंदिन कर्मं करूनही व्यक्ती योगस्थ राहून निष्काम कर्म करू शकते. म्हणजे, ज्या व्यक्तीला आत्मज्ञान झालं नाही तिला कर्मानुष्ठानाचा मार्गच श्रेयस्कर आहे असं भगवान सांगतात. आणि ज्या व्यक्तीला ज्ञान झालं आहे तिनंदेखील लोकसंग्रहार्थ निष्काम कर्मं करावीत असंही ते सांगतात. म्हणजेच ज्ञानी असो किंवा अज्ञ असो, कर्मं कुणालाच चुकत नाहीत. ते कोणी चुकवू शकत नाही. फक्त दोन्ही कर्मांमधला हेतू मात्र बदललेला असतो.

थोडक्यात, कर्म हे केलंच पाहिजे असं भगवंतांनी पुन:पुन्हा ठासून सांगितलं आहे. चौथ्या अध्यायातल्या एकोणचाळिसाव्या श्लोकात त्यांनी श्रद्धा ठेवायला सांगितली आहे. आणि या श्लोकात ते कर्मयोगाचं महत्त्व अधोरेखित करत आहेत. म्हणजेच श्रद्धा ठेवूनच कर्म केलं पाहिजे, हे निर्विवाद आहे.

परमार्थमार्गावर जाणं याचा अर्थ कर्मांचा त्याग करणं असं नव्हे. जगरहाटी चालण्यासाठी कर्मयोग केव्हाही श्रेयस्कर असतो. सर्वांनीच कर्मसंन्यास घेतला तर जगरहाटी चालणार कशी? कर्मसंन्यास म्हणजे सकाम कर्मांचा त्याग हीच गोष्ट भगवंतांना अभिप्रेत आहे. म्हणजे ज्ञानप्राप्तीनंतर लोकसंग्रहार्थ निष्काम कर्मं केलीच पाहिजेत, अशा कर्मयोगावरच भगवान भर देत आहेत.

*ज्ञेय: स नित्यसंन्यासी यो न द्वेष्टि न काङ्क्षति।*
*निर्द्वन्द्वो हि महाबाहो सुखं बन्धात्प्रमुच्यते ॥५.३॥*

हे महाबाहो अर्जुना, जो कशाचाही द्वेष करत नाही आणि कशाचीही आकांक्षा धरत नाही, तोच (कर्मयोगी) नित्य संन्यासी जाणावा. (रागद्वेषादी) द्वंद्वरहित असलेला तो बंधापासून सहज (अनायासे) मुक्त होतो.

कर्मयोग आणि कर्मसंन्यास हे दोन्ही मार्ग व्यवहारात जरी भिन्न दिसत असले तरी तत्त्वत: ते दोन भिन्न मार्ग नाहीत. सकाम कर्मांचा त्याग करून यदृच्छेने म्हणजे मिळेल त्यात समाधानी राहून निष्काम कर्मयोगाचं आचरण करणं हे या कर्मयोगात येतं. मागील श्लोकात भगवंतांनी याचं विवेचन केलेलं आहे. आता ते संन्यासी म्हणजे कोण, अर्थात संन्याशाची व्याख्याच ते या श्लोकातून सांगत आहेत.

जो द्वेषरहित आणि आशारहित होऊन विहित कर्म करतो, तो नित्यसंन्यासी समजला पाहिजे. हे कर्म शुद्ध आणि शास्त्रोक्त असणं हा भाग अध्याहृत आहे. द्वेषरहित आणि आशारहित होऊन वाईट कर्मं करणं मात्र अपेक्षित नाही. ज्याच्या मनात कोणत्याही प्रकारची संदिग्धता Ambiguity नाही, संभ्रम Confusion नाही, द्वंद्व Conflict नाही तो संन्यासी!

संन्याशाच्या मनात अशी स्वार्थयुक्त आंदोलने उठतच नाहीत. त्यामुळे मनात उठणारे अनेक प्रकारचे चांगले-वाईट विचारतरंग त्याच्या मनाला उत्तेजित करत नाहीत. याउलट जो स्वत:च्या इच्छेसाठी द्वेषबुद्धीने काम करतो, तो संन्यासी असू शकत नाही.

आपण दैनंदिन व्यवहारात अनेक गोष्टींचा कळत-नकळत द्वेष करत असतो. राजकारणातल्या पुढाऱ्यांपासून मित्र-नातेवाइकांपर्यंत आपण कोणा ना कोणावर तरी टीकाटिपण्णी करत असतो किंवा कुचेष्टा करत असतो. आपल्या या कृतीत आशा-आकांक्षांमुळे किंवा स्पर्धाभावनेमुळे मत्सर सामावलेला असतो. किंवा आपल्या

मनाप्रमाणे व्हावं म्हणून विनाकारण चर्चा झोडत असतो. आपण ज्या अनेक विषयांवर चर्चा करतो, त्यातल्या बऱ्याच विषयांशी आपला संबंधही नसतो. आपल्या मताला किंमतही नसते, पण वेळ मात्र घालवला जातो. अनेकदा अनावश्यक इव्हेंट्समध्ये नाइलाजाने वेळ घालवावा लागतो. सतत इव्हेंट्स, त्यासाठी धावपळ, त्यामागे असणाऱ्या अनेकविध अपेक्षा यात जीवनातला पुष्कळ काळ जात असल्यामुळे मन कायम सैरभैर होऊन गेलेलं असतं. मग स्वतःसाठी वेळ देताच येत नाही.

आणि म्हणूनच संन्यास म्हणजे हे सैरभैर जीवन सोडून रानावनात - एखाद्या आश्रमात जाऊन राहणं असा अर्थ प्रस्थापित झाला आणि तो चुकीचाही नाही. कारण कित्येक मोठ्या शहरांमध्ये मनाला अनेक कारणांमुळे शांती मिळू शकत नाही हे वास्तव आपण नाकारू शकत नाही. पण भगवान इथे देहाने नव्हे तर वृत्तीने या साऱ्या गदारोळातून बाहेर पडायला सांगत आहेत. कारण हे जगत सोडून केव्हा ना केव्हा जायचं आहे आणि त्या प्रवासात जे बरोबर येणार आहे त्याचा विचार झाला पाहिजे. त्यासाठी जे बरोबर येणार नाही त्या गोष्टींचा संन्यास घेता आला पाहिजे. ज्यांना स्वस्थ, साधं-सरळ-सुंदर जीवन जगायचं आहे, त्यांनी सतत मनात उठणाऱ्या अपेक्षा-आकांक्षा कमी केल्या पाहिजेत. तोच हा संन्यास.

महाकवी गुणाढ्य असाच निर्मत्सर होता. त्याला कसलीच आकांक्षा नव्हती. प्राचीन भारतीय साहित्यातील तीन महाकवींमध्ये गुणाढ्याचं नाव घेतलं जातं. म्हणजे वाल्मीकी, व्यास आणि गुणाढ्य. त्यांची महाकाव्यं अनुक्रमे : *रामायण-महाभारत* आणि *बृहत्कथा* अशी आहेत.

> गुणाढ्य हा आपल्या निवडक शिष्यांसह रानावनातच राहत असे. अरण्यातल्या पशु-पक्ष्यांवर त्याचं निरतिशय प्रेम होतं. सर्वत्र ब्रह्मच आहे याची अनुभूती त्याला नित्य असे. त्याने रानातच पैशाची नावाच्या भाषेत *बृहत्कथा* लिहिली. रानात शाई नव्हती म्हणून त्याने स्वतःच्या रक्ताने सात लाख श्लोकांचं ते अतिभव्य महाकाव्य लिहिलं. महाभारत हे मूळ ८,८०० श्लोकांचं, वैशंपायनाने भर घालून ते २४,००० श्लोकांचं केलं आणि सौतीने आणखी प्रचंड भर घालून ते १,१०,००० श्लोकांपर्यंत नेलं! आणि बृहत्कथा होती ७,००,००० श्लोकांची होती!!
>
> गुणाढ्याच्या शिष्यांना वाटलं, ७,००,००० श्लोकांचं इतकं बृहत् ऐतिहासिक काव्य सामान्य जनांपर्यंत पोहोचायलाच हवं. पण ते पोहोचणार कसं? त्यासाठी राजाश्रय हवा. म्हणून गुणाढ्याच्या दोघा शिष्यांनी आपल्या गुरूची अनुज्ञा घेऊन राजा सातवाहनाकडे जायचं ठरवलं. त्याप्रमाणे ते

राजाला जाऊन भेटले. रानातून आलेले ते दोन शिष्य राजाला प्रथमदर्शनी अपवित्र वाटले. त्यात पैशाची म्हणजे पिशाच्चांच्या भाषेत आणि तेही रक्ताने लिहिलेलं हस्तलिखित पाहून तर तो अधिकच संतापला. त्याने त्या दोघा शिष्यांना अपमानित करून घालवून दिलं.

पुढे काही दिवसांनी राजा जेवत असताना त्याला शिजवलेलं मांस चामट लागू लागलं. त्याने आचाऱ्याला बोलावून घेतलं आणि जाब विचारला. तेव्हा आचारी म्हणाला, 'महाराज, मांसच असं शुष्क येत आहे त्याला मी तरी काय करू? रानातले प्राणी अन्नावाचून कृश झाले आहेत असं समजतं. त्यामुळे त्यांचं मांस चामट होत आहे.'

राजाने त्वरित त्या प्रकाराचा शोध घेण्यासाठी दूत पाठवले. तेव्हा त्याला कळून चुकलं की, अरण्यामध्ये गुणाढ्यासभोवती सारे प्राणी-पक्षी अन्नपाणी त्यागून बसून आहेत आणि तो सांगत असलेली कथा श्रवण करत आहेत. राजा लगेच त्या अरण्यात गेला. तिथलं दृश्य पाहून तर तो पार हबकून गेला. 'बृहत्कथे'चं एकेक पान गुणाढ्य वाचत होता आणि समोर प्रज्वलित केलेल्या अग्नीमध्ये 'स्वाहा' करत होता. शिष्यांसह सारा प्राणिवर्ग तेव्हा गहिवरून तो प्रकार पाहत होता; ऐकत होता. त्यांच्या नेत्रांमधून अश्रू ओघळत होते.

ते दृश्य पाहून राजाला गलबलून आलं. त्वरित पुढे होऊन त्याने तो प्रकार थांबवला आणि गुणाढ्याची क्षमा मागितली. परंतु तोपर्यंत गुणाढ्याने सहा लाख श्लोक जाळून टाकले होते! आज जी *बृहत्कथा* आपल्या हाती आहे ती एक लाख श्लोकांची आहे. म्हणजे ही उर्वरित कथाही जवळपास महाभारताएवढी आहे. इतकं विराट महाकाव्य लिहूनही आपल्या काव्याला सन्मान मिळत नाही हे पाहून गुणाढ्याने तितक्याच निर्विकार भावाने आपली या विश्वातील सर्वाधिक विराट अशी 'बृहत्कथा' सहज जाळून टाकली! ना खेद ना खंत!!

कर्मयोग्यामध्ये मुळात आशा-आकांक्षाच नसतात. अंतरंगी ईश्वराचं अस्तित्व अनुभवायला मिळाल्यामुळे लौकिक जगतातल्या यशोशिखरांविषयी, सुखानंदांविषयी त्याला मुळीच अप्रूप वाटत नसतं. तो स्वत:च्या कृतीतून सद्विचारांचं प्रक्षेपण करत राहतो. सद्गुण-दुर्गुणांचा आरा कालानुरूप वर-खाली जातच असतो, हे त्याने जाणलेलं असतं. त्याविषयी खंत वा खेद न करता तो त्याचं काम करत असतो. सद्विचार सांगत राहिलं, ऐकत राहिलं किंवा वाचत राहिलं तर आपलं मनही सकारात्मक विचारांनी

प्रभारित होतं. त्याचा परिणाम शरीरावरही होतो. म्हणजे आसक्ति-अभिलाषारहित कर्म करायचं असतं; आणि हाच तो कर्मसंन्यास.

सामान्य माणसाची प्रत्येक कृती ही सुखदु:खं, जय-पराजय, आशा-निराशा अशा द्वंद्वांनी भरलेली असते. त्यामुळे मनुष्य संन्यासी होऊ शकत नाही. संन्यासासाठी बाह्य वेशभूषा, केशभूषा या गोष्टी वृत्तिपरिवर्तनासाठी थोड्याफार साहाय्यभूत ठरत असतीलही; पण त्यावरून तो खरा संन्यासी ठरू शकत नाही. या उलट एखादा पुरुष कोणतेही बाह्य उपचार करत नाही; पण त्याच्या मनातून लोभ, मोह, द्वेष आणि आशा-आकांक्षा सुटल्या असतील तर तो खरा संन्यासी मानला पाहिजे.

नोकरी-व्यवसाय करताना आशा-आकांक्षा मनात असतातच. त्यातून संन्यस्त वृत्ती आणायची असेल तर प्राप्त काम-व्यवसाय करूनही अशी वृत्ती आणता येऊ शकते. त्यामुळे यश मिळूनही व्यक्ती हवेत जात नाही आणि अपयशाने खचून जात नाही. कर्म केल्यानंतर त्याचं फळ आज ना उद्या मिळणारच आहे असा विश्वास प्रथम मनात दृढ असला पाहिजे. देव माझं चांगलंच करणार आहे, अशी श्रद्धा बळकट करावी लागेल; आणि त्याच्यावर सर्व भार सोपवून आपलं प्राप्त कर्म किंवा व्यवसाय केला पाहिजे.

म्हणजे सर्वसंगपरित्याग केलेला असूनही जर एखाद्याचा मोह सुटलेला नसेल तर त्याला संन्यासी म्हणता येणार नाही. याउलट स्वप्नात दिलेलं वचन पूर्ण करण्यासाठी राजा हरिश्चंद्रासारखा राजा संपूर्ण राज्याचाच परित्याग करून विनाविलंब राज्याबाहेर पडतो. ही खरी संन्यस्त वृत्ती! तोच खरा संन्यासी! राजा जनक हा अशाच संन्यस्त वृत्तीने राज्य करत असे, तर सर्वसंगपरित्याग करूनही शुक अरण्यात जाऊन राहिला होता. दोघेही खरे संन्यासीच!

संन्यास हा वस्त्रात नसतो; वृत्तीत असतो. बाह्यतः परिवर्तन येऊन उपयोगाचं नसतं; अंतरंगात परिवर्तन झालं पाहिजे. तशी वृत्ती बनली म्हणजे संसारात नित्याची वस्त्रे घालूनही संन्यास साधता येतो! आशा-आकांक्षा-अपेक्षा कमी केल्या की मनावरचा भार कमी होऊ लागतो. संसारात राहूनही मग सुखी जीवन जगता येतं.

*सांख्ययोगौ पृथग्बाला: प्रवदन्ति न पण्डिता: ।*
*एकमप्यास्थित: सम्यगुभयोर्विन्दते फलम् ॥५.४॥*
*यत्सांख्यै: प्राप्यते स्थाने तद्योगैरपि गम्यते ।*
*एकं सांख्यं च योगं च य: पश्यति स पश्यति ॥५.५॥*
*संन्यासस्तु महाबाहो दु:खमाप्तुमयोगत: ।*
*योगयुक्तो मुनिर्ब्रह्म नचिरेणाधिगच्छति ॥५.६॥*

सांख्य (कर्मसंन्यास) आणि योग (कर्मयोग) हे भिन्न आहेत, असं अज्ञ म्हणतात; पंडित मात्र तसं म्हणत नाहीत. सांख्य आणि कर्मयोग यांपैकी कोणत्याही एका मार्गाचं जरी यथायोग्य आचरण केलं, तरी ते करणाऱ्याला दोहोंचंही फल प्राप्त होतं. सांख्यमार्गाने जाणाऱ्यांना जे मोक्षरूपी स्थान प्राप्त होतं, तेच निष्काम कर्मयोग्यांनाही प्राप्त होतं. सांख्य आणि कर्मयोग एकच आहेत असं जाणणारा खरा ज्ञाता होय. हे महाबाहो, पण कर्मयोगावाचून कर्मसंन्यासाची प्राप्ती होणं दुष्कर आहे. कर्मयोगयुक्त मुनीला ब्रह्माची प्राप्ती लवकर होते.

कर्मयोगासाठी कर्मसंन्यास आणि कर्मसंन्यासामुळे कर्मयोग! इथे भगवान परस्परविरुद्ध काही सांगत आहेत असा भास होतो, पण वास्तविक दोन्ही क्रिया एकमेकांत गुंफलेल्या आहेत. आपण त्यात फार अडकू नये. कारण तो गहन आणि अनुभवाचा विषय आहे. त्यामुळे सांख्ययोग साधायचा का कर्मयोग आचरायचा, या द्वंद्वात आपण मुळीच पडू नये. हे दोन्ही मार्ग मुळात भिन्न नाहीतच, असं भगवंताच्या बोलण्यातून ध्वनित होतं. जे या दोन मार्गांना भिन्न समजतात, ते अज्ञ मानावे लागतील.

ज्ञानी पुरुष यातला गूढार्थ जाणतो. कोणताही एखादा मार्ग आचरला तरी दोन्ही मार्गांचं फळ म्हणजेच मोक्ष हा मिळतोच. समजा, एखाद्या गावाला जायचे दोन मार्ग आहेत. दोन मित्र त्या दोन मार्गांनी त्या गावाला जाऊन पोहोचले. म्हणजे मार्ग भिन्न असूनही त्यांचं साध्य एकच होतं. दोघांनीही ती गोष्ट भिन्न मार्गांनी जाऊनही साधली!

म्हणजेच मार्ग कोणताही निवडला तरी चालेल! फक्त आपली वृत्ती इच्छा-आकांक्षारहित झाली असली पाहिजे एवढंच. अन्यथा फलप्राप्ती होणार नाही.

पण मग या दोन मार्गांचं विवेचन भगवंतांना का करावंसं वाटलं? याचं कारण म्हणजे, कपिलमुनीकृत सांख्यतत्त्वज्ञानाचा तत्कालीन ५,००० वर्षांपूर्वीच्या समाजमनावर फार मोठा प्रभाव होता. सांख्य हे निरीश्वरवादी होते, असाही गैरसमज होता. कर्मसिद्धान्तामध्ये ईश्वर नामक कोणाची कर्ता म्हणून आवश्यकता नाही, या विचारावर सांख्य तत्त्वज्ञान आधारित असल्यामुळे त्यांनी ईश्वराची स्वतंत्र चर्चाही केली नाही आणि विरोधही केला नाही. प्रकृती ही प्रसवधर्मी आणि त्रिगुणात्मक आहे, आणि पुरुष नित्य, सर्वांतर्यामी-सर्वव्यापक आहे; त्यामुळे या नित्य पुरुषाशी जोडलं जाण्याचा अभ्यास म्हणजे 'योग' असं ते मानत. या योगासाठी बाह्य परिवर्तन उपयोगाचं नसतं.

भगवी वस्त्रं हे वैराग्याचं बाह्यप्रतीक असतं. संन्यस्त पुरुषाने भगवी वस्त्रं वापरली तरी काही हरकत नाही, पण केवळ भगवी वस्त्रं परिधान करून ईशप्राप्ती होत नसते. एखाद्या संन्याशाला आत्मसाक्षात्कार झालेला असतो तो त्याच्या भगव्या वस्त्रांमुळे नाही, तर त्याच्या साऱ्या इच्छा-आकांक्षा सुटल्यामुळे झालेला असतो. चित्तशुद्धी होऊन वृत्तीत परिवर्तन होणं हा भाग सर्वाधिक महत्त्वाचा! मात्र पुष्कळदा उत्सव करणं , जेवणावळी घालणं, भजन करणं या बाह्य उपासना-साधनांमध्येच साधक हरवून जातो. या बाह्य क्रिया करू नयेत असं नाही. या क्रियांमुळे मन उत्साहित होतं. मनाला सकारात्मक ऊर्जा मिळते; पण याच क्रियांमध्ये अडकून पडलं आणि वृत्तीत अजिबात फरक पडला नाही, तर मात्र मूळ उद्देश दुरावत जातो.

सांख्य आणि कर्मयोग या दोहोंपैकी कोणत्याही मार्गाचा अवलंब केल्यामुळे मिळणारं फळ एकच असतं किंवा नाही, याविषयी अर्जुनाच्या मनात अजूनही संदेह होता. त्या शंकेचं निरसन करण्याच्या हेतूने भगवान या श्लोकांत सांगतात की, सांख्य म्हणजे ज्ञानपूर्वक कर्म आणि योग म्हणजे फलत्यागपूर्वक कर्म. म्हणजे दोन्ही रूपं वेगवेगळी दिसत असली तरी प्रत्यक्षात त्यांच्यामध्ये भेद नाही. समोर तीन बाजूंनी आरसे असतील तर आपलं प्रतिबिंब भिन्न-भिन्न दिसतं. वस्तुतः ते एकाच वस्तूचं प्रतिबिंब असतं. तसेच हे दोन्ही मार्ग आहेत. त्यांच्या फलामध्येही भेद नाही. कर्मयोग आणि संन्यासमार्ग यांत मूलतः भेद नाही, हे तत्त्व ज्याने जाणलं, तोच खरा तत्त्वज्ञ! श्रीखंड काय किंवा बासुंदी काय; त्याचं मूलतत्त्व दूध हे एकच असतं.

जनकराजा हा राजसिंहासनावर अधिष्ठित असूनही संन्यस्तवृत्तीने राज्य करत होता तर शुकाचार्य संन्यस्त बनून तशाच संन्यस्तवृत्तीने कर्मयोग आचरत संचार करत

होते. भगवान श्रीकृष्ण धर्मसंस्थापनेचं कार्य करत होते तर सुदामा गावोगाव भटकत ज्ञानाचं सिंचन करत होता. लोकांमध्ये सौहार्द्र निर्माण करत होता. या सगळ्यांच्या राहणीमानात, वेशभूषेत आणि कार्यपद्धतीत जरी भिन्नता आढळली तरी त्यांच्या वृत्तीत भेद नव्हता.

एखादी धनाढ्य व्यक्ती निःसंग बुद्धीने कर्म करत असेल आणि एखादी दरिद्री व्यक्तीही त्याच वृत्तीने कार्य करत असेल, तर त्यांचं फलही एकच! बाह्य परिस्थितीपेक्षा मनुष्याच्या आंतरिक वृत्तीमधला फरक महत्त्वाचा असतो. 'मूँह में राम, बगल में छुरी,' हे परमेश्वराच्या राज्यात मुळीच चालत नाही. मनुष्य मनुष्याला बाहेरून बघतो; परमात्मा आतून बघत असतो!! मनुष्य मनुष्याची बाह्य स्वच्छता पाहतो; भगवान 'आतली' स्वच्छता पाहतो. मनुष्य बाह्य देखाव्याला भुलतो, भगवान आतील विकासाला प्रतिसाद देतो. मनुष्य बाह्य क्रिया-कर्मांना महत्त्व देतो; भगवान 'हेतू'ला महत्त्व देतो!!!

संन्यासी जरी झाला तरी त्याला कर्मं चुकत नाहीत. कारण संन्यास जर योगाशी जोडलेला नसेल तर तो संन्यास फलदायी ठरत नाही. संन्यासी योगयुक्त असेल तरच त्याला ब्रह्मज्ञानाची स्थिती प्राप्त होते. संन्यास घेतला म्हणजे कर्माचाही संन्यास घेतला असं होत नाही.

कर्माशिवाय जीवन चालूच शकणार नाही. कारण जीवन म्हणजे कर्म आणि कर्म म्हणजेच जीवन! निष्काम कर्म करणं हे आपल्या हातात आहे. ते केलं म्हणजे आपोआप संन्यास प्राप्त होईल. आयुष्य हे कर्तव्यकर्म आहे; चैन नाही, ही जाणीव झाली की मग पुढचा मार्ग प्रकाशित होऊ लागतो. इटलीचा मॅझिनीही म्हणायचा, *आयुष्य हे कर्तव्य आहे; चैन नाही.* संत तुकाराम आणि रामदास स्वामी तोच उपदेश करत. म्हणून शास्त्र समजून घेतलं पाहिजे. भगवद्गीता हे महान शास्त्र आहे.

तरंगरहित सुंदर सरोवराप्रमाणे जीवन शांत, सुंदर, समाधानी व्हायला हवं असेल आणि मग पुढचा मार्ग प्रकाशित व्हायला हवा असेल तर वृत्तिपरिवर्तन करावं लागेल. ते असं :

- भौतिक आसक्ती, काम-वासना आणि फलाशारहित कर्म करावं लागेल. कर्म आणि सिद्धी यांमागचा अहंकार कमी करावा लागेल. कारण अहंकार बळावला की बुद्धी-शिक्षण आणि यश यांचं श्रेय स्वतःकडेच घेतलं जातं. त्यामागे असलेल्या शक्तीचा मग विसर पडतो. एवढंच नव्हे तर त्या शक्तीलासुद्धा आव्हान देण्याची वृत्ती बळावते. हे सारं अहंकाराने होतं.
- सतत भोगांच्या दिशेने धावणाऱ्या मनाला आत्मलक्ष्यी बनवता आलं पाहिजे.

- जाणीवपूर्वक शुद्ध कर्म केलं पाहिजे. म्हणजे सत्परिणामरूपी कर्म.
- 'योग' साधू इच्छिणाऱ्यांनी सात्त्विक जीवनपद्धतीचा अवलंब केला पाहिजे.
- कर्मात निष्कामता आणणं जमलं पाहिजे.
- त्यानंतर चित्त एकाग्र करण्याचा अभ्यास केला पाहिजे.
- मग अशा योगातून आत्मानंद मिळू लागतो.

आत्मानंद साध्य करायचा असेल तर ही सप्तपदी अंगीकारावी लागेल. संसारात राहून, करिअर करताना, नोकरी-व्यवसाय करतानाही अशी वृत्ती आणता येऊ शकते. तीच वृत्ती पुढच्या प्रवासासाठी कारण ठरते.

सांख्ययोग आणि कर्मयोग हे दोन्ही मार्ग मुळात भिन्न नाहीतच! आपली वृत्ती सत्शील बनवण्याचा, बुद्धी आणि चित्त शुद्ध करण्याचा प्रयत्न केला तरी आपला योग्य मार्गाने प्रवास प्रारंभित होईल. चित्तशुद्धीसाठी सर्वप्रथम विचारशुद्धी आणि कर्मशुद्धी आवश्यक असते. पुढे इच्छा-आकांक्षांना निष्काम भावाने नियमित करून योग साधण्याचा प्रयत्न करायला हवा... संन्यासातसुद्धा कर्माचंच प्रतिबिंब असतं. त्यामुळे आपण ज्या बाह्य परिस्थितीत आहोत, त्या परिस्थितीत राहूनच निष्काम कर्मांचं आचरण केलं पाहिजे. त्यातून आपोआप ज्ञानमार्ग प्रकाशित होईल.

*योगयुक्तो विशुद्धात्मा विजितात्मा जितेन्द्रियः ।*
*सर्वभूतात्मभूतात्मा कुर्वन्नपि न लिप्यते ॥५.७॥*

जो कर्मयोगाने युक्त आहे, ज्याची बुद्धी पवित्र झाली आहे, ज्याने मनाला जिंकलं आहे (ताब्यात ठेवलं आहे), ज्याने इंद्रियांवर विजय मिळवला आहे (इंद्रियांना स्वाधीन ठेवलं आहे) आणि सर्वांभूती असलेल्या आत्मतत्त्वाशी ज्याच्या आत्म्याचं ऐक्य झालं आहे, असा मनुष्य (स्थितप्रज्ञ) कर्म करत असला तरी त्यापासून अलिप्त असतो.

देह, सर्व इंद्रियं, मन आणि बुद्धी ज्याच्या आज्ञेनुसार वागू लागतात त्यालाच 'योगयुक्त' म्हणतात. कर्मयोग तेव्हाच प्रारंभित होतो जेव्हा ईश्वरी तत्त्वाशी आपण जोडले जातो. ईश्वराशी तेव्हाच जोडले जातो जेव्हा वृत्तीतून अहंकार आणि वासना गळून पडतात. 'मी कुणीतरी आहे, लोकांनी मला मान दिला पाहिजे,' अशातऱ्हेचा अहंकार माणसाला ईश्वराशी युक्त होऊ देत नाही. अशा अहंकारी व्यक्तीची बुद्धी पवित्र होऊ शकत नाही. बुद्धी अपवित्र राहिली की वासना बळावतात. कर्मयोग साधण्यापूर्वी इंद्रियं मनावर; तर मन बुद्धीवर अधिकार गाजवत असतं, पण कर्मयोग प्रारंभित झाल्यावर वासना नष्ट होऊ लागतात. त्यामुळे मन आणि इंद्रियं पवित्र झालेल्या बुद्धीच्या स्वाधीन होतात. बुद्धीत समज येते. ती पवित्र होऊ लागते. कामवासना कमी होत जाते. भावनांचा कल्लोळ शमतो. ईश्वराशी जोडलं गेल्यामुळे माणूस ईश्वरी कार्यासाठी – निष्काम कर्म करण्यासाठी प्रवृत्त होतो. अशा वेळी त्या कर्मयोग्याने केलेली कर्मं बंधाला कारण होत नाहीत. कर्म करूनही तो अलिप्त राहतो. मी ईश्वराचा आहे, माझं जीवन ईश्वर चालवतो, ही भावना विकसित व्यक्तीची असते.

पण हे साधणार कसं? पोहताना आपादमस्तक स्वीम सूट वापरला तर अंगाला पाणी लागणार नाही. त्याचप्रमाणे कर्मसागरातून पार होतानाही एक विशिष्ट स्वीम 'सूट' अंगीकारावा लागेल. भगवंत सांगतात, जो योगयुक्त विशुद्धात्मा, विजितात्मा, जितेंद्रिय आणि सर्वभूतात्मभूतात्मा आहे, त्याला कर्म चिकटत नाही. रजो आणि

तमोगुणांमुळे त्याचं चित्त कलुषित झालेलं नसतं. सत्त्वशील, सत्त्वयुक्त शरीर ज्याच्या ताब्यात आहे अर्थात जो शरीराच्या ताब्यात जात नाही, इंद्रियांवर ज्याचं नियंत्रण आहे अर्थातच इंद्रियांचं ज्याच्यावर नियंत्रण नाही; आत्मा सर्वत्र एकच असून 'तू', 'मी' आणि 'परब्रह्म' हा मुळात भेदच नाही हे ज्याच्या प्रत्ययास आलेलं आहे, असा योगयुक्त मनुष्य लोकसंग्रहार्थ कर्म करतो.

ही अभेद अवस्था केव्हा प्राप्त होते? तर जेव्हा सर्वत्र एकच तत्त्व भरून उरलेलं आहे याची जाणीव होते तेव्हा. ही जाणीव मनाला मग केव्हा होते? तर, जेव्हा आपलं मन सृष्टीमागे असलेल्या विशाल मनाशी संलग्न करू तेव्हा! म्हणजेच परमात्म्याशी संलग्न करू तेव्हा. मग अशा ज्ञानी व्यक्तीला सर्वत्र त्याचंच अस्तित्व भरून उरलेलं प्रत्ययास येऊ लागतं. पोटात अन्न ग्रहण केल्यानंतर त्यापासून मिळणारी ऊर्जा सर्व शरीरात पोहोचवली जाते किंवा झाडाच्या मुळाशी पाणी घातल्यानंतर ते त्याच्या सर्व फांद्यांपर्यंत पोहोचतं, त्याप्रमाणे ईशतत्त्वच सर्वत्र भरून राहिल्याची स्थितप्रज्ञाला अनुभूती मिळते.

आपल्या 'कर्ज-खात्यात' नवं कर्म जमा झालं की ते फेडावंच लागतं - तिथे कर्जमाफी नाही! राग, द्वेष, मत्सर, आशा-आकांक्षा, काम, क्रोध अशा गोष्टी आपल्या कर्म-कर्जात वाढ करत असतात. कर्ज फेडता फेडता जन्म संपला तर पुढील जन्मासाठी ते कर्ज 'कॅरी फॉरवर्ड' होतं. मग चांगलं काम करूनही दुःख भोगावं लागतं. ही कारणमीमांसा ज्याच्या ध्यानात येते, असा पुरुष अहंकाररहित आणि वासनारहित होऊन जातो. त्यामुळे 'कर्म-कर्जा'त वाढ न होता जे काही 'कर्म-कर्ज' असतं, ते भोगून संपून जातं. मग तो पुरुष कर्म करत असला, तरी त्यामुळे तो लिप्त होत नाही. व्यक्तीला क्लेश देणारा कर्मप्रभाव नष्ट होतो. त्यासाठी वर दिलेल्या राग-लोभ आदी अंगभूत रिपूंच्या म्हणजे आधुनिक भाषेत बोलायचं तर built in appsच्या वापरात परिवर्तन आणलं पाहिजे. ती सकारात्मक बनवली पाहिजेत.

परमतत्त्वाशी जेव्हा असा मनुष्य संलग्न होतो, तेव्हा तो इतर कोणत्याही विषयांमध्ये आसक्त होऊ शकत नाही. किंबहुना तो कोणत्याही भोगवादी जीवनापासून स्वतःला दूर ठेवतो. तिथे जायला आणि रमायलाही त्याला आवडत नाही. भगवंताचे विचार आणि परमतत्त्वाची अनुभूती मिळत राहिल्यामुळे तो इतर संभ्रमित करणाऱ्या विचारांमध्ये किंवा कोणत्याही इझममध्ये तो अडकत नाही. तथापि, तो त्याचं परमेश्वरप्रिय निष्काम कर्म मात्र करतच राहतो.

सामान्य मनुष्य आणि निष्काम-कर्मयोगी यांमध्ये फरक असतो. सामान्य जीव हा देह-इंद्रियं-मनाचा गुलाम असतो, तर योगयुक्त निष्काम कर्मयोग्याचं या मनादि

इंद्रियांवर आधिपत्य असतं. ती जीवाच्या गुलामीत असतात. जोपर्यंत सामान्य जीव अहंभावामुळे स्वतःला वेगळा समजतो, तोपर्यंत त्याची सर्व कर्मं संकल्पयुक्त असतात. संकल्प हे विकारवश असतात. एकदा ते केले आणि संकल्पपूर्ती झाली की संकल्प संपले असं होत नाही. जीव पुन्हा नवे नवे संकल्प करतच राहतो आणि त्यांचे चांगले-वाईट प्रभाव झेलतच राहतो. यातून सुटका करून घ्यायची असेल तर त्याचा उपाय भगवान या श्लोकात सांगतात.

सर्वप्रथम 'कर्मयोगा'ला प्रारंभ झाला पाहिजे. अहंकार, वासना आणि आसक्ती सोडल्यानंतरच कर्मयोगाचा प्रारंभ होतो. कर्मयोगात बुद्धी पवित्र होत जातेच. पण बुद्धी पवित्र होण्यासाठी 'अहंगंड' (Superiority Complex), 'न्यूनगंड' (Inferiority Complex) आणि 'भयगंड' (Fear) सुटले पाहिजेत. ते सोडणं कठीण असतंच! ईश्वरी भावनेशी तादात्म्य पावल्यानंतर मात्र ते आपोआप सुटू लागतात. दिशाहीन धावण्याला मग आवर घातला जातो. त्यामुळे वृत्तीतून राग-द्वेष-मत्सर कमी होऊ लागतो. मग मन हलकं होऊ लागतं. त्यासाठीचं तंत्र म्हणजे महर्षी व्यासकथित 'शुभव्रता'चं आचरण केलं पाहिजे. या क्रियेतून मन ताब्यात येतं. सतत धावणारी इंद्रियं मनाच्या ताब्यात येतात. ताब्यात आलेल्या मनादि इंद्रियांना प्रथम बुद्धीकडे वळवून त्याआधारे आत्मतत्त्वाकडे वळवलं पाहिजे.

वस्तूपासून मिळतं ते सुख आणि वस्तूविना मिळू शकतो तो आनंद. वस्तूपासून मिळणारं सुख अल्पकाल टिकून नाहीसं होतं. घरात नवी वस्तू आली की व्यक्ती सुखावते, पण ते सुख आठ दिवस टिकतं. मग वस्तूची केवळ उपयुक्तता राहते पण सुखाची भावना, जी प्रथम मनात असते, ती कमी होते. पुन्हा नवीन संकल्प आणि नव्या सुखाची लालसा!

आनंद हा कोणत्याही बाह्य गोष्टींवर अवलंबून नसतो. आत्मानंद लाभल्यावर स्थितप्रज्ञ व्यक्ती या संसारात राहूनही निरंतर आनंद उपभोगते आणि सुख-दुःखस्वरूपी भौतिक जीवन परमात्म्याशी संलग्न राहून समाधानाने व्यतीत करते. कमलपत्राप्रमाणे ही ज्ञानी व्यक्ती मग चिरंतन आत्मानंद अनुभवत राहते.

इंद्रियं-मन-बुद्धी यांच्या सहजप्रवृत्तींवर ज्याने विजय मिळवला आहे आणि सर्वांतर्यामी असलेल्या आत्मतत्त्वाशी ज्याने ऐक्य साधलं आहे, तो कर्म करूनही त्याच्या परिणामांपासून अलिप्त राहतो.

*नैव किंचित्करोमीति युक्तो मन्येत तत्त्ववित् ।*
*पश्यञ्श्रृण्वन्स्पृशञ्जिघ्रन्नश्नन्गच्छन्स्वपञ्श्वसन् ॥५.८॥*
*प्रलपन्विसृजन्गृह्णन्नुन्मिषन्निमिषन्नपि ।*
*इन्द्रियाणीन्द्रियार्थेषु वर्तन्त इति धारयन् ॥५.९॥*

पाहताना, ऐकताना, स्पर्श करताना, हुंगताना, खाताना, चालताना, निजताना, श्वासोच्छ्वास करताना, बोलताना, विसर्जन करताना, घेताना, पापण्या उघडताना किंवा मिटतानादेखील केवळ इंद्रियंच आपल्या स्वभावधर्मानुसार कर्म करत आहेत, हे ओळखून आपण काहीच करत नाही असं समजावं.

आत्म्याचं खरं स्वरूप जो जाणतो तो तत्त्वविद! त्यालाच परमार्थदर्शी असंही म्हणतात. पाहणं, ऐकणं, बोलणे, चालणं, श्वास घेणं, रस घेणं म्हणजे चव घेणं या आणि अशा शरीराच्या साऱ्या स्वाभाविक क्रिया असतात. त्या त्या क्रिया त्या त्या माध्यमांमधून आपोआप होत असतात. सामान्य माणूस त्या क्रिया 'मी करतो' असं म्हणतो, परंतु जो तत्त्वदर्शी आहे तो मात्र तसं समजत नाही. शरीराच्या साऱ्या स्वाभाविक क्रिया या भगवद्शक्तीमुळेच होत असतात. आणि जीव यांपासून अलिप्तच असतो. तत्त्वदर्शी मनुष्याला हे कळून चुकलेलं असतं. विश्वातील चैतन्यच आपल्या आत बसून काम करत असतं, हे तो जाणून असतो. चैतन्याशिवाय शरीरामधील पाहण्यापासून पापण्यांची उघडझाप होईपर्यंतच्या कोणत्याही क्रिया होऊच शकणार नाहीत, हेही त्याला ज्ञात असतं. जन्म-जन्मांतरीचे संस्कार, समाज आणि परिवार यांविषयीची बांधिलकी म्हणजे रिलेशन्स आपल्याला कर्म करायला प्रवृत्त करत असतात, हेसुद्धा तो तत्त्वदर्शी समजून असतो.

या बांधिलकींमुळेच जीवासाठी नवे नवे विषय आणि त्यांचे परिणाम उत्क्रांत होत गेले. त्यानुसार शरीरांतर्गत यंत्रणाही आपोआप विकसित होत गेली. जशी यंत्रणा विकसित होत गेली, तशी मनुष्याची 'समज'सुद्धा विकसित होत गेली. निम्न

प्रजातींपेक्षा मनुष्याची समज विकसित असते, पण मनुष्यापेक्षा देवांची समज आणखी प्रगत असते. ज्ञानी व्यक्ती स्व-समज जाणीवपूर्वक विकसित करते.

श्वसनक्रिया, निद्रा, नेत्रांची उघडझाप आदी क्रिया प्राणशक्तीच्या प्रेरणेतून घडत असतात. याच प्राणशक्तीमुळे चालणं-बोलणे, विसर्जन करणं इत्यादी क्रिया कर्मेंद्रियांमार्फत आणि ज्ञानेंद्रियांमार्फत घडतात. तथापि स्पर्श, वास घेणं, ऐकणं, पाहणं इत्यादी क्रिया जरी ज्ञानेंद्रियांमार्फत होत असल्या, तरी त्यामागे प्राणशक्ती असते. या ज्ञानेंद्रियांमागे जेव्हा मन कार्यान्वित होतं, तेव्हा या सर्व इंद्रियांच्या कार्यात बुद्धीला जागा मिळते. त्यात जीवात्मा आपला अहंभाव मिसळत असल्यामुळे बाह्य विषयांमुळे उत्पन्न झालेल्या स्पंदनांना जीवात्मा सुख अथवा दुःख स्वरूपात अनुभवतो. ही बाह्य स्पंदने नाशिवंत असतात - टिकाऊ नसतात. ती मायिक असतात.

अशा अनेक घटकांच्या प्रभावामुळे उत्पन्न होणारी सुख-दुःखरूपी स्पंदने वास्तविकतः खरी नसतात. जे अनुभव जीवाला मिळतात ते प्राणशक्ती, कर्मेंद्रियं, ज्ञानेंद्रियं, स्पंदने इत्यादी घटकांमुळेच मिळत असतात. जीवाचा 'अहं'भाव या सर्व घटकांच्या खेळात मिसळल्यामुळे मनुष्य सुख-दुःखाचा अनुभव घेत राहतो आणि त्यात बद्ध होऊन जातो. लोहचुंबकाच्या आकर्षण-विकर्षणासारखाच तो प्रकार आहे. प्राणशक्ती-ज्ञानेंद्रियं-कर्मेंद्रियं-मन-बुद्धी यांच्या बाह्य अनुभवाच्या स्पंदनांना जीवात्मा चुंबकाप्रमाणे चिकटतो; आणि उगाचच सुख-दुःखांचा अनुभव घेत राहतो.

पण ज्ञानी व्यक्तीला हा खेळ उमजलेला असतो. मी स्वतः आनंदस्वरूप असून हे शरीरांतर्गत घटक आणि उत्पन्न होणारी स्पंदनंच आपल्याला सुखी अथवा दुःखी करत आहेत, हे तो जाणतो. जीवाचं हे जे इंद्रियांच्या स्वभावधर्माप्रमाणे होणारं जे आकर्षण असतं, ते ज्ञानी मनुष्य जाणीवपूर्वक दूर करतो. चुंबकाचे दोन समान ध्रुव समोर आणले की 'विकर्षण' निर्माण होतं; म्हणजे चुंबक चुंबकाला चिकटत नाही! ज्ञानी व्यक्ती त्याच भूमिकेत जाते. या क्रियेत दोन 'चुंबकां'चं अस्तित्व कायम राहूनही ती स्वतंत्र होतात.

शरीराची स्वाभाविक कर्मं 'मी' करत नाही, याचा अर्थ शरीराला हवं ते करू द्यावं, असा मात्र होत नाही; तर शरीराच्या स्वाभाविक कर्मामागची 'मी करतो' ही भावना म्हणजेच अहंकार तत्त्वदर्शीच्या संदर्भात सुटलेला असतो. आणि अहंकार सुटल्यामुळे इंद्रियं आपणहून कोणतीही वाईट कृत्यं करत नाहीत. ती जीवाच्याच ताब्यात राहतात. म्हणजेच एखादा मनुष्य ज्ञानी झाला तरी त्याच्या हातून स्वाभाविक कर्मं होतच राहतात. फक्त तो त्या इंद्रियधर्मांच्या प्रभावांपासून स्वतःला दूर ठेवतो. हाच तो संन्यास! इंद्रियांच्या सर्व प्रभावांचा संन्यास!! मग संन्यासमार्गी कर्मं सोडतो

आणि कर्मयोगी कर्मं करतो असा भेदच उरत नाही...

कर्म हे वरील सर्व उपाधींचं कार्य असून आत्मा त्यापासून मुक्त आहे, हे तत्त्वज्ञान विवेकबुद्धीने ज्याला पटलं, त्याला 'तत्त्वविद' म्हणतात. असा तत्त्वविद् अद्याप सिद्धावस्थेला पोहोचलेला नसतो, पण आत्मरत होऊन तो कर्म मात्र करत नाही; किंवा मूर्ख बनून तो निपचित पडत नाही; किंवा बधिरपणे जीवन जगत नाही. उलट त्याच्या हातून होणारी कर्मं संवेद्य, तीक्ष्ण, शुद्ध आणि उत्तमच असतात. त्याच्या कर्मांना भोगवासनांचा लवलेशही नसतो. त्यामुळे विश्वकल्याणार्थ कर्मं त्याच्या हातून घडतात आणि मग तो देह सोडून विदेही होतो. अर्थात समष्टीकार्यात मिसळून जातो. या अवस्थेचं वर्णन शब्दात करणं शक्य नाही.

अशा तऱ्हेने जेव्हा शरीराच्या स्वाभाविक क्रिया अकर्म होतात, तेव्हा कर्मकांडात्मक अन्य विहित कर्मंही अकर्म होतात. कारण कर्मामागची त्या पुरुषाची आसक्ती सुटलेली असते.

समोर मृगजळ आहे हे ध्यानात आल्यानंतर तहान शमवण्यासाठी कोणी शहाणा माणूस त्याच्या मागे धावणार नाही. त्याचप्रमाणे या असत् जगतामधलं वैय्यर्थ एकदा ध्यानात आल्यानंतर ज्ञानी माणसाची त्यात आसक्ती उरत नाही. म्हणजेच स्वाभाविकच कर्मं ज्ञानी माणसाच्या हातून अलिप्तपणाने घडून येतात. अशी अलिप्तपणाने केलेली कर्मं मग मनुष्याला बंधक ठरत नाहीत. कर्मांचे हिशेब चुकते करण्यासाठी पुनःपुन्हा पृथ्वीवर जन्म घ्यावा लागत नाही. असा जीव चिरंतन आनंदसागरात डुंबत राहतो.

आपण आपल्या शक्तीने कोणतीही गोष्ट करत नाही. शरीरातील चैतन्यशक्तीच साऱ्या क्रिया घडवून आणत असते. म्हणून अहंभाव सोडला तर हातून कोणतंही वाईट कृत्य घडणार नाही. एक प्रकारची सुखद अलिप्तता जीवनात येऊ शकेल.

*ब्रह्मण्याधाय कर्माणि सङ्गं त्यक्त्वा करोति यः ।*
*लिप्यते न स पापेन पद्मपत्रमिवाम्भसा ॥५.१०॥*

जो कर्मयोगी फलासक्ती सोडून ब्रह्मार्पण बुद्धीने कर्म करतो, तो पाण्याने लिप्त न होणाऱ्या कमलपत्राप्रमाणे कर्मबंधनाने लिप्त होत नाही.

ब्रह्मार्पण वृत्ती म्हणजे ईश्वराला अर्पण करण्याची भावना. ईश्वराकडे असं कोणतं न्यून आहे, म्हणून आपण त्याला काही देणार म्हणजे अर्पण करणार? आपण केवळ दोनच गोष्टी ईश्वराला अर्पण करू शकतो – वासना आणि अहंकार. ही अर्पण करण्याची क्रिया म्हणजेच यज्ञ. पण असा यज्ञ बाह्यतः नव्हे; तर अंतर्यामी करायचा असतो. मी जे काही करतो, जे यश मिळवतो, ते केवळ माझ्याच शक्तीनं, असा अहंकार अनेकांना असतो. हे म्हणजे वडिलांचं क्रेडिट कार्ड वापरून वडिलांसाठीच एखादी वस्तू मुलाने आणण्यासारखं आणि त्याचा अहंकार बाळगण्यासारखं असतं. अशा वेळी मुलाने त्याचा खरोखर अभिमान किंवा अहंकार बाळगावा का? आणि त्याबदल्यात वडिलांकडून आपल्याला काही मिळेल अशी फलासक्ती ठेवावी का? म्हणजे क्रेडिट कार्ड वडिलांचं, कष्ट वडिलांचे, कमाई वडिलांचीच आणि अहंकार मुलाला! असा हा प्रकार होतो.

आपल्या शक्तीमुळे काहीही घडत नाही याचं ज्ञान होऊन सारी कर्मं ब्रह्मार्पण केली तरच कर्म करूनही त्याचं पापपुण्यात्मक फळ आपल्या संचितात जमा होत नाही. कर्माविषयी जेव्हा पूर्ण अलिप्तता येते, तेव्हाच आपली कर्मं ब्रह्मार्पण म्हणजेच ईश्वरार्पण होतात.

पण कोणतंही कर्म हे संकल्पाशिवाय सिद्ध होऊच शकत नाही. 'मी ईश्वरार्पण बुद्धीने कर्म करतो, करते,' असं म्हटलं तरी आपली कर्म-कर्त्याची भावना नष्ट होत नाही. कर्म ईश्वरार्पण करण्यात 'मी' ईश्वरापासून वेगळा/वेगळी आहे ही भावना जोपर्यंत शिल्लक उरते, तोपर्यंत कर्मापासून उत्पन्न होणाऱ्या सुख-दुःखाचे परिणाम हे भोगावेच लागतात. ईश्वरभक्तीचं कवच जरी वरवर चढवलं तरी ते कवच मानसिक आघातांमुळे केव्हाही तुटू

शकतं. ईश्वरेच्छा अशी मनाची समजूत घालून मग पुन्हा मनाला ईश्वरभक्तीकडे बळाने वळवण्याचा विचार करणं हाही एक संकल्पच ठरतो. संकल्प मनात आला की सिद्धी आणि असिद्धी पाठोपाठ आलीच! त्यानुसार कर्माचं फळही आलंच! त्यामुळे फलासक्ती सोडून कर्मं ब्रह्मार्पण करणं ही गोष्ट वाटते तितकी सोपी मुळीच नाही.

ह्या श्लोकांमधील गूढ अर्थ समजून घेताना भगवद्गीतेचा काळसुद्धा लक्षात घेतला पाहिजे. सुमारे ५,००० वर्षांपूर्वी सांगितलेले विचार थोडक्यात in nut-shell होते. आज भारतातून संस्कृत भाषाच हद्दपार होऊ घातली आहे. पोटभरू शिक्षण-पद्धतीमुळे हे विचार आणि अपेक्षित जीवनपद्धती आजच्या काळात आकलनाच्या पलीकडे गेलेली आहे. संपूर्ण जीवन आणि विचारपद्धतीच भेसळयुक्त झालेली अनुभवाला येते. धड ना पाश्चात्त्य धड ना भारतीय विचारधारा! प्रगल्भ भारतीय विचारधारा सोडण्यात भूषण मानणारा वर्गही अस्तित्वात आलेला दिसतो. तो उन्मादात जगतो, या प्राचीन विचारांवर हिरिरीने वाद उभे करतो, त्यातून स्वतःला श्रेष्ठ ठरवण्यात भूषण मानतो, पण आयुष्यात काही कटू प्रसंगांना तोंड द्यायची वेळ आली की स्वतःला श्रेष्ठ मानणारी अशी व्यक्ती डळमळून जाते. मग मानसोपचार तज्ज्ञ किंवा मठ-मंदिरं जवळ करते. तरीही त्यातून मनःशांती मिळाली नाही की निराशामय जीवन जगते, रोगग्रस्त होत परावलंबी होते किंवा नैराश्याने स्वतःचा घात करून घेते.

आज असंख्य पाश्चात्त्य विचारवंत भगवद्गीता आणि उपनिषदांची श्रेष्ठता मान्य करतात. एवढंच नाही तर त्यातील विचारांनुरूप जीवन जगण्याचा प्रयत्न करतात. त्यामुळे गीता वाचली की सर्व ज्ञान झालं असं होत नाही. त्या विचारांवर विश्वास ठेवून, विद्यार्थी बनून त्या निर्विवाद श्रेष्ठ विचारांचं आकलन करण्याचा प्रयत्न झाला पाहिजे. गूढ अर्थ, शास्त्र जाणत्या गुरूकडून जाणून घेतले पाहिजेत.

म्हणून 'निष्काम कर्म' करून ब्रह्मरूप अवस्था प्राप्त करणं म्हणजे काय, याचं आकलन सध्याच्या सभोवतालच्या जगतावरून होईल असं नाही. ती वाटते तितकी सोपी गोष्ट खासच नाही. आज अनेक जण आत्मज्ञान आणि भगवद्प्राप्तीचे instant उपाय सांगत असतात! पण गीतेत भगवान असे 'शॉर्टकट्स' मुळीच सांगत नाहीत. तत्त्वज्ञान जीवनात उतरवण्यासाठी शॉर्टकट्स फायद्याचे नसतात. शास्त्रशुद्ध कर्म करून आपणच आपला विकास करावा लागतो. गीताविचार आपला परामार्ग प्रकाशित करतात आणि त्यावरून मार्गक्रमणा करण्यासाठी प्रवृत्त करतात. त्याने तरच्या अंतिम अवस्थेचंही ते वर्णन करतात.

मी माझ्या शक्तीने काम करत नाही असा दृढ भाव मनात स्थिरावला तर निष्काम कर्माचा प्रारंभ होतो. म्हणजे सर्व भौतिक उपाधींमधील apps! 'अहं'भाव पूर्णपणे

काढून 'अहमात्मा' या जाणिवेला पोहोचल्यानंतर प्रकृतिधर्मानुसार जे नियतीच्या योजनेतील कर्म घडतं, ते 'निष्काम कर्म' असतं आणि तसं कर्म घडू लागलं की ब्रह्मरूप अवस्था येते. मग अशा ब्राह्मी व्यक्तीला साक्षीभावाने आपलंच 'कर्म' अनुभवता येतं. म्हणजे इंद्रियांमागे असणाऱ्या शक्तीचं आकलन होऊ लागतं. मग अशा कर्माचा जीवाला बंध होत नाही. अभेद अवस्थेत होणारं असं दैवी कर्म आपण कोणत्या शब्दात वर्णन करणार? तो अनुभवाचाच विषय असतो.

मात्र, ही अवस्था जरी अनुभवता आली नाही तरी सामान्य व्यक्तीला अहंयुक्त जीवभावातून मुक्त होऊन 'नैष्कर्म्य स्थिती' प्राप्त करून घेता येऊ शकते. त्यासाठीच भगवान फलासक्ती सोडायला सांगतात. सर्वचजण आत्मसाक्षात्कारी होऊन ब्रह्मार्पण बुद्धीने कर्मं करतील अशी भगवंतांनाही अपेक्षा नाही. ज्यांना हा सुख-दुःखरूपी खेळ समजून घेऊन आत्मज्ञानाच्या मार्गावर जायचं आहे, तिच्यासाठी भगवान हे मार्गदर्शन करतात. त्या अवस्थेचं उदाहरण समोर ठेवतात.

'नैष्कर्म्य स्थिती' प्राप्त करून घेण्यासाठी सर्वप्रथम 'विषयासक्ती' कमी केली पाहिजे. विषयासक्ती म्हणजे कामवासना, आसक्ती, फलाशा, क्रोध, सतत संकल्प करणं, चिंता करणं, दुसऱ्याकडून कशाची ना कशाची अपेक्षा करणं, अहंकार बाळगणं, हे भाव कमी करता आले पाहिजेत.

'शोक' म्हणजे आजवर मनात धरून ठेवलेल्या कटू गोष्टी, कटू अनुभव सोडून द्यायला हवेत. अशा आठवणींची टोकं बोथट करता आली पाहिजेत. कटू प्रसंग आपल्या शिक्षणासाठी असतात किंवा तो आपल्याच पूर्वकर्मांचा खेळ असतो. भूतकाळात घडून गेलेल्या कडू-गोड आठवणींचा मनावर होणारा प्रभाव शून्य करता आला पाहिजे. ज्यांनी पूर्वी आपले काही अपराध केले असतील किंवा क्लेश दिलं असतील त्यांना क्षमा केली पाहिजे.

हे सर्व साध्य झालं तर आपोआप मन हलकं होऊ लागतं. सकारात्मक भावना मनात खेळू लागते. आपण विकासाच्या मार्गावर झपाट्याने जाऊ शकतो. मग कर्मामागची वासना, फलासक्ती आणि अहंकार गेला की ब्राह्मी अवस्था येऊ शकते. म्हणजे जीवभाव अर्थात 'अहं' कायम ठेवून 'माझ्या शक्तीने मी काम करतो,' हा अहंकार कमी करता आला की या ब्राह्मी अवस्थेची अनुभूती मिळते.

आपल्या अन्नावर एखाद्याची वासना गेली तर आपल्याला ते अन्न खावंसं वाटत नाही. कर्म करताना आपली वासना त्यामध्ये अडकली तर ईश्वरदेखील आपल्या कर्मांचा स्वीकार करत नाही. कर्माला चिकटलेली वासना ही माणसाला कार्यासाठी प्रवृत्त करत असते आणि पुनर्जन्मासाठी कारण ठरत असते. प्राचीन ऋषिमुनींनी हे अतींद्रिय शक्तीने

जाणले होते. अद्‌भुत ईश्वरी प्रदेशात क्षणभर प्रविष्ट झालेल्या सामान्य जनांनाही तोच अनुभव आलेला आहे. निकोला टेस्ला या दार्शनिक शास्त्रज्ञाने म्हटलं आहे,

> 'My brain is only a receiver, in the universe, there is a core from which we obtain knowledge, strength, and inspiration. I have not penetrated into the secrets of this core, but I know that it exists.'

आपण केवळ आपल्या शक्तीने काम करत नाही; त्यामागे वैश्विक शक्तीचा हात असतो. आपण माध्यम असतो आणि आत्मविकासासाठीच पृथ्वीवर जन्म घेऊन आलेलो असतो... क्षणिक मृत्यूनंतर भानावर आलेला मनुष्य म्हणत असतो, 'मला या जन्माचं रहस्य समजलेलं आहे. हे विश्व खूप सुंदर आहे. त्याचं सौंदर्य अबाधित राखण्यासाठी आणि दुसऱ्याचा उत्कर्ष साधण्यासाठी मला इथून पुढे निष्काम कर्म केलं पाहिजे. इतकी वर्षं मी माझ्या स्वत:च्याच उत्कर्षासाठी झटत होतो, पण आता भ्रांतीचं पटल नष्ट झालं आहे. आता मला मृत्यूचं भय वाटत नाही.' स्वा. सावरकरही अखेरीस म्हणाले होते, *मी माझा दिवस सुयोग्य रीतीने व्यतीत केला आहे. त्यामुळे मला संध्यासमयीचं मुळीच भय वाटत नाही.*

क्षणिक मृत्यूचा अनुभव घेतलेल्या पाश्चिमात्य देशांमधील लोकांनादेखील जीवनाचं खरं रहस्य समजलं आहे आणि ते कार्यप्रवण झाले आहेत. हजारो वर्षांपासून भगवद्‌गीता याविषयी मार्गदर्शन करत आहे. हे एक अतिशय संतुलित शास्त्र आहे. मानवाचं भौतिक आणि आध्यात्मिक जीवन कसं समृद्ध होईल, हे गीता सांगते. गीता माणसाला सर्वसंगपरित्याग करायला सांगत नाही आणि भोगवादात गुंतायलाही शिकवत नाही. ती माणसाला ऐहिक आणि पारलौकिक उत्कर्ष साधायला शिकवते. त्यामुळे गीता आपल्या जीवनात खऱ्या अर्थाने उतरवली पाहिजे.

त्यासाठी ईश्वरार्पण बुद्धीने कर्मामागचा अहंकार शक्य तितका दूर करून आणि 'अहमात्मा' ही जाणीव मनात सतत जागृत ठेवणं साधलं पाहिजे. मग याच जाणिवेतून शरीर, मन, बुद्धी आणि इंद्रियं यांनाच कर्माला जुंपून त्यांच्याकडून साक्षीभूत भावनेने सत्कर्म केलं पाहिजे. या सर्व क्रियांनाच 'योगाभ्यास' म्हणतात! हा अभ्यास ब्राह्मी अवस्थेकडे नेतो. मग असा योगी कर्म करूनही या संसारात कर्म-प्रभावांपासून अलिप्त राहतो आणि 'अहमात्मा' भूमिकेत राहून चिरंतन आनंद उपभोगतो.

कर्म करताना आसक्ती सुटली पाहिजे; म्हणजेच ती कर्मं देव स्वीकारतो. असा निष्काम कर्मयोगी या जगतातल्या भोगवादी कालात राहूनही सर्व पापांपासून दूर असतो.

*कायेन मनसा बुद्ध्या केवलैरिन्द्रियैरपि ।*
*योगिनः कर्म कुर्वन्ति सङ्गं त्यक्त्वात्मशुद्धये ॥५.११॥*
*युक्तः कर्मफलं त्यक्त्वा शान्तिमाप्नोति नैष्ठिकीम् ।*
*अयुक्तः कामकारेण फले सक्तो निबध्यते ॥५.१२॥*

कर्मयोगी अहंकाररहित बुद्धीने केवळ शरीरानं, मनानं, बुद्धीने आणि केवळ इंद्रियांनी आसक्तिरहित होऊन आत्मशुद्धीसाठी कर्मं करतात. योगयुक्त पुरुष कर्मफलाचा त्याग केल्यामुळे योगनिष्ठेमुळे प्राप्त होणारी परमशांती मिळवतो... जो योगयुक्त नाही, तो वासनेच्या योगाने फलासक्त होऊन पापपुण्याने बांधला जातो.

ईश्वरार्पण केलेल्या कर्माचं चित्तशुद्धी हेच फळ असतं. त्यामुळे ते कर्म व्यर्थ जात नाही; उलट ते सार्थ होतं, उपयोगी पडतं. कारण चित्त शुद्ध झाल्याशिवाय परमात्मज्ञान होऊ शकत नाही. म्हणून केवळ कर्माचा अधिकार असलेल्या व्यक्ती शरीर, मन, बुद्धी आणि इंद्रियं यांच्या योगाने चित्तशुद्धीसाठी आसक्तिरहित होऊन कर्मं करतात. इंद्रियांनी पाहणं, ऐकणं इत्यादी क्रिया त्या व्यक्ती ममत्वरहित बुद्धीने निश्चय करून करतात. म्हणजे केवळ साक्षीभावाने इंद्रियांच्या क्रियांकडे बघतात; आणि त्या क्रियांचा कर्ता आपण नाही याची अनुभूती घेतात. अशा व्यक्तींना मग कर्माचं फळ मिळण्याची आसक्ती नसते. संकल्प बुद्धीने केलेल्या या क्रियांमुळे रजोगुणाचे काम-क्रोधादी हे विकार तर तमोगुणाचे आळस-अज्ञान हे विकार जाऊन चित्त शांत होतं. मग उरतो तो केवळ सत्त्वगुण!

कर्माचे कायिक, वाचिक आणि मानसिक असे जे भेद आहेत, त्यांना अनुलक्षून शरीर, मन आणि बुद्धी हे शब्द इथे वापरले आहेत. अहंकारबुद्धी आणि फलाशेची आसक्ती सोडून केवळ कायिक, केवळ वाचिक किंवा केवळ मानसिक असं कोणतंही कर्म केलं तरी कर्त्याला त्याचा दोष लागत नाही. या तीन तपांचा अर्थही आपण जाणून घेऊ.

### १. कायिक तप

कायिक तप म्हणजे शरीराच्या साहाय्याने अर्थात सदेह केलेलं तप. फलाशेची आसक्ती सोडून आणि अहंकाररहित वृत्तीने एखाद्याने आपलं शरीर समाजासाठी किंवा ईश्वरी कार्यासाठी झिजवलं तर ते कायिक तप म्हणता येईल. यामध्ये श्रमभक्ती, वृक्षलागवड, रुग्णसेवा, दैवी भ्रातृभाव निर्माण करण्यासाठी समाजात फिरणं, आपत्कालीन सेवा देणं अशा गोष्टींचा अंतर्भाव होऊ शकतो; पण हे कर्म निष्काम बुद्धीने करणं अपेक्षित आहे. त्यातून कोणत्याही मानाची, कीर्तीची, देणगीची किंवा पुण्य मिळवण्याचीही अपेक्षा असता कामा नये. म्हणजे मग त्या कर्माचा बंध होत नाही. ते कायिक तप होतं.

### २. वाचिक तप

फलासक्ती सोडून म्हणजे कर्म करण्यातून मला काही मिळेल ही भावना सोडून आणि अहंकाररहित होऊन एखाद्याने निश्चित ठिकाणी बसून प्रवचन केलं, निरूपण केलं, घरोघरी जाऊन वाचेतून दैवी विचार दिले, तर ते वाचिक तप म्हणजे वाचेने अर्थात बोलून केलेलं तप होतं. प्रवचन म्हणजे ज्यांचा 'प्रस्थानत्रयीं'चा अर्थात उपनिषद-भगवद्गीता आणि ब्रह्मसूत्र यांचा अभ्यास आहे, संस्कृत भाषेवर प्रभुत्व आहे असे संस्कृत पंडित किंवा शास्त्री व्यासपीठावरून जे 'वाचिक तप' करतात, त्याला 'प्रवचन' म्हणतात. प्राकृत भाषेत केलं जातं त्याला 'निरूपण' म्हणतात. स्व-अभ्यासासाठी जे बोललं जातं त्याला 'चिंतनिका' म्हणतात. हे 'वाचिक तप' ज्या पीठावरून केलं जातं त्याला 'व्यासपीठ' म्हणतात. राजकीय सभा, संमेलनं, प्रयोग, नाट्य वगैरे प्रकार जिथून सादर होतात, तो मंच किंवा नाटकांच्या संदर्भात 'रंगमंच' होतो. संगीताच्या कार्यक्रमाचा 'स्वरमंच' होतो.

### ३. मानसिक तप

मानसिक तपात ध्यानधारणा, जप, व्रतवैकल्यं किंवा आत्मोन्नतीसाठी केलेली साधना यांचा समावेश होतो; परंतु साधना, व्रत, जप यांच्यामधला अर्थ समजून न घेता किंवा ते करण्याचा उद्देश जाणून न घेता केवळ स्वार्थ साधण्यासाठी या क्रिया केल्या तर मात्र ते तप होऊ शकत नाही. जप, व्रत, ध्यान-धारणा, योग या गोष्टी आधी बुद्धीने समजून घेतल्या पाहिजेत आणि मग आचरणात आणल्या पाहिजेत. या सर्व प्रकारच्या तपांमध्ये ईश्वरी कार्यासाठी - ईश्वराचं प्रेम संपादन करण्यासाठी निःस्वार्थपणे 'झिजणं' हा भाग अध्याहृत असतो. या झिजण्यालाच 'तपती' म्हणतात.

ज्ञाता पुरुष कर्मफलाचा त्याग करून निष्काम कर्म करतो. आत्मा हा अकर्ता असून हा सर्व खेळ प्रकृतीचा आहे, हे तो जाणतो आणि म्हणूनच तो स्वस्थ, उदासीन पण आनंदी राहतो. मात्र ही उदासीनता शुष्क स्वरूपातील नसते तर भावपूर्ण असते. अशा वृत्तीतून झालेल्या कर्मानुष्ठानामुळे चित्तशुद्धी होते. चित्तशुद्धीमुळे आत्मा नित्य आहे आणि अनात्मा हा अनित्य आहे असा सारासार विवेक तो करू लागतो. ही भावना टिकून राहिली की त्या योगाने त्याला आत्मसाक्षात्कार होऊ शकतो. त्यानंतर त्याच्या हातून होणाऱ्या कर्मांचा त्याला बंध होत नाही. अशा ज्ञाननिष्ठ योग्याला परमशांतीचा लाभ होतो.

निरपेक्ष भावाने असा कर्मयोगी कर्म करत असल्यामुळे त्याला अहंकारातून येणाऱ्या दु:खांचा त्रास होत नाही. 'मुलाला मी घर दिलं; त्याने निदान माझी साठी-शांत तरी करावी,' अशातऱ्हेच्या त्याच्या घरच्या व्यक्तींसह कुणाकडूनही अपेक्षा नसतात.

याउलट जो स्वत:साठी कर्म करतो, तो 'कामा'ने प्रेरित झालेला असतो. त्यामुळे कर्माच्या फळात तो गुंतून पडतो. अपेक्षा करत राहतो. अपेक्षापूर्ती होत नसल्यामुळे त्याचं मन मग अशांत बनतं. कर्मफळासाठी कर्म करत असल्यामुळे तो संसारचक्रातच गुंतून पडतो, पण हे संसारचक्र भेदून गेल्याशिवाय परमशांतीचा लाभ होऊच शकत नाही. म्हणूनच भगवान अर्जुनाला योगयुक्त व्हायला सांगत आहेत. जो योगयुक्त म्हणजे ईश्वराशी जोडला गेला असतो तो जितेंद्रिय सर्व कर्मांचा मनाने त्याग करतो. तो अपेक्षारहित होतो. पापपुण्यात्मक आणि उपभोगात्मक कर्मांमध्ये तो गुंतून पडत नाही. केवळ त्याचा देह ही कर्मं करत असतो.

मनानं, बुद्धीनं, विचाराने असं ईश्वराशी सतत जोडला गेलेला योगयुक्त पुरुष सर्व कर्मांचा विवेकबुद्धीने त्याग करतो. म्हणजेच मी अकर्ता आणि अभोक्ता आहे या भावनेने तो कर्म करतच राहतो. भाड्याच्या घरात भाडेकरूने घरमालकाला भाडं द्यावं लागतं. त्याप्रमाणे देहरूपी घराचं कर्मरूपी भाडं भगवंताला अर्पण केलंच पाहिजे. अशा निरपेक्ष कार्यामुळे चित्तशुद्धी होते आणि मग ज्ञानमार्ग प्रकाशित होत जातो.

मन, शरीर, बुद्धी आणि इंद्रियं अशा कोणत्याही माध्यमातून फलासक्तिरहित आणि अहंकाररहित कर्मं केली तर चित्तशुद्धी होते आणि आत्मशुद्धीला ती कारण ठरतात.

*सर्वकर्माणि मनसा संन्यस्यास्ते सुखं वशी ।*
*नवद्वारे पुरे देही नैव कुर्वन्न कारयन् ॥५.१३॥*
*न कर्तृत्वं न कर्माणि लोकस्य सृजाति प्रभुः ।*
*न कर्मफलसंयोगं स्वभावस्तु प्रवर्तते ॥५.१४॥*

सर्व कर्मांचा मनाने संन्यास करून जितेंद्रिय जीवात्मा नऊ द्वारांच्या या देहरूपी नगरात काही न करता आणि न करविता आनंदाने पडून असतो.... लोकांचं कर्तृत्व, त्यांची कर्मं आणि त्यांचं फल यांचा संबंध प्रभू म्हणजेच परमात्मा उत्पन्न करत नाही. स्वभाव म्हणजे प्रकृतीच सर्व काही करत असते.

हा देहवान जितेंद्रिय नऊ द्वारांच्या देहरूपी नगरात काही न करता आणि काही न करविता आनंदाने पडून राहतो. दोन डोळे, दोन कान, दोन नाकपुड्या, तोंड, मूत्रद्वार आणि गुदद्वार ही द्वारं मोकळी असतानाही जीवात्मा त्यातून जात नाही; आणि ही नवद्वारं बंद केली तर मात्र जीवात्मा त्यात राहू शकत नाही! केवढी अद्‌भुत करणी आहे! म्हणजे दारं उघडी टाकली तर तो जात नाही आणि बंद केली तर तो जातो!

जीवात्मा चार देहांनी बनलेला असतो :

१. जडदेह २. सूक्ष्मदेह ३. कारणदेह ४. महाकारणदेह.

सूक्ष्मदेह हा पंचकोषांनी बनलेला असतो. हे पंचकोष असे : अन्नमय कोष, मनोमय कोष, प्राणमय कोष, विज्ञानमय कोष आणि आनंदमय कोष. याविषयी आपण विस्तारपूर्वक दुसऱ्या अध्यायात समजून घेतले आहे.

ऋतुमानानुसार पक्ष्यांचा ज्याप्रमाणे घरट्यात तात्पुरता निवास असतो, तसा या देहरूपी घरट्यात आपला तात्पुरता निवास आहे हे जीवात्मा पूर्णतः जाणून असतो. करविता भगवंत आहे हे जाणून जितेंद्रिय देहवान त्याच्या कार्यात ढवळाढवळ करत नाही. त्याची आज्ञा आली की देह सोडून जायचं एवढंच तो जाणत असतो.

आत्मा देहाला कोणत्याही कार्यात गुंतवत नाही किंवा कार्यप्रवृत्त करत नाही.

त्याचप्रमाणे तो सुखोपभोगाची साधनंही निर्माण करत नाही. कर्माचं फलसुद्धा आत्मा त्या कर्त्याला देत नाही. तो फक्त साक्षीभूत असतो. मात्र त्याच्या दृष्टीतून माणसाचं एकही कृत्य अथवा विचार सुटत नाही.

देहाचा स्वामी आत्मा काहीच करत नाही आणि करवूनही घेत नाही. मग हे सारं घडतं कसं? तर ते स्वभाव किंवा प्रकृतीमुळे घडतं. अविद्यारूपी प्रकृती म्हणजे मॅटर ही मायेमुळे हे सारं करवून घेते.

वीज स्वतः काही करत नाही पण ती प्रविष्ट झाल्यावरच कॉम्प्युटर सुरू होतो. सॉफ्टवेअर बनवणारी व्यक्ती जसा प्रोग्रॅम तयार करेल, तसा प्रोग्रॅम त्यावर काम करणारी व्यक्ती केवळ वापरत असते. विजेप्रमाणे साक्षी आत्मा असंग-उदासीन असतो. तो कर्ताही नाही आणि भोक्ताही नाही; पण त्याच्या उपस्थितीमुळे त्रिगुणात्मक प्रकृती अंतःकरण, इंद्रियं आणि देह (कॉम्प्युटरच्या भाषेत सांगायचं तर हार्डवेअर आणि सॉफ्टवेअर) यांच्या एकत्रित कर्मानं परिणाम पावते. विजेमुळे कॉम्प्युटर सुरू झाला तरी वीज कॉम्प्युटर बनवत नाही. परंतु प्रकृतिरूपी कॉम्प्युटर मात्र ब्रह्मापासून म्हणजेच पर्यायाने ईश्वरापासून निर्माण होतो आणि त्याच्या उपस्थितीमुळेच तो चालतो, हा या दोन्हींमध्ये फार मोठा भेद आहे.

प्रकृती सारे व्यवहार करते आणि करवून घेते. आत्मा साक्षी राहून केवळ बघत असतो. जीवभाव इंद्रियांवर स्वतःची मालकी समजतो आणि वासनापूर्ती करणाऱ्या किंवा न करणाऱ्या कर्मांना जन्माला घालून त्यांचे सुखदुःखरूपी परिणाम स्वतःच भोगतो. इथे 'अहंकार' बाळगणारा जीव म्हणजे व्यक्ती मूळ स्व-स्वरूपापासून स्वतःला भिन्न समजते; आत्मरूपी मूलतत्त्व मात्र देहात केवळ आनंदाने पडून असतं.

योग आणि शास्त्रीय शुद्ध कर्म करून हे आनंदस्वरूपी तत्त्व जीव अनुभवू शकतो. ही अनुभवाची प्रक्रिया जेव्हा सुरू होते, तेव्हा जीव स्वतःचा विश्वात्मभाव ओळखू लागतो. अनेक उपाधींना चिकटून राहिलेला 'अहं'भाव मग पातळ होऊ लागतो. ही जाणण्याची प्रक्रिया अशीच सुरू राहिली तर एक क्षण असा येतो की, जीवभावाचं शिवभावात रूपांतर होतं. निखळ आत्मस्वरूपाच्या ठिकाणी जीवाची जाणीव दृढ होते. याच स्थितीला 'स्थितप्रज्ञ' अवस्था म्हणतात. हीच स्थितप्रज्ञ अवस्था पुढे अविचल राहिली की 'जीवन्मुक्त' अवस्था प्राप्त होते. आता या अवस्थेत केवळ प्रारब्धवश दैवयोग न संपल्यामुळे जीवात्मा देहात राहतो खरा; पण उपाधींकडून म्हणजे देहरूपी सर्व यंत्रणेकडून होत राहणाऱ्या कर्माचं कोणतंही कर्तृत्व तो स्वतःकडे घेत नाही. असा देहाधिष्ठ जितेंद्रिय निष्क्रिय होऊन जातो. सर्व प्रकारची कर्मं तटस्थतेने पाहत तो या देहरूपी नगरात आत्म्याचा निर्मल आनंद अनुभवत राहतो.

सांख्यांचं तत्त्वज्ञान या श्लोकात आलेलं आहे. पुरुषाच्या फायद्यासाठी प्रकृती सत्त्व, रज आणि तम हे तीन गुण कमी-अधिक करून अनेक जीव निर्माण करते, असं सांख्यांचं मत आहे. सर्वश्रेष्ठ परमात्म्याच्या उपस्थितीमुळे ब्रह्माण्डात जे सर्व व्यापार सुरू असतात, तेच व्यापार पिंडात म्हणजेच शरीरांतर्गतही सुरू असतात. ईश्वराचाच अंश म्हणजे 'प्रत्यगामा'ची उपस्थिती देहात असते. म्हणून शास्त्र सांगतं- 'पिंडी तेच ब्रह्मांडी.'

आज तंत्रज्ञान कितीही प्रगत झालं तरी विश्वाच्या अंतापर्यंत विज्ञान जाऊच शकत नाही. कित्येक प्रकाशवर्षापर्यंत असलेल्या ग्रहांपर्यंत पोहचण्यासाठी फोटॉन रॉकेट्स तयार केली तरी ती तिथपर्यंत जाऊ शकत नाहीत; आणि गेली तरी त्यासाठी लक्षावधी वर्षांचा कालावधी लागेल. चालू जीवनात केलेल्या बाह्य प्रयत्नांमधून संपूर्ण विश्वाचा शोध लागणं शक्य नाही, हे वास्तव आहे. त्यामुळे विश्व कसं आहे, किती पसरलेलं आहे, वगैरे केवळ अनुमानाने अथवा गणिताने ठरवले जातात. कालचे सिद्धान्त आज राहत नाहीत, तरीही अशा कालबद्ध सिद्धान्तांवर दृढ विश्वास ठेवला जातो हे विशेष! मात्र भारतीय तत्त्वज्ञानी हजारो वर्षं सांगत आले आहेत की, जे ब्रह्मांडी आहे तेच पिंडी आहे; किंवा जे पिंडी आहे तेच ब्रह्मांडी आहे.

अलीकडे अमेरिकेत नवीन शोध लागला आहे. ब्रह्मांडातील ग्रह-ताऱ्यांची मधल्या अवकाशासह जशी संरचना आहे तशीच संरचना मनुष्याच्या मेंदूतील न्यूरॉन्सची आणि त्यामधल्या अवकाशाची आहे! हा शोध वास्तविक असेल तर या दृष्टीने मनुष्याचा मेंदू हा पिंड ठरतो! या पिंडाच्या माध्यमातूनच सर्व ब्रह्मांड इथल्या इथे जाणता येतं किंवा अनुभवता येतं. शास्त्रशुद्ध प्रयत्नांनी आपण ते तत्त्व जणू शकतो.

हे कसं घडतं, ते जाणणं हेही विज्ञानच आहे. चैतन्यशक्तीच्या प्रभावामुळे शरीरांतर्गत व्यापारांसह विश्वातील सर्व व्यापार घडत असतात. व्यापार म्हणजे स्पंदने ही उठत असतात. या स्पंदनांमधूनच जीव आपल्या वासनेची निवड करायला लागतो. त्याला हवी असलेली स्पंदने मिळाली की तो सुखी होतो; मिळाली नाहीत तर त्यांना तो दुःखसंवेदना मानतो. वास्तविक सुख किंवा दुःख हे जीवाच्या आवडीवर ठरत असतं. एक हात तुटला तर एखादी व्यक्ती दुःखी होते, एक हात गेल्याची खंत तिच्या मनाला लागून राहते. दुसरी एखादी व्यक्ती तिचा एक हात निकामी झाला तर दुसरा शाबूत असल्याबद्दल सुख मानते! म्हणजे मूळ संवेदना ही न्यूट्रलच असते. तरीही एका व्यक्तीला हात तुटल्याचं दुःख होतं तर दुसऱ्या व्यक्तीला एक हात असल्याचं सुख वाटतं! म्हणजे जीवाची आवडनिवडच सुख-दुःख ठरवत असते. त्यामुळे ही मूळची स्पंदने रागद्वेषाची स्थानंच नव्हेत! ती फक्त परमाणूयुक्त उपाधींची स्पंदने असतात. तिथे राग-द्वेष नसतोच. त्या घटकांचं पदार्थांमध्ये स्थानच नसतं.

जेवणात आवडीचा पदार्थ मिळाला की आनंद होतो; पण पोट भरल्यानंतर तोच पदार्थ समोर आणला तर नकोसा होतो. म्हणजेच पदार्थांमध्ये सुख-दुःख दडलेलं नसतं, तर स्पंदनांमुळे जीवात्म्याच्या ठिकाणी तशा तशा भावना निर्माण होत असतात. मूळ आत्मस्वरूपाचं विस्मरण झाल्यामुळे व्यक्ती उपाधींच्या स्पंदनात अडकते; सुख-दुःख, पाप-पुण्य, सत्कर्म-दुष्कर्म अशा कर्मांच्या स्व-निर्मित पसाऱ्यात अडकून जाते. या स्पंदनांमुळेच विषय-वासनेत ती गुंतत जाते आणि पाप-पुण्याचे आघात सोसत राहते. देह सोडल्यावर तिला कळतं, हे असं काहीच नव्हतं; मी उगाच सर्व भार वाहत होतो/होते.

यावरून एक गोष्ट सिद्ध होते. ती म्हणजे भगवान काहीच करत नाही. स्वतःभोवती सुख-दुःखरूपी जे मायाजाल निर्माण होतं, ते जीव स्पंदनांच्या आघातांमुळे स्वतःच निर्माण करत असतो. म्हणजेच कर्माचं पाप-पुण्यकारक फल भगवंत देत नाही. ज्याच्या-त्याच्या प्रकृतिधर्मानुसार जो-तो कर्म करतो आणि ते ते फल प्राप्त करून घेतो. मग जसं कर्म तसं फल! आत्मा त्यात ढवळाढवळ करू शकत नाही. आत्मा केवळ साक्षीदार असतो. कर्मबंध सुटल्याशिवाय जीव मुक्त होऊ शकत नाही. आणि तो सुटण्यासाठी देहधारी व्यक्तीनंच जाणीवपूर्वक प्रयत्न करायला हवा.

या उपाधींच्या स्पंदनांना समजून घेऊन, त्यांचा प्रभाव जाणीवपूर्वक दूर करून स्वतःच स्वतःचा उद्धार करावा लागतो; दुसरा कुणीही तो करू शकत नाही. परमात्मा त्यात ढवळाढवळ करत नाही. कारण सुख-दुःख ही निर्मिती त्याची नसतेच! ती जीवाची असते. गीतेचा हा फार महान सिद्धान्त आहे.

आपल्या खात्यात काही रक्कमच जमा नसेल तर आपण पाठवलेल्या चेकवर, बँक मॅनेजर जरी आपला मित्र असला तरी, पैसे देऊ शकणार नाही. याउलट बँक मॅनेजर आपला शत्रू असूनही आपल्या खात्यात जमा रक्कम भरपूर असेल तर आपण पाठवलेल्या चेकवर त्याला पैसे द्यावेच लागतील. कारण तो बँकेचा नियम आहे. त्याप्रमाणे भगवंत स्वतःच बनवलेल्या नियमांमध्ये ढवळाढवळ करत नाही. म्हणून आपलं कर्मच असं असलं पाहिजे की ते इच्छित फल देईल. या कर्मफेऱ्यांतून म्हणजे स्पंदनांतून कसं सुटायचं, याचं मार्गदर्शन भगवान पुढे करणारच आहेत.

शरीररूपी घराची दारं उघडी टाकली तर आतला जीवात्मा बाहेर जात नाही आणि दारं बंद केली तर मात्र तो बाहेर जातो! प्रकृतीच्या नियमाप्रमाणे पुरुषाच्या हातून कर्म घडत असतं. आणि जसं कर्म तसं फल हा प्रकृतीचाच नियम असतो. त्यामध्ये प्रत्यक्ष आत्मा कोणतीच ढवळाढवळ करत नाही. कारण सुख-दुःख ही त्याची निर्मितीच नाही. ती उपाधींची, व्यक्तीच्या दृष्टिकोनातून झालेली निर्मिती असते.

*नादत्ते कस्यचित्पापं न चैव सुकृतं विभुः ।*
*अज्ञानेनावृतं ज्ञाने तेन मुह्यन्ति जन्तवः ॥५.१५॥*

सर्वव्यापी ईश्वर कोणाचे पाप किंवा पुण्यही घेत नाही. अज्ञानाने ज्ञान आच्छादलेलं आहे म्हणून लोक मोह पावतात.

ज्ञानावर अज्ञानाचं पांघरूण पसरलं जाणं ही प्रकृतीच्या गुणांची केवढी श्रेष्ठता आहे! प्रकृतीच्या प्रभावाखालीच सारी मनुष्यजात वावरत असते. त्यामुळेच मनुष्य स्व-केंद्रित होतो. जन्माला येतानाचा 'न मम' हा भाव विस्मृतीत जातो. अर्थात 'सोऽहम्'मधलं सभानतेचं भान जाऊन 'कोऽहम्'चा अभानतेचा भाव जीवन व्यापून टाकतो. मग स्वार्थप्रेरित जीवनाचा प्रारंभ होतो. त्यामुळे 'स्व'ला प्राधान्य ठेवून तो कर्म करू लागतो. 'मी', 'माझं', 'माझ्यासाठी' असं 'स्व'भोवती जीवन फिरत राहतं - जीवनाच्या अखेरीपर्यंत अशी अभानतेचीच अवस्था राहत असते.

स्वार्थामुळेच आसक्ती, अभिलाषा, वासना आणि स्वकर्तृत्वभाव वाढीला लागतो आणि पाप-पुण्यात्मक कर्मं मनुष्याच्या हातून घडू लागतात. स्वार्थासाठी मग मनुष्य अहोरात्र धावत राहतो. त्याचं शरीर धावलं नाही तरी त्याची मनादी सारी इंद्रियं धावतच असतात. त्यानुरूप कर्मांची चांगली-वाईट फळंही मनुष्याला भोगावी लागतात. चांगली फळं वाट्याला आली की, ती आपल्या स्वतःच्या कर्तृत्वामुळे मिळाली, असं मनुष्याला वाटतं. त्यामुळे तर त्याचा 'अहं'भाव आणखी दुणावतो. अहंभाव आणि स्वकर्तृत्वभाव हे दोन्ही भाव पापाची द्वारं उघडतात. लवकर मिळणारं यश, उच्च शिक्षण, पैसा आणि पद मिळालं की मनुष्य पापकर्मांकडे ओढला जाण्याची खूप दाट शक्यता असते. सर्वच जण पापकर्मं करतात असं नाही, पण कुसंस्कारित यशस्वी व्यक्तीची मती मात्र केव्हाही फिरू शकते आणि ती पापकर्माकडे वळू शकते.

याउलट एखादं संकट किंवा पराकोटीचं दुःख सहन करावं लागलं की त्याचं दायित्व स्वतःकडे घेण्याऐवजी एखादा मनुष्य ते देवावर ढकलतो. 'मी एवढा चांगला,

एवढी चांगली कामं केली; तरी देवाने माझ्यावर दु:ख का लादावं!' असंही त्याला वाटतं. वास्तविकत: ईश्वर काहीच करत नसतो. सुख-दु:ख वाट्याला येणे, हे ज्याच्या त्याच्या कर्माचं फलित असतं. जे कर्म ईश्वराने केलंच नाही तर मग त्याचं फळ त्याने का स्वीकारावं? शिवाय आपण चांगली कर्मं केली असं जे मनुष्याला वाटतं, तसं ते ईश्वराला वाटतं का, याचाही विचार केला पाहिजे. आपण ठरवलेली चांगली कामं आणि ईश्वराच्या दृष्टीने असलेली चांगली कामं कोणती, हेसुद्धा जाणून घेतलं पाहिजे; मगच आपल्या चांगल्या कर्मांची आपणच समीक्षा केली पाहिजे. आपली वाईट कर्मं तो स्वीकारतच नाही; तसंच त्याला अपेक्षित निष्काम कर्मं केली, तर त्या कर्मांचं ऋणही तो स्वत:कडे ठेवत नाही.

आपली कर्मं चांगली किंवा वाईट कशीही असतील तर त्या कर्मांचं फळ केव्हा ना केव्हातरी मनुष्याला प्राप्त होणारच असतं. बँकेत दहा लाखांची ठेव ठेवली; आणि त्या बदल्यात नऊ लाखांचं कर्ज काढलं तर व्याजाचा ताळमेळ वगळता प्रत्यक्षात जमा रक्कम ही एक लाखांचीच असते. कर्ज काढलेले नऊ लाख वासनामय कामांमध्ये खर्च केले आणि एक लाखाची मदत गरजूंना दिली तर हा ताळमेळ कसा जमवायचा? अशा वेळी एक लाखाच्या चांगल्या कर्मांच्या फळाचीच अपेक्षा करत राहिलं तर ती गोष्ट योग्य होईल का? ईश्वर म्हणेल, 'एक लाखांचा म्हणजे चांगल्या कर्मांचा तू जर हिशेब मागत असशील तर माझ्याकडे तुझ्या नऊ लाखांच्या कुकर्मांचा हिशेबसुद्धा आहे, त्याचं काय करायचं? त्यापेक्षा दोन्ही कर्मांची फळं तूच भोग; तूच ती निर्माण केली आहेस, ती तुलाच भोगली पाहिजेत. मी त्यांचा कर्ता नसल्यामुळे मी ती स्वीकारू शकत नाही.'

तर्कदृष्ट्याही ही ईश्वराची भूमिका योग्यच वाटते. म्हणजे ईश्वर चांगली कर्मंही स्वीकारत नाही आणि वाईट कर्मंही स्वीकारत नाही. चांगल्या-वाईट कर्मांचे प्रभाव मनुष्यानंच भोगायचे असतात. त्यातून त्याची सुटका होऊ शकत नाही.

आता राहिला निष्काम कर्मांचा प्रश्न. आसक्ती, वासना, अहंकार आणि स्वकर्तृत्वभाव सोडून एखाद्या तपस्वी व्यक्तीने ईश्वराला अभिप्रेत आणि आवडणारी कर्मं केली, तर त्या कर्मांच्या फळांचं काय करायचं? कारण मनुष्याला त्या श्रेष्ठ कर्मांचं फळ नको असतं आणि या श्लोकाच्या सिद्धान्तानुसार ईश्वरही कुणाची कर्मं स्वीकारत नाही. मग अशा उभयपक्षी निरपेक्ष कर्मांचं करायचं तरी काय? कर्म म्हटलं की त्याचं फळ आलंच - चांगलं किंवा वाईट, हा गीतेचा सिद्धान्तच आहे; पण इथे निष्काम कर्मं करणाऱ्यालाही त्या कर्मांचं फळ नको असतं आणि ईश्वर तर मनुष्याची कर्मं स्वीकारतच नाही. अशा वेळी कर्मप्रभावाचं फळ हे अधांतरी तरी राहतं किंवा त्या मनुष्याच्या पूर्वकर्मांचा ताळा शून्यावर तरी आणतं अथवा त्याचं ऋण ईश्वराकडे तरी

पाठवलं जातं. मात्र, पण अशा निष्काम कर्मांचंही ऋण ईश्वर स्वत:कडे ठेवत नाही; त्या मनुष्याकडेच परत पाठवून देतो. म्हणजेच त्या श्रेष्ठ मनुष्याचा योगक्षेम स्वत: ईश्वर चालवतो. हा विषय पुढे अधिक विस्तृतपणे येणारच आहे.

निष्काम कर्मं वगळता चांगल्या-वाईट कर्मांची मनुष्याच्याच कर्मखात्यात नोंद होत असते. चांगली कर्मं करणं आणि कर्मांचं सुखकारक फळ मिळणं यांमध्ये किती कालावधी लागेल हे मात्र सांगता येत नसतं. तोपर्यंत सबुरी ठेवणंच महत्त्वाचं असतं. कारण आपलं कर्मखातं चांगल्या-वाईट कर्मांनी अगदी रंगलेलं असतं. त्याचं बॅलन्सशिट हे काही व्यावहारिक जगताप्रमाणे ३१ मार्चपर्यंत तयार होत नसतं. ते केव्हा तयार होईल, याचं गणितही मनुष्याच्या हातात नसतं. कारण त्यात अनेक जन्मांच्या एन्ट्रीज् असतात. त्या त्या कर्मांचे प्रभाव मनुष्यानंच भोगायचे असतात. तिथे ८०जी काम करत नाही आणि ईश्वरही त्यात हस्तक्षेप करत नाही.

म्हणूनच भगवान या श्लोकात म्हणतात, मी कुणाचं पापही घेत नाही आणि पुण्यही घेत नाही. परंतु, मी अकर्ता आहे, असं समजून जो ज्ञानी पुरुष लोकसंग्रहार्थ कर्मं करतो, त्याच्या कर्मांचं फळ भगवंत स्वीकारतो. ते त्याच्यावर ऋण होतं. पण या गोष्टींचा उलगडा सामान्य माणसाला होत नाही. डोक्यावरून पांघरूण घेऊन झोपलेल्या व्यक्तीला उजाडलेलं समजत नाही; म्हणून काय उजाडायचं राहतं थोडंच? अज्ञानाची झापड लावूनच माणूस या जगात आल्यामुळे त्याला परमेश्वराचं अस्तित्व जाणवत नाही; त्याचे कायदे उमजत नाहीत. आपल्या कर्मांचा भोक्ता परमेश्वर नाही, हेही समजत नाही. प्रकृतीचं रहाटगाडगं असंच सतत चालूच असल्यामुळे प्राणिमात्राला आपापल्या कर्माप्रमाणे सुखदु:खं भोगावी लागतात; अन्य मार्ग नाही!

यालाच सृष्टीचे नियम, प्रकृती किंवा संसार म्हटलं जातं. स्वयंचलित यंत्रामध्ये एकदा कच्चा माल टाकला की दुसरीकडून तयार माल बाहेर पडतो. ही क्रिया सुव्यवस्थित रीतीने चालू असताना यंत्रावरचा चालक त्या यंत्राच्या क्रियेत हस्तक्षेप करत नाही. त्याप्रमाणे सृष्टीचं हे चक्र भगवंतांनी सुरू केल्यानंतर भगवंत त्यात स्वत: हस्तक्षेप करत नाही.

प्रकृती, पुरुष, कर्म आणि फळ असं हे विश्वाचं चक्र चालूच असतं. अज्ञानामुळे आपण त्याच कर्मचक्रात फिरत राहतो. सृष्टीचं गूढ उकलत नाही. आपल्या कर्मांचा कर्ता आणि भोक्ता ईश्वरच आहे, असं आपण समजतो. पण ईश्वर केवळ साक्षीभूत असतो. आपल्या बऱ्यावाईट कर्मांचे आपणच भोक्ते असतो.

*ज्ञानेन तु तदज्ञाने येषां नाशितमात्मनः ।*
*तेषामादित्यवज्ज्ञाने प्रकाशयति तत्परम् ॥५.१६॥*
*तद्बुद्धयस्तदात्मानस्तन्निष्ठास्तत्परायणाः ।*
*गच्छन्त्यपुनरावृत्तिं ज्ञाननिर्धूतकल्मषाः ॥५.१७॥*

परंतु यथार्थ ज्ञानाने ज्यांचं स्वतःचं अज्ञान नाहीसं होतं, त्यांना त्यांचं ते उत्कृष्ट, सूर्यासारखं प्रकाशमय ज्ञान परमतत्त्वाचं दर्शन करवून देतं आणि या परमतत्त्वातच ज्यांची बुद्धी, अंतःकरण रमलं आणि जे परमतत्त्वनिष्ठ आणि तत्परायण झाले, ते ज्ञानामुळे पापरहित होऊन परमगतीस प्राप्त होतात.

मनुष्याच्या जीवनात जे अनेक प्रश्न निर्माण होतात, दुःखं-संकटं येतात, ती दोन कारणांमुळे येतात. पहिलं कारण म्हणजे परलोकातील उच्च स्तरावर जाण्यासाठीचं शिक्षण वा परीक्षा आणि दुसरं महत्त्वाचं कारण म्हणजे 'कर्मबंध.' उच्च स्तरावर जाऊ इच्छिणारा जीव तत्त्वज्ञानाच्या संदर्भात अज्ञानी आणि लेचापेचा किंवा दुबळा असून चालत नाही. तो समर्थ आणि पराकोटीचा ईशनिष्ठ बनावा म्हणूनच पृथ्वीवरच्या या संसाररूपी 'परीक्षा-हॉल'मध्ये त्याला पाठवलं जातं आणि कठीण परीक्षा द्यायला भाग पाडलं जातं!

कर्मबंधातून जीव पुन्हा पुन्हा जन्म घेत राहतो. जीवनात पूर्वी किंवा पूर्वजन्मी केलेली चांगली-वाईट कर्मं ही फेडावीच लागतात. हा 'कर्मबंध' तीन प्रकारांनी होतो आणि तो फेडावाच लागतो. मागे हा विषय आला आहे; पुन्हा थोडं विवेचन करू.

तीन कारणांमुळे मनुष्याला कर्मबंध होतो. ती कारणं म्हणजे

१.संचित २. प्रारब्ध ३. क्रियमाण.

अर्धजाणीवयुक्त मनाला चिकटून आलेला कर्मबंध म्हणजे 'संचित'. ते कधी, कुठे फेडावं लागेल, याचा काही नेम नसतो.

'प्रारब्ध' हे बंदुकीतून सुटलेल्या गोळीप्रमाणे असतं. कोणत्याही उपायांनी बंदुकीतून सुटलेली गोळी थांबवता येत नाही. ती आपला प्रभाव दाखवणारच असते. तो प्रभाव म्हणजेच 'प्रारब्ध.'

क्रियमाण हे तात्कालिक असतं. हातून एखादी कृती झाली आणि तिचं त्वरित फळ मिळालं तर ते 'क्रियमाण' होतं.

प्रारब्ध वगळता या कर्मबंधांतून सुटण्यासाठी भगवंतानंच माणसाला एक मार्ग उपलब्ध करून दिला आहे. तोच मार्ग भगवान या श्लोकांमध्ये प्रकाशित करतात. तो मार्ग म्हणजे अज्ञानाचा नाश! अज्ञान जेव्हा या आत्मज्ञानाने नष्ट होतं, तेव्हा परमतत्त्वाचं सूर्यप्रकाशाप्रमाणे स्पष्ट दर्शन होतं; आणि मनुष्य परमगतीस प्राप्त होतो, अशी भगवान स्वतः ग्वाही देतात. परमेश्वराला अनुभवावंच लागतं; पण या ज्ञानमार्गावर दृढतेने प्रवासाचा प्रारंभ झाल्यानंतर तो द्वैतस्वरूपात दर्शन नाही का देऊ शकणार?

आज हे खरं ज्ञानच धूसर, अबोध बनल्यामुळे पृथ्वीवरच्या मायावी असत् सुखात मनुष्य पुरता गुरफटून गेला आहे. भौतिकवाद्यांनी इथली सात्त्विक जीवनपद्धती आणि पृथ्वीवरचं दैवी सौंदर्य नष्ट करण्याचाच जणू चंग बांधला आहे. तारकांनी भरलेलं निर्मळ आकाश बघण्यासाठी किंवा सुंदर चांदण्यात न्हाऊन निघण्यासाठी सात्त्विक वृत्तीच्या लोकांना दुर्गम ठिकाणी जावं लागतं.

या पार्श्वभूमीवर परमेश्वराचा प्रांत आत्यंतिक सुंदर आहे. सप्तलोकातील वरचे लोकसुद्धा इतके सुंदर आहेत की, त्याचा अनुभव घेतल्यानंतर पृथ्वी आणि पृथ्वीवरची भौतिक सुखं तुच्छ वाटू लागतात, असं अनुभवींचं मत आहे. मग प्रत्यक्ष परमतत्त्वाची अनुभूती किती दिव्य असेल!

परमात्म्याचं ज्ञान होताच अज्ञानरूपी अहंकार नाहीसा होतो. परमेश्वराचं सर्वव्यापित्व ध्यानात येतं, परंतु त्यासाठी परमेश्वराविषयी आत्यंतिक प्रेम वाटायला हवं. मूल हरवल्यावर मातेला आपल्या मुलाला भेटण्याची जेवढी ओढ लागते, तशी ओढ हजार पटींनी वाढवली तर परमात्म्याचं तत्त्वतः in principle दर्शन होऊ शकतं. सूर्य ढगाआड गेला की सूर्य छोटा वाटतो आणि ढग मोठे म्हणजे सूर्यापेक्षा विशाल वाटतात! ज्ञान हे असं सापेक्ष ज्ञान असतं. आजचं सर्व भौतिक ज्ञान हे अशाच सापेक्ष माहितीवर information आधारित आहे. त्यामुळे सत्स्वरूप समजू शकत नाही. चार इंची कापडाच्या पट्टीने आपणच आपले डोळे झाकले की समोरची विशाल सृष्टी दिसेनाशी होते. याचा अर्थ प्रत्यक्षात सृष्टी झाकली जात नाही; तर आपले नेत्र झाकले गेलेले असतात. अंधकार कधी सूर्याला झाकू शकत नाही, तसंच अज्ञान

कधीही ज्ञानाला झाकू शकत नाही. म्हणजेच ज्ञानस्वरूप आत्मतत्त्व अज्ञानात राहून दिसणं, समजणं मुळीच शक्य नाही. त्यासाठी आपणच आपल्या डोळ्यांवर चढवलेली चार इंची भ्रामक पट्टी दूर केली पाहिजे.

म्हणून सर्वव्यापक परमेश्वराची आपल्याला अनुभूती मिळत नसेल तर तो दोष आपला आहे; परमेश्वराचा नाही! अज्ञानाने जीवाला ग्रासलं आहे, सृष्टीचा आभास होण्यासाठी ते अज्ञान मुद्दामच जीवामध्ये ठेवलं आहे; ही गोष्टही तितकीच खरी आहे. अन्यथा सृष्टीचा व्यापार संभवणारच नाही. म्हणून आपले डोळे बांधूनच आपल्याला या लोकी पाठवलं आहे. आत्मतत्त्व मात्र स्वयंभू आणि स्वयंज्ञानस्वरूप आहे.

अज्ञान म्हणजे ज्ञानाचा अभाव नसून ती एक विस्मृती असते. काही काळ होणारा तो भ्रम असतो. झोपेतही सर्व इंद्रियांना प्रत्यक्ष अनुभव मिळत असतातच की! पण जागृती आल्यावर ते अनुभव म्हणजे 'भ्रम' होता हे उमजतं. हा भ्रमच किंवा मोहच मूळ ज्ञानापर्यंत पोहोचण्यासाठी जीवभावाला प्रतिबंध करतो. म्हणून 'जीवभाव' हेच मोठं अज्ञान असतं. सर्व उपाधी आणि अस्मिता यांसह असणाऱ्या जीवाला म्हणजे hardware ला 'ज्ञान' म्हणजे Software चिकटून बसलेलं असतं. म्हणजे जीवभाव नष्ट झाल्यावर उरतं ते फक्त ज्ञान ही गोष्ट तर्कसंगत आहे. 'स्व'नंच 'स्व'ला जाणण्याचा हा प्रकार असतो. इतकंच नव्हे तर हेच 'स्व' सर्व जीवांसह चराचराला व्यापून राहिल्याचंही ज्ञान होतं. त्यालाच 'संविद्' अवस्थेची अभेद स्थिती म्हणतात.

अशा ज्ञानी व्यक्तीला म्हणजे योग्याला दुसऱ्या कुणाचं आश्रित होण्याची गरजच उरलेली नसते. 'तद्‌बुद्धी, 'तदात्मा', 'तन्निष्ठ', आणि 'तत्परायण' झालेले हे योगी आत्मस्वरूपाच्या या ज्ञानाने निष्पाप होऊन कर्मबंधन आणि त्याची फळं यांतून सुटतात आणि पुन्हा पुन्हा प्राप्त होणाऱ्या जन्म-मरणाच्या फेऱ्यातून मुक्त होतात. बुद्धी त्याची, तादात्म्य त्याच्याशीच, निष्ठा त्याच्यावरच आणि कर्तृत्वही त्याचंच! ज्याला हे सत्य समजून घ्यायचं आहे, त्याच्यासाठीच भगवान गीतेतून मार्गदर्शन करतात.

संसारात राहूनही हे ज्ञान मिळवता येऊ शकतं. ज्ञान झाल्यानंतर व्यक्ती या सृष्टीत राहूनही आणि कर्म करूनही सदा आनंदी राहू शकते; पण इथे एक अडचण असते. ती म्हणजे भौतिक गोष्टींविषयी आसक्ती आणि परमात्म्याविषयी अनासक्ती! अज्ञानी मनुष्याला परमेश्वर किंवा देव नको असतो. तो केवळ आपल्या भोगेच्छा पूर्ण करण्यासाठीच हवा असतो.

परमेश्वराविषयी अनासक्ती असणं हे या आत्मज्ञानामधलं आणि दैवी आनंद अनुभवण्यामधलं सर्वात मोठं विघ्न असतं. परमेश्वराविषयी प्रथम आसक्ती वाटली पाहिजे. त्यासाठी त्याच्याप्रति आत्यंतिक प्रेमाची ओढ निर्माण झाली पाहिजे, तरच

ज्ञानात सुलभता येऊ शकेल. शास्त्र समजून घेतल्याशिवाय आणि ज्ञानवृद्धांचा सहवास केल्याशिवाय धर्म आणि अर्थ या दोन पुरुषार्थांचं ज्ञान बृहस्पतीसारख्या बुद्धिमान पुरुषांनाही शक्य नसतं, असंही म्हटलं जातं. असं हे ज्ञान प्राप्त झाल्यावर मात्र योग्याची बुद्धी परमार्थ तत्त्वामध्ये रंगून जाते. त्याचं अंत:करण तिथेच रमतं. त्याचं पाप ज्ञानाने धुवून निघतं. मग तो खऱ्या अर्थाने विकसित होतो. असा जीव पुन्हा जन्म पावत नाही. तो निरंतरच्या आनंदावस्थेला प्राप्त होतो.

ज्ञानासारखं या जगात दुसरं काहीही पवित्र नाही. माणूस जसजसा नित्य शास्त्रांचं अवलोकन आणि अध्ययन करत जाईल, तसतशी त्याला ज्ञानप्राप्ती होत जाईल. ज्ञानप्राप्ती होताच माणसाचं संपूर्ण पाप धुतलं जातं. असा पुरुष पुन्हा जन्माला येत नाही. परमेश्वराविषयी आत्यंतिक प्रेम वाटणं आणि त्याच्याविषयी आसक्ती जडणं ही गोष्ट मात्र प्रथम महत्त्वाची आहे!

*विद्याविनयसम्पन्ने ब्राह्मणे गवि हस्तिनि ।*
*शुनि चैव श्वपाके च पण्डिताः समदर्शिनः ॥५.१८॥*
*इहैव तैर्जितः सर्गो येषां साम्ये स्थितं मनः ।*
*निर्दोषं हि समं ब्रह्म तस्माद्ब्रह्मणि ते स्थिताः ॥५.१९॥*

विद्याविनयसंपन्न ब्राह्मण, गाय, हत्ती, तसंच कुत्रा आणि चांडाळ या सर्वांच्या ठिकाणी ज्ञानी पुरुषाची समदृष्टी असते. म्हणजे त्याच्या वृत्तीत कोणताही भेदभाव नसतो. याप्रमाणे साम्यावस्थेमध्ये ज्याचं मन स्थिर झालं ते या लोकीच मृत्युलोक जिंकतात. कारण ब्रह्म हे सम म्हणजे एकरूप, निष्कलंक आणि पवित्र आहे. म्हणून हे पुरुष साम्यरूप ब्रह्मामध्येच नेहमी स्थित असतात. म्हणजे इथल्या इथेच ब्रह्मभूत झालेले असतात.... प्रिय वस्तू प्राप्त झाली असता त्याबद्दल सुख मानत नाहीत आणि अप्रिय वस्तूची प्राप्ती झाली असता दुःख मानत नाहीत, याप्रमाणे ज्याची बुद्धी स्थिर झाली आणि ज्याचा मोह नाश पावला तोच ब्रह्मवेत्ता ब्रह्माच्या ठिकाणी स्थिर झाला असं समजावं. बाह्य विषयांच्या ठिकाणी ज्याला आसक्ती नाही, असा पुरुष आत्मस्वरूपाच्या ध्यानामध्येच सुख अनुभवतो. समत्वयोगाने म्हणजेच ब्रह्माशी एकरूप झालेल्या या पुरुषाला अक्षय सुखाचा अनुभव मिळतो.

ज्याचं अज्ञान नष्ट झालं त्या कर्मयोग्याच्या जीवनमुक्त अवस्थेचं वर्णन भगवान करतात. जो खरा ज्ञानसंपन्न होतो, तो साऱ्यांकडे समदृष्टीनेच पाहतो, भेदरूपाने प्रत्येक प्राण्याकडे न बघता तो त्यांच्यातलं आत्मरूप एकत्वाने बघत असतो. शूटिंग करण्याचा कॅमेरा प्रत्येकाचं वेगवेगळ्या भूमिकेतून चित्रण करत नाही. सुष्ट माणसाचं चित्रण जसं तो स्पष्टपणाने करतो, तसंच दुष्ट माणसाचंही करतो. म्हणजेच त्याच्या दृष्टीत भेदभाव नसतो. कॅमेऱ्याला स्वतःची अशी दृष्टी नसते पण ज्ञानी माणसाला तशी समदृष्टी ज्ञानोत्तर प्राप्त झालेली असते.

आत्मस्वरूपी परमेश्वर हा सर्व प्राणिमात्रांमध्ये स्थित असतो, पण तो अकर्ता

असतो. सृष्टीचा हा सारा पसारा प्रकृतीच्या खेळामधून निर्माण होत असतो. हे जो ओळखतो तो ब्रह्मरूप होतो. ब्रह्मज्ञान झाल्यावर ही अवस्था जिवंतपणीच प्राप्त होत असते. त्यामुळे त्यालाच जीवन्मुक्तावस्था असं म्हणतात.

विजितात्मा आणि विशुद्धात्मा कसा असावा, ते या श्लोकांमधून सांगितलं आहे. ज्ञानामुळे ज्याचं पाप धुतलं गेलं आहे, संशय नाहीसा झाला आहे, अशा पुरुषांच्या सान्निध्यात येणाऱ्यांची पापंही धुतली जातात. ज्ञानी पुरुष स्वतः शुद्ध असून दुसऱ्यालाही शुद्ध करतो. 'अहं ब्रह्मास्मि' म्हणजे मी स्वतःच ब्रह्म आहे, हा शोध ज्याला लागतो, तो नित्य ब्रह्मभूत होऊन ब्रह्मातच लय पावतो. हा पुरुष ब्रह्मरूपच असल्यामुळे त्याला सारं जग ब्रह्मस्वरूपच दिसत असतं. मोक्षप्राप्तीकरता त्याला अन्य कुठे जाण्याची आवश्यकताच भासत नाही. मृत्युलोकातच हा ब्रह्मज्ञानी पुरुष ब्रह्म अनुभवतो. 'बृहदारण्यका'त महर्षी याज्ञवल्क्यांनी जनकराजाला अशाच तऱ्हेचा उपदेश केला आहे. स्वतः जनकराजाने संसारात राहून त्या स्थितीचा अनुभव घेतलेला होता.

साम्यबुद्धीच्या व्यक्ती जितेंद्रिय असतात. प्रिय वस्तू प्राप्त झाल्यावर सुख वाटणं आणि अप्रिय गोष्ट वाट्याला आली तर दुःख वाटणं हे इंद्रियजन्य विषय आहेत. समत्वदृष्टी लाभलेला ज्ञानी पुरुष हा जितेंद्रिय असतो. त्याची इंद्रियं विषयांकडे आकृष्ट होत नाहीत. विषय जवळ आले तरी तो चलित होत नाही. विषय म्हणजे भोग्य वस्तू, गोष्टी किंवा मनोभाव. एखादा दरिद्री माणूस अवचित धनलाभाने सुखावून जातो, पण कष्ट करूनही पैसा मिळाला नाही, तर तो दुःखी होतो. काही जण म्हणतात, मी मुळीच भ्रष्टाचार करत नाही, पण गंमत अशी असते की, भ्रष्टाचार करण्याची त्यांना एकही संधी मिळालेली नसते! संधी मिळत नाही म्हणून एखादा माणूस दुष्कृत्य करत नाही. भ्रष्टाचार करण्याची संधी मिळत असूनही जो त्या संधीचा लाभ उठवत नाही, तो खरा अयाचक!

> अशाच एका साधूने राजाला संन्यस्त जीवनाची महती कथन केली. राजा हुशार होता. त्याने त्या साधूला दक्षिणा म्हणून एक गाय दान दिली. रोज आपल्याला गायीचं दूध पिता येईल असं वाटून साधूने गायीचा स्वीकार केला. हळूहळू गायीसाठी गोठा आला. चारापाण्यासाठी कष्ट करणं आलं, पैसे मिळवणं आलं. मग व्याप सांभाळण्यासाठी सहचारिणीची गरज भासू लागली आणि साधू पक्का गृहस्थी बनला!

म्हणजे वस्तू मिळाल्यामुळे वृत्तीत फरक पडतो. त्याचप्रमाणे वस्तू न मिळाल्यास अगतिकताही येऊ शकते. ज्याचं मन बाह्य पदार्थांच्या भोगामध्ये रमत नाही, त्यालाच आत्मज्ञानाचं सुख प्राप्त होतं. ब्रह्मानंदी जो तल्लीन होतो, त्याला अक्षय सुखाचा अनुभव मिळतो. जो योगयुक्त, विशुद्धात्मा, विजितात्मा आणि जितेंद्रिय असतो,

तोच सुखी होतो. याचा अर्थ तो मूर्ख बनून राहतो असं नव्हे. दैनंदिन प्राप्त कर्मं तो दक्षतेनंच करत असतो. जीवनातले सर्व व्यवहारही करतो. फक्त त्याच्या बुद्धीवर ज्ञानाचा अंकुश असतो. सुखदुःखांचा त्याग न करता तो सारं काही समबुद्धीने सहन करतो. हेच युक्तपणाचं खरं लक्षण आहे. सुख हे कालसापेक्ष आणि व्यक्तीसापेक्ष असतं. तीन मुलींच्या पाठीवर एखाद्याला मुलगा झाला तर तो आनंदित होतो, पण दुसऱ्याला तिन्ही मुलींपाठोपाठ मुलगीच झाली तर तो दुःखी होतो. म्हणजे जन्म होणं ही सुखकारक गोष्टदेखील एखाद्याला सुखी करते तर एखाद्याला दुःखी करते. म्हणजे निर्भेळ सुख माणूस कधीच अनुभवत नाही. ज्याची दृष्टी अशी सम झाली, तो मात्र अक्षय सुखास पात्र होतो.

ज्ञानमय नाही तरी ही समदृष्टी आज काही प्रमाणात सामाजिक जीवनात आणणं अतिशय आवश्यक बनलं आहे. आज जे अनेक प्रश्न निर्माण झाले आहेत, त्याला माणसामाणसांमधील भेदभाव प्रामुख्याने कारणीभूत आहेत. जातपात, धर्म, पंथ, राजकीय पक्ष, राष्ट्रीयता यांवरून पराकोटीचे भेद पडले आहेत – पाडले गेलं आहेत. आपला जन्मजात धर्म कोणताही असला तरी आपण प्रथम दैवी spiritual आहोत हे विसरता कामा नये. आपण कोणतीही विचारधारा घेऊन जन्माला येत नाही, तर दिव्यता घेऊन जन्माला येतो. तीच दिव्यता म्हणजे दैवीभाव मनुष्यजीवन सुखी बनवू शकतो.

म्हणूनच आज जगातले, भिन्न राष्ट्रीयता आणि भिन्न धर्मांचे सजग विचारी लोक spirituality कडे वळले आहेत आणि ते सुंदर-सुखी जीवन अनुभवत आहेत. सृष्टीत भिन्नता असणारच आहे. पण आज गरज आहे ती अशा unity in diversity ची. भेद पाडणाऱ्या प्रवृत्तींमागे किती जायचं हे विचारपूर्वक ठरवण्याची वेळ आली आहे. पांडुरंगशास्त्री म्हणत, *रक्तगट जरी भिन्न असला तरी आपलं रक्त बनवणारा एक आहे. त्यामुळे आपण हे brotherhood under the fatherhood of God, जपलं पाहिजे.* हे एकत्वाचं जे विस्मरण कालपरत्वे झालं आहे, ते दूर केलं पाहिजे. भेदभाव आणि द्वेषभावना जपून समाज सुखी होऊ शकत नाही हे वास्तव आहे.

ज्ञानप्राप्ती होताच मनुष्याला प्राण्यांसहित सर्व सृष्टी ब्रह्मरूप दिसायला लागते. एक प्रकारची समदृष्टी प्राप्त होते. 'अहं ब्रह्मास्मि' ही दृष्टी आली की स्थलकृत आणि कालकृत तसंच जीवभूत भेद शिल्लक राहत नाही. अद्वैत आणि श्रेष्ठ अशा ब्रह्मानुभवात ज्ञानी मनुष्य तल्लीन होऊन जातो. सुख वस्तूत, स्थितीत आणि कालातही नसतं, हे ज्याला उमजलं, तो ब्रह्माशी समरस होतो आणि अक्षय सुखाचा अनुभव घेतो.

*न प्रहृष्येत्प्रियं प्राप्य नोद्विजेत्प्राप्य चाप्रियम् ।*
*स्थिरबुद्धिरसम्मूढो ब्रह्मविद् ब्रह्मणि स्थितः ॥५.२०॥*
*बाह्यस्पर्शेष्वसक्तात्मा विन्दत्यात्मनि यत्सुखम् ।*
*स ब्रह्मयोगयुक्तात्मा सुखमक्षयमश्नुते ॥५.२१॥*

प्रिय वस्तू प्राप्त झाली असता त्याबद्दल सुख मानत नाही आणि अप्रिय वस्तूची प्राप्ती झाली असता दु:ख मानत नाही, याप्रमाणे ज्याची बुद्धी स्थिर झाली आणि ज्याचा मोह नाश पावला, तोच ब्रह्मवेत्ता ब्रह्माच्या ठिकाणी स्थिर झाला असं समजावं. बाह्य विषयांच्या ठिकाणी ज्याला आसक्ती नाही असा पुरुष आत्मस्वरूपाच्या ध्यानामध्येच सुख अनुभवतो. समत्वयोगाने म्हणजेच ब्रह्माशी एकरूप झालेल्या या पुरुषाला अक्षय सुखाचा अनुभव मिळतो.

साम्यबुद्धीचे पुरुष जितेंद्रिय असतात. प्रिय वस्तू प्राप्त झाल्यावर सुख वाटणं आणि अप्रिय गोष्ट वाट्याला आली तर दु:ख वाटणं हे इंद्रियजन्य विषय आहेत. म्हणजे ते सुख-दु:खरूपी भाव मनादी इंद्रियांना जाणवत असतात. जीवाच्या जाणिवेवर इंद्रियांचं वर्चस्व असतं. योगी हे इंद्रियांचं वर्चस्व समर्थपणे दूर करतो.

शरीरसंबंधातून होणारी कामतृप्ती ही भौतिक सृष्टीतल्या सुखाची परमावधी असते, परंतु ईश्वरी प्रांतातल्या आनंदावस्थेपुढे हे भौतिक विश्वातील परमसुख अतिशय क्षुल्लक असतं. ईश्वरी प्रांतातल्या त्या आनंदाची अनुभूती मिळत असताना भौतिक सृष्टीतील वासनात्मक सुखात योगी रमूच शकत नाही.

भगवान श्रीकृष्ण हा पुरुषोत्तम अवतार आहे. त्याच्या गुणसंकीर्तनात आणि त्याच्या दैवी भावातच नित्य मग्न राहिलं तर भौतिक सृष्टीतील कामवासनेच्या मायावी जालात योगी अडकू शकत नाही. शरीरसंबंधातील वासना या केवळ दोन शरीरांचा संयोग आणि त्यातून जीवाला मिळणारी तृप्ती एवढ्यापुरती मर्यादित असते, परंतु वासनेतून मिळणारी तृप्ती ही फार काळ टिकू शकत नाही. ज्याप्रमाणे जीवाला पुन:

पुन्हा अन्नाची गरज लागते, त्याप्रमाणे ही कामतृप्ती मिळवण्याचीसुद्धा मनुष्याला पुन:पुन्हा गरज लागत असते. एखाद्या गोष्टीची पुन्हा पुन्हा गरज लागणं हेच अपूर्णतेचं लक्षण असतं. कितीही उपाय केले तरी अपूर्णाकडून पूर्णत्व कधीच मिळू शकत नाही.

याउलट जे पूर्ण आहे त्याच्याशी नित्य अनुसंधान राहिलं तर अपूर्ण सृष्टीतील अपूर्ण अशा सुखांकडे मन खेचलंच जात नाही. ही अवस्था संयमातून प्राप्त झालेली असतेच; पण त्याहीपेक्षा ती परमेश्वराच्या सामीप्याच्या आणि सान्निध्याच्या जाणिवेतून प्राप्त झालेली असते. उदाहरणार्थ,

> चार कॉलेजचे मित्र रस्त्याने जात असताना एखादी सुंदर कन्या त्यांना दिसली तर त्या तरुणांचं मन मोहित होतं. त्या सुंदरीविषयी आपापसात बोललंही जातं. कदाचित चेष्टामस्करीही केली जाते. त्या वयात घडणाऱ्या या स्वाभाविक प्रतिक्रिया असतात.
>
> मात्र त्या तरुणांबरोबर एखादी ज्येष्ठ व्यक्ती असेल, गुरू असेल किंवा मान्यवर व्यक्ती असेल तर त्या सौंदर्यवतीला पाहूनही अशा प्रतिक्रिया बाह्यत: उमटत नाहीत. कारण आपल्याबरोबर गुरू आहे, ज्येष्ठ व्यक्ती आहे याचं भान त्या तरुणांना असतं. तरुणीला पाहून आपण चुकीचं वागलो-बोललो किंवा शेरा मारला, तर ती गोष्ट बरोबरच्या ज्येष्ठांना आवडणार नाही, या विचाराने ते तरुण असं कोणतंही अनुचित कृत्य करत नाहीत किंवा मनात उद्भवलेल्या भावना प्रदर्शित करत नाहीत. वरपांगी ते तरुण जरी शांत राहिले तरी त्या सौंदर्यवतीला पाहून त्यांच्या मनात मात्र कल्लोळ माजलेलाच असतो.

त्याचप्रमाणे आराध्य देव माझ्या बरोबर आहे, ही जाणीव जर नित्य असेल तर भोगविषयांकडे मन आकृष्टच होत नाही. अशा तरुणीचं सौंदर्य पाहूनही मग मनात विकार उत्पन्न होत नाहीत. सुंदर स्त्री पाहून शिवाजी महाराज म्हणाले होते, *अशीच आमुची आई असती तर आम्हीही सुंदर झालो असतो!* म्हणजे सुंदर स्त्रीकडे मातेसमान पाहण्याची त्यांची दृष्टी होती. हे योग्याचंच लक्षण असतं.

सौंदर्यवती पाहून तरुणांच्या मनात कल्लोळ उडाला असला तरी गुरू बरोबर असल्याच्या जाणिवेमुळे त्यांच्याकडून संयमाचं दर्शन घडतं, परंतु योग्याला नित्य ब्रह्मानुभूती मिळत असल्यामुळे सुंदर स्त्री किंवा कोणतेही भोगविषय पाहून त्याच्या मनात कल्लोळ माजत नाही. भोगवादी विचारांचे दूषित तरंग त्याच्या मनाला प्रभावित करत नाहीत. चिरंतन मिळणाऱ्या आनंदापासून ढळून तो भौतिक सृष्टीतल्या अपूर्ण सुखाकडे कशासाठी वळेल? अपूर्ण गोष्टींविषयी त्याच्या मनात आसक्ती आणि वासनाच उरलेली नसते.

हे साध्य होण्यासाठी इंद्रियाच्या भोगविषयांना दूर करता आलं पाहिजे. म्हणजे वस्तू वा गोष्टींना नव्हे; तर इंद्रियांना स्वाभाविकत: भोग्य विषयांकडे खेचणाऱ्या वासनांवर विजय मिळवता आला पाहिजे. योग्याने हा विजय मिळवलेला असतो. पण आज असं जीवन जगू इच्छिणाऱ्यांनाच मूर्ख ठरवलं जातं. *हाय कम्बख्त, तू ने पी ही नहीं!* अशी त्यांची भलावणही केली जाते. म्हणजे दारू प्यायलं की जीवन कृतार्थ झालं, अशा एन्जॉयमेन्टच्या चुकीच्या कल्पना प्रस्थापित केल्या गेल्या आहेत; आणि जो ते करत नाही त्याला वेडं ठरवलं गेलं आहे. तो योगीही मग अशा उथळ मानसिकतेच्या व्यक्तीला म्हणू शकतो, 'हाय कमबख्त, तू ने अपरोक्षानुभूती ली ही नही! पण असा योगी कुणाला शिकवायच्या भानगडीत पडत नाही. कारण जे दिसतं त्यातल्या भोगांमध्येच सामान्य मनुष्य अडकून पडतो हे तो जाणून असतो आणि ती गोष्ट स्वाभाविकच असते. अनुभूतीच्या प्रांतात श्रेष्ठ योगीच प्रवेश करू शकतात. त्यासाठी इंद्रियजय मिळवावा लागतो. साधनेने समदृष्टी आणावी लागते.

समत्वदृष्टी लाभलेल्या अशा ज्ञानी पुरुषालाच जितेंद्रिय म्हटलं जातं. कारण अशा योग्याची इंद्रियं विषयांकडे आकृष्ट होत नाहीत. विषय-वासना त्याला आपल्या जाळ्यात अडकवत नाहीत. त्यामुळे विषय जवळ आले तरी तो चलित होत नाही. मनाच्या अशा विशुद्ध अवस्थेलाच 'स्थिरबुद्धी' म्हणतात.

ज्याचं मन बाह्य पदार्थांच्या भोगांमध्ये रमत नाही, त्यालाच आत्मज्ञानाचं सुख प्राप्त होतं. ब्रह्मानंदी जो तल्लीन होतो, त्याला अक्षय सुखाचा अनुभव मिळतो. जो योगयुक्त, विशुद्धात्मा, विजितात्मा आणि जितेंद्रिय असतो, तोच खरा सुखी होतो. अशा पुरुषाच्या बुद्धीवर ज्ञानाचा अंकुश असतो. सुखदु:खांचा त्याग न करता तो सारं काही समबुद्धीने सहन करतो. हेच युक्तपणाचं खरं लक्षण असतं. याप्रमाणे ज्याची दृष्टी सम झाली, तो अक्षय सुखास प्राप्त होतो.

सुख वस्तूत नसतं, स्थितीत नसतं, कालात नसतं. त्यापलीकडे असलेल्या दिव्य अवस्थेत ते असतं आणि ते चिरंतन असतं. हे ज्याला उमजलं तो ब्रह्माशी समरस होतो आणि अक्षय सुखाचा अनुभव घेतो.

*ये हि संस्पर्शजा भोगा दुःखयोनय एव ते ।*
*आद्यन्तवन्तः कौन्तेय न तेषु रमते बुधः ॥५.२२॥*
*शक्नोतीहैव यः सोढुं प्राक्शरीरविमोक्षणात् ।*
*कामक्रोधोद्भवं वेगं स युक्तः स सुखी नरः ॥५.२३॥*

विषय आणि इंद्रियं यांच्या संयोगामुळे उत्पन्न होणारे भोग हे त्यांना आदि-अंत असल्यामुळे दुःखालाच कारण होतात. म्हणूनच हे कौन्तेया, ज्ञानी पुरुष त्यांच्यामध्ये रममाण होत नाहीत. इहलोकी मरणापूर्वीच जो मनुष्य काम आणि क्रोध यांपासून उत्पन्न होणारा वेग सहन करू शकतो, तोच योगी खरा सुखी होय.

बाह्य वस्तूंच्या संयोगामुळे जे भोग मनुष्याला मिळतात त्यांना आदि आणि अंत असतो. जे उत्पन्न होतं त्यांचा विनाश हा ठरलेलाच असतो. ज्या गोष्टींना आदि-अंत असतो त्या गोष्टी असत् असतात म्हणजेच त्या अपूर्ण असतात. अपूर्णत्वाकडून मिळणारं सुखही अपूर्णच असतं. एखाद्या व्यक्तीला श्रीखंड खूप आवडत असतं, पण त्याने पोटभर श्रीखंड खाल्ल्यानंतर पुन्हा त्याला श्रीखंड दिलं तर ते त्याला नको असतं. म्हणजे श्रीखंड संपलं नाही, तरी त्यापासून मिळणारं सुख मात्र तेवढ्यापुरतं संपतं! अर्थशास्त्रात यालाच marginal utility म्हणतात. उपयुक्तता संपल्यानंतर वस्तूपासून मिळणारा आनंद संपुष्टात येतो. वस्तूचं अस्तित्व उरलेलं असूनही त्यापासून मिळणारं सुख असं अल्पकाळच टिकतं.

पैशाच्या बाबतीतही असंच असतं. एखाद्या माणसाला वाटतं, पैसा मिळाला म्हणजे मला सुख मिळेल, परंतु ज्याच्याकडे गडगंज पैसा असतो त्याला त्या पैशापासूनही सुख मिळतंच असं नाही. कारण इतर अनेक त्रास त्या व्यक्तीला सतावत असतात. म्हणजे पैसा मिळाला तरी उपभोग घेता येतातच असं नाही - कारण इंद्रियं साथ देत नाहीत! किंवा कितीही उपभोग घेतला तरी तृप्ती मिळत नाही. बरं, पैसा मिळाला तरी तो टिकेल का नाही, याचीही भीती अनेकांना असते!

मग पैसा मिळवायचाच नाही का? भोग घ्यायचेच नाहीत का? असेही प्रश्न एखादा उपस्थित करेल. भगवान धनाला किंवा उपभोगांना मुळीच विरोध करत नाहीत; फक्त वासना आणि आसक्ती यांमधलं वैय्यर्थ सांगतात. प्रत्येक व्यक्तीची सुख मिळवण्यासाठी अहोरात्र धडपड चाललेली असते. मग ती पद, पैसा, प्रतिष्ठा, अधिकार, करियर अशा कोणत्याही संदर्भातील असू शकते, पण या कोणत्याच गोष्टीतून चिरंतन असा निर्भेळ आनंद मिळू शकेलच याची शाश्वती देता येत नाही. कारण आनंद हा वस्तुनिष्ठ नसून तो आत्मनिष्ठ असतो. पुष्कळ बुद्धिमंतांना(?) वाटतं, मूर्तीत देव कसा असेल? ईश्वरी तत्त्व असेलच तर ते सर्वव्यापक आहे. त्यामुळे त्या सर्वव्यापक ईश्वराला मूर्तीत बघणं आणि त्याची पूजाअर्चना करणं मूर्खपणाचं आहे, असं त्यांना वाटतं. पण त्यामागे एक शास्त्र आहे. सुंदर मूर्ती पाहून अंतकरणातील - म्हणजे उपाधींमधील संवेदना जागृत होतात आणि त्यातून एखाद्या भक्ताला आनंद मिळतो. उत्तम संगीत ऐकलं की किंवा उत्तम चित्र पाहिलं की मनुष्याला आतून सुख वाटत असतं.

म्हणजे बाह्य कारणांमुळे मनाला संवेदना होऊन अंतर्यामी असलेले आनंदस्रोत जागृत होतात आणि त्यातून सकारात्मक भाव जागृत होऊन व्यक्तीला सुखाची अनुभूती मिळते. केवळ बाह्य वस्तूत सुख असतं तर आवडीच्या पदार्थाने पोट भरल्यानंतरही सुख दिलं असतं, पण आवडीचा पदार्थ खाताना अंत:स्थ स्रोत जागृत होऊन त्यातून व्यक्तीला सुख मिळत असतं. म्हणजेच आनंदनिर्मितीचं केंद्र हे अंत:स्थ आहे, बाहेर नाही; हे सिद्ध होतं. बाह्य घटक केवळ कारण ठरत असतात. म्हणजेच आनंद हा आत्मनिष्ठ असून बाह्य पदार्थांच्या संयोगातून तो आनंदसागर केवळ तात्पुरता उद्दीपित होत असतो. मग या आनंदसागराची अनुभूती निरंतर मिळत राहिली तर मग बाह्य कारणाची आवश्यकताच उरत नाही. म्हणजेच एखाद्या व्यक्तीची समज जसजशी प्रगल्भ होत जाईल, तसतसं त्या व्यक्तीला जीवभावाशी संलग्न असलेल्या आत्मभावाची जाणीव होत जाईल. त्यातूनच मनाची बाह्य जाणीव, स्वप्नस्थ जाणीव आणि नेणीव हे प्रांत समजू लागतील.

स्वप्नाच्या प्रांतात भुवर्लोकातील प्रतिकृती असतात. त्या प्रतिमाच भोगविषय होऊन तिथल्या जीवनात सुखदु:खरूपी संवेदना प्रसवतात.

नेणिवेचा प्रांत हा बुद्धिगम्य असतो. त्याचा बंध सूक्ष्मतर स्वर्लोकाशी असतो. विज्ञानमय कोषाच्या आधाराने सूक्ष्मतर स्वर्लोकाची जाणीव जीवाला होते. म्हणजे त्या त्या स्तरावरच्या ज्या सुखद अनुभूती जीवाला होतात, त्या शरीरांतर्गत कोषांशी संबंधित असलेल्या इंद्रियांनाच होत असतात. म्हणजेच इंद्रियं ही विषयांचा

pleasures अनुभव देणारी ज्ञानकेंद्रंच असतात. सृष्टिप्रभावाने निर्माण झालेली आणि बाह्य तसंच सूक्ष्म विषयांचा अनुभव देणारी ती एक अद्‌भुत यंत्रणा आहे. ही यंत्रणा आत्मनिष्ठ आहे. दृश्यादृश्य आणि सूक्ष्म-अतिसूक्ष्म सृष्टीशी जडलेला स्थूल-सूक्ष्म इंद्रियांचा संस्पर्श त्या त्या स्तरावर जीवाला भोगांचा अनुभव देत असतो.

विषय आणि इंद्रियं यांच्या मायिक खेळाचं वर्णन भगवान केवळ एका श्लोकात सांगतात. त्याचं विश्लेषण करताना शेकडो ओळीसुद्धा कमी पडतात! याच श्लोकात भगवान सांगतात की, इंद्रियं आणि भोगांचे विषय यांच्या संस्पर्शाने उत्पन्न झालेले भोग- मग ते स्थूल असोत, मानसिक असोत वा बौद्धिक असोत- ते दु:खालाच प्रसवणारे आहेत.

इंद्रियांना विषयांचा स्पर्श झाला की मनात वासना तयार होते. ही वासना चित्तामध्ये असणाऱ्या सुप्त अशा पूर्वसंस्कारांशी निगडित असते. हीच वासना विषयस्पर्शामुळे उद्‌भवणाऱ्या संवेदनेचं प्रिय किंवा अप्रिय स्वरूप ठरवते. ती संवेदना अनुकूल वाटल्यास जीव त्याचा उपभोग घेऊ लागतो. यालाच सुखरूप भोग म्हणतात, पण ही संवेदना प्रतिकूल वाटल्यास जीव त्या संवेदनेचा त्याग अथवा प्रतिकार करू पाहतो. या प्रतिकूल संवेदनेला दु:खरूप भोग म्हणतात. भोगांच्या स्वरूपावरून जीव आकर्षण किंवा विकर्षण ठरवतो. मग तो दु:खरूप भोग दूर करू पाहतो आणि सुखरूप भोगांना कवटाळू पाहतो. जितके दु:खरूप भोग जीव दूर करू पाहतो, तितक्या त्या भोगांच्या संवेदना जीवाकडे पुन्हा पुन्हा येत राहतात. एवढंच नाही तर जाणिवेच्या सर्व स्तरावरील सुखालाही त्या दूषित करतात.

कित्येकदा दु:खरूप भोगांना जीव सुखरूप भोगांनी प्रतिस्थापित (replace) करू पाहतो. त्या उपायामधून तो दु:खविचारांपासून सुटू म्हणजे स्किप होऊ पाहतो. पण अशा तऱ्हेने बळाने दूर केलेल्या सुखाच्या संवेदना या क्षणिक राहतात आणि दु:खाच्या संवेदना त्या क्षणिक सुखाच्या संवेदनाही दूषित करून टाकतात. अंत:करणात रुजलेल्या (deposit) झालेल्या या संवेदना दीर्घकाळ टिकणाऱ्या असतात. मग सुख क्षणिक वाटतं आणि या खोलवर रुजलेल्या संवेदनांमुळे दु:ख मनाला दीर्घकाळ व्यापून राहतं. या दु:खरूपी संवेदना पुन्हा पुन्हा – विशेषत: एकटं बसल्यावर उद्‌भवतात आणि त्या जीवाला अस्वस्थ, उद्विग्न आणि दु:खी करतात. मग व्यक्ती नैराश्याने ग्रासून जाते. त्याचा परिणाम शरीरावरही होतो.

या संवेदना जीवाला व्यापून असणं हीच माया आहे. यातून सुटण्याचा मार्ग भगवद्‌गीताच दाखवते. हे अत्यंत गहन असं शास्त्र आहे. ते नीट समजून घेतलं पाहिजे. जोपर्यंत व्यक्ती आत्मस्तरावर विकसित होत नाही, तोपर्यंत हे दु:खोपभोग

जीवाला धरून राहतात. म्हणून संपूर्ण भगवद्‌गीता पुन्हा पुन्हा ऐकली-वाचली पाहिजे, अभ्यासली पाहिजे, त्यावर चिंतन केलं पाहिजे आणि जाणीवपूर्वक त्यानुरूप स्वत:मध्ये बदल घडवून आणला पाहिजे. त्यासाठी सात्त्विक वृत्तीच्या ज्ञानीयांचीच संगत केली पाहिजे.

थोडक्यात, व्यक्तिसापेक्ष आणि वस्तुसापेक्ष सुखं ही नाशिवंतच असतात, परंतु संवेदनांपलीकडचं - आत्मानंदापासून मिळणारं सुख हे मात्र शाश्वत असतं. चिरंतन असतं. त्याला मर्यादा नसतात. ज्ञानी मनुष्याने ही गोष्ट जाणलेली असते. म्हणूनच तो अशा नाशिवंत सुखांमध्ये रत होत नाही. इहलोकामधला काम-क्रोध यांचा आवेग जो जाणीवपूर्वक तटस्थपणे सहन करतो तोच खरा सुखी होतो. आवेग म्हणजे काम-क्रोधांपासून निर्माण होणारे क्षोभ किंवा त्यांचं फल! काम-क्रोधांचा हा परिपाक जो सहन करतो तोच खरा योगी होय. जो युक्त आहार-विहार करतो, तो योगयुक्त मुनी खरा सुखी म्हटला पाहिजे. असा पुरुष ब्रह्मानंदात तल्लीन झालेला असतो.

सामान्य माणसाच्या उपभोग-वृत्तीवर वस्तू मर्यादा घालत असते तर ज्ञानी पुरुष स्वत:हून वस्तूच्या उपभोगावर मर्यादा घालत असतो. असा पुरुष अंतिम खरं सुख प्राप्त करून घेतो. हा विकासाचा मार्ग आहे. सुखदु:खांचे मनात दडलेले आवेग येणारच आहेत. मायेने व्यक्तीला पकडलेलं नसतं तर जीवानंच मायेला पकडलेलं असतं! म्हणून या आवेगांकडे बघण्याचा दृष्टिकोन बदलून, पृथ्वीवर येण्याचं मूळ कारण समजून घेऊन जर विचारपूर्वक कृती करत गेलं, तर व्यक्ती या मायेच्या पकडीतून हळूहळू सुटू शकते.

एखादी आवडती वस्तू मिळाली की सुख होतं तर अप्रिय वस्तू प्राप्त झाली तर मनात क्षोभ निर्माण होतो. क्षोभ आणि विकार यांनाच वेग म्हणतात. हा वेग आयुष्यभर जो स्थिर वृत्तीने सहन करू शकतो, तोच खरा सुखी असतो.

*योऽन्तः सुखोऽन्तरारामस्तथान्तर्ज्योतिरेव यः ।*
*स योगी ब्रह्मनिर्वाणं ब्रह्मभूतोऽधिगच्छति ॥५.२४॥*
*लभन्ते ब्रह्मनिर्वाणमृषयः क्षीणकल्मषाः ।*
*छिन्नद्वैधा यतात्मानः सर्वभूतहिते रताः ॥५.२५॥*

आत्मज्ञान हेच ज्यांचं सुख, तेच त्यांचं विश्रांतिस्थान आणि आत्मज्ञान हाच ज्याचा मन-बुद्धीला प्रकाशित करणारा प्रकाश अशी ज्याची जीवनमुक्त स्थिती झाली आहे, तो कर्मयोगी ब्रह्मानंद प्राप्त करून घेतो... ज्यांची पापं नाहीशी झाली आहेत, ज्यांचे संशय फिटले आहेत, ज्यांनी मनावर ताबा मिळवला आहे आणि प्राणिमात्रांच्या (जगाच्या) कल्याणाविषयी जे तत्पर आहेत, अशा ऋषींना ब्रह्मनिर्वाण प्राप्त होतं.

चित्तविक्षेप हेच दुःख असून चित्ताची शांती हेच खरं सुख असतं. चित्तविक्षेप म्हणजे सैरभैर झालेलं मन. जो अज्ञानी अनात्मज्ञ आहे, अशा सामान्य व्यक्तीला सुखासाठी, विश्रामासाठी किंवा क्रीडेसाठी बाह्य वस्तूंवर-व्यक्तींवर अवलंबून राहावं लागतं. बाह्य विषयांशी जोडल्या गेलेल्या इंद्रियांच्या संवेदना सुखद आणि दुःखदायक असतात. एवढंच नाही तर सुखसंवेदनांचं रूपांतर दुःखद संवेदनेत आणि दुःखद संवेदनांचं रूपांतर सुखद संवेदनेत होण्याचाही संभव असतो. उदाहरणार्थ, थंडीत शेकोटीजवळ बसणं सुखकारक वाटतं, तर उन्हाळ्यात शेकोटीजवळ बसणं ही शिक्षा ठरू शकते! म्हणजेच सुख-दुःख संवेदना सापेक्ष असतात आणि त्या बाह्य पदार्थांवर अवलंबून नसतात. विषयांशी संयोग झाल्यानंतर त्या आतून स्फुरतात.

सुखदुःखापलीकडे जायचं असेल, चिरंतन आनंदावस्था प्राप्त करून घ्यायची असेल, तर सुखदुःखदायक बाह्य विषयांशी असलेला इंद्रियांचा संबंध क्षीण करता आला पाहिजे; आणि ज्या कारणामुळे आनंदाची अनुभूती मिळते, त्याचा शोध घेऊन अंतःस्थ संवेदना त्या तत्त्वाशी जोडता आल्या पाहिजेत. ते साध्य झाले तर व्यक्ती जीवन्मुक्त स्थिती अनुभवत चिरंतन ब्रह्मानंद प्राप्त करून घेऊ शकते.

इंद्रियांना होणाऱ्या सुख-दुःखकारक बाह्य संवेदनांचा बंध जरी क्षीण केला तरी अंतःस्थ आनंदाचा शोध तरी कसा लागणार? तो शोध एकदम लागू शकत नाही. त्यासाठी विशेष पात्रता लागते. ही पात्रता तीन प्रकारची असते :
१. अन्तःसुख २. अंतराराम ३. अंतर्ज्योती

## १. अन्तःसुख

अन्तःसुख म्हणजे स्वतःचं सुख स्वतःच्या अंतरात्म्यातच साठवलेलं आहे, याची जाणीव होणं. सुखाच्या अनुभूतीचं मूळ कारण जीवाला समजावं म्हणून भोग्य विषय, इंद्रियं आणि संवेदना अशी या त्रिपुटीची एक यंत्रणा ईशशक्तीने निर्माण केली. अशी यंत्रणाच त्या शक्तीने जीवात भरली नसती तर सुख काय असतं, याची पुसटशी कल्पनाही जीवाला आली नसती! तो एक यंत्रमानव बनाला असता! क्षणिक अनुभवातून जीव चिरंतन आनंदाकडे जावा म्हणूनच ही योजना केली गेली; त्याची समज सर्वप्रथम आली पाहिजे; म्हणजेच 'अन्तःसुखी'चा अधिकार जीवाने प्रथम प्राप्त करायला हवा.

## २. अंतराराम

गीतेतल्या या शब्दांच्या छटा भिन्न आहेत. प्रत्येक शब्द रहस्याची उकल करण्यासाठी योजलेला आहे. आरामात सुखसंवेदना असते; पण सुखात आराम असेलच असं नाही! तप करताना तपस्वी काया-वाचा-मने झिजत असतो; पण त्याला तपःपूर्तीचं सुखसमाधान वाटत असतं. त्यामुळे आराम या शब्दाचा अर्थ इथे झोपून राहणं नव्हे! तर या आरामाचा अर्थ एखाद्या ठिकाणी चित्त रममाण झाल्यानंतर होणारं सुख-समाधान. याहीपेक्षा महत्त्वाचं म्हणजे वासनेसह पूर्वीचे सारे क्लेश दूर झाल्याची एक विलक्षण अशी संवेदना. या अवस्थेत जीवाला आरामासाठी कामभोग, क्रीडा, इतर सुखं अशा विषयांची आवश्यकताच उरत नाही. थोडक्यात, नुसतं सुखच नव्हे; तर दुःखाची छटाही नाही अशी मंगलमय परमानंदाची स्थिती म्हणजे अंतराराम. हा अंतराराम ब्रह्मनिर्वाणपदाचा अधिकारी बनतो.

## ३. अंतर्ज्योती

आता हे अंतःसुख आणि अंतराराम कसा प्राप्त होतो? त्यासाठी अंतर्ज्योत अर्थात आत्मज्योत प्रज्वलित व्हावी लागते. ती प्रज्वलित झाल्यावर ती व्यक्तीचं अंतःकरण अंतर्बाह्य व्यापून टाकते आणि अंधकार व अज्ञानमताचा पडदा जीर्णशीर्ण होऊन विनाश पावतो. अविद्यारूप घनपटलाचा म्हणजे ढगाचा उच्छेद होऊन जेव्हा

आत्मप्रकाशाने साधकाचं जीवन अंतर्बाह्य उजळून निघतं, तेव्हाच तो जीव अन्तःसुख आणि अंतराराम मिळवू शकतो. या क्रियेलाच अंतर्ज्योती म्हणतात. आत्म-साक्षात्काराशिवाय ही गोष्ट मुळीच संभवनीय नाही. बाह्य विषय-सुखांमध्ये रमलेल्या जीवाला निर्भेळ सुख कधीच लाभू शकत नाही. विशुद्ध, निर्भय, उत्साही, आनंदी, निरामय आणि आत्यंतिक सुखी जीवन तेव्हाच जगता येतं जेव्हा आत्मदर्शन होतं.

असा आत्मज्ञानी ज्ञानयोगी आत्म्यामध्ये आराम पावतो, सुख पावतो. सामान्य माणसांप्रमाणे अशा योग्याला प्रकाशासाठी सूर्य, चंद्र, अग्नी, दिवा यांची आवश्यकता भासत नाही. त्याची ज्ञानज्योत आत्म्यामध्येच प्रज्वलित झालेली असते. ज्ञानासाठी त्याला इंद्रियांचीही आवश्यकता भासत नसते. तो ब्रह्मामध्ये समरस होतो. ज्याने ब्रह्म जाणलं तो स्वतःच ब्रह्म बनतो.

इंद्रियं-मन-बुद्धी या गोष्टी ज्याने क्रमाक्रमाने ब्रह्मार्पण केल्या आहेत, अशा व्यक्तीलाच अंतर्यामी स्थित असलेलं आत्मतत्त्व पाहण्याची दिव्य दृष्टी येते. ही दिव्य दृष्टी आली म्हणजे केवळ 'अहं'चं स्फुरण उरतं; आतलं चैतन्य उरतं. ब्रह्मरूप होण्याची ही अवस्था अवर्णनीय असते. गवयाच्या मुखातून एखादी सुंदर जागा निघून गेली, तर जाणकार श्रोत्याला जो आनंद मिळतो, त्याचं वर्णन कोणत्या प्रत्ययकारी शब्दात करणार? आपल्या बाळाला जवळ घेताना मातेच्या अंतःकरणात जो प्रेमानंदाचा झरा उफाळून येतो, त्याचं वर्णन कसं करणार? तो आनंद काय आहे ते फक्त तो श्रोता किंवा ती माताच अनुभवू शकते. आत्मिक आनंदही शब्दातीत असतो. केवळ ज्ञानी पुरुषच तो अनुभवू शकतो.

या श्लोकात भगवंतही तो अनुभव काय आहे ते सांगतात, कसा आहे ते सांगत नाहीत. ते अनुभवजन्य सुख आहे. अशा स्थितीला जो प्राप्त होतो, तो खऱ्या अर्थाने सुखी होतो. त्याला मोक्षप्राप्ती होते. तो ब्रह्मरूप होऊन जातो.

जो ब्रह्मरूप झाला, जन्म-मृत्यूविषयीचं रहस्य ज्याने जाणलं, संसार- सृष्टी-विश्व यासंबंधीचे ज्याचे संशय फिटले, 'अहं'चं स्वरूप ज्याने ओळखलं, त्याला सगळीकडे आत्मरूपच दिसू लागतं. त्यामुळे तो आत्मज्ञानी पुरुष साऱ्यांविषयी समदृष्टी बाळगून सर्वांच्या कल्याणाकरता झटत असतो. तो स्वतःला काही प्राप्त करून घेण्याच्या हेतूने कोणतीच गोष्ट करत नाही.

प्रत्येक व्यक्तीच्या भ्रूमध्यात परमेश्वराने एक ज्ञाननेत्र दिला आहे. त्याचं कनेक्शन मेंदूच्या साधारणतः मधोमध एका मोहरीएवढ्या तेजो-सेंटरशी (pineal gland) जोडलेलं असतं. ध्यान, निदिध्यास, योगाभ्यास आदी अंतर्भक्तीचे मार्ग आणि निष्काम कर्मयोगादी कृतिभक्ती यांच्या अभ्यासातून लाखोंमधल्या

एखाद्याचाच या तृतीय नेत्राच्या माध्यमातून या सेंटरशी संपर्क होतो आणि अशा महद्भाग्यवानाला साऱ्या सृष्टीचं रहस्य उमगतं. हे मेंदूस्थित सेंटर म्हणजे जणू एक 'स्टार-गेट' किंवा 'विश्वद्वार' असतं. त्याआधारे विश्वाचं रहस्य उमगण्यातच मनुष्यजन्माची सार्थकता असते, असं योगी जाणतो. त्यामुळे सर्व जीवांच्या ठिकाणी साम्यबुद्धी ठेवून तो कर्मं करतो. तो सदा नित्यमुक्त असतो. वृक्ष ज्याप्रमाणे सर्वांना सारखीच सावली देतो, किंवा दिवा झोपडीत लावला किंवा महालात लावला तरी त्याने दोन्ही ठिकाणचा अंधार नष्ट होतो; त्याप्रमाणे योगी समभावाने प्रत्येक प्राण्यातलं शुद्ध चैतन्यच पाहतो - त्यांना उत्कर्षासाठी साहाय्य करतो.

बऱ्याचदा सामान्य माणूस स्वार्थापोटी किंवा भीतीपोटी दुसऱ्याला मदत करतो, दानधर्म करतो. दुसऱ्याला संकटात साहाय्य केलं म्हणजे दुसराही आपल्या संकटकाळी आपल्याला साहाय्य करेल या स्वार्थी हेतूनंही कित्येक जण दुसऱ्याला मदत करतात. समबुद्धीचा योगी नि:स्वार्थ बुद्धीने दुसऱ्याला साहाय्य करत असतो. त्याच्या ठिकाणी आप-पर भाव नसतो. सर्व प्राणिमात्रांच्या हिताविषयी तो तत्पर असतो. म्हणून *ब्रह्मनिर्वाणमृषय:!*

या श्लोकात भगवंतांनी प्रथमच 'ऋषी' शब्द योजला आहे. 'ऋषी'मध्ये मुनित्व, योगित्व, साधुत्व, संतत्व यांचा अंतर्भाव असतोच. ऋषी हा ज्ञानी असतो; शिवाय समाजसुधारकही असतो. प्रजा सुसंस्कारी बनवण्याचं दायित्व ऋषींवर असे. राज्ययंत्रणा भौतिक सोयीसुविधा पुरवू शकते; पण मनुष्य घडवू शकत नाही. ते कार्य ऋषीच करू शकतात. ते कार्य हेच ऋषींचं तप असतं. म्हणूनच ऋषी म्हटलं की त्यापाठोपाठ 'तप' हा शब्द येतोच. निर्हेतुक वृत्तीने तो समाजाला उन्नत करण्यासाठी झिजत असतो, तप करत असतो. त्यातून त्याला अनायासे चिरंतन ब्रह्मानंद प्राप्त होत असतो.

फुलामध्ये सौंदर्य दिसून येतं, परंतु त्याचा सुगंध दिसत नाही. त्याचा अनुभवच घ्यावा लागतो. त्याप्रमाणे ब्रह्मरूप होण्याची अवस्था अनुभवावीच लागते; त्याचं वर्णन करता येत नाही. ब्रह्मरूप अवस्था हेच अंतिम सुख असतं. ज्याला विश्वाचं रहस्य उमगलं, यच्चयावत सृष्टी परमेश्वराच्याच अंशाने व्यापली आहे, हे ज्ञान ज्याला झालं, असा योगी ब्रह्मानंदाला प्राप्त होतो. सर्वांप्रति तो समबुद्धीने वागतो. समाजाच्या उत्कर्षासाठी तो झटतो. 'सर्वांभूती राम रे' हे तत्त्व मनात ठसायला हवं; त्या दृष्टीने आपण सर्व प्राणिमात्रांना यथाशक्ती साहाय्य केलं पाहिजे. द्वैतभावाचा त्याग करायला हवा. ब्रह्मानंद मिळणं-मिळवणं हा भाग ज्याच्या-त्याच्या भाग्याचा!

*कामक्रोधवियुक्तानां यतीनां यतचेतसाम् ।*
*अभितो ब्रह्मनिर्वाणं वर्तते विदितात्मनाम् ॥५.२६॥*

ज्यांनी काम-क्रोधांना जिंकलं आहे, आत्मसंयम साधला आहे, आणि आत्मज्ञान संपादन केलं आहे, अशा यतींना ब्रह्मनिर्वाणरूप मोक्ष बसल्या ठिकाणी देहातच प्राप्त होतो.

ब्रह्मनिर्वाण म्हणजे काय, हे प्रथम समजून घेतलं पाहिजे. 'ब्रह्म' म्हणजे जिथून सर्व भौतिक सृष्टी उत्पन्न झाली ते तत्त्व आणि निर्वाण याचा अर्थ 'जाणं' किंवा 'प्राप्त होणं'.

ब्रह्मापासून व्यक्त सृष्टी कशी निर्माण झाली आणि तेच अनिर्वचनीय ब्रह्म यज्ञातूनच कसं प्रकट झालं, याचा विचार आपण मागे केला. त्यामुळे ब्रह्मनिर्वाण अवस्था प्राप्त करून घ्यायची असेल तर पुन्हा उलट क्रमाने मागे जावं लागेल ही गोष्ट तर्कसंगत आहे. त्या अवस्थेला प्राप्त होणं म्हणजे परमात्म्याच्या समीप गेल्यासारखंच असतं. त्या अवस्थेत मधल्या साऱ्या जन्मांचा आणि त्यातील चांगल्या-वाईट कर्मांचा सर्व ताळेबंद नाहीसा होतो. अर्धवट पाहिलेल्या सिनेमाच्या फिल्मचं रीळ मागे फिरवलं किंवा फाईल बॅकवर्ड करून सुरुवातीपर्यंत नेली तर मधल्या घडलेल्या घटनांचा संदर्भ आणि दर्शनच नाहीसं होतं तसंच हे आहे. अशा आनंदस्वरूप ब्रह्मनिर्वाण अवस्थेत सृष्टीचं मूळ कारण उलगडतं.

असं हे ब्रह्मनिर्वाणपद मिळवण्यासाठी कोणता अधिकार मिळवला पाहिजे, हे भगवंतांनी मागील श्लोकात सांगितलं. आता हा उपसंहार ते करत आहेत. ब्रह्मनिर्वाणपद प्राप्तीसाठी सर्वात आवश्यक अशी गोष्ट म्हणजे चित्ताचं नियमन करणं . ते साध्य झालं तरच पुढचा मार्ग प्रकाशित होतो, पण संकल्प-विकल्पांमुळे चित्ताचं नियमन होऊ शकत नाही. मनात सतत उठणाऱ्या संकल्पांच्या आणि विकल्पांच्या वृत्ती थांबवून चित्त स्थिर आणि निरुद्ध करणं म्हणजेच चित्ताचं संयमन करणं . त्यासाठी प्रथम वृत्तीत समज आली पाहिजे. सुखाच्या व्याख्या निश्चित केल्या पाहिजेत. सुख मिळवण्यासाठी व्यक्ती सतत धावत असते किंवा तिचं मन तरी धावत असतं. एखादी

सहल ट्रीप करून आल तरी काहींना लगेच पुढच्या सहलीचे वेध लागतात.

पुष्कळ लोक अनेक अनावश्यक कार्यक्रम, सोहळे, पार्टीज, राजकारणावरच्या चर्चा यात स्वतःला निष्कारण अडकवून घेतात. काहींसाठी 'योग' हा व्यायामाचा प्रकार तरी राहतो किंवा टाइमपास तरी होतो. काहींना योग म्हणजे दिवसाच्या एका कार्यक्रमावर 'टिक' करण्यासारखं असतं. म्हणजे 'योग' साध्य करण्याला प्राधान्य नसतं; तर दैनंदिन उपचार म्हणून तो केला जातो. या क्रियांमधून निश्चितच योगमार्गावरच्या प्रवासाचा प्रारंभ होतो आणि असे दैनंदिन उपचार निश्चितच लाभदायक असतात.

योगमार्ग हा अतिशय गहन मार्ग आहे. काहींना योगमार्गाचं सखोल ज्ञान घेऊन योग साध्य करायचा असतो, परंतु सभोवतालच्या व्यक्ती त्यात अडथळा आणतात. पुष्कळ लोकांना वाटतं- करियर केल्यानंतर, निवृत्त झाल्यानंतर, मग योगाचं आचरण करू. असा संकल्पही चांगलाच असतो; पण भविष्यासाठी ठरवलेले असे संकल्प सहसा पुरे होताना दिसत नाहीत. कारण अनेक उपाधींमध्ये व्यक्ती अडकत जाते किंवा अडकवली जाते. अनावश्यक गोष्टींमध्ये अनेक व्यक्ती निष्कारण आपला वेळ तसंच शारीरिक, मानसिक आणि बौद्धिक शक्ती खर्च करत असतात. अशा अनावश्यक गोष्टींमुळे किंवा प्राप्त परिस्थितीमुळे कामना आणि क्रोध बळावण्याचीही शक्यता असते. आपण जीवनपद्धतीच अशी भोगवादी बनवली आहे की इच्छा असूनही चित्त शांत आणि स्थिर राहू शकत नाही; आणि त्यामुळे खरा योग साध्य होऊ शकत नाही.

त्यामुळे अशी वाया जाणारी शक्ती योगाभ्यासाकडे वळवली तरच तिचे फायदे मिळू लागतात. पाण्यावर सतत तरंग उठत राहिले आणि ते गढूळ झालं तर त्यात प्रतिबिंब उमटू शकत नाही, पण तेच पाणी शांत झालं तर तळ दिसू लागतो. तुरटी फिरवूनही गाळ खाली बसवला जातो. चित्ताचं नियमन करणं म्हणजेच संकल्प-विकल्पांवर तुरटी फिरवणं! अर्थात मनाला बळाने निवृत्त न करता (supress) चित्ताचं नियमन करणं साध्य झालं पाहिजे.

चित्ताचं नियमन साध्य झालं तरच ब्रह्मनिर्वाणपद मिळण्याची शक्यता निर्माण होते. चित्तवृत्ती-संयमन ही ब्रह्मनिर्वाणपदप्राप्तीचा अधिकार मिळवण्याची सर्वात पहिली आणि अत्यंत महत्त्वाची पायरी आहे. म्हणून ज्याला खरोखर योग साध्य करायचा आहे, त्याने चित्तवृत्तींचं संयमन केलं पाहिजे. तात्कालिक सुखातच ज्यांना अडकून राहायचं आहे, भोगवादी जीवनातच ज्यांना कृतकृत्यता मानायची आहे, विज्ञान-तंत्रज्ञान हेच खरं; बाकी सारं झूठ, आजचा दिवस मौजमजेत घालवावा;

उद्याचं कुणी पाहिलंय अशी ज्यांची मानसिकता आहे, त्यांनी या मार्गावर न गेलेलं बरं! कारण दोन डगरींवर पाय ठेवून चित्ताचं संयमन होणं शक्य नाही. त्यासाठी किमान पात्रता आणावी लागते. केवळ टीका आणि उपहास करून काहीच साध्य होऊ शकत नाही.

आज परिस्थितीच अशी आहे की नोकरी-व्यवसाय करणाऱ्या असंख्य लोकांना दहा-बारा तास काम करावं लागतं. भोग्य साधने मिळवण्यासाठी कर्जं काढावी लागतात आणि ती फेडण्यासाठी अविरत काम करावं लागतं. कामातून विश्रांती relaxation मिळवण्यासाठी दारू-सेक्स-पार्ट्या-पब हे प्रकार सेवेला असतातच! जे या मार्गाकडे जातात, ते पतंग जसा स्वतःहून ज्योतीकडे झेप घेतो त्याप्रमाणे स्व-नाशाकडे स्वतःहून जात असतात. हे तात्पुरतं relaxation खरा सात्त्विक, चिरंतन आणि दैवी आनंद देऊ शकत नाही. हे तात्कालिक सुख काम-क्रोधांना जिंकू शकत नाही. उलट या सुखाच्या नादी लागून काम-क्रोध बळावत जातो आणि व्यक्ती अविचारी बनते. योगमार्गात मन कणखर व्हावं लागतं. पण या अशा ताणतणावाच्या आणि व्यसनाधीनतेच्या जीवनशैलीमुळे मन कमकुवत होत जातं. मग अशी कमकुवत मनाची व्यक्ती प्रसंगी ताणतणावांमधून सुटण्यासाठी मृत्यूलाही जवळ करते. मात्र तो खरा उपाय नसतो. कारण मृत्यूनंतरही केलेलं कर्म जीवाच्या मागे लागतंच! म्हणून चित्ताचं नियमन करणं ही अतिशय महत्त्वाची गोष्ट भगवान सांगतात.

कौटुंबिक समस्या या असतातच; पण सार्वजनिक जीवनही आज अनेकविध समस्यांनी भरून गेलं आहे. भ्रष्टाचार, लाचारी, स्वार्थांधता पाहून सामान्य व्यक्ती हतबल होते. भौतिकतेचा कडेलोट तर अनेकविध अपेक्षांना जन्म घालतो. त्यातून राजसी भाव फुलतो. राजस आणि तामस या दोन गुणांना आवर घालून क्रोध येऊ न देणं आणि आत्मसंयमन साधणं ही फार मोठी सत्त्वपरीक्षाच असते. हा विपरीत काळ परमेश्वराने आणलेला नाही. तो मनुष्याच्या अपरिमित वासनांनी आणि भोगांनी आणलेला आहे. त्याचा परिणाम म्हणजेच क्रोध निर्माण होणं. यावर चित्तसंयमनाचा उपाय भगवान सांगत आहेत.

शास्त्रशुद्ध योगाभ्यास, सत्-श्रवण, मनन, निदिध्यास ही चित्तवृत्ती संयमनाची प्राथमिक साधने आहेत. त्यामुळे वृत्ती सात्त्विक बनू लागते. जो ही 'सत्त्व'परीक्षा उत्तीर्ण होतो, तो काम-क्रोधापासून निवृत्त होतो. म्हणजे हे विकार त्याच्या आधिपत्याखाली राहतात; तो विकारांच्या अधीन होत नाही. 'काम' म्हणजे इंद्रियांच्या स्वाभाविक भोगवासना. आणि कारणवश जर मनात अतृप्ती कायम वास करून राहिली तर 'क्षोभ' जीवाला प्रभावित करतो. असा जो क्षोभ तोच 'क्रोध.' ही अतृप्ती

आणि क्षोभ व्यक्तीच्या मनात नकारात्मक भाव निर्माण करतात. सामान्य व्यक्ती वरवर सुखी दिसत असली, तरी ती या दोन वृत्तींच्या प्रभावातच जगत असते. त्याचे मानसिक आणि शारीरिक दुष्परिणाम तीच अनुभवत राहते. भगवंतांनी या दोन विनाशी विकारांना या श्लोकात आणून आपल्यापुढे जणू धोक्याचा कंदीलच धरला आहे.

चित्ताचं संयमन साधून चित्त स्थिर होऊ लागलं तरच मग पुढे आत्मज्ञानाचा मार्ग प्रशस्त होऊ लागतो. निदिध्यासाने जो आत्मज्ञान संपादन करतो, त्याला तर ब्रह्मात्म-ऐक्याचा पूर्ण अनुभव येतो. 'मी' आणि 'ब्रह्म' हा द्वैती भेद नाहीसा होतो. किंबहुना जीवाचं अस्तित्वच नाहीसं होतं. म्हणजे द्वैत कायम राहून त्याच्यातला 'अहं' किंवा 'मी त्या परब्रह्माहून वेगळा आहे,' ही भावना मरून जाते. मी म्हणजेच ब्रह्म, त्या परब्रह्माचाच मी अंश आहे, ही भावना वाढीस लागते. एका ज्योतीमध्ये दुसरी ज्योत मिसळून जावी त्याप्रमाणे 'अहं' परब्रह्मामध्ये विलीन होतो. त्या अवस्थेस संत तुकाराम महाराज म्हणतात, *आपुले मरण पाहिले म्या डोळा! तो जाला सोहळा अनुपम!*

ही स्थिती अपूर्व आनंदाची असते. दोन तास करमणुकीचा चित्रपट पाहिला किंवा दोन दिवस सहलीला जाऊन मौजमजा केली तर व्यक्ती सुखावते, पण घरी परतल्यानंतर पुन्हा कटकटीचा संसार सुरू होतो. मात्र सामान्यांचा असा जो करमणुकीचा काळ असतो, त्याच्या कित्येक पटींनी आनंदाचा आणि कधीही न संपणारा असा चिरंतन काळ हा ब्रह्मभूत योग्यांचा असतो.

ही स्थिती अभ्यासाने आणि साधनेनंच प्राप्त होते. जो ईश-समर्पित आहे, तोच या अवस्थेपर्यंत पोहोचू शकतो. असे जे रागद्वेषरहित संन्यासी आहेत ते जिवंतपणीच जीवन्मुक्तावस्था अनुभवतात. मरणानंतरही त्यांना विदेहमोक्ष प्राप्त होतो. ही जीवन्मुक्तावस्था वर्णनातीत असते. झोपही नाही, जागही नाही अशी ही निराळीच तुरीय अवस्था असते.

'अहं ब्रह्मास्मि' ही अवस्था अभ्यासानं, अनुभवानंच साध्य होणारी असते. एखाद्या रात्री आपल्याला अतिशय सुंदर स्वप्न पडतं. स्वप्नस्थ अनुभवातून आपलं अंत:करण काठोकाठ भरून येतं, पण तो आनंद आपल्याला शब्दात वर्णन करता येत नाही. ब्रह्मानंद तर अतिउच्च पातळीवरचा आनंद असतो. तो अनुभूतीचाच विषय असतो. तुरीयावस्थेला पोहोचल्यावरच *ब्रह्म सत्य जगन्मिथ्या* ही स्थिती येते.

आजच्या ताणतणावाच्या कालखंडात जर चित्तवृत्ती संयमन साधायचं असेल तर निदान अनावश्यक गोष्टी-कार्यक्रमांमध्ये जाणारा आपला वेळ वाचवला पाहिजे. सर्वांना सर्वच मिळत नसतं, हे लक्षात घेतलं पाहिजे. त्यामुळे जे मिळालं त्याच्याविषयी कृतज्ञता बाळगली पाहिजे; जे मिळालं नाही त्याच्याबद्दल वाटणारी खेद वा खंत मनातून दूर केली

पाहिजे. चांगल्या विचारांचं श्रवण-मनन आणि चिंतन केल्यास वृत्ती शांत आणि स्थिर होऊ लागतात. मन शांत झालं म्हणजे चित्ताचं कार्य सुरू होतं. स्थिर झालेलं मन म्हणजेच चित्त आणि अस्थिर झालेलं चित्त म्हणजे मन. व्यक्त मनाचेच हे दोन आविष्कार आहेत. चित्त स्थिर झालं की चित्तशुद्धी होऊ लागते. त्यानंतर ध्यान साध्य होतं.

यानंतरचा मार्ग भगवान पुढे प्रकाशित करणार आहेत!

चित्ताचं संयमन करण्याचा अभ्यास केला पाहिजे. चित्तशुद्धीमुळे वृत्ती सात्त्विक बनते. मग काम आणि क्रोधावर विजय मिळवता येतो. व्यक्तीला आनंदलहरी साद घालू लागतात... ज्याने काम-क्रोधादी षड्रिपूंना जिंकलं आहे, जो संयमाने वागतो, ज्याला आत्मज्ञान झालं आहे, त्या यतीला या जन्मातच मोक्ष प्राप्त होतो. 'अहं ब्रह्मास्मि' ही स्थिती तुरीयावस्थेत प्राप्त होते. या जन्मातील आपलं कर्तव्यकर्म करता करता तो यती ब्रह्मात्म ऐक्याचा अनुभव घेत राहतो.

*स्पर्शान्कृत्वा बहिर्बाह्यांश्चक्षुश्चैवान्तरे भ्रुवो: ।*
*प्राणापानौ समौ कृत्वा नासाभ्यन्तरचारिणौ ॥५.२७॥*
*यतेन्द्रियमनोबुद्धिर्मुनिर्मोक्षपरायण: ।*
*विगतेच्छाभयक्रोधो य: सदा मुक्त एव स: ॥५.२८॥*

बाह्य विषयांना दूर करून, दृष्टी दोन भुवयांच्या मध्ये रोखून आणि नासिकेतून वाहणारे प्राण आणि अपान सम करून, इंद्रियं, मन आणि बुद्धी यांचं ज्याने संयमन केलं आणि ज्याला इच्छा, भय आणि क्रोध उरला नाही, तो मोक्षपरायण मुनी सदासर्वदा मुक्तच असतो.

या दोन श्लोकांतून आणि पुढील श्लोकातून भगवान 'ध्यानयोग' या सहाव्या अध्यायाचीच जणू पूर्वतयारी करत आहेत.

आत्तापर्यंत भगवंतांनी 'ब्रह्मनिर्वाण' अवस्था कोण आणि कशी प्राप्त करून घेतो, याचं विवेचन केलं. कोणतीही नवी गोष्ट प्रस्थापित करायची असेल तर पूर्वीचे प्रभाव दूर करावे लागतात. घराला नवा रंग द्यायचा असेल तर पूर्वीचा रंग काढून तरी टाकावा लागतो किंवा लांबीने झाकावा तरी लागतो. त्याप्रमाणे मनात धरून ठेवलेल्या अनावश्यक कटू आठवणींचे प्रभाव म्हणजेच 'शोक' दूर केल्यानंतर विकसित जीवनासाठी आवश्यक असणारे विचार आणि ब्रह्मनिर्वाण अवस्थेपर्यंत जाण्याची पूर्वतयारी कशी करायची याचं मार्गदर्शन त्यांनी केलं. त्यासाठी त्यांनी मृत्यूचं स्वरूप, जीवाची परिवर्तनशील अवस्था आणि पाप-पुण्यांचं स्वरूप विशद केलं. अर्जुनाची मनोभूमिका अशा तऱ्हेने तयार केल्यानंतर त्यांनी कर्माचं स्वरूप, कर्माचे प्रकार यांचं विवेचन केलं. जीवाला कोणत्या कारणांमुळे दु:ख-संकटांचा सामना करावा लागतो याविषयी उपदेश करताना आसक्ती आणि वासना यांचं स्वरूप विशद केलं. या दोन भावांमुळे काम, क्रोध, लोभ, मोह, मद आणि मत्सर हे षड्‌रिपू कसे बळावतात यांचं साद्यंत वर्णन केलं. हे सर्व घडण्यामागे त्रिगुणात्मक प्रकृती कशी आपला प्रभाव

दाखवते, याचंही गहन शास्त्र उलगडलं. मग इंद्रिय-मन आणि बुद्धी यांवर कसे सुयोग्य संस्कार करायचे हे सांगून त्यांनी आत्मज्ञानाचा मार्ग प्रकाशित केला. स्थितप्रज्ञ वृत्ती जोपासून व्यक्ती ब्रह्मनिर्वाण अवस्था कशी प्राप्त करून घेते, इथपर्यंतचं ज्ञान दिलं.

आता या श्लोकांमधून ते अष्टांग योगाच्या माध्यमातून त्याच ब्रह्मनिर्वाण अवस्थेपर्यंत मनुष्य कसा जाऊ शकतो, याचा उपदेश करायला प्रारंभ करतात. म्हणजे आत्तापर्यंत त्यांनी 'स्व'वर संस्कार करण्यातून ब्रह्मनिर्वाण अवस्था कशी प्राप्त करून घ्यायची याचा मार्ग सांगितला; तर आता ते पातंजल योगदर्शनानुसार विशिष्ट तंत्र वापरूनही या अवस्थेपर्यंत कसं जाता येतं, हे सांगत आहेत.

अध्यात्मज्ञानाची पूर्णावस्था म्हणजे जीवन्मुक्तावस्था होय. ही स्थिती प्राप्त होण्याकरता मुमुक्षूने सर्वप्रथम इच्छारहित व्हायला हवं. म्हणजे अष्टांगयोगपद्धतीचा अवलंब करायचा झाला तरी आसक्ती आणि वासनांवर ताबा मिळवायलाच हवा. ही गोष्ट इथे गृहीतच आहे. कोणत्याही प्रकारची भीती आणि क्रोध यांचा त्याग करायला हवा. भीती सहजी जात नाही. दाढ काढतानासुद्धा भीती वाटते. एखाद्या गोष्टीची भीती मनात राहिली तर तिची वारंवारिता वाढत जाते. ती कमी करण्यासाठी मन कणखर करायला हवं. दुबळं मन ईश्वरापाशी जाऊ शकत नाही. दैनंदिन जीवनात वस्तूंचं आपल्यावर आधिपत्य असतं. ध्यानाला बसण्यापूर्वी हे परावलंबित्व घालवण्याचा प्रयत्न करायला हवा. ज्याप्रमाणे परक्या अनोळखी व्यक्तीला गृहस्थ आपल्या घरात थारा देत नाही, त्याप्रमाणे विषयांना चित्तामध्ये थारा देता कामा नये. विषय जरी आत आले तरी त्यांना अंत:करणात स्थिर करू नये. चांगले-वाईट, इष्ट-अनिष्ट असा त्यासंबंधी विचार करू नये. प्रारंभी मनात साठलेल्या विचारांचा निचरा होऊ द्यावा.

म्हणजे अष्टांगयोग साध्य करतानासुद्धा यम-नियमांच्या पालनापासूनच प्रारंभ करावा लागतो. यम-नियम कोणते, त्यांचं स्वरूप काय असतं, याचा आपण सहाव्या अध्यायात अधिक विचार करणारच आहोत. इथे केवळ विहंगावलोकन करू. यम-नियम, आसन, प्राणायाम, प्रत्याहार, धारणा, ध्यान आणि समाधी असा हा अष्टांगयोग आहे.

समाधी अवस्था म्हणजे आत्मानंद. तिथपर्यंत जाण्यासाठी निदिध्यास मात्र आवश्यक असतो. त्याचबरोबर आत्मानंद अनुभवण्याची उत्कटता मात्र मनात निर्माण व्हायला हवी आणि त्यासाठी सातत्यही हवं. ध्यानाच्या वेळी पद्मासनात किंवा सहजासनात बसावं. मग श्वासावर लक्ष केंद्रित करावं. या अभ्यासातून श्वास आपोआप समान होऊ लागेल. त्याची लय कायम राहील. शरीर-मन शांत झालं की नाभीपर्यंत जाणारा श्वास हृदयापर्यंत जाऊ लागेल. तो पुढे गळ्यापर्यंत; आणि मग

घशापर्यंत जाऊन हळूहळू भ्रूमध्यात म्हणजे दोन भुवयांच्या मध्यभागी स्थिर होईल. काही वेळातच श्वास पूर्णत: थांबेल. शरीर जिवंत पण श्वास थांबलेला अशी ही अवस्था! श्वास भ्रूमध्यात स्थिरावला की एकाग्रता साधली जाईल. या स्थितीत बाह्य विषय-विचार ध्यानात अडथळे आणू शकतात. इच्छा, भय, क्रोध, भीती, असुरक्षितता असे विषय मनात खूप काळ राहिले असतील तर मन लवकर एकाग्र होऊ शकत नाही.

पण ठरावीक कालात ध्यानाला बसण्याच्या सरावातून मन हळूहळू थाऱ्यावर येईल. मनाला व्यापून राहिलेल्या विचारांचा निचरा झाल्यावर मनाची शक्ती वाढल्याचा अनुभव मिळू लागेल. समाधी अवस्थेत स्थिर झाल्यावर नेत्र अर्धोन्मीलित राहतात; किंबहुना ते तसे अनायासे राहिले पाहिजेत. कारण त्या अवस्थेत जीव भौतिक सृष्टीचा त्याग न करता द्वैतभावाने आत्मिक सृष्टीचा अनुभव घेत असतो. भगवान महादेवांचं ध्यानस्थ रूप असंच असतं. ते दोन्ही विश्वांवर दृष्टी ठेवून असतात. म्हणूनच त्यांचे नेत्र अर्धोन्मीलित असतात. म्हणून नेत्र पूर्ण मिटून घेतले तर झोप लागण्याची शक्यता असते. त्यामुळे परिश्रमपूर्वक नाही तर अनायासे नेत्र अर्धोन्मीलित राहिले पाहिजेत. या अवस्थेत अजूनही द्वैतभाव कायम असतो. व्यक्ती त्या अवस्थेपर्यंत जाऊन जरी पोहोचली तरी ती अत्याने द अनुभवू शकेल.

असा दृढतेने योगाभ्यास साधल्यावर व्यक्ती नक्कीच मुनिपदाला पोहोचून आनंददायी जीवन्मुक्तावस्था अनुभवू शकेल.

पुढील अध्यायामध्ये या योगाभ्यासाविषयी अधिक सखोल विवेचन केलं आहे.

मोक्षाची आस धरून जो मुनी उपरोक्त गुणांचा अंगीकार करतो, तो सदा मुक्तच असतो. त्याला निराळा मोक्ष मिळवण्याची आवश्यकता नसते. म्हणूनच विषयरूपी वैऱ्याला अंत:करणात थारा देऊ नये. निष्ठेने नियमित ध्यानाचा सराव केला तर जीवन्मुक्त मुनिपद दूर नाही.

*भोक्तारं यज्ञतपसां सर्वलोकमहेश्वरम ।*
*सुहृदं सर्वभूतानां ज्ञात्वा मां शान्तिमृच्छति ॥५.२९॥*

यज्ञ, तप यांचा भोक्ता (स्वर्गादी), सर्व लोकांचा ईश्वर आणि सर्व प्राणिमात्रांचा प्रिय सखा असा मी (परमात्मा) आहे, याप्रमाणे जो मला जाणतो त्याला शांती प्राप्त होते.

चित्त का समाहित केलं पाहिजे आणि ते केल्यामुळे अंतिमतः कशाची प्राप्ती होते ते अखेरीस सांगून या पाचव्या अध्यायाची भगवंतांनी समाप्ती केली आहे. योगाभ्यासामुळे चित्त समाहित होऊन प्रज्ञेला जागृती येते आणि आत्मदर्शन होतं. एवढंच नाही तर व्यक्तीला अंतर्यामीचा कूटस्थ प्रत्यगामा आणि समष्टीतील परमेश्वर यांच्या एकत्वाचं ज्ञान होतं. सर्व 'लोकां'नाही (plane) हाच परमात्मा व्यापून उरल्याचीही अनुभूती मिळते. सर्व प्रकारच्या यज्ञांचा आणि तपश्चर्येचा भोक्ता ब्रह्माण्डनायक परमेश्वर आहे हे कळतं. यज्ञ म्हणजे इंद्रियांचे अर्थात सर्व व्यक्त-अव्यक्त सृष्टीचे भौतिक आणि आत्मिक व्यापार हा इथे अर्थ आहे. तोच सर्वव्यापक परमात्मा अखिल भूतमात्रांबरोबरच आपलाही सखा आहे याचंसुद्धा ज्ञान होतं.

एखादा रुग्ण अंथरुणात पडून असतो. तापाने रात्री तळमळत असतो. पत्नी प्रेमाने सेवा करत असते, पण एक क्षण असा येतो की सेवा करणाऱ्या पत्नीचाही डोळा लागतो. परंतु रुग्णाची तळमळ थांबलेली नसते. अशा वेळी फक्त आणि फक्त परमेश्वरच त्याच्याजवळ असतो. तोच जागा असतो आणि तोच सांभाळ करत असतो. तोच सुहृद असतो. तोच समीप असतो. ही समज चित्त समाहित झाल्यानंतर येते. भगवान जवळ आणि जागा असतो; पण जीवाचा सांभाळ करतानाही तो जीवाच्या कर्मबंधनात हस्तक्षेप मात्र करत नाही. याविषयी आपण तेराव्या अध्यायात अधिक जाणून घेणारच आहोत. त्यामुळे जीव दुःख भोगत राहतो. आपण एकटेच आहोत अशी एकलेपणाची भावना त्याला ग्रासून राहिलेली असते. चित्त समाहित करून योग साध्य करण्याचा अभ्यास केला तर ही एकलेपणाची जाणीव दूर होऊ

लागते. केवळ योगाभ्यासच नाही तर 'त्रिकाल संध्ये'तून भगवंताचं सान्निध्य आणि सामीप्य (nearness) याचं भान येऊ लागतं. म्हणून 'त्रिकाल-संध्या' हा अत्यंत प्रभावी मंत्र आहे.

मनुष्याने मनुष्यावर प्रत्यक्षात किंवा अप्रत्यक्षात उपकार केले तर ज्याच्यावर उपकार झाले तो उपकारकर्त्यापुढे कृतज्ञभावाने वाकतो. उपकाराचं त्याला ओझं वाटत असतं. याउलट ज्याच्यामुळे आपलं अस्तित्व आहे, आपलं जीवन चालतं, त्या परमेश्वराचं स्वरूप जाणल्यामुळे व्यक्तीला ते ओझं न वाटता परमशांतीचा लाभ होतो! म्हणजे जीवाला न वाकवता उलट तो त्याला अस्मिता बहाल करतो. किती श्रेष्ठ असेल ते परमात्म्याचं स्वरूप! त्याला जाणण्याने परमशांती लाभते याचाच अर्थ त्याला न जाणण्याने जीवन अशांत राहतं ही गोष्ट ओघानंच आली. पण भगवंत माझा सुहृद आहे ही जाणीव आणि समज दृढ झाली, तर योग्याला विश्व व्यापून उरलेल्या अनिर्वाच्य अशा ब्रह्मपदाची प्राप्ती होते. हे स्थान आत्यंतिक परमशांतीचं असतं. या स्थितीलाच अद्वैतानुभव म्हणतात.

हजारोंमधला एखादाच मला जाणण्याचा प्रयत्न करतो आणि असा प्रयत्न करणाऱ्या हजारोंमधील एखाद्यालाच माझं तत्त्वत : इन प्रिन्सिपल (in principle) ज्ञान होतं हे भगवंतांनी सांगितलेलंच आहे. त्यामुळे केवळ भोगात रमलेल्या सर्वसामान्यांना ही अनुभूती येणे, शक्य नाही. पण जे जिज्ञासू आहेत, संसारात राहून, करियर करूनही ज्यांना स्वतःचा विकास करायचा आहे, त्यांच्यासाठी 'त्रिकाल संध्या' हा राजमार्ग आहे. म्हणून 'त्रिकाल संध्या' समजून उमजून केली पाहिजे. त्यात कृतज्ञतेचा भाव असतो. हा भाव व्यक्तीला विकसित करतो. तिच्या जाणिवा समृद्ध करतो. त्यात भाववृद्धी आणि कृतज्ञता बुद्धीचा विकास होतो. अशाच व्यक्तीला मग भगवान प्रतिसाद देऊ लागतो - अशा 'प्रतिसादा'ला आपण आता 'प्रसाद' म्हणतो!

ईश्वराला आपण कशा प्रकारे जाणू शकतो, याचा निर्देशही या श्लोकातून होतो. तीन प्रकारे आपण ईश्वराला जाणू शकतो. पहिला प्रकार म्हणजे बुद्धीनं, दुसरा भावाने आणि तिसरा आत्मीयतेतून. यज्ञ आणि तप यांमधून जाणण्याची क्रिया ही बुद्धिजन्य आणि कर्मजन्य असते. दुसरा प्रकार म्हणजे भाव. 'सर्वांचं हृदय चालवणारा ईश्वर' या भूमिकेत भाव असतो. यात केवळ मनाची धारणा असते. तिसरा प्रकार म्हणजे आत्मीयता. सर्वांचा प्रिय सखा भगवान हा माझाही आहे, माझ्या हृदयात तो वसून आहे, या भूमिकेमध्ये आत्मीयता असते. म्हणजे, जाणण्याच्या अशा कोणत्याही क्रियांमधून मनुष्याला परमशांतीचा लाभ होतच असतो. अर्थात परमेश्वराला जाणण्याची क्रिया ही सोपी खासच नसते. या जाणण्यामागे फार मोठी समज असावी

लागते. जाणण्याच्या या प्रत्येक माध्यमांचं अनुसंधान असावं लागतं. तरच या जाणण्याच्या क्रियेत समग्रता येऊ शकते. चक्रधर स्वामींनी उदाहरण दिल्याप्रमाणे हत्तीला समग्रपणे जाणल्यानंतरच त्याचं समग्र स्वरूप उमजत असतं. केवळ पाय किंवा केवळ सोंड पाहून त्याचं समग्र स्वरूप समजू शकत नाही.

मग आता परमेश्वराला समग्रपणे जाणायचं तरी कसं, हा प्रश्न स्वाभाविकच उपस्थित होऊ शकतो. तर त्याचं उत्तर म्हणजे, इंद्रियं, मन, बुद्धी आणि आत्मतत्त्व यांच्या परस्पर अनुसंधानानंच परमात्म्याचं समग्र स्वरूप तत्त्वत: जाणता येऊ शकतं.

ते कसं? तर, मनुष्यरूपाने होणाऱ्या सर्व (कर्म) यज्ञांचा कर्ता ईश्वर आहे. देवतारूपाने तोच भोक्ता आहे. सर्व ग्रहगोलांसह सर्व सृष्टी, देवलोक, भूलोक इत्यादी सर्व लोकांचा तो परमेश्वर आहे. कोणत्याही प्रकारच्या परतफेडीची अपेक्षा न करता तो सर्व भूतमात्रांवर प्रेम आणि उपकार करणारा आहे. सर्व भूतमात्रांचं हृदय हे त्याचं वसतिस्थान आहे. कर्मफलांचा तोच अध्यक्ष असतो. घडणाऱ्या सर्व घटनांचा तो साक्षी असतो. मनुष्यप्राण्याला येणारे अनुभव किंवा प्रत्यय हे त्याच्याच सान्निध्यात येत असतात. अशा नारायणाला विविधांगांनी जाणूनच खरी शांती लाभते.

पंधराव्या श्लोकात भगवंतांनी म्हटलं आहे की परमात्मा मनुष्याच्या पाप-पुण्याचा स्वीकार करत नाही आणि या श्लोकात मी भोक्ता आणि कर्ता आहे, असंही ते म्हणतात. यात विरोधाभास वाटण्याची शक्यता आहे, परंतु पंधराव्या श्लोकाचा संदर्भ सकाम-साभिमान कर्मांशी आहे. सकाम आणि साभिमान कर्मं जीवाच्या 'अहं'पर्यंत पोहोचतात. मग त्याचं फळ त्यालाच भोगावं लागतं. त्यामुळे ती कर्मं भगवंतापर्यंत पोहोचत नाहीत. मात्र जे कर्म निष्काम, निर्लेप आणि अभिमानरहित असतं, ते भगवंतापर्यंत पोहोचतं. अशाच निष्काम कर्मांचा तो भोक्ताही असतो आणि कर्ताही असतो. जो ज्ञानी हे जाणतो तो परमशांतीचा अनुभव घेतो.

सर्व चराचर सृष्टीचा निर्माता परमेश्वरच सर्व भूतमात्रांचा सखा आहे. प्रत्येक चांगल्या कृतीमध्ये तो साहाय्य करतो. मनुष्याने जर निष्काम कर्म करून चित्त समाहित केलं तर परमेश्वर त्याच्या कर्माचा कर्ता आणि भोक्ता बनतो. ईश्वराचं सर्वसाक्षित्वाचं स्वरूप सर्वप्रेरकत्व आणि सर्वव्यापकत्व जाणण्यातूनच परमशांतीचा लाभ होतो.

ॐ श्री परमात्मने नमः

## अध्याय सहावा

# आत्मसंयमयोग

सर्व विषयांपैकी इंद्रियांवर नियंत्रण हा सर्वोत्तम उपाय आहे. सुखदु:खात मनाची समान स्थिती राखणे यालाच योग म्हणतात. समत्वयोग साध्य होणे अतिशय महत्त्वाचे असते.

***श्री भगवान उवाच***

*अनाश्रितः कर्मफलं कार्यं कर्म करोति यः ।*
*स संन्यासी च योगी च न निरग्निर्न चाक्रियः ॥६.१॥*

कर्माच्या फळावर अवलंबून न राहता जो कर्तव्य म्हणून कर्म करतो, तोच (खरा) संन्यासी व तोच खरा योगी होय. (केवळ) अग्निहोत्राचा त्याग करणारा (गृहस्थाश्रमाचा त्याग करणारा) आणि कर्माचा त्याग करणारा (अक्रिय) योगीही नव्हे आणि संन्यासीही नव्हे.

प्राचीन काळी अग्नीला म्हणजे अग्निपूजेला अतिशय महत्त्व होतं. प्रत्येक व्यक्तीची मुंज होत असे. मुंज झाल्यावर मुलगा स्नातक बनत असे. स्त्रियाही पाठशाळेचं शिक्षण घेत. गुरुकुलात प्रत्येक स्नातकाला स्वतःचा वेगळा अग्नी ठेवावा लागे. त्यासाठी स्वतंत्र अग्निगृहं असत. तिथे अग्नीचं पूजन करून स्नातकाला त्रिकाल संध्या करावी लागत असे. प्रत्येक स्नातक आपापला अग्नी कायम प्रज्वलित राखत असे. या शिक्षणकाळात अग्नीशी अर्थात तेजाशी किंवा ज्ञानाशी एकप्रकारचं नातं किंवा अनुसंधान जमल्यामुळे व्यक्तीच्या शरीर-मनावरही सकारात्मक परिणाम होत असे. शिक्षण पुरं झाल्यानंतर गृहस्थाश्रमात प्रवेश करताना हा अग्नी स्नातक आपल्या बरोबर नेत असे. मग गृहस्थाश्रमात प्रतिदिनी अग्निहोत्र केलं जात असे. घरोघरी केल्या जाणाऱ्या अशा अग्निहोत्रांमुळे अनेकविध सुपरिणाम तत्कालीन समाजाला प्राप्त होत असत.

पर्यावरणासह मनुष्याच्या आरोग्यपूर्ण जीवनासाठी अग्निहोत्र किती उपकारक आहे हे आज आधुनिक संशोधनातूनही समजून येत आहे. ऑस्ट्रेलियासह कित्येक

देशांत आज असंख्य कुटुंबं अग्निहोत्र करतात. त्यासाठी त्यांनी भारतीय गायींची पैदास करून निसर्गाशी नातं जोडलं आहे. वैदिक जीवनपद्धतीचं महत्त्व त्यांना संशोधनांती पटलेलं आहे. त्यानुसार अग्निपूजा हा त्यांच्या जीवनाचा अविभाज्य भाग ठरलेला आहे.

अग्नीचे 'जातवेद'सह अनेक प्रकार आहेत. मनुष्य जेव्हा मृत व्हायचा तेव्हा आयुष्यभर त्याने गृहस्थाश्रमात सांभाळलेला आणि पूजलेला अग्नी त्या माणसाचा पुत्र मडक्यातून स्मशानात घेऊन जात असे. तीच प्रथा आज केवळ रूढीस्वरूपात उरलेली आहे.

अशा तऱ्हेने प्राचीन काळी प्रतिदिनी घरोघरी अग्निहोत्र केलं जायचं. व्यक्तीच्या अंतिम समयी बरोबर नेल्या जाणाऱ्या अग्नीशी अशा तऱ्हेने आयुष्यभर नातं जोडलं गेल्यामुळे, आपण तात्पुरते या ठिकाणी आलो आहोत याचं भान व्यक्तीला नित्य राहत असे. म्हणजे पर्यावरणशुद्धीबरोबरच व्यक्तीच्या मनालाही अग्नी प्रभावित करत असे. *'जातवेदो म आवह...'* अशी अग्नीची गौरवाने उपासना करणारी व्यक्ती नित्य परमतत्त्वाशी जोडलेली राहत असे. परमेश्वराशी आपण तेव्हाच जोडले जाऊ शकतो, जेव्हा आपलं मन भौतिक सृष्टीतून अलिप्त होतं. त्यासाठी घरदार सोडून रानावनातच गेलं पाहिजे असं नाही.

त्या काळी गृहस्थाश्रमात अग्निहोत्र राखून असे यज्ञयाग करावे लागत. संन्याशाला मात्र याप्रमाणे अग्नी सांभाळण्याची आवश्यकता नसे. संन्याशाने निरग्नी व्हावं आणि अरण्यात राहून भिक्षेवर उदरनिर्वाह करावा, जगाच्या व्यवहारात त्याने पडू नये, असं मनू सांगतो. तशी अलिप्तता आली तर उत्तमच; पण गीता कर्मसंकल्प आणि त्याचं फळ यांच्या निवृत्तीला महत्त्व देते. या जगतात कोणतंच प्राप्तव्य ज्याला उरलेलं नसतं तो संन्यासी असतो, परंतु अंतिम आनंद, ज्ञान अथवा परमेश्वरप्राप्तीची अभिलाषा मनात असणं यामध्ये जरी प्रगल्भता असली, तरी ही स्वार्थयुक्त भावनाच असते. म्हणजेच गृहस्थाश्रमाचा त्याग केला किंवा अग्निहोत्रादी कर्मांचा त्याग केला म्हणजे मनुष्य संन्यासी झाला असं होत नाही. भगवान या श्लोकातून स्पष्टपणे ही गोष्ट सांगतात. याउलट कोणत्याही फलाची आसक्ती न ठेवता अग्निहोत्रादी सर्व कर्मं करणारा खरा संन्यासी आणि योगी असतो हेही ते सांगतात.

प्राचीन काळी ज्ञानी वैदिक ऋषींनी आणि शास्त्रकारांनी मनुष्याच्या मनाचं कमालीचं विश्लेषण केलं होतं. धर्म-अर्थ-काम हे पुरुषार्थ साध्य केल्यानंतर अनायासे मनुष्याला मोक्षाची इच्छा होते म्हणजे ती तशी झाली पाहिजे! म्हणूनच त्यांनी ब्रह्मचर्य-गृहस्थ-वानप्रस्थ आणि संन्यास या चार आश्रमांची व्यवस्था लावून

व्यक्तीचा मोक्षाकडे जाण्याचा मार्ग प्रशस्त केला. त्या त्या वयात सारे पुरुषार्थ यशस्वीपणे पार पाडल्यानंतर व्यक्तीने संन्यस्त वृत्तीने अलगद संसारातून निवृत्त व्हावं आणि आत्मविकासाचा मार्ग धरावा, अशी समाजबांधणी त्यांनी केली होती. त्यामुळे मनुष्याचं जीवन संतृप्त आणि मानसिक दृष्ट्याही निरोगी होत असे.

आपल्या घरापेक्षा हॉटेल हे कितीही सुंदर असलं तरी ते कायमचं वास्तव्याचं ठिकाण नसतं! शेवटी कसंही असलं तरी घर ते घर! या वैश्विक धर्मशाळेत म्हणजे हॉटेलमध्ये आपण तात्पुरते वास्तव्याला आलो आहोत आणि आत्मविकास पावत आपल्याला आपल्या मूळ घरी जायचं आहे ही व्यक्तीची मानसिकता या चार आश्रमांतून आणि पुरुषार्थांतून या शास्त्रकारांनी सहजतेने घडवली होती. मनुष्यदेहात राहून व्यक्ती या चार आश्रमांत स्वतःचा विकास करू शकत असे, पण पुढे जर ब्रह्मनिर्वाणापर्यंत जायचं असेल तर कर्मांचा म्हणजेच सकाम संकल्प-कर्मांचा त्याग केल्याशिवाय ते शक्य होत नाही. तोच संन्यास भगवान इथे सांगत आहेत.

या श्लोकात भगवान वनात जाण्याला विरोध करत नाहीत, परंतु त्यांना केवळ हा बाह्य बदल मान्य नाही. ते आंतरिक परिवर्तनाला अधिक महत्त्व देतात. म्हणून ते म्हणतात की, केवळ निरग्नी किंवा निष्क्रिय होणं हे काही खऱ्या संन्याशाचं लक्षण नाही. संन्यास हा वृत्तीत असतो; बाह्य क्रियेमध्ये नाही. केवळ रानावनात जाऊन, निरग्नी होऊन राहणं याला जर संन्यास म्हणत असतील, तर वनातल्या सर्व पशु-पक्ष्यांना संन्यासीच म्हणायला हवं! पण ते योग्य होणार नाही. म्हणून जो फलाशा आणि संकल्प यांचा त्याग करतो, अशा कर्तव्यपरायण पुरुषालाच खरा संन्यासी म्हटलं पाहिजे.

या श्लोकात एक विधान भगवान निःसंदिग्धपणे करतात. आणि ते म्हणजे, पारमार्थिक अर्थाने संन्यासी आणि योगी हे दोन भिन्न घटक नाहीतच. अर्थात संन्यासी म्हणजेच योगी आणि योगी म्हणजेच संन्यासी. सर्व प्रकारच्या कर्मसंकल्पांचा जो संपूर्णपणे त्याग करतो, तोच संन्यासी.

आपण सारे कबड्डीचा खेळ खेळतो आहोत. त्यात पडणं, लागणं, पकडणं, खरचटणं, जिंकणं, हरणं हे ओघाने आलंच! पण जो या खेळातून मनाने बाहेर पडेल आणि मैदानाच्या बाहेर मनानंच उभं राहून तिऱ्हाईत दृष्टीने हा खेळ बघेल, त्याला खेळाचा आनंद तर मिळेलच; पण त्याच्या मनाला व्यक्तिगत जय-पराजयाचं सुखदुःख ग्रासणार नाही.

म्हणजे ज्याची वृत्ती पूर्णतः निःसंग बनली आहे, कर्मफलाची आशा न धरता जो केवळ प्राप्त कर्तव्य म्हणून निष्ठापूर्वक कर्म करत आहे, तोच खरा संन्यासी! भगवान

सांगतात, तू खेळातून निवृत्तही होऊ नकोस आणि कर्तव्यबुद्धीने आपला खेळ उत्कृष्टपणे खेळताना फलाशाही धरू नकोस!

पाचव्या अध्यायातील तिसऱ्या, पाचव्या, आणि सहाव्या श्लोकांमधूनही भगवान हेच सांगतात, कर्मयोगाशिवाय संन्यास नाही, हेच ते सुचवतात. तीच गोष्ट त्यांनी इथे पुन्हा सांगितली आहे.

आपले हात स्वत:साठीही काम करू शकतात, दुसऱ्यासाठीही काम करू शकतात आणि परमेश्वरासाठीही काम करू शकतात. त्यातून आत्मसेवा, समाजसेवा किंवा ईशसेवा घडू शकते. म्हणजे 'काम करणं ' ही गोष्ट सर्वत्र समान आहे. संकल्परहित नि:संग वृत्तीने कर्म केलं, तर तोच खरा योगी मानला पाहिजे.

खरी संन्यस्त वृत्ती अंगीकारायची असेल तर फक्त आपली भूमिका बदलावी लागेल. म्हणजे दैनंदिन कर्म करतानाही कर्माच्या हेतूत बदल घडवून आणता आला पाहिजे. म्हणजे स्वत:ला कोणत्याही प्रकारे संतुष्ट करण्यासाठी नव्हे तर परमात्म्याला संतुष्ट करण्यासाठी कर्म केलं पाहिजे. अशा तऱ्हेने केलेली कर्मं ही खरी संन्यस्त कर्मं होतात. म्हणजे तोच खरा संन्यास होतो.

जो निष्काम बुद्धीने कर्तव्यकर्म करतो, तोच खरा संन्यासी आणि तोच खरा योगी. केवळ देहरूपाने संसार त्यागणारा कर्मयोगी होऊ शकत नाही. संसारात राहूनही आपण असा योग साधू शकतो.

*यं संन्यासमिति प्राहुर्योगं तं विद्धि पाण्डव ।*
*न ह्यसंन्यस्तसंकल्पो योगी भवति कश्चन ॥६.२॥*

अर्जुना, ज्या योगाला (तत्त्वतः) संन्यास असं म्हणतात, त्या योगाचं स्वरूप लक्षात घे. कारण वासनांचा त्याग केल्याशिवाय कुणीही मनुष्य योगी होऊ शकत नाही. म्हणजे इंद्रियतृप्तीच्या संकल्पांचा त्याग करत नाही, तोपर्यंत योग साध्य होऊ शकत नाही.

योगाचं स्वरूप लक्षात घे, असं भगवान पुन्हा पुन्हा अर्जुनाला सांगतात. म्हणजेच त्यांना जे काही सांगायचं आहे ते वरवर आणि केवळ शब्दांतून व्यक्त होणारं नाही हे सहज कळून येतं. संन्यास म्हणजे त्याग आणि कर्मयोग म्हणजे फलाशेचा त्याग, यातला गूढ अर्थ जाणून घेतला पाहिजे. संकल्पांच्या त्यागामुळे संन्यास प्राप्त होतो, तर निरहंकार कर्तव्यपरायणतेमुळे योगसिद्धी प्राप्त होते. इथे केवळ दोन भिन्न शब्दप्रयोगांची योजना केलेली आहे. वस्तुतः दोन्ही अवस्थांत कोणताच फरक नाही, असंच भगवंतांना सांगायचं आहे, पण तरीही यात थोडा भेद आहे. आता यातला गूढार्थ जाणून घेऊया.

काम करून मला त्या कामाचा मोबदला म्हणजे फळ मिळालंच पाहिजे, या जीवाच्या कर्मामागच्या भूमिकेला 'सकाम कर्म' म्हणतात. सर्व जग या सकाम कर्मावरच जगत असतं. यामध्ये स्वाभाविकता असते; म्हणजे सहजकर्माची प्रेरणा असते. How to earn Bread & Butter! जगातले सर्व भौतिक शिक्षणाचे अभ्यासक्रम या सकाम कर्माभोवतीच फिरत असतात. त्यात विशेष असं काही नाही. ती सामान्य गोष्ट झाली, पण आत्मविकासाच्या मार्गावरची पुढची पायरी म्हणजे कुणी अधिकारासाठी पैशाचा त्याग करतं किंवा सत्कर्माच्या ध्येयाने प्रेरित होऊन कुणी पैसा, कीर्ती, अधिकार यांचाही त्याग करतं. कुणी मंदिर बांधायला उद्युक्त होतं तर कुणी सामाजिक कार्यासाठी उद्युक्त होतं. अशा सत्कर्मांमागेसुद्धा संकल्प हा असतोच. म्हणजे फलासंदर्भात असे विविध प्रकार असले तरी या सर्व कर्मांच्या ध्येयामागे 'संकल्प' हा असतोच.

विकासाचा पुढचा टप्पा म्हणजे कर्मफलाची आसक्ती न धरता सत्कर्माचं आचरण करत राहणं. अशा कर्मामागे फलासक्ती नसली तरी संकल्प हा उरलेलाच असतो! म्हणजे आपण काही तरी चांगलं काम केलं पाहिजे असा विचार मनात उद्भवतो आणि या विचारांच्या उद्भवालाच 'संकल्प' म्हणतात. असं संकल्पयुक्त कर्म हे गीतेच्या तत्त्वज्ञानात 'निष्काम कर्म' या सदराखाली बसत नाही, पण विकासाच्या मार्गावरची ती आवश्यक पायरी मात्र नक्कीच आहे. किंबहुना योगारूढ होण्याच्या मार्गावरचा तो एक महत्त्वाचा टप्पा नक्कीच असतो. पण गीतेचं तत्त्वज्ञान तेवढ्यावरच थांबत नाही. ते अंतिम तत्त्वापर्यंत योग्याला नेतं. कोणत्याही वासनांचा त्याग केल्याशिवाय योग साध्य होऊ शकत नाही!

हे सारे संकल्प जीवभावातून निपटून निघाले तरच योग साध्य होऊ शकतो असं भगवान निःसंदिग्धपणे या श्लोकातून सांगत आहेत. त्यामुळे योगी होणं ही वाटते तितकी साधीसरळ गोष्ट नाही.

दोन फ्रिक्वेन्सीज एका वेळी काम करू शकत नाहीत. जीवाने वासनांची इच्छा केली की, एक संकुचित फ्रिक्वेन्सी कार्यरत होते. मग दुसरी वैश्विक फ्रिक्वेन्सी तटस्थ राहते. म्हणजेच वैश्विक शक्तीशी जोडण्याची यौगिक क्रिया साध्य होऊ शकत नाही. म्हणून योगाचरण करताना कोणत्याही वासनांच्या पूर्तीचा संकल्प करू नये असंच भगवान सुचवतात.

आता मनात काही विचार सहज उद्भवतील; ते म्हणजे, संकल्पच सोडले तर जीवनाला काही अर्थच उरणार नाही! मग मनुष्याने महत्त्वाकांक्षा आणि आशा बाळगण्यात काही अर्थच नाही! करियर करणं नाही, नोकरी-व्यवसाय नाही, मग जीवन चालणार तरी कसं? म्हणजे माणसाने शुष्कतेने दगडासारखं जीवन जगावं का? त्यापेक्षा वाट्याला आलेलं जीवन मौजमजेत घालवावं हे उत्तम!.... अशा मानसिकतेसाठी हा योगमार्ग सांगितलेलाच नाही. योग इतका उथळ आणि सहज असूच शकत नाही. **'योग'** हा शरीर आणि मन तंदुरुस्त राहावं एवढ्यासाठी मुळीच नाही. योगाचरण करताना शरीर-मन तंदुरुस्त होणं हा सुपरिणाम होतच असतो, पण ते अंतिम उद्दिष्टही नाही आणि अंतिम युक्त होण्याचं उद्दिष्ट साध्य झाल्याखेरीज योग सिद्ध होऊ शकत नाही. हे आत्यंतिक गहन असं शास्त्र आहे. ते जाणीवपूर्वक समजून घेतलं पाहिजे. त्यासाठी 'पातंजल योगदर्शन' अभ्यासलं पाहिजे. त्यानुरूप जीवनात परिवर्तन आणलं पाहिजे. तरच योग साध्य होण्याची शक्यता असते.

साऱ्या भौतिक भोगांमध्ये रत राहून केवळ ते भोग भोगता यावेत म्हणून 'योग' करणं म्हणजे योगमार्गाचं आचरण झालं असं नव्हे! किंवा सर्वतऱ्हेच्या मौजमजेत

गुंतून केवळ 'अनुलोम-विलोम, भस्त्रिका , कपालभाती' करणं म्हणजे 'योग' नव्हे. योग साध्य होण्यासाठी जीवनपद्धती, आचारपद्धती आणि विचारपद्धती पूर्णतः बदलावी लागते. 'यम-नियमां'पासूनच प्रारंभ करावा लागतो. सभोवताली तशी संस्कृतीच अस्तित्वात यावी लागते. अशा आत्मविकासाच्या म्हणजे आत्मभावातून प्रकट होणाऱ्या संस्कृतीची पुनःप्रस्थापना करावी लागते. ती संस्कृती या आत्मभावी संस्कृतीची पूर्वतयारी असते आणि अवतार हे तशी संस्कृती पुनःप्रस्थापित करण्यासाठी किंवा त्या दैवी संस्कृतीचं दर्शन आणि प्रस्थापना करण्यासाठीच जन्म घेत असतात. हे साध्य झालं तर उमजतं की, घरात राहून, सर्व प्रकारची कर्मं करून, करियर करून आणि जबाबदाऱ्या पार पाडूनही योगमार्गावर आपण पदन्यास करू शकतो. इथे दगडासारखं अज्ञानी जीवन नाही तर आत्मभाव प्रकट होऊन ज्ञानयुक्त कर्म जीवाकडून होऊ लागतं. परस्पर उपकारक दैवी संस्कृती अस्तित्वात येते.

कदाचित एखाद्याला हे सारं स्वप्नमय वाटू शकतं, पण आत्मभावातून प्रकट होणारी संस्कृती अस्तित्वात आली तरच त्याची साक्षात अनुभूती मिळू शकते. पोहण्यात काय मजा असते, चांदण्यात फिरण्यात केवढा आनंद असतो, गवयाला सूर सापडण्यात केवढा आनंद मिळतो, अशा प्रकारच्या अनुभूतीच्या गोष्टींविषयी वाचून काही समजत नाही. त्यासाठी प्रत्यक्ष अनुभवच घ्यावा लागतो. सभोवताली जरी धावपळीचं स्वार्थयुक्त जीवन दिसत असलं तरी आत्मभावी संस्कृतीचं अव्यक्त का होईना; अस्तित्व हे असतंच.

अशी आत्मभावी संस्कृती प्रस्थापित करण्यासाठीच अवतार जन्म घेत असतो. तशी संस्कृती अस्तित्वात आली तर प्रत्येक मनुष्य तृप्त आणि समाधानी होऊ शकेल. त्याच्या जीवनाचा वेग कमी होईल. सृष्टी सकारात्मक प्रतिसाद देऊ लागेल. आणि त्याचा परिणाम म्हणजे मनुष्याला दैवी आनंदलहरींची अनुभूती मिळू लागेल. म्हणजे मुळात मी आनंदस्वरूपच आहे आणि भौतिक सृष्टीचा केवळ अनुभव घेत आहे, ही जाणीव दृढ होत गेली तर या आनंदलहरी जीवापर्यंत पोहोचू लागतात.

मनुष्याच्या वासना हा 'योग' घडवून आणण्यात अडचण निर्माण करतात. त्याचा स्वार्थ आणि स्वकर्तृत्वाभिमान 'योग' साधण्याच्या आड येत असतो. प्रत्येक कर्मामागे जीवाचा कर्तृत्वाभिमान असतोच. हा भाव वासनारूपी संकल्पाला जन्म घालतो. संकल्प हा पूर्वीच्या विकल्पातून उद्‌भवलेला असतो. संकल्प-विकल्प म्हणजेच क्रिया-प्रतिक्रियारूप कर्म. ह्या साऱ्या क्रिया जीवभावातून निर्माण होतात.

ज्या योग्यांचा जीवभावच नष्ट झाला आहे, त्यांचा आत्मभाव प्रकट होतो. त्या वेळी क्रिया-प्रतिक्रियारूप कर्म थांबलेलं असतं. मग खऱ्या अर्थाने निष्काम कर्म त्या

ज्ञात्याकडून घडू लागतं. अशा योग्यांच्या हातून जे कर्म घडतं, ते जगत्कल्याणाच्या दृष्टीने सर्वस्वी उपयुक्त कर्म असतं. त्यांच्या 'कार्य'कर्माला 'अकार्य' ही दुसरी बाजूच उरलेली नसते. असा हा अतिशय गहन अर्थ गीता सांगते.

तसं पाहिलं तर कर्म हे मुळातच आंधळं, अचेतन किंवा निर्जीव असतं. ते आपणहून कुणाला धरत नाही किंवा सोडत नाही. कर्म हे चांगलं किंवा वाईट असंही नसतं, परंतु मनुष्य आपला जीव या कर्मात गुंतवून आपल्या आसक्तीने ते कर्म बरं-वाईट ठरवत असतो. ही आसक्ती सुटली तर कर्म करणारा मनुष्य परमपद खचितच प्राप्त करून घेऊ शकतो.

इष्टफलाची आशा धरूनच जे कर्म करायला प्रवृत्त होतात, त्यांना कर्मकांडी म्हणतात. अशा लोकांच्या वासना कमी होण्याऐवजी त्या वाढतच जातात. त्यामुळे योग साध्य होऊ शकत नाही.

आपल्या मनात काय आहे, हे परमेश्वराला पूर्णपणे ठाऊक असतं. म्हणून वृत्तीत बदल आणून अहंकाररहित कर्म केलं, तरच योगमार्ग प्रकाशित होत जातो. कर्मातला जीवभावाचा अहंकार गेला की संकल्प जातो. आपल्या आतून 'प्रत्यगामा' स्वरूपात परमात्माच कर्म करतो आहे, याची जाणीव सतत असणं हे योगमार्गावर जाण्याचं लक्षण असतं. कोणत्याही उदात्त कलेतून परमात्माच जीवाच्या आधाराने व्यक्त होत असतो, पण जर जीव त्या कलेचं श्रेय स्वतःकडे घेऊ लागला तर त्याला अहंकाराचा दर्प येऊ लागतो. म्हणून सर्वप्रथम खऱ्या कलाकाराची जाणीव होणं आवश्यक असतं. मग भौतिक विश्वात राहूनही खरा संन्यास व्यक्ती अनुभवू शकेल.

संन्यासी आणि योगी या दोघांनाही कर्मफलाचा त्याग करून कर्तव्यकर्मं करायची असतात. संन्यासी कर्तव्य म्हणून कर्म करतो, तर योगी परमेश्वरी आज्ञा म्हणून कर्म करतो. संन्यासी संकल्पाचाच त्याग करतो, तर योगी अहंकाररहित बुद्धीने फलाचा त्याग करतो. ज्याचा संकल्प सुटला तो योगीच असतो, पण जोपर्यंत इंद्रियतृप्तीच्या इच्छेचा त्याग होत नाही, तोपर्यंत मात्र योग सिद्ध होऊ शकत नाही.

*आरुरुक्षोर्मुनेर्योगं कर्म कारणमुच्यते ।*
*योगारूढस्य तस्यैव शमः कारणमुच्यते ॥६.३॥*

योग साध्य करू इच्छिणाऱ्या मुनीसाठी कर्म हे साधन आहे; असं म्हटलं आहे. योगप्राप्ती झाल्यानंतर त्यालाच शम हे साधन आहे, असंही कथन केलं आहे.

जीवभावाचं शिवभावात विलीनीकरण होणं याला 'योग' म्हणतात. जीवभावातून सुटून आत्मभावात जाणं यालाच जाणकार 'मोक्ष' असंसुद्धा म्हणतात. हा योग साध्य व्हावा म्हणजेच आत्मसाक्षात्कार व्हावा अशी ज्याची इच्छा असते, त्याचं साधन हे 'कर्म' असतं, असं या श्लोकात सांगितलं आहे. कर्माचा एक सिद्धान्त असून त्यानुसार कर्मचक्र चालूच राहतं. शरीराचा व्यवहार चालावा म्हणून आपण काम करतो. त्यातून अर्थप्राप्ती होते आणि आपला उदरनिर्वाह चालतो. उदरनिर्वाहातून शक्ती प्राप्त होऊन आपण पुन्हा कर्म करतो.

म्हणजे कर्म हे परस्पर घटकांवरही अवलंबून असतं. यात कोणताही जीव स्वतंत्र नाही. तो कर्मचक्रातच अडकलेला आहे. असं हे कर्मचक्र आहे. त्यावरच जग चालत असतं. या चक्रातून सामान्य मनुष्य फिरत राहतो; तर योगीमुनी दुसऱ्या एका कर्मचक्रातून फिरत राहतात. त्यांचं कर्म हे योग आणि आत्मसाक्षात्कारासाठी केल जाणारं कर्म असतं. म्हणजे कर्म तेच; पण एक विकासार्थ आणि दुसरं उदरनिर्वाहार्थ. केवळ योगारूढ होण्यासाठी ते कर्माचा साधन म्हणून वापर करतात आणि योगप्राप्ती झाल्यामुळे शम म्हणजे मनःशांती हेच त्यांचं साधन होतं. त्यासाठी या श्लोकात आरुरुक्षु आणि योगारूढ हे शब्द वापरले आहेत.

सामान्य मनुष्य गतानुगतिक असतो. कर्म करण्यामागचा त्याचा विचार इंद्रियांच्या सुखांशीच संबंधित असतो. व्यवसाय करणं , नोकरी करणं , कुटुंबाचं पोषण करणं , स्वतःचं आणि कुटुंबाचं हित पाहणं एवढंच त्याचं जीवन असतं. मग यापुढचा विचार तो करू लागला की शैक्षणिक, सामाजिक, आर्थिक आणि राजकीय

हे विषय त्याच्या मनात उद्भवतात. रूढी-परंपरेने मनुष्य भाविक असला किंवा झाला तर पुढे पूजा-अर्चना करणं , तीर्थयात्रा करणं , धार्मिक उत्सवात सहभागी होणं अशी कर्मं त्याच्या हातून घडू लागतात.

अशा तऱ्हेने विचारांचं आणि ओघाने कर्माचं स्वरूप बदलू लागतं. म्हणजे व्यावहारिक कक्षा ओलांडून जीव आत्मभावाकडे अनायासे जाऊ लागतो. जीवनाविषयी अधिक विचार करू लागतो. या साऱ्या कर्मप्रवासात जर विवेकाची ठिणगी पडली तर मनाची ज्ञानलालसा वाढीला लागते. म्हणजे कर्माचं स्वरूप इथे आणखी प्रगल्भ झालेलं असतं. त्याच्या जीवनाचं क्षेत्र विशाल बनत जातं. कर्तव्य, नीती, धर्म, तत्त्वज्ञान या संकल्पनांचा उदय होऊन त्याचा अंतःप्रांत प्रकाशित होऊ लागतो. मग वाङ्मय, तत्त्वज्ञान, श्रवण, मनन, चिंतन यांची गोडी वाटू लागते.

म्हणजे जो मनुष्य केवळ इंद्रियभोगांकडे लक्ष देत होता, तो जीवनातल्या नानाविध अनुभवांचा विचार करू लागतो, त्यांचं विश्लेषण करू लागतो. प्राप्त सुखदुःखांचा विचार करून आपण नक्की आयुष्यात काय मिळवलं याचाही विचार सुरू होतो. जीवनाचं वास्तविक स्वरूप, जन्म-मरणाची मर्यादा, मृत्यूनंतरचं जीवन, ते कर्मावर अवलंबून आहे का, तसं असेल तर आपल्याला शुद्ध कर्म कसं करता येईल, अशा तात्त्विक प्रांतांचाही विचार सुरू होतो. जेव्हा अशा प्रकारचे अत्यंत प्रगल्भ विचार मनात उद्भवतात आणि मनुष्य त्यावर विचार करायला लागतो, तेव्हा तो 'मुनी'पदाप्रत येऊन पोहोचला आहे असं समजावं.

आता मुनीपदानंतर योगारूढ किंवा आत्मज्ञानी व्हावं असं जेव्हा या मनुष्याला वाटू लागतं, तेव्हा तो त्यासाठी आवश्यक साधनांचा विचार करू लागतो. ते आवश्यक साधन म्हणजेच 'कर्म' असं भगवान या श्लोकात सांगतात. परंतु इंद्रियं-भोगांसाठी असलेली कर्मं आणि मुनीपदाला पोहोचलेल्या साधकाची कर्मं यात महदंतर असतं. स्थूल जीवन जगण्यासाठी असलेली कर्मं सर्वत्र सारखीच असतात, पण या स्थूल संकुचित जीवनापलीकडे आणखी विशाल जीवन आहे याची जाणीव झालेल्या साधकाचं कर्मक्षेत्रही वेगळंच असतं. त्याचं कर्मक्षेत्र विकारक्षेत्रातून सुटून विवेकक्षेत्राकडे गेलेलं असतं. अर्थात मनाच्या कचाट्यातून सुटून ते बुद्धीच्या प्रांतात गेलेलं असतं. म्हणजे ज्ञानाचा आश्रय घेऊन तो आपलं प्रत्येक कर्म विवेकावर आधारित करू लागतो. कारण संयमाचं सामर्थ्य त्याला उमजलेलं असतं. त्याचाच उपयोग तो पुढील आत्मप्रगतीसाठी करू लागतो. उच्च ध्येय गाठण्यासाठी क्षुद्र कामना आणि अहंभावाचा तो संकोच करतो. आणि त्यामुळे तो कर्मबंधनातून मुक्त होऊ लागतो. मग त्याचं जीवन कर्मं ठरवत नाहीत तर तो त्या कर्मांचा अधिकारी बनतो आणि त्याला हवं ते तो

घडवून आणतो. इंद्रिय-मन-बुद्धी यांना अंतर्मुख करून आत्मविकासाच्या उपासनेला जुंपल्यामुळे एका चिरंतन दैवी शांतीचा लाभ त्या साधकाला मिळू लागतो. ही परमशांती हेच ब्रह्मनिर्वाणाचं साधन असतं.

अद्याप त्या साधकाला ब्रह्मनिर्वाणापर्यंत मार्गक्रमण करायचं असतं. पुढची प्रगती करण्यासाठी 'शम' हे साधन असतं. योगारूढ झालेला हा सिद्ध महान ईश्वरीशक्तीला जाणून नियतीच्या कार्यात स्वतः वाहून घेतो. नियतीचं हे कार्य व्यक्ती आणि समष्टी यांना व्यापून असतं. नियती म्हणजेच परमेश्वराने स्व-संकल्पातून तयार केलेला विश्वाच्या उत्पत्ति-स्थिति-लय यांच्या आणि उत्क्रांती-अपक्रांतीच्या चढउतारांचा आराखडा! या आराखड्यात कुणीही हस्तक्षेप करू शकत नाही. जरी योगारूढाला हा संपूर्ण आराखडा कळला नाही, तरी या ईश्वरी प्रोग्रॅमचा हेतू, शक्ती आणि कार्य यांची जाणीव त्याला त्याच्या विशाल प्रज्ञेमुळे होते. आणि मग असा तो सिद्ध कोणताही अभिनिवेश न बाळगता स्वतःला विसरून सृष्टिकर्त्याच्या कार्यात पूर्णपणे वाहून घेतो. सृष्टिकर्त्याचं हे स्वाभाविक कर्म असल्यामुळे या योगारूढाचं कार्य हे फलदायी 'कर्म' न ठरता ते 'शम' ठरतं. तथापि, ईश्वरी कार्यात पूर्णपणे विरघळून हा साधक जरी 'कर्म' करत राहिला, तरी त्याचा अंशमात्र स्वाभाविक 'अहं' जागृत असल्यामुळे त्याला स्मृतिभ्रंश न होता सूर्य आणि सूर्यकिरणं एवढ्याच भेदाने तो 'आरुरुक्षु' कर्म करत राहतो. आरुरुक्षु अवस्थेपर्यंत पोहोचल्यामुळे अशा या योगारूढ सिद्धाचं पुढील ब्रह्मप्राप्तीला पोहोचण्याचं साधन हे 'कर्म' न राहता, ते 'शम' होतं. म्हणजे सामान्य मनुष्य जे कर्म करतो, ते चांगलं-वाईट फल देणारं असतं. पण योगारूढ जेव्हा ब्रह्मप्राप्तीला पोहोचण्याचं जे कर्म करतो ते चांगलं-वाईट फल देणारं होत नाही; ते 'शम' होतं. 'शम' म्हणजे परमशांती, निष्कामता, स्वयंपूर्णता, निरहंकारता किंवा अविच्छिन्न आत्मस्मृती. अर्थात अविरत राहणारी आत्मस्मृती. भगवान या श्लोकात हा केवढा सूक्ष्म आणि गहन विचार मांडतात!

थोडक्यात, योगमार्गाचा आधार घेऊन 'आरुरुक्षु' आत्मज्ञानापर्यंत जातो तर दुसरा योगारूढ आधीच त्या पदापर्यंत पोहोचलेला असतो. योगप्राप्तीची इच्छा करणारा असा हा आरुरुक्षु आत्मविकासासाठी कर्मं करतो, तर दुसरा योगारूढ आधीच विकसित झालेला असतो. तो सृष्टिचक्राचा भाग बनून 'शम' हे साधन घेतो. आरुरुक्षु विकासासाठी कर्मं करतो म्हणून कर्म हे त्याचं कारण म्हणजे साधन होतं. तर योगारूढाची मोक्षप्राप्ती निश्चित झाल्यामुळे त्याचं कर्म हे शम म्हणजे मनःशांती ठरतं. योगारूढ हा संकल्प आणि फलाशा सोडून कर्मं करतो, तर योगारूढ होण्याची इच्छा

करणारा आत्मविकासासाठी कर्मं करतो. त्याच्या कर्मामागचा तोच एक हेतू असतो, पण त्यामुळे त्या त्याच्या कर्माचं फळ - चांगलं का होईना - हे त्याला मिळतच असतं. पण जो योगारूढ होतो, तो संकल्प-हेतूरहित कर्मं करत असल्यामुळे त्याला त्याचं फळ मिळत नाही. म्हणजेच कर्मबंध होत नाही. अर्थात कर्माचा परिणाम न्यूट्रल राहतो. असं न्यूट्रल राहणारं कर्म म्हणजेच परमशांतीयुक्त 'शम'.

> या संदर्भात एक उदाहरण पाहू. खेडेगावामधल्या एका शाळेत दोन गुरुजी शिकवायचे. त्यातील एक गुरुजी मध्यमवयीन होते, तर दुसरे वृद्ध! मध्यमवयीन गुरुजींची अजून बरीच वर्षं नोकरी शिल्लक होती, तर वृद्ध गुरुजी निवृत्त होऊन पुन्हा त्याच शाळेत बिनपगारी शिकवायला येत होते. म्हणजे एका गुरुजींना विकास साधायचा होता, तर दुसरे गुरुजी मन:शांतीसाठी शाळेत येत होते. अगदी याच दृष्टान्ताप्रमाणे आरुरुक्षु आणि योगारूढ कर्मं करत असतात.

शांती मिळाल्यावर योगारूढ पुरुष कर्मं करत नाही, हे सांख्यांचं मत गीताकारांना मान्य नाही. लोकसंग्रहार्थ कार्य करण्यासाठी शम म्हणजे मन:शांती हेच योगारूढाच्या कर्माचं कारण होतं किंवा साधन होतं. थोडक्यात एक मन:शांतीसाठी विकसित कर्म म्हणजे शम होतं आणि दुसरं विकासार्थ निष्काम कर्म होतं.

योगप्राप्ती व्हावी म्हणून एखादा मुनी (आरुरुक्षु) कर्म करतो तर योगारूढाची कर्मं ही त्याची मन:शांती ठरतात. थोडक्यात सांगायचं तर ज्ञानासाठी कर्म आणि ज्ञानोत्तर कर्म! कर्म हे सामायिकच असतं. फक्त एकाचं चांगलं फळ मिळतं तर दुसऱ्या कर्माचं फळ न मिळता कर्म न्यूट्रल होऊन जातं. मग उरते ती परमशांती; म्हणजेच 'शम'!

*यदा हि नेन्द्रियार्थेषु न कर्मस्वनुषज्जते ।*
*सर्वसंकल्पसंन्यासी योगारूढस्तदोच्यते ॥६.४॥*

विषयांच्या आणि कर्मांच्या ठिकाणी व्यक्ती जेव्हा आसक्त होत नाही, आणि जेव्हा व्यक्तीचे सर्व संकल्प सुटलेले असतात, तेव्हा त्या व्यक्तीला योगारूढ असं म्हणतात.

हा विषय समजायला खूप कठीण आहे. मनाची एकाग्रता साधूनच हा भाग वाचला पाहिजे. संपूर्ण गीताच अशा तऱ्हेने वाचली पाहिजे. कदाचित पुन्हा पुन्हा वाचली तर जीवनात सकारात्मक बदल घडून येऊन मनुष्याचा आनंदमार्ग प्रकाशित होईल.

समाधिमार्ग साध्य होण्यासाठी भगवान आपली मनोभूमिका तयार करत आहेत. या सहाव्या अध्यायात ते ध्यानाची तंत्रं सांगणार आहेत. त्या दृष्टीने प्रत्येक श्लोक महत्त्वाचा आणि अभ्यासावा असाच आहे.

योगारूढ होण्यासाठी संकल्पशून्य अवस्था येणे, ही सर्वात महत्त्वाची गोष्ट असते. अशी स्थिती आली की हातून जी कृती होते, ती भगवंतासाठीच होते. आपल्याला एखादी गोष्ट मिळवायची असेल तर मनात तसा संकल्प निर्माण होतो. ती गोष्ट मिळवण्याची मनाला आसक्ती वाटली आणि त्या गोष्टीपासून मिळणाऱ्या संभाव्य फलाविषयीची आशा मनात रुजली की आपण कार्यरत होतो. असं कार्य हे स्वार्थप्रणीत असतं. जी जी गोष्ट स्वार्थासाठी केली जाते, ती ती योगस्थ होण्यासाठी अडथळे निर्माण करते. म्हणून कर्मं न सोडता फलाशा म्हणजे काम्यबुद्धी सोडून शांतचित्ताने निष्काम कर्मं केली पाहिजेत. या अवस्थेतच व्यक्ती योगारूढ होऊ शकते. कर्मयोगी फलाशेचा त्याग करतो, म्हणून कर्मयोगातच संन्यासाचा समावेश होतो.

योगारूढ होण्यासाठी प्रारंभी विषयांचा त्याग केला पाहिजे. म्हणजेच विषयांना भोग्य न बनवता पूज्य बनवता आलं पाहिजे. हे साधलं म्हणजे कर्माचा म्हणजेच 'मी कर्म करतो' या भूमिकेचा मानसिकदृष्ट्या त्याग केला पाहिजे. आणि शेवटी संकल्पांचाही त्याग करायला हवा. म्हणजे योगारूढ होता येतं.

मनुष्यजीव एकंदर दहा इंद्रियं आणि मन-बुद्धी यांच्या आधाराने जीवन जगत असतो. पंचकर्मेंद्रियांच्या माध्यमातून बाह्य विषयांशी ज्ञानेंद्रियांचा संयोग घडतो. शब्द, स्पर्श, रूप, रस, गंध हे या पंचज्ञानेंद्रियांचे विषय असतात. या ज्ञानेंद्रियांना बाह्य (भोग्य)विषयांचा स्पर्श झाला म्हणजे लगेच विषयासक्ती होते असं नाही. म्हणजे तो विषय भोगावासा वाटतो असं नाही; तर जेव्हा मन त्या विषयाचं चिंतन करू लागतं, तेव्हाच तो विषय भोगण्याची आसक्ती मनात निर्माण होते. बाह्य विषयांशी इंद्रियांचा होणारा संस्पर्श जीव टाळू शकत नाही पण मनात उद्भवणारी भोगाची इच्छा किंवा आसक्ती तो टाळू शकतो आणि ती गोष्ट शक्य झाली तर व्यक्ती योगमार्गावर मार्गक्रमणा करू शकते. कारण आसक्ती, काम, भोगलालसा या मनाच्या वृत्ती असतात आणि त्यावर योग साध्य करू इच्छिणाऱ्या व्यक्तीला वर्चस्वच मिळवावं लागतं.

एखाद्याला वाटेल, हे असं जीवन जगणं म्हणजे शुष्क जीवन जगणं, पण हा अर्थ अभिप्रेत नाही. शुष्क जीवन नाही तर उलट भावपूर्ण जीवन इथे अपेक्षित आहे. 'भगवान माझ्याबरोबर आहे' ही जाणीव योग्याला सतत असल्यामुळे तो या भोगमय सृष्टीत राहूनही भावपूर्ण जीवन जगू शकतो. म्हणजे इथे आरुरुक्षु साधकाने जेवूच नये, आवडीचा पदार्थ खाऊच नये किंवा उत्तम वस्त्रं परिधान करूच नये असं मुळीच नाही. फक्त त्यात वासनारूप भोगाची इच्छा न ठेवता आनंदाचाच भाग असला पाहिजे, हा अर्थ अभिप्रेत आहे. उपभोग घेण्याचे दोन प्रकार असतात. पहिला प्रकार हा सामान्यतः सर्वत्र असतो. एखादी सुंदर साडी पाहिली की स्त्री मोहात पडते. मित्राने एखादा उंची सेलफोन घेतला की एखाद्या माणसालाही तसा फोन हवासा वाटतो. म्हणजे अशा इच्छांमागे कोणताही विवेक नसतो. एका इच्छेची पूर्ती झाली की त्यातलं नावीन्य संपतं आणि पुन्हा फोनसारखा दुसरा विषय व्यक्तीला खेचतो. अशा विवेकहीन अवस्थेतच जीवन व्यतीत होतं - संपून जातं.

थोडक्यात, इंद्रियांचे लाड पुरवणं, मनाला संयमाची सवय न लावणं आणि नव्या नव्या विषयांना शरण जाणं हे विषयासक्त व्यक्तीचं लक्षण असतं. दुसरा प्रकार म्हणजे शरीरपोषण आणि विकासासाठी योग्य असे भोग स्वीकारणं. असं विवेकपूर्ण जीवन योगारूढ मनुष्य जगत असतो. या विश्वात उपलब्ध असणाऱ्या भोगांपेक्षा अनंत अशी परमानंदस्वरूप दैवी स्पंदने योगारूढाला अनुभवायला मिळत असतात. त्यामुळे इथल्या मानुषी भोगांमध्ये त्याला स्वारस्य उरतच नाही आणि म्हणून तो विषयासक्त होत नाही. केवळ 'योग' साध्य करण्यासाठी शरीर उत्तम राहावं म्हणूनच तो इथले आवश्यक ते अन्न-वस्त्रादी भोग विवेकाने भोगत असतो.

भौतिक जगतात सामान्य व्यक्ती सहज मोहाला बळी पडते, परंतु प्रत्येक भोग भोगायला मिळतोच असं नाही. मनुष्य अनंत भोगांची इच्छा करतो पण त्याच्या फार थोड्या इच्छाच पुऱ्या होत असतात. म्हणजे त्याच्या प्रत्येक वासनेची पूर्ती होणं हे त्याच्या हातात नसतं. मग असे वासनांचे विषयभोग त्याच्या ताब्यात राहिनासे झाले की, सामान्य मनुष्य अगतिक होतो. तो विषयांचा गुलामही बनतो. एखाद्याला चहाचं व्यसन असतं. कुणी चहाचा थोडा आग्रह केला की तो लगेच चहा घेतो. म्हणजे चहा हा 'विषय' त्याला वाकवत असतो.

तेव्हा अशी मन:स्थिती तयार झाली पाहिजे की मला हवा तेव्हाच मी चहा घेईन; अन्यथा नाही. आज वस्तू आपल्याला गुलाम बनवते. मोबाईल फोनने तर संपूर्ण जग जणू आपल्या गुलामीत ठेवलं आहे! इथे मोबाईलसह कोणत्याही उपयुक्त भौतिक वस्तू वापरण्यावर मुळीच आक्षेप नाही. फक्त कुणी कुणाला वापरायचं आणि कुणी कुणाला आपल्या गुलामीत ठेवायचं, हा प्रश्न आहे. मला वाटेल तेव्हाच मी मोबाईलचा वापर करीन; माझ्या कामाच्या आड मी मोबाईलला येऊ देणार नाही, अशी व्यक्तीमध्ये मालकाची भूमिका आली पाहिजे, गुलामाची नाही! परंतु सामान्यत: वस्तू-विषय व्यक्तीला गुलाम बनवत असतात. एकदा गुलामीची वृत्ती स्वीकारली की व्यक्तीमधील अस्मितेला कसर लागते. आणि इथेच व्यक्तीचा अध:पात सुरू होतो. अशी अस्मिताहीन अध:पतित व्यक्ती योग साध्य करू शकत नाही; आणि अस्मितेसह सर्वच गुणांनी युक्त अशा परमतत्त्वाला ती प्राप्त होऊ शकत नाही. परमतत्त्वाला प्राप्त व्हायचं असेल तर त्याच्या गुणांशी साधर्म्य असणारे गुणच अंगीकारायला हवेत हे तर्कदृष्ट्याही योग्य वाटतं.

म्हणून मनुष्याने विषयांच्या ताब्यात न जाता विषयांनाच आपल्या स्वाधीन ठेवण्याचा - गुलामीत ठेवण्याचा प्रयत्न करायला हवा. ही गोष्ट साधली म्हणजे मग मानसिक दृष्ट्या कर्माच्या अहंकाराचा त्याग करावा. म्हणजे प्रत्यक्ष कर्म करणं सोडायचं नाही तर कर्म करण्यामागचा स्वकर्तृत्वभाव तेवढा सुटायला हवा. म्हणजे 'मी कर्म करतो' हा भाव जाऊन 'त्याच्या शक्तीमुळे मी कर्म करू शकतो' हा भाव वृद्धिंगत व्हायला हवा. हाच तो कर्माचा त्याग!

झाड हलताना दिसतं पण हे कर्तृत्व झाडाचं नसून वाऱ्याचं असतं! त्याप्रमाणे माणूस कर्म करताना दिसतो; परंतु त्याला फिरवणारे हात परमेश्वराचे असतात! हे ओळखून माणसाला स्वकर्तृत्वभाव सोडता आला पाहिजे. कर्मामागचा अहंभाव सुटला म्हणजे कर्म बंधक होत नाही. स्वाभाविक कर्म सोडून मनुष्य जेव्हा नको त्या कर्मात गुंतत जातो, तसतसं स्वाभाविक कर्मांच्या कक्षा ओलांडून त्याच्या मनाला

कृत्रिम कर्मप्रवृत्तीची सवय जडते. मग विनाकारण अनेक अनावश्यक, निरर्थक आणि नकारात्मक विषयांमध्येसुद्धा मन गुंतवलं जातं. म्हणजे तो विनाकारण अनेक विषयांचा इनपुट घेत राहतो. त्यात त्याच्या विवेक-शक्तीचा मोठा व्यय होतो; म्हणजे वेस्टेज होतं. अर्थात विनाकारण मनाला त्रास करून घेणं होतं. या कृत्रिम कर्मप्रवृत्तीमुळे मन शुद्ध, नितळ होण्याऐवजी ते अधिकाधिक दूषित होऊ लागतं - नकारात्मकतेने ग्रासलं जातं. त्यामुळे ज्यांना योगमार्ग साधायचा आहे, आनंदस्वरूप जीवन जगायचं आहे किंवा विवेकी जीवन जगायचं आहे, त्यांनी निदान या विषयांपासून दूर राहायला हवं.

त्यानंतर संकल्प करणं च सुटलं पाहिजे. संकल्प सुटला की कृती-म्हणजे कर्महेतू-पूर्णपणे बंद होते. म्हणजे ती व्यक्ती कर्म करतच असते; फक्त तिचा कर्म करण्याचा हेतू संपुष्टात आलेला असतो. अशा योगारूढ व्यक्तींचं शरीर भगवंत स्वत:च्या संकल्पांनी कार्यरत ठेवतात. कारण जीवाने जर संकल्पच केला नाही तर ते शरीर चालणार तरी कसं? संकल्प आणि आशेशिवाय मानवी जीवन चालणं शक्य नाही. कर्मयोग करायचा तर जीवन गतिमान व्हायला हवं. त्यासाठी संकल्प हवा!

पण योग्याचा संकल्पच सुटला तर त्याच्या जीवनात कर्मयोग आणि गती येणार तरी कशी? पण अशा वेळी त्या जीवाची मालकी भगवान स्वत:कडे घेतो आणि आपले संकल्प त्या जीवाच्या शरीरामार्फत पुरे करतो. या दृष्टिकोनातून योगारूढाचे सारे संकल्प सुटलेले असतात.

योगारूढ होण्यासाठी विषयविमुखता, कर्मविमुखता (आत्मिक पातळीवर) आणि संकल्पशून्यता अशा तीन पायऱ्या आहेत. योगारूढ अवस्था ही दिव्य अवस्था आहे.

*उद्धरेदात्मनात्माने नात्मानमवसादयेत् ।*
*आत्मैव ह्यात्मनो बन्धुरात्मैव रिपुरात्मनः ॥६.५॥*
*बन्धुरात्मात्मनस्तस्य येनात्मैवात्मना जितः ।*
*अनात्मनस्तु शत्रुत्वे वर्तेतात्मैव शत्रुवत् ॥६.६॥*

(मनुष्यानं) आपला उद्धार आपणच करावा. स्वतःला अधोगतीला नेऊ नये. कारण मनुष्य स्वतःच स्वतःचा मित्र आणि स्वतःच स्वतःचा शत्रू असतो. ज्याने स्वतःच स्वतःला जिंकलं, तो मात्र स्वतःच स्वतःचा बंधू होतो. परंतु जो स्वतःला जाणत नाही तो स्वतःशीच शत्रूप्रमाणे वैर करतो.

जीवनसिद्धान्त सांगणारे गीतेतील जे महत्त्वाचे श्लोक आहेत, त्यातील हा अत्यंत महत्त्वाचा श्लोक आहे.

प्रत्येक मनुष्य स्व-उद्धारकर्ता, मित्र अथवा स्व-शत्रू असतो. कोणती भूमिका घ्यायची, हेसुद्धा ज्याचं त्याने व्यक्तिशः ठरवायचं असतं. या प्रक्रियेत भगवानसुद्धा हस्तक्षेप करत नाहीत. कारण जीवन कसं जगावं, याचं स्वातंत्र्य प्रत्येक मनुष्याला दिलेलं असतं. या श्लोकांमधून भगवंतांनी हा आत्मस्वातंत्र्याचा सिद्धान्त सांगितला आहे. आजच्या व्यक्तिस्वातंत्र्याच्या फोल कल्पनांपेक्षा भगवंतांनी सांगितलेला हा सिद्धान्त खरोखरच चिरंतन असं सत्य आहे. तीन पर्याय परमतत्त्वाकडून प्रत्येक व्यक्तीला जन्मजात मिळालेले आहेत. 'स्व-उद्धार', 'स्व-मित्र' आणि 'स्व-शत्रू!' यांपैकी कोणता पर्याय निवडायचा हे प्रत्येकाने ठरवायचं आहे. तसं स्वातंत्र्य प्रत्येक मनुष्याला मिळालेलं आहे.

या श्लोकाचं विवेचन करण्याआधी शरीर-प्रकृतीविषयी जाणून घेतलं पाहिजे. स्थूल-सूक्ष्म देह, इंद्रियं, मन, बुद्धी आणि आत्मा यांचा समुच्चय म्हणजे मनुष्य देह. प्रत्येक घटकाचे गुणधर्म निराळे. दृश्य शरीर हे जड म्हणजे भौतिक परमाणूंनी बनलेलं आहे; तर ज्ञानेंद्रियं आणि मन हे सूक्ष्म परमाणूंनी बनलेलं आहे. बुद्धी तर सूक्ष्मतम परमाणूंनी बनलेली आहे. आत्मा मात्र परमाणूंशी संबंधित नसून तो मुक्त आणि

परमात्म्याचा अंश आहे. त्याला 'प्रत्यगामा' म्हणतात. आत्मा हा स्वतंत्र, निर्लेप, आनंदस्वरूप आणि आत्यंतिक शक्तिमान असतो. याउलट स्थूल देह हा परतंत्र, सुखदुःखात अडकलेला, अगतिक आणि कमकुवत असतो. मन दुबळं किंवा अशक्त असेल तर त्याचा परिणाम स्थूल देहावरही होत असतो.

या मनुष्यदेहाला 'अहं' म्हणजे ego चिकटला असल्यामुळे मन-बुद्धी ही स्वतःची मालकी आहे असं जीव समजतो. आणि मग जीव जशी जीवनाची आखणी करतो, तसे शरीरांतर्गत घटक त्यामागे जातात.

मात्र आत्म्याच्या सर्वशक्तिमान, निर्लेप आणि सुख-दुःखातीत अशा आनंद-स्वरूपाची ज्या व्यक्तीला जाणीव होते, ती व्यक्ती मात्र आत्म्याला जाणण्याच्या मार्गावर अर्थात अध्यात्ममार्गावर जायला प्रवृत्त होते. दुःख आणि नैराश्याने ग्रासलेलं जीवन उल्लंघून जेव्हा मन सत्-चित्-आनंदाचा वेध घेऊ लागतं, तेव्हा तशी कर्मं जीवाच्या हातून घडू लागतात. मग व्यक्ती सद्विचार-धारेत राहून कार्य करू लागते. अशी व्यक्ती जीवनात दैवी भाव आणि दैवी स्पंदने अनुभवू लागते. तिच्या सान्निध्यात येणारी माणसंही तशाच वृत्तीची असतात. नकारात्मक भावातून असे स्व-उद्धारकर्ते लोक राग-द्वेषादी अवगुणांमधून स्वतःला जाणीवपूर्वक निवृत्त करतात आणि दैवी भ्रातृभाव जपू लागतात. आत्मभावाकडे जाण्याचा हा मार्ग सर्वाधिक विकसित मार्ग असतो. पद-पैसा-प्रतिष्ठा-मानसन्मान यापलीकडचा तो श्रेष्ठतम मार्ग असतो.

अशी मानसिकता निर्माण होण्यासाठीच पांडुरंगशास्त्री आठवले यांनी स्वाध्यायींना *आत्मगौरव, परसन्मान आणि ईशपूजन* हा राजरस्ता सांगितला. विचारपूर्वक आणि जाणीवपूर्वक ही त्रिसूत्री अवलंबली तर व्यक्ती झपाट्याने विकासाकडे जाते. हा मार्ग म्हणजे स्व-उद्धाराचा आणि ऊर्ध्वगतीचा श्रेष्ठ दैवी मार्ग आहे. याच मार्गाने भगवान जायला सांगतात.

सद्विचार जर जीवनात आले तर मनुष्य सर्वप्रथम स्वतःचा मित्र बनतो. म्हणजे 'आत्मगौरव' वृत्ती अंगीकारली जाते. अशी व्यक्ती पद-पैसा आणि प्रतिष्ठेसाठी लाचार बनत नाही. माझ्याबरोबर ईश्वर आहे, त्याला मी अगतिक आणि लाचार बनवणार नाही, अशी अस्मितायुक्त खुमारी व्यक्तीमध्ये येते. त्याने तर, माझ्यामध्ये जो ईश्वरी अंश आहे तोच दुसऱ्यामध्येही आहे, या भूमिकेतून 'परसन्मान'भाव जोपासला जातो. त्यातून दैवी भ्रातृभाव निर्माण होतो. आणि मग समष्टीने मिळून जर 'ईशपूजन' केलं, तर संपूर्ण समाज दैवी जीवन उत्तमपणे जगू शकतो. इथे व्यक्ती-व्यक्ती विकसित होतेच; पण त्यातून एकविचाराचा मानवसंघ निर्माण होतो. सकारात्मक शांत-सुखी आनंदमय अशी जीवनशैली अस्तित्वात येते. स्व-चा मित्र म्हणजे जीव आत्मभावाशी सलगी

करतो. त्याला सर्व जीवांमध्ये वसलेलं तेच तत्त्व प्रत्ययाला येतं. अशा तऱ्हेने मनुष्य 'स्वतःचा' पर्यायाने समष्टीचा मित्र बनतो.

दुसऱ्याचा द्वेष करणं , घात करणं , दुसऱ्याला प्रत्यक्ष-अप्रत्यक्ष क्लेश देणं, टीका करणं अशा कृत्यांमधून आपणच आपल्याशी शत्रुत्व निर्माण करत असतो. ज्याचा द्वेष करतो त्याला त्याचं काहीही होत नसतं. सारे परिणाम द्वेष करणाऱ्या व्यक्तीलाच भोगावे लागत असतात. दैहिक मन जेव्हा इंद्रियांना असं कुकर्म करण्यासाठी प्रवृत्त करतं, तेव्हा 'अर्ध-जाणीवयुक्त'(sub-conscious) मन त्याला विरोध करत असतं, पण द्वेषी व्यक्ती अर्धजाणीवयुक्त (sub-conscious) मनाचे संकेत न स्वीकारता उलट तिथे ती नकारात्मक कर्मं जमा (deposit) करते, त्या मनात जमा झालेले असे अनंत कुसंस्कार मग यथावकाश व्यक्तीचा घात करतात. असं असूनही त्या परिणामांमागचं दायित्व म्हणजे क्रेडिट स्वीकारायला मात्र व्यक्ती तयार नसते. उलट देवाने आपल्यावर अन्याय केला, अशीच अज्ञानी व्यक्तीची मनोभूमिका बनते. म्हणजेच अपयश आलं किंवा दुःख प्राप्त झालं तर त्याचं दायित्व स्वतःकडे न घेता मनुष्य देवावर ढकलतो! भगवान सांगतातही- सर्व करणी तुझी आहे - तूच त्याची फळं भोग! मी त्यात हस्तक्षेप करू शकत नाही.

हे कसं होतं? त्यामागे शास्त्र आहे. स्थूल देहाला चिकटलेलं दैहिक मन हे इंद्रियांवर विसंबून राहून सतत बाह्य विषयात रमलेलं असतं. विशिष्ट विचारधारेत येऊन अथवा अन्य कारणांमुळे ते दुसऱ्याचा द्वेष करतं. दुसऱ्याचा उपमर्द करण्यात भूषण मानतं. दुसऱ्याच्या चुका काढणं, मत्सर करणं , द्वेष करणं , राग करणं अशा षड्रिपूंमध्ये दैहिक मन जेव्हा अडकून पडतं, तेव्हा मनात एकप्रकारचा नकारात्मक भाव निर्माण होतो. हा भाव व्यक्तीने विनाकारण स्वतःच निर्माण केलेला असतो. बुद्धीही त्यामुळे प्रभावित होते आणि मग व्यक्तीची सारासार विवेक करण्याची क्षमता कमजोर होऊ लागते. ही नकारात्मकता त्या व्यक्तीसाठी अत्यंत घातक असते. त्याचे परिणाम त्या व्यक्तीच्या शरीरावर तर होतातच पण सूक्ष्मदेहही त्यामुळे प्रभावित होतो. जरी व्यक्ती श्रीमंतीत जगत असली किंवा ती बाह्यतः यशस्वी वाटत असली, तरी हा नकारात्मक भाव तिचा एक ना एक दिवस घात करणारच असतो. सूक्ष्म शरीरात म्हणजे अर्धजाणीवयुक्त मनात साठलेले हे रागद्वेषयुक्त नकारात्मक भाव चालू जन्मात किंवा पुढील जन्मातही आपला प्रभाव दाखवतात - दाखवणार असतात. मग अपयश, रोग, मानसिक प्रश्न इत्यादी गोष्टी व्यक्तीचं जीवन ग्रासून टाकतात.

त्यामुळे सारासार विवेक बाळगून आपणच आपला उद्धार कसा होईल याकडे लक्ष दिलं पाहिजे. पूर्वकर्मांमुळे जर जीवन याप्रमाणे ग्रासून गेलं असेल, तर चालू जन्मात त्यावर

उपाय करायला हवेत. ते उपाय आपले आपणच केले पाहिजेत. दुसरी कुणीही व्यक्ती त्यात हस्तक्षेप करू शकत नाही. महापुरुष केवळ मार्ग दाखवू शकतात. त्यामुळे स्वतःला जाणण्यातून व्यक्ती स्वतःशी असलेलं शत्रुत्व त्यागून स्वतःचा मित्र बनते आणि स्वतःचाच उद्धार करते. त्यासाठी आपल्या 'स्व'ला जिंकता आलं पाहिजे. 'स्व'च्या अभ्यासातूनच 'स्व'ला जिंकता येऊ शकतं. त्यासाठी प्रथम 'स्व'स्वरूप ओळखण्याचा प्रयत्न केला पाहिजे. मग त्यानुरूप नियमित स्वाध्याय केला पाहिजे. तीन वेळा प्रार्थना करून हृदयस्थ परमतत्त्वाला जोडण्याचा सराव केला पाहिजे. मग आपोआप मन प्रगल्भ होऊ लागतं. आपणच आपला विकास साधला पाहिजे याची जाणीव होऊ लागते.

योगारूढ, ज्ञानी, निष्काम कर्मयोगी अवस्था आपल्याला लवकरात लवकर कशी प्राप्त होईल, असा प्रश्न आपल्याला पडतो. परमेश्वर जर सर्व जाणणारा, जगाचा निर्माता आहे, तर तो माणसाला एकदमच या अवस्थेपर्यंत का नेत नाही? या प्रश्नाचंच उत्तर या दोन श्लोकांमधून मिळतं. भगवंतांना अर्जुनाला मोक्ष मिळवून द्यायचा असता तर त्यांनी त्याच्या डोक्यावर हात ठेवून 'बेटा, तेरा भला हो जाएगा' असं म्हटलं नसतं का? मोक्ष हा इतका सहजसाध्य आहे का? सिद्ध पुरुषाने डोक्यावर हात ठेवल्यावर खरोखर जन्ममरणाचा फेरा चुकतो का? या प्रश्नाचं उत्तर नकारार्थी येईल.

म्हणून प्रयत्नपूर्वक ज्यानं-त्याने संकल्पशून्यतेची अवस्था प्राप्त करून घ्यायची असते. आपला विकास आपणच करायचा असतो. कारण आपणच आपला मित्र आणि सखा असतो. पण जर आपणच आपला उद्धार करू शकलो नाही आणि आपलं अध:पतन झालं, तर मग त्याला जबाबदार कोण? आजचं पाश्चात्त्यांचं मानसशास्त्र सांगतं की या साऱ्या अध:पतनाला समाज आणि परिस्थिती जबाबदार असते. परंतु गीता सांगते, आपल्या अधोगतीला आपणच कारणीभूत असतो; दुसरं कुणीही नाही. परिस्थिती कशीही असली तरी दुसऱ्याचा द्वेष न करणं , मत्सर न करणं हे आपल्याच हातात असतं. तिथे समाज काय करणार?

आपण जसे आपले बंधू आहोत, तसेच शत्रूही आहोत. आपण स्वतःच आपला घात करत असतो. सत्कृत्य करताना आपणच आपल्याला मागे खेचत असतो, परंतु आपला उद्धारही आपणच करू शकतो. भगवद्गीता आपल्या स्व-स्वरूपाचं दर्शन घडवते आणि आत्मज्ञानाचा मार्ग प्रकाशित करते.

सारासार विवेकाने आपल्या परिस्थितीचं दायित्व आपण स्वतः स्वीकारलं पाहिजे. आपलं मन सामर्थ्यवान करून आपण आपलं मित्र बनलं पाहिजे आणि मत्सरी स्वभाव बदलून आणि दुबळेपणा टाकून देऊन स्वतःचा उद्धार साधला पाहिजे.

*जितात्मनः प्रशान्तस्य परमात्मा समाहितः ।*
*शीतोष्णसुखदुःखेषु तथा मानापमानयोः ॥६.७॥*
*ज्ञानविज्ञानतृप्तात्मा कूटस्थो विजितेन्द्रियः।*
*युक्त इत्युच्यते योगी समलोष्टाश्मकाञ्चनः ॥६.८॥*

ज्याने आपलं अंतःकरण जिंकलं आहे, तो अत्यंत शांत झालेला असतो, अशा व्यक्तीसाठी सुख-दुःखं, शीत-उष्ण, मान-अपमान इत्यादी द्वंद्वं सम म्हणजे सारखीच झालेली असतात. ज्ञान-विज्ञान म्हणजेच आत्मज्ञान आणि सृष्टिज्ञान यांमुळे ज्याचं अंतःकरण तृप्त झालं आहे, जो जितेंद्रिय झाला आहे तो दगड-माती-सोने यांकडे समदृष्टीनंच पाहतो. अशा सिद्धावस्थेस पोहोचलेल्या मनुष्याला योगी म्हणतात.

मागील श्लोकाचाच हा पुढचा भाग. स्वतःचाच उद्धार करून अंतःकरण जिंकलं गेल्यानंतर अंतःकरणाला प्रशांती लाभते. ज्याने आपला आत्मा जिंकला तो प्रसन्नचित्त होतो आणि तोच परमेश्वरस्वरूप बनतो. आत्मा निराळा आणि परमात्मा निराळा असा भेद इथे अभिप्रेत नाही. विषयांमुळे निर्माण होणाऱ्या सुखदुःखांना इंद्रियसंयमाने जिंकलं म्हणजे सामान्यत्व जाऊन असामान्यत्व प्राप्त होतं. ज्याप्रमाणे गहू, तांदूळ ही धान्यं आपण निवडून घेतो आणि निवडलेलं धान्य वापरण्याजोगं होतं, त्याचप्रमाणे जीवभावामध्ये विषयरूपी खडे मिसळलेले असतात. ते खडे काढले की आत्म्याचं शुद्ध स्वरूप दृष्टोत्पत्तीस येतं. आपण लग्नात आहेर करतो तेव्हा जुनं, वापरलेलं, चरे पडलेलं भांडं देत नाही; नवं कोरं भांडं देतो. त्याप्रमाणे शीत-उष्ण, सुखदुःख, मान-अपमान यांचे चरे आत्म्यावर पडलेले असतील तर तो आत्मा परमात्मस्वरूप होत नाही. आत्मा निर्विकार असला तरी इंद्रियं आणि मन यांनी निश्चित केलेल्या वासनामय आणि भोगमय जीवनाकडे तो खेचला जातो. सुख-दुःखरूपी हे चरे इंद्रियसंयमाने काढता येतात. तेव्हाच त्याला चकाकी प्राप्त होते.

वरील श्लोकांमध्ये भगवान हेतुतः तीन द्वंद्व-संवेदनांचा उल्लेख करतात : शीतोष्ण, सुख-दुःख आणि मानापमान. शीतोष्ण संवेदना शरीराला होते. सुख-दुःखाची संवेदना मनाला होते, तर मानापमान बुद्धीला जाणवतात. शीत-उष्ण संवेदना या मनाला जाणवत नाहीत तर त्या शरीराला जाणवतात, पण शरीराचा जोपर्यंत मनाशी सबंध आहे तोपर्यंत शरीराला जाणवणाऱ्या संवेदनांमुळे मनामध्ये सुख-दुःखाचे तरंग उमटू शकतात. त्यालाच आपण भावना म्हणू शकतो. त्रिदोषांच्या क्षोभामुळे उत्पन्न झालेल्या अजीर्ण, संधिवात, मधुमेह इत्यादी शारीरिक 'व्याधी' जशा शारीरिक विकृती असतात, तशा रागद्वेषादी 'आधी' या मनाच्या विकृती असतात. शरीर आणि मन परस्परांना प्रभावित करतात त्यामुळेही व्याधी निर्माण होतात. बुद्धीला होणाऱ्या संवेदनांमुळे संशय, व्यामोह, अज्ञान, अनिर्णितता हे विकार बुद्धीत उद्भवू शकतात. मन आणि बुद्धीला होणाऱ्या संवेदना हा विकार नसून संवेदनांना मन-बुद्धीकडून दिला जाणारा प्रतिसाद म्हणजे विकार म्हणता येईल. इंद्रियं-मन आणि बुद्धी यांना होणाऱ्या या साऱ्या संवेदना ही विकृती नसून तो मनुष्य-देहाच्या निर्मितीचा कार्यक्रमच आहे, प्रोग्रॅम आहे.

पण आत्मानुभूती झाल्यामुळे योगीपुरुषाला या संवेदनांचा ईशनिर्मित प्रोग्रॅम समजलेला असतो. आत्मरत असल्यामुळे इंद्रियं-मन आणि बुद्धीकडून आलेल्या संवेदनांना तो प्रतिसाद देत नाही. म्हणजे संवेदनांमुळे उद्‌भवणाऱ्या भावभावना त्याचं चित्त विचलित करू शकत नाही. त्याचं चित्त अविकृत होत नाही म्हणजेच विकार पावत नाही. म्हणजेच तो असंवेद्य न होता स्वसंवेद्य झालेला असतो.

जो खरा योगी असतो, तो ज्ञानविज्ञानाने तृप्त झालेला असतो. आकंठ भोजन केल्यावर ज्या प्रकारची तृप्ती येते, तशी तृप्ती योग्याला ज्ञानामुळे येते. प्रलोभनांवर त्याने विजय मिळवलेला असतो.

सामान्य माणूस मात्र प्रलोभनांच्या आहारी गेलेला असतो. कुणाला धनाचं प्रलोभन असतं, तर कुणाला प्रसिद्धीचं प्रलोभन असतं. इंग्रजीमध्ये तीन 'W'पासून दूर राहायला सांगितलं आहे : wine, woman and wealth पण प्राचीन भारतीय विचारधारेत स्त्रीला लक्ष्मी, सरस्वती किंवा दुर्गा म्हणून संबोधलं आहे. म्हणजेच स्त्रीमध्ये असलेल्या गुणांचं पूजन केलं आहे, पण कालांतराने स्त्रीकडे केवळ भोग्य वस्तू म्हणून पाहण्याची संस्कृती आली आणि मग तिच्यापासून साधक पुरुषाने दूर राहावं असे उपदेश केले गेले. आज मदिरा (दारू), मदिराक्षी आणि संपत्ती या गोष्टींचं प्रलोभन भोगी व्यक्तींना असतं. पण जो खरा योगी असतो तो या गोष्टींपासून अलिप्त

असतो. कल्पवृक्षाखाली बसूनही योगी केवळ वायुसेवन करतात. कारण त्यांचं एकच ध्येय असतं - ते म्हणजे परमतत्त्वाशी नित्य अनुसंधान ठेवणं. रत्नजडित सिंहासनावरही जनकराजाप्रमाणे अशा योग्यांचं ध्यान लागतं. अप्सरांच्या सान्निध्यात असे ऋषी संयमाची साधना करतात. अशा साधनेने स्त्रियासुद्धा योगिनी बनतात.

दुसऱ्या श्लोकात भगवान 'ज्ञानविज्ञानाने तृप्त', असा उल्लेख करतात. ज्ञान म्हणजे आत्मज्ञान. जोपर्यंत मन आणि इंद्रियं ही सुखासाठी बाह्य विषयांवर अवलंबून असतात, तोपर्यंत अंतरात्मा असंतुष्टच राहतो, परंतु जीव जेव्हा आत्मानंदाचा अनुभव घेऊ लागतो, तेव्हा तो अंतरात्मा खऱ्या अर्थाने संतुष्ट होतो. हीच ती ज्ञानतृप्ती. हा आत्मज्ञानाचा मार्ग विज्ञानाकडूनच जात असतो. बुद्धीने आत्मस्वरूप ओळखण्याचा प्रयत्न करणं हे विज्ञानच असतं. भौतिक स्वार्थ वगळता एखादी व्यक्ती कधी स्वतःविषयी विचार करत नाही. ती नित्य सभोवारचा विचार करते. हा विचार दुसऱ्या व्यक्तीविषयी असतो नाहीतर समाजाविषयी असतो. कोण कसं वागतं, कुणी कसं वागायला पाहिजे, आपला सल्ला का घेतला पाहिजे, राजकारण कसं हवं, समाज असा का, लोक असे का वागतात, अशा प्रकारचे विचार अशी व्यक्ती करत असते आणि त्यातच दिवस-वर्षं घालवते.

काही जण यापुढे जाऊन अभ्यास करतात. खगोलशास्त्र, भौतिकशास्त्र, रसायनशास्त्र, संगणक, नॅनोतंत्र, विविध तंत्रशास्त्रं, वैद्यकीशास्त्र आदी विज्ञानविषय जाणून घ्यायचा प्रयत्न करतात. तिसरा प्रकार अधिक उन्नत असतो. अनेक कलांमधील विज्ञान जाणून घ्यायचा काही लोक प्रयत्न करतात. इथे प्रतिभेच्या प्रांताला प्रारंभ होतो. चित्रकला, वास्तुकला, शिल्पकला, शिवणकला आदी कलांचा अभ्यास करतात. कित्येक जण राग-संगीताकडे वळतात. हा प्रांत परमतत्त्वाच्या अगदी जवळचा असतो. इथे ईश-प्रतिभेची स्पंदने अधिक तीव्रतेने जाणवू लागतात.

थोडक्यात इंद्रियं, मन आणि बुद्धी या क्षेत्रांमधून ईशप्रतिभेपर्यंत होणारा साधकाचा सारा प्रवास हे विज्ञानच असतं. विज्ञान जसं बाह्य मूलद्रव्यांचा आणि भौतिक घटकांचा विचार करतं, तसाच विचार इंद्रियं-मन-बुद्धी-आत्मतत्त्व या संदर्भात करावा लागतो आणि हा विचार आणि तद्रूप केला जाणारा अंतर्यामीचा प्रवास हे विज्ञानच असतं.

बाह्य भौतिक विज्ञान केवळ खऱ्या-खोट्याचाच विचार करतं पण अंतर्यामीच्या या वैज्ञानिक प्रवासात चांगलं-वाईट यांचाही विचार करावा लागतो. बाह्य विज्ञान मूलद्रव्यांचाच केवळ विचार करतं; पण अंतर्यामीच्या विज्ञानात मूल्यांचाही विचार करावा लागतो. बाह्य विज्ञान हे प्रयोग-अनुमानावर बेतलेलं असतं; पण अंतर्यामीचं

विज्ञान हे अनुभूतीवर आधारित असतं. म्हणजे सूक्ष्माकडून विशालतेकडे आणि विशाल भौतिक सृष्टीकडून पुन्हा सूक्ष्मातीत सूक्ष्म सृष्टीकडे होणारा सारा प्रवास हे विज्ञानच असतं. त्याची साधने किंवा त्याचं केंद्र मनुष्याच्या अंतर्यामीच असतं आणि उत्पत्तीचं हे केंद्र योगाभ्यासानंच जागृत होतं. त्यासाठी मन-बुद्धीसह सर्व इंद्रियांवर विजय मिळवावा लागतो. मग अशा विजयी व्यक्तीला भौतिक सृष्टीतील सोने काय भुरळ घालणार? सोनं-माती त्याच्यासाठी समान होऊन जाते.

म्हणूनच सामान्य माणूस ज्या ज्या गोष्टींची अभिलाषा बाळगून असतो, त्या त्या गोष्टींच्या सान्निध्यात राहूनही खरा योगी अलिप्तपणाने आपली साधना करतो. दुष्यन्ताने मरीची ऋषींचं अशाच तऱ्हेचं वर्णन कालिदासकृत 'शाकुंतल' मध्ये केलं आहे.

सोनं, माती, दगड, हिरे, मोती हे खऱ्या योग्याला सारखेच वाटतात. असा योगी पुरुष योगयुक्त झाला असं म्हणतात. असंवेद्य ऐवजी स्व-संवेद्य अवस्था योग्याला चिरंतन आनंद प्रदान करते. अशा योग्याला पृथ्वीवरच्या क्षणिक सुखाच्या गोष्टींमध्ये मुळीच रस वाटत नाही.

*सुहृन्मित्रार्युदासीनमध्यस्थद्वेष्यबन्धुषु।*
*साधुष्वपि च पोपेषु समबुद्धिर्विशिष्यते ॥६.९॥*

जो मनुष्य सुहृद, मित्र, शत्रू, तटस्थ, मध्यस्थ, द्वेष करण्यास योग्य, बांधव, सज्जन आणि दुर्जन या साऱ्यांविषयी समबुद्धी ठेवतो, तो श्रेष्ठ किंवा प्रगत मानला जातो.

ध्यान कसं करावं, हे सांगण्याआधी भगवान योग्याची लक्षणं सांगत आहेत. यानंतर ते प्रत्यक्ष ध्यानाविषयी सांगणार आहेत. म्हणजेच ध्यान आणि समाधिमार्ग साध्य व्हावा असं वाटत असेल, तर प्रथम योग्याची लक्षणं अंगीकारली पाहिजेत हे ओघानेच आलं. त्यासाठी आत्मसंयमाच्या प्राथमिक अभ्यासापासूनच प्रारंभ करावा लागेल. सर्वांविषयी समबुद्धी ठेवणं हे योग्याचं प्रमुख लक्षण असतं.

उपकाराच्या परतफेडीची अपेक्षा न ठेवता जो मदत करतो तो स्नेही. अशा स्नेह्याविषयी आपल्या मनात आपुलकी असणं स्वाभाविक असतं. मात्र, योगी किंवा श्रेष्ठ पुरुष आपल्या वृत्तीत असा कोणताही आपपर भेद ठेवत नाही. आपलं हित चिंतणारा जवळचा आणि आपलं अहित चिंतणारा हा परका असा भेद तो करत नाही. एवढंच नव्हे तर एखादा त्याचं अहित करणारा जरी असला किंवा एखादा गुन्हेगार जरी असला, तरी तो त्याच समदृष्टीने अशांकडे पाहतो.

सुहृद म्हणजे कोणत्याही परतफेडीची अपेक्षा न धरता आपलं कल्याण इच्छिणारा आणि त्यासाठी प्रयत्न करणारा. सुहृद आणि मित्र यांमध्ये थोडा फरक आहे. सुहृदामध्ये मित्रभाव असतोच; मित्रांमध्ये सुहृदभावाबरोबरच स्नेहाचा ओलावाही असतो. आपलं अकल्याण चिंतणारा तो शत्रू असतो, पण जो मित्र नसतो तो शत्रूच असतो असंही नाही. शत्रूच्या मनात तीव्र द्वेषाची भावना असते; 'तटस्थ' उदासीन असतो. त्याच्यामध्ये त्या व्यक्तीविषयी द्वेषही नसतो आणि स्नेहही नसतो.

आता तटस्थ आणि मध्यस्थ यांमध्येही फरक आहे. दोन व्यक्तींमध्ये कटुता असेल तर मध्यस्थ मध्यस्थी करतो. दोन्ही व्यक्तींचं कल्याण झालं तर त्याला आनंद होतो.

दोघांपैकी कुणाचंही वाईट झालं तर त्याला दुःख होतं. एखादी व्यक्ती काही कारणामुळे द्वेष करण्यास पात्र झालेली असते, तर दुसऱ्या एखाद्या व्यक्तीविषयी स्नेहामुळे आप्तभाव निर्माण होतो. अशा वेळी एक व्यक्ती शत्रू तर दुसरी बांधव होतो. सज्जन म्हणजे साधू आणि अनीतिमान पापी म्हणजे दुर्जन. या सर्वांच्या ठिकाणी योगी मनुष्य समबुद्धी ठेवतो. कारण 'प्रेम' हा आत्म्याचा एकच धर्म त्याच्या ठिकाणी उरलेला असतो.

योगी असं सर्वांवर सारखंच प्रेम करतो, पण जर त्यामुळे त्याचे माता-भगिनी-मित्र आदी नातेसंबंधच लुप्त होऊन जाणार असतील तर मग या सृष्टीत त्याचा उपयोग काय, असा प्रश्न उपस्थित होऊ शकतो. मात्र सूक्ष्म विचार केला तर ध्यानात येईल की यातील बऱ्याच नात्यांमध्ये अंशमात्र का होईना व्यक्तीचा स्वार्थ दडलेलाच असतो; पण योग्याचं प्रेम अज्ञानातून नव्हे तर ज्ञानातून उद्‌भवलेलं, शुद्ध आणि निरपेक्ष प्रेम असतं; आणि म्हणून तो सर्वांवर सारखंच प्रेम करतो.

आपला मुलगा आणि दुसऱ्याचा मुलगा यांच्यामध्ये सामान्य मनुष्य भेद करतो. या भेदवृत्तीमुळेच अनेक प्रश्न निर्माण होतात. ईश्वरी तत्त्वाच्या अनुभूतीतून मात्र अभेदवृत्ती अंगी बाणली जाते. साधू किंवा गुन्हेगार यांच्याकडे योगी अशाच समदृष्टीने पाहतो. ज्याची दृष्टी अशी झाली तो खरा योगारूढ सिद्ध झाला असं म्हणता येईल.

समदृष्टीने विश्वाकडे बघायचं झाल्यास वृत्तीमध्ये अशा तऱ्हेची अभेदता आली पाहिजे. अभेदवृत्ती आली म्हणजे सर्वांवर सारखंच प्रेम केलं जातं. आई आपल्या सर्व मुलांवर सारखंच प्रेम करते. मुलांवरच्या प्रेमामुळेच तिच्यामध्ये ही अभेदता आलेली असते. ही अभेदवृत्ती वाढावी यासाठी विश्वावर प्रेम करता आलं पाहिजे. सर्वांमध्ये एकच आत्मतत्त्व आहे हे जाणून घेतलं, परमेश्वराविषयी आत्यंतिक प्रेम वाटू लागलं की ही अभेदवृत्ती अंगी बाणली जाते.

म्हणूनच ऋषिमुनी परमेश्वराच्या साकार मूर्तीपासूनच या साधनेचा आरंभ करायला सांगतात. हृदयस्थ ईश्वराविषयी प्रेम वाटणं, त्यानंतर कुटुंबातील सदस्यांमध्ये प्रेमभाव वृद्धिंगत होणं आणि मग समष्टीविषयी प्रेमादरभाव वाढणं यातून व्यक्तीचा विकास होत जातो. मग संपूर्ण विश्वाकडे भेदरहित दृष्टीने बघता येतं. मग गाय, घोडा, सोनं, माती या साऱ्यांकडे योगी समदृष्टीने बघतो. अनेक संत-महात्म्यांनी समदृष्टीचे असे अनेक दाखले आपल्या जीवनातून दिलं आहेत.

संत रोहिदासांना कुणी तरी प्रश्न केला की, तुम्ही गंगास्नान का करून येत नाही? त्यावर रोहिदासांनी उत्तर दिलं, 'मन चंगा तो कठौती में गंगा!' खरे संत किंवा योगी कशातच भेद करत नाहीत.

*योगी युञ्जीत सततमात्मानं रहसि स्थितः ।*
*एकाकी यतचित्तात्मा निराशीरपरिग्रहः ॥६.१०॥*

योग्याने एकान्तात एकटं राहून, मन आणि बुद्धी यांचा निग्रह करून, उपभोग सामग्री जवळ न ठेवता आणि विषयांचा त्याग करून सतत परमतत्त्वात चित्त एकाग्र करावं. (एकाग्र करण्याचा अभ्यास करावा.)

योगाचा अभ्यास करण्यासाठीसुद्धा काही एक अधिकार प्राप्त व्हावा लागतो. चित्तशुद्धी झाल्याशिवाय योग साध्य होऊ शकत नाही. त्यासाठी इंद्रियांपाठोपाठ मनावर सर्वप्रथम संस्कार करावे लागतात. मन स्थिर होऊ लागताच चित्ताचं कार्य सुरू होतं. योग साध्य होण्यासाठी चित्ताची शुद्धी होणं हे फार आवश्यक असतं.

केवळ मन स्थिर झालं म्हणजे चित्ताची शुद्धी झाली असं होत नाही. कारण, चित्ताच्यासुद्धा क्षिप्त, मूढ, विक्षिप्त, एकाग्र आणि निरुद्ध अशा पाच भूमिका असतात. यांपैकी क्षिप्त, मूढ आणि विक्षिप्त या चित्तभूमिकांवर जे लोक असतात, त्यांचा 'योग' हा विषयच नसतो. संसारात रमून, विषयांचा (material pleasures) भोग घेणं आणि त्यातून प्राप्त होणाऱ्या सुखदुःखांचे परिणाम भोगत जीवितयात्रा संपवणं असं ते जीवन असतं - अर्थात, खा-प्या आणि मजा करा हेच त्यांचं जीवन असतं, पण ज्या व्यक्तींना काही उपरती होते आणि मनोविकारांच्या प्राथमिक भूमिकेवरून जे बुद्धीस्तरावरच्या वैचारिक भूमिकेवर पदार्पण करू इच्छितात, त्या व्यक्तींच्या संदर्भात चौथ्या म्हणजे 'एकाग्रता' या चित्ताच्या भूमिकेचा अंगीकार करायचा असतो. चित्ताची साम्यावस्था साधलेली व्यक्तीच योगाभ्यासाची अधिकारी बनू शकते.

ही साम्यावस्था येण्यासाठी जीवनपद्धतीत आणि विचारपद्धतीत परिवर्तन घडवून आणावं लागतं. त्यासाठी सज्जनांचा सहवास अतिशय महत्त्वाचा असतो. त्यानंतर अधिकारी व्यक्तीच्या मार्गदर्शनाखाली योगमार्ग आचरावा लागतो आणि त्याचा प्रारंभ यम-नियमांपासून होतो. 'यम'मध्ये अहिंसा, सत्य, अस्तेय, ब्रह्मचर्य

आणि अपरिग्रह यांचा अंतर्भाव होतो तर 'नियमां'मध्ये शौच, संतोष, तप, स्वाध्याय आणि ईश्वरप्रणिधान यांचा अंतर्भाव होतो. योग साध्य होण्याची ही प्राथमिक तयारी असते. म्हणजेच यम-नियमांपासूनच शास्त्रशुद्ध योगाभ्यासाचा प्रारंभ करावा लागतो. या यम-नियमांमधला प्रत्येक विषय खूप गहन आहे. 'पातंजल योगदर्शना'त त्याविषयी विस्तृत माहिती आहे. अधिकारी व्यक्तीकडूनच हे विषय जाणून घेतले पाहिजेत. काही पानांत या साऱ्या विषयांवर लिहिणे कठीण आहे.

तथापि, आपण अगदी थोडक्यात या यम-नियमांविषयी जाणून घेऊ.

'यम'मध्ये येणारा पहिला गुण म्हणजे 'अहिंसा'. याचा सरळ अर्थ म्हणजे कुणाची हिंसा न करणं , पण अधिक खोलवर विचार करायचा झाल्यास मनात हिंसेचा विचारही न आणणं म्हणजे अहिंसा. दुसऱ्याच्या शरीरालाच नव्हे; तर दुसऱ्याच्या मनाला क्लेश देणं हीसुद्धा हिंसाच असते.

'सत्य' म्हणजे सत्य भाषण हा सरळ अर्थ, पण सखोल अर्थ म्हणजे, सत्परिणाम होईल असं भाषण करणं आणि कृत्य करणं . शिवाय सत्‌चा वेध घेणं, सत्-तत्त्वाशी जोडलं जाण्याची इच्छा मनात सतत ठेवणं म्हणजे सत्याचरण.

अस्तेय म्हणजे चोरी न करणं हा एक सरळ अर्थ, पण यामध्ये मनातसुद्धा चोरी करण्याचा किंवा दुसऱ्याचं काही मिळवण्याचा विचार न आणणं म्हणजे अस्तेय.

ब्रह्मचर्य म्हणजे केवळ अविवाहित राहणं नव्हे; तर ब्रह्म जाणण्याचा प्रयत्न करणं आणि त्यासाठी आवश्यक असं आचरण करणं म्हणजे ब्रह्मचर्य.

अपरिग्रह वृत्तीत निरपेक्ष भाव सामावलेला असतो. काम केल्यानंतर 'मला काय मिळेल' असा सकाम भाव सामान्य मनुष्याच्या वृत्तीत सतत जागृत असतो. अपरिग्रहात अयाचकव्रत अपेक्षित असतं. आवश्यकतेशिवाय अधिकाचा संचय न करणं हा अपरिग्रह असतो.

यानंतर योग साधू इच्छिणाऱ्याला 'नियम' साध्य झाले पाहिजेत. त्यातील पहिला गुण म्हणजे 'शौच'. शौच म्हणजे शुचिता. शरीर-मनाची शुद्धी हा सरळ अर्थ. म्हणजे हातून शुद्ध कर्मं झाली पाहिजेत. मग 'संतोषा'चा गुण येतो. जे मिळालं त्यात संतोष बाळगता आला पाहिजे. याउलट जे मिळालं नाही त्याबद्दल मनात मुळीच असंतुष्टता राहता कामा नये. 'तप' म्हणजे अनुकूल आणि प्रतिकूल परिस्थिती सहन करून मूळ उद्देशापासून न ढळणं, पण तपाचा आणखी अर्थ म्हणजे ईश्वरी विचार समाजात रुजवण्यासाठी काया-वाचे-मने अशा कोणत्याही माध्यमातून निरपेक्ष भावाने झिजणं. 'स्वाध्याय' म्हणजे 'स्व'चा अभ्यास. विचारशुद्धी आणि ज्ञानप्राप्तीसाठी विद्यार्जन करणं , शास्त्रांचं अध्ययन करणं , सत्संग अथवा समूहात विचारांचं आदान-प्रदान

करणं असा हा 'स्व'चा अभ्यास. म्हणजेच विविध माध्यमांमधून हृदयस्थ भगवंताला जाणण्याचा अभ्यास; आणि ईश्वरप्रणिधान म्हणजे परब्रह्माच्या अस्तित्वावर दुर्दम्य विश्वास आणि त्या तत्त्वाशी भावपूर्ण वृत्तीने संपूर्ण शरणागती. त्यासाठी मन-वाणी आणि कर्मामधून ईश्वरभक्ती करणं म्हणजेच ईश्वरप्रणिधान.

इंद्रियनिग्रह, ध्यान, धारणा, प्रत्याहार, समाधी असा हा या राजयोगाचा मार्ग आहे.

कर्मयोगामध्ये लागणारी साम्यबुद्धी भगवंतांनी आधीच्या श्लोकामधून सांगितली आहे. ती येण्यासाठी काय करायला हवं, ते आता या श्लोकात भगवान सांगतात. साम्यदृष्टीसाठी साधनेची आवश्यकता असते. चित्तैकाग्रता साधण्यासाठी सर्वप्रथम एकांत हवा; एकाकी बसण्याची सवय हवी. एकाकी राहणं म्हणजे एकान्तात बसण्याचा अभ्यास करणं . एकान्तात बसणं ही अतिशय अवघड गोष्ट आहे. आधी तशी शांतता मिळायला हवी. याउलट सगळीकडे नीरव शांतता असताना आपण ध्यानासाठी बसलो तर वाऱ्याच्या आवाजाचाही व्यत्यय वाटतो. घड्याळाची टिक् टिक्सुद्धा आपली एकाग्रता भंग करते. मनात उठणाऱ्या विचारांच्या कल्लोळामुळेही चित्त एकाग्र होऊ शकत नाही. विचार, स्मृती, आठवणी, काळ या साऱ्या गोष्टींना विसरून चित्त एकाग्रतेची साधना करायची असते. चित्त एकाग्र करायला बसलं की हमखास भूतकाळातील आठवणी ताज्या होतात किंवा भविष्यातलं स्वप्नरंजन सुरू होतं.

ते टाळण्यासाठी ध्यानाला बसल्यानंतर मनात उठणाऱ्या सर्व प्रकारच्या विचारांचा प्रारंभी निचरा होऊ द्यावा. हा निचरा होण्यासाठी किती काळ लागेल ते मनात कुणी, किती कचरा साठवून ठेवला आहे यावर अवलंबून असतं. विचारांचा निचरा झाला की मन हलकं आणि प्रसन्न होऊ लागतं. ही पूर्वतयारी साम्यावस्थेपर्यंत आली की मग योग साध्य होऊ लागतो.

योगाचरणातून ज्याला आत्मज्ञान मिळवायचं आहे त्याने प्रथम परावलंबित्व सोडलं पाहिजे. कारण या अंतिम ज्ञानामध्ये कुणीच कुणाला साहाय्य करू शकत नाही. केवळ परमेश्वरच साहाय्यकर्ता असतो. म्हणून त्याला जोडलं जाण्याचा आणि त्याच्याशी एकता साधण्याचा प्रयत्न झाला पाहिजे. त्यासाठी तेवढ्यापुरता का होईना, एकान्तवास केला पाहिजे. वृक्षाचा आधार घेऊनच वेल वर चढते. त्याप्रमाणे परमेश्वराच्या आश्रयानंच कर्मयोग्याचा विकास होत असतो. एकांत मिळणं, शुद्ध आणि शांत वातावरण ध्यानासाठी मिळणं आज शहरी जीवनात अवघड होऊन बसलं आहे. त्यामुळे मनाला भूत-भविष्यापासून अलिप्त ठेवण्याचा अभ्यास साध्य झाला पाहिजे.

उपभोगाची सामग्री भगवान दूर ठेवायला सांगत आहेत. म्हणजे मनातही

उपभोगाचे विचार नकोत आणि जवळ सेलफोनसारखे बाह्य विषयही नकोत. पूर्णपणे निःसंग होऊनच ध्यानाला बसलं पाहिजे. शरीरात खूप वात असेल तर तो चित्त एकाग्रतेमध्ये अडथळा निर्माण करतो. खाण्याच्या चुकीच्या सवयी आणि चुकीची संगत हे विषयही चित्त एकाग्रतेत अडथळा निर्माण करू शकतात. म्हणून योगशास्त्रात चित्ताची एकाग्रता साधण्यासाठी शरीर-मनावर प्रक्रिया केल्या जातात. त्या क्रियांना षट्कर्मं असं म्हणतात.

ही षट्कर्मं कर्मं म्हणजे : धौती, बस्ती, नेती, त्राटक, नौली आणि कपालभाती. या कर्मांमुळे मूलाधार, स्वाधिष्ठान, मणिपूर, अनाहत, विशुद्ध, आज्ञा आणि सहस्त्रार ह्या चक्रांची शुद्धी होत जाते.

अशा तऱ्हेने शरीर आणि मन शुद्ध झालं की चित्त लवकर एकाग्र होऊ शकतं. पण सध्याच्या ओढवून घेतलेल्या धावपळीच्या जीवनशैलीत ही षट्कर्मं आणि यम-नियम पाळणं अवघड होऊन बसलं आहे. मात्र ज्यांना शक्य आहे त्यांनी अधिकारी व्यक्तीच्या मार्गदर्शनाखाली हा योगाभ्यास अवश्य करावा, ज्यांना यम-नियम आणि षट्कर्मं करणं शक्य नाही त्यांच्यासाठी पुढील भागांमध्ये चित्त एकाग्र करण्याचे काही उपाय सांगितले आहेत.

थोडक्यात शुद्ध, ज्ञानमय, आनंदमय आणि प्रसन्न परमतत्त्वाची एकरूपता साधताना आपल्या चित्तातही तशीच प्रसन्नता आली पाहिजे. म्हणून योगमार्गाचं आचरण करताना इथे सांगितल्याप्रमाणे जीवन आणि विचारपद्धती निश्चित केली पाहिजे.

काही न मिळाल्यामुळे किंवा काही मिळण्याची आशा न उरल्यामुळे मन अप्रसन्न राहतं. परंतु आपल्या प्रिय व्यक्तीला भेटायला जाताना मात्र मन प्रसन्न होतं. मग परमेश्वराशी जोडलं जाताना मन केवढं प्रसन्न असायला हवं! त्यासाठी शास्त्रशुद्ध पद्धतीनंच चित्त एकाग्र करण्याचा अभ्यास करायला हवा.

*शुचौ देशे प्रतिष्ठाप्य स्थिरमासनमात्मनः ।*
*नात्युच्छ्रितं नातिनीचं चैलाजिनकुशोत्तरम् ॥६.११॥*
*तत्रैकाग्रं मनः कृत्वा यतचित्तेन्द्रियक्रियः ।*
*उपविश्यासने युञ्ज्याद्योगमात्मविशुद्धये ॥६.१२॥*

योगाभ्यासाठी मनुष्याने एकांतात जाऊन भूमीवर आसन सिद्ध करावं. अति उंच नाही, अति सखल नाही अशा शुद्ध-स्वच्छ आणि पवित्र स्थानी प्रथम दर्भासन अंथरावं. त्यावर मृगाजिन घालून ते मऊ वस्त्राने आच्छादित करावं. त्या आसनावर दृढतेने बसून चित्त आणि इंद्रियं यांचं संयमन करावं आणि एकाग्र चित्ताने आत्मशुद्धीसाठी योगाभ्यास करावा.

ध्यानसाधना करण्याची अनेक जणांना ओढ असते. त्याला इंग्रजीत अनेक जण मेडिटेशन म्हणतात, परंतु चित्ताची एकाग्रता करण्याचा अभ्यास हे मेडिटेशन नसतं तर ते कॉन्सन्ट्रेशन असतं. आज या दोन श्लोकांमधून भगवान चित्त एकाग्र करायला कसं बसावं, याविषयी मार्गदर्शन करत आहेत. यम-नियमांचं पालन केल्यानंतर आता प्रत्यक्ष ध्यानसाधना कशी करावी, त्यासाठी बैठक कशी असावी, वातावरण कसं असावं, याचं वर्णन भगवान करतात.

भगवंतांनी केलेलं हे वर्णन हठयोगातील नसून ते उपनिषदातील योगाच्या वर्णनाशी अधिक साधर्म्य दाखवतं. याचं कारण हठयोगात इंद्रियांचा निग्रह बळाने करणं अपेक्षित आहे. पण गीताकारांना बळाने तसं करणं अपेक्षित नाही. समाधिसाधन कसं असावं, याचं वर्णन स्वामी विवेकानंदांनी त्यांच्या 'राजयोगा'तही केलं आहे. मनात येणारे विचार आणि चित्तात उठणारे तरंग बळाने आवरून धरणं त्यांनाही अभिप्रेत नाही. चित्त एकाग्र करायला बसल्यावर हमखास वाईट दृश्यं, वाईट विचार आधी येतात. त्यांचा निचरा होऊ द्यावा. त्यामुळे मनाची, चित्ताची सफाई साधली जाईल, हे स्वामीजींनी 'राजयोगात'ही सांगितलं आहे.

> एक महान योगी ध्यानासाठी एका उत्तम वास्तूत बसले, पण काही केल्या त्यांचं ध्यान लागेना. ध्यान साधताना नकारात्मक लहरी आणि दूषित तरंग त्यांना व्यापून राहू लागले. त्यांनी त्याविषयी चौकशी केली तेव्हा त्यांना कळलं की, त्या वास्तूत एकाने आत्महत्या केली होती.

म्हणजे ध्यानासाठी उत्तम बांधकाम आणि उत्तम वास्तुकला असलेलं ठिकाण हेच पवित्र ठिकाण असतं असं नाही. कोणतंही सामानसुमान नसलेली एखादी साधी खोलीसुद्धा त्यापेक्षा पवित्र असते. या दृष्टीने ध्यानाला बसण्यासाठीची जागा त्या स्थळाला व्यापून राहिलेल्या लहरींसंदर्भात पवित्र हवी. त्याचप्रमाणे जिथे वर्दळ आहे किंवा ध्वनिप्रदूषण आहे, तिथे ध्यान लागणं कदापि शक्य नाही. नकारात्मक विचारांनी ग्रासलेल्या वास्तू, कल्लोळग्रस्त परिसर, स्त्री-पुरुषसंगाची जागा अशा ठिकाणी विविध आसक्तीयुक्त किंवा नकारात्मक लहरी तिथलं अवकाश घट्ट व्यापून असतात. एखाद्या धार्मिक स्थळीसुद्धा आजकाल चित्त एकाग्र करता येऊ शकत नाही, परंतु ऋषी आणि संतांनी केलेल्या सत्कार्याची जी पवित्र ठिकाणं असतात, तिथे शांती असेल तर ती ध्यानासाठी योग्य असतात. हिमालयात, गंगा-यमुनातीरी किंवा तत्सम प्रशांत आणि पवित्र स्थळी राहून ध्यानसाधना केली तर ती मनुष्यासाठी उपकारक असते. निसर्गातही चटकन एकाग्रता साधली जाऊ शकते.

ज्याला जसं आवडेल तसं ठिकाण निवडावं. फक्त ते नकारात्मक कल्लोळापासून दूर आणि पवित्र असावं. ते अतिउंच किंवा अतिसखल नसावं. अतिउंचावर प्राणवायूची कमतरता असते. ती योगाभ्यासात अडथळा ठरू शकते. अतिसखल भागात पाणी, प्रबळ चुंबकत्व, कीटक, जीवजंतू आणि विविध घातक लहरी यांच्यापासून धोका संभवू शकतो.

ठिकाण ठरण्यापूर्वी साधकाने चित्तशुद्धीसाठी प्रयत्न केले पाहिजेत. निष्काम कर्मं केल्याशिवाय चित्तशुद्धी होत नाही. जागेचं पावित्र्य आणि चित्ताची शुद्धी या गोष्टी साधल्या की कसं बसावं हे भगवान सांगतात. ध्यानासाठी दर्भासन असावं, त्यावर मृगासन आणि त्यावर मऊ वस्त्र अशी आसनव्यवस्था हवी. कदाचित साधक मिळवत असलेल्या शक्तीचा (power) लय (earthing) होऊ नये म्हणून अशी बैठक सांगितलेली असावी.

ध्यानाला बसल्यानंतर पूर्वीचे कटू अनुभव, अपयश, क्लेश देणाऱ्या व्यक्ती आणि घटना आदींविषयी मनात साठून असलेले नकारात्मक भाव मनातून दूर करणं साधलं पाहिजे. जे जे घडलं ते ते आपल्या चांगल्यासाठीच होतं, हा भाव मनात स्थिर करून सर्वांना क्षमा करून ध्यानाला बसलं पाहिजे. त्याचप्रमाणे भावी संकल्पांनाही

मनातून दूर केलं पाहिजे. मला काय व्हायचं आहे, कोणती कामं करायची आहेत अशा विचारांप्रमाणेच, मला आत्मज्ञान हवं आहे, हा विचारही मनातून दूर केला पाहिजे.

थोडक्यात भौतिक सृष्टीत मनाने निर्माण केलेला विचारांचा परिघ आक्रसून आत्मिक सृष्टीतला परिघ वाढवणं साधलं पाहिजे. मन आणि इंद्रियं यांचे व्यापार आवरून धरून त्यांचं संयमन करणं जमलं पाहिजे. या सर्व प्रयत्नांनंतर आत्मशुद्धी होऊ लागते.

निष्काम कर्म करून चित्तशुद्धी होते. मग सुयोग्य ठिकाणी, गोंगाटापासून दूर, अति उंच नाही किंवा अति सखल नाही अशा ठिकाणी दर्भासन, मृगाजिन आणि वस्त्र अंथरून योगाभ्यास करावा.

*समं कायशिरोग्रीवं धारयन्नचलं स्थिरः ।*
*सम्प्रेक्ष्य नासिकाग्रं स्वं दिशश्चानवलोकयन् ॥६.१३॥*

शरीर (पाठ), डोकं आणि मान ही सरळ रेषेत स्थिर ठेवून, अचल राहून, सभोवार न बघता, स्वतःच्या नाकाच्या अग्रभागाकडे दृष्टी ठेवावी.

यापूर्वीच्या दोन श्लोकांचा हा उत्तरार्ध. ध्यानाला कशा पद्धतीने बसावं, हे इथे सांगितलं आहे. ध्यान जर योग्य तऱ्हेने व्हायला हवं असेल तर शरीर, मस्तक आणि मान ही समान आणि निश्चल ठेवायला हवी. डोळे मिटून नाकाच्या अग्रभागाकडे दृष्टी स्थिर झाली पाहिजे. काही साधक दोन भुवयांच्या मध्ये लगेच प्रकाश बघण्याचा प्रयत्न करतात, पण तो प्रकाश ज्ञानाचा नसतो.

तिबेटमध्ये लामांच्या कपाळावर त्यांच्या प्राचीन तंत्राने विधिवत शस्त्रक्रिया करून तृतीय नेत्र उघडण्याचा प्रयत्न करतात, पण भारतात त्यासाठी हजारो वर्षांपासून साधनाच सांगितली आहे. साधनेने ती गोष्ट साध्य होऊ शकते आणि ती तशीच झाली पाहिजे. कारण तृतीय नेत्र कार्यरत झाल्यानंतर काही सिद्धी योग्याला प्राप्त होत असतात; नाही असं नाही. जर यम-नियमांचं आचरण न करता सिद्धी प्राप्त झाल्या, तर त्यांचा गैरवापरही होऊ शकतो. म्हणून यम-नियमांचं पालन करणं फार आवश्यक असतं. त्यामुळे साधकाची वृत्ती तयार होते. त्याच्या कर्मात शुद्धी आलेली असते. शिवाय, योगाचरण करणाऱ्या साधकाचा उद्देश आत्मज्ञानाचा असतो; सिद्धी मिळवण्याचा नाही. त्यामुळे वृत्तिपरिवर्तनातून शास्त्रशुद्ध योगमार्गाचं आचरण करणं हीच गोष्ट अपेक्षित आहे. भगवान या अध्यायात त्याचंच मार्गदर्शन करतात.

साधकाची पूर्वतयारी झाल्यानंतर आता चित्त एकाग्र करण्यासाठी कसं बसावं, याविषयी भगवान सांगतात. मांडी घालून सहजासनात बसावं. ज्यांना शक्य आहे त्यांनी पद्मासनात बसलं तर अधिक उत्तम. या आसनात पाठीचा कणा सरळ ठेवावा. डोकं आणि मान सरळ रेषेत आणि स्थिर ठेवावी. मग शरीर पूर्णतः निश्चल ठेवण्याचा प्रयत्न

करावा. डोळे घट्ट मिटू नयेत आणि दृष्टी नाकाच्या अग्रभागाकडे ठेवावी.

इथे भगवान नासाग्राकडे दृष्टी लावायला सांगतात. ज्या वेळी दृष्टी नासाग्राकडे लागून राहते तेव्हा सहस्त्रार चक्राचं म्हणजे पिनियल ग्लँडचं कार्य सुरू होऊ शकतं, पण दृष्टी दोन भुवयांच्या मध्ये ठेवली तर पिनियल ग्लँडचं कार्य लवकर सुरू होऊ शकत नाही. कारण डोळ्यांमागील दृष्टी तिथे लागून राहते आणि त्यामुळे पिनियल ग्लँडचं कार्य सुरू होण्यात अडथळा येतो. म्हणूनच दृष्टी नासाग्रावर ठेवायला भगवान सांगत असावेत.

प्रत्येक व्यक्तीच्या भ्रूमध्यात एक ज्ञाननेत्र असतो. त्याचं कनेक्शन मेंदूच्या मधोमध असलेल्या 'आज्ञाचक्रा'शी (Pituatary gland) असतं. ही ग्रंथी म्हणजे अव्यक्त असा तृतीय नेत्रच! ध्यानाच्या अभ्यासातून हा 'तृतीय नेत्र' योग्यासाठी वैश्विक ज्ञानाची द्वारं उघडतो. हे 'आज्ञाचक्र' मूलाधार चक्रांसह सर्व चक्रांचंही नियमन करत असतं. त्याचप्रमाणे टाळूमध्ये असलेलं पिनियल ग्लँड (pineal gland) - 'सहस्त्रार चक्र' हे संपूर्ण शरीरात हार्मोन्स प्रसारित करण्याचं काम करत असतं. याच 'सहस्त्रार चक्रा'चा अवकाशाशी संपर्क असतो. या ग्रंथीच्या साहाय्याने योगी वैश्विक शक्तींशी संपर्क प्रस्थापित करू शकतो. या 'जोडण्या'च्या प्रक्रियेलाच 'योग' म्हणतात.

योगमार्गाचा हा अभ्यास करत असताना योग्याला अनेक प्रकारच्या सिद्धी अनायासे प्राप्त होतात. या सिद्धींच्या साहाय्याने योगी आपली आयुर्मर्यादा वाढवू शकतो अथवा इच्छा होईल तेव्हा देह सोडून देऊ शकतो. भूत-भविष्य-वर्तमानसुद्धा तो जाणू शकतो. यौगिक क्रियांद्वारे योगी उन्नत स्तरावरचा दैवी आनंदही उपभोगू शकतो.

भगवद्गीतेत मात्र योग्याला प्राप्त होणाऱ्या सिद्धींचं मुळीच वर्णन नाही; ते वर्णन 'पातंजल योगदर्शना'त आहे. गीतेत त्याचं वर्णन नसण्याचं कारण म्हणजे योग्याने सिद्धींमध्ये अडकून पडू नये हा भगवंतांचा उद्देश असावा.

तथापि, योग्याला कोणत्या सिद्धी मिळतात, याविषयी पुष्कळांना जाणून घ्यायची इच्छा असते. म्हणून विषयांच्या अनुषंगाने त्या सिद्धींविषयी 'पातंजल योगदर्शना'त भगवान पतंजली मुनींनी जे वर्णन केलं आहे, ते केवळ माहितीसाठी सांगतो. 'पातंजल योगदर्शना'तील 'विभूतिपाद' प्रकरणातल्या सोळाव्या सूत्रापासून पंचावन्नाव्या सूत्रापर्यंत योग्यांना केवळ संयमाने कोणत्या सिद्धी प्राप्त होतात, यांचं वर्णन केलं आहे. त्यावर किती विश्वास ठेवायचा, हा मात्र ज्याचा त्याचा प्रश्न. परंतु पाच हजार वर्षांपूर्वी हे सिद्धींविषयींचं ज्ञान सांगून ठेवलं आहे. ते मी जसंच्या तसं सांगतो :

- अतीत म्हणजे पूर्वी घडून गेलेल्या गोष्टी आणि अनागत म्हणजे पुढे घडणाऱ्या गोष्टींचं योग्याला ज्ञान होऊ शकतं.

- विशाल मनात (Subconcious Mind) साठलेल्या वासनांच्या संस्कारांवर संयम करून पूर्वजन्माचं ज्ञान होतं.
- दुसऱ्या व्यक्तीच्या चित्तावर संयम करून तो काम-क्रोधादी कोणत्या मनोविकारांनी त्रस्त आहे याचं ज्ञान होऊ शकतं.
- ज्या प्रकाश-शक्तीमुळे योग्याचं स्वत:चं शरीर दुसऱ्यांच्या दृष्टीला पडतं त्यावर संयम करून योगी स्वत:चं शरीर अदृश्य करू शकतो. म्हणजे त्याचा देह उपस्थित असूनही दुसऱ्यांना दिसू शकत नाही.
- त्याला मृत्यूचं ज्ञान होऊ शकतं.
- सर्व भावभावनांची सामर्थ्यं त्याला प्राप्त होतात.
- हत्ती किंवा एखाद्या बलवानाच्या ठिकाणी संयम करून योगी तत्सम बल प्राप्त(Import) करू शकतो.
- नाभिचक्रावर संयम करून संपूर्ण शरीरातील व्यूहाचं ज्ञान त्याला होतं.
- कंठातील विशिष्ट भागावर संयम करून योग्याची तहान-भूक यांची पीडा दूर होऊ शकते.
- हृदयातील अनाहत चक्रावर संयम केल्याने चित्ताला स्थैर्य प्राप्त होतं.
- कपाळामागील भाग म्हणजे 'आज्ञाचक्रा'वर (Pituitary gland)) संयम केला असता सिद्ध पुरुषांचं दर्शन होतं.
- अंगभूत प्रतिभेवर संयम केला असता सर्व विषयांचं ज्ञान होतं.
- हृदयांतर्गत साक्षी पुरुषाचं ज्ञानही योग्याला होतं.
- दिव्य स्पर्श, दिव्य शब्द, दिव्य रूपदर्शन, दिव्य आस्वाद आणि दिव्य गंध जाणून घेण्याची त्याला शक्ती प्राप्त होते.
- पाणी, चिखल, काटेकुटे यांचा स्पर्श न होता त्याला अधांतरी चालता येतं.
- स्वेच्छेने उत्क्रांत अवस्थेत जाता येतं.
- शरीर आणि आकाश यांच्या अन्योन्य संबंधावर संयम करून आकाशगमनाची सिद्धी प्राप्त करता येते.
- राजसी आणि तामसी वृत्तींमुळे चित्तावर जी क्लेशकारक पुटं चढलेली असतात, ती गळून पडतात.
- प्रत्येक जीवाचं स्थूल स्वरूप, सूक्ष्म तन्मात्रा इत्यादींवर संयम केल्यामुळे भूतजयाची शक्ती प्राप्त होते.
- अणिमा, गरिमा, महिमा, लघिमा, प्राप्ती, प्राकाम्य, ईशित्व, वशित्व या सिद्धी योग्याला सहज प्राप्त होतात.

या सिद्धींचंही स्वरूप थोडक्यात पाहू :

- **अणिमा सिद्धी :** अणिमा सिद्धी प्राप्त झाली असता योगी आपल्या संपूर्ण शरीराचा संकोच करून ते तो अणूप्रमाणे सूक्ष्म बनवू शकतो.
- **महिमा सिद्धी :** या सिद्धीद्वारे योगी आपलं शरीर हवं तेवढं विशाल करू शकतो.
- **गरिमा सिद्धी :** गरिमा सिद्धीद्वारे योगी आपलं शरीर अत्यंत जडही करू शकतो.
- **लघिमा सिद्धी :** या सिद्धीद्वारे तो कापसासारखा हलकाही होऊ शकतो.
- **प्राप्ती सिद्धी :** बसल्या ठिकाणाहून योगी अतिदूरच्या वस्तूलाही या सिद्धीमुळे हस्तस्पर्श करू शकतो.
- **प्राकाम्य सिद्धी :** या सिद्धीमुळे स्वतःच्या इच्छेनुसार वाटेल त्या अतर्क्य गोष्टी घडवून आणण्याचं सामर्थ्य योग्याला प्राप्त होतं.
- **ईशित्व सिद्धी :** सर्व सृष्ट वस्तूंवर ईशित्व सिद्धीद्वारे सत्ता चालवता येते.
- **वशित्व सिद्धी :** कोणत्याही जीवाला योगी वश करून घेऊ शकतो.

या सिद्धींमुळे काय होतं, ते थोडक्यात पाहू :

- आपल्या सर्व इंद्रियांवर विजय मिळवता येतो.
- शरीर मनोवेगाने गतिमान करता येतं.
- मीच सर्व भावांचा इमोशन्स (imotions) अधिष्ठाता आहे आणि मी सर्वज्ञ आहे अशी प्रतिती येऊ लागते.
- द्रष्टा-दृश्य संयोगाचा विलय होऊन कैवल्यस्थितीचा लाभ होतो.
- दैवी भोग देण्यासाठी देव योग्याला आमंत्रित करतात. अर्थात अहंकारवश होऊन जर असे भोग स्वीकारले तर योग्याचं अधःपतनही होऊ शकतं.
- प्रवाही काळाच्या अतिसूक्ष्म भागाचं स्वरूप जाणल्यामुळे योग्याला सर्व वस्तुमात्राच्या दृश्य आणि सूक्ष्म स्वरूपाचं 'विवेक ज्ञान' प्राप्त होतं.
- राजसी आणि तामसी वृत्तीच्या मलाचा पूर्णतः निचरा झाल्यामुळे चित्त पूर्णतः शुद्ध होऊन चित्ताच्या ठिकाणी कैवल्यस्थिती अर्थात समत्वभाव सिद्ध होतो.

योगसाधना करताना आसन कसं असावं, याविषयी भगवान या श्लोकात सांगतात. पद्मासनात किंवा सहजासनात निश्चल डोळे मिटून बसावं. मग दृष्टी नासाग्रांवर स्थिर करावी. योग साध्य झाला तर आत्मज्ञान आणि अभूतपूर्व आत्मानंद प्राप्त होऊ शकतो. साधकाने सिद्धींमध्ये अडकून पडू नये; सिद्धी मिळवण्यासाठी योगाचरण करू नये.

*प्रशान्तात्मा विगतभीर्ब्रह्मचारिव्रते स्थितः ।*
*मनः संयम्य मच्चितो युक्त आसीत मत्परः ॥६.१४॥*

शांतचित्त, भीतिरहित होऊन, ब्रह्मचर्यव्रताचं पालन करून, मनाचं संयमन करून, चित्त माझ्याच (परमेश्वराच्या) ठिकाणी लावून, मत्परायण होऊन आणि युक्त होऊन ध्यानासाठी बसावं.

शांतचित्त, भीतीरहित होऊन, ब्रह्मचर्यव्रताचं पालन करून, मनाचं संयमन करून, चित्त माझ्याच (परमेश्वराच्या) ठिकाणी लावून, मत्परायण होऊन आणि युक्त होऊन ध्यानासाठी बसावं. नाकाच्या अग्रभागी दृष्टी स्थिर केल्यानंतर दिशा म्हणजे काळाचं भान उरता कामा नये. मित्र आठ वाजता येणार आहे, तेवढ्यात ध्यान उरकून घेतो, अशी कालाधीन ध्यानावस्था असता कामा नये. तसं असेल तर ध्यानात घड्याळ आणि मित्रच दिसेल! म्हणून ध्यानाला बसताना अंत:करण स्वस्थ हवं.

त्यानंतर साधक भीतीरहित व्हायला हवा. भीती अनेक प्रकारची असते. अस्तित्वाची भीती असते, भवितव्याची भीती असते. ज्या परमतत्त्वाशी संपर्क साधण्याचा प्रयत्न करायचा त्याच्याविषयीही भीती असते. म्हणून ध्यानाला बसण्यापूर्वी परमेश्वराचं सतत चिंतन ठेवलं आणि चित्त एकाग्र करण्याचा नियमित अभ्यास केला तर मनात भीती न उरता उलट भगवंताविषयी आत्मीयता वाटू लागेल. भीती कुणाबद्दल असते? ज्याला कधीही पाहिलं नाही त्याच्याकडे कामानिमित्त जाण्याचा प्रसंग आला तर मनात एकप्रकारची भीती असते. किंवा एखादा प्रथमच एकटाच परदेश-प्रवासाला निघाला की संभाव्य आव्हानांविषयी मनात भीती असते, पण प्रत्यक्षात परदेशात गेल्यानंतर त्याची योग्य व्यवस्था होते आणि मग तो मनाशी म्हणतो, उगाच मी घाबरत होतो. तीच गोष्ट न पाहिलेल्या - न जाणलेल्या परमेश्वरासंदर्भात असते. म्हणून परमेश्वराचं सतत चिंतन ठेवून, त्याच्याशी आत्मीयता निर्माण करून मगच ध्यानाला बसलं की भीती राहणार नाही.

पण आता आणखी एक प्रश्न उपस्थित होऊ शकतो. तो म्हणजे, परमेश्वर तर दिसत नाही. मग त्याचं चिंतन तरी कसं करायचं? अचिंत्याचं चिंतन करणं कसं शक्य आहे? त्यासाठी शास्त्रकारांनी परमेश्वराची साकार मूर्ती ध्यानासाठी दिली. ध्यान करताना परमेश्वराचा सर्वांगसुंदर आणि परिपूर्ण आकार आपल्या दृष्टीसमोर हवा. त्याच ठिकाणी चित्त एकाग्र करायला भगवान सांगत आहेत. म्हणजे सविकल्प समाधीतून निर्विकल्प समाधीकडे जाण्याचा हा राजमार्ग आहे. मूर्तीचा हात धरूनच साधक निर्विकल्प समाधीकडे जाऊ शकतो. त्यासाठी ध्येयनिष्ठा मात्र हवी. भोगांचा त्याग करून मनाचं पूर्ण संयमन साधलं पाहिजे. मग साधक विवाहित असला तरी तो ब्रह्मचारी होऊ शकतो. ब्रह्मचर्य म्हणजे अविवाहित राहणं नव्हे! तर संयमित जीवन जगणं म्हणजे ब्रह्मचर्य! ब्रह्माची अनुभूती घ्यायचा जो शास्त्रशुद्ध प्रयत्न करतो तो ब्रह्मचारी.

यानंतर भगवान मनाचं संयमन करायला सांगत आहेत. योगमार्गात मनाचा सहभाग सर्वाधिक महत्त्वाचा असतो. कारण सर्व इंद्रियांचं साहचर्य मनाशी असतं. आपण एखादं भाषण ऐकत असू आणि त्याच वेळी आपलं कुणाशी तरी झालेलं भांडण आठवलं, तर आपल्याला भाषण ऐकू न येता भांडणाचे शब्द ऐकू यायला लागतात! डोळ्यांसमोर ती भांडणाची दृश्यंही तरळू लागतात. म्हणजे एखाद्या घडलेल्या किंवा घडणाऱ्या प्रसंगाचा विचार मनात आल्याबरोबर दृष्टी, कर्णेंद्रियं आणि सर्व ज्ञानेंद्रियं मनाला साहचर्य देतात. आणि मग या सर्वांचं एक अद्वैत होऊन मनात आलेल्या विचारांचं दर्शन किंवा अनुभव व्यक्तीला मिळतो.

म्हणजे मन इंद्रियांना ओढून नेत असतं. याच मनावर सुयोग्य संस्कार करून ते स्थिर करण्याचा सराव प्रथम साधला पाहिजे. असं सुसंस्कृत झालेलं मन जेव्हा स्थिर होतं, तेव्हा त्या मनाला 'चित्त' म्हणतात. त्याचप्रमाणे असंस्कृत झालेल्या अस्थिर चित्ताला 'मन' म्हणतात!

योगमार्गात चित्तवृत्तिनिरोध करणं आणि चित्ताची शुद्धी करणं हा अतिशय महत्त्वाचा भाग असतो. आपलं शरीर पूर्ण तंदुरुस्त आणि दीर्घजीवी बनवायचं असेल तर चित्तवृत्तिनिरोधापासूनच प्रारंभ करावा लागतो. चित्तशुद्धी होऊन चित्त स्थिर झालं की आपोआप पुढचा मार्ग प्रकाशित होऊ लागतो. यासाठी 'धृती' पुष्ट व्हावी लागते. 'धृती' म्हणजे उत्स्फूर्तता - मनाच्या कामना. 'एखादी गोष्ट मी करून दाखवीनच', अशी स्फूर्ती जेव्हा अंत:करणातून उमटते, तेव्हा त्याला 'धृती' म्हणतात.

या गोष्टी साध्य झाल्या तर मनुष्य वाटेल ते दिव्य करू शकतो.

योगी अरविंदांनी म्हटलं आहे, 'ईश्वरी तत्त्व नेणिवेच्या खोल अंधारात बुडी घेतल्यापासून जाणिवेच्या दिव्य प्रकाशाच्या दिशेने पुन्हा उत्क्रांत होत आहे. जडापासून

वनस्पती, वनस्पतीपासून प्राणी, प्राण्यातून मानव अशा उत्क्रांतिक्रमाने मानवातून अतिमानव निर्माण करणं हेच नियतीचं आणि निसर्गाचं उद्दिष्ट आहे. सृष्टीच्या स्वतःच्या गतीनुसार उत्क्रांतिस्वरूपात जडातून मानवाची निर्मिती होण्यासाठी अक्षरशः लक्षावधी वर्षांचा काळ लोटला असेल, पण आता मानवापासून अतिमानवाच्या उदयासाठी इतका विलंब लागण्याची आवश्यकता नाही.'

योगी अरविंदांनी त्यांच्या अलौकिक प्रतिभेतून 'सावित्री-आख्यान' रंगवलं आहे. पुराणात सावित्री आख्यान आहे. केवळ आपल्या प्रबळ इच्छेच्या आणि कठोर व्रताचरणाच्या बळावर सावित्रीने आपला पती सत्यवान याला मृत्यूच्या कचाट्यातून कसं सोडवून आणलं, याची ती कथा आहे.

फार प्राचीन काळी 'भद्र' नामक देशात अश्वपती नावाचा एक राजा होऊन गेला. हा राजा अत्यंत आदर्शवत तसाच धार्मिक वृत्तीचा होता. त्याला सर्वगुणसंपन्न, तेजस्वी आणि लावण्यवती अशी सावित्री नावाची कन्या होती. ती उपवर झाली; पण तिच्या गुणसंपन्नतेमुळे आणि तेजस्वितेमुळे तिला कुणी राजपुत्र वरायला तयार होईना. त्यामुळे राजपुरोहितांसह ती स्वतःच वरसंशोधनासाठी निघाली. रथात बसून ते मग एका अरण्यात आले. तिथे राजा द्युमत्सेन याचा सत्यवान नावाचा पुत्र तिच्या दृष्टीस पडला. परस्परांची दृष्टभेट झाली. पहिल्याच दृष्टीतच दोघांचं मनोमिलन झालं. राजा द्युमत्सेन हा अंध होता. शत्रूने त्याचं राज्य हिरावून घेतलं होतं. म्हणून आपली पत्नी आणि पुत्र सत्यवान यांच्यासह तो त्या अरण्यात वास्तव्य करून होता.

सावित्रीने सत्यवानाला पाहिलं मात्र! पहिल्याच भेटीतच तिने सत्यवानाला पती म्हणून मनोमन वरलं. राजपुरोहितासह ती त्वरेने मग आपल्या राज्यात परतली. आपला निर्णय तिने राजाला सांगितला. त्या वेळी त्रिकालज्ञ नारदमुनी अश्वपतींकडे आलेले होते. सावित्रीचा निर्णय ऐकून त्यांना अतिशय दुःख झालं. ते अश्वपतीला म्हणाले, ''राजा, सत्यवान अल्पायुषी आहे. आजपासून एका वर्षाने त्याचा मृत्यू अटळ आहे. तेव्हा सावित्रीने दुसरा वर शोधावा हे बरं.'' पण सावित्री आपल्या निर्णयावर अढळ राहिली. यथावकाश राजा अश्वपतीने सावित्रीचा सत्यवानाशी विवाह करून दिला. ती त्याच्याबरोबर वनात साधेपणाने राहू लागली.

एक वर्ष तिने कठोर साधनेत घालवलं. या कालावधीत तिला सर्वत्र ईशतत्त्व भरून राहिलेलं जाणवू लागलं. माझ्या पतीचं आयुष्य वर्षभर

असेल तर मीसुद्धा तेव्हाच देहाचा त्याग करेन, या निश्चयाने ती कठोर व्रताचरण करू लागली. हळूहळू वर्ष सरत आलं. सत्यवानाचा मृत्यू चार दिवसांवर येऊन ठेपला.

अखेर तो दिवस उजाडला. दर्भ आणि काष्ठ आणण्यासाठी सत्यवान वनात गेला. सावित्रीही त्याच्याबरोबर गेली. लाकडं तोडत असता एकाएकी सत्यवानाचं डोकं दुखू लागलं. सावित्रीच्या मांडीवर डोकं ठेवून तो काही वेळ पडून राहिला. तेवढ्यात यमदूत सत्यवानाच्या प्राणांचं हरण करण्यासाठी आले. पण सावित्रीच्या तेजापुढे ते निष्प्रभ झाले. त्यांना सत्यवानाच्या प्राणांचं हरण करता येईना. तेव्हा साक्षात यमदेव तिथे आले आणि सत्यवानाचे प्राण खेचून घेऊन जाऊ लागले. सत्यवानाने देह सोडला.

ते पाहून सावित्री यमदेवाच्या पाठोपाठ जाऊ लागली. यमाने तिला परत जायला सांगितलं, पण ती परत फिरली नाही. उलट तिने यमाशीच युक्तिवाद आरंभला. वर्षभराच्या कालावधीत सावित्रीने मनोवस्थेतील सर्व टप्पे पार करून अतिमानस अवस्थेत प्रवेश केलेला होता. एक अज्ञात शक्ती विश्वाला व्यापून कार्य करत आहे, याचाही अनुभव तिला आलेला होता. म्हणूनच ती मृत्युदेवतेला पाहू शकत होती, त्याच्याशी युक्तिवाद करू शकत होती. तिचं कठोर व्रताचरण, दुर्दम्य इच्छाशक्ती आणि ईश्वरी संकल्प बदलण्यासाठी तिने केलेलं कठोर व्रताचरण यापुढे मृत्युदेवता निष्प्रभ झाली. तिने सत्यवानाचे प्राण पुन्हा त्याच्या शरीरात घातले. सावित्रीने आपल्या व्रताचरणाने आपल्या सासऱ्याची दृष्टी आणि गेलेलं राज्यही त्याला परत मिळवून दिलं.

या कथेतून पुराणकर्त्यांना एक सत्य सांगायचं आहे. ते म्हणजे, कठोर व्रताचरण आणि दुर्दम्य इच्छाशक्ती यांच्या जोरावर मनुष्य ईश्वरी संकल्पही बदलू शकतो.

हिलिंग पॉवरसह अशा अनेक सुप्त शक्ती परमेश्वराने मनुष्याला मुळातच देऊन ठेवल्या आहेत. योगाचरणाने त्या शक्ती उद्दीपित करता येऊ शकतात. अर्थातच योग हीच ज्ञानाची गुरुकिल्ली आहे. मनाचं संयमन करून चित्त एकाग्र केलं की मन शक्तिमान बनू लागतं. अशा तऱ्हेने भगवद्परायण होऊन प्रतिदिनी ठरावीक वेळी ध्यान करावं.

पूर्णतः निर्लेप, निःसंग, भीतिरहित होऊन शास्त्रशुद्ध पद्धतीनंच परमेश्वराचं ध्यान करावं. चित्ताची एकाग्रता साधण्यातून मन शक्तिमान होतं.

*युञ्जन्नेवं सदात्मानं योगी नियतमानसः।*
*शान्तिं निर्वाणपरमां मत्संस्थामधिगच्छति ॥६.१५॥*

याप्रमाणे ज्याचं मन अभ्यासाने निग्रहयुक्त झालं, अशा योग्याला सतत चित्त एकाग्र केल्यामुळे मला येऊन मिळण्यात असलेल्या आनंदमय अशा परमशांतीचा लाभ होतो.

योगाभ्यासात नियमितपणा आणि सातत्य याला फार महत्त्व असतं. साधकाने सतत म्हणजे दिवस-रात्र योगाभ्यासच केला पाहिजे असा मात्र या श्लोकाचा अर्थ होत नाही, तर नियमितपणाने थोडा थोडा आणि जितका झेपेल तितका योगाभ्यास करावा. हा अभ्यास ज्याचा त्याने च करायचा असतो. *न ऋते श्रान्तस्य सख्याय देवाः* या ऋग्वेदातल्या तत्त्वाप्रमाणे जो मनुष्य थकेपर्यंत ईश्वरप्राप्तीसाठी प्रयत्न करतो, त्यालाच परमेश्वर साहाय्य करतो; इतरांना नाही.

आपलं मन जेव्हा एखाद्या कामात किंवा वस्तूवर एकाग्र होतं, तेव्हा जगातील इतर वस्तू आणि पदार्थ आपल्या जाणिवेच्या कक्षेतून नाहीशा झालेल्या असतात. कोणतीही कला साकार करताना म्हणजे चित्र काढताना किंवा लेखन करताना मन एकाग्र झालेलं असतं, पण अशी एकाग्रता योगात अपेक्षित नाही. कारण अशा एकाग्रतेतून वस्तूचा मनावर प्रभाव होत असतो किंवा परिणाम होत असतो. या परिणामातून अथवा प्रभावातून आत्मविकास साधला जाऊ शकत नाही. तो केवळ प्रतिभेचा प्रांत असतो. आत्मानुभूतीसाठी मात्र जाणीवपूर्वक ईश्वरी तत्त्वाशी योग साध्य करणं आवश्यक असतं.

या दृष्टिकोनातूनच भगवंतांनी या श्लोकातून चित्ताच्या एकाग्रतेचं महत्त्व सांगितलं आहे.

चित्ताची एकाग्रता प्रामुख्याने तीन प्रकारे करता येते.

पहिला प्रकार म्हणजे नामजप. या प्रकाराविषयी अधिक सांगण्याची आवश्यकता नाही. गोंदवलेकर महाराजांनी नामजपाचं महत्त्व समर्पकपणे सांगून ठेवलं आहे.

नामजप करताना मन पूर्णतः ईशकेंद्रित झालं पाहिजे, ही गोष्ट महत्त्वाची. रुद्राक्षांच्या माळेवर जप करताना भौतिक फायदेही मिळू शकतात. मात्र नामजपातून धुंदी येता कामा नये. कारण कोणतीही धुंदी ही ज्ञानाला आणि पर्यायाने आत्मदर्शनाला अटकावच करते. ज्या देवाचं नाम घ्यायचं त्याचे गुणही अंगीकारण्याचा प्रयत्न झाला पाहिजे. एकटं शांत बसल्यानंतर हळू आवाजात नामाचा जप केला पाहिजे. हळूहळू नाम श्वासात आणि पुढे ते धमनी-धमनीत भिनत जातं. महाभारतात वर्णन आहे की, अर्जुनाच्या केसा-केसांमधून कृष्णनाम ऐकू येत असे. या रूपकाचा अर्थ म्हणजे नाम असं रोमारोमांत भिनलं पाहिजे. नाम घेताना तिथे कोणताही स्वार्थयुक्तही भाव असता कामा नये; आणि तो केवळ देखावा होता कामा नये. कारण 'मी नाम घेतो' हा अहंकारसुद्धा होऊ शकतो. त्यामुळे जाणीवपूर्वक आणि समजपूर्वक ही साधना केली पाहिजे. किंबहुना ती आपली आपण केली पाहिजे. चार लोकांत ही साधना करणं योग्य होणार नाही.

काही जण टीव्ही बघत माळ ओढतात. त्यातून ॲक्युप्रेशरचा फायदा होईलही; पण अशा साधनेतून ज्ञानमार्ग प्रकाशित होऊ शकेल का, किंवा भगवंताशी योग साधला जाईल का, याचा ज्याचा त्याने विचार करावा. नवीन सून घरात येते, तेव्हा एखादी सासू ठरवते की, आता आपण संसाराच्या कटकटीतून मुक्त व्हायचं. सारा कारभार सुनेवर सोपवायचा; आणि आपण फक्त देवधर्मच करायचा. मग सकाळी सकाळी स्नान करून सासू देवापुढे बसते. जपासाठी माळ हातात घेते. तोंडाने रामनामाचा जप सुरू होतो, परंतु तिचं मन मात्र त्या रामनामात नसतं. नव्या सुनेने पाणी भरलं असेल की नाही, वरणात मीठ घातलं असेल की नाही; अशा गोष्टींमध्येच तिचं मन गुंतून राहतं. त्यामुळे तिला धड नामही साधत नाही आणि संसारही साधत नाही.

ईश्वराशी योग साधण्याचा दुसरा आणि अतिशय प्रभावी प्रकार म्हणजे देवाच्या मूर्तीच्या आधाराने योग साध्य करणं . त्यासाठी भगवंताचा सर्वांगसुंदर आकार आपल्या दृष्टीपुढे हवा. मूर्ती किंवा प्रतिमेतील त्याचं दर्शन हे सर्वगुणसंपन्न, सर्व शक्तींनी परिपूर्ण, अत्यंत पवित्र, पूजनीय, वंदनीय आणि मानार्ह असायला हवं. भारतात देवांच्या असंख्य मूर्ती झाल्या त्या याच उद्देशानं. भगवंताच्या अशा सुंदर आकारात मन एकाग्र झालं तरच त्याचा योग्य परिणाम लवकर साध्य होतो.

भगवंताचा हा सगुण आकार ध्यानासाठी अतिशय उपयुक्त असतो. 'सगुण म्हणजे अहंयुक्त चैतन्य.' गुणसौंदर्याने युक्त अशा अहंयुक्त चैतन्यावर चित्त एकाग्र करण्याचा सतत प्रयत्न केला पाहिजे. त्यासाठी ठरावीक वेळी परमेश्वर माझी वाट पाहणार आहे, असा भाव मनात दृढ झाला पाहिजे. आपण टाकलेलं छोटंसं पाऊलसुद्धा

वाया जात नाही. लोखंडावर मारलेला प्रत्येक घाव हा त्याचा आकार बदलायला उपयोगी पडत असतो; त्याप्रमाणे रोज थोडा थोडा योगाभ्यास जरी केला तरी तो वाया जात नाही.

पांडुरंगशास्त्री आठवले तथा दादाजींनी योगासाठी आवश्यक असणाऱ्या शास्त्रीय मूर्तिपूजेचं तंत्र त्यांच्या *शास्त्रीय मूर्तिपूजा* या पुस्तकात विशद केलं आहे. ही पूजा भौतिक पातळीवरची नसून आत्मिक पातळीवरची असते. त्याचा प्रारंभ मात्र भौतिक पूजेतून करावा लागतो. वृत्ती तयार होण्यासाठी आणि भगवंताची मूर्ती दृष्टीत स्थिरावण्यासाठी भौतिक पूजा प्रथम आवश्यक असते. मग भगवंताची सर्वांगसुंदर भौतिक मूर्ती डोळ्यांमध्ये स्थिर झाली, की मग त्या मूर्तीला मनात स्थिर करता आलं पाहिजे.

मग शांत जागी डोळे मिटून ध्यानाला बसल्यानंतर मनात स्थिरावलेल्या मूर्तीवर ध्यान केंद्रित करून त्या मूर्तीला गतिमान केलं पाहिजे. म्हणजे मनात स्थिरावलेल्या भगवंताच्या साकार मूर्तीला हालतं केलं पाहिजे. जेव्हा आपण हालता देखावा पाहतो, तेव्हा चित्त त्या देखाव्यात स्थिर होत असतं; पण जेव्हा देखावा स्थिर असतो तेव्हा चित्त अस्थिर होत असतं.

थिएटरमध्ये जेव्हा समोरच्या पडद्यावर चित्र हालत असतं; म्हणजे अस्थिर असतं तेव्हा त्यात मन गुंतून गेलेलं असतं, स्थिर झालेलं असतं. अर्थात चित्रपटातल्या प्रसंगांमध्ये अगदी एकाग्र होऊन गेलेलं असतं. पण जेव्हा इंटरव्हलची स्थिर म्हणजे स्टॅटिक पाटी पडद्यावर येते तेव्हा चित्रपटात गुंगून गेलेलं आपलं चित्त लगेच अस्थिर होतं. घरची आठवण येते, मोबाईल काढला जातो. आळोखेपिळोखे दिले जातात.

म्हणजेच डोळ्यांपुढचं दृश्य स्थिर तर चित्त अस्थिर; आणि दृश्य अस्थिर तर चित्त स्थिर! म्हणूनच भगवंताची स्थिर मूर्ती आपण ध्यानात बघत राहिलो तर चित्त स्थिर होऊ शकत नाही. दृश्य स्थिर तर चित्त अस्थिर हा सिद्धान्त तिथे लागू होतो. म्हणून मनात स्थिर केलेल्या भगवंताच्या मूर्तीला मनानंच हलतं करता आलं पाहिजे. ते कसं? समजा, भगवान कृष्णांच्या सर्वांगसुंदर मूर्तीवर ध्यान केंद्रित करायचं असेल तर त्यांच्या साकार रूपाला मनात स्थिर करायचं. भगवान कृष्णांचं सर्वांगसुंदर रूप चित्तात स्थिरावल्यानंतर मनानंच कृष्णाला हलतं करायचं. त्या रूपात मनानंच प्राण भरायचे. मग मनोनिर्मित दृश्यं बघायची. यमुनेच्या तीरी कृष्ण चांदण्यात विहार करतो आहे, बासरी वाजवतो आहे, अथवा अर्जुनाबरोबर चांदण्यात गप्पा मारत यमुनाकाठी फिरत आहे वगैरे. किंवा भगवान योगेश्वराचं आपण स्वागत केलं आहे, त्याला आपण आसनस्थ केलं आहे, मग त्याची पाद्यपूजा आपण करत आहोत, त्याचं सुंदर रूप पाहत आहोत, त्या रूपातील गुण आपण आपल्यामध्ये सामावून म्हणजे ट्रान्स्फर

करून घेत आहोत, मग योगेश्वराला आपण फुलांनी सजवत आहोत; वगैरे.

मग एखाद्याला पांडुरंगाची अशी पूजा करावीशी वाटते तर एखाद्याला भगवान महादेवांची पूजा करावीशी वाटते. अशी पूजा कोणत्याही देवाची करावी. मात्र देवाची मूर्ती सर्वांगसुंदर असली पाहिजे. कारण त्याचा परिणाम आपल्या मनावर होणार असतो. समजा, आपल्याला भगवान महादेवांचं पूजन करायचं आहे. तर मग मनोमन आपण चांदण्यात न्हाऊन निघालेला हिमाच्छादित कैलास पर्वत साकार करायचा. त्यापुढच्या मानससरोवरात मुक्तपणे विहार करत असलेले राजहंस साक्षात पाहायचे. कैलासाच्या शिखरावर ध्यानस्थ बसलेल्या भगवान महादेवांचं मग दर्शन घ्यायचं. म्हणजे तो सारा देखावा मनानंच निर्माण करायचा आणि हालता ठेवायचा; म्हणजेच अस्थिर ठेवायचा. त्यामुळे त्या हालत्या देखाव्यात चित्त स्थिर होतं. त्यासाठी 'क्रीएटिव्ह इमॅजिनेशन' आणि 'रिप्रॉडक्टिव्ह इमॅजिनेशन' या मनाच्या गुणांचा वापर करता आला पाहिजे.

ही केवळ मानसपूजा नव्हे; तर आपलं मनच अतिसुंदर अशी प्रतिसृष्टी निर्माण करत असतं. मूर्तिपूजा म्हणजेच अशी सुंदर हालती प्रतिसृष्टी मनापुढे साकार करणं जमलं पाहिजे. असं हे ध्यान नियमित केलं तर मग साधक आणखी पुढच्या टप्प्यावर जातो. तो टप्पा म्हणजे, दृष्टीपुढे हा सारा सुंदर देखावा साधकाला मनाने निर्माण करावाच लागत नाही; तर ध्यानाला बसल्यानंतर तो आपोआप दृष्टीसमोर साकार होऊ लागतो. म्हणजे प्रारंभी जे मन हा हालता देखावा निर्माण करत असतं, ते मन आता केवळ साक्षित्वभावाकडे जातं; म्हणजे पॅसिव्ह होतं आणि दृष्टीसमोर आपोआप निर्माण होणारा देखावा तटस्थपणे पाहू लागतं. ही अनुभूती अवर्णनीय आणि थक्क करणारी असते. या स्थितीत साधकाला दैवी लहरी अनुभवायला येऊ लागतात. हे स्वप्न नसतं. साधकाला ध्यान करताना झोप लागणं मुळीच अपेक्षित नाही. किंबहुना ही स्थिती म्हणजे (Sleepless Sleep) अशी अवस्था असते. पांडुरंगशास्त्री सांगतात, साधकाने हा स्तर ओलांडला की मग एक वेळ अशी येते की, द्रष्टा आणि दृश्य हे दोन्ही अदृश्य होतं आणि साधकाला पूर्णतेची अनुभूती मिळते.

हे शास्त्र थोडक्या वेळात समजावणं शक्य नाही. त्यासाठी पांडुरंगशास्त्रींचं *शास्त्रीय मूर्तिपूजा* हे पुस्तकच अभ्यासावं लागेल. मग त्याचा अनुभव घ्यावा लागेल.

म्हणूनच भगवान या श्लोकात सांगतात, अशा नियमित योगाभ्यासाने चित्त एकाग्र केल्यामुळे साधकाला परमशांतीचा लाभ होतो. अशा ध्यानातून दृश्य, द्रष्टा आणि दर्शन यांची अनुपस्थिती होणं हीच दैवी परमशांती असते. या अवस्थेत उरते ती केवळ अद्वैतावस्था.

ध्यानाचे दोन प्रकार इथे सांगितले. आता ध्यानाच्या तिसऱ्या प्रकाराविषयी आपण पुढच्या श्लोकाच्या वेळी विचार करू.

योगाभ्यासाने अशा तऱ्हेने जेव्हा मन ताब्यात येतं तेव्हा ते मन परमेश्वराच्या ठिकाणीच केंद्रित केलं पाहिजे. मन केंद्रित झालं की मनाची ताकद वाढते. दैनंदिन जीवनात मनाचं विकेंद्रीकरणच झालेलं असतं. त्यामुळे ते स्थिर होऊ शकत नाही. संसारातून अलिप्तता आली तरी चित्त एकाग्र होईलच असं नाही.

म्हणून मनातून सारे विषय दूर करून चित्त एकाग्र करण्याचा अभ्यास सोपा खासच नाही. त्यासाठी चित्तैकाग्रतेसाठी समज येणे, आवश्यक असतं. मूर्तीची आवश्यकता का आहे, याचीही समज यावी लागते. मूर्तीत तत्त्वत: देव नसतो. मूर्ती ही ध्यानासाठी असते आणि ध्यानातूनच निराकार परमतत्त्वाची अनुभूती घ्यायची असते. निर्विकल्प अवस्था अनुभवण्यासाठी 'मूर्ती' हा विकल्प असतो. म्हणून हे शास्त्र बुद्धीने समजून घेतलं पाहिजे.

परमेश्वर-स्वरूपाचं ज्ञान होण्याकडे जर एकाग्र चित्ताचा कल असेल तर योग सुखकारक होतो. संयमानं, अतूट विश्वासाने नियमित चित्तैकाग्रतेचा अभ्यास केला तर एक ना एक दिवस परमशांतीचा लाभ होतोच होतो. मूर्तिपूजेचं शास्त्र समजून घेतलं तर परमशांती दूर नाही.

यानंतरच्या श्लोकत आपण ध्यानाच्या तिसऱ्या प्रकाराविषयी जाणून घेणार आहोतच; पण त्याचबरोबर असा योग कुणाला साध्य होत नाही, त्याविषयीही आपण पुढच्या भागात जाणून घेणार आहोत.

*नात्यश्नतस्तु योगोऽस्ति न चैकान्तमनश्नतः ।*
*न चाति स्वप्नशीलस्य जाग्रतो नैव चार्जुन ॥६.१६॥*

अति खाणाऱ्या किंवा मुळीच न खाणाऱ्या मनुष्याला हा योग साध्य होत नाही. अति झोपाळू किंवा अति जागरण करणाऱ्यालादेखील हा योग, हे अर्जुना, साध्य होत नाही.

खादाड व्यक्ती किंवा अनेक दिवसांचा उपवास करणारी व्यक्ती या दोघांनाही योगाभ्यास साध्य होत नाही. 'शतपथ-ब्राह्मण' ग्रंथात म्हटलं आहे की, अन्न बेताचं खाल्लं की ते शरीराचं रक्षण करतं. अधिक खाल्लं तर ते मारतं आणि कमी खाल्लं तर ते शरीराचं रक्षण करत नाही. उदराचा अर्धा भाग अन्नाने आणि एक चतुर्थांश भाग पाण्याने भरावा, वायूच्या संचारासाठी उर्वरित एक चतुर्थांश रिकामा ठेवावा. त्यापेक्षा अधिक अन्न खाणाऱ्या पुरुषाला योगाभ्यास करता येत नाही. अजिबात अन्न सेवन केलं नाही तर चित्त एकाग्र होणार नाही. रिकाम्या पोटी कधी ध्यान साधत नाही.

पुष्कळांना सतत उपास-तापासाची सवय असते. मनोनिग्रहासाठी ते करणं ठीक आहे; पण काहींना त्याचंच जणू व्यसन जडतं.

असमंजसपणातून केलेल्या अशा उपवासातून कुपोषण होऊन पित्तविकार बळावण्याचीच अधिक शक्यता असते. शरीर अन्न मागत असूनही आपण त्याला अन्नापासून वंचित ठेवतो, हा शरीरावर अन्याय असतो.

जागरणाच्या बाबतीतही आजकाल टीव्ही आणि सेलफोन हे कारण ठरतात. रात्री-अपरात्री बाहेर फिरायला जाणं, हॉटेल किंवा क्लबमध्ये वेळ घालवणं हे प्रकार उच्चभ्रू लोकांमध्ये आढळतात. त्यामुळे उठायला उशीर तरी होतो किंवा आवश्यक अशी निद्रा मारली तरी जाते.

ज्यांना योग साध्य करायचा आहे, त्यांनी तरी टीव्ही आणि सेलफोनसह या विषयांच्या गुलामीतून सुटका करून घेतली पाहिजे. मार्क बन या ऑस्ट्रेलियन

अभ्यासकाने म्हटलं आहे, दीर्घायुषी लोक पक्षी उठतात तेव्हा उठतात; आणि त्यांच्याबरोबरच दिवस संपवतात. म्हणजे ते निद्रेच्या तयारीला लागतात. पूर्वी मानवाचं संपूर्ण जीवनच असं सूर्याच्या उदयास्ताशी निगडित असे. चार्ल्स लॅम्ब या मागच्या शतकातील लेखक-विचारवंताने म्हटलं आहे,

> 'पूर्वी वीज नव्हती तेव्हा संध्याकाळनंतर घरातले सारे जण एकत्र जमत. बाहेर अंधकाराचं साम्राज्य असे. त्यामुळे सारी मुलं घरातल्या वडीलधाऱ्या मंडळींसभोवती एकमेकांना बिलगून बसत. मग कुणी तरी आजोबा मुलांना गोष्ट सांगत. नंतर डिटमार्टच्या मंद प्रकाशात सर्वांचं एकत्रित जेवण होई आणि मग सारे जण लगेच निद्राधीन होत. ते एकत्रित जीवन फार सुंदर होतं. पण वीज आली आणि मनुष्य परस्परांपासून दुरावला!'

लॅम्बचं हे वर्णन आज जगात सर्वत्र लागू होतं. माणसामाणसांमधील दुरावा आज प्रकर्षाने जाणवतो. घरातील प्रत्येकाचे विषय वेगळे आणि जीवनपद्धती वेगळी! कुणी केव्हाही घरी येतं आणि केव्हाही जातं. अनेक घरांमधून हेच दृश्य आज दिसून येतं. पूर्वी सूर्याच्या साक्षीने प्रातःकाली वाढदिवस साजरे होत. आज रात्री बारा वाजता ते साजरे होत आहेत! शहरांमधून तर रात्रभर विजेचा झगमगाट असतो. त्यामुळे नाईट-लाईफ अर्थात रात्रीचंही एक जीवन अस्तित्वात आलं आहे. महाभारतात वर्णन आहे, असुर आणि राक्षस हे रात्री अधिक कार्यप्रवण होत असतात. रात्री त्यांना प्रचंड शक्ती लाभत असते. त्याचे परिणामही तसेच भयावह असतात. म्हणजे अशा वाईट शक्तींचा रात्री जोर असतो.

म्हणून ज्यांना योगसाधना करायची आहे, त्यांनी तरी लवकर झोपलं पाहिजे आणि ब्राह्ममुहूर्तावर उठलं पाहिजे. त्यामुळे अशी व्यक्ती उत्तम निरोगी जीवनसुद्धा जगू शकते.

मागच्या श्लोकात योग साध्य करण्याचे दोन मार्ग सांगितले. पहिला मार्ग 'नाम-साधना' आणि दुसरा मार्ग म्हणजे 'शास्त्रीय मूर्तिपूजा'. आता या भागात आणखी एका मार्गाचा आपण विचार करू. या तीन मार्गांशिवाय 'हठयोग', महेश योगी यांनी सांगितलेला 'ट्रान्सन्डेन्टल मेडिटेशन' आणि भागवतात भगवान कृष्णाने सांगितलेला आणि पुढे महावतार बाबाजी तसंच लाहिडी महाशय यांनी सांगितलेला 'क्रियायोग' हेसुद्धा योग साध्य करण्याचे मार्ग आहेत. या सर्व मार्गांचा विचार स्वतंत्रपणेच केला पाहिजे.

‘हठयोग’ हा सर्वसामान्य लोकांसाठी फार कठीण असा मार्ग आहे, पण सर्वसाधारण मुमुक्षू व्यक्तींसाठी नामसाधना आणि मूर्तिपूजा यांप्रमाणेच आणखी एक सोपा मार्ग आहे. हे सोपे मार्ग हठयोगाच्या तुलनेत आहेत, परंतु कोणतीही योगसाधना ही काही सोपी साधना नाही हेही ध्यानात ठेवलं पाहिजे.

आता आज आपण तिसऱ्या मार्गाचा विचार करू. हा मार्ग म्हणजे कॉस्मिक एनर्जी साधना.

कॉस्मिक एनर्जी म्हणजे वैश्विक चैतन्यशक्ती संपूर्ण विश्वात ओतप्रोत भरून राहिलेली आहे. आकाशगंगा, सर्व ग्रह-तारे, मानव-प्राणी आणि साऱ्या अणूरेणूंत आकाश आहे आणि पर्यायाने कॉस्मिक एनर्जी आहे. तेच ब्रह्म आहे. त्याच शक्तीच्या साहाय्याने आपण आत्मतत्त्वाकडे जाऊ शकतो.

‘निद्रा’ म्हणजे अजाणता झालेलं ध्यान आणि ध्यान म्हणजे जाणीवपूर्वक झालेली निद्रा! झोपेत आपल्याला मर्यादित शक्ती मिळत असते; तर ध्यानात आपल्याला अमर्याद शक्तीचा लाभ होत असतो. ध्यानामुळे आपल्यासाठी ‘सिक्स्थ सेन्स’चं द्वारही उघडतं. आपल्या परिभाषेत सांगायचं तर ध्यानावस्थेत आपल्यासाठी ज्ञानाची कवाडं उघडतात. त्यामुळे मन:शांती लाभते, शरीर-मन निरोगी होतं आणि सारे शारीरिक दोष दूर होतात.

‘वैश्विक शक्ती’ मिळवण्यासाठी जे ध्यान करायचं त्याची क्रिया अशी :

१. जिथे आरामदायी वाटेल अशा ठिकाणी म्हणजेच जमिनीवर, खुर्चीवर किंवा पलंगावर मांडी घालून बैठक जमवणं.

२. हाताची बोटं एकमेकांत गुंफून सहजासनात डोळे मिटून शांत बसायचं. शरीराच्या सर्व हालचाली थांबवायच्या. विचार करणं , मनोमन पाहणं वगैरे क्रियासुद्धा अनायासे थांबल्या पाहिजेत.

३. दृष्टी म्हणजे मनाकडे उघडणारा दरवाजा असतो. म्हणून डोळे मिटल्यानंतर कोणत्याही विचाराशिवाय शांत बसलं पाहिजे.

४. उघडपणे किंवा आतल्या आत कोणताही मंत्र म्हणायचा नाही की मनातल्या मनात काहीही पुटपुटायचंसुद्धा नाही. सर्व अंतर्गत क्रियांना संपूर्ण विश्रांती द्यायची.

५. इथपर्यंतच्या साऱ्या निष्क्रिय होण्याच्या ‘क्रिया’ साधल्या की आपल्या शरीराभोवती एक वर्तुळाकार सर्किट तयार होतं. अशा वेळी शरीर-मनाला संपूर्ण विश्रांती लाभलेली असते. मग आपला मनाच्या आणि पुढे बुद्धीच्या दिशेने प्रवास सुरू होतो.

६. मन हे विचारांचं कोठार असतं. अगणिक विचारतरंग आणि ज्ञात-अज्ञात प्रश्नांचं मोहोळ मनात उठत असतं. हे टाळण्यासाठी आपण केवळ आपल्या श्वासावर लक्ष केंद्रित करायचं. बघणं म्हणजे (observation) करणं हा आत्म्याचा नैसर्गिक धर्म असतो. म्हणून आपण त्याच भूमिकेत जाऊन फक्त आपल्या श्वासावर लक्ष केंद्रित करायचं; श्वासाचा साक्षी बनायचं.

७. श्वासावर लक्ष केंद्रित करत असताना मुद्दाम जाणीवपूर्वक श्वासोच्छ्वास होणार नाही याचीही खबरदारी घ्यायची. श्वासोच्छ्वास सहजतेने होऊ द्यायचा; मुद्दाम करायचा नाही. श्वास-नि:श्वास ही क्रिया फक्त साक्षीभावाने बघत राहायची. ही क्रिया साधली तर आत्मतत्त्वाकडे जाण्याची गुरुकिल्ली सापडल्यासारखंच असतं.

८. साक्षीभावाने हे अवलोकन सुरू असताना विचारांच्या जवळही जायचं नाही आणि विचारांना जवळ फिरकूही द्यायचं नाही. ही क्रिया सहजतेने साधली पाहिजे; बळाने नाही. मनात कोणतेही प्रश्न आणायचे नाहीत किंवा विचार आणायचे नाहीत. सारं लक्ष फक्त श्वासावर सहजतेने केंद्रित करायचं.

९. या अवस्थेत विचारांची तीव्रताही हळूहळू कमी होत जाते. हळूहळू श्वासोच्छ्वासही क्षीण होऊ लागतो. प्रारंभी नाभीपर्यंत श्वास खेचला जात असतो. मग तो मंदावत छातीपर्यंतच खेचला जातो. त्यानंतर तो आणखी क्षीण होत गळ्यापर्यंत खेचला जातो. मग आणखी कमी होऊन तो जेमतेम घशापर्यंत येतो. अंतिमत: तो भ्रूमध्यापर्यंतच म्हणजेच दोन भुवयांच्या मध्ये स्थिर होतो. अशा स्थितीत श्वासोच्छ्वासही नसतो किंवा असून नसल्यासारखा असतो; आणि मनात कोणता विचारही नसतो. या निर्विचार अवस्थेलाच 'निर्मल स्थिती' म्हणतात. शरीरातील सारी शक्ती भ्रूमध्यात केंद्रित झालेली असते.

१०. या अवस्थेत डोक्याकडून 'कॉस्मिक एनर्जी'चा शिरकाव सहजगत्या होऊन साऱ्या शरीरभर अक्षरश: त्या वैश्विक शक्तीचा वर्षाव होतो. ही ध्यानावस्था जितकी टिकून राहील तितकी अधिक कॉस्मिक एनर्जी ग्रहण म्हणजे रिसीव्ह केली जाईल.

११. आपलं शरीर हे बहात्तर हजार नाड्यांनी बनलेलं असतं. या सर्व नाड्यांमध्ये ही कॉस्मिक एनर्जी प्रविष्ट होते. या नाड्यांचं प्रमुख केंद्र असतं टाळू. त्यालाच 'ब्रह्मरंध्र' म्हणतात. इथूनच या साऱ्या नाड्या मुळांप्रमाणे शरीरभर पसरलेल्या असतात. या नाड्या ह्याच आपल्या शरीराचा मुख्य आधार असतो; आपल्या सर्व क्रियांचाही आधार असतो. प्रगाढ निद्रा आणि ध्यानधारणादी सर्व क्रिया या नाड्यांमुळेच शक्य होतात.

१२. शरीरभर पसरलेल्या नाड्यांना निद्रेतून मिळणारी अशी कॉस्मिक एनर्जी पुरेशी नसते. कॉस्मिक एनर्जीची कमतरता निर्माण झाली की या नाड्या काही ठिकाणी ढिल्या पडतात. त्यांचे पॅचेस तयार होतात आणि त्यातूनच निरनिराळे रोग उद्भवतात.

१३. थोडक्यात, 'कॉस्मिक एनर्जी'ची कमतरता असणं हेच सर्व रोगांचं प्रमुख कारण असतं.

१४. ध्यानावस्थेत 'कॉस्मिक एनर्जी' प्रचंड प्रमाणात सर्व नाड्यांमधून शोषली जाते. त्यामुळे सर्व नाड्यांची शुद्धी होऊन पॅचेस दूर होतात आणि रोग दूर पळतात.

१५. कॉस्मिक एनर्जी ब्रह्मरंध्रातून सर्व शरीरभर वितरीत होत असताना डोक्याला आणि एकूणच शरीराला जडत्व प्राप्त होतं. शरीरातल्या रोगग्रस्त भागात जेव्हा कॉस्मिक एनर्जी फिरू लागते, तेव्हा तिथे टोचल्यासारखं किंवा दुखल्यासारखं होतं. कित्येकदा शरीरात अनेक ठिकाणी दु:ख जाणवतं. सततच्या ध्यानातून ही सारी दु:ख आपोआप नाहीशी होतील.

१६. जितकी अधिकाधिक कॉस्मिक एनर्जी आपण ध्यानावस्थेतून मिळवू तितके आपले शारीरिक आणि मानसिक रोग दूर होऊ शकतील, असं जाणकार सांगतात. हे रोग दूर होणं हा अनायासे होणारा सुपरिणाम असतो. पण अशी निर्मल स्थिती दीर्घकाळ राहिली तर योग साध्य होऊन आत्मज्ञान होऊ शकतं. परमानंदाची अनुभूती साधकाला मिळू शकते.

नामसाधना, शास्त्रीय मूर्तिपूजा किंवा या भागात सांगितलेली वैश्विक शक्ती-साधना अशी आपल्याला योग्य अशी कोणतीही साधना करावी; आणि परमानंदाची अनुभूती घ्यावी. पण अशी कोणतीही साधना योग्य मार्गदर्शकाच्या मार्गदर्शनाखालीच करावी.

अति झोपेमुळे कुंभकर्णाचा नाशच झाला. खादाडपणामुळे बकासुराचा नाश झाला. कोणत्याही गोष्टीचा अतिरेक वाईटच. निद्रा, खाणं-पिणं हे संयमितच हवं. योगाभ्यासासाठी ते आवश्यक असतं. त्यानंतर आपल्याला सुलभ अशी योगसाधना करावी. मार्ग अनेक असले तरी परिणाम एकच असतो. आपल्याला रुचेल त्या मार्गाचं अनुसरण करावं.

*युक्ताहारविहारस्य युक्तचेष्टस्य कर्मसु ।*
*युक्तस्वप्नावबोधस्य योगो भवति दुःखहा ॥६.१७॥*

ज्याचा आहारविहार यथायोग्य आहे, ज्याचं कर्माचरण प्रमाणशीर आहे आणि ज्याची निद्रा आणि जागरण परिमित आहेत, त्याला हा योग संसाररूपी दुःखांचा नाश करणारा होतो, म्हणजे सुखावह होतो.

या श्लोकातून संयमित आचरण कसं असावं, ते सांगितलं आहे.

दैनंदिन जीवनातले उपभोग त्याज्य नाही, तर परिमित करायचे. कुणाकडे चहाला गेलं तर चहाबरोबर बशी भरून बिस्किटं ठेवतात. तरीही, शिष्टाचार म्हणून आपण एक-दोन बिस्किटंच खातो. तसा संयम एरवीच्या जीवनातही आणायला हवा. आहार करणं सोडायचं नाही; पण आहार संयमित ठेवायचा. एखाद्या गोष्टीचा संन्यास घ्यायचा म्हणजे त्याचा पुरता त्याग करायचा नसून त्यावर स्वतःचं नियंत्रण आणायचं. म्हणजे वस्तूवर आपली सत्ता हवी, वस्तूने आपल्यावर सत्ता गाजवता कामा नये.

मन विकसित होण्यासाठी हा संसाररूपी खेळ खेळावाच लागतो. जीवन हे केवळ गंभीरपणे जगायचं नसून जीवनात क्रीडा पण हवी. म्हणजे काही तरी खेळ हा खेळलाच पाहिजे. भगवंतांनीदेखील क्रीडा केली; मग माणसाने क्रीडा का करू नये? फक्त खेळण्याची मर्यादा आपण ठरवली पाहिजे. मग खेळ रंगात आला असतानाही ठरावीक वेळ झाली की आपण खेळातून बाजूला झालं पाहिजे. असा आपला आहार-विहार माफक आणि संयमित असायला हवा.

त्यानंतर कर्माचरण प्रमाणशीर असायला हवं, असं भगवंतांनी सांगितलं आहे. याचा अर्थ कर्मच न करणं असा नाही. उलट कर्मयोग सिद्ध करून घेणं हेच आयुष्याचं प्रधान कर्तव्य असलं पाहिजे. ज्यांना योगाभ्यास करायचा आहे त्यांनी कर्मं न सोडता तो करायला हवा. 'प्रमाणशीर कर्म' हे कर्माचं मापन नसून ते गुणवत्तेचाही निर्देश करतं. दिवसात होणारं प्रत्येक कर्म शुद्ध हवं. कर्मात शुचिता हवी. आपल्या कर्मामुळे

कुणाचा तोटा होणार नाही किंवा कुणासाठी ते घातक ठरणार नाही याचीही काळजी घ्यायला हवी. ज्यामुळे पश्चात्ताप होईल असं कोणतंही कर्म हातून घडता कामा नये; अन्यथा मनावर कळत-नकळत ओरखडे उमटतात; आणि जन्मोजन्मी तसेच राहतात. आपण वरवर चांगलं वागलो तरी आपलं मन आपल्याला वाईट कर्माची टोचणी देतच असतं. म्हणून आपलं कर्माचरण परिमित असलं पाहिजे; शुद्ध असलं पाहिजे.

मागील भागात सांगितल्यानुसार योगसाधना करण्यासाठी निद्रा आणि जागरण हेही परिमित करायला हवं. कारण त्यामुळे शरीराचं स्वास्थ्य टिकून राहतं. शरीरस्वास्थ्यासाठी नियमित व्यायाम, सूर्यनमस्कार किंवा योगासने म्हणजे शरीराला झेपेल तो व्यायाम केला पाहिजे. चित्त एकाग्रतेसाठीही शरीराचं स्वास्थ्य अत्यावश्यक असतं. म्हणूनच परिमित भोजन केलं पाहिजे आणि झोपही नियंत्रित केली पाहिजे. कारण झोपाळू माणसाला किंवा जागरण करणाऱ्यालाही योग साध्य होऊ शकत नाही.

म्हणून योगसाधना करताना आहार-विहाराची परिमितता असणं महत्त्वाचं असतं. त्यासाठी आपल्या आवडीचे पदार्थ सोडायची आवश्यकता नसते; तर त्यांचं माफक सेवन करावं, असं गीता सांगते. समोर सर्व प्रकारचे आहारभोग असताना परिमित आहार घेण्यात मनाचा निग्रह आणि संयमही दिसून येतो.

योग साध्य करण्यासाठी परिमित आणि संयमित जीवन भगवंतांना अपेक्षित आहे, हे या श्लोकावरून ध्यानात येतं. जो वेळच्या वेळी झोपतो, वेळच्या वेळी उठतो, त्याला योग साध्य होतो आणि त्याच्या संसारदुःखांचा नाश होतो. खाण्यासाठी आपण जगत नाही तर जगण्यासाठी आपण खात असतो, हे योग साधू इच्छिणाऱ्यांनी तरी ध्यानात ठेवलं पाहिजे. आपल्यासाठी पदार्थ आहेत; पदार्थांसाठी आपण नाही. हाच नियम अन्य मोहक अशा भौतिक गोष्टींनाही लागू पडतो. कारण आहार म्हणजेच इंद्रियविषयक सर्व भोग भोगणं. हे भोग परिमितच असले पाहिजेत. हे साध्य झाल्यानंतर योगसाधना केली पाहिजे. त्यामुळे संसाररूपी दुःखांचा नाश होतो, असं भगवान सांगतात. म्हणजे स्थितप्रज्ञ योग्याचा दुःखांकडे बघण्याचा दृष्टिकोन बदलतोच; परंतु मानसिक दुःखांबरोबरच शारीरिक दुःखांचाही नाश होऊन संसार सुखावह होतो, याचाही अनुभव येतो.

भगवान पतंजलीकृत 'पातंजल योगदर्शन' या विख्यात योगशास्त्रावरील ग्रंथाचे मराठी भाष्यकार कृष्णाजी केशव कोल्हटकर यांच्यासंदर्भात घडलेली एक हकीगत. योगशास्त्राचा अभ्यास करत असताना कृष्णाजी केशव कोल्हटकर यांना असाच एक अनुभव आला. एकदा घरात काही काम करत असताना त्यांच्या हातावर पहारीचा घाव बसला. त्यामुळे त्यांच्या हाताच्या

मधल्या बोटाच्या नखाचं पेर तीन ठिकाणी फुटलं आणि रक्तबंबाळ झालं. नख बुडापासून सुटून वर आलं. त्या वेळी त्यांची योगसाधना सुरू होती. त्यामुळे जखमी बोटावर औषधोपचार न करता ते कितपत आणि किती दिवसात बरं होतं, याची परीक्षा करण्याचं त्यांनी ठरवलं.

आयुर्वेदाचार्य फडकेशास्त्री आणि डॉ. आठल्ये यांना त्यांनी ते बोट दाखवलं आणि त्यावर काहीही उपचार न करण्याचा संकल्प सांगितला. मुळासकट नख उपटलेलं असल्यामुळे तेथे बहुधा पुन्हा नख येणार नाही, असं फडकेशास्त्रींनी सांगितलं, आणि 'सेप्टिक' होण्याची भीतीही बोलून दाखवली. त्याही परिस्थितीत कोल्हटकरांचा योगाभ्यास चालूच होता. कालांतराने बोटाच्या साऱ्या जखमा भरून आल्या आणि बाविसाव्या दिवशी काळवंडलेलं नख गळून पडलं. त्याच्या खाली नवीन नख मुळाबरहुकूम आलं. ते पाहून डॉक्टरांना आश्चर्य वाटलं.

प्रदीर्घ काळ योगशास्त्राचा अभ्यास करताना कोल्हटकरांना असे अनेक अनभुव आले. त्यांनी आपल्या ग्रंथात नमूद केलं आहे की, देहाच्या वर्धमान आणि परिणत अवस्थेत म्हणजे सामान्यत: पंधरा वर्षांपासून पंचेचाळीस वर्षांचं वय होईपर्यंतच्या काळात योगाभ्यासात चांगली प्रगती करून घेतली, तर सहसा रोग होणार नाहीत; झालेच तर ते योगाभ्यासाने अधिक लवकर बरे होतील! यातील कार्यकारणभावात्मक संबंध त्या सूत्रावरील विवरणात त्यांनी स्पष्ट केला आहे. हा सारा प्रभाव पंचमहाभूतांवरील संयमाचा आहे, हे त्यांनी आवर्जून नमूद केलं आहे. म्हणून योगसाधना करू इच्छिणाऱ्यांनी योगाचं महत्त्व समजून घेऊन त्याचा प्रत्यक्ष अनुभव घेतला पाहिजे. हा विषय ऐकण्याचा किंवा समीक्षेचा नाही; तर अनुभवाचा आहे.

प्रस्तुत श्लोकात 'योग' शब्दाचा अर्थ पातंजलयोगाची क्रिया आणि युक्त म्हणजे माफक, बेताचा किंवा परिमित, असा आहे. या दोन्ही गोष्टी एकाच श्लोकात सांगितलेल्या आहेत. म्हणून केवळ योगच करत बसायचं नाही आणि केवळ कर्महीं करत बसायचं नाही. आहारविहार, निद्रा-जागरण हे परिमित ठेवून कर्मयोग साधायचा आणि त्या जोडीला योगाभ्यास करायचा. हे साध्य झालं तर संसारातील दु:खांवर मात करता येतेच; पण जीवनाला अर्थही प्राप्त होतो.

योगसाधना करू इच्छिणाऱ्यांनी संयमित आणि परिमित जीवन जगून कर्मयोग साध्य करून घ्यायला हवा. मग त्या जोडीला योगाभ्यास केला तर जीवन खऱ्या अर्थाने सुखी होतं. थोडक्यात, संसारात राहूनही योगाभ्यास साधता येतो.

*यदा विनियतं चित्तमात्मन्येवावतिष्ठते ।*
*निःस्पृहः सर्वकामेभ्यो युक्त इत्युच्यते तदा ॥६.१८॥*
*यथा दीपो निवातस्थो नेङ्गते सोपमा स्मृता ।*
*योगिनो यतचित्तस्य युञ्जतो योगमात्मनः ॥६.१९॥*

जेव्हा नियमन केलेलं असं चित्त मग आत्म्याच्या ठिकाणी लय पावतं, आणि जेव्हा सर्व प्रकारच्या उपभोगांविषयीची आसक्ती नष्ट होते, तेव्हा त्याला योग सिद्ध झाला असं म्हणतात. निर्वात प्रदेशामध्ये असलेला दिवा ज्याप्रमाणे हलत नाही, तीच उपमा चित्ताचं नियमन करून योगाभ्यास करणाऱ्या योग्यास दिलेली आहे.

ज्याचं चित्त आत्म्यामध्येच स्थिर झालेलं असतं, अशा योगी पुरुषाला ऐहिक आणि पारलौकिक विषयांविषयी आसक्ती उरलेली नसते. तो पूर्णतः विरक्त बनतो. ही विरक्ती तात्पुरती नसून कायमस्वरूपी असते. आजपासून मी चहा सोडला, असं आपण म्हणतो; पण चहाविषयीची आपली विरक्ती फक्त आठ दिवस टिकते!

त्यामुळे विरक्ती ही गोष्ट वाटते तितकी साधीसोपी नाही. त्यासाठी प्रारंभी निग्रह आणि मागाहून संयम फार महत्त्वाचा असतो! मग हळूहळू वृत्ती बदलून कर्मयोगाच्या साहाय्याने चित्तशुद्धी होते. चित्तशुद्धी झाली की व्यक्तीला 'युक्त' होणं साधू शकतं. 'युक्त' समाहित अवस्था म्हणजेच समाधिस्थ अवस्था असं जाणकार म्हणतात. असा 'युक्त' पुरुष अत्युच्च आनंद प्राप्त करून घेतो.

क्षीरसमुद्र पालथा घातलेला नावाडी डबक्यातला आनंद उपभोगत बसत नाही. ज्याच्याजवळ हिऱ्यांची खाण आहे, तो गारगोटीला पूजत बसणार नाही. त्याचप्रमाणे आत्मानंदात लीन झालेली व्यक्ती खऱ्या अर्थाने निरिच्छ बनते. ती भौतिक सुखांच्या मागे लागत नाही. समाधिअवस्थेपर्यंत पोहोचलेल्या व्यक्तीचं चित्त निर्वात म्हणजे वारा नाही अशा ठिकाणी असलेल्या दिव्याच्या ज्योतीसारखं असतं. जिथे वाऱ्याचं मुळीच अस्तित्व नाही, अशा ठिकाणी तेलाचा दिवा लावला तर दिव्याची ज्योत स्थिर राहते.

त्याचप्रमाणे आत्म्यामध्ये ज्या व्यक्तीचं चित्त निग्रहाने स्थिर झालं आहे ती व्यक्ती चंचल बनत नाही. तिचं चित्त स्थिर राहतं. ते थोडंसंही हालत किंवा डोलत नाही.

संसारात राहूनही 'योग' साध्य करता येतो, हा उपनिषदांचा महत् सिद्धान्त आहे. त्यासाठी काही उपाय केले पाहिजेत. ते असे :

विचारशुद्धीचं अनुसरण करणं . मागे आपण शुभव्रताविषयी जाणून घेतलं होतं. कुणाचा उघडपणे द्वेष करायचा नाही आणि मनातही कोणत्याही वाईट विचाराला स्थानच द्यायचं नाही. किंबहुना, दुसऱ्या व्यक्तीशी आपलं दैवी नातं आहे हा भाव मनात स्थिर केला पाहिजे. त्याने तर-

१. कर्म शुद्ध करण्याचा अर्थात कर्मात शुद्धी आणण्याचा प्रयत्न केला पाहिजे. मग-
२. पूजा-अर्चना-उपवास-व्रत-वाचन-पठण-श्रवण आदी कोणत्याही मार्गाने वृत्तीला निग्रहात आणणं साधायला हवं.
३. त्यानंतर वृत्तीत संयम आणून बुद्धीत भक्तीविषयी समज दृढ करायला हवी. भक्त म्हणजे ईश्वरी विचारापासून जी मुळीच विभक्त राहू शकत नाही अशी व्यक्ती.
४. भगवंत-गुणगान करणं , निसर्गात भगवान अनुभवणं, त्याच्या विश्वव्यापी कलेचं आणि प्रतिभेचं आकलन करण्याचा प्रयत्न करणं अशा विविध मार्गांमधून परमात्म्याविषयी भाववृद्धी करणं जमलं पाहिजे. विशेष म्हणजे तो परमात्माच आपल्या हृदयात प्रत्यगामा स्वरूपात वसून आहे याचं भान सतत ठेवता आलं पाहिजे. त्रिकाल संध्येतून ही भावजागृती होऊ शकते.
५. तपाच्या म्हणजे निष्काम कर्माच्या माध्यमातून यथाशक्य काही तरी दैवी कार्य उचललं पाहिजे. या उपायांमधून मन चटकन भावपूर्ण अवस्थेत जाऊ शकतं.
६. आणि मग ध्यान उत्तमपणे साधलं जाऊन योगस्थ होता येतं.

ही साधना दीर्घ स्वरूपाचीच असते. इथे शॉर्टकट नाही. त्यामुळे अशा खडतर साधनेनंच 'योग' साध्य होऊ शकतो.

पुष्कळांना वाटतं, देवाची पूजा करण्यातून देव (परमात्मा) संतुष्ट होतो. याउलट काही निरीश्वरवादी-'लिबरल्स' केवळ तार्किक वाद उभे करतात, 'सृष्टी व्यापून असलेल्या तत्त्वाची मूर्तीतून पूजा कशी काय होणार? हा भंपकपणा आहे.' सेमेटिक लोक तर मूर्तिपूजेला आदिम समजतात, पण इथे एक गोष्ट लक्षात घेतली पाहिजे. पूजा-अर्चना, भगवंत-स्तुती, उपासना वगैरे कर्मकांडं परमेश्वरासाठी नसून आपल्यासाठी करायची असतात. त्यातून मनुष्याच्या मनावर नकळत सकारात्मक संस्कार घडत असतात. घरातही सकारात्मक ऊर्जा व्यापून राहते. स्वाध्याय-

सत्संग आदी माध्यमातून सम-आवडीच्या समूहात मन मोकळं होतं, ते शुद्ध होतं आणि प्रगमनशील बनत जातं. 'योग' साध्य होण्यासाठी मनावर असे संस्कार आवश्यक असतात. मन शुद्ध बनावं लागतं. शुद्ध मनच शुद्धतेकडे जाऊ शकतं. दिवसभर वाईट विचार करायचे, वाईट संगत धरायची, तशीच कर्मं करायची, भ्रष्ट जीवन जगायचं आणि मग ध्यानाला बसायचं, यातून योग साध्य होऊ शकेल का, याचा ज्याचा त्याने विचार करावा. कारण जे जे कर्म केलं जातं किंवा विचार केले जातात, ते ते सारे अंतर्मनात साठवले जात असतात. योगमार्ग अडवून बसणारे हे जीवाचे शत्रू असतात. म्हणून मनावर सुसंस्कार आवश्यक असतात. तशी संगत आवश्यक असते. तरच व्यक्ती विकसित होऊ शकते. म्हणून विचारपूर्वक या भागात सांगितलेल्या क्रिया करायच्या असतात. प्राचीन भारतातलं हे अतिशय विकसित मानसशास्त्र आहे.

मनातील शोक निवृत्ती करून गीतेमध्ये उपदेश केलेल्या अशा निश्चित मार्गाने गेलं तर या अवस्थेपर्यंत सामान्यालाही पोहोचता येतं. वृत्ती बदलण्यासाठी आणि भाववृद्धी होण्यासाठी आवश्यक ते कर्मकांड करणं , आसक्ती-फलाशा-अहंकार त्यागून कर्मयोग साधणं आणि चित्तशुद्धीसाठी निष्काम कर्म करणं अशा पायऱ्या चढून गेल्यानंतर शास्त्रशुद्ध पद्धतीने समाधिअवस्थेकडे जाता येतं.

धरणाच्या दारांमधून बाहेर जाणारं पाणी निरोधाने पुन्हा धरणामागच्या प्रचंड जलाशयात नेलं तर ते त्यात विलीन होऊन जातं. चित्ताचं नियमन करून ते आत्म्यामध्ये स्थिर केलं तर ते आनंदसागरात विलीन होऊन जातं. त्या चित्ताला बाह्य विषयात गोडी वाटेनाशी होते. ते आत्मानंदात स्थिर होते. त्यासाठी शास्त्रशुद्ध मार्गाचंच आचरण मात्र केलं पाहिजे.

*यत्रोपरमते चित्तं निरुद्धं योगसेवया ।*
*यत्र चैवात्मनात्माने पश्यन्नात्मनि तुष्यति ॥६.२०॥*
*सुखमात्यन्तिकं यत्तद्बुद्धिग्राह्यमतीन्द्रियम् ।*
*वेत्ति यत्र न चैवायं स्थितश्चलति तत्त्वतः ॥६.२१॥*

जिथे योगाच्या अभ्यासाने नियमन पावलेलं चित्त विषयांपासून परावृत्त होतं, ज्या स्थितीत अंतःकरणाने आत्म्याला पाहून योगी आत्मस्वरूपातच संतुष्ट होऊन राहतो आणि जे निरतिशय सुख इंद्रियांच्या पलीकडचं पण बुद्धीनंच ग्रहण करण्यायोग्य आहे, असं सुख अनुभवत असताना तो योगी आपल्या स्वरूपापासून कधीच ढळत नाही.

आत्मानुभूतीचं वर्णन या श्लोकामध्ये केलेलं आहे. ही अनुभूती इंद्रियांच्या साहाय्याने मिळत नाही; तरीपण ती बुद्धिगम्य असते हे विशेष. बुद्धीने अनुभूती घ्यायची म्हणजे द्वैत आलं . द्वैतातून ही अनुभूती मिळू शकते, असं या श्लोकातून ध्वनित होतं. तथापि, ती अनुभूती पूर्णतेचीच असते. त्याचं वर्णन करता येत नाही.

इंद्रियांच्या साहाय्याने बाह्यसौंदर्य बघताना मन सुखावून जातं; पण इंद्रियविरहित आत्मानुभूती घेताना आत्यंतिक आत्मिक सुख लाभतं. बाह्यसौंदर्याचं वर्णन करताना, सुंदर, अप्रतिम, अद्वितीय असे शब्द वापरले जातात, परंतु अलौकिक अशा आत्मिक सुखाचं वर्णन कोणत्याच शब्दांनी करणार? ती गोष्ट वर्णन करण्याची नसून अनुभूती घेण्याची आहे. गगनाला समर्पक उपमा गगनाशिवाय दुसऱ्या कशाची देणार? *गगने गगनाकारं...* आत्मिक सुख हे इंद्रियग्राह्य सुख नसून बुद्धिग्राह्य सुख आहे.

पौर्णिमेच्या रात्री चांदण्यात न्हाऊन निघण्याचा आनंद घेताना किंवा एखादं सुंदर संगीत ऐकताना मिळणारं सुख हे इंद्रियग्राह्य असतं. म्हणजे जेव्हा समोर विषय असतो आणि माणसाची इंद्रियं त्या विषयाशी संयोग पावतात, तेव्हा आनंद मिळतो. तथापि, विषय आणि इंद्रियं यांच्यापासून मिळणारा हा आनंद मर्यादित स्वरूपाचा असतो. मग इंद्रियातीत आणि विषयातीत मिळणारा आनंद केवढा भव्यदिव्य स्वरूपाचा असेल!

त्या आनंदाची सामान्य माणूस कल्पनाच करू शकत नाही. तो आनंद बुद्धिगम्य असतो, असंही हा श्लोक सांगतो हे गूढ आहे.

आत्मिक सुख अनुभवण्यासाठी इंद्रिय, मन आणि बुद्धी असाच प्रवास आहे. जीवन संयमित केल्यानंतर चित्त एकाग्र करण्याचा अभ्यास सुरू होतो, तेव्हा मन स्थिर होऊ लागतं. या अवस्थेत शरीर म्हणजेच इंद्रियं आणि मन स्थिर झालेलं असतं. पुढे बुद्धीची बाह्य विषयांशी असलेली ओढ थांबून तिची 'प्रज्ञा' नावाची सुप्त शक्ती जागृत होते. ती अंत:प्रवृत्त होऊन ज्ञानशक्ती अथवा चिद्शक्ती जागृत होते. मग तिला दिव्य अनुभूती मिळू लागतात. या अद्वितीय अवस्थेत ज्या अनुभूती योग्याला मिळतात, त्या दिव्य स्वरूपाच्या असतात. देहाला चिकटून असलेली बुद्धीच या अनुभूती घेते. म्हणजे बुद्धीच्या साहाय्यानंच अद्वैताची अनुभूती द्वैत शरीरसंलग्न राहून मिळू लागते. माणसाचा मृत्यू झाला तरी बुद्धीची ही अनुभूती घेण्याची शक्ती कायम उरलेलीच असते. बुद्धी म्हणजे केवळ मेंदूत राहून विचार करण्याचं एक इंद्रियं नसतं, तर तिचे प्रज्ञा, अंत:शक्ती, जाणिवा, चिद्शक्ती आदी गुणसमुच्चयही सुप्तपणे अस्तित्वात असतात. हा गुणसमुच्चय मेंदूचा विनाश झाला तरी द्वैत स्वरूपात कायम उरलेलाच असतो. आधुनिक वैज्ञानिक शोधही या गोष्टीला पुष्टी देतात.

बाह्य मन नेहमी बाह्य मायावी विषयांशी जोडलेलं असतं; त्यामुळे त्या मायेतील सुख-दु:खांचा अनुभव त्या मनाला मिळत राहतो. योगमार्गात बुद्धी जेव्हा सारासार विवेकाने अंतर्मनाला जोडली जाते, तेव्हा खरा आनंद योग्याला अनुभवायला मिळू लागतं. बुद्धीची ज्ञानशक्ती वा चिद्शक्ती अंतर्मनाशी संलग्न होऊन योगी नित्य आनंदाचा अनुभव घेऊ लागतो. मग सुखदु:खांचा मायावी खेळ त्याच्या मनावर प्रभाव गाजवू शकत नाही. दैवी आनंद बुद्धिगम्य आहे याचाच निर्देश भगवान करतात.

ज्याला असा आत्मानंद मिळतो त्याला भौतिक साधनांनी मिळणाऱ्या इंद्रियजन्य सुखात कितीसा आनंद वाटणार? देह, इंद्रियं आणि त्यांना नाचवणारे विषय यांच्या मर्यादा त्याला जाणवलेल्या असतात. त्यामुळे देहाला होणारा त्रास, क्लेश किंवा व्याधी यांच्याबद्दल त्याला काहीच वाटेनासं होतं.

> स्वामी रामकृष्णांना कर्करोग झाला होता. आजूबाजूचे लोक त्याविषयी आश्चर्य करू लागले. तेव्हा रामकृष्ण आपल्या शिष्यांना म्हणाले, "तुम्हाला काय वाटतं, मी हा रोग योगसामर्थ्याने घालवू शकत नाही? त्वरित घालवू शकतो; पण मी तो घालवणार नाही. कारण तो रोग मला होणं हे प्रारब्ध आहे; आणि ते भोगूनच मला संपवायचं आहे. आज मी स्वत:ला बरं केलं तर पुढील जन्मी ते प्रारब्ध पुन्हा माझ्या वाट्याला येईल."

सुटलेला बाण जसा परत घेता येत नाही, तसं प्रारब्ध कोणत्याही उपायांनी टाळता येत नाही. आज ते टाळलं तरी ते पुन्हा वाट्याला येणारच असतं.

> भापकरमहाराज हे असेच महान योगी होते. माझ्या आजोबांशी त्यांचा घनिष्ठ संबंध होता. त्यांचा अंतकाळ जवळ आला, तेव्हा त्यांना खूप ताप आला. काही केल्या ताप हटेना. भापकर महाराज म्हणाले, ''डॉक्टरांना मुळीच बोलावू नका. माझा आजार त्यांच्या कक्षेतला नाही.''
>
> तरीही जवळच्या मंडळींनी डॉक्टरांना पाचारण केलं. डॉक्टरांनी थर्मामीटर लावला. तेव्हा भापकरमहाराज डॉक्टरांना म्हणाले, ''काहीही उपयोग नाही. आम्ही योगी तुमच्या भौतिकशास्त्रात अडकू शकत नाही.''
>
> आणि तसंच झालं. थर्मामीटरवर ताप सामान्य दिसू लागला. डॉक्टरांनी दुसरा थर्मामीटर लावला; त्यानेही ताप नॉर्मल! पण थर्मामीटर काढून अंगाला हात लावला की कमालीचा ताप जाणवायचा!
>
> भापकर महाराज डॉक्टरांना म्हणाले, ''देह सोडण्याचं हा ताप केवळ निमित्त आहे. तुमचं शास्त्र इथे कुचकामी आहे!''

अशा तऱ्हेने योगी कोणत्याही भयंकर शरीरव्यथेने व्यथित होत नाही; आपल्या मूळ स्वरूपापासून ढळत नाही. अंतःकरणाच्या या अवस्थेला 'योगस्थ' असं म्हणतात.

सामान्य माणसाचा जन्मतः दुःखाशी संयोग झालेला असतो. स्थल-कालाचं बंधन आलं की दुःख सुरू होतं. स्थल-कालाचं बंधनच झुगारता आलं की मग दुःखच नाही, अशी अवस्था येऊ शकते. रॉबर्ट लान्झा या वैज्ञानिकाने म्हटलं आहे, 'स्थल-कालातीत अवस्थेत मृत्यू हा असा नाहीच.' योगी त्याचा प्रत्यक्ष अनुभव घेत असतो.

आता अशी अवस्था योग्याला प्राप्त होणं सहज नसतं. कारण अनेक प्रकारच्या सिद्धी आत्मज्ञानाचे मार्ग अडवून बसलेल्या असतात. म्हणून योग साध्य होण्यासाठी मनाची 'निर्मल' स्थिती व्हावी लागते. मनावर संस्कार करून बुद्धीला सर्व उपाधींमधून बाहेर काढावं लागतं. त्यानंतर ती आत्मस्वरूपाशी संलग्न करता येते. आत्मानुभूती मिळाल्यानंतर मात्र योगी त्यापासून ढळू शकत नाही.

आत्मस्वरूपात रममाण होण्याची ही अवस्था म्हणजेच समाधिअवस्था असते. ती पूर्णावस्था असते. हे इंद्रियातीत बुद्धिग्राह्य सुख एकदा मिळालं की साधक त्यातच रमून जातो. संप्रज्ञात अवस्थेत हे सुख बुद्धीच्या आधाराने मिळतं. पण जेव्हा व्यक्ती भक्त होते, तेव्हा ती निरंतर ईशतत्त्वाशी जोडलेली राहते.

*यं लब्ध्वा चापरं लाभं मन्यते नाधिकं ततः ।*
*यस्मिन्स्थितो न दुःखेन गुरुणापि विचाल्यते ॥६.२२॥*
*तं विद्याद् दुःखसंयोगवियोगं योगसञ्ज्ञितम् ।*
*स निश्चयेन योक्तव्यो योगोऽनिर्विण्णचेतसा ॥६.२३॥*

जी स्थिती प्राप्त झाली असता, त्यापेक्षा अधिक असा दुसरा काही लाभ आहे, असं जो मानत नाही, आणि ज्या स्थितीमध्ये स्थिरावला असताना मोठ्या दुःखानंदेखील जो डगमगत नाही, त्या दुःखाच्या संयोगाने रहित अशा त्या सुखकारक स्थितीलाच 'योग' ही संज्ञा आहे असं जाणावं. निश्चयपूर्वक आणि उत्साही अंतःकरणाने युक्त होऊन तो योग दृढतापूर्वक संपादन करावा.

थोडक्यात, 'योगस्थ' होणं ही अशी विलक्षण अवस्था म्हणता येईल की, जी प्राप्त झाल्यावर दुःखाच्या संवेदनाच नाहीशा होतात. ही बधिरता नसते, तर ज्ञानोत्तर परिणाम असतो. या अनुभूतीनंतर भौतिक सुखाची आसक्ती मुळीच राहत नाही. आत्यंतिक सुखानंदाची अनुभूती मिळाल्यावर भौतिक सुखाची अपेक्षा कोण करणार?

या आनंदस्वरूप दैवी अनुभूतीवर सर्वप्रथम विश्वास हवा. मग त्या अवस्थेप्रत जाण्याचा निश्चय हवा आणि पुढे दृढतापूर्वक योगसिद्धीसाठी प्रयत्न करायला हवेत.

'योग' म्हणजेच सर्वव्यापक ईश्वरी तत्त्वाशी जोडण्याचा अभ्यास. 'जोडण्या'चा हा अभ्यास 'कृतज्ञताभावा'ने सुरू होतो. परमात्मा आपल्या नकळत आपल्यावर अनेक उपकार करत असतो; सुख-दुःख देण्यातूनही तो आपला विकास साधत असतो किंवा परीक्षा घेत असतो. आपल्या मनात हा भाव दृढ झाला पाहिजे.

कामावरून एखादी व्यक्ती संध्याकाळी सुखरूप घरी येते आणि दुसऱ्या एखाद्या व्यक्तीला किरकोळ कारणामुळे खूप मोठा अपघात होतो. जी व्यक्ती रोज सुखरूप घरी परत येते, तिला पालनकर्त्याचं स्मरण बहुधा नसतं. कुणी तरी आज आपल्याला सांभाळलं आहे, हा विचार नसतो. वाट्याला दुःख आलं की देवाची आठवण येते.

अशा वेळी कित्येक जण देवाच्या कृपेची इच्छा करतात; तर कित्येक देवाला शिव्याशापही देतात. सुखकालात मात्र देवाने माझ्यासाठी हे सुख पाठवलं आहे, याची जाणीव किती जण ठेवतात? हाच खरा प्रश्न आहे.

भगवान आपलं जीवन चालवतो, असा त्याच्याविषयी मनात कृतज्ञता भाव जपता आला पाहिजे. आपल्याला परमात्मा दिसत नाही; पण मनोभावे व्यक्त केलेला कृतज्ञता भाव त्याला समजतो! कृतज्ञतेची भावना मनुष्याला विकासमार्गावर नेत असते. कृतज्ञताभाव वाढत जातो, तसतशी व्यक्तीमध्ये भाववृद्धी होत जाते. भावनेच्या सातत्यामुळे व्यक्ती आणि भगवंत यांच्यामध्ये एक अनुसंधान, एक दैवी नातं निर्माण होतं. मग व्यक्तीला दैवी स्पंदने अनुभवाला येऊ लागतात. सर्व काही करून 'अकर्ता' राहिलेल्या ईश्वराच्या प्रतिभेची अनुभूती येऊ लागते. याप्रमाणे स्व-विकास पावत निश्चयपूर्वक दृढतेने योगसाधना केली तर ध्यान चटकन लागू शकतं. मग पुढचा आनंदसागराकडे जाण्याचा प्रवास प्रारंभित होतो.

सामान्यतः मनुष्य देवाची प्रार्थना केव्हा करतो? तर जेव्हा अडचण असते तेव्हा, संकट येतं तेव्हा आणि काही मागणं असेल तेव्हा! म्हणजे भौतिक गोष्टींपासून मोक्षापर्यंत जी मागणी असते, त्यासाठी आस्तिक मनुष्य देवाची प्रार्थना करतो. अर्थातच उपयुक्ततेच्या भावनेनंच भगवंताची आराधना केली जाते. याउलट कोणतीही मागणी किंवा सुप्त इच्छाही ज्यांच्या मनात नसते असे उपासक फार थोडे असतात. ते आत्मिकदृष्ट्या विकसित असतात. म्हणून भगवंताच्या संदर्भात साहाय्यकर्ता आणि उपयुक्ततेच्या भावनेतून बाहेर काढून स्वतःला कृतज्ञतेच्या मार्गावर आणलं तर आत्मविकास दूर नसतो; मग भगवंताचं प्रेमही अनुभवायला मिळू लागतं.

आत्मविकास साधून आनंदसागराला मिळण्यासाठी भगवंताविषयी कृतज्ञता भाव जोपासला पाहिजे. त्यासाठीच प्राचीन ऋषींनी त्रिकालसंध्या दिली. आधुनिक काळात पांडुरंगशास्त्री आठवले यांनी तीच त्रिकालसंध्या कर्मकांडविरहित केली.

कृतज्ञताभाव वृद्धिंगत झाला की भावजागृती होऊ लागते. मग परमेश्वराशी नित्य अनुसंधान साधलं जातं. ईश्वरी प्रतिभेची समज बुद्धीत स्थिरावते; व्यक्ती ईश्वरार्थ कर्म करण्यासाठी तत्पर होते. मागील अध्यायांमध्ये भगवंतांनी सांगितल्यानुसार इंद्रियांकडून यज्ञाचा प्रारंभ होतो. यज्ञीय कर्मातूनच योग साधला जातो आणि व्यक्तीची आनंदमयी मार्गावर वाटचाल प्रारंभित होते.

परमेश्वराशी अर्थात सर्वव्यापक ईश्वरी तत्त्वाशी अनुसंधान साधताना काही जण मूर्तीला साधन करतात, तर काही योगी ब्रह्माची उपासना करतात. मार्ग कोणताही असो, त्यामुळे अंतिम परिणामात फरक पडत नाही.

घड्याळाचा लंबक जसा एकसारखा दोन्ही बाजूंना हेलकावत असतो, तसा कालरूपी लंबक मानवी जीवनरूपी घडाळ्याला सुखाच्या आणि दु:खाच्या कक्षेत हेलकावत असतो. भौतिक जीवनात सुखदु:खाच्या दोन बाजू असणं हे त्रिकालाबाधित सत्य आहे. या दोन्ही बाजूंचा सामना हा करावाच लागतो! मात्र ईश्वराशी जोडलं जाण्याच्या अभ्यासातून सकारात्मक सुखद अशी तटस्थता व्यक्ती अनुभवू लागते.

या श्लोकात 'पातंजल योगदर्शना'च्या यौगिक आचरणाचा संदर्भ आहे. योगपद्धतीत 'संप्रज्ञात' समाधी आणि 'असंप्रज्ञात' समाधी अशा दोन प्रकारांचा निर्देश केलेला आहे. स्वामी प्रभुपाद यांनी त्याचं उत्तम विश्लेषण केलेलं आहे. बुद्धिगम्य अशा अनेक विषयांनी जेव्हा मनुष्य दिव्य स्थितीमध्ये स्थित होतो, तेव्हा ती संप्रज्ञात समाधी असते; तिथे प्रज्ञा जागृत असते. जेव्हा योगी सांसारिक आनंदापलीकडे आणि इंद्रियांपासून प्राप्त होणाऱ्या सुखदु:खांपलीकडे गेलेला असतो, तेव्हा त्या स्थितीला असंप्रज्ञात स्थिती म्हणतात. ती स्थिती प्राप्त केल्यानंतर योगी त्यापासून मुळीच ढळत नाही किंवा विचलित होत नाही. ती स्थिती निरंतरची होऊन जाते.

संत तुकाराम महाराजांसह असंख्य संतांनी ही निरंतरची योगस्थ अवस्था प्राप्त करून घेतली होती. परमात्म्याच्या आनंदस्वरूपाशी नित्य अनुसंधान ठेवून केवळ जीविका चालवण्यासाठी आणि समाजप्रबोधन करण्यासाठी ते इंद्रियांचा वापर करत. शरीर अस्तित्वात असतं तोपर्यंत आहार, निद्रा, मैथुन आदी शारीरिक गरजा भागवाव्याच लागतात; परंतु जेव्हा मनुष्य भावपूर्ण अंत:करणाने परमतत्त्वाशी नित्य अनुसंधान साधून राहतो तेव्हा शारीरिक गरजांचा प्रभाव मनुष्यावर पडत नाहीत. उलट हे इंद्रियधर्म भक्ताच्या आधिपत्याखाली राहतात. म्हणजे भक्त षड्रिपूंचा चांगल्या कामासाठी वापर करतो. त्यात त्याची वासना उरलेली नसते. असा भक्त प्राप्त सुखदु:खांकडे तटस्थपणे पाहतो; पण ईश्वरी कार्यासाठी मात्र तो सदा तत्पर असतो.

योगस्थ होण्यात अशा तऱ्हेने चिरंतन आनंद असतो. तिथे सर्वत्र केवळ आनंदच असतो, असा योग्यांचा अनुभव आहे. हा आनंद एकदा अनुभवला की भौतिक जगतातली वाट्टेल तितकी दु:खं जरी ओढवली तरी व्यक्ती जरादेखील विचलित होत नाही. अशी दु:खविरहित जी स्थिती येते त्या स्थितीला ब्रह्मानंद, आत्मप्रसादज सुख किंवा आत्मानंद म्हणतात. या चिरंतन आत्मानंदात जो डुंबतो, तो खऱ्या अर्थाने तृप्त होतो. याहून कोणता आनंद मिळवायचा उरलेला नाही हे तो समजतो.

युद्धात विजयश्रीने गळ्यात माळ घातल्यानंतर सेनापतीला अंगावर झालेल्या जखमांचं काहीच वाटेनासं होतं. त्याचप्रमाणे ब्रह्मानंद एकदा प्राप्त झाला की भौतिक पातळीवरच्या मानसिक आणि शारीरिक दु:खांचं काहीच वाटेनासं होतं. ही अवस्था

ज्याला प्राप्त झाली, तो 'योगसिद्ध' किंवा 'योगारूढ' आहे असं समजावं. ही आत्यंतिक सुखाची अवस्था प्राप्त करून घेणं ही काही सोपी गोष्ट नाही. ही अवस्था येण्यासाठी निश्चयपूर्वक प्रयत्न करावे लागतात.

आता ही जी स्थिती योगी प्राप्त करून घेतो, त्याचा प्रयत्न योग्याकडून झालेला असतो. याउलट ईश्वराने साधकावर थेट अनुग्रह करणं हा मात्र फार अपवादात्मक भाग असतो. ती ईश्वरेच्छा म्हणता येईल. भगवंतांना अर्जुनाची गरज होती. भक्ताची भगवंतांना गरज वाटणं ही त्या भक्तासाठी परम-सन्मानाची गोष्ट असते. भगवान अशा भक्ताला सर्व काही देतो. ज्ञानाची दालने खुली करतो.

अन्यथा ज्यांना योगस्थ व्हायचं आहे- त्यांना एकेका इयत्तेतूनच वर जावं लागतं. तरीपण धीर खचता कामा नये. त्या दृष्टीने केलेला अभ्यास मुळीच वाया जात नाही. काही जण आरंभशूर असतात. त्यांना एकदम समाधिअवस्था, प्रकाश दिसणं वगैरे गोष्टी हव्या असतात. प्रकाश दिसला म्हणजे योग साध्य झाला अशीही काही जण समजूत करून घेतात. हे इतकं सहज ज्ञान नाही. भौतिक विषय शिकता येतात; आत्मिक नाही. त्यासाठी वेगळी साधना करावी लागते. जीवनपद्धती आणि विचारपद्धती यांमध्ये परिवर्तन आणावं लागतं, तरच योग साध्य होतो. संसारातील मौजमजा उपभोगत फावल्या वेळात मनःशांतीसाठी योगाभ्यास करणं ही चांगली गोष्ट असली तरी त्यातून अंतिम ज्ञान आणि आनंदस्वरूपाचा लाभ होतोच असं नाही.

योगाचरणासाठी त्यानुरूप जीवनशैलीला प्राधान्य द्यावं लागतं; आणि इतर वासनात्मक भोग्य वस्तू आणि विषय दुय्यम करावे लागतात. योगारूढ होणं ही अनुभवजन्य गोष्ट असते; ती दाखवण्याची गोष्ट नसते. त्यासाठी आरंभी जो उत्साह असतो तो अंतिम क्षणापर्यंत वाढतच गेला पाहिजे. संसारात राहूनही निःसंग वृत्तीने योग साध्य होण्यासाठी प्रयत्न केले, तर मात्र तो साध्य होऊ शकतो.

योगस्थ होऊन आनंदावस्था प्राप्त करून घ्यायची असेल तर सर्वप्रथम कृतज्ञताभाव जोपासावा लागेल. भाववृद्धी, परमेश्वराशी अनुसंधान, ईश्वरी प्रतिभेची समज, निश्चय, दृढतेने साधना आणि आनंदमयी मार्गावर योगस्थ होऊन अविचल वाटचाल करणं हाच राजमार्ग आहे. संसारात राहूनही निश्चयाने आणि उत्साहाने हा 'योग' साध्य होऊ शकतो. मग असा योगी दुःखाला कायमचा पारखा होऊन आनंदसागरात डुंबत राहतो.

*संकल्पप्रभवान्कामांस्त्यक्त्वा सर्वानशेषतः ।*
*मनसैवेन्द्रियग्रामं विनियम्य समन्ततः ॥६.२४॥*
*शनैः शनैरुपरमेद्बुद्ध्या धृतिगृहीतया ।*
*आत्मसंस्थं मनः कृत्वा न किञ्चिदपि चिन्तयेत् ॥६.२५॥*

संकल्पापासून उत्पन्न होणाऱ्या सर्व वासनांचा नि:शेष त्याग करून आणि सर्व इंद्रियांचं मनानंच चहूकडून नियमन करून धारणायुक्त बुद्धीने हळूहळू शांत होत जावं आणि मनाला आत्म्याच्याच ठिकाणी स्थिर करून दुसऱ्या कशाचंही चिंतन करू नये.

कठोपनिषदात समाधीच्या क्रियेचं असंच वर्णन रथाची उपमा देऊन केलं आहे. कुशल सारथी ज्याप्रमाणे रथाचे अश्व इकडेतिकडे जाऊ न देता रस्त्यातून सरळ रेषेतूनच घेऊन जातो, त्याप्रमाणे समाधिमार्गावरून जाणाऱ्या साधकाने आपलं मन इतस्ततः भरकटू न देता निश्चित दिशेनंच नेलं पाहिजे. घरातील नळ गळका असेल तर तो बंद करूनही पाणी या ना त्या मार्गाने बाहेर जाणारच! त्याप्रमाणे मनाला बळाने निश्चित रस्त्यावरून नेण्याचा प्रयत्न केला तरी ते अन्यत्र जाणारच!

म्हणून अर्जुन म्हणतो, 'भगवंता, एक वेळ मी पृथ्वीचं राज्य जिंकून तुझ्या पायाशी आणेन; पण मन एका ठिकाणी स्थिर करणं फार अवघड आहे रे!'

त्यामुळे मन स्थिर करणं ही किती कठीण गोष्ट आहे हे समजून येतं. जोपर्यंत चित्त एकाग्र होत नाही, तोपर्यंत समाधी लागणं शक्य नाही. पाईपमध्ये जर घाणीची पुटं चढली असतील तर पाणी पूर्णपणे योग्य ठिकाणी जाणार नाही. जेव्हा पाईपमधली घाण स्वच्छ केली जाईल, तेव्हाच पाण्याचा चांगला ओघ शेवटपर्यंत जाऊ शकेल. म्हणून मनावर आजतागायत चढलेली आणि साठून राहिलेली पुटं आधी स्वच्छ करावी लागतील. ते करण्याचाच मार्ग योगीजन सांगतात. तो म्हणजे चित्त एकाग्र करताना मनात उठणारे वाईट विचार किंवा विचारतरंग प्रथम येऊ द्यावेत. त्यांचा पूर्णतः निचरा होऊ द्यावा. कामनांचा असा नि:शेष निचरा झाला की मग विवेकयुक्त मनाने सर्व

इंद्रियांचं सर्व बाजूंनी नियमन करावं.

हे नियमन संकल्परहित असावं. म्हणजे, मी समाधीअवस्थेत जाण्याचा अभ्यास करतोय, हा विचारसुद्धा त्यामध्ये बाधा आणू शकतो. म्हणून आपण फक्त मनाचं नियमन करण्याची पार्श्वभूमी तयार करावी; पुढचं आपोआप होईल - भगवंत हात धरून नेईल. पण तीसुद्धा आशा, इच्छा किंवा उत्सुकता मनात असता कामा नये. त्याचप्रमाणे ही साधना मोठ्या धीराने केली पाहिजे. त्यासाठी समाधिमार्ग प्रथम बुद्धीने समजून घ्यायला हवा. फसव्या 'शॉर्टकट'च्या मागे मुमुक्षू साधकांनी लागू नये. योग्य मार्गाने साधना केली तर अल्पकाळातही समाधिलाभ होऊ शकतो.

या दोन श्लोकांमध्ये भगवान संकल्पाचा आवर्जून उल्लेख करतात. 'संकल्प' हा वासनांना जन्म घालत असतो. 'मला अमुक एक गोष्ट करायची आहे', 'उद्या महत्त्वाची मीटिंग आहे', 'उद्या ही कामं करायची आहेत' अशा तऱ्हेचे अनेक संकल्प किंवा विचारतरंग मनात सतत उठत असतात. पूर्वी केलेल्या संकल्पांची पूर्ती झाली असेल तर मन नवीन संकल्प करू लागतं. संकल्पपूर्ती झाली नसेल तर मन मोडून जातं. अशा अनेक विचारांनी मनाचा कायमचा ताबा घेतलेला असतो. त्यामुळे मन स्थिर होऊ शकत नाही.

म्हणजेच मन संकल्पग्रस्त होतं तेव्हा ते अस्थिर होतं. नवनवीन संकल्प करत राहणं हा मनाचा स्थायी भावच असतो. या संकल्प-वृत्तीला इतर कोणत्याही उपायांनी बंधन घालता येत नाही. संकल्पाबरोबरच मनोराज्य करणं हाही मनाचा गुणधर्म असतो. त्यात मन गुंतून गेलं की ते मूळ अभ्यासापासून भरकटत जातं.

मनोराज्यं ही दोन प्रकारची असतात :

१. निर्मितिक्षम (Creative Imagination)

२. पुनरुत्पादित (Reproductive Imagination)

मला भावी काळात ही गोष्ट मिळवायची आहे, मला परदेशात जाऊन नोकरी-व्यवसाय करायचा आहे, मला अमुक पद मिळवायचं आहे अशा प्रकारचे संकल्प करणं हा मनाचा निर्मितिक्षम कल्पना करण्याचा गुणधर्म असतो. तर पूर्वी घडून गेलेल्या गोष्टींमध्ये रमून जाणं हा मनाचा पुनरुत्पादित कल्पना करण्याचा गुणधर्म असतो. आमच्या वेळी असं होतं, माझ्या लग्नात हा मेन्यू केला होता वगैरे.

अशा कल्पनाविश्वातून मनाला बाहेर काढून चित्ताची एकाग्रता साधणं ही मोठी कठीण गोष्ट असते. अनेक प्रवाहांनी इतस्ततः वाहणाऱ्या पाण्याला कालव्याचा बांध घातला तरच ते पाणी निश्चित दिशेने पूर्ण शक्तिनिशी म्हणजे फोर्सने जाऊ शकतं. सतत संकल्प करणाऱ्या मनाची शक्ती वाढवण्यासाठी आणि त्याला समाधिमार्गात

स्थिर करण्यासाठी अशाच एका बांधाची आवश्यकता असते. तोच उपाय भगवान या श्लोकांत सांगत आहेत. चहूबाजूंनी मनाचं नियंत्रण करून धारणायुक्त बुद्धीने शांत होत जाणं हाच तो उपाय आहे. ही 'धारणा' 'पातंजल योगदर्शना'तील असून यापुढचा टप्पा 'प्रत्याहार' हा आहे. या अवस्थेत मन शांतदान्त होऊन जातं. समाधिअवस्थेत जाण्यासाठी ते तत्पर होतं.

म्हणून मन शांत होण्यासाठी सर्व प्रकारच्या संकल्पांमधून मनाला बाहेर काढणं जमलं पाहिजे. मनात साठलेल्या प्रचंड विचार-साठ्याचाही निचरा झाला पाहिजे. मग ते बुद्धीयुक्त करून आत्म्याच्या ठिकाणी स्थिर केलं पाहिजे. या अवस्थेत योग्याला परमशांतीचा लाभ होतो.

थोडक्यात :

- ध्यानाला बसल्यानंतर मनात साठलेला अनंत विचारांचा निचरा करणं ,
- संकल्प-विकल्प दूर करणं ,
- भूत आणि भविष्यकाळात रमणाऱ्या मनाला आवर घालणं,
- बुद्धियुक्त होऊन मन शांत करत जाणं,
- आणि मग इतर कोणताही विचार मनात उद्भवू न देता मन आत्म्याच्या ठिकाणी स्थिर करणं , या मार्गांनी 'योग' सिद्ध होऊ शकतो.

भगवद्वचनावर पूर्ण विश्वास ठेवून साधकाने समाधिशास्त्र बुद्धीने समजून घेतलं पाहिजे. मग शास्त्रशुद्ध रीतीने मनातील सर्व कचरा साफ करून अशा प्रशांत मनाने इंद्रियांचं संयमन केलं पाहिजे; आणि मग मनाला आत्म्याच्याच ठिकाणी स्थिर केलं पाहिजे.

*यतो यतो निश्चरति मनश्चञ्चलमस्थिरम्।*
*ततस्ततो नियम्यैतदात्मन्येव वशं नयेत् ॥६.२६॥*
*प्रशान्तमनसं ह्येने योगिने सुखमुत्तमम् ।*
*उपैती शान्तरजसं ब्रह्मभूतमकल्मषम् ॥६.२७॥*
*युञ्जन्नेवं सदात्माने योगी विगतकल्मषः।*
*सुखेन ब्रह्मसंस्पर्शमत्यतं सुखमश्नुते ॥६.२८॥*

चंचल आणि अस्थिर मन इतस्ततः धावतं. तिथून त्याचा निग्रह करून त्याला आत्मवश करावं. रजोगुण नाहीसा झाल्यामुळे ज्याच्या मनाला उत्तम प्रशांती लाभली आहे, जो पापपुण्यविरहित झाला आहे, अशा ब्रह्मस्वरूप योग्याला श्रेष्ठ सुख प्राप्त होतं. आत्म्यामध्ये मन सर्वकाळ स्थिर करणारा योगी पापांपासून मुक्त होतो आणि अनायासे ब्रह्मप्राप्तीस्वरूप आत्यंतिक सुख भोगतो.

मन हे मुळात चंचलच असतं. ते तसं नसतं तर एकाच विषयाला ते धरून बसलं असतं. एखाद्यावर दुःखद प्रसंग ओढवला तर अचंचल मन त्या प्रसंगाला कायम चिकटून बसेल. म्हणून व्यावहारिक जगात मनाची चंचलता आवश्यकच असते, पण जेव्हा चित्ताची एकाग्रता साधायची असते तेव्हा चंचल मनाला स्थिर करता आलं पाहिजे. तीच गोष्ट फार कठीण असते.

योग साधू इच्छिणारी व्यक्ती जेव्हा चित्ताची एकाग्रता करायला बसते तेव्हा एक मोठी अडचण तिच्यापुढे उभी राहते; ती म्हणजे कितीही प्रयत्न केले तरी तिचं मन स्थिर होऊ शकत नाही. मग ती बळाने मन स्थिर करायचा प्रयत्न करते. त्यामुळे निमिषमात्र तिचं मन स्थिर होतं; पण पुन्हा ते मन भिन्न भिन्न विषयांमध्ये गुंतत जातं. योगस्थ होऊ इच्छिणाऱ्या त्या व्यक्तीला त्याचं भान असतं. मग ती पुन्हा आपल्या मनाला आवर घालून एकाच ठिकाणी स्थिर करायचा कसोशीने प्रयत्न करते. तरीपण मनाची चंचलता कमी होत नाही. पुन्हा ते बाह्य विषयांमध्ये भरकटत जातं.

मनाच्या या चंचलतेचं कारण म्हणजे रजोगुणाची वृद्धी. मनुष्यामध्ये तीन वृत्तींचा अंतर्भाव असतो. या तीन वृत्ती म्हणजे : सात्त्विक, राजस आणि तामस. या तीन गुणांपैकी रजोगुणात 'पाहिजे-पाहिजे' ही वृत्ती बळावलेली असते. या वृत्तीच्या मनुष्याला सतत काही तरी मिळवण्याचा हव्यास असतो. वस्तू, अधिकार, स्थावर-जंगम, पद, पैसा, प्रसिद्धी, प्रतिष्ठा किंवा पर्यटन यांपैकी कोणत्या तरी विषयाची किंवा विषयांची अविवेकी अपेक्षा आणि अभिलाषा व्यक्तीच्या मनाला घट्ट चिकटून असते. सतत नव्या वस्तू विकत आणूनही समाधान न वाटणं, मौजमजा करूनही मनाला तृप्ती न येणं, नव्या नव्या विषयांच्या मागे सातत्याने धावाधाव करणं हे रजोगुण वाढल्याचं लक्षण असतं. अनेक लोकांवर आपला प्रभाव असावा, लोकांनी आपल्याला चांगलं म्हणावं, आपला उदो उदो करावा अशीही रजोगुणी व्यक्तीची अपेक्षा असते. हा रजोगुणच मनाला चंचल बनवत असतो. अस्थिरता हा रजोगुणाचा प्रमुख धर्म असतो. त्यामुळे तो व्यक्तीचं चित्त एकाग्र होऊच देत नाही.

म्हणून ज्याला योग साध्य करायचा आहे, त्याने सर्वप्रथम आपली वृत्ती बदलली पाहिजे. आधी सांगितलेली रजोगुणाची लक्षणं आपल्यामध्ये असतील तर त्यांना आवर घातला पाहिजे. जीवनाचा हेतू समजल्यावरच पद-पैसा-प्रसिद्धी वगैरे अपेक्षांमधील फोलपणा मनुष्याला उमजतो. म्हणून वृत्तिपरिवर्तन प्रथम जमलं पाहिजे. अर्थात, मनुष्यामध्ये असलेला मूळ गुण बदलता येत नाही, पण ज्यांना योग साध्य करायचा आहे त्यांनी रजोगुण कमी करून सात्त्विक वृत्तीचा अंगीकार केला पाहिजे. महर्षी विश्वामित्र हे प्रथम राजसी वृत्तीचे होते. वसिष्ठांसारख्या सात्त्विक वृत्तीच्या ऋषींशी त्यांनी आपणहून वैर केलं, पण जेव्हा त्यांना आत्मविकासाचा मार्ग सापडला तेव्हा ते सात्त्विक वृत्तीचे झाले. एवढंच नाही तर त्यांनी ब्रह्मर्षिपद मिळवलं.

म्हणून योग साध्य करण्यासाठी रजोगुण कमी करून सात्त्विक वृत्तीचा अंगीकार केला पाहिजे, ही गोष्ट या श्लोकांमधून ध्वनित होते. रजोगुण कमी झाला म्हणजे मग मनाची चंचलता कमी होते. व्यक्तीच्या मनाला एकप्रकारच्या प्रशांतीचा साक्षात अनुभव मिळू लागतो.

त्यानंतर मनाचा जाणीवपूर्वक निग्रह करून मनाला बुद्धीच्या छत्राखाली आणलं पाहिजे. आणि मग पुढे आत्मस्वरूपात लीन केलं पाहिजे.

काही भारतीय किंवा पाश्चात्त्य तत्त्वज्ञ जे निर्वाण सांगतात, त्यात फक्त बाह्य विश्वाला विसरायला सांगितलेलं आहे. म्हणजे ते बाह्यवस्तुलक्ष्यी ध्यान बंद करायला सांगतात. परंतु या श्लोकांमधून भगवंत ब्रह्मनिर्वाणाची स्थिती सांगतात. म्हणजे बाह्य वस्तुमात्राचं ध्यान बंद केल्यावर पाठोपाठ लगेचच अंत:करणातल्या आत्मप्रतितीला

प्रारंभ झाला पाहिजे. म्हणजे जिथे निर्वाणाची स्थिती संपते तिथून ब्रह्मनिर्वाणाची अवस्था सुरू होते.

विश्वाला विसरणं ही पहिली पायरी. त्याच्यापुढे ईश्वराचं भान येऊन त्यात तल्लीन होणं ही पुढची पायरी. आणि निर्विकल्प समाधी म्हणजे आत्मज्ञानाची अनुभूती. निर्विकल्प समाधी ही सर्वोच्च अशी अवस्था आहे. ज्याचं मन प्रथमपासूनच प्रसन्न आहे, तो या श्रेष्ठतम स्थितीची अनुभूती घेऊ शकतो. म्हणून रजोगुण कमी झाल्यानंतरच ही आत्मानुभूती मिळू शकते; आणि योग्याचं मन प्रसन्न होतं. मग त्याला परमशांतीचा लाभ होतो.

> मात्र ही अनुभूती मिळण्यात रजोगुण विघ्न आणत असतो. एका धनाढ्य माणसाचे अनेक फ्लॅटस् होते. ते सर्व त्याने भाड्याने दिले होते. त्यामुळे भरपूर पैसा घरी येत होता. सद्विचार नसतील तर अमाप येणाऱ्या पैशालाही तशाच वाटा फुटत जातात. मग सतत उपभोग घेण्याची इच्छा बळावतच जाते. माणसाला वाटत असतं, प्राप्त परिस्थिती अशीच कायम राहणार आहे. पण काळ कधी थांबत नसतो. तो जीवाचं झपाट्याने अवस्थांतर करत असतो. अमाप संपत्तीचा उपभोग घेता घेता तो धनाढ्य माणूस रोगग्रस्त झाला. गंभीर आजारी पडला आणि कोमात गेला. बायको-मुलं त्याच्या सभोवती जमा झाली. तेवढ्यात तो धनिक काही क्षण भानावर आला आणि आपल्या मुलाला म्हणाला, 'अरे, त्या एका फ्लॅटचं भाडं यायचं राहिलं आहे, तेवढं बघ!' म्हणजे मृत्यूच्या दारातही त्याचा लोभ आणि आसक्ती सुटलेली नव्हती! आता अशी व्यक्ती कसा काय योग साधू शकणार? हा सारा रजोगुणवृद्धीचा परिणाम असतो.

हा रजोगुण जेव्हा कमी होतो, तेव्हा व्यक्ती शांत होऊ लागते. सतत काही मिळविण्याचा हव्यास थांबला की मग मनाला एकप्रकारची शांती येते. मग तिचं चित्त एकाग्र होऊ लागतं. एकाग्र चित्त आत्मानुभूतीकडे योग्याला नेतं.

आत्मिक शांतीची अनुभूती मिळाली की मग बाह्य जगतातील सुखसमृद्धीचं मोल मुळीच वाटेनासं होतं.

आता मनाची जी शांती इथे अभिप्रेत आहे, ती झोपेतली किंवा गुंगीतली शांती नव्हे. प्रगाढ झोपेत मन शांत असतं किंवा गुंगीचं औषध देऊन ते शांत केलं जातं. पण त्यापेक्षा सर्वोच्च शांती म्हणजे प्रशांत अवस्था. योग्याला अशी अवस्था अनुभवता येते. असं शांत मन हे जागरूकही असतं आणि गतिशीलही असतं. ते साधलं तर आत्मानुभूती येते. आत्मस्वरूप कळलं म्हणजे त्याहून अधिक कोणतंही सुख

मिळवायचं उरत नाही. सुखाची ही परमोच्च अवस्था असते. मनातले लोभ-मोह आदी दोष शांत झाले की योगी ब्रह्मिभूत होतो. मग विनासायास हा योगी या अंतिम सुखाचा उपभोग घेतो. म्हणजेच ब्रह्मानंद लुटतो.

आत्म्यामध्ये तल्लीन राहणारा योगी पापांपासून मुक्त होतो, असं भगवान सांगतात. जो पापपुण्यविरहित झालेला आहे, अशा ब्रह्मस्वरूप योग्याला परमशांतीचा लाभ होतो असंही ते सांगतात. याचा उलगडा केला पाहिजे. आपण चांगली कर्मं केली तर चांगली फळं प्राप्त होतात; वाइटाची वाईट. म्हणजे पापस्वरूप आणि पुण्यस्वरूप कर्मांची फळं ही भोगावीच लागतात. त्यातून व्यक्तीची सुटका होऊ शकत नाही. जन्मोजन्मीचा हा खेळ आहे. जीवनाची साखळी (विसर्ग=उलाढाल) सातत्याने चालावी यासाठीच हा खेळ रचला आहे, पण त्यातून सुटण्याचा मार्गही भगवंतांनी ठेवला आहे. तोच मार्ग ते प्रकाशित करत आहेत.

रजोगुणाला संयमित केल्यामुळे मनुष्याची आसक्ती कमी होत जाते. आसक्तिरहित होऊन योगाभ्यास केला की पाप आणि पुण्य या दोन्हींच्याही फळांमधून योगी मुक्त होतो. योग म्हणजे जीव आणि हृदयस्थ शिव यांचं मिलन. जीव आणि शिव यांचं मिलन झालं, की अंतर्मनाला चिकटलेला कर्माचा बंध पुसला जातो आणि त्यामुळे योग्याला परमशांतीचा लाभ होतो. परम म्हणजे अंतिम, उत्कट, पारमार्थिक आणि चिरंतन अशा शांतीचा लाभ होतो.

परब्रह्माशी ज्याचा नित्यसंबंध आहे, असं ब्रह्मस्वरूप सुख हे अंतरहित, नित्य आणि निरतिशय असतं. सतत योगाभ्यास करणाऱ्या प्रतिबंधरहित योग्याला हे सुख सहज प्राप्त होतं. मग तो योगी आणि परमात्मा हे भिन्नत्वही उरत नाही. कर्म करताना परमेश्वराचं दुसरं स्वरूप तो मानतच नाही. कारण तो स्वत:च परमेश्वरस्वरूप होऊन गेलेला असतो.

वस्तुनिष्ठ ध्यान संपलं की आत्मप्रतितीला प्रारंभ होतो. तसा तो व्हायला पाहिजे. तरच परमसुखाचा अनुभव घेता येतो. त्यासाठी रजोगुणाला सर्वप्रथम आवर घालता आला पाहिजे.

*सर्वभूतस्थमात्मानं सर्वभूतानि चात्मनि ।*
*ईक्षते योगयुक्तात्मा सर्वत्र समदर्शनः ॥६.२९॥*
*यो मां पश्यति सर्वत्र सर्वं च मयि पश्यति ।*
*तस्याहं न प्रणश्यामि स च मे न प्रणश्यति ॥६.३०॥*

ज्याचं मन योगयुक्त झालं आहे तो समदृष्टीने प्राणिमात्रांच्या ठिकाणी आत्म्याला पाहतो आणि आत्म्याच्या ठिकाणी प्राणिमात्र आहेत असं पाहतो. जो मला (परमेश्वराला) सर्वत्र पाहतो आणि सर्व सृष्टी माझ्या (परमेश्वराच्या) ठिकाणी पाहतो त्याला मी कधी दृष्टिआड होत नाही. तो मला कधी अंतरत नाही.

या श्लोकांमधून आध्यात्मिक दृष्टीने आणि भक्तीच्या दृष्टीने ब्रह्मात्मैक्य स्थिती सांगितली आहे. ही ब्रह्मात्मैक्य दृष्टी मोक्ष आणि कर्मयोग या दोन्हींचाही पाया आहे. सर्वभूतात्मैक्य-ज्ञान हेच सर्व अध्यात्माचं आणि कर्मयोगाचं मूळ होय. या अवस्थेला पोहोचल्यावर उपास्य, उपासक आणि उपासना ही त्रिपुटी लोप पावते. मग द्वैत संपून अद्वैताची अनुभूती येते. पाण्यावरचा तरंग वाऱ्यामुळे उत्पन्न झालेला असतो. तो पाण्याहून वेगळा नसतो. त्याप्रमाणे आत्मा हा परमात्म्याहून निराळा नसतो. मायेमुळे किंवा प्रकृतीमुळे तो वेगळा भासतो एवढंच. हे अपरोक्ष (Direct knowledge) जेव्हा होतं, तेव्हा ब्रह्मात्मैक्य दृष्टी येते आणि सर्व भूतमात्रांमध्ये आत्मा आणि आत्म्यामध्ये सर्व भूतमात्र दिसू लागतात.

भागवत धर्मात वासुदेवरूपी परमेश्वरापासून संकर्षणरूपी जीव उत्पन्न झाला आणि पुढे संकर्षणापासून प्रद्युम्न म्हणजे मन आणि प्रद्युम्नापासून अनिरुद्ध म्हणजे अहंकार निर्माण झाला, असं म्हटलं आहे.

मात्र अध्यात्मदृष्ट्या जीव हा परमेश्वराचा सनातन अंश आहे हे सत्य उपनिषदांच्या आधाराने वेदसूत्रांमध्ये सांगितलं आहे. *जे पिंडी तेच ब्रह्मांडी* या सूत्रानुसार पिंडामध्ये आणि ब्रह्मांडामध्ये एकच आत्मा वास करून असतो. हेच सत्य

या श्लोकांमधून सांगितलं आहे. जो आत्मा माझ्यामध्ये आहे, तोच सर्व भूतमात्रांत आहे याची जाणीव योग्याला होते. ही अनुभूती वर्णन करून सांगताना तुकाराम महाराज म्हणतात, *तुका म्हणे जे जे भेटे। ते ते वाटे मी ऐसे ॥* 'भागवत पुराणा'तही याच अवस्थेचं किंवा तत्त्वाचं समर्थन केलेलं आहे.

अर्थात ब्रह्मात्म ऐक्य ही काही सोपी गोष्ट नाही.

यासंदर्भात एक बोधकथा आहे. एक आटपाट नगर होतं. त्या नगरातला राजा शुभचिंतक होता. आपल्या प्रजेवर त्याचं निरतिशय प्रेम होतं. प्रजेच्या हितासाठी तो नेहमी तत्पर असे. आजूबाजूच्या राज्यांशीही राजाचे चांगले संबंध होते. त्यामुळे त्या राजाच्या राज्यात सर्वत्र शांतता होती. जेव्हा राज्यात किंवा देशात शांती असते, तेव्हा संगीत-साहित्य-कला आणि तत्त्वज्ञानचर्चा यांना सुगीचे दिवस येत असतात. त्या राज्यात शांती असल्यामुळे तत्त्वज्ञानचर्चा, अध्यात्मचर्चा या गोष्टींना विशेष उधाण आलेलं होतं. पण त्याचाही एक विपरीत परिणाम झाला होता. तो म्हणजे अनेक जण स्वत:ला तत्त्ववेत्ते समजू लागले होते. ब्रह्मज्ञानी समजू लागले होते. आपण ब्रह्मज्ञानी आहोत, अशी स्वत:च समजूत करून घेणं ही दांभिकता असते, परंतु त्या राज्यात तशी परिस्थिती आली होती खरी!

आता सर्व दिवस सारखे नसतात. सुखाने कालक्रमणा चाललेल्या त्या राज्यात एकदा त्यांच्या दुर्भाग्याने महामारीची साथ आली. लोक पटापट मरू लागले. राज्यातली अधिकांश प्रजा अपंग होऊ लागली. आजपर्यंत त्या राज्यातल्या प्रजेला अशा विपरीत परिस्थितीचा सामना करावा लागला नव्हता. त्यामुळे प्रजा काहीशी गाफील होती. महामारीच्या साथीने त्यांच्या तोंडचं पाणी पळवलं. राज्यात जे वैद्य होते त्यांना त्या साथीवर कोणतंच औषध सापडेना. आता काय करावं, हे राजाला आणि त्याच्या मंत्र्यांना काही केल्या सुचेना.

शेजारच्या राज्यात एक कुशल वैद्य आहे; तो यावर उपाय करू शकतो, असं कुणी तरी राजाला सांगितलं. राजाने लगेच दूत पाठवले आणि त्या वैद्याला सन्मानाने बोलवून घेतलं. त्या वैद्याने ते आमंत्रण स्वीकारलं. तो राज्यात आला आणि रोगग्रस्त लोकांवर उपचार करू लागला. दिवसरात्र तो खूप परिश्रम घेत असे आणि लोकांवर औषधोपचार करत असे.

काही दिवसांमध्येच त्या कुशल वैद्याने अनेकांवर उपचार करून ती महामारीची साथ आटोक्यात आणली, परंतु कित्येक लोक त्या वैद्याला त्याचं मानधन न देता फुकट औषधं नेत. वैद्य जेव्हा त्याविषयी विचारी- तेव्हा ते म्हणत, ''वैद्यराज, आमच्यात ब्रह्म आहे, तुमच्यामध्येही ब्रह्म आहे. तुम्ही दिलेल्या औषधींमध्येही ब्रह्मच आहे. सर्वत्र ब्रह्मच भरून राहिलेलं आहे. त्यामुळे ब्रह्मा-ब्रह्मामध्ये देणंघेणं कुठून आलं? ब्रह्माने ब्रह्मालाच कसं काय द्यायचं?''

लोकांची मखलाशी वैद्यराजांच्या ध्यानात आली, पण त्यांना काही बोलता येईना. लोक ब्रह्माचा वापर त्या व्यवहारात सोयीस्करपणे करत होते. फुकट उपचार करून घेण्याचं चांगलं कारण त्यांना सापडलं होतं. त्यांच्या फसव्या बोलण्यात बिचारे वैद्यराज अडकत गेले. आता तर त्यांची उपासमार होऊ लागली. तेव्हा एक दिवस त्यांनी आपल्या गावी परत जाण्याचा निर्णय घेतला. कर्मधर्मसंयोगाने त्याच वेळी राजपुत्र आजारी पडला. राजवैद्यांनी त्याच्यावर पुष्कळ उपचार केले; पण गुण काही येईना.

तेव्हा राजाने त्या शेजारच्या राज्यातून आलेल्या वैद्याला पाचारण केलं. तो वैद्य तेव्हा ते राज्य सोडून निघालाच होता; पण तेवढ्यात राजाचे दूत त्याला न्यायला आले. वैद्यराजांना राजाज्ञा मानणं भागच होतं. ते राजप्रासादात गेले आणि त्यांनी राजकुमाराला तपासलं.

राजा म्हणाला, ''वैद्यराज, काहीही उपचार करा; पण माझ्या पुत्राला बरं करा.''

वैद्यराजांसाठी आता ही संधी चालून आली होती. ते म्हणाले, ''राजा, कुमारांसाठी एक औषध मी बनवू शकतो, पण त्यासाठी ब्रह्मज्ञानी लोकांचं तेल आवश्यक आहे. जो खरा ब्रह्मज्ञानी आहे त्याच्या वापरातल्या तेलाच्या साहाय्यानंच राजकुमार नक्की बरे होतील.''

राजा म्हणाला, ''एवढंच ना, मी आत्ताच शिपाई पाठवतो; आणि ब्रह्मज्ञान्याला बोलावून घेतो.''

शिपाई नगरातून हिंडू लागले. ब्रह्मज्ञान्यांचा शोध घेऊ लागले, परंतु त्यांनी घराघरात विचारणा करावी तेव्हा काही म्हणत, ''ब्रह्मज्ञान काय असतं? आम्हाला माहीत नाही.''

दुसरा एखादा म्हणे, ''आमच्या कुटुंबात आजपर्यंत कुणीही ब्रह्मज्ञानी झालेला नाही.''

लोक अशी कारणं सांगू लागले. त्यामुळे शिपाई हात हलवत परतले. त्या वेळी वैद्यराजांनी औषधी देऊन राजपुत्राला बरं केलं होतं; पण दरम्यान त्यांनी राजाला आपली कर्मकहाणी सांगितली होती. राज्यातल्या खोट्या ब्रह्मज्ञान्यांनी त्याला कसं फसवलं तेही सांगितलं होतं.

तेव्हा राजाने त्या सर्व लोकांना बोलावून घेतलं आणि वैद्यराजांचे पैसे चुकते करायला सांगितलं. शिवाय अशा खोट्या संधिसाधू ब्रह्मज्ञानाविषयी पुन्हा कधीही बोलणार नाही अशी तंबीही दिली.

ब्रह्मज्ञान ही काही सोयीस्करपणे वापरायची गोष्ट नाही; किंवा भाविकांवर प्रभाव पाडण्याची गोष्ट नाही. एखाद्याला खरोखर ब्रह्मज्ञान झालं असेल तर तो कोणत्याही प्रकारची भेदबुद्धी ठेवत नाही.

मी निराळा, परमेश्वर निराळा आणि लोक निराळे अशी भेदबुद्धी मनात न ठेवता मी आणि भगवान एकच आहोत, सर्व भूतमात्रांमध्ये तेच तत्त्व आहे आणि सर्व जीव भगवंतात आणि आपल्यामध्ये आहेत असं जो समजतो, तो भागवतांमध्ये श्रेष्ठ मानला जातो.

*जे पिंडी तेच ब्रह्मांडी* याचा साक्षात अनुभव घेऊन जो योगी सर्व प्राणिमात्रांकडे समदृष्टीने बघतो, तो परमेश्वराला अंतरत नाही आणि परमेश्वर त्याला कधी दूर ठेवत नाही.

*सर्वभूतस्थितं यो मां भजत्येकत्वमास्थितः।*
*सर्वथा वर्तमानोऽपि स योगी मयि वर्तते ॥६.३१॥*
*आत्मौपम्येन सर्वत्र समं पश्यति योऽर्जुन ।*
*सुखं वा यदि वा दुःखं स योगी परमो मतः ॥६.३२॥*

एकत्व-बुद्धी (साम्यावस्था) प्राप्त झालेला योगी सर्व भूतमात्रांत वास असणाऱ्या मला भजतो, तो योगी सर्व प्रकारची कर्मं करत असूनही माझ्यामध्येच (दंग) असतो. हे अर्जुना, सुख असो वा दुःख असो; आपल्याप्रमाणे इतरांना अशा सम दृष्टीने जो सर्वत्र सारखं पाहतो, तो योगी उत्कृष्ट मानला जातो.

एकदा का ब्रह्मात्मैक्य स्थिती प्राप्त झाली की योग्याला सर्वत्र परमेश्वरच दिसू लागतो. कावीळ झालेल्या मनुष्याला सारं जग पिवळं दिसतं, त्याप्रमाणे आत्मसाक्षात्कार झाला की सर्व सृष्टी ईश्वरमय दिसू लागते. चित्त हळूहळू एकाग्र करून निर्विकल्प समाधीची ही अवस्था प्राप्त करून घेता येते. मनाचा अभ्यास करून जो मनाला शांत करतो, तरीही ज्याचं मन जागरूक आणि गतिशील राहतं तोच या स्थितीचा अनुभव घेऊ शकतो.

मनाला शांत करणं ही गोष्ट अवघड असते. त्यातून मन शांत झालंच तर ते जागरूक ठेवणं आणखी अवघड असतं! त्यातून ते जागरूक झालं म्हणजे पुन्हा विचार येतात; आणि विचार यायला लागले की पुन्हा शांती भंग पावते! म्हणून मनाची प्रशांत अवस्था ही एक कठीण गोष्ट आहे. हळूहळू अभ्यासानंच ते साध्य होतं. त्यासाठी जीवनात सात्त्विकता आणली पाहिजे. यालाच इंग्रजीमध्ये simple living and high thinking म्हणतात. नोकरी-व्यवसाय किंवा करियरमधले ताणतणाव कायम वागवत राहिलं तर मन शांत होऊ शकत नाही. हे सारं इथंच राहणार आहे. म्हणून जे बरोबर येणार आहे अथवा जे विकासासाठी आवश्यक आहे, त्याचाच विचार झाला पाहिजे. तरच मन शांत होऊ शकतं. डोक्यात भोगाचे आणि ताणतणावाचे

विचार ठेवून मन कधीच शांत होऊ शकत नाही. एखादी गोष्ट मिळवण्यासाठी आटापिटा केला किंवा ठरवलेली गोष्ट मनासारखी झाली नाही आणि अपयश पदरी पडलं तर मन अशांत होतं. पूर्वी घेतलेल्या कटु अनुभवांच्या स्मृतीनंही मन अशांत होतं. संबंधित मित्रानं/मैत्रिणीने अथवा जवळच्या व्यक्तीने क्लेश दिले असतील तर मनावर त्याचा विपरीत परिणाम कायम राहतो. मनावर ओरखडे उमटतात. विषयानुरूप ते उफाळून वर येतात आणि मनाला अशांत करतात. यातून सुटण्याचा एकच मार्ग. तो म्हणजे, हा सारा आपल्याच पूर्वकर्मांचा खेळ आहे अशी मनाची वारंवार समजूत घालून मनाला शांत करणं ; किंवा आपल्याला शिकवण्यासाठी - आपल्या विकासासाठीच अशा व्यक्ती आपल्या जीवनात आल्या आहेत अशी मनाची समजूत घालणं. म्हणून मागच्या जन्मी आपणच केलेल्या कर्मांचे हे हिशेब चुकते होत आहेत असं समजून सारं काही विसरून जाणं जमलं पाहिजे. मनाची अशी धारणा करणं यालाच 'क्षमावृत्ती' म्हणतात. क्षमा करणं हा आपल्याच विकासाचा एक टप्पा असतो.

मनाने वर्षानुवर्षं धरून ठेवलेले असे ताण सैलावले की मन प्रगल्भ आणि शुद्ध होऊ लागतं. मनाला नवोन्मेष प्राप्त होतो. अभ्यास आणि निदिध्यास यातूनच मन शांत होऊ शकतं. म्हणून *अभ्यासोनि प्रकटावे*, असं समर्थ रामदास म्हणतात. तो व्यावहारिक उपदेश असला तरी तो तत्त्वज्ञानासंदर्भातही लागू होतो. दुसऱ्याच्या हृदयातही परमात्मा वसून आहे, हा भाव दृढ होऊ लागतो. त्यामुळे सभोवतालच्या इतर सर्व जीवांकडे बघण्याचा दृष्टिकोन बदलत जातो. तो वैश्विक बनत जातो. मनाची दैवी धारणा होत जाते. जीव शांत होत जातो.

एरवी एखादा सहज म्हणतो, माझ्या मनाला शांती हवी आहे, पण नेमकी कोणती शांती अपेक्षित आहे हे त्याला सांगता येत नाही. कारण मनाला 'शांती' मिळण्याची दोन ठिकाणं असतात आणि ती दोन परस्परविरुद्ध टोकांवर असतात. भोगमय जीवन हे एक टोक असतं आणि परमात्मा हे दुसरं टोक असतं! पण परमात्मा तर दिसत नाही. मग त्या ठिकाणच्या शांतीवर विश्वास तरी कसा ठेवायचा? म्हणून व्यक्ती जे दिसतं, इंद्रियांना अनुभवायला मिळतं, त्या भोगमय जीवनात शांती मिळवण्याचा प्रयत्न करते; पण उपभोगातून जी शांती मिळते ती अल्पकाळच टिकते. भोगवादी जीवनात व्यक्ती जी शांती मिळवण्याचा प्रयत्न करते, त्या शांतीचं स्वरूपही तिला सांगता येत नसतं.

कारण ज्याला आपण 'शांती' म्हणतो त्याचे 'तृप्ती', 'शांती', 'प्रशांती' आणि 'परमशांती' असे प्रकार असतात.

## तृप्ती

आवडीचा पदार्थ खाल्ला की मन तृप्त होतं. भुकेने व्याकूळ शरीराला अन्न मिळालं की तृप्ती येते. प्रचंड तहान लागली असताना पाणी मिळालं की मन तृप्त होतं. संग करून झाला की तृप्तीच नव्हे; तर काही काळ निरिच्छाही येते. तृप्ती ही अशी तात्पुरती असते.

## शांती

हवं ते मिळालं, यश पदरात पडलं किंवा एखादं आवडीचं संगीत ऐकायला मिळालं की मन शांत होऊन जातं. तृप्तीच्या थोडी वरचढ ही अवस्था असते.

## प्रशांती

इथे आत्मिक शांतीला प्रारंभ होतो. नित्य भोगात रमलेलं मन आत्मिक सुखाकडे वळवलं जातं. ध्यानात ही प्रशांती मिळू लागते. निष्काम कर्मात, देवदर्शनात, गुरुसेवा करताना, दुसऱ्याची मनोभावे सेवा करताना जे आत्मिक सुख मिळू लागतं त्यात एकप्रकारची 'प्रशांती' दडलेली असते. भोगमय तृप्तीपेक्षा ही प्रशांती श्रेष्ठ असते. परमशांती आणि शांती यांमधील ही अवस्था असते. प्रशांतीमध्ये आत्मभावाची अनुभूती मिळू लागलेली असते.

## परमशांती

इथे योगी आत्मभावातच रमून जातो. केवळ शरीर धारण केलं असल्यामुळे तो शरीरधर्म अनासक्त भावाने पाळत असतो. एरवी तो नित्य आत्मानंदात रमलेला असतो. परम म्हणजे अंतिम, आत्यंतिक अशा आत्मसुखात तो रमून जातो. जीवाने शिवाजवळ अर्थात परमतत्त्वाजवळ जाण्याची ती अनुभूती असते. त्यात परमशांती असते. अशी परमशांती ही दैवी आणि निरंतर टिकणारी अवस्था असते. योग्याला ही परमशांती लाभत असते.

अभ्यासातून आणि निदिध्यासातून मन शांत झालं की तो योगी ज्या पद्धतीने वागतो, त्या साऱ्या कृत्यांची जबाबदारी परमेश्वरावर असते. त्या योग्याचं राहणीमान, त्याचं दैनंदिन वर्तन कसंही असलं तरी त्याच्यामागे परमेश्वर सतत उभा असतो. म्हणजेच कोणतंही कर्म करत असताना किंवा कोणत्याही अवस्थेत असताना हा योगी परमेश्वराला वेगळा मानू शकत नाही. परमात्म्याशी त्याने अशा रीतीने तादात्म्य साधलेलं असतं. सर्वव्यापक ईश्वरामध्येच आणि त्याच्या ध्यानामध्येच तो योगी दंग असतो.

केवळ त्या ध्यानावस्थेत एका जागी स्थिर न राहता इतरांकडेही तो त्याच एकत्व बुद्धीने पाहतो. अध्यात्मज्ञानाने प्राप्त झालेल्या या साम्यबुद्धीचा तो व्यवहारातही वापर करतो. सर्व कामं तो लोकसंग्रहार्थ करत असतो. मनाच्या अशा धारणेमुळे तो कर्म करत राहिला तरी त्याची फळस्वरूप बाधा त्याला होत नाही. म्हणजेच तो या कर्माच्या खेळातून सुटलेला असतो.

योग्यासंदर्भात सर्वांभूती एक आत्मा ही दृष्टी सांख्य आणि कर्मयोग या दोन्ही मार्गांत सारखीच आहे. त्याचप्रमाणे पातंजल योगातही समाधी साध्य झाल्यावर हीच अवस्था प्राप्त होते, अशी मान्यता आहे परंतु सांख्य-संन्यासी आणि पातंजल-योगी या साम्यबुद्धीचा व्यवहारात उपयोग करत नाहीत. ते कर्मांचाच त्याग करतात, परंतु जो कर्मयोगी आहे, तो मात्र कर्मांचा त्याग करत नाही. सर्वांचं सुख-दुःख आपलं मानून त्यात तो सहभागी होतो. लोकसंग्रहासाठी तो कर्मं करत राहतो. अर्थात ही कर्मं करत असूनही तो त्या कर्मांमध्ये रत नसतो.

प्रशांती लाभलेला, ईश्वराशी तादात्म्य पावून प्राप्त कर्म यथोचित करणारा असा योगी भगवंतांसाठी 'उत्कृष्ट' असतो. निदिध्यासाने एखादी व्यक्ती ही अवस्था प्राप्त करून घेऊ शकते. त्यासाठी भगवंतावर आत्यंतिक प्रेम मात्र असावं लागतं. तरच त्याचंही प्रेम अशा भक्ताला लाभू शकतं.

ईश्वराशी तादात्म्य पावलेल्या योग्याच्या साऱ्या कर्मांचं दायित्व परमेश्वराने उचललेलं असतं. सम्यकज्ञाननिष्ठ असा हा योगी सर्वांभूती एकतत्त्व पाहतो. त्याच भावनेने तो निष्काम कर्म करत राहतो. परमशांतीचा लाभ त्याला झालेला असतो. असा योगी भगवंतांच्या दृष्टीने 'उत्कृष्ट' असतो.

**अर्जुन उवाच**

*योऽयं योगस्त्वया प्रोक्तः साम्येन मधुसूदन।*
*एतस्याहं न पश्यामि चञ्चलत्वात्स्थितिं स्थिराम् ।।६.३३।।*
*चञ्चलं हि मनः कृष्ण प्रमाथि बलवद्दृढम्।*
*तस्याहं निग्रहं मन्ये वायोरिव सुदुष्करम् ।।६.३४।।*
*असंशयं महाबाहो मनो दुर्निग्रहं चलम् ।*

**श्री भगवान उवाच**

*अभ्यासेन तु कौन्तेय वैराग्येण च गृह्यते ॥६.३५॥*
*असंयतात्मना योगो दुष्प्राप इति मे मतिः।*
*वश्यात्मना तु यतता शक्योऽवाप्तुमुपायतः ॥६.३६॥*

अर्जुन म्हणाला, हे मधुसूदना! जो हा समभावाचा योग तुम्ही सांगितलात, तो मन चंचल असल्यामुळे नित्य स्थिर राहील, असं मला वाटत नाही. कारण हे श्रीकृष्णा! हे मन मोठं चंचल, क्षोभवणारं, मोठं दृढ आणि बलवान आहे. त्यामुळे त्याला वश करणं मी वाऱ्याला अडवण्याप्रमाणेच अत्यंत कठीण समजतो.

भगवान म्हणाले, हे अर्जुना, निःसंशय मन हे चंचल असून निग्रह करण्यात अत्यंत कठीण आहे, परंतु हे कौंतेया, अभ्यासाने आणि वैराग्याने याचा निग्रह करता येतो. ज्याचं अंतःकरण स्वाधीन नाही, त्याला योग प्राप्त होणं कठीण आहे, असं माझं निश्चित मत आहे. पण अंतःकरण ताब्यात आणून प्रयत्न करत गेल्यास हा योग प्राप्त होणं शक्य आहे.

तेहतिसाव्या आणि चौतिसाव्या श्लोकांत अर्जुन म्हणतो, 'भगवंता, साम्यबुद्धीने युक्त असा हा योग तुम्ही सांगितलात खरा; पण मन हे चंचल असल्यामुळे ते साम्य टिकेल, असं मला वाटत नाही. कारण मन हे अतिशय चंचल, उच्छृंखल, अनावर आणि चिवट असल्यामुळे वायूप्रमाणे त्याचा निग्रह करणं अत्यंत दुष्कर आहे, असं मला वाटतं.'

बुद्धीचा सारखेपणा किंवा समत्व यालाच योग म्हणतात. ही कर्मयोगाची व्याख्या भगवंतांनी मागेच सांगितली होती. या आधीच्या श्लोकांमधून त्या साम्ययोगाचं वर्णन भगवंतांनी केलं होतं. त्यावर मनाच्या चंचलपणामुळे साम्यबुद्धीने प्राप्त होणारा हा कर्मयोग कायम टिकणारा नाही. मनाचा निग्रह करणं हे वाऱ्याची मोट बांधण्याप्रमाणे कठीण आहे, असं अर्जुनाला आता वाटत होतं.

अर्जुनाची ही शंका मान्य करून भगवान सांगतात, की प्रथम जे दुर्घट दिसतं तेच सवयीने आणि दीर्घोद्योगाने म्हणजे निदिध्यासाने अखेर सिद्ध होतं. पंचविसाव्या आणि सव्विसाव्या श्लोकात सांगितल्यानुसार अभ्यास म्हणजे कोणतीही गोष्ट पुन:पुन्हा करणं तर वैराग्य म्हणजे निरिच्छपणा. यांमुळे चित्तवृत्तींचा निरोध होतो.

याचा अर्थ, समाधी साधण्यासाठी नाक धरून आयुष्य अभ्यासातच घालवावं असं भगवंतांना अभिप्रेत नाही. बुद्धीची समता प्राप्त करून घेण्यासाठी साधन म्हणून चित्तनिरोध आणि समाधी यांचं वर्णन केलं आहे. साम्यबुद्धीने प्राप्त होणारा हा योग मनु आणि इक्ष्वाकु या परंपरेने भागवत धर्मातून आलेला आहे; पण तो पातंजल योगसूत्रातून घेतलेला नाही. जनकासारख्या महान राजांनी या निष्काम कर्मयोगाचं आचरण केलं आहे. असा हा योग अभ्यासाने आणि वैराग्याने साध्य होतो, पण ज्याचं अंत:करण आपल्या ताब्यात नाही त्याला हा योग साध्य करणं कठीण असतं. जर अंत:करण ताब्यात असेल तर प्रयत्नांनी हा योग साध्य होतो.

मन चंचल असणं स्वाभाविकच असतं. ते तसं नसलं तर जीवन जगणं अशक्य होऊन जाईल. एकाच गोष्टीचा ते कायम विचार करत राहिलं तर काय होईल, याचा नुसता विचार केलेला बरा! त्यामुळे मनाच्या या गुणाला धक्का न लावता ते स्थिर कसं होईल, याचा अभ्यास साधायला हवा.

मनाचे दोन कप्पे मानले गेले आहेत. जाणीवयुक्त मन (Concious mind) आणि अर्धजाणीवयुक्त मन (Sub-conscious mind). मानसशास्त्रज्ञ सिग्मंड फ्रॉइडने मनाचे हे दोन कप्पे सांगितले तर शंकराचार्यांचे परात्पर गुरू गौडपादाचार्य यांनी मनाचे चार कप्पे सांगितले आहेत. पण आत्ता आपण दोन कप्पे जरी मानले तरी जाणीवयुक्त मन आणि अर्धजाणीवयुक्त या मनाच्या दोन भागांचा आपण विचार करू. जाणीवयुक्त मन हे बाह्य विश्वात रमलेलं असतं तर अर्धजाणीवयुक्त मन जन्मोजन्मींचा कर्मांचा आणि अनुभवांचा भार वाहत असतं. हिमखंडाचा १/८ भाग जसा पाण्याखाली अव्यक्त झालेला असतो, त्याप्रमाणे हे विशाल मन अव्यक्त असतं. वैश्विक मनाशी त्याचा नित्य संपर्क असतो. त्यामुळे बाह्य मनाला स्थिर करताना त्याचा 'योग' या अंतर्मनाशी झाला पाहिजे. या प्रक्रियेत बाह्य मनावर योग्य

ते संस्कार केले गेले पाहिजेत. अकारण धावणाऱ्या मनाला हळूहळू ताब्यात आणणं जमलं पाहिजे. त्यासाठी बाह्य पदार्थांविषयी असणारी आसक्ती प्रथम कमी केली पाहिजे. वासनांवर ताबा मिळवला पाहिजे. इथे भगवान वैराग्य आणायला सांगत आहेत. वैराग्याशिवाय मन स्थिर होणं शक्य नाही. वैराग्य म्हणजे सारं काही सोडणं नव्हे. वैराग्य हे 'विषयां'विषयी आलं पाहिजे; कोणत्याही पदार्थांविषयी नाही.

याचा अर्थ विरागी वृत्तीने दारू प्यावी किंवा निरपेक्ष भावाने चोराला चोरी करण्यात मदत करावी असा मात्र होत नाही. आपण काय करतो, काय खातो, कुणाशी संगत करतो, कोणते संस्कार उचलतो याचाही विचार झाला पाहिजे. त्यालाच 'सारासार विवेक' करणं म्हणतात. शेगावच्या गजानन महाराजांनी त्याचं उदाहरण दाखवून दिलं आहे. जेवताना मीठ-लिंबासह सारे पदार्थ त्यांनी एकत्र केले आणि अन्नग्रहण करून शरीरधर्म पाळला. याचा अर्थ असा की, त्यांनी भोजन टाळलं नाही, भोजनाला 'विषय' बनवलं नाही किंवा आवडीचं-नावडीचं ठरवलं नाही. जीवनातील भोग भोगत असताना आणि शरीरधर्म पाळत असताना विचारात अशी अलिप्तता आणली तर मन स्थिर होऊ लागतं.

सतत भोगांची इच्छा करणारं बाह्य मन हे गढूळ होऊन गेलेलं असतं. ते शुद्ध केलं पाहिजे. शुद्ध विचारातील जनांमध्ये राहून मन शुद्धही होऊ लागतं. त्यासाठीच सत्संग-स्वाध्याय केला पाहिजे. शुद्ध आणि स्थिर झालेल्या मनालाच 'चित्त' म्हणतात. मन शुद्ध आणि स्थिर झालं की, बाह्य विश्वात राहूनही ते संभ्रमित होत नाही. अशा तऱ्हेचा स्व-अध्याय आणि विषय-वैराग्य साध्य झालं तर मन स्वाधीन होऊ लागतं. ते विषयांचा गुलाम न राहता विषयांना गुलामीत ठेवू लागतं.

'योगवासिष्ठा'मध्ये आकाशशरीरिणी 'विद्याधरी' आणि वसिष्ठ यांचा संवाद आहे. ती विद्याधरी म्हणते, ''चित्ताची शुद्धी स्व-अध्यायामुळे होते. सततच्या अभ्यासामुळे आत्मसिद्धी प्राप्त होते. अभ्यासामुळे अज्ञ हा तज्ज्ञ होतो. हळूहळू पर्वताचंही चूर्ण करता येतं. अभ्यासामुळेच शरसंधान अचूक साधता येतं. अज्ञानरूपी व्याधी विचारांच्या अभ्यासामुळे नाहीशी होते. मात्र जो अभ्यास करत नाही, त्याला इष्ट सिद्धी प्राप्त होत नाही.''

स्व-अभ्यासाबरोबरच वैराग्याचीही आवश्यकता असते. वैराग्य आलं म्हणजे आसक्ती उरत नाही. आसक्ती नसल्यामुळे चित्त विषयांकडे आकृष्ट होत नाही, पण वैराग्य नसेल तर मात्र ज्ञानीसुद्धा मोहात अडकतो! अभ्यासाने आणि वैराग्याने मनोनिग्रह साधतो. मन ताब्यात आलं की प्रयत्नाने योग साध्य होतो.

**अर्जुन उवाच**

*अयतिः श्रद्धयोपेतो योगाच्चलितमानसः।*
*अप्राप्य योगसंसिद्धिं कां गतिं कृष्ण गच्छति ॥६.३७॥*
*कच्चिन्नोभयविभ्रष्टश्छिन्नाभ्रमिव नश्यति।*
*अप्रतिष्ठो महाबाहो विमूढो ब्रह्मणः पथि ॥६.३८॥*
*एतन्मे संशयं कृष्ण छेत्तुमर्हस्यशेषतः।*
*त्वदन्यः संशयस्यास्य छेत्ता न ह्युपपद्यते ॥६.३९॥*

**श्री भगवान उवाच**

*पार्थ नैवेह नामुत्र विनाशस्तस्य विद्यते ।*
*न हि कल्याणकृत्कश्चिद्दुर्गतिं तात गच्छति ॥६.४०॥*

अर्जुन म्हणाला, हे कृष्णा! जो योगावर श्रद्धा ठेवणारा आहे; परंतु संयमी नसल्यामुळे ज्याचं मन अंतकाळी योगापासून विचलित झालं, असा साधक योगसिद्धीला म्हणजे भगवत्साक्षात्काराला प्राप्त न होता कोणत्या गतीला जातो? हे महाबाहो! भगवत्प्राप्तीच्या मार्गात मोहित झालेला व आश्रयरहित असलेला पुरुष छिन्न-विच्छिन्न ढगाप्रमाणे दोन्हीकडून भ्रष्ट होऊन नाश तर नाही ना पावत? हे श्रीकृष्णा! हा माझा संशय तुम्हीच पूर्णपणे नाहीसा करू शकाल. कारण तुमच्याशिवाय दुसरा हा संशय दूर करणारा मिळण्याचा संभव नाही.

भगवान म्हणाले, हे पार्था, इहलोकी काय किंवा परलोकी काय अशा पुरुषाचा कधीच विनाश होत नाही. कारण शुभकारक म्हणजेच कल्याणकारक अशा कर्मं करणाऱ्या कोणत्याही पुरुषास बाबा रे, दुर्गती मिळत नाही.

श्लोक ३७, ३८, ३९ यांमध्ये अर्जुन विचारतो, ''कृष्णा, मन श्रद्धायुक्त होऊनही ज्याचं मन साम्ययोगापासून ढळलं आहे, मन अंतकाळी योगापासून विचलित झालं आहे, अशी व्यक्ती कोणत्या गतीला जाते? म्हणजेच योगाभ्यास करत असताना

मध्येच जर मृत्यू आला तर केलेला अभ्यास किंवा कष्ट फुकट जातात का? श्रद्धा असूनही प्रकृतीमुळे हातून पुरेसा प्रयत्न झाला नाही तर अशा वेळेस मन योगाभ्यासातून चलित होतं. मग अशा (अ-यति) व्यक्तीला कोणती गती मिळते? काम्यबुद्धीने कर्म न केल्यामुळे स्वर्गादी फळही नाही आणि साम्यबुद्धी पूर्णत्वास न आल्यामुळे मोक्षही नाही अशी स्थिती होते का? आपणच माझ्या संशयांचं निरसन करू शकता.''

अशा तऱ्हेचे प्रश्न अर्जुनाच्या मनात उपस्थित होतात. बंदुकीतून एखादी गोळी फुसकी निघते, किंवा फटाक्यांमधला एखादा बार फुसका ठरतो तशी ही अर्धवट साधना फुसका बार तर होणार नाही ना?

अर्जुनाच्या या शंकांचं निरसन करताना भगवंत त्याला आश्वासन देतात की, जो शुभ कर्मं करतो अशा पुरुषाचा इहलोकी किंवा परलोकी कधीच विनाश होत नाही. जो कल्याणकारक म्हणजे दैवी कर्मं करतो त्याला कधीही दुर्गती प्राप्त होत नाही.

श्रीमद् भागवतात नारदमुनी व्यासांना सांगतात की, जो साऱ्या भौतिक आकांक्षांचा त्याग करतो आणि परमात्म्याला पूर्णपणे शरण जातो, त्याचा विनाश कधीच होत नाही. याउलट अभक्त आपल्या स्वधर्माचं आचरण करत असला तरी त्याचा अशा प्रकारे लाभ होत नाही. अर्थातच जो परमात्म्याला पूर्णपणे शरणागत झालेला असतो त्याचं कधीही अध:पतन होऊ शकत नाही.

सामान्य माणूस आयुष्याच्या मध्यावर साधनेला सुरुवात करतो, परंतु मध्येच त्याला वाटतं की, आता काय आपल्या आयुष्याची पंधरा-वीस वर्षंच उरली आहेत. एवढ्या थोड्या कालावधीत काही हे ज्ञान अभ्यासाने संपादन करता येणार नाही. असा विचार करून ती व्यक्ती अभ्यास सोडून देते. आज नाही तर उद्या करू; या जन्मात नाही होणार, पुढच्या जन्मात बघू, अशी तिची विचारसरणी होते.

अशा प्रश्नांना उत्तर आहे. कर्मं जर कल्याणकारक असतील तर मृत्यूमुळे त्यांचा विनाश होत नाही. पुढल्या जन्मात त्यांचं कर्मफल निश्चितच प्राप्त होत असतं. म्हणजे नव्या जन्मात कर्माचा पुन्हा 'श्रीगणेशा' करावा लागत नाही. मागील पानावरून पुढील पानावर कर्म ओढलं जातं. भगवान सांगतात, अर्जुना! मनुष्याने फक्त सत्कार्य करायला लागावं. पुढचं सर्व मी पाहीन.

आपल्या बचत खात्यामध्ये जी रक्कम शिल्लक असते ती प्रत्येक वर्षी आपल्या खात्यात पुढे ओढली जाते (carry forward). प्रत्येक वर्षी आपल्याला आपलं खातं नव्याने उघडावं लागत नाही. खातं renew करावं लागत नाही. त्याप्रमाणे आपलं कर्म किंवा अभ्यास हा प्रत्येक जन्मात पुढे ओढला जातो; कॅरी फॉरवर्ड केला जातो. नव्याने कर्माचं किंवा अभ्यासाचं खातं प्रत्येक जन्मात उघडावं लागत नाही.

दुर्लक्षित झालेला किंवा मुद्दाम दुर्लक्षित केला गेलेला महान शास्त्रज्ञ निकोला टेस्ला म्हणतो,

> 'My brain is only a receiver, in the universe there is a core from which we obtain knowledge, strength and inspiration. I have not penetrated into the secrets of this core, but I know that it exist.'
>
> (माझा मेंदू केवळ रिसिव्हर आहे. विश्वात एकमात्र हिरण्यगर्भ आहे जिथून आपल्याला ज्ञान, बल आणि प्रेरणा मिळत असते. मी त्या रहस्यापर्यंत पोहोचलेलो नाही; पण मला माहीत आहे, की त्याचं अस्तित्व आहे.)
>
> टेस्लाचं असंही म्हणणं होतं की, आपण या विश्वात एकटे नाही. अनेक स्तरांवर जीव-जमाती आहेत. २० जुलै १९३१ मध्ये *टाइम* मॅगझिनला दिलेल्या मुलाखतीत तो म्हणतो, ''आपल्यासारखेच या संपूर्ण विश्वातल्या अनेक स्तरांवर जीव आहेत. तेही सुखदु:खांचा अनुभव घेत असतात.''

भगवान आणखी पुढे जाऊन सांगतात की, जीवाबरोबर त्या त्या स्तरावर केलं गेलेलं कर्म पुढील जन्मी कामी येतं. कल्याणकारी कर्मं केली तर तीसुद्धा नाश पावत नाहीत. पुढील जन्मी ती कामी येतात. मृत्यूनंतरच्या अस्तित्वावर आता अनेक वैज्ञानिकांचा, डॉक्टर्सचा आणि अनुभवी सामान्य जनांचा विश्वास आहे. भारतीय आध्यात्मिक परंपरा तर पुनर्जन्म, स्वर्ग-पाताळस्तर मानतेच. उन्नत स्तर प्राप्त करण्याचा तात्त्विक-आध्यात्मिक मार्गही सांगते. एवढंच नाही, तर अंतिम मोक्षाच्या स्थानाचाही ती निर्देश करते. अविश्वास न दाखवता आपण भगवंतांना अपेक्षित शुद्ध कर्म केलं पाहिजे.

सृष्टिकर्त्याने रचलेला हा एक अतिविशाल वैश्विक खेळ आहे. कर्म, कर्मांचे भोग; ते भोगण्यासाठी पृथ्वीवर पुन्हा जन्म, जीवाचा विकास; त्यानुरूप वरच्या श्रेष्ठ स्तरांवर पुन्हा जन्म, कर्म निकृष्ट झालं तर अधोगती अर्थात निम्न स्तरांवर जन्म; पुन्हा विकास, पुन्हा कर्म आणि कर्मानुरूप पुन्हा जन्म हा खेळ अव्याहत सुरू आहे. या खेळात एक समान गोष्ट जीवाला कायम चिकटून आलेली असते : त्याच्या बऱ्या-वाईट कर्मांचा ताळेबंद-रेकॉर्ड! कर्माचं हे फोल्डर नाश पावत नाही. अन्नमय शरीराचा त्याग केल्यानंतरही ते फोल्डर अर्धजाणीवयुक्त मनाला चिकटूनच असतं. पुढील जन्मात त्यातल्या फाइल्स पुन्हा उघडल्या जातात; आणि कार्यरत होतात. सत्कर्म करून मागील जन्मात जेवढा विकास झाला असेल त्यापुढे व्यक्ती आणखी विकसित होत जाते. 'अहं ब्रह्मास्मि'ची आत्मानुभूती होणं ही विकासाची अंतिम पायरी असते.

या श्लोकासंदर्भात स्वामी प्रभुपादांनीही एक चांगलं तात्पर्य सांगितलं आहे :

मानवसमाजाचे नियमित आणि अनियमित असे दोन विभाग होतात. आध्यात्मिक मुक्तीच्या ज्ञानाअभावी जे केवळ पशुतुल्य इंद्रियतृप्तीमध्येच रत असतात, ते अनियमित श्रेणीमध्ये येतात. शास्त्रोक्त विहित कर्मांच्या तत्त्वाचं पालन करतात, ते नियमित श्रेणीमध्ये येतात. अनियमित श्रेणीमधील सभ्य-असभ्य, सुशिक्षित-अशिक्षित आणि बलवान-दुर्बल अशा सर्व लोकांमध्ये पशुप्रवृत्ती प्रबळ असते. त्यांची कर्मं शुभदायक नसतात. शुभकारक कर्मं नसण्याचं कारण म्हणजे भौतिक भोगेच्छा! आहार, निद्रा, भय आणि मैथुन या पशुतुल्य प्रवृत्तींचा उपभोग घेत ते दु:खपूर्ण भौतिक जगतात अनंतकालासाठी खितपत पडतात. याउलट जे शास्त्रनियमांनुसार संयमित असतात ते यथावकाश कृष्णभावनेत उन्नत होतात आणि आपली प्रगती करतात. शुभमार्गाचा जे अवलंब करतात, त्यांच्याही तीन श्रेणी असतात. त्या म्हणजे भौतिक सुखसमृद्धीचा उपभोग घेत शास्त्रोक्त विधिविधानांचं पालन करणारे, संसारातून मुक्त होण्याचा प्रयत्न करणारे आणि कृष्णभावनायुक्त भक्त.

भौतिक सुखाकरता शास्त्रोक्त विधिविधानांचं पालन करणाऱ्यांच्या पुन्हा दोन श्रेणी होतात : सकाम कर्मं करणारे आणि इंद्रियतृप्तीची आकांक्षा न करणारे. इंद्रियतृप्तीकरता सकाम कर्मं करणारे जीवनाच्या उच्चतम अवस्थेप्रत किंवा उच्चतम लोकांमध्येही उन्नत होतात. तरीही संसारातून मुक्त झालेले नसल्यामुळे ते वास्तविकत: शुभदायक मार्गाचं अनुसरण करत नाहीत. ज्या क्रिया आपल्याला मुक्तिपथावर नेतात, त्याच केवळ शुभदायक क्रिया असतात. म्हणजेच ज्या क्रियांचा उद्देश आत्मसाक्षात्कार किंवा देहात्मबुद्धीतून मुक्त होणं हा नसतो, त्या क्रिया मुळीच शुभदायक नसतात.

म्हणजेच भगवंताचं आणि भगवंतासाठीचे जे निष्काम कर्म केलं जातं आणि त्याच्या कार्यासाठीच जे कष्ट उचलले जातात, ते मनुष्याला श्रेष्ठ पदापर्यंत नेतात. अशा व्यक्तीला दुर्गती प्राप्त होत नाही. म्हणून शुद्ध कर्म करण्याचा प्रत्येकाने प्रयत्न केला पाहिजे.

मनुष्याने कल्याणकारक कर्मं करत राहवं. त्या कर्माच्या खात्याचा जमा-खर्च भगवंतच ठेवत असतो. त्यामुळे त्याच्यावर विसंबून शुद्ध, सात्त्विक आणि पर-कल्याणकारी कर्मं करावीत. जीवनाचा तोच उद्देश असतो.

*प्राप्य पुण्यकृतां लोकानुषित्वा शाश्वतीः समाः ।*
*शुचीनां श्रीमतां गेहे योगभ्रष्टोऽभिजायते ॥६.४१॥*

तो योगभ्रष्ट पुण्यवानांच्या लोकाला प्राप्त होऊन (तिथे) दीर्घकाल वास केल्यानंतर शुद्धाचरणी आणि वैभवशाली कुलामध्ये पुन्हा जन्म पावतो.

हा श्लोक अतिशय महत्त्वाचा आहे. काही कारणपरत्वे योगाभ्यास अर्धवट राहिला, तर असे योगभ्रष्ट मुनी प्रथम थेट उत्तम लोकाला जातात आणि तिथे दीर्घकाल राहून पुन्हा पृथ्वीवरच्या एखाद्या वैभवशाली पुण्यशील कुलात ते जन्म घेतात. या सृष्टीत अनेक लोक आहेत. म्हणजे प्लेन्स आहेत. प्रत्येक लोकातल्या जीवाच्या अवस्था वेगळ्या. जे उत्तम लोक आहेत तिथले जीव अत्यंत विशुद्ध, तरल, प्रेममय आणि कल्पनातीत सुंदर असतात. तिथे रोग, भय, चिंता नसतात. तिथल्या जीवांना सृष्टीचं ज्ञान असतं. परमेश्वराच्या अस्तित्वाची त्यांना निश्चिती असते. त्याविषयी त्यांच्या मनात पृथ्वीवरच्या लोकांप्रमाणे संभ्रम नसतो. तिथलं आयुर्मान प्रदीर्घकालीन असतं. अशा ठिकाणी दीर्घ काल वास्तव्य केल्यानंतर तिथले योगभ्रष्ट मुनी आपल्या पुढच्या अभ्यासासाठी आणि विकासासाठी पुन्हा पृथ्वीवरच्या एखाद्या पुण्यवान आणि शुचिश्रीमान अशा कुळात जन्म घेतात.

आता शुचिश्रीमान म्हणजे काय? तर जेव्हा मनुष्य नुसतं चांगलं कर्म करत असेल तर तो 'श्रीमान' होतो. त्याला पैसा मिळतो, प्रतिष्ठा मिळते, श्रीमंती मिळते. असा मनुष्य श्रीमान समजला जातो. 'शुचिना' म्हणजे जे पुण्यवान असतात आणि शुद्धाचरणी असतात ते. पण 'शुचिश्रीमान' म्हणजे ज्यांच्याकडे भरपूर धनसंपदा असूनही जे त्याचा अपव्यय करत नाहीत असे पुण्याचरणी - शुद्धाचरणी. असे लोक सात्त्विक वृत्तीचे असतात. पैसा, धन, यश, अधिकार त्यांच्या मूळच्या सात्त्विक वृत्तीला प्रभावित करत नाहीत. स्वतःच्या आणि दुसऱ्यांच्या विकासासाठी ते या देवदत्त संपत्तीचा विनियोग करतात. याउलट जे लांड्यालबाड्या करून धन

मिळवतात, ते साऱ्या संपत्तीचा विनियोग स्वत:करताच करतात, असे लोक कंजूष वृत्तीचे असतात. त्यांना 'शुचिश्रीमान' न म्हणता कवडीचुंबक किंवा भ्रष्टाचारी म्हणावं लागतं. कंजूषवृत्ती ही विकासामध्ये घातक ठरत असते. याउलट मिळालेल्या धनाचा चार लोकांसाठी, चांगल्या कामासाठी विनियोग झाला तर ते कर्म विकासाला पूरक ठरतं.

आदल्या जन्मात ज्यांनी भगवंतासाठी कार्य केलं आहे, भगवंताकडे दृष्टी ठेवून विकासासाठी कर्मं केली आहेत, ते या जन्मात 'शुचिश्रीमान' म्हणून जन्म घेतात. त्यांना मिळालेलं वैभव ते पवित्र कार्यात वापरतात. त्यामुळे त्यांचं वैभवही शुद्ध आणि पवित्र असतं.

जडत्वाकडून तरलतेकडे जाण्याचा हा प्रवास आहे. अनावश्यक पुटं गळून पडली म्हणजे उरतं ते शुद्धत्व. एका फ्रेंच शिल्पकाराने म्हटलं आहे, 'मी शिल्प कोरत नाही; मूळ दगडात शिल्प असतंच. शिल्पाभोवतीचा अनावश्यक भाग तेवढा काढून टाकतो!' दिव्य लोकांमध्ये केवळ शुद्धत्वच जाऊ शकतं आणि निवास करू शकतं. मलिनता तिथे जाऊच शकत नाही. दिव्यलोक हा पुण्यवानांचा लोक म्हणजे स्तर असतो. आता प्रश्न उपस्थित होऊ शकतो, की 'पुण्यवान' म्हणजे तरी काय? वाममार्गाने धन मिळवून ते स्व-प्रतिष्ठेसाठी धार्मिक कृत्यांसाठी खर्च केलं म्हणजे एखाद्या व्यक्तीला पुण्यवान म्हणता येईल का?

म्हणून भक्ती म्हणजे केवळ कृती नाही; तर ती समज आहे, असा पांडुरंगशास्त्री सिद्धान्त मांडतात. म्हणजेच पुण्यवान होण्यासाठी वृत्तीत भक्तीविषयीची समज निर्माण झाली पाहिजे. ही समज 'बुद्धिग्राह्य' असते. परंतु केवळ बुद्धीचा पर्यायसुद्धा एकांगी होतो. त्यामुळे बुद्धीसोबत 'भाववृद्धी'ही झाली पाहिजे. 'विचार' हे बुद्धीचं क्षेत्र असतं तर 'भाव' हा अंत:करणाचा धर्म असतो. बुद्धीसह भावभक्तीतूनच पुण्यकारक अनन्य भक्ती सिद्ध होते.

## बुद्धिग्राह्य समज

विशिष्ट विचारधारेचा प्रभाव, संगत, यश, प्रतिष्ठा, पदव्या किंवा काही कटु अनुभव यांमुळे एखादी व्यक्ती देवाच्या अस्तित्वालाच आव्हान (challenge) देते. हे आव्हान देताना आपला अभ्यास, अनुभव, पात्रता, व्यासंग यांचा विचार नसतो. 'मी देवाला मानत नाही' असं चार लोकांत सांगताना एखाद्या व्यक्तीला प्रतिष्ठाही वाटत असते. पण जेव्हा जीव-जगत्-जगदीश यांचा संबंध, सृष्टीची निर्मिती, विश्वाची विशालता आणि अनंतता, विश्वातील अनेक स्तर, द्विमितीय सृष्टीपासून नव्याने ज्ञात

अन्य मितीय सृष्टीचं स्वरूप, सृष्टीचं सौंदर्य, जीवाच्या मनाचे कप्पे, मनोव्यापार, प्राणांचं स्वरूप, त्रिगुणात्मक प्रकृती, शरीरांतर्गत अगम्य रासायनिक क्रिया, केवळ ३% ज्ञात झालेलं मेंदूचं स्वरूप, जन्म-मृत्यूचं रहस्य, कालाची परिमाणं इत्यादी विचार जेव्हा व्यक्ती करू लागते, तेव्हा विश्व व्यापून उरलेल्या महान शक्तीविषयीची समज बुद्धीत उतरू लागते. विश्व आणि विश्वनिर्मात्याचा विचार करताना एक गोष्ट अनुभवातून व्यक्तीच्या ध्यानात येऊ लागते. ती म्हणजे, आपल्या बुद्धीत हे विश्वात्म-ज्ञान उतरू शकत नाही. कितीही विचार केला तरी बुद्धीच्या मर्यादा उघड पडू लागतात. मग सृष्टीचं हे सर्जन पाहून भाव फुलायला लागतो. किती विशाल, किती बुद्धिमान असेल विश्वनिर्माता, अशी समज बुद्धीत दृढ होऊ लागते.

## भाववृद्धी

बाह्य सृष्टीत त्या परमतत्त्वाचं अस्तित्व शोधायला जसजशा मर्यादा पडू लागतात, तसतशी व्यक्ती अंतर्मुख होऊ लागते. विश्वव्यापक तत्त्व आपल्या छोट्याशा शरीरातही वास्तव्य करून आहे, याची जाणीव जेव्हा होऊ लागते, तेव्हा भाव वृद्धिंगत होऊ लागतो. अर्थात ते तत्त्व जाणण्याची प्रक्रिया सोपी मात्र खासच नसते. कारण इंद्रियातीत तत्त्वं डोळ्यांना दिसू शकत नाहीत. जे दिसतं त्याविषयी मन प्रतिसाद देत असतं आणि बुद्धी निर्णय करत असते. जे जे बाह्यत: दिसतं किंवा ऐकलं जातं, त्यानुरूप आपल्या अंत:करणात सकारात्मक अथवा नकारात्मक पडसाद उमटतात. चित्रपटात एखाद्या लहान मुलाला मारताना बघितलं की आपलं अंत:करण कळवळतं. म्हणजे जे दृश्य आपण पाहतो, त्यावर अंत:करणातूनच प्रतिसाद दिला जात असतो. इथेच मूर्तिपूजेला प्रारंभ होतो. विश्वव्यापक परमेश्वर जरी अव्यापक मूर्तीत नसला तरी आपल्या डोळ्यांसाठी - उपासनेसाठी परमेश्वराच्या अशाच सुंदर मूर्तीची आवश्यकता असते. निर्विकल्प समाधीत रमणाऱ्या योग्यांसाठी अशा मूर्तस्वरूपाची आवश्यकता नसते; मात्र सामान्यांसाठी त्याची नितांत आवश्यकता भासते. ईश्वराच्या अशा सुंदर सजवलेल्या मूर्तीची पूजा-अर्चना करून, उपासना करून अथवा ध्यान करून अंत:करणात भाववृद्धी होऊ लागते. निसर्गामध्येही परमतत्त्वाचं दर्शन होऊ लागतं. ही भाववृद्धी अंत:करण शुद्ध करू लागते. शुद्ध अंत:करणाला तसाच दैवी प्रतिसाद मिळू लागतो. मग असा 'भक्त' जाणीवपूर्वक अथवा समजपूर्वक स्व-विकासार्थ कर्म करू लागतो. त्या कर्मात वासना नसते, मागणी किंवा शुष्कताही नसते. किंबहुना भावाने भक्ताच्या अंत:करणात ओलावा निर्माण होऊ लागतो. निष्काम वृत्तीने असा भक्त कर्मयोगाचं आचरण करू लागतो.

अशी बुद्धीसहित श्रद्धाभावाने केलेली कर्मं ही पुण्यस्वरूप असतात.

व्यक्ती जेव्हा अशी पुण्यस्वरूप कर्मं करू लागते, तेव्हा ती विकसित होत जाते. मृत्युपश्चात असे उन्नत जीव मग पुण्यवानांच्याच स्तराला प्राप्त होतात. त्या स्तरावर ते दीर्घकाल आत्मज्ञानात्मक पुण्यकर्मातच विकास पावत जातात आणि मग पुढील वेगवान विकासासाठी पुन्हा पृथ्वीवरच्या एखाद्या शुद्धाचरणी वैभवशाली कुटुंबात जन्म घेतात. कारण पृथ्वीवर सतत उद्भवणाऱ्या आव्हानांना समर्थपणे आणि ईश्वरनिष्ठ भावातून दृढतेने तोंड देण्यात व्यक्तीचा अधिक विकास होत जातो. वेगवान विकासासाठी पृथ्वीस्तरच योग्य असतो.

हा श्लोक खूप गहन आहे, पण या भगवद्‌वचनावर पराकोटीचा विश्वास ठेवून विशुद्ध अशा निष्काम कर्मांचा प्रारंभ केला पाहिजे. प्रत्येक कर्म जाणीवपूर्वक शुद्ध आणि स्वविकासार्थ होत आहे किंवा नाही, याचंही भान सतत ठेवायला हवं. प्रत्येक जन्मातली अशी साधना उत्तरोत्तर विकासासाठी कारणीभूत होते आणि अखेरीला उत्तम गती प्राप्त करून देते. आदल्या जन्मातली अर्धवट राहिलेली ही साधना अशा तऱ्हेने व्यर्थ जात नाही आणि त्यामुळे प्रत्येक पुढचा जन्म हा श्रेष्ठ जन्म येतो.

ज्यामुळे जन्माचं सार्थक होईल असं कर्म हातून घडायला हवं. निष्काम कर्मयोगी विकासार्थ कर्मं करून उत्तम लोक प्राप्त करून घेतो. तिथे दीर्घ काल राहून पृथ्वीवरच्या शुचिश्रीमान घरात आणखी विकासासाठी जन्म घेतो.

*अथवा योगिनामेव कुले भवति धीमताम् ।*
*एतद्धि दुर्लभतरं लोके जन्म यदीदृशम् ॥६.४२॥*
*तत्र तं बुद्धिसंयोगं लभते पौर्वदैहिकम् ।*
*यतते च ततो भूयः संसिद्धौ कुरुनन्दन ॥६.४३॥*
*पूर्वाभ्यासेन तेनैव ह्रियते ह्यवशोऽपि सः ।*
*जिज्ञासुरपि योगस्य शब्दब्रह्मातिवर्तते ॥६.४४॥*
*प्रयत्नाद्यतमानस्तु योगी संशुद्धकिल्बिषः ।*
*अनेकजन्मसंसिद्धस्ततो याति परां गतिम् ॥६.४५॥*

अथवा ज्ञानवान योग्यांच्याच कुळात तो मनुष्य जन्म पावतो. अशा तऱ्हेचा हा जन्म या जगामध्ये नि:संशय अति दुर्लभ असतो. हे कुरुनन्दना, त्या ठिकाणी पूर्वजन्मींच्या संस्कारांनी युक्त असलेला बुद्धियोग त्याला पुन्हा प्राप्त होतो. मग तो पुन्हा (पूर्ण) योगसिद्धीसाठी प्रयत्न करतो. पूर्वजन्मीच्या त्याच्या त्या अभ्यासामुळेच इच्छा नसली तरी तो (पूर्ण सिद्धीकडे) कर्मयोगाकडे ओढला जातो. ज्याला योगाची (नुसती) जिज्ञासा जागृत झाली, तोदेखील शब्दब्रह्माच्या म्हणजे शब्दज्ञानापेक्षा श्रेष्ठ होऊन त्या पलीकडे जातो. योगाभ्यासाच्या अशा प्रयत्नांनी तो पापापासून शुद्ध होत अनेक जन्मांनंतर सिद्धी मिळवून अखेर परमगतीला पोहोचतो.

भगवंतांनी इथे पुनर्जन्माचा सिद्धान्तही मांडला आहे आणि पुनर्जन्मात मागील जन्मांचे संस्कार कसे चिकटून येतात, तेही कथन केलं आहे. ईश्वराने बनवलेला हा जणू एक विशाल 'प्रोग्रॅम' आहे. त्याचा कार्य-कारणभाव ठरलेला आहे. त्यात कोणीही बदल करू शकत नाही. 'फेसबुक'चे सभासद हवे ते फोटो टाकतात, व्हिडिओज् टाकतात किंवा एकमेकांशी बोलतात (chatting). त्यामध्ये फेसबुकचा निर्माता हस्तक्षेप करत नाही. प्रत्येकाला मर्यादित का होईना; पण फेसबुक वापरण्याचं स्वातंत्र्य असतं. त्याप्रमाणे या वैश्विक कार्यक्रमात प्रत्येक जीवाला विचार आणि कर्म यांचं स्वातंत्र्य

दिलेलं आहे. आपल्या कर्मानुरूप जीव आपला पुढचा प्रवास ठरवत असतो. मागच्या श्लोकात सांगितल्यानुसार उत्तम लोकात राहून आलेला योगी 'शुचिश्रीमान' घराण्याप्रमाणेच पुढच्या साधनेसाठी योग्यांच्याही कुळात जन्म पावतो. अशा योग्यांना आपल्या पूर्वकर्मांची स्मृती असावी किंवा कर्मांच्या प्रेरणा तर निश्चितच असाव्यात; म्हणूनच ते योग्यांच्या कुळात जन्म घेऊन विकासार्थ कर्मं करण्यासाठी प्रवृत्त होतात.

आत्मा अमर असतो; त्यामुळे त्यावर लिंगशरीराद्वारा या जन्मी जे संस्कार होतात, ते पुढे कायम राहतात; योगभ्रष्ट झालेला पुरुष पुढील जन्मी त्या स्तरापासून पुढच्या साधनेला प्रारंभ करतो. म्हणजे कर्मयोगाचं थोडंसं आचरणदेखील वाया जात नाही. पुढील जन्मी मागच्या शिदोरीत भरच टाकली जाते. मात्र पूर्वकर्मांचे क्रियमाण, संचित आणि प्रारब्ध यांचे प्रभाव प्रत्येक जीवाला भोगावेच लागतात. क्रियमाण तत्काल भोगलं जातं; संचितात कर्मं जमा होतात; ती प्रारब्धरूपाने भोगली जातात.

निष्काम कर्मं किंवा थोडाबहुत साधलेला कर्मयोग माणसाला ब्रह्मप्राप्तीच्या दिशेनंच नेत असतो. एका जन्मात केलेली ही साधना मनुष्याला पुढील जन्मी कामी येते. मग तिथून पुढचा अभ्यास सुरू करता येतो. श्रीमंत घराण्यात जन्म झाला तर योगाभ्यास पुढे चालू राहील असं निश्चितपणे सांगता येत नाही. कारण योगाभ्यासापासून परावृत्त करणारी विषयसुखाची साधने श्रीमंत कुटुंबात सहज उपलब्ध असतात. आपल्याला उत्तम आचारविचारांचं कुल प्राप्त झालं असेल, तर विषय-वासनांमागे वेळ न दवडता आपल्या जन्माचा मूळ हेतू ध्यानात घेऊन त्यानुरूप विकासार्थ कर्मं करायला हवी. त्यासाठी सात्त्विक वृत्तीच्या लोकांशी मित्रता ठेवायला हवी. अन्यथा भोगांकडे ओढणारे विषय सहज दाराशी येतात; त्यामुळे विकासाचा वेग मंदावतो, योगमार्गावरच्या प्रगतीला खीळ बसते.

अखेर प्रत्येक जीव एक ना एका जन्मात ब्रह्मरूप होतोच होतो. त्याचा कालावधी आपल्या कर्मानुसार ठरत असतो. म्हणून माणसाने या जन्मापासूनच कर्मयोगाला प्रारंभ करायला हवा. आपल्या जीवनाचा हेतू जाणून घ्यायचा प्रयत्न करायला हवा.

आपण जीवनात काहीतरी बनायचं किंवा काही मिळवायचं असं ठरवत असतो; पण कालपरत्वे परिस्थितीच अशी येते की जे आपण ठरवतो ते होत नाही. किंवा एखाद्याला हव्या त्या क्षेत्रात यश मिळतंही, पण त्यानंतर एखादी वेळ अशी येते की, हवं ते मिळालं - किंवा मिळवलं; आता पुढे काय, अशी परिस्थिती उत्पन्न होते. या दोन्ही परिस्थितीत शरीरांतर्गत संस्कारच आपल्याला अशा वळणावर आणतात की, आपण आत्मविकासासाठी कर्मं करायला प्रवृत्त होतो. म्हणजे आपली इच्छा असो वा नसो; आपण आपोआप पूर्णसिद्धीच्या दिशेने ओढले जातो.

आदल्या जन्मात चित्तशुद्धी झाली असेल तर पुढल्या जन्मात निष्काम कर्म करण्याची बुद्धी होते. पूर्वजन्मी जसा अभ्यास असतो, जी पातळी गाठलेली असते त्या दिशेने ओढा असतो. एखादा केवळ कर्मं करत असेल तर त्याचा कर्मांकडे ओढा असतो; एखादा ज्ञानसाधना करत असेल तर ज्ञानप्राप्तीकडे त्याचा ओढा असतो.

यांपैकी काहीच नसेल तर मनुष्य केवळ भोगवादी जीवनातच मग्न होऊन जगत राहतो. तीच त्याला जीवनाची इतिकर्तव्यता वाटते. आत्मविकास, आत्मज्ञान वगैरे विषय अशा व्यक्तीसाठी तुच्छतेचे, चेष्टेचे किंवा दुर्लक्षिण्याचे विषय असतात. अनेक जन्मांनंतर अशी व्यक्ती जेव्हा कर्मयोग साधण्यासाठी प्रवृत्त होते; दृढतेने आणि गतीने विकास पावत जाते, तिचा आत्मज्ञानाच्या दिशेने प्रवास सुरू होतो; मग ती व्यक्ती शुद्ध होत सर्व पापांमधून मुक्त होते. विचारपूर्वक श्रद्धायुक्त अंत:करणाने या जन्मातच आत्मविकासार्थ कर्मं प्रारंभित केली तर व्यक्तीचा लवकर उत्कर्ष होऊ शकतो.

वैदिक यज्ञयागादि काम्य कर्मं ही श्रद्धेनंच केली जात असतात. वेद म्हणजे सर्व सृष्टीपूर्वी असणारा शब्द अर्थात शब्दब्रह्म होय. शब्दब्रह्म आणि निर्गुण परब्रह्म असे ब्रह्माचे दोन प्रकार आहेत. शब्दब्रह्मापलीकडे म्हणजे मंत्र-तंत्रांद्वारा भोगप्राप्तीसाठी सकाम कर्मं करण्याच्या प्रवृत्तीपलीकडे मनुष्य जातो. शब्दब्रह्मामध्ये प्रगती साधली की आपोआपच मनुष्य निर्गुण ब्रह्माकडे खेचला जातो. लोखंड जसं चुंबकाकडे खेचलं जातं, त्याप्रमाणे पूर्वजन्मीचा अभ्यास त्याला शब्दब्रह्माच्या पलीकडे नेतो.

*स्वल्पारम्भा : क्षेमकरा:* या नीतीने टाकलेलं छोटं पाऊल हेसुद्धा मनुष्याला प्रगतिपथावर नेतं. रहाटगाडगं एकदा सुरू झालं की शेताला पुरेसं पाणी मिळाल्याखेरीज ते थांबवून चालत नाही. चित्रपटाचा मध्यंतर झाला म्हणजे चित्रपट संपला असं होत नाही. त्याप्रमाणे 'जिज्ञासा' होणं हा मध्यंतर असतो. जिज्ञासा निर्माण झाली की सिद्धी प्राप्त होऊन मनुष्य शब्दब्रह्माच्या पलीकडे पोहोचल्याखेरीज राहत नाही. प्रयत्न जितके अधिक, तितकं श्रेय अधिक मिळतं. म्हणूनच योगी प्रत्येक जन्मामध्ये खूप प्रयत्न करतो असे प्रयत्न करतानाच तो एखाद्या जन्मात पापरहित होऊन जातो. प्रत्येक जन्मामध्ये शुद्ध संस्कार घेत घेत ज्ञानी बनतो. त्या योगसिद्धीच्या बळावर तो परमगतीला पोहाचतो.

कर्मयोगाची मागच्या जन्माची आपली शिदोरी बरोबर घेऊन जीव बुद्धिमान लोकांच्या कुळात जन्म पावतो. त्या जन्मात त्याचा योगसिद्धीच्या दिशेने अजून पुढचा प्रवास सुरू होतो. गतजन्मीच्या कर्मांनुसार किंवा अभ्यासानुसार मनुष्याला इच्छा नसली तरी पूर्णत्वाच्या दिशेने तो ओढला जातो. प्रयत्नाने अनेक जन्मांनंतर माणसाचं पाप नष्ट होतं. तो शुद्ध होऊन परमगतीला पोहोचतो.

*तपस्विभ्योऽधिको योगी ज्ञानिभ्योऽपि मतोऽधिकः।*
*कर्मिभ्यश्चाधिको योगी तस्माद्योगी भवार्जुन ॥६.४६॥*
*योगिनामपि सर्वेषां मद्गतेनान्तरात्मना ।*
*श्रद्धावान्भजते यो मां स मे युक्ततमो मतः ॥६.४७॥*

योगी मनुष्य हा तपस्वी, ज्ञानी आणि कर्मठांपेक्षादेखील श्रेष्ठ असतो. म्हणून हे अर्जुना, तू योगी हो. तथापि, सर्व योग्यांमध्येही जो माझ्या ठिकाणी अंतःकरण ठेवून श्रद्धेने माझ्याशीच योगयुक्त असतो, त्यालाच मी अत्यंत श्रेष्ठ योगी समजतो.

हठयोगाचं आचरण करणारे तपस्वी, ज्ञानी म्हणजे सांख्यमार्गाने कर्मांचा त्याग करून सिद्धी मिळवणारे सांख्यनिष्ठ, कर्मी म्हणजे नुसती काम्य कर्मं करणारे सकाम कर्मी आणि स्वर्गादी फलांची अपेक्षा करणारे कर्मठ मीमांसक, या साऱ्यांना त्यांच्या मार्गाने काही सिद्धी मिळतातच; परंतु भगवंत सांगतात, या साऱ्यांपेक्षा योग्याचा कर्मयोग हाच मार्ग श्रेष्ठ आहे. म्हणून तू योगस्थ होऊन तू कर्मं कर; कर्मयोग श्रेष्ठ असल्यामुळे तू कर्मयोगी हो, असं भगवंत सांगतात.

कित्येक लोक तपस्वी असतात, कित्येक ज्ञानमार्गी असतात; तर कित्येक तपस्वींना सिद्धी प्राप्त झालेल्या असतात. सिद्धी मिळाल्या म्हणजे ती व्यक्ती ब्रह्मज्ञानी झाली अथवा खरी योगी झाली असं होत नाही.

> *Autobiography of Yogi* या आत्मचरित्रात 'पर्फ्यूम सेंट' नामक एका सिद्धाविषयी योगानंदांनी लिहिले आहे. हा सिद्ध त्याच्या शरीरातून हवा तो सुवास निर्माण करायचा. योगानंदांनी त्याचं कौतुक केलं. तेव्हा तो म्हणाला, ''ही सिद्धी मिळवण्यासाठी मी तीस वर्षं साधना केली आहे!''
> योगानंदांनी विचारलं, ''मग तुम्हाला देवदर्शन झालंच असेल!''
> तेव्हा काहीसं खजिल होत तो सिद्ध म्हणाला, ''सिद्धी प्राप्त करताना मी कधी देवाचा विचारच केला नव्हता!''

थोडक्यात त्या योग्याला जरी एक सिद्धी मिळाली होती तरी परमात्मस्वरूप मुळीच समजलेलं नव्हतं हेच सिद्ध होतं.

त्यामुळे तप आणि ज्ञान जर 'योगा'ने सिद्ध झालं असेल तरच तो खरा 'योग' होतो; केवळ सिद्धी मिळून योगी होता येत नाही. उलट सिद्धी म्हणजे परमतत्त्वाकडे जाणाऱ्या मार्गातले सापळे असतात. त्यात अडकलं की पुढचा प्रवास खंडित होतो. सिद्ध व्यक्ती भरकटूसुद्धा शकते. ती परमेश्वरापासून तत्त्वत: दुरावते.

म्हणून कर्म, ज्ञान आणि भक्ती यांचा त्रिवेणी संगम जर झाला, तरच खरा योग साधला जातो. जो खरा भक्त असतो त्याच्यामध्ये हा त्रिवेणी संगम झालेला असतो. खरा भक्त हा कर्मयोगीच असतो. कारण तो ईश्वरार्पण बुद्धीने अहंभाव त्यागून कर्म करतो. संसार त्यागून तो रानावनात भटकत बसत नाही किंवा स्व-प्रतिष्ठा वाढवण्याचा प्रयत्न करत नाही. या सर्व उपायांमागे भगवंताचं स्वरूप जाणून घेण्याचा उद्देश महत्त्वाचा असतो. भगवंत हा सर्वव्यापक आहे आणि त्याच्यापासून सृष्टी निर्माण झाली आहे, हे ज्ञान खऱ्या योग्याला असतं. म्हणूनच समर्पित वृत्तीने तो जीवन जगत असतो. तो कदाचित चमत्कार वगैरे करतही नाही; पण तो आयुष्यभर लोकसंग्रहार्थ निष्काम कर्मं करत राहतो.

गृहिणी जेव्हा स्वयंपाक सिद्ध करते तेव्हा घरच्या मंडळींनी आणि पाहुणे-मंडळींनी त्या भोजनाचा मनसोक्त आस्वाद घ्यावा हा त्यामागाचा हेतू असतो. त्यामुळे अन्नामध्ये खडे येऊ नयेत यासाठी ती मन लावून धान्य निवडते. भाजीपाला स्वच्छ धुवून घेते. हा झाला 'भक्तिभाव'.

यानंतर पदार्थ कसे बनवायचे, भाजीमध्ये तिखट आणि मीठ किती घालायचं, पोळ्या कशा करायच्या हे माहीत असणं म्हणजे 'ज्ञानयोग' आणि प्रत्यक्ष भावपूर्ण अंत:करणाने पाकसिद्धी करणं , गॅसवर भांडी चढवून त्यात पदार्थ करणं हा झाला 'कर्मयोग!'

म्हणजे एखादी व्याख्या माहीत असणं वेगळं आणि त्या व्याख्येनुरूप कर्मं करणं वेगळं! प्रेमाची व्याख्या माहीत असणं वेगळं; आणि प्रत्यक्ष प्रेम करणं वेगळं! असा दोहोंमध्ये भेद आहे.

स्वत: ज्ञान मिळवणं आणि मिळालेलं ज्ञान समाजालाही करून देण्यासाठी निष्काम बुद्धीने कर्म करणं यामध्ये असं ज्ञानसिंचन करणारा कर्मयोगी केव्हाही श्रेष्ठ ठरतो.

कर्मामध्ये भक्ती मिसळली म्हणजे दुधात साखर घातल्यावर जशी गोडी येते तशी गोडी कर्मयोगातही येते. असाच कर्मयोगी भक्त भगवंताला प्रिय होतो. कर्मयोगी अनेक असतील तर त्यातून कुणाला श्रेष्ठ ठरवायचं, असा प्रश्न पडला; तर जो

भक्तिपूर्वक कर्मयोगाचं आचरण करतो त्याला श्रेष्ठ मानावं, असं भगवान सांगतात. कर्मयोगाला भक्तीची जोड मिळाली म्हणजे सुवर्णाला सुगंध प्राप्त झाल्याप्रमाणेच होतं. गृहस्थाश्रमी पुरुषाला जशी सुयोग्य पत्नीची साथ लाभदायक ठरते, त्याप्रमाणे कर्मयोगाला भक्तियोगाची साथ लाभदायक ठरत असते. केवळ कर्मयोग करून सिद्धी प्राप्त झाली तर मनाला शुष्कपणा येण्याचाही संभव असतो, पण भक्तीचा ओलावा त्यात मिसळला तर कर्मयोगातली शुष्कता नाहीशी होते. अंतःकरण आर्द्र होऊन जातं.

कर्मापेक्षा भक्ती श्रेष्ठ असा यातून अर्थ निघत नाही, तर कर्माला भक्तीची जोड मिळाली पाहिजे असं भगवंतांचं सांगणं आहे. कारण एकदा का सिद्धी प्राप्त झाली, की भक्ताला भक्ती करण्याची गरज भासत नाही. मग अशा अवस्थेत तो भक्ती करणं सोडून देऊ शकतो. पण भगवंत सांगतात, तू श्रद्धापूर्वक कर्मयोग करताना तुझी भक्ती चालूच ठेव. पुढे काही करायचं उरलं नसलं किंवा काही साध्य करून घ्यायचं नसलं, तरी या पूर्णत्वाच्या अवस्थेनंतरही भक्ती मात्र सुरूच ठेव. श्रद्धेने माझीच उपासना कर. ध्यान कर. भक्ती ही कृती नसून ती वृत्ती आहे आणि ही वृत्ती कधी सुटता कामा नये.

आतापर्यंत भगवंतांनी जीवाला विकासासाठी अत्यावश्यक असणाऱ्या गोष्टी सांगितल्या. ज्याला आत्मविकास साधायचा आहे, त्याने किंवा ज्याला आत्मस्वरूप जाणून घ्यायचं आहे त्याने , कर्म, ज्ञान, संन्यास यांचं क्रमशः आचरण केलं पाहिजे. संन्यास म्हणजे केवळ सर्वसंगपरित्याग करून रानावनात वास्तव्य करणं नव्हे! तर निःसंग वृत्तीने विश्वनिर्मात्याचं सर्वव्यापित्व जाणून आसक्तिरहित विहित कर्म निष्काम बुद्धीने करणं .

आता हे विश्वनिर्मात्याचं स्वरूप आहे तरी कसं? ते आहे निर्गुण निराकार! पण निर्गुण निराकार परमात्मा स्वस्वरूप कायम ठेवून सगुण साकारही होऊ शकतो. कॉम्प्युटरमधील 'कोरल ड्रॉ' सॉफ्टवेअरमधून हजारो डिझाइन्स् जरी केली तरी त्यामुळे मूळ 'कोरल ड्रॉ' सॉफ्टवेअरमध्ये फरक होत नाही. ते सॉफ्टवेअर आहे तसंच कायम असतं. त्याचप्रमाणे मूळ सर्वव्यापी परमात्मस्वरूपावर परिणाम न होता परमात्मा स्वयंप्रेरणेने साकार होऊ शकतो. नारायणोपनिषदात त्याचं वर्णन आहे :

*यच्च किञ्चितजगत्सर्वं दृश्यते श्रूयतेऽ पि वा।*
*अन्तर्बहिश्च तत्सर्वं व्याप्य नारायण: स्थित:॥*

परमतत्त्व जाणण्यासाठी शास्त्रशुद्ध मार्गानंच मार्गक्रमणा केली पाहिजे. त्यासाठी कर्माचा त्याग न करता प्रथम संकल्पांचा त्याग केला पाहिजे. मग विषयांचा संन्यास घेता आला पाहिजे. त्यासाठी ध्यानयोग साध्य करायला हवा. म्हणजे मग चित्तशुद्धी होऊन आत्मसाक्षात्कार होतो. अर्थात आत्मसाक्षात्कारानंतरही श्रद्धापूर्वक परमात्म्याचं ध्यान

मात्र सतत केलं पाहिजे. संन्यास, संकल्पांचा त्याग, विषयवासनांचा त्याग आणि चित्ताची एकाग्रता यांविषयी मी पूर्वीच्या भागांत पुष्कळ विवेचन केलं आहे. त्यामुळे इथे त्याची पुनरावृत्ती करत नाही. जिज्ञासूंनी त्यासाठी मागचे भाग पुन्हा वाचावेत.

थोडक्यात, परमेश्वरावर आत्यंतिक निष्ठा ठेवून, त्याच्याशी सदा युक्त राहून जो जीवनव्यवहार करतो, तो 'योगी' परमेश्वराला अधिक प्रिय असतो.

सहावा अध्याय इथे पूर्ण झाला. पुढील भागात सातव्या अध्यायाचा आपण प्रारंभ करू.

ज्ञान प्राप्त झाल्यावर हृदयात भक्ती ठेवून योग्याने लोकसंग्रहार्थ कर्मं केलीच पाहिजेत. कर्मयोगी ही श्रेष्ठतम अवस्था आहे. परमेश्वरासाठी नियत कर्मं करत राहणं यातच खरा पुरुषार्थ असतो. म्हणून तू योगस्थ राहून युद्धाचं हे कर्म निःशंक मनाने कर, असं भगवंत अर्जुनाला सांगतात.

जो श्रद्धेने अंतःकरणपूर्वक परमेश्वराला भजतो आणि आत्मसिद्धी प्राप्त झाल्यानंतरही केवळ त्याच्यासाठीच कर्मं करतो, तो कर्मयोगी सर्वश्रेष्ठ समजला जातो.

ॐ श्री परमात्मने नम:

अध्याय सातवा

# ज्ञानविज्ञानयोग

गीतेने अपरा आणि परा या दोन स्वरूपांचे स्पष्टीकरण दिलं आहे. अपरा प्रकृतीमध्ये पंचमहाभूते, मन, बुद्धी आणि अहंकार ही आठ तत्त्वे आहेत. भगवंतांच्या सान्निध्याने जे चैतन्य प्राप्त होते तिला परा प्रकृती असे म्हणतात. या आठ घटकांसह,जीवन हा नववा घटक बनतो. या अध्यायात भगवंताची अनेक रूपे सांगितली आहेत.

**श्री भगवान उवाच**

*मय्यासक्तमनाः पार्थ योगं युञ्जन्मदाश्रयः ।*
*असंशयं समग्रं मां यथा ज्ञास्यसि तच्छृणु ॥७.१॥*
*ज्ञानं तेऽहं सविज्ञानमिदं वक्ष्याम्यशेषतः।*
*यज्ज्ञात्वा नेह भूयोऽन्यज्ज्ञातव्यमवशिष्यते ॥७.२॥*

(श्री भगवान म्हणाले) हे पार्था, माझ्या ठिकाणी चित्त ठेवून, माझाच आश्रय करून कर्मयोगाचं आचरण करत असता तुला माझं ज्या प्रकाराने अथवा ज्या विधीने पूर्ण आणि नि:संशय ज्ञान होईल ते ऐक. विज्ञानासहित हे ज्ञान काही शेष न ठेवता मी तुला सांगतो; जे जाणल्याने या लोकी पुन्हा दुसरं काहीही जाणायचं शिल्लक राहत नाही.

पहिल्या सहा अध्यायांत इंद्रियनिग्रह करून काम-क्रोधादी शत्रूंना ठार मारावं हे भगवंतांनी सांगितलं आहे. त्यामुळे परमेश्वर सर्व जीवांमध्ये आणि सर्व जीव परमेश्वरामध्ये समाविष्ट असल्याचं आकलन होतं. हे ज्ञान-विज्ञान जाणल्यानंतर परमेश्वराचं पूर्ण ज्ञान होऊनही कर्म न सोडता कोणत्या विधींनी मोक्ष मिळतो, हे आता पुढल्या सहा अध्यायांमधून भगवंतांनी स्पष्ट केलं आहे. म्हणजेच पहिल्या सहा अध्यायांत 'त्वम्' पदार्थाचा स्वधर्म सांगितला. जीव हा परब्रह्मापेक्षा वेगळा नाही; म्हणून तू आत्मप्रत्ययवान हो, असा अर्जुनाला भगवंतांनी उपदेश केला. ही गोष्ट प्रत्यक्षात कशी आणायची? 'त्वम्'चं शुद्धीकरण कसं करायचं, हे आता भगवान विशद करून सांगत आहेत : ते म्हणतात, 'माझ्यामध्ये चित्त एकाग्र कर. माझा आश्रय घे. माझंच ध्यान कर.'

माझं ध्यान कर, हे सांगताना भगवंतांना ईशभाव अभिप्रेत आहे. हा ईशभाव समष्टीतील स्वामित्वाचा दर्शकही आहे.

आता परमेश्वराचं ध्यान करताना ते त्याच्या कोणत्या स्वरूपाचं करायचं, हा प्रश्न स्वाभाविकच उपस्थित होतो. भगवंत सांगतात, जसा जीवाचा अधिकार किंवा योग्यता, तसा त्याचा परमेश्वर! इंद्रियांना महत्त्व देत असू तर देवही तसाच असेल. प्राणाला महत्त्व देणं ही त्याच्या पुढची पायरी असते. त्यानंतर मनाचा स्तर येतो. मग व्यक्ती आणखी प्रगल्भ झाली की, ती आत्मस्वरूपाच्या ध्यानाकडे वळते. म्हणजेच 'आत्माराम' ही अंतिम स्थिती असते. आपली ईश्वराविषयीची जशी कल्पना असेल त्याप्रमाणे ईश्वर लहान अथवा मोठा होतो. तथापि, हा प्रवासदेखील परमतत्त्वाच्या दिशेनंच होत असतो. वाटेत असे विविध थांबे येणारच असतात.

लहान वयात प्राथमिक शाळेतल्या शिक्षिका सर्वश्रेष्ठ आणि ज्ञानी वाटत असतात. अगदी आई-वडिलांपेक्षाही या शिक्षिका अधिक ज्ञानी वाटत असतात. कारण ज्ञान मिळण्याचं तेवढंच मर्यादित क्षेत्र असतं. वय वाढलं, की मग आजोबा-काका-मामा हे ज्ञानी वाटतात. बालक जसाजसा मोठा होत जातो तसतशी त्याची मतं आणि आदर्श बदलत जातात; अनुभवाने त्याची समज बदलत जाते. मग तो स्वतःच पूर्वीचे समज खोटे ठरवतो.

त्याचप्रमाणे आधी मूर्तीतला परमेश्वर खरा वाटत असतो. मग गुरू सर्वश्रेष्ठ वाटतो. जसजशी समज प्रगल्भ होत जाते, तसतसा जीव देहांतर्गत तत्त्वाकडे आकृष्ट व्हायला लागतो. विचारशक्ती आणि कल्पनाशक्ती जसजशी प्रगल्भ होत जाते आणि या शक्तींना जेव्हा प्रतिभेचा स्पर्श होतो, तेव्हा परमात्म्याविषयीची समजही अशी उन्नत होत जाते. भगवंतांना तेच अभिप्रेत आहे.

यानंतर आता भगवान ज्ञान-विज्ञानाविषयी सांगत आहेत. ते अर्जुनाला ग्वाही देतात, 'याविषयी जाणल्यानंतर तुला जाणायचं काही शेष उरणार नाही.' आता हे ज्ञान कोणतं, असा प्रश्न उपस्थित होऊ शकतो. हे ज्ञान म्हणजे शाळेतल्या धड्यातला अभ्यास नाही किंवा भौतिक शास्त्रांसह विविध शास्त्रांचा अभ्यास नाही. म्हणूनच त्यांनी पृथक्त्वाने असे विषय समजावलेले नाहीत. उदाहरणार्थ, विश्वात किती ग्रहगोल आहेत, किती आकाशगंगा आहेत, किती प्रकारची रसायने आणि संयुगं आहेत, किती प्रकारचे प्राणी आहेत असे विषय त्यांनी मुळीच सांगितलेले नाहीत, परंतु भ्रमामुळे पृथक्त्वाने दिसणाऱ्या या सृष्टीमागे कोणतं तत्त्व आहे आणि ते कसं आहे, यावर त्यांनी भर दिला आहे. योगस्थ होऊन ईश्वराची अपरोक्षानुभूती (direct experience) घेणं हेच ते ज्ञान आणि विज्ञान.

द्वापरयुगात उज्जयिनीमध्ये शिखिध्वज नावाचा मोठा राजा होऊन गेला. हा राजा सर्वगुणसंपन्न होता. चूडाला नावाच्या एका सर्वगुणसंपन्न अशा सुंदर कन्येशी त्याचा विवाह झाला. अनेक वर्षं दोघांनी जीवनाचा यथेच्छ उपभोग घेतला. यथावकाश राजाला विरक्ती आली. सर्वसंगपरित्याग करून तो तपश्चर्येसाठी वनात निघून गेला.

राजप्रासादात असतानाच चूडालाही विरक्त झाली. तिलाही आत्मतत्त्वाची ओळख पटली. आत्मज्ञान हेच परमश्रेष्ठ ज्ञान आहे, हे तिला कळून चुकलं. तीसुद्धा मग अरण्यात गेली. राजाला भेटण्यापूर्वी तिने एका ब्रह्मकुमाराचं रूप धारण केलं. मग तपाचरण करणाऱ्या राजाला भेटून तिने त्याला एक गोष्ट सांगितली :

विंध्यपर्वतात एक मोठा हत्ती होता. एके दिवशी त्याला एका शिकाऱ्याने सापळा रचून लोखंडी जाळ्यात पकडलं पण हत्तीने त्या शिकाऱ्याला काही कळायच्या आत ते जाळं आपल्या दोन मजबूत दातांनी तोडून टाकलं. ते समजताच तो शिकारी झाडावर चढून बसला. पुन्हा उठून हत्ती त्या झाडाखालून जाऊ लागताच त्या शिकाऱ्याने हत्तीच्या डोक्यावर उडी मारली. पण त्याचा अंदाज चुकला आणि तो खाली पडला. ते पाहून हत्तीला त्याची दया आली. त्याला इजा न करता तो तसाच पुढे निघून गेला. असं असूनही शिकाऱ्याने त्या हत्तीला पुन्हा पकडण्यासाठी एक खड्डा खणला. वर गवत अंथरून खड्डा झाकून टाकला. पुन्हा जेव्हा हत्ती तिथे आला, तेव्हा तो बरोबर त्या खड्ड्यात पडला आणि अडकला. त्यामुळे तो कमालीचा दु:खी झाला.

चूडालेने राजाला या गोष्टीचं तात्पर्य सांगताना म्हटलं, 'राजा, या गोष्टीतला हत्ती तू आहेस. हत्तीला पकडणारा शिकारी म्हणजे अज्ञान होय. अज्ञानानंच तुला आशा-पाशाच्या लोखंडी जाळ्यात अडकवलं पण विवेक आणि वैराग्य या दोन दातांनी तू आशारूपी जाळं तोडून टाकलंस आणि तेच अज्ञान पुन्हा तुझ्यावर झडप मारत असताना ते खाली पडलं; परंतु त्या अज्ञानाला त्यागरूपी खड्गाने मारून न टाकता तू त्याला सोडून दिलंस. त्यामुळे ते अज्ञान पुन्हा उठलं आणि आपल्या पराभवाची आठवण ठेवून त्याने तुला या तमोरूपी खड्ड्यात पुन्हा डांबून ठेवलं. राजा, या अज्ञानरूपी खड्ड्यातून तू बाहेर ये आणि अज्ञानरूपी शत्रूच्या नाशासाठी पुन्हा चिकाटीने प्रयत्न कर!'

राजाने तेव्हा चूडालेला ओळखलं. अर्थातच त्याच्यासाठी ती नवी ओळख होती. मात्र तिच्या उपदेशाचा त्याला तेव्हाच अर्थबोध झाला. तो असा की, दु:ख हे अज्ञानात असतं आणि सुख हे ज्ञानात असतं. अज्ञानरूपी सुख हे नाशवंत असतं तर ज्ञानरूपी आनंद हा चिरंतन टिकणारा असतो. कारण त्या ज्ञानात शुष्कता नसून भावमयताही सामावलेली असते.

परमात्मा असा ज्ञानगम्य आहे. आपण कोणत्या चष्म्यातून त्याच्याकडे बघतो, हा खरा प्रश्न आहे. आपण जर अंतर्गोल काचेतून एखादी वस्तू बघत असू तर ती छोटी दिसेल आणि जर बहिर्गोल काचेतून बघत असू तर ती मोठी दिसेल.

म्हणून आपण आपली विचारशक्ती किंवा कल्पनाशक्ती जर उच्च पातळीवर नेली तर भगवंताचं स्वरूपही भव्य-उदात्त आणि उच्चतम बनेल. मग मी आणि तो हा भेदच उरणार नाही.

भगवान म्हणतात की, हे ज्ञान एकदा प्राप्त झालं की काहीही जाणून घ्यायचं शिल्लक राहत नाही. परमेश्वरज्ञानाचंच समष्टिरूप म्हणजे ज्ञान आणि व्यष्टिरूप म्हणजे विज्ञान. अर्थात सृष्टीचं एकत्व हे परमात्म्याचं स्वरूप आणि पृथक पृथक गोष्टींचं ज्ञान म्हणजे विज्ञान. थोडक्यात अनेकांचं एकत्व म्हणजे परमात्मा आणि सृष्टीतील विभिन्नता म्हणजे विज्ञान. जे पिंडी तेच ब्रह्मांडी; जे ब्रह्मांडी तेच पिंडी. सागरजल जरी मडक्यात भरलं तरी त्यात आणि सागरजलात भिन्नत्व येत नाही.

*मनुष्याणां सहस्रेषु कश्चिद्यतति सिद्धये ।*
*यततामपि सिद्धानां कश्चिन्मां वेत्ति तत्त्वतः ॥७.३॥*

सहस्रावधी मनुष्यांमध्ये एखादाच सिद्धी मिळवण्याचा प्रयत्न करतो आणि अशा प्रयत्नवादी सिद्धांपैकी एखादाच मला तत्त्वतः जाणतो.

परमात्मस्वरूपाचं ज्ञान केवढं दुर्लभ असतं, हे या श्लोकावरून समजून येतं. ते ज्ञान मिळवण्यासाठी हजारो लोकांमधला एखादाच सिद्धी मिळविण्याचा प्रयत्न करतो आणि असा प्रयत्न करणाऱ्या हजारोंमधील एखाद्यालाच परमात्मस्वरूपाचं तत्त्वतः (in principle) ज्ञान होत असतं.

इथे जे सिद्धी म्हटलेलं आहे ते परोक्ष ज्ञानासंदर्भात म्हटलेलं आहे. म्हणजे जे भगवंताविषयी थेट ज्ञान मिळवण्याचा प्रयत्न करतात, अशा सिद्धांनाही त्याचं ज्ञान हे अतिशय दुर्लभ असतं. ज्ञान होणं ही गोष्ट इतकी कठीण असण्याचं कारण म्हणजे ज्ञान हे तर्कानं कधी जाणता येत नाही, विवेकाने कधी समजत नाही किंवा जाणिवेनंही ज्ञानाचं आकलन करता येत नाही. सिद्धी मिळाल्या किंवा केवळ इंद्रियं ताब्यात ठेवली की ज्ञान झालं असं कित्येकांना वाटतं; परंतु केवळ इंद्रियं ताब्यात ठेवूनही कार्यभाग साधता येत नाही. आत्मतत्त्वाचा सम्यक बोध होणे आणि तो बोध प्रत्यक्ष कार्यवाहीत आणणे म्हणजे माणूस खऱ्या अर्थाने आत्मज्ञानी होतो.

ज्या मेंदूमुळे आपण विचार करतो, तो मेंदू आपण पाहू शकत नाही. ज्या डोळ्यांनी आपण पाहतो, त्या डोळ्यांना आपल्याला बघता येत नाही. मग देव दाखवा, असं आपण कोणत्या बौद्धिक आधारावर म्हणू शकतो? 'स्व'ला पाहता आलं तरच परमतत्त्व अनुभवायला येऊ शकतं. हे परमात्मज्ञान सर्वांना, सहजगत्या आणि अल्पशा प्रयत्नांनी मुळीच साध्य होण्यासारखं नाही. कारण भगवंताला जाणून घेणं ही मानवी-जीवनाची प्राथमिकता नसते. जीव हा बाह्य विश्वातच रमलेला असतो. त्यातच तो सुख मिळवण्याचा प्रयत्न करत राहतो. याउलट सुखापलीकडच्या चिरंतन

आनंदाविषयी तो साशंकच असतो. त्यामुळे जे समोर दिसतं, इंद्रियांना जाणवतं आणि अनुभवायला येतं, त्यातलंच सुख मिळवणं ही मनुष्याची इतिकर्तव्यता ठरते. त्यातच त्याचा पुरुषार्थ कारणी लागतो.

धर्म-अर्थ-काम-मोक्ष या पुरुषार्थाच्या नैसर्गिक प्रेरणा असतात, परंतु भोगवादी जीवनात यांचा अनुक्रम काहीसा उलट होतो. म्हणजे काम, अर्थ, धर्म आणि मोक्ष असा तो होतो. यांपैकी 'काम' आणि 'अर्थ' या दोन पुरुषार्थांच्याच मागे मनुष्य आयुष्यभर लागतो. त्यामुळे हे पुरुषार्थ गाजवत असताना मनुष्याच्या वाट्याला क्लेशच येतात. मात्र हे दोन पुरुषार्थ 'धर्मा'ने नियंत्रित करता आले तर मात्र तितके क्लेश होत नाहीत. अन्यथा पुरुषार्थ गाजवता गाजवता दुःखच पदरात पडत जातं.

तथापि धर्माचं अवलंबन करण्यातही मनुष्याचा उद्देश इंद्रियसुखच मिळवण्याचाच असतो. त्यामुळे जरी धर्माधिष्ठित पुरुषार्थ गाजवून त्याने सुखोपभोग मिळवले तरी त्यातून त्याला तृप्ती मिळू शकत नाही. एखाद्याला वाटतं, खूप नावलौकिक मिळवला तर मी सुखी होईन, तर कुणाला वाटतं, भरपूर पैसा मिळवला म्हणजे मी सुखी होईन. पण अशा तात्पुरत्या सुखांनी अंतिम तृप्ती कधीच येऊ शकत नाही. कारण हे सारं मिळवूनही इतर अनेक प्रकारची दुःखं आणि क्लेश व्यक्तीला हैराण करत असतात. तृप्ती तर दूरच राहते. मग चिरंतन आनंदाचा तर विचारच नको!

दैववशात अथवा पूर्वकर्मांनुसार जर मनुष्याला सत्याचं भान आलं तर मात्र तो इंद्रियातीत सुख-दुःखांपलीकडचा विचार करू लागतो आणि तेव्हाच त्याला 'मोक्ष' या चौथ्या पुरुषार्थाची आठवण होते. 'मोक्ष' म्हणजे एक असीम आनंदाची अवस्था आहे, एवढ्या माहितीवरच बहुतांशी मुमुक्षू अडकून पडतात. तो आनंद मिळवण्यासाठी झटून अविरत प्रयत्न करणारे हे अत्यंत विरळा असतात; आणि अशा अत्यंत अल्प-स्वल्प मुमुक्षूंपैकी एखादाच सिद्ध ते अंतिम परमतत्त्व तत्त्वतः म्हणजे जाणतो.

सिद्धी म्हणजे चमत्कार करण्याचं सामर्थ्य मिळवणं असा अर्थ इथे अभिप्रेत नाही तर ईशस्वरूपाला यथार्थपणे जाणण्यासाठी तत्पर असणं असा अर्थ आहे. परमस्वरूप तत्त्वतः जाणणं म्हणजे जीव-जगत आणि जगदीश हे सर्व एकच आहेत, या सत्याचा प्रत्यक्ष अनुभव घेणं! ईश्वराला जाणण्याची ही क्रिया अतिदुर्लभ अशीच आहे. शास्त्रशुद्ध प्रयत्नांनीच ती जाणण्याची प्रक्रिया सुरू होऊ शकते.

परमेश्वराविषयी अनासक्ती असणं हे आत्मज्ञानामधलं सर्वांत मोठं विघ्न असतं. खरोखर परमेश्वराविषयी कुणाला प्रेम वाटत असतं? त्याला भेटण्याची ओढ कुणाला असते? बहुतेक कुणालाही परमेश्वर नको असतो; पण त्याची कृपा हवी असते! सर्वसाधारण माणसाला परमेश्वराकडून केवळ भौतिक सुखाच्या गोष्टी हव्या

असतात. ज्यांना भौतिक गोष्टी नको असतात त्यांना जीवनातून सुटका तरी हवी असते किंवा मोक्ष तरी हवा असतो. कित्येक जीव जीवनाला कंटाळलेले असतात म्हणून त्यांना मृत्यू हवा असतो. याचा अर्थ या सर्वांना परमेश्वरच हवा असतो असं म्हणता येत नाही!

आत्मज्ञानासाठी प्रथम परमेश्वराविषयी आसक्ती, आत्यंतिक प्रेम आणि आत्यंतिक ओढ वाटली पाहिजे. केवळ 'दाता' म्हणून परमेश्वराकडे बघून उपयोगाचं नसतं. 'मला इन्क्रिमेन्ट दे, मी तुला दोन महिन्यांचा पगार देईन', 'मला पास कर; मी तुला पेढे देईन', 'मला हे कॉन्ट्रॅक्ट मिळवून दे; मी तुला सोन्याचं सिंहासन देईन!' 'तू मला हे दे त्या बदल्यात मी तुला ते देईन', अशा सौदेबाजीतून परमतत्त्वाला जाणता येऊ शकत नाही. भौतिक जीवनात अडचणी किंवा संकटं ही येतच असतात आणि त्यासाठी परमेश्वराला शरण जाणं किंवा त्याला भावभक्तीने काही देणं, यात गैर काही नाही; पण भौतिक अविवेकी लाभासाठी परमेश्वराशीच सौदा मांडणं हे मात्र गैर आहे.

परमात्मा निरपेक्ष भावाने मनुष्याचंच जीवन नव्हे तर साऱ्या सृष्टीचं चक्र चालवत असतो. मग त्याच्याकडे केवळ आपल्या भोगेच्छा पुरवून घेण्यासाठी आपण जात असू, अर्थात केवळ उपयुक्ततेच्या भावनेने जात असू- तर हा भाव निदान क्लेशकारक तरी वाटायला हवा. बरं, परमेश्वर आपली माता आहे; त्याच्याकडे नाही मागणार तर कुणाकडे मागणार, हा भाव जरी गृहीत धरला तरी त्या मातेशी आपले खरंच पुत्रवत संबंध प्रस्थापित झाले आहेत का, याचाही विचार व्हायला पाहिजे. शिवाय, आपण भले त्याला माता मानू; पण त्याने आपल्याला पुत्र/पुत्री मानलं पाहिजे ना! आपण अशी कोणती कामं केली आहेत, म्हणून त्या मातेने आपल्याला काही द्यावं? उलट आपल्या बाळांना केव्हा, काय आणि किती द्यायचं, ते माताच जाणत असते. त्यामुळे तिची जी खरी बाळं असतात त्यांना त्या मातेकडे काही मागायची आवश्यकताच भासत नसते! केवळ व्यावहारिक भूमिका घेऊन परमात्म्याचे ज्ञान होऊ शकत नाही.

राक्षस-असुर परमेश्वराकडे अमरत्व मागतात. सामान्य व्यक्ती भौतिक तृप्ती मागतात, पण ज्ञानी भक्त मात्र स्वत:च परमेश्वर होऊन जाण्याची इच्छा धरतो. काही काळाने ही त्याची इच्छासुद्धा गळून पडते आणि मग एखादा ज्ञानी आपोआप तत्सम होऊन जातो! त्यासाठी प्रथम त्याचा आणि आपला संबंध जाणून घेतला पाहिजे, तो दृढ केला पाहिजे. मग त्याच्याकडे मागणी तर होणार नाहीच; उलट कृतज्ञताभाव दृढ होऊन भगवंत मातेस्वरूप होऊन जाईल. मग तोच आपली दखल घेईल. त्याच्याकडे काही मागण्याची वेळच येणार नाही. त्यासाठी परमेश्वरावर दृढ श्रद्धा मात्र असायला हवी, परंतु केवळ मागणी सोडून भगवंतावर दृढ श्रद्धा ठेवली तरी त्याच्या स्वरूपाचं

ज्ञान होईलच असं नाही. कारण ती गोष्ट अत्यंत दुर्लभ अशीच आहे. यासंदर्भात 'कठोपनिषदा'त नचिकेता आणि यम यांचा संवाद आहे.

वाजश्रवा ऋषींचे पुत्र वाजश्रवस् हे स्वर्गप्राप्तीसाठी 'विश्वजित' नामक यज्ञ करत होते. तत्कालीन प्रथेप्रमाणे दान देणं हा यज्ञातील मुख्य विधी; वाजश्रवस ऋषी आणि अध्वर्यूंना भाकड गायींचं दान देत होते.

हे पाहून त्यांचा सात्त्विक वृत्तीचा पुत्र नचिकेता मनाशी म्हणतो, 'अशा दानामुळे स्वर्ग तर नाहीच; उलट नरकात जाण्याचीच शक्यता अधिक आहे. नावडत्या गोष्टीचं दान करणं महापाप असतं. दान हे आवडत्या गोष्टीचंच केलं पाहिजे... मी त्यांचा सर्वांत आवडता आहे...'

नचिकेता आपल्या वडिलांजवळ जाऊन तो विचारतो, ''बाबा, माझं दान तुम्ही कुणाला करणार?''

वाजश्रवस् त्याच्याकडे दुर्लक्ष करतात, पण नचिकेता एकसारखा विचारतच राहतो. तेव्हा वाजश्रवस् चिडून म्हणतात, ''मी तुला यमाला देऊन टाकणार आहे! जा-''

ते ऐकून नचिकेता स्वत:च तिथून निघतो आणि यमाकडे जातो. यमाच्या प्रासादापाशी जाताच तिथले रक्षक त्याला अडवतात. तो येण्याचं कारण जाणून घेतात; आणि सांगतात की, यमदेव बाहेरगावी गेले आहेत; तीन दिवसांनी परत येतील. नचिकेता त्या प्रासादापाशीच तीन दिवस उपाशी बसून राहतो. चौथ्या दिवशी यमराज येतात तेव्हा द्वारपालांकडून त्यांना सारी हकीगत समजते. एक ब्राह्मण-ऋषिपुत्र तीन दिवस आपल्या दाराशी उपाशी थांबून आहे, या गोष्टीचं यमराजांना आश्चर्य वाटतं. शिवाय ब्रह्मपुत्राला उपाशी ठेवल्यामुळे आपल्याला महापाप लागू शकतं हाही विचार त्यांच्या मनात येतो.

त्या पापातून सुटका करून घेण्यासाठी यमराज नचिकेताला बोलावून घेतो आणि त्याचा यथोचित सन्मान करून तीन वर मागायला सांगतो.

नचिकेता पहिला वर मागतो, ''यमराज, माझ्या पित्याचा माझ्यावरचा राग शांत होऊन ते माझं प्रेमाने स्वागत करतील असा मला वर द्या.''

यमराज त्वरित तसा वर देतात. त्यांना नचिकेत्याच्या बुद्धिमत्तेचं कौतुक वाटतं. कारण वडिलांनी त्याचं प्रेमाने स्वागत करणं म्हणजेच त्याने सुखरूप परत जाणं, हे ओघानंच आलं. म्हणजे एका वरात तो यमराजांच्या कचाट्यातून सुटकाही करून घेतो आणि वडिलांचं प्रेमही अपेक्षित करतो.

नचिकेता दुसरा वर मागतो, ''स्वर्गाची प्राप्ती अग्नीमुळे होत असते. यमराजांची तिथे सत्ता चालत नाही. त्या अग्नीच्या साधनेचं स्वरूप, ज्ञान आणि विनियोग क्रिया यांचं ज्ञान मला द्या.''

लगेच यमराज त्याला अग्निविद्या देतात.

नचिकेता तिसरा वर मागतो, ''मृत्युपश्चात जीवन, जीव आणि ब्रह्म यांचा संबंध आणि आत्मज्ञानाचे उपाय मला सांगा!''

यमराज म्हणतात, ''दुसरं काहीही माग; मृत्यूचं ज्ञान मागू नकोस.''

नचिकेता ऐकत नाही. तो हटून बसतो. तेव्हा यमराज म्हणातात, ''मी तुला त्रैलोक्याची संपत्ती, राज्य, दैवी उपभोग, अप्सरा, रथ, गायन-वादन साधनं, शतायुषी पुत्र, हत्ती, गोधन, सोनं-नाणं-सारं सारं काही देतो, पण मृत्युपश्चात ज्ञानाचा आग्रह धरू नकोस.''

नचिकेता म्हणतो, ''यमराज, ज्या अर्थी तुम्ही मला मृत्युपश्चात ज्ञानाच्या बदल्यात एवढी मोठी संपत्ती देऊ इच्छिता, त्या अर्थी या ज्ञानाचं मोल त्यापेक्षा नक्कीच अधिक आहे. मग आता तर मला हे काहीही नको. केवळ मृत्यूचंच ज्ञान हवं!''

नचिकेत्याची अढळ वृत्ती पाहून अखेर यमराजांना ते ज्ञान नचिकेताला द्यावं लागतं. या त्याच्या दृढ वृत्तीलाच 'नचिकेता वृत्ती' म्हणतात.

'कठोपनिषदा'तील या गोष्टीचं सार म्हणजे परमतत्त्वाचं ज्ञान इतकं सहज कुणालाही मिळत नाही. ज्ञानाच्या बदल्यात सामान्य व्यक्तीने यमराजांनी देऊ केलेल्या इतर भोगांना नक्कीच प्राधान्य दिलं असतं. कारण सामान्य व्यक्ती सहसा या मायेतून सुटू शकत नाही. दुर्योधनाने कृष्णाकडे सैन्याचीच मागणी केली आणि अर्जुनाने कृष्णाची! हाच तर दृष्टिकोनातला फरक असतो.

मृत्युपश्चात जीवनाचं ज्ञान जर इतकं दुर्लभ आहे तर परमेश्वराला जाणून घेणं ही गोष्ट किती कठीण असेल! विज्ञान, बुद्धी, विचार, प्रतिभा यापलीकडचं ते ज्ञान आहे. कोट्यवधी सिद्धांमधील एखादाच सिद्ध त्याला तत्त्वतः जाणू शकतो; पूर्णपणे नाही, हेच हा श्लोक निःसंदिग्धपणे सांगतो.

आत्यंतिक प्रेमासक्तीने परमेश्वरप्राप्तीसाठी प्रयत्न केला तर असा प्रयत्न करणाऱ्या हजारोंमधील एखादाच त्याला तत्त्वतः जाणू शकेल. शास्त्रशुद्ध प्रयत्न आणि परमतत्त्वावर आत्यंतिक निरपेक्ष प्रेम ठेवून त्याला जाणण्याचा प्रयत्न केला तर कदाचित आपणच 'एखादे' ठरू आणि त्याला तत्त्वतः जाणू!

*भूमिरापोऽनलो वायुः खं मनो बुद्धिरेव च ।*
*अहंकार इतीयं मे भिन्ना प्रकृतिरष्टधा ॥७.४॥*
*अपरेयमितस्त्वन्यां प्रकृतिं विद्धि मे पराम् ।*
*जीवभूतां महाबाहो ययेदं धार्यते जगत् ॥७.५॥*

ही माझी प्रकृती पृथ्वी, आप, तेज, वायू, आकाश, मन, बुद्धी आणि अहंकार अशा आठ प्रकारांनी विभागलेली आहे. हे अर्जुना, ही (माझी) अपरा प्रकृती होय... जिने हे सर्व जग धारण केलं आहे, अशी माझी हिच्याहून वेगळी जीवभूत (श्रेष्ठ अशी) परा प्रकृती आहे असं समज.

मागच्या श्लोकात भगवंतांनी कोण आपल्याला तत्त्वतः जाणू शकतो याविषयी सांगितलं. ते जाणणं किती कठीण आहे, हेही सांगितलं. आता या श्लोकांमधून आपल्या स्व-स्वरूपाविषयी ते अर्जुनाला केवळ माहिती देत आहेत. त्याच्या मनात ज्ञानाची गोडी निर्माण करण्यासाठी म्हणूनच भगवंतांनी त्याला 'परा' आणि 'अपरा' प्रकृतींविषयी सांगितलं आहे. या चार ओळींच्या श्लोकांमध्ये पराकोटीचा अर्थ दडला आहे. तो समजण्यासाठी बुद्धीची कक्षा विशाल केली पाहिजे. हा विषय समजायला थोडा कठीण आहे. आपण लक्षपूर्वक समजून घेऊ.

परब्रह्माशिवाय जे दिसतं किंवा दिसत नाही तिला 'प्रकृती' म्हणतात. सर्व गुणांसह पृथ्वी, आप, तेज, वायू आणि आकाश ही पंचमहाभूतं आणि अहंकार, दृश्यादृश्य वस्तू, त्यांचे गुण आणि क्रिया ह्यांचा अंतर्भाव 'अपरा प्रकृती'त होतो. या नाशिवंत जड अपरा प्रकृतीपासूनच शरीर, इंद्रियं, प्राण आणि अंतःकरण हा जड समुदाय बनला आहे. या अपरा प्रकृतीचा शास्त्रीय दृष्टिकोनातून विचार करायचा झाल्यास भूस्तरशास्त्र, वनस्पतिशास्त्र, जीवशास्त्र, ज्योतिषशास्त्र, खगोलशास्त्र, गणितशास्त्र, मानसशास्त्र, नॅनो तंत्रज्ञान, माणूस-निसर्ग आणि मानवाला अद्याप माहीत नसलेली शास्त्रं या सर्व गोष्टींचा अंतर्भाव अपरा प्रकृतीमध्ये होतो.

आजचं भौतिकशास्त्र वैश्विक तरंग म्हणजे कॉस्मिक रेज, अणू, फील्ड अर्थात ईथरवर होणारी चेतनेची स्पंदने ही विश्वाच्या निर्मितीचं कारण आहे अशा तऱ्हेचा विचार मांडतात. कणादसारखे द्रष्टे ऋषी परमाणू हे विश्वाचं आदिकारण आहे, असं मानत होते, तर न्यायशास्त्रकारांच्या मतानुसार प्रमाण, प्रमेय, संशय, प्रयोजन, दृष्टान्त, सिद्धान्त, अवयव, तर्क, निर्णय, वाद, जल्प, वितंडा, हेत्वाभास, छल, जाती आणि निग्रहस्थान ही वस्तुज्ञान करून घेण्याची साधने आहेत. सांख्यदर्शनाने प्रकृती आणि पुरुष यांना द्वैत समजून त्यांनी त्याची पंचवीस तत्त्वं सांगितली आहेत.

या प्रकृतीला ओळखण्याचं सामर्थ्य ज्याच्यामध्ये असतं- तो 'ज्ञाता' होतो. म्हणजे समजण्याचा विषय हा 'ज्ञेय' आणि समजणारा 'ज्ञाता'! ही समजण्याची शक्ती जीव नावाच्या प्रकृतीत असते. ह्या प्रकृतीलाच 'परा प्रकृती' म्हणतात. त्या जीवरूप प्रकृतीच्या योगाने सर्व इंद्रियादिकांचं धारण होतं. परमेश्वराची तीच जीवरूप परा प्रकृती जगात प्रवेश करते आणि सर्व जगत् धारण करते.

परा प्रकृतीबद्दल जर शास्त्रीय दृष्टिकोनातून विचार करायचा झाल्यास, पदार्थात पहिली चेतना उत्पन्न करणाऱ्या गतीसह ध्वनी, प्रकाश, उष्णता, विद्युत, चुंबकीय तत्त्व अशा विविध शक्तींचा त्यामध्ये अंतर्भाव होतो. सत्-असत्, पुण्य-पाप, प्रकाश-अंधकार, उष्ण-थंड, सुंदर-कुरूप, विनम्रता-अहंकार, भरती-ओहोटी, सूर्योदय-सूर्यास्त, कला-विकला अशी विसंवादी द्वंद्वस्वरूपं ही भगवंताच्याच परा-अपरा प्रकृतीचं दर्शन आहे.

विश्व कसं आहे, कशाचं बनलेलं आहे, याचं संशोधन हजारो वर्षं भौतिक, तात्त्विक आणि आध्यात्मिक दृष्ट्या चाललेलं आहे. भौतिक शास्त्रज्ञ, गणितज्ञ, न्यायशास्त्री, तत्त्वज्ञ, अतींद्रिय अनुभवी, ज्ञानी विचारवंत हे या सृष्टिकर्त्याचा, सृष्टीच्या कारणाचा आणि कार्याचा शोध घेत आहेत. निर्मात्याचं कार्य म्हणजेच विश्व हे तर दिसतं आणि जाणवतं, तथापि, या 'कार्या'चा म्हणजेच जीवांसह संपूर्ण भौतिक सृष्टीचाही शोध आपण समग्रपणे घेऊ शकत नाही हे वास्तव आहे. सृष्टीचं 'कारण'सुद्धा आपल्याला अद्याप समजलेलं नाही. मग या अगम्य सृष्टीचा निर्माता कोण, या प्रश्नाचं उत्तर सापडणं किती कठीण! हा एक असा सापळा आहे की एखाद्याला उत्तर सापडलं तर त्याचं स्वतंत्र अस्तित्वच राहू शकत नाही. कारण आपण कोणत्या कारणाचं आणि कर्त्याचं कार्य आहोत, हे समजलं की कार्याची कर्त्यात समाप्ती होणार हे उघड आहे. थोडक्यात, आत्मज्ञान झालं म्हणजे 'मी-तो' हा भेदच उरत नाही! कारण सृष्टीचा कर्ता आणि कारण आपणच ठरतो आणि सृष्टी हे आपलंच कार्य ठरतं. ही एकरूपता झाली की मागे काहीच शेष उरत नाही.

या श्लोकात कोणत्या 'अपरा' प्रकारांनी सृष्टी बनवलेली आहे, याचा भगवान स्पष्ट उल्लेख करतात. ते प्रकार थोडक्यात पाहू :

**पृथ्वी**

जे जे जड पदार्थ असतात ते ते 'पृथ्वी'तत्त्वात येतात. यामध्ये सृष्टीतले सर्व ग्रह-तारे, खनिजं, मानव-अतिमानवांसह अब्जावधी जीव, अन्न इत्यादी सर्वांचा पृथ्वीतत्त्वात अंतर्भाव होतो. थोडक्यात पृथ्वीतत्त्व म्हणजे एक कल्पनातीत विशाल असं 'हार्डवेअर' आहे!

**आप**

'आप' म्हणजे जल. जल हे द्रवरूप असतं. विश्वातील जल, नद्या-सागर, जीवांच्या अंतर्गत असणारी रसायनं, चयापचय क्रिया, जीवाची तहान भागवणारं पाणी इत्यादी द्रवपदार्थ 'आप'मध्ये येतात. 'आप'शिवाय सृष्टीतल्या जीवांचं अस्तित्वच संभवणार नाही.

**तेज**

तेज हे चेतनास्वरूप असतं. तेज असल्याशिवाय पदार्थांना गतीच मिळणार नाही. नुसती मोटार असून उपयोगाचं नसतं; तर त्याला गती देणाऱ्या ऊर्जेची आवश्यकता असते.

**वायू**

वायूमुळेच सृष्टीत हालचाल राहते. शरीरांतर्गत उदान, समान, अपान वगैरे जे वायू असतात, त्यामुळेच जीव कार्यरत होऊ शकतो. प्राणवायूसह अनेक वायूंमुळेच जीव जिवंत राहू शकतो. परस्पर उपयुक्त असे असंख्य वायू सृष्टीत आहेत.

प्रत्येक जीवाभोवती अव्यक्त असे कोष असतात. ते कोष वायू आणि तेज यांनी बनलेले असतात. त्यात प्लाझ्मा आदी द्रव्य असतात. विचार आणि कर्म यांनुसार त्या कोषांना निळा, पिवळा, पांढरा असे रंग प्राप्त होतात. कर्माचं रेकॉर्ड आणि कोषांचं स्वरूप यांवरून जीवाच्या मनोवृत्तीचा ताळेबंद क्षणात मांडला जाऊ शकतो. त्यानुरूपच जीवाला पुढील जन्म प्राप्त होत असतो.

**आकाश**

सृष्टीतला फार मोठा भाग आकाशानंच व्याप्त आहे. आकाश नसतं तर पदार्थांना गती मिळण्यासाठी जागाच उरली नसती. आकाश नसतं तर सृष्टीतल्या साऱ्या घनपदार्थांचा एक छोटा गोळा झाला असता. आकाश हे शब्दधारकही आहे. सृष्टीत जे जे घडतं आहे, त्याची नोंद या आकाशतत्त्वातच होत असते. 'थिऑसॉफीमध्ये 'आकाशिक रेकॉर्ड' हा शब्द त्यामुळेच आला. आकाशामध्ये जर जीवांच्या कार्य-कर्मांची नोद

झालीच नसती, तर पुनर्जन्म आणि पर्यायाने सृष्टीचं रहाटगाडगं चालू राहिलंच नसतं. सारं काही स्थिर- स्टॅटिक राहिलं असतं.

भगवंतांनी मन-बुद्धी-अहंकार यांनाही 'अपरा' प्रकृती म्हणून संबोधलं आहे.

**मन**

मन नसतं तर इंद्रियांकडून मिळणाऱ्या कोणत्याही प्रेरणा स्वीकारल्याच गेल्या नसत्या. राग-द्वेष-मद-मोह-मत्सर आदी षड्रिपूंना जागाच उरली नसती. आसक्ती, प्रेम, अस्मिता, अभिलाषा, दया, करुणा आदी भावभावना राहिल्याच नसत्या. कर्माची प्रेरणा देणाऱ्या वासनाही निर्माण झाल्या नसत्या. पर्यायाने जीव म्हणजे केवळ जड पुतळे झाले असते.

मनाचेही दोन प्रकार आहेत- एक अंतर्मन आणि दुसरं बहिर्मन. अंतर्मन विशाल आहे. तिथे पूर्वजन्मांचे संस्कार, कर्मांचा ताळा या गोष्टी समाविष्ट होत राहतात. अंतर्मनाचा (वायरलेस!) संपर्क आकाशाशी अर्थात वैश्विक मनाशी असतो. त्यामुळे जीव काय कर्मं करतो, काय विचार करतो, याचं संपूर्ण रेकॉर्ड आकाशस्थित वैश्विक मनाला समजत असतं. नुसता जीव निर्माण करून निर्मात्याने त्याला मुळीच मोकळा सोडलेला नाही ही गोष्ट ध्यानात घेतली पाहिजे! मनुष्याची नाडी त्याने स्वतःच्या हातात ठेवली आहे!!

भगवंतांनी मनामध्ये आणखी एक गुण भरला आहे. जागेपणी बुद्धीत अविरत असा विचारांचा साठा भरला जात असतो. त्यामुळे बुद्धीची क्षमता कमी होते. ती पुन्हा वाढवण्यासाठी बुद्धीत नोंद झालेल्या विचारांचं पुनर्आयोजन (defragmentation) करणं आवश्यक असतं. मनाला स्वप्नात गुंतवलं की बुद्धी विचारांच्या फायलींचं पुनर्आयोजन करते. अशा तऱ्हेने मन आणि बुद्धी यांचाही मेळ घातला गेला आहे.

**बुद्धी**

परमात्म्याने प्राणिसृष्टीला ठरावीक मर्यादित बुद्धी दिली आहे तर मनुष्याच्या बुद्धीच्या कक्षा प्राण्यांपेक्षा विशाल बनवल्या आहेत. बुद्धी विचार करते आणि मन उधळलेलं असतं. बुद्धीच नसती तर प्रत्येक जीवाच्या उधळलेल्या मनाने सृष्टीत कल्लोळ माजवला असता, पण सारासार विवेक करणारी बुद्धी मनावर अंकुश ठेवू शकते, स्वतःवर संस्कार करू शकते, आत्मविकासाचाही विचार करू शकते. मी कोण, कुठून आलो, कुठे जाणार आहे, इत्यादी विचार मनुष्याची बुद्धी करते. प्राण्यांना अगदीच मर्यादित बुद्धी असल्यामुळे ते सहजप्रेरणेने जगत राहतात. त्यांच्याकडे हे विचार नसतात. तथापि, मनुष्यालाही बुद्धी मर्यादित स्वरूपातच मिळालेली आहे. ठरावीक कक्षेच्या पलीकडे बुद्धी म्हणजे विचार जाऊच शकणार नाही अशी योजना केलेली आहे.

### अहंकार

हे शरीर म्हणजे 'मी' आहे, हा अहंभावच नसेल तर जीव कशासाठी कर्मं करणार? कोणत्या हेतूसाठी कर्मं करणार? मनात उद्‌भवणाऱ्या वासना तरी कुणाशी जोडल्या जाणार? 'मी'ची समजच नसेल तर मनुष्य स्वत:साठी कर्मं तरी कशाला करणार? मग 'तुझं-माझं' होणारच नाही. ते झाल्याशिवाय कर्मांचं रेकॉर्ड भरणारच नाही. वासना-राग-द्वेषादी भाव मग उद्‌भवणारच नाहीत. पुनर्जन्माला कारण ठरणारे विचार आणि कर्मं मनुष्याच्या हातून होणारच नाहीत. 'अहं'चं पोषण करणं ही इतिकर्तव्यता संभवणारच नाही. पर्यायाने हा सृष्टीचा खेळ साकार होणारच नाही.

म्हणजे विश्व निर्माण करून विश्वाला गती देण्यासाठी, सृष्टिव्यापार चालण्यासाठी आणि जीवांना या खेळात अडकवण्यासाठी या अपरा प्रकृतीची ही थक्क करणारी यंत्रणा निर्मात्याने निर्माण केली आहे. ही भौतिक सृष्टी काळाच्या विविध परिमाणांमध्येही बांधून टाकली आहे. इतकं सांगून भगवान यापुढेही जाऊन म्हणतात, 'या 'अपरा' प्रकृतीला धारण करणारी, हिच्याहून वेगळी आणि अत्यंत श्रेष्ठ अशी माझी जीवभूत 'परा' प्रकृती आहे.'

आपण या सृष्टिनिर्मितीचा चकित करणारा केवळ ओझरता आढावा घेतला. तेवढ्यानेही आपल्याला भगवंताच्या विशालतेचं दर्शन होतं.

या परा-अपरा प्रकृतीमधून संपूर्ण विश्वाची संरचना कशी झाली आहे, ते भगवंतांनी थोडक्यात सांगितलं आहे. पाच हजार वर्षांपूर्वी हे ज्ञान भगवंतांनी कथन केलं आहे. आजही ते कालबाह्य झालेलं नाही - ते तसं होणं शक्यही नाही. किंबहुना विश्वरचनेचं चिरंतन सत्य भगवंतांनी सहजगत्या उलगडून दाखवलं आहे, पण ते खोलवर जाऊन जाणणं फार कठीण आहे. मागच्या श्लोकाचाच या पुढच्या कथनात संदर्भ आहे. आणि तो म्हणजे परमतत्त्व जाणण्यासाठी अफाट परिश्रम घेणाऱ्या हजारो सिद्धांपैकी एखादाच परमात्म्याचं हे समग्र स्वरूप केवळ तत्त्वत:च जाणू शकतो. परा आणि अपरा प्रकृतीला समग्रपणे जाणणं किती कठीण आहे हे भगवंताच्या या कथनातून सहज समजून येतं.

एक गोष्ट मात्र या श्लोकातून नक्कीच सूचित होते. ती म्हणजे, हे विश्व निर्मितच आहे आणि त्याचा निर्माताही आहे! आणि जे जे निर्माण होतं, त्याला आरंभही असतो आणि अंतही असतो!!

विश्व निर्मित आहे. त्यातील नाशिवंत जड वस्तूंचा अंतर्भाव अपरा प्रकृतीत होतो आणि त्या जड वस्तूंना दिल्या जाणाऱ्या पहिल्या चेतनेसह गती, विद्युत, चुंबकीय तत्त्व अशा शक्तींचा अंतर्भाव परा प्रकृतीत होतो.

*एतद्योनीनि भूतानि सर्वाणीत्युपधारय ।*
*अहं कृत्स्नस्य जगतः प्रभवः प्रलयस्तथा ॥७.६॥*
*मत्तः परतरं नान्यत्किञ्चिदस्ति धनंजय ।*
*मयि सर्वमिदं प्रोतं सूत्रे मणिगणा इव ॥७.७॥*

सर्व सृष्ट पदार्थ या दोन प्रकृतींपासून निर्माण होत असल्यामुळे मी सर्व जड-चैतन्यात्मक जगताचं उत्पत्तिस्थान आणि लयाचं कारण आहे हे जाण. हे धनंजया, माझ्याहून तत्त्वतः भिन्न असं दुसरं काही नाही. सूत्रात ओवलेल्या मण्यांच्या समूहाप्रमाणे हे सर्व जग माझ्यामध्ये गुंफलेलं आहे.

या दोन श्लोकांमधील सातवा श्लोक मंत्रमय श्लोक आहे. परा-अपरा या दोन प्रकृतींपासूनच सर्व जगताची निर्मिती होते, हे मागच्या श्लोकात भगवंतांनी सांगितलं. परमेश्वराच्या या दोन प्रकृती सर्व भूतांचं कारण असल्यामुळे परमेश्वरच जगाचं कारण आहे, हे सिद्ध होतं. म्हणून परमेश्वरच जगाची उत्पत्ती आहे आणि विनाशही आहे. परमेश्वराशिवाय या विश्वात दुसरं काहीही श्रेष्ठ नाही. माळेच्या सूत्रात माळेचे मणी जसे ओवलेले असतात, त्याप्रमाणे सर्व चराचर विश्व परमेश्वरामध्येच गुंफलेलं आहे. म्हणजे परमेश्वर विश्वाचं कारणही आहे आणि सूत्रही आहे.

या श्लोकांत फार मोठा अर्थ दडलेला आहे. परमेश्वरापासून जग निर्माण झालं आणि परमेश्वर हेच जगाचं सूत्र आहे, हा विचार बुद्धिगम्य नाही. पुरुषापासून स्त्रीला मूल होतं; पण त्या मुलात तो पुरुष नसतो. इथे मात्र तसं नसतं. 'कारण'ही तोच आणि 'कर्म'ही तोच! मणीही तोच आणि त्याचं सूत्रही तोच! म्हणूनच सर्वांभूती परमेश्वर असं म्हटलेलं आहे. पाण्यापासून बर्फ निर्माण होतो, पण बर्फातही पाण्याचं अस्तित्व पूर्णपणे असतंच! एवढंच नाही तर बर्फ निर्माण करणारा तोच आणि त्याचा नाश करणाराही तोच! सृष्टिकर्ता तोच, सृष्टीचा उपभोक्ता तोच आणि सृष्टीचा नाश करणाराही तोच! या निर्मितीचा आपण कितीही विचार केला तरी बुद्धी तिथपर्यंत जाऊच शकत नाही, अशी परिस्थिती आहे.

म्हणजे आपणच आपल्या बुद्धीला बघण्याचा आणि जाणून घेण्याचा प्रयत्न करण्यासारखं हे आहे. ही गोष्ट जितकी अवघड अथवा असंभवनीय आहे, तसंच भगवंतांनी निर्माण केलेलं वैश्विक स्वरूप जाणणं अतिशय कठीण आहे. असंभवनीय आहे.

> आपण एक दैनंदिन जीवनातील उदाहरण पाहू. कपडे धुण्यासाठी वॉशिंग मशिन बनवलं तरी ते स्वतःहून धुण्याचं कार्य करू शकत नाही. त्यासाठी वीजरूपी चेतना आवश्यक असते, पण केवळ वीज असूनही उपयोगाचं नसतं. विजेसह मशिनला निर्माण करणारे, प्रवाहित करणारे आणि संचालित करणारे 'हात'ही हवेत. म्हणजे मशिन आणि वीज आपणहून निर्मित आणि कार्यरत होत नाहीत. त्यासाठी त्याचा निर्माता आणि व्यवस्थापक आवश्यक असतो. केवळ 'अपरा'रूपी मशिन्स आणि 'परा'रूपी वीज या दोन्ही तत्त्वांच्या आवाक्याबाहेरच्या या गोष्टी आहेत. इथे मशिनचा निर्माता, विजेचा निर्माता, मशिन आणि त्यांना संचलित करणारा व्यवस्थापक हे एकरूप आहेत हे विशेष!

सृष्टीची संकल्पना करणारा, तिला निर्माण करणारा, संचलित-प्रवाहित करणारा आणि स्वतःही त्यात असणारा असा हा निर्माता कोण असेल? कशा प्रकारे त्याने या सृष्टीची निर्मिती केली असेल? हा प्रश्न नक्कीच आपल्या बुद्धीच्या कक्षेबाहेरचा आहे. पण आपण गीतेतल्या श्लोकांच्याच आधाराने त्याची थोडीफार कल्पना करू शकतो. त्यासाठी पहिल्या अध्यायातील पहिल्या श्लोकापासून अठराव्या अध्यायातील अंतिम श्लोकापर्यंतचा विचार करावा लागतो. या विहंगावलोकनातून आपल्याला सृष्टी, सृष्टीचं सर्जन, जीव आणि जीवामध्ये असणारी तत्त्वं यांचं ओझरतं ज्ञान होऊ शकतं.

म्हणूनच प्रस्तुत श्लोकासाठी तिसऱ्या अध्यायातील दहाव्या श्लोकाचा संदर्भ महत्त्वाचा वाटतो. त्यात भगवान सांगतात, 'पूर्वी म्हणजे कल्पारंभी प्रजापती ब्रह्मदेव यज्ञासह प्रजा उत्पन्न करून त्यांना म्हणाला, या यज्ञाच्या योगाने तुम्ही आपलं संवर्धन करून घ्या. हा यज्ञधर्मच तुमचं इष्ट मनोरथ पूर्ण करणारा कामधेनू होवो.'

यज्ञात संकल्प हा महत्त्वाचा असतो. संकल्पाच्या पाठोपाठ कर्म प्रारंभित होतं आणि तेच यज्ञकर्म ठरतं. या श्लोकाच्या आधाराने विचार करायचा झाल्यास सृष्टिसर्जनाच्या या विशाल यज्ञीय कार्यात सर्वप्रथम 'संकल्प' केला गेला. संकल्प हा मनाशी निगडित असतो. कल्पना करणं हे मनाचं कार्य असतं. म्हणजेच कल्पनेत मन हे असतंच; ते असावंच लागतं. मनाशिवाय कल्पना शक्य नाही. प्रत्यक्ष कागदावर चित्र काढण्यापूर्वी चित्रकाराने ते चित्र सर्वप्रथम मनोमन 'बघितलेलं' असतं. मगच ते कागदावर व्यक्त होतं. प्रत्येक सर्जनाच्या संदर्भात हा नियम लागू होतो.

म्हणजेच जी सृष्टी निर्माण झाली किंवा व्यक्त झाली, त्याआधी त्याची कल्पना केली गेली हा निष्कर्ष आपण काढू शकतो. वैश्विक मनाने म्हणजेच ब्रह्मदेवांनी प्रथम सृष्टीची कल्पना केली. अर्थातच जे जे पदार्थ, जीव आदी सृष्टीत तयार झाले त्या त्या प्रत्येकात विश्वनिर्मात्याचं मन हे होतंच; आणि आहेच. या अर्थानंच 'तो' सृष्टी व्यापून आहे. ते मनच जर सृष्टीतून काढून घेतलं तर सृष्टीचं अस्तित्वच उरणार नाही! स्वप्नातून जेव्हा आपल्याला जाग येते तेव्हा स्वप्नसृष्टी नाहीशी झालेली असते. आपल्या मनानंच ती स्वप्नसृष्टी निर्माण केलेली असते. त्यात राग-द्वेष, स्पर्धा-अभ्यास, नातेसंबंध, करियर, देश-विदेश, ब्रह्मांड - सर्व काही असतं. जाग येताच ते सर्व नामशेष होऊन जातं. आता या स्वप्नातील घटकांचा स्वप्नात राहूनच स्वतंत्र प्रज्ञेने शोध घेण्याचं ठरवलं, त्याचे उलट-सुलट सिद्धान्त मांडले आणि त्यासाठी तंत्रज्ञान विकसित केलं, तरी ती सारी उठाठेव व्यर्थच म्हणावी लागेल. कारण जे नाहीच त्याचा शोध तरी कसा घेणार? स्वप्नातल्या सृष्टीचा शोध कसा घेणार? तो शोध लागणं कदापि शक्य नाही. त्यासाठी ज्या मनाने हे सारं निर्माण केलं त्या मनाचाच विचार करावा लागेल; आणि जेव्हा 'त्या' मनाचाच आपण विचार करू लागू, तेव्हा जागृती येईल आणि जीवनरूपी आभासी स्वप्नसृष्टी खलास होऊन जाईल. मग ज्ञान होईल की, खरोखर त्या सृष्टीचं अस्तित्व हे नव्हतंच मुळी! पाण्यात पडलेल्या आकाशाच्या प्रतिबिंबातच आपण साऱ्या ग्रह-ताऱ्यांचा शोध घेत राहिलो होतो. बेशुद्ध व्यक्तीच्या दृष्टीने विश्व-ग्रहतारे-जीव-भौतिक शास्त्रं - सारं काही संपलेलं असतं! म्हणजेच मन अस्तित्वात आलं तरच सृष्टी अस्तित्वात येते; अन्यथा नाही, हा सिद्धान्त आपण मांडू शकतो. म्हणजेच सृष्टीला जाणण्याची क्रिया मन असेल तरच संभव होते; अन्यथा नाही.

भारतीय शास्त्र सांगतं, ब्रह्मदेवाच्या वैश्विक मनानंच म्हणजे त्याच्या संकल्पानंच सृष्टीचं सर्जन केलं. अब्जावधी ग्रह-तारे, जीव, मानव-अतिमानव, त्यांच्या वृत्ती, शरीरांतर्गत क्रिया, सूक्ष्म सृष्टी, कर्मानुरूप जन्म-मृत्यूचा खेळ, हा सारा वैश्विक पसारा निर्माण करणं - त्याचं डिझाईन करणं हे केवळ मनानंच शक्य आहे. इजिप्तचा पिरॅमिड म्हटलं की आपलं मन आपल्या दृष्टीपुढे तो पिरॅमिड त्वरित उभा करतं. त्यासाठी कोणते दगड आणावे लागत नाहीत! वैश्विक मनाने अशा संकल्पातूनच सृष्टीची निर्मिती केली. इतकंच नाही तर त्या विशाल वैश्विक मनाने आपल्याच मनातून अब्जावधी मने निर्माण केली. ती मनंही ठरावीक मर्यादेत राहूनच विचार करू लागली - सर्जन करू लागली! पर्यायाने जे जे सर्जन म्हणजे (creation) होतं, त्याचा उद्भव पर्यायाने वैश्विक मनातूनच होतो असंच म्हटलं पाहिजे. तेच सर्व निर्मितीचं मूळ आहे.

म्हणूनच परमेश्वर वेगळा आणि 'मी' वेगळा, तंत्रज्ञान वेगळं, सृष्टी वेगळी,

परग्रहावरील मानव वेगळे असं होऊच शकत नाही. एकाच एकसंध वैश्विक मनाच्या अब्जावधी बिंदूवत मनांमधून सर्जन झालेल्या या गोष्टींची मालकी वास्तविकत: एकाच वैश्विक मनाची!

या दृष्टिकोनातून या श्लोकाचा विचार केला तर परा-अपरा प्रकृतीसह सर्व विश्व परमतत्त्वापासूनच निर्माण झालं आणि परमतत्त्व या विश्वाला स्व-संकल्पामुळेच आत-बाहेर व्यापून उरलं, हा निष्कर्ष निघू शकतो.

म्हणूनच विभिन्न तत्त्वांनी भरलेल्या या विश्वात एकप्रकारची अखंडता राहिलेली आहे. विश्वात केवळ विभिन्न तत्त्वं एकत्र येत नाहीत तर या तत्त्वांच्या पाठीशी एक दैवी शक्ती सदैव कार्यरत असते. ती शक्ती या सर्व तत्त्वांना जोडते.

प्रकृती आणि पुरुष म्हणजे spirit-matter मिळून एकंदर पंचवीस तत्त्वं आहेत, असं सांख्य मानतात. सांख्यांची स्वतंत्र प्रकृती गीतेला मान्य नाही. 'मुंडकोपनिषदात'ही परमपुरुषापासून प्राण, मन, सर्व इंद्रियं, आकाश, वायू, अग्नी, पाणी आणि पृथ्वी हे निर्माण होतं, असं वर्णन आहे. प्रकृतीची विभिन्न तत्त्वं जरी मान्य केली, तरी ती सर्व परमपुरुषापासून निर्माण झाली आहेत हे सत्य मागे उरतंच. त्या परमपुरुषाला ग्रहगोलांसह प्रत्येक जीवाचं स्वतंत्र डिझाईन करावं लागलं नाही. त्याचा केवळ संकल्प त्याला कारण ठरला! त्याचं वैश्विक मन कारण ठरलं. त्या मनातूनच निघालेली अब्जावधी मने सर्जन करू लागली, कार्य करू लागली, परंतु पर्यायाने हे त्या वैश्विक परम-मनाचंच कार्य ठरलं - ठरत आहे! स्वप्नामधल्या सृष्टीची उत्पत्ती आणि लयाचं स्थान हे मनच असतं. मनाचाच हा खेळ आहे. उत्पत्ती आणि लय याचा भ्रामक अनुभव मनामुळेच आपल्याला मिळत असतो. याच दृष्टिकोनातून ब्रह्म सत्य ठरतं, बाकी सारं आभासी होतं!

आपलं प्रत्येकाचं मनच जर त्या वैश्विक मनाचं प्रतिबिंब आहे तर आपण कोणते संकल्प केले पाहिजेत, याचा ज्यानं-त्याने विचार केला पाहिजे. मनात कोणते विचार आणायचे, कोणते सोडायचे, कोणत्या विचारांनी सकारात्मक ऊर्जा मिळवायची हे आपणच ठरवायचं असतं. आणि जे जे आपण ठरवणार असतो ते ते केव्हातरी होणारच असतं - घडणारच असतं. मला बरं नाही, माझी कुवत नाही, असे विचार मनामध्ये उद्भवले, तर मन आणि मनाबरोबर शरीरही दुबळं होऊ लागतं. मला काही झालं तर? मला साथीचा रोग झाला तर? माझं पुढे कसं होणार? अशा प्रकारच्या नकारात्मक विचारांनी मन ग्रासून गेलं, तर आपणच तसं आपलं भविष्य रचत जातो. त्यासाठी 'भित्यापाठी ब्रह्मराक्षस' ही म्हण यथार्थ आहे. ब्रह्माच्या वैश्विक मनात आपलं छोटं मन अशा कुविचारी संकल्पांचा उद्भव करत असतं.

याउलट मला काहीही होत नाही, मी दीर्घायुषी आहे, मला कोणतीही चिंता

नाही, मी देवाचं काम करतो; माझं वाईट काही होऊच शकत नाही, माझं वर्तनच असं आहे की देव माझं वाईट करणारच नाही, असे सत्संकल्प मनाला उभारी देतात. वैश्विक मनाकडे मग तसे संदेश जातात - ते तसे नित्य गेले पाहिजेत. आपण केलेल्या ज्या विचारांचं प्रस्फुरण होतं ते विचार पुन्हा आपल्याकडेच विचारांचा प्रभाव घेऊन परत येत असतात, हा वैश्विक सिद्धान्त आहे. असे नित्य संदेश आणि मनाची प्रगल्भता 'त्रिकाल संध्येतून'च साध्य होते. प्राचीन ऋषींनी ही त्रिकाल संध्या म्हणूनच पृथ्वीवरच्या मनुष्याला वेगवेगळ्या शब्दात विकासार्थ दिली. ती यथोचित केली तर नकारात्मक विचार दूर होतील. म्हणून उत्तम संगत, सद्विचार, सात्त्विक वृत्ती यांच्या आधारानेच इष्ट मनोरथं पूर्ण होतात. तीच गोष्ट भगवंत या श्लोकात सांगत आहेत.

परमेश्वराच्या या विराट प्रेममयी स्वरूपाची नुसती कल्पना जरी करून पाहिली तरी थक्क व्हायला होतं.

परा-अपरा प्रकृती या परमेश्वरापासून निर्माण झालेल्या असून त्या प्रकृतींपासूनच दृश्य-अदृश्य सृष्टी निर्माण झाली. तिचा कर्ता-करविता आणि नाशकर्ता भगवंतच आहे. सारं विश्व भगवंतरूपी सूत्रात गुंफलेलं आहे. त्याचंच सर्जनशील मन सृष्टीच्या मागे आहे.

*रसोऽहमप्सु कौन्तेय प्रभास्मि शशिसूर्ययो: ।*
*प्रणव: सर्ववेदेषु शब्द: खे पौरुषं नृषु ॥७.८॥*
*पुण्यो गन्ध: पृथिव्यां च तेजश्चास्मि विभावसौ ।*
*जीवने सर्वभूतेषु तपश्चास्मि तपस्विषु ॥७.९॥*

है कौन्तेया, जलातील रस मी आहे. चंद्र-सूर्यामधील प्रभा म्हणजे कांती मी आहे, सर्व वेदांतील प्रणव ॐकार, आकाशातील शब्द म्हणजे ध्वनी, मनुष्यांमधील पौरुष अर्थात कर्तृत्वशक्ती मी आहे. पृथ्वीमधील सुगंध आणि अग्नीमधील तेज मी आहे. प्राणिमात्रांमधील जीवन म्हणजे जीवनशक्ती आणि तपस्व्यांचं तप मी आहे.

दहाव्या अध्यायातील बेचाळिसाव्या श्लोकात एकांशाने व्यापून उरल्याचं वर्णन आहे. सर्व सृष्टिजाताला व्यापून त्याच्या पलीकडेही तोच परमात्मा आहे. त्रिगुणात्मक जगातील अनेकत्व जरी परमेश्वरापासून निर्माण झालं असलं, तरी ते अनेकत्व त्याच्या निर्गुण स्वरूपात नसतं. पण त्रिगुणात्मक विश्वात परमेश्वर कुठे कुठे आहे, ते भगवंत या श्लोकांमधून सांगतात. उदकातील रस मी आहे. चंद्र-सूर्यांमधील प्रभा, वेदांमधील ओंकार, आकाशातील शब्द, पुरुषांमधील पौरुष मी आहे. पृथ्वीतील सारा सुगंध, अग्नीतील दीप्ती, प्राणिमात्रांतील म्हणजे यच्चयावत पदार्थांमधील आणि भूतांमधील जीवनशक्ती आणि ध्यान-उपवास करणाऱ्या तपस्वी लोकांतील तप म्हणजे निष्काम कर्मप्रेरणा मी आहे.

या दोन श्लोकांमधून भगवंतांनी ज्या गुणांचा उल्लेख केला आहे, त्याचा विचार करू. या श्लोकांमधून ईश्वराने आपलं 'स्वत्व' अथवा चैतन्यरूपी सत्तेचा निर्देश केलेला आहे. यात सांगितलेले हे नऊ घटक केवळ प्रातिनिधिक आहेत. उदाहरणार्थ, चंद्र-सूर्याच्या निर्देशांत सृष्टीतील सर्व ग्रहगोल गृहीत आहेत. चंद्र-सूर्यामधील तेजरूपी सत्ता ईश्वराची आहे. त्यांच्यामधून तेजच काढून घेतलं तर चंद्र-सूर्यांना काही अर्थच उरणार नाही. तथापि, या दोन ग्रहगोलांचा मुद्दाम उल्लेख केलेला दिसतो. कारण एक

गोल स्वयंप्रकाशित आहे तर दुसरा परप्रकाशी आहे. म्हणजे ग्रहगोलांमधील तेज कसंही असलं, तरी त्यातली तेजरूप सत्ता ईश्वराची आहे. या जड गोलांमध्ये खेळणारं ते आत्मतत्त्व प्रकाशरूपाने प्रतीत होत असतं.

यानंतर वेदांचा उल्लेख केला आहे. वेद म्हणजे ज्ञान. दैवी ज्ञानाचा प्रसार करणारा कोणताही अपौरुषेय ग्रंथ हा 'वेद' असतो. म्हणूनच वेदांच्या संदर्भात 'वेदा वै अनंता:' असं म्हटलं आहे. वेद हे वाचायचे नसतात; त्यांचं पठण होत असतं. पठणातून जो नाद उत्पन्न होतो, त्या नादातूनच सर्व सृष्टीचा उद्‌भव झालेला आहे. आजचं विज्ञान त्याला (vibrations) म्हणतं; परंतु, हा नाद म्हणजेच प्रणव अर्थात ॐकार. म्हणून ॐ या अद्याक्षरानंच वेदांचा प्रारंभ होतो. या ॐ मध्ये 'अ', 'उ' आणि 'म' हे स्वर दडलेले आहेत. अर्थात अकार, उकार आणि मकार त्यातून व्यक्त होतात. या तीन मात्रांमधून विश्वाची उत्पत्ति-स्थिती आणि लय दर्शवली आहे. हे सारभूत प्रणवरूप शब्दब्रह्म ही ईश्वरी सत्ता आहे. यामध्ये सारं ज्ञान दडलेलं आहे.

यानंतर 'आकाशा'चा उल्लेख आहे. आकाश म्हणजे पंचतन्मात्रांमधील पहिली मात्रा. यातून विश्वाचं नामरूपात्मक अस्तित्व अनंत स्पंदनांच्या हालचालींमधून दृग्गोचर झालं. आकाश आणि प्रणव ॐकार हे दोन्ही उल्लेख भगवंतांनी एकापाठोपाठ विनाकरण केलेलं नाहीत. आकाशाचा उल्लेख हा शब्दरूप गुणवाचक आहे तर ॐकाराचा उल्लेख हा चैतन्यदर्शक आहे. म्हणजे आकाशाचा शब्दरूप गुण सृष्टीतील जड (matter) घटक बनवतो आणि त्यातले विविध आकार घडवतो तर ॐकाररूपी प्रणव त्या जड सृष्टीत चैतन्य भरून सृष्टीला कार्यरत करतो. प्रणवरूपी ॐकार चैतन्यवाचक आणि ज्ञानवाचक आहे. म्हणजे तो ज्ञानोत्पत्तीचा उगम आहे. म्हणूनच भारतात ॐकार साधना प्राचीन कालापासून प्रचलित आहे.

मग भगवान 'पौरुषा'चा उल्लेख करतात. पौरुष म्हणजे पराक्रम अर्थात यशप्राप्तीचं साधन. जीवनातल्या उत्क्रांतीसाठी 'पौरुषा'ची आवश्यकता असते. या पौरुषत्वामुळेच जीव शिवाशी जोडलेला राहतो. कारण पौरुषत्वात इच्छाशक्ती, ज्ञानशक्ती आणि क्रियाशक्ती या अंतर्भूत असतातच.

पण पौरुषत्वही मर्यादित असतं. पृथ्वीवरच्या रखरखलेल्या भूमीवर जेव्हा पहिल्या पावसाचा शिडकावा होतो, तेव्हा मृद्‌गंध पसरतो. हा गंध अतिशय सुखद असा असतो. हा सुगंध पौरुषाने सिद्ध होत नाही तर तो मुळातच पृथ्वीमध्ये दडलेला असतो आणि कालपरत्वे तो अनुभवायला येतो. म्हणूनच तो दैवी असतो. पृथ्वीमधला सुगंध म्हणजेच मृत्तिकेचा अत्यंत उल्हसित करणारा सुगंध.

विभावसु म्हणजे अग्नी. अग्नी म्हणजेच स्थूलस्वरूपातील चैतन्य. यातील तेज

हे ईशसत्तेचं दृष्टिगोचर स्वरूप आहे. यालाच वैश्वानर म्हणतात.

प्राणिमात्रांमधील जीवनशक्ती ही भगवंताचीच आहे तर तपस्व्यांमधील जे तप:सामर्थ्य असतं, ते सामर्थ्यही ईश्वराचंच आहे. यामध्ये क्षुधा, तृषा, शीतोष्णादी परिस्थिती सहन करण्याचं सामर्थ्य हेही भगवंताचंच. एखादी गोष्ट साध्य करण्यासाठी लागणारं तितिक्षारूपी बळसुद्धा भगवंताचंच!

म्हणजे सृष्टीला आपल्या सर्व प्रकारच्या शक्तींनी अंतर्बाह्य व्यापून उरलेला आणि सृष्टीचा विलय झाल्यानंतरही उरलेला तो एकमात्र ईश्वर असतो. रात्री निद्राधीन झाल्यानंतर आपण स्वप्नसृष्टीत प्रविष्ट होतो. स्वप्नसृष्टीतल्या प्रसंगांची, माणसांची, त्यांच्या बलाची, गुणांची, निसर्गाची, प्रकाशाची, अंधाराची-म्हणजे थोडक्यात स्वप्नातल्या सर्व चराचराची निर्मिती ही आपल्या 'मी'पासूनच होत असते. जागृती आल्यानंतर ती स्वप्नसृष्टी नाहीशी झालेली असते. मग उरलेला असतो फक्त 'मी!' त्याचप्रमाणे सृष्टीमध्ये परमेश्वर भरून राहिलेला असतो आणि सृष्टी नाहीशी झाल्यानंतर केवळ 'तो'च उरलेला असतो. जो नाहीसा होतो तो सारा मायेचा पसारा असतो. त्या पसाऱ्यातले आपले य:कश्चित राग-लोभादी प्रकार, अहंकार, मनोविकार हे सारं काही लुप्त होतं.

'ॲलिस इन वंडरलॅन्ड'मधील राजा झोपलेला असतो. त्याच्या स्वप्नात साऱ्या घटना घडत असतात, प्रसंग साकार होत असतात. आता त्या राजालाच उठवलं तर त्याच्या स्वप्नातल्या साऱ्या खेळाचंच अस्तित्व लुप्त होणार असतं. कारण त्या सर्व घटनांचं-प्रसंगांचं अस्तित्व हे राजाचं स्वप्न असतं!

परमेश्वर मात्र सतत जागृत असतो आणि त्याच्या उपस्थितीतच हा स्वप्नवत मायेचा खेळ सुरू असतो! ही त्याची माया आपल्या आकलनापलीकडची आहे. कारण परमेश्वराची ही ओळख ही इंद्रियातीत आहे. इंद्रियांनी जाणण्याजोगी नाही. शब्द, रस, रूप, गंध आणि स्पर्श अशा क्रमाने आपण प्रत्येक पदार्थाची वेगळी वेगळी ओळख करून घेतो. तरी पण अशा वस्तूपासून मिळणाऱ्या आनंदात एक प्रकारची अखंडता असते. म्हणजे हाताला चव कळत नाही, तर जिभेला वस्तू दिसत नाही, पण या गोष्टींना एकाच सूत्राने बांधलेलं आहे. त्यामुळे स्पर्श-रसादी आनंद अखंडपणाने आपल्या अनुभवास येतो. मात्र इंद्रियांना एकत्रित बांधणारं सूत्र म्हणजे परमेश्वर हा कोणत्याही इंद्रियाने ओळखता येत नाही. कारण तो इंद्रियातीत आहे.

त्रिगुणात्मक चराचरात परमेश्वर व्यापून उरला आहे. हे अनेकत्व त्याच्या निर्गुण स्वरूपात मात्र नसतं.

*बीजं मां सर्वभूतानां विद्धि पार्थ सनातनम् ।*
*बुद्धिर्बुद्धिमतामस्मि तेजस्तेजस्विनामहम् ॥७.१०॥*
*बलं बलवतां चाहं कामरागविवर्जितम् ।*
*धर्माविरुद्धो भूतेषु कामोऽस्मि भरतर्षभ ॥७.११॥*

हे पार्था, सर्व भूतांचे (जीवांचे, पदार्थांचे उत्पादक तत्त्व) सनातन बीज मी आहे, असे समज. बुद्धिमान लोकांची बुद्धी मी आहे आणि तेजस्व्यांचे तेजही मी आहे. बलवानांचे आसक्ती आणि वासनारहित बल मी आहे. हे भरतश्रेष्ठा, धर्माला अनुकूल अर्थात शास्त्राला अनुकूल कामही मी आहे.

एखादी गोष्ट आपल्या आकलनाच्या बाहेर असेल तर त्यातला जाणकार सांगतो, 'तू असं असं समज. फार डोकं लावू नकोस!'

समुद्रातील पाण्याची वाफ होऊन त्याचे आकाशात ढग तयार होतात. ते ढग एकमेकांवर आदळले की गडगडाट होतो. हे विज्ञान छोट्या बालकाच्या आकलनाच्या बाहेरचं असतं. त्यामुळे वडील त्याला सांगतात, 'अरे, वर आकाशात म्हातारी दळण दळते आहे असं समज.'

अर्जुन जरी ज्ञानी भक्त असला तरी भगवान त्याला याच भूमिकेतून सांगत आहेत, 'सर्व जीवांचं सनातन बीज मी आहे, असं समज!' थोडक्यात तू फार खोलात शिरू नकोस; कारण ते कळण्याच्या पलीकडचं आहे! अर्थात हे सांगणं आपल्यासाठी आहे; अर्जुनाला ते नक्कीच कळलेलं असणार!

जे नित्य-नूतन असतं त्याला 'सनातन' म्हणतात. म्हणजे जे कधीच नाश पावत नाही ते सनातन! त्यामुळे जेव्हा जेव्हा जीवसृष्टी आकाराला येते, तेव्हा तेव्हा आणि तिथे तिथे हेच सनातन बीज कारण ठरलेलं असतं. वृक्षापासून बीज होतं आणि बीजापासून पुन्हा वृक्ष. पण वृक्षाचं ते बीज नष्ट होणं शक्य असतं. पण हे सनातन बीज कधी नष्ट होऊच शकत नाही, जीवसृष्टी नष्ट झाली तरी ते सुप्तावस्थेत निरंतर असतंच असतं.

सर्व भूतमात्र हे परमेश्वरापासूनच निर्माण झाले आहेत. सर्व जीवांच्या उत्पत्तीचं अनादि कारण परमेश्वरच आहे. माळेमधील फुलं जशी दोऱ्यांमध्ये गुंफलेली असतात, त्याप्रमाणे सर्व जीव परमतत्त्वामध्ये गुंफलेले असतात. त्या परमतत्त्वाच्या आधारानंच सर्व जीव वास करून असतात, परंतु हे जीव जरी आदितत्त्वाच्या आधाराने राहतात, तरी ते आदितत्त्व सर्व चांगल्या गोष्टींमध्येच वास करून असतं.

भगवान म्हणतात, 'जे विवेकसंपन्न पुरुष असतात, त्या लोकांची विवेकशक्ती मीच आहे. तेज म्हणजे प्रगल्भता, धीटपणा, स्वाभिमान आणि अस्मिता या गुणांनी युक्त असलेल्या पुरुषांमधलं तेज मी आहे. बलवान लोकांमधील काम-राग विरहित म्हणजे तृष्णा-आसक्तिविरहित बल मी आहे. मात्र काम-राग यांनी युक्त असलेलं बल मी नाही. जीवांमधला धर्माच्या विरुद्ध नसलेला काम मी आहे. म्हणजेच जो धर्मसंमत, धर्ममान्य काम आहे तो मी आहे. याचा अर्थ शरीर जिवंत राहण्यासाठी आणि सृष्टिचक्र चालावं म्हणून अगदी आवश्यक असलेला 'काम' हा भगवंत आहे. अन्न-वस्त्र-जल-निवारा आदी वस्तूंची यथायोग्य इच्छा धरणं हा धर्ममान्य काम आहे.

पुष्कळांना वाटतं, बुद्धी माझी आहे. नक्कीच असते; परंतु त्यामागची प्रेरक शक्ती जीवाची नसते. मेल्यावरही काही काळ मेंदूमधील घटक कार्यरत असतात, पण जीवाला त्याचं भान असतं का? झोपल्यावर बुद्धी काय काम करते? त्या वेळी केवळ 'स्थिती' असते. मनुष्य जागा झाला की 'स्थिती'सह 'वृत्ती' कार्य करू लागते. मग 'मी', 'माझं' वगैरे सुरू होतं.

म्हणून भगवंतांना अपेक्षित खरा बुद्धिमान कोण? तर आपली बुद्धी भोगाकडे न वळवता ज्ञानाकडे वळवणारा खरा बुद्धिमान! ज्याच्यामध्ये ही समज निर्माण झाली त्याची बुद्धी भगवंताची! अनेकांना विषय-तृष्णा-वासनांची पूर्ती करण्यासाठी भगवंत हवा असतो. एरवी ते मौजमजा, चंगळवादामध्येच गुंतलेले असतात. म्हणजे गरज वाटली तर भगवान! याउलट खरा बुद्धिमान भगवंताशी नित्य जोडलेला असतो आणि जीवनव्यवहारातील प्राप्त उपभोग घेत राहतो. म्हणजे एक मानसिकता भोगवादाला जोडलेली राहून गरजेपुरती - स्वार्थापोटी भगवंताला जवळ करते तर दुसरी मानसिकता भगवंताला नित्य जोडलेली राहून विचारपूर्वक जीवनाचा यथोचित उपभोग घेत राहते. भगवंतांच्या दृष्टीने हा खरा बुद्धिमान!

'बला'च्या बाबतीतही असंच असतं. मिळालेल्या सामर्थ्याचा उपयोग तृष्णा आणि आसक्तिरहित करता आला, तरच ते बल हे दैवीबल ठरतं, अन्यथा ते आसुरी बल होतं. आसुरी बल उद्दीपित झालं तर त्यातून उन्मत्तपणा, भांडणं, उच्छृंखलता, द्वेष, दंगा, लढाया आदी उत्पन्न होतात. म्हणून बल हवं, पण ते आसुरी असता कामा

नये- ते दैवी हवं. राजा विश्वामित्राने वसिष्ठांच्या आश्रमातून कामधेनू पळवली तेव्हा वसिष्ठांनी प्रतिकार केली नाही. सामर्थ्य असूनही ते शांत राहिले. अर्थात त्यांनी शांतिबलाचा वापर केला. याउलट शंभर अपराध सहन केल्यावर श्रीकृष्णांनी भर सभेत शिशुपालाचा शिरच्छेद केला. दोन्ही ठिकाणी बल हे होतंच; पण दोन्ही बलं ही काम-राग विवर्जित होती.

इथे जे 'बल' भगवंत सांगतात, ते सामान्य माणसांमध्येही असतं. आपल्या या बलाचा वापर आपण आखाड्यात करत नाही एवढंच! परंतु आपल्या प्रत्येक कृतीमागे बळ असतंच. एखाद्या व्यक्तीचा काम करण्याचा झपाटा किंवा आवाका प्रचंड असतो. तो जो झपाटा किंवा आवाका असतो तो 'मी आहे,' असं भगवान सांगतात. ज्या 'कामा'ला एरवी दूर सारलं जातं किंवा कमी लेखलं जातं, त्या 'कामा'लाही भगवंतांनी जवळ केलं आहे. अविवेकी कामामुळेच सारा दुराचार घडतो. म्हणून कामाला त्याज्य ठरवलं जातं. मात्र भगवंत सांगतात, 'धर्ममान्य म्हणजेच धर्माला विरोध न करणारा असा जो शिष्टसंमत 'काम' आहे तो मी आहे.'

'काम म्हणजे तृष्णा, स्वार्थी इच्छा किंवा संकल्प; आणि राग म्हणजे आसक्ती. जी गोष्ट मिळणं कदापि शक्य नाही हे माहीत असूनही त्या विषयाची अभिलाषा धरणं म्हणजे 'कामविकार.' एखादा विषय जरी कष्टाने मिळाला तरी तो नष्ट न होता अधिकाधिक मिळावा अशा प्रकारची जी मनोवृत्ती असते, तिलाच 'आसक्ती' म्हणतात. यामध्ये हव्यासाची आणि असुरक्षिततेची भावना असते. भगवंतांना अपेक्षित असा जो खरा 'बुद्धिमान' असतो, तो स्वतःला कधी असुरक्षित ठरवत नाही. असुरक्षिततेची भावना मनावर दडपण आणते. त्यातूनच मनाचे रोग उद्भवतात.

म्हणून भगवंतांना जोडण्याचा अभ्यास साधला पाहिजे. या जोडण्याच्या क्रियेलाच 'योग' म्हणतात. 'योग' म्हणजे केवळ योगासने नव्हेत! 'योग' साधण्यासाठी आवश्यक असणारं शरीर-माध्यम हे निरोगी आणि सुदृढ असावं यासाठी योगासने करायची असतात. 'योग' हे त्याचं अंतिम साध्य असतं आणि योगासने हे साधन!

'वासना' ही जीवाची स्वाभाविक प्रवृत्ती असते. ती मुळीच वाईट नाही. वासनाच नसेल तर जगणंच अशक्य होऊन जाईल. वासना ही जीवाला पोषक असते तथापि तिने विकृती धारण करता कामा नये. ती धर्माधिष्ठित हवी. 'धर्म' म्हणजे अनवस्था दूर करून सृष्टीला सुव्यवस्थितपणे धारण करणारी शक्ती. या सुव्यवस्थित मार्गात वासनांमुळे अनावस्था आणण्याचा प्रयत्न झाला तर मात्र ती परमेश्वरी शक्ती कोणत्या ना कोणत्या मार्गाने किंवा माध्यमातून मनुष्यनिर्मित अनवस्था दूर करतेच करते. त्यासाठी स्वार्थलोलुप मनुष्याला ती बंधनातही टाकते - घरात बसवते!! त्याच्या

सृष्टीवरील अविवेकी आक्रमणाला लगाम घालते. जीवनाच्या उत्क्रांतीसाठी आणि विकासासाठी आवश्यक असणाऱ्या निसर्गनियमांचं पालन करूनच जीवनविकास साधला पाहिजे. त्याविरुद्ध जाणारी वासना मनुष्यासाठी मुळीच हितावह नसते. धर्माच्या विरुद्ध न जाणारा 'काम' हा ईश्वरी सत्तेचा अंश आहे. त्यावर शांतपणे विचार झाला पाहिजे.

वैदिक संस्कृतीने 'कामा'चा स्वीकार केला आहे. त्याला मानाचं स्थान परमेश्वराच्या मान्यतेमुळे प्राप्त झालं आहे.

भगवंतांनी सांगितलेल्या या साऱ्या गोष्टींवर सखोल विचार केला पाहिजे.

सर्व गुणांमध्ये, चांगल्या गोष्टींमध्ये परमेश्वर तत्त्वाचा वास असतो. त्याच्याच प्रेरणेने वरील साऱ्या क्रिया घडून येत असतात.

*ये चैव सात्त्विका भावा राजसास्तामसाश्च ये ।*
*मत्त एवेति तान्विद्धि न त्वहं तेषु ते मयि ॥७.१२॥*

जे जे सात्त्विक, राजस आणि तामस म्हणून भाव आहेत, ते सर्व माझ्यापासून उत्पन्न झालेले आहेत असं जाण. मी त्यांच्या आश्रयाने नाही तर ते मात्र माझ्या आश्रयाने आहेत.

हा श्लोक गहन आहे. भगवंतापासून सर्व सृष्टी तयार झाली आणि भगवान त्याचं उपादान कारणही आहेत. मग ते सात्त्विक, राजस आणि तामस या तिन्ही भावांमध्ये का नाहीत, असा प्रश्न पडतो. या श्लोकावर जाणकार पंडितांनी पुष्कळ विचारमंथन केलं आहे, पण ह्या श्लोकातलं गूढ उलगडत नाही. परा-अपरा प्रकृती त्यातल्या सर्व भावांसह भगवंतांमुळे निर्माण झाली आहे तर मग सात्त्विक, राजस आणि तामस वृत्तींच्या प्रभावात भगवंत का नाहीत, हा प्रश्न आहे. प्राण्यांच्या कर्मामुळे जे सात्त्विक, राजस आणि तामस भाव उत्पन्न होतात ते सर्व माझ्यापासूनच निर्माण होतात; त्या सर्वांचं मूळ कारण पर-अपर प्रकृतीच्या द्वारे मीच आहे, असं भगवंत अर्जुनाला सांगतातही. पण पुढे म्हणतात, मी कारण असलो तरी मी त्यांच्या आश्रयाला नाही.

सात्त्विक भाव सत्त्वगुणापासून उत्पन्न झालेला असतो. रजोगुणापासून उत्पन्न झालेल्यांना राजस आणि तमोगुणापासून उत्पन्न झालेल्या भावांना तामस असं म्हणतात. (चौदाव्या अध्यायात या त्रिगुणांच्या वैशिष्ट्यांविषयी भगवंतांनी अधिक विवेचन केलं आहे.)

सात्त्विकादी सर्व पदार्थ जरी परमेश्वरापासून निर्माण झालेले असले तरी संसारी लोक परमेश्वराऐवजी या त्रिगुणांमध्येच अधीन झालेले असतात. परमेश्वरापासूनच निर्माण झालेल्या पदार्थांमध्ये परमेश्वर मात्र अधीन होत नाही. उलट ते पदार्थ त्याच्या अधीन असतात. कारण तोच एक सत्य आहे. ते पदार्थ कल्पित आहेत. त्यामुळे त्या पदार्थांच्या गुणदोषांचा परमेश्वरावर परिणाम होत नाही.

इतिहासाचार्य महामहोपाध्याय दत्तो वामन पोतदार यांनी म्हटलं आहे, *मनुष्य जितका प्रगत होत जाईल तेवढे प्राचीन सिद्धान्त खरे ठरत जातील.* या दृष्टिकोनातून आपण आजच्या प्रगत तंत्रज्ञानाचा या श्लोकासंदर्भात विचार करू. फेसबुक, वॉटस्‌ॲप, ट्विटर वगैरे सॉफ्टवेअर्स बनवली गेली, लोक ती वापरू लागले. रोज परस्परांना शुभेच्छा देऊ लागले, माहिती फॉरवर्ड करू लागले, मतप्रदर्शन करू लागले किंवा शिव्याही घालू लागले! आता ज्यांनी ही सॉफ्टवेअर्स बनवली, त्यांच्याकडे लोकांनी परस्परांना दिलेल्या शुभेच्छा अथवा घातलेल्या शिव्या यांचं श्रेय जातं का? अर्थात हे केवळ व्यावहारिक उदाहरण आहे. शब्द आला की मर्यादा या आल्याच! शब्द हा फसवा असतो. विचारविनिमयाचं दुसरं कोणतंही साधन नसेल तर शब्दाचाच आधार घ्यावा लागतो. कारण शब्द हा द्वैत सृष्टीतला असतो. अद्वैताचं स्वरूप त्यामुळे समजू शकत नाही. अमर्याद परमेश्वराच्या प्रतिभेची ओळख होऊ शकत नाही. ती अनुभवावीच लागते.

यानुसार आणखी काही दृश्य सृष्टीतील उदाहरणं आपण बघू. सागरापासून शंख-शिंपल्यांची निर्मिती होत असते, पण त्या शंख-शिंपल्यात सागर सामावलेला नसतो. अग्नीपासूनच धूमाची म्हणजे धुराची निर्मिती होते, परंतु त्या धूमात अग्नी नसतो. समुद्रमंथनातूनच हलाहल विष निर्माण झालं, पण त्या हलाहलात समुद्र सामावलेला नसतो. आकाशातून उल्कापात होतो, परंतु त्या उल्केत अनंत आकाशाचं दर्शन कधी घडत नाही. अलीकडचं उदाहरण घ्यायचं झालं तर, कॅमेऱ्यामुळे फोटो निघतो; पण फोटोत कॅमेरा नसतो!

याउलट $H_2O$ मुळे पाणी होत असलं तरी पाण्याला पाहून $H_2O$ चं भान येऊ शकत नाही. म्हणजे पाण्यात ते सूत्र दिसत नाही. त्याचप्रमाणे सृष्टीत वास करून असणारी चैतन्य शक्ती सामान्यत: अशीच दिसत नाही किंवा ध्यानात येऊ शकत नाही. पदार्थांचं स्वरूप जितकं विकृत होत जातं, तितकं त्याचं कारण आणि त्याला व्यापून असणारं मूलतत्त्व गूढ-गहन होत जातं. मग प्रकृतीच्या अधीन होऊन जीवाकडून जी बरी-वाईट कृत्यं होतात, त्याचं श्रेय तरी कुणाचं मानायचं?

मूळ परमतत्त्व जरी सृष्टीला व्यापून असलं आणि यच्चयावत जीवांचं अव्यक्त आश्रयस्थान जरी परमात्मा असला तरी जीवाकडून होणाऱ्या कर्माच्या परिणामांना 'त्रिगुण' कारण ठरत असतात. त्रिगुणात्मक प्रकृतीच्या चांगल्या-वाइटात परमेश्वर नसतो. परमेश्वरापासून निर्माण झाल्यावर जो-तो प्राणी आपापल्या सत्त्व-रज-तम आदी भावगुणांनुसार कर्म करत असतो; आणि आपल्या कर्मांनुसार आपलं अनेक जन्मांचं भविष्य ठरवत असतो. आपल्यापासूनच निर्माण झालेल्या या यंत्रणेत परमेश्वर

हस्तक्षेप मात्र करत नाही. अपग्रेड अथवा अपवाद सोडला तर फेसबुक, वॉटस्अ‍ॅप, ट्विटर आदींचे निर्माते त्यांनीच बनवलेल्या सॉफ्टवेअरमध्ये हस्तक्षेप करत नाहीत!

या श्लोकासंदर्भात आपण एवढाच निर्णय करू शकतो की, सत्त्व-रज-तम आदी त्रिगुणात्मक पदार्थ परमेश्वराच्या अधीन झालेले असतात, परंतु परमेश्वर त्यांच्यामध्ये नसतो. म्हणजे भूतसृष्टीतील जे जे वाईट आहे, ते चांगल्याबरोबर त्याच्यात सामावलेलं असतं. कारण परमेश्वरच त्यांच्या उत्पत्तीचं आदीकरण असतो. असं असूनही त्यांच्या बऱ्यावाइटात परमेश्वर भागीदार नसतो किंवा सहभागी नसतो.

सात्त्विक-राजस-तामस हे त्रिगुणात्मक पदार्थ परमेश्वरापासूनच निर्माण झाले असले तरी त्या पदार्थांच्या चांगल्या-वाईट कर्मांमध्ये परमेश्वर नसतो. ते त्रिगुण मात्र परमेश्वरामध्ये सामावलेले असतात.

*त्रिभिर्गुणमयैर्भावैरेभिः सर्वमिदं जगत् ।*
*मोहितं नाभिजानाति मामेभ्यः परमव्ययम् ॥७.१३॥*
*दैवी ह्येषा गुणमयी मम माया दुरत्यया ।*
*मामेव ये प्रपद्यन्ते मायामेतां तरन्ति ते ॥७.१४॥*

या तीन म्हणजे सत्त्व, रज, तम या त्रिगुणात्मक गुणमय भावांनी मोह पावलेलं हे सर्व जग, या गुणांहून वेगळा आणि विकाररहित अशा मला (परमेश्वराला) जाणत नाही. कारण माझी त्रिगुणात्मक दैवी माया तरून जाण्यास दुस्तर आहे. जे मला शरण येतात तेच ह्या मायेतून तरून जातात.

एखादं सुंदर चित्र माणसाचं मन मोहून घेतं पण त्या चित्रामागचे हात कुणाला दिसत नाहीत. मातीच्या घटामागचे हात कुणाचे होते हे कळत नाही. बव्हंशी लोकांना ते जाणून घ्यायचीसुद्धा आवश्यकता वाटत नाही! दृश्य जग हे परमेश्वराचं हस्तकौशल्य असतं. त्याची कलाकृती सर्वांना दिसत असते; परंतु त्यामागचं हस्तकौशल्य जाणून घ्यायचा सहसा कुणी प्रयत्न करत नाही. फूल कसं उमलतं, हे माणसाला समजत नाही. तो फक्त फुलाचा सुगंध घेत बसतो. माणूस असा मायेत गुरफटून जातो. माया म्हणजे काय? तर ज्याने घडवलं त्याला विसरून जे घडलं ते पाहण्यातच किंवा त्याचा उपभोग घेण्यातच अडकून जाणं याला 'माया' म्हणतात. सहजासहजी या मायेचं उल्लंघन करता येत नाही. ते उल्लंघन करायचं म्हटलं तरी ती गोष्ट तितकी सोपी नसते. जे संपूर्णतः भगवंताला शरण जातात, तेच या मायेचं उल्लंघन करू शकतात. शरण जाणं याचा अर्थ या त्रिगुणांच्या प्रभावातून बाहेर पडून परमेश्वराला जाणण्याचा प्रयत्न करणं .

माणसाची प्रवृत्ती बहुधा बहिर्मुख असते. त्याला कारण त्रिगुणच असतात. बाह्यजगत पाहताना त्याला या जगताच्या निर्मात्याविषयी मुळीच भान नसतं. चित्रपटाचा खेळ पाहण्यात तो रंगून जातो, परंतु चित्रपट बनवणाऱ्याचं कौशल्य

तत्त्वत: त्याच्या खिजगणतीतही नसतं. सामान्य माणूस अग्नीऐवजी धुरात, सागराऐवजी शंख-शिंपल्यात, आकाशाऐवजी उल्केत आणि कॅमेराऐवजी फोटोत रमून जातो. तिथेच तो निर्मात्याचा शोध घेत राहतो! उदाहरण म्हणून हे विचार आहेत. अन्यथा परमात्मा उल्केतही आहे आणि शंखशिंपल्यातही आहे. तथापि, मृगजळात जलाचं अस्तित्व कधी सापडू शकत नाही.

आपलं शरीर कसं चालतं, इंद्रियं, मन, बुद्धीसहित शरीरांतर्गत यंत्रणा कशी चालते आणि ती कोण चालवतो, याचं भानही मनुष्याला नसतं. हीच ती माया! ही माया कशी आहे? काही उदाहरणांनी ते आपण समजून घेण्याचा प्रयत्न करू.

माया कशाला म्हणायचं? तर जे कालबद्ध असतं ती माया असते. याउलट जे सत्य असतं ते मात्र कालातीत असतं. जे जीवाच्या इंद्रियांना जाणवतं किंवा साक्षात अनुभव येतो ती माया असते. मृगजळ हे आपल्या दृष्टीला दिसतं; पण ते खरं नसतं. म्हणजेच ते अवास्तविक असतं unreal असतं.

जे मृगजळस्वरूप आहे ते प्रत्यक्षात नसलं तरी आपल्या इंद्रियांना का दिसतं? आपल्याला जे स्वप्नात दिसतं ते अंतर्मनात प्रस्थापित असतं म्हणजे स्टोअर्ड असतं. म्हणजेच ते केव्हा ना केव्हातरी - अगदी पूर्वजन्मांमध्येही ते पाहिलेलं असतं. म्हणूनच जे पाहिलेलं असतं त्याचाच मेंदू विचार करतो. मग अशा दिसणाऱ्या आणि जाणवणाऱ्या भौतिक सृष्टीची निर्मिती केली असल्याशिवाय ती प्रत्यक्षात अथवा स्वप्नात तरी दिसेल कशी, हा प्रश्न उपस्थित होतो.

> आपण टीव्हीवरच्या 'डिस्कव्हरी'सारख्या चॅनेलवर आफ्रिकेचं जंगल पाहत असतो. एकाएकी वीज जाते आणि टीव्हीवर प्रत्यक्ष दिसणारं आफ्रिकेचं जंगल नाहीसं होतं. पण टीव्हीवरून जंगल नाहीसं झालं म्हणजे प्रत्यक्षात ते नाहीसं झालं किंवा ते नव्हतंच असं समजायचं का? म्हणजे टीव्हीवर दिसणारं जंगल हे मायिक (illusionary) असतं; परंतु अवास्तविक (unreal) नसतं; तर ते आफ्रिकेत प्रत्यक्षात असतंच.
>
> आणखी एक दृष्टान्त पाहू.
>
> विमानातून प्रवास करताना आपल्याला झोप लागून स्वप्न पडतं की आपण बैलगाडीतून प्रवास करत आहोत. मग अर्धवट जाग आल्यानंतर जर आपण शेजाऱ्यालां सांगितलं की, 'काय हा बैलगाडीचा प्रवास!' तर तो सांगेल, 'अहो, बैलगाडी कुठची? आपण तर विमानप्रवास करत आहोत! ढगांमुळे या विमानाचा खडखडाट होत आहे!'
>
> पण आपला अनुभव त्याला सांगेल, 'अहो हे काय भलतंच सांगता?

मी तर बैलगाडीतून चाललो होतो. मला तसा साक्षात अनुभव आत्ता मिळाला आहे!!' हीच ती माया! म्हणजे विमानातून प्रवास करत असतानाही आपण बैलगाडीतून चाललो आहोत, असा इंद्रियांनी अनुभव देणं हा मायेचा प्रभाव असतो. पण मग नक्की काय असतं? बैलगाडी का विमान? दोन्ही गोष्टी म्हटल्या तर खऱ्या - म्हटल्या तर आभासी! कालपरत्वे इंद्रियांकडून केवळ जीवाला अनुभव मिळाला असतो. थोडक्यात, इंद्रियांनी दिलेले अनुभव हे फसवेच असतात.

तथापि, विमान आणि बैलगाडी या दोन्ही गोष्टी अस्तित्वात असतातच - त्या कुणी तरी बनवलेल्या असतात. विमानात पडलेल्या स्वप्नातली बैलगाडी खरी नसली तरी ती प्रत्यक्षात कुठे तरी असतेच. कुणी तरी बनवलेली असतेच. त्याचप्रमाणे भौतिक पदार्थांचा इंद्रियांना मिळणारा अनुभव हा जरी मायिक भाग असला तरी जे इंद्रियांना जाणवणारं विश्व बनलेलं आहे ते कुणी तरी - कोणा बुद्धिमानाने नक्कीच बनवलेलं आहे. त्याचा अनुभव मायिक असला तरी त्याचं अस्तित्व नक्कीच आहे! म्हणून महान दार्शनिक म्हणतात, *हे विश्व उत्क्रान्त झालेलं नसून ते निर्मितच आहे.* आता हे अफाट, गुंतागुंतीचं विश्व आणि त्यातले अब्जावधी जीव भगवंतांनी कोणत्या शक्तीने बनवले, हे समजणं शक्य नाही. ते कल्पनेतून साकारलेले आहेत का अत्यंत छोट्या सूत्रांमध्ये तयार करून त्याचा वैश्विक आविष्कार केलेला आहे, हे कळणं कठीण आहे. त्यालाच शरण गेल्याशिवाय ते समजणं शक्य नाही.

हे विश्व म्हणजे कोणत्या तरी अत्यंत प्रबळ अशा शक्तीचा आविष्कार आहे हे आपण मानायलाच हवं. भगवंतांनी केवळ संकल्पानंच हा सारा पसारा निर्माण केला. पण तो कसा केला, ते आपल्याला समजणं मुळीच शक्य नाही.

अज्ञात विश्व हे आपल्या आवाक्याबाहेरचं आहे; पण आपल्या जवळच्या मेंदूची ज्ञात संरचना अल्पशी जाणूनही थक्क व्हायला होतं. आपण आधुनिक भौतिक संशोधनाच्या दृष्टीनंही याचा विचार करू. मानवी मेंदूत ८६ कोटी न्यूरॉन्स असतात. या न्यूरॉन्सचा परस्परांमध्ये एकप्रकारचा बंध असतो. या बंधातून अतिवेगवान असं सेल्युलर नेटवर्क सिद्ध होतं. या मेंदूस्थित न्यूरॉन्सच्या गटात अंगभूत (built-in) असे एक मिती ते चार मिती आकार मुळातच सामावलेले असतात. सृष्टीकडे बघताना अनेक मितीय आकार मेंदूमध्येच तयार होत असतात. उदाहरणार्थ, एखादं त्रिमितीय (3D) फूल आपण जेव्हा बघतो, तेव्हा त्या ३ मिती मुळातच मेंदूत सेट केलेल्या असतात. त्यामुळे आपल्या डोळ्यांना त्या त्याच डायमेन्शन्समध्ये दिसतात. तीच

गोष्ट द्विमितीय किंवा अन्य मितींसदर्भात घडते. संशोधकांच्या मते, या भूमितीय स्थानकातून व्यक्ती ११ मिती (तत्त्वत:) पाहू शकते! त्यामुळे आपण जे 'बघतो' तो मेंदूत सेट केलेला पूर्वनियोजित कार्यक्रमच बघत असतो! त्याबाहेरचं आपण बघूच शकत नाही.

पृथ्वीवर आपण तीन मितींमध्ये वास्तव्य करतो. देह सोडल्यानंतर द्विमितीय जगतात जीव प्रवेश करतो असं म्हणतात. आता एखादं घड्याळ भिन्न मितीतल्या व्यक्तींपुढे ठेवलं तर ते त्या त्या व्यक्तींना कसं दिसेल? आपल्या त्रिमितीय जगतात घड्याळाचं जे रूप दिसतं, त्यापेक्षा ते द्विमितीय किंवा इतर अनेक मितीय जगतात ते भिन्न भिन्न स्वरूपात दिसणार हे उघड आहे. मग कोणत्या मितीत दिसणारा आकार खरा मानायचा? - त्रिमितीत दिसणारा, चार मितींत दिसणारा का अकरा मितींत दिसणारा? पृथ्वीवर एक मैल सरळ दूर दिसणारी गोष्ट शुक्रावर वर आकाशात दिसू लागते. जितकी वस्तू दूर तितकी ती शुक्रावर वर दिसते! खरं काय समजायचं? कुत्र्याला म्हणे शुभ्र-धवल म्हणजे ब्लॅक-ॲन्ड-व्हाईट दिसतं; तर फुलपाखराला विश्व पिक्सेल स्वरूपात दिसतं. मग कुणाचं दर्शन खरं मानायचं? मनुष्याचं, का भिन्न मितीतील जीवांचं, का कुत्र्याचं, का फुलपाखराचं? हीच ती मुद्दाम तयार केलेली माया! या मायेचं उल्लंघन सहसा करता येत नाही.

त्यामुळे मेंदूत सेट केलेल्या पूर्वनियोजित programच्या म्हणजे केवळ बुद्धीच्या आधाराने आपल्याला परमतत्त्व जाणणं कदापि शक्य नाही ही गोष्ट यावरून सिद्ध होते. 'मला देव दाखवा; तरच मी त्याच्यावर विश्वास ठेवीन' ही गोष्ट कदापि शक्य नाही. रोबोमध्ये जो प्रोग्रॅम तयार केलेला असतो, तेवढ्याच कक्षेत तो कार्यरत राहतो. म्हणून एखादा मनुष्य जेव्हा म्हणतो, की माझ्या बुद्धीला पटेल त्यावरच मी विश्वास ठेवतो, तर ती गोष्टच भ्रामक असते; फसवी असते.

परमेश्वराच्या या कालबद्ध, प्रवाही आणि मायिक जगतापासून अलिप्त होण्यासाठी आणि सत्य जाणून घेण्यासाठी त्यालाच आत्यंतिक प्रेमाने शरण जाणं हाच एकमेव मार्ग आहे. योगाभ्यासात आपला श्वास पूर्णपणे थांबतो. याचा अर्थ आपण कालबद्ध विश्वापासून म्हणजेच मायेपासून स्वत:ला स्वतंत्र ठेवतो आणि मायेच्या निर्मात्याला जाणण्याचा प्रयत्न करू शकतो. अन्यथा ही त्रिगुणात्मक माया तरून जाणं अतिशय दुष्कर आहे.

आता भगवंताला शरण जायचं म्हणजे नेमकं काय करायचं, हा प्रश्न उरतोच. देवाच्या मूर्तीपुढे साष्टांग लोटांगण घातलं म्हणजे शरणागत अवस्था येईल का, याचा विचार झाला पाहिजे. गीतेतले हे श्लोक वरवर दिसतात तितके साधे नाहीत. त्यांचा

उलगडा करणं फार कठीण काम आहे.

मग शरणागत होऊन भगवंतांना जाणायचं कसं, या महत्त्वाच्या भागाचाही सखोल विचार करावा लागेल. या श्लोकांमध्ये भगवंत त्रिगुणांचा—सात्त्विक, राजस, तामस—उल्लेख करतात. त्रिगुण आले की अस्मिता, अपेक्षा, स्पर्धा, षड्रिपू, भावभावना, महत्त्वाकांक्षा—सारं काही आलंच! सारं जग या त्रिगुणात्मक व्यवहारात अडकलेलं आहे. त्रिगुणांशिवाय जीवन-व्यवहार चालणंही शक्य नाही. भगवान मात्र गुणातीत आहे. याचाच अर्थ त्याला जाणायचं असेल तर सर्वप्रथम त्याच्यासारखंच गुणातीत व्हावं लागेल हे उघड आहे.

ही गुणातीत अवस्था केवळ सत्त्वगुणाच्या आधाराने येऊ शकते. कारण तीन गुणांपैकी हा गुण श्रेष्ठ आहे. सत्त्वगुण अंगीकारला तरच पुढचा मार्ग प्रकाशित होत जाईल. तो पुढचा मार्ग म्हणजे विचारमयता, प्रेममयता आणि भावमयता. बुद्धी हे विचारांचं माध्यम असतं. त्या आधाराने जाणीवपूर्वक पुढचा मार्ग आक्रमित केला पाहिजे. त्याचवेळी मन वैश्विक मनाशी जोडण्याचा अभ्यास साधला पाहिजे. मानवी जीवन योग्य रीतीने जगत असतानाच स्व-अभ्यास केला पाहिजे. त्यानंतर वृत्तीत प्रेममयता आली पाहिजे. भगवान सर्वव्यापक आहे. त्याच्याशी एकदम योग साधणं कठीण असतं. त्यामुळे त्याने निर्माण केलेल्या जीवांविषयी प्रेमभाव वृद्धिंगत व्हायला हवा. पुढे निसर्गात परमेश्वराला पाहता आलं पाहिजे. इतर जीव, निसर्ग आणि आपला दैवी संबंध बुद्धीत स्थिर झाला पाहिजे. त्यानंतर ईश्वरी प्रतिभेचा मनाला स्पर्श व्हायला हवा. त्यातूनच भावमयतेचा मार्ग प्रकाशित होतो.

तथापि, निराकारात भाव स्थिर होऊ शकत नाही. त्यामुळे भगवंताच्या सुंदर मूर्तीत सर्वप्रथम भाव ओतता आला पाहिजे. म्हणजे परमतत्त्वाच्या गुणांची वैचारिक समज मूर्तीच्या आधाराने प्रथम बुद्धीत स्थिरावली पाहिजे. त्यानंतर भगवान आपल्याही शरीरात वसून असल्यामुळे स्व-अध्याय करणं , प्रेमभावातून ईश्वर, इतर जीव, निसर्ग आणि आपण हा दैवी संबंध ध्यानात घेणं आणि भावमयता जोपासून ईश्वराच्या व्यक्त स्वरूपावर भावमयतेतून शरणागत होणं हाच राजमार्ग आहे. विचारविहीन भावमयता अथवा प्रेमविहीन शुष्क विचारमयता उपयोगाची नसते. अशा तऱ्हेने जो भगवंताला पूर्णतः शरण जातो, तो मात्र ही माया तरून जातो.

मायेच्या चक्रातून स्वतःला अलिप्त ठेवण्याचा अभ्यास आणि प्रार्थना (संपूर्ण शरणागती) साधली तरच मायेची सरसीमा माणसाला पार करता येईल, सत्य आविर्भूत होईल आणि मोक्षाच्या मार्गावर त्याचा प्रवास सुरू होईल.

*न मां दुष्कृतिनो मूढाः प्रपद्यन्ते नराधमाः ।*
*माययापहृतज्ञाना आसुरं भावमाश्रिताः ॥७.१५॥*

मायेने ज्यांचं विवेकज्ञान नष्ट केलं, ते मूढ विवेकहीन आणि आसुरी वृत्तीचा आश्रय घेतलेले दुष्कर्मी नराधम मला शरण येत नाहीत.

मायेमुळे, प्रकृतीमुळे किंवा स्वभावामुळे ही सृष्टी उत्पन्न झालेली आहे. त्या सृष्टीमध्ये, मायेच्या या वैश्विक पसाऱ्यामध्ये अज्ञानी लोक गढून जातात. म्हणजे illusionमध्ये अडकून जातात. मायेमध्ये गुरफटून गेल्यामुळे ते परमेश्वराला विसरतात आणि नाश पावतात. स्वतःच्या नाशाला ते स्वतःच कारण ठरतात.

आयुष्यातले भोग यथेच्छ भोगणं हेच खरं जीवन आहे असं या आसुरी वृत्तीच्या लोकांना वाटतं. मनुष्यजन्मामध्ये जितका उपभोग घेता येईल तितका घ्यावा, आलेल्या क्षणाचा आनंद लुटावा, भरपूर खावं-प्यावं, मजा करावी; उद्याचं कुणी बघितलंय अशी त्यांची वृत्ती असते. अनेक तथाकथित बुद्धिवादी हे चार्वाकवादी असतात. *भस्मीभूतस्य देहस्य पुनरागमने कुतः* हे चार्वाकाचं तत्त्वज्ञान! खा-प्या-मजा करा; ऋण काढून सण साजरे करा! या वृत्तीचे लोक परमेश्वराला शरण जात नाहीत. जे उपभोग त्यांना मिळत असतात ते स्वकर्तृत्वाने मिळतात, असा या लोकांचा समज असतो. मेंदूच तसा आभास निर्माण करत असतो. त्यामुळे या विश्वाचा जो नियंता आहे, त्याला ते मानत नाहीत. इंद्रियांना जे जाणवतं ते दृश्य जगत् हे अनित्य आहे आणि परमात्मा नित्य आहे, या ज्ञानाची जाणीव मोहामुळे त्यांना होत नाही. या भ्रांतीमुळे अनित्य असं दृश्य जगतच अशा लोकांना सत्य आणि नित्य वाटू लागतं.

नास्तिक लोक हुशार असतात, बुद्धिमान असतात, परंतु ही बुद्धी व्यावहारिक जगतातली असते. भौतिक भोग कसे अधिकाधिक मिळवता येतील याकडे त्यांचा कल असतो. भौतिक शिक्षण जितकं अधिक घेतलं जातं, तितका मनुष्य आत्मज्ञानापासून दूर जाण्याचीच अधिक शक्यता असते. किंबहुना नास्तिक व्यक्ती

आपल्या बुद्धीच्या आधारावर तत्त्वज्ञानाचे सिद्धान्त खोटे पाडण्याचाही प्रयत्न करते. इतकंच नाही तर कोणतीही स्वानुभूती नसताना ईश्वराच्या अस्तित्वालाच ती आव्हान देते. देव नाही म्हणण्यात कित्येक व्यक्तींना मोठेपणा वाटत असतो; प्रतिष्ठा वाटत असते. ही भौतिक सृष्टी आणि ग्रहांवरील सारे जीव आपोआप उत्क्रांत झाले आहेत या विचारांना ते सोडू शकत नाहीत. त्यांना पुरावा लागतो, पण अनेक पुरावे देऊनही ते सहजासहजी देवाचं अस्तित्व मान्य करत नाहीत.

जोपर्यंत मनुष्याच्या निर्मितीचं निश्चित कारण समजत नाही आणि जोपर्यंत स्वत:ला ईश्वरानुभूती मिळत नाही तोपर्यंत तत्त्वज्ञ-दार्शनिकांच्या स्वानुभवी सिद्धान्तांवर एकवेळ विश्वास ठेवला नाही तरी चालेल; पण म्हणून ईश्वर नाहीच या निर्णयापर्यंत येणे, योग्य ठरत नाही. त्यांच्या अशा वृत्तीमध्ये विवेकज्ञान नसतं. अहंकारामुळेच विवेकज्ञान आच्छादलं जातं. एखादा नास्तिक म्हणतो, तुम्ही मला देव दाखवा तरच मी त्यावर विश्वास ठेवीन, परंतु काही गोष्टी अशा असतात की त्या स्वत:च जाणायच्या असतात. दुसरा कुणी त्या दाखवू शकत नाहीत.

एका गुरूकडे एक मुमुक्षू तरुण गेला आणि गुरूंचे पाय धरून म्हणाला, ''गुरुदेव, मला आत्मज्ञान हवं आहे. तुम्हीच ते देऊ शकता. त्या ज्ञानाने मला कृतार्थ व्हायचं आहे.''

त्याचं बोलणे ऐकून ते गुरू काहीही न बोलता डोळे मिटून शांत बसून राहिले. बराच वेळ झाला तरी गुरू काहीच बोलेनात. तेव्हा त्या तरुणाने विचारलं, ''गुरुदेव, आत्मज्ञानाची इच्छा धरून मी आपल्याकडे आलो आहे; मला निराश करू नका.''

त्यावर ते गुरू म्हणाले, ''मी तुला तेच ज्ञान देत होतो की! तुला समजलं नाही?''

तो म्हणाला ''नाही!''

गुरू म्हणाले, ''आपण काही वेळ मौनात घालवला; बरोबर आहे? तुला तुझ्या हृदयाची धडधड ऐकू येते?''

'हो, येते.''

''केव्हा येते?''

''मौन होऊन शांत झाल्यावर.''

''बरोबर!'' गुरू म्हणाले, ''हृदयाची धडधड ऐकण्यासाठी जसं मौन व्हावं लागतं तसंच आत्मज्ञान होण्यासाठी सर्व इंद्रियं मौन करावी लागतात! जेव्हा तू तुझी सारी इंद्रियं मौन करायला शिकशील तेव्हाच तुझा

आत्मज्ञानाचा मार्ग प्रकाशित होत जाईल.''

सभोवार विचारांसह अनेक कल्लोळ असताना मौन होणं शक्य नसतं. आणि नकारात्मक विचारसरणीतून परमात्मस्वरूप जाणणंही शक्य नसतं. आपल्याला ते स्वरूप जाणता आलं नाही म्हणजे परमात्मा नाहीच, असं म्हणणं धाडसाचं ठरतं.

यानंतर भगवान मूढ मनुष्याचा या श्लोकात उल्लेख करतात. मूढ म्हणजे मूर्ख. बुद्धीत विवेक नसल्यामुळे मूर्ख माणूस इतरांकडून वापरला जात असतो. त्याचा स्वत:चा असा कोणताही अभ्यास नसतो, परंतु तो ठामपणे आपली मतं मांडत असतो. खा-प्या-मजा करा हेच त्याच्या जीवनाचं तत्त्वज्ञान असतं. त्यामुळे तो देहालाच सर्वस्व मानतो आणि आत्म्याला विसरून जातो. जे दिसत नाही म्हणजे ते नाहीच, अशी त्याची मनोधारणा असते. त्यामुळे देहाचे भोग भोगण्यातच तो गढून जातो. तो सत्कृत्यं करत नाही. उलट त्याच्या हातून दुष्कृत्यंच होत राहतात.

या जगात जे काही आहे ते परब्रह्मच आहे, अन्य काही नाही, हे ज्ञानी व्यक्तींना उमजलेलं असतं. जग चालवणारी शक्ती स्वत: अज्ञात राहून जग चालवत असते. नाटक ही नाटककाराची कलाकृती असते. रंगमंचावरील नाट्यप्रयोग बघताना प्रेक्षक त्या नाटकाच्या कथेमध्येच गुंतून पडतात. प्रत्यक्ष नाटककाराचा, दिग्दर्शकाचा किंवा नाट्यगृहाचा विचारही त्या क्षणी त्यांच्या मनात येत नाही. हे घटक रंगमंचावर दिसतही नाहीत. त्याप्रमाणे ज्याने विश्व निर्माण केलं त्याला विसरून आपण हे जग पाहत असतो. नाट्यनिर्मितीमागे नाटककाराचं जसं कौशल्य असतं, तसंच विश्वनिर्मितीमागे ईश्वराचं कौशल्य असतं. फरक इतकाच की, नाटककाराने नाटक लिहिल्यानंतर तो प्रत्यक्ष सादरीकरणातून अलिप्त राहिला तरी प्रत्यवाय नसतो, पण या विश्व-रंगमंचावर चाललेल्या या महानाट्यात नाटककार अलिप्त नसतो तर त्याच्या अव्यक्त उपस्थितीमुळेच नाट्य सादर होत असतं. सादरीकरणात तो नसेल तर सादरीकरण होऊच शकणार नाही! आपण मात्र त्याचा सहभाग विसरून मायेमध्येच गुरफटून जातो. ही सृष्टी कशी चालते, ती कुणी निर्माण केली, याचा जे विचार करत नाहीत ते मूढ आसुरी वृत्तीचे लोक असतात, याचाच निर्देश या श्लोकात भगवान करतात.

सृष्टिनिर्मात्याविषयी आदरभाव नसणं म्हणजेच ईशभावनारहित जीवन जगणं ही दुष्कृती होय. असे जे मूढ पुरुष विश्वनियंत्याचा विचारच करत नाहीत किंवा ईश्वराला मानत नाहीत, ते कृतघ्न होत.

*चतुर्विधा भजन्ते मां जनाः सुकृतिनोऽर्जुन ।*
*आर्तो जिज्ञासुरर्थार्थी ज्ञानी च भरतर्षभ ॥७.१६॥*

हे भरतश्रेष्ठा अर्जुना, चार प्रकारचे पुण्यवान लोक माझी भक्ती करत असतात. आर्त, जिज्ञासू, अर्थार्थी आणि ज्ञानी (असे ते चार प्रकार होत).

मागच्या श्लोकात सांगितलेल्या मूढ मनुष्यांच्या वृत्तींचं दुसरं टोक म्हणजे हे चार प्रकारचे पुण्यवान लोक. या चारही प्रकारच्या लोकांची भक्ती वेगवेगळी असते, परंतु काहीही झालं तरी ते ईश्वरनिष्ठ असतात. म्हणूनच भगवंतांनी अशा लोकांसाठी 'सुकृतिनः' या शब्दाची योजना केलेली आहे. यातील पहिल्या प्रकारचा भक्त म्हणजे आर्त भक्त. पांडवांची माता कुंती कृष्णाला म्हणते की, 'तू मला सतत दुःखच दे; म्हणजे मला तुझी आठवण सतत राहील. तुझं सतत स्मरण होईल.' अशी आर्तता भक्तीमध्ये येणे, ही अलौकिक गोष्ट असते. भगवंताचं सतत स्मरण व्हावं म्हणून दुःख मागणारी व्यक्ती विरळाच!

ईश्वराला शरण जाण्याचे हे चार प्रकार इंद्रियं, मन, बुद्धी आणि आत्मा यांच्याशी निगडित आहेत.

सामान्यतः मनुष्य भगवंताजवळ केवळ सुखच मागत असतो. कुंतीची आर्तता आणि सामान्य जनांची आर्तता यांत मात्र महदंतर आहे. सामान्य मनुष्याची नैराश्यातून उद्‌भवलेली आर्त भक्ती असते. त्याच्या भक्तीमागे 'गरज' हा भाग प्रामुख्याने असतो. जीवनात अपयश यायला लागलं किंवा रोगांनी शरीर पीडित झालं, म्हणजे मग भगवंताची आठवण येते. एरवी अशी आठवण येत नाही. यंत्रामध्ये जर कुठे बिघाड झाला, तरच आपण ते दुरुस्त करणाऱ्या तंत्रज्ञाला पाचारण करतो. एरवी त्या तंत्रज्ञाची आपल्याला आठवण येण्याचं काहीच कारण नसतं. त्याप्रमाणे या शरीररूपी यंत्रात रोगरूपी बिघाड झाला किंवा संसाररूपी यंत्रामध्ये कुठे अपयशरूपी बिघाड झाला, तरच आर्त भक्ताला त्या श्रेष्ठ तंत्रज्ञाची म्हणजेच परमेश्वराची आठवण येते. ही झाली

आर्त भक्ती. या प्रकारच्या भक्तीत मनाचं प्राबल्य असतं. आपल्या मनासारखं व्हावं अशी आर्त भक्ताची इच्छा असते.

दुसरा प्रकार म्हणजे जिज्ञासू! ज्याला परमात्मस्वरूप जाणून घ्यायची इच्छा आहे तो जिज्ञासू-भक्त. जिज्ञासा ही गरजेतून आलेली नसते. तर इथे जिज्ञासू भक्ताची बुद्धी काम करू लागलेली असते. 'मी कोण? कुठून आलो? कसा आलो? कुठे जाणार आहे? या सृष्टीचं स्वरूप काय आहे? त्यात माझं स्थान काय आहे? सृष्टीच्या निर्मात्याचं स्वरूप कसं आहे? ब्रह्मांड केवढं विशाल आहे? अशी किती ब्रह्मांडं आहेत? हे सारं मायिक आहे का खरं आहे? माया असेल तर मायेचं स्वरूप कसं आहे? माया निर्माण करणारा कसा आहे? त्याला जाणायचं असेल तर कसं जाणायचं? अशा प्रकारचे अनेक विचार जेव्हा एखाद्या भक्ताच्या मनात उद्‌भवतात, तेव्हा असा भक्त हा जिज्ञासू भक्त असतो.

तिसरा प्रकार अर्थार्थी भक्त! ज्यांना केवळ आपल्या काम्यवासना पूर्ण करून घ्यायच्या आहेत ते त्याच इच्छेने भगवंताची भक्ती करतात. धन-धान्य, चांगली नोकरी, राहायला फ्लॅट, फिरायला मोटार हवी असेल, प्रतिष्ठा हवी असेल, नावलौकिक व्हायला हवा असेल किंवा व्यवसायात चांगली बरकत व्हायला हवी असेल तर असे अर्थार्थी भक्त काम्य-वासनेने परमेश्वराचं स्मरण करतात. देवाला अनेक प्रकारचे भोग देऊ करतात. ते करण्यात त्यांचा स्वार्थ महत्त्वाचा असतो. म्हणजे आपण प्रत्यक्ष परमेश्वराशीच व्यवहार करतो आहोत ही समजही अर्थार्थी भक्तांमध्ये नसते. त्यामुळेच अर्थार्थी भक्ताची भक्ती ही केवळ इंद्रियांशी निगडित असते; आणि त्यामुळेच अशा भक्तीमध्ये शुद्धता नसते.

चौथा प्रकार म्हणजे ज्ञानी भक्त. असा भक्त अध्यात्ममार्गात उच्च स्तरावर पोहोचलेला असतो. त्याला आत्मज्ञान झालेलं असतं; अथवा त्याचा आत्मज्ञानाचा मार्ग प्रकाशित झालेला असतो. त्यामुळे त्याला मनुष्यदेह धारण करण्याचा मूळ उद्देश कळलेला असतो. परमेश्वर स्वरूपाचं यथार्थ ज्ञान होऊनही तो निष्काम बुद्धीने भक्ती करत राहतो. ईश्वरी विचार जनसामान्यांमध्ये नेण्यासाठी फलाशा-मानमरातबाच्या अपेक्षेविना जो झटतो, अशा भक्ताला परमेश्वरापाशी काहीच मागायचं नसतं. कृतार्थ झालेला हा ज्ञानी भक्त केवळ भक्तीसाठी भक्ती करत असतो. कलावंत जसा कलेसाठी कला जोपासतो, तसा हा ज्ञानी भक्त भक्तीसाठी भक्ती जोपासतो.

परंतु हे सर्व भक्त कसेही असले आणि ते इंद्रिय-मन-बुद्धी आणि आत्मतत्त्व यांतील कोणत्याही भागाशी निगडित असले तरी ते नास्तिक मात्र नसतात. अर्थार्थी हळूहळू आर्त बनू शकतो तर आर्त जिज्ञासू होऊ शकतो. ज्ञानी भक्त ही अवस्था मात्र

सर्वश्रेष्ठ अवस्था असते. विशेष म्हणजे आत्मज्ञानी भक्ताच्या अंत:करणात भक्तीचा ओलावा निर्माण झालेला असतो. ईश्वराचं कार्यकर्तृत्व जाणल्यामुळे त्याचं अंत:करण आर्द्र बनून गेलेलं असतं. त्याला सर्वांभूती परमतत्त्व दिसू लागलेलं असतं. संत कबीर, संत तुकाराम महाराज आदी अनेक संत या अवस्थेला पोहोचले होते. पांडुरंगशास्त्री आठवले यांच्यात मला याच अवस्थेचं दर्शन प्रत्यक्षात झालेलं आहे.

आर्त - दु:खपीडित, जिज्ञासू - ज्ञानप्राप्तीची इच्छा बाळगणारे, अर्थार्थी - द्रव्यादिक काम्यवासना मनात ठेवणारे आणि ज्ञानी - आत्मज्ञान होऊनही भक्ती करणारे असे चार प्रकारचे भक्त इथे सांगितले आहेत.

*तेषां ज्ञानी नित्ययुक्त एकभक्तिर्विशिष्यते ।*
*प्रियो हि ज्ञानिनोऽत्यर्थमहं स च मम प्रियः ॥७.१७॥*

यांपैकी (उपासकांपैकी) एकभक्ती म्हणजे अनन्यभावे माझीच (परमेश्वराची) भक्ती करणारा आणि युक्त असा ज्ञानी भक्त श्रेष्ठ होय. कारण अशा ज्ञानी पुरुषाला मी (अत्यंत) प्रिय असतो आणि ज्ञानीही मला (तसाच) प्रिय असतो.

मागच्या श्लोकामध्ये भगवंतांनी अर्थार्थी, आर्त, जिज्ञासू आणि ज्ञानी अशा चार प्रकारच्या भक्तांविषयी सांगितलं. भक्तीविषयी या चार प्रकारच्या भक्तांची त्यांच्या बौद्धिक कुवतीनुसार भिन्न भिन्न समज असली तरी हे सारे ईश्वरनिष्ठ असतातच. अनुभवपरत्वे आणि कालपरत्वे जसजशी त्यांची ईश्वराविषयीची समज प्रगल्भ होत जाते, तसतसे पहिल्या तीन प्रकारचे भक्त हे ज्ञानी भक्ताच्या अवस्थेपर्यंत जाऊ शकतात. ज्ञानी भक्त ही भक्तीची अंतिम अवस्था असते. अद्वैताची अनुभूती घेऊन असा भक्त, द्वैत राखून ईशकार्य करत राहतो. त्याच्या जीवनाचं तेच एकमात्र उद्दिष्ट असतं; त्याला स्वत:साठी काहीही मिळवायचं नसतं.

जे ज्ञानी पुरुष भगवंताचं क्षराक्षर स्वरूप जाणतात आणि त्याला शरण जाऊन त्याची अनन्यभावाने भक्ती करतात, ते ज्ञानी पुरुष भगवंताला अत्यंत प्रिय असतात आणि अशा ज्ञानी पुरुषांना भगवंत प्रिय असतो. मायेच्या पाशात बद्ध न होता हा ज्ञानी भक्त लोकसंग्रहार्थ निष्काम कर्म करत राहतो.

परमेश्वराच्या सर्वव्यापक स्वरूपाविषयीचं ज्ञान झाल्यामुळे ज्ञानी भक्ताचं चित्त परमेश्वर स्वरूपापासून विचलित होत नाही. अशा भक्ताला अंतिम ज्ञान प्राप्त झालेलं असल्यामुळे त्याला काहीही प्राप्तव्य उरलेलं नसतं. भगवंताजवळसुद्धा त्याला काहीही मागायचं नसतं. संत तुकाराम महाराज म्हणतात त्याप्रमाणे *आता उरलो उपकारापुरता* अशी त्यांची भूमिका झालेली असते. केवळ ईश्वराचंच काम करण्यासाठी ज्ञानी भक्त कार्यरत असतो आणि अशा भक्तामार्फत भगवंत धर्मसंस्थापनेचं कार्य करवून घेतो.

प्रल्हाद आणि नारद हे अशा निष्काम कर्मयोगी भक्तांचं श्रेष्ठ उदाहरण म्हणून सांगता येईल. प्रल्हादाने समाजहिताकरता आपल्या जन्मदात्याचाही वध अवताराकडून करवला.

हिरण्यकश्यपूने प्रल्हादाला आगीत टाकलं, कड्यावरून ढकलून दिलं, उकळत्या तेलाच्या कढईत टाकलं, परंतु तो श्रेष्ठ भक्त असल्यामुळे आपल्या भक्तीच्या शक्तीने या साऱ्या संकटांतून सुखरूप बाहेर पडला.

नारदांनी तर भगवंताच्या कार्यासाठी आपलं सारं जीवन वेचलं. भगवंताचा भक्तिसंदेश घेऊन ते तिन्ही लोकांतून सतत संचार करत असत.

नारद एकदा भगवंतांना विचारतात, ''आपला श्रेष्ठ भक्त कोण?''

विष्णू सांगतात, ''नारदा, तू आधी एक काम कर... तेलाची भरलेली वाटी घेऊन पृथ्वी-प्रदक्षिणा करून ये. मात्र वाटीतलं एक थेंबही तेल जमिनीवर सांडता कामा नये.''

नारदमुनी त्याप्रमाणे पृथ्वी प्रदक्षिणा करून येतात. आल्यावर सांगतात, ''भगवंता, एक थेंबही न सांडता मी पृथ्वी-प्रदक्षिणा पूर्ण केली.''

भगवंत विचारतात, ''या कालावधीत माझं स्मरण किती वेळा झालं?''

नारदमुनी सांगतात, ''एकदाही नाही. कारण माझं सारं लक्ष तेल सांडू नये याकडे होतं.''

मनुष्य असा कर्मात आणि कर्मांच्या फळात अडकून गेलेला असतो, पण आपण जे कर्म करतो आहोत ते कुणाच्या तरी अव्यक्त शक्तीमुळे करत आहोत याचं भान त्याला कर्म करताना आणि कर्मफलाचा उपभोग घेताना बहुधा नसतं. ज्ञानी भक्ताला कर्मामागच्या ईशशक्तीचं ज्ञान निरंतर असतं. परमेश्वराला साक्षी ठेवूनच तो त्याचं निष्काम कर्म करत राहतो. मग असा भक्त ईश्वराला तो का नाही आवडणार?

तात्पर्य, संसारात राहून परमेश्वराचं विस्मरण होत नाही तोच खरा श्रेष्ठ भक्त. ईश्वरी विचाराशिवाय दुसरं काही नाही आणि त्याच्या कामाशिवाय दुसरं स्वार्थप्रणीत कार्य नाही अशी ज्या ज्ञानीयांची अवस्था झालेली असते, ते खरे ईश्वराचे आत्यंतिक आवडते भक्त. असे भक्त विरळा असले तरी आजही असे अनेक भक्त कोणत्याही प्रसिद्धीविना ईश्वराचं निरपेक्ष काम करत आहेत.

दैनंदिन व्यवहार करत असतानाही जो नित्य केवळ भगवंताचंच स्मरण करत असतो आणि निष्काम बुद्धीने त्याचंच कार्य करतो, तोच खरा श्रेष्ठ आणि भगवंताचा आत्यंतिक प्रिय भक्त असतो.

*उदारा: सर्व एवैते ज्ञानी त्वात्मैव मे मतम् ।*
*आस्थित: स हि युक्तात्मा मामेवानुत्तमां गतिम् ॥७.१८॥*

सर्वच भक्त चांगले आहेत, पण जो ज्ञानी भक्त म्हणजे मला माझा प्राणच वाटतो; कारण युक्तचित होऊन तो माझ्याच ठिकाणी स्थिरावलेला असतो. त्यामुळे केवळ माझ्याच सर्वोत्कृष्ट गतीला तो प्राप्त झालेला असतो. माझ्याशिवाय दुसरी अन्य श्रेष्ठ गती नाही, हे त्याला ज्ञात झालेलं असतं.

भगवंतांनी सोळाव्या श्लोकात भक्ताचे चार प्रकार सांगितले. आता भगवंत म्हणतात की, हे चारही भक्त थोर आहेतच; ज्ञानी भक्त हा माझा आत्माच आहे. सतराव्या श्लोकात त्यांनी या ज्ञानी भक्ताची थोरवी गायलेलीच आहे. आता या श्लोकात असा ज्ञानी भक्त आपल्याला का आवडतो, याचं कारण ते सांगत आहेत.

आर्त भक्त स्वत:चं दु:ख दूर व्हावं म्हणून भक्ती करतो हे आपण बघितलं. पण उदार आर्त भक्त दुसऱ्याचं दु:ख दूर व्हावं म्हणून झटतो. हीच मागणी तो भगवंतापाशी करतो. त्याचप्रमाणे जिज्ञासू भक्तामागे 'उदार' शब्द आला की तो दुसरा का दु:खी आहे, त्याचं दु:ख मी कसं कमी करू शकेन, असा विचार करतो. उदार जिज्ञासू भक्त या प्रश्नांचं उत्तर मिळवण्यासाठी झटतो. आपल्याला ज्ञान मिळालं तर त्याचा समाजासाठी उपयोग करता येईल, असा व्यापक हेतू त्याच्या जिज्ञासेमागे असतो.

अर्थार्थी भक्त द्रव्यप्राप्तीसाठी झटत असतो; पण उदार अर्थार्थी भक्त भगवंताजवळ धनाची मागणी करतो ती सात्त्विक कार्यासाठी. धर्मकार्यासाठी संपत्ती आवश्यक असल्यामुळे हा अर्थार्थी भक्त भगवंताजवळ अर्थाची मागणी करतो. दाराशी आलेला याचक विन्मुख जाऊ नये, अतिथी-अभ्यागतांची सेवा करता यावी यासाठी घर धनधान्याने भरलेलं असावं हा उदार भाव त्याच्या मागणीत असतो. म्हणूनच आर्त भक्त, जिज्ञासू भक्त किंवा अर्थार्थी भक्त हे सर्व चांगलेच आहेत; परंतु तुलनाच करायची झाली तर ज्ञानी भक्त सर्वात श्रेष्ठ आहे. कारण, 'तो माझा आत्माच

आहे; आणि माझ्याशिवाय श्रेष्ठ असं दुसरं काहीही नाही हे त्याने ओळखलेलं असतं,' असं भगवंत सांगतात. परमतत्त्वाशी अनुसंधान ठेवून संत कसे जगत, याची एक कहाणी आहे.

संत ज्ञानेश्वरांपासून संत तुकाराम महाराजांपर्यंत अनेकांनी आयुष्यभर विठ्ठलनामाचा जयघोष केला. समाजात ईश्वरनिष्ठांची मांदियाळी प्रस्थापित करताना त्यांना केवळ विठ्ठलाचाच ध्यास असे. संतवृंदामधील एक संत म्हणजे संत जनाबाई. *विठू माझा लेकुरवाळा संगे गोपाळांचा मेळा* अशा अनेक भक्तिरचना त्यांनी केल्या. संत कबीरांना विठ्ठलनामाची ताकद संत जनाबाईंमुळेच समजली, अशी मान्यता आहे.

जनाबाईंच्या अभंगांची लोकप्रिता कबीरांच्या कानी गेली. इतके सुंदर अभंग रचणारी ही स्त्री आहे तरी कोण, या उत्सुकतेपोटी कबीर जनाईंच्या भेटीसाठी पंढरपुरी आले. कबिरांना कळलं की, जनाबाई गोपाळपुराला गोवऱ्या थापण्यासाठी गेल्या आहेत.

कबीर नदीकाठी गेले, तेव्हा नदीकाठावर दोन महिला एकमेकींशी भांडत असल्याचं त्यांना दिसलं. त्या दोघींमध्ये गोवऱ्यांचा मोठा ढीग होता. प्रत्येकीच्या गोवऱ्या किती, यांवरून वाद सुरू होता. कबीर काही वेळ त्यांचं बोलणे ऐकत तिथेच उभे राहिले. काही वेळाने त्यांनी त्या दोघींना विचारलं, ''तुमच्यापैकी जनाबाई कोण?''

दुसरी बाई म्हणाली, ''ही काय, हीच जना! माझ्याशी गोवऱ्यांवरून भांडते आहे.''

कबीरांचा त्या बाईच्या सांगण्यावर विश्वास बसला नाही. त्यांनी पुन्हा दुसरीला विचारलं, ''तूच जना आहेस का?''

यावर हातातल्या गोवऱ्या खाली ठेवून जनाबाई म्हणाल्या, ''होय बाबा... मीच जनी!''

गोंधळून गेलेले कबीर आपली काही तरी चूक झाली, असा विचार करून तिथून निघून जाण्याच्या मन:स्थितीत होते. तेवढ्यात पहिलीस्त्री कबीरांना म्हणाली, ''तुम्ही कोण आहात, मला माहिती नाही. पण, तुम्ही एक काम करा. या गोवऱ्यांपैकी आमच्या दोघींच्या गोवऱ्या वाटून द्या.''

गोवऱ्या एकसारख्याच दिसत होत्या. आता त्यांची विभागणी तरी कशी करणार? कबीर विचारात पडलेले बघून जनाबाई म्हणाल्या, ''अहो, इतका कसला विचार करता? हे काम अगदी सोपं आहे. सर्व गोवऱ्या एकत्र करा आणि त्यातल्या प्रत्येक गोवरीला कान लावा. ज्या गोवरीतून

'विठ्ठल, विठ्ठल' असा आवाज येईल ती गोवरी माझी. आणि ज्यातून आवाज येणार नाही ती गोवरी हिची.'

कबीर लगेच पुढे झाले. त्यांनी त्या ढिगातील दोन गोवऱ्या उचलून कानी लावल्या. आणि खरोखरच त्या गोवऱ्यांतून त्यांना 'विठ्ठल... विठ्ठल...' असा आवाज ऐकू आला!

गोवऱ्यांची वाटणी झाली; पण कबीर अजूनही साशंक होते. जनाईंनी हे ओळखलं आणि त्या म्हणाल्या, ''या गोवऱ्यातून विठ्ठलनाम कसे ऐकू आले, याचं तुम्हाला कोडं पडलं आहे; पण ही इतकी गहन गोष्ट नाही. मी गोवऱ्या थापताना विठ्ठलाचंच नाव घेत असते. त्यामुळे प्रत्येक गोवरीवर ते नाम मुद्रित होतं; तुमच्यासारख्या महान भक्ताला ते नाम ऐकू आलं!''

कबीर चकित होऊन जनाबाईंचं बोलणे ऐकत राहिले. त्यांना जनाबाईंची श्रेष्ठता कळून चुकली.

म्हणून सामान्य कामी भक्त आणि ज्ञानी संत-महात्मे किंवा ऋषिमुनी यांच्यात भेद हा असणारच आहे. भारतात अनेक ज्ञानी भक्त होऊन गेले आहेत. त्यांनी भगवंतासाठी आयुष्यभर कार्य केलं. स्वधर्माचं आणि विहित कर्माचं आचरण करतानादेखील ते भगवंताशी निरंतर जोडलेले होते. शिवाय जनसामान्यांमध्ये ईशभक्ती जागृत व्हावी यासाठी ते आयुष्यभर झटले. असे उदार ज्ञानी भक्त श्रेष्ठ असतात. किंबहुना ते ज्ञानीजन हे भगवंताचीच विभूती असतात. म्हणूनच ते उत्तम गतीला पोहोचतात.

एका शिक्षकांच्या काही विद्यार्थ्यांमध्ये हुशार कोण, याची चर्चा चालू असते. त्या शिक्षकांचा हुशार मुलगादेखील त्यांचा विद्यार्थी असतो; पण ते शिक्षक दुसऱ्याच एका विद्यार्थ्याला हुशार विद्यार्थी ठरवतात. तेव्हा घरी गेल्यावर शिक्षकांचा मुलगा वडिलांना विचारतो, ''तुम्ही त्या दुसऱ्या मुलाला हुशार ठरवलंत; मग मी नाही का तसा हुशार?''

तेव्हा त्याचे शिक्षक असलेले वडील म्हणतात, ''अरे, तू केवळ हुशारच नाहीस तर तू माझा मुलगाही आहेस!''

ज्ञानी भक्ताचं परमात्म्याशी असं नातं असतं. इतर भक्त जरी परमेश्वराला आवडत असले तरी ज्ञानी भक्ताशी त्याचं पुत्रवत नातं असतं. अर्थात कोणत्याही भक्ताने तसं म्हणून चालत नसतं तर ईश्वराने तसं समजावं लागतं.

सर्व भक्तांमध्ये ज्ञानी भक्त श्रेष्ठ असतो. ज्ञानी हा भगवंताचा जणू आत्माच असतो. किंबहुना भगवंताचा लाडका पुत्रच असतो. तो त्याच्याशीच एकरूप झालेला असतो.

*बहूनां जन्मनामन्ते ज्ञानवान्मां प्रपद्यते ।*
*वासुदेव: सर्वमिति स महात्मा सुदुर्लभ: ॥७.१९॥*

अनेक जन्मांनंतर आत्मज्ञानवान मला (परमेश्वरस्वरूपाला) प्राप्त होत असतात. जे *काही आहे ते वासुदेव आहे,* हे जाणणारा असा महात्मा अत्यंत दुर्लभ असतो.

परमेश्वर सर्व जीवांमध्ये वास करून असतो. म्हणूनच त्याला वासुदेव म्हणतात. महाभारताच्या 'शांतिपर्वात' ही 'वासुदेवा'ची आध्यात्मिक व्याख्या सांगितलेली आहे. अशा सर्वव्यापक परमेश्वराची अनन्य दैवत म्हणून जो भक्त एकनिष्ठेने भक्ती करतो, तो भक्त अनेक जन्मांनंतर मला येऊन मिळतो; असं भगवंत सांगतात. असा महान भक्त होणं ही दुर्मीळ गोष्ट आहे.

आत्यंतिक श्रेष्ठ भक्त होणं ही सहजसाध्य गोष्ट नक्कीच नाही. अनेक जन्मांच्या अथक परिश्रमांनंतर आणि निष्ठापूर्वक भक्तीनंतर ही स्थिती एखाद्याच ज्ञानी भक्ताला प्राप्त होते. अनेक जन्मांमध्ये हा ज्ञानी भक्त निराशी: म्हणजे फलाशारहित कर्मं करता करता या पदापर्यंत जाऊन पोहोचतो. 'पी हळद आणि हो गोरी,' इतकी सहज वाटणारी ही गोष्ट नाही.

जे काही आहे ते वासुदेवमय आहे, अर्थात परमात्मा-स्वरूप आहे, ही जाणीवयुक्त समज प्राप्त झाल्यावरच ज्ञानवानाला परमेश्वराची प्राप्ती होते. तो महात्मा बनतो. दानधर्म करणं , मंदिरं बांधणं, धार्मिक स्थळांना देणगी देणं, पाणपोया घालणं वगैरे गोष्टी अध्यात्ममार्गावर होणारा विकासच असतो. मात्र तेवढ्यावरून परमेश्वराला अभिप्रेत असणारं 'महात्मा'पद ठरत नसतं. कारण शुद्ध-आणि वासनाशून्य अवस्थाच परमात्म्यापर्यंत जाऊ शकते. आपल्या अन्नावर कुणाची वासना गेली तर ते अन्न आपल्या घशाखाली उतरत नाही. मग या भौतिक नावलौकिकाच्या वासना कर्मात राहिल्या, तर परमात्मा त्या जीवाचा स्वीकार करील का, हा प्रश्न आहे.

एक उद्योगपती निवर्तल्यानंतर स्वर्गाच्या द्वारापाशी जातो. द्वारपाल त्याला अडवतो. तेव्हा तो म्हणतो, ''अहो, मी पृथ्वीवर खूप महान कार्य केलं आहे. मोठमोठाली मंदिरं बांधली आहेत. मला तर स्वर्गात प्रवेश मिळालाच पाहिजे!''

द्वारपाल चित्रगुप्तांकडे विचारणा करतो आणि मग उद्योगपती महाशयांना सांगतो, ''आपल्याला स्वर्गात जागा नाही. कारण आपण जी मंदिरं बांधलीत ती प्रसिद्धीच्या हेतूने; स्वतःचं नाव व्हावं म्हणून बांधलीत. आपला हेतू शुद्ध नव्हता. आपला 'अहं' मुळीच सुटलेला नव्हता! अशांना इथे स्थान नाही.''

छांदोग्य उपनिषदात म्हटलेलं आहे, की *न वै वाचो न चक्षूंषि न श्रोत्राणि न मनांसीत्याचक्षते प्राण इति एवाचक्षते प्राणो ह्येवैतानि सर्वाणि भवन्ति.* याचा अर्थ मनुष्याच्या देहामधील बोलण्याची शक्ती, पाहण्याची शक्ती किंवा विचार करण्याची शक्ती यांपैकी कोणतीही शक्ती प्रधान नाही. शरीराच्या माध्यमातून होणाऱ्या या साऱ्या क्रियांचा केंद्रबिंदू केवळ चेतना हीच असते; आणि ही चेतना भगवंताच्या अधीन असते.

त्यामुळे बोलणे, पाहणं, ऐकणं, विचार करणं आदी जीवाकडून होणाऱ्या सर्व क्रियांमागे भगवंताचीच शक्ती असते. ती शक्ती म्हटलं तर व्यक्त असते, म्हटलं तर सुप्त असते. जीव जेव्हा अहंकाराने ग्रासलेला असतो तेव्हा ती शक्ती सुप्त राहते, परंतु जेव्हा जीव स्वतःच्या सर्व क्रियांमागच्या शक्तीला जाणू लागतो, त्याचा साक्षात अनुभव घेऊ लागतो, तेव्हा ती परमशक्ती त्याच्यासाठी व्यक्त होऊ लागते. तीच परमशक्ती सर्व जीवांमध्ये वास करून राहिलेली आहे, याचाही अनुभव त्याला मिळू लागतो.

या जगात आल्यानंतर जीवाने स्वतंत्र प्रज्ञेने जगावं आणि जीवनविकास साधावा हीच परमात्म्याची इच्छा असते. म्हणून जीवाच्या 'अहं'ला प्राधान्य मिळून त्यामागची परमशक्ती अव्यक्त राहावी अशीच योजना केलेली असते. परंतु जेव्हा एखाद्या मनुष्याचा ज्ञानमार्गावर प्रवास प्रारंभित होतो, तेव्हा 'अहं'ची माया झुगारून तो मनुष्य त्याच्या सर्व इंद्रियांना व्यापून राहिलेल्या परमशक्तीचा अनुभव घेऊ लागतो. त्या वेळी त्याची परमतत्त्वाविषयीची समज उन्नत होत जाते. म्हणजेच सुप्त शक्ती त्याच्यासाठी व्यक्त होऊ लागते. सुप्तीकडून व्यक्ताकडे होणारा त्याचा प्रवास हाच तो ज्ञानमार्ग असतो. अनेक जन्मांच्या निदिध्यासातून मग त्याला ज्ञानप्राप्ती होते

आणि ज्ञानप्राप्तीनंतर अंतिमत: त्या तत्त्वाशी त्याची एकरूपता होते. अशीच व्यक्ती भगवंतांच्या दृष्टीने महात्मा बनते.

आता स्वत:सह सर्व सृष्टिजाताला व्यापून राहिलेल्या वासुदेवाला जाणण्याची ही क्रिया किती दुर्लभ आहे, हे ध्यानात येऊ शकतं. ही जाणण्याची क्रिया कशी साधायची याचंच शास्त्रशुद्ध मार्गदर्शन भगवद्गीता करते. म्हणून गीताविचार बुद्धीने समजून घेऊन जीवनात उतरवला पाहिजे, तरच ज्ञानमार्ग प्रकाशित होत जाईल.

जेव्हा कार्यामागचा हेतू शुद्ध असतो, कार्य निष्काम बुद्धीनं, ईश्वरनिष्ठेने आणि ज्ञानपूर्वक केलं जातं, तेव्हाच मनुष्य महात्मा बनतो. परमतत्त्वाला जाणण्याचा तोच शास्त्रशुद्ध मार्ग भगवद्गीता प्रकाशित करते.

*कामैस्तैस्तैर्हृतज्ञाना: प्रपद्यन्तेऽन्यदेवता:।*
*तं तं नियममास्थाय प्रकृत्या नियता: स्वया ॥७.२०॥*

अनेकविध वासनांनी ज्यांचं ज्ञान हिरावून घेतलं आहे, असे सकाम उपासक आपापल्या प्रकृतिस्वभावाच्या अधीन होऊन भिन्न भिन्न नियमांचा अवलंब करत अन्य देवतांची उपासना करतात.

यापूर्वी सातव्या अध्यायातील सोळाव्या आणि सतराव्या श्लोकात भगवंतांनी अर्थार्थी, आर्त, जिज्ञासू आणि ज्ञानी अशा चार भक्तांविषयी सविस्तरपणे सांगितलं आहे. या सर्व भक्तांपैकी ज्ञानी भक्त भगवंतांना विशेष प्रिय का असतो, तेही आपण मागच्या भागांमध्ये वाचलं. या श्लोकात भगवान ज्या उपासकांचा उल्लेख करतात, तो अर्थार्थी आणि ज्ञानी उपासकांनाच अनुलक्षून आहे. कारण अशा भक्तांना इष्ट भोगांची इच्छा असते. ते मिळवण्यासाठी असे भक्त अनेक देवतांची उपासना करतात. फलदायक व्रतवैकल्यं करतात.

आता सर्वत्र वासुदेवच भरून आहे आणि हे जग वासुदेवमय आहे हे माहीत असूनही अर्थार्थी आणि आर्त भक्त अन्य देवदेवतांची पूजा करताना दिसतात. म्हणजे परमात्म्यापेक्षा हे इतर देव श्रेष्ठ आहेत आणि ते लवकर पावतात अशी या भक्तांची समज असते. हे सारे भक्त नास्तिक नसतात, किंबहुना परमशक्तीवर त्यांचा विश्वास असतो, परंतु ईशशक्तीला ते भिन्न भिन्न स्वरूपात मानतात. मग आपल्या कल्पनेप्रमाणे किंवा कुणी कल्पना करून दिल्यानुसार ते एकमात्र ईशशक्तीच्या वेगवेगळ्या विभूती समजून त्यांची पूजा-अर्चना करतात.

लोकही अशी दर दिवशी वेगवेगळ्या देवतांची पूजा कशासाठी करतात? याचं उत्तर देताना भगवान सांगतात की, प्रत्येक जण जन्मत:च प्रकृतीबरोबर आपला स्वभाव घेऊन येतो. त्या प्रकृतीनुसार त्याला वासना आणि इच्छा होत असतात. त्या

वासनांची पूर्ती करण्यासाठी हे लोक त्या त्या देवतांची नियमानुसार पूजा करतात. ज्यांना बुद्धी हवी असेल ते गणपतीची भक्ती करतात. ज्यांना धनधान्य हवं असतं ते लक्ष्मीची पूजा करतात. बलोपासना करणारे मारुतीची भक्ती करतात. अध्यात्म क्षेत्रातले दत्तात्रेयांची उपासना करतात; तर कुणी मंत्रसाधना करतात. निसर्गात अव्यक्त होऊन राहिलेल्या आणि विभिन्न कार्य करणाऱ्या अशा शक्ती अथवा देवता नाहीत असं नाही. त्यांची यथायोग्य उपासना करणाऱ्यांना त्या इष्टफल देतातही, परंतु हव्या त्या फळाची प्राप्ती जरी झाली तरी त्यामुळे व्यक्तीचा कर्मबंध मात्र नाहीसा होऊ शकत नाही. कर्मबंधातून मुक्त होण्याच्या दृष्टीने विचार केला तर त्यासाठी परमतत्त्वालाच समर्पित व्हावं लागतं. या सर्व देवदेवता या परमतत्त्वाच्या अधीन असतात आणि त्या नाशवंत असतात.

परमेश्वर हे अंतिम तत्त्व आहे. तोच केवळ मोक्षदाता आहे. संसारात लागणाऱ्या ज्या ज्या वस्तू किंवा इच्छा आहेत, त्या त्या वस्तू किंवा इच्छांची पूर्ती करण्याची शक्ती देवतांमध्येच असते, म्हणून देवतांचीच उपासना केली पाहिजे, अशी सामान्य जनांची समजूत असते.

श्रद्धेनुरूप किंवा परंपरेनुरूप जे श्रद्धास्थान असतं, त्याची उपासना अशा रीतीने केली जात असते. मग त्या त्या देवतांच्या उपासनेसंबंधी जे जे नियम असतात ते पाळले जातात. कुणी त्या देवतेचा जप करतो, कुणी पोथी वाचतो तर कुणी प्रदक्षिणा घालण्याचा संकल्प करतो. कुणी कोटी बिल्वपत्र, लक्ष तुलसीपत्र वाहण्याचा संकल्प करतो तर कुणी प्रतिदिनी दर्शनविधी करतो. कुणी उपास-तापासाने देह झिजवतो तर कुणी कडक व्रताचरण करतो.

अशा तऱ्हेने जे लोक भक्ती करतात, ते आर्त अथवा अगतिक किंवा अर्थार्थी असतात. त्यांना परमतत्त्व जाणून घेण्यात रस नसतो. अनेकांना कर्मशुचितेशीही काही कर्तव्य नसतं. परमतत्त्वाला जाणण्यात आणि त्यासाठी गीतोपनिषदांमधल्या शास्त्रशुद्ध सिद्धांतांचा विचार करण्यातही त्यांना रस नसतो. म्हणजे केवळ आपला भौतिक उत्कर्ष कसा होईल आणि आपले सांसारिक प्रश्न कसे मिटतील एवढ्यापुरतंच त्यांचं अध्यात्म असतं.

या संदर्भात एक सत्य हकीगत मी ऐकली आहे.

एका मंत्र्याचा स्वीय-साहाय्यक एका कंपनीत नोकरी करायचा. म्हणजे रोज कंपनीत जाऊन तो केवळ मस्टरवर सही ठोकून यायचा. कधी कधी दोन-तीन दिवसांच्या सह्याही एकदाच करून यायचा. कारण पेन्शन वगैरेसाठी ते करणं आवश्यक असायचं. मंत्र्याचाच पीए असल्यामुळे

त्याला कुणी बोलत नसे! पण एका देवतेची जयंती येण्यापूर्वी मात्र आधी नऊ दिवस अगदी न चुकता तो पोथीचं पारायण करायचा! म्हणजे प्राप्त कर्म चुकवून केवळ अधिक भोग मिळवण्यासाठी तो व्रतवैकल्य करायचा. अशी भक्ती फलद्रूप होईल का, याचा विचार केला पाहिजे. प्राप्त, नियत कर्म टाळायचं आणि पगार मात्र फुकटात पदरात पाडून घ्यायचा. वर पोथीचं पारायण करून धार्मिक म्हणून मिरवायचं - आणि असल्या विचारहीन कर्मकांडातून पुण्याचीही अपेक्षा बाळगायची! यातला खोटेपणा, कामचुकारपणा परमेश्वराला कळत नाही का? हृदयात बसूनच तो जीवाचा हेतू आणि कर्मांची नोंद करत असतो, पण अशा अर्थार्थी उपासकाला मात्र त्याचा पत्ताच नसतो! मेल्यावर त्याला केलेल्या कुकर्मांची जाणीव होत असते आणि मग कर्मानुसार तो फलाचा धनी होतो. मग पुन्हा जन्म, कुकर्मांची फेड आणि पुन्हा नवीन कर्मबंध या चक्रात तो अनेक जन्म अडकून पडतो. म्हणून जर कर्मबंध जाऊन आपला पराकोटीचा आत्मिक विकास व्हायची इच्छा असेल, तर शास्त्रशुद्ध रीतीने कर्मयोग साधावा लागतो आणि भक्ती करावी लागते.

या श्लोकातून भगवान अशा अर्थार्थी भक्तांचा काहीशा उपहासाने निर्देश करतात. परमात्मा आपल्या आत प्रत्यगामा स्वरूपात राहून आपले सर्व विचार, हेतू आणि कर्म जाणत असतो. त्याला कुणीही फसवू शकत नाही. आपणच केलेल्या अशा कर्मांचं फळ हे केव्हा तरी भोगावंच लागणार असतं. त्यातून सुटका होऊ शकत नाही. म्हणून गीतेचे शास्त्रशुद्ध सिद्धान्त समजून घेऊन त्या आधाराने अध्यात्ममार्ग जाणून घेतला पाहिजे. केवळ अर्थार्थी किंवा आर्त भक्ताच्या भूमिकेतून बाहेर पडून ज्ञानी भक्ताच्या भूमिकेत गेलं पाहिजे. भगवंताशी केवळ व्यावहारिक संबंध न ठेवता त्याच्याशी असलेला आपला दैवी संबंध भावपूर्ण अंतःकरणाने जाणून घेतला पाहिजे आणि त्यानुरूप कर्म केलं पाहिजे.

ज्याची जशी श्रद्धा तसा त्याचा देव असतो. स्वभाव आणि प्रकृतीनुसार मनुष्य त्या त्या देवतांची उपासना करतो. आपल्या भौतिक इच्छा पूर्ण करण्यासाठी आर्त आणि अर्थार्थी भक्त इष्ट देवदेवतांची उपासना करत बाह्य जगात हिंडत राहतो.

*यो यो यां यां तनुं भक्त: श्रद्धयार्चितुमिच्छति ।*
*तस्य तस्याचलां श्रद्धां तामेव विदधाम्यहम् ॥७.२१॥*
*स तया श्रद्धया युक्तस्तस्याराधनमीहते ।*
*लभते च तत: कामान्मयैव विहितान्हि तान् ॥७.२२॥*

जो भक्त ज्या ज्या रूपाची (देवतेची) श्रद्धेने उपासना करू इच्छितो, त्याची ती श्रद्धा मी स्थिर करतो. त्या स्थिर श्रद्धेने युक्त होऊन तो त्या देवतेची आराधना करू लागतो. मग मीच (परमेश्वरानं) निर्मिलेली ती मनोरथांची फलं त्याला मिळतात. (मनोरथं पूर्ण करण्याचं सामर्थ्य त्या त्या देवतांनाही परमेश्वरसत्तेनंच प्राप्त झालेलं असतं.)

भक्त ज्या रूपाची आराधना करतात, त्या रूपातच भगवान त्यांची श्रद्धा दृढ करतात. ही श्रद्धा टिकवण्यामागे भगवंतांचा हेतू मनुष्याला सश्रद्ध करण्याचा असतो. मनुष्यामध्ये मुळातच अनेक रस असतात. भक्तिरस हा मात्र निर्माणच व्हावा लागतो. तो अंत:प्रेरणेने निर्माण होतो. ईश्वरानंच तशी व्यवस्था केलेली आहे. जीवात भक्तिरस कोणत्याही कारणाने निर्माण झाला तर सर्वप्रथम तो स्थिर करावा लागतो - मग श्रद्धा कुठे का बसेना! मनुष्याचं क्षुद्रत्व नष्ट व्हावं आणि त्याचा अध्यात्ममार्गावरचा प्रवास प्रारंभित व्हावा हाही हेतू त्यामागे असतो.

परमेश्वर प्रथम श्रद्धा दृढ करतो. प्रारंभी भीतीपोटी किंवा मागणीसाठी लोक भगवंताजवळ जातात. पूजा-अर्चा, उपासना केली नाही तर कोप होईल अशी भीती अज्ञ जनांना असते; म्हणून ते देवतांची उपासना करतात. उपासना वाढत जाते, तशी ईश्वराविषयीची समज वृद्धिंगत होत जाते; त्याच्याविषयीचा प्रेमभाव, श्रद्धाभाव वाढीला लागतो. त्या श्रद्धेची फळं त्यांना त्या त्या देवतांच्या रूपाने परमेश्वरच देतो. त्यामुळे जरी कोणत्याही प्रतीकात्मक अथवा नामरूपात्मक अशा एखाद्या विभूतीला आराध्य ठरवलं तरी परमेश्वर अशा भक्ताला प्रोत्साहनच देत असतो. कारण भक्त मूर्तीच्या आधाराने आपल्यापर्यंत येईल अशी त्याला आशा असते.

जीव ही मुळातच एक प्रतिमा असल्यामुळे त्याचं जीवन आणि आराधना ही प्रामुख्याने प्रतिमायुक्तच असणार हे उघड आहे. विविध धर्मांमधील पूजन जरी मनुष्याकार मूर्तींचं नसलं, तरी ते कोणत्यातरी आकाराचं असतं हे कुणी अमान्य करू शकत नाही. त्यामुळे अशा नामरूपात्मक आकारात भक्त प्रथम आपली श्रद्धा दृढ करतो. त्याची अशी श्रद्धा एखाद्या संप्रदायातूनही दृढ केली जात असते. मग ही श्रद्धा विविध देवांवरची असते किंवा व्यक्तींवरचीसुद्धा असते. त्यामुळेच भक्ताच्या मनात भक्तिरस जागृत होऊन तो अध्यात्ममार्गावर विकास पावत जातो. जीव विकासमार्गावर यावा यासाठीच भगवान त्याची अशा कोणत्याही देवावरची श्रद्धा मान्य करतात. किंबहुना त्या श्रद्धाभावाला ते प्रोत्साहनच देतात.

तत्त्वज्ञानाच्या दृष्टीने मात्र अनेक द्रष्ट्यांनी स्थलकालातीत, एकमेवाद्वितीय, स्वयंभू, सर्वव्यापी, सर्वांतर्यामी, सर्वसाक्षी आणि अव्यक्त अशा परमतत्त्वाची अनुभूती विशद केली आहे. विश्वनिर्माता आणि विश्वचालक हा एकमेवाद्वितीयच आहे हा वेदान्ताचा सिद्धान्त आहे. श्रुती सांगते, *एकोदेव: सर्वभूतेषु गूढ: साक्षी चे ता केवलो निर्गुणश्च.*

हे जरी खरं असलं तरी मनुष्याची श्रद्धा बसण्यासाठी आणि ती दृढ होण्यासाठी कोणतीतरी प्रतिमा, आकार अथवा मूर्ती आवश्यकच असते. मनुष्याच्या जीवनातून श्रद्धाभावच काढून घेतला, तर त्याचं जीवन अर्थहीन होऊन जाईल.

कबिरांचे शेले राम विणत होते, जनाबाईंचं दळणकांड देव करत होते, संत मीराबाईंना श्रीकृष्ण भेटत होते तर संत नामदेवांना विठ्ठल प्रत्यक्ष दर्शन देत होते. भक्ताच्या श्रद्धामय भक्तीला प्रतिसाद देण्यासाठी परमेश्वर प्रत्यक्ष अवतरतो, असंही म्हणता येईल. कदाचित त्याचं हे प्राकट्य मायिक असू शकेल, पण ते प्रकट मात्र होतं आणि प्रत्यक्ष अनुभूतीही देतं ही गोष्ट तितकीच सत्य मानली पाहिजे.

भगवान म्हणतात, इष्ट देवतांची भक्त आराधना करतात आणि त्याच्या कामनांची फळं त्याला प्राप्त होत असतात. ही फळं परमात्म्याकडूनच प्राप्त होत असतात. भगवान ते इथे स्पष्टपणे सांगतात. ते आपल्या कर्मयंत्रणेच्या बाहेर जात नाहीत. जसं कर्म तसं फळ हा सिद्धान्तच ते पुन्हा या श्लोकाद्वारे सांगत आहेत.

श्रद्धेतून जर मनुष्याला भोग मिळाले तर त्याच्या वासना बळावत जातात. इष्टभोगप्राप्तीच्या वासना बळावत जाणं हे स्वाभाविक असतं. ज्या श्रद्धेमुळे त्याच्या वासना पूर्ण होण्याचं कार्य घडतं, त्याच श्रद्धेला तो मनुष्य चिकटून बसतो, परंतु त्याच्या वासनेनुरूप त्याच्या हातून कर्मं घडत जातात आणि त्याची बरीवाईट फलप्राप्ती त्याला होत राहते.

या श्लोकात 'हि तान्' ही दोन स्वतंत्र पदं 'हितान्' अशी एकत्र करून अर्थ लावण्याचा काही जण प्रयत्न करतात; पण कर्म तसं फळ या कार्मिक-योजनेच्या दृष्टिकोनातून ते योग्य वाटत नाही. कारण 'भोगविषयांचा त्या उपासकाला लाभ होतो' असा अर्थ ही दोन पदं एकत्र केल्याने अर्थ निघतो, पण कामोपभोग हे जीवासाठी कधीही हितावह नसतात. कारण भोग हे सुखदु:खकारक वेदनाच उत्पन्न करणारे असतात. त्यांमधून सत्य आणि मिथ्या काय आहे, याविषयीची विवेकजागृती होऊन असा उपासक मोक्षमार्गाकडे वळावा हा ईश्वराचा हेतू असतो. म्हणूनच इतर देवदेवतांकडून अशी जी फळं भक्ताला प्राप्त होत असतात, ती जरी पर्यायाने परमेश्वराकडून मिळाली असली तरी ती अल्पकाळ टिकून नाश पावणारी असतात. लहान बालकाला शेगडीवरच्या गरम तव्याचं भान नसतं. एकदा चटका बसला की तो सावध होतो. त्याचप्रमाणे अनित्य फळांमधील चटका बसला की उपासक विकास पावत त्या भोगस्वरूप वासनांपासून स्वत:ला दूर ठेवेल हा ते भोग देण्यामागे हेतू असतो. हे दोन श्लोक आणि पुढील श्लोकाचा एकत्रित विचार केला तर हा अर्थ पूर्णत: तर्कसंगत वाटतो.

तात्पर्य, सत्य आणि मिथ्या यांमधील फरक उपासकाला समजावा यासाठीच हा फलस्वरूप सिद्धान्त आहे. त्यात जीवाच्या विकासाचाच हेतू असतो, पण ते जर ध्यानात आलं नाही तर उपासक चांगल्या-वाईट फळांमध्येच अडकून पडतो; आणि मोक्ष दूर राहतो.

हा श्लोक म्हणजे पुढील श्लोकाचा पूर्वार्ध आहे. उत्तरार्ध ध्यानात आला तर या श्लोकातून भगवंतांना नेमकं काय सांगायचं आहे, हे उमजतं. अन्य देवदेवतांची उपासना केल्यामुळे त्याची भोगरूपी फळं उपासकाला मिळतात हे खरं; परंतु ती फळंही अल्पकाळ टिकणारी असतात, असा स्पष्ट उल्लेख भगवान पुढील श्लोकात करतात. म्हणजेच या श्लोकांमधून भगवान केवळ उपासकाला इतर देवदेवतांकडून मिळणाऱ्या प्रतिसादाचा उल्लेख करतात, पण त्याच्या परिणामांचा उल्लेख करत नाहीत. तो पुढील श्लोकात करतात.

जशी ज्याची श्रद्धा तसे फळ त्याला मिळते. देवता कोणतीही असली तरी फळ देणारा परमेश्वरच असतो. तथापि, मनुष्याच्या वासना आणि भोग हे सुखदु:खकारक परिणाम करणारेच असतात. ते परिणाम जाणून घेऊन उपासक अधिक विकसित होत जावा हा ती अनित्य फळं देण्यामागचा हेतू असतो. तो भगवंतांचा हेतू ओळखता आला पाहिजे.

*अन्तवत्तु फलं तेषां तद्भवत्यल्पमेधसाम् ।*
*देवान्देवयजो यान्ति मद्भक्ता यान्ति मामपि ॥७.२३॥*

परंतु कामसंकल्पयुक्त अल्पबुद्धीचे जे लोक असतात त्यांना मिळणारं फल हे नाशिवंत असतं. देवतांची आराधना करणारे देवांना प्राप्त होतात आणि माझे भक्त मलाच प्राप्त होतात.

जीवाचे संकल्प पुरे व्हावेत अशी एक योजना सृष्टीमध्ये आखलेली आहे. जीवाचे ते संकल्प केव्हा पुरे होतील, हे मात्र सांगता येत नसतं. किंबहुना ती गोष्ट जीवाच्या हातातच नसते. एका जन्मातला संकल्प पुरा होतोच असं नाही, पण तो संकल्प आणि त्यानुसार होणारे परिणाम पुढील जन्मीसुद्धा फळाला येऊ शकतो. आपले मागील जन्मातले संकल्प ज्या घरात पुरे होतील अशीच कूस जीव निवडत असतो, पण इच्छा आणि संकल्प हे काम, वासना आणि अभिलाषा या विकारांमधूनच उत्पन्न होत असतात. मग कुणाला अभिनेता होऊन भरपूर पैसे मिळवायचे असतात तर कुणाला राजकारणात जाऊन अधिकार आणि मानमरातब मिळवायचा असतो. कुणाला पैसे कमावून परदेश-सफर करायची असते तर कुणाला एखादी नोकरी करून आपल्या परिघातल्या मित्रमंडळींमध्येच रमून जायला आवडत असतं. म्हणजे जितके जीव तितके विविध संकल्प असतात.

वासनारूपी असे संकल्प हे मनुष्यामधील तीन गुणांनुसार होत असतात. सात्त्विक मनुष्याचे संकल्प हे परपीडा देणारे नसतात. अध्यात्ममार्गावर आपला विकास व्हावा, लेखन करावं, संगीतसाधना करावी, भक्तिगीतं गाता यावीत, शिल्पकला-चित्रकला यावी अशा प्रकारचे त्याचे संकल्प असतात. असे त्याचे संकल्प पुरे व्हावेत म्हणून सात्त्विक वृत्तीचा मनुष्य आस्तिक असेल तर विविध अनुष्ठाने करतो, ठरावीक देवाची उपासना करतो किंवा विविध नेम पाळतो. त्या त्याच्या कर्माचं फळ त्याला याच जन्मात मिळतं किंवा पुढील जन्मातही त्याला ते प्राप्त होतं.

राजसी मनुष्याला केलेल्या संकल्पाचं फळ लवकर हवं असतं. धंद्यामध्ये बरकत व्हावी, व्यवसायाच्या अनेक शाखा निघाव्यात किंवा भरपूर पैसा मिळावा म्हणून तो विविध देवतांची पूजा करतो, देणग्या देतो, वासना पुऱ्या व्हाव्यात म्हणून प्रवासही करतो. त्या त्याच्या कर्माला आणि कर्मामागच्या प्रबळ इच्छेला लवकर यश मिळतंही. नाही मिळालं तरी पुढील जन्मी ते मिळणारच असतं.

तिसरा प्रकार म्हणजे तामसी भक्तीचा. या वृत्तीच्या लोकांना थांबायला वेळ नसतो. इच्छित फलप्राप्ती लवकर व्हावी म्हणून अशा वृत्तीचे लोक कोणत्याही थराला जातात. ते अघोरी मार्गांचाही अवलंब करायला मागेपुढे पाहत नाहीत. कारण त्यांना याच जन्मात सारं काही आणि तेसुद्धा शक्यतो आयतं हवं असतं.

आता या तिन्ही वृत्तीच्या मनुष्यांच्या कर्मांची फळं त्याला केव्हा आणि कशा स्वरूपात मिळावी, हे निसर्ग ठरवत असतो. निसर्ग म्हणजेच ईश्वरी सत्ता! ईश्वरानंच हे जगत् अत्यंत नियमबद्ध बनवलेलं आहे. हे नियम मनुष्याच्या अखत्यारीतील नसतात. एकमेव परमशक्ती त्या त्या प्रकारचं विशिष्ट कार्य घडवून आणण्याकरता त्या त्या प्रकारच्या विशिष्ट स्वरूपांनी नटलेली असते. निसर्गाची प्रकट होणारी भिन्न भिन्न स्वरूपातील शक्ती म्हणजेच विविध देवता. आपली ईश्वराविषयीची समज, बुद्धिमत्ता, वैचारिक कुवत आणि त्रिगुणात्मक वृत्ती यांवरून प्रत्येक मनुष्य निसर्गातील याच भिन्न भिन्न शक्तीच्या मूर्तीचं अथवा प्रतिमेचं पूजन करून आपल्या सात्त्विक-राजस-तामसरूपी कामनांची पूर्ती करून घेतो. जशी ज्याची वृत्ती आणि दृष्टी, तशी त्याची देवता हा नियम मुळीच अशास्त्रीय नाही.

आपापल्या वृत्तीनुसार मनुष्याला त्याच्या संकल्पानुरूप सुखकारक फलप्राप्ती होतेही. हे घटित होणं हा निसर्गनियमच आहे. आता प्रश्न उरतो तो ज्ञान आणि अज्ञान यांचा. अज्ञानाने प्रेरित होऊन सकाम कर्म केल्यामुळे सकृतदर्शनी सुखकारक फल मिळालं तरी त्यामधून येणारी दु:खाची परंपरा चुकवता येत नाही. कारण सकाम कर्मांची फळं मुळीच शाश्वत नसतात आणि ती दु:खनिर्मितीला कारण ठरतात. अज्ञानामुळे मनुष्य सकाम कर्म करून फळांच्या मागे लागतो. फळ मिळण्यासाठी विविध देवतांची उपासना करतो. त्याचा त्याला फायदासुद्धा होतो. मात्र तेवढ्यावर कर्माची प्रतिक्रिया थांबत नसल्यामुळे पुढील परिणामही त्याला भोगावे लागतात.

मंदिरात किंवा धार्मिक स्थळांमध्ये जाऊन श्रद्धेमुळे जर सत्प्रेरणा मिळत असेल तर ती गोष्ट केव्हाही चांगली असते. क्लबमध्ये जाऊन पत्ते खेळल्यामुळे किंवा पबमध्ये जाऊन दारूची नशा केल्यामुळे अशी प्रेरणा खचितच मिळत नाही. म्हणून सामान्य लोक श्रद्धेमुळे काम करतात आणि त्याचं फळ त्यांना मिळतं. परंतु भगवंत

सांगतात की, त्यांचं हे फळ टिकाऊ नसतं. ती फळं अनित्य असतात. याचं कारण म्हणजे जे आराध्य दैवत असतं तेच मुळात अनित्य असतं. साऱ्या देवदेवता या परमेश्वराचंच स्वरूप असलं तरी त्या निर्मित आहेत. जे जे निर्मित असतं, ते नाशवंत असतं-हा नियम इथेही लागू होतो. म्हणूनच देवदेवता नाशवंत असतात. मनुष्याची त्यांच्यावरची श्रद्धादेखील त्यामुळे नित्य नसते. म्हणून अशा देवतांवर श्रद्धा ठेवून केलेल्या कर्मांचं फळही अनित्यच असतं, हे भगवान या श्लोकात सांगतात. त्या त्या देवतांना ते ते उपासक प्राप्त होतात याचा अर्थ अनित्याचा अनित्याशीच संयोग होणं! मग अनित्याकडून नित्यत्व कसं काय मिळू शकेल?

अनित्याकडून नित्यत्व कधी मिळू शकत नाही किंवा अपूर्णाकडून मिळालेलं फळ हे कधी पूर्ण असू शकत नाही. मोक्षाकरता किंवा परमप्राप्तीसाठी ते कारणीभूत होऊ शकत नाही. या जन्मातच ते भोगून संपून जातं. किंवा पुढच्या कोणत्याही जन्मात त्या संकल्पकर्माचं फळ मिळून ते संपुष्टात येतं. शिवाय या अनित्य भौतिक देवदेवतांच्या उपासनेमुळे अनित्य भौतिक फळंच मिळतात - मोक्षासारखं चिरंतन फल मिळत नाही. जो वासुदेवाची (परमतत्त्वाची) आराधना करतो, त्यालाच मोक्षप्राप्ती होते. आपापल्या वृत्तीनुसार देवदेवतांची उपासना करणारे देवदेवतांकडे जातात. म्हणजेच स्वर्गलोक, शिवलोक, विष्णुलोक, पाताळलोक असे कोणतेही लोक त्यांना प्राप्त होतात, परंतु जे संकल्पविरहित होऊन निष्कामतेने परमात्म्याचंच ध्यान करतात, त्यांना मात्र चिरंतन आनंदस्वरूप अशी मोक्षप्राप्ती होते. त्यांचं जन्म-मरण टळून ते एका असीम आनंदसागरात डुंबत राहतात.

संस्कृत शास्त्रामध्ये 'किडा-भ्रमर न्याय' आहे. किडा सतत भ्रमराचं चिंतन करतो म्हणून एक दिवस तो स्वतःच भ्रमर होऊन जातो. त्यामुळे आपण कुणाचं ध्यान करतो याचा बुद्धिपूर्वक विचार करायला हवा. समजा एखाद्या व्यक्तीचं ध्यान करत असू तर ती व्यक्ती मरणोत्तर ज्या ठिकाणी गेली असेल तिथेच आपण जाण्याची शक्यता असते. इथे किडा-भ्रमर न्याय लागू होतो. तीच गोष्ट भगवान या श्लोकातून समजावतात. पण कुणाचं ध्यान करावं किंवा कुणाची उपासना करावी, यासाठी मात्र ते मुळीच आग्रही नाहीत. ते केवळ परिणाम सांगतात. त्याचं हे सांगणं पूर्णतः तर्कसंगत आहे. कारण मागील एका श्लोकात सांगितल्यानुसार जशी ज्याची समज असते, तशीच उपासना होत असते. भगवान ती त्याची भक्ती दृढच करत असतो.

फक्त या निरनिराळ्या देवतांची भक्ती करता करता उपासकाची बुद्धी स्थिर आणि शुद्ध व्हायला लागते. अखेरीस भक्ताला भगवंताच्या एकमेव विराट-सूक्ष्म, कालातीत आणि नित्य स्वरूपाचं ज्ञान होतं. पुण्याहून एखादी आगगाडी दिल्लीला

जाणार असेल तर असा भक्त निदान दिल्लीच्या गाडीत तरी बसतो. म्हणजेच जशी समज येईल त्यानुसार या भिन्न देवतांच्या उपासनेतून अंतिम परमात्म्याच्या उपासनेपर्यंत मनुष्य जाऊन पोहोचू शकतो, पण तोपर्यंत जी फळं मिळतात ती मात्र अनित्यच असतात. मनुष्याने या गोष्टी ध्यानात घेऊन केवळ फळांमध्येच गुंतून पडू नये, तर देवदेवतांच्या पलीकडे असलेल्या त्या अंतिम परमात्म्याचं स्वरूप जाणण्याची इच्छा धरावी. सातव्या अध्यायातील चौदाव्या श्लोकात म्हणूनच त्यांनी सांगितलं आहे की, माझी त्रिगुणात्मक दैवी माया तरून जाण्यास दुस्तर आहे. जे मला शरण येतात तेच ह्या मायेतून तरून जातात.

म्हणून 'ज्ञानी' भक्त होण्याचा निष्काम सत्संकल्प मनात ठेवून त्या दृष्टीने परमेश्वराचं विश्वव्यापक 'वासुदेव रूप' समजून घेण्याचा प्रयत्न करायला हवा.

अनित्य देवतांच्या उपासनेतून अनित्य फळच मिळू शकतं. अपूर्णाकडून पूर्णत्व कधी मिळू शकत नाही. म्हणून आपली समज, आपली कर्मं आणि उपासनापद्धती प्रगल्भ बनवली पाहिजे. अंतिम परमात्म-स्वरूपाचा शोध घेण्याचा प्रयत्न केला पाहिजे. तोच केवळ नित्य असल्यामुळे त्याच्याच उपासनेतून मिळणारं फलही नित्यच असतं.

*अव्यक्तं व्यक्तिमापन्नं मन्यन्ते मामबुद्धयः।*
*परं भावमजानन्तो ममाव्ययमनुत्तमम् ॥७.२४॥*

अबुद्धी म्हणजे मूढ लोक माझं पर (व्यक्त-अव्यक्तापलीकडचं), श्रेष्ठ, उत्तमोत्तम आणि अव्यय रूप न जाणता मी पूर्वी निराकार होतो आणि आता साकार झालो असं मानतात. म्हणजे मी व्यक्तित्व धारण केलं आहे असं मानतात.

भक्त अव्यक्ताची भक्ती किंवा ध्यान करू शकत नाहीत. म्हणून ते या अव्यक्ताला व्यक्तरूपात भजतात. व्यक्ताचं ध्यान करता करता ते अव्यक्त स्वरूप जाणायला लागतात. अशा भक्तांना व्यक्त आणि अव्यक्त अशी दोन्ही रूपं वेड लावतात. 'सगुण निर्गुण दोन्ही विलक्षण, ब्रह्म सनातन ईश्वर हा ।' अशी या भक्तांची स्थिती असते.

श्रीमद्भागवतात म्हटलं आहे की, परमसत्याचा जेव्हा एखाद्या योग्याला साक्षात्कार होतो तेव्हा प्रारंभी निर्विशेष ब्रह्माची अनुभूती होते. त्यानंतर अंतर्यामीच्या परमेश्वराची अनुभूती मिळते. आणि सर्वात शेवटी परमात्मस्वरूपाची अनुभूती योग्याला मिळते. असे हे भक्त हे खरे ज्ञानी भक्त असतात. *एकोऽहं बहुस्याम् प्रजायेय।* मी एकटा आहे म्हणून मी सृष्टी निर्माण करत आहे, असंही भगवंत सांगतात.

आता या श्लोकाचा अधिक खोलवर विचार करू. भगवान स्व-स्वरूप हे व्यक्त आणि अव्यक्त अशा दोन्हींपलीकडे आहे, असं स्पष्टपणे इथे सांगतात. परमतत्त्वाला जाणण्याचा प्रयत्न करणारे योगी दोन प्रकारचे असतात. एक सगुणोपासना करतात तर दुसरे निर्गुण ब्रह्माची उपासना करतात. विविध देवतांची उपासना करणारे त्या त्या देवतांच्या लोकाला जातात हे तेविसाव्या श्लोकात भगवंतांनी स्पष्टपणे सांगितलं आहे. असे जे सगुणोपासक असतात ते ईश्वराला साकार मानतात. म्हणजे ईश्वर हा सगुणच असून त्याने सृष्टी निर्माण केली असं मानतात.

दुसरे जे योगी असतात ते ईश्वराला निर्गुण आणि निराकार मानतात. काहींच्या मते, निर्गुण स्वरूप ईश्वराकडे जाण्यासाठी ईश्वराला सगुण साकारच करावं लागतं.

संत एकनाथ, भक्त पुंडलिक, संत तुकाराम, संत नामदेव अशा श्रेष्ठ भक्तांकरता ईश्वराला साकार व्हावं लागलं. तथापि, हे श्रेष्ठ भक्त परमात्म्याची सगुण आणि निर्गुण अशा दोन्ही स्वरूपात भक्ती करणं जाणत होते. आद्य शंकराचार्य अद्वैतमताचे असूनही त्यांना द्वैत टिकवावंसं वाटलं होतं. *पांडुरंगाष्टकम्*मधून हेच द्वैत कसं आनंददायी आहे, हे आद्य शंकराचार्य सांगतात.

ईश्वरानुभूती येण्यासाठी हे तिन्ही मतप्रवाह योग्यच आहेत, परंतु या श्लोकाच्या दृष्टिकोनातून विचार करायचा झाल्यास ईश्वर या तिन्ही अवस्थांच्या पलीकडे आहे. तो केवळ सगुण नाही आणि केवळ निर्गुणही नाही. ध्यानासाठी मनुष्याला मनुष्याकारच जवळचा असतो. त्यामुळे ईश्वराचं त्याच्या मनुष्याकारात ध्यान करणं योग्य असतं. अन्यथा मनाची एकाग्रता होऊच शकणार नाही. म्हणजे मनाच्या एकाग्रतेसाठी ईश्वराला साकार करावं लागतं. त्या आकारात विविध सद्‌गुणांचं आरोपण म्हणजे ॲप्लिकेशन करावं लागतं. अशा ईश्वराच्या आकारात ध्यान साधून जेव्हा साधक निर्विकल्प समाधी अवस्थेपर्यंत जातो, तेव्हा त्या साधकाला पूर्णतेची अनुभूती मिळू शकते.

जे ब्रह्माचे उपासक असतात, ते ईश्वराचा आकारच अमान्य करतात. ते निर्गुण परब्रह्माचीच अनुभूती घेत राहतात. ही अवस्था सगुणोपासनेपुढची अवस्था असते आणि तसे निर्गुण उपासक फार दुर्मीळ असतात.

पण जे अज्ञानी सगुणोपासक असतात ते मात्र आयुष्यभर सगुणोपासनाच करत राहतात आणि ती वाढवत जातात, परंतु त्यातून अव्यक्ताकडे किंवा निर्गुणाकडे जाण्याचा मूळ हेतूच ते विसरून जातात. ते सगुणोपासनेतच तल्लीन राहतात आणि त्यातच धन्यता मानतात. अव्यक्तावर ते भाव ठेवू शकत नाहीत; आणि ती गोष्ट स्वाभाविकच असते.

भगवान या श्लोकात सांगतात, अविवेकी जन माझ्या अक्षय्य आणि व्यक्त-अव्यक्तापलीकडच्या श्रेष्ठ स्वरूपाला जाणत नाहीत. त्यामुळे हे शरीर धारण करण्यापूर्वी परमेश्वर अव्यक्त आणि निराकार होता आणि हे शरीर धारण केल्यावर तो व्यक्त झाला, असं ते समजतात. म्हणजेच नित्य परमेश्वराचं त्यांना विपरीत ज्ञान होतं.

आता आपण आधुनिक दृष्टिकोनातून या श्लोकाचा विचार करू.

ईश्वर हा साकार आहे असं मानायचं तर त्याचा कोणता आकार खरा मानायचा? द्विमितीय, त्रिमितीय का अनेक मितीय? आधुनिक वैज्ञानिक अकरा मिती म्हणजे डायमेन्शन्स् मानतात. मल्टियुनिव्हर्सही मानतात. आपलं प्राचीन शास्त्रही अनेक ब्रह्मांडांचा निर्देश करतं. अशा अनंत ब्रह्मांडांमधील जीवसृष्टीसुद्धा विभिन्न आकाराची आणि मितींची आहे. मग अशा अनंत ब्रह्मांडांमधील कोणता आकार हा ईश्वराचा

आकार मानायचा? बरं, तो निराकार आहे असं मानलं तर तो सृष्टीचं सर्जन तरी कसा करेल, हा प्रश्नही ओघानंच उपस्थित होतो. कारण कोणतंही सर्जन करण्यासाठी सर्जकाचीही आवश्यकता असते. म्हणजे वारंवार सर्जन होण्यासाठी कोणतं तरी सूत्र निर्माण करण्याची आवश्यकता असते.

सृष्टीच्या सर्जनासाठी परमेश्वराने ब्रह्माची योजना केली, हे जरी खरं असलं, तरी मग ब्रह्माला आदेश देणारं ते रूप तरी कसं होतं? साकार, निराकार का आणखी आपल्या बुद्धीपलीकडचं? भगवान या श्लोकात स्पष्टपणे सुचवतात की, मी साकारही नाही आणि निराकारही नाही. माझं स्वरूप हे 'पर' स्वरूप आहे.

परमात्म्याच्या त्या परस्वरूपाचं आपण चिंतनही करू शकत नाही. त्याचा कोणताही आकार आपल्या डोळ्यांपुढे आणू शकत नाही. मुळात या त्रिमितीय जगतातले सर्व आकार आपल्या मेंदूतच योजलेले म्हणजे सेट केलेलं असतात. त्यामुळे त्या आकारांबाहेरचे कोणतेही आकार मानवी मेंदूला उमजतच नाहीत, डोळ्यांना दिसू शकत नाहीत अथवा मनही कल्पना करू शकत नाही. म्हणूनच इंद्रियांनी, बुद्धीने आणि मनाने परमेश्वराचं स्वरूप समजू शकत नाही.

या सृष्टीतील आधुनिक मानवच नव्हे; तर देवतांनाही परमतत्त्वाचं पूर्णत्वाने ज्ञान नसतं; इतकं ते परमतत्त्व जाणायला कठीण आहे. जे अदृश्य असतं ते केव्हातरी दृश्य होऊ शकतं. कारण जे दृश्य असतं तेच अदृश्य होऊ शकतं. तीच गोष्ट व्यक्त आणि अव्यक्ताची! जे अव्यक्त असतं ते व्यक्त होऊ शकतं.

दृश्य-अदृश्य, व्यक्त-अव्यक्त आणि साकार-निराकार या सर्व भावांच्या पलीकडे जे परमतत्त्व आहे, ते जाणणं आत्यंतिक कठीण आहे. मात्र 'मूढ लोक मला स्थूल म्हणजे साकार झालेला मानतात; आणि दुसरे उपासक मला निराकार मानतात; परंतु मी या दोन्ही भावांच्या पलीकडे आहे,' असं भगवान या श्लोकात स्पष्टपणे सांगतात.

प्रत्यक्षात परमेश्वर हा व्यक्त-अव्यक्तापलीकडचा तसंच अव्यय आणि श्रेष्ठ आहे. व्यक्त होणं ही त्याची लीला असते; आणि ती त्याच्याच इच्छेने होते. त्या लीलेमुळे तो आधी अव्यक्त आणि सृष्टिरूपाने किंवा मनुष्यजन्मानंतर व्यक्त झाला, असं मूढ लोक मानतात. मूळ स्वरूपाला मात्र ते जाणू शकत नाहीत आणि जाणू इच्छित नाही.

*नाहं प्रकाशः सर्वस्य योगमायासमावृतः ।*
*मूढोऽयं नाभिजानाति लोको मामजमव्ययम् ॥७.२५॥*

मी आपल्या योगरूप मायेने आच्छादित असल्यामुळे सर्वांना प्रकट (इंद्रियगोचर नसल्यामुळे) दिसत नाही. त्यामुळे मी जन्मरहित आणि अविकारी आहे हे मूढ (मोहित) लोक जाणत नाहीत.

अव्यक्त स्वरूप सोडून व्यक्त स्वरूप धारण करण्याची युक्ती म्हणजे योग. योगालाच वेदान्ती 'माया' असं म्हणतात. परमेश्वराच्या या योगमायेमुळे तो व्यक्तस्वरूपधारी होतो. म्हणजेच व्यक्त सृष्टी ही मायिक आणि अनित्य आहे तर अव्यक्त अविकारी परमेश्वर सत्य आणि नित्य आहे.

परमेश्वर-स्वरूप हे संपूर्ण ऐश्वर्य, शक्ती, धर्म, यश, श्रीः, ज्ञान, वैराग्य इत्यादी सामर्थ्याने युक्तच असतं. तथापि, ईश्वराचा हा स्वभाव किंवा प्रकृती ही अव्यक्तच असते. तिचं प्राकट्य हे विभिन्न माध्यमांतून होत असतं. जेव्हा ईश्वरी प्रकृती कार्यप्रवण होते- म्हणजे कार्यप्रवण झाल्यासारखी वाटते-तेव्हा ती त्रिगुणात्मक होते. कारण त्रिगुणांशिवाय तिचं प्राकट्य शक्यच नसतं. म्हणजेच त्या मूळ परमेश्वराच्या प्रकृतीमध्ये सत्त्व, रज आणि तम या त्रिगुणांची क्रीडा सुरू होते. ही जी ईश्वराची त्रिगुणांच्या साम्यावस्थेत म्हणजे मूलतः एकरूप अवस्थेत अंशतः सुप्तपणे सामावलेली महान, अलौकिक आणि कल्पनातीत शक्ती म्हणजेच 'योगमाया!' ही अव्यक्त योगमाया *एको हं बहुस्यां...* या न्यायाने व्यक्त, जागृत किंवा कार्यप्रवण झाल्यावर अब्जावधी जीवांमधून प्रतिबिंबित होते; आणि मग त्यांची उत्पत्ती, स्थिती आणि विनाश या स्वरूपात त्यांचा विश्वसंसार सुरू होतो. आता मूळ ईश्वरी बिंबाचं जीवांमध्ये उमटलेलं प्रतिबिंब हेच मुळात मायावी स्वरूपाचं असल्यामुळे या जीवरूपी प्रतिबिंबाला मूळ परमेश्वराचं बिंबस्वरूप मुळीच समजत नाही किंवा त्या बिंबाची जाणीवही होत नाही.

हिंदू पद्धतीच्या विवाहात वधूवरांच्या मध्ये आंतरपाट धरलेला असल्यामुळे वधूला ज्याप्रमाणे वराचं दर्शन होत नाही, त्याप्रमाणे मायेचा पडदा अविकारी-अव्यक्त आणि व्यक्त यांच्यामध्ये असल्यामुळे जीवाला अव्यय-अव्यक्ताचं ज्ञान होत नाही. अशी माया म्हणजे परमेश्वराचीच विलक्षण आणि अनादि अशी लीला (game) आहे. अद्वैत वेदान्तीदेखील या मताला ग्राह्य मानतात. इंद्रियांमुळे देखावा उत्पन्न होत असला तरी इंद्रियं ही अप्रत्यक्षपणे परमेश्वरी सत्तेनंच काम करतात. म्हणजे इंद्रियांच्याच साहाय्याने इंद्रियांनाच दिसणारं आणि जाणवणारं जगाचं दर्शन हे इंद्रियांना मिळणाऱ्या परमेश्वरी शक्तीमुळेच घडत असतं. तरीही आपल्याला वाटतं, 'मी काम करतो, मी विचार करतो, मी खेळतो' वगैरे. पण प्रत्यक्षात 'मी' करतो हासुद्धा भौतिक भ्रमच असतो. शरीरांतर्गत असलेल्या लाखो पेशींना स्व-भान असतं. शरीरांतर्गत असलेला प्रत्येक घटक नियत कर्म करत असतो. प्रगाढ झोपेत अथवा ध्यानात व्यक्ती विचारहीन किंवा संकल्पहीन अवस्थेत गेली तरी हे शरीरांतर्गत घटक कार्यरत असतातच. लाखो पेशींसह जेव्हा हे कार्य घडत असतं तेव्हा ते सामुदायिक कार्य असतं, त्या कार्याला आत्म्याकडून म्हणजे अप्रत्यक्षपणे परमतत्त्वाकडूनच प्रेरणा मिळत असते. तरीही जीव म्हणतो, 'मी काम करतो! मी विचार करतो, बुद्धी माझी आहे, कर्तृत्व माझं आहे.'

जीवाला तसं वाटणं हाही मायेचाच प्रभाव असतो. त्यामुळे माया ही अखेर परमेश्वराचीच लीला (communal) म्हणावी लागते.

आता या श्लोकात भगवंत म्हणतात, मायेने मला आच्छादलं असल्यामुळे मी प्रकाशित होत नाही किंवा दिसत नाही, पण प्रत्यक्षात मायेमुळे परमेश्वराला नव्हे; तर मनुष्यालाच आच्छादलेलं असतं. आपण म्हणतो की मेघामुळे सूर्य झाकला गेला, परंतु प्रत्यक्षात आपल्या दृष्टीला आणि पृथ्वीलाही मेघानंच झाकलेलं असतं. सूर्य दूर असल्यामुळे आणि मोठा असल्यामुळे पृथ्वीवरच्या मेघांनी तो आच्छादला जाणं शक्यच नाही. आपली दृष्टी लहान असल्यामुळे ढगांनी ती आच्छादली जाणं शक्य आहे.

सहा फूट गादी पूर्णपणे झाकण्यासाठी चादर सहा फुटांपेक्षा जास्त असायला हवी. म्हणजे चादर मोठी होते. त्याचप्रमाणे जर मायेने भगवंताला आच्छादलं म्हणावं तर माया मोठी होते आणि भगवान लहान होतात! परंतु माया ही भगवंताचीच लीला असल्यामुळे ती भगवंतापेक्षा मोठी असणं शक्यच नाही. म्हणजेच त्रिगुणांच्या प्रभावानं, मायेने आपणच आच्छादले गेल्यामुळे आपल्याला परमेश्वराचं अव्यक्त स्वरूप ओळखता येत नाही. कोणताही आकार नसलेला, आपल्या तोकड्या बुद्धीला न समजणारा, संपूर्ण सृष्टीला कारण ठरणारा आणि त्यात राहूनही स्वत:ला स्वतंत्र ठेवणारा तो परमेश्वर कसा असेल, हे आपण जाणू शकत नाही.

परमात्मा असा अनादि, अनंत आहे. अनादि याचा अर्थ जिथे काळाचाच संदर्भ नाही ती अवस्था. काळ अस्तित्वात आला की, जीवांसह सर्व सृष्टीला जन्म येतो आणि पर्यायाने मृत्यूही येतो. मात्र परमात्मा जन्मरहित असल्यामुळे त्याला आदिअंतच नाही. अर्थात तो टाईम ॲण्ड स्पेस (Time & Space) म्हणजे स्थल आणि काल यांमध्ये अडकूच शकत नाही. परमात्मा अनंत आहे म्हणजे तो आकारबद्ध नाही. कारण आकार आला की अंत आलाच! अर्थातच सुरुवात आणि शेवट हा संदर्भच जिथे नाही तो अनंत. त्यामुळे आपण आकारात राहून किंवा विभिन्न मितींमध्ये म्हणजे dimensionsमध्ये राहून त्याला पाहणं आणि जाणणं मुळीच शक्य नाही.

तथापि, आपण त्याचा अनुभव मात्र इथल्या इथे घेऊ शकतो. अनादि-अनंत परमात्म्याचा Time & Space शी संबंधच नसल्यामुळे त्याचा शोध घेण्यासाठी अंतराळात जाण्याची मुळीच आवश्यकता नाही, ही गोष्ट तर्कसंगत आहे! तोच अनादि आणि कालातीत परमात्मा प्रतिबिंबित होऊन प्रत्यगामा स्वरूपात आपल्या हृदयात वसून राहिलेला आहे. विश्व व्यापून उरलेली शक्ती आपल्या हृदयात वसून असते, हा आपला केवढा गौरव असतो! त्या सागरस्वरूप परमेश्वराला ओळखण्यापूर्वी त्याच्या हृदयस्थ थेंबाला म्हणजे अंशाला ओळखण्याचा प्रयत्न आपण केला पाहिजे. परमेश्वराला जाणण्याचा तोच राजमार्ग आहे. योगस्थ होऊन त्याला जाणण्याचा प्रयत्न करताना केव्हा तरी त्याचं सत्स्वरूप आपल्याला उमजेल.

मायेमुळे अज्ञ जनांना परमेश्वराचं खरं स्वरूप उमजत नाही. अज्ञानरूपी मेघ निघून गेले की ज्ञानरूपी प्रकाश पडून परमेश्वराचं हे अव्यय-अव्यक्त रूप आपल्या अनुभवास येऊ शकतं.

*वेदाहं समतीतानि वर्तमानानि चार्जुन ।*
*भविष्याणि च भूतानि मां तु वेद न कश्चन ॥७.२६॥*
*इच्छाद्वेषसमुत्थेन द्वन्द्वमोहेन भारत ।*
*सर्वभूतानि सम्मोहं सर्गे यान्ति परन्तप ॥७.२७॥*

हे अर्जुना, भूतकाळात झालेल्या, वर्तमानात असणाऱ्या आणि भविष्यकालात होणाऱ्या सर्व भूतांना (यच्चयावत पदार्थांना) मी जाणतो, पण मला कुणीही जाणू शकत नाही. कारण हे भारता, रागद्वेषामुळे उद्‌भवणाऱ्या द्वंद्वांनी मोह होऊन सर्व प्राणिमात्र भ्रम पावतात. त्यांना यथार्थ ज्ञान होत नाही. (म्हणजे ते अज्ञानातच राहतात.)

ईश्वराची मोहमाया सर्व अज्ञ जीवांना मोहित करते, परंतु ती परमेश्वराला मोहित करू शकत नाही. कारण परमेश्वर तिच्या अधीन नसतो. त्यामुळे भगवान आपल्या ज्ञानशक्तीने व्यक्त सृष्टीसंदर्भात भूतकाळातील, वर्तमानकाळातील आणि भविष्यकाळातील सर्व प्राणिमात्रांना त्यांच्या कर्मांसह जाणतो. परंतु सामान्यजन मात्र परमेश्वराला मोहामुळे ओळखत नाहीत. त्रिगुणांच्या प्रभावामुळे निर्माण होणाऱ्या राग-द्वेष, लोभ, मत्सर, स्पर्धा इत्यादी द्वंद्वातच मनुष्य दिवसरात्र हरवून गेलेला असतो; आणि त्याचा परिणाम म्हणून तो मोहवश होतो. मोह भ्रमाला कारण ठरतो. त्या भ्रमातच जीवनाची इतिश्री होते! ज्ञानापासून अशा तऱ्हेने मनुष्य वंचित राहतो. हाच तर ईशनिर्मित खेळ आहे!

आता जीव म्हणजे तरी काय? तर ईश्वराचं मायेमध्ये पडलेलं प्रतिबिंब म्हणजेच जीव. हे प्रतिबिंब म्हणजे म्हणजे बिंबाचीच अभिव्यक्ती असते. अर्थात परमेश्वराचंच प्रतिबिंब असतं. तथापि, हे जीवरूपी प्रतिबिंब हे मायेचा किंवा प्रकृतीचा आधार घेत असल्यामुळे त्यात मूळ बिंबाचे गुणधर्म असूनही ते अस्पष्ट आणि अंशभूत राहतं. म्हणजे मनुष्यामध्ये मूळ ईश्वराचं प्रतिबिंब असूनही त्याने मायेचा आधार घेतल्यामुळे तो ईश्वराप्रमाणे पूर्ण ज्ञानी आणि प्रभावी होऊ शकत नाही. माया ही मूळ परम आणि

एकजिनसी बुद्धिमत्ता सर्व जीवांमध्ये अंशरूपाने विभागते. त्यामुळे मनुष्याची बुद्धी क्षीण आणि अल्प होऊन जाते. अशा अल्प बुद्धीने मग ईश्वराविषयी ज्ञान कसं होणार? शिवाय मनुष्याला जे ज्ञान होत असतं, ते इंद्रियांद्वारेच होत असतं. परंतु इंद्रियं हीच मायेने निर्मित असल्यामुळे त्यांच्याद्वारे होणारं ज्ञान हे भ्रामक आणि विक्षेपयुक्तच असतं.

आता एखाद्या मनुष्याला मायेचं स्वरूप समजलं आणि त्या मायेचा प्रभाव झुगारून द्यावं असं त्याला वाटलं, तरी ती गोष्टही अतिशय कठीण असते. कारण मायेचं जीवाभोवती असणारं आवरण! जीवाला जागृत, स्वप्न आणि सुषुप्ती या तीन प्रकारांनी जाणीव होत असते. हीच ती जीवदशा! जागृती आणि स्वप्न या दोन अवस्थांमध्ये जीव जाणिवेचा साक्षात अनुभव घेत असतो. सुषुप्तीमध्ये मात्र सृष्टीचा नामरूपात्मक खेळ अदृश्य होऊन जातो. तथापि अद्याप त्याचं अज्ञान दूर झालेलं नसतं. ध्यान साध्य झाल्यानंतर आपण आत्मस्वरूप आहोत, याची जाणीव होणं म्हणजेच जीवरूपाची विस्मृती होणं अशी अवस्था येते. हीच ती सुषुप्ती अवस्था. या अवस्थेला 'प्रज्ञानघन' अवस्था म्हणतात. या अवस्थेत जीवाची प्रज्ञारूपी ज्ञानशक्ती किंवा संवितशक्ती एकवटून निष्क्रिय झालेली असते. तरीपण अंत:करणातील अहंकार अस्मितारूपाने अजूनही शिल्लक राहिल्यामुळे साधक जेव्हा पुन्हा भानावर येतो, तेव्हा आपली अविद्यारूपी मायिक स्थितीची स्मृती घेऊन प्रपंचात पुन्हा पूर्ववत वावरू लागतो. अशी ही जीवदशा आणि अज्ञानावस्था काही केल्या दूर होत नाही. यालाच मायेची आवरणशक्ती म्हणतात. त्यामुळे सुषुप्ती अवस्थेच्या पलीकडे म्हणजेच तुरीयावस्था गाठता आली तरच जीव स्थितप्रज्ञ होतो. त्या अवस्थेत त्याची प्रज्ञा विशाल बनलेली असते आणि त्याच प्रज्ञेच्या साहाय्याने तो योग्य वेळी परमात्मज्ञान प्राप्त करून घेतो.

अन्यथा सामान्य जनांना ते ज्ञान प्राप्त होऊ शकत नाही. इतकंच काय, या कालबद्ध मायिक सृष्टीचंही सर्वंकष आकलन होऊ शकत नाही. मुळात भूत-भविष्य आणि वर्तमान हाच मुळी भ्रम आहे. आइनस्टाईनने सापेक्षता सिद्धान्त मांडला आणि स्थल-कालाचं गूढ प्रकाशित झालं. दोन मोटारी एकाच वेगात धावू लागल्या तर दोन्ही मोटारींमधल्या लोकांना परस्परांकडे पाहताना स्थिरतेचा आभास होतो, पण एकाच मोटारीतून जात असताना बाहेर पाहिलं तर मोटारीचा वेग जाणवतो. स्टिफन हॉकिंग्जने त्याच्या *Brief Histoy of Time* या पुस्तकात असाच एक दृष्टान्त दिला आहे. धावत्या रेल्वेत समजा आपण टेबल टेनिस खेळत असू तर त्या पिंगपाँग बॉलचा वेग काय समजायचा? म्हणजे रेल्वेचा वेग अधिक बॉलचा वेग असा एकत्रित वेग मानायचा, का केवळ बॉलचा वेग मानायचा?

'भागवता'तसुद्धा (श्लोक : ९.३, ३०-३२) सापेक्षता सिद्धान्त स्पष्टपणे सांगितला आहे. रेवतीला घेऊन कुकुदमी ब्रह्मलोकाला जातो. ब्रह्मदेव तेव्हा गंधर्वगान ऐकत असतात. ते संपल्यानंतर कुकुदमी पुढे होतो आणि आपल्या या मुलीला पृथ्वीवर उचित वर मिळावा म्हणून प्रार्थना करतो. तेव्हा ब्रह्मदेव हसून म्हणतात, "राजा, तू ज्या अशा वरांच्या शोधात आहेस, ते केव्हाच निवर्तले आहेत. एवढंच नाही तर त्यांचे पुत्र-पौत्र हेही आता हयात नाहीत. पृथ्वीवरची अनेक युगंसुद्धा केव्हाच मागे सरली आहेत!"

म्हणजे युगांचा हिशेब करता कुकुदमी ब्रह्मलोकात जेव्हा अगदी थोडा वेळ थांबला, तेव्हा पृथ्वीवरची ११,६६,४०,००० (अकरा कोटी सहासष्ट लाख चाळीस हजार) वर्षं सरली होती!

हे ब्रह्मांड किती विशाल आहे, याची आपण कल्पनाच करू शकत नाही. त्याचप्रमाणे सूक्ष्मातीत सूक्ष्मही जगत् आपण जाणू शकत नाही. त्यामुळे स्थल-कालासह अनेक विभ्रम निर्माण करणाऱ्या या जगतात आपण अडकलो आहोत आणि केवळ भौतिक भोग मिळवण्यासाठीच अहोरात्र झटत आहोत. मनुष्याच्या इच्छा आणि वासना त्याला कारणीभूत ठरतात. त्यात अडकल्यामुळे मनुष्य भ्रमिष्ट होतो. म्हणजे भ्रामक सृष्टीतच अडकून पडतो. त्यामुळे त्याला सत्यस्वरूप उमजत नाही. आपली सध्याची जी स्थिती आहे, त्यापेक्षा अधिक चांगली स्थिती यावी, घरामध्ये नवनवीन वस्तू याव्यात, सुबत्ता यावी, पद मिळावं, अधिकार मिळावेत अशा आकांक्षांमध्येच तो अडकून पडतो. अशा आकांक्षा म्हणजेच इच्छा. या इच्छाच मनुष्याला कार्य करायला प्रवृत्त करत असतात. आयुष्यभर मग तो आपल्या इच्छा पूर्ण करण्याच्याच मागे लागतो.

अशा इच्छा आणि द्वेष यांमुळे त्याच्या जीवनात सुख-दु:ख निर्माण होतात. इच्छा पूर्ण झाली तर तो आनंदित होतो. इच्छापूर्तीमध्ये अडथळे आले तर त्याला दु:ख होतं. सुखामध्ये भागीदार आला की त्याला द्वेष वाटतो. म्हणजेच इच्छा-आकांक्षांमुळेच मनुष्याला सुख-दु:खांचा आभास होत राहतो. या अज्ञानातच सारं आयुष्य गुरफटल्यामुळे त्याला ईश्वराविषयीचं ज्ञान होत नाही. कारण त्याच्या ठिकाणी असणारा मोह हाच ईश्वराविषयीच्या ज्ञानाला प्रतिबंध करतो. ज्ञानामुळे जेव्हा भ्रमाचा भोपळा फुटतो, तेव्हा परमेश्वराविषयीचं तत्त्वत: ज्ञान होतं.

हिप्नॉटिझमचा अर्थात संमोहन विद्येचा जो जाणकार असतो तो विविध साधनांनी समोरच्या व्यक्तीला संमोहित करत असतो. मन मोहित झाल्यामुळे

संमोहित करणारा जे सांगतो ते समोर दिसायला लागतं. त्याप्रमाणे मायेमुळे म्हणजेच इच्छा आणि द्वेष यांच्या द्वंद्वामुळे माणूस संमोहित होतो आणि त्याला जे नसतं ते दिसतं आणि जे दिसायला हवं ते दिसत नाही!

हा सारा मायिक खेळ आहे. रागद्वेषासह अनेक प्रकारची द्वंद्वें या मायिक पसाऱ्यात मनुष्याला मोहित करतात. त्यामुळे भ्रम पावून मनुष्य परमेश्वराला जाणू शकत नाही. परमात्म्याचं यथार्थ ज्ञान त्यामुळेच होऊ शकत नाही.

परमेश्वराच्या मोहमायेमुळे मोहित झाल्यामुळे मनुष्याला ईश्वराचं खरं स्वरूप ओळखता येत नाही, परंतु परमेश्वर मात्र सार्वकालिक भूतमात्रांना ओळखून असतो. सुखदु:खादी द्वंद्वांमुळे मनुष्य मोहित होऊन भ्रम पावतो. मृगजळाप्रमाणे असणाऱ्या या संसारातल्या सुख-दु:खांच्या मागे धावत जातो आणि त्यातच त्याचं आयुष्य व्यर्थ निघून जातं.

*येषां त्वन्तगतं पापं जनानां पुण्यकर्मणाम् ।*
*ते द्वन्द्वमोहनिर्मुक्ता भजन्ते मां दृढव्रताः ॥७.२८॥*

परंतु ज्या सत्कर्माचरणी लोकांच्या (अज्ञानरूपी) पापाचा अंत झाला आहे, ते सुखदु:खादी द्वंद्वामुळे होणाऱ्या मोहातून मुक्त होऊन दृढतेने माझीच भक्ती करतात.

पापाची सुरुवात केव्हा होते? तर जेव्हा आपण परमेश्वराचेच अंश आहोत याची विस्मृती जीवाला होते तेव्हा पापाला सुरुवात होते. पाप म्हणजे मी परमेश्वरापेक्षा वेगळा आहे असं समजणं. अर्थात स्वत: परमस्वरूप असताना आपण क्षुद्र संसारी जीव आहोत असं वाटणं हे पाप असतं. या एका पापातून मग पापांची शृंखलाच तयार होत जाते.

तथापि, पाप-पुण्याची व्याख्या करणं हे कठीण आहे. खोट बोलणे हे पाप असतं, पण गायीला मारायला आलेल्या कसायाला खोटं बोलून त्याची दिशाभूल करणं हे पाप होऊ शकत नाही. याप्रमाणे पाप-पुण्याची अशी निश्चित व्याख्या करता आली नाही, तरी आत्मविकासासाठी उपयुक्त होणारं सत्कर्म करणं हे मात्र पुण्यकारक असतं. याउलट अशा पुण्यकारक प्रगतीला विरोधी कर्म करणं म्हणजे पापकर्म ठरतं.

आता प्रगती म्हणजे तरी काय? तर आत्म-अनात्म म्हणजे material आणि spiritual, आणि सत्य आणि मिथ्या यांचं ज्ञान बुद्धीला अधिकाधिक होत जाणं हे प्रगतीचं लक्षण असतं. याउलट बुद्धिमांद्य उत्पन्न होऊन वृत्तीत अविवेक वाढत जाणं ही अधोगती असते.

मनुष्याच्या वासना या त्याला अनात्म गोष्टीत अडकवतात आणि त्यामुळे तो पापकर्म करायला अनायासे प्रवृत्त होतो, परंतु इच्छा, मोह, वासना, अभिलाषा असे अनेक भाव ईश्वरानंच मनुष्यामध्ये भरले आहेत. मग ते सोडून कसे द्यायचे, हा खरा प्रश्न आहे. आपल्या हातून पापकर्म होऊ नये म्हणून हे निसर्गदत्त भाव सोडणं शक्य तरी आहे का? ते सोडणं शक्य नाही. त्यामुळे आपल्या हातून पापकर्म होऊ नये

म्हणून ह्या निसर्गदत्त भावांचं आपल्याला नियोजन करता आलं पाहिजे आणि हे नियोजन करण्यातच खरं कौशल्य असतं. म्हणजे हे वासनादी विकार आपल्याला विकासासाठी वापरता आले पाहिजेत. म्हणजे त्यांना अनात्म गोष्टींमधून परावृत्त करून आत्मभावाकडे वळवता आलं पाहिजे. त्यासाठी या विकारांना संयमित करून आपला शक्तिपात टाळणं जमलं पाहिजे. अविवेकी कामोपभोगामुळे आपल्या शरीराचा क्षय होणार नाही, याकडेही लक्ष दिलं पाहिजे. थोडक्यात, षड्रिपूंना विकारांमधून परावृत्त करून त्यांना आत्मविकासाकडे नेण्यातच पुण्यकर्म असतं.

मुळात सुख-दुःख, यश-अपयश, शीत-उष्ण अशा प्रकारच्या द्वंद्वमोहामुळे मोहित होऊनच जीव या जगामध्ये उत्पन्न होतात. मग त्रिगुणात्मक प्रकृती जीवांना खेळवते. त्यामुळे मी कोण आहे, ते जीव जाणत नाहीत. म्हणजे ते स्व-स्वरूप ते ओळखत नाहीत, परंतु जे पुण्यशील लोक चित्तशुद्धिकारक अशी पुण्यकर्मं करतात, त्यांना हा त्रिगुणप्रेरित द्वंद्वमोह मोहित करत नाही. मोह उत्पन्न करणारं पाप चित्तशुद्धीमुळे नाहीसं होतं. अशा श्रेष्ठ पुरुषांना परमतत्त्वाचं खरं ज्ञान होतं. दृढज्ञाननिष्ठ झालेले असे पुण्यवान लोक फक्त परम अशा ईश्वरालाच भजतात. त्याचीच भक्ती करतात.

पुण्य आणि पाप यांचं जेव्हा संतुलन होतं, तेव्हाच जीवाला मनुष्यजन्म मिळतो, असाही एक मतप्रवाह आहे. म्हणजे पुण्यसंचय झाल्याखेरीज आत्म्याला आपलं दिव्यत्व प्रकट करता येत नाही. खरंतर मनुष्यजन्मातच आपल्यामध्ये असलेल्या दिव्यत्वाची जीवाला जाणीव होऊ शकते. त्यासाठीच मनुष्य स्वयंप्रेरणेने अनेक जन्मांमधून तामसी भावापासून सात्त्विक भावाकडे हळूहळू ओढला जातो. मग अनेक जण अनायासे सत्कर्मं करायला प्रवृत्त होतात. सत्कर्म करण्याचे मार्ग ते शोधू लागतात. म्हणजे मनुष्य असा आत्मविकासाकडे सहजगत्या खेचला जातच असतो.

पण या श्लोकात भगवान आणखी पुढच्या स्तराचा विचार मांडतात. तो विचार म्हणजे सत्कर्म करणाऱ्यांचं अज्ञानरूपी पाप नष्ट होणं. ते पाप नष्ट होण्यासाठी स्वाभाविकच चित्तशुद्धी होणं अतिशय महत्त्वाचं असतं. जप, तप, व्रत, वैकल्यं या क्रियांनी चित्तशुद्धी होऊ शकते, पण ते करताना आपलं मनच त्यात नसेल आणि ती नुसतीच कृती होत असेल, तर मात्र चित्तशुद्धी होऊ शकत नाही. ते अर्थहीन कर्मकांड मात्र होतं.

एक कवी म्हणतो,

*जप करिता झिजले मणि, कथा ऐकता फुटले कान, तरी न होई ब्रह्मज्ञान ।*
*दगड पाहता वाही फूल, तुलसी पाहता तोडी पान,*
*नदी पाहता करी स्नान, तरी न होई ब्रह्मज्ञान ॥'*

म्हणून या सर्व क्रियांची आवश्यकता का असते, हे प्रथम समजून घ्यायला हवं. म्हणजेच कर्मकांड करताना आपलं मन त्यात हवं. मगच हळूहळू ज्ञानमार्ग प्रकाशित होत जातो. मीच स्वयं परमात्मा असून हे शरीर मी तात्पुरतं धारण केलं आहे, अशी आत्मानुभूती पुण्यस्वरूप मनुष्याला होते. मग असा ज्ञानमार्गी मनुष्य आपली विहित कर्मं परमेश्वराला अर्पण करतो. तो कोणाचंही कधी वाईट चिंतत नाही. तो आपल्या कामातच देव पाहतो. मिळालेलं धन, अन्न आणि वस्त्र या गोष्टी तो परमेश्वराचा प्रसाद म्हणून स्वीकारतो. त्याचप्रमाणे परमेश्वर हा सर्व प्राणिमात्रांमध्ये वास करून आहे; तो आणि मी भिन्न नाही हेही तो जाणून असतो. अशा तऱ्हेने परमेश्वराचं सत्स्वरूप जाणल्यामुळे त्याचं पाप नाहीसं होतं. असा हा पुण्यकर्मी मनुष्य दृढव्रत होतो. तो परब्रह्माचीच अनुभूती घेत राहतो. म्हणजे संकुचितता जाऊन त्याच्या वृत्तीत वैश्विकता आलेली असते.

संकुचित वृत्ती ही पापाला कारण ठरत असते. म्हणून आपला दृष्टिकोन विशाल बनवला पाहिजे. स्वत:पुरतं बघण्याची संकुचित वृत्ती जाऊन जेव्हा विश्वाकडे बघण्याची व्यापक दृष्टी येते, तेव्हा माणसाचं अज्ञानरूपी पाप नाहीसं होतं. विश्वाकडे बघणं म्हणजे त्या विश्वंभराला जाणून त्याच्या इच्छेने त्याच्या कर्मांशी साधर्म्य राखणारं आणि विश्वकल्याणाकरता निष्काम भावनेने कर्म करणं असा याचा व्यापक अर्थ आहे.

थोडक्यात, ईश्वराविषयीची समज आणि आपल्या जन्माचा हेतू ध्यानात आल्यानंतर व्यक्तीची चित्तशुद्धी होऊ लागते. मग हळूहळू ती व्यक्ती विकसित होत जाते. विकसित झाल्यावर विकार आपोआप निघून जातात; आणि विकार गेले की भगवंत प्रतीत व्हायला लागतो.

संकुचित वृत्तीमुळे पाप निर्माण होतं, ते वाढत जातं. पाप नाहीसं करण्याकरता आपण आपला दृष्टिकोन विशाल बनवला पाहिजे. निष्कामतेने चित्तशुद्धी होते. त्यानंतर ज्ञान होतं. विकास झाला की विकार निघून जातात. त्यासाठी षड्रिपूंना विकारांमधून परावृत्त करून विकासाकडे वळवता आलं पाहिजे. विकार नाहीसे झाले की मग भगवंताची खरी ओळख होते.

*जरामरणमोक्षाय मामाश्रित्य यतन्ति ये ।*
*ते ब्रह्म तद्विदुः कृत्स्नमध्यात्मं कर्म चाखिलम् ॥७.२९॥*
*साधिभूताधिदैवं मां साधियज्ञं च ये विदुः ।*
*प्रयाणकालेऽपि च मां ते विदुर्युक्तचेतसः ॥७.३०॥*

जे माझा आश्रय करून वार्धक्य-मृत्यू आदी पुनर्जन्माच्या फेऱ्यांतून मुक्त होण्याचा प्रयत्न करतात, तेच अखिल कर्मांचं स्वरूप जाणून ब्रह्मविद् होतात. जे माझी अधिभूत, अधिदैव आणि अधियज्ञ ही तिन्ही रूपं जाणतात, ते अंतकाळीदेखील माझ्याविषयीचं ज्ञान जागृत ठेवून युक्तचित्त राहतात.

जन्ममृत्यूच्या फेऱ्यांमधून सुटका व्हावी अशी ज्ञानी मनुष्याची इच्छा असते. ही इच्छा पूर्ण व्हावी म्हणून ते परमेश्वराच्या ठिकाणी चित्त समाहित करतात. अशा तऱ्हेने युक्तचित्त झाल्यामुळे परमेश्वर हा ब्रह्म, अध्यात्म आणि सर्व कर्मांनी युक्त आहे हे ज्ञान त्यांना होतं. सर्व वस्तुजात या एकाच आत्मतत्त्वाने भरलेलं आहे असा त्यांना साक्षात अनुभव मिळतो. निदिध्यासाने ब्रह्म, अध्यात्म आणि पुनर्जन्माचा फेरा याविषयी जे सारं काही जाणतात, त्यांना अंतकालीसुद्धा परमेश्वराचं स्मरण राहतं. ज्ञान जागृत राहिल्यामुळे ही सारी क्रीडा आहे, असंही त्यांना ज्ञान होतं.

जन्म-मृत्यू ही मायिक जगतात चिरंतन चालणारी प्रक्रिया आहे. त्याचा परिणाम म्हणजेच उत्पत्ती, स्थिती आणि लय हे अस्तित्वात येतात. पण केवळ ही कालबद्ध सृष्टी निर्माण केल्यामुळे कर्म आणि त्याचा खेळ कसा काय सुरू होणार? केवळ कालबद्ध सृष्टी निर्माण केल्यामुळे कर्म सिद्ध होऊ शकत नाही; आणि कर्म सिद्ध झाल्याखेरीज जीवसृष्टीचा खेळ प्रत्यक्षात येऊ शकत नाही. म्हणजे व्यक्तिगत आणि सामुदायिक कर्मं, त्या कर्मांची फळं; आणि ती फळं फेडण्यासाठी अर्थात परस्परांचे हिशेब चुकते करण्यासाठी पुनर्जन्माचा फेरा अस्तित्वात येणे, हे केवळ कालबद्ध सृष्टी निर्माण होऊन शक्य होत नाही.

म्हणूनच सृष्टीचं असं सातत्य राखण्यासाठी कर्म सिद्ध व्हावं लागतं आणि कर्म सिद्ध होण्यासाठी सात्त्विक, राजस आणि तामस या तीन गुणांची आवश्यकता असते. हे तीन गुण सृष्टीसह मनुष्यदेहात कार्यरत झाले म्हणजे मग परस्परावलंबी पण अपूर्ण अशा कर्मचक्राला गती मिळत राहते. त्यातूनच अहंकार, आसक्ती, वासना आणि महत्त्वाकांक्षा जन्म पावतात. हेच भाव राग-द्वेष आणि मत्सराला कारण ठरतात. या अशा षड्‌रिपूंमुळे जीव पुनर्जन्माच्या फेऱ्यात अडकतो आणि सृष्टीचा खेळ सुरू राहतो.

अशा तऱ्हेने या कालबद्ध सृष्टीचा हेतू, त्रिगुणांमध्ये अडकवलेली कर्मपरंपरा, त्याची जीवासहित असंख्य माध्यमं आणि हे सर्व करण्यामागची कार्यपद्धती जाणल्यानंतर ज्ञानी व्यक्ती या कर्मचक्राच्या पलीकडचा विचार करू लागते. अशा वेळी ती व्यक्ती ब्रह्मविद् होते- म्हणजे जिथून या सृष्टिचक्राची उत्पत्ती झाली त्या ब्रह्माची त्याला अनुभूती मिळू लागते. मग अशा ब्रह्मविदाला कर्मचक्रामागे आवश्यक असणाऱ्या अधिभूत आणि अधिदैव यांचा उलगडा होतो. शिवाय परमतत्त्वाशी योग साधण्यासाठी त्याला अधियज्ञाची आवश्यकता उमजते.

अधिभूत म्हणजे इंद्रियांचे शब्दस्पर्शादी सर्व विषय. अधिदैवत म्हणजे इंद्रियांच्या प्रेरक शक्ती. याच शक्तींना अध्यात्मशास्त्रात देवता म्हणतात. म्हणजे हातांची देवता इंद्र, पायांची विष्णू, उपस्थाची प्रजापती, वाणीची अग्नी, मनाची चंद्र इत्यादी. या सर्व देवतांची आत्मभावाने किंवा ब्रह्मभावाने उपासना करणं हेच अध्यात्म असतं आणि अधियज्ञ म्हणजे सर्व देवतांची प्रमुख देवता किंवा अध्यक्ष हा परमात्मा असतो. तोच सर्व सृष्टीत वसून आहे या विशाल दृष्टीने त्याला समजून घेऊन त्याच्याशी अनुसंधान साधणं आणि त्यासाठी तप करणं म्हणजे अधियज्ञ.

कर्माच्या स्वरूपाबरोबरच या अधिभूत, अधिदैव आणि अधियज्ञ यांचं वास्तविक स्वरूप उमजलं की मनुष्याच्या मनात कोणत्याही प्रकारची भीती उरत नाही. कारण भगवंताची अशा सर्व माध्यमांमधून साकार होणारी मायिक क्रीडा त्याला उमजलेली असते. अर्थातच परमात्म्याविषयीची त्याची समज अत्यंत प्रगल्भ झालेली असते आणि म्हणूनच तो त्याच्या देहान्तकालीही युक्तचित्त राहू शकतो.

ही नि:शंक, भीतिरहित आणि आनंदस्वरूप अवस्था येण्यासाठी शास्त्रशुद्ध प्रयत्न मात्र करावे लागतात. अन्यथा मनुष्य चिंतेने ग्रासून अनिश्चिततेच्या अवस्थेतच देह सोडतो. मनुष्यामध्ये वसून असणाऱ्या विविध वासना त्याला कारण ठरलेल्या असतात.

मनुष्याच्या वासना या कधीच संपणाऱ्या नसतात. एकदा खाल्लं म्हणजे भूक कधी शमत नाही. एकदा पैसा मिळाला म्हणजे आता पैसा नको असं होत नाही. कामविकाराची भूकही कधी शमत नाही. हा सारा भगवंताच्या लीलेचा परिणाम

असतो. भागणारी भूक जर माणसाला दिली असती, तर माणसाने कामच केलं नसतं. मग या वैश्विक खेळातली सारी गंमतच निघून गेली असती. म्हणूनच परमेश्वराने माणसाची भूक वाढती ठेवली असावी.

या श्लोकांमधून भगवान स्वतःचा आश्रित व्हायला सांगत आहेत. इथे 'आश्रित' हा शब्दप्रयोग कमीपणाचा मुळीच नाही. कारण आश्रित शब्दामागे आज एक अगतिक आणि पराधीन अवस्थेचा भाव समजला जातो. हा शब्द त्याच अर्थाने आज वापरला गेल्यामुळे तसा समज होण्याची शक्यता आहे. पण इथे तो कमीपणाचा भाव मुळीच नाही. 'आश्रित' हा शब्द 'आश्रय'वरून आला आहे. आपण कुणाचे आश्रित आहोत; त्याचप्रमाणे आपण कुठे आश्रय करतो याला आजसुद्धा महत्त्व आहे. मोठ्या शहरांमधल्या श्रीमंत वस्तीत आपलं आश्रयस्थान म्हणजे निवास असेल, तर आपल्याकडे बघण्याचा एखाद्याचा दृष्टिकोन बदलतो. इथे तर भगवान त्यांच्या आश्रयाला येण्याचा संदर्भ देतात. एखाद्या मोठ्या मंत्र्याच्या, गुरूच्या किंवा करोडपतीच्या आश्रयाला एखादा मनुष्य कायमस्वरूपी असेल, तर त्याला त्याचा केवढा गौरव वाटत असतो! मग भगवंतांच्या आश्रयाला गेल्याची श्रेष्ठता केवढी असेल! आश्रय कुणाचा? तर सृष्टिचालकाचा!

पण आपण लाख त्याच्या आश्रयाला जाऊ, परंतु त्याने आपल्याला आश्रय दिला पाहिजे ना! आपली ओळखपाळख नसताना किंवा आपला कोणताही भावनिक संबंध नसताना कुणी एखादा श्रीमंत आपल्याला आश्रय देईल का? नक्कीच नाही. मग इथे साक्षात भगवंतांच्या आश्रयाला आपण कसं जाणार? त्यासाठी एकच मार्ग आहे. आणि तो म्हणजे भक्ती! भक्ती म्हणजे ईश्वरी विचारांपासून मुळीच विभक्त न राहणं. म्हणजेच अव्यक्त अशा भगवंताशी निरपेक्ष भावाने नित्य अनुसंधान साधणं. त्याच्याच शक्तीमुळे आपण काम करतो आणि विचार करतो हा भाव मनात स्थिर करणं . मग त्याच्याविषयी मनात सतत कृतज्ञताभाव ठेवणं. हे जमलं पाहिजे. हे साध्य झालं तर आपण त्याच्या आश्रयाला जाऊ शकतो आणि तोही आपल्याला आश्रय देऊ शकतो. त्रिकाल संध्येमुळे आपण भगवंताच्या आश्रयाने राहत आहोत ही भावना दृढ होत जाते. त्याच्या आश्रयाने मी राहत आहे, ही भावना दृढ झाल्यानंतर आपला प्रत्येक विचार आणि आपली प्रत्येक कृती परमेश्वराच्या अधिष्ठानाने सिद्ध होते.

म्हणूनच भगवान आधिभौतिक, आधिदैविक आणि आध्यात्मिक या तीन भावांपलीकडे जाऊन अधियज्ञाने युक्त व्हायला सांगत आहेत. हे तिन्ही भाव समजून घेऊन अधियज्ञ आरंभला, तर भगवंताचा आश्रय होऊ शकतो. अधियज्ञ म्हणजेच यज्ञीय कर्मं; अर्थात जीवा-जीवांना निष्काम भावनेने जोडण्याचं कर्म करणं .

त्याचप्रमाणे ठरावीक वेळी चित्त एकाग्रतेचा अभ्यास करण्यापूर्वी केलेल्या कामाचा अहवाल भगवंतांना सादर करणं . आपण काय कर्म केलं, चांगलं केलं का वाईट केलं, आपल्याला चुकीच्या कर्मांचा पश्चात्ताप वाटतो का, मग स्वविकासार्थ आपण काय करणार आहोत, असा अहवाल भगवंतांना आत्मीय भावनेने आणि आत्मीय स्तरावर सादर केला पाहिजे. भगवंत सर्व काही जाणत असतातच, पण हे कर्म आपल्याकडूनही समजपूर्वक होणं महत्त्वाचं असतं. त्यामुळे आपलं वृत्तिपरिवर्तन होत असतं.

या क्रियांमधून आध्यात्मिक प्रगतीबरोबरच भौतिक जीवनही चिंतारहित, भीतिरहित, सुंदर, नि:शंक आणि निरामय होऊ शकतं. त्यासाठी शारीरिक त्याचप्रमाणे मानसिक गरजांच्या पलीकडे 'काही तरी' आहे, ही समज दृढ झाली पाहिजे. आपल्यासह साऱ्या सृष्टिजाताला व्यापून राहिलेल्या त्या 'काही तरी'चा शोध घेण्याची जिज्ञासा वाढली पाहिजे. या जिज्ञासेपोटीच माणूस विकासाच्या दिशेने पाऊल टाकतो. भगवंताला माणसाचा हा आत्मिक विकासच अभिप्रेत आहे. त्यासाठीच त्याने परा-अपरा प्रकृतीसह या विश्वाची निर्मिती केली. ईश्वरानंच या परा-अपरा प्रकृती बनवल्या. त्या प्रकृतींवरच हे विश्व उभं आहे; आणि सर्वत्र भरून असलेलं ते आत्मतत्त्व 'सर्वतोहं' आहे. आधुनिक वैज्ञानिक या सर्वव्यापक परब्रह्माला field with inteligence म्हणतात. या परमतत्त्वाला जाणण्याची इच्छा मनुष्याने बाळगली पाहिजे. त्याकरता त्याचं अनुसंधान ठेवून, इच्छा आणि द्वेषरहित होऊन परब्रह्माचं ध्यान करावं, असा या अध्यायाचा मथितार्थ आहे. याप्रमाणे भगवंताशी नित्य अनुसंधान राहिलं तर अंतकाळीही त्याचं स्मरण कायम राहून मनुष्य भीतीरहित होतो आणि देह सोडल्यावर त्याच्याच आश्रयाला जातो.

जन्मभर जर आपण नित्य परमेश्वराच्या ठिकाणी चित्त एकाग्र केलं असेल, तरच मृत्युसमयी त्याचं स्मरण होईल. अंतकाली केलेलं ब्रह्माचं स्मरण हे व्यक्तीला जन्ममृत्यूच्या दु:खमय फेऱ्यातून सोडवतं. त्याकरता कर्मपरंपरा, अधिभूत-अधिदैव आणि परा-अपरा प्रकृती जाणून घेतली पाहिजे. मग या सर्वांचा निर्माता आणि त्याचा हेतू जाणायचा प्रयत्न करायला हवा. त्याच्याशी नित्य अनुसंधान ठेवण्यातूनच साधक अंतकाळीही युक्तचित्त राहून निश्चिंत होऊन जातो.

# लेखक परिचय

## राजेन्द्र खेर

(साहित्यिक, अभ्यासक, निरूपणकर्ते)

रसिकमान्य ठरलेल्या ऐतिहासिक - पौराणिक - चरित्र कादंबऱ्यांचे लेखक. आजवर १८ पुस्तके प्रकाशित. विविध पुस्तकांचे इंग्लिश, गुजराती, हिंदी, तमिळ आणि मल्याळम भाषांमधून अनुवाद. चित्रपट क्षेत्रात सुमारे नऊ वर्षे लेखन-दिग्दर्शन, निर्मिती अशा विविध क्षेत्रांत काम. 'मायबोली' वाहिनीवर त्यांनी दिग्दर्शक म्हणून काम केले आहे. 'विहंग प्रकाशन'मार्फत मराठी, हिंदी, इंग्लिश, गुजराती या चार भाषांमध्ये उत्तमोत्तम पुस्तके प्रकाशित. प्राचीन भारतीय शास्त्रांचे अभ्यासक आणि निरूपणकर्ते . गीताशास्त्र, दैनंदिन भगवद्गीता, बृहत् गीताशास्त्र (दोन खंड) हे ग्रंथ प्रकाशित. अध्यात्म, श्रीमद्भगवद्गीता, महाभारत, यातील विविध विषयांवर जवळपास ५०० व्याख्याने. अनेक दिवाळी अंक, वृत्तपत्रे आणि नियतकालिकांमधून लेख, कथा प्रकाशित.

# सकाळ प्रकाशनाची इतर पुस्तके

## राजेन्द्र खेर लिखित पुस्तके

- बृहत् गीताशास्त्र - खंड २
- अवेकनिंग युवर ब्लिस (मराठी)
- Awakening Your Bliss
- आनंदाचे झाड

## इतर लेखकांची पुस्तके

- श्री गीतायोग : शोध ब्रह्मविद्येचा : अध्याय १-१६
- संपूर्ण 'योग' संग्रह : स्वामी विवेकानंद
- तुकाराम दर्शन
- हरिपाठ मंथन
- दिव्य प्रवचनामृत
- समर्थांनी स्थापन केलेले अकरा मारुती
- ओवीरूप श्रीमद्भगवद्गीता
- आधुनिक दृष्टिकोनातून लोकमान्य लिखित गीतारहस्य
- जय देवा गजानना - आता व्हा प्रसन्न!
- निवडक सकल संत सार्थ गाथा
- प्रसादाची वाणी अर्थात तुका म्हणे
- श्रीराम विश्वपंचायतन : उकल गीतरामायणाची
- श्री गीता टॅरो कार्ड सेट

www.ingramcontent.com/pod-product-compliance
Lightning Source LLC
Chambersburg PA
CBHW050519240926
51846CB00003B/619
* 9 7 8 9 3 4 8 0 4 8 6 6 0 *